ज्ञानाई

श्रीज्ञानेश्वरी ग्रंथाचा सोप्या भाषेतील ओवीबद्ध अनुवाद

मंजुश्री गोखले

सकाळ प्रकाशन

सकाळ प्रकाशन

Dnyanai

ज्ञानाई

प्रथम शुभाशीष आवृत्ती : डिसेंबर, २०२५
(श्रीसंत ज्ञानेश्वर महाराज सप्तशतकोत्तर सुवर्णमहोत्सवी जयंती वर्ष (२०२५))
प्रकाशक : सकाळ मीडिया प्रा. लि. ५९५,
बुधवार पेठ, पुणे ४११ ००२
संपादन : ऐश्वर्या कुमठेकर
मुद्रितशोधन : यशोधन लोवलेकर
मुखपृष्ठ : गोपाळ नांदूरकर
मांडणी : अपूर्वा सेलूकर
मुद्रणस्थळ : विकास प्रिंटिंग ॲण्ड कॅरिअर्स प्रा. लि.
प्लॉट नं. ३२, एमआयडीसी, सातपूर, नाशिक
ISBN : 978-93-89834-98-7
संपर्क : ९८८१५ ९८८१५ / ८८८८८ ४९०५०
sakalprakashan@esakal.com

ज्यांच्या आशिर्वादाने 'ज्ञानेश्वरी'या अलौकिक ग्रंथाचा
मला ओवीबध्द अनुवाद करता आला,
त्या ज्ञानेश्वर माउलींच्या चरणी हा ज्ञानाई ग्रंथ श्रद्धापूर्वक अर्पण....

अकार चरणयुगुल । उकार उदर विशाल ।
मकार महामंडल । मस्तकाकारें ॥
हे तिन्हीं एकवटले । तेथ शब्दब्रह्म कवळले ।
ते मिया श्रीगुरूकृपा नमिले । आदिबीज ॥

रूप पाहतां लोचनीं । सुख जालें वो साजणी ॥
तो हा विठ्ठल बरवा । तो हा माधव बरवा ॥

शुभचिंतन

श्रीज्ञानदेवपदाश्रित चैतन्य भानुदासमहाराज देगलूरकर
वेदान्ताचे गाढे अभ्यासक व थोर कीर्तनकार

।। श्री पांडुरंग ।।

श्रीज्ञानेश्वरी ही श्रीमद्भगवद्गीतेवरील टीका आहे. रणभूमीवर आपल्याच संबंधितांना शत्रू म्हणून शस्त्र घेऊन उभे ठाकलेले पाहून किंकर्तव्यमूढ झालेल्या आणि विचारांच्या विपरीत भूमिकेतून शस्त्रत्याग करणाऱ्या अर्जुनाला भगवान श्रीकृष्णांनी रणभूमीवरच उपदेश केला. या श्रीमद्भगवद्गीतेमधून भगवान श्रीकृष्णांनी अर्जुनाचे निमित्त करून सकल मानवाच्या कल्याणासाठी अपरिहार्य असणाऱ्या जीवनमूल्यांची सुसूत्र आणि परिपक्व जाणीव जगाला करून दिली. कारण,

रात्रंदिवस आम्हा युद्धाचा प्रसंग।
अंतर्बाह्य जग आणि मन ।।

या श्रीतुकाराममहाराजांच्या वचनानुसार जीवाचेही जग आणि मनाबरोबर प्रपंच-परमार्थाचे युद्ध चालू असते. या युद्धात विपरीत विचारांच्या प्राबल्याने हतबल आणि हतप्रभ झालेल्या जीवाला विचारांच्या निश्चयात्मक भूमिकेवर आरूढ करण्याचे कार्य श्रीमद्भगवद्गीता करते. जन्मजन्मांतरात न संपणाऱ्या संसारपथावरून चालणाऱ्या जीवरूपी पांथस्थाला विकाररूपी अवरुद्ध करणाऱ्या प्रतिबंधाच्या निवृत्तीसाठी वीतरागासारखा सखा कसा जोडावा आणि त्या आधाराने मोक्षरूपी मुक्काम कसा आत्मसात करावा, हे भगवंताच्या शब्दछायेखालीच उमजते.

श्रीज्ञानेश्वर महाराज म्हणतात,

श्लोकाक्षरद्राक्षलता । मांडव जाली आहे गीता।
संसारपथश्रांता । विसंवावया ।।

ब्रह्मतेची पुष्टी अंगा यावी, यासाठी अज्ञ जीवाला योग्य साध्याची जाणीव करून देऊन त्या साध्याच्या प्राप्तीसाठी कर्म, उपासना आणि ज्ञानाच्या समन्वयाच्या नियत साधनाचे दिग्दर्शन करणारी श्रीमद्भगवद्गीता या भवसागरात भरकटलेल्या जीवननौकेसाठी दीपस्तंभ आहे.

संस्कृतातून अभिव्यक्त झालेल्या या श्रीकृष्णोक्तिसागराला सहज, तरल व अधिक मधुर करणारी टीका म्हणजे श्रीज्ञानेश्वरी होय. श्रीज्ञानेश्वरी हे मराठी सारस्वताचे वैभव आहे. तत्त्वज्ञान आणि साहित्याचा अत्यंत रम्य आणि मनोज्ञ संगम या ग्रंथात झालेला दिसून येतो. रसाळपणा आणि तत्त्वज्ञान आणि शृंगाराच्या माथ्यावर पाय ठेवणाऱ्या शांतरसयुक्त, गंभीर आणि परिपक्व अशा वरकरणी

विरुद्ध वाटणाऱ्या संकल्पना श्रीज्ञानेश्वरीमध्ये परस्परपूरक होऊन सुखाने एकत्र नांदताना दिसतात. श्रीज्ञानेश्वर महाराजांच्या भाषेत सांगावयाचे तर,

जेथ साहित्य आणि शांति। हे रेखा दिसे बोलती।
जैसी लावण्यगुण कुळवती। आणि पतिव्रता ।।
तैसे कथेचे इथे ऐकणे। एक श्रवणासि होथ पारणे।
आणि संसारदुःख मुळवणे। विकृतीविणे ।।

असा साध्य आणि साधनरूपाने आनंद देणारा हा अलौकिक, अपूर्व आणि अद्वितीय ग्रंथ आहे. केवळ भगवान श्रीकृष्ण जे बोलले त्यावरच श्रीज्ञानेश्वर महाराजांनी भाष्य केले नाही, तर अनेक ठिकाणी त्या पलीकडे जाऊन तदनुषंगाने कल्याणाची भूमिका अधिक स्पष्ट केली. यालाच श्रीज्ञानेश्वरमहाराज 'गीतेविणही रंगु दावी।' असे म्हणतात. म्हणून आत्मकल्याणासाठी, जीवनधन्यतेसाठी या ग्रंथाची उपासना आणि अभ्यास या दोन्हींची आवश्यकता सांगितली जाते आणि अशीच परंपरा आजतागायत चालू आहे. यातील उपासना भावप्रबळ असते आणि अभ्यास बुद्धिप्रबळ! त्यामुळे उपासनेत अर्थबोध आणि अर्थभेद यांचा विचार करण्याची आवश्यकता नसते. पण अभ्यासात भाषा, शब्द, व्युत्पत्ती, अर्थबोध, अर्थभेद, भावभेद आणि तात्पर्यनिश्चिती आदि विचार अपरिहार्यपणे करावा लागतो. श्रीज्ञानेश्वरी ज्या काळात आविष्कृत झाली, त्या काळात ती सर्वजनसुलभ होती; परंतु कालौघामध्ये ती दुर्बोध वाटू लागली. त्याचा उपासनेवर फारसा परिणाम झाला नसला, तरी अभ्यासावर मात्र झाला. त्यासाठी अलीकडील काळात श्रीज्ञानेश्वरीच्या अधिक सौलुभ्याचे जे प्रयत्न झाले, त्यामध्ये 'ज्ञानाई' या मंजुश्री गोखले रचित समओवीच्या स्तुत्य प्रयत्नांचे कौतुक करावेच लागेल.

मंजुश्री गोखले यांनी श्रीज्ञानेश्वरीची समओवी रचना फार सुंदर केली आहे. छंदोबद्धतेचे नियम पाळून, अर्थ व भावभेद होऊ न देता अशी रचना करणे कठीण असते. पण मंजुश्रीताईंनी हे कार्य आपल्या अधिकाराने पूर्ण केले आहे. त्या स्वतः उत्तम लेखिका आहेत. अनेक संतचरित्रे व संतवाङ्मयासंबंधीचे प्रामाणिक व प्रगल्भ लिखाण आतापर्यंत त्यांनी प्रकाशित केले आहे. प्रतिपाद्य विषयाच्या अंतरंगात शिरून, तो विषय पूर्ण समजून घेऊन, अभ्यास करून मगच त्यावर व्यक्त होण्याचा त्यांचा स्वभाव आहे. विचारांची बैठक पक्की झाल्याशिवाय लिखाणात प्रगल्भता येत नाही. भाषिक सौंदर्याचे भान असल्याशिवाय लिखाण रसाळ होत नाही आणि स्वभावात मार्दव असल्याशिवाय लिखाणात माधुर्य, भावस्निग्धता येत नाही. या तिन्ही गोष्टी मंजुश्रीताईंच्या लिखाणात दिसून येतात. अन्यथा श्रीज्ञानेश्वरीची समओवी रचना करणे धाडसाचे ठरले असते. याही पलीकडे जाऊन त्यांच्या अंतःकरणात श्रीज्ञानेश्वरमहाराजांबद्दल अढळ निष्ठा, समर्पण आणि विशुद्ध प्रेमभाव आहे. तो या रचनेमधून व्यक्त होतो आहे. अभ्यासकांची फार मोठी सोय त्यांनी केली आहे, त्यामुळे त्या अभिनंदनास पात्र आहेतच, पण अभ्यासक, साधक त्यांचे ऋणी राहतील. या अभ्यासातून त्यांना आनंद प्राप्त होईल, असा विश्वास वाटतो.

कैवल्यसाम्राज्यचक्रवर्ती श्रीज्ञानेश्वर महाराजांनी या सेवेने संतुष्ट व्हावे व मंजुश्रीताईंना स्वानंदसाम्राज्य प्रदान करावे, ही प्रार्थना!

प्रस्तावना

डॉ. विजय भटकर
ज्येष्ठ शास्त्रज्ञ व संतसाहित्याचे अभ्यासक

महाराष्ट्राला संतांची फार मोठी परंपरा लाभली आहे. या संतपरंपरेचे प्रवर्तक म्हणून आद्यसंत श्रीज्ञानदेवांचे नाव घेतले जाते. श्रीगणेशाला जसे आद्य दैवत मानले जाते, तसेच संतपणाच्या अलौकिकत्वाचे प्रवर्तक म्हणून श्रीज्ञानदेवांना आद्य संत मानले जाते. महाराष्ट्राला लाभलेली, मराठी मायभूला लाभलेली, मराठी सारस्वताला लाभलेली ही मोठी संतपरंपरा ज्ञानदेवांपासून सुरू होते आणि ज्ञानदेवांच्या संजीवन समाधीनंतरही जवळपास चार शतके ही संतपरंपरा या मराठी मातीत रुजत राहिली, फुलत राहिली. ज्ञानदेवांचं अलौकिकत्व त्यांच्या हठयोगाच्या प्रभुत्वावर तर आहेच आहे, पण त्याहीपेक्षा ते जास्त आहे त्यांनी केलेल्या श्रीमद्‌भगवद्‌गीतेच्या भाष्यावर. श्रीमद्‌भगवद्‌गीता हा ज्ञानाचा संजीवक भाणि चिरंतन स्रोत आहे. संपूर्ण विश्वाचं ज्ञान गीतेत सामावलं आहे, अशी भक्तांची, श्रद्धाळूंची, अभ्यासकांची आणि साधकांची धारणा आहे आणि ती सत्य आहे. म्हणून तर जगात सर्वांत जास्त भाषांतरीत झालेली भगवद्‌गीता ही ज्ञानाचा स्रोत आहे. भगवद्‌गीतेची ही महानता लक्षात घेऊनच ज्ञानदेवांनी या संस्कृतमध्ये असलेल्या भगवद्‌गीतेवर मराठी भाषेत टीका केली, ज्या ग्रंथाचे नाव आहे 'ज्ञानेश्वरी'. भगवद्‌गीतेच्या ७०० श्लोकांवर अठरा अध्यायांत ९०३२ ओव्या लिहून भाष्य केले. भगवद्‌गीता हे ज्ञान आहे, तर ज्ञानेश्वरी हा ज्ञानाचा स्रोत आहे. निसर्ग, ऋतुचक्र, पंचमहाभूतं, प्रपंच, मातृ-पितृत्व अशी दैनंदिन जीवनातली उदाहरणं देऊन ज्ञानदेवांनी ज्ञानेश्वरीमध्ये ज्ञान समजावून सांगितलं आहे. अतिशय उच्च अशा प्राकृत भाषेत लिहिलेली ही ज्ञानेश्वरी म्हणजे, ज्ञानदेवांच्याच भाषेत सांगायचं तर, 'देशीकार लेणे' आहे आणि या लेण्यावर अतिशय सुंदर असं कोरीव कामही केलं आहे.

माझिया मराठाची बोलू कवतिके । परि अमृतातेही पैजा जिंके ।
ऐसी अक्षरे रसिके । मेळवीन ।।

असा मराठीचा आत्यंतिक अभिमान बाळगत ज्ञानदेवांनी ही ज्ञानेश्वरी प्राकृत मराठीत लिहिली आणि खरोखरच अमृताशी पैजा जिंकणारी ही मराठी सामान्य वाचकाला थोडी दुर्बोध, अगम्य वाटू लागली. व्यवहारातून, बोली भाषेतून प्राकृत मराठी बाजूला पडली आणि ज्ञानेश्वरीची दुर्बोधता आणखी वाढली. मग अनेकांनी ज्ञानेश्वरी अर्थासहित छापायला सुरुवात केली आणि अशा अर्थासहित ज्ञानेश्वरी खूपच निघू लागल्या. त्यात पानाच्या अर्ध्या भागात ज्ञानेश्वरीच्या साधारण १५/१६ ओव्या आणि उरलेल्या अर्ध्या भागात त्या त्या ओव्यांचा गद्य अर्थ आणि शब्दार्थ अशा पद्धतीच्या अनेक ज्ञानेश्वरी अनेकांनी काढल्या आणि ज्ञानेश्वरीची लोकप्रियता इतकी, की त्या विकल्याही जाऊ लागल्या. मात्र हे सगळे अनुवाद गद्य अनुवादच होते. एक-दोघांनी पद्य अनुवादही केले होते आणि आहेत. याही पुढे ते येतच राहतील.

पण मंजुश्री गोखले यांनी केलेला 'ज्ञानाई' या ग्रंथात या ज्ञानेश्वरीचा ओवीबद्ध अनुवाद हा ज्ञानेश्वरीच्या अगदी जवळ जाणारा, बहुतेक ठिकाणी अत्यंत चपखल वाटणारा असा अनुवाद आहे. ज्ञानेश्वरीत ८५व्या ओवीपासून भगवद्‌गीतेला सुरुवात होते.

श्रीकृष्ण भगवद्‌गीतेत म्हणतात,

धर्मक्षेत्रे कुरुक्षेत्रे समवेता युयुत्सवः ।
मामकाः पाण्डवाश्चैव किमकुर्वत संजय ।।१।।

ज्ञानदेव सुरुवात करतात,

तरी पुत्रस्नेहे मोहितु । धृतराष्ट्र असे पुसितु ।
म्हणे संजया सांगे मातु । कुरुक्षेत्रीची ।।८५।।

आणि ज्ञानाईत लिहिले आहे,

पुत्रप्रेमाने मोहला । धृतराष्ट्र विचारी संजयाला।
सांग हकिगत मजला। कुरुक्षेत्राची ।।८५।।

आणि इथून ज्ञानदेव करतात गीतेवर भाष्य! हेच भाष्य ज्ञानाईत अतिशय सुलभ, सोप्या मराठीत ओवीबद्ध रचनेत सांगितलं आहे. ज्ञानेश्वरीतली भाषेची सहजता, अर्थबोध, यमक-अलंकारांची श्रीमंती ज्ञानाईमध्ये सहज उतरली आहे. पहिल्या अध्यायातील काही ओव्यांच्या चपखल आणि नेटक्या अनुवादाची ही झलक मी सांगितली. अशाच पद्धतीनं ज्ञानदेवांच्या ओवीतल्या भावार्थाशी जवळीक साधत, यमक-अलंकाराची श्रीमंती दाखवत, अर्थवाहीपणा आणि भाषेची सुलभता दाखवत 'ज्ञानाई' वाचकाला संपूर्ण ज्ञानेश्वरीचा अर्थ सहजपणे उलगडून सांगते. यातल्या ओवीबद्ध रचनेलाही एक लय आहे, गेयता आहे. यमक तर आहे. सगळीकडे शक्यतो ज्ञानदेवांच्या साडेतीन चरणांच्या ओवीछंदात ज्ञानाईतल्या ओव्या बांधण्याचा उत्तम प्रयत्न केला आहे. जिथे जिथे ज्ञानेश्वरी अतिदुर्बोध आहे, तिथे तिथे ज्ञानाईनेसुद्धा थोडे दुर्बोध शब्द घेतले आहेत. कुठेतरी ओवीतला एखादा शब्द किंवा एखादी ओवी मागे-पुढे, वर-खाली झालीही असेल, पण विशेष हे आहे की ज्ञानेश्वरीतल्या अर्थापासून ज्ञानाई कुठेही लांब जात नाही. ज्ञानदेवांच्या ज्ञानेश्वरीच्या अर्थाचे बोट ज्ञानाई कुठेही सोडत नाही आणि या कारणासाठी मला मंजुश्रीताईंचे खास अभिनंदन करायचे आहे.

तंत्रकुशल झालेली तरुणाईसुद्धा आजकाल मोबाईलवर आणि इतर गॅझेट्सवर ज्ञानेश्वरी वाचते. कुतुहलापोटी तरी वाचतेच, पण अर्थ नीट उमगत नाही म्हणून कंटाळा करते. ज्ञानेश्वरीमध्ये असणारा ज्ञानाचा स्रोत दुर्लभ, दुर्बोध वाटला; तरी 'ज्ञानाई'ने हा स्रोत सोपा करून सांगितला आहे. ज्ञानेश्वरीतली अमृताशी पैजा जिंकणारी प्राकृत मराठी भाषा आता ज्ञानाईमुळे कोणाही मराठी माणसाला सहज उमजेल अशी झाली आहे. ज्ञानेश्वरीतल्या ओव्यांचं सौंदर्य, अर्थाची श्रीमंती, यमक-अलंकाराचं वैभव याला कुठेही धक्का न लावता ही ज्ञानाई वाचकाला ज्ञानेश्वरीच्या अगदी जवळ घेऊन जाते.

मला तर असं वाटतं की, 'ज्ञानाई' हे ज्ञानेश्वरीचंच साधं, सोपं रूपडं आहे; जे सर्वांना समजेल, उमजेल आणि म्हणूनच आवडेलसुद्धा. ज्ञानदेवांच्या ज्ञानेश्वरीइतका देखणेपणा कदाचित यात नसेल, तरी हे ज्ञानेश्वरीचंच रूपडं आहे. एवढं सौंदर्य या 'ज्ञानाई'त नक्कीच आहे. ज्ञानदेवांवर आत्यंतिक श्रद्धा ठेवूनच मंजुश्रीताईंनी हा अनुवाद केला आहे. श्रद्धापूर्वक केलेलं कुठलंही काम हे सफल होतंच आणि सुंदर असतं. केवळ अभ्यासकांनाच नव्हे, तर ज्ञानेश्वरी वाचू पाहणाऱ्या साधकांनाही ज्ञानेश्वरीसोबतच ज्ञानाईसुद्धा पारायणासाठी घ्यावी आणि ज्ञानेश्वरीतल्या दुर्बोध अर्थसौंदर्याचा सहज, सोपा अर्थ जाणून आकलनाचा, ज्ञानाचा आनंद घ्यावा.

प्रकाशन क्षेत्रात मान्यवर असलेल्या सकाळ प्रकाशनाने आतापर्यंत अनेक लोकोपयोग साहित्य प्रकाशित केलं आहे. हा 'ज्ञानाई' ग्रंथ त्या सर्वांवर कळस चढवणारा होईल यात शंका नाही. यासाठी सकाळ प्रकाशनाचं हार्दिक अभिनंदन आणि ज्ञानेश्वरीचा सुलभ अर्थ असलेली 'ज्ञानाई' निर्मिल्याबद्दल मंजुश्रीताईंचं खास अभिनंदन. ज्ञानेश्वरीच्या अठराव्या अध्यायात ज्ञानदेव म्हणतात,

राजहंसाचे चालणे । भूतली झालिया शहाणे ।
आणिक काय कोणे । चालावेचिना ।।

मला वाटतं या ओवीचा अर्थ मार्गदर्शक म्हणून घेऊन मंजुश्रीताईंनी हे धाडस केलं आहे. मात्र ते वाखाणण्याजोगं झालं आहे यात शंका नाही. 'ज्ञानाई' या ग्रंथाला लोकमान्यता मिळावी, म्हणजे हे धाडस सार्थकी लागेल. ज्ञानदेव माउलींच्या चरणी हीच प्रार्थना.

भूमिका

– मंजुश्री गोखले

॥ जय श्रीकृष्ण ॥

॥ जय ज्ञानेश्वर माउली ॥

माझे श्रद्धास्थान असलेल्या श्री ज्ञानेश्वर माउलीला मनोभावे साष्टांग दंडवत घालून मी 'ज्ञानाई' या ग्रंथाबाबतची माझी भूमिका मांडण्याचा प्रयत्न करते.

माउलींची 'ज्ञानेश्वरी' हा ग्रंथ साहित्यविश्वातील एक अनमोल चमत्कार मानला जातो. श्रीमद्भगवद्गीतेच्या ७५० श्लोकांवर भाष्य करताना माउलींनी ९०३४ ओव्या रचल्या. भगवद्गीता साक्षात श्रीकृष्ण उवाच! ती संस्कृतमध्येच! पण जनसामान्यांपर्यंत गीतेतील हे ज्ञान पोहोचावे, म्हणून माउलीने ते मराठी भाषेत आणले ते ज्ञानेश्वरीमधून. माउलीने वयाच्या केवळ अठराव्या वर्षी केलेले हे अलौकिक कार्य! आज हजार वर्षे झाली तरी त्याची कीर्ती आणि अलौकिकत्व अबाधित राहिलेली आहेत. गीतेवर मराठी भाषेत भाष्य करत असताना मात्र माउलींनी त्या काळात सहज बोलली जाणारी संस्कृतप्रचुर प्राकृत मराठी वापरली, तीही 'अमृतातेही पैजा जिंके' असे अभिमानाने सांगत! मात्र काळाच्या ओघात प्राकृत मराठी थोडी मागे पडली आणि आजची सहजसोपी नागरबोलीतली मराठी बोलणाऱ्या आणि ऐकणाऱ्यांना ज्ञानेश्वरी काहीशी दुर्बोध वाटू लागली. माझ्याच बाबतीत दोन प्रसंग असे घडले, की त्या प्रसंगांनी मला विचार करायला भाग पाडले.

एक प्रसंग घडला पुण्यात. एके ठिकाणी मी व्याख्यानाला गेले असताना ज्ञानेश्वरीचे नियमित वाचन करणाऱ्या एका ज्येष्ठाने मला प्रश्न केला, की ज्ञानेश्वरीचा सोपा, ओवीबद्ध अनुवाद कुठे मिळेल? त्यांच्या या प्रश्नाने मला विचारात पाडले. श्री स्वामी स्वरूपानंदांची 'अभंग ज्ञानेश्वरी' त्यांनी वाचली होती, पण त्यांना वेगळ्या स्वरूपात ओवीबद्ध अनुवाद हवा होता.

दुसरा प्रसंग घडला सासवडला. तिथेही मला एक ज्येष्ठ काका भेटले. ते वारकरी होते. गेली एकवीस वर्षे ते ज्ञानेश्वरीचे पारायण करीत होते. ज्ञानेश्वरी त्यांना मुखोद्गत होती, पण त्यांनीही मला विचारले, की माउलींच्या ओवीसोबतच त्या ओवीचा अर्थ कुठे वाचायला मिळेल, ज्यामुळे अर्थ शोधताना रसहानी होणार नाही. या दोन प्रसंगांनी माझ्या मनात विचारांचे मोहोळ उठवले. क्षणभर मनात आले, की आपणच करून बघावं का? या विचारानेच मनावर दडपण आले आणि तो विचार बाजूला सारला. याच दरम्यान 'सकाळ' प्रकाशनकडून संत तुलसीदास कादंबरीबद्दल विचारणा झाली आणि मी ती लिहायला घेतली. कादंबरी लिहून पूर्ण झाली. लोकांना समजावे म्हणून तुलसीदासांनी वाल्मिकी ऋषींचे रामायण स्थानिक अवधी भाषेत लिहिले. हे सगळे लिहून झाले आणि बाजूला सारलेल्या विचाराने पुन्हा उचल खाल्ली. पुन्हा पुन्हा तो विचार मनाला धडका देऊ लागला. वाचता वाचताच समजायला सोपी अशी ज्ञानेश्वरी ही काळाची गरज आहे, असे राहून राहून वाटू लागले आणि माउलींच्याच ओव्या आठवल्या,

पांख फुटे पांखिरू । नुडे तरी नभीच थिरू ॥
गगनी आक्रमी सत्वरू । तो गरुड ही तेथ ॥
राजहंसाचें चालणे । भूतळी जालिया शहाणे ॥
आणिक काय कोणें । चालावेचि ना? ॥

या ओव्या पुन्हा पुन्हा आठवायल्या लागल्या आणि धाडस आले. त्या धाडसाची मोट बांधली आणि ज्ञानेश्वरीचा पहिला अध्याय, पहिली ओवी अनुवाद करायला घेतली. मला वाटते, माझे हे वेडे धाडस माउलींनासुद्धा आवडले असावे. सलग एकटाकी तीस ओव्यांचा ओवीबद्ध अनुवाद पहिल्या दिवशीच करून झाला आणि मग हा सिलसिला सुरूच झाला. रोज तीस-पस्तीस ओव्या अनुवादित होत होत्या. बघता बघता दीड वर्ष झाले आणि अठरा अध्याय पूर्ण झाले. तेही ओवीबद्ध अनुवाद करून. मग त्यातल्या नमुन्यादाखल पहिल्या अध्यायातल्या तीस ओव्या माझ्या काही सुहृदांना आणि दिग्गजांना दाखवल्या. त्यात संत साहित्याचे अभ्यासक वा.ल. मंजुळ, प्रवचनकार दीपक भागवत, 'गर्जना'कार सतीश पाध्ये, माझ्या मैत्रिणी असे सगळे सुहृद होते. या सर्वांनी केवळ शाबासकीच दिली नाही, तर माझे धाडस आणखी वाढवले. दीपकभागवत तर म्हणाले, "हे काम साक्षात माउलीच तुमच्याकडून करवून घेते आहे!"

हेच धाडस गोळा करून मी पुण्यात वास्तव्यास असलेल्या महामहोपाध्याय पं. वसंतराव गाडगीळ यांना ओव्या दाखवल्या. त्या नीट वाचून एके दिवशी त्यांनी मला फोन केला, पहाटे पाच वाजता. मी दचकून उठले, तर बाबा (पंडितजी) बोलत होते. मला म्हणाले, ''हा ग्रंथ अत्यंत सुंदर होणार आहे!'' त्या पहाटे त्यांनी फोनवर मला शाबासकी देत या ग्रंथाला समर्पक नाव सुचवले, 'ज्ञानाई'! आज पंडित वसंतराव गाडगीळ आपल्यात नसले, तरी त्यांचे ऋण मानणे हे मी माझे कर्तव्य मानते. हेच संचित घेऊन मी 'सकाळ'मध्ये आशुतोष रामगीर यांना भेटायला गेले आणि विशेष म्हणजे त्यांनी अतिशय आनंदाने तात्काळ होकार दिला.

या ग्रंथासाठी संदर्भ म्हणून ज्ञानेश्वरीची ह.भ.प. साखरे महाराज संपादित प्रत आधारभूत मानली आहे. या ग्रंथात माउलींच्या ज्ञानेश्वरीतल्या ओव्यांचा सोप्या मराठीत ओवीबद्ध अनुवाद तर आहेच, पण वर माउलींची ओवी आणि लगेच खाली ज्ञानाईमधली अनुवादित ओवी अशा रचनेत हा संपूर्ण ग्रंथ छापलेला आहे. अशा रचनेमुळे माउलींच्या ज्ञानेश्वरीतील ओवीचा अर्थ लगेच समजायला मदत होते आणि तो अर्थ शोधून वाचताना होणारी रसहानी होत नाही. ज्ञानेश्वरी हा मराठी साहित्याचा अनमोल ठेवा, ज्ञानाचा खजिना! या ज्ञानखजिन्याचे दार ज्ञानाईमुळे किंचित जरी उघडले, तरी मी स्वतःला धन्य समजेन.

ज्ञानेश्वरी लिहिताना माउली म्हणते,

माझा मराठाचि बोलू कवतिके । परि अमृतातेंही पैजा जिंके ॥
ऐसी अक्षरे रसिके । मेळवीन ॥

तर याचा सोप्या मराठीतील अनुवाद ज्ञानाईत लिहिला,

माझी मराठी भाषा कौतुकाने । अमृतालाही जिंकेल पैजेने ॥
अशी अक्षरे जाणिवेने । लिहीन मी रसिका ॥

हा ओवीबद्ध अनुवाद २०२४च्या गुढीपाडव्यापासून 'ज्ञानाई'च्या तीन ओव्या माउलींच्या तीन ओव्यांसोबत मी व्हॉट्सॲपवर टाकायला सुरुवात केली. माझा विश्वास बसेना इतका प्रचंड आणि कौतुकाचा प्रतिसाद मिळाला आणि मी अतिशय भारावून गेले. या सर्वांना ग्रंथाची प्रतीक्षा होती. ती आता संपली. पण या सर्वांनी केलेल्या कौतुकाने मला विश्वास वाटला, की आपण जे केले आहे ते योग्य आहे. कदाचित शंभर टक्के बरोबर नसेल, पण चुकीचे निश्चित नाही आणि याची ग्वाही देणारे हात होते स्वामी गोविंददेव गिरी यांचे, डॉ. विजय भटकर यांचे आणि अगणित वाचकांचे.

माउलींच्या ज्ञानेश्वरीचा ओवीबद्ध अनुवाद करताना एकच उद्देश मनात होता, तो म्हणजे ज्ञानेश्वरीतील हे ज्ञान सोप्या भाषेतून सर्वांपर्यंत पोहोचावे. भाषेच्या श्रेष्ठतेमुळे ज्ञानेश्वरी थोडी दुर्बोध वाटते, म्हणूनच इच्छा असूनही तरुण पिढी ज्ञानेश्वरी वाचायचे धाडस करत नाही. पण हा ज्ञानाचा खजिना जर सुलभ भाषेत त्यांच्या हाती पडला तर! म्हणूनच वर माउलींची ओवी, लगेच खाली ज्ञानाईची ओवी अशी याची रचना केलेली आहे. हे करत असताना ज्ञानेश्वरीला, तिच्या अर्थसौंदर्याला, शब्दसौंदर्याला, भावसौंदर्याला व उपमा-अलंकारांना कुठेही जरासाही धक्का लावलेला नाही, कारण तेवढी माझी योग्यताही नाही. मी फक्त माउलींच्या ओवींचा अर्थ सोप्या मराठीत, ओवीरूपात शब्दबद्ध केलेला आहे. एवढेच तर मी केले आहे! अर्थात माउलीचा आशीर्वाद असल्याशिवाय हे शक्यच नव्हते. हे काम पूर्ण झाले,

याचाच अर्थ माउली माझ्यासोबत आहे.

इथे मला एक गोष्ट मुद्दाम सांगावीशी वाटते. मुले उन्हात खेळत असताना आपल्या मुलाला ऊन लागू नये, म्हणून सावलीत घेऊन जाते ती असते आई आणि खेळत असलेल्या सर्व मुलांना सावलीत घेऊन जाणारी असते माउली. याचाच अर्थ साऱ्या विश्वाची चिंता करते ती माउली. इथे विश्वाची चिंता करणारी ज्ञानेश्वर माउली माझ्यासोबत होतीच. वाचकांना ज्ञानाची दिशा दाखवण्यासाठी मी आईची भूमिका घेतली आणि माझ्या योग्यतेप्रमाणे, बुद्धीप्रमाणे आणि वकुबाप्रमाणे ती निभावली.

'सकाळ'कडे एकदा ग्रंथ सोपवल्यानंतर ऐश्वर्या कुमठेकर यांनी जे झपाटल्यासारखे काम केले आहे, त्याला तोड नाही. 'ज्ञानाई'च्या ९०३४ ओव्या बारकाईने वाचणे, तपासणे, चुकून एखादी ओवी बोली भाषेत लिहिली गेली असेल, तर अशा ओव्या बाजूला काढून मला पाठवणे (प्रमाण भाषेत करण्यासाठी) हे काम ऐश्वर्या यांनी केले. त्यांची मी आभारी आहेच; त्याचबरोबर सकाळ प्रकाशनाचे प्रमुख आशुतोष रामगीर यांनी ही 'ज्ञानाई' करताना जो अमाप उत्साह दाखवला, त्यांचीही मी आभारी आहे. या 'ज्ञानाई'चे कौतुक करण्यात स्वतः स्वामीजी गोविंददेव गिरी, श्री. वा. ल. मंजुळ आणि डॉ. विजय भटकर यांनी दाखवलेला उत्साह माझा आनंद वाढवून गेला.

अनुवाद लिहिला, 'ज्ञानाई' नाव ठरले, ग्रंथ छापायचे नक्की झाले, पण मनात थोडी धाकधूक होती. आपण एखादा पदार्थ केला, खाणाऱ्यांनी तो नावाजून खाल्ला, तरी एखाद्या कुशल अन्नपूर्णेकडून तो नावाजला जाणे ही खरी शाबासकी असते. अनुवाद कसा झाला, बरोबर झाला आहे की नाही, माउलींच्या ओवीच्या अर्थाला योग्य न्याय दिला आहे की नाही, माउलींच्या ओवीच्या अर्थाला योग्य न्याय देणारा आहे की नाही, ही भीती मनात होतीच. या ग्रंथासाठी एखाद्या संतसाहित्यातील, वारकरी संप्रदायातील अधिकारी व्यक्तीचा अभिप्राय घ्यावा असे 'सकाळ'ने सांगितले आणि नाव आठवले आदरणीय चैतन्य महाराज देगलूरकर यांचे! त्यांना फोन करून, त्यांची वेळ घेऊन पंढरपूरला गेले. 'ज्ञानाई'ची एक कच्ची प्रत त्यांना दिली, उद्देश सांगितला आणि अभिप्राय देण्याची विनंती केली. 'पंधरा दिवसांत देईन!' म्हणाले. सांगायचे विशेष असे, की बरोबर पंधराव्या दिवशी, अत्यंत सुवाच्य अक्षरांत, अत्यंत भारदस्त पण कोमल भाषेत, अत्यंत चपखलपणे लिहिलेला, माझ्या कामाचे मनमोकळेपणाने कौतुक करणारा महाराजांचा अभिप्राय मला मिळाला. अभिप्राय वाचला आणि मी धन्य झाले. ज्यांच्या घराण्यात सात पिढ्यांपासून ज्ञानेश्वरीचा अभ्यास केला जातो, त्या चैतन्य महाराजांनी 'ज्ञानाई'चे केलेले कौतुक म्हणजे मला ज्ञानेश्वर माउलींची शाबासकी मिळाल्यासारखे वाटले. विशेष म्हणजे त्या पंधरा दिवसांत त्यांनी संपूर्ण 'ज्ञानाई' वाचली होती. त्यांचे आभार मानण्याचा करंटेपणा मी करणार नाही. त्यांच्या ऋणातच राहणे मला आवडेल.

ज्ञानाईसाठी प्रस्तावना देण्याचे डॉ. विजय भटकर यांनी कबूल केले, तो क्षण माझ्यासाठी अत्यानंदाचा. इतके व्यग्र असूनही त्यांनी एक विस्तृत प्रस्तावना लिहिली. मला अत्यानंद झाला, की एक परमार्थाचा अधिकारी आणि एक विज्ञानाचा अधिकारी; पण दोघांनीही ज्ञानाईला नावाजले, कौतुक केले. मी दोघांच्याही ऋणात राहणेच पसंत करेन.

ज्ञानाई ग्रंथ तयार होताना ज्ञात-अज्ञातांचे हात लागले आहेत. आवर्जून उल्लेख करीन सर्वश्री दीपक भागवत, यादव महाराज, भैय्या पाध्ये आणि माझे पती नंदकुमार गोखले यांचा. माझ्या मैत्रिणी छाया कुलकर्णी, कमलताई हर्डीकर, डॉ. प्रमिला जरग, श्यामला देसाई, नीलांबरी कुलकर्णी, गौरी भोगले, शिल्पा कुलकर्णी आणि पूर्वा जोशी यांचे आभार मानलेले त्यांना आवडणार नाहीत. त्यांच्या प्रेमातच राहायला आवडेल.

ज्ञानाई ग्रंथाची अक्षरजुळणी करणाऱ्या ज्योती काटवे, मुद्रितशोधन व दुरुस्त्यांचे काम करणारे यशोधन लोवलेकर आणि संदीप घावरे, मुखपृष्ठासाठी माउलींचे भावपूर्ण चित्र उपलब्ध करून देणारे चित्रकार गोपाळ नांदूरकर, मुखपृष्ठ व मांडणी करणाऱ्या अपूर्वा सेलूकर यांचेही मनापासून आभार!

या ग्रंथाला माउलींच्या अगणित भक्तांचा, अभ्यासकांचा, पारायणकर्त्यांचा, माउलीला दैवत मानणाऱ्या वारकरी भक्तांचा आणि सर्वसामान्य वाचकांचा आशीर्वाद लाभावा आणि 'ज्ञानाई'ला या सर्वांनी आपले मानावे ही माउलीच्या चरणीच प्रार्थना करते.

टीप : या ग्रंथामध्ये ठळक अक्षरात मूळ ज्ञानेश्वरीतील ओव्या आहेत आणि त्याखाली पद्यमय अनुवाद आहे, याची कृपया नोंद घ्यावी.

अनुक्रमणिका

अध्याय पहिला
प्रारंभिक १५
अर्जुन विषाद योग २१

अध्याय दुसरा ३२
सांख्ययोग

अध्याय तिसरा ५४
कर्मयोग

अध्याय चौथा ७०
ज्ञानकर्मसंन्यास योग

अध्याय पाचवा ८४
कर्मसंन्यास योग

अध्याय सहावा ९५
आत्मसंयमन योग

अध्याय सातवा १२४
ज्ञान – विज्ञान योग

अध्याय आठवा १३७
अक्षरब्रह्म योग

अध्याय नववा १५४
राजविद्या राजगुह्य योग

अध्याय दहावा १८७
विभूति योग

अध्याय अकरावा २०९
विश्वरूपदर्शन योग

अध्याय बारावा २५३
भक्ती योग

अध्याय तेरावा २६८
क्षेत्रक्षेत्रज्ञ विभाग योग

अध्याय चौदावा ३३५
गुणत्रय विभाग योग

अध्याय पंधरावा ३५९
पुरुषोत्तम योग

अध्याय सोळावा ३९३
दैवासुर संपद्विभाग योग

अध्याय सतरावा ४२१
श्रद्धात्रय विभाग योग

अध्याय अठरावा ४४६
मोक्ष संन्यास विभाग योग

अध्याय पहिला

अर्जुन विषाद योग

प्रारंभिक

ॐ नमोजी आद्या । वेद प्रतिपाद्या ।
जय जय स्वसंवेद्या । आत्मरुपा ।।१।।
आद्य रूपा तुज नमन । वेद ज्यांस करती वंदन ।
स्वयं प्रत्यय जो जाण । आत्मरूप तो ।।१।।
देवा तूंचि गणेशु । सकलमति प्रकाशु ।
म्हणे निवृत्ति दासु । अवधारिजो जी ।।२।।
देवा तू श्री गणेश । ज्ञान-बुद्धीचा देई प्रकाश ।
मी निवृत्तीचा दास । मजकडे लक्ष द्यावे ।।२।।
हें शब्दब्रह्म अशेष । तेचि मूर्ति सुवेष ।
तेथ वर्णवपु निर्दोष । मिरवत असे ।।३।।
स्वर व्यंजने तुझी अंगे । वेद तुझ्या अनुषंगे ।
निर्दोष लावण्य रंगे । अर्थासहित ।।३।।
स्मृति तेचि अवयव । देखा अंगिकभाव ।
तेथे लावण्याची ठेव । अर्थशोभा ।।४।।
स्मृती ग्रंथ हे अवयव । देहाचे सहज भाव ।
अर्थ सौंदर्याचा ठाव । लावण्य शोभा ।।४।।
अष्टादश पुराणे । तीचि मणिभूषणे ।
पदपद्धती खेवणे । प्रमेयरत्नांची ।।५।।
अष्टादश पुराणे । तुझी आभूषणे ।
तत्त्वार्थांची कोंदणे । पद पद्धतीची ।।५।।
पदबंध नागर । तेचि रंगाथिले अंबर ।
जेथ साहित्यवाणे सपूर । उजाळाचे ।।६।।
शब्द गंधा आकार । रंगी गगन साकार ।
साहित्य वाणांचे प्रकार । विपुल उजळती ।।६।।
देखा काव्यनाटका । जे निर्धारिता सकौतुका ।
त्याचि रुणझुणती क्षुद्रघंटिका । अर्थध्वनी ।।७।।
काव्य नाटिकांची संगती । कौतुके धारित असती ।
चरणी तव रुणझुणती । त्या घुंगरांचे नाद ।।७।।

नाना प्रमेयांचि परी । निपुणपणे पाहता कुसरी ।
दिसती उचित पदे माझारी । रत्नें भली ।।८।।
अनेक अक्षरांचे धन । कलासवे कौशल्याचे भान ।
दृष्टीस येता प्रमाण । रत्नांच्या राशी ।।८।।
तेथ व्यासादिकांच्या मति । तेचि मेखळा मिरवती ।
चोखाळपणे झळकती । पल्लवसडका ।।९।।
व्यासादिकांची मती । तुझ्या मेखला शोभती ।
शुद्धतेने झळाळती । मौक्तिकांचे पदर ।।९।।
देखा षड्दर्शने म्हणिपती । तेचि भुजांची आकृती ।
म्हणऊनि विसंवादे धरिती । आयुधे हाती ।।१०।।
सहा हातांची आकृती । सहा शस्त्रांनी मिरवती ।
म्हणून संवादाची धारिती । शस्त्रे हाती ।।१०।।
तरी तर्कु तोचि फरशु । नीतिभेदु अंकुशु ।
वेदान्तु तो महारसु । मोदकु मिरवे ।।११।।
परशू न्याय तर्काचा । अंकुश सिद्धांत भेदाचा ।
बाह्यरूप अर्थ वेदादिंचा । तो मोदक असे ।।११।।
एके हातीं दंतु । जो स्वभावता खंडितु ।
तो बौद्धमतसंकेतु । वार्तिकाचा ।।१२।।
वार्तिकाचा बौद्ध मताचा संकेत । करूनी सहज खंडित ।
तो एक हाती तव दंत । म्हणवून शोभतसे ।।१२।।
मग सहजें सत्कारवादु । तो पद्मकरु वरदु ।
धर्मप्रतिष्ठा तो सिद्धु । अभयहस्तु ।।१३।।
ब्रह्म विषयक संवाद । धर्म प्रतिष्ठा सिद्ध ।
तुझा कमलकर वरद । अभय देई ।।१३।।
देखा विवेकवंतु सुविमळु । तोचि शुंडादंडु सरळु ।
जेथ परमानंदु केवळु । महासुखाचा ।।१४।।
विवेकाची सांगड । ब्रह्मानंदाची आवड।
परमानंदाची कावड । सोंड तुझी ।।१४।।

तरी संवादु तोचि दशनु । जो समता शुभ्रवर्णु ।
देवो उन्मेषसूक्ष्मेक्षणु । विघ्नराजु ॥१५॥
दंत तुझा शुभ्रवर्ण । गुरु शिष्य संवाद मर्म जाण ।
सूक्ष्म ज्ञाने परिपूर्ण । विघ्नराज तव नेत्र ॥१५॥
मज अवगमलिया दोनी । मीमांसा श्रवणस्थानीं ।
बोधमदामृत मुनी । अली सेविती ॥१६॥
पूर्वोत्तर मीमांसांचे ज्ञान । श्रवणती दोन्ही कान ।
बोधामृताचे सेवन । भ्रमर मुनी करती ॥१६॥
प्रमेयप्रवाल- सुप्रभ । द्वैताद्वैत तेचि निकुंभ।
सरिसेपणें एकवटत इभ-। मस्तकावरी ॥१७॥
वेदशास्त्रांचे भेद सकल । तव अंगी ते प्रवाल ।
मस्तकीचे गंडस्थल । द्वैत अद्वैताचे ॥१७॥
उपरि दशोपनिषदें । जियें उदारें ज्ञानमकरंदें ।
तियें कुसुमें मुगुटीं सुगंधें । शोभतीं भाळी ॥१८॥
उपनिषदांचे गंधफूल । ज्ञान मकरंदे विपुल ।
विराजे किरीट दल । शोभायमान ॥१८॥
अकार चरणयुगुल । उकार उदर विशाल ।
मकार महामंडल । मस्तकाकारें ॥१९॥
चरणद्वय तव 'अ'कार । विशाल उदर 'उ'कार ।
महामंडल मस्तकाकार । 'म'कार आहे ॥१९॥
हे तिन्ही एकवटले । तेथ शब्दब्रह्म कवळलें ।
तें मियां श्रीगुरुकृपा नमिलें । आदिबीज ॥२०॥
हे एकवटले तिही । ते शब्दब्रह्म तुझे ठायी ।
गुरुकृपेचा धनी मीही । आद्य तुज वंदितो ॥२०॥
आतां अभिनववाग्विलासिनी । जे चातुर्यार्थकलाकामिनी ।
ते शारदाविश्वमोहिनी । नमिली मियां ॥२१॥
वाणीची आद्य विलासिनी । चातुर्य कलांची धारिणी ।
श्रीशारदा विश्वमोहिनी । तिज मी वंदितो ॥२१॥
मज हृदयीं सद्गुरू । जेणें तारिलो हा संसारपुरु ।
म्हणौनि विशेषें अत्यादरु । विवेकावरी ॥२२॥
हृदयी सद्गुरू निवास । तारिला संसार भास ।
म्हणून अवलंबितो आदराने खास । विवेकाचे ज्ञान ॥२२॥
जैसें डोळ्यां अंजन भेटे । ते वेळीं दृष्टीसी फांटा फुटे ।
मग वास पाहिजे तेथ प्रगटे । महानिधीं ॥२३॥
जसे नेत्रात अंजन । हो ज्ञानाचे समाधान ।
गवसे भूमी लुप्त धन । तैसी दृष्टी लाभे ॥२३॥

कां चिंतामणी आलियां हातीं । सदा विजयवृत्ति मनोरथीं ।
तैसा मी पूर्णकाम श्रीनिवृत्ति । ज्ञानदेवो म्हणे ॥२४॥
चिंतामणी लाभता हाती । सर्वेच्छा पूर्ण होती ।
तैसे ज्ञानदेवे लाभे निवृत्ती । पूर्णकाम चिंतामणी ॥२४॥
म्हणौनि जाणतेने गुरु भजिजे । तेणें कृतकार्य होईजे ।
जैसें मूळसिंचने सहजें । शाखापल्लव संतोषती ॥२५॥
श्रद्धा ठेवता गुरुचरणी । कृतकृत्य होय मनी ।
जसे वृक्षांसी मिळता पाणी । आनंदे फुलती ॥२५॥
कां तीर्थें जियें त्रिभुवनीं । तिये घडती समुद्रावगाहनीं ।
ना तरी अमृतरसास्वादनीं । रस सकळ ॥२६॥
समुद्र स्नाने सकल तीर्थे । लाभती त्या पुण्यवंते ।
अमृताच्या सेवने मिळते । सर्व रसांचे स्वाद ॥२६॥
तैसा पुढतपुढती तोचि । मियां अभिवंदिला श्रीगुरुचि ।
जो अभिलाषित मनोरुचि । पुरविता तो ॥२७॥
मी वारंवार वंदितो । गुरुचरणांसी धरतो ।
मम इच्छा पुरवी तो । सर्वथा सदा ॥२७॥
आतां अवधारा कथा गहन । जे सकळां कौतुकां जन्मस्थान ।
कीं अभिनव उद्यान । विवेकतरूंचे ॥२८॥
आता इकडे द्यावे अवधान । हे सखोल विचारधन ।
सकल कौतुकांचे जन्मस्थान । विवेक वृक्षांचे बाग ॥२८॥
ना तरी सर्व सुखाचि आदि । जे प्रमेयमहानिधि ।
नाना नवरससुधाब्धि । परिपूर्ण हे ॥२९॥
सर्व सुखांचा आरंभ । सर्व सिद्धान्तांचा कुंभ ।
नवरसांचा पूर्णस्तंभ । अमृतसागर ॥२९॥
कीं परमधाम प्रकट। सर्व विद्यांचें मूळपीठ ।
शास्त्रजाता वसौट। अशेषांचें ॥३०॥
इथे होई प्रगट । सर्व विद्यांचे मूळ पीठ।
ज्ञानांचा आधारवट । महाभारत ॥३०॥
ना तरी सकळ धर्मांचें माहेर । सज्जनांचें जिव्हार ।
लावण्यरत्नभांडार । शारदेचें ॥३१॥
सर्व धर्मांचे माहेर जाण । सज्जनांचे मर्मस्थान ।
लावण्यरत्नांची खाण । शारदेच्या ॥३१॥
नाना कथारुपें भारती । प्रकटली असे त्रिजगतीं ।
आविष्कारोनि महामतीं । व्यासाचिये ॥३२॥
व्यासांची बुद्धिमती । नाना कथांतून प्रगटती ।
आविष्कारातून सरस्वती । त्रिलोकी विराजिते ॥३२॥

म्हणौनि हा काव्यांरावो । ग्रंथ गुरुवतीचा ठावो ।
एथूनी रसां झाला आवो । रसाळपणाचा ।।३३।।
म्हणून हा काव्यांचा महाराजा । ग्रंथ श्रेष्ठत्वाचे काजा ।
रसाळतेच्या दिव्य साजा । मिरवीत असे ।।३३।।
तेवींचि आइका आणिक एक । एथूनि शब्दश्री सच्छास्त्रिक ।
आणि महाबोधीं कोंवळीक । दुणावली ।।३४।।
आणिक ध्यान द्यावे । शब्दधना शास्त्र पावे ।
ब्रह्मज्ञाना कोवळीक भावे । द्विगुणित ।।३४।।
एथ चातुर्य शहाणें झालें । प्रमेय रुचीस आलें ।
आणि सौभाग्य पोखलें । सुखाचें एथ ।।३५।।
चातुर्या शहाणपण आले । सिद्धान्त स्वादाने भरले ।
सद्भाग्य समृद्धले । इथे सुखाचे ।।३५।।
माधुर्यी मधुरता । शृंगारीं सुरेखता ।
रूढपण उचितां । दिसलें भलें ।।३६।।
माधुर्या लाभे मधुरता । शृंगारास सुंदरता ।
औचित्या लाभे श्रेष्ठता । शोभिवंत दिसे ।।३६।।
एथ कळाविदपण कळा । पुण्यासि प्रतापु आगळा ।
म्हणौनि जनमेजयाचे अवलीळा । दोष हरले ।।३७।।
कला लाभते कौशल्य । पुण्य प्रतापे साफल्य ।
जसे जनमेजयाचे पाप शल्य । श्रवणाने गेले ।।३७।।
आणि पाहतां नावेक । रंगीं सुरंगतेची आगळीक ।
गुणां सगुणपणाचें बिक । बहुवस एथ ।।३८।।
सूक्ष्मतेने अवलोकिता । कला गुणांची सकळिता ।
सद्गुणांची समर्थता । विपुलतेने प्रगटे ।।३८।।
भानुचेनि तेजें धवळलें । जैसें त्रैलोक्य दिसे उजळिलें ।
तैसें व्यासमति कवळिलें । मिरवे विश्व ।।३९।।
रवितेजे अंबर भरले । त्रैलोक्य दिसे उजळले ।
तैसे व्यासानी कवळिले । अवघे विश्व ।।३९।।
कां सुक्षेत्रीं बीज घातलें । तें आपुलियापरी विस्तारलें ।
तैसें भारतीं सुरवाडलें । अर्थजात ।।४०।।
सुपीक भूमीत बीज पेरता । स्वाभाविक विस्तारता ।
तैसी महाभारत कथा । शोभिवंत ही ।।४०।।
ना तरी नगरांतरीं वसिजे । तरी नागरचि होईजे ।
तैसें व्यासोक्तितेजें । धवळत सकळ ।।४१।।
किंवा नगरातील प्रमाणा । नागरिक होई शहाणा ।
तैसे व्यासांचिये ज्ञाना । विश्व उजळिले ।।४१।।

कीं प्रथम वयसाकाळीं । लावण्याची नव्हाळी ।
प्रगटे जैसी आगळी । अंगनाअंगी ।।४२।।
किंवा तारुण्याचे गंधी । लावण्य प्रगटे अंगी ।
तैसे अंगोपांगी । नव्हाळी दिसे ।।४२।।
ना तरी उद्यानी माधवीघडे । तेथ वनशोभेची खाणी उघडे ।
आदिलापासौनि अपाडें । जियापरी ।।४३।।
किंवा वसंताचे आगमनी । लावण्य ओसंडे वनी ।
आरंभापासून सौंदर्यखाणी । मिरवताती ।।४३।।
नानाघनीभूत सुवर्ण । जैसें न्याहाळितां साधारण ।
मग अळंकारीं बरवेपण । निवाडु दावी ।।४४।।
सुवर्णलडीचा आकार । सामान्यपणे हो साकार ।
रूप बदलून अलंकार । वेगळेपण दावी ।।४४।।
तैसें व्यासोक्ति अळंकारिलें । आवडे तें बरवेपण पातलें ।
तें जाणोनि काय आश्रयिलें । इतिहासीं ।।४५।।
तसे व्यासांनी शब्द मांडले । सौंदर्यातून सत्य सांडले ।
ज्ञानवंतांनी धुंडाळले । इतिहासातून ।।४५।।
नाना पुरतिये प्रतिष्ठेलागीं । सानीव धरुनि आंगीं ।
पुराणें आख्यानरुपें जगीं । भारता आलीं ।।४६।।
अनेक पुराणे आख्याने । झुकली म्हणून विनम्रतेने ।
प्रतिष्ठेच्या मोह मिषाने । महाभारती सामावली ।।४६।।
म्हणौनि महाभारतीं नाहीं । तें नोहेचि लोकीं तिहीं ।
येणें कारणें म्हणिपे पाहीं । व्यासोच्छिष्ट जगत्रय ।।४७।।
जे महाभारतात नाही । ते नसे लोकी तिही ।
यासाठी म्हणती सर्वही । व्यासांनी त्रैलोक्य उष्टे केले ।।४७।।
ऐसी जगीं सुरस कथा । जे जन्मभूमि परमार्था ।
मुनि सांगे नृपनाथा । जनमेजया ।।४८।।
ऐसी सुरस कथा अंगे । परमार्थाची जन्मभूमी गे ।
मुनी राजासी सांगे । जनमेजयाला ।।४८।।
जें अद्वितीय उत्तम । पवित्रैक निरुपम।
परममंगलधाम। अवधारिजो ।।४९।।
जे अद्वितीय उत्तम । अति पवित्र निरुपम।
मांगल्याचे परम धाम। ध्यान देऊनी ऐका ।।४९।। ज्ञानाई ।।
आतां भारत कमळपरागु । गीताख्यप्रसंगु ।
जो संवादला श्रीरंगु । अर्जुनेंसीं ।।५०।।
महाभारत कमल पराग । गीता आख्यानाचे प्रसंग ।
जो श्रीकृष्णाने केला संवाद । अर्जुनासी ।।५०।।

ना तरी शब्दब्रह्माब्धि । मथियला व्यासबुद्धि ।
निवडिलें निरवधि । नवनीत हें ।।५१।।
न केवळ शब्द ब्रह्माचे आवर्तन । व्यासांच्या बुद्धीचे चिंतन ।
निवडले करून मंथन । गीता हे नवनीत ।।५१।।
मग ज्ञानाग्निसंपर्के । कडसिलें विवेकें ।
पद आलें परिपाकें । आमोदासि ।।५२।।
मग ज्ञानाग्नि चेतवून । नवनीता विवेके कढवून ।
घृत काढले समरसून । आनंदे गीताख्य ।।५२।।
जें अपेक्षिजे विरक्ति । सदा अनुभविजे संतीं ।
सोहंभावें पारंगतीं । रमिजे जेथ ।।५३।।
जे विरक्ती अपेक्षिती । संत सदा अनुभवती ।
ब्रह्मनिष्ठ रमून जाती । या विषयांत ।।५३।।
जें आकर्णिजे भक्तीं । जें आदिवंद्य त्रिजगतीं ।
जें भीष्मपर्वीसंगती । सांगिजेल ।।५४।।
जे भक्त करिती श्रवणा । ती त्रिजगती वंदना ।
ती भीष्मपर्वी निवेदना । केली असे ।।५४।।
जें भगवद्‌गीता म्हणिजे । जें ब्रह्मेशांनी प्रशंसिजे ।
जें सनकादिकीं सेविजे । आदरेंसी ।।५५।।
जिला भगवद्‌गीता म्हणती । ब्रह्मा शिव प्रशंसती ।
सनकादि चिंतनी श्रवणीती । रमून जाती ।।५५।।
जैसें शारदीचिये चंद्रकळे । माजि अमृतकण कोंवळे ।
ते वेचिती मनें मवाळें । चकोरतलगें ।।५६।।
जसे शरदाच्या पौर्णिमेचे । किरण कोवळे अमृताचे ।
त्या वेचिती हळुवार ते । चकोराची पिले ।।५६।।
तियापरी श्रोतां । अनुभवावी हे कथा ।
अति हळुवारपण चित्ता । आणूनिया ।।५७।।
तशी श्रोत्यांनी सर्वथा । ऐकावी ही कथा ।
आणूनी हळुवारपण चित्ता । अनुभवावी ।।५७।।
हें शब्देंवीण संवादिजे । इंद्रियां नेणतां भोगिजे ।
बोला आदि झोंबिजे । प्रमेयासी ।।५८।।
संवाद हा शब्दाविना । अनुभवावा अनवधाना ।
समरस व्हावे सिद्धांताना । उच्चारा आधी ।।५८।।
जैसे भ्रमर परागु नेती । परी कमळदळें नेणती ।
तैसी परी आहे सेविती । ग्रंथीं इये ।।५९।।
भ्रमर नेई पराग कण । न ते कमलदल जाण ।
तैसे करावे सेवन । या ग्रंथाचे ।।५९।।

कां आपुला ठावो न सांडितां। आलिंगिजे चंद्र प्रकटतां ।
हा अनुराग भोगितां । कुमुदिनी जाणे ।।६०।।
जागेवरच जळांत राहून । चंद्रम्यासी दे आलिंगन ।
या अनुभवा घेऊन । कमलिनी हो सुखी ।।६०।।
ऐसेनि गंभीरपणें । स्थिरावलेनि अंत:करणें ।
आथिला तोचि जाणे । मानूं इये ।।६१।।
जो शुद्ध सात्त्विक गंभीर । चित्ताने जो स्थिर ।
संपन्न हो सदाचार । तोचि जाणे ।।६१।।
अहो अर्जुनाचिये पांती । जे परिसणया योग्य होती ।
तिहीं कृपा करूनि संतीं । अवधान द्यावें ।।६२।।
अर्जुनासवे बसून । ऐकण्या योग्य असे अमृतपान ।
इकडे द्यावे अवधान । सर्व संतांनी ।।६२।।
हें सलगी म्यां म्हणितलें । चरणां लागोनि विनविलें ।
प्रभू सखोल हृदय आपुलें । म्हणौनियां ।।६३।।
हे मी सलगीने सांगतो । चरणाशी विनवतो ।
प्रभू साहस मी करतो । तुमच्या सखोल हृदया कारणे ।।६३।।
जैसा स्वभावो मायबापांचा । अपत्य बोले जरी बोबडी वाचा ।
तरी अधिकचि तयाचा । संतोष आथी ।।६४।।
स्वभाव मायपित्याचा वत्सल । बालकाचे बोबडे बोल ।
अधिक त्याचे त्यांना मोल । आनंदासाठी ।।६४।।
तैसा तुम्हीं मी अंगिकारिला । सज्जनीं आपुला म्हणितला ।
तरी उणें सहजें उपसाहला । प्रार्थू कायी? ।।६५।।
तसे तुम्ही मला स्वीकारले । सज्जनपणे आपले म्हणविले ।
अधिक उणे सहन केले । मी काय म्हणू? ।।६५।।
परी अपराध तो आणिक आहे । जें मी गीतार्थु कवळू पाहें ।
ते अवधारा विनवूं लाहें । म्हणौनिया ।।६६।।
आणिक एक हा अपराध । मी सांगू पाहे गीतार्थ ।
योग्य-अयोग्याचा तर्क । अवधान करावा ।।६६।।
हें अनावर न विचारितां । वायांचि धिंवसा उपनला चित्ता ।
येऱ्हवीं भानुतेजी काय खद्योता । शोभा आथी ।।६७।।
हे परोक्ष धाडस अनावर । मनी उमटला हा अविचार ।
काजवा झाकोळी भास्कर । असे कधी होईल का? ।।६७।।
कीं टिटिभू चांचुवरी । माप सुये सागरीं ।
मी, नेणतु त्यापरी । प्रवर्तें येथ ।।६८।।
मी अजाण अर्धज्ञानी । गीतार्थ सांगे प्रकटोनी ।
जशी टिटवी सागरा मापोनी । चोच बुडवी ।।६८।।

आइका आकाश गिंवसावें । तरी आणीक त्याहूनि थोर होआवें ।
म्हणौनि अपाडु हें आघवें । निर्धारितां ।।६९।।
घालता आकाशा मिठी । विशाल लागे दिठी ।
अशक्य जाणूनी कष्टी । मज वाटे ।।६९।।
या गीतार्थाची थोरी । स्वयें शंभू विवरी ।
जेथ भवानी प्रश्न करी । चमत्कारौनी ।।७०।।
गीतेची थोरवी ऐकता । भवानी होई प्रश्नकर्ता ।
शंभू विश्लेषण करिता । विस्तारपूर्वक ।।७०।।
तेथ हरु म्हणे नेणिजे । देवी जैसें कां स्वरूप तुझें ।
तैसें हें नित्य नूतन देखिजे । गीतातत्त्व ।।७१।।
शंभू म्हणे मी न जाणिजे । देवी रोज नवे रूप तुझे ।
तसे गीतेचे हे स्वरूप सजे । नित्य नवे ।।७१।।
हा वेदार्थ सागरु । जया निद्रिताचा घोरु ।
स्वयें श्री सर्वेश्वरू । प्रत्यक्ष अनुवादला ।।७२।।
अथांग सागरासम वेद । जणू निद्रित श्वासनाद ।
हा गीतार्थ संवाद । सांगे सर्वेश्वर कृष्ण ।।७२।।
ऐसें जें अगाध । जेथ वेडावती वेद ।
तेथ अल्प मी मतिमंद । काय होय ।।७३।।
हे ज्ञान अगाध गहन । वेद जाती गोंधळून ।
मी अल्पबुद्धी सान । कैसे सांगावे? ।।७३।।
हें अपार कैसेनि कवळावें । महातेज कवणें धवळावें।
गगन मुठीं सुवावें । मशकें केवीं ।।७४।।
महातेज कशाने उजळावे । चिलटाने आकाश कवळावे ।
हे ज्ञान अपार स्वभावे । कैसे आकळावे ।।७४।।
परी एथ असे एकु आधारु । तेणेंचि बोले मी सधरु ।
जैं सानुकूळ श्रीगुरु । ज्ञानदेवो म्हणे ।।७५।।
पण इथे असे एक आधार । पाठीशी सद्गुरूंचा कर ।
त्याने साहसास येई धीर । ज्ञानदेव म्हणे ।।७५।।
येऱ्हवीं तरी मी मूर्खु । जरी जाहला अविवेकु ।
तरी संतकृपादीपकु । सोज्वळु असे ।।७६।।
एरवी मी मूर्ख एक । केला जरी अविवेक ।
संतकृपेचा दीपक । तेवतो आहे ।।७६।।
लोहाचे कनक होये । हें सामर्थ्य परिसींच आहे ।
कीं मृतही जीवित लाहें । अमृतसिद्धि ।।७७।।
लोखंडाचे सोने होते । हे सामर्थ्य परिसात असते ।
मृतास जीवित्व लाभते । अमृतामुळे ।।७७।।
जरी प्रकटे सिद्धसरस्वती । तरी मुकयाहि आथी भारती ।
एथ वस्तु सामर्थ्यशक्ती । नवल कायी ।।७८।।
होता शारदेची कृपादृष्टी । मुक्यास लाभे वाणीसृष्टी ।
सामर्थ्य वस्तूचे पृष्ठी । नवल ते काय? ।।७८।।
कां जयातें कामधेनु माये । तयासी अप्राप्य कांही आहे? ।
म्हणौनि मी प्रवर्तों लाहें । ग्रंथीं इये ।।७९।।
कामधेनू ज्याची माता । त्यास कशाची कमतरता ।
म्हणूनी प्रवृत्त झालो आता । मी ग्रंथ करण्या ।।७९।।
तरी न्यून ते पुरतें। अधिक तें सरतें ।
करूनि घेयावें हें तुमतें । विनवित असे ।।८०।।
मानले कमी अधिक न्यून । घ्यावे तुम्ही समजून ।
तुम्हा विनवितो म्हणून । मी नम्रपणे ।।८०।।
आतां देईजे अवधान । तुम्हीं बोलविल्या मी बोलेन ।
जैसे चेष्टे सूत्राधीन । दारुयंत्र ।।८१।।
आता अवधान द्यावे । तुमच्या आज्ञेने मी बोलावे ।
जैसे बाहुलीने नाचावे । सूत्रधारा अधीन ।।८१।।
तैसा मी अनुग्रहीतु । साधूंचा निरूपितु ।
ते आपला अलंकारितु । भलतयापरी ।।८२।।
मला करून अनुग्रहित । साधूंचाही निरोप येत ।
मजला करतील अलंकारित । मनाप्रमाणे ।।८२।।
तंव श्रीगुरु म्हणती राहीं । हे तुज बोलावें नलगे कांहीं ।
आतां ग्रंथा चित्त देई । झडकरी वेंगा ।।८३।।
तेंव्हा श्रीगुरु मज सांगती । पुरे करणे सर्वां विनंती ।
लक्ष देई आता ग्रंथी । लवकर वेगे ।।८३।।
या बोला निवृत्तिदासु । पावूनि परम उल्हासु ।
म्हणे परियसा मना अवकाशु । देऊनियां ।।८४।।
हे ऐकूनी निवृत्तीचा दास । पावला परम उल्हास ।
म्हणे चित्त देउनी खास । माझे बोलणे ऐकावे ।।८४।।

तैसा तो धनुर्धरु । अत्यंत दुःखे जर्जरु । दिसे जेथ रहंवरु । त्यजिला तेंणें ॥

मग धनुष्य बाण सांडिले । न धरत अश्रुपात आले ।

ऐसे ऐक राया वर्तलें । संजय म्हणें ॥

आतां यावरी तो वैकुंठनाथु । देखोनि सखेद पार्थु ।

कवणेपरी परमार्थु । निरूपील ॥

अर्जुन विषाद योग

तरी पुत्रस्नेहे मोहितु । धृतराष्ट्र असे पुसतु ।
म्हणे संजया सांगे मातु । कुरुक्षेत्रींची ॥८५॥
पुत्र प्रेमाने मोहला । धृतराष्ट्र विचारी संजयाला ।
सांग हकिगत मजला । कुरुक्षेत्राची ॥८५॥
जें धर्मालय म्हणिजे । तेथ पांडव आणि माझे ।
गेले असती व्याजें । जुंझाचेनि ॥८६॥
या कुरुक्षेत्रे धर्मक्षेत्रे । पांडव अन् माझी पोरे ।
युद्धासाठी सामोरे । झाली असती ॥८६॥
तरी तेचि येतुला अवसरीं । काय किजत असे येरयेरीं ।
तें झडकरी कथन करी । मजप्रती ॥८७॥
तरी इतुका समय । काय करती उभय ।
त्वरीत मजला विषय । सांग तू ॥८७॥
तिये वेळीं तो संजय बोले । म्हणे पांडवसैन्य उचललें ।
जैसें महाप्रळयीं पसरलें । कृतांतमुख ॥८८॥
काळाचा भयंकर जबडा । महाप्रलयी असे उघडा ।
पांडवसैन्यही तदा । क्षुब्ध भासे संजय म्हणे ॥८८॥
तैसें तें घनदाट । उठावलें एकवाट ।
जैसें उसळलें काळकूट । धरी कवण ॥८९॥
पांडवसैन्य कमाल । एकवटले विशाल ।
कालकूट विष जहाल । कोण शांतवी ॥८९॥
नातरी वडवानळु सादुकला । प्रळयवातें पोखला ।
सागरु शोषूनि उधवला । अंबरासी ॥९०॥
वणवा आधी पेटला । वाऱ्याने तो भडकवला ।
सागर शोषून पोचला । आकाशी ॥९०॥
तैसें दळ दुर्धर । नानाव्यूहीं परिकर ।
अवगमलें भयासुर । तिये काळीं ॥९१॥
तैसे सैन्य ते अपार । त्यात व्यूहरचनांचे आकार ।
जसा कोणी भयासुर । दिसतो आहे ॥९१॥

तें देखोनि दुर्योधनें । अव्हेरिलें कवणें मानें ।
जैसें न गणिजे पंचाननें । गजघटांतें ॥९२॥
ते दुर्योधनाने पाहून । दुर्लक्षिले अव्हेरून ।
जसा सिंह जाई उपेक्षून । हत्तींच्या कळपाला ॥९२॥
मग द्रोणापासीं आला । तयातें म्हणे हा देखिला ।
कैसा दळभार उचलला । पांडवांचा ॥९३॥
मग द्रोणापाशी येऊन । म्हणे पहा लक्ष देऊन ।
पांडवांचे सैन्य जमून । कसे उसळते आहे ॥९३॥
गिरिदुर्गजैसे चालते । तैसे विविध व्यूह संभवते ।
रचिले आथी बुद्धिमंतें । द्रुपदकुमरें ॥९४॥
जसे चालणारे पर्वत आणि किल्ले । तैसे चक्रव्यूह आखले ।
बुद्धिमत्तेने रचले । द्रुपदकुमाराने ॥९४॥
जो का तुम्हीं शिक्षापिला । विद्या देऊनि कुरुठा केला ।
तेणें हा सैन्यसिंधु पाखरिला । देख देख ॥९५॥
ज्याला तुम्ही शिकवले । विद्या देऊन शहाणे केले ।
त्याने सागरासम सैन्य पसरवले । ते आपण पहा ॥९५॥
आणिकही असाधारण । जे शस्त्रास्त्रीं प्रवीण ।
क्षात्रधर्मीं निपुण । वीर आहाती ॥९६॥
आणिक किती तरी असामान्य । जे या युद्धशास्त्री प्रावीण्य ।
क्षात्रधर्मात निपुण । महान योद्धे आहेत ॥९६॥
जे बळें प्रौढी पौरुखें । भीमार्जुनांसारिखे ।
ते सांगेन कौतुकें । प्रसंगेंची ॥९७॥
जे शक्तिवान धैर्यवान । जसे भीम अर्जुन ।
ते कौतुकाने सांगेन । प्रसंगाने ॥९७॥
एथ युयुधानु सुभटु । आला असे विराटु ।
महारथी श्रेष्ठु । द्रुपद वीर ॥९८॥
या युद्धभूमीवरी । महायोद्धा युयुधान तरी ।
विराट, द्रुपद श्रेष्ठ भारी । इथे आले आहेत ॥९८॥

चेकितान धृष्टकेतु । काशिराज वीर विक्रांतु ।
उत्तमौजा नृपनाथु । शैब्य देख ।।९९।।
चेकितान धृष्टकेतू अहा । काशीराज वीर विक्रांत पहा ।
उत्तमौजा नृपश्रेष्ठ हा । शैब्य राजा ही ।।९९।।
हा कुंतिभोज पाहें । एथ युधामन्यु आला आहे ।
आणि पुरुजितादि राय हे । सकळ देख ।।१००।।
हा कुंतीभोज पहा । युधामन्यू असे हा ।
पुरजितासह राजे महा । पहावे सगळे ।।१००।।
हा सुभद्राहृदयनंदनु । जो अपरुनवार्जुनु ।
तो अभिमन्यु म्हणे दुर्योधनु । देखें द्रोणा ।।१०१।।
सुभद्रेचे हृदय जणू । तिचा पुत्र अभिमन्यू ।
प्रतिअर्जुन यास म्हणू । पहावा द्रोणाचार्य ।।१०१।।
आणीकही द्रौपदीकुमर । हे सकळही महारथी वीर ।
मिती नेणिजे परी अपार । मीनले असती ।।१०२।।
द्रौपदीचे पुत्र भले । पराक्रमी महारथी गमले ।
पांडवसेनेत वीर शोभले । गणती नाही ।।१०२।।
आतां आमुच्या दळीं नायक । जे रूढवीर सैनिक ।
ते प्रसंगें आइक । सांगिजती ।।१०३।।
आता आपल्या सैन्यदलात । किती वीर सैनिक भरलेत ।
ध्यान देऊनी ऐका सगळेच । मी सांगतो ।।१०३।।
उद्देशें एक दोनी । जायिजती बोलोनी ।
तुम्ही आदिकरूनी । मुख्य जे जे ।।१०४।।
प्रमुख वीर जे जे । तुम्ही आणिक ते ते ।
पैकी एक-दोघांचे । नाव मी सांगतो ।।१०४।।
हा भीष्म गंगानंदनु । जो प्रतापतेजस्वी भानु ।
रिपुगजपंचाननु । कर्णवीर ।।१०५।।
हा भीष्म गंगानंदन । प्रतापी तेजस्वी सूर्यसमान ।
शत्रूरूपी हत्तीचे करी दमन । सिंहासम वीर कर्ण ।।१०५।।
या एकेकाचेनि मनोव्यापारें । हें विश्व होय संहरे ।
हा कृपाचार्य न पुरे । एकलाचि? ।।१०६।।
एकेकाच्या मनातील विचार । करतील विश्वाचासंहार ।
हे एकटे कृपाचार्य वीर । पुरेसे नाहीत ।।१०६।।
एथ विकर्ण वीर आहे । हा अश्वत्थामा पैल पाहें ।
याचा अडदरु सदां वाहे । कृतांत मनीं ।।१०७।।
हा विकर्ण वीर राही । अश्वत्थामा पैल पाही ।
कळिकाळा भय देई । सदैव तो ।।१०७।।

समितिंजयो सौमदत्ती । ऐसे आणीकही बहुत आहाती ।
जयांचिया बळा मिती । धाताही नेणें ।।१०८।।
सोमदत्त पुत्र भुरिश्रवा शूर । आणखी पुष्कळ वीर ।
त्यांचे सामर्थ्य असे अपार । ब्रह्मदेव न जाणे ।।१०८।।
जे शस्त्रविद्यापारंगत । मंत्रावतार मूर्त ।
हो कां जें अस्त्रजात । एथूनि रूढ ।।१०९।।
हे शस्त्रविद्येत कुशाग्र । मंत्रविद्येचा अवतार ।
अस्त्रविद्येचा प्रसार । होतसे यांच्यापासून ।।१०९।।
हे अप्रतिमल्ल जगीं । पुरता प्रताप अंगीं ।
परी सर्व प्राणे मजचिलागीं । आरायिले असती ।।११०।।
हे वीर योद्धे जगी । पूर्ण सामर्ध्य यांचे अंगी ।
तरी जीवेभावे मजलागी । हे अनुसरती ।।११०।।
पतिव्रतेचें हृदय जैसें । पतिवांचूनि न स्पर्शे ।
मी सर्वस्व या तैसें । सुभटांसी ।।१११।।
पतिव्रतेचे हृदय जैसे । परपुरुषा न स्पर्शे ।
यांच्यासाठी मीच तैसे । सर्वस्व आहे ।।१११।।
आमुचिया काजाचेनि पाडें । देखती आपुलें जीवित्व थोकडें ।
ऐसे निरवधि चोखडें । स्वामिभक्त ।।११२।।
आपल्या या कार्यासाठी । जीव ठेवती पाठी ।
ऐसी निस्सीम स्वामिभक्ती । हे वीर दाविती ।।११२।।
झुंजती कुळकणी जाणती । कळे कीर्तीसी जिती ।
हे बहु असो क्षात्रनीती । एथोनियां ।।११३।।
झुंजीत कुशलता जाणती । कीर्तिमानता जिंकती ।
क्षात्रनीती आरंभ होती । जणू यांच्यापासून ।।११३।।
ऐसे सर्वांपरि पुरते । वीर दळीं आमुते ।
आतां काय गणूं यांतें । अपार हे ।।११४।।
असे सर्वांना भारी । वीर असती आमच्या पारी ।
गणना न मी करी । अगणित हे ।।११४।।
वरी क्षत्रियांमाजी श्रेष्ठु । जो जगजेठी जगीं सुभटु ।
तया दळवैपणाचापाटु । भीष्मासि पैं ।।११५।।
क्षत्रियांमध्ये ज्या श्रेष्ठत्व । विश्वात महानत्व ।
सेनापती पदी मुख्यत्व । भीष्म राहती ।।११५।।
आतां याचेनि बळें गवसलें । हे दुर्ग जैसे पन्नासिलें ।
येणें पाडें थेकुलें । लोकत्रय ।।११६।।
भीष्मांनी असे रचले आकार । जणू किल्ल्यांचे बुलंद आगार ।
त्यांच्या या पराक्रमासमोर । त्रैलोक्य तोकडे ।।११६।।

आधींच समुद्र पाहीं । तेथ दुवाडपण कवणा नाहीं ।
मग वडवानळु तैसे याही । विरजा जैसा? ।।११७।।
आधीच सागराचे रूप विशाल । घाबरती लोक सकल ।
त्यात साहाय्य करेल वडवानल । तर महाभयंकर ।।११७।।
ना तरी प्रळयवन्ही महावातु । या दोघां जैसा सांघातु ।
तैसा हा गंगासुतु । सेनापति ।।११८।।
जणू प्रलय काळचा वात । त्याला अग्निप्रलयाची साथ ।
तैसा हा गंगासुत । सेनापती आहे ।।११८।।
आतां येणेसि कवण भिडे । हें पांडवसैन्य कीर थोकडें ।
परि वरचिलेनि पाडें । दिसत असे ।।११९।।
यांच्याशी कोण युद्ध करी । पांडव सैन्य थोडे दिसते जरी ।
वरवर ते तसे परी । दिसते आहे ।।११९।।
वरी भीमसेनु बेथु । तो जाहला असे सेनानाथु ।
ऐसें बोलोनियां मातु । सांडिली तेणें ।।१२०।।
भीम तो अ-जाण । झाला सेनानायक जाण ।
असे सांगून दुर्योधन । बोलणे थांबवी ।।१२०।।
मग पुनरपि काय बोले । सकळ सैनिकांतें म्हणितलें ।
आतां दळभार आपुलाले । सरसे करा ।।१२१।।
पुन्हा दुर्योधन बोले । सैनिकांसी सांगितले ।
आपापली सैन्यदले । सज्ज ठेवा ।।१२१।।
जया जिया अक्षौहिणी । तेणे तिया आयणी ।
वरगण कवणकवणी । महारथीया ।।१२२।।
सैन्य आहे अक्षौहिणी । जमले युद्ध स्थानी ।
तुम्ही श्रेष्ठ महारथींनी । पुढे रहावे ।।१२२।।
तेणें तिया आवरिजे । भीष्मातळीं राहिजे ।
द्रोणातें म्हणे पाहिजे । तुम्ही सकळ ।।१२३।।
सैन्याचे ठेवा नियंत्रण । भीष्मांचे घेऊन मार्गदर्शन ।
आपण करा निरीक्षण । दुर्योधन सांगे द्रोणासी ।।१२३।।
हाचि एकु रक्षावा । मी तैसा हा देखावा ।
येणें दळभारू आघवा । साचु आमुचा ।।१२४।।
भीष्मांचे करावे रक्षण । मीच आहे असे मानून ।
त्यावर आहे अवलंबून । आपले सैन्य सारे ।।१२४।।
या राजयाचिया बोला । सेनापती संतोषला ।
मग तेणें केला । सिंहनादु ।।१२५।।
राजाने बोल बोलिले । ते ऐकून भीष्म संतोषले ।
सिंहनादे करून गर्जले । मग आनंदून ।।१२५।।

तो गाजत असे अद्भुतु । दोन्ही सैन्यांआंतु ।
प्रतिध्वनि न समातु । उपजत असे ।।१२६।।
तो प्रचंड ऐकोनी ध्वनी । उभय सैन्य गेले दुमदुमुनी ।
आकाशातून त्याचे प्रतिध्वनी । उमटत राहिले ।।१२६।।
तयाचि तुलगासवें । वीरवृत्तीचेनि थावें ।
दिव्य शंख भीष्मदेवें । आस्फुरिला ।।१२७।।
त्या प्रतिध्वनीसोबत । वीरवृत्तीने होउन प्रेरित ।
करी दिव्य शंखनाद त्वरित । भीष्माचार्य ।।१२७।।
ते दोन्ही नाद मीनले । तेथ त्रैलोक्य बधिरीभूत जाहलें ।
जैसें आकाश कां पडिलें । तुटोनियां ।।१२८।।
ते दोन्ही नाद एकवटले । त्रैलोक्य बधीर झाले ।
आकाश तुटोनी पडले । असे भासले ।।१२८।।
घडघडीत अंबर । उचंबळत सागर ।
क्षोभलें चराचर । कांपत असे ।।१२९।।
नादे थरारले अंबर । उसळला सागर ।
घाबरून चराचर । थरथर कापे ।।१२९।।
तेणें महाघोषगजरें । दुमदुमिताती गिरिकंदरें ।
तंव दळामाजीं रणतुरें । आस्फुरिलीं ।।१३०।।
त्या प्रचंड ध्वनी हुंकारे । दुमदुमली गिरिशिखरे ।
रणवाद्यांचे नगारे । गर्जू लागले ।।१३०।।
उदंड सैंघ वाजतें । भयानकें खाखातें ।
महाप्रळयो जेथें । धाकडांसी ।।१३१।।
विविध रणवाद्यांची गाज । भयानक करती आवाज ।
धैर्यशीलांनाही आज । तो महाप्रलय वाटे ।।१३१।।
भेरी निशाण मांदळ । शंख काहळ भोंगळ ।
आणि भयासुर रणकोल्हाळ । सुभटांचे ।।१३२।।
नौबती, शंख, डंके, ढोल । झांजा, कर्णे करती कल्लोळ ।
वीरांच्या रणगर्जनांचे बोल । त्यात मिसळती ।।१३२।।
आवेशें भुजा त्राहाटिती । विसणेलेहांका देती ।
जेथ महामद भद्रजाती । आवरतीना ।।१३३।।
त्वेषाने दंड थोपटती । चवताळून हाका मारती ।
बेफाम झालेले हत्ती । आवरेनात ।।१३३।।
तेथ भेडांची कवण मातु । कांचया केर फिटतु ।
जेणें दचकला कृतांतु । आंग नेघे ।।१३४।।
भित्र्या लोकांचे काय झाले? । कस्पटासमान भ्यायले ।
यमराजही घाबरले । इकडे पाहेच ना ।।१३४।।

एका उभयांचि प्राण गेले । चांगांचेदांत बैसले ।
बिरुदाचे दादुले । हिंवताती ।।१३५।।
उभ्या उभ्याच काहीं जिवाला मुकली ।
धैर्यवानांची दातखिळी बसली ।
नामवंत वीरांची देहबोली । थरथर कापें ।।१३५।।
ऐसा अद्भुत तुरबंबाळु । ऐकोनि ब्रह्मा व्याकुळु ।
देव म्हणती प्रळयकाळु । ओढवला आजी ।।१३६।।
असा रणवाद्यांचा अद्भुत नाद घुमला ।
ऐकोनी ब्रह्मा व्याकुळला ।
देव म्हणती प्रलय आला । आज इथे ।।१३६।।
ऐसी स्वर्गीं मातु । देखोनि तो आकांतु ।
तंव पांडवदळा-आंतु । वर्तलें कायी ।।१३७।।
खळबळ होई स्वर्गात । बघून तो आकांत ।
आता पांडवसैन्यात । काय झाले ते पाहा ।।१३७।।
हो कां निजसार विजयाचें । कीं तें भांडार महातेजाचें ।
जेथ गरुडाचिये जावळियेचे । कांतले चाऱ्ही ।।१३८।।
(तो रथ जणू) विजयाचे केवळ सार । महातेजाचे भांडार ।
जे गरुडासोबत करती संचार ।
असे अश्व जोडले चार ।।१३८।।
कीं पाखांचा मेरु जैसा । रहंवरु मिरवतसे तैसा ।
तेजें कोंदाटलिया दिशा । जयाचेनि ।।१३९।।
जणू पंख असलेला मेरू पर्वत । वीरांमध्ये येई मिरवत ।
अन् दिशा जाती उजळत । तेजाने त्याच्या ।।१३९।।
जेथ अश्ववाहक आपण । वैकुंठींचा राणा जाण ।
तया रथाचे गुण । काय वर्णू ।।१४०।।
अश्वचालक कोण जाणा । साक्षात वैकुंठीचा राणा ।
त्या रथाच्या गुणा । मी काय वर्णू ।।१४०।।
ध्वजस्तंभावरी वानरु । तो मूर्तिमंत शंकरु ।
सारथी शार्ङ्गधरु । अर्जुनेसीं ।।१४१।।
ध्वजस्तंभी हनुमान । साक्षात शंकर जाण ।
सारथी श्रीकृष्ण विराजमान ।
अर्जुनासवे रथावरी ।।१४१।।
देखा नवल तया प्रभूचें । अद्भुत प्रेम भक्तांचे ।
जें सारथ्यपण पार्थाचें । करित असे ।।१४२।।
ईश्वराची लीला नवलपरी । अद्भुत प्रेम भक्तावरी ।
जे सारथ्य करी । अर्जुनाचे ।।१४२।।

पाइकु पाठीसीं घातला । आपण पुढां राहिला ।
तेणें पांचजन्य आस्फुरिला । अवलीळाचि ।।१४३।।
भक्ता पाठी घातला । आपण पुढे उभा ठाकला ।
मग पांचजन्य वाजविला । सहजतेने ।।१४३।।
परी तो महाघोषु थोरु । गाजत असे गंहिरु ।
जैसा उदेला लोपी दिनकरु । नक्षत्रांतें ।।१४४।।
त्या वाद्यांचा गंभीर नाद । भरूनी राहे अंबरात ।
जसा रवि येता आकाशात । नक्षत्रे लोपती ।।१४४।।
तैसें तुरबंबाळ भंवते । कौरवदळीं गाजत होते ।
ते हारपोनि नेणों केउते । गेले तेथ ।।१४५।।
रणवाद्यांचा होता गजर । कौरवदळी झाला कहर ।
शंखध्वनीने हरपती सत्वर । लोपले गेले ।।१४५।।
तैसाचि देखे येरें । निनादें अति गजरें ।
देवदत्त धनुर्धरें । आस्फुरिला ।।१४६।।
पाहता ध्वनी घुमला । अर्जुन पुढती आला ।
देवदत्त शंख वाजविला । त्याने त्वरेने ।।१४६।।
ते दोनी शब्द अचाट । मीनले एकवट ।
तेथ ब्रह्मकटाह शतकूट । हों पाहत असे ।।१४७।।
दोन शंख निनादले । दोन्ही धन्वी एकवटले ।
ब्रह्मांडाची होती शंभर शकले । असे वाटे ।।१४७।।
तंव भीमसेनु विसणैला । जैसा महाकाळु खवळला ।
तेणें पौंड्र आस्फुरिला । महाशंख ।।१४८।।
आवेशे पुढे आला भीम । जसा महाकाळ खवळला ।
पौण्ड्र महाशंख फुंकला । त्याने आवेशाने ।।१४८।।
तो महाप्रलयजलधरु । जैसा घडघडिला गंहिरु ।
तंव अनंतविजयो युधिष्ठिरु । आस्फुरित असे ।।१४९।।
जैसे महाप्रलय होउनी । निनादला तो ध्वनी ।
युधिष्ठिर मग सरसावूनी । अनंतविजय शंख फुंके ।।१४९।।
नकुळें सुघोषु । सहदेवें मणिपुष्पकु ।
जेणें नादें अंतकु । गजबजला ठाके ।।१५०।।
नकुलाचा सुघोष शंख । सहदेवाचा मणिपुष्पक ।
वाजता हो भयकंपित । यमराज ही ।।१५०।।
तेथ भूपति होते अनेक । द्रुपद द्रौपदेयादिक ।
हा काशीपति देख । महाबाहू ।।१५१।।
तिथे असती राजे अनेक । द्रुपद द्रौपदीपुत्र देख ।
काशीपती शोभतो येक । महापराक्रमी ।।१५१।।

तेथ अर्जुनाचा सुतु । सात्यकि अपराजितु ।
धृष्टद्युम्नु नृपनाथु । शिखंडी हन ।।१५२।।
अभिमन्यू अर्जुन सुत । सात्यकी अपराजित ।
धृष्टद्युम्न नृपश्रेष्ठ । शिखंडीही असे ।।१५२।।

विराटादि नृपवर । जे सैनिक मुख्य वीर ।
तिहीं नानाशंख निरंतर । आस्फुरिले ।।१५३।।
विराट, सवे इतर नृपती । दलाचे मुख्य सेनापती ।
नाना तऱ्हेचे शंख फुंकती । आवेशाने ।।१५३।।

तेणें महाघोष–निर्घातें । शेष कूर्म अवचितें ।
गजबजोनि भूभारातें । सांडूं पाहती ।।१५४।।
तो शंखांचा महाध्वनी । शेष, कूर्म ऐकोनी ।
पाहती देण्या टाकोनी । पृथ्वीचा भार ।।१५४।।

तेथ तिन्ही लोक डळमळित । मेरु मांदार आंदोळित ।
समुद्रजळ उसळत । कैलासवेरी ।।१५५।।
त्रैलोक्य डळमळू लागले । मेरुमंदार हलू लागले ।
सागराचे पाणी उसळले । कैलासापर्यंत ।।१५५।।

पृथ्वीतळ उलथों पहात । आकाश असें आसुडत ।
तेथ सडा होत । नक्षत्रांचा ।।१५६।।
धरेवर उलथापालथ । आकाश हो डळमळीत ।
सर्वत्र सडा पडत । नक्षत्रांचा ।।१५६।।

सृष्टि गेली रे गेली । देवां मोकळवादी जाहली ।
ऐशी एक टाळी पिटली । सत्यलोकीं ।।१५७।।
पृथ्वीचा विनाश झाला । देवांचा आधार गेला ।
ऐसा होई गलबला । सत्यलोकी ।।१५७।।

दिहाचि दिन थोकला । जैसा प्रळयकाळ मांडला ।
तैसा हाहाकार जाहला । तिहीं लोकीं ।।१५८।।
दिवसापरी दिवस थांबला । जसा प्रलय काळ आला ।
हाहाकार झाला । तिन्ही लोकांत ।।१५८।।

तें देखोनि आदिपुरुषु विस्मितु । म्हणें झणें होय पां अंतु ।
मग लोपिला अद्‌भुतु । संभ्रम तो ।।१५९।।
पाहून कृष्ण होई चकित । सृष्टीचा अंत हो अवचित ।
म्हणून थांबवला तो अद्‌भुत । ध्वनीचा नाद ।।१५९।।

म्हणौनि विश्व सांवरलें । एऱ्हवीं युगान्त होतें वोडवलें ।
जैं महाशंख आस्फुरिले । कृष्णादिकीं ।।१६०।।
म्हणोनी विश्व सावरले आता । न तरी युगान्त झाला असता ।
आवेशे ते शंख वाजता । कृष्णादिकांचे ।।१६०।।

तो घोष तरी उपसंहरला । परि पडिसाद होता राहिला ।
तेणें दळभार विध्वंसिला । कौरवांचा ।।१६१।।
जरी शांत झाला महानाद । तरीही उठती पडसाद ।
सैन्याचा होई अवघात (दैना) । कौरवांच्या ।।१६१।।

जैसा गजघटाआंतु । सिंह लीला विदारितु ।
तैसा हृदयातें भेदितु । कौरवांचिया ।।१६२।।
हत्तींच्या कळपात शिरून । सिंह करी दाणादाण ।
तैसी हृदये होती विदीर्ण । कौरवांची ।।१६२।।

तो गाजत जंव आइकती । तंव उभेचि हिये घालिती ।
एकमेकांतें म्हणती । सावध रे सावध ।।१६३।।
जेंव्हा तो ध्वनी ऐकती । उभ्या उभ्या गळाठती ।
एकमेकां तरी सांगती । सावध व्हा ।।१६३।।

तेथ बळ प्रौढीपुरते । महारथी वीर होते ।
तिहीं पुनरपि दळातें । आवरिलें ।।१६४।।
तेथ असती महारथी । धैर्याने उभे ठाकती ।
पुनश्च धीर देती । सैन्यदलाला ।।१६४।।

मग सरिसेपणें उठावले । दुणवटोनि उचलले ।
तया दंडी क्षोभलें । लोकत्रय ।।१६५।।
मग ते पुढे सरसावले । दुप्पट वेगात चालून गेले ।
त्रिभुवन त्रस्त झाले । त्या आवेशाने ।।१६५।।

तेथ बाणवरी धनुर्धर । वर्षताती निरंतर ।
जैसे प्रळयांत जलधर । अनिवार कां ।।१६६।।
प्रलयकाळी जसा मेघ । वर्षतो अखंड जलौघ ।
धनुर्धर बाणांचा ओघ । तसा वर्षताती ।।१६६।।

ते देखलिया अर्जुनें । संतोष घेऊनि मनें ।
मग संभ्रमें दिठी सेने । घालीतसे ।।१६७।।
अर्जुन ते दृष्य पाहोनी । मग संतोषला मनी ।
उत्सुकतेने कौरवसेनी । दृष्टी घाली ।।१६७।।

तंव संग्रामीं सज्ज जाहले । सकळ कौरव देखिले ।
तंव लीलाधनुष्य उचलिलें । पंडुकुमरें ।।१६८।।
युद्धासाठी सज्ज जाहले । कौरव अर्जुनाने पाहिले ।
सहजतेने मग उचलले । धनुष्य आपले ।।१६८।।

ते वेळीं अर्जुन म्हणतसे देवा । आतां झडकारी रथ पेलावा ।
नेऊनि मध्यें घालावा । दोहीं दळां ।।१६९।।
त्यावेळी अर्जुन सांगे देवा । आता रथ हाकावा ।
नेऊन उभा करावा । दोन्ही सैन्यांमध्ये ।।१६९।।

जंव मी नावेक । हे सकळ वीर सैनिक ।
न्याहाळीन अशेख । झुंजते जे ॥१७०॥
जोवर मी पाहेन । हे सकल वीर सैन्य ।
सगळे नीट न्याहाळीन । मी एकदा ॥१७०॥
येथ आले असती आघवें । परी कवणेसीं म्यां झुंजावें ।
हें रणीं लागे पहावें । म्हणौनियां ॥१७१॥
इथे जमले असतील सारे । पण मी कोणाशी लढावे बरे ।
हे पाहावे लागेल खरे । म्हणून ॥१७१॥
बहुतकरूनि कौरव । हे आतुर दुःस्वभाव ।
वांटिवेवीण हांव । बांधिती झुंजीं ॥१७२॥
बहुतेक सगळे कौरव । हे उतावळे दुष्टस्वभाव ।
पराक्रमावीण हाव । युद्धाची धरती ॥१७२॥
झुंजाची आवडी धरिती । परी संग्रामीं धीर नव्हती ।
हें सांगोनि रायाप्रती । काय संजयो म्हणे ॥१७३॥
त्यांना युद्धाची आवड असे । पण कुडीत धीर नसे ।
हे राजास सांगत असे । संजय पुढे बोले ॥१७३॥
आइका अर्जुन इतुकें बोलिला । तंव श्रीकृष्णें रथ पेलिला ।
दोन्हीं सैन्यांमाजीं केला । उभा तेणें ॥१७४॥
अर्जुन असे म्हणाला । तेंव्हा श्रीकृष्णे रथ हांकला ।
दोन्ही सैन्यामध्ये केला । उभा त्याने ॥१७४॥
जेथ भीष्मद्रोणादिक । जवळिकेचि सन्मुख ।
पृथिवीपति आणिक । बहु आहाती ॥१७५॥
ज्या ठिकाणी भीष्म द्रोणादिक । दिसती आप्त सन्मुख ।
राजे महाराजे आणिक । पुष्कळ उभे असती ॥१७५॥
तेथ स्थिर करूनियां रथु । अर्जुन असे पाहातु ।
तो दळभार समस्तु । संभ्रमेंसीं ॥१७६॥
तिथे उभा करता रथ । अर्जुन असे पाहत ।
ते सैन्यदल समस्त । तो उत्सुकतेने पाही ॥१७६॥
मग देवा म्हणे देख देख । हे गोत्रगुरु अशेख ।
तंव कृष्णमनीं नावेक । विस्मो जाहला ॥१७७॥
म्हणे पाहसी देवा क्षणभर । सगळे सगोत्री, बंधू, गुरुवर ।
हे ऐकोनी श्रीकृष्ण पळभर । नवल करी ॥१७७॥
तो आपणयां आपण म्हणे । एथ कायी कवण जाणे ।
हें मनीं धरिलें येणें । परि कांहीं आश्चर्य असे ॥१७८॥
कृष्ण म्हणे मनोमनी । काय आले याच्या मनी ।
असे म्हणतोय या क्षणी । हे आश्चर्य असे ॥१७८॥

ऐसी पुढील से घेतु । तो सहजें जाणे हृदयस्थु ।
परि उगा असे निवांतु । तिये वेळीं ॥१७९॥
तो सर्वांच्या मनाचे जाणून । पुढील अंदाज घेऊन ।
विचार भविष्याचा करून । स्तब्ध राहिला ॥१७९॥
तंव तेथ पार्थ सकळ । पितृ पितामह केवळ ।
गुरु बंधु मातुळ । देखता जाहला ॥१८०॥
तोवरी ते सगळे । आजोबा चुलते दिसले ।
गुरू, बंधू, मामा पाहिले । तिथे अर्जुनाने ॥१८०॥
इष्ट मित्र आपुले । कुमरजन देखिले ।
हे सकळ असती आले । तयांमाजीं ॥१८१॥
आपले मित्र, सखे, सोबती । मुलेही त्यांच्या संगती ।
सगळे आले असती । त्या सैन्यामध्ये ॥१८१॥
सुहृज्जन सासरे । आणीकही सखे सोइरे ।
कुमर पौत्र धनुर्धरें । देखिले तेथ ॥१८२॥
जिवलग मित्र, सासरे । इतर सगे सोयरे ।
मुले, नातू सारे । अर्जुनाने पाहिले ॥१८२॥
जयां उपकार होते केले । कीं आपदीं जे रक्षिले ।
हे असो वडील धाकुले । आदिकरूनि ॥१८३॥
ज्यांवर उपकार केले । ज्यांचे संकटात रक्षण केले ।
ते लहान मोठे सगळे । तिथे पाहिले ॥१८३॥
ऐसें गोत्रचि दोहीं दळीं । उदित जालें असे कळीं ।
हें अर्जुनें तिये वेळीं । अवलोकिलें ॥१८४॥
दोन्ही सैन्यांत आपले । भाऊबंद उभे ठाकले ।
युद्धासाठी सज्ज झाले । ते पाहिले अर्जुनाने ॥१८४॥
तेथ मनीं गजबज जाहाली । आणि आपैसी कृपा उपजली ।
तेणें अपमानें निघाली । वीरवृत्ति ॥१८५॥
तेंव्हा मनात कासाविशी झाली । सहज करुणा उत्पन्न झाली ।
अपमान वाटून सोडून निघाली । वीरवृत्ती ॥१८५॥
जिया उत्तम कुळींचिया होती । आणि गुणलावण्य आथी ।
तिया आणिकीतें न साहती । सुतेजपणें ॥१८६॥
उच्च कुळातील नारी । रूप-गुणे संपन्न तरी ।
दुसरीचे वर्चस्व सहन न करी । मानीपणाने ॥१८६॥
नवियें आवडीचेनि भरें । कामुक निज वनिता विसरे ।
मग पाडेंवीण अनुसरे । भ्रमला जैसा ॥१८७॥
जसा कामलोभी पुरुष तो । स्वपत्नीला विसरतो ।
परस्त्रीसंगे रमतो । भ्रमल्यासारखा ॥१८७॥

कीं तपोबळें ऋद्धी । पातलिया भ्रंशे बुद्धी ।
मग तया विरक्तता सिद्धी । आठवेना ॥१८८॥
तपोबलाने मिळता समृद्धी । होतसे भ्रष्ट बुद्धी ।
मग विरक्तीची सिद्धी । आठवत नाही ॥१८८॥
तैसें अर्जुना तेथ जाहलें । असतें पुरुषत्व गेलें ।
जें अंत:करण दिधलें । कारुण्यासी ॥१८९॥
तसे अर्जुनाचे झाले । पौरुषत्व संपून गेले ।
अंत:करण भरले । कारुण्याने ॥१८९॥
देखा मंत्रज्ञु बरळु जाय । मग तेथ का जैसा संचारु होय ।
तैसा तो धनुर्धर महामोहें । आकळिला ॥१९०॥
चुकीचा मंत्र बरळला । मग तांत्रिक बाधेने ग्रासला ।
अर्जुन तसा व्याकुळला । अति मोहाने ॥१९०॥
म्हणौनि असतां धीर गेला । हृदया द्रावो आला ।
जैसा चंद्रकळीं शिवतला । सोमकांतु ॥१९१॥
चंद्रकिरण स्पर्श करे । चंद्रकांत मणी पाझरे ।
तसे धैर्य जाऊन करुणा पाझरे । अर्जुनाचे हृदयी ॥१९१॥
तयापरी पार्थु । अतिस्नेहें मोहितु ।
मग सखेद असे बोलतु । श्रीअच्युतेसीं ॥१९२॥
त्यानंतर अर्जुन । अति स्नेहाने मोहून ।
खेदाने मन भरून । बोले श्रीकृष्णाशी ॥१९२॥
तो म्हणे अवधारी देवा । म्यां पाहिला हा मेळावा ।
तंव गोत्रवर्ग आघवा । देखिला एथ ॥१९३॥
अर्जुन म्हणे ऐक देवा । मी पाहिला हा मेळावा ।
माझा गोत्र परिवार पाहा । इथे जमला सर्व ॥१९३॥
हे संग्रामीं उदित । जाहले असती वीर समस्त ।
पण आपणपेयां उचित । केवीं होय ॥१९४॥
युद्धासाठी समस्त । जाहले हे उद्युक्त ।
पण आपल्यासाठी हे उचित । आहे का? ॥१९४॥
येणें नांवेंचि नेणों कायी । मज आपणपें सर्वथा नाहीं ।
मन बुद्धि ठायीं । स्थिर नोहे ॥१९५॥
या विचाराने मज । सुचेना काहीं आज ।
मन-बुद्धीचा संवाद । स्थिर नाही ॥१९५॥
देखे देह कांपत । तोंड असे कोरडें होत ।
विकळता उपजत । गात्रांसी ॥१९६॥
देहाला माझ्या थरथर सुटली । तोंडाला कोरड पडली ।
सारी शिथील झाली । गात्रे माझी ॥१९६॥

सर्वांगा कांटाळा आला । अति संतापु उपनला ।
तेथ बेंबळ हातु गेला । गांडिवाचा ॥१९७॥
सर्वांगी काटा आला । मनी संताप उपजला ।
हात पडला ढिला । गांडिव धनुष्यावरचा ॥१९७॥
तें न धरतचि निष्टलें । परि नेणेंचि हातोनि पडिलें ।
ऐसें हृदय असे व्यापिलें । मोहें येणें ॥१९८॥
न धरता धनुष्य गळून पडले । पण मला नाही कळले ।
माझे हृदय असे भरले । मोहाने ॥१९८॥
जें वज्रापासोनि कठिण । दुर्धर अतिदारुण ।
तयाहून असाधारण । हें स्नेह नवल ॥१९९॥
जे वज्राहून खंबीर । कठोर, निष्ठुर आणि गंभीर ।
तरी मोहाने सुटलासे धीर । मज नवल वाटे ॥१९९॥
जेणें संग्रामीं हरु जिंतिला । निवात कवचांचा ठावो फेडिला ।
तो अर्जुन मोहें कवळिला । क्षणामाजीं ॥२००॥
शंकरास ज्याने युद्धात जिंकिले । निवातकवचा राक्षसास भेदिले ।
त्या अर्जुनास ग्रासले । क्षणांत मोहाने ॥२००॥
जैसा भ्रमर भेदी कोडें । भलतैसें काष्ठ कोरडें ।
परि कळिकेमाजीं सांपडे । कोंवळिये ॥२०१॥
भुंगा भेदतो कोडे । पोखरे लाकूड कोरडे ।
पण कमलदलांत सांपडे । कोमल कोवळ्या ॥२०१॥
तेथ उत्तीर्ण होईल प्राणें । परि तें कमळदळ चिरुं नेणें ।
तैसें कठिण कोवळेंपणें । स्नेह देखा ॥२०२॥
तो मुकेल प्राणांस । परी न भेदे कमलकोश ।
आप्तस्नेहाचे कोवळे पाश । भेदणे कठीण ॥२०२॥
हे आदिपुरुषाची माया । ब्रह्मेयाही नयेचि आया ।
म्हणौनि भुलविला ऐकें राया । संजयो म्हणे ॥२०३॥
ही माया आदिपुरुषाची । ब्रह्मदेवाही न कळे अशी ।
मोहविले तिने अर्जुनासी । संजय म्हणे ॥२०३॥
अवधारी मग तो अर्जुनु । देखोनि सकळ स्वजनु ।
विसरला अभिमानु । संग्रामींचा ॥२०४॥
पाहता तो अर्जुन । समोर आपले स्वजन ।
विसरला सर्व अभिमान । युद्धासाठीचा ॥२०४॥
कैसी नेणों सदयता । उपनली तेथें चित्ता ।
मग म्हणे कृष्णा आतां । नसिजे एथ ॥२०५॥
कशी न कळे दयार्द्रता । उपजली त्याचे चित्ता ।
तो सांगे कृष्णाला आता । येथे थांबू नये ॥२०५॥

माझें अतिशयें मन व्याकुळ । होतसे वाचा बरळ ।
जे वधावे हे सकळ । येणें नांवें ॥२०६॥
या सर्वांना मारावे केवळ । या विचारे मी घायाळ ।
मन माझे झाले व्याकूळ । वळली असे बोबडी ॥२०६॥
या कौरवां जरी वधावें । तरी युधिष्ठिरादिकां कां न वधावें ।
हे येरयेरे आघवे । गोत्रज आमुचे ॥२०७॥
कौरवांना जर वधावें । युधिष्ठिरादिकां का न मारावे ।
सारे आप्तेष्टच पाहावे । एक गोत्री ॥२०७॥
म्हणौनि जळो हें झुंज । प्रत्यया न ये मज ।
येणें काय काज । महापापें ॥२०८॥
म्हणून नकोच हे युद्ध । नच वाटे मज योग्य ।
कशासाठी करावे सांग । हे महापाप ॥२०८॥
देवा बहुतापरी पाहतां । एथ वोखटें होईल झुंजतां ।
वर कांहीं चुकवितां । लाभु आथी ॥२०९॥
देवा पुष्कळ विचार करता । वाटे नाश होई सर्वथा ।
आले जर युद्ध टाळता । काहीं लाभ होई ॥२०९॥
तया विजयवृत्ती कांहीं । मज सर्वथा काज नाहीं ।
एवं राज्य तरी कायी । हे पावोनियां ॥२१०॥
अशा विजयाची तरीही । मजला गरज नाही ।
असे मिळवले ते राज्यही । काय कामाचे? ॥२१०॥
या सकळांतें वधावें । मग जे भोग भोगावे ।
ते जळोत आघवे । पार्थु म्हणे ॥२११॥
या सर्वांना मारून । जे भोग मी भोगेन ।
जावो ते सारे जळून । पार्थ म्हणतो ॥२११॥
तेणें सुखेंविण होईल । तें भलतैसें साहिजेल ।
वरी जीवितही वेंचिजेल । याचिलागीं ॥२१२॥
या असल्या सुखावीण । जे होईल ते करू सहन ।
आणि प्राण ही करू अर्पण । यांच्यासाठी ॥२१२॥
परी यांसी घातु कीजे । मग आपण राज्यसुख भोगिजे ।
हें स्वप्नींही मन माझें । करूं न शके ॥२१३॥
पण यांचा करून घात । राज्य उपभोगावे सुखात ।
असे कधीही स्वप्नात । मी करणार नाही ॥२१३॥
तरी आम्हीं कां जन्मावें? । कवणालागीं जियावें? ।
जरी वडिलां यां चिंतावें । विरुद्ध मनें ॥२१४॥
मग आम्ही का जन्मावे । कोणासाठी जगावे ।
वडिलांचे अहित चिंतावे । मनामध्ये? ॥२१४॥
पुत्रातें इच्छी कुळ । तयाचें कायि हेंचि फळ? ।
जे निर्दळिजे केवळ । गोत्र आपुलें ॥२१५॥
पुत्राची इच्छा करती केवळ । त्या मिळावे का हेच फळ ।
की पुत्राने करावा सकळ । अंत सर्व कुलाचा ॥२१५॥
हें मनींचि केविं धरिजे । आपण वज्राचेया होइजे ।
वरी घडे तरी कीजे । भलें इयां ॥२१६॥
का करावा वधाचा विचार । का व्हावे वज्रासम कठोर ।
करावे काही तरी सुखकर । यांच्यासाठी ॥२१६॥
आम्ही जें जें जोडावें । तें समस्तीं इहीं भोगावें ।
हें जीवितही उपकारावें । काजीं यांच्या ॥२१७॥
आम्ही जे मिळवावे । ते त्यांनी इथेच उपभोगावे ।
आमचे प्राणही अर्पावे । यांच्यासाठी ॥२१७॥
आम्ही दिगंतीचे भूपाळ । विभांडूनि सकळ ।
मग संतोषविजे कुळ । आपुलें जें ॥२१८॥
देशोदेशीचे राजे जिंकावे । त्यांवर विजय मिळवावे ।
आणि संतुष्ट करावे । कुळ आपले ॥२१८॥
तेचि हे समस्त । परी कैसें कर्म विपरीत ।
जे जाहले असती उद्यत । झुंजावया ॥२१९॥
परंतु तेचि हे सगळे । करती विपरित कर्म आगळे ।
उद्युक्तही आहेत झाले । लढण्यासाठी ॥२१९॥
अंतोरिया कुमरें । सांडोनिया भांडारें ।
शस्त्राग्रीं जिव्हारें । आरोपुनी ॥२२०॥
सोडोनी प्रिय जना । सांडोनी सर्व धना ।
अर्पावया शस्त्रावर प्राणा । तयार झाले ॥२२०॥
ऐसियांतें कैसेनि मारूं? । कवणावरी शस्त्र धरूं? ।
निजहृदया करूं । घातु केवीं? ॥२२१॥
अशांना कसे संहारू । कोणावर घाव मारू? ।
आघात कसा करू? । माझेच हृदयी ॥२२१॥
हे नेणसी तूं कवण । परी पैल भीष्म द्रोण ।
जयांचें उपकार असाधारण । आम्हां बहुत ॥२२२॥
कृष्णा तू जाणसी कोण । पैल उभे भीष्म, द्रोण ।
आमचेवरी त्यांचे ऋण । बहुत असे ॥२२२॥
एथ शालक सासरे मातुळ । आणि बंधु कीं हे सकळ ।
पुत्र नातू केवळ । इष्टही असती ॥२२३॥
मामा, मेव्हणे, सासरे । आणि हे बंधू सारे ।
पुत्र, नातू सामोरे । इतरही आप्त ॥२२३॥

अवधारी अति जवळिकेचे । हे सकळही सोयरे आमुचे ।
म्हणोनि दोष आथी वाचे । बोलतांचि ॥२२४॥
हे आमचे सगेसोयरे । जवळचे आप्त सारे ।
त्यांच्या वधाच्या उच्चारे । पाप लागेल ॥२२४॥
हे वरी भलतें करितु । आतांचि येथें मारितु ।
परि आपण मनें घातु । न चिंतावा ॥२२५॥
त्यांनी काहीही भलते करावे । आत्ताच इथे जिवे मारावे ।
त्यांचा घात करणे न यावे । मनांत आमच्या ॥२२५॥
त्रैलोक्यींचें अनकळित । जरी राज्य होईल प्राप्त ।
तरी हें अनुचित । नाचरें मी ॥२२६॥
त्रैलोक्याचे निष्कलंक राज्य । जरी होईल प्राप्त मज ।
तरी हे घडते अनुचित आज । मी करणार नाही ॥२२६॥
जरी आजि एथ ऐसें कीजे । तरी कवणाच्या मनीं उरिजे?
सांगे मुख केवीं पाहिजे । तुझें कृष्णा? ॥२२७॥
असे जर आम्ही पाप करू? । कोणाच्या मनी आदरे भरू? ।
तुझे दर्शन कसे करू? । सांग कृष्णा ॥२२७॥
जरी वधु करोनि गोत्रजांचा । तरी वसौटा होऊनि दोषांचा ।
मज जोडिलासि तूं हातींचा । दूरी होसी ॥२२८॥
जर मी आप्तांना वधेन । दोषांचे मूळ बनेन ।
आपला स्नेह तोडेन । या हाताने मी ॥२२८॥
कुळहरणीं पातकें । तिये आंगीं जडती अशेखें ।
तये वेळीं तूं कवणें कें । देखावासी? ॥२२९॥
करिता आप्तांचा नाश । होई कुळाचा विनाश ।
लागता पापांची रास । तुला कुठे शोधावे? ॥२२९॥
जैसा उद्यानामाजीं अनळु । संचरला देखोनि प्रबळु ।
मग क्षणभरी कोकिळु । स्थिरु नोहे ॥२३०॥
बागेला लागता आग । होता ती जळून खाक ।
मग कोकिळ तिथे क्षणैक । थांबत नाही ॥२३०॥
का सकर्दम सरोवरु । अवलोकूनि चकोरु ।
न सेवितु अव्हेरु । करूनि निघे ॥२३१॥
सरोवरी असता चिखल । चकोर ते पाहील ।
तसाच निघून जाईल । पाणी अव्हेरून ॥२३१॥
तयापरी तूं देवा । मज झकवून येसी मावा ।
जरी पुण्याचा वोलावा । नाशिजैल ॥२३२॥
त्याप्रमाणे देवा तू । मला मायेत नको फसवू ।
पुण्याईची ओल संपता तू । निघून जाशील ॥२३२॥

म्हणौनि मी हें न करीं । इये संग्रामीं शस्त्र न धरीं ।
हें किडाळ बहुतीं परी । दिसतसे ॥२३३॥
म्हणोनी मी ठरवले काहीं । या रणी शस्त्र धरणार नाहीं ।
मजला हे युद्ध दिसत राही । निंदनीय ॥२३३॥
तुजसीं अंतरायहोईल । मग सांगें आमुचें काय उरेल? ।
तेणें दुःखें हियें फुटेल । तुजवीण कृष्णा ॥२३४॥
तुझ्याशी वियोग होईल । मग सांग हाती काय राहील? ।
हृदय विदीर्ण होऊन जाईल । कृष्णा तुजवीण ॥२३४॥
म्हणौनि कौरव हे वधिजती । मग आम्ही भोग भोगिजती ।
हे असो मात अघडती । अर्जुन म्हणे ॥२३५॥
सर्व कौरवांचे वध करावे । आणि राज्य उपभोगावे ।
हे माझ्याकडून कधीही न घडावे । अर्जुन म्हणे ॥२३५॥
हे अभिमानमदें भुलले । जरी पां संग्रामा आले ।
तऱ्ही आम्हा हित आपुलें । जाणावें लागे ॥२३६॥
कौरव गर्वाने फुगले । म्हणून युद्धासाठी आले ।
आम्हाला हित आपले । पाहावे लागे ॥२३६॥
हें ऐसें कैसे करावें? । जे आपुले आपण मारावे? ।
जाणत जाणतांचि सेवावें । काळकूट? ॥२३७॥
हे आम्ही कसे करावे । आपले आप्त आपणच मारावे ।
माहीत असून कसे प्यावे । जहाल विष ॥२३७॥
हां जी मार्गी चालतां । पुढां सिंह जाहला अवचिता ।
तो तंव चुकवितां । लाभु आथी ॥२३८॥
वाटेने चालत असता । सिंह आडवा येता ।
जावे त्याला चुकविता । यातच हित आहे ॥२३८॥
असता प्रकाशु सांडावा । मग अंधकूप आश्रावा ।
तरी तेथ कवणु देवा । लाभु सांगें? ॥२३९॥
प्रकाशाचा मार्ग सोडणे । अंधाऱ्या विहिरीत बसणे ।
यामध्ये कुठला जाणे । लाभ आहे सांग देवा ॥२३९॥
कां समोर अग्नि देखोनी । जरी न वचिजे वोसंडोनी ।
तरी क्षणा एका कवळूनी । जाळूं सके ॥२४०॥
समोर पाहून अग्नीला । जर गेलो नाही बाजूला ।
तर क्षणांत वेढून आपल्याला । तो जाळेल ॥२४०॥
तैसे दोष हे मूर्त । अंगीं वाजों असती पहात ।
हें जाणतांही केवीं एथ । प्रवर्तावें? ॥२४१॥
मूर्तिमंत दोष असती । आपल्या अंगी लागती ।
हे आम्ही पूर्ण जाणती । तरी हे का करावे ॥२४१॥

ऐसें पार्थु तिये अवसरीं । म्हणे देवा अवधारीं ।
या कल्मषाची थोरी । सांगेन तुज ॥२४२॥
अर्जुन म्हणे देवा जाण । द्यावे इकडे अवधान ।
या पापाचे महा परिणाम । मी तुला सांगतो ॥२४२॥
जैसें काष्ठें काष्ठ मथिजे । तेथ वन्हि एक उपजे ।
तेणें काष्ठजात जाळिजे । प्रज्वळलेनि ॥२४३॥
जेंव्हा लाकूड लाकडावरी घासतो । तेथे अग्नी उपजतो ।
तो सर्व लाकडे जाळतो । भडका उडून ॥२४३॥
तैसा गोत्रींची परस्परें । जरी वधु घडे मत्सरें ।
तरी तेणें महादोषें घोरें । कुळचि नाशे ॥२४४॥
एकाच गोत्रातील परस्पराने । वध केला जरी मत्सराने ।
तर त्या महादोषाने । कुळाचा नाश होतो ॥२४४॥
म्हणौनि येणें पापें । वंशजधर्मु लोपे ।
मग अधर्मुचि आरोपे । कुळामाजीं ॥२४५॥
कुलक्षयाच्या पापे तो । वंशधर्म लोपतो ।
मग अधर्मच वाढतो । कुळामध्ये ॥२४५॥
एथ सारासार विचारावें । कवणें काय आचरावें ।
आणि विधिनिषेध आघवे । पारुषती ॥२४६॥
न राही सारासार विचार । काय ठेवावा आचार ।
विधीनिषेधांचा संस्कार । इथे थांबतो ॥२४६॥
असता दीपु दवडिजे । मग अंधकारीं राहाटिजे ।
तरी उजूची कां अडखळिजे । जयापरी ॥२४७॥
असलेला दिवा विझवुनी । अंधारात जर चालले कुणी ।
तर सरळ वाटेवरुनी । तो अडखळतो ॥२४७॥
तैसा कुळीं कुळक्षयो होय । तये वेळीं तो आद्यधर्मु जाय ।
मग आन कांहीं आहे । पापावांचुनी? ॥२४८॥
तसे जेंव्हा कुलक्षय होई । तेव्हा कुळधर्म नष्ट होई ।
मग हाती काय राही । पापाशिवाय? ॥२४८॥
जैं यमनियम ठाकती । तेथ इंद्रियें सैरा विचरती ।
म्हणौनि व्यभिचार घडती । कुळस्त्रियांसी ॥२४९॥
यमनियम अव्हेरती । इंद्रिये बेलगाम धावती ।
मग व्यभिचार घडती । कुलस्त्रियांकडून ॥२४९॥
उत्तम अधमीं संचरती । ऐसे वर्णावर्ण मिसळती ।
तेथ समुळ उपडती । जातिधर्म ॥२५०॥
उत्तम अधम होई समागम । वर्ण संकराचा होई संगम ।
उखडती मग जातीधर्म । मुळापासून ॥२५०॥

जैसी चोहटाचिये बळी । पाविजे सैरा काउळीं ।
तैसीं महापापें कुळीं । संचरती ॥२५१॥
चव्हाट्यावर बळी ठेवतात । कावळे जसे झडप घालतात ।
तैसी कुळधर्मी सहज येतात । महापापे ॥२५१॥
मग कुळा तया अशेखा । आणि कुळघातकां ।
येरयेरां नरका । जाणें आथी ॥२५२॥
मग कुळाच्या शाखा । आणि त्या कुळघातका ।
सर्वांनाच नरका । जावे लागते ॥२५२॥
देखें वंशवृद्धि समस्त । यापरी होय पतित ।
मग वोवांडिती स्वर्गस्थ । पूर्वपुरुष ॥२५३॥
मग ते वंश समस्त । या कारणे होती पतित ।
मग स्वर्गीचे सारे पूर्वज । ते सुद्धा पतित होती ॥२५३॥
जेथ नित्यादि क्रिया ठाके । आणि नैमित्तिक क्रिया पारुखे ।
तेथ कवणा तिळोदकें । कवण अर्पी? ॥२५४॥
जेथे नित्यकर्म थांबती । धार्मिक विधी खंड पडती ।
तेथे कोण कोणा अर्पिती । तीळ उदके ॥२५४॥
तरी पितर काय करिती । कैसेनि स्वर्गीं वसती? ।
म्हणौनि तेही येती । कुळापासीं ॥२५५॥
होता ऐसी स्थिती । पितर स्वर्गी काय करती ।
तेही नरकात येती । आपल्या कुळापासी ॥२५५॥
जैसा नखाग्रीं व्याळु लागे । तो शिखांत व्यापी वेगें ।
तेवीं आब्रह्म कुळ अवघें । आप्लविजे ॥२५६॥
नखाग्रे दंशिता साप । विष वेगे पसरे नखशिखान्त ।
तैसे कुळात घडता पाप । सर्वां बुडविते ॥२५६॥
देवा अवधारी आणिक एक । एथ घडे महापातक ।
जे संगदोषे हा लौकिक । भ्रंश पावे ॥२५७॥
देवा आणखी एक ऐक । जर घडे अजून पातक ।
तर संगतीने इतर आणिक । भ्रष्ट होती ॥२५७॥
जैसा घरीं आपुला । वानिवसें अग्नि लागला ।
तो आणिकांहीं प्रज्वळिला । जाळूनि घाली ॥२५८॥
जशी आपल्या घरात । अचानक आग लागत ।
इतरांची घरे ही जाळत । ती भडकली असता ॥२५८॥
तैसिया तया कुळसंगती । जे जे लोक वर्तती ।
तेही बाधा पावती । निमित्तें येणें ॥२५९॥
तसे दुष्ट कुळाच्या संगती । जे कोणी राहती ।
तेही संसर्ग पावती । दूषित होऊनी ॥२५९॥

तैसें नाना दोषें सकळ । अर्जुन म्हणे तें कुळ ।
मग महाघोर केवळ । निरय भोगी ।।२६०।।
नाना दोषांनी युक्त कुल । अर्जुन म्हणे ते सकल ।
भयंकर आणि विकराल । नरकयातना भोगती ।।२६०।।
पडिलिया तिये ठायीं । मग कल्पांतीही उकलु नाहीं ।
येसणें पतन कुळक्षयीं । अर्जुन म्हणे ।।२६१।।
नरकात पडता यातना साही । त्यातून कल्पांतीही सुटका नाही ।
मग पतन होते कुलक्षयी । अर्जुन म्हणे ।।२६१।।
देवा हें विविध कानीं ऐकिजे । परी अझुनिवरी त्रासु नुपजे ।
हृदय वज्रत्वें हें काय कीजे । अवधारीं पां ।।२६२।।
हे विविध बोलणे ऐकून । तू त्रासला नाही हे पाहून ।
वाटले हृदय वज्रासम कठीण । केले आहेस काय? ।।२६२।।
अपेक्षिजे राज्यसुख । जयालागीं तें तंव क्षणिक ।
ऐसें जाणतांही दोख । अव्हेरूं ना? ।।२६३।।
ज्यासाठी इच्छिते राज्यसुख । ते शरीर ही क्षणैक ।
जाणूनही हे महापातक । त्यागू नये काय? ।।२६३।।
जे हे वडिल सकळ आपुले । वधावया दिठी सूदले ।
सांग पां काय थेंकुलें । घडलें आम्हां? ।।२६४।।
सगळे वडील समोर जमले । वधाच्या विचारे त्यांना पहिले ।
हे काय लहान पाप घडले? । आमच्या हातून ।।२६४।।
आतां यावरी जें जियावें । तयापासूनि हें बरवें ।
जे शस्त्र सांडूनि साहावे । बाण यांचे ।।२६५।।
असे करून जगणे । यापेक्षा शस्त्रे टाकणे ।
आणि कौरवांचे आघात झेलणे । उत्तम असे ।।२६५।।
तयावरी होय जितुकें । तें मरणही वरी निकें ।
परी येणें कल्मषें । चाड नाही ।।२६६।।
अशाने दुःख भावेल । शेवटी मृत्यूही चालेल ।
पण हे पाप कसे पेलेल । मज इच्छा नाही ।।२६६।।
ऐसें देखून सकळ । अर्जुनें आपुलें कुळ ।
मग म्हणे राज्य तें केवळ । निरयभोगु ।।२६७।।
कुळातील लोक सगळे । यांना मारुनी जे मिळविले ।
मग ते राज्य कसले । तो तर नरकभोग ।।२६७।।
ऐसें तिये अवसरीं । अर्जुन बोलिला समरीं ।
संजयो म्हणे अवधारीं । धृतराष्ट्रातें ।।२६८।।
रणक्षेत्री उभा राहून । असे बोलिला अर्जुन ।
धृतराष्ट्रा दे अवधान । संजय म्हणे ।।२६८।।
मग अत्यंत उद्वेगला । न धरत गहिंवरु आला ।
तेथ उडी घातली खालां । रथौनियां ।।२६९।।
अत्यंत उद्वेगून । गहिवरता न राहवून ।
उडी घाली रथावरून । उतरला खाली ।।२६९।।
जैसा राजकुमरु पदच्युतु । सर्वथा होय उपहतु ।
कां रवि राहुग्रस्तु । प्रभाहीनु ।।२७०।।
जसा कोणी युवराज । हो पदच्युत निस्तेज ।
जसे सूर्या राहू ग्रासता तेज । लोप पावते ।।२७०।।
नातरी महासिद्धिसंभ्रमें । जिंतिला तापसु भ्रमें ।
मग आकळूनि कामें । दीनु कीजे ।।२७१।।
महासिद्धीच्या मोहानी । तपस्वी जाई विसरूनी ।
कामनेच्या चक्रात सापडूनी । तो दीन होतो ।।२७१।।
तैसा तो धनुर्धरु । अत्यंत दुःखें जर्जरु ।
दिसे जेथ रहंवरु । त्यजिला तेणें ।।२७२।।
तसा तो धनुर्धर अर्जुन । अत्यंत दुःखाने गहिवरून ।
रथाचा त्याग करून । अश्रू ढाळू लागला ।।२७२।।
मग धनुष्य बाण सांडिले । न धरत अश्रुपात आले ।
ऐसें ऐक राया वर्तलें । संजयो म्हणे ।।२७३।।
धनुष्यबाण टाकले । अश्रू अविरत वाहिले ।
राजा ऐकावे असे घडले । संजय म्हणे ।।२७३।।
आतां यावरी तो वैकुंठनाथु । देखोनि सखेद पार्थु ।
कवणेपरी परमार्थु । निरूपील ।।२७४।।
यावरी तो श्रीकृष्ण । अर्जुनास दुःखी पाहून ।
काय करेल निरूपण । परमार्थाचे ।।२७४।।
ते सविस्तर पुढारी कथा । अति सकौतुक ऐकतां ।
ज्ञानदेव म्हणे आतां । निवृत्तिदासु ।।२७५।।
पुढची सविस्तर कथा । अतिकौतुकाने ऐकता ।
ज्ञानदेव सांगे आता । निवृत्तीचा दास ।।२७५।।

ओवी संख्या २७५

।। पहिला अध्याय – अर्जुनविषादयोग – समाप्त ।।

अध्याय दुसरा

सांख्ययोग

मग संजयो म्हणे रायातें । आईके तो पार्थु तेथें ।
शोकाकुल रुदनातें । करितु असे ॥१॥
संजय सांगे राजास । ऐका तो पार्थ ।
शोकाने तिथे रडत । बसला असे ॥१॥
तें कुळ देखोनि समस्त । स्नेह उपनलें अद्‌भुत ।
तेणें द्रवलें असे चित्त । कवणेपरी ॥२॥
कुळातील सर्वां पाहून । स्नेह मनी उद्‌भवून ।
हृदय गेले पाझरून । जसे त्याचे ॥२॥
जैसें लवण जळें झळंबलें । ना तरी अभ्र वातें हाले ।
तैसें सधीर परी विरमलें । हृदय तयाचें ॥३॥
पाण्यात मीठ विरघळले । वाऱ्याने मेघदल हलले ।
तसे अर्जुनाचे चित्त द्रवले । करुणेने ॥३॥
म्हणौनि कृपा आकळिला । दिसतसे अति कोमाइला ।
जैसा कर्दमीं रुपला । राजहंस ॥४॥
करुणेने दुःखी होऊन । तो गेला कोमेजून ।
जसा चिखलात बसे रुतून । राजहंस ॥४॥
तयापरी तो पंडुकुमरु । महामोहें अति जर्जरु ।
देखोनि श्रीशार्ङ्‌गधरु । काय बोले ॥५॥
तसा तो पंडुपुत्र अर्जुन । मोहाने कोमेजलेला पाहून ।
तो शारंगधर श्रीकृष्ण । काय बोले ॥५॥
म्हणे अर्जुना आदि पाहीं । हें उचित काय इये ठायीं ।
तूं कवण हें कायी । करी आहासी ॥६॥
हे अर्जुना असे पाहासी । हे उचित काय या समयासी ।
तू कोण अन् काय करसी? । बोले श्रीकृष्ण ॥६॥
तुज सांगें काय जाहलें । कणव उणें आलें ।
करितां काय ठेले । खेदु कायिसा ॥७॥
अर्जुना, तुज काय झाले । कोणते न्यून आले ।
कर्तव्य कोठे गेले । खेद कशाचा ॥७॥

तूं अनुचिता चित्त नेदिसी । धीरु कहीं न संडिसी ।
तुझेनि नामें अपयशी । दिशा लंघिजे ॥८॥
अयोग्यतेस तू दुर्लक्षितो । धीर कधी न सोडतो ।
तुझ्या नामे चौफेर धावतो । पराभव ॥८॥
तूं शूरवृत्तीचा ठावो । क्षत्रियांमाजीं रावो ।
तुझिया लाठेपणाचा आवो । तिहीं लोकीं ॥९॥
तू कळस वीरतेचा । तू राजा क्षत्रियांचा ।
डंका तुझ्या नावाचा । त्रैलोक्यात ॥९॥
तुवां संग्रामीं हरु जिंकिला । निवात-कवचांचा ठावो फेडिला ।
पवाडा तुवा केला । गंधर्वासीं ॥१०॥
तू युद्धात शंकराला जिंकिले । निवात कवचा[1] फोडिले ।
तुझे पोवाडे गाईले । गंधर्वांनी ॥१०॥
पाहतां तुझेनि पाडें । दिसे त्रैलोक्यही थोकडें ।
ऐसें पुरुषत्व चोखडें । पार्था तुझें ॥११॥
तुला पाहतां वाटे । त्रैलोक्यही थिटे ।
असे पुरुषत्त्व मोठे । पार्था तुझे ॥११॥
तो तूं कीं आजि एथें । सांडूनियां वीरवृत्तीतें ।
अधोमुख रुदनातें । करितु आहासी ॥१२॥
तो तू आज इथे बसून । वीरवृत्ती सोडून ।
खाली मान घालून । रडतो आहेस ॥१२॥
विचारी तूं अर्जुनु । कीं कारुण्यें किजसी दीनु ।
सांग पां अंधकारें भानु । ग्रासिला आथी? ॥१३॥
अर्जुना, तू कर विचार । दुःखाने का होसी लाचार ।
सूर्याला कधी अंधकार । गिळतो का? ॥१३॥

१ (निवात कवच म्हणजे साडेतीन कोटी राक्षस, चित्ररथ गंधर्व आदि)

ना तरी पवनु मेघासी बिहे? । कीं अमृतासी मरण आहे? ।
पाहें पां इंधनचि गिळोनि जाये । पावकातें? ।।१४।।
वारा मेघांना घाबरेल का? । अमृताला मृत्यू येईल का? ।
सांग अग्निला कधी गिळेल का? । लाकूड ते ।।१४।।
कीं लवणेंचि जळ विरे? । संसर्गें काळकूट मरे? ।
सांग पां महाफणी दर्दुरें । गिळिजे कायी? ।।१५।।
मिठात पाणी विरघळेल? । विष संसर्गाने मरेल? ।
सांग बेडूक कधी गिळेल? । महासर्पाला ।।१५।।
सिंहासी झोंबे कोल्हा । ऐसा अपाडु आथि कें जाहला? ।
परी तो त्वां साच केला । आजि एथ ।।१६।।
कोल्हा सिंहाशी झोंबेल । अशक्य ते शक्य घडेल? ।
आज इथे ते दिसेल । तुझ्यामुळे ।।१६।।
म्हणौनि अझुनी अर्जुना । झणें चित्त देसी या हीना ।
वेगीं धीर करुनियां मना । सावधु होईं ।।१७।।
म्हणून अजून ऐक अर्जुना । अयोग्याकडे देऊन ध्याना ।
त्वरेने धीर देउनिया मना । सावध होई ।।१७।।
सांडी हें मूर्खपण । उठीं घे धनुष्यबाण ।
संग्रामीं हें कवण । कारुण्य तुझें? ।।१८।।
सोड हे मूर्खपण । हाती घेई धनुष्यबाण ।
काय कामाचे हे तुझे कारुण्य । युद्धाचे वेळी ।।१८।।
हां गा तूं जाणता । तरी न विचारिसी कां आतां ।
सांगे जुंझावेळे सदयता । उचित कायी? ।।१९।।
अर्जुना तू आहेस जाणता । करी विचार सर्वथा ।
युद्धप्रसंगी ही दयार्द्रता । उचित आहे का? ।।१९।।
हें असतिये कीर्तिसी नाशु । आणि पारत्रिकासी अपभ्रंशु ।
म्हणे जगन्निवासु । अर्जुनातें ।।२०।।
हा असे नाश कीर्तीचा । अडथळा होई परलोकीचा ।
सांगे तो जगन्नियंता । अर्जुनासि ।।२०।।
म्हणौनि शोकु न करीं । तू पुरता धीरु धरीं ।
हे शोच्यता अव्हेरीं । पंडुकुमरा ।।२१।।
म्हणूनी तू शोक न करी । पुरेसा धीर धरी ।
खेदाचा त्याग करी । ऐक अर्जुना ।।२१।।
तुज नव्हे हें उचित । येणें नासेल जोडलें बहुत ।
तूं अझुनि वरी हित । विचारी पां ।।२२।।
उचित नव्हे हे वागणे । हे मिळवलेल्या कीर्तीचे नासणे ।
तू हिताची चिंता करणे । योग्य आहे ।।२२।।

येणें संग्रामाचेनि अवसरें । एथ कृपाळूपण नुपकरें ।
हें आतांचि काय सोयरें । जाहले तुज? ।।२३।।
या युद्धाच्या समयी । दयाळूता उपयोगी नाही ।
आत्ताच दिसते का तुजही । हे सोयरे ।।२३।।
तूं आधींचि काय नेणसी? । कीं हे गोत्रज नोळखसी? ।
वायांचि काय करिसी । अतिशों आतां? ।।२४।।
तुज आधी नव्हते माहीत? । बंधुजना न तू ओळखत? ।
मग करुणेचा अतिरेक व्यर्थ । कशास करिसी? ।।२४।।
आजिचे हें झुंज । काय जन्मा नवल तुज? ।
हें परस्परें तुम्हां व्याज । सदांचि आथी ।।२५।।
हे काय आजचे युद्ध? । जन्मापासून आहे ठाव तुज ।
निमित्ते एकमेकांशी झुंज । सदाची होती ।।२५।।
तरी आतां काय जाहलें । कायि स्नेह उपनलें ।
हें नेणिजे परी कुडें केलें । अर्जुना तुवां ।।२६।।
मग आत्ताच काय झाले? । हे प्रेम कुठून उपजले? ।
पार्था हे मज न कळे । तू चुकीचे केलेस ।।२६।।
मोहो धरिलिया ऐसें होईल । जे असती प्रतिष्ठा जाईल ।
आणि परलोकही अंतरेल । ऐहिकेंसी ।।२७।।
तू मोहात पडला असे होईल । असलेली प्रतिष्ठा जाईल ।
इहलोक, परलोकही अंतरेल । अशामुळे ।।२७।।
हृदयाचें ढिलेपण । एथ निकयासि नव्हे कारण ।
हें संग्रामीं पतन जाण । क्षत्रियांसीं ।।२८।।
हृदयाचे दुबळेपण । कल्याणाचे नसे कारण ।
ते युद्धातील अधःपतन । जाण क्षत्रियांचे ।।२८।।
ऐसेनि तो कृपावंतु । नानापरी असे शिकवितु ।
हे ऐकोनि पंडुसुतु । काय बोले ।।२९।।
असे नाना परीने । समजावले श्रीकृष्णाने ।
ऐकून त्याचे बोलणे । अर्जुन बोलला ।।२९।।
देवा हें येतुलेवरी । बोलावें नलगे अवधारीं ।
आधीं तूंचि विचारीं । संग्रामु हा ।।३०।।
देवा हे तू बोलसी । मजला समजाविसी ।
पण तू विचार करसी । या युद्धाचा ।।३०।।
हें झुंज नव्हे प्रमादु । एथ प्रवर्तलिया दिसतसे बाधु ।
हा उघड लिंगभेदु । वोढावला आम्हां ।।३१।।
हे युद्ध नसे हा अपराध । श्रेष्ठांचा करण्या उच्छेद ।
शास्त्रांचा येतो बाध । दोष मात्र आम्हा येईल ।।३१।।

देखें मातापितरें अर्चिजती । सर्वस्वें तोषु पावविजती ।
तियें पाठीं केवीं वधिजती । आपुलिया हातीं ॥३२॥
माय-पित्यांची करून सेवा । तयांना आनंद द्यावा ।
मग त्यांचा वध करावा । आपल्याच हाताने? ॥३२॥
देवा संतवृंद नमस्कारिजे । कां घडे तरी पूजिजे ।
हें वांचूनि केवीं निंदिजे । स्वयें वाचा? ॥३३॥
देवा वंदावे आधी संतवृंदा । करावी त्यांची पूजा ।
मग करावी त्यांची निंदा । आपल्याच मुखे? ॥३३॥
तैसे गोत्रगुरु आमुचे । हे पूजनीय आम्हां नियमाचे ।
मज बहुत भीष्मद्रोणांचें । वर्ततसे ॥३४॥
हे गुरु आणि गोत्रज । असती आम्हा पूज्य ।
भीष्म-द्रोणांचे अगणित । ऋण आमच्यावरी ॥३४॥
जयांलागीं मनें विरू । आम्हीं स्वप्नीही न शकों धरुं ।
तयां प्रत्यक्ष केवीं करूं । घातु देवा? ॥३५॥
ज्यांच्याशी आम्ही स्वप्नात । वैरभाव न धरू पहात ।
त्यांचा प्रत्यक्ष असा घात । कसा करावा? ॥३५॥
वरी जळो हें जियालें । एथ आघवेयांसि हेंचि काय जाहलें ।
जे यांच्या वधीं अभ्यासिलें । मिरविजे आम्हीं ॥३६॥
शस्त्रविद्या ज्यांनी शिकवली । त्यांचाच घात करण्या वापरली ।
त्यातून प्रतिष्ठा मिळवली । यास काय अर्थ? ॥३६॥
मी पार्थु द्रोणाचा केला । येणें धनुर्वेदु मज दिधला ।
तेणें उपकारें काय आभारैला । वधीं तयातें? ॥३७॥
मी द्रोणशिष्य अर्जुन । त्यांनी दिले मज ज्ञान ।
त्यांचे हे उपकार स्मरून । त्यांचा वध करू? ॥३७॥
जेथींचिया कृपा लाहिजे वरु । तेथेंचि मनें व्यभिचारु ।
तरी काय मी भस्मासुरु । अर्जुन म्हणे ॥३८॥
आमच्यावरी ज्यांची कृपा । त्यां विषयी पापशंका ।
मी भस्मासुर आहे का? । अर्जुन म्हणे ॥३८॥
देवा समुद्र गंभीर आइकिजे । वरि तोहि आहाच देखिजे ।
परी क्षोभु मनीं नेणिजे । द्रोणाचिये ॥३९॥
समुद्र गंभीर भासे । वरवर तसा दिसे ।
मात्र कधी क्षुब्धता नसे । द्रोणांचे हृदयी ॥३९॥
हें अपार जें गगन । वरी तयाही होईल मान ।
परी अगाध भलें गहन । हृदय याचें ॥४०॥
अपार गगनाचे होईल मापन । पण ज्ञानाने सखोल गहन ।
द्रोणांचे हृदय आणि मन । कसे मोजावे ॥४०॥

वरी अमृतही विटे । कीं काळवशें वज्रही फुटे ।
परी मनोधर्मु न लोटे । विकरविलाही ॥४१॥
कधीतरी अमृतही विटेल । वज्रही काळामुळे कधी फुटेल ।
पण मनात न उपजेल । कधी प्रक्षुब्धता ॥४१॥
स्नेहालागीं माये । म्हणिपे तें कीरु होये ।
परी कृपा ते मूर्त आहे । द्रोणी इये ॥४२॥
माया आईच्या हृदयांत । मानती हे सत्य जगात ।
द्रोणाचार्यांच्या मनात । मूर्तिमंत प्रेम ॥४२॥
हा कारुण्याची आदि । सकल गुणांचा निधि ।
विद्यासिंधु निरवधि । अर्जुन म्हणे ॥४३॥
तिथे कारुण्याचे विधान । सर्व गुणांचे अभिधान ।
ते विद्येचे समुद्रधन । अर्जुन म्हणे ॥४३॥
हा येणेंमाने महंतु । वरी आम्हांलागीं कृपावंतु ।
आतां सांग पां येथ घातु । चिंतूं येईल ॥४४॥
हे सर्व गुणांचे गुणवंत । असती आमच्यावर कृपावंत ।
सांग करावा इथे त्यांचा घात । असे कसे वाटेल? ॥४४॥
ऐसे हे रणीं वधावे । मग आपण राज्यसुख भोगावें ।
तें मना न ये आघवें । जीवितेसीं ॥४५॥
अशांचे युद्धांत वध करावे । मग आपण राज्य ते उपभोगावे ।
माझ्या मना कधी न यावे । असे विचार ॥४५॥
हें येणें मानें दुर्धर । जे याहीहुनी भोग सधर ।
ते असतु येथवर । भिक्षा मागतां भली ॥४६॥
कोणी म्हणे श्रेष्ठ राजधर्म । कठीण आहे हा अधर्म ।
भिक्षा मागणे हे कर्म । त्याहुनी बरे ॥४६॥
ना तरी देशत्यागें जाईजे । कां गिरिकंदर सेविजे ।
परी शस्त्र आतां न धरिजे । इयांवरी ॥४७॥
किंवा देशत्याग करावे । डोंगरकपारींत जाऊन राहावे ।
पण शस्त्र हाती न धरावे । यांचा घात करण्या ॥४७॥
देवा नवनिशतींशरीं । वावरोनी यांच्या जिव्हारीं ।
भोग गिंवसावे रुधिरीं । बुडाले जे ॥४८॥
शस्त्रांची नवीन धार । तिचा यांच्यावर करूनी प्रहार ।
लागती भोग भोगावे अपार । जे रक्तलांछित ॥४८॥
ते काढूनि काय किजती? । लिप्त केवीं सेविजती? ।
मज नये हे उपपत्ती । याचिलागीं ॥४९॥
ते प्राप्त करून काय करावे । ते रक्तलांछितच पहावे ।
मग ते उपभोगावे । मज हे पसंत नाही ॥४९॥

ऐसें अर्जुन तिये अवसरीं । म्हणे श्रीकृष्णा अवधारीं ।
परीं तें मना नयेचि मुरारी । आईकोनियां ।।५०।।
त्यावेळी श्रीकृष्णा सांगे अर्जुन । इकडे द्यावे अवधान ।
न पटे तुज हे मनातून । जाणतो मी ।।५०।।
हें जाणोनि पार्थु बिहाला । मग पुनरपि बोलों लागला ।
म्हणे देवो कां चित्त या बोला । देतीचिना ।।५१।।
हे जाणून अर्जुन भितो । पुन्हा बोलू लागतो ।
का देवा नच ऐकतो । माझे बोलणे ।।५१।।
येऱ्हवीं माझ्या चित्तीं जें होतें । तें मी विचारूनि बोलिलों एथें ।
परी निकें काय यापरौतें । तें तुम्हीं जाणा ।।५२।।
मनी माझ्या जे आले । ते मी इथे विचारले ।
काय खरे, काय चांगले । ते आपण जाणता ।।५२।।
पैं वीरु जयांसी ऐकिजे । आणि या बोलींचि प्राणु सांडिजे ।
ते एथ संग्रामव्याजें । उभे आहाती ।।५३।।
ज्यांसी करतो वैराच्या गोष्टी । ठाकलो प्राण त्यागासाठी ।
तेच जमले युद्धासाठी । रणांगणी ।।५३।।
आतां ऐसियांतें वधावें । कीं अव्हेरूनियां निघावें ।
या दोहींमाजीं बरवें । तें नेणों आम्ही ।।५४।।
आता यांचे वध करावे । की युद्ध सोडून जावे ।
दोन्हींतले काय बरवे । आम्ही जाणत नाही ।।५४।।
आम्हां काय उचित । ते पाहतां न स्फुरे एथ ।
जे मोहें येणें चित्त । व्याकुळ माझें ।।५५।।
आता आंम्हाला काय उचित । ते इथे नाही सुचत ।
मोहाने माझे चित्त । व्याकूळ झाले ।।५५।।
तिमिरावरुद्ध जैसें । दृष्टीचें तेज भ्रंशे ।
मग पासींच असतां न दिसे । वस्तुजात ।।५६।।
दृष्टीचे तेज संपता । अंधार पसरतो भवता ।
जवळची वस्तू न ये देखता । तैसे जाहले ।।५६।।
देवा तैसें मज जाहलें । जें मन हें भ्रांती ग्रासिलें ।
आतां काय हित आपुलें । तेंही नेणें ।।५७।।
आता देवा तसे झाले हे जाण । भ्रमाने भरले माझे मन ।
हित-अहिताचे मला भान । राहिले नाही ।।५७।।
तरी श्रीकृष्णा तुवां जाणावें । निके तें आम्हां सांगावें ।
जे सखा सर्वस्व आघवें । आम्हांसि तूं ।।५८।।
हे कृष्णा तूच जाणसी । योग्य ते आम्हा सांगसी ।
तूच आमचा सखा असशी । सर्वस्वही तूच ।।५८।।

तूं गुरु बंधु पिता । तूं आमुची इष्ट देवता ।
तूंचि सदा रक्षिता । आपदीं आमुतें ।।५९।।
तूच गुरू, बंधू, पिता । तूच इष्टदेवता ।
तूच सदैव रक्षणकर्ता । आम्हाला संकटात ।।५९।।
जैसा शिष्यांतें गुरू । सर्वथा नेणें अव्हेरू ।
कीं सरितांतें सागरू । त्यजी केवीं ।।६०।।
गुरु शिष्यास न अव्हेरी । समुद्र नदीस न नाकारी ।
तद्वत् तू आम्हांस दूरी । करू न शके ।।६०।।
नातरी आपत्यांतें माये । सांडूनि जरी जाये ।
तरी तें कैसेंनि जिये । ऐकें कृष्णा ।।६१।।
आई बाळास त्यागता । त्याने कसे जगावे सर्वथा ।
माझे विचार असे आता । जाण कृष्णा ।।६१।।
तैसा सर्वांपरी आम्हांसी । देवा तूंचि एक आहासी ।
आणि बोलिलें जरी न मनिसी । मागील माझें ।।६२।।
सर्व दृष्टींनी पाहता । तूच आमचा आधार असता ।
बोललो मी जे आता । ते जरी तुज अयोग्य वाटे ।।६२।।
तरी उचित काय आम्हां । जें व्यभिचरेना धर्मा ।
तें झडकरी पुरषोत्तमा । सांगें आतां ।।६३।।
जे आम्हा उचित । जे नसे धर्मविरोधात ।
सांग आता त्वरित । हे पुरुषोत्तमा ।।६३।।
हें सकळ कुळ देखोनि । जो शोकु उपनलासे मनीं ।
तो तुझिया वाक्यावांचुनी । न जाय आणिकें ।।६४।।
हे सारे स्वकुळ पाहुनी । शोक झालाय जो मनी ।
तो तुझ्या बोलण्यावाचुनी । जाणार नाही ।।६४।।
एथ पृथ्वीतळ आपु होईल । हें महेंद्रपदही पाविजेल ।
परी मोह हा न फिटेल । मानसींचा ।।६५।।
पृथ्वीचे जरी राज्य मिळेल । स्वर्गातील इंद्रपद गवसेल ।
तरी हा मोह न जाईल । माझ्या मनातला ।।६५।।
जैसीं बीजें सर्वथा आहाळलीं । तीं सुक्षेत्रीं जऱ्ही पेरिलीं ।
तरी न विरूढती सिंचिली । आवडे तैसीं ।।६६।।
जसे बीज पूर्ण भाजले । अन् सुक्षेत्री जरी पेरले ।
आणि पाणी सिंचन केले । तरी न अंकुरे ।।६६।।
ना तरी आयुष्य पुरलें आहे । तरी औषधें कांहीं नोहे ।
एथ एकचि उपेगा जाये । परमामृत ।।६७।।
जिथे आयुष्य सरेल । औषध काय करेल ।
तिथे उपयुक्त ठरेल । निव्वळ अमृत ।।६७।।

तैसे राज्यभोग-समृद्धि । उज्जीवन नोहे जीव बुद्धि ।
एथ जिव्हाळा कृपानिधि । कारुण्य तुझें ।।६८।।
निष्फळ राज्यभोग समृद्धी । माझी मोहलेली बुद्धी ।
इथे येईल कामा कृपानिधी । तुझा जिव्हाळा ।।६८।।
ऐसें अर्जुन तेथ बोलिला । जंव क्षणएक भ्रांती सांडिला ।
मग पुनरपि व्यापिला । उर्मी तेणें ।।६९।।
अर्जुन बोले करून विचार । भ्रम सोडुनी क्षणभर ।
पुनश्च येता लहर । झपाटले तिने ।।६९।।
कीं मज पाहतां उर्मी नोहे । हें अनारिसें गमत आहे ।
तो ग्रासिला महामोहें । काळसर्पें ।।७०।।
कदाचित तो भ्रम नसावा । वेगळाच प्रकार असावा ।
कालसर्प जणू डंसावा । महामोहाचा ।।७०।।
सवर्म हृदयकल्हारीं । तेथ कारुण्य-वेळेच्या भरीं ।
लागला म्हणोनि लहरी । भांजेचिना? ।।७१।।
हृदयकमल कारुण्याने भरले । मोहरूपी कालसर्प दंशले ।
विषमय त्या लहरीने भारले । कमी होईना ।।७१।।
हें जाणोनि ऐसी प्रौढी । जो दृष्टिसवेंचि विष फेडी ।
तो धावया श्रीहरी गारुडी । पातला कीं ।।७२।।
विषाची जहालता प्रभावी ती । जो नजरेने उतरवी ती ।
असा गारुडी म्हणून सोबती । श्रीकृष्ण असे ।।७२।।
तैसिया पंडुकुमरा व्याकुळा । मिरवतसे श्रीकृष्णा जवळा ।
तो कृपावशें अवलीळा । रक्षील आतां ।।७३।।
अर्जुन असा व्याकूळ । श्रीकृष्ण होता जवळ ।
आता तो सहज रक्षील । आपल्या कृपेने ।।७३।।
म्हणोनि तो पार्थु । मोहफणिग्रस्तु ।
म्यां म्हणितला हा हेतु । जाणोनियां ।।७४।।
म्हणूनच अर्जुनाला । मोहाच्या सर्पाने ग्रासला ।
असा उल्लेख केला । आता मी ।।७४।।
मग देखा तेथ फाल्गुनु । घेतला असे भ्रांती कवळूनु ।
जैसा घनपटळीं भानु । आच्छादिजे ।।७५।।
जसे गर्द मेघपटलाने । सूर्य झाकोळला तयाने ।
तैसा अजून भ्रमला मोहाने । अर्जुन तो ।।७५।।
तयापरी तो धनुर्धरु । जालासे दुःखे जर्जरु ।
जैसा ग्रीष्मकाळीं गिरिवरु । वणवला कां ।।७६।।
जसा ग्रीष्मात डोंगर पेटला । जणू वणव्याने व्यापला ।
तसा अर्जुन जाहला । दुःखाने त्रस्त ।।७६।।
म्हणोनि सहजें सुनीळु । कृपामृतें सजळु ।
तो वोळलासे श्रीगोपाळु । महामेघु ।।७७।।
मूळचा जो नीलवर्ण । जो कृपामृताने पूर्ण ।
तो गोपाळ पाहतो वळून । अर्जुनाकडे ।।७७।।
तेथ सुदर्शनांची द्युति । तेचि विद्युल्लता झळकती ।
गंभीर वाचा ते आयती । गर्जनेची ।।७८।।
आभा शुभ्र दंतकांतीची । प्रभा जणू विद्युल्लतेची ।
गंभीर वाणी श्रीकृष्णाची । जणू मेघगर्जना ।।७८।।
आतां तो उदार कैसा वर्षेल । तेणें अर्जुनाचळु निवेल ।
मग नवी विरूढी फुटेल । उन्मेषाची ।।७९।।
तो उदार मेघ आता वर्षेल । अर्जुनरूपी पर्वत शांतवेल ।
मग नवा अंकुर फुटेल । ब्रह्मज्ञानाचा ।।७९।।
ते कथा आइका । मनाचिया आराणुका ।
ज्ञानदेवो म्हणे देखा । निवृत्तिदासु ।।८०।।
याची ऐका पुढची कथा । मनाच्या सावधान चित्ता ।
ज्ञानदेव विनवी आता । निवृत्तीदास ।।८०।।
ऐसें संजयो असे सांगतु । म्हणे राया तो पार्थु ।
पुनरपि शोकाकुळितु । काय बोले ।।८१।।
संजया म्हणे राजा घे ऐकून । पुन्हा तो अर्जुन ।
शोकाकुल होउन । काय बोलला ।।८१।।
आइके सखेदु बोले श्रीकृष्णातें । आतां नाळवावें तुम्हीं
मातें । मी सर्वथा न झुंजें एथें । भरंवसेनी ।।८२।।
ऐक तो श्रीकृष्णा म्हणे । मला भीड न घालणे ।
मज युद्ध न करणे । खात्रीने सांगतो ।।८२।।
ऐसें येकि हेळां बोलिला । मग मौन धरूनि ठेला ।
तेथ श्रीकृष्णा विस्मो पातला । देखोनि तयातें ।।८३।।
अर्जुन असे बोलला । नंतर स्तब्ध झाला ।
श्रीकृष्णा विस्मय वाटला । त्याला पाहून ।।८३।।
मग आपुलां चित्तीं म्हणे । एथ हें कायी आदरिलें येणें ।
अर्जुन सर्वथा कांहीं नेणें । काय कीजे ।।८४।।
श्रीकृष्ण मनासी बोले । हे याने काय आरंभिले ।
यांस काहीच न कळे । काय करावे? ।।८४।।
हा उमजे आतां कवणेपरी । कैसेनि धीरू स्वीकारी ।
जैसा ग्रहातें पंचाक्षरी । अनुमानी कां ।।८५।।
अर्जुनास कसे उमजावे । की धीराने सर्व स्वीकारावे ।
मांत्रिक पिशाच्च कसे पळवावे । याचा विचार करी ।।८५।।

ना तरी असाध्य देखोनि व्याधि । अमृतासम दिव्य औषधि ।
वैद्य सूचिनिरवधि । निदानींची ॥८६॥
किंवा असाध्य रोग असता । वैद्य दिव्य औषधि देता ।
तत्काल योजना करता । निदान करून ॥८६॥
तैसें विवरितु असे श्रीअनंतु । तया दोहीं सैन्यांआंतु ।
जयापरी पार्थु । भ्रांती सांडी ॥८७॥
विचारात श्रीकृष्ण उभे । दोन्ही सैन्यांच्या मधे ।
अर्जुना समजावे कसे । मोह टाळणे ॥८७॥
तें कारण मनीं धरिलें । मग सरोष बोलों आदरिलें ।
जैसें मातेच्या कोपीं थोकुलें । स्नेह आथी ॥८८॥
हा हेतू ठेवून मनांत । श्रीकृष्ण बोलले रोषात ।
जसे प्रेम लपलेले रागात । आईच्या ॥८८॥
कीं औषधाचिया कडुवटपणीं । जैसी अमृताची पुरवणी ।
ते आहाच न दिसे परी गुणीं । प्रकट होय ॥८९॥
जसे कडू औषधात । अमृताची लपे ताकद ।
वरवर ती ना दिसत । नंतर गुण प्रकटे ॥८९॥
तैसीं वरिवरि पाहतां उदासें । आंत तरी अतिसुरसें ।
तियें वाक्यें हृषीकेशें । बोलों आदरिलीं ॥९०॥
तसे वरून कठोर । आतून हितकर ।
असे वाक्य विचार । भगवान बोलती ॥९०॥
मग अर्जुनातें म्हणितलें । आम्हीं आजि हें नवल देखिलें ।
जें तुवां एथ आदरिलें । माझारींचि ॥९१॥
मग अर्जुनासी म्हणाले । तू हे जे आरंभले ।
ते पाहता नवल वाटले । आंम्हासी ॥९१॥
तूं जाणता तरी म्हणविसी । परी नेणिवेतें न संडिसी ।
आणि शिकवूं म्हणों तरी बोलसी । बहुसाल नीति ॥९२॥
तू शहाणा म्हणवतोस । तरी मूर्खपणा न सोडतोस ।
आम्हालाच बोलतोस । तुला शिकवू जाता ॥९२॥
जात्यंधा लागे पिसें । मग तें सैरा धांवे जैसें ।
तुझें शहाणपण तैसें । दिसतसे ॥९३॥
आंधळ्यास लागता पिसे । तो स्वैर धावतसे ।
तुझे शहाणपण तसे । दिसते आहे ॥९३॥
तूं आपणपें तरी नेणसी । परी या कौरवांतें शोचूं पहासी ।
हा बहु विस्मय आम्हांसी । पुढतपुढती ॥९४॥
तू स्वत:स न जाणसी । कौरवांबद्दल शोक करिसी ।
याचे वारंवार आम्हांसी । नवल वाटे ॥९४॥

तरी सांग पां अर्जुना । तुजपासूनि स्थिति या त्रिभुवना? ।
हे अनादि विश्वरचना । तें लटकें कायी? ॥९५॥
मग सांग तू अर्जुना । तूच निर्माण केलेस का त्रिभुवना? ।
ही अनादि विश्वरचना । खोटी आहे का? ॥९५॥
एथ समर्थु एक आथी । तयापासूनि भूतें होती ।
तरी हें वायांचि काय बोलती । जगामाजीं? ॥९६॥
इथे एक आहे समर्थ ईश्वर । तो निर्मितो सारे चराचर ।
असे व्यर्थ बोलती का श्रेष्ठवर । या जगामध्ये? ॥९६॥
हो कां सांप्रत ऐसें जाहलें । जे हे जन्ममृत्यु तवां सृजिलें ।
आणि नाशु पावें नाशिलें । तुझेनि कायी ॥९७॥
असे घडते आहे का? । की जन्म-मृत्यूचा तू निर्माता ।
तूच यांचा विनाशकर्ता । हे सारे तुझ्याचमुळे? ॥९७॥
तूं भ्रमलेपणें अहंकृती । यांसि घातु न धरिसी चितीं ।
तरी सांगे कायि हे होती । चिरंतन ॥९८॥
अहंकार भरून मनांत । तू यांचा न करिसी घात ।
तरी काय हे जगात । चिरंजीव होती? ॥९८॥
कीं तूं एक वधिता । आणि सकळ लोकु हा मरता ।
ऐसी भ्रांति झणें चित्ता । येवों देसीं ॥९९॥
की तू एक मारणारा असून । हे सगळे मरणारे म्हणून ।
असा भ्रम मनांतून । तू ठेवू नकोस ॥९९॥
अनादिसिद्ध हें आघवें । होत जात स्वभावें ।
तरी तुवां कां शोचावें । सांगें मज ॥१००॥
हे सर्व अनादि सिद्ध असती । उत्पत्ती-विनाशबाध्य राहती ।
मग तू का शोकबद्ध दिसशी । सांग मला ॥१००॥
परी मूर्खपणें नेणसी । न चिंतावें तें चिंतिसी ।
आणि तूंचि नीति सांगसी । आम्हांप्रति ॥१०१॥
मूर्खपणा करून जाणतोस । नको त्याची चिंता करतोस ।
आणि नीतीच्या गोष्टी सांगतोस । वर आम्हांला ॥१०१॥
देखैं विवेकी जे होती । ते दोहीतेंहीं न शोचिती ।
जे होय जाय हे भ्रांती । म्हणौनिया ॥१०२॥
जे विचार विवेकाने करती । दोन्हीचा शोक न करती ।
जन्म-मृत्यू असे भ्रांती । म्हणून ॥१०२॥
अर्जुना सांगैन आइक । एथ आम्ही तुम्ही देख ।
आणि हे भूपति अशेख । आदिकरुनि ॥१०३॥
अर्जुना मी सांगतो ऐक । तू मी इथे देख ।
शिवाय राजे असती अनेक । पाहा इथे ॥१०३॥

नित्यता ऐसेचि असोनी । ना तरी निश्चित क्षया जाउनी ।
हे भ्रांति वेगळी करुनी । दोन्ही नाहीं ।।१०४।।

हे सगळे इथेच राहतील । किंवा हे मृत्यू पावतील ।
या भ्रमात राहशील । हे दोन्ही खरे नाही ।।१०४।।

हे उपजे आणि नाशे । तें मायावशें दिसे ।
येऱ्हवीं तत्वता वस्तु जें असे । तें अविनाशचि ।।१०५।।

ही उत्पत्ती आणि विनाश । हा मायेचाच पाश ।
आत्मातत्त्व नित्य अविनाश । हेच खरे ।।१०५।।

जैसें पवनें तोय हालविलें । आणि तरंगाकार जाहलें ।
तरी कवण कें जन्मलें । म्हणोंये तेथ? ।।१०६।।

वाऱ्याने हलता पाणी । तरंग उठती झणी ।
कोण आले जन्मुनी । सांग तिथे ।।१०६।।

तेंचि वायूचें स्फुरण ठेले । आणि उदक सहज सपाट जाहलें ।
तरी आतां काय निमालें । विचारीं पां ।।१०७।।

वाऱ्याचे वाहणे थांबले । पाणी स्थिर झाले ।
इथे कोण मेले । सांग बरे ।।१०७।।

आइकें शरीर तरी एक । परी वयसाभेदअनेक ।
हें प्रत्यक्षचि देख । प्रमाण तूं ।।१०८।।

शरीर असते एक । पण अवस्था अनेक ।
तू प्रत्यक्षचि देख । याचे प्रमाण ।।१०८।।

येथ कौमारत्व दिसे । मग तारुण्यीं तें भ्रंशे ।
परी देहचि हा न नाशे । एकेकासवें ।।१०९।।

प्रथम असते बालपण । मग येते तरुणपण ।
प्रत्येक अवस्थेत न येते मरण । शरीराला ।।१०९।।

तैसीं चैतन्याच्या ठायीं । इयें शरीरांतरें होती जाती पाहीं ।
ऐसें जाणे तया नाही । व्यामोहदु:ख ।।११०।।

एक असते चैतन्य । त्यावर येतीजाती अनेक जन्म ।
याचे असते ज्याला ज्ञान । त्याला मोह, दु:ख न बाधे ।।११०।।

एथ नेणावया हेंचि कारण । जे इंद्रियां आधीनपण ।
तिहीं आकळिजे अंत:करण । म्हणऊनि भ्रमे ।।१११।।

न जाणण्याचे हे कारण । तो असतो इंद्रियांअधीन ।
वेढले जाते अंत:करण । म्हणून भ्रम होतो ।।१११।।

इंद्रियें विषय सेविती । तेथ हर्ष शोक उपजती ।
ते अंतर आप्लविती । संगे येणें ।।११२।।

इंद्रिये करती विषयाचे सेवन । त्याने हर्ष, शोक होती निर्माण ।
ते गुंतवितात अंत:करण । संगतीने ।।११२।।

जयां विषयांच्या ठायीं । एकनिष्ठता कहीं नाहीं ।
तेथे दु:ख आणि कांहीं । सुखही दिसे ।।११३।।

या विषयांच्या जडे । एकरूपता न सापडे ।
दु:ख आणि सुख थोडे । दिसत असे ।।११३।।

देखै शब्दाचि व्याप्ति । निंदा आणि स्तुति ।
तेथ द्वेषाद्वेष उपजती । श्रवणद्वारें ।।११४।।

पाहा शब्दांची व्याप्ती । निंदा आणि स्तुती ।
ऐकता राग द्वेषी उत्पत्ती । निर्माण होते ।।११४।।

मृदु आणि कठीण । हे स्पर्शाचे दोन्ही गुण ।
जे वपूचेनि संगें कारण । संतोषखेदां ।।११५।।

मृदू आणि कठीण । हे स्पर्शाचे दोन गुण ।
सुखदु:खाचे कारण । होती त्वचेला ।।११५।।

भ्यासुर आणि सुरेख । हें रूपाचें स्वरूप देख ।
जें उपजवी सुखदु:ख । नेत्रद्वारें ।।११६।।

भेसूर आणि सुरेखपण । हे रूपाचं दिसणं ।
सुखदु:खाचे कारण । डोळ्यांच्या ।।११६।।

सुगंधु आणि दुर्गंधु । हा परिमळाचा भेदु ।
जो घ्राणसंगें विषादु । तोषु देता ।।११७।।

सुगंध दुर्गंध देख । वासाचा हा फरक ।
घ्राणेंद्रियांस सुख । दु:ख देतो ।।११७।।

तैसाचि द्विविध रसु । उपजवी प्रीतित्रासु ।
म्हणौनि हा अपभ्रंशु । विषयसंगु ।।११८।।

असे हे दोन रस । देती प्रेम आणि त्रास ।
विषयाचा विचित्रभास । होत असतो ।।११८।।

देखैं इंद्रियां आधीन होईजे । तैं शीतोष्णांतें पाविजे ।
आणि सुखदु:खीं आकळिजे । आपणपें ।।११९।।

जे होते इंद्रिया आधीन । ती बाधा होते शीत-उष्ण ।
मग सुखदु:खा जखडून । जातो आपण ।।११९।।

या विषयांवांचूनि कांहीं । आणीक सर्वथा रम्य नाहीं ।
ऐसा स्वभावोचि पाहीं । इंद्रियांचा ।।१२०।।

विषयावाचून काही । दुसरे रम्य नाही ।
अशी सवय लागून राही । इंद्रियांना ।।१२०।।

हे विषय तरी कैसे । रोहिणीचें जळ जैसें ।
कां स्वप्नींचा आभासे । भद्रजाति ।।१२१।।

हे विषय तरी कसे । मृगजळ असावे तसे ।
स्वप्नात गजलक्ष्मी वसे । तो आभास असतो ।।१२१।।

देखैं अनित्य तियापरी । म्हणौनि तूं अव्हेरीं ।
हा सर्वथा संगु न धरीं । धनुर्धरा ।।१२२।।
हे विषय नसती खरे । म्हणून तू त्यास अव्हेरे ।
त्यांचा संग न धरे । हे अर्जुना ।।१२२।।
हे विषय जयातें नाकळिती । तया सुखदु:खें दोनी न पवती ।
आणि गर्भवासुसंगती । नाहीं तया ।।१२३।।
विषयाचा संग जो न धरी । सुखदु:खे राहती दूरी ।
त्याला गर्भवास न लागे तरी । सोसावा ।।१२३।।
तो नित्यरूप पार्था । वोळखावा सर्वथा ।
जो या इंद्रियार्था । नागवेचि ।।१२४।।
त्याचे नित्यरूप पार्था । ओळखावे अशा अर्था ।
जो इंद्रियात सर्वथा । सापडत नाही ।।१२४।।
आतां अर्जुना कांही एक । सांगेन मी आईक ।
जे विचारपर लोक । वोळखिती ।।१२५।।
आता अर्जुना गोष्ट एक । जी मी सांगतो ऐक ।
जी ज्ञानवंत लोक । जाणतात ।।१२५।।
या उपाधिमाजीं गुप्त । चैतन्य असे सर्वगत ।
तें तत्त्वज्ञ संत । स्वीकारिती ।।१२६।।
या विश्वाचे व्यापकत्व । हे गूढ चैतन्याचे तत्त्व ।
ओळखून स्वीकारती सत्त्व । ज्ञानी संत ।।१२६।।
सलिलीं पय जैसें । एक होऊनि मीनलें असे ।
परी निवडूनि राजहंसें । वेगळें कीजे ।।१२७।।
दूध-पाणी एकत्र देख । तो राजहंस एक ।
नीर-क्षीर वापरून विवेक । सहज वेगळे करतो ।।१२७।।
कीं अग्निमुखें किडाळ । तोडोनियां चोखाळ ।
निवडिती केवळ । बुद्धिमंत ।।१२८।।
मुशीत सोने तावून । हिणकस धातू सारून ।
शुद्ध सोने निवडून । घेती चतुर सुवर्णकार ।।१२८।।
ना तरी जाणिवेच्या आयणीं । करितां दधिकडसणी ।
मग नवनीत निर्वाणीं । दिसे जैसें ।।१२९।।
शहाणपणाने जाणूनी । चतुरपणे दही घुसळोनी ।
शेवटी हाती येते लोणी । ते जसे दिसते ।।१२९।।
कीं भूस बीज एकवट । उपणितां राहे घनवट ।
तेथ उडे तें फलकट । जाणों आलें ।।१३०।।
फोलकट धान्य एकत्र असती । उफणता वाऱ्यावरती ।
फोलकटे उडून जाती । धान्य राहते ।।१३०।।
तैसें विचारितां निरसलें । तें प्रपंचु सहजें सांडवलें ।
मग तत्त्वता तत्त्व उरलें । ज्ञानियांसि ।।१३१।।
तसा सूक्ष्म विचार करता । प्रपंच सहज नाहीसा होता ।
उरते मग ज्ञानवंतांकरिता । ब्रह्मतत्त्व ।।१३१।।
म्हणौनि अनित्याच्या ठायीं । तया आस्तिक्यबुद्धि नाहीं ।
निष्कर्षुदोहींही । देखिला असे ।।१३२।।
म्हणून निष्फळ प्रपंचाठायी । ज्ञानवंताना रस नाही ।
जाणती हे सदासर्वही । निष्कर्ष पाहून ।।१३२।।
देखैं सारासार विचारिता । भ्रांति ते पाहीं असारता ।
तरी सार तें स्वभावता । नित्य जाणें ।।१३३।।
करता सारासार विचार । भ्रम हाच आहे असार ।
स्वभावता खरे सार । नित्य आहे जाण ।।१३३।।
हा लोकत्रयाकारु । तो जयाचा विस्तारु ।
तेथे नाम वर्ण आकारु । चिन्ह नाहीं ।।१३४।।
त्रैलोक्याचा प्राकार । हाच ज्याचा विस्तार ।
त्याला नामवर्ण आकार । चिन्हें नसती ।।१३४।।
जो सर्वदा सर्वगतु । जन्मक्षयातीतु ।
तया केलियाहि घातु । कदा नोहे ।।१३५।।
जो सर्वदा सर्वव्यापक । जन्म-मरण विरहित ।
त्याचा करू जाता घात । कदापि शक्य नसे ।।१३५।।
आणि शरीरजात आघवें । हे नाशिवंत स्वभावें ।
म्हणौनि तुवां झुंजावें । पंडुकुमरा ।।१३६।।
हे शरीर धारण जेवढे । नाशवंत आहे तेवढे ।
म्हणून तू झुंजावे पुढे । पंडुकुमारा ।।१३६।।
तूं धरूनि देहाभिमानातें । दिठी सूनि शरीरातें ।
मी मारिता हे मरते । म्हणतु आहासी ।।१३७।।
तू धरूनी देहाभिमान । देही दृष्टी ठेवून ।
मी मारता हे जातील मरून । असे म्हणसी ।।१३७।।
तरी अर्जुना तूं हें नेणसी । जरी तत्त्वता विचारिसी ।
तरी वधिता तूं नव्हेसी । हे वध्य नव्हती ।।१३८।।
अर्जुना तू न जाणसी । तत्त्वत: विचार करसी ।
ते मेल्यास तू मारणारा नसशी । हे ध्यानी घे ।।१३८।।
जैसें स्वप्नामाजीं देखिजे । तें स्वप्नींचि साच आपजे ।
मग चेऊनियां पाहिजे । तंव कांहीं नाहीं ।।१३९।।
जसे स्वप्नात जे पाहतो । ते सत्य मानून चालतो ।
पण जेव्हा जागे होतो । तेव्हा काही नसते ।।१३९।।

तैसी हे जाण माया । तूं भ्रमतु आहासी वायां ।
शस्त्रें हाणितलिया छाया । जैसी आंगीं न रुपे ।।१४०।।
तशी तू जाण ही माया । भ्रम करतो आहेस वाया ।
शस्त्राने कधीही छाया । भेदली जात नाही ।।१४०।।

कां पूर्ण कुंभ उलंडला । तेथ बिंबाकारु दिसे भ्रंशला ।
परी भानु नाहीं नासला । तयासवें ।।१४१।।
जलकुंभ पालथा पडतो । प्रतिबिंब नष्ट करतो ।
पण सूर्य नष्ट न होतो । त्यासवे ।।१४१।।

ना तरी मठीं आकाश जैसें । मठाकृती अवतरलें असे ।
तो भंगलिया आपैसें । स्वरूपचि ।।१४२।।
माठात आकाश दिसते । ते माठाकारात असते ।
माठ फुटल्यावर येते । सहज स्वरूपात ।।१४२।।

तैसें शरीराच्या लोपीं । सर्वथा नाशु नाहीं स्वरूपीं ।
म्हणौनि तूं हें नारोपी । भ्रांति बापा ।।१४३।।
शरीर नाशते आत्मा नाही । भ्रमांत बोलू नको कांही ।
जन्म-मृत्यूचा आरोप देही । करू नको ।।१४३।।

जैसें जीर्ण वस्त्र सांडिजे । मग नूतन वेढिजे ।
तैसें देहांतरातें स्वीकारिजे । चैतन्यनाथें ।।१४४।।
मनुष्य जुने वस्त्र टाकतो । नवीन वस्त्र नेसतो ।
तसे आत्मा जीर्ण देह त्यागतो । नवा घेई ।।१४४।।

हा अनादि नित्यसिद्धु । निरुपाधि विशुद्धु ।
म्हणौनि शस्त्रादिकीं छेदु । न घडे यया ।।१४५।।
हा आहे अनादि नित्य सिद्ध । उपाधीरहित विशुद्ध ।
शस्त्राने याचा भेद । करता येत नाही ।।१४५।।

हा प्रळयोदकें नाप्लवे । अग्निदाहो न संभवे ।
एथ महाशोषु न प्रभवे । मारुताचा ।।१४६।।
हा पाण्यात बुडत नाही । अग्नीत जळत नाही ।
कोरडा शुष्क होत नाही । वाऱ्यामुळे ।।१४६।।

अर्जुना हा नित्यु । अचळु हा शाश्वतु ।
सर्वत्र सदोदितु । परिपूर्ण हा ।।१४७।।
अर्जुना हा सर्वदा असे । अचल, शाश्वत असे ।
सर्वत्र सदोदित वसे । परिपूर्णतेने ।।१४७।।

हा तर्काचिये दिठी । गोचर नोहे किरीटी ।
ध्यान याचिये भेटी । उत्कंठा वाहे ।।१४८।।
हा तर्क दृष्टीस न दिसे । विषयांत न वसे ।
याच्या भेटीची उत्कंठा लागत असे । ध्यानासी ।।१४८।।

हा सदा दुर्लभु मना । आपु नोहे साधना ।
नि:सीमु हा अर्जुना । पुरुषोत्तमु ।।१४९।।
मनाला हा दुर्लभ असे । साधनेने प्राप्त होत नसे ।
अनंत स्वरूपी हा दिसे । पुरुषोत्तम ।।१४९।।

हा गुणत्रयारहितु । अनादि अविकृतु ।
व्यक्तीसी अतीतु । सर्वरूप ।।१५०।।
हा त्रिगुणापासून मुक्त । अनादि विकारातीत ।
सर्वव्यापी आकार रहित । सर्वरूप ।।१५०।।

अर्जुना ऐसा हा जाणावा । सकळात्मकु देखावा ।
मग सहजें शोकु आघवा । हरेल तुझा ।।१५१।।
अर्जुना ऐक सांगतो । आत्मा हा सर्वव्यापक असतो ।
हे जाणता तुझा शोक तो । नाहीसा होईल ।।१५१।।

अथवा ऐसा नेणसी । तूं अंतवंतचि मानिसी ।
तऱ्ही शोचूं न पवसी । पंडुकुमरा ।।१५२।।
हा आत्मा तुला न उमजे । तो नाशवंत तू मानिजे ।
तरीही अर्जुना न कीजे । शोक असा ।।१५२।।

जो आदि स्थिती अंतु । हा निरंतर असे नित्यु ।
जैसा प्रवाहो अनुस्यूतु । गंगाजळाचा ।।१५३।।
उत्पत्ति, स्थिती, लय हे । नित्य असती पाहे ।
जसा अखंड वाहताहे । प्रवाह गंगाजलाचा ।।१५३।।

तें आदि नाहीं खंडलें । समुद्रीं तरी असे मीनलें ।
आणि जातचि मध्यें उरलें । दिसे जैसें ।।१५४।।
उगमस्थानी ते जल अखंड । सागरात मिळते जे प्रचंड ।
उगम ते संगम उदंड । वाहते अविरत ।।१५४।।

इयें तिन्ही तयापरी । सरसींच सदा अवधारीं ।
भूतांसि कवणीं अवसरीं । ठाकतीना ।।१५५।।
उत्पत्ती-स्थिती-लय ही । सर्वकाळ चालत राही ।
प्राणिमात्रांच्या या प्रवाही । खंड नसे ।।१५५।।

म्हणौनि हें आघवें । एथ तुज नलगे शोचावें ।
जे स्थितीचि हे स्वभावें । अनादि ऐसी ।।१५६।।
म्हणून असे व्यवस्था सारी । अर्जुना तू शोक न करी ।
ही स्थिती अशी तरी । अनादि चालत असे ।।१५६।।

ना तरी हें अर्जुना । नयेचि तुझीया मना ।
जे देखोनि लोकु अधीना । जन्मक्षया ।।१५७।।
तरीही हे अर्जुन । मानत नाही तुझे मन ।
असती जन्म-मृत्यूच्या अधीन । विश्वातील सर्व लोक ।।१५७।।

तरी एथ काहीं । तुज शोकासि कारण नाहीं ।
हे जन्ममृत्यु पाहीं । अपरिहर ।।१५८।।
तरी इथले हे काही । तुझ्या शोकाचे कारण नाही ।
हे जन्म मृत्यू असे पाही । अटळ असती ।।१५८।।
उपजे तें नाशे । नाशलें पुनरपि दिसे ।
हें घटिकायंत्र जैसें । परिभ्रमे गा ।।१५९।।
जे उपजते ते विनाशते । विनाशते ते पुन्हा उपजते ।
रहाटगाडग्यासारखे जे । सदैव फिरत रहाते ।।१५९।।
ना तरी उदो अस्तु आपैसें । अखंडित होत जात जैसें ।
हें जन्ममरण तैसें । अनिवार जगीं ।।१६०।।
उदय अस्त आपोआप । अखंडित होत रहात ।
तसा जन्म-मृत्यू असत । अनिवार्य या जगी ।।१६०।।
महाप्रळयअवसरें । हें त्रैलोक्यहि संहरे ।
म्हणौनि हा न परिहरे । आदि अंतु ।।१६१।।
महाप्रलयाचे समयी । त्रैलोक्याचा नाश होई ।
म्हणून उत्पत्ती अंत हाही । अपरिहार्य ।।१६१।।
तूं जरी हें ऐसें मानिसी । तरी खेदु कां करिसी ? ।
काय जाणतुचि नेणसी । धनुर्धरा ।।१६२।।
हे जर तुला पटते । तरी दुःख का वाटते? ।
जाणूनी ते न कळते । का दाखवसी अर्जुना? ।।१६२।।
एथ आणीकही एक पार्था । तुज बहुतीं परी पहातां ।
दुःख करावया सर्वथा । विषो नाहीं ।।१६३।।
जरी करता विचार भिन्न । तरी हे तुला पाहून ।
दुःख करावया कारण । नसे अर्जुना ।।१६३।।
जियें समस्तें इयें भूतें । जन्माआदि अमूर्तें ।
मग पातली व्यक्तीतें । जन्मलेया ।।१६४।।
साऱ्या प्राणिमात्रांची शरीरे । जन्माआधी अमूर्त आकारे ।
जन्मानंतर रूप साकारे । व्यक्तीचे ।।१६४।।
तियें क्षयासि जेथ जाती । तेथ निभ्रांत आनें नव्हती ।
देखैं पूर्वस्थितीच येती । आपुलिये ।।१६५।।
नाश पावता जेथे जाती । अमूर्ताहून वेगळे न राहती ।
पूर्वस्थितीत येऊन ठेपती । आपापल्या ।।१६५।।
येर मध्यें जें प्रतिभासे । तें निद्रिता स्वप्न जैसें ।
तैसा आकारु हा मायावशें । सत्स्वरूपीं ।।१६६।।
यामध्ये जो आभास मूर्त । स्वप्नासारखे जे अमूर्त ।
माया देते सत् स्वरूप । आकार देहाचा ।।१६६।।
ना तरी पवनें स्पर्शिलें नीर । पढियासे तरंगाकार ।
कां परापेक्षा अळंकार । व्यक्ती कनकीं ।।१६७।।
जेंव्हा वारा स्पर्शतो जलास । लाटेचा होतसे भास ।
दुसऱ्याच्या इच्छेने सुवर्णास । अलंकाराचा आकार येतो ।।१६७।।
तैसें सकळ हें मूर्त । जाणपां मायाकारित ।
जैसें आकाशीं बिंबत । अभ्रपटल ।।१६८।।
मायेमुळे सर्व वस्तू जाण । आकारास येती प्रमाण ।
आकाशी ढगाचे आवरण । भासमान असते ।।१६८।।
तैसें आदीचि जें नाहीं । तयालागीं तूं रुदसी कायी ।
तूं अवीट तें पाहीं । चैतन्य एक ।।१६९।।
मुळात ज्याची उत्पत्ती नाही । त्यासाठी दुःख करसी काई ।
त्या निर्विकार चैतन्या ठायी । तू लक्ष दे ।।१६९।।
जयाचि आर्तीचि भोगित । विषयीं त्यजिले संत ।
जयालागीं विरक्त । वनवासिये ।।१७०।।
चैतन्याच्या अनुभवासाठी । संत विषय त्यागती ।
घेऊन सारी विरक्ती । वनात जाती ।।१७०।।
दिठी सूनि जयातें । ब्रह्मचर्यादि व्रतें ।
मुनीश्वर तपातें । आचरताती ।।१७१।।
चैतन्यावर दृष्टी ठेवून । ऋषी-मुनीं करती व्रतपालन ।
तपांचे करती अनुष्ठान । चैतन्यासाठी ।।१७१।।
एक अंतरीं निश्चळ । जें निहाळितां केवळ ।
विसरले सकळ । संसारजात ।।१७२।।
आत्म्याचा विचार करत । मन करती शांत ।
कित्येक लोक विसरून जात । संसाराला ।।१७२।।
एकां गुणानुवादु करितां । उपरति होऊनि चित्ता ।
निरवधि तल्लीनता । निरंतर ।।१७३।।
आत्म्याचे करता गुणवर्णन । उपरतीने होई समाधान ।
अखंड होती तल्लीन । किती एक साधक ।।१७३।।
एक ऐकतांचि निवाले । ते देहभावीं सांडिलें ।
एक अनुभवें पातले । तद्रूपता ।।१७४।।
कोणी आत्मज्ञानाने शांतवती । कोणी देहभाव त्यागिती ।
अनुभवाने साधती । समर्पित भाव ।।१७४।।
जैसे सरिता ओघ समस्त । समुद्रामाजीं मिळत ।
परी माघौते नसमात । परतले नाहीं ।।१७५।।
अशा सर्व नद्या समुद्रात । जाऊनिया मिळतात ।
पाणी नाही मावत । म्हणून माघारी येत नाहीत ।।१७५।।

तैसिया योगीश्वरांचिया मती । मिळणीसवें एकवटती ।
परी जे विचारूनि पुनरावृत्ति । भजतीचि ना ॥१७६॥
तैसी योगीश्वरांची बुद्धी । आत्मसाक्षात्कारे होते वृद्धी ।
पण ते परतुनी कधी देहबोधी । न येती ॥१७६॥
जे सर्वत्र सर्वही देहीं । जया करितांही घातु नाहीं ।
तें विश्वात्मक तूं पाहीं । चैतन्या एक ॥१७७॥
जे सर्वत्र सर्व देहांत । ज्याचा न होई विघात ।
विश्वात जे सम प्रमाणात । चैतन्य भरते ॥१७७॥
जयाचेनि स्वभावें । हें होत जात आघवें ।
तरी सांग काय शोचावें । एथ तुवां ॥१७८॥
विश्वचैतन्याच्या सत्तेने । जर विश्वनिर्मिती होणे-सरणे ।
मग तुझे हे शोक करणे । कशासाठी ॥१७८॥
एऱ्हवीं तरी पार्था । तुज कां नेणों न मनें चित्ता ।
परी किडाळ हें शोचितां । बहुतीं परी ॥१७९॥
एरवी अर्जुना याविषयी । का तुज पटत नाही ।
विचारांती हा शोक व्यर्थही । अकारण असे ॥१७९॥
तूं अझुनी कां न विचारिसी । काय हें चिंतितु आहासी ।
स्वधर्मु तो विसरलासी । तरावें जेणें ॥१८०॥
तू का न विचार करिसी । मनांत वेगळेच चिंतसी ।
तारितो जो भवसागरासी । तो स्वधर्म विसरसी? ॥१८०॥
या कौरवां भलतें जाहलें । अथवा तुजचि कांही पातलें ।
कीं युगचि हें बुडालें । जऱ्ही एथ ॥१८१॥
कौरवांचे अघटित झाले । तुजवरी संकट आले ।
हे युग जरी बुडाले । जरी येथे ॥१८१॥
तरी स्वधर्मु एकु आहे । तो सर्वथा त्याज्य नोहे ।
मग तरिजेल काय पाहें । कृपाळूपणें ॥१८२॥
तुझा स्वधर्म एक असे । तो त्यागणे सर्वथा योग्य नसे ।
तुला तारेल काय कसे । तुझा कृपाळूपणा ॥१८२॥
अर्जुना तुझें चित्त । जऱ्ही जाहलें द्रवीभूत ।
तऱ्ही हें अनुचित । संग्रामसमयीं ॥१८३॥
अर्जुना तुझ्या मनाला । दयेचा पाझर फुटला ।
तरी तो अनुचित ठरला । युद्धाचे वेळी ॥१८३॥
अगा गोक्षीर जरी जाहलें । तरी पथ्यासि नाहीं म्हणितलें ।
ऐसेनिहि विष होय सुदलें । नवज्वरीं देतां ॥१८४॥
गायीचे दूध गोरस । घेऊ नये ते पथ्यास ।
कारण नवज्वरात दिल्यास । ते विषासमान होते ॥१८४॥

तैसें आनीआन करितां । नाशु होईल हिता ।
म्हणौनि तूं आतां । सावध होई ॥१८५॥
न जाणता भलते ठिकाण । करता भलते आचरण ।
होते हिताच्या नाशास कारण । म्हणून सावध होसी ॥१८५॥
वायांचि व्याकुळ कायी । आपुला निजधर्मु पाहीं ।
जो आचरितां बाधु नाहीं । कवणे काळीं ॥१८६॥
अकारण का व्याकूळ होसी । स्वधर्मा लक्ष देसी ।
जो आचरिता बाध्य न होती । कोणत्याच समयी ॥१८६॥
जैसे मार्गेंचि चालतां । अपावो न पवे सर्वथा ।
कां दीपाधारें वर्ततां । नाडळिजे ॥१८७॥
सरळ मार्गे जो जाय । त्या होत नाही अपाय ।
रात्री ठेच लागते काय । दिव्याच्या प्रकाशात ॥१८७॥
तयापरी पार्था । स्वधर्में राहाटतां ।
सकळ कामपूर्णता । सहजें होय ॥१८८॥
हे अर्जुना, ऐक आता । स्वधर्माने वागता ।
सर्व इच्छा सहजता । पूर्ण होतात ॥१८८॥
म्हणौनि यालागीं पाहीं । तुम्हां क्षत्रियां आणीक कांहीं ।
संग्रामावांचूनि नाहीं । उचित जाणें ॥१८९॥
म्हणोनी हे सांगणे । क्षत्रियांना या कारणे ।
युद्धावाचून कांही दुणे । योग्य नाही ॥१८९॥
निष्कपटा होआवें । उसिणा घाई झुंजावें ।
हें असो काय सांगावें । प्रत्यक्षावरी ॥१९०॥
निष्कपटाने पुढे जावे । सामोरे युद्ध करावे ।
अधिक मी काय सांगावे । आत्ता प्रत्यक्षपणे ॥१९०॥
अर्जुना झुंज देखे आतांचें । हें हो कां जें दैव तुमचें ।
कीं निधान सकळ धर्माचे । प्रगटलें असे ॥१९१॥
अर्जुना आत्ताचे हे युद्ध । हे पूर्वजन्मीचे भाग्य ।
सर्वधर्माचा ठेवा योग्य । प्रगटला असे ॥१९१॥
हा संग्रामु काय म्हणिपे । कीं स्वर्गुचि येणें रूपें ।
मूर्त कां प्रतापें । उदो केला ॥१९२॥
या संग्रामाच्या रूपाने । स्वर्ग अवतरे भुवने ।
किंवा मूर्तिमंत पराक्रमाने । तो प्रगट होई ॥१९२॥
ना तरी गुणाचेनि पतिकरें । आर्तीचेनि पडिभरें ।
हें कीर्तीचि स्वयंवरें । आली तुज ॥१९३॥
गुणांची ऐकून ख्याती । तुझ्यावर ठेवून आसक्ती ।
कीर्तिरूपी स्त्री ती । तुला स्वयंवरात वरेल ॥१९३॥

क्षत्रियें बहुत पुण्य कीजे । तैं झुंज ऐसें लाहिजे ।
जैसें मार्गें जातां आडळिजे । चिंतामणि ।।१९४।।
क्षत्रिया पुण्याईने मिळते । धर्मयुद्धाची संधी लाभते ।
चिंतामणी रत्न गवसते । जणू वाटेने चालता ।।१९४।।
ना तरी जांभया पसरे मुख । तेथ अवचटें पडे पीयूख ।
तैसा संग्रामु हा देख । पातला असे ।।१९५।।
जांभई देण्या तोंड उघडावे । त्यात अमृत पडावे ।
तैसे तुजसाठी घडावे । धर्मयुद्ध हे ।।१९५।।
आतां हा ऐसा अव्हेरिजे । मग नाथिलें शोचूं बैसिजे ।
तरी आपण आहाणा होईजे । आपणपेयां ।।१९६।।
असला संग्राम त्यागून । नसता शोक धरून ।
आपलेच नुकसान करून । आपणच घेई ।।१९६।।
पूर्वजांचें जोडलें । आपणचि होय धाडिलें ।
जरी आजि शस्त्र सांडिलें । रणीं इये ।।१९७।।
पूर्वजांनी कीर्ती मिळवली । आपणच ती घालवली ।
जर तू रणांगणी शस्त्रे टाकली । तर असे होईल ।।१९७।।
असती कीर्ति जाईल । जगचि अभिशापु देईल ।
आणि गिंवसित पावतील । महादोष ।।१९८।।
तुझी कीर्ती संपून जाईल । लोक तुला निंदतील ।
महादोष तुला शोधतील । धर्मयुद्ध न केल्यास ।।१९८।।
जैसी भातारेंहीन वनिता । उपहती पावे सर्वथा ।
तैशी दशा जीविता । स्वधर्मेंवीण ।।१९९।।
जसे पतीविना स्त्रीने । सोसावे सर्वत्र अपमान ।
तशी दशा होईल जाण । स्वधर्मत्यागामुळे ।।१९९।।
ना तरी रणीं शव सांडिजे । तें चौमेरी गिधीं विदारिजे ।
तैसें स्वधर्महीना अभिभविजे । महादोषीं ।।२००।।
रणभूमीवर प्रेते पडती । गिधाडे टोचे मारिती ।
स्वधर्मरहित मनुष्यासी त्रासती । तशी महापापे ।।२००।।
म्हणौनि स्वधर्मु हा सांडसील । तरी पापा वरपडा होसील ।
आणि अपेश तें नवचेल । कल्पांतवरी ।।२०१।।
म्हणून तू स्वधर्म सोडशील । मग पापी ठरशील ।
कल्पांतीही पसरेल । तुझे अपयश ।।२०१।।
जाणतेनि तंवचि जियावें । जंव अपकीर्ति आंगा न पवे ।
आणि सांग पां केवीं निगावें । एथोनियां? ।।२०२।।
ज्ञानवंताने जगावे तोवरी । आपकीर्ती न स्पर्शे शरीरी ।
मग युद्धातून असा माघारी । सांग तू का जाशी? ।।२०२।।

तूं निर्मत्सर सदयता । येथूनि निघसील कीर माघौता ।
परी ते गती समस्तां । न मनेल ययां ।।२०३।।
तू दयेने मत्सर सोडून । परतशील रणांगणातून ।
तुझी भूमिका न घेती जाणून । येथे कोणी ।।२०३।।
हे चहूंकडूनि वेढितील । बाणवरी घेतील ।
तेथ पार्था न सुटिजेल । कृपाळुपणें ।।२०४।।
ते चहूबाजूने घेरतील । बाणांचा वर्षाव करतील ।
पार्था तू न सुटशील । तुझ्या दयाळूतेने ।।२०४।।
ऐसेनिहि प्राणसंकटें । जरी विपायें पां निघणें घटे ।
तरी तें जियालेंही वोखटें । मरणाहुनी ।।२०५।।
अशा प्राणसंकटातुनी । जरी तू जाशीं सुखरूप सुटोनी ।
तरी ते जगणे मरणाहुनी । वाईट असे ।।२०५।।
तूं आणीकही एक न विचारिसी । एथ संभ्रमें झुंजो आलासी ।
आणि सकणवपणें निघालासी । मागुता जरी ।।२०६।।
तू अजून एक न जाणे । युद्धासी येसी आत्मविश्वासाने ।
अन् व्याकूळ अंत:करणाने । मागे परत जाशी ।।२०६।।
तरी तुझें तें अर्जुना । या वैरियां दुर्जनां ।
कां प्रत्यया येईल मना । सांगैं मज ।।२०७।।
तुझा हा दयाळूपणा । दुष्ट वैऱ्यांच्या मना ।
समजेल का सांग ना । मला अर्जुना ।।२०७।।
हे म्हणती गेला रे गेला । अर्जुन आम्हां बिहाला ।
हा सांगैं बोलु उरला । निका कायी? ।।२०८।।
ते म्हणतील हा पळाला । अर्जुन आम्हा भ्याला ।
असा दोष तुला लागला । ते चांगले का? ।।२०८।।
लोक सायासें करूनि बहुतें । का वेंचिती आपुलीं जीवितें ।
परी वाढविती कीर्तीतें । धनुर्धरा ।।२०९।।
लोक अनेक प्रयत्न करती । आपले जीवन वेचती ।
पण कीर्ती वाढवती । ऐक धनुर्धरा ।।२०९।।
ते तुज अनायासें । अनकळित जोडिली असे ।
हें अद्वितीय जैसें । गगन आहे ।।२१०।।
तुजला अशी अनायसे । अपार कीर्ती लाभली असे ।
अद्वितीय आहे जसे । हे गगन ।।२१०।।
तैसी कीर्ती नि:सीम । तुझ्या ठायीं निरुपम ।
तुझे गुण उत्तम । तिहीं लोकीं ।।२११।।
तुझी कीर्ती असीम । तुझे गुण अनुपम ।
त्रैलोक्यात निरुपम । प्रसिद्धी तुझी ।।२११।।

दिगंतीचे भूपति । भाट होऊनि वाखाणिती ।
जे ऐकलिया दचकती । कृतांतादिक ।।२१२।।
दाही दिशांचे भूपती । भाट होऊनी तुज गाती ।
ते ऐकून दचकती । यम आदि सुद्धा ।।२१२।।
ऐसी महिमा घनवट । गंगा जैसी चोखट ।
जया देखीं जगीं सुभट । वाट जाहली ।।२१३।।
असा तुझा महिमा नेक । गंगेसम निर्मल चोख ।
ऐकता योद्ध्या दावी देख । मार्ग नीट ।।२१३।।
तें पौरुष तुझें अद्भुत । आईकोनियां हे समस्त ।
जाहले आथि विरक्त । जीवितेंसी ।।२१४।।
तुझे पौरुषत्व अद्भुत । ऐकूनी कौरव समस्त ।
झाले आहेत विरक्त । जीवनाविषयी ।।२१४।।
जैसा सिंहाचिया हांका । युगांतु होय मदमुखा ।
तैसा कौरवां अशेखां । धाकु तुझा ।।२१५।।
सिंहाची गर्जना ऐकता जसे । उन्मत्त हत्तीस प्रलय भासे ।
कौरवा समस्ता वाटे तैसे । तुझा धाक ।।२१५।।
जैसे पर्वत वज्रातें । ना तरी सर्प गरुडातें ।
तैसे अर्जुना हे तूतें । मानिती सदा ।।२१६।।
जसा पर्वत वज्रास । गरुड जसा सर्पास ।
तसा अर्जुना तू कौरवांस । वाटतोस ।।२१६।।
तें अगाधपण जाईल । मग हीणावो अंगा येईल ।
जरी मागुता निघसील । न झुंजतुचि ।।२१७।।
कीर्तीस या मुकशील । कमीपणा घेशील ।
जर सोडून जाशील । युद्ध असे ।।२१७।।
आणि हे पळतां पळों नेदिती । धरुनि अवकळा करिती ।
न गणित कुटी बोलती । आइकतां तुज ।।२१८।।
पळालास तरी जाऊ न देती । पकडून करतील फजिती ।
अमर्याद तुला निंदिती । तुझे ऐकून ।।२१८।।
मग ते वेळीं हियें फुटावें । आतां लाठेपणें कां न झुंजावें ? ।
हें जिंतलें तरी भोगावें । महीतळ ।।२१९।।
ते ऐकून हृदय फाटावे । मग का आता न झुंजावे ।
जिंकल्यास तू भोगावे । पृथ्वीचे राज्य ।।२१९।।
ना तरी रणीं एथ । झुंजतां वेंचलें जीवित ।
तरी स्वर्गसुख अनकळित । पावसील ।।२२०।।
अन् जरी युद्ध करताना । तू मुकशील प्राणा ।
तरी स्वर्ग पावशील ना । विनासायास ।।२२०।।

म्हणौनि ये गोठी । विचारु न करी किरीटी ।
आतां धनुष्य घेऊनि उठी । झुंजैं वेगीं ।।२२१।।
म्हणोनी हे अर्जुना । न विचार करी मना ।
घेऊनी उठी चापबाणा । युद्ध करी ।।२२१।।
देखैं स्वधर्मु हा आचरतां । दोषु नाशे असतां ।
तुज भ्रांति हे कवण चित्ता । पातकाची ।।२२२।।
आचरिता हा स्वधर्म । नाशती दोषकर्म ।
का वाटे संभ्रम । तुज पापांचा ।।२२२।।
सांगैं प्लवेंचि काय बुडिजे । कां मार्गीं जातां आडळिजे ।
परी विपायें चालों नेणिजे । तरी तेंही घडे ।।२२३।।
नावेत बसता कसे बुडेल । सरळ चालता का अडखळेल ।
जर नीट न चालेल । तर हे घडेल ।।२२३।।
अमृतें तरीच मरिजे । जरी विखेंसि सेविजे ।
तैसा स्वधर्मीं दोषु पाविजे । हेतुकपणें ।।२२४।।
विषासह प्राशता अमृत । मृत्यू येतो हे निश्चित ।
धर्माचाही दोष लागत । सहेतुक पाळता ।।२२४।।
म्हणौनियां पार्था । हेतू सांडोनि सर्वथा ।
तुज क्षात्रवृत्ति झुंजतां । पाप नाहीं ।।२२५।।
म्हणून ऐक पार्था । निरपेक्षपणे सर्वथा ।
क्षात्रवृत्तीने तू झुंजता । पाप नाही ।।२२५।।
सुखीं संतोषा न यावें । दुःखीं विषादा न भजावें ।
आणि लाभालाभ न धरावे । मनामाजीं ।।२२६।।
सुखाने न सुखी व्हावे । दुःखाने न दुःखी व्हावे ।
लाभ हानी न धरावे । मनामध्ये ।।२२६।।
एथ विजयपण होईल । कीं सर्वथा देह जाईल ।
हे आधींचि कांहीं पुढील । चिंतावेंना ।।२२७।।
या युद्धात विजय होईल । की पराभवात देह जाईल ।
या गोष्टी असती पुढील । चिंता करू नये ।।२२७।।
आपणयां उचिता । स्वधर्मे राहाटतां ।
जें पावे तें निवांता । साहोनि जावें ।।२२८।।
आपण उचितपणे । स्वधर्माचे पालन करणे ।
जे मिळेल ते शांतपणे । सहन करावे ।।२२८।।
ऐसिया मनें होआवें । तरी दोषु न घडे स्वभावें ।
म्हणौनि आतां झुंजावें । निभ्रांत तुवां ।।२२९।।
मन शांत असता । पाप न घडे स्वभावता ।
आता भ्रम सोडून सर्वथा । तू झुंज द्यावी ।।२२९।।

हे सांख्यस्थिती मुकुळित । सांगितली तुज येथ ।
आतां बुद्धियोगु निश्चित । अवधारी पां ।।२३०।।
हा ज्ञानमार्ग संक्षिप्त । सांगितला तुज येथ ।
निष्काम कर्मयोग निश्चित । सांगतो ऐक ।।२३०।।
जया बुद्धियुक्ता । जाहलिया पार्था ।
कर्मबंधु सर्वथा । बांधू न पवे ।।२३१।।
पार्था जो बुद्धी योग । आचरितो सहज योग ।
त्याला कधीच कर्मभोग । बाधा न करी ।।२३१।।
जैसें वज्रकवच लेइजे । मग शस्त्रांचा वर्षावो साहिजे ।
परी जैतेंसीं उरिजे । अचुंबित ।।२३२।।
वज्रकवच करता धारण । शस्त्रवर्षाव होई सहन ।
शस्त्रांचा स्पर्शही न होऊन । विजय लाभतो ।।२३२।।
तैसें ऐहिक तरी न नशे । आणि मोक्षु तो उरला असे ।
जेथ पूर्वानुक्रमु दिसे । चोखाळत ।।२३३।।
तसे ऐहिक सुख असूनही । मोक्ष जवळी राही ।
शुद्ध रूपात कर्मही । दिसून येते ।।२३३।।
कर्माधारें राहाटिजे । परी कर्मफळ न निरीक्षिजे ।
जैसा मंत्रज्ञु न बंधिजे । भूतबाधा ।।२३४।।
कर्मा आधारे राहावे । पण कर्मफळ न पाहावे ।
जशी मांत्रिका न लागे सोसावे । भूतबाधा ।।२३४।।
तियापरी जे सुबुद्धि । आपु जालिया निरवधि ।
हा असतांचि उपाधि । आकळूं न सके ।।२३५।।
त्यासाठी आपल्या सुबुद्धीने । निष्काम कर्म करणे ।
म्हणजे मग त्यास कर्माप्रमाणे । मर्यादा नसे ।।२३५।।
जेथ न संचरे पुण्यपाप । जें सूक्ष्म अति निष्कंप ।
गुणत्रयादि लेप । न लगती जेथ ।।२३६।।
या बुद्धीस पाप-पुण्य बाधत नाही । ती सूक्ष्मातही निश्चळ राही ।
तिज त्रिगुणांचा मग लेपही । लागत नाही ।।२३६।।
अर्जुना तें पुण्यवशें । जरी अल्पचि हृदयीं बुद्धि प्रकाशे ।
तरी अशेषहि नाशे । संसारभय ।।२३७।।
अर्जुना गाठीशी असेल पूर्वपुण्याई । सद्‌बुद्धी ये हृदयी ।
तरी पूर्णपणे नाहीसे होई । भय संसाराचे ।।२३७।।
जैसी दीपकलिका धाकटी । परी बहु तेजातें प्रकटी ।
तैसी सद्‌बुद्धि हे थेकुटी । म्हणों नये ।।२३८।।
जशी ज्योत दिव्याची सान । प्रकाश तिचा महान ।
तशी सद्‌बुद्धी असते लहान । असे म्हणू नये ।।२३८।।

पार्था बहुतीं परीं । हे अपक्षिजे विचारशूरीं ।
जे दुर्लभ चराचरीं । सद्वासना ।।२३९।।
पार्था सद्‌बुद्धीची प्राप्ती । चराचरी दुर्लभ होती ।
विचारी लोक अपेक्षिती । प्रयत्नांती ।।२३९।।
आणिकासारिखा बहुवसु । जैसा न जोडे परिसु ।
कां अमृताचा लेशु । दैवगुणें ।।२४०।।
परीस न लाभताही । वस्तूंचा लाभ होत राही ।
लाभतो अमृताचा थेंबही । सद्‌भाग्याने ।।२४०।।
तैसी दुर्लभ जे सद्‌बुद्धि । जिये परमात्माचि अवधि ।
जैसा गंगेसी उदधि । निरंतर ।।२४१।।
जी परमात्म्याशी एकरूपते । सद्‌बुद्धी ती दुर्लभ लाभते ।
जशी सागरास जाऊन मिळते । गंगा शेवटी ।।२४१।।
तैसें ईश्वरावांचुनीं कांहीं । जिये आणीक लाणी नाहीं ।
ते एकचि बुद्धि पाहीं । अर्जुना जगीं ।।२४२।।
ईश्वरावाचून दुजे जसे । जिला आश्रयस्थान नसे ।
अशी सद्‌बुद्धीच असे । जगात अर्जुना ।।२४२।।
येर ते दुर्मति । जे बहुधा असे विकरति ।
तेथ निरंतर रमती । अविवेकिये ।।२४३।।
इतर दुर्बुद्धी असती । त्या अनेक विकार निर्मिती ।
तिथेच रमून जाती । अविवेकी लोक ।।२४३।।
म्हणौनि तयां पार्था । स्वर्ग संसार नरकावस्था ।
आत्मसुख सर्वथा । दृष्ट नाहीं ।।२४४।।
म्हणून अर्जुना ऐक । त्यांना स्वर्ग संसार नरक ।
होती सर्व प्राप्त सुख । पण आत्मानंद नाही ।।२४४।।
वेदाधारें बोलती । केवळ कर्म प्रतीष्ठिती ।
परी कर्मफळीं आसक्ती । धरूनियां ।।२४५।।
ते वेदाधारे बोलती । कर्माचे श्रेष्ठत्व दाविती ।
पण कर्मफलाची आसक्ती । हृदयांत असते ।।२४५।।
म्हणती संसारीं जन्मिजे । यज्ञादिक कर्म कीजे ।
मग स्वर्गसुख भोगिजे । मनोहर ।।२४६।।
म्हणती इहलोकी पुन: जन्मावे । यज्ञादी कर्म आचरावे ।
मग स्वर्गसुख उपभोगावे । मनोहर ।।२४६।।
येथ हें वांचूनि कांहीं । आणिक सर्वथा सुखचि नाहीं ।
ऐसें अर्जुना बोलती पाहीं । दुर्बुद्धि ते ।।२४७।।
इथे याशिवाय काही । दुसरे सुख नाही ।
असे ते बोलत राही । दुर्बुद्धीने ।।२४७।।

देखैं कामनाअभिभूत । होऊनि कर्में आचरत ।
ते केवळ भोगीं चित्त । देऊनियां ॥२४८॥
कामनेच्या आधीन होऊन । कर्मांचे आचरण करून ।
केवळ उपभोगावर ठेवून । आपले चित्त ॥२४८॥
क्रियाविशेषे बहुतें । न लोपिती विधीतें ।
निपुण होऊन धर्मातें । अनुष्ठिती ॥२४९॥
शास्त्रशुद्ध विधीनुसार । कर्मे करती अनेक प्रकार ।
धर्मनिपुण होऊन फार । अनुष्ठाने करती ॥२४९॥
परी एकचि कुडें करिती । जे स्वर्गकामु मनीं धरिती ।
यज्ञपुरुषा चुकती । भोक्ता जो ॥२५०॥
एकच वाईट गोष्ट करती । स्वर्गाची इच्छा धरती ।
यज्ञाचा भोक्ता विसरती । परमात्मा जो ॥२५०॥
जैसा कर्पूराचा राशी कीजे । मग अग्नि लाऊन दीजे ।
कां मिष्टान्नीं संचरविजे । काळकूट ॥२५१॥
जशी कापराची रास करून । आग द्यावी लावून ।
किंवा मिष्टान्नात ठेवावे घालून । कालकूटविष ॥२५१॥
दैवें अमृतकुंभ जोडला । तो पायें हाणोनि उलंडिला ।
तैसा नासिती धर्मु निपजला । हेतुकपणें ॥२५२॥
भाग्याने अमृतकुंभ मिळाला । लाथेने तो पालथा केला ।
तसा नासका धर्म पाळला । फलाच्या आशेने ॥२५२॥
सायासें पुण्य अर्जिजे । मग संसारु कां अपेक्षिजे? ।
परी नेणती ते काय कीजे । अप्राप्य देखैं ॥२५३॥
कष्टाने पुण्य संपादिती । पण संसारात अपेक्षा धरती ।
ते न जाणती काय करती । कळत नाही ॥२५३॥
जैसी रांधवणी रससोय निकी । करूनियां मोलें विकी ।
तैसा भोगासाठीं अविवेकी । धाडिती धर्मु ॥२५४॥
अन्नपूर्णा अन्न रांधते । पैशाच्या लोभाने विकते ।
तैसे व्यर्थ घालविती ते । धर्म उपभोगापायी ॥२५४॥
म्हणौनि हे पार्था । दुर्बुद्धि देख सर्वथा ।
तयां वेदवादरतां । मनीं वसे ॥२५५॥
जे वादार्थात रमती । अर्थवाद मनी ठेवती ।
सर्वथा दुर्बुद्धी वसती । मनी, जाण पार्था ॥२५५॥
तिहीं गुणीं आवृत । हे वेद जाणैं निभ्रांत ।
म्हणौनि उपनिषदादि समस्त । सात्त्विक ते ॥२५६॥
वेदांमध्ये तीन गुण । सात्त्विक, राजस, तामस जाण ।
उपनिषदांत प्रमाण । सात्त्विकता ती ॥२५६॥

येर रजतमात्मक । जेथ निरूपिजे कर्मादिक ।
जे केवळ स्वर्गसूचक । धनुर्धरा ॥२५७॥
रज आणि तम गुण । ऐहिक कर्मफल प्रमाण ।
जे स्वर्ग मिळवण्याचे साधन । जाण पार्था ॥२५७॥
म्हणौनि तूं जाण । हे सुखदुःखांसीच कारण ।
एथ झणें अंतःकरण । रिगों देसी ॥२५८॥
वेदांचे सकाम कर्म । सुखदुःख निर्माणक्षम ।
तिथे तुझ्या मनाचे मर्म । एकाग्र न करी ॥२५८॥
तूं गुणत्रयातें अव्हेरीं । मी माझें हें न करीं ।
एक आत्मसुख अंतरीं । विसंब झणीं ॥२५९॥
सत्त्व, रज, तम पार । मी-माझा त्यागून विचार ।
आत्मसुखाचा विसर । पडू देऊ नको ॥२५९॥
जरी वेदें बहुत बोलिलें । विविध भेद सूचिले ।
तऱ्ही आपण हित आपुलें । तेंचि घेपें ॥२६०॥
वेदांमध्ये विविध ज्ञान । अनेक भेदांचे प्रमाण ।
तरी घ्यावे आपले आपण । आपल्या हिताचे ॥२६०॥
जैसा प्रगटलिया गभस्ती । अशेषही मार्ग दिसती ।
तरी तेतुलेहि काय चालिजती । सांगैं मज ॥२६१॥
सूर्याचा उदय होतो । मार्ग उजळून जातो ।
तरी आपण चालू शकतो । सर्व मार्गांनी ॥२६१॥
कां उदकमय सकळ । जऱ्ही जाहलें असे महीतळ ।
तरी आपण घेपें केवळ । आर्तीचिजोगें ॥२६२॥
या पृथ्वीवर पार्था । उदंड आहे पाण्याचा साठा ।
आपल्याला लागेल सर्वथा । तेवढेच घ्यावे ॥२६२॥
तैसे ज्ञानीये जे होती । ते वेदार्थातें विवरिती ।
मग अपेक्षित तें स्वीकारिती । शाश्वत जें ॥२६३॥
जे खरे ज्ञानवंत असती । संपूर्ण वेदांचा विचार करती ।
अपेक्षित तेवढेच स्वीकारती । परब्रह्म जे शाश्वत ॥२६३॥
म्हणौनि आइकें पार्था । याचिपरी पाहतां ।
तुज उचित होय आतां । स्वकर्म हें ॥२६४॥
म्हणून अर्जुना माझे ऐक । सर्व गोष्टींचा विचार करत ।
स्वकर्म करणेच उचित । तुजसाठी ॥२६४॥
आम्हीं समस्तही विचारिलें । तंव ऐसेंचि हें मना आलें ।
जें न सांडिजे तुवां आपुलें । विहित कर्म ॥२६५॥
आमच्या विचार विनिमये । मनाला वाटते आहे ।
तू असे सोडू नये । आपले विहित कर्म ॥२६५॥

परी कर्मफळीं आस न करावी । आणि कुकर्मीं संगति न व्हावी ।
हे सत्क्रियाचि आचरावी । हेतूविण ।।२६६।।

कर्मफळाची आस न करावी । कुकर्माची संगत न धरावी ।
नेहमी सत्क्रिया आचरावी । हेतू न ठेवता ।।२६६।।

तूं योगयुक्त होऊनी । फळाचा संगु टाकुनी ।
मग अर्जुना चित्त देउनी । करी कर्में ।।२६७।।

तू योगयुक्त होउनी । फलाची इच्छा सोडुनी ।
चित्त एकाग्र करुनी । कर्म कर ।।२६७।।

परी आदरिलें कर्म दैवें । जरी समाप्तीतें पावे ।
तरी विशेषें तेथ तोषावें । हेंही नको ।।२६८।।

आरंभलेले कर्म पार्था । दैवयोगे पूर्ण होता ।
विशेष न मानता । संतोष त्याचा ।।२६८।।

कीं निमित्तें कोणे एके । ते सिद्धी न वचतां ठाके ।
तरी तेथिंचेनि अपरितोखें । क्षोभावें ना ।।२६९।।

एका निमित्ताने काही । कार्य जर पूर्ण न होई ।
तरी क्षुब्धता न मानावी । मनात ।।२६९।।

आचरतां सिद्धी गेलें । तरी काजाचीकीर आलें ।
परी ठेलियाही सगुण जहालें । ऐसेंचि मानीं ।।२७०।।

कर्माने ते सिद्ध केले । जरी ते अपूर्ण राहिले ।
तरी ते सफल झाले । असे तू समज ।।२७०।।

देखैं जेतुलालें कर्म निपजे । तेतुलें आदिपुरुषीं अर्पिजे ।
तरी परिपूर्ण सहजें । जहालें जाणैं ।।२७१।।

जितुके करता कर्म निर्माण । ईश्वरा करता अर्पण ।
तरी ते सहज झाले पूर्ण । असे मानावे ।।२७१।।

देखैं संतासंतकर्मीं । हें जें सरिसेंपण मनोधर्मी ।
तेचि योगस्थिति उत्तमीं । प्रशंसिजे ।।२७२।।

पूर्ण अपूर्ण कर्माते । जेंव्हा मन समतोल राखते ।
ही योगस्थिती असते । असे ज्ञानी प्रशंसती ।।२७२।।

अर्जुना समत्व चित्ताचें । तेंचि सार जाणैं योगाचें ।
जेथ मन आणि बुद्धीचें । ऐक्य आथी ।।२७३।।

अर्जुना चित्ताचे समतोलत्व । हेच योगाचे सार तत्त्व ।
मन आणि बुद्धीचे एकत्व । तिथे असते ।।२७३।।

तो बुद्धियोग विवरितां । बहुतें पाडे पार्था ।
दिसे हा अरुता । कर्मभागु ।।२७४।।

बुद्धी योग विचारात घेता । बहुत प्रमाणात पार्था ।
सकाम कर्मयोगाची कमतरता । ध्यानी येते ।।२७४।।

परी तेंचि कर्म आचरिजे । तरीच हा योगु पाविजे ।
जें कर्मशेष सहजें । योगस्थिति ।।२७५।।

तीच कर्मे आचरिली असती । त्यास कर्मयोगाची होते प्राप्ती ।
जे शेषकर्म करती । तीच योगस्थिती होय ।।२७५।।

म्हणौनि बुद्धियोगु सधरु । तेथ अर्जुना होई स्थिरु ।
मनें करीं अव्हेरु । फळहेतूचा ।।२७६।।

म्हणून बुद्धियोग थोर । तिथेच मन पार्था ठेव स्थिर ।
स्वमनानेच तू अव्हेर कर । फळाच्या इच्छेचा ।।२७६।।

जे बुद्धियोगा योजिले । तेचि पारंगत जाहले ।
इहीं उभयबंधीं सांडिले । पापपुण्यीं ।।२७७।।

ज्यानी बुद्धियोगाचा आश्रय केला । त्यानी संसारसागर पार केला ।
दोन्हीच्या बंधनातून सुटला । पापपुण्याच्या ।।२७७।।

ते कर्मीं तरी वर्तती । परी कर्मफळा नातळती ।
आणि यातायाति लोपती । अर्जुना तयां ।।२७८।।

अर्जुना जे कोणी कर्म करती । कर्मफल न अपेक्षिती ।
मग चक्रातून सुटती । जन्ममरणाच्या ।।२७८।।

मग निरामयभरित । पावती पद अच्युत ।
ते बुद्धियोगयुक्त । धनुर्धरा ।।२७९।।

त्रासरहित आनंदित । परिपूर्ण अढळपद उचित ।
असे परमार्थ स्वरूप स्थित । बुद्धियोगी पावती ।।२७९।।

तूं ऐसा तै होसी । जैं मोहातें यया सांडिसी ।
आणि वैराग्य मानसीं । संचरैल ।।२८०।।

तू मोह देशील त्यागून । मनी वैराग्य होई उत्पन्न ।
त्यावेळी अशी स्थिती येऊन । तू मुक्त होशील ।।२८०।।

मग निष्कळंक गहन । उपजेल आत्मज्ञान ।
तेणें निचाडें होईल मन । अपैसें तुझें ।।२८१।।

मग अगाध गहन । शुद्ध आत्मज्ञान ।
मनी होईल उत्पन्न । निरिच्छ होसी ।।२८१।।

तेथ आणिक कांहीं जाणावें । कां मागिलातें स्मरावें ।
हें अर्जुना आघवें । पारुषेल ॥२८२॥
अधिक काही जाणावे । किंवा मागचे आठवावे ।
हे सारे थांबावे । असे होईल ॥२८२॥
इंद्रियांचिया संगति । जियें पसरु होतसे मति ।
ते स्थिर होईल मागुती । आत्मस्वरूपीं ॥२८३॥
इंद्रियांच्या सोबत । पावता आत्मस्वरूप ।
मन जाते जे पसरत । ते स्थिर होईल ॥२८३॥
समाधिसुखीं केवळ । जैं बुद्धि होईल निश्चळ ।
तैं पावसी तूं सकळ । योगस्थिति ॥२८४॥
जसे समाधीसुखात । बुद्धी होईल स्थित ।
तशी तुज होईल प्राप्त । योगस्थिती ॥२८४॥
तेथ अर्जुन म्हणे देवा । हाचि अभिप्रावो आघवा ।
मी पुसेन आतां सांगावा । कृपानिधी ॥२८५॥
तेव्हा अर्जुन म्हणे श्रीहरी । मी आता प्रश्न करी ।
हा अभिप्राय मजवरी । सांगण्याची कृपा करा ॥२८५॥
मग अच्युत म्हणे सुखें । जें किरीटी तुज निकें ।
तें पूस पां उन्मेखे । मनाचेनि ॥२८६॥
मग श्रीकृष्ण म्हणे अर्जुना । जे योग्य तुझ्या मना ।
तू विचार मज प्रश्ना । समाधानाने ॥२८६॥
या बोला पार्थे । म्हणितलें सांग पां श्रीकृष्णातें ।
काय म्हणिपे स्थितप्रज्ञातें । वोळखों केवीं ॥२८७॥
हे बोलता म्हणे अर्जुन । सांग मला श्रीकृष्ण ।
कोणा म्हणावे स्थितप्रज्ञ । तो कसा ओळखावा ॥२८७॥
आणि स्थिरबुद्धि जो म्हणिजे । तो कैसिया चिन्हीं जाणिजे ।
जो समाधिसुख भुंजे । अखंडित ॥२८८॥
आणि स्थिर बुद्धी लक्षण । त्याचे कोणते चिन्ह ।
जो समाधीसुखात रममाण । अखंडपणे ॥२८८॥
तो कवणें स्थिती असे । कैसेनि रूपीं विलसे ।
देवा सांगावें हें ऐसें । लक्ष्मीपती ॥२८९॥
कोणती स्थिती असे । कोणत्या रूपात दिसे ।
मज हे सांगावे ऐसे । लक्ष्मीपती ॥२८९॥

तंव परब्रह्म अवतरणु । जो षड्गुणाधिकरणु ।
तो काय तेथ नारायणु । बोलतु असे ॥२९०॥
तेव्हा जो परब्रह्म अवतार । सहा गुणांचा साक्षात्कार ।
तो नारायण ईश्वर । बोलू लागला ॥२९०॥
म्हणे अर्जुना परियेसीं । जो हा अभिलाषु प्रौढ मानसीं ।
तो अंतराय स्वसुखेंसीं । करीतु असे ॥२९१॥
कृष्ण म्हणे ऐक अर्जुन । प्रबळ विषयासक्त मन ।
ते आत्मसुखात विघ्न । आणित असे ॥२९१॥
जो सर्वदा नित्यतृप्तु । अंतःकरण भरितु ।
परी विषयामाजीं पतितु । जेणें संगें कीजे ॥२९२॥
जो नित्य समाधानी । आनंद भरून अंतःकरणी ।
असे जीवात्म्याच्या संगतीनी । तोही पतित होतो ॥२९२॥
तो कामु सर्वथा जाये । जयाचें आत्मतोषीं मन राहे ।
तोचि स्थितप्रज्ञु होये । पुरुष जाणैं ॥२९३॥
ज्याची नष्ट होते कामना । जो आत्मानंदी मना ।
तोच स्थितप्रज्ञा । पुरुष जाण ॥२९३॥
नाना दुःखीं प्राप्ती । जयासी उद्वेगु नाहीं चित्तीं ।
आणि सुखाचिया आर्ती । अडपैजेना ॥२९४॥
अनेक दुःखे येत । ज्याच्या उद्वेग नाही चित्तात ।
सुखाच्या इच्छेत । तो अडकत नाही ॥२९४॥
अर्जुना तयाच्या ठायीं । कामक्रोधु सहजें नाहीं ।
आणि भयातें नेणें कहीं । परिपूर्ण तो ॥२९५॥
ज्याच्या अंगी अर्जुन । हे काम-क्रोध न येती जाण ।
जो भयमुक्त अन् परिपूर्ण । चैतन्याशी ॥२९५॥
ऐसा जो निरवधि । तो जाण पां स्थिरबुद्धि ।
जो निरसूनि उपाधि । भेदरहितु ॥२९६॥
जो असा अमर्याद आहे । जो स्थिर बुद्धी आहे ।
सर्व उपाधी त्यागून राहे । तो भेदरहित ॥२९६॥
जो सर्वत्र सदा सरिसा । परिपुर्णु चंद्रु कां जैसा ।
अधमोत्तम प्रकाशा । माजीं न म्हणे ॥२९७॥
तो सर्वांशी सम वागतो । पौर्णिमेचा चंद्र जसा तो ।
भल्याबुऱ्यांशी सम प्रकाशतो । माझा तुझा म्हणत नाही ॥२९७॥

ऐसी अनवच्छिन्न समता । भूतमात्रीं सदयता ।
आणि पालटु नाहीं चित्ता । कवणे वेळे ॥२९८॥
ज्याकडे असे निर्भेद समता । भूतमात्रांसी अखंड सहृदयता ।
बदल होत नसे त्याच्या चित्ता । कधीही ॥२९८॥
गोमटें कांहीं पावे । तरी संतोषे तेणें नाभिभवे ।
जो वोखटेनि नागवे । विषादासी ॥२९९॥
उत्तम गोष्ट मिळता । अहंकार नसे सर्वथा ।
वाईट गोष्ट मिळता । दुःख नसे ॥२९९॥
ऐसा हरिखशोकरहितु । जो आत्म-बोधभरितु ।
तो जाण पां प्रज्ञायुक्तु । धनुर्धरा ॥३००॥
असा जो सुखदुःख विरहित । आत्मबोधाने भारित ।
तोच बुद्धीने युक्त । जाण पार्था ॥३००॥
कां कूर्मीचियापरी । उवाइला अवेव पसरी ।
ना तरी इच्छावशें आवरी । आपुले आपण ॥३०१॥
ज्याप्रमाणे कासव असते । सुखात अवयव पसरते ।
दुःखात आवरून धरते । आपले आपण ॥३०१॥
तैसीं इंद्रियें आपैतीं होतीं । जयाचें म्हणितलें करिती । तयाची
प्रज्ञा जाण स्थिति । पातली असे ॥३०२॥
इंद्रिये ज्यास वश असती । सांगेल तशी वागती ।
तो स्थिर बुद्धिमती । असे समजावे ॥३०२॥
अर्जुना आणिकही एक । सांगेन ऐकें कवतिक ।
या विषयांतें साधक । त्यजिती नियमें ॥३०३॥
अर्जुना ऐक आणखी एक । तुला सांगतो कौतुक ।
नित्य नियमे जे साधक । विषय त्यागती ॥३०३॥
श्रोत्रादि इंद्रियें आवरिती । परि रसने नियमु न करिती ।
ते सहस्रधाकवळिजती । विषयीं इहीं ॥३०४॥
जे इंद्रिया आवरती । पण जीभ आवरू न शकती ।
त्यांना विषय गुंतवती । हजारो प्रकारे ॥३०४॥
जैसी वरिवरि पालवी खुडिजे । आणि मुळीं उदक घालिजे ।
तरी कैसेनि नाशु निपजे । तया वृक्षा ॥३०५॥
एखाद्या गर्द झाडाची । पाने जरी खुडली वरची ।
पण पाणी घालता मुळाशी । ते कसे मरेल? ॥३०५॥

तो उदकाचेनि बळें अधिकें । जैसा आडवेनि आंगें फाकें ।
तैसा मानसीं विषो पोखे । रसनाद्वारें ॥३०६॥
त्या पाण्याच्या आधारे । झाड आडवे पसरे ।
तैसे रसनेच्या द्वारे । विषय मनात वाढती ॥३०६॥
येरां इंद्रियां विषय तुटे । तैसा नियमूं न ये रस हटें ।
जें जीवन हें न घटे । येणेंविण ॥३०७॥
इतर इंद्रियांचे शमन । प्रयत्नाने होते दमन ।
रसनेद्वारे लाभे जीवन । ते कमी कसे करावे? ॥३०७॥
मग अर्जुना स्वभावें । ऐसिही नियमातें पावे ।
जैं परब्रह्म अनुभवें । होऊनि जाइजे ॥३०८॥
मग अर्जुना स्वभावता । याचेच नियमन करता ।
परब्रह्माशी एकरूपता । अनुभवता येते ॥३०८॥
तैं शरीरभाव नासती । इंद्रियें विषय विसरती ।
जैं सोहंभाव प्रतीति । प्रगट होय ॥३०९॥
जे शरीरभाव सोडती । इंद्रिये विषय त्यागती ।
तिथे आत्मस्वरूपाची प्रचिती । प्रकट होते ॥३०९॥
येऱ्हवीं तरी अर्जुना । हें आया नये साधना ।
जे राहटताती जतना । निरंतर ॥३१०॥
यासाठी एरवी अर्जुना । जे करती साधना ।
ते करत राहती प्रयत्ना । निरंतर ॥३१०॥
जयातें अभ्यासाची घरटी । यमनियमांची ताटी ।
जे मनातें सदा मुठी । धरूनि आहाती ॥३११॥
जे साधनेची घरटी बांधती । यम-नियमांचे कवाड लावती ।
सदैव मनाला मुठीत ठेवती । बांधून ॥३११॥
तेही किजती कासाविसी । या इंद्रियांची प्रौढी ऐसी ।
जैसी मंत्रज्ञातें विवसी । भुलवी कां ॥३१२॥
साधकांना छळती सतत । या इंद्रियांची अशी करामत ।
मांत्रिका राहते फसवत । जणू हडळ ॥३१२॥
देखैं विषय हे तैसे । पावती ऋद्धिसिद्धीचेनि मिषें ।
मग आकळिती स्पर्शें । इंद्रियांचेनी ॥३१३॥
हे विषय असे असती । ऋद्धीसिद्धी रूपात प्राप्त होती ।
साधकाला गुरफटून टाकती । इंद्रियाद्वारे ॥३१३॥

तिये संधी मन जाये । मग अभ्यासीं ठोठावलें ठाये ।
ऐसें बळकटपण आहे । इंद्रियांचें ।।३१४।।
या चक्रात सापडूनी मनही । अभ्यासाने जागे न होई ।
बळकट इंद्रिये अशी ही । आहेत तू जाण ।।३१४।।
म्हणौनि आइकें पार्था । यांतें निर्दळीं जो सर्वथा ।
सर्व विषयीं आस्था । सांडूनियां ।।३१५।।
म्हणून ऐक तू अर्जुन । सर्वथा अंत:करणापासून ।
विषयांची आसक्ती सोडून । जो इंद्रिय विजय करी ।।३१५।।
तोचि तूं जाण । योगनिष्ठेसी कारण ।
जयाचे विषयसुखें अंत:करण । झकवेना ।।३१६।।
जो विषयसुखाने कधीही । मोहित होत नाही ।
असा तू योगनिष्ठेसही । सुयोग्य आहेस ।।३१६।।
जो आत्मबोधयुक्तु । होऊनि असे सततु ।
जो मातें हृदयाआंतु । विसंबेना ।।३१७।।
आत्मज्ञानाने परिपूर्ण । असे ज्यांचे अंत:करण ।
त्यास माझे विस्मरण । होत नाही ।।३१७।।
एऱ्हवीं बाह्य विषय तरी नाहीं । परी मानसीं होईल जरी कांहीं ।
तरी साद्यंतुचि पाहीं । संसारु असे ।।३१८।।
बाह्यरूपात विषयाने अलिप्त । पण मन लालसेने युक्त ।
तो संसारबंधनातून मुक्त । होत नाही ।।३१८।।
जैसा कां विषाचा लेशु । घेतलियां होय बहुवसु ।
मग निभ्रांत करी नाशु । जीवितासी ।।३१९।।
विषाचा एक थेंब असतो । तरी तो बाधा करतो ।
जीवनाचा नाश करतो । शरीरात पसरून ।।३१९।।
तैसी विषयाची शंका । मनीं वसती देखा ।
घातु करी अशेखा । विवेकजाता ।।३२०।।
विषयातून मिळते सुख । अशी शंका मनी येता ऐक ।
नष्ट होतसे मग विवेक । अंत:करणातील ।।३२०।।
जरी हृदयीं विषय स्मरती । तरी निसंगाही आपजे संगती ।
संगें प्रगटे मूर्ति । अभिलाषाची ।।३२१।।
विषय मनांत उभरती । विरक्ता वाटे आसक्ती ।
अभिलाषेचे आकार प्रगटती । मनामध्ये ।।३२१।।

जेथ कामु उपजला । तेथ क्रोधु आधींचि आला ।
क्रोधीं असे ठेविला । संमोह जाणैं ।।३२२।।
जिथे काम उपजतो । तिथे क्रोध येतो ।
क्रोधामागे अविचार असतो । भ्रमाचा ।।३२२।।
संमोहा जालिया व्यक्ति । तरी नाशु पावे स्मृति ।
चंडवातें ज्योति । आहत जैसी ।।३२३।।
भ्रमाने संमोहित होते व्यक्ती । मग नाश पावते स्मृती ।
जशी विझते दिव्याची ज्योती । वाऱ्याच्या वेगे ।।३२३।।
कां अस्तमानीं निशी । जैसा सूर्यतेजातें ग्रासी ।
तैसी दशा स्मृतिभ्रंशीं । प्राणियासी ।।३२४।।
सूर्यास्ताच्या काळी । रात्र प्रकाशा गिळी ।
तशी स्मृतिभ्रंशाचेवेळी । प्राणिमात्राची दशा होते ।।३२४।।
मग अज्ञानांध केवळ । तेणें आप्लविजे सकळ ।
तेथ बुद्धि होय व्याकुळ । हृदयामाजीं ।।३२५।।
अज्ञान अंधकाराचे राज्य पसरते । ते सर्व काही बुडवते ।
मग बुद्धी व्याकूळ होते । न सुचे कांहीं ।।३२५।।
जैसें जात्यंधा पळणीं पावे । मग ते काकुळती सैरा धांवे ।
तैसें बुद्धीसि होती भंवे । धनुर्धरा ।।३२६।।
जन्मांध व्यक्ती बिचारा । व्याकूळ धावे सैरावैरा ।
तसा भ्रम धनुर्धरा । बुद्धीला होतो ।।३२६।।
ऐसा स्मृतिभ्रंशु घडे । मग सर्वथा बुद्धि अवघडे ।
तेथ समूळ हे उपडे । ज्ञानजात ।।३२७।।
अशा स्मृतिभ्रंशाने । बुद्धी अडकते सर्व बाजूने ।
मुळांसह नाहीसे होते । सर्व ज्ञान ।।३२७।।
चैतन्याच्या भ्रंशीं । शरीरा दशा जैशी ।
तैसें पुरुषा बुद्धिनाशीं । होय देखैं ।।३२८।।
शरीरातून प्राण जाई । तेंव्हा शरीराची दुर्दशा होई ।
तैशी पुरुषाची अवस्था होई । बुद्धिनाशाने ।।३२८।।
म्हणौनि आइकें अर्जुना । जैसा विस्फुलिंग लागे इंधना ।
मग तो प्रौढ जालिया त्रिभुवना । पुरों शके ।।३२९।।
ऐक अर्जुना मी बोलतो ते । ठिणगी इंधनावर पडता आग लागते ।
ती भडकून समर्थ होते । त्रिभुवन जाळण्या ।।३२९।।

तैसें विषयांचें ध्यान । जरी विपायें वाहे मन ।
तरी येसणें हें पतन । गिंवसित पावे ।।३३०।।
तसे मनांकडून नकळत ते । विषयाचे चिंतन घडते ।
मग शोधत येते । पतन त्याला ।।३३०।।
म्हणौनि विषय हे आघवे । सर्वथा मनौनि सांडावे ।
मग रागद्वेष स्वभावें । नाशतील ।।३३१।।
म्हणून हे विषय सर्वथा । मनापासून त्यागता ।
रागद्वेषांची बाधा । सहज नष्ट होई ।।३३१।।
पार्था आणिकही एक । जरी नाशले रागद्वेष ।
तरी इंद्रिया विषयीं बाधक । रमतां नाहीं ।।३३२।।
आणखी ऐक अर्जुन । रागद्वेष गेले मनातून ।
इंद्रिये रमली विषयातून । तरी बाधा नाही ।।३३२।।
जैसा सूर्य आकाशगतु । रश्मिकरें जगातें स्पर्शतु ।
तरी संगदोषें काय लिंपतु । तेथिचेनि ।।३३३।।
आकाशातून सूर्य जरी । किरणाने जगा स्पर्श करी ।
तरी त्या वस्तूसंगे दोष भरी । तो होतो काय? ।।३३३।।
तैसा इंद्रियार्थीं उदासीन । आत्मरसेंचि निर्भिन्न ।
जो कामक्रोधविहीन । होऊनि असे ।।३३४।।
इंद्रिय विषये जो उदासीन । तो आत्मानंदी रंगून ।
काम-क्रोधाचा त्याग करून । जीवन जगतो ।।३३४।।
तरी विषयांतही कांहीं । आपणपेवांचूनि नाहीं ।
मग विषय कवण कायी । बाधितील कवणा ।।३३५।।
ज्यास सर्व विषयांतही । आत्मस्वरूपाविना दिसत नाही ।
त्यास विषय कोणते काही । कसे बाधा करतील? ।।३३५।।
जरी उदकीं उदक बुडिजे । कां अग्नि आगी पोळिजे ।
तरी विषयसंगे आप्लविजे । परिपूर्णु तो ।।३३६।।
जर पाण्यात बुडले पाणी । अग्नीस जाळेल अग्नी ।
तर परिपूर्ण पुरुष ज्ञानी । विषयात बुडेल ।।३३६।।
ऐसा आपणचि केवळु । होऊनि असे निखळु ।
तयाचि प्रज्ञा अचळु । निभ्रांत मानीं ।।३३७।।
असा स्वत: पुरुष तो । शुद्ध स्वरूपाशी एकरूपतो ।
तो बुद्धीने स्थिर राहतो । हे तू जाण ।।३३७।।

देखैं अखंडित प्रसन्नता । आथी जेथ चित्ता ।
तेथ रिगणें नाहीं समस्तां । संसारदु:खां ।।३३८।।
सदोदित जो चित्ताने । राहतो अखंड प्रसन्नपणे ।
तिथे संसार दु:ख प्रवेशणे । शक्य नाही ।।३३८।।
जैसा अमृताचा निर्झरु । प्रसवे जयाचा जठरू ।
तया क्षुधेतृषेचा अडदरु । कहींचि नाहीं ।।३३९।।
जसा अमृताचा निर्झर । पाझरे ज्याचे उदर ।
त्याला तहान-भुकेचा अडसर । येत नाही ।।३३९।।
तैसें हृदय प्रसन्न होये । तरी दु:ख कैचें कें आहे? ।
तेथ आपैसी बुद्धि राहे । परमात्मरूपीं ।।३४०।।
ज्याचे हृदयी प्रसन्नता । दु:ख तिथे न राहता ।
आपोआप बुद्धीची स्थिरता । रहाते ईश्वराठायी ।।३४०।।
जैंसा निर्वातींचा दीपु । सर्वथा नेणें कंपु ।
तैसा स्थिरबुद्धि स्वस्वरूपु । योगयुक्तु ।।३४१।।
जशी आडोशाला ज्योत । कंप नाही पावत ।
तसा स्थिर बुद्धी एकरूप । सत् स्वरूपाशी ।।३४१।।
ये युक्तीची कडसणी । नाहीं जयाच्या अंत:करणीं ।
तो आकळिला जाण गुणीं । विषयादिकीं ।।३४२।।
योगयुक्तीची विचार सारणी । नाही ज्यांचे अंतःकरणी ।
तो विषयांच्या पाशांनी । बांधला जातो ।।३४२।।
तया स्थिरबुद्धि पार्था । कहीं नाहीं सर्वथा ।
आणि स्थैर्याची आस्था । तेही नुपजे ।।३४३।।
मनी स्थिरता असावी ही । ज्याला इच्छा होत नाही ।
त्याची बुद्धी स्थिर न राही । जाण पार्था ।।३४३।।
निश्चळत्वाची भावना । जरी नव्हेचि देखै मना ।
तरी शांति केवीं अर्जुना । आपु होय ।।३४४।।
स्थिरत्वाची भावना । ज्या मनी उपजे ना ।
शांती त्याचिया मना । कशी लाभेल? ।।३४४।।
जेथ शांतीचा जिव्हाळा नाहीं । तेथ सुख विसरोनि न रिगे कहीं ।
जैसा पापियाच्या ठायीं । मोक्षु न वसे ।।३४५।।
जिथे शांतीचा जिव्हाळा नाही । तिथे सुख येत नाही ।
जसा पापी माणसा लाभत नाही । मोक्ष कधीच ।।३४५।।

देखैं अग्निमाजीं घापती । तियें बींजे जरी विरूढती ।
तरी अशांता सुखप्राप्ती । घडों शके ।।३४६।।
जशी अग्नीत भाजलेली । बी जर अंकुरली ।
तर अशांत मनुष्या सुखप्राप्ती झाली । असे घडू शकेल ।।३४६।।
म्हणौनि अयुक्तपण मनाचें । तेंचि सर्वस्व दुःखाचें ।
या कारणें इंद्रियांचें । दमन निकें ।।३४७।।
मनाचं सैरावैरा धावणं । हेच दुःखाचे कारण ।
म्हणून इंद्रियांचे दमन । आवश्यक आहे ।।३४७।।
इंद्रियें जें जें म्हणती । तें तेंचि जे पुरुष करिती ।
ते तरलेचि न तरती । विषयसिंधु ।।३४८।।
इंद्रिये जे जे सांगती । पुरुष ते ते करती ।
तरले तरी न तरती । विषयसागरात ।।३४८।।
जैसी नाव थडियेठाकितां । जरी वरपडी होय दुर्वाता ।
तरी चुकलाही मागौता । अपावो पावे ।।३४९।।
नाव तीराला लागते । मग जर वादळ घोंघावते ।
पुन्हा ती वादळात सापडते । बाहेर आली तरी ।।३४९।।
तैसी प्राप्तेंही पुरुषें । इंद्रियें लाळिलीं जरी कौतुकें ।
तरी आक्रमिला जाण दुःखें । संसारिकें ।।३५०।।
जसे पारमार्थिक पुरुषांनी । इंद्रिया लाडवले कौतुकांनी ।
तरी तो जातो अडकुनी । संसारचक्रात ।।३५०।।
म्हणौनि आपुलीं आपणपेया । जरी इंद्रियें येती आया ।
तरी अधिक कांहीं धनंजया । सार्थक असे? ।।३५१।।
म्हणून आपल्या आपण । इंद्रिये ठेवली अधीन ।
तर यापरते जीवन । सार्थ असे का धनंजया? ।।३५१।।
देखैं कूर्म जियापरी । उवाइला अवेव पसरी ।
ना तरी इच्छावशें आवरी । आपणपेंचि ।।३५२।।
ऐक कासव ज्याप्रकारे । आनंदाने शरीर पसरे ।
नपेक्षा इच्छेनुरूप आवरे । आपलेआपण ।।३५२।।
तैसीं इंद्रियें आपैतीं होती । जयांचें म्हणितलें करिती ।
तयाची प्रज्ञा जाण स्थिती । पावली असे ।।३५३।।
ज्याची इंद्रिये वश असती । बोलल्या प्रमाणे वागती ।।
त्याची बुद्धी स्थिर रहाती । असे समज ।।३५३।।

आतां आणिक एक गहन । पूर्णाचें चिन्ह ।
अर्जुना तुज सांगैन । परिस पां ।।३५४।।
आणिक एक गहन । पूर्णत्वाचे जे चिन्ह ।
प्राप्त झाल्याची खूण । सांगतो तुज ।।३५४।।
देखैं भूतजात निदेलें । तेथेंचि जया पाहलें ।
आणि जीव जेथ चेइले । तेथ निद्रितु जो ।।३५५।।
जिथे झोपती प्राणी । हा जागतो त्या ठिकाणी ।
मनुष्य जागतो इंद्रिया कारणी । तेथे हा झोपतो ।।३५५।।
तोचि तो निरुपाधि । अर्जुना तो स्थिरबुद्धि ।
तोचि जाणें निरवधि । मुनिश्वर ।।३५६।।
आत्मज्ञानीस नसे उपाधी । तो असे स्थिरबुद्धी ।
विश्वचैतन्याशी समाधी । लावतो मुनिश्वर तो ।।३५६।।
पार्था आणीकही परी । तो जाणों येईल अवधारीं ।
जैसी अक्षोभता सागरीं । अखंडित ।।३५७।।
आणखी प्रकारे पार्था । त्याला येईल जाणता ।
तशी सागराची गंभीरता । निरंतर असे ।।३५७।।
जऱ्ही सरितावोघ समस्त । परिपूर्ण होऊनि मिळत ।
तऱ्ही अधिक नोहे ईषत् । मर्यादा न संडी ।।३५८।।
जरी सर्व नद्यांचे पाणी । मिसळे समुद्रात येऊनी ।
तरी तो मर्यादा सोडूनी । जास्त होत नाही ।।३५८।।
ना तरी ग्रीष्मकाळीं सरिता । शोषूनि जाती समस्ता ।
परी न्यून नव्हे पार्था । समुद्रु जैसा ।।३५९।।
किंवा उन्हाळ्यात सरिता । सर्व आटूनी जाता ।
तरी तो सागर सर्वथा । कमी होत नाही ।।३५९।।
तैसा प्राप्तीं ऋद्धिसिद्धी । तयासि क्षोभु नाहीं बुद्धी ।
आणि न पवतां न बाधी । अधृति तयातें ।।३६०।।
पुरुष जो स्थिर बुद्धी । पावतो ऋद्धी सिद्धी ।
काही मिळता, आनंद न कधी । न मिळता दुःख नाही ।।३६०।।
सांगैं सूर्याच्या घरीं । प्रकाशु काय वातीवेरी ।
कां न लविजे तरी अंधारीं । कोंडेल तो ।।३६१।।
सूर्याचे घरी लावता ज्योत । काय तेव्हाच प्रकाश पडत? ।
जर तिथे न लावली वात । तर अंधार होई? ।।३६१।।

देखें ऋद्धिसिद्धि तयापरी । आली गेली से न करी ।
तो विगुंतला असे अंतरीं । महासुखीं ।।३६२।।
स्थितप्रज्ञ मनुष्याला । ऋद्धी सिद्धी आल्या गेल्या ।
तरी रंगात आत्मस्वरूपातल्या । तो सुखी असतो ।।३६२।।
जो आपुलेनि नागरपणें । इंद्रभुवनातें पावळें म्हणें ।
तो केवीं रंजे पालिवणें । भिल्लांचेनि? ।।३६३।।
आपल्या आत्मानंदापुढे तो । इंद्रभुवना कमी लेखतो ।
मग भिल्लाच्या पालात तो । कसा रमेल? ।।३६३।।
जो अमृतासी ठी ठेवी । तो जैसा कांजी न सेवी ।
तैसा स्वसुखानुभवी । न भोगी ऋद्धि ।।३६४।।
जो अमृताला ठेवी नावे । त्यासी भाताची पेज न भावे ।
तो स्वसुखस्वरूप अनुभवे । न भोगी ऋद्धी सिद्धी ।।३६४।।
पार्था नवल हें पाहीं । जेथ स्वर्गसुख लेखनीय नाहीं ।
तेथ ऋद्धिसिद्धि कायी । प्राकृता होती ।।३६५।।
अर्जुना पाही हे नवल । स्वर्गसुखा जेथे नाही मोल ।
ऋद्धी सिद्धीची काय असेल । पर्वा तिथे ।।३६५।।
ऐसा आत्मबोधें तोषला । जो परमानंदें पोखला ।
तोचि स्थिरप्रज्ञु भला । वोळख तूं ।।३६६।।
असा आत्मबोधाने तोषला । तो परमानंदाने पोषला ।
तोच स्थितप्रज्ञ भला । ओळख तू ।।३६६।।
तो अहंकारातें दंडुनी । सकळ कामु सांडोनी ।
विचरे विश्व होऊनी । विश्वचिमाजीं ।।३६७।।
तो अहंकारा त्यागतो । सर्व कामना सोडतो ।
विश्वसंचार करतो । चैतन्याशी एकरूप होऊन ।।३६७।।
हे ब्रह्मस्थिति निःसीम । जे अनुभवितां निष्काम ।
ते पावले परब्रह्म । अनायासें ।।३६८।।
ही असीम ब्रह्मस्थिती । निष्कामपणे अनुभवती ।
ते परब्रह्मस्वरूप होती । अनायासे ।।३६८।।

जे चिद्रुपीं मिळतां । देहांतीचि व्याकुळता ।
आड ठाकों न सके चित्ता । प्राज्ञा जया ।।३६९।।
चिद्रूपता प्राप्त होता । देहाच्या अंताची व्याकूळता ।
स्थितप्रज्ञाच्या चित्ता । आड येत नाही ।।३६९।।
तेचि हे स्थिति । स्वमुखें श्रीपति ।
सांगत अर्जुनाप्रति । संजयो म्हणे ।।३७०।।
ही एकरूप ब्रह्मस्थिती । स्वमुखाने तो श्रीपती ।
सांगतसे अर्जुनाप्रती । संजय म्हणे ।।३७०।।
ऐसें कृष्णवाक्य ऐकिलें । तेथ अर्जुनें मनीं म्हणितलें ।
आतां आमुचिया काजा कीर आलें । उपपत्ति इया ।।३७१।।
श्रीकृष्णाचा उपदेश ऐकून । मनात म्हणाला अर्जुन ।
आमच्या उपयोगाचे कारण । साधार मिळाले ।।३७१।।
जें कर्मजात आघवें । एथ निराकारिले देवें ।
तरी पारुषलें म्यां झुंजावें । म्हणौनियां ।।३७२।।
देवाने केला येथ । सर्व कर्मांचा निषेध ।
मग मी युद्ध करावे हे कर्म सहज । इथे थांबले ।।३७२।।
ऐसा श्रीअच्युताचिया बोला । चित्तीं धनुर्धर उवाइला ।
आतां प्रश्नु करील भला । आशंकोनी ।।३७३।।
श्रीकृष्णाचा उपदेश ऐकता । अर्जुन प्रसन्न झाला चित्ता ।
म्हणे आता येईल प्रश्न करता । मला उत्तम ।।३७३।।
तो प्रसंगु असे नागरु । जो सकळ धर्मासी आगरु ।
कीं विवेकामृतसागरु । प्रांतहीनु ।।३७४।।
तो प्रसंग सुंदर । सर्व धर्माचे आगर ।
विवेकामृताचा सागर । अमर्याद ।।३७४।।
जो आपण सर्वज्ञनाथु । निरूपिता होईल श्रीअनंतु ।
ज्ञानदेवो सांगेल मातु । निवृत्तिदासु ।।३७५।।
या सुखसंवादाचे निरूपण । सांगतील स्वतः श्रीकृष्ण ।
ती ज्ञानकथा मी सांगेन । हा निवृत्तीदास ।।३७५।।

ओवी संख्या ३७५

।। दुसरा अध्याय – सांख्ययोग – समाप्त ।।

अध्याय तिसरा

कर्मयोग

मग आइका अर्जुनें म्हणितलें । देवा तुम्ही जें वाक्य बोलिलें ।
तें निकें म्यां परिसिलें । कमळापती ॥१॥
मग अर्जुन बोलिजे । हे देवा कृपानिधे ।
जे तुम्ही बोलिले ते । मी एकाग्रचित्ते श्रवण केले ॥१॥
तेथ कर्म आणि कर्ता । उरेचिना पाहतां ।
ऐसें मत तुझें श्रीअनंता । निश्चित जरी ॥२॥
तुझ्या मते कर्म, कर्ता । काहींच न बाकी राहता ।
तुझ्या मते हे अनंता । जर निश्चित असे असेल ॥२॥
तरी मातें केवीं श्रीहरी । म्हणसी पार्था संग्रामु करीं ।
इये लाजसी ना महाघोरीं । कर्मी सुतां ॥३॥
मग मला सांग श्रीहरी । म्हणसी पार्था युद्ध करी ।
मला धाडता या घनघोरी । तुज काहीं लाज न वाटे? ॥३॥
हा गा कर्म तूंचि अशेष । निराकरिसी निशे:ष ।
तरी मजकरवीं हे हिंसक । कां करविसी ॥४॥
हे कृष्णा तू सांगसी । कर्माचा पूर्ण निषेध करसी ।
मग मजकरवी हिंसा करविसी । असे का? ॥४॥
तरी हेंचि विचारीं हृषीकेशा । तूं मानु देसी कर्मलेशा ।
आणि येसणी हे हिंसा । करवीतु आहासी ॥५॥
श्रीकृष्णा तू विचार करी । तूच कर्ममार्ग आधारी ।
मग माझ्याकडून का करी । एवढी हिंसा ॥५॥
देवा तुवांचि ऐसें बोलावें । तरी आम्हीं नेणतीं काय करावें ।
आतां संपलें म्हणे पां आघवे । विवेकाचें ॥६॥
देवा तू जर असे बोलावे । आम्ही अज्ञानींनी काय करावे ।
झाला शेवट असे समजावे । विवेकाचा ॥६॥
हां गा उपदेशु जरी ऐसा । तरी अपभ्रंशु तो कैसा ।
आतां पुरला आम्हां धिंवसा । आत्मबोधाचा ॥७॥
हा जर असेल उपदेश । तर भ्रम कोणता असे शेष? ।
आत्मबोधाचा उन्मेष । इथे संपला ॥७॥

वैद्यु पथ्य वारूनि जाये । मग जरी आपणचि विष सुये ।
तरी रोगिया कैसेनि जिये । सांगैं मज ॥८॥
वैद्याने पथ्य सांगावे । की रुग्णास विष चारवावे ।
मग रुग्णाने कसे जगावे । सांग तूच ॥८॥
जैसें आंधळें सुइजे आव्हांटा । कां माजवण दीजे मर्कटा ।
तैसा उपदेशु हा गोमटा । वोढवला आम्हां ॥९॥
आंधळ्याने आडमार्गा जावे । माकडाने मादकरस प्यावे ।
तसे या उपदेशाने व्हावे । आम्हा अज्ञानी जना ॥९॥
मी आधींचि कांही नेणें । वरी कवळिलों मोहें येणें ।
श्रीकृष्णा विवेकुया कारणें । पुसिला तुज ॥१०॥
मज आधीच काहीं न कळे । त्यात मोहचक्राने व्याकुळे ।
या कारणे तुज विचारले । विवेकाबद्दल ॥१०॥
तंव तुझी एकेक नवाई । एथ उपदेशामाजीं गोवाई ।
तरी अनुसरलिया काई । ऐसें कीजे? ॥११॥
तर तुझे हे नवल कसे । उपदेशात गुंतागुंत दिसे ।
तुज शरण आम्ही आलो असे । तरी असे का करावे? ॥११॥
आम्हीं तनुमनुजीवें । तुझिया बोला वोटंगावें ।
आणि तुवांचि ऐसें करावें । तरी सरलें म्हणों ॥१२॥
आमचे तनमन सगळे । तुझ्या चरणी अर्पिले ।
तूच संभ्रमित जर केले । तर सर्व संपले ॥१२॥
आतां ऐसियापरी बोधिसी । तरी निकें आम्हां करिसी ।
एथ ज्ञानाची आस कायसी । अर्जुन म्हणे ॥१३॥
असाच जर तू करशी बोध । तर आमचे त्यात कल्याण साध ।
होई ज्ञानाच्या आशेला बाध । उपहासे अर्जुन बोले ॥१३॥
तरी ये जाणिवेचें कीर सरलें । परी आणीक एक असे जाहलें ।
जें थितें हें डहुळलें । मानस माझें ॥१४॥
ज्ञानाचे समजणे थांबले । आणिक एक असे घडले ।
जे स्थिर होते ते गोंधळते । मन माझे ॥१४॥

तेवींचि श्रीकृष्णा हें तुझें । चरित्र कांही नेणिजे ।
जरी चित्त पाहसी माझें । येणें मिषें ॥१५॥
श्रीकृष्णा मज काही । चरित्र तुझे समजत नाही ।
पाहसी का माझ्या मनाची परीक्षा ही । या निमित्ताने ॥१५॥
ना तरी झकवीतु आहासी मातें । कीं तत्त्वचि कथिसी ध्वनितें ।
हें अवगमितां निरुतें । जाणवेना ॥१६॥
तू मज संभ्रमित करसी । की गूढ तत्त्वार्थ सांगसी ।
खरे तू काय बोलसी । मज समजेना ॥१६॥
म्हणौनि आइकें देवा । हा भावार्थु आतां न बोलावा ।
मज विवेकु सांगावा । मऱ्हाटा जी ॥१७॥
म्हणोनी देवा ऐक । नको सांगू भावार्थ देख ।
मज सांगावा विवेक । मराठीत ॥१७॥
मी अत्यंत जड असें । परी ऐसाही निकें परियेसें ।
श्रीकृष्णा बोलावें तुवां तैसें । एकनिष्ठ ॥१८॥
मी मंदबुद्धी आहे । तरीही समजू पाहे ।
असेच तू सांगावे । एक निश्चयाने ॥१८॥
देखैं रोगातें जिणावें । औषध तरी देयावें ।
परी तें अति रुच्य व्हावें । मधुर जैसें ॥१९॥
रोगाचे निवारण व्हावे । वैद्याने औषध द्यावे ।
पण ते रुचकर असावे । गोड मधुर ॥१९॥
तैसें सकळार्थभरित । तत्त्व सांगावें उचित ।
परी बोधे माझें चित्त । जयापरी ॥२०॥
सर्वार्थाने जे भारित । असे तत्त्व सांगावे उचित ।
ज्यायोगे माझे चित्त । समजू शकेल ॥२०॥
देवा तुजऐसा निजगुरु । आजि आर्तीधणी कां न करूं ।
एथ भीड कवणाची धरूं । तूं माय आमुची ॥२१॥
तुझ्यासम लाभला गुरू । मग इच्छापूर्ती का न करूं? ।
मी भीड कोणाची धरू । तूच माय माउली ॥२१॥
हां गा कामधेनूचें दुभतें । दैवें जाहलें जरी आपैतें ।
तरी कामनेची कां तेथें । वानी कीजे? ॥२२॥
दुभती कामधेनू । दैवाने दिली जणू ।
इच्छेची का मी वानू । कमतरता ॥२२॥
जरी चिंतामणी हाता चढे । तरी वांछेचें कवण सांकडें ।
कां आपुलेनि सुरवाडें । इच्छावें ना? ॥२३॥
चिंतामणी रत्न लाभावे । वांछील ते मागावे ।
मग संकट का वाटावे । इच्छापूर्तीचे ॥२३॥

देखा अमृतसिंधूतें ठाकावें । मग ताहानाचि जरी फुटावें ।
तरी सायासु कां करावे । मागील ते? ॥२४॥
अमृतसागराजवळ जावे । आणि तहानेने व्याकूळ व्हावे ।
मग कष्ट कशासाठी करावे । तिथे येण्याचे ॥२४॥
तैसा जन्मांतरीं बहुतीं । उपासितां श्रीलक्ष्मीपती ।
तूं दैवे आजि हातीं । जाहलासी जरी ॥२५॥
आम्ही जन्मोजन्मी खूप । लक्ष्मीपती केले तुझे तप ।
तेव्हा आम्हा तू प्राप्त । आता झालासी ॥२५॥
तरी आपुलिया सवेशा । कां न मागावासि परेशा? ।
देवा सुकाळु हा मानसा । पाहला असे ॥२६॥
मग मला जे इच्छित व्हावे । ते मी का न मागावे ।
आजचा दिवस मनोभावे । शुभ झाला देवा ॥२६॥
देखै सकळार्तींचे जियालें । आजि पुण्य यशासि आलें ।
हे मनोरथ जहाले । विजयी माझे ॥२७॥
आज माझ्या सर्व इच्छा पूर्ण । फळांस येई माझे पुण्य ।
मनोकामना परिपूर्ण । सिद्धीस गेल्या ॥२७॥
जी जी परममंगळधामा । सकळ देवदेवोत्तमा ।
तूं स्वाधीनु आजि आम्हां । म्हणोनियां ॥२८॥
जे जे परम मांगल्य । देवोत्तमात उत्तम सकल ।
तू आमच्या स्वाधीन आज केवल । म्हणूनच ॥२८॥
जैसें मातेच्या ठायीं । अपत्या अनवसरूनाहीं ।
स्तन्यालागूनि पाहीं । जियापरी ॥२९॥
माता आपल्या मनी । लेकरासाठी अवेळ न मानी ।
स्तनपान करवते झणी । तसे आहे ॥२९॥
तैसें देवा तूतें । पुसिजतसे आवडे तें ।
आपुलेनि आर्तें । कृपानिधी ॥३०॥
तसे हे कृपानिधी कृष्ण । मी माझ्या इच्छेप्रमाणं ।
वाटेल ते मनीचे प्रश्न । तुला विचारणार आहे ॥३०॥
तरीं पारत्रिकीं हित । आणि आचरितां तरी उचित ।
तें सांगें एक निश्चित । पार्थु म्हणे ॥३१॥
जे परलोकीचे हित । आचरणास असे उचित ।
असे काहींतरी सांग सुनिश्चित । पार्थ म्हणे ॥३१॥
या बोला श्रीअच्युतु । म्हणते विस्मितु ।
अर्जुना हा ध्वनितु । अभिप्रावो ॥३२॥
हे ऐकून श्रीकृष्ण बोलले । अर्जुना मज नवल वाटले ।
माझे बोलणे तुज गूढ भासले । अभिप्रायार्थ ॥३२॥

जे बुद्धियोगु सांगतां । सांख्यमतसंस्था ।
प्रकटिली स्वभावता । प्रसंगे आम्हीं ।।३३।।
बुद्धियोगाचे सांगता वर्णन । सांख्यमताचे सांगितले ज्ञान ।
प्रसंगे आम्ही बोललो जाण । सहजच ।।३३।।
तो उद्देशु तूं नेणसीचि । म्हणौनि क्षोभलासि वायांचि ।
तरी आतां जाणें म्याचि । उक्त दोन्ही ।।३४।।
तो उद्देश तू न जाणता । रागावलास उगीच आता ।
ज्ञानयोग कर्मयोग उभयतां । मीच सांगितलेत ।।३४।।
अवधारीं वीरश्रेष्ठा । ये लोकीं या दोन्ही निष्ठा ।
मजचिपासूनि प्रगटा । अनादिसिद्धा ।।३५।।
वीरश्रेष्ठा लक्ष देई । या लोकीच्या निष्ठा दोही ।
मजपासून प्रगट होई । अनादि काळापासून ।।३५।।
एकु ज्ञानयोगु म्हणिजे । जो सांख्यीं अनुष्ठिजे ।
जेथ वोळखीसवें पाविजे । तद्रूपता ।।३६।।
एक निष्ठा ज्ञानयोग । आचरती ज्ञान लोक ।
तद्रूपता पावती देख । आत्मतत्त्वाच्या जाणिवेने ।।३६।।
एकु कर्मयोगु जाण । जेथ साधकजन निपुण ।
होऊनियां निर्वाण । पावती वेळे ।।३७।।
दुसरा कर्मयोग जाण । त्यात साधक निपुण ।
होतसे जेव्हा निर्वाण । उशिरा मोक्ष पावती ।।३७।।
हे मार्गु तरी दोनी । परी एकवटतीं निदानीं ।
जैसी सिद्धसाध्यभोजनीं । तृप्ती एक ।।३८।।
हे मार्ग जरी असती दोन । तेथे एकरूपते चैतन्य ।
शिजलेले व शिजवायचे अन्न । यात असे समान तृप्ती ।।३८।।
कां पूर्वापर सरितां । भिन्न दिसती पाहतां ।
मग सिंधुमिळणीं ऐक्यता । पावती शेखीं ।।३९।।
एक पूर्व, एक पश्चिमेकडून । नद्या येती भिन्न भिन्न वाहून ।
पण दोन्ही सागरात मिळून । ऐक्य पावतात ।।३९।।
तैसीं दोनीही मतें । सूचितीं एका कारणातें ।
परी उपास्ति ते योग्यते । अधीन असे ।।४०।।
ज्ञानयोग कर्मयोग दोन । तरी साध्य त्यांचे समान ।
साधकाच्या क्षमतेवर जाण । त्यांची उपासना ।।४०।।
देखैं उत्प्लवनासरिसा । पक्षी फळासि झोंबे जैसा ।
सांगैं नरु केवीं तैसा । पावे वेगा? ।।४१।।
पक्षी झेपेत आकाशात उडेल । जाऊन फळाला झोंबेल ।
माणूस तसे करू शकेल । वेगाने गेला तरी? ।।४१।।

तो हळू हळू ढाळेंढाळें । केउतेनि एके वेळे ।
तया मार्गाचेनि बळें । निश्चित ठाकी ।।४२।।
हळूहळू मनुष्य तो । एकावरून दुसऱ्या फांदीवर जातो ।
मग जरा सरकून पुढे तो । फळाशी पोचतो ।।४२।।
तैसें देख पां विहंगममतें । अधिष्ठूनि ज्ञानातें ।
सांख्य सद्य मोक्षातें । आकळिती ।।४३।।
जे ज्ञानमार्गे वाट चालती । ते ज्ञानी, पक्ष्यांच्या प्रमाणे जाती ।
तत्काळ मोक्षाची प्राप्ती । करून घेती ।।४३।।
येर योगिये कर्माधारें । विहितेंचिनिजाचारें ।
पूर्णता अवसरें । पावते होती ।।४४।।
दुसरे जे कर्मयोगी असती । कर्मशास्त्राधार आचरती ।
त्या होते मोक्षाची प्राप्ती । कालांतराने ।।४४।।
वांचोनि कर्मारंभ उचित । न करितां सिद्धवत ।
कर्महीना निश्चित । होईजेना ।।४५।।
उचित कर्मारंभ न करता । कर्महीन पुरुषा सर्वथा ।
सिद्ध पुरुषासम निष्कर्मता । येणार नाही ।।४५।।
कीं प्राप्तकर्म सांडिजे । येतुलेनि नैष्कर्म्य होइजे ।
हें अर्जुना वायां बोलिजे । मूर्खपणें ।।४६।।
विहित कर्म टाकून येथे । निष्कर्म होता येते ।
हे बोलणे अर्जुना अज्ञानाचे । मूर्खपणाने ।।४६।।
सांगैं पैलतीरा जावें । ऐसें व्यसन कां जेथ पावे ।
तेथ नावेतें त्यजावें । घडे केवीं? ।।४७।।
नदीच्या पैलतीरा जावे । असे संकट जेव्हा यावे ।
काय नावेला त्यागावे? । अशा वेळी ।।४७।।
ना तरी तृप्ति इच्छिजे । तरी कैसेनि पाकु न कीजे ।
कीं सिद्धुही न सेविजे । केंवीं सांगैं? ।।४८।।
तृप्ती हवी जर भोजनाची । का न करी सिद्धता स्वैपाकाची?
किंवा सांग तयार जेवणाची । चव का न घ्यावी ।।४८।।
जंव निरार्तता नाहीं । तंव व्यापारु असे पाहीं ।
मग संतुष्टीच्या ठायीं । कुंठे सहजें ।।४९।।
जोवर निरिच्छता येत नाही । तोवर कर्म करत राही ।
मिळता आत्मसंतुष्टता ही । तिथे कर्म थांबते ।।४९।।
म्हणौनि आइकें पार्था । जयां नैष्कर्म्यपदीं आस्था ।
तया उचित कर्म सर्वथा । त्याज्य नोहे ।।५०।।
म्हणून तू ऐक पार्था । निष्कर्माची असता आस्था ।
उचित कर्म करावे सर्वथा । ते त्यागू नये ।।५०।।

आणि आपुलिये चाडे । आपादिलें हें मांडे ।
कीं त्यजिलें कर्म सांडे । ऐसें आहे? ॥५१॥
आपल्या आवडीने । आणि कर्म करणे ।
किंवा कर्म त्यागणे । असे आहे का? ॥५१॥
हें वायांचि सैरा बोलिजे । उकलु तरी देखोनि पाहिजे ।
परी त्यजितां कर्म न त्यजे । निभ्रांत मानीं ॥५२॥
हे अयोग्य ठरते बोलणे । साधकाने विचार करणे ।
अशक्य आहे कर्म त्यागणे । हे तू समज ॥५२॥
जवं प्रकृतीचें अधिष्ठान । तंव सांडी मांडी हें अज्ञान ।
जे चेष्टा ते गुणाधीन । आपैसी असे ॥५३॥
जोवर देहाचे, मायेचे अधिष्ठान । कर्म त्यागणे हे अज्ञान ।
कर्मयोग हा त्रिगुणाधिन । असतो हे खरे ॥५३॥
देखैं विहित कर्म जेतुलें । तें सळें जरी वोसंडिलें ।
तरी स्वभाव काय निमाले । इंद्रियांचे ॥५४॥
जे विहित कर्म ठरले । ते सारे जरी सोडून दिले ।
तरी काय स्वभाव बदलले । इंद्रियांचे? ॥५४॥
सांगैं श्रवणीं ऐकावें ठेलें? । कीं नेत्रींचें तेज गेलें? ।
हें नासारंध्र बुझालें । परिमळु नेघे? ॥५५॥
कर्म सोडता गेली श्रवणशक्ती? । की विझली डोळ्यांची दृष्टी? ।
घ्राणेंद्रिये बंद होती? । वास येत नाही का? ॥५५॥
ना तरी प्राणापानगति । कीं निर्विकल्प जाहली मती ।
कीं क्षुधातृषादि आर्ति । खुंटलिया? ॥५६॥
गती प्राण अपान वायूची । कल्पनाशक्ती बुद्धीची ।
की पीडा तहान-भुकेची । थांबली आहे का? ॥५६॥
हे स्वप्नावबोधु ठेले । कीं चरण चालो विसरले ।
हें असो काय निमाले । जन्ममृत्यु? ॥५७॥
की थांबेल स्वप्न-जागृती । की पाय चालणे विसरती? ।
की जन्म-मृत्यूची गती । थांबली काय? ॥५७॥
हें न ठकेचि जरी कांहीं । तरी सांडिलें तें कायी ।
म्हणौनि कर्मत्यागु नाहीं । प्रकृतिमंता ॥५८॥
हे सर्व बंद न पडते । मग काय थांबते ।
कर्म त्यागता न येते । अज्ञानाला ॥५८॥
कर्म पराधीनपणें । निपजतसे प्रकृतिगुणें ।
येरी धरीं मोकलीं अंत:करणें । वाहिजे वायां ॥५९॥
कर्म पराधीन असते । त्रिगुणातून उपजते ।
अभिमान करणे व्यर्थ ठरते । कर्माचा वा त्यागाचा ॥५९॥

देखैं रथीं आरूढिजे । मग जरी निश्चळु बैसिजे ।
तरी चळु होऊनि हिंडिजे । परतंत्रा ॥६०॥
बघ रथावर जरी चढून । राहिला स्तब्ध बसून ।
तरी रथाच्या स्वाधीन होऊन । फिरावेच लागते ॥६०॥
कां उचलिलें वायुवशें । चळे शुष्कपत्र जैसें ।
निचेष्ट आकाशें । परिभ्रमें ॥६१॥
झाडाचे पान वाळले ते । जमिनीवर निश्चेष्ट पडून राहते ।
पण आकाशात उडते । वाऱ्यासवे ॥६१॥
तैसें प्रकृति-आधारें । कर्मेंद्रियविकारें ।
नैष्कर्म्यही व्यापारे । निरंतर ॥६२॥
तसे प्रकृतीच्या आधाराने । कर्मेंद्रियांच्या विकाराने ।
कर्म करीत राहतो, जाणे । निष्काम माणूस ॥६२॥
म्हणौनि संगु जंव प्रकृतीचा । तंववरी त्यागु न घडे कर्माचा ।
ऐसियाहि करूं म्हणती तयांचा । आग्रहोचि उरे ॥६३॥
म्हणून जोवर संबंध प्रकृतीचा । न घडे त्याग कर्माचा ।
तरी जे बोलती त्यांचा । तोच आग्रह असे ॥६३॥
जे उचित कर्म सांडिती । मग नैष्कर्म्य होऊं पाहती ।
परी कर्मेंद्रियप्रवृत्ती । निरोधुनी ॥६४॥
जे उचित कर्म त्यागती । अन् निष्कर्म होऊन राहती ।
पण कर्मेंद्रिय प्रवृत्ती । विरोधिती ॥६४॥
तयां कर्मत्यागु न घडे । जें कर्तव्य मनीं सांपडे ।
वरी नटती तें फुडें । दरिद्र जाण ॥६५॥
तया न घडे कर्मत्याग । मनी कर्तव्याचा माग ।
वरवरचे असते सोंग । दारिद्र्यच ते ॥६५॥
ऐसे ते पार्था । विषयासक्त सर्वथा ।
ओळखावे तत्त्वता । भ्रांति नाहीं ॥६६॥
हे लोक असती पार्थ । विषयावरी आसक्त ।
ओळखून संशय मनात । ठेवू नको ॥६६॥
आतां देईं अवधान । प्रसंगें तुज सांगेन ।
या नैराश्याचें चिन्ह । धनुर्धरा ॥६७॥
आता ऐक तू अर्जुन । निष्काम पुरुष लक्षण ।
सांगतो कर श्रवण । एकाग्रतेने ॥६७॥
जो अंतरी दृढ । परमात्मरूपीं गूढ ।
बाह्य भागू तरी रूढ । लौकिकु जैसा ॥६८॥
जो सात्त्विक अंत:करणी । परमात्म्याच्या रूपी रंगुनी ।
रूढ व्यवहार बाह्यांगानी । करत राही ॥६८॥

जो इंद्रियां आज्ञा न करी । विषयांचें भय न धरी ।
प्राप्त कर्म नाव्हेरी । उचित जें जें ॥६९॥
जे इंद्रिया आज्ञा न करती । विषयबाधेची न वाटे भीती ।
जे विहित कर्मे न अव्हेरती । जी योग्य आहेत ॥६९॥
तो कर्मेंद्रियें कर्मीं । राहटतां तरी न नियमी ।
परी तेथिचेनि ऊर्मी । झांकोळेना ॥७०॥
कर्मेंद्रिये आपले कर्म करे । जो पुरुष त्या न आवरे ।
त्यातून निष्पन्न अहंकारे । तो न सापडे त्यात ॥७०॥
तो कामनामात्रें न घेपे । मोहमळें न लिंपे ।
जैसें जळीं जळें न शिंपे । पद्मपत्र ॥७१॥
तो इच्छेत वाहत नाही । तो मोहात मळत नाही ।
पाण्यात जसे भिजत नाही । कमलपत्र ॥७१॥
तैसा संसर्गामाजीं असे । सकळांसारिखा दिसे ।
जैसें तोयसंगें आभासे । भानुबिंब ॥७२॥
तो प्रपंचात राहतो । इतरांसारखा दिसतो ।
जसा सूर्य प्रतिबिंबित होतो । पाण्यामध्ये ॥७२॥
तैसा सामान्यत्वें पाहिजे । तरी साधारणुचि देखिजे ।
येरवीं निर्धारितां नेणिजे । सोय जयाची ॥७३॥
सामान्यपणे पाहता । सामान्यच दिसता ।
पण विचार करू जाता । योग्यता कळते ॥७३॥
ऐशा चिन्हीं चिन्हितु । देखसी तोचि मुक्तु ।
आशापाशरहितु । वोळख पां ॥७४॥
अशा लक्षणांनी युक्त । पाहसी जो तू पुरुष ।
तो आशापाशमुक्त । आहे असे जाण ॥७४॥
अर्जुना तोचि योगी । विशेषिजे जो जगीं ।
म्हणौनि ऐसा होय यालागीं । म्हणिपे तूतें ॥७५॥
अर्जुना तोच योगी जाणे । प्रशंसले ज्यास जगाने ।
तो योगी तू व्हावे म्हणे । श्रीकृष्ण ॥७५॥
तूं मानसा नियमु करीं । निश्चळु होय अंतरीं ।
मग कर्मेंद्रियें व्यापारीं । वर्ततु सुखें ॥७६॥
तू मनाचा निग्रह कर । अंत:करणी स्थिरता धर ।
मग कर्मेंद्रियांचे व्यवहार । सुखाने कर ॥७६॥
म्हणौनि नैष्कर्म्य होआवें । तरी एथ तें न संभवें ।
आणि निषिद्ध केवीं राहाटावें । विचारीं पां? ॥७७॥
म्हणोनी निष्कर्म व्हावे । पण इथे ते न संभवे ।
आचरण का करावे । शास्त्राविरुद्ध हे विचार ॥७७॥
म्हणौनि जें जें उचित । आणि अवसरेंकरुनि प्राप्त ।
तें कर्म हेतुरहित । आचरें तूं ॥७८॥
म्हणून जे आहे उचित । जे प्रसंगाने होई प्राप्त ।
कर्मफळाच्या इच्छेरहित । तू आचरण करी ॥७८॥
पार्था आणीकही एक । नेणसी तूं हें कवतिक ।
जें ऐसें कर्म मोचक । आपैसें असे ॥७९॥
अर्जुना आणखी ऐक । न जाणसी तू कौतुक ।
निष्काम कर्म साहजिक । कर्मबंधने सोडवते ॥७९॥
देखैं अनुक्रमाधारें । स्वधर्मु जो आचरे ।
तो मोक्षु तेणें व्यापारें । निश्चित पावे ॥८०॥
जे स्वधर्माचरण आचरती । त्यास होते मोक्षप्राप्ती ।
ही पुरातन रीती । जाण तू ॥८०॥
स्वधर्मु जो बापा । तोचि नित्ययज्ञु जाण पां ।
म्हणौनि वर्ततां तेथ पापा । संचारु नाहीं ॥८१॥
स्वधर्म जो सर्वज्ञ । जो आहे नित्य यज्ञ ।
करता त्याचे आचरण । पाप जाते ॥८१॥
हा निजधर्मु जैं सांडे । आणि कुकर्मीं रति घडे ।
तैंचि बंधु पडे । संसारिक ॥८२॥
स्वधर्माचा त्याग करता । वाईट कर्माची इच्छा होते तत्वता ।
त्यास बंधन घडे सर्वथा । संसाराचे (जन्म-मृत्यूचे) ॥८२॥
म्हणौनि स्वधर्मानुष्ठान । तें अखंड यज्ञ याजन ।
जो करी तया बंधन । काहींच ना घडे ॥८३॥
म्हणून स्वधर्माचे पालन । अखंड नित्य यज्ञ-याजन ।
जो मानी त्याचे बंधन । तो मुक्त होतो ॥८३॥
हा लोकु कर्मे बांधिला । जो परतंत्राभूत झाला ।
तो नित्य यज्ञातें चुकला । म्हणौनियां ॥८४॥
तो कर्माने बांधला गेला । परतंत्राच्या अधीन झाला ।
नित्य यज्ञ त्याने चुकवला । म्हणून असे घडले ॥८४॥
आतां येचिविशीं पार्था । तुज सांगेन एक मी कथा ।
जैं सृष्ट्यादि संस्था । ब्रह्मेनें केली ॥८५॥
आता लक्ष देऊन ऐक पार्था । तुला सांगतो मी एक कथा ।
सृष्टीत उत्पत्ती-स्थिती-लयता । निर्मिली ब्रह्माने ॥८५॥
तैं नित्ययागसहितें । सृजिलीं भूतें समस्तें ।
परी नेणतीचि तियें यज्ञातें । सूक्ष्म म्हणौनि ॥८६॥
प्राण्यांच्या नित्य धर्माचरणी । निर्मिली सर्व भूते त्यांनी ।
पण स्वधर्म सूक्ष्म म्हणोनी । कोणाला कळला नाही ॥८६॥

ते वेळीं प्रजीं विनविला ब्रह्मा । देवा काय आश्रयो एथआम्हां ।
तंव म्हणे तो कमळजन्मा । भूतांप्रति ।।८७।।
तेंव्हा प्रजा विचारी ब्रह्मदेवा । आम्ही कशाचा आश्रय घ्यावा ।
सांगू लागला लोकां तेव्हा । तो कमलोत्पन्न ब्रह्मदेव ।।८७।।
तुम्हां वर्णविशेषवशें । आम्हीं हा स्वधर्मुचि विहिला असे ।
यातें उपासा मग आपैसे । पुरती काम ।।८८।।
तुम्ही वर्णानुसार स्वधर्म जाणा । तोच आचरणात आणा ।
मग मनातील सर्व कामना । पूर्ण होती ।।८८।।
तुम्हीं व्रत नियमु न करावे । शरीरातें न पीडावें ।
दुरी केंही न वचावें । तीर्थासी गा ।।८९।।
व्रत नियमन न धरा । शरीरा पीडा न करा ।
तीर्थयात्राही न करा । दूरवरच्या ।।८९।।
योगादिकें साधनें । साकांक्ष आराधनें ।
मंत्रयंत्रविधानें । झणीं करा ।।९०।।
योगांच्या साधना । सकाम उपासना ।
मंत्रतंत्राच्या अधिष्ठाना । त्वरेने करू जाल ।।९०।।
देवतांतरा न भजावें । हें सर्वथा कांहीं न करावें ।
तुम्हीं स्वधर्मयज्ञीं यजावें । अनायसें ।।९१।।
इतर देवा पूजू नका । इतर काही करू नका ।
तुम्ही स्वधर्माचरण ऐका । जो सहज आचरावा ।।९१।।
अहेतुकें चित्तें । अनुष्ठा पां ययातें ।
पतिव्रता पतीतें । जियापरी ।।९२।।
निर्हेतुक मनासवे । याचे आचरण करावे ।
पतिव्रता पतीस भावे । जसे पूजते ।।९२।।
तैसा स्वधर्मरूप मखु । हाचि सेव्यु तुम्हां एकु ।
ऐसें सत्यलोकनायकु । बोलता जाहला ।।९३।।
तसा स्वधर्मरूप यज्ञ । आचरण्यास योग्य जाण ।
असे बोले अधिपती ब्रह्म । सत्यलोकाचा ।।९३।।
देखा स्वधर्मातें भजाल । तरी कामधेनु हा होईल ।
मग प्रजाहो न संडील । तुमतें कदा ।।९४।।
स्वधर्माचे आचरण कराल । तर हा कामधेनूसम होईल ।
मग कधीही न सोडेल । हा तुम्हाला ।।९४।।
जैं येणेंकरूनि समस्तां । परितोषु होईल देवतां ।
मग ते तुम्हां ईप्सिता । अर्थातें देती ।।९५।।
या अशा आचरणाने । देवता संतोषती मने ।
इच्छित असलेले सहजतेने । देतील तुम्हां ।।९५।।
या स्वधर्मपूजा पूजितां । देवतागणां समस्तां ।
योगक्षेमु निश्चिता । करिती तुमचा ।।९६।।
स्वधर्माचे करता पूजन । मग समस्त देवगण ।
योगक्षेम निश्चित करून । चालविती तुमचा ।।९६।।
तुम्ही देवांतें भजाल । देव तुम्हां तुष्टतील ।
ऐसी परस्परें घडेल । प्रीति जेथ ।।९७।।
तुम्ही देवांना भजाल । देव तुम्हां संतुष्ट होतील ।
असे परस्परांसह जेव्हा घडेल । तेव्हा प्रेम जडेल ।।९७।।
तेथ तुम्ही जें करूं म्हणाल । तें आपैसें सिद्धि जाईल ।
वांछितही पुरेल । मानसींचें ।।९८।।
तुम्हा जे करू वाटेल । तो सहज सिद्धीस जाईल ।
इच्छा ही पूर्ण होईल । मनांतली ।।९८।।
वाचासिद्धि पावाल । आज्ञापक होआल ।
म्हणियें तुमतें मागतील । महाऋद्धि ।।९९।।
वाचासिद्धी लाभेल । आज्ञा करता येईल ।
तुम्ही म्हणाल ते करतील । महासिद्धी ।।९९।।
जैसें ऋतुपतीचें द्वार । वनश्री निरंतर ।
वोळगे फळभार । लावण्येसी ।।१००।।
वसंत ऋतूचे द्वारी । वनश्री वसे निरंतरी ।
लावण्ये फळपुष्पे भारी । सदैव वसती ।।१००।।
तैसें सर्व सुखेंसहित । दैवचि मूर्तिमंत ।
येईल देखा काढत । तुम्हांपाठीं ।।१०१।।
तसे सर्व सुखासहित । भाग्यच मूर्तिमंत ।
तुमचा माग काढत । तुम्हा पाठी येईल ।।१०१।।
ऐसें समस्त भोगभरित । होआल तुम्हीं अनार्त ।
जरी स्वधर्मेंनिरत । वर्ताल बापा ।।१०२।।
असे सर्व भोग भोगता । मिळे ऐश्वर्य तृप्तता ।
मनी विषयांची आस्था । राहणार नाही ।।१०२।।
कां जालिया सकळ संपदा । जो अनुसरेल इंद्रियमदा ।
लुब्ध होऊनियां स्वादा । विषयांचिया ।।१०३।।
सकल संपत्ती प्राप्त करेल । पण विषयांसी भुलेल ।
आणि इंद्रियांना अनुसरेल । तसेच ।।१०३।।
तिहीं यज्ञभाविकीं सुरीं । जे हे संपत्ति दिधली पुरी ।
तयां स्वधर्मीं सर्वेश्वरीं । न भजेल जो ।।१०४।।
स्वधर्म यज्ञाने संतोषतील । इंद्रादी देव संपत्ती देतील ।
पण त्या संपत्तीने जे न भजतील । ईश्वराला ।।१०४।।

अग्निमुखीं हवन । न करील देवतापूजन ।
प्राप्तवेळे भोजन । ब्राह्मणाचें ।।१०५।।
जो न देई अग्नीस हवन । जो न करी देवतापूजन ।
यथा काळी जो न देई भोजन । वाटसरूलाही ।।१०५।।
विमुख होईल गुरुभक्ती । आदर न करील अतिथी ।
संतोष नेदील ज्ञाती । आपुलिये ।।१०६।।
जो न करी गुरुभक्ती । जो न आदरे अतिथी ।
जो न ज्ञातीबांधवा देती । संतोष ।।१०६।।
ऐसा स्वधर्मक्रियारहितु । आथिलेपणें प्रमत्तु ।
केवळ भोगासक्तु । होईल जो ।।१०७।।
स्वधर्माने जो न फळे । उन्मत्त होई जो संपन्नतेमुळे ।
आसक्तीत जो सदा मळे । विषयभोगाच्या ।।१०७।।
तया मग अपावो थोर आहे । जेणें तें हातींचें सकळ जाये । देखा
प्राप्तही न लाहे । भोग भोगूं ।।१०८।।
त्याला मोठे अपाय होती । नाहीशी होई सर्व संपत्ती ।
ते भोगही न भोगू शकती । जे प्राप्त त्यास ।।१०८।।
जैसें गतायुषी शरीरीं । चैतन्य वासु न करी ।
कां निदैवाच्या घरीं । न राहे लक्ष्मी ।।१०९।।
जसे आयुष्य संपता, देही । जीवात्मा राहत नाही ।
तशी दैवहीना जवळ न राही । लक्ष्मी कधी ।।१०९।।
तैसा स्वधर्मु जरी लोपला । तरी सर्व सुखांचा थारा मोडला ।
जैसा दीपासवें हरपला । प्रकाशु जाय ।।११०।।
स्वधर्म जेव्हा लोपतो । सुखांचा आश्रय जातो ।
जसा उजेड नाहीसा होतो । दिवा मालवता ।।११०।।
तैसी निजवृत्ति जेथ सांडे । तेथ स्वतंत्रते वस्ती न घडे ।
आइका प्रजाहो हें फुडें । विरिंचि म्हणे ।।१११।।
जो स्वधर्म त्याजतो येथे । त्याचे स्वातंत्र्य नष्ट होते ।
लोकहो ऐका हे योग्य प्रकाराते । असे ब्रह्मदेव म्हणती ।।१११।।
म्हणौनि स्वधर्मु जो सांडील । तयातें काळु दंडील ।
चोरु म्हणौनि हरील । सर्वस्व तयाचें ।।११२।।
स्वधर्म जो त्यागेल । काळ त्या शिक्षा करेल ।
सर्वस्व हिरावून घेईल । चोर समजून ।।११२।।
मग सकळ दोषु भंवते । गिंवसोनि घेती तयातें ।
रात्रिसमयीं स्मशानातें । भूतें जैसी ।।११३।।
जेव्हा रात्र होती । पिशाच्चे स्मशान व्यापती ।
तशी याला पछाडती । विविध पापे ।।११३।।

तैसीं त्रिभुवनींचीं दुःखे । आणि नानाविधें पातकें ।
दैन्यजात तितुकें । तेथेंचि वसे ।।११४।।
त्रिभुवनातील अनेक दुःखे । विविध तऱ्हेची पातके ।
दारिद्र्याचे प्रकार जितके । त्याच्या जवळच राहती ।।११४।।
ऐसें होय तया उन्मत्ता । मग न सुटे बापा रुदतां ।
कल्पांतींही सर्वथा । प्राणिगणहो ।।११५।।
असे त्या उन्मत्तासवे होई । आक्रोशला जरी कितीही ।
कल्पांताच्या शेवटासही । न सुटे दुःखातून ।।११५।।
म्हणौनि निजवृत्ती हे न संडावी । इंद्रियें बरळो नेदावी ।
ऐसें प्रजांतें शिकवी । चतुराननु ।।११६।।
म्हणून स्वधर्म वृत्ती न सांडावी । इंद्रिये सैल न सोडावी ।
असे लोकांना शिकवी । ब्रह्मदेव ।।११६।।
जैसें जळचरा जळ सांडे । आणि तत्क्षणीं मरण मांडे ।
हा स्वधर्मु तेणें पाडें । विसंबों नये ।।११७।।
जसे जलचराने त्यागता पाणी । मरण येते तत्क्षणी ।
सर्वनाशही होतो झणी । स्वधर्म त्यागता ।।११७।।
म्हणौनि तुम्हीं समस्तीं । आपुलालिया कर्मी उचितीं ।
निरत व्हावें पुढतपुढती । म्हणिपत असें ।।११८।।
म्हणोनी तुम्ही सर्वांनी । कर्मे करावी स्वधर्मानी ।
सांगते असे ब्रह्माची वाणी । पुनःपुन्हा ।।११८।।
देखा विहित क्रियाविधि । निर्हेतुका बुद्धि ।
जो असतिये समृद्धि । विनियोगु करी ।।११९।।
जे विहित कर्म करती । अनासक्त बुद्धी ठेवती ।
संपत्तीचा विनियोग करती । स्वधर्मासाठी ।।११९।।
गुरु गोत्र अग्नि पूजी । अवसरीं भजे द्विजीं ।
निमित्तादिकीं यजी । पितरोद्देशें ।।१२०।।
जो गुरूस आणि अग्नीस पूजितो । अवसर मिळता ब्राह्मण पूजतो ।
पितरांनाही वंदितो । श्राद्धकर्म निमित्ताने ।।१२०।।
या यज्ञक्रिया उचिता । यज्ञेशीं हवन करितां ।
हुतशेषस्वभावतः । उरे जें जें ।।१२१।।
उचित अशा यज्ञक्रिया रचून । यज्ञात योग्य हवन करून ।
स्वाभाविक जाई राहून । जे शेष उरे ।।१२१।।
तें सुखें आपुले घरीं । कुटुंबेंसी भोजन करी ।
कीं भोग्यचि तें निवारी । कल्मषातें ।।१२२।।
ते आपल्या घरी सुखानं । कुटुंबासह करता सेवन ।
पातकांचे निराकरण । सर्व होते ।।१२२।।

तें यज्ञावशिष्ट भोगी । म्हणौनि सांडिजे तो अघीं ।
जयापरी महारोगी । अमृतसिद्धि ।।१२३।।
अमृताचे करता प्राशन । जसे होई महारोगाचे निवारण ।
तसे पापाचे होई नाशन । यज्ञशेष सेवता ।।१२३।।
कीं तत्त्वनिष्ठु जैसा । नागवे भ्रांतिलेशा ।
तो शेषभोगी तैसा । नाकळे दोषा ।।१२४।।
तत्त्वनिष्ठाला जैसी । न होई बाधा भ्रांतीची ।
दु:खे नष्टती तैसी । यज्ञावशेषाने ।।१२४।।
म्हणौनि स्वधर्मे जें अर्जे । तें स्वधर्मेचि विनियोगिजे ।
मग उरे तें भोगिजे । संतोषेंसीं ।।१२५।।
म्हणून स्वधर्माने जे मिळविले । स्वधर्मासाठी खर्च केले ।
जे उरते ते भोगले । संतोषाने ।।१२५।।
हें वांचूनि पार्था । राहाटों नये अन्यथा ।
ऐसी आद्य हे कथा । श्रीमुरारी सांगे ।।१२६।।
याशिवाय पार्था । वागू नये अन्यथा ।
ही अशी पुरातन कथा । भगवंताने सांगितली ।।१२६।।
जे देहचि आपणपें मानिती । आणि विषयांतें भोग्य म्हणती ।
यापरतें न स्मरती । आणिक कांहीं ।।१२७।।
देह हाच आपण मानून । विषयांना भोगणे म्हणून ।
या परते काही न जाणून । जे वागती ।।१२७।।
हें यज्ञोपकरण सकळ । नेणतसां ते बरळ ।
अहंबुद्धि केवळ । भोगूं पाहती ।।१२८।।
ही यज्ञसामग्री असती । हे न जाणता ते बरळती ।
अहंकारे वापरून बुद्धी । विषय भोगिती ।।१२८।।
इंद्रियरुचीसारिखें । करविती पाक निके ।
ते पापिये पातकें । सेविती जाण ।।१२९।।
इंद्रियांसाठी चविष्ट । पदार्थ सेविती स्वादिष्ट ।
सेविती पापांचे अरिष्ट । पापी लोक ।।१२९।।
संपत्तिजात आघवें । हें हवनद्रव्य मानावें ।
मग स्वधर्मयज्ञें अर्पावें । आदिपुरुषीं ।।१३०।।
संपत्ती हे मानून हवनद्रव्य । स्वधर्म स्वरूप यज्ञाचे हव्य ।
अर्पिता ठेवावा अनासक्त भाव । आदिपुरुषासी ।।१३०।।
हें सांडोनियां मूर्ख । आपणपेयालागीं देख ।
निपजविती पाक । नानाविध ।।१३१।।
हे सर्व न घेता जाणून । नाना प्रकारचे अन्न ।
स्वत:च्या भोगासाठी अन्न । निर्माण करती ।।१३१।।

जिहीं यज्ञु सिद्धि जाये । परेशा तोषु होये ।
तें हें सामान्य अन्न न होये । म्हणौनियां ।।१३२।।
अन्नायोगे यज्ञ सिद्ध होई । संतोषतो परमेश्वरही ।
ते अन्न सामान्य नाही । इतर वस्तूंसारखे ।।१३२।।
हें न म्हणावें साधारण । अन्न ब्रह्मरूप जाण ।
जें जीवनहेतु कारण । विश्वा यया ।।१३३।।
ते अन्न नाही साधारण । ते ब्रह्मरूप आहे जाण ।
विश्वाच्या जीवनाचे कारण । ते आहे ।।१३३।।
अन्नास्तव भूतें । प्ररोहो पावती समस्तें ।
मग पर्जन्यु या अन्नातें । सर्वत्र प्रसवे ।।१३४।।
अन्नामुळे जगती प्राणिजन । होतसे त्यांचेपोषण ।
पावसामुळे हे अन्न । सर्वत्र पसरते ।।१३४।।
तया पर्जन्या यज्ञीं जन्म । यज्ञातें प्रगटी कर्म ।
कर्मासि आदि ब्रह्म । वेदरूप ।।१३५।।
यज्ञापासून पाऊस उपजे । तो यज्ञ कर्मापासून निपजे ।
कर्म निर्माण साजे । वेदरूपापासून ।।१३५।।
तया वेदांतें परात्पर । प्रसवतसे अक्षर ।
म्हणौनि हें चराचर । ब्रह्मबद्ध ।।१३६।।
वेदाच्या उत्पत्तीचे कारण । अविनाशी ब्रह्म जाण ।
म्हणून चराचर, विश्व संपूर्ण । ब्रह्ममध्ये सामावते ।।१३६।।
परी कर्माचिये मूर्ति । यज्ञीं अधिवासु श्रुति ।
ऐकें सुभद्रापति । अखंड गा ।।१३७।।
पण कर्माच्या मूर्त रूपात । वेद यज्ञ रहात ।
हे स्वरूप सतत । जाण सुभद्रापती ।।१३७।।
ऐशी हे आदि परंपरा । संक्षेपें तुज धनुर्धरा ।
सांगितली या अध्वरा । लागूनियां ।।१३८।।
अशी ही आद्य परंपरा । ही यज्ञाची विचारधारा ।
संक्षेपाने तुज धनुर्धरा । समजावून सांगितली ।।१३८।।
म्हणौनि समूळ हा उचितु । स्वधर्मरूप क्रतु ।
नानुष्ठी जो मत्तु । लोकीं इये ।।१३९।।
जो मनुष्य उन्मत्त । स्वधर्म यज्ञाचे उचित ।
न आचरण करीत । लोकांमध्ये ।।१३९।।
तो पातकाची राशी । जाण भार भूमीसी ।
जो कुकर्में इंद्रियांसी । उपेगा गेला ।।१४०।।
इंद्रियांचे पुरवून कौतुक । वाईट कर्माने कित्येक ।
तो रचतो पापांच्या राशी अनेक । जो भूमीला भार ।।१४०।।

तें जन्मकर्म सकळ । अर्जुना अति निष्फळ ।
जैसें कां अभ्रपटळ । अकाळींचें ।।१४१।।
उन्मत्त मनुष्याचे सकळ । जन्मकर्म ठरले निष्फळ ।
जसे आकाशी दिसती अवेळ । ढग अवकाळीचे ।।१४१।।
कां गळां स्तन अजेचे । तैसें जियालें देखैं तयाचें ।
जया अनुष्ठान स्वधर्माचें । घडेचिना ।।१४२।।
किंवा शेळीच्या गळ्याचे स्तन । तसे होय ते जीवन ।
ज्यात स्वधर्माचे अनुष्ठान । घडत नाही ।।१४२।।
म्हणौनि ऐकें पांडवा । हा स्वधर्मु कवणें न संडावा ।
सर्वभावें भजावा । हाचि एकु ।।१४३।।
म्हणून ऐक हे पांडवा । स्वधर्म न सांडावा ।
सर्व भावाने आचरावा । एक स्वधर्म ।।१४३।।
हां गा शरीर जरी जाहलें । तरी कर्तव्य वोघें आलें ।
मग उचित कां आपुलें । वोसंडावें? ।।१४४।।
हे शरीर निर्माण होते । पाठोपाठ कर्तव्य येते ।
मग हे जे उचित असते । ते का त्यागावे? ।।१४४।।
परिस पां सव्यसाची । मूर्ति लाहोनि देहाची ।
खंती करिती कर्माची । ते गांवढे गा ।।१४५।।
मनुष्य शरीराची होता प्राप्ती । कर्म करण्याचा आळस करती ।
ते लोक अज्ञानी असती । जाण पार्था ।।१४५।।
देखैं असतेनि देहधर्मे । एथ तोचि एकु न लिंपे कर्मे ।
जो अखंडित रमे । आपणपांचि ।।१४६।।
देह इंद्रियांचे सहज वर्तन । चालू असता न राही गुंतुन ।
जे अखंड राहती रममाण । आत्मरूपात ।।१४६।।
जे तो आत्मबोधें तोषला । तरी कृतकार्यु देखैं जाहला ।
म्हणौनि सहजें सांडवला । कर्मसंगा ।।१४७।।
जो आत्मतत्त्वाने आनंदला । तो धन्यता पावला ।
त्याने सहज त्यागला । कर्म संबंध ।।१४७।।
तृप्ति जालिया जैसी । साधनें सरती आपैसीं ।
देखैं आत्मतुष्टीं तैसीं । कर्में नाहीं ।।१४८।।
होता मनाची तृप्ती । साधने संपून जाती ।
झाली असता आत्मतृप्ती । कर्माचे प्रयोजन नाही ।।१४८।।
जंववरी अर्जुना । तो बोधु भेटेना मना ।
तंवचि यया साधना । भजावें लागे ।।१४९।।
अर्जुना जोवरी तरीही । आत्मतत्त्व भेटत नाही ।
ती कर्मे साधनाही । करावी लागते ।।१४९।।

म्हणौनि तूं नियतु । सकळ कामरहितु ।
होऊनिया उचितु । स्वधर्मे रहाटें ।।१५०।।
अर्जुना तू म्हणून । फळाची आशा त्यागून ।
उचित स्वधर्म ठेवून । आचरण कर ।।१५०।।
जे स्वधर्मे निष्कामता । अनुसरले पार्था ।
ते कैवल्यपद तत्त्वता । पातले जगीं ।।१५१।।
म्हणून ऐक पार्था । निष्काम स्वधर्म आचरता ।
कैवल्य पदी ते तत्त्वतः । पोहोचतात ।।१५१।।
देख पां जनकादिक । कर्मजात अशेख ।
न सांडितां मोक्षसुख । पावते जाहले ।।१५२।।
पहा ते जनकादिक । कर्माचा न करता त्याग ।
त्यांना मोक्षाचे सुख । प्राप्त झाले ।।१५२।।
याकारणें पार्था । होआवी कर्मीं आस्था ।
हे आणिकाही एका अर्था । उपकारैल ।।१५३।।
म्हणून तू पार्था । कर्माविषयी ठेव आस्था ।
आणखीही एका अर्था । ते उपयोगी पडेल ।।१५३।।
जे आचरतां आपणपयां । देखी लागेल लोका यया ।
तरी चुकेल अपाया । प्रसंगेंचि ।।१५४।।
कर्म आचरावे आपण । लोक करती अनुकरण ।
मग दुःखाचे निवारण । सहजच होईल ।।१५४।।
देखैं प्राप्तार्थ जाहले । जे निष्कामता पावले ।
तयांही कर्तव्य असे उरलें । लोकांलागीं ।।१५५।।
जे धन्यता पावले । निष्काम स्थितीस पोचले ।
त्यांचेही कर्तव्य उरले । लोकांप्रती ।।१५५।।
मार्गीं अंधासरिसा । पुढा देखणाही चाले जैसा ।
अज्ञाना प्रगटावा धर्मु तैसा । आचरोनी ।।१५६।।
आंधळ्यासवे जसा डोळस । चालत राही सावकाश ।
तसे वागून अज्ञानी माणसास । धर्ममार्ग दाखवावा ।।१५६।।
हां गा ऐसें जरी न कीजे । तरी अज्ञाना काय उमजे? ।
तिहीं कवणेपरी जाणिजे । मार्गातें या? ।।१५७।।
ज्ञानी पुरुषाने धर्म आचरावा । नपेक्षा अज्ञानीस कसा कळावा ।
धर्माचा मार्ग कसा चालावा । हे कसे उमजेल? ।।१५७।।
एथ वडील जें जें करिती । तया नाम धर्मु ठेविती ।
तेंचि येर अनुष्ठिती । सामान्य सकळ ।।१५८।।
श्रेष्ठ पुरुषांचे जे सत्कर्म । तोच लोक मानती धर्म ।
सामान्य जण मानूनी मर्म । त्यांचेच अनुकरण करती ।।१५८।।

हें ऐसें असें स्वभावें । म्हणौनि कर्म न संडावें ।
विशेषें आचरावें । लागे संतीं ॥१५९॥
या स्वभावाचे असे जग । म्हणून कर्माचा न करावा त्याग ।
संतांनी धर्म आचरणे भाग । जगाच्या कल्याणा ॥१५९॥
आतां आणिकांचिया गोठी । कायशा सांगों किरीटी ।
देखैं मीच इये राहाटी । वर्तत असें ॥१६०॥
अर्जुना आणखी गोष्टी । तुला सांगू कशासाठी ।
माझी कर्ममार्गाची समष्टी । प्रत्यक्ष बघ ॥१६०॥
काय सांकडें कांहीं मातें । कीं कवणे एकें आर्तें ।
आचरें मी धर्मातें । म्हणसी जरी ॥१६१॥
मज काही संकट असे । किंवा कशाची इच्छा वसे ।
म्हणून मी धर्म आचरतसे । असे समजशील ॥१६१॥
तरी पुरतेपणालागीं । आणिकु दुसरा नाहीं जगीं ।
ऐसी सामुग्री माझ्या अंगीं । जाणसी तूं ॥१६२॥
पण मी परिपूर्ण आहे । एकमेव अद्वितीय आहे ।
सर्व सामर्थ्य मजपाशी आहे । हे तू जाणतोस ॥१६२॥
मृत गुरुपुत्र आणिला । तो तुवां पवाडा देखिला ।
तोही मी उगला । कर्मीं वर्तें ॥१६३॥
सांदिपनी गुरूंचा मृत सूत । तू पाहिले मी केला आहे जीवित ।
इतुके माझे सामर्थ्य । तरीही कर्ममार्ग आचरतो ॥१६३॥
परी स्वधर्मीं वर्ते कैसा । साकांक्षु कां होय जैसा ।
तयाची एका उद्देशा । लागोनियां ॥१६४॥
मी स्वधर्म कसा आचरी । सकाम पुरुष जसे करी ।
तर मी एकच हेतू मनी धरी । तो असा ॥१६४॥
जे भूतजात सकळ । असे आम्हांचि आधीन केवळ ।
तरी न व्हावें बरळ । म्हणौनियां ॥१६५॥
पृथ्वीवरील सर्व प्राणीजन । असती माझ्या अधीन ।
न व्हावे त्यांनी कर्मभ्रष्ट म्हणून । मी कर्ममार्ग आचरतो ॥१६५॥
आम्ही पूर्णकाम होउनी । जरी आत्मस्थिति राहुनी ।
तरी प्रजा हे कैसेनि । निस्तरेल? ॥१६६॥
आम्ही निरिच्छ असे होता । आत्मस्थितीतच राहता ।
प्रजा दुःखातून पार्था । कशी तरेल? ॥१६६॥
इहीं आमुची वास पाहावी । मग वर्ततीपरी जाणावी ।
ते लोकस्थिति आघवी । नासिली होईल ॥१६७॥
प्रजेने पाहावे आमचे आचरण । अन् करावे अनुकरण ।
अन्यथा जीवन जाई बिघडून । आम्ही कर्मत्याग करता ॥१६७॥

म्हणौनि समर्थु जो येथें । आथिला सर्वज्ञते ।
तेणें सविशेषें कर्मातें । त्यजावें ना ॥१६८॥
म्हणून जो इथे समर्थ राही । सर्व ज्ञानाने संपन्नही ।
त्याने कर्माचा त्याग कधीही । करू नये ॥१६८॥
देखैं फळाचिया आशा । आचरे कामुकु जैसा ।
कर्मीभरु होआवा तैसा । निराशाही ॥१६९॥
फलाच्या आशेने सकाम पुरुष । उत्साहाने आचरित कर्म ।
तशीच करावीत कर्मे । फळाशा नसलेल्यांनी ॥१६९॥
जे पुढतपुढतीं पार्था । हे सकल लोकसंस्था ।
रक्षणीय सर्वथा । म्हणौनियां ॥१७०॥
ऐक अर्जुना कारण । लोकांचे हे आचरण ।
सदैव करावे जतन । ते योग्य ठरते ॥१७०॥
मार्गाधारें वर्तावें । विश्व हें मोहरे लावावें ।
अलौलिका नोहावें । लोकांप्रति ॥१७१॥
कर्माधारे वागावे । मोठेपण सन्मार्गी लावावे ।
अलौकिकत्व न दावावे । लोकांना ॥१७१॥
जें सायासें स्तन्य सेवी । तें पक्वान्नें केवीं जेवी ।
म्हणौनि बाळका जैसीं नेदावीं । धनुर्धरा ॥१७२॥
तान्हुले स्तन्य पिते प्रयत्नाने । कशी खाईल तो पक्वाने? ।
लहान बालकांना पक्वान्ने । देऊ नयेत पार्था ॥१७२॥
तैशी कर्मीं जयां अयोग्यता । तयांप्रति नैष्कर्म्यता ।
न प्रगटावी खेळतां । आदिकरुनी ॥१७३॥
जी कर्मे न करती शास्त्रार्थे । त्यांनी कधी कौतुकांते ।
खेळातही नैष्कर्म ते । सांगू नये ॥१७३॥
तेथें सत्क्रियाचि लावावी । तेचि एकी प्रशंसावी ।
नैष्कर्मीही दावावी । आचरोनी ॥१७४॥
त्यांना सत्क्रिया सांगावी । सत्क्रियाच प्रशंसावी ।
निष्काम पुरुषाने दावावी । सत्क्रिया आचरुनी ॥१७४॥
तया लोकसंग्रहालागीं । वर्ततां कर्मसंगीं ।
तो कर्मबंधु आंगीं । वाजैलना ॥१७५॥
लोककल्याणासाठी । जे सत्पुरुष कर्म करती ।
कर्मबंधन त्यांच्या पाठी । लागत नाही ॥१७५॥
जैसी बहुरुपियांचीं रावो राणी । स्त्रीपुरुषभावो नाहीं मनीं ।
परी लोकसंपादणी । तैशीच करिती ॥१७६॥
बहुरुप्याचे राजाराणी । स्त्री-पुरुष भेद नसे मनी ।
लोकांसाठी दावी करणी । ते तसे आहे ॥१७६॥

देखैं पुढिलाचें वोझें । जरी आपुला माथां घेइजे ।
तरी सांगैं कां न दटिजे । धनुर्धरा? ॥१७७॥
दुसऱ्या ओझे झाले । ते आपल्या डोई घेतले ।
त्या भाराने आपण दडपले । जाणार नाही का अर्जुना? ॥१७७॥
तैशीं शुभाशुभें कर्मैं । जियें निपजती प्रकृतिधर्मैं ।
तियें मूर्ख मतिभ्रमें । मी कर्ता म्हणे ॥१७८॥
जी शुभाशुभ कर्मे असती । ती प्रकृतिधर्माने होती ।
ती आपण केली म्हणती । मूर्ख बुद्धिभ्रमाने ॥१७८॥
ऐसा अहंकारादि रूढ । एकदेशी मूढ ।
तया हा परमार्थ गूढ । प्रगटावा ना ॥१७९॥
असा जो अहंकारावर स्वार । मर्यादित ज्ञानाचा अवतार ।
त्यास हा गहन विचार । सांगू नये ॥१७९॥
हें असो प्रस्तुत । सांगिजैल तुज हित ।
तें अर्जुना देऊनि चित्त । अवधारीं पां ॥१८०॥
अर्जुना हा विषय सोडणे इष्ट । आता तुझ्या हिताची गोष्ट ।
तू एकाग्र देऊनी चित्त । श्रवण कर ॥१८०॥
जें तत्त्वज्ञानियांच्या ठायीं । तो प्रकृतिभावो नाहीं ।
जेथ कर्मजात पाहीं । निपजत असे ॥१८१॥
आत्मज्ञानी पुरुषाचे ठायी । अहंकार असत नाही ।
तो कर्माची निर्मिती पाही । प्रकृतीचे गुणातून ॥१८१॥
ते देहाभिमानु सांडुनी । गुणकर्में वोलांडुनी ।
साक्षिभूत होउनी । वर्तती देहीं ॥१८२॥
ते देहाचा अभिमान सोडून । गुणकर्मांना ओलांडून ।
साक्षीभूत होऊन । देहात राहतात ॥१८२॥
म्हणौनि शरीरी जरी होती । तरी कर्मबंधा नातळती ।
जैसा कां भूतचेष्टा गभस्ती । घेपवेना ॥१८३॥
म्हणूनी जरी देह धारिती । तरी देहकर्माने बद्ध न होती ।
जसे प्राणिमात्र न झाकोळती । त्या सूर्यास ॥१८३॥
एथ कर्मीं तोचि लिंपे । जो गुणसंभ्रमें घेपे ।
प्रकृतीचेनि आटोपे । वर्ततु असे ॥१८४॥
प्रकृतीच्या चक्रात जगी । जो गुणांना वश होऊनी वागी ।
तो लिप्त होतो कर्माच्या योगी । त्या गुणांनी ॥१८४॥
इंद्रियें गुणाधारें । राहाटती निजव्यापारें ।
तें परकर्म बलात्कारें । आपादी जो ॥१८५॥
तीन गुणांच्या स्वधर्माने । इंद्रियानी आपली कर्मे करणे ।
कर्तेपणा जो घेई बलाने । तो कर्मातच बद्ध होतो ॥१८५॥

तरी उचितें कर्में आघवीं । तुवां आचरोनी मज अर्पावीं ।
परी चित्तवृत्ति न्यासावी । आत्मरूपीं ॥१८६॥
विहित कर्मे करून पूर्ण । तू कर मजला अर्पण ।
चित्तवृत्तीचे स्थिर ठिकाण । ठेव आत्मस्वरूपाचे ॥१८६॥
आणि हें कर्म मी कर्ता । कां आचरैन या अर्था ।
ऐसा अभिमानु झणें चित्ता । रिगों देसीं ॥१८७॥
मी या कर्माचा आहे कर्ता । या फलाच्या इच्छेकरता ।
असा अभिमान आपल्या चित्ता । तू बाळगू नको ॥१८७॥
तुवां शरीरपरा नोहावें । कामनाजात सांडावें ।
मग अवसरोचित भोगावे । भोग सकळ ॥१८८॥
शरीरा स्वाधीन न राहावे । सर्व इच्छांचे त्याग करावे ।
यथाकाली तू उपभोगावे । सर्व भोग ॥१८८॥
आतां कोदंड घेऊनि हातीं । आरूढ पां इयें रथीं ।
देई आलिंगन वीरवृत्ती । समाधानें ॥१८९॥
आता घ्यावे धनुष्य हाता । आरूढ व्हावे या रथा ।
वीर वृत्ती स्वीकार आता । समाधानाने ॥१८९॥
जगीं कीर्ति रूढवीं । स्वधर्माचा मानु वाढवीं ।
इया भारापासोनि सोडवीं । मेदिनी हे ॥१९०॥
जगात कीर्ती पसरून । स्वधर्माचा मान वाढवून ।
दुष्टांच्या भारापासून । पृथ्वीस सोडवी ॥१९०॥
आतां पार्था निःशंकु होई । या संग्रामा चित्त देई ।
एथ हें वांचूनि कांहीं । बोलों नये ॥१९१॥
पार्था निःशंक होऊन । युद्धाकडे लक्ष देऊन ।
बोलू नको युद्धावाचून । काही आता ॥१९१॥
हें अनुपरोध मत माझें । जिहीं परमादरें स्वीकारिजे ।
श्रद्धापूर्वक अनुष्ठिजे । धनुर्धरा ॥१९२॥
हे माझे मत निश्चित । आदराने ते स्वीकारीत ।
श्रद्धापूर्वक आचरीत । ते धनुर्धरा ॥१९२॥
तेही सकळ कर्मीं वर्ततु । जाण पां कर्मरहितु ।
म्हणौनि हें निश्चितु । करणीय गा ॥१९३॥
सर्व कर्म आचरूनही । कर्मरहित राहतां येई ।
माझे हे मत दृढनिश्चयेही । आचरणात आण ॥१९३॥
नातरी प्रकृतिमंतु होउनी । इंद्रियां लळा देउनी ।
जे हें माझें मत अव्हेरुनी । ओसंडिती ॥१९४॥
जे प्रकृतीच्या आधीन होती । इंद्रियांचे लाड पुरवती ।
माझ्या मताचा त्याग करती । अव्हेरून ॥१९४॥

जे सामान्यत्वें लेखिती । अवज्ञा करूनि देखती ।
कां हा अर्थवादु म्हणती । वाचाळपणें ॥१९५॥
जे याला सामान्य म्हणती । अनादराने पाहती ।
अर्थवाद म्हणती । वाचाळपणे ॥१९५॥
ते मोहमदिरा भुलले । विषयविखें घारले ।
अज्ञानपंकीं बुडाले । निभ्रांत मानीं ॥१९६॥
ते मोहाच्या धुंदीने भुलले । विषयरूपी विषाने व्यापले ।
अज्ञानाच्या चिखलात बुडाले । असे निश्चित समज ॥१९६॥
देखैं शवाच्या हातीं दिधलें । जैसें रत्न कां वायां गेलें ।
नातरी जात्यंधा पाहलें । प्रमाण नोहे ॥१९७॥
प्रेताहाती रत्न देती । त्याची न किंमत राहती ।
जन्मत: जे अंध असती । त्यांची साक्ष प्रमाण नसते ॥१९७॥
कां चंद्राचा उदयो जैसा । उपयोगा नवचे वायसा ।
मूर्खा विवेकु हा तैसा । रुचेल ना ॥१९८॥
चंद्राचा उदय जसा । कावळ्यास निरुपयोगी तसा ।
मूर्खांना विवेकाचा असा । विचार आवडणार नाही ॥१९८॥
तैसे जे पार्था । विमुख या परमार्था ।
तयांसी संभाषण सर्वथा । करावेना ॥१९९॥
तसे हे पार्था ऐक । जे परमार्थाविरोधात देख ।
बोलू नये त्यास काहीं एक । आत्मज्ञानासंबंधी ॥१९९॥
म्हणौनि ते न मानिती । आणि निंदाही करूं लागती ।
सांगैं पतंगु काय साहती । प्रकाशातें? ॥२००॥
म्हणून ते मानत नाही । करत राहती निंदाही ।
सांग काय पतंग साही । दिव्याचा प्रकाश? ॥२००॥
पतंगा दीपीं आलिंगन । तेथ त्यासी अचुक मरण ।
तेवीं विषयाचरण । आत्मघाता ॥२०१॥
पतंग दिव्यास आलिंगतो । तेथेच तो मृत्यू पावतो ।
तसा विषयां स्वैर उपभोगतो । त्याचा विनाश होई ॥२०१॥
म्हणौनि इंद्रियें एकें । जाणतेनी पुरुखें ।
लाळावीं ना कौतुकें । आदिकरुनी ॥२०२॥
म्हणून जाणकार विचारी माणसाने । इंद्रियांचे लाड कौतुकाने ।
करू नये हेच जाणे । तू पार्था ॥२०२॥
हां गा सर्पेसीं खेळों येईल? । कीं व्याघ्रसंसर्ग सिद्धि जाईल? ।
सांगैं हाळाहाळ जिरेल । सेविलिया काई? ॥२०३॥
सापाशी येईल खेळता? । की वाघासवे येईल राहता? ।
की येईल विष पचवता । प्यायले असता ॥२०३॥

देखैं खेळतां अग्नि लागला । मग तो न सांवरे जैसा उधवला ।
तैसा इंद्रियां लळा दिधला । भला नोहे ॥२०४॥
खेळ खेळता आग लागली । विझवता न येई जर भडकली ।
इंद्रिये विषयांची सवय लागली । परिणाम चांगला न होई ॥२०४॥
एऱ्हवीं तरी अर्जुना । या शरीरा पराधीना ।
कां नाना भोगरचना । मेळवावी? ॥२०५॥
एरव्ही अर्जुना करता विचार । पराधीन आहे हे शरीर ।
नाना भोगाचे प्रकार । मग का जमवावे? ॥२०५॥
आपण सायासेंकरुनि बहुतें । सकळही समृद्धिजातें ।
उदोअस्तु या देहातें । प्रति पाळावें कां? ॥२०६॥
आपण कष्टाने मिळवली ही । संपत्ती समृद्धी जी ।
पालन करण्या का वापरावी । नश्वर शरीराचे ॥२०६॥
सर्वस्वें शिणोनि एथें । अर्जवावीं संपत्तिजातें ।
तेणें स्वधर्मु सांडूनि देहातें । पोखावें काई ॥२०७॥
कष्टाने इथे शिणून । भरपूर संपत्ती मिळवून ।
स्वधर्म मग सांडून । देहाला का पोसावे ॥२०७॥
मग हें तंव पांचमेळावा । शेखीं अनुसरेल पंचत्वा ।
ते वेळीं केला कें गिंवसावा । शीणु आपुला ॥२०८॥
पंचभूतांचा बनला देह ही । पंचभूतांत विलीन होई ।
मग कुठे जाऊन घेशी शोधही । कष्टाचा आपुल्या ॥२०८॥
म्हणौनि केवळ देहभरण । ते जाणें उघडी नागवण ।
यालागीं एथ अंत:करण । देयावेंना ॥२०९॥
म्हणून केवळ देहाचे पोषण । त्यात आपले नुकसान जाण ।
यासाठी त्यातच मन । घालू नये ॥२०९॥
एऱ्हवीं इंद्रियांचियां अर्था- । सारिखा विषो पोखितां ।
संतोषु कीर चित्ता । आपजेल ॥२१०॥
तसा इंद्रियांच्या इच्छापूर्तीकरता । विषयांचे सेवन करता ।
संतोष प्राप्त होतो चित्ता । हे खरे ॥२१०॥
परी तो संवचोराचा सांगातु । जैसा नावेक स्वस्थु ।
जंव नगराचा प्रांतु । सांडिजेना ॥२११॥
पण तो आनंद फसवा असतो । सभ्य चोरासम दिसतो ।
गावाची वेस ओलांडता तो । घात करतो ॥२११॥
बापा विषाची मधुरता । झणें आवडी उपजे चित्ता ।
परी तो परिणामु विचारितां । प्राणु हरी ॥२१२॥
विष जर मधुर असते । खाण्यास चांगले वाटते ।
पण ते प्राण घेते । परिणामी ॥२१२॥

देखैं इंद्रियीं कामु असे । तो लावी सुखदुराशे ।
जैसा गळीं मिनु आमिषें । भुलविजे गा ।।२१३।।
गळाचे आमिष मोहवी । माशास ते भुलवी ।
तसे इंद्रिय विषय दावी । खोट्या सुखाची आशा ।।२१३।।
परी तयामाजीं गळु आहे । जो प्राणातें घेऊनि जाये ।
तो जैसा ठाउवा नोहे । झांकलेपणें ।।२१४।।
आमिषा आत गळ असतो । तो प्राण हरण करतो ।
पण तो झाकलेला असतो । कळत नाही ।।२१४।।
तैसें आभिलाषें येणें कीजेल । विषयांची आशा धरिजेल ।
तरी वरपडा होईजेल । क्रोधानळा ।।२१५।।
ही इंद्रियांची अभिलाषा । जो करील विषयसुखाची आशा ।
तो जाई सामोरा विनाशा । क्रोधाग्नीत ।।२१५।।
जैसा कवळोनियां पारधी । घातेचिये संधी ।
आणि मृगातें बुद्धि । साधावया ।।२१६।।
जशी साधण्या शिकार । पारधी घालतो घेर ।
आणतो मध्यात बरोबर । हरिणाला ।।२१६।।
एथ तैसीचि परी आहे । म्हणौनि संगु हा तुज नोहे ।
पार्था दोन्ही कामक्रोध हे । घातुक जाणें ।।२१७।।
तसेच आहे इथेही । ही संगत योग्य नाही ।
काम क्रोध हे दोघेही । घातक जाण पार्था ।।२१७।।
म्हणौनि हा आश्रोचि न करावा । मनेंहि आठवो न धरावा । एकु
निजवृत्तीचा वोलावा । नासों नेदी ।।२१८।।
म्हणून यांचा आश्रय धरू नये । यांचे स्मरणही करू नये ।
नष्ट होऊ देऊ नये । स्वधर्माची जाणीव ।।२१८।।
अगा स्वधर्मु हा आपुला । जरी कां कठिणु जाहला ।
तरी हाचि अनुष्ठिला । भला देखैं ।।२१९।।
असे पहा स्वधर्म आपला । आचरण्यास कठीण वाटला ।
तरी तोच आणावा भला । आचरणात ।।२१९।।
येरु आचारु जो परावा । तो देखतां कीर बरवा ।
परी आचरतेनि आचरावा । आपुलाचि ।।२२०।।
दुसऱ्याचे धर्म आचरण । वाटते चांगले जाण ।
तरी विहित कर्म कारण । आचरावे ।।२२०।।
सांगैं शूद्र घरीं आघवीं । पक्वान्नें आहाति बरवी ।
तीं द्विजें केंवीं सेवावीं । दुर्बळु जरी जाहला ।।२२१।।
शूद्राघरचे अन्न । असेल उत्तम पक्वान्न ।
गरीब असला तरी ब्राह्मण । कशी खाईल? ।।२२१।।
हें अनुचित कैसेनि कीजे । अग्राह्य केवीं इच्छिजे ।
अथवा इच्छिलेंही पाविजे । विचारीं पां ।।२२२।।
हे अयोग्य कसे करावे । अनुचित का मनी धरावे? ।
इच्छितेले मिळताच का खावे? । विचार करी ।।२२२।।
तरी लोकांचीं धवळारें । देखोनियां मनोहरें ।
असतीं आपुलीं तणारें । मोडावीं केवीं? ।।२२३।।
लोकांचे शुभ्र वाडे । देखोनि त्याचे रुपडे ।
आपले गवताचे झोपडे । मोडावे काय? ।।२२३।।
हें असो वनिता आपुली । कुरूप जरी जाहली ।
तऱ्ही भोगिता तेचि भली । जियापरी ।।२२४।।
धर्मपत्नी आपली । रूपाने कुरूप जरी असली ।
तरी कामसुखा तीच भली । तिच्यासारखी ।।२२४।।
तेवी आवडे तैसा सांकडु । आचरतां जरी दुवाडु ।
तऱ्ही स्वधर्मुचि सुरवाडु । परत्रींचा ।।२२५।।
स्वधर्म जरी कठीण भासे । आचरता आपत्ती येतसे ।
तरी तो सुख देणारा असे । परलोकी ।।२२५।।
हां गा साकर आणि दूध । हें गौल्य कीर प्रसिद्ध ।
परी कृमिदोषीं विरुद्ध । घेपे केवीं? ।।२२६।।
दूध आणि साखर । यांची गोडी अपार ।
ज्यास कृमिदोषाचा आजार । त्याने कसे घ्यावे? ।।२२६।।
ऐसेनिही जरी सेविजेल । तरी ते आळुकीचि उरेल ।
जे तें परिणामीं पथ्य नव्हेल । धनुर्धरा ।।२२७।।
तरीही जो घेईल । तो त्याचा हट्ट ठरेल ।
परिणामी ते कुपथ्य होईल । अर्जुना ।।२२७।।
म्हणौनि आणिकांसी जे विहित । आणि आपणपेयां अनुचित ।
तें नाचरावें जरी हित । विचारिजे ।।२२८।।
इतरांसाठी जे विहित । आपणासाठी अनुचित ।
असे न करावे हित । विचार करून ।।२२८।।
या स्वधर्मातें अनुष्ठितां । वेचु होईल जीविता ।
तोहि निका वर उभयतां । दिसत असे ।।२२९।।
स्वधर्म आपण आचरिता । जीव अर्पावा लागता ।
तरी तो असे श्रेष्ठ उभयतां । दोन्ही लोकी ।।२२९।।
ऐसें समस्त सुरशिरोमणी । बोलिले जेथ शार्ङ्गपाणी ।
तेथ अर्जुन म्हणे विनवणी । असे देवा ।।२३०।।
असा सर्व देवांचा शिरोमणी । तो हे बोलला शारंगपाणी ।
तेंव्हा अर्जुन करे विनवणी । ऐक देवा ।।२३०।।

हें जें तुम्हीं सांगितलें । तें सकळ कीर म्यां परिसिलें ।
तरी आतां पुसेन कांही आपुलें । अपेक्षित ।।२३१।।
तुम्ही मला जे सांगितले । ते मी चित्त देऊन ऐकले ।
काही विचारीन जे वाटले । जे मज अपेक्षित ।।२३१।।
तरी देवा हे ऐसें कैसें । जे ज्ञानियांही स्थिति भ्रंशे ।
मार्गु सांडुनी अनारिसे । चालत देखों ।।२३२।।
मग देवा असे का घडते? । ज्ञानवंतांची बुद्धी भ्रष्ट होते ।
भलत्याच मार्गे चालत राहते । सदाचार सोडून ।।२३२।।
सर्वज्ञुही जे होती । हे उपाय ही जाणती ।
तेही परधर्में व्यभिचरति । कवणें गुणें? ।।२३३।।
जे सर्वज्ञ असतात । ते उपायही जाणतात ।
तरी परधर्म आचरतात । कोणत्या गुणामुळे? ।।२३३।।
बीजा आणि भुसा । अंधु निवाडू नेणें जैसा ।
नावेक देखणाही तैसा । बरळे कां पां ।।२३४।।
धान्य आणि कोंडा । अंध न करू शके निवाडा ।
डोळसासही पडतो खोडा । असे का व्हावे? ।।२३४।।
जे असता संगु सांडिती । तेचि संसर्गु करितां न धाती ।
वनवासीही सेविती । जनपदाते ।।२३५।।
जे असलेला प्रपंच सोडती । केल्यावरही तृप्त न होती ।
वनवासात जाउन परत येती । नगरजनांत ।।२३५।।
आपण तरी लपती । सर्वस्वें पाप चुकविती ।
परी बळात्कारें सुइजती । तयाचि माजीं ।।२३६।।
स्वत: पापापासून लपती । प्रयत्नांते पाप चुकवती ।
तरी पापात गुंतले जाती । बळजोरीने ।।२३६।।
जयाची जीवें घेती विवसी । तेचि जडोनि ठाके जीवेंसीं ।
चुकवितां ते गिंवसी । तयातेंचि ।।२३७।।
ज्या पापांची करती किळस । तीच पापे देती त्रास ।
चुकवण्यासाठी करती सायास । तीच मागे लागती ।।२३७।।
ऐसा बलात्कारु एकु दिसे । तो कवणाचा एथ आग्रहो असे । हें
बोलावें हृषीकेशें । पार्थु म्हणे ।।२३८।।
अशी पापांची बळजोरी । कोण आग्रहाते करी ।
हृषीकेशांनी सांगावे तरी । पार्थ म्हणे ।।२३८।।
तंव हृदयकमळआरामु । जो योगियांचा निष्कामकामु ।
तो म्हणतसे पुरुषोत्तमु । सांगेन आईक ।।२३९।।
जो प्रत्येकाच्या हृदयकमळात । योगी ज्याची इच्छा धरतात ।
ते श्रीकृष्ण अर्जुनाला म्हणतात । उत्तर सांगतो ऐक ।।२३९।।
तरी हे काम क्रोधु पाहीं । जयांतें कृपेची सांठवण नाहीं ।
हें कृतांताच्या ठायीं । मानिजती ।।२४०।।
काम-क्रोधाचे कारण । कृपेची नसे साठवण ।
यमाप्रमाणे असती जाण । हे घात करणारे ।।२४०।।
हे ज्ञाननिधीचे भुजंग । विषयदरीचे वाघ ।
भजनमार्गींचे मांग । मारक जे ।।२४१।।
ज्ञानसंपत्तीवरील विषारी नाग । विषयगुहेतील वाघ ।
भजनमार्गातील मांग । हे मारक असती ।।२४१।।
हे देहदुर्गींचे धोंड । इंद्रियग्रामींचें कोंड ।
यांचें व्यामोहादिक दबड । जगावरी ।।२४२।।
हे देहरूपी किल्ल्याचे दगड प्रचंड । इंद्रियनगरीभोवतीचे तट
अखंड । भ्रम, अविचार निर्मितीचे दंड । जगामध्ये ।।२४२।।
हे रजोगुण मानसींचे । समुळ आसुरियेचे ।
धालेपण ययांचें । अविद्या केलें ।।२४३।।
मनाचे हे रजोगुण । असुरांची संपत्ती जाण ।
अविद्येने केले पोषण । या दुर्गुणांचे ।।२४३।।
हे रजाचे कीर जाहले । परी तमासी पढियंते भले ।
तेणें निजपद यां दिधलें । प्रमादमोहो ।।२४४।।
रजोगुणापासून यांची उत्पत्ती । तमोगुणा हे प्रिय असती ।
म्हणून निजपदी केली नियुक्ती । प्रमाद आणि मोह यांची ।।२४४।।
हे मृत्यूच्या नगरीं । मानिजती निकियापरी ।
जे जीविताचे वैरी । म्हणौनियां ।।२४५।।
मृत्यूच्या या नगरी । मानती यास श्रेष्ठ सारी ।
हे मानवी जीवाचे वैरी । असे समजून ।।२४५।।
जयांसि भुकेलिया आमिषा । हें विश्व न पुरेचि घांसा ।
कुळवाडियांचिया आशा । चाळीत असे ।।२४६।।
भुकेची इतुकी इच्छा यांस । न पुरे विश्वाचा घास ।
यांच्या उपभोगाचा सोस । आशा पुरवते ।।२४६।।
कौतुकें कवळितां मुठी । जिये चवदा भुवनें थेंकुटी ।
तिये भ्रांतिही धाकुटी । वाल्हीदुल्ही ।।२४७।।
कौतुकाने मुठीत आवळून ठेवती । जिला चौदा भुवने कमी पडती ।
ती भ्रांती, ही आशेची बहीण धाकटी । लाडाकोडाची ।।२४७।।
जे लोकत्रयाचें भातुकें । खेळतांचि खाय कवतिकें ।
तिच्या दासीपणाचेनि बिकें । तृष्णा जिये ।।२४८।।
जी त्रैलोक्याची भातुकली । तिने खेळताना कौतुकाने खाल्ली ।
तिचा दासीपणाखाली । इच्छा जगते ।।२४८।।

हें असो मोहें मानिजे । यांतें अहंकारें घेपे दीजे ।
जेणें जग आपुलेनि भोजें । नाचवीत असे ॥२४९॥
मोहाच्या घरी असे मान । काम क्रोधांचा सन्मान ।
अहंकाराची इथे देवाण घेवाण । जो जगा नाचवी ॥२४९॥
जेणें सत्याचा भोकसा काढिला । मग अकृत्य तृणकुटा भरिला
। तो दंभु रूढविला । जगीं इहीं ॥२५०॥
ज्याने सत्याचा कोथळा काढला । असत्याचा पेंढा भरला ।
तो दंभ काम-क्रोधांनी आणला । जगात प्रसिद्धीस ॥२५०॥
साध्वी शांति नागविली । मग माया मांगी शृंगारिली ।
तियेकरवीं विटाळविलीं । साधुवृंदें ॥२५१॥
शांती साध्वीला लुबाडले । माया रूपिणीला शृंगारिले ।
तिच्याकरवी विटाळून ठेवले । साधुवृंदाला ॥२५१॥
इहीं विवेकाची त्राय फेडिली । वैराग्याची खाल काढिली ।
जितया मान मोडिली । उपशमाची ॥२५२॥
विवेकाची आश्रय शक्ती नाशिली । वैराग्याची साल सोलली ।
इंद्रियनिग्रहाची मान मोडली । जिवंतपणी ॥२५२॥
इहीं संतोषवन खांडिलें । धैर्यदुर्ग पाडिले ।
आनंदरोप सांडिले । उपडूनियां ॥२५३॥
आनंदाचे वन तोडले । धैर्याचे किल्ले मोडले ।
समाधानाचे रोप टाकले । उपटून ॥२५३॥
इहीं बोधाचीं रोपें लुंचिलीं । सुखाची लिपी पुसिली ।
जिव्हारीं आगी सूदली । तापत्रयाची ॥२५४॥
ज्ञानाची रोपे उपटली । सुखाची अक्षरे पुसली ।
माणसांच्या हृदयात लावली । त्रिविध तापाची आग ॥२५४॥
हे आंगा तंव घडले । जीवींची आथी जडले ।
परी नातुडती गिंवसिले । ब्रह्मादिकां ॥२५५॥
तेव्हाच हे सारे घडती । जेंव्हा हे जिवास नडती ।
ब्रह्मादिकांसही न सापडती । आत शोध घेता ॥२५५॥
हे चैतन्याचे शेजारीं । वसती ज्ञानाच्या एका हारीं ।
म्हणौनि प्रवर्तले महामारी । सांवरती ना ॥२५६॥
जीवात्म्याच्या जवळी असती । ज्ञानाच्या शेजारी राहती ।
जरी मोठ्या लहरी उसळती । त्यांस आवरत नाहीत ॥२५६॥
हे जळेंवीण बुडविती । आगीवीण जाळिती ।
न बोलतां कवळिती । प्राणियांतें ॥२५७॥
हे पाण्याविना बुडवती । आगीविना जाळती ।
गुपचुप कवटाळिती । मानवाला ॥२५७॥
हे शस्त्रेंवीण साधिती । दोरेंवीण बांधिती ।
ज्ञानियासी तरी वधिती । पैज घेउनी ॥२५८॥
शस्त्राविना मारती । दोरीशिवाय बांधती ।
ज्ञानियांचा वध करिती । पैज लावून ॥२५८॥
हे चिखलेंवीण रोंविती । पाशिकेंवीण गोंविती ।
हे कवणाजोगें न होती । आंतौटेपणें ॥२५९॥
चिखलाविना पुरतात । जाळ्याविना गोवतात ।
कोणा अधीन न होतात । सूक्ष्मपणे राहती ॥२५९॥
जैसी चंदनाची मुळी । गिंवसोनि घेपे व्याळीं ।
नातरी उल्बाची खोळी । गर्भस्थासी ॥२६०॥
जसे चंदनाच्या मुळाशी । सर्प कवटाळून बसती ।
किंवा वारेचे वेढे असती । गर्भाला ॥२६०॥
कां प्रभावीण भानु । धूमेवीण हुताशनु ।
जैसा दर्पण मळहीनु । कहींच नसे ॥२६१॥
प्रकाशाविना सूर्य नसे । धुराशिवाय अग्नी नसे ।
धुळीवाचून दर्पण नसे । कुठेही ॥२६१॥
तैसें इहींवीण एकलें । आम्हीं ज्ञान नाहीं देखिलें ।
जैसें कोंडेनि पां गुंतलें । बीज निपजे ॥२६२॥
तसे यांच्याविना एकले । आम्ही ज्ञान नाही पाहिले ।
जसे बीज दिसत नाही एकले । कोंड्याविना ॥२६२॥
तैसें ज्ञान तरी शुद्ध । परी इहीं असे प्ररुद्ध ।
म्हणौनि तें अगाध । होऊनि ठेलें ॥२६३॥
तसे ज्ञान हे असे शुद्ध । पण काम-क्रोधाने बद्ध ।
म्हणून ते अगाध । अप्राप्य झाले ॥२६३॥
आधीं यांतें जिणावें । मग तें ज्ञान पावावें ।
तंव पराभवो न संभवे । रागद्वेषां ॥२६४॥
आधी यांना जिंकावे । मग ज्ञान मिळवावे ।
पण पराभव न संभवे । राग द्वेषांचा (कामक्रोधांचा) ॥२६४॥
यांतें साधावयालागीं । जें बळ आणिजे आंगीं ।
तें इंधनें जैसीं आगी । सावावो होय ॥२६५॥
काम-क्रोध जिंकण्यासाठी । अंगी बळाची करावी निर्मिती ।
इंधन अग्नीस सहाय्य करती । तसे होईल ॥२६५॥
तैसे उपाय कीजती जे जे । ते यांसीचि होती विरजे ।
म्हणौनि हटियातें जिणिजे । इहींचि जगीं ॥२६६॥
जे जे उपाय करती । काम-क्रोधा साहाय्य होती ।
हे हटयोग्यांना ही जिंकती । या जगामाजी ॥२६६॥

ऐसियांही सांकडां बोला । एक उपायो आहे भला ।
तो करितां जरी आंगवला । तरी सांगेन तुज ।।२६७।।
असा कठीण पेच असेल । तरी एक उपाय आहे सरळ ।
जर तुला तो झेपेल । तर सांगतो ।।२६७।।
यांचा पहिला कुरुठा इंद्रियें । एथूनि प्रवृत्ति कर्मातें विये ।
आधीं निर्दळूनि घाली तियें । सर्वथैव ।।२६८।।
यांचे पहिले ठिकाण इंद्रिये असती । इथून होई कर्मप्रवृत्ती ।
म्हणून मिळव त्यांच्यावरती । आधी विजय ।।२६८।।
मग मनाची धांव पारुषेल । आणि बुद्धीची सोडवण होईल ।
इतुकेन थारा मोडेल । या पापियांचा ।।२६९।।
मग मनाची धाव थांबेल । बुद्धीचा भ्रम जाईल ।
आणि आश्रय नाहीसा होईल । या पाप्यांचा ।।२६९।।
हें अंतरींहूनि जरी फिटले । तरी निभ्रांत जाण निवटले ।
जैसें रश्मीवीण उरलें । मृगजळ नाहीं ।।२७०।।
जर ते गेले मनातून । तर ते निश्चित गेले जाण ।
जसे सूर्यकिरणावाचून । मृगजळ नाही ।।२७०।।
तैसे रागद्वेष जरी निमाले । तरी ब्रह्मींचें स्वराज्य आलें ।
मग तो भोगी सुख आपुलें । आपणचि ।।२७१।।
काम-क्रोध जसे जाती । ब्रह्मराज्याची होते प्राप्ती ।
ते पुरुष सुखानुभव घेती । शुद्ध अंत:करणाने ।।२७१।।
ते गुरुशिष्याची गोठी । पदपिंडाची गांठी ।
तेथ स्थिर राहोनि नुठी । कवणे काळीं ।।२७२।।
ही गुरुशिष्याची गोष्ट । जीव-ब्रह्माचे ऐक्य स्पष्ट ।
ते स्थिर राहती तेथ । ढळत नाहीत ।।२७२।।
ऐसें सकळ सिद्धांचा रावो । देवी लक्ष्मीयेचा नाहो ।
राया ऐकें देवदेवो । बोलता जाहला ।।२७३।।
राणा सकल सिद्धांचा । पती देवी लक्ष्मीचा ।
श्रीकृष्ण जो देव देवांचा । असे बोलला ।।२७३।।
आतां पुनरपि तो अनंतु । आद्य एकी मातु ।
सांगैल तेथ पंडुसुतु । प्रश्नु करील ।।२७४।।
आता पुन्हा तो अनंत । सांगेल कथा एक ।
ती ऐकून पंडुसूत । प्रश्न विचारेल ।।२७४।।
तया बोलाचा हन पाडु । कीं रसवृत्तीचा निवाडु ।
येणें श्रोतयां होईल सुरवाडु । श्रवणसुखाचा ।।२७५।।
त्याच्या बोलण्याचे मोल । त्यात रस अनमोल ।
श्रोत्यांना मग लाभेल । समृद्ध श्रवणसुख ।।२७५।।
ज्ञानदेवो म्हणे निवृत्तीचा । चांग उठवा करूनि उन्मेषाचा ।
मग संवादु श्रीहरिपार्थांचा । भोगावा बापा ।।२७६।।
म्हणे ज्ञानदेव हा निवृत्तीचा । प्रकाशित करून चंद्र प्रतिभेचा ।
सुख संवाद कृष्ण-अर्जुनाचा । श्रोते हो श्रवण करा ।।२७६।।

ओवी संख्या २७६

।। तिसरा अध्याय – कर्मयोग – समाप्त ।।

अध्याय चौथा

ज्ञानकर्मसंन्यास योग

आजि श्रवणेंद्रियां पाहलें । जें येणें गीतानिधान देखिलें ।
आतां स्वप्नचि हें तुकलें । साचासरिसें ।।१।।

आज श्रवणेंद्रियांचा भाग्यदिन । पाहिले गीतारूपी अनमोल धन ।
जणू सत्यात उतरावे स्वप्न । तसे झाले आहे ।।१।।

आधींचि विवेकाची गोठी । वरी प्रतिपादी श्रीकृष्ण
जगजेठी । आणि भक्तराजु किरीटी । परिसत असे ।।२।।

आधी विवेकाची कथा । सांगत आहे जगन्नियंता ।
भक्तराज अर्जुन ही कथा । ऐकतो आहे ।।२।।

जैसा पंचमालापु सुगंधु । कीं परिमळु आणि सुस्वादु ।
तैसा भला जाहला विनोदु । कथेचा इये ।।३।।

जसा पंचमस्वरा सुगंध । रुचकर मिष्टान्नाचा गंध ।
तसा अलौकिक आनंद । यातून मिळे ।।३।।

कैसी आगळिक दैवाची । जे गंगा जोडली अमृताची ।
हो कां जपतपें श्रोतयांचीं । फळा आलीं ।।४।।

भाग्य खेळी नियतीची । गंगा जोडली अमृताची ।
जप अनुष्ठाने श्रोत्यांची । जणू फळली ।।४।।

आतां इंद्रियजात आघवें । तिहीं श्रवणाचें घर रिघावें ।
मग संवादसुख भोगावें । गीताख्य हें ।।५।।

आता सर्व इंद्रियांनी तरी । एकवटावे श्रवणेंद्रिया घरी ।
भोगावे सुख संवादाचे परी । गीतार्थ हा ।।५।।

हा अतिसो अतिप्रसंगें । सांडूनि कथाचि ते सांगें ।
जे कृष्णार्जुन दोघे । बोलत होते ।।६।।

श्रोते म्हणती ऐकावे । हे पाल्हाळ थांबवावे ।
कृष्णार्जुन संवाद ऐकवावे । आम्हाला आता ।।६।।

ते वेळीं संजयो रायातें म्हणे । अर्जुनु अधिष्ठिला दैवगुणें ।
जे अतिप्रीति श्रीनारायणें । बोलतु असे ।।७।।

संजय धृतराष्ट्राला म्हणतो । अर्जुन भाग्यशाली ठरतो ।
अति प्रेमाने नारायण तो । अर्जुनाशी बोलत असे ।।७।।

जें न सांगेचि पितया वसुदेवासी । जें न सांगेचि माते देवकीसी ।
जें न सांगेचि बंधु बळिभद्रासी । तें गुह्य अर्जुनेंशीं बोलत ।।८।।

जे गुपित न सांगे वसुदेवा । न बोले देवकीस केव्हा ।
न सांगे बलराम भावा । ते रहस्य अर्जुना सांगे ।।८।।

देवी लक्ष्मीयेवढी जवळिक । परी तेही न देखे या प्रेमाचें सुख ।
आजि कृष्णस्नेहाचें बिक । यातेंचि आथी ।।९।।

लक्ष्मीदेवी समीप असते । तिलाही ते सुख न लाभते ।
ते कृष्णप्रेम सुकाळ भलते । अर्जुनाकरिता ।।९।।

सनकादिकांचिया आशा । वाढीनल्या होतिया कीर बहुवसा ।
परी त्याही येणें मानें यशा । येतीचिना ।।१०।।

श्रीकृष्णाशी बोलण्याची आस मनांत । सनकादिकांना होती बहुत ।
पण त्यांनाही यश प्राप्त । झाले नाही ।।१०।।

या जगदीश्वराचें प्रेम । एथ दिसतसें निरुपम ।
कैसें पार्थें येणें सर्वोत्तम । पुण्य केलें ।।११।।

या जगदीश्वराचे प्रेम । पार्थाप्रति निरुपम ।
हे पुण्य असे सर्वोत्तम । अर्जुनाने कसे मिळवले ।।११।।

हो कां जयाचिया प्रीती । अमूर्त हा आला व्यक्ती ।
मज एकवंकी याची स्थिती । आवडतु असे ।।१२।।

अर्जुनाचे हे प्रेम कसे । निराकार तो साकार दिसे ।
मज याचे प्रेम आवडले असे । एकरूपतेचे ।।१२।।

एऱ्हवीं हा योगियां नाडळे । वेदार्थासी नाकळे ।
जेथ ध्यानाचेही डोळे । पावतीना ।।१३।।

हा श्रीकृष्ण योग्यांसी नकळे । वेदार्थासी न आकळे ।
ध्यानधारणेतही डोळे । यास पाहती ना ।।१३।।

तो हा निजस्वरूप । अनादि निष्कंप ।
परी कवणें मानें सकृप । जाहला आहे ।।१४।।

तो हा आत्मरूप । अनादि अचल स्वरूप ।
अर्जुनावर होई कृप । कोणत्या कारणे ।।१४।।

हा त्रैलोक्यपटाची घडी । आकाराची पैलथडी ।
कैसा याचिये आवडी । आवरला असे ।।१५।।
हा घडी त्रैलोक्यवस्त्राची । सर्व आकारापलीकडची ।
ही किमया पार्थाच्या प्रेमाची । हा त्याच्या स्वाधीन असे ।।१५।।
मग देव म्हणे पंडुसुता । हाचि योगु आम्हीं विवस्वता ।
कथिला परी ते वार्ता । बहुतां दिवसांची ।।१६।।
देव म्हणे पार्था । हा योग सूर्यास सांगितला होता ।
परंतु ही वार्ता । खूप दिवसामागची ।।१६।।
मग तेंणें विवस्वतें रवी । हे योगस्थिति आघवी ।
निरुपिली बरवी । मनूप्रती ।।१७।।
मग त्या रवीने । ही योगस्थिती पूर्णपणे ।
सांगितली असे विस्ताराने । त्या मनूला ।।१७।।
मनूनें आपण अनुष्ठिली । मग इक्ष्वाकुवा उपदेशिली ।
ऐसी परंपरा विस्तारिली । आद्य हे गा ।।१८।।
मनूने स्वतः योग आचरिला । मग पुत्र इक्ष्वाकूस कथिला ।
असा विस्तार झाला । या आद्य परंपरेचा ।।१८।।
मग आणिकही या योगातें । राजर्षि जाहले जाणते ।
परि तेथोनि आतां सांप्रतें । नेणिजे कोण्ही ।।१९।।
नंतर आणिक राजर्षी । या योगास जाणती ।
परंतु आता कोणी नसती । योग जाणणारे ।।१९।।
जे प्राणियां कामीं भरु । देहाचिवरी आदरु ।
म्हणौनि पडिला विसरु । आत्मबोधाचा ।।२०।।
प्राण्यांचे विषय भोगावर चित्त । देहालाच मानती सत्य ।
म्हणूनि गेला विस्मृतीत । आत्मबोध ।।२०।।
अव्हांटलिया आस्थाबुद्धि । विषयसुखचि परमावधि ।
जीवु तैसा उपाधि । आवडे लोकां ।।२१।।
बुद्धीने आडमार्ग धरला । महत्त्व हे विषयसुखाला ।
देहाचाच विचार झाला । प्राणाहुनी प्रिय ।।२१।।
एऱ्हवीं तरी खवणेंयांच्या गांवीं । पाटाउवें काय करावीं ।
सांगैं जात्यंधा रवी । काय आथी ।।२२।।
एरवी निर्वस्त्रांचे गावी । उंची वस्त्रे काय करावी ।
जन्मांधाला रवी । काय कामाचा ।।२२।।
कां बहिरयांच्या आस्थानीं । कवण गीतातें मानीं? ।
कीं कोल्हेया चांदणीं । आवडी उपजे? ।।२३।।
बहिऱ्यांच्या संगीतसभेत । काय गावे गीत ।
आवड उपजेल का कोल्ह्यात । चांदण्यांची ।।२३।।

पैं चंद्रोदया आरौतें । जयांचे डोळे फुटती असते ।
ते काउळे केवीं चंद्रातें । वोळखती?।।२४।।
चंद्रोदयाच्या आधीच ती । ज्यांचे डोळे मिटती ।
ते कावळे कसे ओळखती । चंद्राला ।।२४।।
तैसी वैराग्याची शिंव न देखती । जे विवेकाची भाष नेणती? ।
ते मूर्ख केवीं पावती । मज ईश्वरातें? ।।२५।।
वैराग्याची सीमा न पाहती । विवेकाची भाषा न जाणती ।
ते कसे प्राप्त करून घेती । मज ईश्वराला? ।।२५।।
कैसा नेणों मोहो वाढीनला । तेणें बहुतेक काळु व्यर्थ गेला ।
म्हणौनि योगु हा लोपला । लोकीं इये ।।२६।।
असा अज्ञानाचा मोह वाढला । पुष्कळ काळ व्यर्थ गेला ।
म्हणोनी हा योग लोपला । भूलोकी ।।२६।।
तोचि हा आजि आतां । तुजप्रती कुंतीसुता ।
सांगितला आम्हीं तत्त्वतां । भ्रांति न करीं ।।२७।।
तोच योग तत्वता यथार्थ । तुला केला आहे कथित ।
शंका ठेवू नको मनांत । हे कुंतिपुत्रा ।।२७।।
हें जीवींचें निज गुज । परि केवीं राखों तुज ।
जे पढियेसी तूं मज । म्हणौनियां ।।२८।।
हा योग मम हृदयीचे हितगूज । तुजपासून कसा ठेवू गूज ।
तू आत्यंतिक आवडता मज । म्हणून तुज कथिला ।।२८।।
तूं प्रेमाचा पुतळा । भक्तीचा जिव्हाळा ।
मैत्रियेचि चित्कळा । धनुर्धरा ।।२९।।
हे पार्था तू प्रेमाचा पुतळा । तू भक्तीचा जिव्हाळा ।
तू चैतन्याची कळा । मित्रत्वाच्या ।।२९।।
तूं अनुसंगाचा ठावो । आतां तुज काय वंचूं जावों? ।
जऱ्ही संग्रामारूढ आहों । जाहलों आम्ही ।।३०।।
तुला माझा संबंध निकट । तुजपासून लपविता येईल का मज ।
जरी आपण युद्धासी सज्ज । झालो आहोत ।।३०।।
तरी नावेक हें सहावें । गाजाबज्यही न धरावें ।
परी तुझें अज्ञानत्व हरावें । लागे आधीं ।।३१।।
जरा युद्धा ठेवावे दूरी । गडबड न मनी धरी ।
तव अज्ञान करावे लागे दूरी । हे प्रथम काम ।।३१।।
तंव अर्जुन म्हणे श्रीहरी । माय आपुलेयाचा स्नेहो करी ।
एथ विस्मयो काय अवधारीं । कृपानिधी ।।३२।।
तेंव्हा अर्जुन म्हणे श्रीहरी । आई बाळावर प्रेम करी ।
यात आश्चर्य काय ते तरी । सांग कृपानिधी ।।३२।।

तूं संसारश्रांतांची साउली । अनाथ जीवांची माउली ।
आमुतें कीर प्रसवली । तुझीच कृपा ।।३३।।
तू संसारपीडितांची सावली । तू अनाथांची माउली ।
तुझ्याच कृपेने लाभली । आम्हा जीवनीही ।।३३।।
देवा पांगुळ एकादें विजे । तरी जन्मौनि जोजारु साहिजे ।
हें बोलों काय तुझें । तुजचि पुढां ।।३४।।
जरी एखादे मूल पांगळे । आई त्यास सांभाळे ।
हे तुला सांगावे लागले । असे आहे काय? ।।३४।।
आतां पुसेन जें मी कांहीं । तेथ निकें चित्त देईं ।
तेवींचि देवें कोपावें ना कांहीं । बोला एका ।।३५।।
आता मी जे विचारेन । ऐकावे देऊन ध्यान ।
न राहावे राग धरून । ही नम्र विनंती ।।३५।।
तरी मागील जे वार्ता । तुवां सांगितली होती अनंता ।
ते नावेक मज चित्ता । मानेचिना ।।३६।।
मागच्या काही घटना । तू सांगितल्यास कृष्णा ।
माझ्या मनासी ते पटेना । क्षणभरी ।।३६।।
जे तो विवस्वतु म्हणजे कायी । ऐसें हें वडिलां ठाउवें नाहीं । तरी
तुवांचि केवीं पाहीं । उपदेशिला ।।३७।।
हा जो असे विवस्वान । आईवडिला न ठावे कोण ।
त्यांस तू उपदेशिले ज्ञान । हे कसे बरे?।।३७।।
तो तरी आइकिजे बहुतां काळांचा । आणि तूं तंव श्रीकृष्ण
सांपेचा । म्हणौनि गा इये मातुचा । विसंवादु ।।३८।।
तो विवस्वान खूप प्राचीन । आपण उभे तो वर्तमान ।
या गोष्टींमध्ये पूर्ण । विसंवाद दिसे ।।३८।।
तेवींचि देवा चरित्र तुझें । आपण कांहींचि नेणिजे ।
हें लटिकें केवीं म्हणिजे । एकिहेळां ।।३९।।
देवा तुझे चरित्र कांही । आम्हाला कळत नाही ।
पण मग हे असत्यही । असे कसे म्हणावे?।।३९।।
परी हेचि मातु आघवी । मी परियेसें ऐशी सांगावी ।
जे तुवांचि रवी केवीं । पाही उपदेशु केला ।।४०।।
प्राचीन काळी सूर्याला । तू जो उपदेश केला ।
तो असा सांग मला । की मला समजेल ।।४०।।
तंव श्रीकृष्ण म्हणे पंडुसुता । तो विवस्वतु जैं होता ।
तैं आम्ही नसों ऐसी चित्ता । भ्रांति जरी तुज ।।४१।।
ज्या काळी होता विवस्वान । त्या काळी मी नसेन ।
असा तुज होतोय का भ्रम । सांग पांडुसुता ।।४१।।

तरी तूं गा हें नेणसी । पैं जन्में आम्हां तुम्हासी ।
बहुतें गेलीं परी न स्मरसी । आपुलीं तूं ।।४२।।
पण तू हे जाणत नाही । अनेक जन्म तुझे-माझेही ।
होऊन गेले पण लक्षात नाही । ते तुझ्या ।।४२।।
मी जेणें जेणें अवसरें । जें जें होऊनि अवतरें ।
तें समस्तही स्मरें । धनुर्धरा ।।४३।।
परंतु ऐक तू अर्जुन । मी जे जे केले अवतार धारण ।
त्या सर्वांचे नीट स्मरण । मज आहे ।।४३।।
म्हणौनि हें आघवें । मागील मज आठवें ।
मी अजुही परी संभवें । प्रकृतियोगें ।।४४।।
म्हणूनी हे सारे काही । मागचे मज आठवत राही ।
जन्म घेतो मी आजही । मायेच्या योगाने ।।४४।।
माझें अव्ययत्व तरी न नसे । परी होणें जाणें एक दिसे ।
तें प्रतिबिंबे मायावशें । माझ्याचि ठायीं ।।४५।।
माझे निर्गुणत्व जरी नसे । येणे-जाणे अवताराचे दिसे ।
हे प्रतिबिंब मायेसरसे । माझ्या ठायी भासते ।।४५।।
माझी स्वतंत्रता तरी न मोडे । परी कर्माधीनु ऐसा आवडे ।
तेही भ्रांतिबुद्धि तरी घडे । एऱ्हवी नाहीं ।।४६।।
माझे स्वातंत्र्य असे अबाधित । मी कर्माधीन आहे ही भ्रांत ।
ते भ्रांतीने वाटते सत्य । एरवी नाही ।।४६।।
कीं एकचि दिसे दुसरें । तें दर्पणाचेनि आधारें ।
एऱ्हवीं काय वस्तुविचारें । दुजें आहे ।।४७।।
आरशात बिंबित होती । एका वस्तूच्या दोन दिसती ।
पाहता सूक्ष्म वस्तुस्थिती । त्या दोन नसती ।।४७।।
तैसा अमूर्तचि मी किरीटी । परी प्रकृति जैं अधिष्ठीं ।
तैं साकारपणें नटनटीं । कार्यालागीं ।।४८।।
अर्जुना मी असे निराकार । प्रकृतीचा घेता आधार ।
घेण्या धर्मकार्यास्तव अवतार । मी सगुण रूपे नटतो ।।४८।।
जें धर्मजात आघवें । युगायुगीं म्यां रक्षावें ।
ऐसा ओघु हा स्वभावें । आद्यु असे ।।४९।।
धर्माचे स्वरूप संपूर्ण । त्याचे करावे मी रक्षण ।
जगाच्या आरंभापासून । हा क्रम असे ।।४९।।
म्हणौनि अजत्व परतें ठेवीं । मी अव्यक्तपणही नाठवीं ।
जे वेळीं धर्मातें अभिभवी । अधर्मु हा ।।५०।।
जन्मरहितपणा मागे सारून । माझे अव्यक्त असणे विसरून ।
मी अवतार करतो धारण । ज्यावेळी अधर्म धर्माला ग्रासतो ।।५०।।

ते वेळीं आपुल्याचेनि कैवारें । मी साकारु होऊनि अवतरें ।
मग अज्ञानाचे आंधारें । गिळूनि घालीं ॥५१॥
भक्ताचा करण्या उद्धार । मी करितो धारण अवतार ।
मग अज्ञानरूपी अंधार । मी नाहीसा करतो ॥५१॥
अधर्माची अवधीं तोडीं । दोषांची लिहिलीं फाडीं ।
सज्जनांकरवीं गुढी । सुखाची उभवीं ॥५२॥
अधर्माची मर्यादा तोडून । दोषयुक्त लिखाण फाडून ।
सुखाची ध्वजा सज्जनांकडून । मी उभी करवतो ॥५२॥
दैत्यांचीं कुळें नाशीं । साधूंचा मानु गिंवशीं ।
धर्मासीं नीतीशीं । शेंज भरीं ॥५३॥
दैत्य कुळांचा नाश करून । साधूंचा मान पुन्हा देऊन ।
ठेवतो सांगड घालून । धर्म आणि नीतीची ॥५३॥
मी अविवेकाची काजळी । फेडूनि विवेकदीप उजळीं ।
तैं योगियां पाहे दिवाळी । निरंतर ॥५४॥
काढून अविवेकाची काजळी । मी विवेकदीप उजळी ।
होते आनंदाची ती दिवाळी । योगियांची निरंतर ॥५४॥
सत्सुखें विश्व कोंदे । धर्मुचि जगीं नांदे ।
भक्तां निघती दोंदें । सात्त्विकाचीं ॥५५॥
मग आत्मसुखाने विश्व भरते । धर्माचे राज्य सर्वत्र नांदते ।
भक्तांच्या हृदयी येई भरते । सात्त्विक आनंदाचे ॥५५॥
तैं पापाचा अचळु फिटे । पुण्याची पहांट फुटे ।
जैं मूर्ति माझी प्रगटे । पंडुकुमरा ॥५६॥
मी होतो जेव्हा प्रगट । पापांचे पर्वत होती नष्ट ।
पुण्याची होतसे पहाट । ऐक पंडुकुमारा ॥५६॥
ऐसेया काजालागीं । अवतरें मी युगीं युगीं ।
परि हेंचि वोळखें जो जगीं । तो विवेकिया ॥५७॥
याच कारणे म्हणून । मी अवतार घेतो युगायुगातून ।
जो घेतो हे ओळखून । तोच जगात विवेकी ॥५७॥
माझें अजत्वें जन्मणें । अक्रियताचि कर्म करणें ।
हें अविकार जो जाणे । तो परममुक्त ॥५८॥
मी जन्मरहित जन्मतो । निष्क्रिय तरी कर्म करतो ।
हे अविकार स्वरूप जो जाणतो । तो परममुक्त आहे ॥५८॥
तो चालिला संगें न चळे । देहींचा देहा नाकळे ।
मग पंचत्वीं तंव मिळे । माझ्याचि रूपीं ॥५९॥
तो आसक्ती सवे नसतो । देहभावे मुक्त असतो ।
जेव्हा तो पंचतत्त्वी विलीन होतो । माझ्याशी एकरूप होई ॥५९॥

एऱ्हवीं परापर न शोचिती । जे कामनाशून्य होती ।
वाटा केंवेळीं न वचती । क्रोधाचिया ॥६०॥
जे आप पर शोक नाही करत । ज्यांचे मन वासनारहित ।
जे कधी न अवलंबतात । क्रोधाचा मार्ग ॥६०॥
सदा मियाचि आथिले । माझिया सेवा जियाले ।
कीं आत्मबोधें तोषले । वीतराग जे ॥६१॥
माझ्या भक्तीने जे संपन्न । माझ्या सेवेसाठी जीवन ।
संतोषते ज्या आत्मज्ञान । ते निरिच्छ असती ॥६१॥
जे तपोतेजाचिया राशी । कीं एकायतन ज्ञानासी ।
जे पवित्रता तीर्थांसी । तीर्थरूप ॥६२॥
जे तप तेजाची रास । एकच ठिकाण ज्ञानास ।
जे पवित्र करती तीर्थांस । ते तीर्थरूप ॥६२॥
ते मद्‌भावा सहजें आले । मी तेचि ते होऊनि ठेले ।
जे मज तयां उरले । पदर नाहीं ॥६३॥
जे माझ्या स्वरूपी मिसळती । मीच होऊन राहती ।
भेदाचे पडदे न दिसती । त्यांच्या माझ्यामध्ये ॥६३॥
सांगें पितळेची गंधिकाळिक । जैं फिटली होय निःशेख ।
तैं सुवर्ण काई आणिक । जोडूं जाईजे ॥६४॥
हिणकस सोन्यातून काढली । पितळेचा गंज आणि काजळी ।
मग सोन्याची शुद्धता वेगळी । मिळवावी लागते का? ॥६४॥
तैसे यमनियमीं कडसले । जे तपोज्ञानें चोखाळले ।
मी तेचि ते जाहले । एथ संशयो कायसा ॥६५॥
जो यम-नियमांनी बद्ध । तप ज्ञानाने जो शुद्ध ।
ते अन् मी एकरूप विशुद्ध । यात संशय कसला? ॥६५॥
एऱ्हवीं तरी पाहीं । जे जैसे माझ्या ठायीं ।
भजती तयां मीही । तैसाचि भजें॥६६॥
एरवी हे जाण । जे मज भजती अनन्य ।
त्यांच्यावर मीही समान । प्रेम करतो ॥६६॥
देखैं मनुष्यजात सकळ । हें स्वभावता भजनशीळ ।
जाहले असे केवळ । माझ्याचि ठायीं ॥६७॥
ही सगळी मानवजात । स्वभावतः भजन भक्त ।
हे माझ्याच मुळे फक्त । असे जाहले असती ॥६७॥
परी ज्ञानेंवीण नाशिले । जे बुद्धिभेदासी आले ।
तेणेंचि त्या कल्पिलें । अनेकत्व ॥६८॥
पण ज्ञान नाही म्हणून । बुद्धिभेद करून ।
त्यांनीच ठेवले ठरवून । ते अनेकत्व ॥६८॥

म्हणौनि अभेदीं भेदु देखती । यया अनाम्या नामें ठेविती ।
देवी देवो म्हणती । अचर्चातें ।।६९।।
अभेदात भेद करती । नामरहित तरी नामे देती ।
देव देवी म्हणती । चर्चेविना ।।६९।।
जे सर्वत्र सदा सम । तेथ विभाग अधमोत्तम ।
मतिवशें संभ्रम । विवंचिती ।।७०।।
मी सर्वत्र सर्व प्रमाणात । ते भेदबुद्धीने संभ्रमित ।
हा उत्तम हा अधम म्हणत । भेदभाव करती ।।७०।।
मग नानाहेतुप्रकारें । यथोचितें उपचारें ।
मानिलीं देवतांतरें । उपासिती ।।७१।।
अनंत हेतू मनी धरून । योग्य उपचारे पूजा करून ।
मनातील देवतांना स्मरून । उपासना करती ।।७१।।
तेंथ जें जें अपेक्षित । तें तैसेंचि पावती समस्त ।
परी तें कर्मफळ निश्चित । वोळख तूं ।।७२।।
ज्या फळाची अपेक्षा करती । ती फळे त्यांना प्राप्त होती ।
पण ही त्यांची कर्मफळे असती । हे तू जाण ।।७२।।
वांचूनि देतें घेतें आणिक । निभ्रांत नाहीं सम्यक ।
एथ कर्मचि फळसूचक । मनुष्यलोकीं ।।७३।।
कर्मच घेते कर्मच देते । कर्माशिवाय कोणी नसते ।
कर्मापासून फलप्राप्ती होते । मनुष्यलोकांत ।।७३।।
जैसें क्षेत्रीं जें पेरिजे । तें वांचूनि आन न निपजे ।
कां पाहिजे तेंचि देखिजे । दर्पणाधारें ।।७४।।
शेतात जे पेरले जाते । त्या वाचून काही न उगवते ।
आरशात तेच दिसते । जे आरशासमोर आहे ।।७४।।
नातरी कडेयातळवटीं । जैसा आपुलाचि बोलू किरीटी ।
पडिसादु होऊनि उठी । निमित्तयोगें ।।७५।।
किंवा पर्वताच्या कड्याखालुनी । अर्जुना आपण जो करतो ध्वनी ।
त्याचाच निघतो प्रतिध्वनी । आवाजाच्या निमित्ताने ।।७५।।
तैसा समस्तां यां भजना । मी साक्षिभूतु पैं अर्जुना ।
एथ प्रतिफळे भावना । आपुलाली ।।७६।।
या सर्व उपासनांना । मीच साक्षी असे अर्जुना ।
ज्याच्या-त्याच्या ज्या भावना । तशी फळप्राप्ती होते ।।७६।।
आतां याचिपरी जाण । चाऱ्ही हे वर्ण ।
सृजिले म्यां गुण- । कर्म विभागें ।।७७।।
अर्जुना आता हे जाण । जे आहेत चार वर्ण ।
तेच केले मी निर्माण । गुण-कर्मांनुसार ।।७७।।
जे प्रकृतीचेनि आधारें । गुणाचेनि व्यभिचारें ।
कर्में तदनुसारें । विवंचिलीं ।।७८।।
त्यांच्या प्रकृतिधर्माशी । गुणांच्या तारतम्यानिशी ।
त्या चारही वर्णाच्या कर्मांची । योजना केली आहे ।।७८।।
एथ एकचि हे धनुष्यपाणी । परी जाहले गा चहूं वर्णीं ।
ऐसी गुणकर्म-कडसणी । केली सहजें ।।७९।।
अर्जुना हे सर्व एकचि जाण । तरीही हे चार वर्ण ।
कर्म आणि पाहून गुण । यांची व्यवस्था केली सहज ।।७९।।
म्हणौनि आइकें पार्था । हे वर्णभेदसंस्था ।
मी कर्ता नव्हें सर्वथा । याचिलागीं ।।८०।।
म्हणून अर्जुना ऐक आता । ही जरी वर्णभेदाची व्यवस्था ।
तरीही त्यांचा कर्ता । मी नसे ।।८०।।
हें मजचिस्तव जाहलें । परी म्यां नाहीं केलें ।
ऐसें जेणें जाणितलें । तो सुटला गा ।।८१।।
हे व्यवस्थापन जरी माझे असे । तरी मी ते केलेले नसे ।
तत्त्वत: हे जो जाणतसे । तो कर्मबंधनातून मुक्त ।।८१।।
मागील मुमुक्षु जे होते । तिहीं ऐशिया जाणोनि मातें ।
कर्में केलीं समस्तें । धनुर्धरा ।।८२।।
पूर्वी मोक्षाची जे कामना करती । मी अकर्ता असल्याचे जाणती
। त्यानुसार सर्व कर्मे करती । हे जाण अर्जुना ।।८२।।
परि तें बीजें जैसीं दग्धलीं । नुगवतींचि पेरिलीं ।
तैशीं कर्मेंचि परि तयां जाहलीं । मोक्षहेतु ।।८३।।
बी जर असे भाजली । न उगवे जरी पेरली ।
तशीच त्यांची कर्मे जाहली । मोक्षासाठी ।।८३।।
एथ आणिकही एक अर्जुना । हे कर्माकर्मविवंचना ।
आपुलिये चाडें सज्ञाना । योग्यु नोहे ।।८४।।
विद्वान मनुष्यमात्राने । स्वइच्छेप्रमाणे ।
कर्मा अकर्माचा विचार करणे । योग्य नाही अर्जुना ।।८४।।
कर्म म्हणिपे तें कवण । अथवा अकर्मा काय लक्षण ।
ऐसें विचारितां विचक्षण । गुंफोनि ठेले ।।८५।।
कर्म कोणते ते जाण । अकर्माचे कोणते लक्षण ।
या विचारात विद्वज्जन । भ्रमात गुंतले ।।८५।।
जैसें कां कुडें नाणें । खऱ्याचेनि सारखेपणें ।
डोळ्यांचेंहि देखणें । संशयीं घालीं ।।८६।।
जैसे की खोटे नाणे । दिसते खऱ्याप्रमाणे ।
प्रत्यक्ष डोळ्यांनीही बघणे । पण संशय निर्मिते ।।८६।।

तैसें नैष्कर्म्यतेचेनि भ्रमें । गिंवसिजत आहाती कर्में ।
जे दुजी सृष्टि मनोधर्में । करूं सकती ।।८७।।
निष्कर्मतेच्या भ्रमात । कर्माच्या पाशात गुंततात ।
प्रतिसृष्टी निर्मितीस समर्थ । जे असती ।।८७।।
वांचूनि मूर्खांची गोठी कायसी । एथ मोहले गा क्रांतदर्शी ।
म्हणौनि आतां तेंचि परियेसीं । सांगेन तुज ।।८८।।
मूर्खांच्या गोष्टी काय असती । इथे सर्वज्ञ मोह पावती ।
म्हणून आता त्या विषयाचे परती । तुला सांगतो ।।८८।।
तरी कर्म म्हणजे स्वभावें । जेणें विश्वाकारु संभवे ।
तें सम्यक आधीं जाणावें । लागे एथ ।।८९।।
त्याला कर्म म्हणतात जाण । विश्वाच्या आकारास जे कारण ।
प्रारंभीच त्याचे यथार्थ ज्ञान । इथे करून घेऊ ।।८९।।
मग वर्णाश्रमासि उचित । जे विशेष कर्म विहित ।
तेंही वोळखावें निश्चित । उपयोगेंसी ।।९०।।
मग वर्ण आश्रम यांचे ठायी । कर्म विशेष जे सांगितले कांही ।
त्यांची मग उपयुक्तताही । जाणून घ्यावी ।।९०।।
पाठी जें निषिद्ध म्हणिपे । तेंही बुझावे स्वरूपें ।
येतुलेनि कांही न गुंफे । आपैसेंचि ।।९१।।
मग जे कर्म निषिद्ध । त्याचे स्वरूप जाणावे सिद्ध ।
म्हणजे मनुष्य कर्माने बद्ध । होत नाही ।।९१।।
एऱ्हवी जग हें कर्माधीन । ऐसी याची व्याप्ती गहन ।
परी तें असो आइकें चिन्ह । प्राप्ताचें गा ।।९२।।
एरवी सारे जग कर्माधीन । कर्माचा विस्तार गहन ।
पण ते असो ऐक चिन्ह । कृतार्थाचे ।।९२।।
जो सकळकर्मी वर्ततां । देखे आपुली नैष्कर्म्यता ।
कर्मसंगे निराशता । फळाचिया ।।९३।।
जो कर्म करीत राही । पण जाणतो आपण करीत नाही ।
तो कधी धरत नाही । कर्मफळाची अपेक्षा ।।९३।।
आणि कर्तव्यतेलागीं । जया दुसरें नाहीं जगीं ।
ऐसिया नैष्कर्म्यता तरी चांगी । बोधला असे ।।९४।।
हे कर्तव्य म्हणून जे असे । जगात दुसरे काही नसे ।
ज्यास असा बोध होतसे । निष्कर्मतेचा ।।९४।।
तरी क्रियाकलापु आघवा । आचरतु दिसे बरवा ।
तोचि तो ये चिन्हीं जाणावा । ज्ञानिया गा ।।९५।।
तोच कर्माचे आचरण । जे उत्कृष्टपणे करतो जाण ।
तेच असे की लक्षण । ज्ञानीपणाचे ।।९५।।

जैसा कां जळापाशी उभा ठाके ।
तो जरी आपणपें जळामाजिं देखे ।
तरी तो निभ्रांत वोळखे । म्हणे मी वेगळा आहें ।।९६।।
मनुष्या जळाजवळ उभा राही । स्वत:चे प्रतिबिंब त्यात पाही ।
तरी स्वत:स ओळखून जाई । म्हणे मी वेगळा आहे ।।९६।।
अथवा नावें हन जो रिगे ।
तो थडियेचें रुख जातां देखे वेगें ।
तेचि साचोकारें जों पाहों लागे ।
तंव रुख म्हणे अचळ ।।९७।।
नावेत बसून जात असता । तीरावरील झाडे दिसती चालता ।
जेव्हा खरे जाणून घेता । झाडे स्थिर म्हणतो ।।९७।।
तैसें सर्व कर्मीं असणें । तें फुडें मानूनि वायाणें ।
मग आपणया जो जाणे । नैष्कर्म्यु ऐसा ।।९८।।
तसे सर्व कर्मांत असतो । हे मिथ्या आहे जाणतो ।
मूळ तो कर्मातीत असतो । असे तो जाणतो ।।९८।।
आणि उदोअस्तुचेनि प्रमाणें । जैसें न चालतां सूर्याचें चालणें ।
तैसें नैष्कर्म्यत्व जाणें । कर्मीचि असतां ।।९९।।
सूर्याचा उदय-अस्त होतो । भासते तो फिरत असतो ।
तसे तो निष्कर्मत्व जाणतो । कर्मात असता ।।९९।।
तो मनुष्यासारिखा तरी आवडे ।
परी मनुष्यत्व तया न घडे ।
जैसें जळामाजीं न बुडे । भानुबिंब ।।१००।।
तो मनुष्यासमान दिसे । पण मनुष्यत्वात नसे ।
जसे सूर्यबिंब पाण्यात दिसे । पण सूर्य बुडलेला नसतो ।।१००।।
तेणें न पाहतां विश्व देखिलें । न करितां सर्व केलें ।
न भोगितां भोगिलें । भोग्यजात ।।१०१।।
न पाहतां विश्व पाहतो । न करता सर्व करतो ।
न भोगिता सर्व भोगतो । जे उपभोग्य आहे ।।१०१।।
एकेचि ठायी बैसला । परि सर्वत्र तोचि गेला ।
हे असो विश्व जाहला । आंगेंचि तो ।।१०२।।
एका जागी बसला तरी । सर्वत्र संचार तो करी ।
विश्वाशी एकरूप परी । तो असतो ।।१०२।।
जया पुरुषाच्या ठायीं । कर्माचा तरी खेदु नाहीं ।
परी फलापेक्षा कहीं । संचरेना ।।१०३।।
ज्या पुरुषाच्या ठायी । खेद नाही कर्माविषयी ।
फळाची इच्छा होत नाही । त्यांच्या मनात ।।१०३।।

आणि हे कर्म मी करीन । अथवा आदरिलें सिद्धी नेईन ।
येणें संकल्पेंही जयाचें मन । विटाळेना ।।१०४।।
हे कर्म मी करीन । हे संकल्प सिद्धीस नेईन ।
या संकल्पनेने ज्याचे मन । विटाळत नाही ।।१०४।।
ज्ञानाग्नीचेनि मुखें । जेणें जाळिलीं कर्मे अशेखें ।
तो परब्रह्मचि मनुष्यवेखें । वोळख तूं ।।१०५।।
ज्ञानरूपी अग्नीच्या मदतीने । सारी कर्मे जाळिली ज्याने ।
तो दिसतो मनुष्यवेषाने । तरी तो परब्रह्मस्वरूप तू जाण ।।१०५।।
जो शरीरीं उदासु । फळभोगी निरासु ।
नित्यता उल्हासु । होऊनि असे ।।१०६।।
देहाविषयी अहंकार नसे । फलाप्राप्तीविषयी निरिच्छ असे ।
सत्‌चित् आनंदरूपात वसे । नित्य तो ।।१०६।।
जो संतोषाचा गाभारा । आत्मबोधचिये वोगरां ।
पुरे न म्हणेचि धनुर्धरा । आरोगितां।।१०७।।
आनंदाच्या गाभारी बसतो । ब्रह्मरसाचे भोजन करितो ।
पुरे असे कधी न सांगतो । ऐक पार्था ।।१०७।।
कैसी अधिकाधिक आवडी । घेत महासुखाची गोडी ।
सांडोनियां आशा कुरोंडी । अहंभावेसीं ।।१०८।।
तो अहंकारा ओवाळतो । आशेची कुरवंडी करतो ।
ब्रह्मानंदाची गोडी चाखतो । अधिक प्रमाणात ।।१०८।।
म्हणौनि अवसरें जें जें पावे । कीं तेणेंचि तो सुखावे ।
जया आपुलें आणि परावें । दोन्ही नाहीं ।।१०९।।
ज्यावेळी जे होते प्राप्त । सुख मानतो त्यात ।
आपला-परका हा भेद । त्याच्या मनी नसे ।।१०९।।
तो दिठीं जें पाहे । तें आपणचि होऊनि जाये ।
आईके तें आहे । तोचि जाहला ।।११०।।
डोळ्यांनी जे जे पाही । ते स्वत:च होऊन जाई ।
कानांनी ऐकले जे कांही । तोच शब्द होई ।।११०।।
चरणीं हन चाले । मुखें जें जें बोले ।
ऐसें चेष्टाजात तेतुलें । आपणची जो ।।१११।।
पायांनी जे चाले । तोंडाने जे बोले ।
शरीराने जे कर्म केले । ते स्वत:च बनतो ।।१११।।
हें असो विश्व पाहीं । जयासि आपणपेंवांचूनि नाहीं ।
आतां कवण तें कर्म कायी । बाधी तयातें ।।११२।।
आपल्या स्वरूपावाचून कांही । विश्व वेगळे दिसत नाही ।
त्याला कर्म कधीही । कसे बाधेल? ।।११२।।

हा मत्सरु जेथ उपजे । तेतुलें नुरेचि जया दुजें ।
तो निर्मत्सरु काइ म्हणिजे । बोलवरी? ।।११३।।
हा मत्सर निर्माण होई । तेवढाही दुजाभाव त्यास नाही ।
तो पुरुष निर्मत्सरी राही । हे सांगावे लागे का? ।।११३।।
म्हणौनि सर्वांपरी मुक्तु । तो सकर्मुचि कर्मरहितु ।
सगुण परि गुणातीतु । एथ भ्रांति नाहीं ।।११४।।
तो सर्वांपरि असे मुक्त । कर्म करुनि कर्म विरहित ।
सगुण पण गुणातीत । यात शंका नाही ।।११४।।
तो देहसंगें तरी असे । परी चैतन्यासारिखा दिसे ।
पाहतां परब्रह्माचेनि कसें । चोखाळु भला ।।११५।।
तो देहधारी असे । पण चैतन्यरूप दिसे ।
परब्रह्माच्या कसोटीने खासे । शुद्ध दिसतो ।।११५।।
ऐसाहि परी कौतुकें । जरी कर्मे करी यज्ञादिकें ।
तरी तियें लया जाती नि:शेखें । तयाच्याचि ठायीं ।।११६।।
त्याने कौतुकाने केली । यज्ञादिक कार्ये सगळी ।
तरी ती लीन होऊन गेली । त्याच्या ब्रह्मरूपात ।।११६।।
अकाळींचीं अभ्रें जैशीं । ऊर्मीवीण आकाशीं ।
हारपती आपैशीं । उदयलीं सांतीं ।।११७।।
आकाशात अवकाळी जशी । मेघांची झाली दाटी ।
आपोआप विरून जाती । वृष्टी केल्याविना ।।११७।।
तैशीं विधिविधानें विहितें । जरि आचरे तो समस्तें ।
तरी तियें ऐक्यभावें ऐक्यातें । पावतीचि गा ।।११८।।
तशी शास्त्रशुद्ध कर्मे जरी । यथाविधी तो करी ।
ऐक्यभावामुळे तरी । ती ऐक्याला प्राप्त होती ।।११८।।
हें हवन मी होता । कां इये यज्ञीं हा भोक्ता ।
ऐसिया बुद्धीसि नाहीं भिन्नता । म्हणौनियां ।।११९।।
हे हवन मी हवनकर्ता । या यज्ञाचा हा भोक्ता ।
अशी नसे कधी भिन्नता । ब्रह्मज्ञानी पुरुषाठायी ।।११९।।
जे इष्टयज्ञ यजावे । तें हविर्मंत्रादि आघवें ।
तो देखतसे अविनाशभावें । आत्मबुद्धि ।।१२०।।
तो जे करितो इष्ट यज्ञ । त्यातील होमद्रव्ये साधन ।
अविनाशभावे पाहून । ब्रह्मरूप मानतो ।।१२०।।
म्हणौनि ब्रह्म तेंचि कर्म । ऐसें बोधा आलें जया सम ।
तया कर्तव्य तें नैष्कर्म्य । धनुर्धरा ।।१२१।।
म्हणून ब्रह्म तेच कर्म । अशी ठेवून स्थिर बुद्धी सम ।
त्याने केले जरी कर्म । तरी ते नैष्कर्म्य होय अर्जुना ।।१२१।।

आतां अविवेकु कुमारत्वा मुकले ।
जयां विरक्तीचें पाणिग्रहण जाहलें ।
मग उपासन जिहीं आणिलें । योगाग्नीचें ।।१२२।।
अविवेकाचे बालपण संपले ।
विरक्तीरूपी वधूशी लग्न लागले ।
मग उपासनेला त्यांनी आरंभले । योगाग्निरूपे ।।१२२।।
जे यजनशील अहर्निशीं । जिहीं अविद्या हविली मनेंसी ।
गुरुवाक्यहुताशीं । हवन केलें ।।१२३।।
ते करती रातदिन ज्ञानयज्ञ । त्यांना लाभते आत्मज्ञान ।
गुरुबोधरूपी अग्नीत हवन । मनासह अज्ञानाचे करती ।।१२३।।
तिहीं योगाग्निकीं यजिजे । तो दैवयज्ञु म्हणिजे ।
जेणें आत्मसुख कामिजे । पंडुकुमरा ।।१२४।।
असे योगरूप अग्नीत । जे हवन करतात ।
त्यास दैवयज्ञ म्हणतात । जाण अर्जुना ।।१२४।।
दैवास्तव देहाचे पाळण । ऐसा निश्चयो परिपूर्ण ।
जो चिंतीना देहभरण । तो महायोगी जाण दैवयोगे ।।१२५।।
प्रारब्धासम देहाचे पालन । असा दृढनिश्चय ज्याचा असे जाण ।
चिंता न करता करितो पोषण । तो दैवयोगे महायोगी ।।१२५।।
आतां अवधारी सांगैन आणिक । जे ब्रह्माग्नी साग्निक ।
तयांतें यज्ञेचि यज्ञु देख । उपासिजे ।।१२६।।
आता लक्ष दे याप्रति । जे ब्रह्माग्नीचे अग्निहोत्री असती ।
ते यज्ञातच यज्ञ पाहती । उपासना करताना ।।१२६।।
एक संयमाग्निहोत्री । ते युक्तित्रयाच्या मंत्रीं ।
यजन करिती पवित्रीं । इंद्रियद्रव्यीं ।।१२७।।
संयमाचे अग्निहोत्री खरे । आचरती तीन मंत्रा[1]द्वारे ।
इंद्रियरूपी पवित्र द्रव्याधारे । यज्ञ करतात ।।१२७।।
एकां वैराग्यरवि विवळे । तव संयती विहार केले ।
तेथ अपावृत जाहले । इंद्रियानळ ।।१२८।।
कित्येक वैराग्यरूपी सूर्य । संयमरूपात पावती उदय ।
निर्मितात अग्नीरूप इंद्रिय । कुंडांच्या रचनेत ।।१२८।।
तिहीं विरक्तीची ज्वाळा घेतली । तंव विकारांची इंधनें पळिपलीं
। तेथ आशाधूमें सांडिलीं । पांचहीं कुंडें ।।१२९।।
इंद्रिय अग्नी ज्वालारूप विरक्ती । कामक्रोधादि लाकडे पेटती ।
पंचेंद्रिय कुंडातून जाती । धूर आशारूपी ।।१२९।।

मग वाक्यविधीचिया निरवडी । विषय आहुती उदंडीं ।
हवन केलें कुंडीं । इंद्रियाग्नीच्या ।।१३०।।
वेदातील विधी अनुसरून । इंद्रिय अग्नी कुंडातून ।
विषयरूपी आहुती देऊन । यज्ञ करती ।।१३०।।
एकीं ययापरी पार्था । दोषु क्षाळिले सर्वथा ।
आणिकीं हृदयारणीं मंथा[2] । विवेकु केला ।।१३१।।
अशा रीतीने विविध प्रकारचे । दोष नाहीसे करती चित्ताचे ।
मग मंथन करती विवेकाचे । हृदयाच्या अरणीत ।।१३१।।
तो उपशमे निहटिला । धैर्येंवरी दाटिला ।
गुरुवाक्यें काढिला । बळकटपणें ।।१३२।।
शांतीरूप दोऱ्याने बांधला । धैर्यरूपी भाराने दाबला ।
गुरुवाक्यरूपी मंत्राने घुसळला । सर्व शक्तीने ।।१३२।।
ऐसें समरसें मंथन केलें । तेथ झडकरी काजा आलें ।
जें उज्जीवन जाहलें । ज्ञानाग्नीचें ।।१३३।।
समरसतेने मंथन करता । त्याची वाढते उपयुक्तता ।
मग तेथे प्रगट होता । ज्ञानाग्नी ।।१३३।।
पहिला ऋद्धिसिद्धींचा संभ्रमु । तो निवर्तोनि गेला धूमु ।
मग प्रगटला सूक्ष्मु । विस्फुलिंगु ।।१३४।।
मग रिद्धी-सिद्धीने संभ्रमते । धुराने नाहीसे होत जाते ।
मग सूक्ष्म रूपात प्रगटे तेथे । ज्ञानाचे स्फुल्लिंग ।।१३४।।
तया मनाचें मोकळें । तेंचि पेटवण घातलें ।
जें यमनियमीं हळुवारलें । आइतें होतें ।।१३५।।
मग मोकळे झालेले मन । तेच घातले सरपण म्हणून ।
यमनियमांच्या अभ्यासाने वाळून । ते हलके झाले होते ।।१३५।।
तेणें सादुकपणें ज्वाळा समृद्धा । मग वासनांतराचिया समिधा ।
स्नेहेंसीं नानाविधा । जाळिलिया ।।१३६।।
त्या आधारे ज्वाला पेटती । वासनारूपी समिधा पडती ।
मोहरूपी तुपासह जळती । त्या यज्ञात ।।१३६।।
तेथ सोऽहंमंत्रें दीक्षितीं । इंद्रियकर्मांच्या आहुती ।
तियें ज्ञानानळीं प्रदीप्तीं । दिधलिया ।।१३७।।
सोऽहम् मंत्राने देऊ करती । इंद्रियकर्मांच्या आहुती ।
ज्ञानाग्नीने ते पेटविती । दिलेल्या ।।१३७।।

१ तीन मंत्र : देह, मन, वाणी

२ मंथा : कुंभाराच्या चाकावरचा मणी किंवा सूर्य

पाठीं प्राणक्रियेचिये स्रुवेनिशीं । पूर्णाहुती पडली हुताशीं ।
तेथ अवभृत समरसीं । सहजें जाहलें ।।१३८।।
प्राणक्रियेच्या यज्ञपात्रात । पूर्णाहुति पडता ज्ञानाग्नित ।
यज्ञकर्त्याचे स्नान अवभृत[३] । सहज समाधीत होते ।।१३८।।
मग आत्मबोधींचे सुख । जें संयमाग्नीचें हुतशेष ।
तोचि पुरोडाशु देख । घेतला तिहीं ।।१३९।।
जे आत्मज्ञानाचे सुख । संयमअग्नी हवनातून शिल्लक ।
तो प्रसाद म्हणून देख । घेती ते ।।१३९।।
एक ऐशिया इहीं यजनीं । मुक्त ते जाहले त्रिभुवनीं ।
या यज्ञक्रिया तरी आनानीं । परि प्राप्य तें एक ।।१४०।।
एक असा यज्ञ करून । मुक्त होती ते त्रिभुवनातून ।
यज्ञक्रिया जरी असती भिन्न । तरी फलप्राप्ती एक ।।१४०।।
एक द्रव्ययज्ञु म्हणिपती । एक तपसामग्रिया निपजविती ।
एक योगयागुही आहाती । जे सांगितले ।।१४१।।
एका म्हणती द्रव्य यज्ञ । एका संबोधती तपोयज्ञ ।
एकाला योगयज्ञ । असेही म्हणती ।।१४१।।
एकीं शब्दीं शब्दु यजिजे । तो वाग्यज्ञु म्हणिजे ।
ज्ञानें ज्ञेय गमिजे । तो ज्ञानयज्ञु ।।१४२।।
विधिवत् वेदाध्ययन करती । त्यास वाग्यज्ञ म्हणती ।
ब्रह्माशी ज्यात एकरूप होती । तो ज्ञानयज्ञ ।।१४२।।
हें अर्जुना सकळ कुवाडें । जे अनुष्ठितां अतिसांकडें ।
परी जितेंद्रियासीचि घडे । योग्यतावशें ।।१४३।।
अर्जुना यज्ञ करणे महाकठिण । अवघड असते अनुष्ठान ।
जितेंद्रिय करती आचरण । त्यांची योग्यता असे ।।१४३।।
ते प्रवीण तेथ भले । आणि योगसमृद्धि आथिले ।
म्हणौनि आपणपां तिहीं केलें । आत्महवन ।।१४४।।
जे जितेंद्रिय ते यज्ञकर्मे प्रविण । साधन समृद्धीने संपन्न ।
म्हणून करत असती हवन । जीवाचे आत्म्याशी ।।१४४।।
मग अपानाग्नीचेनि मुखीं । प्राणद्रव्यें देखीं ।
हवन केलें एकीं । अभ्यासयोगें ।।१४५।।
अपानवायूरूप अग्निमुखी । प्राणरूप द्रव्य वाहती ।
हवन करती यज्ञ सुखी । अभ्यास योगाने ।।१४५।।

एक अपानु प्राणीं अर्पिती । एक दोहींतेंही निरुंधिती ।
ते प्राणायामी म्हणिपती । पंडुकुमरा ।।१४६।।
अर्जुना जे अपान वायू अर्पिती । प्राणवायूत मिसळती ।
दोन्हींना जे विरोध करती । त्यांना प्राणायामी म्हणती ।।१४६।।
एक वज्रयोगक्रमें । सर्वाहारसंयमें ।
प्राणीं प्राणु संभ्रमें । हवन करिती ।।१४७।।
कोणी वज्रासनाचा योग क्रम । अन् हठयोगाने आहारसंयम ।
प्राणाचे प्राणाशी संभ्रम । करून हवन करती ।।१४७।।
ऐसे मोक्षकाम सकळ । समस्त हे यजनशीळ ।
जिहीं यज्ञद्वारा मनोमळ । क्षाळण केले ।।१४८।।
यज्ञकर्ते मोक्षाची इच्छा करती । यज्ञ करणे स्वभाव मानिती ।
मनातील दोष नाहीसे करती । यज्ञाधारे ।।१४८।।
जया अविद्याजात जाळितां । जें उरलें निजस्वभावता ।
जेथ अग्नि आणि होता । उरेचिना ।।१४९।।
जेंव्हा अज्ञान नष्ट होते । शुद्ध स्वरूप शिल्लक राहते ।
अग्नी आणि यज्ञकर्ता यांते । मग द्वैत राहत नाही ।।१४९।।
जेथ यजितयाचा कामु पुरे । यज्ञींचें विधान सरे ।
मागुतें जेथूनि वोसरें । क्रियाजात ।।१५०।।
यज्ञकर्त्याची इच्छा होते पूर्ण । मग जाती यज्ञक्रिया संपून ।
यातील क्रिया मग परतून । ओसरतात ।।१५०।।
विचार जेथ न रिगे । हेतु जेथ न निगे ।
जें द्वैतदोषसंगें । सिंपेचिना ।।१५१।।
विचारांना नसे प्रवेश । इच्छांचा नसे स्पर्श ।
न राहतो तिथे दोष । द्वैताच्या संगतीचा ।।१५१।।
ऐसें अनादिसिद्ध चोखट । जें ज्ञान यज्ञावशिष्ट ।
तें सेविती ब्रह्मनिष्ठ । ब्रह्माहंमंत्रें ।।१५२।।
जे ज्ञान चोख अनादि सिद्ध । जे यज्ञामधले ब्रह्म शुद्ध ।
ते सेवूनी ब्रह्मनिष्ठ होती बद्ध । ब्रह्माहं मंत्राने ।।१५२।।
ऐसे शेषामृतें धाले । कीं अमर्त्यभावा आले ।
म्हणौनि ब्रह्म ते जहाले । अनायासें ।।१५३।।
असे यज्ञातील शिल्लक अमृत । प्राशून जे अमर होत ।
ते पावती मग ब्रह्मत्व । सहजच ।।१५३।।
येरां विरक्ति माळ न घालीचि । जयां संयमाग्नीची सेवा न घडेचि ।
जे योगयागु न करितीचि । जन्मले साते ।।१५४।।
जे योग न करती । संयमाग्नीची सेवा न करती ।
त्यास माळ न घाले विरक्ती । जन्मले असता ।।१५४।।

३ अवभृत : यज्ञानंतरचे स्नान

जयांचें ऐहिक धड नाहीं । तयांचें परत्र पुससी काई ।
म्हणौनि असो हे गोठी पाहीं । पंडुकुमरा ॥१५५॥
ज्यांचे इहलोकी (वर्तन) नीट नाही ।
त्यांना परलोक मिळेल का कधीही? ।
म्हणून बोलू नको त्याविषयी काही । हे पंडुकुमारा॥१५५॥
ऐसें बहुतीं परी अनेग । जे सांगितले तुज कां याग ।
ते विस्तारूनि वेदेंचि चांग ।
म्हणितले आहाती ॥१५६॥
अशा प्रकारे अनेक । सांगितले तुला यज्ञ बहुतेक ।
वेदात उत्तमप्रकारे ऐक । त्याचे वर्णन केले आहे ॥१५६॥
परी तेणें विस्तारें काय करावें ।
हेंचि कर्मसिद्ध जाणावें ।
येतुलेनि कर्मबंधु स्वभावें । पावेल ना ॥१५७॥
काय करावा हा यज्ञविस्तार । यज्ञ सर्व कर्मबंधातून साकार ।
यातून प्राप्त होणार । कर्मबंध ॥१५७॥
अर्जुना वेदु जयांचें मूळ । जे क्रियाविशेषें स्थूळ ।
जया नव्हालियेचें फळ । स्वर्गसुख ॥१५८॥
वेद ज्याचा मूळ आधार । अनेक कर्मांचा ज्यात उपचार ।
मग ज्यातून होते साकार । स्वर्गसुखाचे फळ ॥१५८॥
ते द्रव्यादियागु कीर होती ।
परी ज्ञानयज्ञाची सरी न पवती ।
जैशी तारातेजसंपत्ती । दिनकरापाशीं ॥१५९॥
ते द्रव्यादि यज्ञ असते । पण ज्ञान यज्ञापुढे फिके पडते ।
जसे नक्षत्रांचे तेज लोपते । सूर्यासमोर ॥१५९॥
देखे परमात्म सुखनिधान । साधावया योगीजन ।
जे न विसंबिती अंजन । उन्मेषनेत्रीं ॥१६०॥
परमसुखाच्या ठेव्याप्रती । जो प्राप्त करण्यास न विसरती ।
डोळ्यात ज्ञानांजन घालती । योगीजन बुद्धीच्या ॥१६०॥
जे धांवतया कर्माची लाणी । नैष्कर्म्यबोधाची खाणी ।
जें भुकेलिया धणी । साधनाची ॥१६१॥
ते ज्ञान कर्मप्राप्तीचे ठिकाण । कर्मातीत बोधाची खाण ।
आत्मज्ञानाच्या तृप्तीचे स्थान । साधकांच्या ॥१६१॥
जेथ प्रवृत्ति पांगुळ जाहली । तर्काची दिठी गेली ।
जेणें इंद्रियें विसरलीं । विषयसंगु ॥१६२॥
ज्याने होते प्रवृत्ती पांगळी । तर्कदृष्टी होते आंधळी ।
इंद्रिये विषयसंग विसरली । ज्याच्या योगे ॥१६२॥

मनाचें मनपण गेलें । जेथ बोलाचें बोलकेंपण ठेलें ।
जयामाजि सांपडलें । ज्ञेय दिसे ॥१६३॥
मनाचे मनपण जाते । शब्दांचे धावणे थांबते ।
प्रत्यक्ष अनुभवा येते । हेच ब्रह्म ॥१६३॥
जेथ वैराग्याचा पांगु फिटे । विवेकाचाही सोसु तुटे ।
जेथ न पाहतां सहज भेटे । आपणपें ॥१६४॥
जिथे वैराग्याचे दारिद्र्य संपते । विवेकाची हाव थांबते ।
न पाहताही सहज येते । ब्रह्माची अनुभूती ॥१६४॥
तें ज्ञान पैं गा बरवें । जरी मनी आथि आणावें ।
तरी संतां यां भजावें । सर्वस्वेसीं ॥१६५॥
हे सर्वश्रेष्ठ असे ज्ञान । प्राप्त व्हावे म्हणे मन ।
तर सर्व संतांना जाण । सर्वभावे भजावे ॥१६५॥
जे ज्ञानाचा कुरुठा । तेथ सेवा हा दारवंठा ।
तो स्वाधीन करी सुभटा । वोळगोनी ॥१६६॥
ते ज्ञानाचे घर पार्था । सेवा हा त्या घराचा उंबरठा ।
संतांची सेवा करून सर्वथा । त्यांना आपले कर ॥१६६॥
तरी तनुमनुजीवें । चरणांसीं लागावें ।
आणि अगर्वता करावें । दास्य सकळ ॥१६७॥
तन-मन जिवेभावें । त्यांच्या चरणी लागावे ।
त्यांचे दास्य करावे । अभिमान सोडून ॥१६७॥
मग अपेक्षित जें आपुलें । तेंही सांगती पुसिलें ।
जेणें अंतःकरण बोधलें । संकल्पा नये ॥१६८॥
मग आपल्याला जे अपेक्षित । विचारता तेही सांगत ।
त्याने अंतःकरण भरून येत । संकल्प विकल्प राहत नाही ॥१६८॥
जयाचेनि वाक्य उजिवडें । जाहलें चित्त निधडें ।
ब्रह्माचेनि पाडें । निःशंकु होय ॥१६९॥
संतांचा उपदेश । चित्ता देई निर्भय प्रकाश ।
शंका होती निःशेष । परब्रह्माप्रमाणे ॥१६९॥
ते वेळीं आपणपेयां सहितें । इयें अशेषेंही भूतें ।
माझ्या स्वरूपीं अखंडितें । देखसी तूं ॥१७०॥
त्या समयी तू येथे । आपल्यासह ही सर्व भूते ।
पाहशी माझ्या अखंडित स्वरूपाते । निरंतर ॥१७०॥
ऐसें ज्ञानप्रकाशें पाहेल । तैं मोहांधकारु जाईल ।
जैं गुरुकृपा होईल । पार्था गा ॥१७१॥
असा येता ज्ञानप्रकाश । मोहाचा अंधार जाईल निःशेष ।
जिथे सद्गुरूकृपा ही विशेष । जाण पार्था ॥१७१॥

जरी कल्मषांचा आगरु । तूं भ्रांतीचा सागरु ।
व्यामोहाचा डोंगरु । होउनी अससी ॥१७२॥
तू पातकांचे आगर । तू भ्रमाचा सागर ।
तू मोहाचा डोंगर । जरी असशी ॥१७२॥
तऱ्ही ज्ञानशक्तिचेनि पाडें । हें आघवेंचि गा थोकडें ।
ऐसें सामर्थ्य असे चोखडें । ज्ञानीं इये ॥१७३॥
तरी ज्ञानशक्तीच्या पुढे । हे सर्व असती बापुडे ।
असे सामर्थ्य असे खडे । इथे ज्ञानाचे ॥१७३॥
देखैं विश्वभ्रमाऐसा । जो अमूर्ताचा कडवसा ।
तो जयाचिया प्रकाशा । पुरेचिना ॥१७४॥
तो विश्वभ्रम वाटे तसा । अमूर्ताचा कवडसा ।
तो न होई पुरेसा । ज्ञानाच्या प्रकाशाला ॥१७४॥
तया कायसे हे मनोमळु । हें बोलतांचि अति किडाळु ।
नाहीं येणें पाडें ढिसाळु । दुजें जगीं ॥१७५॥
मनातले किल्मीष कसे राहील? ।
हे विचारणेच चुकीचे होईल ।
ज्ञानासमोर आणि ज्ञानासारखी महान नसेल ।
दुसरी वस्तू जगात ॥१७५॥
सांगैं भुवनत्रयाची काजळी । जे गगनमाजि उधवली ।
तिये प्रळयींचे वाहटुळी । काय अभ्र पुरे? ॥१७६॥
त्रैलोक्याची काजळी । गगनामध्ये उधळली ।
प्रलयाची ती वावटळी ।
ढगांची जाळी कशी पुरेल? ॥१७६॥
कीं पवनाचेनि कोपें । पाणियेंचि जो पळिपे ।
तो प्रळयानळु दडपे । तृणें काष्ठें काई? ॥१७७॥
वाऱ्याच्या क्षोभाने । भडकलेल्या अग्नीने ।
पाणी जाळले जयाने ।
तो गवत काष्ठानी दडपेल?॥१७७॥
म्हणौनि असो हें न घडे । तें विचारितांचि असंगडें ।
पुढती ज्ञानाचेनि पाडें । पवित्र न दिसे ॥१७८॥
म्हणून असे घडते की नाही । हे विचारणेच अयोग्य राही ।
ज्ञानासारखी दुसरी कोणतीही । पवित्र गोष्ट नाही ॥१७८॥
एथ ज्ञान हें उत्तम होये । आणिकही एक तैसें कें आहे ।
जैसें चैतन्य कां नोहे । दुसरें गा ॥१७९॥
इथे ज्ञान उत्तम असे । ज्ञानाशिवाय दुसरे काय दिसे? ।
जसे चैतन्य जगी एकच वसे । दुसरे नाही ॥१७९॥

या महातेजाचेनि कसें । जरी चोखाळु प्रतिबिंब दिसे ।
कां गिंवसिलें गिंवसे । आकाश हें ॥१८०॥
सूर्याची कसोटी लावता । दिसे प्रतिबिंबाची तेजस्विता ।
मिठीत येई का कवटाळता । आकाशाला? ॥१८०॥
नातरी पृथ्वीचेनि पाडें । कांटाळें जरी जोडे ।
तरी उपमा ज्ञानीं घडे । पंडुकुमरा ॥१८१॥
पृथ्वीच्या वजनाएवढे पाही । दुसरे जड सापडे काहीं ।
मग अवघड ते सोपे होई । ज्ञानास उपमा देणे ॥१८१॥
म्हणौनी बहुतीं परी पाहतां । पुढतपुढती निर्धारितां ।
हे ज्ञानाची पवित्रता । ज्ञानींची आथि ॥१८२॥
म्हणून पाहता अनेक प्रकार । वारंवार करूनी विचार ।
ज्ञानासम पवित्र तर । ज्ञानच आहे ॥१८२॥
जैसी अमृताची चवी निवडिजे ।
तरी अमृताचिसारिखी म्हणिजे ।
तैसें ज्ञान हें उपमिजे । ज्ञानेंसींचि ॥१८३॥
अमृताची चव कशी असते । अमृतासारखीच असते ।
तशी ज्ञानालाही द्यावी लागते । ज्ञानाचीच उपमा ॥१८३॥
आतां यावरी जें बोलणें । तें वायांचि वेळु फेडणें ।
तंव साचचि हें पार्थु म्हणे । जें बोलत असां ॥१८४॥
श्रीकृष्ण म्हणे आता याहून अधिक ।
करावे ज्ञानाचे कौतुक ।
वेळ घालवणे होई व्यर्थ देख ।
पार्थ म्हणे खरे आहे ॥१८४॥
परी तेंचि ज्ञान केवीं जाणावें । ऐसें अर्जुनें जंव पुसावें ।
तंव तें मनोगत देवें । जाणितलें ॥१८५॥
कसे जाणावे ते ज्ञान । विचारू पाहे अर्जुन ।
त्याच्या मनातील प्रश्न । देवाने जाणला ॥१८५॥
मग म्हणतसे किरीटी । आतां चित्त देयीं इये गोठी ।
सांगेन ज्ञानाचिये भेटी । उपावो तुज ॥१८६॥
देव म्हणतसे अर्जुन । मजकडे देई ध्यान ।
कसे प्राप्त करावे ज्ञान । तुज उपाय सांगतो ॥१८६॥
तरी आत्मसुखाचिया गोडिया ।
विटे जो कां सकळ विषयां ।
जयाच्या ठायीं इंद्रियां । मानु नाहीं ॥१८७॥
आत्मसुखाची गोडी निर्मिते । मन विषयासंबंधी विटते ।
इंद्रियांचे महत्त्व संपते । त्यांना मान नाही ॥१८७॥

जो मनासीं चाड न सांगे । जो प्रकृतीचें केलें नेघे ।
जो श्रद्धेचेनि संभोगें । सुखिया जाहला ।।१८८।।
जो मनाच्या इच्छा उच्चारत नाही ।
प्रकृतीच्या कर्माचे श्रेय घेत नाही ।
ज्याचे हृदय श्रद्धेने भरून राही ।
तो सुखी असतो ।।१८८।।
तयातेंचि गिंवसित । तें ज्ञान पावे निश्चित ।
जयामाजि अचुंबित । शांति असे ।।१८९।।
त्याला ज्ञान शोधत येते । ते ज्ञान निश्चित लाभते ।
ज्यात अमर्यादित असते । शांती ।।१८९।।
तें ज्ञान हृदयीं प्रतिष्ठे । आणि शांतीचा अंकुर फुटे ।
मग विस्तार बहु प्रकटे । आत्मबोधाचा ।।१९०।।
जे ज्ञान हृदयी वसते । शांतीच्या अंकुरे अंकुरते ।
मग विस्तार वेल वाढीस लागते । आत्मबोधाची ।।१९०।।
मग जेउती वास पाहिजे । तेउती शांतीचि देखिजे ।
तेथ आपपरु नेणिजे । निर्धारितां ।।१९१।।
जिकडे पाहावे तिथे । त्याला शांतीच दिसते ।
आपपर भावना न राहते । विचार करता ।।१९१।।
ऐसा हा उत्तरोत्तरु । ज्ञानबीजाचा विस्तारु ।
सांगतां असे अपारु । परि असो आतां ।।१९२।।
असा हा वाढतो उत्तरोत्तर । ज्ञानबीजाचा विस्तार ।
वर्णन करू जाता अपार । पण आता पुरे ।।१९२।।
ऐकें जया प्राणियाचां ठायीं । इया ज्ञानाची आवडी नाहीं ।
तयाचें जियांले म्हणों काई । वरी मरण चांग ।।१९३।।
ज्या प्राण्याच्या ठायी । या ज्ञानाची आवड नाही ।
त्याच्या जिवंत राहण्यातही । अर्थ नाही, मरण बरे ।।१९३।।
शून्य जैसे कां गृह । कां चैतन्येंवीण देह ।
तैसे जीवित तें संमोह । ज्ञानहीना ।।१९४।।
एखादे सुने घर । की प्राणाशिवाय शरीर ।
तसे जीवनमोहाचे दार । ज्ञानहीन मनुष्या ।।१९४।।
अथवा ज्ञान कीर आपु नोहे । परी ते चाड एकी जरी वाहे ।
तरी तेथ जिव्हाळा कांहीं आहे । प्राप्तीचा पैं ।।१९५।।
आत्मज्ञानाची नसे प्राप्ती । पण ज्ञानाची इच्छा मनी होती ।
त्याला ज्ञानाची होई प्राप्ती । शक्यता असते ।।१९५।।

वांचूनि ज्ञानाची गोठी कायसी । परि ते आस्थाही न धरीं मानसीं ।
तरी तो संशयरूप हुताशीं । पडिला जाण ।।१९६।।
ज्ञानाच्या गोष्टी काय करी । आस्था ही मनी न धरी ।
तो संशयाग्नीत पडे परी । असे जाण ।।१९६।।
जे अमृतही परि नावडे । ऐसें सावियाचींआरोचकु जैं पडे ।
तैं मरण आलें असे फुडें । जाणों येकीं ।।१९७।।
अमृतही नकोसे वाटे । अशी रोग्यास अरुचि दाटे ।
त्याचे मरण येई वाटे । असे जाण ।।१९७।।
तैसा विषयसुखें रंजे । जो ज्ञानेंसींचि माजे ।
तो संशयें अंगिकारिजे । एथ भ्रांति नाहीं ।।१९८।।
विषयसुखात जो रंगला । ऐहिक ज्ञाने उन्मत्त झाला ।
तो संशयचक्रात सापडला । यात शंका नाही ।।१९८।।
मग संशयीं जरी पडिला । तरी निभ्रांत जाणें नासला ।
तो ऐहिकपरत्रा मुकला । सुखासि गा ।।१९९।।
जो संशयचक्रात गुंतला । त्याचा निश्चित घात झाला ।
तो इहपरलोकी मुकला । सुखासी ।।१९९।।
जया काळज्वरु आंगीं बाणे । तो शीतोष्णें जैंशीं नेणे ।
आगी आणि चांदिणें । सरिसेंचि मानी ।।२००।।
ज्याला विषमज्वर होई । शीत-उष्ण कळत नाही ।
अग्नी चांदणे दोन्हींसही । तो समान मानतो ।।२००।।
तैसें साच आणि लटिकें । विरुद्ध आणि निकें ।
संशयी तो नोळखे । हिताहित ।।२०१।।
तसे खरे खोटे काही । अनुकूल-प्रतिकूल कळत नाही ।
संशयी न ओळखू पाही । हित-अनहित ।।२०१।।
हा रात्रिदिवसु पाहीं । जैसा जात्यंधा ठाउवा नाहीं ।
तैसें संशयीं असतां कांहीं । मना नये ।।२०२।।
जन्मांधाला जसे । रात्र-दिवस कळत नसे ।
संशयग्रस्ताला तसे । काही पटत नाही ।।२०२।।
म्हणौनि संशयाहूनि थोर । आणिक नाहीं पाप घोर ।
हा विनाशाची वागुर । प्राणियांसी ।।२०३।।
म्हणून संशयासारखे जसे । दुसरे मोठे पाप न दिसे ।
संशय हे जणू जाळे असे । प्राण्यांच्या सर्वनाशाचे ।।२०३।।

येणें कारणें तुवां त्यजावा । आधीं हाचि एकु जिणावा ।
जो ज्ञानाचिया अभावा- । माजि असे ॥२०४॥
म्हणून तू संशया टाळावे । आधी यालाच जिंकावे ।
आत्मज्ञानाच्या अभावे । हा मनात येतो ॥२०४॥
जैं अज्ञानाचें गडद पडे । तैं हा बहुवस मनीं वाढे ।
म्हणौनि सर्वथा मार्गु मोडे । विश्वासाचा ॥२०५॥
अज्ञानाचा अंधार पसरे । संशय मनामध्ये उतरे ।
विश्वासाचा मार्ग मग विसरे । ईश्वरावरचा ॥२०५॥
हृदयी हाचि न समाये । बुद्धीतें गिंवसूनि ठाये ।
तेथ संशयात्मक होये । लोकत्रय॥२०६॥
हा केवळ हृदयी न राही । व्यापुनी टाकी बुद्धीलाही ।
मग त्यास लोक तिही । संशयात्मक दिसती ॥२०६॥
ऐसा जरी थोरावे । तरी उपायें एकें आंगवे ।
जरी हातीं होय बरवें । ज्ञानखड्ग ॥२०७॥
असा जरी हा वाढत राही । एका उपाये जिंकला जाई ।
ज्ञानखड्ग जर घेई । हातामध्ये ॥२०७॥
तरी तेणें ज्ञानशस्त्रें तिखटें । निखळू हा निवटे ।
मग नि:शेखता फिटे । मानसींचा ॥२०८॥
या ज्ञानखड्गाच्या धारे तो । संशय पूर्ण नाश पावतो ।
इतर दोषही नष्ट होतो । मनातील ॥२०८॥
याकारणें पार्था । उठीं वेगीं वरौता ।
नाशु करोनि हृदयस्था । संशयासी ॥२०९॥
यासाठी हे अर्जुन । हृदयातला संशय त्यागून ।
युद्ध करण्याकरता म्हणून । तू लवकर उठ॥२०९॥
ऐसें सर्वज्ञाचा बापु । जो श्रीकृष्णु ज्ञानदीपु ।
तो म्हणतसे सकृपु । ऐकें राया ॥२१०॥
सर्वज्ञांचा जनक तो । ज्ञानदीप श्रीकृष्ण तो ।
कृपेने असे अर्जुनास सांगतो । संजय सांगे धृतराष्ट्राला ॥२१०॥
तंव या पूर्वापर बोलाचा । विचारूनि कुमरु पंडूचा ।
कैसा प्रश्नु अवसरींचा । करिता होईल ॥२११॥
श्रीकृष्णाचे मागील बोल । आत्ताचे तत्त्वज्ञान खोल ।
विचार करून समतोल । अर्जुन प्रश्न विचारी ॥२११॥

ते कथेची संगति । भावाची संपत्ति ।
रसाची उन्नति । म्हणिपेल पुढा ॥२१२॥
ही कथा अनुभवाची संपत्ती । रसोत्कर्षाच्या संगती ।
पुढे नेऊन एकसंधती । सांगता येईल ॥२१२॥
जयाचिया बरवेपणी । कीजे आठां रसांची वोवाळणी ।
जो सज्जनाचिये आयणी । विसांवा जगीं ॥२१३॥
ज्याच्या परम सात्त्विकतेपणी । आठ रसांची करून ओवाळणी ।
जो सज्जनांच्या विश्रांतिस्थानी । जगतामध्ये ॥२१३॥
तो शांतुचि अभिनवेल । ते परियसा मऱ्हाटे बोल ।
जे समुद्राहूनि सखोल । अर्थभरित ॥२१४॥
तो शांत रस आता । मराठी भाषेत प्रकटता ।
समुद्राहूनही खोल गंभीरता । अर्थपूर्ण वाटे ॥२१४॥
जैसें बिंब तरीं बचकें एवढें । परि प्रकाशा त्रैलोक्य थोकडें ।
शब्दाची व्याप्ति तेणें पाडें । अनुभवावी ॥२१५॥
जसे सूर्यबिंब लहान खरे । पण प्रकाशा त्रैलोक्य अपुरे ।
शब्दाची व्याप्ती त्यावरून बरे । अनुभवा येईल ॥२१५॥
नातरी कामितयाचिया इच्छा । फळे कल्पवृक्षु जैसा ।
बोलु व्यापकु होय तैसा । तरी अवधान द्यावें ॥२१६॥
जसे इच्छा धरण्या तरी । कल्पवृक्ष ती पूर्ण करी ।
व्यापक हे बोल जाणतो परी । अवधाने द्यावे ॥२१६॥
हें असो काय म्हणावें । सर्वज्ञु जाणती स्वभावें ।
तरी निकें चित्त द्यावें । हे विनंती माझी ॥२१७॥
अधिक काय सांगावे । आपण जाणती स्वभावे ।
एकाग्रतेने लक्ष द्यावे । श्रोतेहो ही विनंती ॥२१७॥
जेथ साहित्य आणि शांति । हे रेखा दिसे बोलती ।
जैसी लावण्यगुण-कुळवती । आणि पतिव्रता ॥२१८॥
साहित्य आणि शांती । ही रेषा स्पष्ट दिसते म्हणती ।
जशी लावण्यसंपन्न शीलवती । असे पतिव्रता ॥२१८॥
आधींच साखर आवडे । तेचि जरी ओखदीं जोडे ।
तरी सेवावी ना कां कोडें । नावानावा? ॥२१९॥
आधीच आवडे साखर । औषध म्हणून दिली तर ।
आवडीने ती वारंवार । का सेवन करू नये? ॥२१९॥

सहजें मलयानिलु मंदु सुगंधु । तया अमृताचा होय स्वादु ।
आणि तेथेंचि जोडे नादु । जरी दैवगत्या ।।२२०।।
मलय वारा मंद गंधित । त्यास अमृताचा स्वाद लाभत ।
त्यातून जर मधुर संगीत । दैवगतीने लाभले ।।२२०।।
तरी स्पर्शे सर्वांग निववी । स्वादें जिव्हेतें नाचवी ।
तेवींचि कानांकरवीं । म्हणवीं बापु माझा ।।२२१।।
तर तो मंद वारा सर्वांग निववी । गोडी जिभेला मधुरता पुरवी ।
स्वराने संगीत काना लुभवी । म्हणती धन्य वाटे बापा ।।२२१।।
तैसें कथेचे इये ऐकणें । एक श्रवणासी होय पारणें ।
आणि संसारदुःख मूळवणें । विकृतीविणें।।२२२।।
तसेच गीता कथा श्रवणे । कानाचे फिटे पारणे ।
संसारातील दुःख पूर्णपणे । आपसूक नाहीसे होईल ।।२२२।।
जरी मंत्रेंचि वैरी मरे । तरी वायां कां बांधावीं कटारें? ।
रोग जाय दूधसाखरें । तरी निंब कां पियावा? ।।२२३।।
जर मंत्राने शत्रू मरे । तर कट्यारी कशास बांधावी कमरे ।
रोग जातो दूध-साखरे । मग कडुलिंब का घ्यावा ।।२२३।।
तैसा मनाचा मारु न करितां । आणि इंद्रियां दुःख न देतां ।
एथ मोक्षु असे आयता । श्रवणाचिमाजि ।।२२४।।
तसा मना विरोध न करता । इंद्रिया दुःख न देता ।
इथे मोक्ष मिळतो आयता । श्रवण केल्याने ।।२२४।।
म्हणौनि आथिलियां आराणुका । गीतार्थु हा निका ।
ज्ञानदेवो म्हणे आइका । निवृत्तिदासु ।।२२५।।
म्हणून उत्कंठतेने बसून । मन असे एकाग्र करून ।
गीतार्थ ऐकावा श्रवणातून । निवृत्तीशिष्य ज्ञानदेव म्हणे ।।२२५।।

ओवी संख्या २२५

।। चौथा अध्याय – ज्ञानकर्मसंन्यास योग – समाप्त ।।

अध्याय पाचवा

कर्मसंन्यास योग

मग पार्थु श्रीकृष्णातें म्हणे । हां हो हें कैसें तुमचें बोलणें ।
एक होय तरी अंतःकरणें । विचारूंये ।।१।।
अर्जुन श्रीकृष्णा म्हणे । कसे तुमचे हे बोलणे ।
एक मार्ग असेल सांगणे । तर अंतःकरणी विचार होईल ।।१।।
मागां सकळ कर्मांचा संन्यासु । तुम्हींचि निरोपिला होता बहुवसु ।
तरी कर्मयोगीं केवीं अतिरसु । पोखीतसां पुढती? ।।२।।
मागे तुम्ही कर्मत्याग सुचवला । अनेक मार्गांनी सांगितला ।
मग आता कर्मयोगाचा आचरण्याला । उत्तेजन कशासाठी ।।२।।
ऐसें द्व्यर्थ हें बोलतां । आम्हां नेणतयांच्या चित्ता ।
आपुलिये चाडें श्रीअनंता । उमजु नोहे ।।३।।
असे दोन्ही मार्ग सांगता । आम्हा अज्ञानींच्या चित्ता ।
न कळे कांही अनंता । उलगडा न होई ।।३।।
ऐकें एकसारातें बोधिजें । तरी एकनिष्ठचि बोलिजे ।
हें आणिकीं काय सांगिजे । तुम्हांप्रति ।।४।।
एक तत्त्व उद्देश । एक निश्चित उपदेश ।
कुणी दुसऱ्याने हे विशेष । तुम्हां सांगावे का? ।।४।।
तरी याचिलागीं तुमतें । म्यां राउळासि विनविलें होते ।
जे हा परमार्थु ध्वनितें । न बोलावा ।।५।।
याकरिताच माझी होती । तुम्हा श्रेष्ठांना विनंती ।
परमार्थाची माहिती । संदिग्ध सांगू नका ।।५।।
परी मागील असो देवा । आतां प्रस्तुतीं उकलु देखावा ।
सांगें दोहींमाजि बरवा । मार्गु कवणु ।।६।।
देवा मागील गोष्टी जाहे । समोर जे दृश्य दिसताहे ।
त्यातील कोणता श्रेयस्कर आहे । मार्ग तो सांगा ।।६।।
जो परिणामींचा निर्वाळा । अचुंबितु ये फळा ।
आणि अनुष्ठितां प्रांजळा । सावियाचि ।।७।।
ज्या परिणाम अचूक असत । फळ ज्याचे निश्चित ।
आचरणात जो सहज येत । सरळपणे ।।७।।

जैसें निद्रेचें सुख न मोडे । आणि मार्गु तरी बहुसाल सांडे ।
तैसें सोहोकासन सांगडें । सोहपें होय ।।८।।
निद्रासुख न मोडताही । प्रवास होत राही ।
सुखकारक वाहना जैसा । मार्ग दाखवी ।।८।।
येणें अर्जुनाचेनि बोलें । देवो मनीं रिझले ।
मग होईल ऐकें म्हणितलें । संतोषोनियां ।।९।।
असे अर्जुन बोलता । देवा वाटे प्रसन्नता ।
पावून परमसंतोषता । म्हणे तुझ्या मनासारखे होईल ।।९।।
देखा कामधेनुऐसी माये । सदैवा जया होये ।
तो चंद्रही परी लाहे । खेळावया ।।१०।।
ज्यास कामधेनूसम माता । सदैव असे लाभता ।
चंद्रही मिळे हाता । त्यास खेळावया ।।१०।।
पाहे पां श्रीशंभूची प्रसन्नता । तया उपमन्यूचिया आर्ता ।
काय क्षीराब्धि दूधभाता । देइजेचिना? ।।११।।
शंकर प्रसन्न होता । उपमन्यूच्या इच्छेकरता ।
दूधभात खाण्याकरता । दूधसागर दिला ना? ।।११।।
तैसा औदार्याचा कुरुठा । श्रीकृष्णु आपु जाहलिया सुभटा ।
कां सर्व सुखांचा वसौटा । तोचि नोहावा? ।।१२।।
श्रीकृष्णासारखा उदार । अर्जुना स्वाधीन झाल्यावर ।
सर्व सुखांचे आगर । अर्जुन होतसे ।।१२।।
एथ चमत्कारु कायसा । गोसावी श्रीलक्ष्मीकांताऐसा ।
आतां आपुलिया सवेसा । मागावा कीं ।।१३।।
नवल कसले यात । लाभता मालक लक्ष्मीकांत ।
आपल्या इच्छेनुरूप जे येत । ते सर्व मागावे ।।१३।।
म्हणौनि अर्जुनें म्हणितले । तें हांसोनि येरें दिधलें ।
तेंचि सांगेन बोलिलें । काय कृष्णे ।।१४।।
जे अर्जुनाचे मागणे । श्रीकृष्ण देई प्रसन्नपणे ।
श्रीकृष्ण अर्जुनास काय म्हणे । तेच मी सांगतो ।।१४।।

तो म्हणे गा कुंतीसुता । हे संन्यासयोगु विचारितां ।
मोक्षकरु तत्त्वता । दोनीही होती ।।१५।।
तो म्हणे ऐक हे कुंतीसुता । संन्यासयोगाचे विचारता ।
कर्मसंन्यास कर्मयोग तत्त्वता । दोन्ही मोक्षप्राप्ती देतात ।।१५।।
तरी जाणां नेणां सकळां । हा कर्म योगु कीर प्रांजळा ।
जैसी नाव स्त्रियां बाळां । तोयतरणी ।।१६।।
सकल जाणत्या नेणत्यांना । सुलभ हा योग तारण्या ।
जशीनाव स्त्रीया बाळांना । तारून नेते ।।१६।।
तैसें सारासार पाहिजे । तरी सोहपा हाचि देखिजे ।
येणें संन्यासफळ लाहिजे । अनायासें ।।१७।।
सारासार करता विचार । हाच दिसे सोपा फार ।
कर्मसंन्यासाचे फळ अपार । अनायासे मिळते ।।१७।।
आतां याचिलागीं सांगेन । तुज संन्यासियाचें चिन्ह ।
मग सहजें हे अभिन्न । जाणसी तूं ।।१८।।
याकरिता सांगतो जाण । कर्मसंन्यासाचे लक्षण ।
दोन्ही मार्ग असती अभिन्न । हे तू सहज जाण ।।१८।।
तरी गेलियाची से न करी । न पवतां चाड न धरी ।
जो सुनिश्चळु अंतरीं । मेरु जैसा ।।१९।।
जो गेल्याचे दुःख न करी । वस्तुप्राप्तीचा आनंद न धरी ।
तो स्थिर असतो अंतरी । मेरू पर्वतासम ।।१९।।
आणि मी माझें ऐसी आठवण । विसरलें जयाचें अंतःकरण ।
पार्था तो संन्यासी जाण । निरंतर ।।२०।।
मी-माझे याची आठवण । विसरतो ज्याचे अंतःकरण ।
पार्था तोच संन्यासी जाण । निरंतर ।।२०।।
जो मनें ऐसा जाहला । संगीं तोचि सांडिला ।
म्हणौनि सुखें सुख पावला । अखंडित ।।२१।।
ज्याचे होते असे मन । विषयेच्छांचे नसे भान ।
अखंड सुखाचे सेवन । मोक्ष मिळतसे ।।२१।।
आतां गृहादिक आघवें । तें कांहीं नलगे त्यजावें ।
जें घेतें जाहलें स्वभावें । निःसंगु म्हणौनि ।।२२।।
अशास घर संसार वगैरे । त्यागावे लागत नाही सारे ।
स्वभावतः स्वीकार करणारे । मन निःसंग असते ।।२२।।
देखैं अग्नि विझोनि जाये । मग जे रांखोडी केवळु होये ।
तैं ते कापुसें गिंवसूंये । जियापरी ।।२३।।
प्रज्वलित अग्नी विझता । राख शिल्लक राहता ।
येते मग ती आच्छादिता । कापसाने ।।२३।।

तैसा असतेनि उपाधी । नाकळिजे तो कर्मबंधीं ।
जयाचिये बुद्धी । संकल्पु नाहीं ।।२४।।
प्रपंचाची असून उपाधी । सापडत नाही कर्मबंधी ।
करत नाही ज्याची बुद्धी । मनी संकल्प ।।२४।।
म्हणौनि कल्पना जैं सांडे । तैंचि गा संन्यासु घडे ।
इयें कारणें दोनी सांगडे । संन्यासयोगु ।।२५।।
मनातील कल्पनेचा त्याग होतो । त्याचवेळी संन्यास घडतो ।
मार्ग दोन्हींचा समान ठरतो । कर्मसंन्यास कर्मयोगाचा ।।२५।।
एऱ्हवीं तरी पार्था । जे मूर्ख होती सर्वथा ।
ते सांख्ययोगु-संस्था । जाणती केवीं? ।।२६।।
एरवी तरी पार्था । जे अज्ञानी असती सर्वथा ।
ते ज्ञान व कर्मयोगाची व्यवस्था । कशी जाणतील? ।।२६।।
सहजें ते अज्ञान । म्हणौनि म्हणती ते भिन्न ।
एऱ्हवीं दीपाप्रति काई आनान । प्रकाशु आहाती? ।।२७।।
जे अज्ञानी असती । ते दोन्ही योग भिन्न मानती ।
प्रत्येक दिव्याची प्रकाशज्योती । भिन्न असते काय? ।।२७।।
पैं सम्यक् येणें अनुभवें । जिहीं देखिलें तत्त्व आघवें ।
तें दोहींतेही ऐक्यभावें । मानिती गा ।।२८।।
दोन्हींपैकी एक मार्ग जाणता । परब्रह्म अवघे पाहता ।
ते दोन्हींत समानता । मानतात ।।२८।।
आणि सांख्यीं जें पाविजे । तेंचि योगीं गमिजे ।
म्हणौनि ऐक्य दोहींतें सहजें । इयापरी ।।२९।।
ज्ञानयोगे जे प्राप्त होते । तेच कर्मयोगाने मिळते ।
दोन्ही असे एकरूपते । मग सहजच ।।२९।।
देखैं आकाशा आणि अवकाशा । भेदु नाहीं जैसा ।
तैसें ऐक्य योगसंन्यासा । वोळखे जो ।।३०।।
आकाश अवकाश एक । यांत नसे जसा फरक ।
ज्ञान-कर्मयोगाचे ऐक्य । जो ओळखतो ।।३०।।
तयासीचि जगीं पाहलें । आपणपें तेणेंचि देखिलें ।
जया सांख्ययोग जाणवले । भेदेंविण ।।३१।।
त्याला सर्वांनीच पाहिले । त्याने स्वतःही देखिले ।
त्यास हे जाणवले । ज्ञान कर्म योग भिन्न नाहीत ।।३१।।
जो युक्तिपंथें पार्था । चढे मोक्षपर्वता ।
तो महासुखाचा निमथा । वहिला पावे ।।३२।।
जे निष्काम कर्माच्या युक्ती । मोक्ष पर्वतावर चढती ।
त्यास त्वरेने होते प्राप्ती । आनंदरूपी शिखराची ।।३२।।

येरा योगस्थिति जया सांडे । तो वायांचि गा हव्यासीं पडे ।
परि प्राप्ति कहीं न घडे । संन्यासाची ।।३३।।
जो योगस्थिती सोडून । हव्यासे संन्यासी पाहे बनून ।
त्यास न येई मिळून । खरा संन्यास ।।३३।।
जेणें भ्रांतीपासूनि हिरतलें । गुरुवाक्यें मन धुतलें ।
मग आत्मस्वरूपीं घातलें । हारौनियां ।।३४।।
सर्व प्रकारच्या भ्रमांपासून । जो घेई मन हिरावून ।
सद्गुरूंच्या उपदेशे शुद्ध करून । आत्मस्वरूपे स्थिर करतो ।।३४।।
जैसें समुद्रीं लवण न पडे । तंव वेगळें अल्प आवडे ।
मग होय सिंधूचि एवढें । मिळे तेव्हां ।।३५।।
जोवरी मीठ सागरी न पडते । ते भिन्न आणि अल्प वाटते ।
जेव्हा ते सागरात मिसळते । समुद्राएवढे होई ।।३५।।
तैसें संकल्पोनि काढिलें । जयाचें मनचि चैतन्य जाहलें ।
तेणें एकदेशियें परी व्यापिलें । लोकत्रय ।।३६।।
मनातील सर्व भ्रम काढता । मन चैतन्यस्वरूप होता ।
तो पुरुष जरी तटस्थ राहता । त्रैलोक्य व्यापतो ।।३६।।
आतां कर्ता कर्म करावें । हे खुंटलें तया स्वभावें ।
आणि करी जऱ्ही आघवें । तऱ्ही अकर्ता तो ।।३७।।
मी कर्ता, मी कर्म करतो । हा स्वभाव नाहीसा होतो ।
जरी कर्मे करीत राहतो । तरी तो अकर्ता ।।३७।।
जे पार्था तया देहीं । मी ऐसा आठऊ नाहीं ।
तरी कर्तृत्व कैचें काई । उरे सांगें? ।।३८।।
पार्था त्याच्या देहात । मीपणा नाही राहत ।
मग कर्तृत्वाचा अहंकार त्यात । कसा असेल तू सांग ।।३८।।
ऐसें तनुत्यागेंवीण । अमूर्ताचे गुण ।
दिसती संपूर्ण । योगयुक्तां ।।३९।।
असा देहत्याग न करता । योगयुक्त पुरुषात सर्वथा ।
गुण सर्व दिसू येता । अमूर्त ब्रह्माचे ।।३९।।
एऱ्हवीं आणिकांचिये परी । तोही एक शरीरी ।
अशेषींही व्यापारीं । वर्ततु दिसे ।।४०।।
इतर सामान्य माणसापरी । तोही दिसतो शरीरधारी ।
सर्व व्यवहार करी । सामान्यपणे ।।४०।।
तोही नेत्रीं पाहे । श्रवणीं ऐकतु आहे ।
परि तेथींचा सर्वथा नोहे । नवल देखें ।।४१।।
तोही डोळ्यांनी पाहतो । कानांनी ऐकतो ।
पण तो तिथे नसतो । हे नवल आहे ।।४१।।

स्पर्शासि तरी जाणे । परिमळु सेवी घ्राणें ।
अवसरोचित बोलणें । तयाहि आथी ।।४२।।
तो त्वचेने स्पर्श जाणतो । नाकाने गंध अनुभवतो ।
बोलणेही जाणतो । प्रसंगानुरूप ।।४२।।
आहारातें स्वीकारी । त्यजावें तें परिहरी ।
निद्रेचिया अवसरीं । निदिजे सुखें ।।४३।।
आहाराचे करी सेवन । त्यागण्यासारखे त्यागून ।
झोपेच्या वेळी निजून । शांत झोपतो ।।४३।।
आपुलेनि इच्छावशें । तोही गा चालतु दिसे ।
पैं सकळ कर्म ऐसें । राहाटे कीर ।।४४।।
स्वइच्छेने चालतो । स्वइच्छेने राहतो ।
स्वइच्छेनेच करतो । सर्व कर्मे ।।४४।।
हें सांगों काई एकैक । देखें श्वासोच्छ्वासादिक ।
आणि निमिषोन्निमिष । आदिकरूनि ।।४५।।
तो श्वास घेतो-सोडतो । डोळ्यांची उघडझाप करतो ।
इतर सारी कर्मे करतो । काय सांगावे एकेक? ।।४५।।
पार्था तयाचे ठायीं । हें आघवेंचि आथि पाहीं ।
परी तो कर्ता नव्हे कांहीं । प्रतीतिबळें ।।४६।।
ऐक अर्जुना आता । सर्वच कर्मे तो करता ।
पण नसे कर्माचा कर्ता । आत्मज्ञानामुळे ।।४६ ।
जैं भ्रांतिसेजे सुतला । तैं स्वप्नसुखें भुतला ।
मग तो ज्ञानोदयीं चेइला । म्हणोनियां ।।४७।।
भ्रमाच्या सेजेवर होता झोपला । स्वप्नांच्या सुखात भुलला ।
पण तो जागा झाला । आत्मज्ञानाच्या उदयाने ।।४७।।
आतां अधिष्ठानसंगती । अशेषाही इंद्रियवृत्ती ।
आपुलालिया अर्थीं । वर्तत आहाती ।।४८।।
मग देहाच्या संगती । सर्व इंद्रियांच्या वृत्ती ।
विषयाकडे धाव घेती । आपापल्या ।।४८।।
दीपाचेनि प्रकाशें । गृहींचे व्यापार जैसे ।
देहीं कर्मजात तैसें । योगयुक्तां ।।४९।।
दिव्याच्या प्रकाशात । गृहकार्ये होत राहतात ।
तशी देहकार्ये चालतात । कर्मयोग्याची ।।४९।।
तो कर्मे करी सकळें । परी कर्मबंधा नाकळे ।
जैसें न सिंपे जळीं जळें । पद्मपत्र ।।५०।।
तो कर्मे करत राही । पण कर्मबद्धे बद्ध नाही ।
जसे पाण्यात राहूनही । कमलपत्र ओले न होई ।।५०।।

देखैं बुद्धीची भाष नेणिजे । मनाचा अंकुर नुदैजे ।
ऐसा व्यापारु तो बोलिजे । शारीरु गा ॥५१॥
बुद्धी चांगले-वाईट न जाणे । मनाला अंकुर न फुटणे ।
असे त्याचे असणे । हा देहव्यापार ॥५१॥
हेंच मराठे परियेशीं । तरी बाळकाची चेष्टा जैशी ।
योगिये कर्मे करिती तैशीं । केवळा तनु ॥५२॥
मराठीत उदाहरण सांगतो । बालक जसे कर्म करतो ।
तसे योगी कर्म करीत राहतो । शरीराने ॥५२॥
मग पांचभौतिक संचलें । जेव्हां शरीर असे निदेलें ।
तेथ मनचि राहाटें एकलें । स्वप्नीं जेवीं ॥५३॥
पंचमहाभूतांनी बनलेले । शरीर राहते निजलेले ।
मन एकटे हिंडत फिरले । स्वप्नात ॥५३॥
नवल ऐकें धनुर्धरा । कैसा वासनेचा संसारा ।
देहा होऊं नेदी उजगरा । परी सुखदुःखें भोगी ॥५४॥
ऐक अर्जुना नवल विचार । या वासनेचा केवढा विस्तार ।
जागे होऊ न देता शरीर । सुख-दुःख भोगी ॥५४॥
इंद्रियांच्या गांवीं नेणिजे । ऐसा व्यापारु जो निपजे ।
तो केवळु गा म्हणिजे । मानसाचा ॥५५॥
इंद्रियांना नसे जी माहिती । अशी कर्मे निर्माण होती ।
त्यास सारे जग म्हणती । मानसिक कर्म ॥५५॥
योगिये तोहि करिती । परी कर्मे ते न बंधिजती ।
जे सांडिली आहे संगती । अहंभावाची ॥५६॥
योगी ती कर्मेही करती । पण त्यात बद्ध न होती ।
कारण त्यांनी सोडली असे संगती । अहंकाराची ॥५६॥
आतां जाहालिया भ्रमहत । जैसें पिशाचाचें चित्त ।
मग इंद्रियांचें चेष्टित । विकळु दिसे ॥५७॥
एखादा भ्रमिष्ट चित्त असतो । तो पिशाच्च बाधित दिसतो ।
तसा तो व्यवहार करतो । विसंगत ॥५७॥
स्वरूप तरी देखे । आळविलें आईके ।
शब्दु बोले मुखें । परी ज्ञान नाहीं ॥५८॥
समोरचे रूप पाहतो । कानाने हाक ऐकतो ।
स्वतःही बोलत असतो । पण जाणीव नसे ॥५८॥
हें असो काजेंविण । जें जें कांहीं कारण ।
तें केवळ कर्म जाण । इंद्रियांचें ॥५९॥
जे कारणावाचून घडते । किंवा जे काहीं कारण दिसते ।
ते सारे कर्म असते । इंद्रियांचे ॥५९॥

मग सर्वत्र जें जाणतें । तें बुद्धीचें कर्म निरुतें ।
ओळख अर्जुनातें । म्हणे हरी ॥६०॥
असे सर्वत्र जे असते ज्ञान । ते बुद्धीचे कर्म जाण ।
हे ओळख तू अर्जुन । श्रीकृष्ण म्हणतो ॥६०॥
ते बुद्धी धुरे करुनी । कर्म करिती चित्त देउनी ।
परी ते नैष्कर्म्यापासुनी । मुक्त दिसती ॥६१॥
बुद्धीला पुढे करती । चित्त देऊनी कर्म करती ।
ते अधिक मुक्त असती । नैष्यकर्म्यापासून ॥६१॥
जें बुद्धीचिये ठावूनि देहीं । तयां अहंकाराची सेचि नाहीं ।
म्हणौनि कर्म करितां पाहीं । चोखाळले ॥६२॥
बुद्धीपासून देहापरते । अहंकाराचे स्मरण नसते ।
म्हणून चित्त शुद्ध राहते । कर्म करताही ॥६२॥
अगा करितेनवीण कर्म । तेंचि तें नैष्कर्म्य ।
हें जाणती सुवर्म । गुरुगम्य जें ॥६३॥
अहंकार त्यागून कर्म करती । तेच खरे नैष्कर्म्य राहती ।
खरे वर्म ज्ञानी जाणती । गुरुमुखातून ॥६३॥
आतां शांतरसाचें भरितें । सांडीत आहे पात्रातें ।
जें बोलणें बोलापरौतें । बोलवलें ॥६४॥
शांतरसाचे हे बोलणे । मर्यादा सोडून उचंबळणे ।
मजकडून केले उच्चारणे । बोलण्यापलीकडे ॥६४॥
एथ इंद्रियांचा पांगु । जया फिटला आहे चांगु ।
तयासीचि आथि लागु । परिसावया ॥६५॥
दारिद्र्यता इंद्रियांची । ज्याची समूळ नष्ट होती ।
त्यास अधिकार मिळती । हा विषय ऐकण्याचा ॥६५॥
हा असो अतिप्रसंगु । न संडी पां कथालागु ।
होईल श्लोकसंगति भंगु । म्हणौनियां ॥६६॥
श्रोते म्हणती विषयांतर पुरे । कथेचा मूळ संबंध विसरे ।
सुसंगतीचा भंग होतो रे । श्लोकांच्या ॥६६॥
जें मना आकळितां कुवाडें । घाघुसितां बुद्धी नातुडे ।
तें दैवाचेनि सुरवाडें । सांगवलें तुज ॥६७॥
समजण्यास जे कठीण । बुद्धीनेही न होते आकलन ।
ते तुला सांगितले समजावून । अनुकूलतेमुळे ॥६७॥
जें शब्दातीत स्वभावें । तें बोलींचि जरी फावे ।
तरी आणिकें काय करावें । कथा सांगैं ॥६८॥
जे स्वभावता शब्दातीत आहे । ते शब्दातच सापडताहे ।
मग आणखी काय करू पाहे । आता कथा सांगावी ॥६८॥

हा आर्तिविशेषु श्रोतयांचा । जाणोनि दास निवृत्तीचा ।
म्हणे संवादु दोघांचा । परिसोनि परिसा ।।६९।।
ही श्रोत्यांची इच्छा म्हणून । निवृत्तीदास मी जाणून ।
संवाद बोलती श्रीकृष्ण अर्जुन । तो पुढे ऐका ।।६९।।
मग श्रीकृष्ण म्हणे पार्थातें । आतां प्राप्ताचें चिन्ह पुरतें ।
सांगेन तुज निरुतें । चित्त देईं ।।७०।।
मग श्रीकृष्ण म्हणे पार्था । ज्यास लाभली कृतार्थ अवस्था ।
ऐकावे तू सावधान चित्ता । त्या पुरुषाचे लक्षण ।।७०।।
तरी आत्मयोगें आथिला । जो कर्मफळाशीं विटला ।
तो घर रिघोनि वरिला । शांती जगीं ।।७१।।
जो कर्मफलाने विटला । आत्मयोगे संपन्न झाला ।
घरात येऊनी त्याला । शांती माळ घालते ।।७१।।
येरु कर्मबंधें किरीटी । अभिलाषाचिया गांठीं ।
कळासला खुंटी । फळभोगाच्या ।।७२।।
दुसरा जो कर्म कर्ता । इच्छेच्या दोरीने घेरता ।
फळाच्या खुंट्याला जाई बांधता । कर्मबंधाने ।।७२।।
जैसा फळाचिये हांवें । तैसें कर्म करी आघवें ।
मग न कीजेचि येणें भावें । उपेक्षी जो ।।७३।।
कोणी फलेच्छा धरून कर्म करतो । तशीच हा कर्मे करतो ।
पण आपण कर्ता नाही हे जाणतो । उपेक्षा करी कर्माची ।।७३।।
तो जयाकडे वासु पाहे । तेउती सुखाची सृष्टि होये ।
तो म्हणे तेथ राहे । महाबोधु ।।७४।।
तो ज्या मार्गाकडे बघेल । सुखाची सृष्टी दिसेल ।
तेथे मग प्रकट होईल । ब्रह्मज्ञान ।।७४।।
नवद्वारें देहीं । तो असतुचि परि नाहीं ।
करीतुचि न करी कांहीं । फलत्यागी ।।७५।।
देहाच्या नवद्वारी राही । पण देहाशी तादात्म्य नाही ।
फलाची इच्छा न करताही । कर्मे करीत राही ।।७५।।
जैसा कां सर्वेश्वरु । पाहिजे तंव निर्व्यापारु ।
परि तोचि रची विस्तारु । त्रिभुवनाचा ।।७६।।
जसा सर्वेश्वर वस्तुत: । असतो तो नकर्ता ।
पण त्रिभुवनाचा विस्तार कर्ता । तोच आहे ।।७६।।
आणि कर्ता ऐसें म्हणिपे । तरी कवणें कर्मीं न शिंपे ।
जे हातुपावो न लिंपे । उदासवृत्तीचा ।।७७।।
तो त्रैलोक्याचा कर्ता असूनही । कर्माने लिप्त होत नाही ।
तो सर्वथा अलिप्त राही । उदासीन असल्याने ।।७७।।

योगनिद्रा तरी न मोडे । अकर्तेपणा सळु न पडे ।
परि महाभूतांचें दळवाडें । उभारी भले ।।७८।।
स्वरूप स्थिती न बिघडे । अकर्तेपणा विरोध न घडे ।
समुदाय उभे करी चहूकडे । पंचमहाभूतांचे ।।७८।।
जगाच्या जीवीं आहे । परी कवणाचा कहीं नोहे ।
जगचि हें होय जाये । तो शुद्धीहि नेणें ।।७९।।
प्राणिमात्रा व्यापून राही । पण कोणाचाच असत नाही ।
विश्व उत्पत्ती लयही होई । त्यास वार्ता नसे ।।७९।।
पापपुण्यें अशेषें । पासींचि असतु न देखें ।
आणि साक्षीही होऊं न ठके । येरी गोठी कायसी? ।।८०।।
पाप पुण्य जवळ असून । न पाही त्यास जाणून ।
न राही साक्षी होऊन । इतरांची काय कथा? ।।८०।।
पैं मूर्तीचेनि मेळें । तो मूर्तचि होऊनि खेळे ।
परि अमूर्तपण न मैळे । दादुलयाचें ।।८१।।
तो होई सगुण साकार । लीला दाखवी अपरंपार ।
पण तो ईश्वर निराकार । मलीन न होई ।।८१।।
तो सृजी पाळी संहारी । ऐसें बोलती जे चराचरीं ।
तें अज्ञान गा अवधारीं । पंडुकुमरा ।।८२।।
उत्पत्ती-स्थिती-लयत्व । हे त्याचे आहे कर्तृत्व ।
अज्ञानीच असे मानती तत्त्व । जाण अर्जुना ।।८२।।
तें अज्ञान जैं समूळ तुटे । तैं भ्रांतीचें मसैरें फिटे ।
मग अकर्तृत्व प्रगटे । मज ईश्वराचें ।।८३।।
हे अज्ञान नाहीसे होता । विश्वभ्रमाची काजळी जाता ।
अकर्तेपण समजते पूर्णता । ईश्वराचे ।।८३।।
एथ ईश्वरु एकु अकर्ता । ऐसें मानलें जरी चित्ता ।
तरी तोचि मी हें स्वभावता । आदीचि आहे ।।८४।।
तो ईश्वर असे अकर्ता । असे जरी मानले चित्ता ।
मग तो मीच स्वभावता । असा अभिन्न असतो ।।८४।।
ऐसेनि विवेकें उदो चित्तीं । तयासी भेदु कैंचा त्रिजगतीं ।
देखे आपुलिया प्रतीती । जगचि मुक्त ।।८५।।
या विवेकाचा उदय होई । तो त्रैलोक्यात भेद न पाही ।
अनुभवाने तो मानत राही । जग मुक्त ।।८५।।
जैशी पूर्वदिशेच्या राउळीं । उदया येतांचि सूर्य दिवाळी ।
कीं येरीही दिशां तियेचि काळीं । काळिमा नाहीं ।।८६।।
ज्याप्रमाणे पूर्व दिशेच्या राऊळी । सूर्य उगवता होते दिवाळी ।
एकही दिशा न राहे काळी । अंधार जाई ।।८६।।

बुद्धिनिश्चयें आत्मज्ञान । ब्रह्मरूप भावी आपणा आपण ।
ब्रह्मनिष्ठा राखे पूर्ण । तत्परायण अहर्निशीं ।।८७।।
बुद्धिनिश्चय आत्मज्ञानाशी असतो । जो स्वब्रह्मरूप मानतो ।
ब्रह्मस्थिती पूर्णत: राखतो । ब्रह्मपरायण राहून ।।८७।।
ऐसें व्यापक ज्ञान भलें । जयांचिया हृदया गिंवसित आलें ।
तयांची समता दृष्टि बोलें । विशेषूं काई ।।८८।।
असे व्यापक श्रेष्ठ ज्ञान ते । ज्याच्या हृदयाला शोधत येते ।
त्याची समता दृष्टी वर्णण्या कोणते । शब्द सांगावे? ।।८८।।
एक आपणपांचि पां जैसें । ते देखती विश्व तैसें ।
हें बोलणें कायसें । नवलु एथ ।।८९।।
ते स्वत: जसे असती । विश्वही तसेच मानती ।
हे इथे सांगण्यासाठी । नवल कोणते? ।।८९।।
परी दैव जैसें कवतिकें । कहींचि दैन्य न देखे ।
कां विवेकु हा नोळखे । भ्रांतीतें जेवीं ।।९०।।
पण भाग्य कौतुकानेही । दारिद्र्याकडे पाहत नाही ।
ज्याप्रमाणे जाणत नाही । विवेक हा भ्रांतीला ।।९०।।
नातरी अंधकाराची वानी । जैसा सूर्यो न देखे स्वप्नीं ।
अमृत नायके कानीं । मृत्युकथा ।।९१।।
अंधाराला सूर्य कधीही । स्वप्नातही न पाही ।
अतृप्त कानाने ऐकत नाही । मृत्यूच्या कथा ।।९१।।
हें असो संतापु कैसा । चंद्रू न स्मरे जैसा ।
भूतीं भेदू नेणती तैसा । ज्ञानिये ते ।।९२।।
चंद्र न जाणतसे । संताप कसा असे ।
भूतमात्रात आत्मज्ञानी तसे । भेद मानत नाहीत ।।९२।।
मग हा मशकु हा गजु । कीं हा श्वपचु हा द्विजु ।
पैल इतरु हा आत्मजु । हें उरेल कें? ।।९३।।
मग हे चिलट हा गज । हा अंत्यज हा द्विज ।
हा परका हा आत्मज । हा भेद उरेल का? ।।९३।।
ना तरी हे धेनु हें श्वान । एक गुरु एक हीन ।
हें असो कैचें स्वप्न । जागतया ।।९४।।
किंवा ही गाय हे श्वान । एक श्रेष्ठ एक हीन ।
असे कसे पडेल स्वप्न । जागृत माणसाला ।।९४।।
एथ भेदु तरी कीं देखावा । जरी अहंभाव उरला होआवा ।
तो आधींचि नाहीं आघवा । आतां विषमु काई ।।९५।।
अंत:करणी असता अहंकार । भेद दिसती अनेक प्रकार ।
पण कोणताच भेद नाही दिसणार । अहंकार नष्ट होता ।।९५।।

म्हणौनि सर्वत्र सदा सम । तें आपणचि अद्वय ब्रह्म ।
हें संपूर्ण जाणें वर्म । समदृष्टीचें ।।९६।।
म्हणून सर्वत्र जे सम आहे । ते आपणच ब्रह्म आहे ।
हेच खरे वर्म आहे । समदृष्टीचे ।।९६।।
जिहीं विषयसंगु न सांडितां । इंद्रियांतें न दंडितां ।
परी भोगिली निसंगता । कामनेविण ।।९७।।
विषयांचा संबंध न तोडता । इंद्रियांचे दमन न करता ।
ज्यांनी भोगली नि:संगता । वासनेशिवाय ।।९७।।
जिहीं लोकांचेनि आधारें । लौकिकेंचि व्यापारें ।
परि सांडिलें निदसुरें । लौकिकु हें ।।९८।।
ते लोकांप्रमाणे वागती । लौकिक व्यवहार करती ।
सामान्यत: त्याग करती । ब्रह्मविषयक अज्ञानाचा ।।९८।।
जैसा जनामाजि खेचरु । असतुचि जना नोहे गोचरू ।
तैसा शरीरीं परी संसारु । नोळखे तयांतें ।।९९।।
पिशाच वावरत असताही । जगाला दिसत नाही ।
तसे जग ओळखत नाही । आत्मज्ञानी पुरुषा ।।९९।।
हें असो पवनाचेनि मेळें । जैसें जळींचि जळ लोळे ।
तें आणिकें म्हणती वेगळें । कल्लोळ हे ।।१००।।
पाण्यावर वाऱ्यामुळे । पाणीच लाटरूपात खेळे ।
ते त्या पाण्याहून वेगळे । असे लोक मानती ।।१००।।
तैसें नामरूप तयाचें । एऱ्हवीं ब्रह्मचि तो साचें ।
मन साम्या आलें जयाचें । सर्वत्र गा ।।१०१।।
एरवी नामरूप त्याचे । जगाप्रमाणे असते ।
मन साम्य तिथीस प्राप्त होते । तो साक्षात ब्रह्मरूप ।।१०१।।
ऐसेनि समदृष्टी जो होये । तया पुरुषा लक्षणही आहे ।
अर्जुना संक्षेपें सांगेन पाहें । अच्युत म्हणे ।।१०२।।
अर्जुना समदृष्टी ज्यांची राहे । अशा पुरुषांची लक्षणे पाहे ।
मी ती संक्षेपाने सांगतो आहे । असे श्रीकृष्ण म्हणती ।।१०२।।
तरी मृगजळाचेनि पूरें । जैसें न लोटिजे कां गिरिवरें ।
तैसा शुभाशुभीं न विकरे । पातलिया जो ।।१०३।।
जसे मृगजळाच्या पुरातही । डोंगर वाहून जात नाही ।
शुभ-अशुभाच्या विचारेही । तो विकारी होत नाही ।।१०३।।
तोचि तो निरुता । समदृष्टी तत्त्वतां ।
हरि म्हणे पंडुसुता । तोचि ब्रह्म ।।१०४।।
श्रीकृष्ण म्हणे हे अर्जुन । तो समदृष्टीचा पुरुष जाण ।
तोच राही एकरूप होऊन । परब्रह्माशी ।।१०४।।

जो आपणपैं सांडूनि कहीं । इंद्रियग्रामावरी येणेंचि नाहीं ।
तो विषय न सेवी हें काइ । विचित्र येथ ।।१०५।।
आत्मस्वरूपाच्या आनंदा सोडून । न होई विषयाआधीन ।
तो करीत नाही विषयांचे सेवन । यात नवल तेकाय? ।।१०५।।
सहजें स्वसुखाचेनि अपारें । सुरवाडलेनि अंतरें ।
रचिला म्हणौनि बाहिरें । पाऊल न घली ।।१०६।।
होता आत्मानंदाची तृप्ती । अंत:करणापूर्ण संतुष्टी ।
मग पावले न वळती । विषयसुखाकडे ।।१०६।।
सांगैं कुमुद-दळाचेनि ताटें । जो जेविला चंद्रकिरणें चोखटें ।
तो चकोरु काई वाळुवंटें । चुंबितु असे? ।।१०७।।
कमलपत्राच्या ताटामधून । जो सेवितो शुद्ध चंद्रकिरण ।
तो चकोर वाळवंटातून । वेचेल कां वाळू खडे ।।१०७।।
तैसें आत्मसुख उपाइलें । जयासि आपणपेंचि फावलें ।
तया विषयो सहजें सांडवले । म्हणो काई? ।।१०८।।
तसेच ज्यास स्वत:मध्येची । होई प्राप्ती आत्मानंदाची ।
होई विषयत्याग सहजची । सांगावे लागे? ।।१०८।।
एऱ्हवीं तरी कौतुकें । विचारूनि पाहें पां निकें ।
या विषयांचेनि सुखें । झकविती कवण ।।१०९।।
म्हणून कौतुकाने एरवी । विचारून पाही ।
विषयाच्या सुखानेही । कोण फसती ।।१०९ ।
जिहीं आपणपें नाहीं देखिलें । तेचि इहीं इंद्रियार्थीं रंजले ।
जैसें रंकु कां आळुकैलें । तुषांतें सेवी ।।११०।।
जे आत्मस्वरूपाचा आनंद न घेती । ते विषय इंद्रिये रंगून जाती
। ज्याप्रमाणे दरिद्री भुकेसाठी । कोंडा खातो ।।११०।।
नातरी मृगें तृषापीडितें । संभ्रमें विसरोनि जळांतें ।
मग तोयबुद्धी बरडीतें । ठाकूनि येती ।।१११।।
हरणे तहानेने व्याकुळती । भ्रमाने खरे पाणी विसरती ।
मृगजळाला पाणी समजती । माळरानी पोहोचती ।।१११।।
तैसें आपणपें नाहीं दिठे । जयातें स्वसुखाचे सदा खरांटे ।
तयासिचि विषय हे गोमटे । आवडती ।।११२।।
आत्मसुखाची नसे दृष्टी । स्वसुखाची सदैव त्रुटी ।
त्यांनाच हे विषय आवडती । चांगले वाटून ।।११२।।
एऱ्हवीं विषयीं सुख आहे । हें बोलणेंचि सरिखें नोहें ।
तरी विद्युत्स्फुरणें कां न पाहे । जगामाजीं ।।११३।।
विषयात सुख आहे मानणे । हे योग्य नव्हेच बोलणे ।
का न उजाडते वीज चमकण्याने । या जगात? ।।११३।।

सांगैं वात वर्ष आतपु धरे । ऐसे अभ्रच्छायाचि जरी सरे ।
तरी त्रिमाळिकें धवळारें । करावीं कां ।।११४।।
जर ढगांच्या सावलीने होईल रक्षण । पाऊस, ऊन, वारा यांपासून ।
तर तीन मजली घरे बांधून । का राहावे लागे? ।।११४।।
म्हणौनि विषयसुख जें बोलिजे । तें नेणतां गा वायां जल्पिजे ।
जैसें महुर कां म्हणिजे । विषकंदातें ।।११५।।
विषयांचे स्वरूप न कळता । विषयांत सुख मानता ।
मग मधुर म्हणावे का आता । विषकंदाला ।।११५।।
नातरी भौमा नाम मंगळु । रोहिणीतें म्हणती जळु ।
तैसा सुखप्रवादु बरळु । विषयिकु हा ।।११६।।
भौमीपुत्रा मंगळ म्हणती । मृगजळा जल मानती ।
विषयसुखा सुख समजती । हे व्यर्थ बरळणे आहे ।।११६।।
हे असो आघवी बोली । सांग पां सर्पफणीची साउली ।
ते शीतल होईल केतुली । मूषकासी? ।।११७।।
हे बोलणे राहू दे जवळी । नागाच्या फणीची सावली ।
सांग शीतल लागे का वाटली । उंदराला ।।११७।।
जैसा आमिषकवळु पांडवा । मीनु न सेवी तंवचि बरवा ।
तैसा विषयसंगु आघवा । निभ्रांत जाणें ।।११८।।
आमिषास मासा भुलत नाही । तोवरी तो ठीक राही ।
विषयाशी संबंध येत नाही । तोवरी बरे हे पांडवा ।।११८।।
हे विरक्तांचिये दिठी । जैं न्याहाळिजे किरीटी ।
तैं पांडुरोगाचिये पुष्टी । सारिखें दिसें ।।११९।।
विरक्त पुरुषाच्या दृष्टीतून जे । विषयसुख पाहणे म्हणजे ।
पंडुरोगाला लठ्ठपणा समजे । जो वरवरचा आहे ।।११९।।
म्हणौनि विषयभोगीं जें सुख । तें साद्यंतचि जाण दु:ख ।
परि काय कीजे मूर्ख । न सेविता न सरे ।।१२०।।
म्हणून विषयभोगातील सुख । अंतापर्यंत दु:खदायक ।
काय करती मूर्ख लोक । सेवल्याविना न चाले ।।१२०।।
तें अंतर नेणती बापुडे । म्हणौनि अगत्य सेवणें घडे ।
सांगैं पूयपंकींचे किडे । काय चिळसी घेती ।।१२१।।
विषयांतील दु:ख न जाणती । अज्ञानी विषय सेविती ।
घाणीची कधी किळस मानती । पुवातीत किडे? ।।१२१।।
तयां दु:खियां दु:खचि जिव्हार । ते विषयकर्दमींचे दर्दुर ।
ते भोगजळींचे जळचर । सांडिती केवीं ।।१२२।।
दु:ख हेच जीवन मानती । विषयाच्या चिखलात राहती ।
भोगरूपी जलाचे जलचर असती । विषयसेवन न सोडती ।।१२२।।

आणि दुःखयोनी जिया आहाती । तिया निरर्थका तरी नव्हती ।
जरी विषयांवरी विरक्ती । धरिती जीव ॥१२३॥

आणि दुःखयोनी जितक्या असती । त्या निरर्थक ठरून जाती ।
जर विषयांबाबत विरक्ती । जीव करतील धारण ॥१२३॥

नातरी गर्भवासादि संकट । कां जन्ममरणींचे कष्ट ।
हे विसांवेवीण वाट । वाहवी कवणें ॥१२४॥

किंवा गर्भवासातील यातना । जन्म-मरणाच्या वेदना ।
ही अविश्रांतपणे मार्गक्रमणा । कोणी करावी? ॥१२४॥

जरी विषयीं विषयो सांडिजेल । तरी महादोषीं कें वसिजेल ।
आणि संसारु हा शब्दु नव्हेल । लटिका जगीं? ॥१२५॥

जर विषयासक्त विषय त्यागती । मग महापातकें कोठे राहती ।
जगी संसार शब्दाची उत्पत्ती । खोटी ठरेल ॥१२५॥

म्हणौनि अविद्याजात नाथिलें । तें तिहींचि साच दाविलें ।
जिहीं सुखबुद्धी घेतलें । विषयदुःख ॥१२६॥

लटके असे जे अज्ञान । ते खरे भासविती जाण ।
विषयभोगातून होई जे उत्पन्न । ते सुख मानती ॥१२६॥

याकारणें गा सुभटा । हा विचारितां विषय वोखटा ।
तूं झणें कहीं या वाटा । विसरोनि जाशी ॥१२७॥

या कारणाने पांडुकुमार । हे विषय असती वाईट फार ।
तू या वाटा अगदी लवकर । विसरून जा ॥१२७॥

पैं यातें विरक्त पुरुष । त्यजिती कां जैसें विष ।
निराशा तयां दुःख । दाविलें नावडे ॥१२८॥

विरक्त पुरुष विषय त्यागती । त्यास विषासमान मानती ।
ते सुखरूपी दुःख जाणती । निरिच्छपणे ॥१२८॥

ज्ञानियांच्या हन ठायीं । याची मातुही कीर नाहीं ।
देहीं देहभावो जिहीं । स्ववश केले ॥१२९॥

ज्ञानियांच्या अंतःकरणी । दुःखाची नसे कहाणी ।
काम-क्रोधादिवृत्ती सारणी । स्वाधीन केली असते ॥१२९॥

जयांतें बाह्याची भाष । नेणिजेचि निःशेष ।
अंतरीं सुख । एक आथि ॥१३०॥

बाह्य विषयांची आशा । न जाणती उपभोगाची भाषा ।
त्यांच्या अंतःकरणी नांदे विशेषा । ब्रह्मसुख ॥१३०॥

परि तें वेगळेपणें भोगिजे । जैसें पक्षियें फळ चुंबिजे ।
तैसें नव्हे तेथ विसरिजे । भोगितेपणही ॥१३१॥

ब्रह्मसुखाचे आहे वेगळेपण । पक्षी फळाचे घेतो चुंबन ।
तसे नव्हे तर तिथेच भोक्तेपण । विसरले पाहिजे ॥१३१॥

भोगी अवस्था एकी उठी । ते अहंकाराचा अचळु लोटी ।
मग सुखेंसि घे आंटी । गाढेपणें ॥१३२॥

भोगात असते अशी वृत्ती । अहंकारपर्वत नष्ट करी ती ।
मग गाढ आलिंगन देती । ब्रह्म सुखाला ॥१३२॥

तिये आलिंगनमेळीं । होय आपेंआप कवळी ।
तेथ जळ जैसें जळीं । वेगळें न दिसे ॥१३३॥

त्या आलिंगनात । जवळीक होते आपली आपल्यांत ।
जसे वेगळे नाही दिसत । पाण्यात मिसळता पाणी ॥१३३॥

कां आकाशीं वायु हारपे । तेथ दोन्ही हे भाष लोपे ।
तैसे सुखचि उरे स्वरूपें । सुरतीं तिये ॥१३४॥

आकाशात वायू मिसळे । दोन्ही न राहती वेगळे ।
तसे ब्रह्मसुख उरते सगळे । स्वस्वरूपात ॥१३४॥

ऐशी द्वैताची भाष जाय । मग म्हणों जरी एकचि होय ।
तरी तेथ साक्षी कवणु आहे । जाणते जें ॥१३५॥

द्वैताची भाषा संपते । मग एकरूपता होते ।
ऐक्य हे कोण जाणते । कोण असे साक्षी ॥१३५॥

म्हणौनि असो हें आघवें । एथ न बोलणें काय बोलावें ।
ते खुणचि पावेल स्वभावें । आत्माराम ॥१३६॥

आता असो हे सर्व बोलणे । तो विषय प्रत्यक्ष अनुभवणे ।
ब्रह्मनिष्ठ पुरुषच जाणे । सूक्ष्म विचारांचे मर्म ॥१३६॥

जे ऐसेनि सुखें मातले । आपणपांचि आपण गुंतले ।
ते मी जाणें निखळवोतले । सामरस्याचे ॥१३७॥

जे या सुखाने परिपूर्ण । आत्मस्वरूपी होती रममाण ।
ते ओतीव पुतळे साम्यरसाने संपन्न । असे मी मानतो ॥१३७॥

ते आनंदाचे अनुकार । सुखाचे अंकुर ।
कीं महाबोधें विहार । केले जैसे ॥१३८॥

ते आनंदाचे प्रतिबिंब साकार । सुखाचे ते अंकुर ।
महाबोधाचे क्रीडागार । असे असती ॥१३८॥

ते विवेकाचे गांव । कीं परब्रह्मींचे स्वभाव ।
नातरी अळंकारले अवयव । ब्रह्मविद्येचे ॥१३९॥

ते असती विवेकाचे गाव । की परब्रह्मींचे स्वभाव ।
अलंकृत केलेले अवयव । ब्रह्मविद्येचे ॥१३९॥

ते सत्त्वाचे सात्त्विक । कीं चैतन्याचे आंगिक ।
हें बहु असो एकैक । वानिसी काई ॥१४०॥

ते मूर्तिमंत सात्त्विकपण । ती चैतन्याची सुबक ठेवण ।
तेव्हा निवृत्तिनाथ म्हणती अजून । किती लक्षणे सांगशी? ॥१४०॥

तूं संतस्तवनीं रतसी । तरी कथेची से न करिसी ।
कीं निराळीं बोल देखसी । सनागर ॥१४१॥
तू संत स्तुतीत रंगतोस । मूळ कथा विसरतोस ।
निराळे बोल बोलतोस । रसाळपणे ॥१४१॥
परि तो रसातिशयो मुकुळीं । मग ग्रंथार्थदीपु उजळीं ।
करी साधुहृदयराउळीं । मंगळउखा ॥१४२॥
मग तो रसविस्तार घेई आवरता । लावी अर्थ दीप गीता ग्रंथा ।
सत्पुरुषांच्या हृदयमंदिरी आता ।
उजळी मंगल पहाट ॥१४२॥
ऐसा श्रीगुरूचा उवायिला । निवृत्तिदासासी पातला ।
मग तो म्हणे श्रीकृष्ण बोलिला । तेंचि आइका ॥१४३॥
हे निवृत्तीनाथांचे विचार । मानती मग ज्ञानेश्वर ।
म्हणे काय बोलतो युगंधर । ते आता ऐका ॥१४३॥
अर्जुना अनंत सुखाच्या डोहीं । एकसरा तळुचि घेतला जिहीं ।
मग स्थिराऊनि तेही । तेंचि जाहले ॥१४४॥
अनंत सुखाच्या डोही । जे तळ गाठूनी राही ।
आत्मस्वरूपी स्थिर होई । ते तेथेची अर्जुना ॥१४४॥
अथवा आत्मप्रकाशें चोखे । जो आपणपेंचि विश्व देखे ।
तो देहेंचि परब्रह्म सुखें । मानूं येईल ॥१४५॥
किंवा आत्मप्रकाश पसरे त्याच्या हृदयी ।
जो आपणांत विश्व पाही ।
तो पुरुष देहात राहूनही । परब्रह्म असतो ॥१४५॥
जें साचोकारें परम । ना तें अक्षर निःसीम ।
जिये गांवीचे निष्काम । अधिकारिये ॥१४६॥
खरोखर परमश्रेष्ठ अविनाशी ।
अमर्याद ब्रह्म सुखाच्या राशी ।
ज्यांना प्राप्त होती आत्मप्रकाशी ।
ते निष्काम अधिकारी होत ॥१४६॥
जे महर्षी वाटले । विरक्तां भागा फिटलें ।
जे निःसंशया पिकले । निरंतर ॥१४७॥
जे सुख महर्षींसाठी ठेवले । ते विरक्तांच्या वाटे आले ।
ते निरंतर टिकले । संशयरहित पुरुषास ॥१४७॥
जिहीं विषयांपासोनि हिरतलें । चित्त आपुलें आपण जिंतिलें । ते
निश्चित जेथ सुतले । चेतीचिना ॥१४८॥
चित्त विषयांपासून हिरावले । स्वस्वाधीन करून ठेवले ।
जे स्वस्वरूपी लीन झाले । ते न येती पूर्ववृत्तीवर ॥१४८॥

तें परब्रह्म निर्वाण । जें आत्मविदांचें कारण ।
तेंचि ते पुरुष जाण । पंडुकुमरा ॥१४९॥
हे परब्रह्म प्रमाण । जे आत्मबोधाचे कारण ।
अर्जुना तेचि पुरुष जाण । आत्मज्ञानी ॥१४९॥
ते ऐसे कैसेंनि जाहले । जे देहींचि ब्रह्मत्वा आले ।
हें पुससी तरी भलें । संक्षेपें सांगों ॥१५०॥
हे असे कसे झाले । जे देहाला ब्रह्मत्व आले ।
हे विचारशील भले । तर संक्षेपाने सांगतो ॥१५०॥
तरी वैराग्याचेनि आधारें । जिहीं विषय दवडूनि बाहिरें ।
शरीरीं एकंदरें । केलें मन ॥१५१॥
वैराग्याच्या आधारे ज्यांनी । विषय दिले बाहेर टाकूनी ।
अंतर्मुख करता मनी । एकनिष्ठ केले ॥१५१॥
सहजें तिहीं संधी भेटी । जेथ भ्रूपल्लवा पडे गांठी ।
तेथ पाठिमोरी दिठी । पारखोनियां ॥१५२॥
त्यांना सहज तिन्ही (नाड्या) भेटती । सुषुम्नेशी गाठ पडती ।
मागे पाहती वळवून दृष्टी । स्थिरपणे ॥१५२॥
सांडूनि दक्षिण वाम । प्राणापानसम ।
चित्तेसीं व्योम– । गामिये करिती ॥१५३॥
दोन्ही नाकपुड्यांमधून । वाहता वायू बंद करून ।
प्राण अपान सम करून । चित्ता चिदाकाशी नेती ॥१५३॥
तेथ जैसीं रथ्योदकें सकळें । घेऊनि गंगा समुद्रीं मिळे ।
मग एकेक वेगळें । निवडूं नये ॥१५४॥
रस्त्यावरचे वाहते पाणी घेऊन । गंगा मिळते समुद्रा जाऊन ।
मग ते पाणी निवडून । वेगळे होत नाही ॥१५४॥
तैसी वासनांतराची विवंचना । मग आपैसी पारुखे अर्जुना ।
जे वेळीं गगनीं लयो मना । पवनें कीजे ॥१५५॥
प्राणाचा निरोध होतो । मनाचा चिदाकाशात लय होतो ।
विविध वासनांचा मग थांबतो । विषय आपोआप ॥१५५॥
जेथ हें संसारचित्र उमटे । तो मनोरूप पटु फाटे ।
जैसें सरोवर आटे । मग प्रतिभा नाहीं ॥१५६॥
मग हा संसारचित्राचा पट । आपोआप जाई फाटत ।
जेव्हा सरोवर आटत । प्रतिबिंब नष्ट होई ॥१५६॥
तैसें मन एथ मुद्दल जाये । मग अहंभावादिक कें आहे ।
म्हणौनि शरीरेंचि ब्रह्म होये । अनुभवी तो ॥१५७॥
मनाचे मुद्दल नाहीसे होती । अहंकारादि कोठे राहती ।
म्हणून शरीरच ब्रह्मरूप होती । अनुभवी ते ॥१५७॥

आम्ही मागां हन सांगितलें । जे देहींचि ब्रह्मत्व पावले ।
ते येणें मार्गें आले । म्हणौनियां ।।१५८।।
आम्ही पूर्वी सांगितले । जे देहधारी ब्रह्मत्वास पातले ।
ते या मार्गानेच आले । म्हणून ।।१५८।।
आणि यमनियमांचे डोंगर । अभ्यासाचे सागर ।
क्रमोनि हे पार । पातले ते ।।१५९।।
यम-नियमांचा डोंगर । योग-अभ्यासाचा सागर ।
करून मोक्षप्राप्ती सुकर । ते पार झाले ।।१५९।।
तिहीं आपणपें करूनि निर्लेप । प्रपंचाचें घेतलें माप ।
मग साचाचेंचि रूप । होऊनि ठेले ।।१६०।।
शुद्ध त्यांचे अंत:करण । प्रपंचाला जाणून पूर्ण ।
परब्रह्म जे विश्वाचे अधिष्ठान ।
त्यात एकरूप होती ।।१६०।।
ऐसा योगयुक्तीचा उद्देशु । जेथ बोलिला हृषीकेशु ।
तेथ अर्जुनु सुदंशु । म्हणौनि चमत्कारला ।।१६१।।
योगमुक्तीचा अभिप्राय । श्रीकृष्ण असा सांगे विलय ।
तेव्हा वाटून घेई आश्चर्य । तो मर्मज्ञ अर्जुन ।।१६१।।
तें देखिलिया कृष्णें जाणितलें ।
मग हांसोनि पार्थातें म्हणितलें ।
काई पां चित्त उवाईलें । इये बोली तुझें? ।।१६२।।
श्रीकृष्ण जाणे अर्जुनाची अवस्था ।
तो बोले हसून त्यास आता ।
माझे ऐकून आली का प्रसन्नता ।
तुझ्या चित्ताला? ।।१६२।।
तंव अर्जुन म्हणे देवो । परचित्तलक्षणांचा रावो ।
भला जाणितला जी भावो । मानसु माझा ।।१६३।।
दुसऱ्याच्या मनातील भावना जे । जाणणारे तुम्ही राजे ।
माझ्या मनातील भावही जे । तुम्ही जाणले ।।१६३।।
म्यां जें कांहीं विवरोनि पुसावें । तें आधींचि जाणितलें देवें ।
तरी बोलिलें तेंचि सांगावें । विवळ करूनि ।।१६४।।
मी जे विचारण्या जावे । ते तुम्ही आधीच जाणावे ।
मग जे बोलले ते सांगावे । विस्तार करूनी ।।१६४।।
एऱ्हवीं तरी अवधारा । जो दाविला तुम्हीं अनुसारा ।
तो पव्हण्याहूनि पायउतारा । सोहपा जैसा ।।१६५।।
एरवी करावा असा विचार । योगशास्त्राचा मार्ग साधार ।
तो पोहण्यापरीस पायउतार । जसा सोपा आहे ।।१६५।।

तैसा सांख्याहूनि प्रांजळा । आम्हासारिखियां अभोळां ।
एथ आहाति परि कांहीं काळा । तो साहों ये वर ।।१६६।।
तसा अष्टांगयोग सोपा सांख्ययोगापरीस ।
विलंब लागतो समजण्यास ।
आमच्यासम साऱ्या दुर्बलांस ।
पण विलंब सहन करू ।।१६६।।
म्हणौनि एक वेळ देवा । तोचि पडताळा घेयावा ।
विस्तरेल तरी सांगावा । साद्यंतुचि ।।१६७।।
म्हणून पुन्हा एकदा देवा । तोच विस्तार सांगावा ।
आदि अंती विस्तार असावा । पण सविस्तर ।।१६७।।
तंव श्रीकृष्ण म्हणती हो कां । तुज हा मार्गु गमला निका ।
तरी काय जाहलें आइकी जो कां । सुखें बोलो ।।१६८।।
श्रीकृष्ण म्हणती अर्जुना । हा योग मार्ग भावला तुझ्या मना ।
आम्ही आनंदाने सांगू ना । एकचित्ते श्रवण कर ।।१६८।।
अर्जुना तूं परिससी । परिसोनि अनुष्ठिसी ।
तरी आम्हांसीचि वानी कायसी । सांगावयाची? ।।१६९।।
हे अर्जुना तू ऐकतोस ।
तसेच आचरण करतोस ।
मग का जरूरी आहे म्हणतोस ।
आम्ही तुला सांगण्याची ।।१६९।।
आधींचि चित्त मायेचें । वरी मिष जाहलें पढियंतयाचें ।
आतां तें अद्भुतपण स्नेहाचें । कवण जाणे ।।१७०।।
आधीच मातेचे चित्त । त्यात आवडत्या लेकाचे निमित्त ।
मग प्रेम ते कसे अद्भुत । कोण जाणेल? ।।१७०।।
तें म्हणों कारुण्यरसाची वृष्टि । कीं नवया स्नेहाची सृष्टि ।
हें असो नेणिजे दृष्टी । हरीची वानूं ।।१७१।।
ते प्रेम कारुण्यरसाची वृष्टी । किंवा नूतन प्रेमाची सृष्टी ।
कशी वर्णावी कृपादृष्टी । श्रीकृष्णाची ।।१७१।।
जे अमृताची वोतली । कीं प्रेमचि पिऊनि मातली ।
म्हणौनि अर्जुनमोहें गुंतली । निघों नेणें ।।१७२।।
ही अमृताच्या मुशीत ओतली । प्रेम पिऊन मस्त झाली ।
म्हणून अर्जुनाच्या मोहात गुंतली । बाहेर येईना ।।१७२।।
हें बहु जें जें जल्पिजेल । तेथें कथेसि फांकु होईल ।
परि तें स्नेहरूपा न येल । बोलवरी ।।१७३।।
कृपेसंबंधी जेवढे बोलेल । कथेचे विषयांतर होईल ।
वर्णन करता न येईल । त्या स्नेहबंधाचे ।।१७३।।

म्हणौनि विसुरा काय येणें । तो ईश्वरु कवळावा कवणें ।
जो आपुलें मान नेणें । आपणचि ।।१७४।।
म्हणून का करावा हा विचार । कळावा कसा हा ईश्वर ।
अनंतरूपाचे मोजमाप साकार । कसे करावे? ।।१७४।।
तरी मागील ध्वनीआंतु । मज गमला सावियाची मोहितु ।
जे बलात्कारें असे म्हणतु । परिस बापा ।।१७५।।
मागील अभिप्रायावरून कळती । श्रीकृष्ण सहज मोहित होती ।
आग्रहाने अर्जुनास म्हणती । मी जे सांगतो ते ऐक ।।१७५।।
अर्जुना जेणें जेणें भेदें । तुझें कां चित्त बोधें ।
तैसें तैसें विनोदें । निरूपिजेल ।।१७६।।
जसे तुझ्या चित्ता पटेल । ज्या प्रकारे कौतुक वाटेल ।
सोप्या भाषेत तुला आवडेल । तसे मी सांगेन ।।१७६।।
तो काइसया नाम योगु । तयाचा कवण उपेगु ।
अथवा अधिकारप्रसंगु । कवणा येथ ।।१७७।।
योग कशाला म्हणतात । योगाचे काय उपयोग असतात ।
त्याचे अधिकार होती प्राप्त । कोणाला? ।।१७७।।
ऐसें जें जें कांहीं । उक्त असे इये ठाई ।
तें आघवेंचि पाहीं । सांगेन आतां ।।१७८।।
असे जे जे कांही । संयुक्तिक असेल ठाई ।
ते योगशास्त्राचे संबंधीही । मी तुज सांगतो ।।१७८।।
तूं चित्त देऊनि अवधारीं । ऐसें म्हणौनि श्रीहरी ।
बोलिजेल ते पुढारी । कथा आहे ।।१७९।।
तू द्यावे नीट अवधान । असे बोलता श्रीकृष्ण ।
पुढची कथा राहे सांगून । ती पुढे आहे ।।१७९।।
श्रीकृष्ण अर्जुनासी संगु । न सांडोनि सांगेल योगु ।
तो व्यक्त करूं प्रसंगु । म्हणे निवृत्तिदासु ।।१८०।।
श्रीकृष्ण सांगे अर्जुनास । सांगतिला जो योगाभ्यास ।
तो हा निवृत्तीदास । तुम्हाला सांगेल ।।१८०।।

ओवी संख्या १८०

।। पाचवा अध्याय – कर्मसंन्यास योग – समाप्त ।।

अध्याय सहावा

आत्मसंयमन योग

मग रायातें म्हणे संजयो । तोचि अभिप्रावो अवधारिजो ।
कृष्ण सांगती आतां जो । योगरूप ।।१।।
अष्टांग योगासंबंधीचे ज्ञान । अर्जुनास सांगे श्रीकृष्ण ।
ते एकाग्रतेने करावे श्रवण । सांगे संजय धृतराष्ट्रा ।।१।।
सहजें ब्रह्मरसाचें पारणें। केलें अर्जुनालागीं नारायणें ।
कीं तेचि अवसरीं पाहुणे । पातलों आम्ही ।।२।।
हे ब्रह्मरसाचे पारणे । अर्जुनासाठी केले नारायणे ।
तेथे आम्ही पाहुणे । अकस्मात गेलो ।।२।।
कैसी दैवाची आगळिक नेणिजे । जैसें तान्हेलिया तोय सेविजे ।
कीं तेंचि चवी करूनि पाहिजे । तंव अमृत आहे ।।३।।
कैसी दैवाची खेळी जाणी । तहानलेल्याने प्यावे पाणी ।
चव घेताच ते यावे ध्यानी । ते पाणी नसे अमृत ।।३।।
तैसें आम्हां तुम्हां जाहलें । जें आडमुठीं तत्त्व फावलें।
तंव धृतराष्ट्रें म्हणितलें । हें न पुसों तूतें ।।४।।
तसे तुमचे झाले । अनायसे ब्रह्मज्ञान लाभले ।
तेंव्हा धृतराष्ट्र बोले । मी तुजला नाही विचारले ।।४।।
तया संजया येणें बोलें। रायाचें हृदय चोजवलें।
जें अवसरीं आहे घेतलें। कुमारांचिया ।।५।।
हे ऐकून राजाचे अंत:करण । संजया आले कळून ।
पुत्रांची हकिगत घेण्या जाणून । तो उत्सुक आहे ।।५।।
हें जाणोनि मनीं हांसिला । म्हणे म्हातारा मोहें नाशिला ।
एऱ्हवीं बोलु तरी भला जाहला । अवसरी इये ।।६।।
संजय म्हणे मनांत हसून । वृद्ध मोहाने वाया गेला असून ।
एरवी पाहिले जर विचार करून । श्रीकृष्णाचे विचार चांगले ।।६।।
परि तें तैसें कैसेनि होईल । जात्यंधु कैसें पाहेल ।
तेवींचि ये रुसे घेईल । म्हणौनि बिहे ।।७।।
पण हे कसे घडेल । जात्यंध कसे पाहील ।
त्याचा राग ओढवेल । म्हणून तो भीतीने बोलला नाही ।।७।।

परि आपण चित्तीं आपुला । निकियापरी संतोषला ।
जे तो संवादु फावला । कृष्णार्जुनांचा ।।८।।
पण संजयाच्या मनाला । अति आनंद झाला ।
अनायासे प्राप्त झाला । श्रीकृष्ण-अर्जुन संवाद ।।८।।
तेणें आनंदाचेनि घालेपणें। साभिप्राय अंत:करणें ।
आतां आदरेंसीं बोलणें । घडेल तया ।।९।।
श्रीकृष्णाच्या संवादाने । अलौकिक आनंदाच्या तृप्तीने ।
श्रद्धापूर्वक घडेल बोलणे । आता संजयाकडून ।।९।।
तो गीतेमाजी षष्ठींचा । प्रसंगु असे आयणीचा ।
जैसा क्षीरार्णवीं अमृताचा । निवाडु जाहला ।।१०।।
हा सहावा अध्याय गीतेचा । प्रसंगात अत्यंत चातुर्याचा ।
जसा क्षीरसागरातून अमृताचा । विलय होई ।।१०।।
तैसें गीतार्थाचें सार । जें विवेकसिंधूचें पार ।
नाना योगविभवभांडार । उघडले का ।।११।।
गीतेच्या अर्थाचे सार । विवेकाच्या सागराचा तीर ।
योग ऐश्वर्याचे ज्ञानभांडार । उघडले का? ।।११।।
जें आदिप्रकृतीचें विसवणें। जें शब्दब्रह्मासि न बोलणें ।
जेथूनि गीतावल्लीचें ठाणें । प्ररोहो पावे ।।१२।।
आदिमायेचे विश्रांती ठिकाण । वेद न करू शके शब्दांनी वर्णन ।
गीतारूपी वेलीचा अंकुर जाण । जिथून वाढीस लागला ।।१२।।
तो अध्यावो सहावा । वरि साहित्याचिया बरवा ।
सांगिजैल म्हणौनि परिसावा । चित्त देउनी ।।१३।।
असा हा अध्याय सहावा । रस-अलंकारयुक्त भाषेत बरवा ।
सांगतो श्रवण करावा । एकाग्र चित्ताने ।।१३।।
माझा मराठाचि बोलु कौतुकें । परि अमृतातेंही पैजां जिंके ।
ऐसीं अक्षरें रसिकें । मेळवीन ।।१४।।
माझी मराठी भाषा कौतुकाने । अमृतालाही जिंकेल पैजेने ।
अशी अक्षरे जाणिवेने । लिहीन मी रसिका ।।१४।।

जिये कोंवळीकेचेनि पाडें । दिसती नादींचे रंग थोडे ।
वेधें परिमळाचें बीक मोडे । जयाचेनि ॥१५॥
कोमल शब्द जे भावमधुर । झाकोळतील सप्तस्वर ।
सुगंधाचा परिमळही पार । कमी भासेल ॥१५॥
ऐका रसाळपणाचिया लोभा । कीं श्रवणींचि होति जिभा ।
बोलें इंद्रियां लागे कळंभा । एकमेकां ॥१६॥
त्या रसाळपणाचा लोभ । कानांस येईल जिभ ।
इंद्रियांत होईल आरंभ । भांडणाचा ॥१६॥
सहजें शब्दु तरी विषो श्रवणाचा ।
परि रसना म्हणे हा रसु आमुचा ।
घ्राणासि भावो जाय परिमळाचा । हा तोचि होईल ॥१७॥
शब्द हा विषय कानाचा । जिव्हा म्हणेल रस आमचा ।
नाक म्हणेल हा शब्द गंधाचा । हा तोच होईल ॥१७॥
नवल बोलतीये रेखेची वाहणी ।
देखतां डोळ्यांही पुरों लागे धणी ।
ते म्हणती उघडली खाणी । रूपाची हे ॥१८॥
यातील भावचित्रे पाहून । डोळे म्हणती तृप्त होऊन ।
उघडलीही खाण म्हणून । रूपाची ॥१८॥
जेथ संपूर्ण पद उभारे । तेथ मनचि धांवे बाहिरें ।
बोलु भुजाही आविष्करें । आलिंगावयां॥१९॥
जेव्हा असे अमृतवाक्य प्रगटेल । मन जाणण्या बाहेर धावेल ।
बाहूभुजा पुढे सरसावेल । त्या आलिंगण्या ॥१९॥
ऐशीं इंद्रियें आपुलालिया भावीं ।
झोंबती परि तो सरिसेपणेंचि बुझावी ।
जैसा एकला जग चेववी । सहस्रकरु ॥२०॥
सर्व इंद्रिये शब्दा झोंबतील । पण शब्द सर्वां आनंद देतील ।
जसा सूर्य एकटा जग प्रकाशील । सहस्र किरणांनी ॥२०॥
तैसें शब्दाचें व्यापकपण । देखिजे असाधारण ।
पाहातयां भावज्ञां फावती गुण । चिंतामणीचे ॥२१॥
शब्दांची व्यापकता असामान्य । जाणावी चिंतन करून ।
दिसतील त्यात अलौकिक गुण । चिंतामणीचे ॥२१॥
हें असोतु या बोलांचीं ताटें भलीं ।
वरी कैवल्यरसें वोगरिलीं ।
ही प्रतिपत्ति मियां केली । निष्कामासी ॥२२॥
ही शब्दांची ताटे ठेवली । मोक्षाची मिष्टान्ने वाढली ।
निष्कामींना ही पर्वणी भली । मेजवानीची ॥२२॥
आतां आत्मप्रभा नीच नवी । तेचि करूनि ठाणदिवी ।
जो इंद्रियांतें चोरूनि जेवी । तयासीचि फावे ॥२३॥
मेजवानीच्या उजेडासाठी । आत्मज्योतीची लावून दिवटी ।
जे इंद्रिया नकळत मेजवानी सेविती । त्यानाच आनंद मिळेल ॥२३॥
येथ श्रवणाचेनि पांगें । वीण श्रोतयां होआवें लागे ।
हे मनाचेनि निजांगें । भोगिजे गा ॥२४॥
इथे कानाच्या मदतीवाचून । श्रोता व्हावे लागे म्हणून ।
मनाच्या अंगे समजून । याचा उपयोग घ्यावा लागे ॥२४॥
आहाच बोलाची वालीफ फेडिजे ।
आणि ब्रह्माचियाचि आंगा घडिजे ।
मग सुखेंसीं सुरवाडिजे ।
सुखाचिमाजीं ॥२५॥
शब्दांचे कवच फोडावे । ब्रह्मस्वरूपा एकरूप व्हावे ।
श्रवण सुखासवे रंगून जावे । ब्रह्मसुखात ॥२५॥
ऐसें हळुवारपण जरी येईल । तरीच हें उपेगा जाईल ।
एऱ्हवीं आघवी गोठी होईल । मुकिया बहिरयाची ॥२६॥
चित्ताला सूक्ष्मता येईल । तरीच याचा उपयोग होईल ।
न पेक्षा हि गोष्ट होईल । मुक्या बहिऱ्याची ॥२६॥
परी तें असो आतां आघवें । नलगे श्रोतयांतें कडसावें ।
जें अधिकारिये एथ स्वभावें । निष्कामकामु ॥२७॥
आता हे सर्व असू देही । श्रोत्या सावध करणे गरज नाही ।
परब्रह्म इच्छिणारे श्रोतेही । निष्काम भावनेने असती ॥२७॥
जिहीं आत्मबोधाचिया आवडी ।
केली स्वर्गसंसाराची कुरोंडी ।
तेवांचूनि एथींची गोडी ।
नेणती आणिक ॥२८॥
आत्मबोधाची ज्यांना आवडी । संसार सुखाची केली कुरवंडी ।
त्यांच्या वाचून याची गोडी । न जाणे कोणी ॥२८॥
जैसा वायसीं चंद्र नोळखिजे । तैसा प्राकृतीं हा ग्रंथु नेणिजे ।
आणि तो हिमांशुचि जेविं खाजें । चकोराचें ॥२९॥
जसे कावळा चंद्र न जाणे । तैसे सामान्या ग्रंथ न जाणे ।
मात्र चंद्रकिरण हे असते खाणे । चकोराचे ॥२९॥
तैसा सज्ञानासी तरी हा ठावो । आणि अज्ञानासी आन गांवो ।
म्हणौनि बोलावया विषय पहाहो । विशेषु नाहीं ॥३०॥
तसा सज्ञानी जाणती । अज्ञानी नेणती ।
म्हणून विशेष बोलण्याची । गरज नाही ॥३०॥

परी अनुवादलों मी प्रसंगे । तें सज्जनीं उपसाहावें लागे ।
आतां सांगेन काय श्रीरंगे । निरोपिलें जें ।।३१।।
प्रसंगी मी बोललो कांही । सज्जनानी करावी क्षमाही ।
श्रीकृष्ण जे सांगू पाही । ते मी आता सांगेन ।।३१।।
तें बुद्धीही आकळितां सांकडें। म्हणौनि बोलीं विपायें सांपडे ।
परि श्रीनिवृत्तिकृपादीप उजियेडें । देखैन मी ।।३२।।
परब्रह्म आकलनास कठीण । शब्दांतच सापडे म्हणून ।
प्रत्यक्ष पाहून सर्वा सांगेन । मी निवृत्तीनाथांच्या कृपाप्रकाशे ।।३२।।
जें दिठीही न पविजे । तें दिठीविण देखिजे ।
जरी अतींद्रिय लाहिजे । ज्ञानबळ ।।३३।।
जे दृष्टी न पाहू शके । ते दृष्टीविना दिसे ।
त्यासाठी पाहिजे असे । अतिंद्रिय ज्ञानबळ ।।३३।।
ना तरी जें धातुवादाही न जोडे । तें लोहींचि पंधरें सांपडे ।
जरी दैवयोगें चढे । परिसु हातां ।।३४।।
जे न मिळे किमयागारास । लोखंडातील सोने विनासायास ।
दैवयोगाने मिळे त्यास । हाती परीस येता ।।३४।।
तैसी गुरुकृपा होये । तरी करितां काय आपु नोहे ।
म्हणौनि तें अपार मातें आहे । ज्ञानदेवो म्हणे ।।३५।।
सद्गुरूची कृपा असताना । काय साध्य न होई प्रयत्नांना ।
ती मजवरी अपार आहेच ना । ज्ञानदेव म्हणती ।।३५।।
तेणें कारणें मी बोलेन । बोलीं अरूपाचें रूप दावीन ।
अतींद्रिय परि भोगवीन । इंद्रियांकरवीं ।।३६।।
म्हणून मी बोलेन । ब्रह्म हे स्वरूपी दावेन ।
अतिंद्रियास भोगवेन । इंद्रियांकरवी ।।३६।।
आइका यश श्री औदार्य । ज्ञान वैराग्य ऐश्वर्य ।
हे साही गुणवर्य । वसती जेथ ।।३७।।
यश, संपत्ती, औदार्य । ज्ञान, वैराग्य, ऐश्वर्य ।
हे सहा श्रेष्ठ गुण अपरिहार्य । जेथे वसती ।।३७।।
म्हणौनि तो भगवंतु । जो निःसंगाचा सांगातु ।
तो म्हणे पार्था दत्तचित्तु । होईं आतां ।।३८।।
तो श्रीकृष्ण भगवान । निःसंगांच्या सवे जाण ।
आता मजकडे देई ध्यान । तो बोले अर्जुनासी ।।३८।।
आईकें योगी आणि संन्यासी जनीं । हे एकचि सिनानें झणीं मानीं ।
एऱ्हवीं विचारिजती जंव दोन्ही । तंव एकचि ते ।।३९।।
पार्था योगी, संन्यासी असती । दोन्ही वेगवेगळे वाटती ।
सूक्ष्म विचारांचे अंती । दोन्ही एकच ।।३९।।

सांडिजे दुजया नामाचा आभासु । तरी योगु तोचि संन्यासु ।
पाहातां ब्रह्मीं नाहीं अवकाशु । दोहींमाजीं ।।४०।।
दोन नावांचा होई आभास । पण थोडा तोच संन्यास ।
भेदाला इथे नसे अवकाश । दोन्ही मधल्या ।।४०।।
जैसें नामाचेनि आनारिसेपणें । एका पुरुषातें बोलावणें ।
कां दोहींमार्गीं जाणें । एकाचि ठाया ।।४१।।
नावे भिन्न असती । पण जणू एकासच पुकारती ।
जसे मार्ग दोन दिसती । पण एकाच जागी नेती ।।४१।।
नातरी एकचि उदक सहजें । परि सिनानां घटीं भरिजे ।
तैसें भिन्नत्व जाणिजे । योगसंन्यासांचें ।।४२।।
पाणी एकच असते । वेगळ्या घटांत वेगळे दिसते ।
तसेच भिन्नत्व असते । योग संन्यासांचे ।।४२।।
आइकें सकळ संमतें जगीं । अर्जुना गा तोचि योगी ।
जो कर्मे करूनि रागी । नोहेचि फळीं ।।४३।।
त्यालाच मानती सर्वही । जो फलेच्छा न धरी ।
सत्कर्म आचरूनही । तोच असे खरा योगीही ।।४३।।
जैसी मही हे उद्भिजें । जनी अहंबुद्धीवीण सहजें ।
आणि तेथिंचीं तियें बीजें । अपेक्षीना ।।४४।।
पृथ्वी वृक्षवेलींना देते जन्म । न बाळगी याचा अभिमान ।
न ठेवते ती अपेक्षा जाण । त्या वृक्षफळांची ।।४४।।
तैसा अन्वयाचेनि आधारें । जातीचेनि अनुकारें ।
जें जेणें अवसरें । करणें पावे ।।४५।।
तसे आत्मबोधाच्या विस्तारे । पूर्वकर्मांच्या आधारे ।
जे प्राप्त होते खरे । विहित कर्म ।।४५।।
तें तैसेंचि उचित करी । परी साटोपु नोहे शरीरीं ।
आणि बुद्धीही करोनि फळवेरी । जायेचिना ।।४६।।
ते कर्म यथाविधी करते । कोणताही अहंकार न करते ।
फळाच्या अपेक्षेने न जाते । ज्यांची बुद्धी ।।४६।।
ऐसा तोचि संन्यासी । पार्था गा परियेसीं ।
तोचि भरंवसेनिसीं । योगीश्वरु ।।४७।।
असा जो पुरुष असेल । तोच संन्यासी ठरेल ।
तोच योगीश्वर असेल । निश्चित जाण अर्जुना ।।४७।।
वाचूंनि उचित कर्म प्रासंगिक । तयातें म्हणे हे सांडावें बद्धक ।
तरीं टांकोटांकीं आणिक । मांडीचि तो ।।४८।।
विहित कर्म सांडून । त्या बंधनाला त्यागून ।
पहिले कर्म सोडून । तो दुसरे आरंभितो ।।४८।।

जैसा क्षाळूनियां लेपु एकु । सर्वेचि लाविजे आणिकु ।
तैसेनि आग्रहाचा पाइकु। विचंबे वायां ।।४९।।
जसे अंगाचा एक लेप धुतो । त्वरित दुसरा अंगिकारतो ।
तसा तो आग्रही असतो । विवंचनेत राही ।।४९।।
गृहस्थाश्रमाचें वोझें । कपाळीं आधींचि आहे सहजें ।
कीं तेंचि संन्याससवा ठेविजे । सरिसें पुढती ।।५०।।
गृहस्थाश्रमाचे ओझे । टाकून संन्यास घेतो सहजे ।
पण कर्माचे ओझे । डोक्यावर घेतो ।।५०।।
म्हणौनि अग्निसेवा न सांडिता । कर्माची रेखा नोलांडितां ।
आहे योगसुख स्वभावता । आपणपांचि ।।५१।।
अग्निसेवा न त्यागता । कर्मरेषा न ओलांडता ।
योगसुख हे स्वभावत: । सहज उपलब्ध होते ।।५१।।
ऐकें संन्यासी तोचि योगी । ऐसी एकवाक्यतेची जगीं ।
गुढी उभविली अनेगीं । शास्त्रांतरीं ।।५२।।
जो संन्यासी तोच योगी । अशी अद्वैताची या जगी ।
गुढी उभारली ज्या लागी । सर्व शास्त्रार्थांची ।।५२।।
जेथ संन्यासिला संकल्पु तुटे । तेथचि योगाचें सार भेटे ।
ऐसें हें अनुभवाचेनि धटे । साचें जया ।।५३।।
जेथे संकल्प नष्ट होई पार । तेथे योगाचे भेटते सार ।
ज्याला स्वानुभवे हे पटते फार । तोचि योगी ।।५३।।
आतां योगाचळाचा निमथा । जरी ठाकावा आथि पार्था ।
तरी सोपाना या कर्मपथा । चुका झणीं ।।५४।।
योगरूपी पर्वतशिखरा । पोहोचण्या पंडुकुमारा ।
चढण्यास चुकू नये जरा । कर्ममार्गाचा सोपान ।।५४।।
येणें यमनियमांचेनि तळवटें । रिगे आसनाचिये पाउलवाटें ।
येई प्राणायामाचेनि आडकंठें । वरौता गा ।।५५।।
यम-नियमांच्या पायथ्यापासून । आसनांच्या पायवाटेने निघून ।
प्राणायामाचा कडा चढून । वर येतो ।।५५।।
मग प्रत्याहाराचा आधाडा । जो बुद्धीचियाही पायां निसरडा ।
जेथ हटिये सांडिती होडा । कडेलग ।।५६।।
मग लागतो प्रत्याहार कडा । बुद्धी घसरते असा निसरडा ।
हठयोगी म्हणती प्रतिज्ञा सोडा । माथ्यावर चढण्याची ।।५६।।
तरी अभ्यासाचेनि बळें । प्रत्याहारीं निराळें।
नखीं लागेल ढाळेंढाळें । वैराग्याची ।।५७।।
अभ्यासाच्या बळावर । प्रत्याहार कड्यावर ।
नखे रूतवून चढावे वर । वैराग्याची ।।५७।।

ऐसा पावनाचेनि पाठारें । येतां धारणेचेनि पैसारें ।
क्रमी ध्यानाचें चवरें । सांपडे तंव ।।५८।।
वायूंच्या पाठीवरून । धारणेचा मार्ग धरून ।
ध्यानाचे शिखर गाठून । वाटचाल करतो ।।५८।।
मग तया मार्गाची धांव । पुरेल प्रवृत्तीची हांव ।
जेथ साध्यसाधना खेंव । समरसें होय ।।५९।।
योगमार्गाची धाव थांबते । मनाची हाव संपते ।
ब्रह्माशी एकरूपता होते । भेद मिटे साध्य-साधनेचा ।।५९।।
जेथ पुढील पैसु पारुखे । मागील स्मरावें तें ठाके ।
ऐसिये सरिसीये भूमिके । समाधि राहे ।।६०।।
पुढचा विस्तार बंद होई । पाठीमागचे स्मरण जाई ।
ऐक्याच्या भूमिकेठाई । समाधी लागते ।।६०।।
येणें उपायें योगारूढु । जो निरवधि जाहला प्रौढु ।
तयाचिया चिन्हांचा निवाडु । सांगैन आइकें ।।६१।।
या उपाये योगी जाण । नि:संशय होई परिपूर्ण ।
तुला सांगतो कर श्रवण । योगी पुरुषाची चिन्हे ।।६१।।
तरी जयाचिया इंद्रियांचिया घरा । नाहीं विषयांचिया येरझारा ।
जों आत्मबोधाचिया वोवरां । पहुडला असे ।।६२।।
ज्याच्या इंद्रियरूपी घरी । विषयांची नसे फेरी ।
जो आत्मबोधाच्या वावरी । पहुडला असे ।।६२।।
जयाचें सुखदु:खाचेनि आंगें । झगटलें मानस चेवो नेघे ।
विषय पासींही आलियां से न रिगे । हें काय म्हणौनि ।।६३।।
सुखदु:खांनी ज्याचे मन । जागृत न होई जाण ।
विषयभोगाच्या स्मृतींनापण । हे काय तो म्हणे ।।६३।।
इंद्रियें कर्माच्या ठायीं । वाढीनलीं परि कहीं ।
फळहेतूची चाड नाहीं । अंत:करणीं ।।६४।।
इंदिये जरी कर्म करती । कर्मांत गुंतून राहती ।
फलेच्छा कदापि न करतो । अंत:करणी ।।६४।।
असतेनि देहें एतुला । जो चेतुचि दिसे निदेला ।
तोचि योगारूढु भला । वोळखें तूं ।।६५।।
विदेही जरी देहधारी असतो । जागृत तरी झोपलेला दिसतो ।
तोच श्रेष्ठ योगारूढ असतो । हे तू जाण ।।६५।।
तेथ अर्जुन म्हणे अनंता । हें मज विस्मो बहु आइकतां ।
सांगे तया ऐसी योग्यता । कवणे दीजे ।।६६।।
अर्जुन म्हणे अनंता । नवल वाटे मज ऐकता ।
एवढी मोठी योग्यता । योग्यास कोणी दिली ।।६६।।

तंव हांसोनि श्रीकृष्ण म्हणे । तुझें नवल ना हें बोलणें ।
कवणासि काय दिजेल कवणें । अद्वैतीं इये ।।६७।।
हसून श्रीकृष्ण म्हणे । आश्चर्यकारक तुझे बोलणे ।
अद्वैतात कोणाला काय देणे । कोणाकडून घडेल? ।।६७।।
पैं व्यामोहाचिये शेजे । बळिया अविद्या निद्रितु होइजे ।
ते वेळीं दुःस्वप्न हा भोगिजे । जन्ममृत्यूंचा ।।६८।।
पण भ्रमाच्या शय्येवर । अज्ञानी निजला जर ।
अनुभवास येई तर । जन्ममृत्यूचे दुःस्वप्न ।।६८।।
पाठीं अवसांत ये चेवो । तैं तें अवघेंचि होय वावो ।
ऐसा उपजे नित्य सद्भावो । तोहि आपणपांचि ।।६९।।
नंतर अचानक जाग येते । पूर्वीचे सारे खोटे वाटते ।
त्याचे ज्ञान प्राप्त होते । आपले आपल्याला ।।६९।।
म्हणौनि आपणचि आपणयां । घातु कीजतु असे धनंजया ।
चित्त देऊनि नाथिलीया । देहाभिमाना ।।७०।।
म्हणून आपलाच आपण या । घात करतो धनंजया ।
खोट्यावर लक्ष ठेवूनिया । देहाचा अभिमान करतो ।।७०।।
हा विचारूनि अहंकारु सांडिजे । मग असतीचि वस्तु होईजे ।
तरी आपली स्वस्ति सहजें । आपण केली ।।७१।।
करिता मग सूक्ष्म विचार । त्यागावा तो अहंकार ।
ब्रह्मस्वरूप प्रकटले तर । आपले कल्याण होते ।।७१।।
एऱ्हवीं कोशकीटकाचिया परी । तो आपणया आपण वैरी ।
जो आत्मबुद्धि शरीरी । चारुस्थळीं ।।७२।।
एरवी कोशातील किड्याप्रमाणे । आपणच आपला वैरी होणे ।
जो सुंदर शरीरा आत्मा मानणे । करत राहतो ।।७२।।
कैसे प्राप्तीचिये वेळे । निदैवा अंधळेपणाचे डोहळे ।
कीं असते आपुले डोळे । आपण झांकी ।।७३।।
लाभाचे वेळी दुर्दैवाची गती । आंधळेपणाचे डोहाळे लागती ।
आपणच तेव्हा झाकून घेती । आपले डोळे ।।७३।।
कां कवण एकु भ्रमलेपणें । मी तो नव्हे गा चोरलों म्हणे ।
ऐसा नाथिला छंदु अंतःकरणें । घेऊनि ठाके ।।७४।।
एखादा माणूस वेड लागता । मी पूर्वीचा नाही आता ।
हाच मनी भाव खोटा । धरून बसतो ।।७४।।
एऱ्हवीं होय तें तोचि आहे । परि काई कीजे बुद्धि तैशी नोहे ।
देखा स्वप्नींचेनि घायें। कीं मरे साचें ।।७५।।
एरवी तो तोच राही । बुद्धीला तशी जाणीव न होई ।
कोणाला खरेच मृत्यू येई । स्वप्नात वार करता? ।।७५।।

जैशी ते शुकाचेनि आंगभारें । नळिका भोविन्नली एरी मोहरें।
तेणें उडावें परी न पुरे । मनशंका ।।७६।।
जसे पोपटासाठी पारधी । नळी झाडाला बांधी ।
तो न उडे जरी मिळाला अवधी । मनातल्या शंकेमुळे ।।७६।।
वायांचि मान पिळी । अटुवें हियें आंवळी ।
टिटांतु नळी । धरूनि ठाके ।।७७।।
तो मानेला व्यर्थ पीळ देई । छातीशी आवळून घेई ।
चवड्याने नळी घट्ट धरून राही । चोचीत पकडून ।।७७।।
म्हणे बांधला मी फुडा । ऐसिया भावनेचिया पडे खोडां।
कीं मोकळिया पायांचा चवडा । गोंवी अधिकें ।।७८।।
भ्रामक कल्पनेत गुंतून । बांधलो गेलो आहे वाटून ।
पायाचा मोकळा चवडा हलवून । अधिक गुंतवतो ।।७८।।
ऐसा काजेंवीण आंतुडला ।
तो सांग पां काय आणिकें बांधिला ।
मग न सोडीच जऱ्ही नेला । तोडूनि अर्धा ।।७९।।
असा विनाकारण अडकला ।
सांग त्याला कोणी दुसऱ्याने बांधला? ।
सोडत नाही नळीला । जरी तोडला अर्धा जरी ।।७९।।
म्हणौनि आपणयां आपणचि रिपु । जेणें वाढविला हा संकल्पु ।
येर स्वयंबुद्धी म्हणे बापु । जो नाथिलेंनेघे ।।८०।।
तो आपुला आपणचि शत्रू होतो ।
जो असे संकल्प वाढवतो ।
कृष्ण म्हणे जो आत्मस्वरूपी असतो ।
तो देहाभिमान न करी ।।८०।।
तया स्वांतःकरणजिता । सकळकामोपशांता ।
परमात्मा परौता । दुरी नाहीं ।।८१।।
जो स्वमन जिंकतो । विषय-वासना नष्ट करतो ।
त्याला परमात्मा जवळी गवसतो । दूर नाही ।।८१।।
जैसा किडाळाचा दोषु जाये । तरी पंधरें तेंचि होये ।
तैसें जीवा ब्रह्मत्व आहे । संकल्पलोपीं ।।८२।।
हिणकसता जाता अग्नीमुळे । ते चोख सोने मिळे ।
जिवाच्या ब्रह्मत्वाची जाण कळे । संकल्प लोपल्यावर ।।८२।।
हा घटाकारू जैसा । निमालिया तया अवकाशा ।
नलगे मिळों जाणें आकाशा । आना ठाया ।।८३।।
हा घटाचा आकार असे । नाहीसा होता अवकाश दिसे ।
एकरूप होण्यासाठी । कोठे जावे न लगे ।।८३।।

तैसा देहाहंकारु नाथिला । हा समूळ जयाचा नाशिला ।
तोचि परमात्मा संचला । आधींचि आहे ।।८४।।
जो देहाचा अहंकार झाला । तो समूळ नाश पावला ।
तो परमात्मा प्रकटला । जो सर्वव्यापक आहे ।।८४।।
आतां शीतोष्णाचिया वाहणी । तेथ सुखदु:खाची कडसणीं ।
इयें न समाती कांहीं बोलणीं । मानापमानांचीं ।।८५।।
शीत-उष्णाचा ओघ । सुखदु:खाचा भोग ।
मानपानाचा वाणीचा योग । त्याच्या मनी येत नाही ।।८५।।
जे जिये वाटा सूर्यु जाये । तेउतें तेजाचें विश्व होये ।
तैसें तया पावे तें आहे । तोचि म्हणौनि ।।८६।।
सूर्याचा जो मार्ग जाण । ते विश्व होई प्रकाशमान ।
ते त्याचेच दिसते हे मान । जे जे त्याला मिळाले ।।८६।।
देखैं मेघौनि सुटती धारा । तिया न रुपती जैसिया सागरा ।
तैशीं शुभाशुभें योगीश्वरा । नव्हती आनें ।।८७।।
मेघातून पडणाऱ्या धारा । न टोचती सागरा ।
तसे शुभाशुभ योगीश्वरा । त्रास देत नाहीत ।।८७।।
जो हा विज्ञानात्मकु भावो । तया विवरितां जाहला वावो ।
मग लागला जंव पाहों । तंव ज्ञान तें तोचि ।।८८।।
जो सामान्य प्रपंच असतो । तो त्यास मिथ्थ्या भासतो ।
तो सूक्ष्मपणे जेंव्हा पाहतो । तो आत्मरूपात दिसतो ।।८८।।
आतां व्यापकु कीं एकदेशी । हे ऊहापोही जे ऐसी ।
ते करावी ठेली आपैशी । दुजेनवीण ।।८९।।
जेव्हा संपते द्वैत । मी व्यापक मी मर्यादित ।
ही चर्चा अशी अवचित । थांबून जाते ।।८९।।
ऐसा शरीरीचि परी कौतुकें । परब्रह्माचेनि पाडें तुकें।
जेणें जिंतली एकें । इद्रियें गा ।।९०।।
जरी असता देहधारी । ज्याने इंद्रिये जिंकली सारी ।
ज्याची परब्रह्माशी बरोबरी । केली जाते ।।९०।।
तो जितेंद्रियु सहजें । तोचि योगयुक्तु म्हणिजे ।
जेणें साने थोर नेणिजे । कवणें काळी ।।९१।।
सहज इंद्रिये जिंकून घेती । त्यास योगमुक्त म्हणती ।
लहान मोठा न जाणती । ते असा भेद कधी ।।९१।।
देखै सोनयाचें निखळ । मेरुयेसणें ढिसाळ ।
आणि मातियेचें डिखळ । सरिसेंचि मानी ।।९२।।
शुद्ध सोने निखळ । जे मेरू पर्वताएवढे सकळ ।
आणि मातीचे ढेकूळ । तो सारखे मानी ।।९२।।

पाहतां पृथ्वीचें मोल थोडें । ऐसें अनर्घ्य रत्न चोखडें ।
देखे दगडाचेनि पाडें । निचाडुऐसा ।।९३।।
पृथ्वीचे मोल किरकोळ । असे दिसले रत्न अनमोल ।
त्यास दगडासमान त्याचे मोल । तो निरिच्छ अंत:करणी ।।९३।।
तेथ सुहृद आणि शत्रु । कां उदासु आणि मित्रु ।
हा भावभेदु विचित्रु । कल्पू कैंचा ।।९४।।
शत्रू आणि आप्त । उदासीन आणि मित्र ।
द्वैताच्या कल्पना विचित्र । त्याला येत नाहीत ।।९४।।
तया बंधु कोण काह्याचा । द्वेषिया कवणु तयाचा ।
मीचि विश्व ऐसा जयाचा । बोधु जाहला ।।९५।।
कोण बंधू कोणाचा । कोण द्वेष करी त्याचा ।
मीच विश्व आहे याचा । बोध ज्याला झाला ।।९५।।
मग तयाचिये दिठी । अधमोत्तम असे किरीटी?।
काय परिसाचिये कसवटी । वानिया कीजे? ।।९६।।
अर्जुना हा उत्तम हा अधम । या भेदाचे काय वर्म ।
सुवर्णात भेद होईल का विषम । परिसावर घासले असता ।।९६।।
ते जैशी निर्वाण वर्णुचि करी । तैशी जयाची बुद्धी चराचरी ।
होय साम्याची उजरी । निरंतर ।।९७।।
परिसाच्या कसोटीपासून । होई शुद्ध सोने निर्माण ।
तसेच चराचराविषयी भाव समान । त्याच्या बुद्धीमध्ये ।।९७।।
जे ते विश्वाळंकाराचें विसुरे । जरी आहाती आनानें आकारें ।
तरी घडले एकचि भांगारें । परब्रह्में ।।९८।।
विश्वातील प्राण्यांचे ठसे । वेगवेगळ्या आकारी दिसे ।
तरी एकाच परब्रह्मरूपी सोन्यापासून तसे । बनलेले आहेत ।।९८।।
ऐसें जाणणें जें बरवें । तें फावलें तया आघवें ।
म्हणौनि आहाचवाहाचे न झकवे । येणें आकारचित्रें ।।९९।।
असे जो जाणतो । तो योग्य ते समजतो ।
म्हणूनी वरच्या आकारा तो । पुसत नाही ।।९९।।
घापे पटामाजि दृष्टी । दिसे तंतूंची सैंघ सृष्टी ।
परी तो एकवांचूनि गोठी । दुजी नाहीं ।।१००।।
वस्त्राकडे सूक्ष्मपणे पाहिले असता । तंतूंची दिसते रचना मुळतः ।
पण एरवी त्याकडे पाहता । एकसंधता दिसे ।।१००।।
ऐसेनि प्रतीती हें गवसे । ऐसा अनुभव जयातें असे ।
तोचि समबुद्धि हें अनारिसें । नव्हे जाणें ।।१०१।।
अशी ज्यास येता प्रचिती । त्यास असे अनुभव येती ।
तोच ठेवतो समदृष्टी । हे असत्य नाही ।।१०१।।

जयाचें नांव तीर्थरावो । दर्शनें प्रशस्तीसि ठावो ।

जयाचेनि संगें ब्रह्मभावो । भ्रांतासही ।।१०२।।

ज्याचे तीर्थराज हे नाव । दर्शनमात्रे मनी प्रसन्न भाव ।

मनाचा भ्रम जाउन स्वभाव । ब्रह्मरूप होतो ।।१०२।।

जयाचेनि बोले धर्मु जिये । दिठी महासिद्धीतें विये ।

देखैं स्वर्गसुखादि इयें । खेळु जयाचा ।।१०३।।

धर्म प्रकटे सहज बोलण्यातून । प्रकटती महासिद्धी कृपादृष्टीतून ।

दिसती त्याच्या सहज लीलांतून । स्वर्गातील सुखे ।।१०३।।

विपायें जरी आठवला चित्ता । तरी दे आपुली योग्यता ।

हें असो तयातें प्रशंसितां । लाभु आथि ।।१०४।।

सहज येता या महापुरुषाचे स्मरण । तो करी योग्यता प्रदान ।

स्तुती केल्यास होई जाण । पारमार्थिक लाभ ।।१०४।।

पुढती अस्तवेना ऐसें । जया पाहलें अद्वैतदिवसें ।

मग आपणपांचि आपणु असे । अखंडित ।।१०५।।

ज्याचा कधी न होई अस्त । अद्वैताचा दिवस ज्याच्या हृदयात ।

तो पुरुष आपल्या आपणात । सदैव रममाण ।।१०५।।

ऐसिया दृष्टी जो विवेकी । पार्था तो एकाकी ।

सहजें अपरिग्रही जो तिहीं लोकीं । तोचि म्हणौनि ।।१०६।।

व्यापक दृष्टीने जो विचारी बनतो । तो सदैव एकटाच राहतो ।

तिन्ही लोकांत तोच तो रहातो । ब्रह्मरूपात ।।१०६।।

ऐसियें असाधारणें । निष्पन्नाची लक्षणें ।

आपुलेनि बहुवसपणें । श्रीकृष्ण बोले ।।१०७।।

अशी असाधारण । सिद्ध पुरुषाची लक्षणं।

आपल्या बहुज्ञानतेनं। श्रीकृष्णांनी सांगितली ।।१०७।।

जो ज्ञानियांचा बापु । देखणेयांचे दिठीचा दीपु ।

जया दादुलयाचा संकल्पु । विश्व रचि ।।१०८।।

जो ज्ञानियांचा पिता आहे । डोळसांचा प्रकाशदाता आहे ।

विश्वाचा रचनाकर्ता आहे । केवळ संकल्पाने ।।१०८।।

प्रणवाचिये पेठे । जाहलें शब्दब्रह्म माजिठें ।

तें जयाचिया यशा धाकुटें । वेढूं न पुरे ।।१०९।।

ओंकाराच्या पेठेत निर्माण । शब्द, ब्रह्म, वेद जाण ।

ते त्याच्या सामर्थ्याचे वर्णन । करू शकत नाहीत ।।१०९।।

जयाचेनि आंगिकें तेजें । आवो रविशशीचिये वणिजे ।

म्हणौनि जग हें वेशजे-। वीण असे तया ।।११०।।

ज्याच्या स्वयंभू प्रकाशी । चमकती रवी-शशी ।

सर्व जग त्याचे प्रकाशी । आधारित आहे ।।११०।।

हां गा नामचि एक जयाचें । पाहता गगनही दिसे टाचें ।

गुण एकैक काय तयाचे । आकळशील तूं ।।१११।।

ज्या एका नामाचे उच्चारणे । गगनही भासे ठेंगणे ।

काय त्याचे गुण सांगणे? । कसे समजशील? ।।१११।।

म्हणौनि असो हें वानणें । सांगों नेणों कवणाचीं लक्षणें ।

दावावीं मिषें येणें । का बोलिलों तें ।।११२।।

आता ही स्तुती पुरे कारण । या लक्षणांनी युक्त श्रीकृष्ण ।

करे स्वतः ज्या साधूंचे वर्णन । ते आम्ही कसे सांगावे ।।११२।।

ऐकें द्वैताचा ठावोचि फेडी । ते ब्रह्मविद्या कीजेल उघडी ।

तरी अर्जुना पढिये हे गोडी । नासेल हन ।।११३।।

द्वैताचे जे करी विनाशन । उघड सांगता आत्मज्ञान ।

मला प्रिय तो अर्जुन । ही प्रेमाची गोडी कमी होईल ।।११३।।

म्हणौनि तें तैसें बोलणें । नव्हे सपातळ आड लावणें ।

केलें मनचि वेगळवाणें । भोगावया ।।११४।।

असे न बोलता भगवंत । ठेवती आडपडदा जो तलम पोत ।

अर्जुनाचे मन ठेवण्या अलिप्त । असे वेगळे केले ।।११४।।

जया सोहंभाव अटकु । मोक्षसुखालागोनि रंकु ।

तयाचिये दिठीचा झणें कळंकु । लागेल तुझिया प्रेमा ।।११५।।

जे मीच ब्रह्म आहे या बोधात । जे मोक्षासाठी दीन होतात ।

त्यांची कलंकित नजर कदाचित । या प्रेमाला लागेल ।।११५।।

विपायें अहंभावो ययाचा जाईल । मी तेंचि हा जरी होईल ।

तरी मग काय कीजेल । एकलेया ।।११६।।

आत्मज्ञानाने अर्जुन । अहंकाररहित होऊन ।

तो मीच राहिला बनून । तर मी एकटा काय करू? ।।११६।।

दिठीचि पाहता निविजे । कां तोंड भरोनि बोलिजे ।

नातरी दाटूनि खेंव दीजे । ऐसें कवण आहे? ।।११७।।

ज्याला पाहता समाधान । बोलावे तोंड भरून ।

द्यावे दृढ आलिंगन । असा अर्जुनावीण कोण आहे? ।।११७।।

आपुलिया मना बरवी । असमाई गोठी जीवीं ।

ते कवणेंसि चावळावी? । जरी ऐक्य जाहलें ।।११८।।

मना वाटे जिची योग्यता । अंत:करणात जी न सामावता ।

माझे अर्जुनाचे ऐक्य होता । ती गोष्ट कोणाला सांगावी ।।११८।।

इया काकुळती जनार्दनें । अन्योपदेशाचेनि हातासनें।

बोलामाजि मन मनें । आलिंगूं सरलें ।।११९।।

या चिंतेने देवाने । अन्य विषयाच्या निमित्ताने ।

बोलण्यात गुंतवून मनाने । अर्जुनास आलिंगले ।।११९।।

हें परिसतां जरी कानडें । तरी जाण पां पार्थ उघडें ।
कृष्णसुखाचेंचि रूपडें । वोतलें गा ।।१२०।।
हे समजण्यास कठीण । निश्चित असे जाण ।
पण अर्जुन म्हणजेच श्रीकृष्ण । त्याची ओतीव मूर्ती ।।१२०।।
हें असो वयसेचिये शेवटीं । जैसें एकचि विये वांझोटी ।
मग ते मोहाची त्रिपुटी । नाचों लागे ।।१२१।।
वार्धक्याच्या वयात असता । निपुत्रिकेस बाळ होता ।
आई, बाळ आणि कौतुक असता ।
मोहाची त्रिपुटी दिसे ।।१२१।।
तैसें जाहलें श्रीअनंता । ऐसें तरी मी न म्हणतां ।
जरी तयाचा न देखतां । अतिशयो एथ ।।१२२।।
श्रीकृष्णाची अशी स्थिती । अर्जुनावरील प्रीती ।
जर मला दिसली नसती । तर असे बोललो नसतो ।।१२२।।
पाहा पां नवल कैसें चोज । कें उपदेशु केउतें झुंज ।
परी पुढें वालभाचें भोज । नाचत असे ।।१२३।।
आश्चर्य पहा प्रेमाचे । आत्मज्ञान आणि युद्ध या प्रसंगाचे ।
अशा ठिकाणी 'त्याच्या' प्रेमाचे । भाव प्रगट होती ।।१२३।।
आवडी आणि लाजवी । व्यसन आणि शिणवी ।
पिसें आणि न भुलवी । तरी तेंचि काई? ।।१२४।।
लाज वाटते तर ती आवड कसली?।
कष्ट वाटती तर ती सवय कसली?।
भ्रम न झाला तर वेडाची भावना कसली? ।
मग काय अर्थ ।।१२४।।
म्हणौनि भावार्थु तो ऐसा । अर्जुन मैत्रियेचा कुवासा ।
कीं सुखें शृंगारलिया मानसा । दर्पणु तो ।।१२५।।
याचा असा भावार्थ । भगवंताच्या मैत्रीच्या आश्रयार्थ ।
किंवा पाहण्या मनाच्या प्रतिबिंबार्थ ।
अर्जुन आरसा आहे ।।१२५।।
यापरी बाप पुण्यपवित्र । जगीं भक्तिबीजासि सुक्षेत्र ।
तो श्रीकृष्णकृपे पात्र । याचिलागीं ।।१२६।।
अर्जुन हा पुण्यपवित्र । कृष्णाच्या प्रेमास पात्र ।
भक्तिबीज पेरण्या सुक्षेत्र । असा आहे ।।१२६।।
हो कां आत्मनिवेदनातळींची । जे पीठिका होय सख्याची ।
पार्थु अधिष्ठात्री तेथिंची । मातृका गा ।।१२७।।
आत्मनिवेदना आधीची । 'सख्य' या आठव्या भक्तीची ।
प्रमुख देवता त्या स्थितीची । अर्जुन आहे ।।१२७।।

पासींचि गोसावी न वर्णिजे । मग पाइकाचा गुण घेईजे ।
ऐसा अर्जुनु तो सहजें । पढिये हरी ।।१२८।।
जवळच्या साधूचे न करावे वर्णन । गावेत भक्ताचे गुण ।
इतका तो अर्जुन । कृष्णाला आवडतो ।।१२८।।
पाहां पां अनुरागें भजे । जे प्रियोत्तमें मानिजे ।
ते पतीहूनि काय न वानिजे । पतिव्रता? ।।१२९।।
पतीची प्रेमभावे सेवा करता । पती तिजला बहु मानता ।
प्रशंसेस पात्र ती पतिव्रता । जशी पतीपेक्षा ।।१२९।।
तैसा अर्जुनचि विशेषें स्तवावा ।
ऐसें आवडलें मज जीवा ।
जे तो त्रिभुवनींचिया दैवां ।
एकायतनु जाहला ।।१३०।।
म्हणून देवापेक्षाही अर्जुनाची ।
स्तुती करावी साची ।
माझ्या मना आवड याची ।
तो त्रिभुवनाचे भाग्य असे ।।१३०।।
जयाचिया आवडीचेनि पांगें। अमूर्तुही मूर्ति आवगें।
पूर्णाहि परी लागे । अवस्था जयाची ।।१३१।।
ज्याच्या आवडी पाई । निराकार तो आकारा येई ।
तो परिपूर्ण असूनही । अर्जुनाचे वेध लागे ।।१३१।।
तंव श्रोते म्हणती दैव । कैशी बोलाची हवाव ।
काय नादातें हन बरव । जिणोनि आली ।।१३२।।
श्रोते म्हणती हे ऐकुनी । आमचे भाग्य म्हणुनी ।
उत्तम शब्दरचना करूनी । नादब्रह्म जिंकिले ।।१३२।।
हांहो नवल नोहे देशी । मऱ्हाटी बोलिजे तरी ऐशी ।
वाणें उमटताहे आकाशीं । साहित्य रंगाची ।।१३३।।
ही सुंदर मराठी बोलली जाय । हे नवल नव्हे काय?।
आकाशात उमटत जाय । रस अलंकाराचे ठसे ।।१३३।।
कैसें उन्मेखचांदिणें तार । आणि भावार्थु पडे गार ।
हेचि श्लोकार्थ कुमुदिनी फार । साविया होती ।।१३४।।
हे भाषेचे टपोरे चांदणे । गूढार्थाचा गारवाही जाणे ।
चंद्रविकासी कमलांचे उमलणे । श्लोकार्थ म्हणजे ।।१३४।।
चाडचि निचाडां करी । ऐसी मनोरथीं ये थोरी ।
तेणें विवळले अंतरी । तेथ डोलु आला ।।१३५।।
श्रेष्ठ असे हे बोलणे । तिच्या श्रवणाने तृप्त होणे ।
मग प्रसन्न अंतःकरणाने । श्रोते डोलु लागले ।।१३५।।

ते निवृत्तिदासें जाणितलें । मग अवधान द्या म्हणितलें ।
नवल पांडवकुळीं पाहलें । कृष्णदिवसें ॥१३६॥
निवृत्तीदास हे जाणे । इकडे अवधान द्या म्हणे ।
पांडवांच्या कुळात कृष्णाचे असणे ।
म्हणजे प्रकाशमान दिवस ॥१३६॥
देवकीया उदरीं वाहिला । यशोदा सायासें पाळिला ।
का शेखीं उपेगा गेला । पांडवांसी ॥१३७॥
देवकीने वाढविले उदरी । यशोदा पालन करी ।
पांडवासाठी तो अखेरी । उपयोगी पडला ॥१३७॥
म्हणौनि बहुदिवस वोळगावा ।
कां अवसरु पाहोनि विनवावा ।
हाही सोसु तया सदैवा । पडेचिना ॥१३८॥
म्हणून खूप दिवस सेवा करावी ।
मग उपदेशाची विनंती सांगावी ।
अशी जरूरी न लागावी । त्या अर्जुनास ॥१३८॥
हें असो कथा सांगें वेगीं । मग अर्जुन म्हणे सलगी ।
देवा इयें संतचिन्हें आंगीं । न ठकती माझ्या ॥१३९॥
श्रोते म्हणती सांगा गोष्ट । मग श्रीकृष्णा सांगे पार्थ ।
संतांची लक्षणे मज अंगी प्राप्त । होत नाहीत ॥१३९॥
एऱ्हवीं या लक्षणांचिया निजसारा । मी अपाडें कीर अपुरा ।
परि तुमचेनि बोलें अवधारा । थोरावें जरी ॥१४०॥
या लक्षणांचा विचार करता । मी अयोग्य, अपूर्ण असता ।
तुमच्या उपदेशाने मज योग्यता । येऊ शकेल ॥१४०॥
जी तुम्ही चित्त देयाल । तरी ब्रह्म मियां होइजेल ।
काय जहालें अभ्यासिजेल । सांगाल जें ॥१४१॥
माझ्या हिताकडे लक्ष द्याल । तर मजला ब्रह्मत्व लाभेल ।
तुम्ही जो अभ्यास सांगाल । तो मी करीन ॥१४१॥
हां हो नेणों कवणाची काहाणी ।
आइकोनि श्लाघिजत असों अंतःकरणीं ।
ऐसी जहालेपणाची शिरयाणी । कायसी देवा ॥१४२॥
सांगितली आपण कोणाची कथा । वाटते स्तुती करावी ऐकता ।
जो श्रेष्ठ लक्षणांचा भोक्ता । त्याचे महत्त्व केवढे? ॥१४२॥
हें आंगें म्यां होईजो का । येतु गोसावी आपुलेपणें कीजो का ।
तव हांसोनि श्रीकृष्ण हो कां । करूं म्हणती ॥१४३॥
माझ्या अंगी यावी योग्यता । एवढे आपण करू शकता? ।
श्रीकृष्ण म्हणती स्मित करता । अवश्य करू ॥१४३॥

देखा संतोषु एक न जोडे । तंवचि सुखाचें सैंघ सांकडें ।
मग जोडलिया कवणीकडे । अपुरें असे? ॥१४४॥
जोवर संतोषप्राप्ती नसे । सुखाचा दुष्काळ असे ।
जेव्हा संतोष प्राप्त होत असे । सुखाला कमतरता कोठे ॥१४४॥
तैसा सर्वेश्वरु बळिया सेवकें ।
म्हणौनि ब्रह्मही होय तो कौतुकें।
परि कैसा भारें आतला पिकें । दैवाचेनि ॥१४५॥
जो पूर्ण सेवक सर्वेश्वराचा । तो ब्रह्मरूप होई साचा ।
भाग्य फलाने भारिला कैचा । तो अर्जुन ॥१४५॥
जो जन्मसहस्रांचियासाठीं । इंद्रादिकांही महागु भेटी ।
तो आधीनु केतुला किरीटी । जे बोलुही न साहे ॥१४६॥
इंद्रादिकांनी घेतले हजारो जन्म ।
तरी त्याची भेट दुर्लभ जाण ।
तो श्रीकृष्ण किती अर्जुनाअधीन ।
विचारण्याआधीच बोलतो ॥१४६॥
मग ऐका जें पांडवें । म्हणितलें म्यां ब्रह्म होआवें ।
तें अशेषही देवें । अवधारिलें ॥१४७॥
आता ऐका ध्यान देऊन । मी ब्रह्म व्हावे बोले अर्जुन ।
ते घेतले अगदी समजून । श्रीकृष्णाने ॥१४७॥
तेथ ऐसेंचि एक विचारिलें । जे या ब्रह्मत्वाचे डोहळे जाहले ।
परि उदरा वैराग्य आहे आलें । बुद्धीचिया ॥१४८॥
देवाने अनुमान काढले ।
याला ब्रह्मस्वरूपाचे डोहाळे लागले ।
बुद्धीच्या उदरात वैराग्य आले । अर्जुनाच्या ॥१४८॥
एऱ्हवीं दिवस तरी अपुरे । परी वैराग्यवसंताचेनि भरें ।
जे सोहंभाव महुरें । मोडोनि आला ॥१४९॥
दिवस नव्हते पूर्ण । तरी वैराग्य वसंत ये बहरून ।
अहं ब्रह्मास्मि या इच्छेने फुलून । अर्जुन मोहरला ॥१४९॥
म्हणौनि प्राप्तिफळीं फळतां । यासि वेळु न लागेल आतां ।
होय विरक्तु ऐसा अनंता । भरंवसा जाहला ॥१५०॥
म्हणून ब्रह्मप्राप्तीचे येण्या फळ । लागणार नाही फार काळ ।
विरक्त झाला आहे हा सकळ । देवा भरोसा आहे ॥१५०॥
म्हणे जें जें हा अधिष्ठील । तें आरंभींच यया फळेल ।
म्हणौनि सांगितला न वचेल । अभ्यासु वायां ॥१५१॥
अर्जुने जे आचरेल साधन । त्यास मिळेल प्रारंभी फलपुण्य ।
वाया न जाई जाण । अभ्यास ॥१५१॥

ऐसें विवरोनियां श्रीहरी । म्हणितलें तिये अवसरीं ।
अर्जुना हा अवधारीं । पंथराजु ॥१५२॥
बोलती मग श्रीकृष्ण । असा विचार करून ।
अर्जुना तू करावा श्रवण । मार्गांचा राजा ॥१५२॥
तेथ प्रवृत्तितरूच्या बुडीं । दिसती निवृत्तिफळाचिया कोडी ।
जिये मार्गीचा कापडी । महेशु आझुनी ॥१५३॥
इथे प्रवृत्तिवृक्षाच्या मुळाशी । निवृत्तिफळे कोट्यवधी दिसती ।
अजूनही शंकर असती । याचे यात्रेकरू ॥१५३॥
पैल योगवृंदे वहिलीं । आडवीं आकाशीं निघालीं ।
कीं तेथ अनुभवाच्या पाउली । धोरणु पडिला ॥१५४॥
आधी सगळे योगीजन । जाती वाकड्या मार्गानं ।
सापडला अनुभव घेऊन । शेवटी राजमार्ग ॥१५४॥
तिहीं आत्मबोधाचेनि उजुकारें । धांव घेतली एकसरें ।
कीं येर सकळ मार्ग निदसुरे । सांडूनियां ॥१५५॥
आत्मबोधाच्या मार्गाने । योगी पुरुषांचे जाणे ।
अज्ञानमार्गाचा त्याग करणे । निश्चित झाले ॥१५५॥
पाठीं महर्षी येणें आले । साधकांचे सिद्ध जाहाले ।
आत्मविद थोरावले । येणेंचि पंथें ॥१५६॥
याच मार्गे महर्षी येती । साधक ते सिद्ध होती ।
आत्मज्ञानी थोर होती । याच मार्गाने ॥१५६॥
हा मार्गु जै देखिजे । तैं तहान भूक विसरिजे ।
रात्रिदिवसु नेणिजे । वाटे इये ॥१५७॥
या मार्गे वाट चालता कळते । तहान-भूक विसरली जाते ।
रात्रंदिवस न कळते । असे अनुभवा येई ॥१५७॥
चालतां पाऊल जेथ पडे । तेथ अपवर्गाचीखाणी उघडे ।
आव्हांटलिया तरी जोडे । स्वर्गसुख ॥१५८॥
या मार्गावर जिथे पाऊल पडते । तिथे मोक्षाची खाण लाभते ।
आडमार्गाने जरी चालले, मिळते । तरी स्वर्गसुख ॥१५८॥
निगिजे पूर्वीलिया मोहरा । कीं येइजे पश्चिमेचिया घरा ।
निश्चळपणें धनुर्धरा । चालणें एथिंचें ॥१५९॥
पूर्व दिशेने चालावे । पश्चिमेस परतावे ।
निश्चिंत मन असावे । पार्था हेच इथले चालणे ॥१५९॥
येणें मार्गें जया ठाया जाईजे । तो गांवो आपणचि होईजे ।
हें सांगो काय सहजें । जाणसी तूं ॥१६०॥
या मार्गाने जिथे जावे । तो गाव आपणच असावे ।
ते ईश्वररूपच व्हावे । हे तू जाणतोस ॥१६०॥

तेथ पार्थें म्हणितलें देवा । तरि तेंचि मग केव्हां ।
कां आर्तिसमुद्रौनि न काढावा । बुडतु जी मी ॥१६१॥
अर्जुन म्हणे हे देवा । मला हे सांगसी केव्हा ।
उत्कंठा सागरातून वर न काढावा? । मी बुडत असता? ॥१६१॥
तंव श्रीकृष्ण म्हणती ऐसें । हें उत्सृंखळ बोलणें कायसें ।
आम्हीं सांगतसों आपैसें । वरि पुशिलें तुवा ॥१६२॥
श्रीकृष्ण म्हणे अर्जुन । कशास हे उतावीळ बोलणं।
मी सांगत आहे आपणहून । तूही विचारत आहेस ॥१६२॥
तरी विशेषें आतां बोलिजेल । परि तें अनुभवें उपेगा जाईल ।
म्हणौनि तैसें एक लागेल । स्थान पाहावें ॥१६३॥
मी आता सविस्तर सांगेन । उपयोग होईल अनुभव घेऊन ।
म्हणून पाहा योग्य असे स्थान । साधनेसाठी ॥१६३॥
जेथ अराणुकेचेनि कोडें । बैसलिया उठों नावडे ।
वैराग्यासी दुणीव चढे । देखलिया जें ॥१६४॥
त्या पवित्र स्थानी बसता । उठूच नये वाटे आता ।
वैराग्याची दुप्पट व्हावी दृढता । ते स्थान पाहता ॥१६४॥
जो संतीं वसविला ठावो । संतोषासि सावावो ।
मना होय उत्सावो । धैर्याचा ॥१६५॥
संतांचे वास्तव्य जेथे । संतोष वाढण्या मदत होते ।
मना धैर्य प्राप्त होते । उत्साहाचे ॥१६५॥
अभ्यासुचि आपणयातें करी । हृदयातें अनुभवु वरी ।
ऐसी रम्यपणाची थोरी । अखंड जेथ ॥१६६॥
अभ्यासाला हुरूप वाटावा । चित्ताला अनुभव यावा ।
जिथे अखंड असावा । रम्यपणा ॥१६६॥
जया आड जातां पार्था । तपश्चर्या मनोरथा ।
पाखांडियाही आस्था । समूळ होय ॥१६७॥
सहज त्या स्थानी जाता । तपश्चर्येचे मनोरथ होता ।
नास्तिकासही वाटे आस्था । तप:साधनेची ॥१६७॥
स्वभावें वाटे येतां । जरी वरपडा जाहला अवचितां ।
तरी सकामुही परि माघौता । निघों विसरे ॥१६८॥
तिथे सहज आला कोणी । विषयासक्त असेल मनी ।
तरी रम्य स्थान पाहुनी । घरी जाणे विसरतो ॥१६८।
ऐसेनि न राहतयातें राहवी । भ्रमतयातें बैसवी ।
थापटूनि चेववी । विरक्तीतें ॥१६९॥
न राहणारा इथे राही । भटकणारा स्थिर होई ।
थापटून जाग देई । विरक्तता ॥१६९॥

हें राज्य वर सांडिजे । मग निवांता एथेंचि असिजे ।
ऐसें शृंगारियांहि उपजे । देखतखेवों ।।१७०।।
स्थान पाहता राज्य त्यागावे । निवांत येथे राहावे ।
शृंगारप्रिय मनासही भावे । या ठिकाणी ।।१७०।।
जें येणेंमानें बरवंट । आणि तैसेंचि अतिचोखट ।
जेथ अधिष्ठान प्रगट । डोळां दिसे ।।१७१।।
या रमणीय स्थानी । परमपवित्र ठिकाणी ।
दर्शन होते डोळ्यांनी । प्रत्यक्ष परब्रह्माचे ।।१७१।।
आणिकही एक पहावें । जें साधकीं वसतें होआवें ।
आणि जनाचेनि पायरवें । रुळेचिना ।।१७२।।
या स्थानाचे आणखी लक्षण । साधकाच्या साधनेचे स्थान ।
जे असती प्रपंचात रममाण । त्यांची ये-जा नसावी ।।१७२।।
जेथ अमृताचेनि पाडें । मुळाहीसकट गोडें ।
जोडती दाटें झाडें । सदा फळतीं ।।१७३।।
असे असते हे स्थान । मुळे ज्याची अमृतासमान ।
फळे देती गोड जाण । अशी झाडे असावीत ।।१७३।।
पाउला पाउला उदकें । वर्षाकाळेंही अतिचोखें ।
निर्झरें कां विशेखें । सुलभें जेथ ।।१७४।।
पावला-पावलावर पाणी असे । पावसाळ्यातही शुद्ध दिसे ।
पाणी काढण्यास सुलभ तसे । निर्झर असती ।।१७४।।
हा आतपुही अळुमाळु । जाणिजे तरी शीतळु ।
पवनु अति निश्चळु । मंदु झुळके ।।१७५।।
सूर्याचे किरणही मंद । तीव्र ऊन तरी आनंद ।
वारादेखील मंद स्वच्छंद । झुळुकेसारखा ।।१७५।।
बहुत करूनि निःशब्द । दाट न रिगे श्वापद ।
शुक हन षट्पद । तेउतें नाहीं ।।१७६।।
स्थान निःशब्द असावे । हिंस्र पशूंचे अस्तित्व नसावे ।
पोपट भ्रमर चुकून दिसावे । असे रम्य स्थान ।।१७६।।
पाणिलगें हंसें । दोनी चारी सारसें ।
कवणे एके वेळे बैसे । तरी कोकिळही हो ।।१७७।।
बदके, हंस जलाशयी । चक्रवाक पक्षी दोन-चारही ।
मधूनच एखादा कोकीळही । येऊन बसेल ।।१७७।।
निरंतर नाहीं । तरी आलीं गेलीं कांही ।
होतु कां मयूरेंही । आम्ही ना न म्हणों ।।१७८।।
रोजरोज नाही । पण मधूनच कधीही ।
चालतील आलेले मोरही । आमची ना नाही ।।१७८।।

परि आवश्यक पांडवा । ऐसा ठावो जोडावा ।
तेथ निगूढ मठ होआवा । कां शिवालय ।।१७९।।
परंतु हे अर्जुन । शोधावे असले स्थान ।
जिथे गुप्त मठ असून । शिवालय असावे ।।१७९।।
दोहींमाजीं आवडे तें । जें मानलें होय चित्तें ।
बहुतकरूनि एकांतें । बैसिजे गा ।।१८०।।
यापैकी जे आवडेल । चित्ताला बरे वाटेल ।
साधना करता येईल । एकांती बसून ।।१८०।।
म्हणौनि तैसें तें जाणावें । मन राहतें पाहावें ।
राहील तेथ रचावें । आसन ऐसें ।।१८१।।
पाहावे ते पवित्र स्थान । व्हावे तिथे एकाग्र मन ।
तर अशा प्रकारचे आसन । तयार करावे ।।१८१।।
वरी चोखट मृगसेवडी । माजीं धूतवस्त्राची घडी ।
तळवटीं अमोडी । कुशांकूर ।।१८२।।
तळी तृणांकुरांचा थर । त्यावर मृगाजिन प्रस्तर ।
धूतवस्त्राची घडी त्यावर । असे आसन ।।१८२।।
सकोमळ सरिसे । सुबुद्ध राहती आपैसे ।
एकपाडें तैसें । वोजा घालीं ।।१८३।।
तृणांकुर कोवळे कोमल । सहज स्थिर राहतील ।
एकसंघ असे समतल । अंथरावे ।।१८३।।
परि सावियाचि उंच होईल । तरी आंग हन डोलेल ।
नीच तरी पावेल । भूमिदोषु ।।१८४।।
जमिनीपासून अति उंच होता । शरीर राहील हलता ।
अगदी खाली तो असता । भूमी दोष येईल ।।१८४।।
म्हणौनि तैसें न करावें । समभावें धरावें ।
हें बहु असो होआवें । आसन ऐसें ।।१८५।।
उंच अथवा सखल नसावे । समप्रमाणे समतल असावे ।
योग्य प्रमाणात आसन करावे । पण आता हे पुरे ।।१८५।।
मग तेथ आपण । एकाग्र अंतःकरण ।
करूनि सद्गुरुस्मरण । अनुभविजे ।।१८६।।
तेथे बसून आपण । करून एकाग्र अंतःकरण ।
करावे सद्गुरूस्मरण । आत्मानंद अनुभवावा ।।१८६।।
जेथ स्मरतेनि आदरें । सबाह्य सात्त्विकें भरे ।
जव काठिण्य विरे । अहंभावाचें ।।१८७।।
आदराने स्मरण करता । आंतर्बाह्य सात्त्विकता भरता ।
मग विरळ होई सर्वथा । अहंकार ।।१८७।।

विषयांचा विसरु पडे । इंद्रियांची कसमस मोडे ।
मनाची घडी घडे । हृदयामाजीं ॥१८८॥
विषयांचा विसर पडे । इंद्रियांची धाव अडे ।
अंत:करणाचे मनाशी घडे । विलीनीकरण ॥१८८॥
ऐसें ऐक्य हें सहजें । फांवे तव राहिजे ।
मग तेणेंचि बोधें बैसिजे । आसनावरी ॥१८९॥
मनाची एकरूपता । अंत:करणाशी होता ।
या ऐक्यजाणिवेने मन भरता । आसनी बसावे ॥१८९॥
आतां आंगातें आंग वरी । पवनातें पवनु धरी ।
ऐसी अनुभवाची उजरी । होंचि लागे ॥१९०॥
मग अंग अंगा सावरी । प्राण प्राणा धारण करी ।
अनुभवाचा उदय सामोरी । होत असे ॥१९०॥
प्रवृत्ति माघौति मोहरे । समाधि ऐलाडी उतरे ।
आघवें अभ्यासु सरे । बैसतखेंवो ॥१९१॥
कर्म करणे मार्ग राही । समाधी जवळी येई ।
आसनावरी बसताही । सर्व अभ्यास संपे ॥१९१॥
मुद्रेची प्रौढी ऐशी । तेचि सांगिजेल आतां परियेसीं ।
तरी ऊरु या जघनासी । जडोनि घालीं ॥१९२॥
आसनमुद्रेचे महत्त्व सांगेन । ऐक देऊनि ध्यान ।
पोटऱ्या मांडीस लावून । आसन घालावे ॥१९२॥
चरणतळें देव्हडीं । आधारद्रुमाच्या बुडीं ।
सुघटितें गाढीं । संचरीं पां ॥१९३॥
दोन्ही टाचा वर करी । आधारचक्राच्या मुळावरी ।
गुदस्थानाच्या शिवणीवरी । टाचा घट्ट ठेवाव्या ॥१९३॥
सव्य तो तळीं ठेविजे । तेणें सिवणीमध्यें पीडिजे ।
वरी बैसे तो सहजें । वाम चरणु ॥१९४॥
उजवी टाच खाली घालावी । शिवणीच्या मध्यात दाबावी ।
डावा पाय स्वाभाविक राही । उजव्या पायावरी ॥१९४॥
गुद मेंढ्राआंतौती । चारी अंगुळें निगुतीं ।
तेथ सार्ध सार्ध प्रांतीं । सांडूनियां ॥१९५॥
गुद आणि शिस्न दोहोंतली । चार बोटे जागा मधली ।
दीड बोट वर आणि खाली । सोडूनिया ॥१९५॥
माजीं अंगुळ एक निगे । तेथ टांचेचेनि उत्तर भागें ।
नेहेटिजे वरि आंगे । पेललेनि ॥१९६॥
दीट बोट जागा मधली । उजव्या टाचेची वरची पाळी ।
अंग आपले तोलून चांगली । घट्ट दाबावी ॥१९६॥

उचलिलें कां नेणिजे । तैसें पृष्ठांत उचलिजे ।
गुल्फद्वय धरिजे । तेणेंचि मानें ॥१९७॥
कळता नये असे शरीर उचलून । मग कमरेचा भाग उचलून ।
दोन्ही घोटे वर धरून । उचलावे ॥१९७॥
मग शरीर संचु पार्था । अशेषही सर्वथा ।
पार्ष्णीचा माथा । स्वयंभु होय ॥१९८॥
मग अर्जुना हे शरीर । घोट्याचा न घेता आधार ।
घोट्याच्या माथ्यावर । स्वत:च सिद्ध राहते ॥१९८॥
अर्जुना हें जाण । मुळबंधाचें लक्षण ।
वज्रासन गौण । नाम यासी ॥१९९॥
अर्जुना हे तू जाण । मूळबंधाचे हे लक्षण ।
वज्रासन हे नाव गौण । याचे आहे ॥१९९॥
ऐसी आधारीं मुद्रा पडे । आणि आधींचा मार्गु मोडे ।
तेथ अपानु आतुलेकडे । वोहोटों लागे ॥२००॥
आधारचक्री वज्रासनात । मूलबंधाचे आसन येत ।
खालचा मार्ग मग बंद होत । अपानवायू वर सरके ॥२००॥
तंव करसंपुट आपैसें । वाम चरणीं बैसे ।
तंव बाहुमूळीं दिसे । थोरीव आली ॥२०१॥
सहजच मग डाव्या पायावर । ठेवावे दोन्ही हात द्रोणाकार ।
मग दोन्ही खांदे वर । चढलेले दिसतात ॥२०१॥
माजीं उभारलेनि दंडें । शिरकमळ होय गाढें ।
नेत्रद्वारींचीं कवाडे । लागूं पाहती ॥२०२॥
उभारलेल्या खांद्यांमुळे ते । शिरकमल घट्ट राहते ।
मग हळूहळू मिटू लागते । डोळ्यांची पापणी ॥२०२॥
वरचिलें पातीं ढळतीं । तळींचीं तळीं पुंजाळती ।
तेथ अर्धोन्मीलित स्थिती । उपजे तया ॥२०३॥
वरची पापणी खाली येते । खालची खालीच विकसते ।
मग दृष्टी अर्धोन्मीलित होते । डोळ्यांची ॥२०३॥
दिठी राहोनि आंतुलीकडे । बाहेर पाऊल घाली कोडें ।
ते ठायीं ठावो पडे । नासाग्रपीठीं ॥२०४॥
दृष्टी अंतर्मुख राहते । स्वेच्छेने बाहेर पडते ।
नाकाच्या शेंड्यावर स्थिर होते । तिथे राहते ॥२०४॥
ऐसें आंतुच्या आतुंचि रचे । बाहेरी मागुतें न वचे ।
म्हणौनि राहणें आधिये दिठीचें । तेथेंचि होय ॥२०५॥
अर्धोन्मीलित दृष्टी अर्धी आत । ती पुन्हा बाहेर न येत ।
अर्धीच दृष्टी नाकावर राहत । स्थिर होऊन ॥२०५॥

आतां दिशांची भेटी घ्यावी । कां रूपाची वास पहावी ।
हे चाड सरे आघवी । आपैसया ।।२०६।।
आता चोही दिशा पाहावी । किंवा रूपाची वाट बघावी ।
ही इच्छा सहजस्वभावी । नाहीशी होते ।।२०६।।
मग कंठनाळ आटे । हनुवटी हडौती दाटे ।
ते गाढी होऊनि नेहटे । वक्षःस्थळीं ।।२०७।।
कंठ होता संकुचित । हनुवटी कंठ हाडी बसत ।
मग छातीवर दाब येत । बळकट हनुवटी होता ।।२०७।।
माजीं घंटिका लोपे । वरी बंधु जो आरोपे ।
तो जालंधरु म्हणिपे । पंडुकुमरा ।।२०८।।
न दिसे गळ्याची घाटी । गळ्यावर बंध हनुवटी ।
त्या जालंधर बंध म्हणती । जाण अर्जुना ।।२०८।।
नाभीवरी पोखे । उदर हें थोके ।
अंतरीं फांके । हृदयकोशु ।।२०९।।
नाभी सरके वरती । पोट जाई खपाटी ।
हृदयकमल प्रफुल्लित होती । आतल्या आत ।।२०९।।
स्वाधिष्ठानावरिचिले काठीं । नाभिस्थानातळवटीं ।
बंधु पडे किरीटी । वोढियाणा तो ।।२१०।।
स्वाधिष्ठान चक्राच्या वरती । बेंबीच्या खालती ।
जो बंध बंधात पडती । तो वोढियाणा बंध ।।२१०।।
ऐसी शरीराबाहेरलीकडे । अभ्यासाची पांखर पडे ।
तंव आंतु त्राय मोडे । मनोधर्माची ।।२११।।
असा शरीराबाहेर । होतो योगाभ्यासाचा प्रसार ।
मनचंचलतेचा संस्काराचा जोर । कमी होई ।।२११।।
कल्पना निमे । प्रवृत्ती शमे ।
आंग मन विरमे । सावियाचि ।।२१२।।
कल्पना नष्ट होई । विषयांकडे धाव थांबून जाई ।
मन सहज शांत होई । शरीरासवे ।।२१२।।
क्षुधा काय जाहाली । निद्रा केउती गेली ।
हे आठवणही हारपली । न दिसे वेगां ।।२१३।।
भूक मिटून जाते । झोप निघून जाते ।
दोन्हींची आठवण हरपते । पत्ता लागत नाही ।।२१३।।
जो मूळबंधें कोंडला । अपानु माघौता मुरडला ।
तो सवेंचि वरी सांकडला । धरी फुगूं ।।२१४।।
अपान वायू जो मूळबंधे कोंडला । तो ऊर्ध्वगती मागे फिरला ।
सहजची होई अवघडला । वर तो फुगतो ।।२१४।।

क्षोभलेपणें माजे । उवाइला ठायीं गाजे ।
माणिपूरेसी झुंजे । राहोनियां ।।२१५।।
कोंडल्याने बलशाली होतो । मोठा आवाज करतो ।
मणिपूर चक्रा धक्के देतो । तिथे राहून ।।२१५।।
मग थांवलिये वाहटुळी । सैंघ घेऊनि घर डहुळी ।
बाळपणींची कुहीटुळी । बाहेर घाली ।।२१६।।
मग थांबलेली वावटळ । पोटात करी ढवळाढवळ ।
बालपणापासूनचा मळ । बाहेर काढते ।।२१६।।
भीतरीं वळी न धरे । कोठ्यामाजीं संचरे ।
कफपित्ताचे थारे । उरों नेदी ।।२१७।।
तो आत वळत नसतो । मग कोठ्यात शिरतो ।
कफ पित्त हाकलतो । शिल्लक ठेवत नाही ।।२१७।।
धातूंचे समुद्र उलंडी । मेदाचे पर्वत फोडी ।
आंतली मज्जा काढी । अस्थिगत ।।२१८।।
सप्तधातूंची स्थाने लंघून । मेदाचे पर्वत फोडून ।
हाडातील मज्जा ओरपून । बाहेर काढतो ।।२१८।।
नाडीतें सोडवी । गात्रांतें विघडवी ।
साधकातें भेडसावी । परि बिहावें ना ।।२१९।।
नाड्यांच्या सुटती गाठी । अवयव शिथिल होती ।
साधका वाटतसे भीती । पण भिऊ नये ।।२१९।।
व्याधीतें दावी । सवेंचि हरवी ।
आप पृथ्वी कालवी । एकवाट।।२२०।।
तो रोग करी निर्माण । पण सत्वर करी दमन ।
एकमेकांत करी मंथन । पृथ्वी पाणी यांचे अंश ।।२२०।।
तव येरीकडे धनुर्धरा । आसनाचा उबारा ।
शक्ति करी उजगरा । कुंडलिनीतें ।।२२१।।
जी वज्रासनामुळे निर्मिते । शरीरातील उष्णतासमान ते ।
ती प्राणशक्तीस जागृत करते । कुंडलिनी तिचे नाव ।।२२१।।
नागिणीचें पिलें । कुंकुमें नाहलें ।
वळण घेऊनि आलें । सेजे जैसें ।।२२२।।
जशी नागिणीची पिल्ली । कुंकवात नाहविली ।
वेटोळे घालून निजली । तशी ती दिसते ।।२२२।।
तैशी ते कुंडलिनी । मोटकी औट वळणी ।
अधोमुख सर्पिणी । निदेली असे ।।२२३।।
तशी ती कुंडलिनी । साडेतीन विळखे घालुनी ।
खाली तोंड करुनी । सर्पाप्रमाणे निजली असे ।।२२३।।

विद्युल्लतेची विडी । वन्हिज्वाळांची घडी ।
पंधरेयाची चोखडी । घोंटीव जैशी ।।२२४।।
ती विजेची गोल कडी । अग्निज्वाळेची घडी ।
आटवलेली लगडी । शुद्ध सोन्याची ।।२२४।।
तैशी सुबद्ध आटली । पुटीं होती दाटली ।
तें वज्रासनें चिमुटली । सावधु होय ।।२२५।।
अशी ती संकुचित झालेली । नाभीजवळ दाटून बसलेली ।
वज्रसनामुळे जाते चिमटली । अन् जागृत होते ।।२२५।।
तेथ नक्षत्र जैसें उलंडलें । कीं सूर्याचें आसन मोडलें ।
तेजाचें बीज विरूढलें । अंकुरेंशीं ।।२२६।।
नक्षत्र तुटता तेज दिसावे । सूर्याने खाली यावे ।
तेजाचे बीज अंकुरावे । त्याप्रमाणे ।।२२६।।
तैशी वेढियातें सोडिती । कवतिकें आंग मोडिती ।
कंदावरी शक्ति । उठली दिसे ।।२२७।।
कुंडलिनी वेटोळे सोडते । कौतुके अंग मोडते ।
नाभिस्थानाजवळ उठते । स्वाधिष्ठान चक्रावर ।।२२७।।
सहजें बहुता दिवसांची भूक । वर चेवविली तें होय मिष ।
मग आवेशें पसरी मुख । ऊर्ध्वा उजू ।।२२८।।
भूक अनेक दिवसांची । वज्रासने जागी हो अधिकची ।
मग ती कुंडलिनी शक्ती । आवेगाने तोंड पसरी ।।२२८।।
तेथ हृदयकोशातळवटीं । जो पवनु भरे किरीटी ।
तया सगळेयाचि मिठी । देऊनि घाली ।।२२९।।
हृदयकमळाखालती । अपान वायूची भरती ।
त्या सर्वांगा ती घाली मिठी । पोटात घेते ।।२२९।।
मुखींच्या ज्वाळीं । तळीं वरी कवळी ।
मांसाची वडवाळी । आरोगूं लागे ।।२३०।।
मुखातील ज्वाले सरते । दोन्ही भाग व्यापते ।
मग खाऊ लागते । मांसाचे घास ।।२३०।।
जे जे ठाय समांस । तेथ आहाच जोडे घाउस ।
पाठी एकदोनी घांस । हियाही भरी ।।२३१।।
जिथे जिथे मांस मिळते । ते ती सहज गिळते ।
उरलेली भागही खाते । हृदयासह ।।२३१।।
मग तळवे तळहात शोधी । ऊर्ध्वीचे खंड भेदी ।
झाडा घे संधी । प्रत्यंगाचा ।।२३२।।
तळवे, तळहात शोधते । मांसल भाग खाऊन टाकते ।
प्रत्येक अंगाचा झाडा घेते । सर्वांगात ।।२३२।।

अधोभाग तरी न संडी । परि नखीचेही सत्त्व काढी ।
त्वचा धुवूनि जडी । पांजरेशीं ।।२३३।।
मूळ जागा न सोडते । नखातील सत्त्व बाहेर काढते ।
त्वचा धुऊन चिकटवते । हाडांच्या सापळ्याशी ।।२३३।।
अस्थींचे नळे निरपे । शिरांचे हीर वोरपे ।
तव बाहेरी विरूढी करपे । रोमबीजांची ।।२३४।।
हाडांच्या नळ्या निरपते । शिरांच्या काड्या ओरपते ।
मग वाढही कुरपते । केसांची ।।२३४।।
मग सप्तधातूंच्या सागरी । ताहानेली घोंट भरी ।
आणि सवेंचि उन्हाळा करी । खडखडीत ।।२३५।।
ती शक्ती तहानेने व्याकुळते । सप्तधातूंच्या[१] समुद्री येते ।
ते एका घोटात पिऊन टाकते । शरीर कोरडे करी ।।२३५।।
नासापुटौनि वारा । जो जातसे अंगुळें बारा ।
तो गच्च धरूनि माघारा । आंतु घाली ।।२३६।।
नाकपुड्यांतून जो बाहेरी ही । बारा बोटे लांब वारा वाही ।
त्यास गच्च धरुनीही । पुन्हा आत घालते ।।२३६।।
तेथ अधवरौतें आकुंचे । ऊर्ध्वतळौतें खांचे ।
तया खेंवामाजि चक्राचे । पदर उरती ।।२३७।।
अपान वायू अकुंचित होई । प्राणवायू खाली जाई ।
षट्चक्रांचा पदर राही । प्राण-अपान भेटीमध्ये ।।२३७।।
एऱ्हवीं तरी दोन्ही तेव्हांचि मिळती ।
परी कुंडलिनी नावेक दुश्चित्त होती ।
ते तयांतें म्हणे परौती । तुम्हीचि कायसी एथें? ।।२३८।।
दोन्ही वायू एक झाले असते । पण कुंडलिनी संतापात असते ।
म्हणून ती त्यांना म्हणते । तुमचे येथे काय काम ।।२३८।।
आइकें पार्थिव धातु आघवी । आरोगितां कांहीं नुरवी ।
आणि आपातें तव ठेवी । पुसोनियां ।।२३९।।
शरीरातील पार्थिव धातू जाण । ती शक्ती टाकते खाऊन ।
पाण्याचाही अंश घेई पिऊन । शिल्लक ठेवत नाही ।।२३९।।
ऐसी दोनी भूतें खाये । ते वेळीं संपूर्ण धाये ।
मग सौम्य होऊनि राहे । सुषुम्नेपाशीं ।।२४०।।
शरीरातील पृथ्वी जल । ही दोन्ही भूते खाऊन सकल ।
मग राही सुषुम्नेजवळ । तृप्त होऊन ।।२४०।।

---

१ (सप्त धातू - रस, रक्त, मांस, मेद, अस्थी, मज्जा, शुक्र)

तेथ तृप्तीचेनि संतोषें । गरळ जे वमी मुखें ।
तेणें तियेचेनि पीयूषें । प्राणु जिये ।।२४१।।
तृप्त होऊन आनंदाने । गरळ ओकते तोंडाने ।
त्या गरळाचे अमृत होणे । याने प्राण जगतो ।।२४१।।
तो अग्नि आंतूनि निघे । परि सबाह्य निववूंचि लागे ।
ते वेळीं कसु बांधिती आंगें । सांडिला पुढती ।।२४२।।
शक्तीच्या मुखातून गरळरूपाने । त्या अग्नीचे बाहेर येणे ।
अंतर्बाह्य शरीराला शांतवणे । याने शक्ती परतून येते ।।२४२।।
मार्ग मोडिती नाडीचे । नवविधपण वायूचें ।
जाय म्हणौनि शरीराचे । धर्मु नाहीं ।।२४३।।
बंद पडते नाडीची गती । नऊ वायू[2] नष्ट होती ।
तहान भूक सारे हरपती । शरीराचे धर्म ।।२४३।।
इडा पिंगळा एकवटती । गांठी तिन्ही सुटती ।
साही पदर फुटती । चक्रांचे हे ।।२४४।।
इडा पिंगला एक होतात । हृदयाच्या गाठी[3] सुटतात ।
सहा पदर भिन्न होतात । आज्ञाचक्रांचे[4] ।।२४४।।
मग शशी आणि भानु । ऐसा कल्पिजे जो अनुमानु ।
तो वातीवरी पवनु । गिंवसितां न दिसे ।।२४५।।
डाव्या नासिकेतून चंद्रवायू । उजवीतून सूर्यवायू ।
कापसाची वात धरिता कल्पायू[5] । सापडत नाहीत ।।२४५।।
बुद्धीची पुलिका विरे । परिमळु घ्राणी उरे ।
तोही शक्तीसवें संचरे । मध्यमेमाजीं ।।२४६।।
बुद्धी विसरे ज्ञानग्रहण । नाकातून जाई गंधकारण ।
कुंडलिनीसोबत ते धारण । सुषुम्नेत प्रवेशते ।।२४६।।
तंव वरिलेकडोनि ढाळें । चंद्रामृताचेंतळे ।
कानवडोनीमिळे । शक्तिमुखीं ।।२४७।।
वरच्या बाजूस असलेले । चंद्रामृताचे तळे ।
कलते होऊन मिसळे । कुंडलिनीच्या मुखी ।।२४७।।

तेणें नाळकें रस भरे । तो सर्वांगामाजीं संचरे ।
जेथिंचा तेथ मुरे । प्राणपवनु ।।२४८।।
तो अमृतरस नळीत भरे । मग तो सर्वांगी पसरे ।
जिथल्या तिथे मग मुरे । प्राणवायू ।।२४८।।
तातलिये मुसें । मेण निघोनि जाय जैसें ।
मग कोंदली राहे रसें । वोतलेनी ।।२४९।।
जशी गरम रसाने मूस तापते । मेण तिथले निघून जाते ।
ओतलेल्या रसाने भरते । मग मूस ती ।।२४९।।
तैसें पिंडाचेनि आकारें । ते कळाचि कां अवतरे ।
वरी त्वचेचेनि पदरे । पांघुरली असे ।।२५०।।
मग पिंडाचे शरीर । होई तेजाचे भांडार ।
जणू पांघरून त्वचेचे पदर । मूर्तिमंत तेज प्रकटे ।।२५०।।
जैशी आभाळाची बुंथी । करूनि राहे गभस्ती ।
मग फिटलिया दीप्ति । धरू नये ।।२५१।।
नसे ढगांचा बुरखा पांघरून । सूर्य जाई झाकोळून ।
ढग पांगता पुन्हा प्रकाशून । तेज आवरत नाही ।।२५१।।
तैसा आहाचवरि कोरडा । त्वचेचा असे पातोडा ।
तो झडोनि जाय कोंडा । जैसा होय ।।२५२।।
जसा कोरड्या शरीरावरचा । पापुद्रा निघे त्वचेचा ।
जसे कोंडा जाई धान्याचा । तसे आहे ।।२५२।।
मग काश्मीरीचे स्वयंभ । कां रत्नबीजा निघाले कोंभ ।
अवयव कांतीची भांब । तैसी दिसे ।।२५३।।
स्फटिकाचे स्वयंभू लिंग असावे । रत्नबीजा अंकुर फुटावे ।
तसे अवयवांनी दिसावे । शोभायमान ।।२५३।।
नातरी संध्यारागींचे रंग । काढूनि वळिलें तें आंग ।
कीं अंतर्ज्योतीचें लिंग । निर्वाळिलें ।।२५४।।
किंवा रंग संध्यासमयीचे । घेऊन बनवले शरीर साचे ।
किंवा देहातीत आत्मज्योतीचे । तेजस्वी शिवलिंग ।।२५४।।
कुंकुमाचें भरीव । सिद्धरसाचें वोतींव ।
मज पाहतां सावेव । शांतिचि ते ।।२५५।।
कुंकवाचे पूर्ण रूप । सिद्ध रसाचे ओतीव अप्रुप ।
मोक्षरूप शांतीचे स्वरूप । देहरूपे प्रगटे ।।२५५।।
तें आनंदचित्रींचें लेप । नातरी महासुखाचें रूप ।
कीं संतोषतरूचें रोप । थांवलें जैसें ।।२५६।।
आनंद चित्रातला लेप । महासुखाचे जणू रूप ।
संतोषवृक्षाचे रोप । जणू स्थिर झाले ।।२५६।।

---

२ (नऊ वायू - अपान, व्यान, समान, नाग, कूर्म, कृकल, देवदत्त, पिंगळा)
३ (हृदयाची ब्रह्मग्रंथी, कंठाची विष्णूग्रंथी, भूमध्यात रुद्रग्रंथी)
४ (सहा आज्ञा चक्रे - मूलाधार, स्वाधिष्ठान, मणिपूर, अनाहत, विशुद्ध, आज्ञा ही सहा चक्रे)
५ (कल्पायू - वारा)

तो कनकचंपकाचा कळा । कीं अमृताचा पुतळा ।
नाना सासिंनला मळा । कोंवळिकेचा ॥२५७॥
त्याचा देह हा सोनचाफ्याची कळा । अमृताचा जणू पुतळा ।
कोवळीकीचा मळा । बहरलेला ॥२५७॥
हो कां जे शारदियेचेनि वोलें । चंद्रबिंब पाल्हेलें ।
कां तेजचि मूर्त बैसलें । आसनावरी ॥२५८॥
शरद पौर्णिमेचा ओलावा । त्याने प्रफुल्लित चांदवा ।
जणू आसनावर विराजमान व्हावा । तेजाचा पुतळा ॥२५८॥
तैसें शरीर होये । जे वेळीं कुंडलिनी चंद्र पीये ।
मग देहाकृति बिहे । कृतांतु गा ॥२५९॥
कुंडलिनीचे चंद्रामृत प्राशणे । शरीर तेजोमय होणे ।
अशा देहाला पाहून घाबरणे । यमराजानेही ॥२५९॥
वार्धक्य तरी बहुडे । तारुण्याची गांठी विघडे ।
लोपली उघडे । बाळदशा ॥२६०॥
वार्धक्य संपून जाते । तारुण्य नष्ट होते ।
बालपण प्रकट होते । लोपलेले ॥२६०॥
वयसा तरी येतुलेवरी । एऱ्हवीं बळाचा बळार्थु करी ।
धैर्याची थोरी । निरुपमु ॥२६१॥
वयाने दिसे लहान । पण पराक्रम महान ।
त्याचे धैर्याचे थोरपण । ज्याला उपमा नाही ॥२६१॥
कनकद्रुमाच्या पालवीं । रत्नकळिका नित्य नवी ।
नखें तैसीं बरवीं । नवी निघती ॥२६२॥
सोन्याची जणू पालवी । रत्नाची कळी दिसावी ।
नखे येती नवी । तशीच ॥२६२॥
दांतही आन होती । परी अपाडें सानेजती ।
जैसी दुबाहीं बैसे पांती । हिरेयांची ॥२६३॥
नवीन येती दात । फार छोटे असत ।
जणू बसली हिऱ्यांची पंगत । दोन्ही बाजूंनी ॥२६३॥
माणिकुलियांचिया कणिया । सावियाचि अणुमानिया ।
तैसिया सर्वांगीं उधवती अणिया । रोमांचिया ॥२६४॥
माणिकाचे कण असावे । ते अणुएवढे दिसावे ।
तसे शरीरावर रोमांच उठावे । सहजपणे ॥२६४॥
करचरणतळें । जैसीं कां रातोत्पळें ।
पाखाळींव होती डोळे । काय सांगों ॥२६५॥
तळवे आणि तळहात । कमळासम नाजूक होतात ।
डोळे किती स्वच्छ होतात । काय सांगू? ॥२६५॥

निडाराचेनि कोंदाटें । मोतियें नावरती संपुटें।
मग शिवणी जैशी उतटे । शुक्तिपल्लवांची ॥२६६॥
मोठा मोती जसा दाटतो । लहान शिंपलीत न मावतो ।
मग सांधा जसा उकलतो । शिंपलीचा ॥२६६॥
तैशीं पातियांचिये कवळिये न समाये ।
दिठी जाकळोनि निघो पाहे ।
आधिलीचि परि होये । गगना कवळिती ॥२६७॥
दृष्टी पापण्यांत मावेना । बाहेर येते व्यापून त्यांना ।
नजर तीच पण होते ना । आकाश व्यापणारी ॥२६७॥
आइके देह होय सोनियाचें । परि लाघव ये वायूचें ।
जे आप आणि पृथ्वीचे । अंशु नाहीं ॥२६८॥
देह सोन्यासम कांतिमान होतो । वायूसमान हलका होतो ।
पृथ्वी अन् पाण्याचा अंश संपतो । शरीरातील ॥२६८॥
मग समुद्रापैलीकडील देखे ।
स्वर्गींचा आलोचु आइके ।
मनोगत वोळखे । मुंगियेचें ॥२६९॥
समुद्रापलीकडचे पाहतो । स्वर्गाचा आवाज ऐकतो ।
मग मनभावही जाणतो । मुंगीचे ॥२६९॥
पवनाचा वारिका वळघे ।
चाले तरी उदकीं पाऊल न लागे ।
येणें येणें प्रसंगें । येती बहुता सिद्धि ॥२७०॥
वायूच्या घोड्यावर बसतो । अस्पर्शे पाण्यावर चालतो ।
प्रसंगा प्रसंगाने लाभ होतो । अनेक सिद्धींचा ॥२७०॥
आइकें प्राणाचा हातु धरूनी । गगनाची पाउटी करूनी ।
मध्यमेचेनि दादराहुनी । हृदया आली ॥२७१॥
जी प्राणांचा हात धरून । गगनाच्या पायऱ्या करून ।
सुषुम्नेचा जिना चढून । हृदयात आली ॥२७१॥
ते कुंडलिनी जगदंबा । जे चैतन्य–चक्रवर्तीची शोभा ।
जया विश्वबीजाचिया कोंभा । साउली केली ॥२७२॥
ती कुंडलिनी विश्वाची माऊली । ब्रह्मचैतन्य राजा शोभली ।
विश्वबीजांच्या कोंबाची सावली । जी शीतल आहे ॥२७२॥
जे शून्यलिंगाची पिंडी । जे परमात्मया शिवाची करंडी ।
जे प्रणवाची उघडी । जन्मभूमी ॥२७३॥
जी निराकार ब्रह्ममूर्ती साकार ।
जी परमात्मा शिवाचे प्राकार ।
जिथे जन्म घेतो ओंकार । ती जन्मभूमी ॥२७३॥

हें असो ते कुंडलिनी बाळी । हृदयाआंतु आली ।
अनुहताची बोली । चावळे ते ।।२७४।।
ती कुंडलिनी जेथे । अनाहत चक्रात येते ।
नाद सुरू होतो तेथे । अनाहत ।।२७४।।
शक्तीचिया आंगा लागले । बुद्धीचें चैतन्य होतें जाहलें ।
तें तेणें आइकिलें । अळुमाळु ।।२७५।।
कुंडलिनीला राहते चिकटून । बुद्धीचे ज्ञानरूप चैतन्य ।
तो अनाहत नाद घेई ऐकून । किंचितसा ।।२७५।।
घोषाच्या कुंडीं । नादचित्रांचीं रूपडीं ।
प्रणवाचिया मोडी । रेखिलीं ऐसीं ।।२७६।।
मग घोषाच्या कुडीत । ध्वनी व नादरूपात ।
ओंकाराच्या आकारात । अनेक रूपे उमटती ।।२७६।।
हेंचि कल्पावे तरी जाणिजे । परी कल्पितें कैचें आणिजे ।
तरी नेणों काय गाजे । तिये ठायीं ।।२७७।।
अनाहत नादाचे स्वरूप घेई जाणून । असे मन आणावे कोठून? ।
योग्यानाच येते कळून । गर्जना कशाची होते? ।।२७७।।
विसरोनि गेलों अर्जुना । जंव नाशु नाहीं पवना ।
तंव वाचा आथी गगना । म्हणौनि घुमे ।।२७८।।
मी विसरलो हे अर्जुन । जोवरी नाश न होई हृदयातील प्राण ।
तोवरी नाद राहतो जाण । आकाशी घुमत ।।२७८।।
तया अनाहताचेनि मेघें । आकाश दुमदुमों लागे ।
तंव ब्रह्मस्थानींचें बेगें । सहज फिटे ।।२७९।।
नादाच्या मेघगर्जनेने ते । हृदय आकाश दुमदुमते ।
मग सहजी उघडले जाते । ब्रह्मस्थानाचे द्वार ।।२७९।।
आइकें कमळगर्भाकारें । जें महदाकाश दुसरें ।
जेथ चैतन्य आधातुरें । करूनि असिजे ।।२८०।।
तिथे कमलगर्भाच्या आकारे । जे महदाकाश दुसरे ।
तिथे चैतन्य अतृप्त विचरे । सुखासाठी ।।२८०।।
तया हृदयाच्या परिवरीं । कुंडलिनिया परमेश्वरी ।
तेजाची शिदोरी । विनियोगिली ।।२८१।।
ब्रह्मरंध्री, हृदयाच्या घरी । कुंडलिनी परमेश्वरी ।
तेजाची देते शिदोरी । जीवचैतन्याला ।।२८१।।
बुद्धीचेनि शाकें । हातबोनें निकें।
द्वैत तेथ न देखे । तैसें केलें ।।२८२।।
अशा बुद्धीच्या भाजीसवेही । हातात घेतलेला नैवेद्यही ।
द्वैत ज्या पाहणार नाही । असा अर्पण करतो ।।२८२।।

निजकांती हारविली । मग प्राणुचि केवळ जाहली ।
ते वेळीं कैसी गमली । म्हणावी पां? ।।२८३।।
तेज अर्पण करते । कुंडलिनी प्राणवायुरूप राहते ।
त्यानंतर ती कशी दिसते । म्हणाल तर! ।।२८३।।
हो कां जे पवनाची पुतळी । पांघुरली होती सोनसळी ।
ते फेडूनिया वेगळी । ठेविली तिया ।।२८४।।
जणू वाऱ्याची पुतळी । नेसली आहे सोनसळी ।
वस्त्र त्यागून वेगळी । ठेवलीत तिने ।।२८४।।
नातरी वायूचेनि आंगें झगटली । दीपाची दिठि निवटली ।
कां लखलखोनि हारपली । वीजु गगनीं ।।२८५।।
किंवा वाऱ्याची झुळूक लागताही । दिव्याची ज्योत विझावी ।
अथवा वीज चमकून जावी । तशी दिसते ।।२८५।।
तैशी हृदयकमळवेऱ्हीं । दिसे जैशी सोनियाची सरी ।
नातरी प्रकाशजळाची झरी । वाहत आली ।।२८६।।
कुंडलिनी हृदय कमलापरी । असावी जणू सोन्याची सरी ।
प्रकाशरूपी पाण्याची झरी । वाहत आली ।।२८६।।
मग ते हृदयभूमी पोकळे । जिराली कां एके वेळे ।
तैसें शक्तीचें रूप मावळे । शक्तीचिमाजीं ।।२८७।।
मग प्रकाशरूपी निर्झर तो । हृदयपोकळीत जिरून जातो ।
म्हणजे शक्तीमध्येच लय होतो । शक्तीचा ।।२८७।।
तेव्हां तरी शक्तीचि म्हणिजे । एऱ्हवीं तो प्राणु केवळ जाणिजे ।
आतां नादबिंदु नेणिजे । कळाज्योती ।।२८८।।
ज्यास शक्ती संबोधतो । तो प्राणच असतो ।
पण त्यास नाद बिंदू धर्म[६] नसतो । कला, ज्योती सुद्धा ।।२८८।।
मनाचा हन मारु । कां पवनाचा आधारू ।
ध्यानाचा आदरु । नाहीं परी ।।२८९।।
या अवस्थेत निग्रह मनाचा । निरोध हा वायूचा ।
प्रयत्नही ध्यानाचा । असे प्रकार राहत नाहीत ।।२८९।।
हे कल्पना घे सांडी । तें नाहीं इये परवडी ।
हे महाभूतांची फुडी । आटणी देखां ।।२९०।।
ही कल्पना हा विचार । हा संकल्प हा आचार ।
पंचमहाभूतांचा हा संचार । एकत्र राहत नाही ।।२९०।।

६ (बिंदू धर्म - ध्वनी, बिंदू, कला, ज्योती)

पिंडें पिंडाचा ग्रासु । तो हा नाथसंकेतींचा दंशु ।
परि दाउनि गेला उद्देशु । श्रीमहाविष्णु ॥२९१॥
देही देहाचा नाश हा धर्म । नाथसंप्रदायाचे हे वर्म ।
परंतु विष्णूंनी हे कर्म । म्हणून उघड केले ॥२९१॥
तया ध्वनिताचें केणें सोडुनी । यथार्थाची घडी झाडुनी ।
उपलविलीम्यां जाणुनी । ग्राहीक श्रोते ॥२९२॥
संक्षेप वस्त्राचे गट्ठे सोडून । यथार्थाच्या घड्या घालून ।
श्रोते हे ग्राहक असे मानून । मी उलगडून दाखवले ॥२९२॥
ऐकें शक्तीचें तेज जेव्हां लोपे । तेथ देहाचें रूप हारपे ।
मग तो डोळ्यांमाजीं लपे । जगाचिया ॥२९३॥
शक्तीचे तेज लोपते । देहाचे स्वरूप लय पावते ।
मग डोळ्यांत लपून राहते । जगाच्या ॥२९३॥
एऱ्हवीं आधिलाचि ऐसें । सावयव तरी दिसे ।
परी वायूचें कां जैसें । वळिलें होय ॥२९४॥
एरवी पूर्वीप्रमाणेच असतो । मूर्तरूपात दिसतो ।
पण वायूचा बनलेला वाटतो । असा दिसे ॥२९४॥
नातरी कर्दळीचा गाभा । बुंथी सांडोनी उभा ।
का अवयवचि नभा । उदयला तो ॥२९५॥
जसा केळीचा गाभा । सोपट काढून केला उभा ।
किंवा अवयव फुटले नभा । तसा तो दिसतो ॥२९५॥
तैसे होय शरीर । तैं तें म्हणिजे खेचर ।
हें पद होतां चमत्कार । पिंडजनीं ॥२९६॥
याप्रमाणे जे बनते शरीर । त्याला म्हणती खेचर[७] ।
हा असे एक चमत्कार । शरीर बनण्याचा ॥२९६॥
देखें साधकु निघोनि जाये । मागा पाउलांची वोळ राहे ।
तेथ ठायीं ठायीं होये । अणिमादिक ॥२९७॥
योगाभ्यासी साधक पुढे जाई । पाऊलखुणा मागे राही ।
अणिमादिक अष्टसिद्धी त्या ठाई । उभ्या असतात ॥२९७॥
परि तेणें काय काज आपणयां ।
अवधारीं ऐसा धनंजया ।
लोप आथी भूतत्रया । देहींचा देहीं ॥२९८॥
त्याच्याशी आपल्याला करायचे काई? ।
धनंजया तू इकडे लक्ष देई ।
तीन भूते लोपून जाई । देहाची देहात ॥२९८॥

पृथ्वीतें आप विरवी । आपातें तेज जिरवी ।
तेजातें पवनु हरवी । हृदयामाजीं ॥२९९॥
पाणी विरघळवी पृथ्वीला । अग्नी आटवी पाण्याला ।
वायू नष्ट करी अग्नीला । हृदयाकाशातील ॥२९९॥
पाठीं आपण एकला उरे । परि शरीराचेनि अनुकारें ।
मग तोही निगे अंतरें । गगना मिळे ॥३००॥
वायू एकला मागे राही । शरीराचा आकार घेई ।
कालांतराने मग तोही । आकाशात मिसळतो ॥३००॥
ते वेळीं कुंडलिनी हे भाष जाये । मग मारुत ऐसें नाम होये ।
परि शक्तिपण तें आहे । जंव न मिळे शिवीं ॥३०१॥
कुंडलिनी हे नांव जाते । मरुत् हे नांव मिळते ।
तिचे शक्तीपण तोवर राहते ।
जोवर शिवासी एकरूप न होई ॥३०१॥
मग जालंधर सांडी । ककारांत फोडी ।
गगनाचिये पाहाडी । पैठी होय ॥३०२॥
ती जालंदर बंध उल्लंघते । तालुस्थानाचा भेद करते ।
विशाल आकाशात प्रवेश करते । बसूनी राहे ॥३०२॥
ते ॐकाराचिये पाठी । पाय देत उठाउठीं ।
पश्यंतीचिये पाउठी । मागां घाली ॥३०३॥
ओंकाराच्या पाठीवर । ठेवून चरणाकार ।
पश्यंती वाणीस पायरीवर । मागे टाकते ॥३०३॥
पुढा तन्मात्रा अर्धवेरी । आकाशाच्या अंतरी ।
भरती गमे सागरीं । सरिता जेवीं ॥३०४॥
अर्धमात्रा आकारास येती । विशाल आकाशात मिसळती ।
जशा सागराला जाउन मिळती । नद्या सगळ्या ॥३०४॥
मग ब्रह्मरंध्रीं स्थिरावोनी । सोहंभावाच्या बाह्या पसरुनी ।
परमात्मलिंगा धांवोनी । आगां घडे ॥३०५॥
शक्ती ब्रह्मरंध्री स्थिरावते । सोहंच्या बाह्या पसरते ।
लिंगाला आलिंगन देते । एकरूप होते ॥३०५॥
तव महाभूतांची जवनिका फिटे ।
मग दोहींसि होय झटें ।
तेथ गगनासकट आटे । समरसीं तिये ॥३०६॥
महाभूतांचा पडदा जाई । शिवशक्तीचे ऐक्य होई ।
आकाशासह शक्तिरूपही । लोप पावते ॥३०६॥

७ (खेचर - गगनात संचार करणारा)

पैं मेघाचेनि मुखीं निवडिला । समुद्र कां वोघीं पडिला ।
तो मागुता जैसा आला । आपणपयां ।।३०७।।

समुद्राचे पाणी मेघरूपातून । समुद्रापासून वेगळे होऊन ।
पावसाने नदीच्या पात्रात पडून । पुन्हा समुद्रा मिळते ।।३०७।।

तेवीं पिंडाचेनि मिषें। पदीं पद प्रवेशे ।
तें एकत्व होय तैसें। पंडुकुमरा ।।३०८।।

जेंव्हा शक्ती शरीर त्यागते । शिवच शिवास मिळते ।
तेच एकतत्त्व ठरते । ऐक पंडूकुमारा ।।३०८।।

आतां दुजे हन होतें । कीं एकचि हें आइतें ।
ऐशिये विवंचनेपुरतें । उरेचिना ।।३०९।।

या अवस्थेमध्ये मग पूर्वी । द्वैत की अद्वैत असेही ।
विचार करण्यापुरते काही । शिल्लक रहात नाही ।।३०९।।

गगनीं गगन लया जाये । ऐसें जें काहीं आहे ।
तें अनुभवें जो होये । तो होऊनि ठाके ।।३१०।।

आकाश आकाशी मिळते । असे जे काही असते ।
त्या परमतत्त्वाच्या अनुभवाते । ही अवस्था येते ।।३१०।।

म्हणौनि तेथिंची मातु । न चढेचि बोलाचा हातु ।
जेणें संवादाचिया गांवाआंतु । पैठी कीजे ।।३११।।

ज्या शब्दांनी पार्थ । सांगता येते कोणतीही गोष्ट ।
त्या शब्दांचे देखील हात । तिथं पोचत नाही ।।३११।।

अर्जुना एऱ्हवीं तरी । इया अभिप्रायाचा जे गर्व धरी ।
तें पाहें पां वैखरी । दुरी ठेली ।।३१२।।

अर्थाने हे मर्म सांगते । असे अभिमाने जी वाणी म्हणते ।
ती या अवस्थेपासून दूर राहते । हे ऐक अर्जुना ।।३१२।।

भ्रूलता मागिलीकडे । तेथ मकाराचेचि आंग न मांडे ।
सडेया प्राणा सांकडे । गगना येतां ।।३१३।।

भिवयांच्या आज्ञाचक्री जशी । ओंकाराची मात्रा न प्रवेशी ।
मूर्धान्याकाशात अडचण होते तशी । प्राणवायू येण्यास ।।३१३।।

पाठीं तेथेंचि तो भेसळला । तैं शब्दाचा दिवो मावळला ।
मग तयाहि वरी आटु भविन्नला । आकाशाचा ।।३१४।।

तो तेथेच आकाशी विरतो । शब्दांचा उच्चार मावळतो ।
आकाशाचाही लय होतो । त्यानंतर ।।३१४।।

आतां महाशून्याचिया डोहीं । जेथ गगनासीचि थावो नाहीं ।
तेथ तागा लागेल काई । बोलाचा इया? ।।३१५।।

परब्रह्मरूपी डोहातही । आकाशाचा थांग नाही ।
तेथे वर्णन करण्यासाठीही । वाणीचा वेळू काय करेल? ।।३१५।।

म्हणौनि आखरामाजीं सापडे । कीं कानवरी जोडे ।
हें तैसें नव्हे फुडें । त्रिशुद्धी गा ।।३१६।।

म्हणून ब्रह्मस्थिती ही । अक्षरात सापडत नाही ।
कानाने ऐकता येत नाही । हे त्रिवार सत्य आहे ।।३१६।।

जैं कहीं दैवें । अनुभविलें फावे ।
तैं आपणचि हें ठाकावें । होऊनियां ।।३१७।।

जे दैवयोगाने येते । अनुभवाने प्राप्त होते ।
ते आपणच एकरूप होते । अनुभवकर्त्याशी ।।३१७।।

पुढती जाणणें तें नाहींचि । म्हणौनि असो किती हेंचि ।
बोलावें आता वायांचि । धनुर्धरा ।।३१८।।

जाणायचे शिल्लक न राहता । ही अवस्था प्राप्त होता ।
उगीच किती बोलावे आता । सांग अर्जुना ।।३१८।।

ऐसें शब्दजात माघौतें सरे । तेथ संकल्पाचें आयुष्य पुरे ।
वाराही जेथ न शिरे । विचाराचा ।।३१९।।

शब्दही माघारी फिरती । संकल्पही सारे मावळती ।
तिथे प्रवेशही न करू शकती । विचारांचे वारे ।।३१९।।

जें उन्मनियेचेंलावण्य। जें तुर्येचें तारुण्य ।
अनादि जें अगण्य । परमतत्त्व ।।३२०।।

जे उन्मनी अवस्थेचे लावण्य । ब्रह्मस्थितीचे तारुण्य ।
जे अमर्याद अगण्य । असे परमतत्त्व आहे ।।३२०।।

जें विश्वाचें मूळ । जें योगद्रुमाचें फळ ।
जें आनंदाचें केवळ । चैतन्य गा ।।३२१।।

जे विश्वाचे मूळ आहे । योग वृक्षाचे फळ आहे ।
जे आनंदाचे केवळ आहे । परमतत्त्व ।।३२१।।

जें आकाराचा प्रांतु । जें मोक्षाचा एकांतु ।
जेथ आदि आणि अंतु । विरोनी गेले ।।३२२।।

जेथे आकाराचा अंत असतो । मोक्षाचा एकांत मिळतो ।
आदि-अंत नाश पावतो । ते परमतत्त्व ।।३२२।।

जें महाभूतांचें बीज । जें महातेजाचें तेज ।
एवं पार्था जें निज । स्वरूप माझें ।।३२३।।

जे पंचमहाभूतांचे बीज । महातेजाचे तेज ।
अर्जुना सांगतो तुज । हे माझे मूळ स्वरूप ।।३२३।।

ते हे चतुर्भुज कोंभेली । जयाची शोभा रूपा आली ।
देखोनि नास्तिकीं नोकिलीं । भक्तवृंदें ।।३२४।।

नास्तिकांनी भक्तांचा पराजय केला । ते पाहून जो चतुर्भूज रूपात
अवतरला । चैतन्याने सगुण शोभला । तोच श्रीकृष्ण ।।३२४।।

तें अनिर्वाच्च महासुख । पैं आपणचि जाहले जे पुरुष ।
जयांचे कां निष्कर्ष । प्राप्तिवेरीं ।।३२५।।
अवर्णनीय महासुख हे । मिळवण्या प्रयत्न करती जे ।
आपले आपणच पुरुष ते । अमर्याद सुख होती ।।३२५।।
आम्हीं साधन हें जें सांगितलें । तेंचि शरीरीं जिहीं केलें ।
ते आमुचेनि पाडे आले । निर्वाळलेया ।।३२६।।
आम्ही सांगितलेल्या अष्टांग योगसाधनेने । शरीर बनवले ज्याने ।
ते पुरुष त्या योगसाधनेने । माझ्या योग्यतेस पोचती ।।३२६।।
परब्रह्माचेनि रसें । देहाकृतीचिये मुसें ।
वोतींव जाहलें तैसे । दिसती आंगें ।।३२७।।
परब्रह्माचा रस असा । देहाकृतीच्या मुशीत ओतावा तसा ।
अन् पुतळा तयार व्हावा असा । योगी शरीराने दिसतो ।।३२७।।
जरी हे प्रतीति हन अंतरीं फांके । तरी विश्वचि हें अवघें झांके ।
तंव अर्जुन म्हणे निकें । साचचि जी हें ।।३२८।।
अंतःकरणी ब्रह्मज्ञान प्रगटते । मग सर्व विश्व मावळते ।
तुम्ही जे सांगता सत्यच आहे ते । अर्जुन म्हणे ।।३२८।।
कां जें आपण आतां देवो । हा बोलिले जो उपावो ।
तो प्राप्तीचा ठावो । म्हणोनि घडे ।।३२९।।
देवा आपण आत्ता जे बोलला । जो उपाय सांगितला ।
तो ब्रह्म प्राप्तीचा मार्ग ठरला । याने ब्रह्मप्राप्ती होते ।।३२९।।
इये अभ्यासीं जे दृढ होती । ते भरंवसेनि ब्रह्मत्वा येती ।
हें सांगतियाची रीती । कळलें मज ।।३३०।।
आपल्या उपदेशे समजले मला । आपण जो राजमार्ग सांगितला ।
ब्रह्मप्राप्ती होते त्याला । हे कळले मज ।।३३०।।
देवा गोठीचि हे ऐकतां । बोधु उपजतसे चित्ता ।
मा अनुभवें तल्लीनता । नोहेल केवीं? ।।३३१।।
याचे एकाग्रतेने करता श्रवण । चित्तामध्ये प्रगटे ज्ञान ।
पण याच्या अनुभवानं । तल्लीनता येते का? ।।३३१।।
म्हणौनि एथ काही । अनारिसें नाहीं ।
परी नावभरी चित्त देईं । बोला एका ।।३३२।।
तुझ्या सांगण्यात काहीही । खोटे मानण्यास नाही ।
पण माझ्या बोलण्याकडेही । लक्ष द्यावे ।।३३२।।
आतां कृष्णा तुवा सांगितला योगु । तो मना तरी आला चांगु ।
परी न शकें करूं पांगु । योग्यतेचा ।।३३३।।
तू योगमार्ग सांगितला । तो मला पूर्ण पटला ।
मी कमी योग्यतेचा असलेला । ही साधना घडणार नाही ।।३३३।।
सहजें आंगिक जेतुलें आहे । तेतुलियाची जरी सिद्धि जाये ।
तरी हाचि मार्गु सुखोपायें । अभ्यासीन ।।३३४।।
माझ्या अंगी जेवढी योग्यता । तेवढा अभ्यास सिद्ध होता ।
तर याच मार्गाने मी तत्त्वता । सुखे अभ्यास करेन ।।३३४।।
नातरी देवो जैसें सांगतील । तैसें आपणपें जरी न ठकेल ।
तरी योग्यतेवीण होईल । तेंचि पुसों ।।३३५।।
किंवा देव सांगतील तसे । माझ्या हातून जर घडणार नसे ।
तर माझ्या योग्यतेसरसे । मी विचारेन ।।३३५।।
जीवींचिये ऐसी धारण । म्हणौनि पुसावया जाहलें कारण ।
मग म्हणे तरी आपण । चित्त देईजो ।।३३६।।
अशा समजूतीत हे माझे मन । शंका विचारण्या हे कारण ।
माझ्या प्रश्नाकडे आता आपण । लक्ष द्यावे ।।३३६।।
हांहो जी अवधारिलें । जें हें साधन तुम्हीं निरुपिलें ।
तें आवडतयाहि अभ्यासिलें । फावों शके? ।।३३७।।
महाराज यावे अवधान । आपण सांगितलेले साधन ।
आवडीने कुणी अभ्यासून । योग प्राप्त होईल काय? ।।३३७।।
कीं योग्यतेवीण नाहीं । ऐसें हन आहे काहीं ।
तेथ श्रीकृष्ण म्हणती काई । धनुर्धरा ।।३३८।।
योग्यते शिवाय केला अभ्यास ।
तर सिद्धीस जाई योगाभ्यास? ।
हे ऐकून कृष्ण विचारेल त्यास ।
अर्जुना काय बोलतोस? ।।३३८।।
हें काज कीर निर्वाण । परि आणिकही जें कांही साधारण ।
तेंही अधिकाराचे वोडवेविण । काय सिद्धी जाय? ।।३३९।।
या साधनेने मोक्षप्राप्ती ।
दुसरी साधारण गोष्ट असती ।
तरी अधिकाराच्या योग्यतेशिवाय ती ।
सिद्धीस जाते काय? ।।३३९।।
पै योग्यता जे म्हणिजे । ते प्राप्तीची अधीन जाणिजे ।
कां जे योग्य होऊनि कीजे । तें आरंभिले फळें ।।३४०।।
जिला योग्यता म्हणती । फलप्राप्तीच्या आधीन ती ।
जे योग्य प्रकारे करताती । ते आरंभी फलदायी ठरते ।।३४०।।
तरी तैसी एथ कांहीं । सावियाचि केणी नाहीं ।
आणि योग्यतेची काई । खाणी असे? ।।३४१।।
जसे ही योग्यता काही । बाजारी उपलब्ध वस्तू नाही ।
आणि योग्यतेची कुठेही । खाण असते का? ।।३४१।।

नावेक विरक्तु । जाहला देहधर्मीनियतु ।
तरि तोचि नव्हे व्यवस्थितु । अधिकारिया? ।।३४२।।
कोणी थोडा होता विरक्त । देहधर्मापासून मुक्त ।
तरी तोदेखील व्यवस्थित । अधिकारी नव्हे काय? ।।३४२।।
येतुलालिये आयणीमाजि एवढें । योग्यपण तूतेंही जोडे ।
ऐसें प्रसंगें साकडें । फेडिले तयाचें ।।३४३।।
तेवढी योग्यता या युक्तीने । तुझ्या ठिकाणी आली आहे जाणे ।
असे अर्जुना सांगून श्रीकृष्णाने । संशय दूर केला ।।३४३।।
मग म्हणे पार्था । ते हे ऐसी व्यवस्था ।
अनियतासि सर्वथा । योग्यता नाहीं ।।३४४।।
श्रीकृष्ण म्हणे पार्था । योगप्राप्तीची ही अवस्था ।
पण त्याला नसे योग्यता । जो अनियमित वागे ।।३४४।।
जो रसनेंद्रियाचा अंकिला । कां निद्रेसी जीवें विकला ।
तो नाहीं एथ म्हणतिला । अधिकारिया ।।३४५।।
जो असे जिभेच्या आधीन । झोपेस दिले सारे जीवन ।
तो ठरत नाही म्हणून । योगाचा अधिकारी ।।३४५।।
अथवा आग्रहाचिये बांदोडी । क्षुधा तृषा कोंडी ।
आहारातें तोडी । मारूनिया ।।३४६।।
जो दुराग्रही आवेशातून । तहान-भूक टाकी कोंडून ।
जो टाकी भूक मारून । आहार तोडतो ।।३४६।।
निद्रेचिया वाटा न वचे । ऐसा दृढिवेचेनि अवतरणें नाचे ।
तें शरीरचि नव्हे तयाचें । मा योगु कवणाचा? ।।३४७।।
जो निद्रेच्या वाटे न जाई । दुराग्रहाने नाचत राही ।
शरीर त्याच्या ताब्यात नाही । तो योग कसा साधेल?।।३४७।।
म्हणौनि अतिशयें विषयो सेवावा । तैसा विरोधु नोहावा ।
कां सर्वथा निरोधावा । हेंही नको ।।३४८।।
म्हणून विषयांच्या अतिसेवनाची । किंवा संपूर्ण त्यागाची ।
कोणतीही अति करण्याची । इच्छा धरू नये ।।३४८।।
आहार तरी सेविजे । परी युक्तीचेनि मापें मविजे ।
क्रियाजात आचरिजे । तयाचि स्थिती ।।३४९।।
आहाराचे सेवन करावे । नियमांच्या मापात असावे ।
मग युक्तीने करीत जावे । सर्व कर्मे ।।३४९।।
मितला बोली बोलिजे । मितलिया पाउलीं चालिजे ।
निद्रेही मानु दीजे । अवसरें एकें ।।३५०।।
मोजके बोलावे । मोजके चालावे ।
योग्य वेळी झोपावे । असे वागावे ।।३५०।।

जागणें जरी जाहलें । तर होआवें तें मितले ।
येतुलेनि धातुसाम्य संचलें । असेल सहजें ।।३५१।।
जागरण जरी जाहले । ते मापातच पाहिजे ठेवले ।
नियमित या वर्तनामुळे । सप्तधातूंचा समतोल राही ।।३५१।।
ऐसें युक्तीचेनि हातें । जें इंद्रियां वोपिजे भातें ।
तैं संतोषासी वाढतें । मनचि करी ।।३५२।।
अशा युक्तीच्या परिणामाने । इंद्रिया विषय देणे ।
मग वाढतो आनंदाने । मनाचा संतोष ।।३५२।।
बाहेर युक्तीची मुद्रा पडे । तंव आंत आंत सुख वाढे ।
तेथें सहजेंचि योगु घडे । नाभ्यासितां ।।३५३।।
इंद्रिया लागे सुयोग्य वळण । मग सुखाने भरते अंतःकरण ।
योगाभ्यास सहज येतो घडून । न अभ्यासता ।।३५३।।
जैसें भाग्याचिया भडसें । उद्यमाचेनि मिसें ।
मग समृद्धिजात आपैसें । घर रिघे ।।३५४।।
भाग्योदय झाला असता । उद्योगाचे निमित्ता ।
समृद्धी चालत येता । घर भरे ।।३५४।।
तैसा युक्तिमंतु कौतुकें । अभ्यासाचिया मोहरा ठाके ।
आणि आत्मसिद्धीचि पिके । अनुभवु तयाचा ।।३५५।।
जो वागे नियमातें । योगाभ्यास करी कौतुकातें ।
तरी त्यास प्राप्त होतें । आत्मसिद्धी ।।३५५।।
म्हणौनि युक्त हे पांडवा । घडे जया सदैवा ।
तो अपवर्गीचिये राणिवा । अळंकारिजे ।।३५६।।
म्हणून पांडवा सात्त्विक आचरण । ज्याचे नियमित होई जाण ।
तो पुरुष भाग्यवान । मोक्षराज्यात सुशोभतो ।।३५६।।
युक्ती योगाचें आंग पावे । ऐसें प्रयाग जेथ होय बरवें ।
तेथ क्षेत्रसंन्यासें स्थिरावें । मानस जयाचें ।।३५७।।
त्याच्या योगाभ्यासाचा अर्थ । संगमाचे जणू प्रयागतीर्थ ।
मग क्षेत्र संन्यासाच्या प्रीत्यर्थ । मन त्याचे स्थिरावे ।।३५७।।
तयातें योगयुक्त तूं म्हण । हेंही प्रसंगें जाण ।
तें दीपाचें उपलक्षण । निर्वातींचिया ।।३५८।।
त्याला तू योगमुक्त म्हण । परंतु हेही तू जाण ।
त्याच्या ठायी असे लक्षण । निश्चल दिव्याचे ।।३५८।।
आतां तुझें मनोगत जाणोनी । कांहीं एक आम्ही म्हणौनि ।
तें निकें चित्त देउनी । परिसावें गा ।।३५९।।
आता तुझे मनोगत जाणता । आम्ही तुला काही सांगता ।
ऐक तू एकाग्र चित्ता । एकवटून ।।३५९।।

तूं प्राप्तीची चाड वाहसी । परि अभ्यासीं दक्षु नव्हसी ।
ते सांग पां काय बिहसी । दुवाडपणा? ।।३६०।।
तुला योगप्राप्तीची इच्छा असे । पण अभ्यासात तू दक्ष नसे ।
योगाभ्यास कठीण जाईल असे । भय तुला वाटते का? ।।३६०।।
तरी पार्था हें झणें । सायास घेशीं हो मनें ।
वायां बागूल इये दुर्जनें । इंद्रियें करिती ।।३६१।।
तरी हे अर्जुना योगाभ्यास । कष्टदायक वाटे मनास ।
पण ही दुर्जन इंद्रिये त्यास । उगाच बाऊ करती ।।३६१।।
पाहें पां आयुष्यातें अढळ करी । जें सरतें जीवित वारी ।
तया औषधातें वैरी । काय जिव्हा न म्हणे? ।।३६२।।
जे आयुष्य स्थिर करते । मरणासन्ना मागे आणते ।
त्या औषधा शत्रू समजते । ही जीभ ।।३६२।।
ऐसें हितासि जें जें निकें । तें सदाचि या इंद्रियां दुखें ।
एऱ्हवी सोपें योगासारिखें । कांहीं आहे? ।।३६३।।
जे आपल्या हिताचे असते । ते या इंद्रिया सलते ।
एरवी सुलभ योगापरते । साधन कोणते ।।३६३।।
म्हणौनि आसनाचिया गाढिका ।
जो आम्ही अभ्यासु सांगितला निका ।
तेणें होईल तरी हो कां । निरोधु यया ।।३६४।।
म्हणून आसनांची शक्ती । ते समाधीची मुक्ती ।
सांगितली तुला अभ्यासाची युक्ती ।
त्याने करे इंद्रियनिग्रह ।।३६४।।
एऱ्हवीं तरी येणें योगें । जैं इंद्रियां विंदाण लागे ।
तैं चित्त भेटों रिगे । आपणपेयां ।।३६५।।
या योगाच्या साधनेने । इंद्रियांचा निग्रह होणे ।
चित्त भेटीस निघणे । आत्मस्वरूपाच्या ।।३६५।।
परतोनि पाठिमोरें ठाके । आणि आपणियातें आपण देखे ।
देखतखेंवो वोळखे । म्हणे तत्त्व हें मी ।।३६६।।
चित्त परावृत्त होई । अंतर्मुख स्थिर राही ।
स्व-स्वरूपाची भेट घेई । अनुभवा घेऊन ।।३६६।।
तिये ओळखीचिसरिसें । सुखाचिया साम्राज्यीं बैसे ।
मग आपणपा समरसें । विरोनि जाय ।।३६७।।
आत्मतत्त्वाची ओळख होता । चित्त सुख साम्राज्यी असता ।
आत्म्याशी येई एकरूपता । चित्तपणा नाहीसा होई ।।३६७।।

जयापरतें आणिक नाहीं । जयातें इंद्रियें नेणती कहीं ।
तें आपणचि आपुलिया ठायीं । होऊनि ठाके ।।३६८।।
ज्या परते दुसरे काही नसे । इंद्रिये ज्या जाणत नसे ।
ते आपण स्वत: वसे । येउनी ।।३६८।।
मग मेरूपासूनि थोरें । देह दु:खाचेनि डोंगरें ।
दाटिजो पां परिभारें । चित्त न दटे ।।३६९।।
मग मेरूपेक्षाही मोठे । दु:ख देहाला दडपते ।
तरी त्याच्या चित्ताला कोठे । दु:ख होत नाही ।।३६९।।
कां शस्त्रें वरी तोडिलिया । देह आग्निमाजीं पडलिया ।
चित्त महासुखीं पहुडलिया । चेवोचि नये ।।३७०।।
किंवा देह शस्त्राने तोडता । वा अग्नीमध्ये पडता ।
तरी जो आत्मस्वरूपी एकवटला । त्यास जागृती नसे ।।३७०।।
ऐसें आपणपां रिगोनि ठाये । मग देहाची वासुन पाहे ।
आणिकचि सुख होऊनि जाये । म्हणूनि विसरे ।।३७१।।
असा आत्मस्वरूपी मग्न । देहाचे विसरे मरण ।
ब्रह्मानंदी चित्त असे जाण । म्हणून देहा विसरतो ।।३७१।।
जया सुखाचिया गोडी । मन आर्तीचि सेचि सोडी ।
संसाराचिया तोंडी । गुंतलें जें ।।३७२।।
ज्यांना आत्मानंदाची लागे गोडी ।
ते विषयइच्छेची आठवण सोडी ।
जे संसाराच्या तोंडी ।
गुंतलेले असती ।।३७२।।
जें योगाची बरव । संतोषाची राणिव ।
ज्ञानाची जाणिव । जयालागीं ।।३७३।।
जे आनंदयोग्याची शोभा । संतोषाची राज्य आभा ।
आत्मज्ञानाची जी प्रभा । ज्याला लागते ।।३७३।।
तें अभ्यासिलेनि योगें । सावयव देखावें लागे ।
देखिलें तरी आंगें । होईजेल गा ।।३७४।।
ते सुख योगाभ्यासे । करता मूर्तिमंत दिसे ।
पाहून सुखरूप असे । आपण स्वत: ।।३७४।।
तरि तोचि योगु बापा । एके परी आहे सोपा ।
जरी पुत्रशोकु संकल्पा । दाखविजे ।।३७५।।
हा तोच योग पाहे । जो सोपा आहे ।
संकल्पाला[८] पुत्रशोक राहे । तेव्हा दाखवतो ।।३७५।।

८ (षड्रिपू हे संकल्पाचे पुत्र आहेत.)

हा विषयातें निमालिया आइके । इंद्रियें नेमाचिया धारणीं देखें ।
तरी हियें घालूनि मुके । जीवित्वासी ।।३७६।।
जर विषय पूर्ण नष्ट होतील । इंद्रिये नियमित वागतील ।
तेव्हा प्राणास मुकतील । दु:खाने संकल्प ।।३७६।।
ऐसें वैराग्य हें करी । तरी संकल्पाची सरे वारी ।
सुखें धृतीचिया धवळारीं । बुद्धि नांदे ।।३७७।।
वैराग्य जर असे वागेल । संकल्पाची ये-जा थांबेल ।
धैर्यमंदिरी सुख नांदेल । सात्त्विक बुद्धीने ।।३७७।।
बुद्धी धैर्या होय वसौटा । तरी मनातें अनुभवाचिया वाटा ।
हळु हळु करी प्रतिष्ठा । आत्मभुवनीं ।।३७८।।
बुद्धीला धैर्याची मिळता साथ । अनुभवाची दावून वाट।
आत्मस्वरूपी स्थिरता देत । मना स्थिर करते ।।३७८।।
याही एके परी । प्राप्ति आहे विचारीं ।
हें न ठके तरी सोपारी । आणिक ऐकें ।।३७९।।
होते परब्रह्मप्राप्ती । वापरून ही पद्धती ।
नपेक्षा सांगतो दुसरी युक्ती । तुला हे शक्य नसता ।।३७९।।
आतां नियमुचि हा एकला । जीवें करावा आपुला ।
जैसा कृतनिश्चयाचिया बोला । बाहेरा नोहे ।।३८०।।
हा निग्रह करावा स्वभावे । आपलासा करावा जिवेभावे ।
मग निश्चया बाहेर का जावे । चित्तनिग्रहासाठी ।।३८०।।
जरी येतुलेनि चित्त स्थिरावें। तरी काजा आलें स्वभावें ।
नाहीं तरी घालावें । मोकलुनी ।।३८१।।
असे चित्त स्थिर होता । कार्या लाभे सफलता ।
जर चित्त स्थिर न राहता । स्वैर सोडून द्यावे ।।३८१।।
मग मोकलिलें जेथ जाईल । तेथूनि नियमूचि घेउनि येईल ।
ऐसेनि स्थैर्यचि होईल । सावियाचि कीं ।।३८२।।
चित्त विषयाकडे जाईल । नियम त्यास परत घेऊन येईल ।
मग ते स्थिर होईल । आपोआप ।।३८२।।
पाठीं केतुलेनि एके वेळे । तया स्थैर्याचेनि मेळें ।
आत्मस्वरूपाजवळें । येईल सहजें ।।३८३।।
अनेक वेळा परत आणता । स्थैर्य लाभेल चित्ता ।
मग ते सहजची येता । आत्मस्वरूपा जवळी ।।३८३।।
तयातें देखोनि आंगा घडेल । तेथ अद्वैतीं द्वैत बुडेल ।
आणि ऐक्यतेजें उघडेल । त्रैलोक्य हे ।।३८४।।
पाहता ते आत्मस्वरूप । द्वैत-अद्वैत होईल एकरूप ।
ऐक्य तेजाने उजळेल आपोआप । त्रैलोक्य हे ।।३८४।।

आकाशीं दिसे दुसरें । ते अभ्र जैं विरे ।
तैं गगनचि कां भरे । विश्व जैसें ।।३८५।।
आकाशातील ढग दुसरे । जेव्हा वाहून नेतो वारे ।
तेव्हा सगळे गगन भरे । विश्वासम ।।३८५।।
तैसें चित्त लया जाये । आणि चैतन्यचि आघवें होये ।
ऐसी प्राप्ति सुखोपायें । आहे येणें ।।३८६।।
जसे आत्मस्वरूपी चित्ताचा लय । मग विश्व होई चैतन्यमय ।
करावा हा सुखमय उपाय । ब्रह्मप्राप्ती होते ।।३८६।।
या सोपिया योगस्थिती । उकलु देखिला गा बहुतीं ।
संकल्पाचिया संपत्ती । रुसोनियां ।।३८७।।
अशा योगमार्गे गेले । आत्मप्राप्तीचे रहस्य जाणले ।
संकल्प विकल्प मनातले । त्यागले ।।३८७।।
तें सुखाचेनि सांगातें । आलें परब्रह्मा आंतौतें ।
तेथ लवण जैसें जळातें । सांडू नेणें ।।३८८।।
ते सुखाच्या संगती येते । परब्रह्मपदास मिळते ।
मीठ पाण्यात विरघळते । तसे होई ।।३८८।।
तैसें होय तिये मेळीं । मग सामरस्याचिया राउळीं ।
महासुखाची दिवाळी । जगेंसि दिसें ।।३८९।।
ते असे एकरूप होता । समरसतेच्या मंदिरात सर्वथा ।
विश्वासह महासुख प्रकाशता । दिवाळी दिसते ।।३८९।।
ऐसें आपुले पायवरी । चालिजे आपुले पाठीवरी ।
हें पार्था नागवे तरी । आन ऐकें ।।३९०।।
आपलेच पाय पाठीवर । घेऊन योगी चाले तर ।
हा योगमार्ग वाटला खडतर । तर आणखी उपाय सांगतो ।।३९०।।
तरी मी तंव सकळ देहीं । असे एथ विचारु नाहीं ।
आणि तैसेंचि माझ्या ठायी । सकळ असे ।।३९१।।
मी सर्वांच्या देही वसे । यात कोणती शंका नसे ।
माझ्या ठिकाणीही असे । हे सर्व ।।३९१।।
हें ऐसेंचि संचलें । परस्परें मिसळलें ।
बुद्धी घेपे एतुलें । होंआवें गा ।।३९२।।
हे असेच बनले आहे । परस्परांत मिसळले आहे ।
मात्र साधकाने बुद्धी प्रवाहे । दृढनिश्चय करावा ।।३९२।।
एऱ्हवीं तरी अर्जुना । जो एकवटलिया भावना ।
सर्व भूतीं अभिन्ना । मातें भजे ।।३९३।।
अर्जुना एक घे जाणूनी । जो पुरुष ऐक्य भावनेनी ।
भूतमात्रे सम मानूनी। मला पूजतो ।।३९३।।

भूतांचेनि अनेकपणें । अनेक नोहे अंतःकरणें ।
केवळ एकत्वचि माझें जाणें । सर्वत्र जो ।।३९४।।
भूतमात्रातील भेद पाहून । मनी न होई द्वैत उत्पन्न ।
माझे एकतत्त्व मानून । तो जाणतो ।।३९४।।
मग तो एक हा मियां । बोलतां दिसतसे वायां ।
एऱ्हवीं न बोलिजे तरि धनंजया । तो मीचि आहे ।।३९५।।
तो माझ्याशी एकरूप । हे बोलणेही अपरूप ।
बोलले नाही तरी स्वरूप । मीच हे जाण धनंजय ।।३९५।।
दीपा आणि प्रकाशा । एकवंकीचा पाडु जैसा ।
तो माझ्या ठायीं तैसा । मी तयामाजीं ।।३९६।।
दिवा आणि प्रकाश जसा । योग्यतेने एक जैसा ।
तो माझ्यात राही तसा । मी त्याच्यात ।।३९६।।
जैसा उदकाचेनि आयुष्यें रसु । कां गगनाचेनि मानें अवकाशु ।
तैसा माझेनि रूपें रूपसु । पुरुषु तो गा ।।३९७।।
पाण्यामुळे रसाचे अस्तित्व । आकाशामुळे पोकळीचे अस्तित्व ।
तसे त्याचे माझे एकच तत्त्व । सच्चिदानंद रूप ।।३९७।।
जेणें ऐक्याचिये दिठी । सर्वत्र मातेंचि किरीटी ।
देखिला जैसा पटीं । तंतु एकु ।।३९८।।
ऐक्याच्या भावनेने सर्वत्र । पाहिले माझेच चित्र ।
जसे एक सूत राही वस्त्र । तसे असते ।।३९८।।
कां स्वरूपें तरी बहुतें आहाती । परी तैसीं सोनीं बहुवें न होती ।
ऐसी ऐक्याचळाची स्थिती । केली जेणे ।।३९९।।
अलंकाराचे आकार बहुत । सोने एकच धातू त्यात ।
भिन्न आकार पण अचल पर्वत । तसे ऐक्य असते ।।३९९।।
नातरी वृक्षांची पानें जेतुलीं । तेतुली रोपें नाही लाविलीं ।
ऐसी अद्वैतदिवसें पाहली । रात्री जया ।।४००।।
वृक्षाची पाने जितकी । न लावती रोपे तितकी ।
अद्वैताच्या दिवसासरशी । द्वैताची रात्र संपते ।।४००।।
तो पंचात्मकीं सांपडे । तरी मग सांग पां कैसेनि अडे? ।
जो प्रतीतीचेनि पाडें । मजसीं तुके ।।४०१।।
तो पंचमहाभूते शरीरी । सापडत असला जरी ।
देहयोगे बद्ध न हो तरी । माझ्याशी एकरूप असतो ।।४०१।।
माझें व्यापकपण आघवें । गवसलें तयाचेनि अनुभवें ।
तरी न म्हणतां स्वभावें । व्यापकु जाहला ।।४०२।।
ज्याच्या अनुभवे तो जाणतो । माझे व्यापकत्व सर्वत्र मानतो ।
तो मजइतकाच व्यापक असतो । सहजची ।।४०२।।

आता शरीरीं तरी आहे । परी शरीराचा तो नोहे ।
ऐसें बोलवरी होये । तें करुं ये काई ।।४०३।।
तो देहधारी असतो । पण देहाचा नसतो ।
अशी स्थितीला शब्द जाणतो । असे काही करावे? ।।४०३।।
म्हणौनि असो तें विशेषें । आपणपेंयासारिखे ।
जो चराचर देखे । अखंडित ।।४०४।।
राहू दे त्याचे वर्णन । जो चराचराची सुख-दुःखे पाहून ।
आपल्याप्रमाणेच घेतो मानून । सदैव ।।४०४।।
सुखदुःखादि वर्मे । का शुभाशुभें कर्मे ।
दोनीं ऐसीं मनोधर्मे । नेणेचि जो ।।४०५।।
सुख-दुःखाचे विकार । शुभ-अशुभाचे विचार ।
हे आहेत दोन प्रकार । असे मानत नाही ।।४०५।।
हें सम विषम भाव । आणिकही विचित्र जें सर्व ।
तें मानी जैसे अवयव । आपुले होती ।।४०६।।
सम-विषय भावार्थ । आणि विश्वातील विचित्र पदार्थ ।
हे आपलेच अवयव सार्थ । असे मानतो ।।४०६।।
हें एकैक काय सांगावें । जया त्रैलोक्यचि आघवें ।
मी ऐसें स्वभावें । बोधा आले ।।४०७।।
हे काय सांगावे एकेक । मीच आहे त्रैलोक्य ।
अनुभवाअंती प्रत्येक । तो जाणून जातो ।।४०७।।
तयाही देह एकु कीर आथी ।
लौकिकीं सुखदुःखी तयातें म्हणती ।
परी आम्हांतें ऐसी प्रतीती । परब्रह्मचि हा ।।४०८।।
तो असतो शरीरधारी । लौकिके सुख-दुःख भोगी जरी ।
आमचा अनुभव सांगतो तरी । तो परब्रह्म असतो ।।४०८।।
म्हणौनि आपणपां विश्व देखिजे ।
आणि आपण विश्व होइजे ।
ऐसें साम्यचि एक उपासिजे । पांडवा गा ।।४०९।।
आपल्या ठिकाणी विश्वस्वरूप पाहा ।
आपण विश्वरूप व्हा ।
अशा साम्यअवस्थेची तेव्हा ।
अर्जुना तू उपासना कर ।।४०९।।
हें तूतें बहुतीं प्रसंगीं । आम्ही म्हणों याचिलागीं ।
जे साम्यापरौतीजगीं । प्राप्ति नाहीं ।।४१०।।
तू ठेव अर्जुना समदृष्टी । अनेक प्रसंगी सांगितल्या गोष्टी ।
साम्यापलीकडे या सृष्टी । दुसरे काही नाही ।।४१०।।

तव अर्जुन म्हणे देवा ।
तुम्ही सांगा कीर आमुचिया कणवा ।
परी न पुरों जी स्वभावा । मनाचिया ।।४११।।

अर्जुन म्हणे हे देवा कृपाळा ।
आमच्या हितासाठी हा कळवळा ।
तरी मनाच्या चंचलतेपुढे विचार सगळा ।
टिकाव धरत नाही ।।४११।।

हें मन कैसें केवढें । ऐसें पाहों म्हणों तरी न सांपडे ।
एऱ्हवीं राहाटावया थोडें । त्रैलोक्य यया ।।४१२।।

मन कसे केवढे । पाहू म्हणता न सापडे ।
एरवी फिरावयास तोकडे । त्रैलोक्य त्यास ।।४१२।।

म्हणौनि ऐसें कैसें घडेल । जे मर्कट समाधी येईल ।
कां राहा म्हणतलिया राहेल । महावातु? ।।४१३।।

म्हणून अशी गोष्ट कशी घडावी ।
माकडाची समाधी कशी लागावी ।
वाऱ्याची गती कशी थांबावी । थांब म्हणता ।।४१३।।

जें बुद्धींते सळी । निश्चयाते टाळी ।
धैर्येसीं हातफळी । मिळऊनि जाय ।।४१४।।

जे मन बुद्धीला छळते । निश्चय पूर्ण होणे टाळते ।
सात्त्विक धैर्यास मारते । हातावर हात ।।४१४।।

जें विवेकातें भुलवी । संतोषासी चाड लावी ।
बैसिजे तरी हिंडवी । दाही दिशा ।।४१५।।

जे मन बुद्धीला भुलवते । सुखाला दुःख देते ।
दाही दिशांना फिरते । एका जागी बसून ।।४१५।।

जें निरोधले घे उवावो । जया संयमुचि होय सावावो ।
तें मन आपुला स्वभावो । सांडील काई? ।।४१६।।

जे आवरता अधिक उसळते । निग्रहा साहाय्य करते ।
असे सोडेल काय ते । मन आपला स्वभाव ।।४१६।।

म्हणौनि मन एक निश्चळ राहेल । मग आम्हांसि साम्य होईल ।
हें विशेषेंही न घडेल । याचिलागीं ।।४१७।।

जर मन निश्चल राहील । आमच्याशी साम्यावस्था प्राप्त होईल ।
पण मनाची वृत्ती चंचल । म्हणून अवघड ।।४१७।।

तंव कृष्ण म्हणती साचचि । बोलत आहासि तें तैसेंचि ।
यया मनाचा कीर चपळचि । स्वभावो गा ।।४१८।।

तेव्हा श्रीकृष्ण म्हणे बरोबर । मन तसेच खरोखर ।
चंचल आहे निरंतर । मनाचा स्वभाव ।।४१८।।

परि वैराग्याचेनि आधारें । जरी लाविलें अभ्यासाचिये मोहरें ।
तरी केतुलेनि एके अवसरे । स्थिरावेल ।।४१९।।

पण वैराग्याच्या आधाराने । मन अभ्यासाकडे वळवणे ।
मग काही कालांतराने । ते स्थिर होईल ।।४१९।।

कां जें यया मनाचें एक निकें। जें देखिले गोडीचिया ठाया सोके।
म्हणौनि अनुभवसुखचि कवतिकें । दावीत जाईजे ।।४२०।।

कारण मनाचा उत्तम गुण । विषयाची आवड होता निर्माण ।
मग आवडते तेच ठिकाण । म्हणून आत्मानंदे वळवावे ।।४२०।।

एऱ्हवीं विरक्ति जयांसि नाहीं । जें अभ्यासीं न रिघती कहीं ।
तया नाकळे हें आम्हीही । न मनूं कायी ।।४२१।।

एरवी ज्यास वैराग्य नाही । ते अभ्यासे वळत नाही ।
त्यांना मन वश होत नाही । हे आम्हासी ठावे ।।४२१।।

परि यमनियमांचिया वाटा न वचिजे । कहीं वैराग्याची से न करिजे । केवळ विषयजळीं ठाकिजे । बुडी देऊनी ।।४२२।।

यम-नियमांच्या वाटे न जाई । वैराग्याची आठवण न होई ।
विषयांच्या जळी बुडून राही । विषय सेवित ।।४२२।।

यया जालिया मानसा कहीं । युक्तीची कांबी लागली नाहीं ।
तरी निश्चळ होईल काई । कैसेनि सांगे? ।।४२३।।

जन्मापासून अशा मनाला । कधी चिमटा नाही लागला ।
मग कसे व का राही निश्चला । तूच सांग ।।४२३।।

म्हणौनि मनाचा निग्रहो होये । ऐसा उपाय जो आहे ।
तो आरंभीं मग नोहे । कैसा पाहों ।।४२४।।

मग मनाचा निग्रह होई । आरंभावा ऐसा उपाय काही ।
मन कसे निश्चल होत नाही । आपण पाहू ।।४२४।।

तरी योगसाधन जितुके । तें अवघेंचि काय लटिकें? ।
परि आपणयां अभ्यासू न ठाके । हेंचि म्हण ।।४२५।।

जी योगसाधना आहे । काय ती खोटी आहे? ।
आपण अभ्यास न करू पाहे । असे म्हण ।।४२५।।

आंगीं योगाचें होय बळ । तरी मन केतुलें चपळ? ।
काय महदादि हें सकळ । आपु नोहे? ।।४२६।।

योगाचे अंगी येता बळ । मन कसे राहिल चंचल ।
मग काय हे विश्व सकल । आपले नाही? ।।४२६।।

तेथ अर्जुन म्हणे निकें । देवो बोलती तें न चुके ।
साचचि योगबळेंसीं न तुके । मनोबळ ।।४२७।।

अर्जुन म्हणे हेच खरे काही । देव बोलती ते खोटे नाही ।
मनाचे बळ टिकणार नाही । योगबळापुढे ।।४२७।।

तरी तोचि योगु कैसा केवीं जाणों । आम्ही येतुले दिवस याची
मातुही नेणों । म्हणौनि मनातें जी म्हणों । अनावर ।।४२८।।
तरी योग कसा, कशा रीती । याची वार्ता आम्हा नव्हती ।
म्हणून म्हणत राहती । मन अनावर आहे ।।४२८।।
हा आतां आघवेया जन्मा । तुझेनि प्रसादें पुरुषोत्तमा ।
योगपरिचयो आम्हां । जाहला आजी ।।४२९।।
आत्तापर्यंतच्या अनेक जन्मा । तुझ्या कृपेने पुरुषोत्तमा ।
योगाचा परिचय आम्हा । आज झाला ।।४२९।।
परि आणिक एक गोसांविया । मज संशयो असे साविया ।
तो तूंवांचूनि फेडावया । समर्थु नाहीं ।।४३०।।
परंतु आणखी महाराज । एक शंका आली सहज ।
तुझ्यावाचून कोणी दुज । फेडण्यास समर्थ नाही ।।४३०।।
म्हणौनि सांगें गोविंदा । कवण एकु मोक्षपदा ।
झोंबत होता श्रद्धा । उपायेंविण ।।४३१।।
कोणी एक साधक असून । परिश्रम केल्यावाचून ।
श्रद्धाधारे मोक्षपदी पाहे पोहोचून । सांग गोविंदा ।।४३१।।
इंद्रियग्रामोनि निघाला । आस्थेचिया वाटे लागला ।
आत्मसिद्धीचिया पुढिला । नगरा यावया ।।४३२।।
इंद्रियांचे गावाहून निघाला । आत्मसाक्षात्काराच्या गावाला ।
मोक्षाच्या इच्छेच्या वाटे लागला । नगरात येण्या ।।४३२।।
तंव आत्मसिद्धि न ठकेचि । आणि मागुतें न येववेचि ।
ऐसा अस्तु गेला माझारींचि । आयुष्यभानु ।।४३३।।
आत्मसिद्धीच्या गावी पोहोचला नाही । प्रपंचात परत न येऊ पाही ।
अशा स्थितीत आयुष्याचा सूर्यही । मावळला ।।४३३।।
जैसें अकाळीं आभाळ । अळुमाळु सपातळ ।
विपायें आलें केवळ । वसे ना वर्षे ।।४३४।।
अवेळी येता आभाळ । ते ढग असत विरळ ।
ते न टिकती सकळ । वर्षावही करत नाहीत ।।४३४।।
तैसीं दोन्ही दुरावलीं । जे प्राप्ती तंव अलग ठेली ।
आणि अप्राप्तीही सांडवली । श्रद्धा तया ।।४३५।।
तशी दोन्ही दुरावली । आत्मप्राप्ती अलग झाली ।
मोक्षप्राप्तीही दूर गेली । श्रद्धेमुळे ।।४३५।।
ऐसा दोंला अंतरला कां जी । जो श्रद्धेच्या समाजीं ।
बुडाला तया होजी । कवण गति? ।।४३६।।
दोन्ही गोष्टींना मुकला । श्रद्धेपायी चुकला ।
मग मृत्यू पावला । त्याला गती कोणती? ।।४३६।।
तंव कृष्ण म्हणती पार्था । जया मोक्षसुखीं आस्था ।
तया मोक्षावांचूनि अन्यथा । गती आहे गा? ।।४३७।।
कृष्ण म्हणे पार्था । ज्याला मोक्ष सुखाची आस्था ।
त्याला मोक्षावाचून अन्यथा । गती आहे का? ।।४३७।।
परि एतुलें हेंचि एक घडे । जें माझारीं विसावावें पडे ।
तेंही परी ऐसेनि सुरवाडें । जो देवां नाहीं ।।४३८।।
मध्यंतरी असे घडते । त्याला विश्रांती घ्यावी लागते ।
ती देवांनाही न मिळते । श्रेष्ठ अशी ।।४३८।।
एऱ्हवीं अभ्यासाचा उचलता । पाउलीं जरी चालता ।
तरी दिवसाआधीं ठाकिता । सोऽहंसिद्धीतें ।।४३९।।
अभ्यासाच्या मार्गे जाता । तो भरभर चालता ।
सोऽहम् सिद्धीस पोहोचला असता । देह ठेवण्यापूर्वी ।।४३९।।
परि तेतुला वेगु नव्हेचि । म्हणौनि वसावा तरी निकाचि ।
पाठीं मोक्षु तव तैसाचि । ठेविला असे ।।४४०।।
गतीने अभ्यास न केला । विसावा मग घ्यावा लागला ।
पण त्याचेसाठी आहे योजला । मोक्ष ।।४४०।।
ऐकें कवतिक हें कैसें । जें शतमखा लोक सायासें ।
ते तो पावे अनायासें । कैवल्यकामु ।।४४१।।
नवलाची ही गोष्ट असती । शंभर यज्ञांनी जी मिळते गती ।
ती विनासायास होते प्राप्ती । मोक्षाची इच्छा करता ।।४४१।।
मग तेथिंचे जे अमोघ । अलौकिक भोग ।
भोगिताही सांग । कांटाळे मन ।।४४२।।
त्या ठिकाणचे अलौकिक । भोग भोगता ते कौतिक ।
कंटाळून जाई भौतिक । मन त्याचे ।।४४२।।
हा अंतरायो अवचितां । कां वोढवला भगवंता? ।
ऐसा दिविभोग भोगितां । अनुतापी नित्य ।।४४३।।
हे देवा हे संकट अकस्मात । का आले तुझ्या प्राप्तीच्या मार्गात ।
करितो तो पश्चात्ताप । भोग भोगीत असता ।।४४३।।
पाठीं जन्मे संसारीं । परि सकळ धर्माचिया माहेरीं ।
लांबा उगवे आगरीं । विभवश्रियेचा ।।४४४।।
मग सर्व धर्मांचे माहेरी । तो मनुष्य जन्मात प्रवेश करी ।
जणू शेत होई तणभारी । तसे ऐश्वर्य वाढते ।।४४४।।
जयातें नीतिपंथें चालिजे । सत्यधूत बोलिजे ।
देखावें तें देखिजे । शास्त्रदृष्टी ।।४४५।।
जे कुळ नीतिमार्गे जाई । सत्य पवित्र भाषण देई ।
सर्वत्र शास्त्रदृष्टीने पाही । जे पाहावयाचे ।।४४५।।

वेद तो जागेश्वरुं । जया व्यवसाय निजाचारु ।
सारासार विचारु । मंत्री जया ॥४४६॥
ज्या कुळा वेदांची जागृती । स्वधर्म आचरण व्यवसाय मानती ।
मंत्री म्हणून काम करती । सारासार विचार ॥४४६॥
जयाच्या कुळीं चिंतां । जाली ईश्वराची पतिव्रता ।
जयातें गृहदेवता । आदि ऋद्धि ॥४४७॥
ज्याच्या योगक्षेमाची चिंता । जणू ही ईश्वराची पतिव्रता ।
ज्याच्या होती गृहदेवता । ऋद्धि सिद्धी ॥४४७॥
ऐसी निजपुण्याची जोडी । वाढिन्नली सर्वसुखाची कुळवाडी ।
तिये जन्मे तो सुरवाडी । योगच्युतु ॥४४८॥
जे कुळ असे पुण्यवान । सुख-समृद्धीने महान ।
तेथे सुखाने घेई जन्म । तो योगभ्रष्ट पुरुष ॥४४८॥
अथवा ज्ञानाग्निहोत्री । जे परब्रह्मण्यश्रोत्री ।
महासुख-क्षेत्रीं । आदिवंत ॥४४९॥
हवन करती ज्ञानरूप अग्नीत । निष्णात परब्रह्माच्या सिद्धान्तात ।
ते शेतीचे वतनदार आहेत । ब्रह्मसुखाच्या ॥४४९॥
जे सिद्धांताचिया सिंहासनीं । राज्य करिती त्रिभुवनीं ।
जे कूजती कोकिल वनीं । संतोषाच्या ॥४५०॥
जे सिद्धान्ताच्या सिंहासनी बसती । त्रैलोक्यावर राज्य करती ।
कोकिळासम कूजन करती । संतोषाच्या वनी ॥४५०॥
जे विवेकद्रुमाचे मुळीं । बैसले आहाति नित्य फळीं ।
तया योगियांचिया कुळीं । जन्म पावे ॥४५१॥
विवेकवृक्षातही बसती । ब्रह्मरूप फळे सेविती ।
ते योगभ्रष्ट जन्म घेती । अशा योगांच्या कुळी ॥४५१॥
मोटकी देहाकृति उमटे । आणि निजज्ञानाची पाहांट फुटे ।
सूर्यापुढें प्रगटे । प्रकाशु जैसा ॥४५२॥
जन्म घेताच त्याच्या हृदयी । ज्ञानप्रकाश भरून राही ।
जसा पसरे सूर्योदयापूर्वी । अरुणोदयाचा प्रकाश ॥४५२॥
तैसी दशेची वाट न पाहतां । वयसेचिया गांवा न येतां ।
बाळपणींच सर्वज्ञता । वरी तयातें ॥४५३॥
प्रौढपणाची वाट न पाहता । बालपणीच त्याला सर्वथा ।
लाभली असे सर्वज्ञता । त्या पुरुषा ॥४५३॥
तिये सिद्धप्रज्ञेचेनि लाभें । मनचि सारस्वतें दुभे ।
मग सकळ शास्त्रें स्वयंभे । निघती मुखें ॥४५४॥
उपजत बुद्धी कारणे । सगळी शास्त्रे तो जाणे ।
निघती मुखातून स्वयंभूपणे । सर्व विद्या ॥४५४॥

ऐसें जे जन्म । जयालागीं देव सकाम ।
स्वर्गी ठेले जप होम । करिती सदा ॥४५५॥
असे दुर्मीळ जन्म असती । देवदेवताही इच्छिती ।
जप-जाप्य होम करिती । ते प्राप्त होण्या ॥४५५॥
अमरीं भाट होइजे । मग मृत्युलोकातें वानिजे ।
ऐसें जन्म पार्था गा जे । ते तो पावे ॥४५६॥
देवांनी स्तुतीपाठक व्हावे । मृत्यू लोकाचे वर्णन करावे ।
असा श्रेष्ठ जन्म म्हणावे । त्याला लाभे पार्था ॥४५६॥
आणि मागील जे सद्बुद्धि । जेथ जीवित्वा जाहाली होती अवधि ।
मग तेचि पुढती निरवधि । नवी लाहे ॥४५७॥
मागील जन्मात आयुष्याचा । शेवट होतो मनुष्याचा ।
त्या वेळच्या सद्बुद्धीचा । संस्कार प्राप्त होई ॥४५७॥
तेथ सदैवा आणि पायाळा । वरि दिव्यांजन होय डोळां ।
मग देखे जैसी अवलीळा । पाताळधनें ॥४५८॥
जो पायाळू अन् भाग्यवान । त्याच्या नयनी दिव्यांजन ।
तो पाताळातील गुप्त धन । सहज जसे पाही ॥४५८॥
तैसे दुर्भेद जे अभिप्राय । का गुरुगम्य हन ठाय ।
तेथ सौरसेंवीण जाय । बुद्धि तयाची ॥४५९॥
तसे गुरूंनी सांगितल्याशिवाय । न कळणारे कठीण अभिप्राय ।
तिथे त्याची बुद्धी सहज जाय । प्रयत्नावाचून ॥४५९॥
बळियें इंद्रियें येती मना । मन एकवटे पवना ।
पवन सहजें गगना । मिळोंचि लागे ॥४६०॥
इंद्रिये होती मनाच्या आधीन । मन वायूशी एकरूप होऊन ।
प्राण समरस होई जाऊन । मूर्धान्याकाशात ॥४६०॥
ऐसें नेणों काय अपैसें । तयातेंचि कीजे अभ्यासें ।
समाधि घर पुसे । मानसाचें ॥४६१॥
हे आपोआप घडे कळत नाही । योगभ्रष्टा अभ्यास येई ।
समाधी विचारत येई । त्याचे घर ॥४६१॥
जाणिजे योगपीठाचा भैरवु । काय हा आरंभरंभेचा गौरवु ।
कीं वैराग्यसिद्धीचा अनुभवु । रूपा आला ॥४६२॥
योगभ्रष्ट पुरुष एकमेव । तो योगपीठावरचा भैरव ।
वैराग्यसिद्धीचा अनुभव । आकारा येई ॥४६२॥
हा संसारु उमाणितें माप । कां अष्टांगसामग्रीचें द्वीप ।
जैसें परिमळेंचि धरिजे रूप । चंदनाचें ॥४६३॥
संसार मर्यादेचे मापटे । अष्टांग सामग्रीची बेटे ।
लाट सुगंध धारण करते । रूप चंदनाचे ॥४६३॥

तैसा संतोषाचा काय घडिला । कीं सिद्धिभांडारींहूनि काढिला ।
दिसे तेणें मानें रूढला । साधकदशे ।।४६४।।
संतोषाचा पुतळा आकारी । किंवा काढला सिद्धीच्या भांडारी ।
हा तसा धैर्यधारी । साधक दिसतो ।।४६४।।
जे वर्षशतांचिया कोडी । जन्मसहस्रांचिया आडी ।
लंघितां पातला थडी । आत्मसिद्धीची ।।४६५।।
कारण कोट्यवधी वर्षांनी । सहस्र जन्मबंध दूर करूनी ।
तो पोहोचतो किनारी येऊनी । आत्मसिद्धीच्या ।।४६५।।
म्हणौनि साधनजात आघवें । अनुसरे तया स्वभावें ।
मग आयतिये बैसे राणिवे । विवेकाचिये ।।४६६।।
साधने जी सर्व असती । ती त्या प्राप्त होती ।
मग विवेकाच्या गादीवरती । तो सहज बसतो ।।४६६।।
पाठीं विचारितया वेगां । तो विवेकुही ठाके मागां ।
मग अविचारणीय तें आंगा । घडोनि जाय ।।४६७।।
विचार करता वेगे । विवेकही राहे मागे ।
विचारापलीकडील अंगे । घडून जाते ।।४६७।।
तेथ मनाचें मेहुडें विरे । पवनाचे पवनपण सरे ।
आपणपां आपण मुरे । आकाशही ।।४६८।।
मग मनाचे ढग विरती । प्राणवायूचे वाहणे थांबती ।
ते स्वतःतच विलीन होती । चिदाकाशात ।।४६८।।
प्रणवाचा माथा बुडे । येतुलेनि अनिर्वाच्य सुख जोडे ।
म्हणौनि आधींचि बोलू बहुडे । तयालागीं ।।४६९।।
तो प्रणव मात्रेत लीन होई । शब्दातीत सुख प्राप्त होई ।
मग शब्द मागे फिरून येई । सुखाचा अनुभव घेण्या ।।४६९।।
ऐसी ब्रह्मींची स्थिती । जे सकळां गतींसी गती ।
तया अमूर्ताची मूर्ति । होऊनि ठाके ।।४७०।।
परब्रह्माशी एकरूपता । सद्गतीची सद्गती असता ।
हा मूर्ती होऊन राहता । निराकार ब्रह्मस्थितीची ।।४७०।।
तेणें बहुतीं जन्मीं मागिलीं । विक्षेपांचीं पाणिवळे झाडिलीं ।
म्हणौनि उपजतखेंवो बुडाली । लग्नघटिका ।।४७१।।
त्याने मागील जन्मांतला सारा । झाडला विक्षेपांचा केरकचरा ।
मग लग्नघटिका बुडे सागरा । जन्म होताच ।।४७१।।
आणि तद्रूपतेसीं लग्न । लागोनि ठेलें अभिन्न ।
जैसें लोपलें अभ्र गगन । होऊनि ठाके ।।४७२।।
तद्रूपतेशी लागता लग्न । ते ब्रह्मरूपाशी अभिन्न ।
ढग लोपून जसे गगन । होऊन राहती ।।४७२।।

तैसें विश्व जेथ होये । मागौतें जेथ लया जाये ।
तें विद्यमानेंचि देहें । जाहला तो गा ।।४७३।।
जिथे विश्वाची उत्पत्ती होते । ज्यामुळे विश्व चालते ।
जिथे पुन्हा लय पावते । असे ब्रह्म, तो होतो ।।४७३।।
जया लाभाचिया आशा । करूनि धैर्यबाहूचा भरंवसा ।
घालीत षट्कर्मांचा धारसां । कर्मनिष्ठ ।।४७४।।
ज्या लाभाची आशा करतात । धैर्यबाहूंचा विश्वास धरतात ।
षट्कर्माच्या[१] प्रवाही पडतात । कर्मनिष्ठ लोक ।।४७४।।
कां जिये एक वस्तूलागीं । बाणोनि ज्ञानाची वज्रांगी ।
झुंजत प्रपंचेंशीं समरंगीं । ज्ञानिये गा ।।४७५।।
ज्या वस्तू करता । अंगावर चढवती ज्ञान चिलखता ।
विचारांच्या समरांगणी झुंजता । ज्ञानी लोक ।।४७५।।
अथवा निलागें निसरडा । तपोदुर्गाचा आडकडा ।
झोंबती तपिये चाडा । जयाचिया ।।४७६।।
जो निराधार निसरडा । तपदुर्गाचा कडा ।
तपस्वी स्वेच्छेने म्हणती चढा । ब्रह्मप्राप्तीसाठी ।।४७६।।
जें भजतियां भज्य । याज्ञिकांचें याज्य ।
एवं जें पूज्य । सकळां सदा ।।४७७।।
जे भक्तीचे साधन । याज्ञिकांच्या यज्ञाचे याजन ।
सर्व पूजकांचे जे पूजन । सदैव ।।४७७।।
तेंचि तो आपण । स्वयें जाहला निर्वाण ।
जे साधकांचें कारण । सिद्ध तत्त्व ।।४७८।।
जे साधकांचे साध्य सत्त्व । सिद्धांचे स्वयंभू तत्त्व ।
ते निर्वाण ब्रह्म त्याचे सत्त्व । शेवटच्या जन्मी ।।४७८।।
म्हणौनि कर्मनिष्ठा वंद्यु । तो ज्ञानियांसि वेद्यु ।
तापसांचा आद्यु । तपोनाथु ।।४७९।।
वंदनीय कर्मनिष्ठांना । महनीय ज्ञानवंतांना ।
आद्य तपस्वी लोकांना । तो तपोनाथ ।।४७९।।
पैं जीवपरमात्मसंगमा । जयाचें येणें जाहलें मनोधर्मा ।
तो शरीरीचि परी महिमा । ऐेशी पावे ।।४८०।।
जीव परमात्मा संगमी । मनाचे ऐक्य अनुगामी ।
महान तो मनोधर्मी । जरी देहधारी ।।४८०।।
म्हणौनि याकारणें । तूतें मी सदा म्हणें ।
योगी होई अंतःकरणें । पंडुकुमरा ।।४८१।।
यासाठीच म्हणून । ठेवी तुज सांगून ।

१ (षट्कर्मे - अध्ययन, अध्यापन, यजन, याजन, दान, प्रतिग्रह)

योगी हो अंत:करणातून । हे पंडुकुमरा ।।४८१।।

अगा योगी जो म्हणिजे । तो देवांचा देवो जाणिजे ।
आणि सुख सर्वस्व माझें । चैतन्य तो ।।४८२।।

योगी ज्याला म्हणसी । तो देवांचा देव जाणसी ।
सुख सर्वस्व तो मजसी । चैतन्यरूप ।।४८२।।

तेथ भजता भजन भजावें । हें भक्तिसाधन जें आघवें ।
तो मीचि जाहलों अनुभवें । अखंडित ।।४८३।।

तिथे भक्ती करणारा । भक्तीचा विषय असणारा ।
भक्तीचे साधन ठरणारा । असा मीच झालो ।।४८३।।

मग तया आम्हां प्रीतीचें । स्वरूप बोलीं निर्वचे ।
ऐसें नव्हे गा तो साचें । सुभद्रापती ।।४८४।।

त्याच्या-माझ्या प्रेमाचे वर्णन । करता येत नाही असे जाण ।
तेव्हा हे सुभद्रापती अर्जुन । तो मीच आहे ।।४८४।।

तया एकवटलिया प्रेमा । जरी पाडें पाहिजे उपमा ।
तरी मी देह तो आत्मा । हेंचि होय ।।४८५।।

या ऐक्याच्या प्रेमा । द्यावयाची जर उपमा ।
तर मी देह तो आत्मा । हीच आहे ।।४८५।।

ऐसें भक्तचकोरचंद्रें । त्रिभुवनैकनरेंद्रे ।
बोलिलें गुणसमुद्रें । संजयो म्हणे ।।४८६।।

भक्त चकोरा चंद्राप्रमाणे । गुणसागर त्रिभुवन राजा त्या कृष्णाने ।
असे सांगितले असे म्हणे । संजय राजास ।।४८६।।

तेथ आदिलापासूनि पार्था । ऐकिजे ऐसीचि आस्था ।
दुणावली हें यदुनाथा । भावों सरलें ।।४८७।।

योगवर्णन करावे श्रवण । इच्छा करी अर्जुनाचे मन ।
ती वृद्धिंगत होई दुणावून । भगवंत जाणती ।।४८७।।

कीं सावियाचि मनीं संतोषला । जे बोलाआरिसा जोडला ।
तेणें हरिखें आतां उपलवला । निरूपील ।।४८८।।

आनंदी होई मनी श्रीकृष्ण । तो आरसा असे अर्जुन ।
आपले बोलणे जो करतो ग्रहण । म्हणून ते पुढे सांगतील ।।४८८।।

तो प्रसंगु आहे पुढां । जेथ शांतु दिसेल उघडा ।
तो पालविजेल मुडा । प्रमेयबीजांचा ।।४८९।।

पुढील अध्यायी जे निरूपण । ज्यात शांतरस ये दिसून ।
श्रोत्या मनी अंकुराची पेरणी करून । सिद्धांतांची ।।४८९।।

जें सात्त्विकाचेनि वडपें । गेलें आध्यात्मिक खरपें ।
सहजें निडारले वाफे । चतुरचित्ताचे ।।४९०।।

वर्षता सत्त्वगुण । गेले पापविचारांचे रूक्षपण ।
वाफे होती सहजपण । चतुर चित्तांचे ।।४९०।।

वरी अवधानाचा वाफसा । लाधला सोनया ऐसा ।
म्हणौनि पेरावया धिंवसा । श्रीनिवृत्तीसी ।।४९१।।

जे श्रोत्यांचे अवधान । तो सोन्यासारखा वाफा जाण ।
सिद्धान्त बीज घ्यावे पेरून । निवृत्तीनाथ इच्छिती ।।४९१।।

ज्ञानदेव म्हणे मी चाडें । सद्गुरूंनी केलें कोडें ।
माथां हात ठेविला तें फुडें । बीजचि वाइलें ।।४९२।।

ते बीज पेरण्या सद्गुरूंनी । योजिले मला या ठिकाणी ।
ज्ञानदेव म्हणे बीज दिले सोडुनी । मस्तकी ठेवून हात ।।४९२।।

म्हणौनि येणें मुखें जें जें निगे । तें संतांच्या हृदयी साचचि लागे ।
हें असो सांगो श्रीरंगें। बोलिलें जें ।।४९३।।

माझ्या मुखातून जे प्रगटेल । ते सत्य संतांना जाणवेल ।
आता श्रीरंग काय बोलेल । पुढील अध्यायी सांगेन ।।४९३।।

परी तें मनाच्या कानीं ऐकावें । बोल बुद्धीच्या डोळां देखावें ।
हे सांटोवाटीं घ्यावें । चित्ताचिया ।।४९४।।

ते मनाच्या कानांनी ऐकावे । बुद्धीच्या डोळ्यांनी पाहावे ।
वक्त्याकडे चित्त द्यावे । बदली शब्द घ्यावेत ।।४९४।।

अवधानाचेनि हातें । नेयावें हृदयाआंतौतें ।
हे रिझवितील आयणीतें । सज्जनांचिये ।।४९५।।

अवधानाच्या हाताने । हृदयात शब्द नेणे ।
रिझवतील सज्जनांची मने । ते शब्द ।।४९५।।

हे स्वहितातें निववित । परिणामातें जीववित ।
सुखाची वाहविती । लाखोली जीवां ।।४९६।।

ते स्वहिता शांतवती । परिणामी मोक्ष देती ।
सुखाचे मग वाहती । लाखो उन्मेष येथे ।।४९६।।

आतां अर्जुनेंसी श्रीमुकुंदें । नागरबोलिजेल विनोदें ।
तें वोंवियेचेनि प्रबंधें । सांगेन मी ।।४९७।।

आता अर्जुनास सहजपणे । सांगितले श्रीकृष्णाने ।
ते मी सांगेन ओवीछंदाने । सर्वोत्कृष्ट ज्ञान ।।४९७।।

ओवी संख्या ४९७

।। सहावा अध्याय – आत्मसंयमन योग – समाप्त ।।

अध्याय सातवा

ज्ञान – विज्ञान योग

आइका मग तो श्रीअनंतु । पार्थातें असे म्हणतु ।
पैं गा तू योगयुक्तु । जालासि आतां ॥१॥
ऐका अनंत म्हणती जाणा । योगाच्या ज्ञाने अर्जुना ।
तू योगयुक्त संपूर्णा । झालास आता ॥१॥
मज समग्रातें जाणसी ऐसें । आपुलिया तळहातींचें रत्न जैसें ।
तुज ज्ञान सांगेन तैसें । विज्ञानेंसीं ॥२॥
पूर्णपणे जाणले जाते । तळहातावरील रत्न ते ।
तसे प्रपंचासह ब्रह्मज्ञान ते । तुला सांगतो ॥२॥
एथ विज्ञानें काय करावें । ऐसें घेसीं जरी मनोभावें ।
तरी पैं आधीं जाणावें । तेंचि लागे ॥३॥
प्रपंच ज्ञान कशाकरिता । अशी शंका मनी येता ।
ब्रह्मज्ञानाआधी तत्त्वता । हे समजून घे ॥३॥
मग ज्ञानाचिये वेळे । झांकती जाणिवेचे डोळे ।
जैसी तीरीं नाव न ढळे । टेकलीसांती ॥४॥
होई ब्रह्मज्ञान ज्यावेळे । बुद्धीचे झाकती डोळे ।
जसे येता नदीच्या तीरा अडथळे । नाव पुढे सरकत नाही ॥४॥
तैसी जाणीव जेथ न रिघे । विचार मागुता पाउलीं निघे ।
तर्कु आयणी नेघे । आंगीं जयाच्या ॥५॥
जेथे बुद्धीचा प्रवेश नाही । मागेच फिरती विचारही ।
तर्काचे काही चालत नाही । त्याच्या स्वरूपी ॥५॥
अर्जुना तया नांव ज्ञान । येर प्रपंचु हें विज्ञान ।
तेथ सत्यबुद्धि ते अज्ञान । हेंही जाण ॥६॥
त्यास म्हणती ब्रह्मज्ञान । प्रपंच हे असे विज्ञान ।
प्रपंच खरा हे अज्ञान । हेही जाण ॥६॥
आतां अज्ञान अवघें हरपे । विज्ञान निःशेष करपे ।
आणि ज्ञान तें स्वरूपें । होऊनि जाइजे ॥७॥
अज्ञान पूर्ण नाहीसे होई । प्रपंच पूर्ण बाधित होई ।
मग आपण स्वतःच होऊन जाई । ब्रह्मस्वरूप ॥७॥
जेणें सांगतयाचें बोलणें खुंटे । ऐकतयाचें व्यसन तुटे ।
हें जाणणें सानें मोठें । उरों नेदी ॥८॥
सांगणाऱ्याचे बोलणे थांबते । ऐकणाऱ्याचे ऐकणे संपते ।
हे जाण लहान मोठे । काही न उरते ॥८॥
ऐसें वर्म जें गूढ । तें किजेल वाक्यारूढ ।
जेणें थोडेन पुरे कोड । बहुत मनींचें ॥९॥
असे हे गूढ गुपित । ते शब्दांनी प्रकटित ।
थोडेसे ते प्रतिपादित । मनाचे होई समाधान ॥९॥
पैं गा मनुष्यांचिया सहस्रशां– । माजीं विपाइलेयाचि धिंवसा ।
तैसें या धिंवसेकरां बहुवसां । माजीं विरळा जाणे ॥१०॥
हजारोत एखादाच जाण । इच्छितो ब्रह्मज्ञान ।
त्यातला एखादाच प्रमाण । मला तत्त्वतः जाणतो ॥१०॥
जैसा भरलेया त्रिभुवना– । आंतु एकएकु चांगु अर्जुना ।
निवडुनि कीजे सेना । लक्षवरी ॥११॥
संपूर्ण त्रैलोक्यातून । पराक्रमी सैनिक निवडून ।
लक्षावधी सैनिक त्यातून । तयार करतात ॥११॥
कीं तयाही पाठीं । जे वेळीं लोह मांसातें घांटी ।
ते वेळीं विजयश्रियेच्या पाटीं । एकुचि बैसे ॥१२॥
या सैन्याच्या अंगावर । तलवारीचे होती प्रहार ।
मग विजयाच्या सिंहासनावर । एखादाच बसतो ॥१२॥
तैसें आस्थेच्या महापुरीं । रिघताती कोटिवरी ।
परी प्राप्तीच्या पैलतीरीं । विपाइला निगे ॥१३॥
ब्रह्मज्ञान इच्छेच्या महापुरात । कोट्यवधी साधक प्रवेशतात ।
पैलतीराला एखादाच त्यांत । साधक पोहोचतो ॥१३॥
म्हणौनि सामान्य गा नोहे । हें सांगतां वडिल गोठी आहे ।
परी तें बोलों येईल पाहें । आतां प्रस्तुत ऐकें ॥१४॥
ब्रह्मज्ञानप्राप्ती ही गोष्ट । आहे परमश्रेष्ठ ।
त्यातील विज्ञान प्रविष्ट । ऐक सांगतो तुला ॥१४॥

तरी अवधारीं गा धनंजया । हे महदादिक माझी माया ।
जैसी प्रतिबिंबे छाया । निजांगाची ।।१५।।
नीट ऐक धनंजया । जशी शरीराची पडछाया ।
तशीच माझी माया । हे महदादी तत्त्व ।।१५।।
आणि इयेतें प्रकृति म्हणिजे । जे अष्टधा भिन्न जाणिजे ।
लोकत्रय निपजे । इयेस्तव ।।१६।।
ही माया प्रकृती विचार । तिचे भिन्न आठ प्रकार ।
त्रैलोक्याचा निर्माण आविष्कार । यापासून ।।१६।।
हे अष्टधा भिन्न कैसी । ऐसा ध्वनि धरिसीं जरी मानसीं ।
तरी तेचि गा आतां परियेसीं । विवंचना ।।१७।।
हे कोणते आठ प्रकार । येता तुझ्या मनी विचार ।
त्या संबंधीचा विचार । तुला सांगतो ।।१७।।
आप तेज गगन । महीमारुत मन ।
बुद्धि अहंकार हे भिन्न । आठै भाग ।।१८।।
पाणी, अग्नि, गगन । पृथ्वी, वारा, मन ।
बुद्धी, अहंकार हे भिन्न । आठ प्रकार आहेत ।।१८।।
या आठांची जे साम्यावस्था । ते माझी परम प्रकृति पार्था ।
तिये नाम व्यवस्था । जीवु ऐसी ।।१९।।
पार्था या आठांची साम्यस्थिती । ती माझी परमप्रकृती ।
तिलाच जीव म्हणती । नाम व्यवस्था ।।१९।।
जे जडातें जीववी । चेतनेतें चेतवी ।
मनाकरवीं मानवी । शोकमोहो ।।२०।।
जी जडाला सजीव करते । चेतनेला जागृत ठेवते ।
मनाला मानायला लावते । दुःख, मोह ।।२०।।
पैं बुद्धीच्या अंगीं जाणणें । तें जिये जवळिकेचें करणें ।
जिया अहंकाराचेनि विंदाणें । जगचि धरिजे ।।२१।।
बुद्धी अंगी जाणिवेची शक्ती । हिच्या सान्निध्याने येती ।
ती धारण करते जगती । अभिमानाने ।।२१।।
ते सूक्ष्म प्रकृति कोडें । जैं स्थूळाचिया आंगा घडे ।
तैं भूतसृष्टीची पडे । टांकसाळ ।।२२।।
ही सूक्ष्म परा प्रकृती । स्वेच्छेने स्थलाशी पावे संयुक्ती ।
तेव्हा सृष्टीतील प्राण्यांची निर्मिती । टांकसाळीत सुरू होते ।।२२।।
चतुर्विध ठसा । उमटों लागे आपैसा ।
मोला तरी सरसा । परी थरचि आनान ।।२३।।
चार प्रकारचा[1] ठसा । प्राणीमात्रांवर उमटे जसा ।
पंचतत्त्वांचा समान पसा । पण आकार भिन्न ।।२३।।
होती चौऱ्यांशीं लक्ष थरा । येरा मिती नेणिजे भांडारा ।
भरे आदिशून्याचा गाभारा । नाणेयांसी ।।२४।।
चौऱ्याऐंशी लक्ष योनींचे प्रकार । भरते टांकसाळीचे भांडार ।
भरते अव्यक्ताचे गर्भागार । प्राणीरूप नाण्यांनी ।।२४।।
ऐसें एकतुकें पांचभौतिक । पडती बहुवस टांक ।
मग तिये समृद्धीचे लेख । प्रकृतीचि धरी ।।२५।।
सम योग्यतेची पंचतेजापासून । प्रकृतीच्या या टांकसाळीतून ।
अनेक प्राणीरूप नाणी होती उत्पन्न । हिशेब प्रकृती ठेवते ।।२५।।
जे आखूनि नाणें विस्तारी । पाठी तयाची आटणी करी ।
माजीं कर्माकर्माचिया व्यवहारीं । प्रवर्तु दावी ।।२६।।
ती संख्येने विस्तार करी । आटणी करून साम्य करी ।
कर्म-अकर्माचा व्यवहार करी । मधल्या काळात ।।२६।।
हें रूपक परी असो । सांगों उघड जैसें परियेसों ।
तरी नामरूपाचा अतिसो । प्रकृतीच कीजे ।।२७।।
पण हे रूपक आहे नुसते । तुला उघड सांगायचे तर ते ।
प्राण्यांच्या नामरूपाचा करते । प्रकृतीचा विस्तार ।।२७।।
आणि प्रकृति तंव माझ्या ठायीं । बिंबे येथ आन नाहीं ।
म्हणौनि आदि मध्य अवसान पाहीं । जगासि मी ।।२८।।
ही प्रकृतीच माझ्यात आहे ।
प्रतिबिंबित होउन राहे ।
अर्थात मीच कारण आहे ।
जगाच्या उत्पत्ती-स्थिती-लयाचा ।।२८।।
हें रोहिणीचें जळ । तयाचें पाहतां येइजे मूळ ।
तैं रश्मि नव्हती केवळ । होय तें भानु ।।२९।।
मृगजळाचे पाहता जळ । कळून येते त्याचे मूळ ।
किरणे नसती कारण केवळ । सूर्य असतो ।।२९।।
तयाचिपरी किरीटी । इया प्रकृती जालिये सृष्टी ।
जैं उपसंहरूनि कीजेल ठी । तैं मीचि आहें ।।३०।।
त्याप्रमाणे हे अर्जुना । प्रकृतीपासूनी सृष्टी निर्मिताना ।
उत्पत्ती, स्थिती लयाच्या पर्यावसाना । मीच कारण आहे ।।३०।।
ऐसें होय दिसे न दिसे । हें मजचि माजीं असे ।
मियां विश्व धरिजे जैसें । सूत्र मणि ।।३१।।
जे निर्माण होते, लय पावते । ते माझ्याच ठिकाणी होते ।
मी विश्व धारण केलेले असते । जसे दोऱ्यात मणी ।।३१।।

१ (चार प्रकार- अंडज, स्वेदज, जारज, उद्भीज)

सुवर्णाचे मणी केले । ते सोनियाचे सुतीं वोविले ।
तैसें म्यां जग धरिलें । सबाह्याभ्यंतरीं ।।३२।।
सुवर्णाचे मणी करावे ।
सुवर्णाच्या तारेत ओवावे ।
तसे जगत आतून-बाहेरून ठावे ।
मी धारण केले आहे ।।३२।।
म्हणौनि उदकीं रसु । कां पवनीं जो स्पर्शु ।
शशिसूर्यीं जो प्रकाशु । तो मीचि जाण ।।३३।।
म्हणून जलामध्ये जो रस । वायूमध्ये जो स्पर्श ।
चंद्रसूर्यात जो प्रकाश । तो मीच आहे ।।३३।।
तैसाचि नैसर्गिकु शुद्धु । मी पृथ्वीच्या ठायीं गंधु ।
गगनीं मी शब्दु । वेदीं प्रणवु ।।३४।।
पृथ्वीचा नैसर्गिक गंध । आकाशातील शब्द ।
वेदातील ओंकार शुद्ध । तोही मीच आहे ।।३४।।
नराच्या ठायीं नरत्व । जें अहंभाविये सत्त्व ।
तें पौरुष मी हें तत्त्व । बोलिजत असे ।।३५।।
पुरुषाचा जो पुरुषार्थ । अहंकाराचा जो अर्थ ।
ते पौरुष मीच सार्थ । सांगतो तुला ।।३५।।
अग्नि ऐसें आहाच । तेज नामाचें आहे कवच ।
तें परतें केलिया साच । निजतेज तें मी ।।३६।।
अग्नी या नावाचं । तेजा जे असते कवच ।
ते दूर केल्यावरचं । स्वयंसिद्ध तेज मी आहे ।।३६।।
आणि नानाविध योनी । जन्मोनि भूतें त्रिभुवनीं ।
वर्तत आहाति जीवनीं । आपुलाल्या ।।३७।।
आणि या त्रिभुवनी । नाना प्रकारच्या योनी ।
त्यात जन्मा येती प्राणी ।
आपापला आहार सेविती ।।३७।।
एकें पवनेचि पिती । एकें तृणास्तव जिती ।
एकें अन्नाधारें राहती । जळें एकें ।।३८।।
कित्येक वारा पितात । कित्येक गवतावर जगतात ।
कित्येक अन्नाधारे जगतात । कित्येक पाण्यामुळे ।।३८।।
ऐसें भूतांप्रति आनान । जें प्रकृतिवशे दिसे जीवन ।
तें आघवाठायीं अभिन्न । मीचि एक ।।३९।।
प्रत्येक प्राण्याचे जे जीवन । प्रकृतीधारे दिसे भिन्न ।
त्यामध्ये एकरूप अभिन्न । ते मीच आहे ।।३९।।

पैं आदिचेनि अवसरें । विरूढे गगनाचेनि अंकुरें ।
जे अंतीं गिळी अक्षरें । प्रणवपीठींची ।।४०।।
ज्या बीजाची सृष्टीच्या उत्पत्तिकाली ।
आकाशाच्या अंकुरे वाढ झाली ।
ते सृष्टीचा लय होण्याचे वेळी ।
ओंकार अक्षरे गिळते ।।४०।।
जंव हा विश्वाकारू असे । तंव जें विश्वाचिसारिखें दिसे ।
मग महाप्रळयदशे । कैसेंही नव्हे ।।४१।।
विश्वाला जोवरी आकार असे । तोवरी ते विश्व दिसे ।
मग प्रलयकाळी नसे । ते कोणत्याच आकारात ।।४१।।
ऐसें अनादि जें सहज । तें मी गा विश्वबीज ।
हें हातातळीं तुज । देइजत असें ।।४२।।
जे अनादी आणि सहज । ते मीच विश्वाचे बीज ।
तुझ्या हाती हे गुज । देत असे ।।४२।।
मग उघड करूनि पांडवा ।
जैं हे आणिसील सांख्यांचिया गांवा ।
तैं ययाचा उपेगु बरवा । देखशील ।।४३।।
हे रहस्य समजून घेशील । याचा पूर्ण विचार करशील ।
तर उपयोग दिसू येईल । अर्जुना तुला ।।४३।।
परी हे अप्रासंगिक आलाप । आतां असतु न बोलों संक्षेप ।
जाण तपियांच्या ठायीं तप । तें रूप माझें ।।४४।।
हे माझे वेगळे शब्द काही । मी आता बोलत नाही ।
तपस्वी लोकांचे ते तपही । मीच आहे जाण ।।४४।।
बलियांमाजीं बळ । ते मी जाणें अढळ ।
बुद्धिमंतीं केवळ । बुद्धि ते मी ।।४५।।
बलवानांचे जे बळ । ते मीच जाण अढळ ।
बुद्धिमंतांची केवळ । बुद्धी मीच आहे ।।४५।।
भूतांच्या ठायीं कामु । तो मी म्हणे आत्मारामु ।
जेणें अर्थास्तव धर्मु । थोरु होय ।।४६।।
ज्यायोगे वृद्धिंगत धर्म । मनुष्यांत असणारा काम ।
सांगे श्रीकृष्ण आत्माराम । तो मीच आहे ।।४६।।
एऱ्हवीं विकाराचेनि पैसें । करी कीर इंद्रियांचि ऐसें ।
परी धर्मासि वेखासें । जावों नेदी ।।४७।।
विकारामुळे तो काम करी । इंद्रियास अनुकूल कर्मे जरी ।
धर्माविरुद्ध न जाती तरी । ती कर्मे ।।४७।।

जो अप्रवृत्तीचा अव्हांटा । सांडूनि विधीचिया निघे वाटा ।
तेवींचि नियमाचा दिवटा । सवें चाले ।।४८।।
जो निषिद्ध आडवाट सोडतो । विहित मार्गे वाट चालतो ।
त्याच्यासोबत नेहमी असतो । नियमांचा पलिता ।।४८।।
कामु ऐशिया वोजा प्रवर्ते । म्हणौनि धर्मासि होय पुरतें ।
मोक्षतीर्थींचे मुक्तें । संसारु भोगी ।।४९।।
काम असा चालतो । धर्मास पोषक ठरतो ।
मोक्षतीर्थात मुक्ती देतो । प्रापंचिकास ।।४९।।
जो श्रुतिगौरवाच्या मांडवीं । काम सृष्टीचा वेलु वाढवी ।
जंव कर्मफळेंसि पालवी । अपवर्गीं टेंके ।।५०।।
वेदप्रामाण्याच्या मांडवाची । पाने कामसृष्टीच्या वेलाची ।
पालवी कर्मफळाची । मोक्षापर्यंत जाते ।।५०।।
ऐसा नियतु कां कंदर्पु । जो भूतां या बीजरूपु ।
तो मी म्हणे बापु । योगियांचा ।।५१।।
असा नियमाने राहणारा । प्राणिमात्रांचे बीज ठरणारा ।
त्यांची उत्पत्ती करणारा । काम मी असे श्रीकृष्ण म्हणे ।।५१।।
हें एकेक किती सांगावें । आतां वस्तुजातचि आघवें ।
मजपासूनि जाणावें । विकारलें असे ।।५२।।
एकेक सांगू किती । भिन्न वस्तूंच्या परिमिती ।
माझ्यापासून विस्तारती । हे जाण ।।५२।।
जे सात्त्विक हन भाव । कां रजतमादि सर्व ।
ते ममरूपसंभव । वोळखें तूं ।।५३।।
सात्त्विक, तामस भाव । किंवा राजस सर्व ।
माझ्या स्वरूपापासून उद्‌भव । हे तू जाण ।।५३।।
हे जाले तरी माझ्या ठायीं । परी तयामाजीं मी नाहीं ।
जैसी स्वप्नींच्या डोहीं । जागृति न बुडे ।।५४।।
हे सर्व असती माझ्या ठाई । तरी मी त्यात नाही ।
जसे स्वप्नाच्या डोही । जागृती बुडत नाही ।।५४।।
जैसी रसाचीच सुघट । बीजकणिका घनवट ।
परी तियेस्तव होय काष्ठ । अंकुरद्वारें ।।५५।।
जे बीज भरीव दिसते । ते गोठलेला रस असते ।
अंकुराची निर्मिती होते । त्यापासून लाकूड बनते ।।५५।।
मग तया काष्ठाच्या ठायीं । सांग पां बीजपण असे काई? ।
तैसा मी विकारीं नाहीं । जरी विकारला दिसे ।।५६।।
त्या लाकडात बीपणा नाही । तसा मी विश्वाच्या रूपात राही ।
तरी त्या विकारांत मी नाही । जरी दिसतो तरी ।।५६।।

पैं गगनीं उपजे आभाळ । परी तेथ गगन नाहीं केवळ ।
अथवा आभाळीं होय सलिल । तेथ अभ्र नाहीं ।।५७।।
आकाशात ढगांचे दळ दिसते । पण त्या ढगात आकाश नसते ।
किंवा ढगात पाणी असते । पण पाण्यात ढग नाही ।।५७।।
मग त्या उदकाचेनि आवेशे । प्रगटलें तेज जें लखलखीत दिसे ।
तिये विजूमाजीं असे । सलिल कायी? ।।५८।।
पाण्याच्या घर्षणाने तेज निर्मिते । ती वीज लखलखीत दिसते ।
काय त्या विजेत असते? । काय पाणी? ।।५८।।
सांगे अग्नीस्तव धूम होये । तिये धूमीं काय अग्नि आहे? ।
तैसा विकारु हा मी नोहें । जरी विकारला असे ।।५९।।
अग्नीपासून धूर होतो ।
पण त्या धुरात काय अग्नी असतो? ।
तसे विकार म्हणजे मी नसतो ।
जरी माझ्यातून निर्माण होती ।।५९।।
परी उदकीं जाली बाबुळी । ते उदकातें जैसी झांकोळी ।
कां वायांचि आभाळीं । आकाश लोपे ।।६०।।
शेवाळ पाण्यात निर्माण होते । पाण्याला झाकून टाकते ।
ढगाने आकाश झाकले जाते । हा आभास असतो ।।६०।।
हां गा स्वप्न लटिकें म्हणों ये । परि निद्रावशें बाणलें होये ।
तंव आठवु काय देत आहे । आपणपेयां? ।।६१।।
स्वप्न हे खोटे असते । झोपेमुळे अनुभवा येते ।
पण काय ते आठवत राहते । आपल्याला? ।।६१।।
हें असो डोळ्यांचें । डोळांचि पडळ रचे ।
तेणें देखणेंपण डोळ्यांचे । न गिळिजे कायी ।।६२।।
डोळ्यांत पाणी साठते । त्याचे पटल डोळ्यांवर येते ।
काय ते पटल बंद करते । डोळ्याची दृष्टी? ।।६२।।
तैसी हे माझीच बिंबली । त्रिगुणात्मक साउली ।
कीं मजचि आड वोडवली । जवनिका जैसी ।।६३।।
त्याप्रमाणे त्रिगुणात्मक माया । ही माझीच छाया ।
जरी आडवी येत देखाया । पडद्यासारखी ।।६३।।
म्हणौनि भूतें मातें नेणती । माझींच परी मी नव्हती ।
जैसी जळींचि जळीं न विरती । मुक्ताफळें ।।६४।।
प्राणिमात्र मला जाणत नाहीत ।
माझ्याशी एकरूप होत नाहीत ।
जसे मोती पाण्यात विरघळत नाहीत ।
पाण्यापासून उत्पन्न होऊनही ।।६४।।

पैं पृथ्वीयेचा घटु कीजे । सर्वेंचि पृथ्वीसि मिळे जरी मेळविजे ।
एऱ्हवीं तोचि अग्निसंगें सिजे । तरी वेगळा होय ।।६५।।
मातीचा घट मातीत घातला । तो एकरूप होऊन गेला ।
पण अग्नीच्या आधारे भाजला । तर वेगळा होतो ।।६५।।
तैसें भूतजात सर्व । हे माझेचि कीर अवयव ।
परि मायायोगें जीव- । दशे आले ।।६६।।
तसे प्राणीमात्र सर्व । माझेच अवयव ।
मायेमुळे ते जीव । जीवदशेत आले ।।६६।।
म्हणौनि माझेचि मी नव्हती । माझेचि मज नोळखती ।
अहंममताभ्रांती । विषयांध जाले ।।६७।।
माझेच माझे नसती । मलाच न ओळखती ।
अहंकार, ममता, भ्रांती । याने विषयांध झाले ।।६७।।
आतां महदादि हे माझी माया । उतरोनियां धनंजया ।
मी होइजे हें आया । कैसेनि ये? ।।६८।।
महतत्त्वादी माझी माया । उतरून एकरूप व्हाया ।
साध्य होई धनंजया । कसे ते सांगतो ।।६८।।
जिये ब्रह्माचळाचा आधाडा । पहिलिया संकल्पजळाचा उभडा ।
सर्वेंचि महाभूतांचा बुडबुडा । साना आला ।।६९।।
ब्रह्मपर्वताचा तुटका कडा । संकल्पजलाचा उगम सडा ।
पंचभूतांचा लहान बुडबुडा । मायारूपी नदीत आला ।।६९।।
जे सृष्टि-विस्ताराचेनि वोघें । चढत काळकळनेचेनि वेगें ।
प्रवृत्ति-निवृत्तीचीं तुंगे । तटें सांडी ।।७०।।
जी सृष्टी विस्तारा योगे । वाढून कालगतीच्या वेगे ।
प्रवृत्ती निवृत्तीची उंच रेघे । ओलांडून पुढे जाई ।।७०।।
जे गुणघनाचेनि वृष्टिभरें । भरली मोहाचेनि महापूरें ।
घेऊनि जात नगरें । यमनियमांचीं ।।७१।।
त्रिगुण मेघाच्या पावसाने । तुडुंबली आहे दोन्ही तीराने ।
वाहून नेई भ्रमाच्या महापुराने । यम-नियमांची नगरे ।।७१।।
जे द्वेषाच्या आवर्तीं दाटत । मत्सराचे वळसे पडत ।
माजीं प्रमादादि तळपत । महामीन ।।७२।।
ती द्वेष भोवऱ्याने भरली आहे । मत्सर वळणाने वाहे ।
उन्मत्त दोषांनी तळपत राहे । तीत मोठे मासे ।।७२।।
जेथ प्रपंचाचीं वळणें । कर्माकर्माची वोभाणें ।
वरी तरताती वोसाणें । सुखदुःखांची ।।७३।।
वळण रस्ता, प्रपंच भेदाचा । भेद ही कर्म-अकर्माचा ।
केरकचरा सुख-दुःखाचा । तरंगतो तिच्या तीरावर ।।७३।।

रतीचिया बेटा । आदळती कामाचिया लाटा ।
जेथ जीवफेन संघटा । सैंघ दिसे ।।७४।।
तिच्या विषय बेटावरती । कामरूपी लाटा आदळती ।
जीवरूपी फेसाची गर्दी ती । तिथे दिसते ।।७४।।
अहंकाराचिया चळिया । वरि मदत्रयाचिया उकळिया ।
जेथ विषयोर्मीच्या आकळिया । उल्लाळ घेती ।।७५।।
ज्या नदीत लाटा अहंकाराच्या ।
उकळ्या येती तीन मदांच्या[२] ।
जिथे विषयरूपाच्या । लाटा उसळती ।।७५।।
उदयास्ताचे लोंढे । पाडीत जन्ममरणाचे चोंढे ।
जेथ पांचभौतिक बुडबुडे । होती जाती ।।७६।।
उदय-अस्तांचे लोंढे । पाडती जन्ममृत्यूचे खड्डे ।
उठती-जाती पंचभूतांचे बुडबुडे । शरीररूपी ।।७६।।
संमोह विभ्रम मासे । गिळिताती धैर्याचीं आविसें ।
तेथ देव्हडे भोंवत वळसे । अज्ञानाचे ।।७७।।
मोह-भ्रम हे मासे असती ।
सात्त्विक धैर्याच्या अमिषा गिळती ।
वेडेवाकडे भोवरे फिरती । अज्ञानाचे ।।७७।।
भ्रांतीचेनि खडुळें । रेवले आस्थेचे अवगाळे ।
रजोगुणाचेनि खळाळें । स्वर्गु गाजे ।।७८।।
भ्रांतीचा गढूळपणा नदीपात्रात ।
प्राणिमात्र फसलेले आशेच्या गाळात ।
रजोगुणाच्या खळखळाटात । स्वर्ग गर्जतो ।।७८।।
तमाचे धारसे वाड । सत्त्वाचें स्थिरपण जाड ।
किंबहुना हे दुवाड । मायानदी ।।७९।।
प्रचंड प्रवाह त्या तमोगुणा । गंभीर स्थिरता सत्त्वगुणा ।
कठीण आहे ही तरुन जाण्या । माया नदी ।।७९।।
पैं पुनरावृत्तीचेनि उभडें । झळंबती सत्यलोकींचे हुडे ।
घायें गडबडती धोंडे । ब्रह्मगोळकाचे ।।८०।।
जन्ममृत्यूचे लोंढे येती । सत्यलोकाचे किल्ले वाहून जाती ।
गडगडत खाली येती । ब्रह्मांड गोल ।।८०।।
तया पाणियाचेनि वहिलेपणें । अझुनी न धरिती वोभाणें ।
ऐसा मायापूर हा कवणें । तरिजेल गा? ।।८१।।
त्या वाहत्या पाण्यात सकल । उभे राहणे मुश्कील ।
मग कोण तरुन जाऊ शकेल? । मायानदीच्या पुरात ।।८१।।

---
२ तीन मद – संपत्ती, तारुण्य, कुळ

येथ एक नवलावो । जो जो कीजे तरणोपावो ।
तो तो अपावो । होय तें ऐक ॥८२॥
आणखी एक नवल होय ।
तरून जाण्याचा जो करावा उपाय ।
तोच ठरतो अपाय । कसे ते ऐक ॥८२॥
एक स्वयंबुद्धीच्या बाहीं । रिगाले तयांची शुद्धीचि नाहीं ।
एक जाणिवेचे डोहीं । गर्वेंचि गिळिले ॥८३॥
कोणी स्वबुद्धीने उतरले । ते बेपत्ता झाले ।
कोणी पांडित्याच्या डोही शिरले । त्यांना गर्वाने गिळले ॥८३॥
एकीं वेदत्रयाचिया सांगडी । घेतल्या अहंभावाचिया धोंडी ।
ते मदमीनाच्या तोंडीं । सगळेचि गेले ॥८४॥
तीन वेदांची सांगडी सोबत घेती ।
विद्येच्या अभिमानाचे धोंडे ही असती ।
मदरूपी माशाच्या तोंडात जाती । नाहीसे होती ॥८४॥
एकीं वयसेचें जाड बांधले । मग मन्मथाचिये कांसे लागले ।
ते विषयमगरीं सांडिले । चघळूनियां ॥८५॥
तारुण्याची घट्ट कंबर बांधली । मदनाची सोबत सांधली ।
विषयाच्या मगरीने खाल्ली । चघळून ॥८५॥
आतां वार्धक्याचा तरंगा– । माजीं मतिभ्रंशाचा जरंगा ।
तेणें कवळिजताती पैं गा । चहूंकडे ॥८६॥
वार्धक्याचे हेलकावे खाती । बुद्धिभ्रंशाच्या जाळ्यात पडती ।
त्यातच जखडले जाती । चारी बाजूंनी ॥८६॥
आणि शोकाचा कडा उपडत । क्रोधाच्या आवर्तीं दाटत ।
आपदागिधीं चुंबिजत । उधवला ठायीं ॥८७॥
शोकाच्या कड्यावर पडती । क्रोधाच्या भोवऱ्यात अडकती ।
संकटांची गिधाडे टोचून खाती । गाळात रुतल्यावर ॥८७॥
मग दुःखाचेनि बरबटें बोंबले ।
पाठीं मरणाचिये रेवे रेवले ।
ऐसे कामाचे कांसे लागले । ते गेले वायां ॥८८॥
दुःखाच्या चिखलात बरबटतात ।
मृत्यूच्या गाळात फसतात ।
कामाचा आश्रय जे घेतात । त्यांचे जीवन व्यर्थ ॥८८॥
एकीं यजनक्रियेची पेटी । बांधोनि घातली पोटीं ।
ते स्वर्गसुखाच्या कपाटीं । शिरकोनि ठेले ॥८९॥
काहींनी यज्ञक्रियेची पेटी । बांधली आपल्या पोटी ।
ते स्वर्गसुखाच्या कपारी फटी । अडकून राहिले ॥८९॥

एकीं मोक्षीं लागावयाचिया आशा । केला कर्मबाह्यांचा भरंवसा ।
परी ते पडिले वळसां । विधिनिषेधांच्या ॥९०॥
कोणी मोक्षाचा किनारा इच्छिला । कर्मबाहूंवर विश्वास ठेवला ।
पण वळणात अडकून गेला । विधिनिषेधांच्या ॥९०॥
जेथ वैराग्याची नाव न रिगे । विवेकाचा तागा न लगे ।
वरि काहीं तरों ये योगें । तरी विपायें तो ॥९१॥
इथे वैराग्याची नाव चालत नाही । विवेकाचा वेळू टिकत नाही ।
योगाधारे करता येते काही । पण तसा साधक एखादाच ॥९१॥
ऐसें तरी जीवाचिये आंगवणें । इये मायानदीचें तरणें ।
हें कासयासारिखें बोलणें । म्हणावें पां ॥९२॥
म्हणजे स्वसामर्थ्याने । माया नदी तरून जाणे ।
हे कशासारखे बोलणे । म्हणावे? ॥९२॥
जरी अपथ्यशीळा व्याधी । कळे साधूसी दुर्जनाची बुद्धी ।
कीं रागी सांडी रिद्धी । आली सांती ॥९३॥
पथ्य न पाळता रोग जाईल । साधूस दुर्जनांची बुद्धी कळेल ।
लोभी माणूस त्यागून देईल । अनायासे प्राप्त संपत्तीला ॥९३॥
जरी चोरां सभा दाटे । अथवा मीनां गळु घोटे ।
ना तरी भेडा उलटे । विवसी जरी ॥९४॥
चोरांना न्यायाधीश घाबरेल । मासा गळ गिळेल ।
भित्रा माणूस करेल । पिशाच्चावर हल्ला ॥९४॥
पाडसवागुर करांडी । जरी मुंगी मेरु वोलांडी ।
तरी मायेची पैलथडी । देखती जीव ॥९५॥
हरिण पाडस जाळे कुरतडेल । मुंगी मेरू पर्वत ओलांडेल ।
तर जीव पाहू शकेल । मायानदीपलीकडचा तीर ॥९५॥
म्हणौनि गा पंडुसुता । जैसी सकामा न जिणवेचि वनिता ।
तेवीं मायामय हे सरिता । न तरवे जीवां ॥९६॥
म्हणून जशी हे अर्जुना । कामी पुरुष न जिंकू शके ललना ।
तशी माया नदी तरणे जीवाना । शक्य नाही ॥९६॥
येथ एकचि लीला तरले । जे सर्वभावें मज भजले ।
तयां ऐलीच थडी सरलें । मायाजळ ॥९७॥
येथे एकच तरूनी जाती । जे मला शरण येती ।
ऐलतीरी ते उभे असती । तेव्हाच जळ नष्ट होते ॥९७॥
जयां सद्गुरूतारू फुडें । जे अनुभवाचे कांसे गाढे ।
जयां आत्मनिवेदन तरांडें । आंकळलें ॥९८॥
सद्गुरू नावाडी लाभती । अनुभव कास बळकट असती ।
आत्मनिवेदन हे सापडती । तारू म्हणून ॥९८॥

जे अहंभावाचें वोझें सांडुनि । विकल्पाचिया झुळका चुकाउनी ।
अनुरागाचा निरुता होउनी । पाणिढाळु ।।९९।।
ते अहंभाव ओझे टाकून । विकल्प वाऱ्याच्या झुळका टाळून ।
पाण्याचा प्रवाह टाकती बदलून । प्रपंचे प्रेमाचा ।।९९।।
जया ऐक्याचिया उतारा । बोधाचा जोडला तारा ।
मग निवृत्तीचिया पैल तीरा । झेंपावले जे ।।१००।।
जीव-आत्मा ऐक्य उतारा । त्याला जोडून ज्ञानबोधाच्या तारा ।
निवृत्तीच्या पैलतीरा । ते जाऊन पोहोचती ।।१००।।
ते उपरतीच्या वावीं सेलत । सोहंभावाचेनि थावें पेलत ।
मग निघाले अनकळित । निवृत्तितटीं ।।१०१।।
वैराग्य हाताने पाणी सारत । अहं ब्रह्माऽस्मिच्या बळे पेलत ।
संकटातून तोल सांभाळत । निवृत्तीतटी पोहोचती ।।१०१।।
येणें उपायें मज भजले । ते हे माझी माया तरले ।
परि ऐसे भक्त विपाइले । बहुवस नाहीं ।।१०२।।
जे असे मला भजतात । ते मायानदी तरून जातात ।
असे भक्त थोडे असतात । फार नाहीत ।।१०२।।
जे बहुतां एकां अव्हांतरू। अहंकाराचा भूतसंचारु ।
जाहला म्हणौनि विसरु । आत्मबोधाचा ।।१०३।।
सामान्य लोकांत अहंकार । या भुताचा असतो संचार ।
आत्मस्वरूपाचाही विसर । त्यांना पडतो ।।१०३।।
ते वेळीं नियमाचें वस्त्र नाठवे । पुढीले अधोगतीची लाज नेणवे ।
आणि करिताति जें न करावें । वेदु म्हणे ।।१०४।।
नियमरूपी वस्त्र न आठवते । अधोगतीची लाज न वाटते ।
वेद सांगती जे करू नये ते । नेमके तेच करतात ।।१०४।।
पाहें पां शरीराचिया गांवा । जयालागीं आले पांडवा ।
तो कार्यार्थु आघवा । सांडूनियां ।।१०५।।
ज्या कार्यासाठी त्यांना । मनुष्य जन्म लाभतो अर्जुना ।
ते कार्य देती सोडून ना । सर्व ।।१०५।।
इंद्रियग्रामींचे राजबिदीं । अहंममतेचिया जल्पवादीं ।
विकारांतरांची मांदी । मेळवूनियां ।।१०६।।
इंद्रिय गावाचा रस्त्यावरती । मायेची अहंकाराची बडबड करती ।
विकारांचा समूह जमवती । कामक्रोधादींचा ।।१०६।।
दु:खशोकांच्या घाई । मारिलियाची सेचि नाहीं ।
हें सांगावया कारण काई । जे ग्रासिले माया ।।१०७।।
दु:ख-शोकाचे पडती अनेक घाव । त्यांचे स्मरण नसे ठाव ।
सांगण्याचा कारणभाव । ते मायेने होते ग्रासलेले ।।१०७।।

म्हणौनि ते मातें चुकले । एक चतुर्विध मज भजले ।
जिहीं आत्महित केलें । वाढतें गा ।।१०८।।
मायेने ग्रासून मला विसरले । चार प्रकारचे भक्त असे दिसले ।
पण ज्यांनी आत्महित साधले । ते प्रकार ऐक ।।१०८।।
तो पहिला आर्तु म्हणिजे । दुसरा जिज्ञासु बोलिजे ।
तिजा अर्थार्थी जाणिजे । ज्ञानिया चौथा ।।१०९।।
पहिल्याला आर्त म्हणती । दुसऱ्याला जिज्ञासू मानती ।
तिसरा असतो अर्थार्थी । चौथा ज्ञानी जाण ।।१०९।।
तेथ आर्तु तो आर्तीचेनि व्याजें ।
जिज्ञासु तो जाणवया-लागीं भजे ।
तिजेनि तेणें इच्छिजे । अर्थसिद्धि ।।११६।।
आर्त हा दु:ख निवारणासाठी । जिज्ञासू ज्ञानप्राप्तीसाठी ।
अर्थार्थी द्रव्याच्या इच्छापूर्तीसाठी । मला भजतो ।।११६।।
मग चौथियाच्या ठायीं । कांहींचि करणें नाहीं ।
म्हणौनि भक्तु एकु पाहीं । ज्ञानिया जो ।।१११।।
चौथ्या भक्ताच्या ठाई । स्वार्थबुद्धी नसते काही ।
तो ज्ञानी पुरुष राही । खरा भक्त माझा ।।१११।।
जे तया ज्ञानाचेनि प्रकाशें । फिटलें भेदाभेदांचें कडवसें ।
मग मीचि जाहला समरसें । आणि भक्तुही तेवींचि ।।११२।।
आत्मज्ञानाच्या प्रकाशाने असे । भेदाभेदांचे फिटती कवडसे ।
माझ्याशी होऊन राही समरसे । भक्त ही तोच रहातो ।।११२।।
परि आणिकांचिये दिठी नावेक ।
जैसा स्फटिकुचि आभासे उदक ।
तैसा ज्ञानी नव्हे कौतुक। सांगता तो ।।११३।।
पण इतरांच्या दृष्टीने जाणी । स्फटिक वाटे पाणी ।
तसा माझा भक्त ज्ञानी । कौतुकाचा ।।११३।।
जैसा वारा कां गगनीं विरे । मग वारेपण वेगळें नुरे ।
तेवीं भक्त हे पैज न सरे । जरी ऐक्या आला ।।११४।।
जसा वारा आकाशी शिरत ।
वेगळा नाही मग उरत ।
तसा भक्तिभाव तो नाही सोडत ।
माझ्याशी एकरूप झाला तरी ।।११४।।
जरी पवनु हालवूनि पाहिजे । तरी गगनावेगळा देखिजे ।
एऱ्हवी गगन तो सहजें । असे जैसें ।।११५।।
वारा हलवून पाहता । आकाशाहून भिन्न दिसता ।
एरवी तो स्वभावत: । आकाशरूप असतो ।।११५।।

तैसें शरीरीं हन कर्मे । तो भक्तु ऐसा गमे ।
परी अंतरे प्रतीतिधर्में । मीचि जाहला ।।११६।।
ज्ञानी भक्तिसाधनेमुळे तो । बाह्यत: माझा भक्त वाटतो ।
पण स्वानुभावा आधारे तो । मीच असतो ।।११६।।
आणि ज्ञानाचेनि उजिडलेपणें । मी आत्मा ऐसें तो जाणें ।
म्हणौनि मीही तैसेंचि म्हणें । उचंबळला सांता ।।११७।।
ज्ञानाच्या दिव्य प्रकाशाने । मी आत्मा हे तो जाणे ।
म्हणून मीही त्याला तसेच म्हणे । प्रेमाने उचंबळून ।।११७।।
हां गा जीवापैलीकडिली खुणे ।
जो पावोनि वावरों जाणें ।
तो देहाचेनि वेगळेपणें ।
काय वेगळा होय ।।११८।।
जो जीवापलीकडील परमतत्त्व जाणे । प्रेममय कर्म करावे म्हणे ।
तो देहाच्या वेगळेपणाने । वेगळा होईल काय? ।।११८।।
म्हणौनि आपुलाल्या हिताचेनि लोभें ।
मज आवडे तोहि भक्तु झोंबे ।
परी मीचि करी वालभें ।
ऐसा ज्ञानिया एकु ।।११९।।
आपल्या हितासाठी कोणीही । माझी भक्ती करत राही ।
ज्यावर प्रेम करावे मीही । असा एकटा ज्ञानीच होय ।।११९।।
पाहें पां दुभतयाचिया आशा । जगचि धेनुसि करीतसे फांसा ।
परि दोरेंवीण कैसा । वत्साचा बळी ।।१२०।।
माणसे दुधाच्या इच्छेने ती । गाईला दोर फास लावती ।
पण तीच गाय वासराप्रति । आपोआप पान्हा सोडते ।।१२०।।
कां जे तनुमनुप्राणें । तें आणिक कांहींचि नेणें ।
देखे तयातें म्हणे । हे माय माझी ।।१२१।।
तन-मन-प्राणाने । ते वासरू आईलाच जाणे ।
त्या गाईला आपली माता माने । ज्या गाईला बघते ।।१२१।।
तें येणें मानें अनन्यगती । म्हणौनि धेनुही तैसीचि प्रीति ।
यालागीं लक्ष्मीपती । बोलिले साचें ।।१२२।।
ते गायीशी एकरूपते । गायही त्याला प्रेम देते ।
श्रीकृष्ण जे बोलले ते । खरे आहे ।।१२२।।
हें असो मग म्हणितलें । जे कां तुज सांगितलें ।
तेही भक्त भले । पढियंते आम्हां ।।१२३।।
मग श्रीकृष्ण म्हणती । जे इतर तीन प्रकार असती ।
ते सांगितले तुजप्रति । तेही आम्हा आवडतात ।।१२३।।

परि जाणोनियां मातें । जे पाहों विसरले मागौतें ।
जैसें सागरा येऊनि सरितें । मुरडावें ठेलें ।।१२४।।
जो मला घेतो जाणून । तो विसरतो बघायचे वळून ।
जशी नदी न जाई परतून । सागराशी एकरूप होता ।।१२४।।
तैसी अंत:करणकुहरीं जन्मली ।
जयाची प्रतीतिगंगा मज मीनली ।
तो मी हे काय बोली ।
फार करूं? ।।१२५।।
मनाच्या गुहेत उगम झालेली । अनुभवगंगा मला मिळाली ।
आमची एकरूपता झाली । मी किती वर्णन करू? ।।१२५।।
एऱ्हवीं ज्ञानिया जो म्हणिजे । तो चैतन्यचि केवळ माझें ।
हें न म्हणावें परि काय कीजे । न बोलणें बोलों ।।१२६।।
एरवी ज्या ज्ञानी म्हणतो । तो माझा आत्माच असतो ।
पण काय करू मी हे तुझ्याशी बोलतो ।
जे बोलण्यासारखे नाही ।।१२६।।
जे तो विषयांची दाटझाडी । माजीं कामक्रोधांचीं सांकडीं ।
चुकावूनि आला पाडीं । सद्वासनेचिया ।।१२७।।
तो विषयांच्या दाट झाडीतून जातो ।
कामक्रोधांच्या संकटात सापडतो ।
सद्वासनेच्या डोंगरी पोहोचतो । ती टाळून ।।१२७।।
मग साधुसंगें सुभटा । उजू सत्कर्माचिया वाटा ।
अप्रवृत्तीचा अव्हांटा । डावलूनि ।।१२८।।
साधूंच्या संगतीत । सत्कर्माच्या वाटेने जात ।
अपप्रवृत्तीचा मार्ग टाळत । मग अर्जुना ।।१२८।।
आणि जन्म-शतांचा वाहतवणा ।
तेविंची आशेचिया न लेचिवाहणा ।
तेथ फलहेतूचा उगाणा । कवणु चाळी ।।१२९।।
शतजन्म भक्तिमार्ग चालतो ।
फलेच्छेच्या वाहणा पायी न घालतो ।
स्वर्गफलहेतूंचा हिशोब पाहता तो ।
कोणी करावा? ।।१२९।।
ऐसा शरीरसंयोगाचिये राती- ।
माजीं धांवतां सडिया आयती ।
तंव कर्मक्षयाची पाहाती । पाहांट जाली ।।१३०।।
शरीरसंबंधाचे राती । परित्यागी दूर धाव घेती ।
कर्म क्षय होऊन पहाती । ज्ञानोदयाची पहाट ।।१३०।।

तैसीच गुरुकृपा उखा उजळली । ज्ञानाची वोतपली पडली ।
तेथ साम्याची ऋद्धि उघडली । तयाचिये दिठी ।।१३१।।
गुरुकृपेचा उषःकाल होतो । ज्ञानरूपी सूर्य तळपतो ।
ब्रह्मैक्य भावाचे ऐश्वर्य पाहतो । त्याच्या दृष्टीने ।।१३१।।
ते वेळीं जयाकडे वास पाहे । तेउता मीचि तया एकु आहे ।
अथवा निवांत जरी राहे । तऱ्ही मीचि तया ।।१३२।।
जो जिकडे पाहत राही । माझ्या विना न दिसे कांही ।
जरी तो निवांत राही । तरी आत्मरूपे मीच दिसे ।।१३२।।
हें असो आणिक कांहीं । तया सर्वत्र मीवांचूनि नाहीं ।
जैसें सबाह्य जळ डोहीं । बुडालिया घटा ।।१३३।।
हे बोलणे असो कांही । मजवाचून दुसरे दिसत नाही ।
जसे घट बुडवला असता डोही । आत-बाहेर जल असते ।।१३३।।
तैसा तो मजभीतरीं । मी तया आंतुबाहेरी ।
हें सांगिजेल बोलवरी । तैसें नव्हे ।।१३४।।
तसा तो माझ्यात असे । मी त्या भवती वसे ।
या अलौकिक स्थितीचे कसे । शब्दाने वर्णन करावे ।।१३४।।
म्हणौनि असो हें इयापरी । तो देखे ज्ञानाची वाखारी ।
तेणें संसरलेनि करि । आपु विश्व ।।१३५।।
राहू दे हे बोलणे मी म्हणतो । तो ज्ञानाचे भांडार असतो ।
जिकडे तो संचार करतो । तिथे आत्मस्वरूपी दिसतो ।।१३५।।
हें समस्तही श्रीवासुदेवो । ऐसा प्रतीतिरसाचा वोतला भावो ।
म्हणौनि भक्तांमाजीं रावो । आणि ज्ञानिया तोचि ।।१३६।।
हे विश्व वसुदेवस्वरूप जाणतो । मनात अनुभूतीचा रस ओततो ।
तो भक्तामध्ये राजा असतो । तोच ज्ञानीही ।।१३६।।
जयाचिये प्रतीतीचा वाखारां । पवाडु होय चराचरा ।
तो महात्मा धनुर्धरा । दुर्लभु आथी ।।१३७।।
ज्याच्या अनुभवाचा विचार । सामावून घेई चराचर ।
तो जाण हे धनुर्धर । दुर्लभ महात्मा ।।१३७।।
येर बहुत जोडती किरीटी । जयांचीं भजनें भोगासाठीं ।
जे आशातिमिरें दृष्टी । विषयांध जाले ।।१३८।।
असे अनेक उपासक असती । जे भोगासाठी भजती ।
त्यांची मंद होत असे दृष्टी । आशेच्या अंधाराने ।।१३८।।
आणि फळाचिया हांवा । हृदयीं कामा जाला रिगावा ।
कीं तयाचिये घसणी दिवा । ज्ञानाचा गेला ।।१३९।।
फलप्राप्तीच्या इच्छेने । अंतःकरणी विषयवासनेने ।
त्याच्या होणाऱ्या संसर्गाने । ज्ञानाचा दिवा मालवतो ।।१३९।।

ऐसे उभयतां आंधारीं पडले । म्हणौनि पासींचि मातें चुकले ।
मग सर्वभावें अनुसरले । देवतांतरां ।।१४०।।
अंधकारमय आयुष्ये होती । मग मला ते विसरती ।
आणि फलप्राप्तीसाठी । सर्व देवतांना भजती ।।१४०।।
आधींच प्रकृतीचे पाइक। वरी भोगालागीं तंव रंक।
मग तेणें लोलुपत्वें कौतुक। कैसेनि भजती ।।१४१।।
प्रकृतीचे दास असती । भोगासाठी दीन होती ।
त्या लालसेत कशी उपासना करती । हेही कौतुकच ।।१४१।।
कवणीं तिया नियमबुद्धि । कैसिया हन उपचारसमृद्धि ।
कां अर्पण यथाविधि । विहित करणें ।।१४२।।
उपासनेचे नियम पाहती । उपचारांची सामग्री जमवती ।
यथाविधी ते अर्पण करती । विहित क्रियेने ।।१४२।।
पैं जो जिये देवतांतरीं । भजावयाची चाड करी ।
तयाची ते चाड पुरी । पुरविता मी ।।१४३।।
विविध देवतांना भजती । पूजेची इच्छा धरती ।
ती इच्छा जो पुरविती । तो मीच आहे ।।१४३।।
देवोदेवीं मीचि पाहीं । हाही निश्चयो त्यासि नाहीं ।
भावो ते ते ठायीं । वेगळा धरिती ।।१४४।।
त्या देवतांमध्ये मीच वसतो । हा भाव त्यांना नसतो ।
म्हणून वेगवेगळा भाव असतो । देवीदेवतांचे पायी ।।१४४।।
मग तिया श्रद्धायुक्त । तेथिंचें आराधन जे उचित ।
तें सिद्धीवरी समस्त । वर्तो लागे ।।१४५।।
श्रद्धेने त्या देवतेची । योग्य उपासना करायची ।
पूर्तता ती फलप्राप्तीची । होई तोवरी करतो ।।१४५।।
ऐसें जेणें जे भाविजे । तें फळ तेणें पाविजें ।
परी तेंही सकळ निपजे । मजचिस्तव ।।१४६।।
ज्याची उपासना ते करिती । फळ त्याचे ते मिळविती ।
माझ्यामुळेच लाभती । ती फळे त्यांना ।।१४६।।
परी ते भक्त मातें नेणती । जे कल्पनेबाहेरी न निघती ।
म्हणौनि कल्पित फळ पावती । अंतवंत ।।१४७।।
पण जे भक्त मला न जाणती । भ्रामक चक्रातून न बाहेर पडती ।
जरी इच्छित फळाची होते प्राप्ती । जे नाशवंत असते ।।१४७।।
किंबहुना ऐसें जें भजन । तें संसाराचेंचि साधन ।
येर फळभोग तो स्वप्न । नावभरी दिसे ।।१४८।।
असे सकाम भजन । ते संसाराचे साधन ।
सुखाचे क्षणभंगुर स्वप्न । म्हणजे त्याचा फलभोग ।।१४८।।

हें असों परौतें । मग हो कां आवडतें ।
परी यजी जो देवतांते । तो देवत्वासीचि ये ।।१४९।।
हे बाजूस राहो आता । तो भजतो त्याच्या आवडत्या दैवता ।
त्याने पूजन केले असता । त्याला देवत्व लाभते ।।१४९।।
येर तनुमनुप्राणी । जे निरंतर माझेयाचि वाहणीं ।
ते देहाच्या निर्वाणीं । मीचि होती ।।१५०।।
दुसरे जे प्राणी असती । तन-मने मज उपासती ।
त्यांच्या निर्वाणानंतर ती । मीच होतात ।।१५०।।
परी तैसें न करिती प्राणिये । वायां आपुलिया हितीं वाणिये । जें
पोंहताती पाणियें । तळहातींचेनि ।।१५१।।
जे असे न करती प्राणिजन । ते करिती स्वहिताचे नुकसान ।
जणू ते पोहत राहती म्हणून । तळव्यावरील पाण्यात ।।१५१।।
नाना अमृताच्या सागरीं बुडिजे । मग तोंडा कां वज्रमिठी पाडिजे? ।
आणि मनीं तरी आठविजे । थिल्लरोदकातें? ।।१५२।।
अमृतसागरी उडी घ्यावी । पण तोंडा वज्रमिठी पडावी ।
मनी डबक्याची आठवण व्हावी । तसे होते ।।१५२।।
हें ऐसें कासया करावें । जें अमृतींही रिगोनि मरावें ।
तें सुखें अमृत होऊनि कां नसावें । अमृतामाजीं? ।।१५३।।
हे असे का करावे? । अमृतात असताही मरून जावे ।
अमृत होऊन का नसावे । अमृतात? ।।१५३।।
तैसा फळहेतूचा पांजरा । सांडूनियां धनुर्धरा ।
कां प्रतीतिपाखीं चिदंबरा । गोसाविया नोहावें? ।।१५४।।
फलेच्छेचा पिंजरा सोडून । आत्मानुभूतीचे पंख पसरून ।
आकाशी मुक्तसंचार करून । आकाशस्वामी का होऊनये? ।।१५४।।
जेथ उंचावलेनि पवाडें । सुखाचा पैसारु जोडे ।
आपुलेनि सुरवाडें । उडों ये ऐसा ।।१५५।।
चिदाकाशात जावे उंच फार । सुखाने करावया संचार ।
तसा प्राप्त होतो विस्तार । उडण्यासाठी ।।१५५।।
तया उमापा माप कां सुवावें । मज अव्यक्ता व्यक्त कां मानावें ।
सिद्ध असतां कां निमावें । साधनवरी ।।१५६।।
मी अमर्याद तर मापता का? । मी निराकार तर साकारता का? ।
मी सिद्ध असता शीणता का? । माझ्या प्राप्तीसाठी? ।।१५६।।
परी हा बोल आघवा । जरी विचारीजतसे पांडवा ।
तरी विशेषें या जीवां । न चोजवेगा ।।१५७।।
अर्जुना हे अवघे बोल । ऐकून मज विचारशील ।
पण सामान्यां न कळे मोल । रुचीही नसे त्यांस ।।१५७।।

कां जे योगमायापडळें । हे जाले आहाति आंधळे ।
म्हणौनि प्रकाशाचेनि देहबळें । न देखती मातें ।।१५८।।
दृष्टीवरील मायेच्या पडद्यामुळे ।
ते सर्व जाहले असती आंधळे ।
मी आहे दिव्य प्रकाशबळे ।
म्हणून मला पाहत नाहीत ।।१५८।।
एऱ्हवीं मी नसें ऐसें । काय वस्तुजात असे? ।
पाहें पां कवण जळ रसें । रहित आहे? ।।१५९।।
ज्यामध्ये मी नाही । असा पदार्थ नसे एकही ।
रसाशिवाय कोणतेही । पाणी नाही ।।१५९।।
पवनु कवणातें न शिवेचि । आकाश कें न समायेचि ।
हें असो एकु मीचि । विश्वीं आहें।।१६०।।
वारा सर्व स्पर्शी वाहे । आकाश सर्वत्र भरून राहे ।
मीच एक भरलेला आहे । या विराट विश्वात ।।१६०।।
येथें भूतें जियें अतीतलीं । तियें मीचि होऊनि ठेलीं ।
आणि वर्तत आहाति जेतुलीं । तींही मीचि ।।१६१।।
भूतकालातील प्राणी । मीच गेलो होऊनी ।
वर्तमानातील सर्व प्राणी । तोही मीच आहे ।।१६१।।
कां भविष्यमाणें जियें हीं । तींहीं मजवेगळीं नाहीं ।
हा बोलचि एऱ्हवीं कांहीं । होय ना जाय ।।१६२।।
भविष्यात जे होती निर्माण । तेही मीच असे जाण ।
माझ्या स्वरूपाच्या वाचून । काही येत जात नाही ।।१६२।।
दोराचिया सापासी । डोंबा बडिया ना गव्हाळा ऐसी ।
संख्या न करवे कोण्हासी । तेवीं भूतांसि मिथ्यत्वें ।।१६३।।
दोरीला साप मानला तर तसाही।
तो काळा, खवल्या, गव्हाळ असो कसाही ।
वर्णन करता येत नाही ।
तसे प्राणी मिथ्या असती ।।१६३।।
ऐसा मी पंडुसुता । अनुस्यूतु सदा असतां ।
या संसार जो भूतां । तो आनें बोलें ।।१६४।।
पांडुसुता मी ऐसा असतो । सर्वत्र सदैव व्याप्त दिसतो ।
प्राणिमात्रांमागे संसार लागतो । वेगळ्या कारणांनी ।।१६४।।
तरी तेचि आतां थोडीसी । गोठी सांगिजेल परियेसीं ।
जैं अहंकारा तनूंसीं । वालभ पडिलें ।।१६५।।
त्या संबंधीचा विचार । सांगतो तुला साचार ।
देह आणि अहंकार । यांची प्रीत जडली ।।१६५।।

तेथ इच्छा हे कुमारी जाली ।
मग ते कामाचिया तारुण्या आली ।
तेथ द्वेषेंसीं मांडिलीं । वऱ्हाडिक ।।१६६।।
मग इच्छा ही कन्या जन्मली । तारुण्यात प्रवेशली ।
द्वेषासोबत त्यांनी बांधली । तिची लग्न गाठ ।।१६६।।
तया दोघांस्तव जन्मला । ऐसा द्वंद्वमोहो जाला ।
मग तो आजेयानें वाढविला । अहंकारें ।।१६७।।
त्या दोघांना मग झाला । द्वंद्वमोह पुत्र जन्मला ।
मग त्याला वाढवला । अहंकार आजोबाने ।।१६७।।
जो धृतीसी सदां प्रतिकुळु । नियमाही नागवेसळु ।
आशारसें दोंदिलु । जाला सांता ।।१६८।।
तो धैर्याच्या विरुद्ध । आशेच्या अन्नाने पुष्ट ।
धर्माविषयी त्याचे वितुष्ट ।
तो धर्मनियम जाणत नाही ।।१६८।।
असंतुष्टीचिया मदिरा । मत्त होऊनि धनुर्धरा ।
विषयांचे वोवरां । विकृतीशीं ।।१६९।।
असंतुष्टतेची पिऊन मदिरा । उन्मत्त होउनी तो धनुर्धरा ।
विकृत विषयविकारा । स्त्रीसह राहतो ।।१६९।।
तेणें भावशुद्धीचिये वाटे । विखुरले विकल्पाचे कांटे ।
मग चिरिले आव्हांटे । अप्रवृत्तीचे ।।१७०।।
त्याने भावशुद्धीच्या वाटे । पसरले विकल्पाचे काटे ।
वाईट मार्गाच्या आडवाटे । मार्ग काढिला ।।१७०।।
तेणें भूतें भांबावलीं ।
म्हणौनि संसाराचिया आडवामजीं पडिलीं ।
मग महादुःखाच्या घेतलीं । दांडे वरी ।।१७१।।
यामुळे प्राणीमात्र भांबावले । संसार अरण्यात पडले ।
मग आघात सोसावे लागले । महादुःखाचे ।।१७१।।
ऐसे विकल्पाचे वांयाणे । कांटे देखोनि सणाणे ।
जे मतिभ्रमाचे पासावणें । घेतीचिना ।।१७२।।
विवेकी पुरुष जे पुण्यवान । विकल्पाचे टोकदार काटे बघून ।
देत नाहीत भ्रम पडून । त्यांच्या बुद्धीला ।।१७२।।
उजू एकनिष्ठेच्या पाउलीं । रगडूनि विकल्पाचिया भालीं ।
महापातकांची सांडिली । अटवीं जिहीं ।।१७३।।
भक्तीच्या एकनिष्ठ पावले चालती ।
ते विकल्प काटे चिरडून टाकती ।
अरण्य ओलांडून पुढे जाती । महापातकांचे ।।१७३।।

मग पुण्याचे धावा घेतले । आणि माझी जवळीक पातले ।
किंबहुना ते चुकले । वाटवधेयां ।।१७४।।
ते पुण्यमार्गावरि धावती । माझ्या सान्निध्याची होते प्राप्ती ।
अशा रीतीने ते सुटती । वाटमाऱ्यांच्या हातून ।।१७४।।
एऱ्हवीं तरी पार्था । जन्ममरणाची निमे कथा ।
ऐसिया प्रयत्नातें आस्था । विये जयांची ।।१७५।।
एरवी पार्था जन्म-मृत्यूच्या चक्रातून । सुटण्याचे जे आहे साधन ।
त्यांना इच्छा होते उत्पन्न । त्याच्या प्राप्तीची ।।१७५।।
तयां तो प्रयत्नुचि एके वेळे । मग समग्र परब्रह्में फळे ।
जया पिकलेया रसु गळे । पूर्णतेचा ।।१७६।।
प्रयत्न फलद्रूप होती । होते ब्रह्माची प्राप्ती ।
पूर्ण आनंदाचे रस गळती । त्या फलातून ।।१७६।।
ते वेळीं कृतकृत्यता जग भरे । तेथ अध्यात्माचें नवलपण पुरे ।
कर्माचें काम सरे । विरमे मन ।।१७७।।
तेंव्हा कृतकृत्यतेने जग भरते । अध्यात्म्याचे नवल विरते ।
कर्माचे काम संपते । मन शांतवते ।।१७७।।
ऐसा अध्यात्मलाभु तया । होय गा धनंजया ।
भांडवल जया । उद्यमीं मी ।।१७८।।
अध्यात्म लाभ तया । होई तेव्हा धनंजया ।
त्यांच्या परमार्थ व्यापारात या । मीच भांडवल असतो ।।१७८।।
तयातें साम्याचिये वाढी । ऐक्याची सांदे कुळवाडी ।
तेथ भेदाचिया दुबळवाडी । नेणिजे तया ।।१७९।।
समरूपतेच्या व्याजामुळे । एकरूपतेची संपत्ती मिळे ।
भेदरूपी दैन्य दुबळे । तो ओळखत नाही ।।१७९।।
जिहीं साधिभूता मातें । प्रतीतीचेनि हातें ।
धरूनि अधिदैवातें । शिवतले गा ।।१८०।।
ते माझ्याशी एकरूपती । अनुभवां धरूनी हाती ।
सर्वथा जाणून घेती । अधिदैवताला ।।१८०।।
जया जाणिवेचेनि वेगें । मी अधियज्ञुही दृष्टी रिगें ।
ते तनूचेनि वियोगें । विऱ्हये नव्हती ।।१८१।।
ज्ञानाच्या आधारे ज्यालाही । मी अनुभवा येऊन राही ।
तो विरहाने दुःखी होत नाही । शरीर वियोगावेळी ।।१८१।।
एऱ्हवीं आयुष्याचें सूत्र विघडतां । भूतांची उमटे खडाडता ।
काय न मरतयाहि चित्ता । युगांतु नोहे? ।।१८२।।
आयुष्याची दोरी तुटती । प्राणी भयकंपित होती ।
प्रलयासम इतर दुःखी होती । मरणाऱ्यास पाहून? ।।१८२।।

परी नेणों कैसें पैं गा । जे जडोनि गेले माझिया आंगा ।
ते प्रयाणींचिया लगबगा । न सांडितीच मातें ।।१८३।।
न जाणे कसे होती । प्राणी मजसमीप येती ।
प्रमाण काहीही तो । मला विसरत नाहीत ।।१८३।।
एऱ्हवीं तरी जाण । ऐसे जे निपुण ।
तेचि अंत:करण– । युक्त योगी ।।१८४।।
एरवी असे तू जाण । ज्यांना असे ज्ञान पूर्ण ।
त्यांचे स्थिर अंत:करण । माझ्या ठाई ।।१८४।।
तंव इये शब्दकुपिकेतळीं ।
नोडवेचि अवधानाची अंजुळी ।
जे नावेक अर्जुन तये वेळीं । मागांचि होता ।।१८५।।
देवाच्या शब्द कृपेच्या तळी ।
नच आली अवधानाची ओंजळी ।
कारण अर्जुन त्यावेळी । अवधानामागे होता ।।१८५।।
जेथ तद्ब्रह्मवाक्यफळें । जिये नानार्थरसें रसाळें ।
बहकताती परिमळें । भावाचेनि ।।१८६।।
ब्रह्मवाक्याची ती फळं । विविध अर्थांनी रसाळ ।
त्यात सुगंधाचा पवित्र दरवळ । अभिप्रायाचा ।।१८६।।
सहज कृपामंदानिळें । कृष्णद्रुमाचीं वचनफळें ।
अर्जुनश्रवणाचिये खोळें । अवचित पडिलीं ।।१८७।।
कृपारूपी मंद वायूने । कृष्ण कल्पवृक्षाची वचने ।
श्रवणाचे ओटीत अर्जुने । अकस्मात लाभली ।।१८७।।
तियें प्रमेयाची हो कां वळलीं ।
कीं ब्रह्मरसाच्या सागरीं चुबुकळिलीं ।
मग तैसीचि कां घोळिलीं । परमानंदें ।।१८८।।
आत्मज्ञानाच्या सिद्धान्ताने बनली ।
ब्रह्मरसाच्या सागरात भिजली ।
तशीच ती घोळवली । परमानंदात ।।१८८।।
तेणें बरवेपणें निर्मळें । अर्जुना उन्मेषाचे डोहळे ।
घेताति गळाळे । विस्मयामृताचे ।।१८९।।
त्या परमपवित्र वचनामुळे । अर्जुना लागती ज्ञानाचे डोहाळे ।
घोट घेत असती आगळे । आश्चर्यामृताचे ।।१८९।।
तिया सुखसंपत्ति जोडलिया । मग स्वर्गा वाती वांकुलिया ।
हृदयाच्या जीवीं गुतकुलिया । होत आहाती ।।१९०।।
वचन सुखाची प्राप्ती होता । स्वर्गसुखा वाकुल्या दाविता ।
मग गुदगुल्या होती आता । त्याच्या जीवाला ।।१९०।।

ऐसें वरचिलीचि बरावा । सुख जावों लागलें फावा ।
तंव रसस्वादाचिया हांवा । लाहो केला ।।१९१।।
फळाचे बाह्य सौंदर्य पाहता । अंतःकरणी सुख लागता ।
त्याचा रसास्वाद घेण्याकरता । केली त्वरा ।।१९१।।
झडकरी अनुमानाचेनि करतळें । घेऊनि तिये वाक्यफळें ।
प्रतीतिमुखीं एके वेळे । घालूं पाहे ।।१९२।।
लगेच अनुमानाच्या तळहाती । घेऊन वाक्यफळे ती ।
अनुभवाच्या मुखी सगळी ती । घालू लागला ।।१९२।।
तंव विचाराचिया रसना न दाटती । परी हेतूच्या दशनीं न फुटती ।
ऐसें जाणौनि सुभद्रापती । चुंबीचिना ।।१९३।।
विचार-रसनेखाली दबली जाईना । हेतूच्या दातांनी ती फुटेना ।
जाणून त्यांचा कठीणपणा । अर्जुन ती खाईना ।।१९३।।
मग चमत्काराला म्हणे । इयें जळींचीं मा तारांगणें ।
कैसा झकविलों असलगपणें । अक्षरांचेनि ।।१९४।।
चमत्कार पाहून अर्जुन म्हणे । ही जलबिंबातली तारांगणे ।
मी कसा अक्षरे सहजपणे । या अक्षरांना ।।१९४।।
इयें पदें नव्हती फुडिया । गगनाचिया घडिया ।
येथ आमुची मति बुडालिया । थावो न निघे ।।१९५।।
ही अक्षरांची पदे नव्हेत । आकाशाच्या घड्या आहेत ।
बुद्धीला लागू न देत । याचा थांग ।।१९५।।
वांचूनि जाणावयाची कें गोठी । ऐसें जीवीं कल्पूनि किरीटी ।
तिया पुनरपि केली दृष्टी । यादवेंद्रा ।।१९६।।
पदांचा अर्थ कळणे कठीण जेथे । अनुभवाने जाणणे कोठे तेथे? ।
अशा विचाराने अर्जुन इथे । पुन्हा श्रीकृष्णाकडे पाहतो ।।१९६।।
मग विनविलें सुभटें । हां हो जी ये एकवाटे ।
सातही पदें अनुच्छिष्टें । नवलें आहाती ।।१९७।।
अर्जुनाने मग विनंती केली । जी आहे ते एकवटलेली ।
ती सात पदे[३] परिचित नसलेली । म्हणून नवलाची ।।१९७।।
एऱ्हवीं अवधानाचेंनि वहिलेपणें । नाना प्रमेयांचें उगाणे ।
काय श्रवणाचेनि आंगवणें । बोलों लाहाती? ।।१९८।।
एरवी अवधान देऊन वेगाने । नाना प्रमेयांच्या तात्पर्याने ।
श्रवण करण्याच्या बलाने । बोलता येईल का? ।।१९८।।

३ (सात पदे – ब्रह्म, अध्यात्म, कर्म, अधिभूत, आधीदैव, अधियज्ञ आणि तुझे स्मरण ही सात पदे)

परी तैसें हें नोहेचि देवा । देखिला अक्षरांचा मेळावा ।
आणि विस्मयाचिया जीवा । विस्मयो जाला ।।१९९।।
पण हे तसे नाही देवा । पाहून अक्षरांचा मेळावा ।
विस्मयाच्याही जीवा । विस्मय वाटला ।।१९९।।
कानाचेनि गवाक्षद्वारें । बोलाचे रश्मी अभ्यंतरें ।
पाहेना तंव चमत्कारें । अवधान ठकलें ।।२००।।
कानांच्या झरोक्यावाटे । वचन किरणे प्रवेशती तिथे ।
तोच मला आश्चर्य वाटे । आणि माझे अवधान गेले ।।२००।।
तेवींचि अर्थाची चाड मज आहे । तें सांगतांही वेळु न साहे ।
म्हणौनि निरूपण लवलाहें । कीजो देवा ।।२०१।।
अर्थ समजण्याची इच्छा ही । पण विलंब सहन होत नाही ।
म्हणून शब्दांचे निरूपण लवलाही । करावे तुम्ही देवा ।।२०१।।
ऐसा मागील पडताळा घेउनी । पुढां अभिप्राय दिठी सूनी ।
तेंवींचि माजीं शिरउनी । आर्ती आपुली ।।२०२।।
मागचा आढावा घेऊन । पुढचा अभिप्राय बघून ।
आपली इच्छा दर्शवून । अर्जुनाने विचारले ।।२०२।।
कैसी पुसती पाहें पां जाणिव । भिडेंचि तरी लंघों नेदीं शिंव ।
एऱ्हवीं श्रीकृष्ण हृदयासि खेंव । देवों सरला ।।२०३।।
अर्जुनाची पाहा चतुराई । एरवी श्रीकृष्णा आलिंगन देई ।
पण आदरभावनेची मर्यादाही । आज सोडली नाही ।।२०३।।
अहो श्रीगुरूतें जैं पुसावें । तैं येणें मानें सावध होआवें ।
हें एकचि जाणें आघवें । सव्यसाची ।।२०४।।
सद्गुरूस जेव्हा विचारावे लागते । तेव्हा अवधान ठेवावे लागते ।
हे अर्जुनाचे मन जाणते । संपूर्णपणे ।।२०४।।
आतां तयाचें तें प्रश्न करणें । वरी सर्वज्ञ श्रीहरीचें बोलणें ।
हें संजयो आवडलेपणें । सांगैल कैसें ।।२०५।।
अर्जुनाचे प्रश्न करणे । श्रीकृष्णाने उत्तर देणे ।
हे संजय कसे प्रेमाने । धृतराष्ट्रास सांगेल पाहा ।।२०५।।

तिये अवधान द्यावें गोठी । बोलिजेल नीट मऱ्हाटी ।
जैसी कानाचे आधीं दिठी । उपेगा जाये ।।२०६।।
श्रोत्यांनो लक्ष द्या म्हणेन । मी मराठी भाषेत सांगेन ।
काना आधी ज्या योगानं । दृष्टीला अर्थ दिसेल ।।२०६।।
बुद्धीचिया जिभा । बोलाचा न चाखतां गाभा ।
अक्षरांचिया भांबा । इंद्रियें जिती ।।२०७।।
बुद्धीच्या जिभेने याही । शब्दांचा रस न चाखताही ।
इंद्रियांचे समाधान होई । केवळ बाह्य सौंदर्याने ।।२०७।।
पहा पां मालतीचे कळे । घ्राणासि कीर वाटले परिमळें ।
परि वरचिला बरवा काइ डोळे । सुखिये नव्हती? ।।२०८।।
मालतीच्या कळ्यांचा गंध । घ्राणेंद्रिया देई आनंद ।
पाहुनी बाह्य सौंदर्य छंद । काय डोळेही न सुखावती? ।।२०८।।
तैसें देशियेचिया हवावा । इंद्रियें करिती राणिवा ।
मग प्रमेयाचिया गांवा । लेसां जाईजे ।।२०९।।
मराठी भाषेची शोभा पाहतील । इंद्रिय सुखाचे राज्य करतील ।
अधिकार संपन्न होऊन जातील ।
त्वरित सिद्धांताच्या गावाला ।।२०९।।
ऐसेनि नागरपणें । बोलु निमे तें बोलणें ।
ऐका ज्ञानदेवो म्हणे । निवृत्तीचा ।।२१०।।
हे ब्रह्मरूपाचे बोलणे । नागरी भाषेच्या शैलीने ।
श्रवण करावे एकाग्रतेने ।
असे निवृत्तीचे ज्ञानदेव म्हणतात ।।२१०।।

ओवी संख्या २१०

।। सातवा अध्याय – ज्ञान–विज्ञान योग – समाप्त ।।

अध्याय आठवा

अक्षरब्रह्म योग

मग अर्जुनें म्हणितलें । हां हो जी अवधारिलें ।
जें म्यां पुसिलें । तें निरूपिजे ।।१।।
अर्जुन म्हणे भगवान । इकडे द्यावे ध्यान ।
जे विचारतो त्याचे निरूपण । कृपया सांगावे ।।१।।
सांगा कवण तें ब्रह्म । कायसया नाम कर्म ।
अथवा अध्यात्म । काय म्हणिपे ।।२।।
सांगा काय आहे ब्रह्म । कशास म्हणावे कर्म ।
किंवा म्हणती जे अध्यात्म । ते काय आहे ।।२।।
अधिभूत तें कैसें । एथ अधिदैव तें कवण असे ।
हें उघड मी परियेसें । तैसें बोला ।।३।।
अधिभूत म्हणजे काय आहे? । अधिदैवत कोण आहे? ।
मी हे नीट समजू पाहे । तसे स्पष्ट सांगाल का? ।।३।।
देवा अधियज्ञ तो काई । कवण पां इये देहीं ।
हें अनुमानासि कांहीं । दिठी न भरे ।।४।।
अधियज्ञ म्हणजे काय आहे? । या देहात कोण आहे? ।
तो काय सिद्ध होऊन पाहे । अनुमानाने ।।४।।
आणि नियता अंतःकरणीं । तूं जाणिजसी देहप्रयाणीं ।
तें कैसेनि हे शार्ङ्गपाणी । परिसवा मातें ।।५।।
ज्याचे अंतःकरण स्वाधीन । जेव्हा होई त्याचे देहावसान ।
त्या वेळी तू असशी कोण? । हे तो कसे जाणे ।।५।।
देखा धवळारीं चिंतामणीचा । जरी पहुडला होय दैवाचा ।
तरी वोसणतांही बोलु तयाचा । सोपु न वचे ।।६।।
एखादा भाग्यवान मनुष्यही । चिंतामणी घरकुलात झोपी जाई ।
तर झोपेतही व्यर्थ जाणार नाही । त्याचे बरळणे ।।६।।
तैसें अर्जुनाचिया बोलासवें । आलें तेंचि म्हणितलें देवें ।
तें परियेसें गा बरवें । जे पुसिलें तुवां ।।७।।
तशी अर्जुनाच्या मुखातून आता । ही वाक्ये प्रकट होता ।
देव म्हणती ऐक आता । तुझ्या प्रश्नाचे उत्तर ।।७।।
किरीटी कामधेनूचा पाडा । वरी कल्पतरूचा आहे मांदोडा ।
म्हणौनि मनोरथसिद्धीचिया चाडा । तो नवल नोहे ।।८।।
अर्जुन कामधेनूचे बछडे असे । कल्पतरूच्या मांडवाखाली बसे ।
मनोरथ सिद्धीची इच्छा वसे । त्यात नवल नाही ।।८।।
श्रीकृष्ण कोपोनि ज्यासी मारी । तो पावे परब्रह्मसाक्षात्कारीं ।
मा कृपेनें उपदेशु करी । तो कैशापरी न पवेल? ।।९।।
श्रीकृष्ण रागावून देती मार । त्यास होई ब्रह्म साक्षात्कार ।
ज्यास देती प्रेमाने उपदेश विचार ।
त्याला काय प्राप्त न होई? ।।९।।
जैं कृष्णचि होइजे आपण । तैं श्रीकृष्ण होय आपुलें अंतःकरण ।
मग संकल्पाचें आंगण । वोळगती सिद्धी ।।१०।।
जेव्हा श्रीकृष्णाचे होतो आपण ।
श्रीकृष्ण होतो आपले अंतःकरण ।
तेव्हा भरते संकल्पांचे अंगण ।
रिद्धी-सिद्धीच्या कृपेने ।।१०।।
परि ऐसें जें प्रेम । तें अर्जुनींचि आथि निस्सीम ।
म्हणौनि तयाचें काम । सदां सफळ ।।११।।
पण असे जे आहे प्रेम । ते अर्जुनाचेच निस्सीम ।
म्हणून त्याचे काम । नेहमी सफल होते ।।११।।
या कारणें श्रीअनंतें । तें मनोगत तयाचें पुसतें ।
होईल जाणोनि आइतें । वोगरूनि ठेविलें ।।१२।।
आता हे विचारेल अर्जुन । जाणतो आधीच श्रीकृष्ण ।
ब्रह्मज्ञानाचे ताट वाढून । आयते त्याच्यापुढे ठेवले ।।१२।।
जें अपत्य थानीहूनि निगे ।
तयाची भूक ते मायेसीचि लागे ।
एऱ्हवीं तें शब्दें काय सांगें । मग स्तन्य दे येरी? ।।१३।।
स्तनपान करून होते भागे । तरी बाळाची मूक आईलाच उमगे ।
बाळ काय शब्दाने सांगे । मला दूध पाज म्हणून? ।।१३।।

म्हणौनि कृपाळुवा गुरूचिया ठायीं । हें नवल नोहे कांहीं ।
परि तें असो आइका काई । जें देव बोलते जाहले ।।१४।।
जी कृपा गुरूच्या ठायी । त्यात नवल नाही काही ।
असो, आता तुम्ही ऐका ही । देव काय म्हणाले ।।१४।।
मग म्हणितलें सर्वेश्वरें । जें आकारीं इयें खोंकरें ।
कोंदलें असत न खिरे । कवणे काळीं ।।१५।।
श्रीकृष्ण म्हणती हे पार्थ । जे दाटपणे नाशवंत देहात ।
भरले असे ओतप्रोत । ते तिन्ही काळांत न गळे ।।१५।।
एऱ्हवीं सपूरपण तयाचें पहावें । तरी शून्यचि नव्हे स्वभावें ।
वरी गगनाचेनि पालवें । गाळूनि घेतलें ।।१६।।
त्याचा सूक्ष्मपणा पाहता । ते शून्य वाटे स्वभावता ।
जणू आकाश पदरातून घेता । गाळून ।।१६।।
जें ऐसेंही परि विरुळें । इये विज्ञानाचिये खोळे ।
हालवलेंहि न गळे । तें परब्रह्म ।।१७।।
जे अतिसूक्ष्म असते । विज्ञानाची खोळ जरी हलते ।
त्यातूनही जे न गळते । ते परब्रह्म ।।१७।।
आणि आकाराचेनि जालेपणें । जन्मधर्मातें नेणें ।
आकारलोपीं निमणें । नाहीं कहीं ।।१८।।
आकार जन्मता देही । जन्मधर्म जाणत नाही ।
त्याचा नाश होत नाही । आकार लोपता ।।१८।।
ऐशिया आपुलियाची सहजस्थिती । जया ब्रह्माची नित्यता असती ।
तया नाम सुभद्रापती । अध्यात्म गा ।।१९।।
जी आपली सहजस्थिती । यात ब्रह्माची नित्यता असती ।
त्याचे नाव हे सुभद्रापती । अध्यात्म आहे ।।१९।।
मग गगनीं जेविं निर्मळें । नेणों कैचीं एकेवेळे ।
उठती घनपटळें । नानावर्णें ।।२०।।
जशी निरभ्र आकाशा अंगणी । मेघांची दले एकवटुनी ।
कशी दिसू लागती अनेक रंगांनी । ते कळत नाही ।।२०।।
तैसें अमूर्तीं तिये विशुद्धें । महदादि भूतभेदें ।
ब्रह्मांडाचे बांधे । होंचि लागती ।।२१।।
ते अमूर्त आणि विशुद्ध असे । ब्रह्माचे ठिकाण महद्‌तत्त्व तसे ।
ब्रह्मांडाचे आकार हे जसे । भूतभेदाने निर्मिती ।।२१।।
पैं निर्विकल्पाचिये बरडीं । फुटे आदिसंकल्पाची विरूढी ।
आणि तें सर्वेचि मोडोनि ये ढोंढी । ब्रह्मगोळकांच्या ।।२२।।
ब्रह्मरूपी ओसाड जमिनीवर । येती मूळ संकल्पांचे अंकुर ।
मग ब्रह्मगोलाचे आकार । त्यात दिसती ।।२२।।
तया एकैकाचे भीतरीं पाहिजे । तंव बीजाचाचि भरिला देखिजे ।
माजीं होतिया जातिया नेणिजे । लेख जीवा ।।२३।।
एकेकाच्या आत पाहता । ब्रह्मांड बीजाने भरले देखता ।
किती जीवांची उत्पत्ती लय होता । त्याची गणती नाही ।।२३।।
मग तया ब्रह्मगोळकांचें अंशांश ।
प्रसवती आदिसंकल्प असमसहास ।
हें असो ऐसी बहुवस । सृष्टी वाढे ।।२४।।
त्या ब्रह्मांड गोलांशापासून । होती अगणित संकल्प उत्पन्न ।
असो, हे घेई समजून । की पृथ्वीचा विस्तार वाढतो ।।२४।।
परि दुजेनविण एकला । परब्रह्माहून संचला ।
अनेकत्वाचा आला । पूर जैसा ।।२५।।
त्यात दुसरा कोणी नसे । परमात्माच भरला असे ।
त्याच्याच ठिकाणी येत असे । अनेकत्वाला पूर ।।२५।।
तैसें समविषमत्व नेणों कैचें । वायांचि चराचर रचे ।
पाहतां प्रसवतिया योनीचे । लक्ष दिसती ।।२६।।
कुठून आले सम-विषमत्व । ब्रह्माच्या ठिकाणी हे तत्त्व ।
प्रसवणाऱ्या योनीचे सत्त्व । लक्षावधी प्रकारचे ।।२६।।
येरी जीवभावाचिये पालविये । कांहीं मर्यादाच करूं नये ।
पाहिजे कवण हें आघवें विये । तंव मूळ तें शून्य ।।२७।।
या जीव स्वरूपी शाखांचा विस्तार ।
गणना न ये अशा त्या अपार ।
प्रसवती त्यास कोण हा विचार ।
त्याचे मूळ शून्य (ब्रह्मांड) ।।२७।।
म्हणौनि कर्ता मुद्‌ल न दिसे । आणि सेखीं कारणहीं कांहीं नसे ।
माजीं कार्यचि आपैसें । वाढों लागे ।।२८।।
ब्रह्मांड निर्मितीचा न दिसे कर्ता । कारणही न सापडे शोधता ।
मधल्या कार्याची मात्र समता । आपोआप वाढे ।।२८।।
ऐसा करितेनवीण गोचरु । अव्यक्तीं हा आकारु ।
निपजे जो व्यापारु । तया नाम कर्म ।।२९।।
असा कर्त्याविना जो अव्यक्त ।
भासमान जो आकारात व्यक्त ।
तो व्यापार जो विरक्त । त्याचे नाव कर्म ।।२९।।
आतां अधिभूत जें म्हणिपे । तेंहि सांगों संक्षेपें ।
तरी होय आणि हारपे । अभ्र जैसें ।।३०।।
अधिभूत ज्याला म्हणती । ते सांगतो तुजप्रति ।
आकाशी ढग उत्पन्न होती । आणि लय पावती ।।३०।।

तैसें असतेपण आहाच । नाहीं होईजे हें साच ।
जयातें रूपा आणिती पांचपांच । मिळोनियां ।।३१।।
ज्याचे अस्तित्व आभासरूप । न असणे हे खरे स्वरूप ।
एकत्र येऊन ज्या देती रूप । पंचमहाभूते ।।३१।।
भूतांतें अधिकरूनि असे । आणि भूतसंयोगें तरी दिसे ।
जें वियोगवेळे भ्रंशें । नामरूपादिक।।३२।।
पंचमहाभूतांच्या आश्रयाने असते ।
त्यांच्याच संयोगाने दिसते ।
त्यांच्या वियोगाने नष्ट होते ।
ज्याचा आश्रये राहता नामरूप ।।३२।।
तयातें अधिभूत म्हणिजे । मग अधिदैव पुरुष जाणिजे ।
जेणें प्रकृतीचें भोगिजे । उपार्जिलें ।।३३।।
त्या देहा अधिभूत म्हणती । अधिदैव कोणा संबोधती ।
जे देहाचे भोग भोगती । प्रकृतीने निर्मिलेले ।।३३।।
जो चेतनेचा चक्षु । जो इंद्रियदेशींचा अध्यक्षु ।
जो देहास्तमानीं वृक्षु । संकल्प विहंगमाचा ।।३४।।
जो चेतनेचा प्रकाशनेत्र पाहे । जो इंद्रिय - देहाचा स्वामी राहे ।
देहाच्या अंती जो वृक्ष आहे । प्राणपक्षी राहणारा ।।३४।।
जो परमात्माचि परी दुसरा । जो अहंकारनिद्रा निदसुरा ।
म्हणौनि स्वप्नीचिया वोरबारा । संतोषें शिणे ।।३५।।
तो परमात्मा असून ही भिन्न । कारण तो अहंकारनिद्रेच्या आधीन ।
स्वप्नांच्या व्यापाराने होई क्षीण । तर कधी आनंदतो ।।३५।।
जीव येणें नांवें । जयातें आळविजे स्वभावें ।
तें अधिदैवत जाणावें । पंचायतनींचें ।।३६।।
ज्याचे जीव हे नाव असता । बोलावती या नावे स्वभावता ।
तो अधिदैव असे म्हणता । पंचभूती शरीरातील ।।३६।।
आतां इयेचि शरीरग्रामीं । जो शरीरभावातें उपशमी ।
तो अधियज्ञु एथ गा मी । पंडुकुमरा ।।३७।।
या शरीररूपी गावात जो । शरीरभावाचा लय करतो ।
या शरीरातील अधियज्ञ तो । अर्जुना मी आहे ।।३७।।
येर अधिदैवाधिभूत । तेहि मीचि कीर समस्त ।
परि पंधरें किडाळा मिळत । तें काय सांकेनोहे? ।।३८।।
अधिदैव, अधिभूत पाहे ।
हे सर्व मीच आहे ।
पंधरा कसी सोने डागी लागता हे ।
हिणकस होत नाही का? ।।३८।।

तरि तें पंधरेपण न मैळे । आणि किडाळाचियाही अंशा न मिळे ।
परि जंव असे तयाचेनि मेळें । तंव सांकेंचि म्हणिजे ।।३९।।
पण सोनेपण न होत मलीन । इतर धातूशी न एकरूप जाण ।
तरी असे जे संमिश्र जे सोनं । ते हिणकसच ठरते ।।३९।।
तैसें अधिभूतादि आघवें । हें अविद्येचेनि पालवें ।
झांकलें तंव मानावें । वेगळें ऐसें ।।४०।।
अधिभूत इत्यादी सगळे । अविद्येच्या पडद्याने झाकले ।
तोवर हे समजावे वेगळे । मजपासून ।।४०।।
तेचि अविद्येची जवनिका फिटे ।
आणि भेदभावाची अवधी तुटे ।
मग म्हणों एक होऊनि जरी आटे ।
तरी काय दोनी होती?।।४१।।
भेदभावाचे पटल दूर होती । भेदभाव मर्यादा संपती ।
हे दोन्ही एकरूप होती । मग आधी काय दोन होते? ।।४१।।
पैं केशांचा गुंडाळा । वरि ठेविली स्फटिकशिळा ।
ते वरि पाहिजे डोळां । तंव भेदली गमती ।।४२।।
ठेवून केसाचा गुंडाळा! । त्या वर ठेवली स्फटिकशिळा ।
आणि पाहिली तो डोळा । शिळा भेदलेली दिसते ।।४२।।
पाठीं केश परौते नेले । आणि भेदलेपण काय नेणों जाहालें ।
तरी डांक देऊनि सांदिलें । शिळेतें काई? ।।४३।।
केस परत करता बाजूला । तो भेद काय झाला ।
का डाग देऊन तो जोडला । शिळेला ।।४३।।
ना ते अखंडचि आयती । परि संगें भिन्न गमली होती ।
ते सारिलिया मागौती । जैसी कां तैसी ।।४४।।
नाही, तर ती अखंडच होती । केसामुळे भेदलेली दिसती ।
केसांची दूर करता संगती । ती अखंडच दिसे ।।४४।।
तेवींचि अहंभावो जाये । तरी ऐक्य तें आधींचि आहे ।
हेंचि साचें जेथ होये । तो अधुयज्ञु मी ।।४५।।
जसा अहंभाव गेला असता ।
जिवा-शिवाचे ऐक्य उघडता ।
हा प्रकार जसा जिथे घडता ।
तो अधियज्ञ मी आहे ।।४५।।
पैं गा आम्हीं तुज । सकळ यज्ञ कर्मज ।
सांगितलें कां जें काज । मनीं धरूनि ।।४६।।
आम्ही जो हेतू ठेवूनी । सर्व यज्ञ कर्मापासूनी ।
निर्माण होती घे जाणुनी । हे तुला सांगितले ।।४६।।

तो हा सकळ जीवांचा विसांवा । नैष्कर्म्य सुखाचा ठेवा ।

परि उघड करूनि पांडवा । दाविजत असे ।।४७।।

तो अधियज्ञ सर्व जीवांचा विसावा । नैष्कर्म सुखाचा ठेवा ।

हा गूढ अभिप्राय मी पांडवा । तुला दाखवतो आहे ।।४७।।

पहिलिया वैराग्यइंधन परिपूर्ती । इंद्रियानळीं प्रदीप्तीं ।

विषयद्रव्याचिया आहुती । देऊनियां ।।४८।।

वैराग्याचे इंधन पूर्ण वापरतो । विषय द्रव्याची आहुती देतो ।

इंद्रियरूपी अग्नी प्रज्वलित करतो । या अधियज्ञामध्ये ।।४८।।

मग वज्रासन तेचि उर्वी । शोधूनि आधारमुद्रा बरवी ।

वेदिका रचे मांडवीं । शरीराच्या ।।४९।।

योगाग्नीसाठी वज्रासन घालून । आधार मुद्रा शुद्ध करून ।

शरीराचा मांडव उभा करून । बंधमुद्रेच्या ओट्यावर! ।।४९।।

तेथ संयमाग्नीचीं कुंडें । इंद्रियद्रव्याचेनि पवाडें ।

यजिजती उदंडें । युक्तिघोषें ।।५०।।

ही कुंडे संयमाग्नीची । बंधत्रयाच्या मंत्रघोषांची ।

इंद्रियद्रव्याने यजन करती । योगमंत्राने ।।५०।।

मग मनप्राणसंयमु । हाचि हवनसंपदेचा संभ्रमु ।

येणें संतोषविजे निर्धूमु । ज्ञानानळु ।।५१।।

मग मन प्राण संयम यात । हीच हवनसामग्री यज्ञात ।

संतुष्ट करती धूर विरहित । ज्ञानाच्या अग्नीला ।।५१।।

ऐसेनि हें सकळ ज्ञानीं समर्पे । मग ज्ञान तें ज्ञेयीं हारपे ।

पाठी ज्ञेयचिस्वरूपें । निखिल उरे ।।५२।।

योगयज्ञात सर्व समर्पित । योगाचे पर्यावसान ब्रह्मज्ञानात ।

त्याचा ब्रह्मस्वरूपी लय होत । शेवटी ब्रह्मस्वरूप उरते ।।५२।।

तया नांव गा अधियज्ञु । ऐसें बोलिला जंव सर्वज्ञु ।

तंव अर्जुन अतिप्राज्ञु । तया पातलें तें ।।५३।।

याचे नाव अधियज्ञ । सांगती भगवान श्रीकृष्ण ।

अर्जुनही अति बुद्धिमान । समजून घेता झाला ।।५३।।

हें जाणोनि म्हणितलें देवें । पार्था परिसतु आहासि बरवें ।

या कृष्णाचिया बोलासवें । येरु सुखाचा जाहला ।।५४।।

हे जाणून देव म्हणाले । तू श्रवण करिसी चांगले ।

ऐकून भगवंत जे बोलले । अर्जुन सुखावला ।।५४।।

देखा बालकाचिया धणि धाइजे । कां शिष्याचेनि जाहलेपणें

होइजे । हें सद्गुरूचि एकलेनि जाणिजे । कां प्रसवतिया ।।५५।।

लहान बाळाच्या तृप्तीने सार्थ । शिष्याच्या भावनेने कृतार्थ ।

माता, सद्गुरूच केवळ अर्थ । याचा जाणती ।।५५।।

म्हणौनि सात्त्विक भावांची मांदी । कृष्णाआंगीं अर्जुनाआधीं ।

न समातसे परी बुद्धी । सांवरूनि देवें ।।५६।।

अर्जुनाच्या आधी श्रीकृष्ण । अष्ट सात्त्विक भाव जाणून ।

हृदयी मावेना पण आवरून । विचारपूर्वक सावरले ।।५६।।

मग पिकलिया सुखाचा परिमळु ।

कीं निवालिया अमृताचा कल्लोळु ।

तैसा कोंवळा आणि सरळु । बोलु बोलिला ।।५७।।

मग पिकल्या फळाचा गंध । शीतल अमृत स्वच्छंद ।

तसे कोवळे मृदू विचारानंद । त्यांनी प्रगट केले ।।५७।।

म्हणे परिसणेयांचिया राया । आइकें बापा धनंजया ।

ऐसी जळों सरलिया माया । तेथ जाळितें तेंही जळे ।।५८।।

अर्जुना तू श्रेष्ठ श्रोता । ज्ञानाग्नित मायेचा लय होता ।

ते ज्ञानही पावे वीरामता । श्रीकृष्ण म्हणे ।।५८।।

जें आतांचि सांगितलें होतें । अगा अधियज्ञ म्हणितला जयातें ।

जे आदींचि तया मातें । जाणोनि अंतीं ।।५९।।

आत्ताच तुला सांगितले । त्यास अधियज्ञ संबोधले ।

या आधारे जे जिवंत राहिले । ते मृत्यूकाळी मलाच भजती ।।५९।।

ते देह झोल ऐसें मानुनी । ठेले आपणपें आपण होउनी ।

जैसा मठ गगना भरुनी । गगनींचि असे ।।६०।।

देहालाच खोळ मानूनी । भरूनी राहे त्यात आत्मस्वरूपानी ।

जशी मठी आकाशाने भरूनी । आकाशातच राहे ।।६०।।

ये प्रतीतीचिया माजघरीं । तया निश्चयाची वोवरी ।

आली म्हणौनि बाहेरी । नव्हेचि से ।।६१।।

अनुभवांच्या या माजघरात । लागे निश्चयाची झोप शांत ।

त्यांना बाह्य विषयाचे न होत । स्मरण कधी ।।६१।।

ऐसें सबाह्य ऐक्य संचलें । मीचि होऊनि असतां रचिलें ।

बाहेरि भूतांचीं पांचही खवलें । नेणतांचि पडिलीं ।।६२।।

असे अंतर्बाह्य एकरूप । मीच ते रचले तद्रूप ।

पंचमहाभूतांचे देहरूप । न कळत कवच गळून पडले ।।६२।।

आतां उभेयां उभेपण नाहीं जयाचें ।

मा पडिलिया गहन कवण तयाचें ।

म्हणौनि प्रतीतीचिये पोटींचें । पाणी न हाले ।।८–६३।।

ज्यास उभेपणाची जाणीव नाही ।

त्यास आडवे होण्याचे दुःख नाही ।

पोटातील पाणी हलणार नाही ।

निश्चयरूप स्वरूपाचे ।।६३।।

ते ऐक्याची आहे वोतिली । कीं नित्यतेचिया हृदयीं घातली ।
जैसी समरससमुद्रीं धुतली । रुळेचिना ।।६४।।
तो ऐक्याची ओतीव मूर्ती । नित्यतेच्या हृदयी ठेवती ।
आनंदरूप सागरात धुती । मग दुःखाने मळत नाही ।।६४।।
पैं अथावीं घट बुडाला । तो आंतबाहेरी उदकें भरला ।
पाठीं दैवगत्या जरी फुटला । तरी उदक काय फुटे? ।।६५।।
खोल पाण्यात घट बुडता । आत-बाहेर पाणी भरता ।
दैवयोगे जरी तो फुटता । पाणी फुटते काय? ।।६५।।
नातरी सर्पें कवच सांडिलें । कां उबारेनें वस्त्र फेडिलें ।
तरी सांग पां काय मोडलें । अवेवामाजीं? ।।६६।।
सर्पाने कात टाकली । माणसाने उष्णतेने वस्त्रे फेडली ।
तरी का मोडतोड झाली । त्याच्या अवयवांची ।।६६।।
तैसा आकारु हा आहाच भ्रंशे । वांचूनी वस्तु ते सांचलीचि असे ।
तेचि बुद्धि जालिया विसकुसे । कैसेनि आतां ।।६७।।
देहाची आकृती नष्ट होई । पण आंतरिक ब्रह्म राही ।
मग ती ब्रह्म बुद्धी कशी होई । विचलित? ।।६७।।
म्हणौनि यापरी मातें । अंतकाळीं जाणतसाते ।
जे मोकलिती देहातें । ते मीचि होती ।।६८।।
म्हणून मला जे मानती । अंतकाळी मला जाणती ।
ते देहाचा त्याग करती । तेथे ही मीच असतो ।।६८।।
एऱ्हवीं तरी साधारण । उरीं आदळलिया मरण ।
जो आठवु धरी अंतःकरण । तेंचि होईजे ।।६९।।
एरवीसुद्धा साधारण । जवळ येता मरण ।
ज्या वस्तूंचे करतो स्मरण । तीच प्राप्त होते ।।६९।।
जैसा कवणु एकु काकुळती । पळतां पवनगती ।
दुपाउलीं अवचितीं । कुहामाजीं पडियेला ।।७०।।
कोणी मनुष्य काकुळतीने । पळत्या वाऱ्याच्या गतीने ।
विहिरीत पडावा अवचिताने । दोन्ही पाय निसटून ।।७०।।
आतां तया पडणयाआरौतें । पडण चुकवावया परौतें ।
नाहीं म्हणौनि तेथें । पडावेंचि पडे ।।७१।।
पडणे चुकवण्यासाठी तिथे । दुसरे कोणतेही साधन नव्हते ।
म्हणून त्याला भाग पडते । विहिरीत पडणे ।।७१।।
तेविं मृत्यूचेनि अवसरें एकें । जें येऊनि जीवासमोर ठाके ।
तें होणें मग न चुके । भलतयापरी ।।७२।।
मृत्यूवेळी जीवासमोर ते । ज्या वस्तूचे चित्र असते ।
ती पुढील जन्मी होते । हे चुकत नाही ।।७२।।

आणि जागता जंव असिजे । तंव जेणें ध्यानें भावना भाविजे ।
डोळां लागतखेंवो देखिजे । तेंचि स्वप्नीं ।।७३।।
जागृत मनुष्यास । लागे ज्या वस्तूचा ध्यास ।
डोळा लागताच त्यास । ते स्वप्नात दिसते ।।७३।।
तेविं जितेनि अवसरें । जें आवडोनि जीवीं उरे ।
तेंचि मरणाचियेमेरे । फार हों लागे ।।७४।।
जिवंत असता दिसते । आवडीमुळे मनात ठसते ।
ती मृत्यूचे वेळी मनात येते । फार दृढपणे ।।७४।।
आणि मरणीं जया जें आठवे । तो तेचि गतीतें पावे ।
म्हणौनि सदा स्मरावें । मातेंचि तुवां ।।७५।।
मृत्यूसमयी ज्याला जे आठवे । तो तीच गती पावे ।
म्हणून नेहमी स्मरण करावे । माझेच हे अर्जुन ।।७५।।
डोळां जें देखावें । कां कानीं हन ऐकावें ।
मनीं जें भावावें । बोलावें वाचें ।।७६।।
डोळ्यांनी जे पाहावे । कानांनी जे ऐकावे ।
मनाने जे चिंतन करावे । वाणीने जे बोलावे ।।७६।।
तें आंत बाहेरी आघवें । मीचि करूनिघालावें ।
मग सर्वीं काळीं स्वभावें । मीचि आहें ।।७७।।
जे विषय आत-बाहेरून । मीच आहे घे जाणून ।
ते ठेविसी हृदयी स्थिर करून । तो मीच आहे ।।७७।।
अर्जुना ऐसें जाहालिया । मग न मरिजे देह गेलिया ।
मा संग्रामु केलिया । भय काय तुज? ।।७८।।
अर्जूना मृत्यूनंतर असे झाले । शरीर गेले मन माझ्याशी एकरूपले ।
मग जर तू युद्ध केले । तर तुला भिती कशाची? ।।७८।।
तूं मन बुद्धि सांचेंसीं । जरी माझिया स्वरूपीं अर्पिसी ।
तरी मातेंचि गा पावसी । हे माझी भाक ।।७९।।
तू मन बुद्धी देशील । मज ठायी अर्पण करशील ।
तर मला तू प्राप्त करशील । ही माझी प्रतिज्ञा ।।७९।।
हेंच कायिसया वरी होये । ऐसा जरी संदेहो वर्ततु आहे ।
तरी अभ्यासूनि आदीं पाहें । मग नव्हे तरी कोपें ।।८०।।
हे असे खरेच होईल । तुझ्या मनी शंका येईल ।
तर अनुभव घेऊन पाहशील । ना तर मग माझ्यावर रागव ।।८०।।
येणेंचि अभ्यासेंसी योगु । चित्तासि करी पां चांगु ।
अगा उपायबळें पंगु । पहाड ठाकी ।।८१।।
या अभ्यासाच्या योगाने । तू चित्त शुद्ध करून घेणे ।
अरे पांगळादेखील प्रयत्नाने । पहाड चढू शकतो ।।८१।।

तेविं सदभ्यासें निरंतर । चित्तासि परमपुरुषाची मोहर ।
लावीं मग शरीर । राहो अथवा जावो ।।८२।।
या सद्अभ्यासाने निरंतर ।
लागे परमपुरुषाचा छंद चित्ता जर ।
मग हे शरीर । राहो किंवा जावो ।।८२।।
जें नानागतीतें पावविते । तें चित्त वरील आत्मयातें ।
मग कवण आठवी देहातें । गेलें कीं आहे? ।।८३।।
गती देणारे हे चित्त । आत्म्याला वरता होई प्राप्त ।
मग देह गेला की राहिला मुक्त ।
कोण स्मरण करेल? ।।८३।।
पैं सरितेचेनि ओघें । सिंधुजळा मीनलें घोघें ।
तें काय वर्तत आहे मागें । म्हणौनि पाहों येती? ।।८४।।
नद्यांचे ओघ धो-धो करती । समुद्राला जाऊन मिळती ।
काय ते परतून येती । मागे पाहावया ।।८४।।
ना तें समुद्रचि होऊन ठेलें । तेविं चित्ताचें चैतन्य जाहालें ।
जेथ यातायात निमालें । घनानंद जें ।।८५।।
ते समुद्ररूप होऊन जाती ।
जशी चित्ता चैतन्याची प्राप्ती ।
मग जन्म मृत्यूची यातायात थांबती ।
सदचिदानंदी एकरूपता ।।८५।।
जयाचें आकारावीण असणें । जया जन्म ना निमणें ।
जें आघवेंचि आघवेंपणें । देखत असे ।।८६।।
जो आकारावाचून राही । ज्या जन्ममृत्यू नाही ।
तो सर्वत्र समप्रमाणात पाही । सर्वपणाने ।।८६।।
जें गगनाहूनि जुनें । जें परमाणुहूनि सानें ।
जयाचेनि सन्निधानें । विश्व चळे ।।८७।।
जो आकाशाहून जुनं । परमाणुपेक्षाही लहान ।
ज्याच्या केवळ सान्निध्यानं । विश्वकर्म चालते ।।८७।।
जें सर्वांते यया विये । विश्व सर्व जेणें जिये ।
हेतु जया बिहे । अचिंत्य जें ।।८८।।
ते विश्व निर्माण करते । त्यामुळे विश्व जगते ।
ते चिंतनाचा विषय न होते । अनुमानाने सिद्ध करण्या ।।८८।।
देखे वोळंबा इंगळु न चरे । तेजीं तिमिर न शिरे ।
जे दिहाचे अंधारें । चर्मचक्षूसीं ।।८९।।
विस्तवाला वाळवी न धरे । अंधकार प्रकाशात न शिरे ।
चर्मचक्षुंना वाटे अंधारे । ज्ञानप्रकाशे ।।८९।।
सुसडा सूर्यकणांच्या राशी । जो नित्य उदो ज्ञानियांसी ।
अस्तमानाचे जयासी । आडनांव नाहीं ।।९०।।
जो शुद्ध सूर्यकण राशी । जो नित्य उदय साधकाशी ।
अस्तमानाचे ज्यासी । आडनाव नाही (अस्त पावत नाही) ।।९०।।
तया अव्यंगवाणेया ब्रह्मातें । प्रयाणकाले प्राप्ते ।
जो स्थिरावलेनि चित्तें । जाणोनि स्मरे ।।९१।।
त्या परिपूर्ण ब्रह्मा जाणून । मृत्यू जवळ आला म्हणून ।
एकाग्र चिताने स्मरण करून । साधकाने ।।९१।।
बाहेरी पद्मासन रचुनी । उत्तराभिमुख बैसोनि ।
जीवीं सुख सूनि । क्रमयोगाचे ।।९२।।
स्थिर मनाने पद्मासन घालून । उत्तरेकडे तोंड करून ।
घ्यावी चित्तशुद्धी मनात साठवून । कर्मयोगाची ।।९२।।
आंतु मीनलेनि मनोधर्में । स्वरूपप्राप्तीचेनि प्रेमें ।
आपेआप संभ्रमें । मिळावया ।।९३।।
आत मनोवृत्ती एकरूपती । होता स्वस्वरूप प्राप्ती ।
ब्रह्मस्वरूपास मिळण्याप्रति । सत्वर ।।९३।।
आकळलेनि योगें । मध्यमा मध्य मार्गें ।
अग्निस्थानौनि निगे । ब्रह्मरंध्रा ।।९४।।
स्वाधीन अष्टांग योगाने । सुषुम्ना नाडीच्या मार्गाने ।
ब्रह्मरंध्राप्रत अग्निस्थाने । कुंडलिनी निघते ।।९४।।
तेथ अचेत चित्ताचा सांगातु । आहाचवाणा दिसे मांडतु ।
जेथ प्राणु गगनाआंतु । संचरे कां ।।९५।।
तेव्हा जीव आणि आत्मा यांचा । वरवर संगम दिसतो त्याचा ।
जेव्हा प्राण प्रवेशतो साचा । मूर्धान्याकाशात ।।९५।।
परी मनाचेनि स्थैर्यें धरिला । भक्तीचिया भावना भरला ।
योगबळें आवरला । सज्ज होऊनि ।।९६।।
तो मनाने स्थिर असलेला । भक्तीभावनेने भरलेला ।
योगबळाने आवरलेला । सिद्ध असतो ।।९६।।
तो जडाजडातें विरवितु । भ्रूलतामाजीं संचरतु ।
जैसा घंटानाद लयस्तु । घंटेसीच होय ।।९७।।
जडाला विरघळून देतो । स्वतः भुवईत स्थिर होतो ।
ज्याप्रमाणे घंटेतच विरतो । घंटेचा नाद ।।९७।।
कां झांकलिया घटींचा दिवा । नेणिजे काय जाहला केव्हां ।
या रीतीं जो पांडवा । देह ठेवी ।।९८।।
दिव्यावर घट झाकला । न कळे दिवा कधी विझला ।
अशा प्रकारे ज्याने देह ठेवला । पांडवा ।।९८।।

तो केवळ परब्रह्म । जया परमपुरुष ऐसें नाम ।
तें माझें निजधाम । होऊनि ठाके।।९९।।
तो केवळ परब्रह्म । त्याचे परमपुरुष नाम ।
ते माझे निजस्वरूप धाम । होऊन राही ।।९९।।
सकळां जाणणेयां जे लाणी । तिये जाणिवेची जे खाणी ।
तयां ज्ञानियांचिये आयणी । जयातें अक्षरु म्हणिपे ।।१००।।
जे ज्ञान सर्व ज्ञानाचा अंत । ब्रह्मज्ञानाची खाण अनंत! ।
त्याला ज्ञानसाधक म्हणतात । अक्षर, अविनाशी ।।१००।।
चंडवातेंही न मोडे । तें गगनचि की फुडें ।
वांचूनि जरी होईल मेहुडें । तरी उरेल कैंचें? ।।१०१।।
जे मोडत नाही वादळात । असे आकाशच आहे या जगात ।
ते जर मेघासम हलके होत । तर कसे टिकेल? ।।१०१।।
तेविं जाणणेया जें आकळिलें । तें जाणिवलेपणेंचि उमाणलें ।
मग नेणवेचि तया म्हणितलें । अक्षर सहजें ।।१०२।।
ज्ञानाला जे विषय कळती । ज्ञानाकडून होते गणती ।
पण ज्ञानाच्या पार जे असती । ते अक्षर अविनाशी ।।१०२।।
म्हणौनि वेदविद नर । म्हणती जयातें अक्षर ।
जें प्रकृतीसी पर । परमात्मरूप ।।१०३।।
जे पुरुष वेद जाणती । त्यास ते अक्षर म्हणती ।
जे परमात्मरूप असती । प्रकृतीपलीकडे ।।१०३।।
आणि विषयांचे विष उलंडूनि । जे सर्वेंद्रियां प्रायश्चित्त देऊनि ।
आहाति देहाचिया बैसोनि । झाडातळीं ।।१०४।।
जे विषयांचा त्याग करून । इंद्रियांचे दमन करून! ।
उदासीन राहिले बसून । देहवृक्षातळी ।।१०४।।
ते यापरी विरक्त । जयाची निरंतर वाट पाहात ।
निष्कामासि अभिप्रेत । सर्वदा जें ।।१०५।।
याप्रमाणे जे विरक्त असती । ते परब्रह्माची वाट बघती ।
हे निष्कामा अप्रिय ठरती । सदासर्वदा ।।१०५।।
जयाचिया आवडी । न गणिती ब्रह्मचर्याचीं सांकडीं ।
निष्ठुर होऊनि बापुडीं । इंद्रियें करिती ।।१०६।।
याला आवडते म्हणून । ब्रह्मचर्याची अगणित संकटे झेलून ।
मनाने निष्ठुर होऊन । इंद्रियदमन करती ।।१०६।।
ऐसें जें पद । दुर्लभ आणि अगाध ।
जयाचिये थडिये वेद । चुबुकळिले ठेले ।।१०७।।
असे जे आहे ब्रह्मपद । ते दुर्लभ आणि अगाध ।
ज्याच्या किनारी वेद । डुंबत बसले ।।१०७।।

तें ते पुरुष होती । जे यापरी लया जाती ।
तरी पार्था हेचि स्थिती । एकवेळ सांगों ।।१०८।।
जे असा देह ठेवती । ते त्या पदाला पोहोचती ।
म्हणून पार्था ही स्थिती! । तुला पुन्हा सांगतो ।।१०८।।
तेथ अर्जुनें म्हणितलें स्वामी । हेंचि म्हणावया होतों पां मी ।
तंव सहजें कृपा केली तुम्हीं । तरी बोलिजो कां ।।१०९।।
अर्जुन म्हणतो स्वामी । हेच सांगणार होतो मी ।
आता सहज कृपा केली तुम्ही । तर सांगावे ।।१०९।।
परि बोलावें तें अति सोहोपें । तेथें म्हणितलें त्रिभुवनदीपें ।
तुज काय नेणों संक्षेपें । सांगेन ऐक।।११०।।
सोपे सांगावे म्हणे अर्जुन । श्रीकृष्ण बोलती ऐकून ।
तू घे नीट जाणून । मी संक्षेपाने सांगतो ।।११०।।
तरी मना या बाहेरिलीकडे ।
यावयाची साविया सवे मोडे ।
हें हृदयाचिया डोहीं बुडे ।
तैसें कीजे ।।१११।।
मन धावते बाह्याकडे । त्याची ती सवय मोडे ।
ते हृदयाच्या डोही बुडे । असे करावे ।।१११।।
परी हे तरीच घडे । जरी संयमाचीं अखंडें ।
सर्वद्वारीं कवाडें । कळासती ।।११२।।
तेव्हाच हे घडे । जेव्हा संयमाची कवाडे ।
बंद राहती अखंडे । मग योग साधेल ।।११२।।
तरी सहजें मन कोंडलें । हृदयींचि असेल उगलें ।
जैसें करचरणीं मोडलें । परिवरु न संडीं ।।११३।।
मग असे कोंडलेले मन । हृदयी स्थिर राहे जाण ।
हातपाय मोडले तरीपण । मनुष्य घर सोडत नाही ।।११३।।
तैसें चित्त राहिलिया पांडवा । प्राणांचा प्रणवुचि करावा ।
मग अनुवृत्तिपंथें आणावा । मूर्ध्निवरी ।।११४।।
चित स्थिर झाल्यावर । प्राणायामे करावा ओंकार ।
मग क्रमाने तो प्राणाधार । मूर्धन्याकाशी आणावा ।।११४।।
तेथ आकाशीं मिळे न मिळे । तैसा धरावा धारणाबळें ।
जंव मात्रात्रय मावळे । अर्धबिंबीं ।।११५।।
मूर्धन्या आकाशी जोवरी मिळे प्राण ।
धारणेच्या आधारे ठेवावा धरून ।
जोवरी ओंकाराच्या मात्रा तीन ।
नाहीशा होत नाहीत ।।११५।।

तंववरी तो समीरु । निराळीं कीजे स्थिरु ।
मग लग्नीं जेविं ॐकारु । बिंबींच विलसे ।।११६।।
त्याच्याशी एकरूप होई जोवरी । प्राण स्थिर करावा तोवरी ।
ओंकार लीन होईल तरी । अर्धबिंबात ।।११६।।
तैसें ॐ हें स्मरों सरे । आणि तेथेंचि प्राणु पुरे ।
मग प्रणवांतीं उरे । पूर्णघन जें ।।११७।।
जेथे ओंकार संपतो । तेथे प्राण लीन होतो ।
त्यापलीकडे उरतो । तो सच्चिदानंद परब्रह्म ।।११७।।
म्हणौनि प्रणवैकनाम । हें एकाक्षर ब्रह्म ।
जो माझें स्वरूप परम । स्मरतसांता ।।११८।।
म्हणून प्रणव नाम । जे एकाक्षर ब्रह्म ।
ते माझे स्वरूप परम । स्मरण करता ।।११८।।
यापरी त्यजी देहातें । तो त्रिशुद्धी पावे मातें ।
जया पावणया परौतें । आणिक पावणें नाहीं ।।११९।।
जो असा देह त्यागतो । तो मला प्राप्त करतो ।
मजशिवाय श्रेष्ठ लाभ नसतो । हे त्रिवार सत्य ।।११९।।
तेथ अर्जुना जरी विपायें । तुझ्या जीवीं हन ऐसें जाये ।
ना हें स्मरण मग होये । कायसयावरी अंतीं ।।१२०।।
तुला वाटेल अर्जुना । शंका येईल मना ।
माझेच स्मरण कसे व्हावे ना । मृत्यूसमयी? ।।१२०।।
इंद्रियां अनुघडु पडलिया । जीविताचें सुख बुडालिया ।
आंतुबाहेरी उघडलिया । मृत्युचिन्हें ।।१२१।।
इंद्रियांवर संकटे येती । जीविताची सुखे संपती ।
अंतर्बाह्य दिसू लागती । मृत्यूचीचिन्हे ।।१२१।।
ते वेळीं बैसावेंचि कवणें । मग कवण निरोधी करणें ।
तेथ काह्याचेनि अंतःकरणें । प्रणव स्मरावा ।।१२२।।
त्यावेळी योग साधण्या कोणी बसावे? ।
इंद्रियांचे दमन कुणी करावे? ।
ओंकाराचे स्मरण कसे करावे? ।
अंतःकरणाने? ।।१२२।।
तरि गा ऐशिया हो ध्वनी । झणें थारा देशी हो मनीं ।
पैं नित्य सेविलामी निदानीं । सेवकु होय ।।१२३।।
असे प्रश्न मनी येता ।
त्यांना थारा देऊ नको चित्ता ।
जे मला अखंड पूजिता ।
अंतकाळी मी सेवक त्यांचा ।।१२३।।

जे विषयांसि तिळांजळी देउनी । प्रवृत्तीवरी निगड वाऊनि ।
मातें हृदयीं सूनि । भोगिताती ।।१२४।।
जे विषयांचा त्याग करून । प्रवृत्तीला बांध घालून ।
हृदयामध्ये मला साठवून । स्वरूप आनंद घेतात ।।१२४।।
परि भोगितया आराणुका । भेटणें नाहीं क्षुधादिकां ।
तेथ चक्षुरादि रंकां । कवण पाडु ।।१२५।।
त्या अलौकिक समाधानात । तहान-भूक विसरतात ।
मग जे काही राहिले महत्त्व । डोळे कान यांचे? ।।१२५।।
ऐसें निरंतर एकवटले । जे अंतःकरणीं मजशीं लिगटले ।
मीचि होऊनि आटले । उपासिती ।।१२६।।
असे माझ्याशी एकरूप । मनाने मजला तद्रूप ।
देहरहित आत्मस्वरूप । ते मला भजतात ।।१२६।।
तयां देहावसान जैं पावे । तैं तिहीं मातें स्मरावें ।
मग म्यां जरी पावावें । तरी उपास्ति ते कायसी? ।।१२७।।
जेव्हा देहावसान व्हावे । त्यांनी मला स्मरावे ।
मी त्यांना जर पावावे । मग उपासनेचे महत्त्व काय? ।।१२७।।
पैं रंकु एक आडलेपणें । काकुळती धांव गा धांव म्हणे ।
तरी तयाचिये ग्लानि धांवणें । काय न घडे मज? ।।१२८।।
एखादा कोणी मृत्यूसमयी । अनेक क्लेशांनी दीन होई ।
देवा धाव असे म्हणत राही । तेव्हा मी येत नाही का? ।।१२८।।
आणि भक्तांही तेचि दशा । तरी भक्तीचा सोसु कायसा ।
म्हणौनि हा ध्वनी ऐसा । न वाखाणावा ।।१२९।।
माझ्या भक्ताची हीच दशा । तर भक्तीचा सोस कसा ।
म्हणून संशयात्मक असा । अभिप्राय नको ।।१२९।।
तिहीं जे वेळीं मी स्मरावा । ते वेळीं स्मरिला कीं पावावा ।
तो आभारुही जीवां । साहवेचि ना ।।१३०।।
त्यांनी जेव्हा स्मरावे । मी त्यांच्याजवळ जावे ।
एवढेही सहन न व्हावे । मला ओझे? ।।१३०।।
तें ऋणवैपण देखोनि आंगीं । मी आपुलियाचि उत्तीर्णत्वालागीं ।
भक्तांचियां तनुत्यागीं । परिचर्या करीं ।।१३१।।
मी भक्तांचा असे ऋणी । ऋण मुक्तहोण्या झणी ।
देहत्यागाच्या त्या क्षणी । मी सेवा करतो ।।१३१।।
देहवैकल्याचा वारा । झणें लागेल या सुकुमारा ।
म्हणौनि आत्मबोधाचिया पांजिरां । सूयें तयातें ।।१३२।।
मृत्यूसमयीचे क्लेश जाणून । ते न राहावे म्हणून ।
त्यांना मी ठेवतो नेऊन । आत्मबोधाच्या पिंजऱ्यात ।।१३२।।

वरी आपुलिया स्मरणाची उवाइली । हींव ऐसी करीं साउली ।
ऐसेनि नित्य बुद्धि संचली । मी आणीं तयातें ।।१३३।।
माझ्या स्मरणाची विस्तृत ।
मी शीतल सावली करीत ।
त्यांची आत्मबुद्धी स्थिर होत ।
मग मी निर्गुण स्वरूपी नेतो ।।१३३।।
म्हणौनि देहांतींचें सांकडें । माझिया कहींचि न पडे ।
मी आपुलियातें आपुलीकडे । सुखेंचि आणीं ।।१३४।।
मृत्यूच्या वेळीही । माझ्या भक्ता दुःख नाही ।
त्यास मी माझ्याकडेही । सुखाने आणतो ।।१३४।।
वरचील देहाची गंवसणी फेडुनी ।
आहाच अहंकाराचे रज झाडुनी ।
शुद्ध वासना निवडुनी ।
आपणपां मेळवीं ।।१३५।।
देहाचे काढून आवरण । अहंकाराची धूळ झाडून ।
शुद्ध इच्छा निवडून । एकरूप करतो ।।१३५।।
आणि भक्तां तरी देहीं । विशेष एकवंकीचा ठावो नाहीं ।
म्हणौनि अव्हेरु करितां कांहीं । वियोगु ऐसा न वाटे ।।१३६।।
आधीचाच तो विदेही । त्यामुळेच मृत्यूसमयी ।
वाटत नाही त्या काही । देह त्यागताना ।।१३६।।
नातरी देहांतींचि मियां यावें । मग आपणपें यातें न्यावें ।
हेंही नाहीं स्वभावें । जे आधींचि मज मीनले ।।१३७।।
त्यावेळी मी जवळ यावे । त्यांस मूळ स्वरूपी न्यावे ।
हे बोलणे न योग्य व्हावे । तो आधीच एकरूप ।।१३७।।
येरी शरीराचिया सलिलीं । असतेपण हेचि साउली ।
वांचूनि चंद्रिका ते ठेली । चंद्रींच आहे ।।१३८।।
शरीर जलात तो दिसे । पण तो भास असे ।
जसे चांदणे चंद्राजवळ वसे । तसा तो माझ्यात ।।१३८।।
ऐसे जे नित्ययुक्त । तयांसि सुलभ मी सतत ।
म्हणौनि देहांतीं निश्चित । मीचि होती ।।१३९।।
जे माझ्याशी नित्य युक्त । त्यांना भी सुलभ सतत ।
म्हणून देह ठेवता निश्चित । ते मीच होती ।।१३९।।
मग क्लेशतरूची वाडी । जे तापत्रयाग्नीची सगडी ।
जे मृत्युकाकासीं कुरोंडी । सांडिली आहे ।।१४०।।
शरीर क्लेशवृक्षांचे जंगल । ते त्रिविधतापांची चूल ।
तो बळी असतो सकल । मृत्युरूपी कावळ्यास ।।१४०।।

जें दैन्याचें दुभतें । जें महाभयातें वाढवितें ।
जें सकळ दुःखाचें पुरतें । भांडवल ।।१४१।।
दारिद्र्याची धार असते । ते महाभय वाढवते ।
सकल दुःखांची पूर्तता करते । ते भांडवल ।।१४१।।
जें दुर्मतीचें मूळ । जें कुकर्माचें फळ ।
जें व्यामोहाचें केवळ । स्वरूपचि ।।१४२।।
ते दुर्बुद्धीची उत्पत्ती । कुकर्माची फलश्रुती ।
भ्रमाची असते संगती । त्याचे स्वरूप ।।१४२।।
जें संसाराचें बैसणें । जें विकारांचें उद्यानें ।
जें सकळ रोगांचें भाणें । वाढिलें आहे ।।१४३।।
जे आसन संसाराचे । जे विकारांचे बगीचे ।
ताट जे सर्व रोगांचे । वाढलेले ।।१४३।।
जें काळाचा खिचु उशिटा । जें आशेचा आंगवठा ।
जन्ममरणाचा वोलिंवटा । स्वभावें जें ।।१४४।।
जे काळाचे उष्टे अन्न । आशेचे विश्रांतिस्थान ।
जन्म-मृत्यूची कभिन्न । ती वहिवाट ।।१४४।।
जें भुलीचें भरिव । जें विकल्पाचें वोतिंव ।
किंबहुना पेंव । विंचुवांचें ।।१४५।।
जे भ्रमाचे रूप भरीव । संशयाचा आकार ओतीव ।
काय सांगू ते पेव । विंचवांचे ।।१४५।।
जें व्याघ्राचें क्षेत्र । जें पण्यांगनेचें मैत्र ।
जें विषयविज्ञानयंत्र । सुपूजित ।।१४६।।
जे वाघाचे परिक्षेत्र । वारांगनेचे दिखाऊमैत्र ।
विषयज्ञानाचे यंत्र । पूजिलेले ।।१४६।।
जें लावेचा कळवळा । निवालिया विषोदकाचा गळाळा ।
जें विश्वासु आंगवळा । संवचोराचा ।।१४७।।
जे राक्षसीची क्रूर भेट । निवलेल्या विषाचा घोट ।
चोरांच्या विश्वासाची खोट । साव समजून ।।१४७।।
जें कोढियाचें खेंव । जें काळसर्पाचें मार्दव ।
गोरियेचें स्वभाव । गायन जें ।।१४८।।
जे कुष्ठरोग्याचे आलिंगन । काळसर्पाचे मृदूपण ।
पारध्याचे सहज गान । फसवणारे ।।१४८।।
जें वैरियाचा पाहुणेरु । जें दुर्जनाचा आदरु ।
हें असो जें सागरु । अनर्थांचा ।।१४९।।
तो वैऱ्याचा पाहुणचार । दुर्जनांचा आदर ।
तो असे सागर । अनर्थांचा ।।१४९।।

जें स्वप्नीं देखिलें स्वप्न । जें मृगजळें सासिन्नलें वन ।
जें धूम्ररजांचें गगन । ओतलें आहे ।।१५०।।
जे स्वप्नातले स्वप्न । मृगजळाने वाढलेले वन ।
जे भरून आलेले गगन । धुराच्या कणांनी ।।१५०।।
ऐसें जें हें शरीर । तें ते न पवतीचि पुढती नर ।
जे होऊनि ठेले अपार । स्वरूप माझें ।।१५१।।
असे हे जे शरीर । ते प्राप्त न करती नर ।
जे झाले असती अपार । माझ्याशी एकरूप ।।१५१।।
एऱ्हवीं ब्रह्मपणाचिये भडसे । न चुकतीचि पुनरावृत्तीचे वळसे ।
परि निवटलियाचे जैसें । पोट न दुखे ।।१५२।।
ज्यांना ब्रह्मपणाचा अहंकार । न सुटे जन्म-मृत्यू चक्राकार ।
पोटदुखीचा न होई विकार । मृत्यू पावलेल्यास ।।१५२।।
नातरी चेइलियानंतरें । न बुडिजे स्वप्नींचेनि महापुरें ।
तेवीं मातें पावले ते संसारें । लिंपतीचि ना ।।१५३।।
जाग आल्यावर कोणीही । स्वप्नाच्या पुरात बुडत नाही ।
ते जन्म-मृत्यूशी लिप्त नाही । माझ्याशी एकरूप होता ।।१५३।।
एऱ्हवीं जगदाकाराचेंसिरें । जें चिरस्थायीयांचे धुरे ।
ब्रह्मभुवन गा चवरें । लोकाचळाचें ।।१५४।।
जगदाकाराचे जे टोक । सप्त चिरंजीवांचे सन्मुख ।
त्रैलोक्य पर्वताचे मस्तक । जे ब्रह्मभवन ।।१५४।।
जिये गांवींचा पहारु दिवोवरी । एका अमरेंद्राचें आयुष्य न धरी ।
विळोनि पांतीं उठी एकसरी । चवदाजणांची ।।१५५।।
त्या गावाचे एका प्रहरी । इंद्राचे आयुष्य न उरी ।
एका दिवसांत उठती तरी । चौदा इंद्रांच्या पंगती ।।१५५।।
जैं चौकडिया सहस्र जाये । तैं ठाये ठावो विळुचि होये ।
आणि तैसेचि सहस्रवरिये पाहे । रात्री जेथ ।।१५६।।
चार युगांचे हजार आस । तो ब्रह्माचा एकदिवस ।
चार युगांचे हजारो सायास । ती एकरात्र ।।१५६।।
येवढें अहोरात्र जेथिंचें । तेणें न लोटती जे भाग्याचे ।
देखती ते स्वर्गींचे । चिरंजीव ।।१५७।।
जिथे दिवस-रात्र एवढी मोठी । त्या कालात जे मृत्यू न पावती ।
ते भाग्यवान हा दिवस पाहती । चिरंजीव ठरती ।।१५७।।
येरां सुरगणांची नवाई । विशेष सांगावी येथ काई ।
मुद्दल इंद्राचीचि दशा पाहीं । जे दिहाचे चौदा ।।१५८।।
इतर चिरंजीवांची नवलाई । देव-देवतांची विशेष काही ।
इंद्राचीच अशी दशा होई । एक दिवसात चौदा इंद्र ।।१५८।।

परि ब्रह्मयाचियाहि आठां पाहारांतें । आपुलिया डोळां देखते ।
जे आहाति गा तयांतें । अहोरात्रविद म्हणिपे ।।१५९।।
ब्रह्माचे हे आठ प्रहर । दीर्घायुषी पाहती खरोखर ।
त्यांनाच म्हणती तर । अहोरात्र वेत्ते ।।१५९।।
तये ब्रह्मभुवनीं दिवसें पाहे । ते वेळीं गणना केहीं न समाये ।
ऐसें अव्यक्ताचें होये । व्यक्तविश्व ।।१६०।।
दिवस उगवे ब्रह्मलोकांतही । त्याची गणना करता येत नाही ।
असे विश्व आकारास येई । लीन होउनी ।।१६०।।
पुढती दिहाची चौपाहारी फिटे ।
आणि हा आकारसमुद्र आटे ।
पाठीं तैसाचि मग पाहांटे । भरों लागे ।।१६१।।
दिवसाचे चार प्रहर संपता । आकारसमुद्र आटता ।
मग पहाट झाली असता । पुन्हा भरू लागतो ।।१६१।।
शारदीयेचिये प्रवेशीं । अभ्रें जिरती आकाशीं ।
मग ग्रीष्मांतीं जैशीं । निगती पुढती ।।१६२।।
शरद ऋतूच्या सुरुवाती । मेघ आकाशी विरती ।
पुन्हा प्रगट होती । ग्रीष्माच्या शेवटी ।।१६२।।
तैशी ब्रह्मदिनाचिये आदी । हे भूतसृष्टीची मांदी ।
मिळे जंव सहस्रावधी । निमित्त पुरे ।।१६३।।
ब्रह्माच्या दिवसाच्या आरंभापासून ।
भूतसृष्टीचे समुदाय होती उत्पन्न ।
हजार चौकड्यांच्या काळाचे कारण । संपेपर्यंत ।।१६३।।
पाठीं रात्रींचा अवसरु होये ।
आणि विश्व अव्यक्तीं लया जाये ।
तोही युगसहस्र मोटका पाहे ।
आणि तैसेंचि रचे ।।१६४।।
मग रात्रीची वेळ होते । विश्व अव्यक्ती लय जाते ।
तशीच रचना बनते । पहाट झाली की ।।१६४।।
हें सांगावया काय उपपत्ती । जे जगाचा प्रळयो आणि संभूती ।
इये ब्रह्मभुवनींचिया होती । अहोरात्रामाजीं ।।१६५।।
हे सांगावयाचे कारण । ब्रह्मलोकाच्या दिवस-रात्रीत संपूर्ण ।
विश्वाची उत्पत्ती, संहारपण । होऊन जाते ।।१६५।।
कैसें थोरिवेचें मान पाहें पां । जो सृष्टीबीजाचा साटोपा ।
परि पुनरावृत्तीचिया मापा । शीग जाहाला ।।१६६।।
ब्रह्मदेवाची प्रमाण महानता । विश्वाचे बीजभांडार असता ।
तोही अग्रेसर होता । जन्म-मृत्यूला ।।१६६।।

एऱ्हवीं त्रैलोक्य हें धनुर्धरा । तिये गांवींचा गा पसारा ।
तो हा दिनोदयीं एकसरां । मांडतु असे ।।१६७।।
तर ऐक धर्नुधरा । त्रैलोक्याचा हा पसारा ।
ब्रह्माचा दिवस उगवताच सारा ।
एकसारखा मांडला जातो ।।१६७।।
पाठींरात्रींचा समो पावे । आणि अपैसाचि सांठवे ।
म्हणिये जेथिंचें तेथ स्वभावें । साम्यासी ये ।।१६८।।
रात्रीचा समय येतो । त्रैलोक्याचा अव्यक्तात लय होतो ।
नाहीसा होतो । अव्यक्ताशी समानता पावतो ।।१६८।।
जैसें वृक्षपण बीजासि आलें । कीं मेघ हें गगन जाहालें ।
तैसें अनेकत्व जेथ सामावलें । तें साम्य म्हणिपे ।।१६९।।
बीज वृक्षात सामावते । मेघा आकाशरूप येते ।
अनेकत्व समाविष्ट होते । त्या साम्य म्हणती ।।१६९।।
तेथ समविषम न दिसे कांहीं । म्हणौनि भूतें हे भाष नाहीं ।
जेविं दूधचि जाहालिया दहीं । नामरूप जाय ।।१७०।।
त्यात सम-विषम काही नसते । न म्हणावे त्यास भुते ।
दुधाचे नामरूप जसे नष्ट होते । दही झाल्यावर ।।१७०।।
तेविं आकारलोपासरिसें । जगाचें जगपण भ्रंशे ।
परि जेथें जाहालें तें जैसें । तैसेंचि असे ।।१७१।।
तेंव्हा जगाचे आकार लोपती । जगपण नष्ट पावती ।
जे होते तसेच राहती । परमात्मास्वरूप ।।१७१।।
तैं तया नांव सहज अव्यक्त ।
आणि आकारावेळीं तेंचि व्यक्त ।
हें एकास्तव एक सूचित । एऱ्हवीं दोनी नाहीं ।।१७२।।
त्याला अव्यक्त हे नाव येते । व्यक्त म्हणून साकारते ।
एकामुळे दुसरे सूचित होते । अथवा दोन्ही नाही ।।१७२।।
जैसें आटलिया रूपें । आटलेपण ते खोटी म्हणिपे ।
पुढती तो घनाकारु हारपे । जे वेळीं अलंकार होती ।।१७३।।
अलंकर आटवितात ।
त्या सोन्याची लगड म्हणतात! ।
ते घनवट आकार बदलतात ।
तेव्हा पुन्हा अलंकार होती ।।१७३।।
हीं दोहीं जैशीं होणीं । एकीं साक्षिभूत सुवर्णीं ।
तैसी व्यक्ताव्यक्ताची कडसणी । वस्तूच्या ठायीं ।।१७४।।
अलंकार लगड दोन्ही । सोन्यावर असती अवलंबूनी ।
तसे व्यक्तअव्यक्त दोन्ही । चैतन्य साक्षेप असते ।।१७४।।
तें तरी व्यक्त ना अव्यक्त । नित्य ना नाशवंत ।
या दोहीं भावा अतीत । अनादिसिद्ध ।।१७५।।
ते व्यक्त किंवा अव्यक्त नाही । नित्य किंवा नाशवंत नाही ।
या दोन्हीच्या पलीकड ही । ते उत्पत्तीरहित नित्यसिद्ध ।।१७५।।
जें हें विश्वचि होऊनि असे । परि विश्वपण नासिलेनि न नासे ।
अक्षरें पुसिल्या न पुसे । अर्थु जैसा ।।१७६।।
ते विश्वरूप होऊन राहते । ते विश्वासह न लय पावते ।
जसे अक्षर पुसले जाते! । पण आशय नाही ।।१७६।।
पाहें पां तरंग तरी होत जात । परि तेथ उदक तें अखंड असत ।
तेवीं भूताभावीं न नाशत । अविनाश जें ।।१७७।।
पाण्यावरी येती तरंग । पण पाणी राहते अखंड ।
तसे अविनाशी ब्रह्म अभंग । भुते येती जाती ।।१७७।।
नातरी आटतिये अळंकारीं । नाटतें कनक असे जयापरी ।
तेवीं मरतिये जीवाकारीं । अमर जें आहे ।।१७८।।
अलंकारा आटवले असताही । सुवर्ण आटले जात नाही ।
शरीर मृत्यू पावले असताही । परब्रह्म अमर राही ।।१७८।।
जयातें अव्यक्त म्हणों ये कोडें । म्हणतां स्तुति हें ऐसें नावडे ।
जें मनाबुद्धी न सांपडे । म्हणौनियां ।।१७९।।
म्हणता परब्रह्म अव्यक्त असते । स्तुती केली असे न होते ।
कारण ते न सापडते । मन आणि बुद्धीला ।।१७९।।
आणि आकारा आलिया जयाचें । निराकारपण न वचे ।
आकार लोपें न विसंचे । नित्यता गा ।।१८०।।
जे आकारा आले असताही । निराकारपण जात नाही ।
ज्याची नित्यता बिघडत नाही । आकार लोपता ।।१८०।।
म्हणौनि अक्षर जें म्हणिजे । तेवींचि म्हणतां बोधुहि उपजे ।
जयापरौता पैसु न देखिजे । या नाम परमगती ।।१८१।।
म्हणूनी जे अक्षर असे । त्यातच त्याचा बोध बसे ।
दुसरा विस्तार न दिसे । त्या परमगती म्हणती ।।१८१।।
परि आघवा इहीं देहपुरीं । आहे निजेलियाचे परी ।
जे व्यापारु करवी ना करी । म्हणौनियां ।।१८२।।
या देहरूपी नगरात । ते आहे उदासीन रूपात ।
स्वत: व्यापार हालचाल नाही करत । ना करवून घेत ।।१८२।।
एऱ्हवीं जे शरीरचेष्टा । त्यांमाजीं एकही न ठके गा सुभटा ।
दाहीं इंद्रियांचिया वाटा । वाहतचि आहाती ।।१८३।।
देहातला परमात्मा काही न करत । तरी सर्व क्रिया बंद नाही पडत ।
अनेक क्रिया राहती वाहत । दाही इंद्रिये रूपात ।।१८३।।

उकलूनि विषयांचा पेटा । होत मनाचा चोहटा ।
तो सुखदुःखाचा राजवांटा । भीतराहि पावे ।।१८४।।
उघडतो मनाच्या चव्हाट्यावर । होतो विषयांचा बाजार ।
मनापर्यंत होई प्रचार । सुख-दुःखाच्या हिश्शाचा ।।१८४।।
परि रावो पहुडलिया सुखें । जैसा देशींचा व्यापारु न ठके।
प्रजा आपुलालेनि अभिलाखें । करितचि असती ।।१८५।।
राजा सुखाने झोपतो । पण देशाचा व्यवहार न थांबतो ।
व्यापार चालू ठेवतो । समाज आपल्या इच्छेने ।।१८५।।
तैसें बुद्धीचें हन जाणणें । कां मनाचें घेणें देणें ।
इंद्रियांचें करणें । स्फुरण वायूचें ।।१८६।।
तसे बुद्धीचे जाणणे । मनाचे देणे-घेणे ।
प्राणवायूचे स्फुरणे । चालू राहते ।।१८६।।
हे देहक्रिया आघवी । न करवितां होय बरवी ।
जैसा न चलवितेनि रवी । लोकु चाले ।।१८७।।
परमात्मा स्वतः न करताही । देहाची क्रिया सुरू राही ।।
सूर्यप्रकाशात लोक चालतीही । सूर्याने न चालवता ।।१८७।।
अर्जुना तयापरी । सुतला ऐसा आहे शरीरीं ।
म्हणौनि पुरुषु गा अवधारीं । म्हणिपे जयातें ।।१८८।।
त्या प्रमाणेच अर्जुना । देहात स्वस्थ राहे परमात्मा ।
त्यास पुरुष ही संज्ञा । आहे असे समज ।।१८८।।
आणि प्रकृति पतिव्रते । पडिला एकपत्नीव्रतें ।
येणेंहि कारणें जयातें । पुरुषु म्हणों ये ।।१८९।।
पतिव्रता ही प्रकृती । परमात्मा एकपत्निव्रती ।
म्हणून त्या पुरुष म्हणती । याच कारणे ।।१८९।।
पैं वेदाचें बहुवसपण । देखेचिना जयाचें आंगण ।
हें गगनाचें पांघरूण । होय देखा ।।१९०।।
वेदांचे जे सर्व ज्ञान । न पाही त्याचे अंगण ।
त्याच्यात हे गगन । सामावले आहे ।।१९०।।
ऐसें जाणूनि योगीश्वर । जयातें म्हणती परात्पर ।
जें अनन्यगतीचें घर । गिंवसीत ये ।।१९१।।
हे जाणून योगिजन । त्या परात्पर म्हणती जाण ।
तो भक्ताचे करीत शोधन । त्याचे घरी येतो ।।१९१।।
जे तनू वाचा चित्तें । नाइकती दुजिये गोष्टीतें ।
तयां एकनिष्ठेचें पिकतें । सुक्षेत्र जें ।।१९२।।
त्यांचे काया-वाचा-मन । न करिती इतर श्रवण ।
त्यांच्या एकनिष्ठेचे पीकदान । करी हे उत्तम शेत ।।१९२।।

हें त्रैलोक्यचि पुरुषोत्तमु । ऐसा साच जयाचा मनोधर्मु ।
तया आस्तिकाचा आश्रमु । पांडवा गा ।।१९३।।
त्रैलोक्य परमात्मा स्वरूप जाण । जैसे ज्याचे धारण ।
हे होते निवासस्थान । अशा भक्ताचे ।।१९३।।
जें निगर्वाचें गौरव । जें निर्गुणाची जाणिव ।
जें सुखाची राणिव । निराशांसी ।।१९४।।
जे गर्वरहिताचे मोठेपण । गुणातीताचे ज्ञान ।
आशारहिताचे सुख निधान । निराश लोकांसाठी ।।१९४।।
जें संतोषियां वाढिलें ताट । जें अचिंता अनाथांचें मायपोट ।
भक्तीसी उजू वाट । जया गांवा ।।१९५।।
जे संतुष्टासाठी वाढलेले ताट । चिंतारहित अनाथांचे मायपोट ।
जी भक्तीची सरळवाट । त्या गावाची ।।१९५।।
हें एकैक सांगोनि वायां । काय फार करूं धनंजया ।
पैं गेलिया जया ठाया । तो ठावोचि होईजे ।।१९६।।
काय एकेक सांगू फार! । किती करू पार्था विस्तार ।
तो ज्ञानी परमधामी गेल्यावर । स्वतः स्थान बनतो ।।१९६।।
हिंवाचिया झुळुका । जैसें हिंवचि पडे उष्णोदका ।
कां समोर जालिया अर्का । तमचि प्रकाशु होय ।।१९७।।
थंड वाऱ्याची झुळूक येते । गरम पाणी थंड होते ।
अंधाराला प्रकाशरूप मिळते । सूर्यासमोर येता ।।१९७।।
तैसा संसारु जया गांवा । गेला सांता पांडवा ।
होऊनि ठाके आघवा । मोक्षाचाची ।।१९८।।
दुःखरूपी संसार सर्वथा । परमधामी जाता ।
त्याला मोक्षरूप मिळता । आनंदरूपी होतो ।।१९८।।
तरी अग्नीमाजीं आलें । जैसें इंधनचि अग्नि जहालें ।
पाठीं न निवडेचि कांहीं केलें । काष्ठपण ।।१९९।।
अग्नीमध्ये लाकूड जळते । ते अग्निरूपच बनते ।
निराळे काढू जाता ते । निराळे होत नाही ।।१९९।।
नातरी साखरेचा माघौता । बुद्धिमंतपणेंही करितां ।
परि ऊंस नव्हे पंडुसुता । जियापरी ।।२००।।
बद्धिमंताने करता प्रयत्न । हे पंडुसुता तू जाण ।
साखरेचा ऊस न होई परतून । ध्यानी घे ।।२००।।
लोहाचें कनक जाहलें । हें एकें परिसेंचि केलें ।
आतां आणिक कैचें तें गेलें । लोहत्व आणी ।।२०१।।
लोखंडाचे झाले सोने । त्या परिसाच्या स्पर्शाने ।
पुन्हा त्याचे लोखंड होणे । शक्य नाही ।।२०१।।

म्हणौनि तूप होऊनि माघौतें । जेवीं दूधपणा न येचि निरुतें ।
तेवीं पावोनियां जयातें । पुनरावृत्ति नाहीं ।।२०२।।
दुधाचे तूप होते । तुपाला दूधपण परतून न येते ।
म्हणजे परमधाम स्थिती प्राप्त होते ।
मग पुनर्जन्म नाही ।।२०२।।
तें माझें परम । साचोकारें निजधाम ।
हें आंतुवट तुज वर्म । दाविजत असे ।।२०३।।
हे माझे पवित्र परम । श्रेष्ठ सत्य निजधाम ।
हे आंतरिक गुह्य वर्म । स्पष्ट करून सांगतो आहे ।।२०३।।
तेवींचि आणिकेंही एके प्रकारें । हें जाणतां आहे सोपारें ।
तरी देह सांडितेनि अवसरें । जेथ मिळती योगी ।।२०४।।
याचा आणखी एक प्रकार । जाणण्यास सोपा फार ।
देहाचा त्याग केल्यावर ।
योगी त्या स्वरूपा जाती ।।२०४।।
अथवा अवचटें ऐसें घडे । जे अवसरें देह सांडे ।
तरि माघौतें येणें घडे । देहासीचि ।।२०५।।
असे घडते अकस्मात । अयोग्य वेळी देह सोडतात ।
ते पुन्हा जन्माला येतात । असे योगी ।।२०५।।
म्हणौनि काळशुद्धी जरी देह ठेविती ।
तरी ठेवितखेंवी ब्रह्मचि होती ।
एऱ्हवीं अकाळीं तरी येती । संसारा पुढती ।।२०६।।
योग्य काळी देह ठेवता । ब्रह्मरूपा प्राप्त होता ।
अयोग्य वेळी देह त्यागता । पुन्हा जन्मा येती ।।२०६।।
तैसे सायुज्य आणि पुनरावृत्ती ।
या दोन्ही अवसराआधीन आहाती ।
तोचि अवसरु तुजप्रती । प्रसंगें सांगों ।।२०७।।
मुक्ती आणि पुनर्जन्म । दोन्ही काळाच्या आधीन ।
तो काळ कोणता जाण । तुला नंतर सांगतो ।।२०७।।
तरि ऐकें गा सुभटा । पातलिया मरणाचा माजिवटा ।
पांचै आपुलालिया वाटा । निघती अंतीं ।।२०८।।
ऐक पंडुसुता । मरणकाळ जवळ येता ।
पंचमहाभूते जाता । आपल्या वाटे ।।२०८।।
ऐसा वरिपडिला प्रयाणकाळीं । बुद्धीतें भ्रमु न गिळी ।
स्मृति नव्हे आंधळी । न मरे मन ।।२०९।।
अशा प्राप्त प्रमाणकाळात । भ्रम बुद्धीला नाही गिळत ।
स्मृती आंधळी नाही होत । मनही नाही मरत ।।२०९।।

हा चेतना वर्गु आघवा । मरणीं दिसे टवटवा ।
परि अनुभविलिया ब्रह्मभावा । गंवसणी होऊनि ।।२१०।।
हा चेतनेचा वर्गही । मृत्यूसमयी ताजा राही ।
अनुभवलेल्या ब्रह्मांडाचीही । अखंड जाणीव ठेवतो ।।२१०।।
ऐसा सावध हा समवावो । आणि निर्वाणवेऱ्हीं निर्वाहो ।
हें तरीच घडे जरी सावावो । अग्नीचा आथी ।।२११।।
सर्व इंद्रिये सावध असती । शेवटपर्यंत सावध राहती ।
ती मृत्यूवेळ योग्य मानती । जठराग्नी प्रदीप्त असता ।।२११।।
पाहां पां वारेनें कां उदकें। जैं दिवियाचें दिवेपण झांके।
तैं असतीच काय देखे । दिठी आपुली? ।।२१२।।
वाऱ्याने अथवा पाण्याने । दिव्याचे विझून जाणे ।
दृष्टीचे कार्यरत असणे । हे पाहू शकते काय ।।२१२।।
तैसें देहांतींचेनि विषमवातें ।
देह आंत बाहेरी श्लेष्माआंते ।
तैं विझोनि जाय उजितें । अग्नीचें तें ।।२१३।।
तेव्हा मृत्यूवेळीच्या विषमवाताने । शरीर भरते कफाने ।
त्यावेळी तेजासह जठराग्नीने । विझून जाणे ।।२१३।।
ते वेळीं प्राणासि प्राणु नाहीं ।
तेथ बुद्धि असोनि करील काई ।
म्हणौनि अग्नीविण देहीं । चेतना न थारे ।।२१४।।
प्राणाला प्राणशक्ती नसताही । काय करेल बुद्धी असूनही ।
देहात चैतन्य वाहत नाही । जठराग्नी विना ।।२१४।।
अगा देहींचा अग्नि जरी गेला । तरी देह नव्हे चिखलु वोला ।
वायां आयुष्यवेळु आपला । आंधारें गिंवसी ।।२१५।।
अग्नी नाहीसा झाला । तर देह चिखलाचा गोळा ।
मग आयुष्य वेळ आपला । अंधारात शोधत राही ।।२१५।।
आणि मागील स्मरण आघवें ।
तें तेणें अवसरें सांभाळावें ।
मग देह त्यजूनि मिळावें । स्वरूपीं कीं ।।२१६।।
अशावेळी ईश्वराचे स्मरण । सांभाळावे ते संपूर्ण ।
देहाचा मग त्याग करून । ब्रह्मरूपी ऐक्य करावे ।।२१६।।
तंव तया श्लेष्माचे चिखलीं ।
चेतनाचि बुडोनि गेली ।
तेथ मागिली पुढिली हे ठेली । आठवण सहजें ।।२१७।।
अंतसमयी कफाच्या चिखली । ज्ञानशक्ती बुडून गेली ।
तर गोष्ट मागची पुढली । स्मरत नाही ।।२१७।।

म्हणौनि आधीं अभ्यासु जो केला ।
तो मरण न येतांचि निमोनि गेला ।
जैसें ठेवणें न दिसतां मालवला । दीपु हातींचा ।।२१८।।
आधीचा जो अभ्यास केला । मृत्यू येता नाश पावला ।
जसा हातीचा दिवा विझला । वस्तू सापडण्याआधी ।।२१८।।
आतां असो हें सकळ । जाण पां ज्ञानासि अग्नि मूळ ।
तया अग्नीचें प्रयाणीं बळ । संपूर्ण आथी ।।२१९।।
आता असो हे सांगणं । ज्ञानाचे जठराग्नी हे मूळ कारण ।
मृत्यूसमयी त्या अग्नीचे संपूर्ण । बळ असावे लागते ।।२१९।।
आंत अग्निज्योतीचा प्रकाशु ।
बाहेरी शुक्लपक्षु आणि दिवसु ।
आणि सामासांमाजीं मासु । उत्तरायण ।।२२०।।
देहात अग्नीचा प्रकाश । बाहेर शुक्लपक्षाचा दिवस ।
सहा महिन्यांतील कोणताही मास । उत्तरायणाचा ।।२२०।।
ऐशिया समयोगाची निरुती । लाहोनि जे देह ठेविती ।
ते ब्रह्मचि होती । ब्रह्मविद ।।२२१।।
अशा उत्तम योगात । जे योगी देह ठेवतात ।
ते ब्रह्मवेत्ते ऐक्य पावतात । ब्रह्म स्वरूपाशी ।।२२१।।
अवधारीं गा धनुर्धरा । येथवरी सामर्थ्य यया अवसरा ।
तेवींचि हा उजू मार्ग स्वपुरा । यावयां पैं ।।२२२।।
अर्जुना तू जाण अर्थ । एवढे या समयी सामर्थ्य ।
ब्रह्मस्वरूपाकडे येण्याचा यथार्थ । हाच मार्ग आहे ।।२२२।।
एथ अग्नी हें पहिलें पायतरें । ज्योतिर्मय हें दुसरें ।
दिवस जाणें तिसरें । चौथें शुक्लपक्ष ।।२२३।।
इथे जठराग्नी ही पहिली पायरी ।
ज्योर्तिमय ज्ञान ही दुसरी पायरी ।
दिवस ही तिसरी पायरी । शुक्ल पक्ष ही चौथी ।।२२३।।
आणि सामास उत्तरायण । तें वरचील गा सोपान ।
येणें सायुज्यसिद्धिसदन । पावती योगी ।।२२४।।
सहा महिन्यांचे उत्तरायण हे । वरची पायरी आहे ।
अशा पायरीने समर्पणाचे सदन हे । योग्यास प्राप्त होते ।।२२४।।
हा उत्तम काळु जाणिजे ।
याला अर्चिरादि मार्ग म्हणिजे ।
आतां अकाळु तोही सहजें । सांगेन आईक।।२२५।।
हा उत्तम काळ जाणती । याला अर्चिरादि मार्ग म्हणती ।
प्रयाणास अयोग्य वेळ कोणती । तेही सांगतो ऐक ।।२२५।।

तरी प्रयाणाचिया अवसरें । वातश्लेष्मां सुभरें ।
तेणें अंतःकरणीं आंधारें । कोंदलें ठाके ।।२२६।।
मृत्यूसमयी शरीरात । वात कफ भरलेले असतात ।
अंतःकरणात अंधार दाट । कोंडलेला असतो ।।२२६।।
सर्वेंद्रियां लांकुड पडे । स्मृति भ्रमामाजीं बुडे ।
मन होय वेडें । कोंडे प्राण ।।२२७।।
सर्व इंद्रिये जड होती । भ्रमात बुडते स्मरणशक्ती ।
देहात प्राण कोंडती । मन भ्रमिष्ट होते ।।२२७।।
अग्नीचें अग्निपण जाये । मग तो धूमचि अवघा होये ।
तेणें चेतना गिंवसिली ठाये । शरीरींची ।।२२८।।
अग्नी विझून जातो । सर्वत्र धूर पसरतो ।
मग आच्छादला जातो । शरीरचैतन्याचा गाभा ।।२२८।।
जैसें चंद्राआड आभाळ । सदट दाटे सजळ ।
मग गडद ना उजाळ । ऐसें झांवळें होय ।।२२९।।
चंद्राआड ढग येती । दाट आणि सजल असती ।
अंधार अन् प्रकाश किरण नसती ।
ती झुंजुमुंजू वेळ ।।२२९।।
कां मरे ना सावध । ऐसें जीवितासि पडे स्तब्ध ।
आयुष्य मरणाची मर्याद । वेळु ठाकी ।।२३६।।
तसे तो लवकर मृत्यू पावत नाही ।
शुद्धीवरही राहत नाही ।
शरीर नुसते पडून राही । आयुष्य मृत्यु वेळ पाहते ।।२३६।।
ऐसी मनबुद्धिकरणीं ।
सभोंवतीं धूमाकुळाची कोंडणी ।
तेथ जन्में जोडलिये वाहणी । युगचि बुडे ।।२३१।।
मन, बुद्धी, इंद्रिये या भवती । धुराची वलये कोंडती ।
युग बुडावे तशी परमार्थाची संपत्ती । बुडून जाते ।।२३१।।
हां गा हातींचें जे वेळीं जाये ।
ते वेळीं आणिका लाभाची गोठी कें आहे ।
म्हणौनि प्रयाणीं तंव होये । येतुली दशा ।।२३२।।
श्रीकृष्ण म्हणे असे केलेस पार्था । एरवी ही अवेळ आहे सर्वथा ।
परंतु तुझी ही आस्था। मला बोलायला लावते ।।२३२।।
ऐशी देहाआंतु स्थिती । बाहेरि कृष्णपक्षु वरि राती ।
आणि सामासही वोडवती । दक्षिणायन ।।२३३।।
देहाची अशी स्थिती । कृष्णपक्षाची राती ।
सहा महिने आलेले पुढती । दक्षिणायनाचे ।।२३३।।

इये पुनरावृत्तीचीं घराणीं । आघवीं एकवटती जयाचिया प्रयाणीं ।
तो स्वरूपसिद्धीची काहाणी । कैसेंनि आइके? ।।२३४।।
जन्म-मृत्यूचे हे चक्र । मृत्युवेळी येई एकत्र ।
अशा परिस्थितीत साधक मात्र ।
स्वरूपसिद्धी कशी ऐकेल? ।।२३४।।
ऐसा जयाचा देह पडे ।
तया योगी म्हणौनि चंद्रवरी जाणें घडे ।
मग तेथूनि मागुता बहुडे । संसारा ये ।।२३५।।
असा ज्याचा देह पडतो । तो चंद्रलोकी जातो ।
तेथून माघारी येतो । मृत्यूलोकी ।।२३५।।
आम्हीं अकाळु जो पांडवा । म्हणितला तो हा जाणावा ।
आणि हाचि धूम्रमार्गु गांवा । पुनरावृत्तीचिया ।।२३६।।
आम्ही अवेळ म्हणतो पांडवा । हाच तो काळ जाणावा ।
पुनर्जन्माच्या येण्या गावा । हाच धूम्रमार्ग ।।२३६।।
येर तो अर्चिरा मार्गु । तो वसता आणि असलगु ।
साविया स्वस्त चांगु । निवृत्तीवरी ।।२३७।।
जो अर्चिरादि मार्ग आहे । तो सोपा अन् वसतीचा आहे ।
तो उत्तम मार्ग आहे । मोक्षाप्रत नेणारा ।।२३७।।
ऐशिया अनादि या दोन्ही वाटा । एकी उजू एकी अव्हांटा ।
म्हणौनि बुद्धिपूर्वक सुभटा । दाविलिया तुज ।।२३८।।
या अनादि वाटा दोन । सरळ अन् आडमार्गी म्हणून ।
तुला दाखवल्या आहेत अर्जुन । विचारपूर्वक ।।२३८।।
कां जे मार्गामार्ग देखावे । साच लटिकें वोळखावें ।
हिताहित जाणावें । हिताचिलागीं ।।२३९।।
तू दोन्ही मार्ग पाहावे । सत्य असत्य ओळखावे ।
हित-अहित जाणावे । घ्यावे समजून ।।२३९।।
पाहें पां नाव देखतां बरवी । कोणी आड घाली काय अथावीं ।
कां सुपंथ जाणौनियां अडवीं । रिगवत असे ।।२४०।।
सुसज्ज अशी नाव पाहता ।
कुणी डोहात उडी टाकील का? ।
सात्त्विक मार्गाची माहिती असता ।
आडमार्गी शिरेल का? ।।२४०।।
जो विष अमृत वोळखे । तो अमृत काय सांडूं शके? ।
तेविं जो उजू वाट देखे । तो अव्हांटा न वचे ।।२४१।।
जो विष अमृत ओळखतो । तो काय अमृत टाकून देतो? ।
जो सरळ मार्ग पाहतो । तो आडमार्गा न जाई ।।२४१।।

म्हणौनि फुडें । पारखावें खरें कुडें ।
पारखिलें तरी न पडे । अनवसरें कहीं ।।२४२।।
खरे-खोटे काही । याची पारख करावी ।
अनुचित प्रसंग येत नाही । याची पारख असता ।।२४२।।
एऱ्हवीं देहांतीं थोर विषम । या मार्गाचें आहे संभ्रम ।
जन्मे अभ्यासिलियाचें हन काम । जाईल वायां ।।२४३।।
असे न केल्यास भ्रमाचे संकट ते । मृत्यूसमयी येते ।
अभ्यास जो केला जन्मभराते । वाया जाई ।।२४३।।
जरी अर्चिरा मार्गु चुकलिया । अवचटें धूम्रपंथें पडलिया ।
तरी संसारपांथीं जुंतलिया । भंवतचि असावें ।।२४४।।
जर अर्चिरादी मार्ग चुकला । अकस्मात धूम्रमार्गी पडला ।
जन्म-मरणाच्या चक्रात गुंतला । तो योगी फिरत राही ।।२४४।।
हे सायास देखोनि मोठे । आतां कैसेनि पां एकवेळ फिटे ।
म्हणौनि योगमार्गु गोमटे । शोधिले दोन्ही ।।२४५।।
जन्म-मृत्यूचे कष्ट पाहून । ते कसे नष्टती तुज समजावे म्हणून ।
दोन्ही मार्गांचे स्पष्टीकरण । उत्तम प्रकारे केले ।।२४५।।
तंव एकें ब्रह्मत्वा जाइजे । आणि एकें पुनरावृत्ती येइजे ।
परि दैवगत्या जो लाहिजे । देहांतीं जेणें ।।२४६।।
एकमार्ग ब्रह्मरूपाकडे नेतो । दुसरा पुनर्जन्म देतो ।
अंतसमयी ज्याला जो मिळतो । तशी गती मिळेल ।।२४६।।
ते वेळीं म्हणितलें हें नव्हे । वांया अवचटें काय पावे ।
देह त्यजूनि वस्तु होआवें । मार्गेंचि कीं? ।।२४७।।
त्या वेळी म्हणती हे नाही । ही गोष्ट राहू दे तरीही ।
देह त्यागता ब्रह्मप्राप्ती व्हावी ।
मग मार्गाची गरज काय? ।।२४७।।
तरी आतां देह असो अथवा जावो ।
आम्ही तों केवळ वस्तूचि आहों ।
कां जे दोरीं सर्पत्व वावो । दोराचिकडुनी ।।२४८।।
देह राहो की जावो । आम्ही ब्रह्मस्वरूप आहो ।
दोरीला सर्प मानणे मिथ्या हो ।
तसे ज्ञानी देहा मिथ्या मानतो ।।२४८।।
मज तरंगपण असे कीं नसे ।
ऐसें हें उदकासी कहीं प्रतिभासे? ।
तें भलतेव्हां जैसें तैसें । उदकचि कीं ।।२४९।।
लाटा येती न येती । पाणी हा विचार न करती ।
केव्हाही कधीही ते असती । पाणीच की ।।२४९।।

तरंगाकारें न जन्मेचि । ना तरंगलोपें न निमेचि ।
तेविं देहीं जे देहेंचि । वस्तु जाहले ॥२५०॥
पाणी लाटांत जन्मत नाही । लाटा गेल्यास नाश पावत नाही ।
तसे जे ब्रह्म होती या देही । देहात राहून ॥२५०॥
आतां शरीराचें तयाचिया ठाई । आडनांवही उरलें नाहीं ।
तरी कोणें काळें काई । निमे तें पाहें पां ॥२५१॥
जे जीवनमुक्त होती । त्यांचे आडनावही न राहती ।
मग ते कसे केव्हा नाश पावती । तू विचार कर ॥२५१॥
मग मार्गातें कासया शोधावें? । कोणें कोठूनि कें जावें? ।
जरी देशकालादि आघवें । आपणचि असे ॥२५२॥
जर देशकाल असे आपण । तर मार्ग शोधायचे काय कारण ।
आणि या प्रकारे कोठून । कुणी कुठे जावे? ॥२५२॥
आणि हां गा घटु जे वेळीं फुटे ।
ते वेळीं तेथिंचें आकाश लागे नीट वाटे ।
वाटा लागे तरी गगना भेटे । एऱ्हवीं चुके? ॥२५३॥
ज्या वेळी हा घट फुटतो । घटाकाश वाटेला लागतो ।
नीट जाऊन गगना मिळतो । ते चुकतो काय? ॥२५३॥
पाहें पां ऐसें हन आहे । कीं तो आकारुचि जाये ।
येर गगन तें गगनींचि आहे । घटत्वाहि आधीं ॥२५४॥
ज्या वेळी घट फुटतो । काय घटाकार नाहीसा होतो? ।
तो महाकाशातच राहतो ।
कारण आकाश त्या आधीही असते ॥२५४॥
ऐसिया बोधाचेनि सुरवाडें । मार्गामार्गाचे सांकडें ।
तया सोऽहंसिद्धां न पडे । योगियांसी ॥२५५॥
अशा बोधाच्या साधनेने ।
ब्रह्मानुभव प्राप्त झाल्याने ।
योगी पुरुषाला कोणत्याच मार्गाने ।
संकटे न निर्माण होती ॥२५५॥
याकारणें पंडुसुता । तुवां होआवें योगयुक्ता ।
येतुलेनि सर्वकाळीं साम्यता । आपैसया होईल ॥२५६॥
या कारणे पंडुसुता । तू व्हावे योगयुक्ता ।
मग ब्रह्मैक्याची अवस्था । आपोआप प्राप्त होईल ॥२५६॥
मग भलतेथ भलतेव्हां । देह असो अथवा जावा ।
परि अबंधा नित्य ब्रह्मभावा । विघडु नाहीं ॥२५७॥
भलत्या वेळी भलत्या जागेत । देहरूपी बंध असो वा नसोत ।
बंधरहित ब्रह्मस्थितीत । बिघाड येणार नाही ॥२५७॥

तो कल्पादि जन्मा नागवे । कल्पांतीं मरणें नाप्लवें ।
माजीं स्वर्गसंसाराचेनि लाघवें । झकवेना ॥२५८॥
तो कल्पा आरंभी जन्मत नाही । कल्पा अंती मरत नाही ।
तो फसला जात नाही । स्वर्गसंसारमोहात ॥२५८॥
येणें बोधें जो योगी होये । तयासीचि या बोधाचें नीटपण आहे ।
कां जे भोगातें पेलूनि पायें । निजरूपा ये ॥२५९॥
आत्मज्ञानाने जो योगी होतो । त्यालाच नीटपणे बोध होतो ।
संसार भोग तोलून पाहतो । निजरूपा पोहोचतो ॥२५९॥
पै गा इंद्रादिकां देवां । जयां सर्वस्वें गाजती राणिवा ।
तें सांडणें मानूनि पांडवा । डावली जो ॥२६०॥
इंद्रादि देव स्वर्गात । राज्य ऐश्वर्य उपभोगतात ।
ते सुखदेखील त्याज्य मानत । तो डावलतो पांडवा ॥२६०॥
जरी वेदाध्ययनाचें जालें । अथवा यज्ञाचें शेतचि पिकलें ।
कीं तपोदानांचे जोडलें । सर्वस्व हन जें ॥२६१॥
जरी वेदाध्ययनाने पुण्य लाभले । यज्ञाचे शेत पिकले ।
तपदानाचे जे असलेले । पुण्य मिळाले ॥२६१॥
तया आघवयाचि पुण्याचा मळा । भारु आंतौनि जया ये फळा ।
तें परब्रह्मा निर्मळा । सांटि न सरे ॥२६२॥
असा सर्व पुण्याचा मळा । फळांच्या भाराने बहरला ।
तरी निर्मळब्रह्माच्या तुलनेला । कोणी योग्य नाही ॥२६२॥
जें नित्यानंदाचेनि मानें । उपमेचा कांटाळा न दिसे सानें ।
पाहा पां वेदयज्ञादि साधनें । जया सुखा ॥२६३॥
ते ब्रह्म नित्यानंदाच्या तुलनेत । लहान दिसते ताजव्यात ।
वेद-यज्ञादि करावे लागतात । त्याच्या प्राप्तीसाठी ॥२६३॥
जें विटे ना सरे । भोगी तयाचेनि पवाडें पुरे ।
पुढती महासुखाचें सोयरें । भावंडचि ॥२६४॥
जे न विटते न सरते । भोग्याची इच्छा पूर्ण करते ।
ते ब्रह्मसुखाचे धाकटे । भावंडच आहे ॥२६४॥
ऐसें दृष्टीचेनि सुखपणें । जयासी अदृष्टाचें बैसणें ।
जें शतमखाही आंगवणें । नोहेचि एका ॥२६५॥
जे दृष्टीला सुख अपार । त्या अदृष्ट कर्माचा आधार ।
शंभर यज्ञ करूनही साकार । कित्येकांना होत नाही ॥२६५॥
तयातें योगीश्वर अलौकिकें। दिठीचेनि हाततुकें।
अनुमानती कौतुकें। तंव हळुवट आवडे ॥२६६॥
त्या सुखा योगी देखता । ज्ञान दृष्टीने घेऊन हाता ।
कौतुकाने त्या अनुमानता । ते हलके लागे ॥२६६॥

मग तया सुखाची किरीटी । करूनियां गा पाउटी ।
परब्रह्माचिये पाठीं । आरूढती ।।२६७।।
मग अर्जुना ते योगी जसे । स्वर्ग सुखाची पायरी करून तसे ।
परब्रह्माच्या अधिकारपदी असे । आरूढ होतात ।।२६७।।
ऐसे चराचरैक भाग्य । जें ब्रह्मेशां आराधना योग्य ।
योगियांचें भोग्य । भोगधन जें ।।२६८।।
चराचराचे हे एक भाग्य । ब्रह्मा शिवाच्या आराधनेस योग्य ।
जे योगियांना वाटते भोग्य । असे ऐश्वर्य आहे ।।२६८।।
जो सकळ कळांची कळा । जो परमानंदाचा पुतळा ।
जो जिवाचा जिव्हाळा । विश्वाचिया ।।२६९।।
जो सकल कलांची लीला । जो परमानंदाचा पुतळा ।
जो विश्वाच्या जिवाचा जिव्हाळा । तो परमेश्वर ।।२६९।।

जो सर्वज्ञतेचा वोलावा । जो यादवकुळींचा कुळदिवा ।
तो श्रीकृष्णजी पांडवा- । प्रती बोलिला ।।२७०।।
जो सर्वज्ञ प्रेम कौतुक। जो यादवांचा कुलदीपक।
तोश्रीकृष्ण अर्जुना ऐक । असे बोलला ।।२७०।।
ऐसा कुरुक्षेत्रींचा वृत्तांतु । संजयो रायासी असे सांगतु ।
तेंचि परियेसा पुढारी मातु । ज्ञानदेव म्हणे ।।२७१।।
हा कुरुक्षेत्राचा वृत्तान्त । संजय राजास सांगत ।
तो श्रवणावा देऊन चित्त । असे ज्ञानदेव म्हणतात ।।२७१।।

ओवी संख्या २७१

।। आठवा अध्याय – अक्षरब्रह्म योग – समाप्त ।।

अध्याय नववा

राजविद्या राजगुह्य योग

तरी अवधान एकलें दीजे । मग सर्वसुखासि पात्र होईजे ।
हें प्रतिज्ञोत्तर माझें । उघड ऐका ।।१।।
माझ्याकडे लक्ष द्यावे । मग सर्व सुखा पात्र व्हावे ।
हे माझे प्रतिज्ञेचे उत्तर ऐकावे । उघडपणे ।।१।।
परी प्रौढी न बोलों हो जी । तुम्हां सर्वज्ञांच्या समाजीं ।
देयावें अवधान हे माझी ।विनवणी सलगीची ।।२।।
तुम्हा सर्वज्ञांच्या सभेत । मी नाही अहंकारे बोलत ।
लडिवाळपणे विनवत । विचार ऐकावे ।।२।।
कां जे लळेयांचे लळे सरती । मनोरथांचे मनोरथ पुरती ।
जरी माहेरें श्रीमंतें होती । तुम्हां ऐसीं ।।३।।
सर्व लाड पुरवले जाती । सर्व मनोरथ पूर्ण होती ।
माहेर श्रीमंत असती । तुम्हाकडून ।।३।।
तुमचे या दिठिवेयाचिये वोलें ।
सासिन्नले प्रसन्नतेचे मळे ।
ते साउली देखोनि लोळें । श्रांतु जी मी ।।४।।
या सदिच्छेच्या ओलाव्याप्रती । प्रसन्नतेचे मळे फुलती ।
त्या थंडगार सावलीत विश्रांती । मी थकला जीव घेतो ।।४।।
प्रभू तुम्ही सुखामृताचे डोहो ।
म्हणौनि आम्हीं आपुलिया स्वेच्छा वोलावो लाहों ।
येथही जरी सलगी करूं बिहों ।
तरी निवों कें पां? ।।५।।
तुम्ही सुखामृताचे डोह असता । स्वेच्छेने आम्ही ओलावा घेता ।
जर सलगी करण्यास भिता । आम्ही कोठे शांत व्हावे? ।।५।।
नातरी बालक बोबडां बोलीं ।
का वांकुडा विचुका पाउलीं ।
ते चोज करूनि माउली । रिझे जेवीं ।।६।।
बालक बोबडे बोलते । अडखळत चालते ।
तरी लाड करून त्याते । माता जेवू घाली ।।६।।

तेवीं तुम्हां संतांचा पढियावो । कैसेनि तरी आम्हांवरी हो ।
या बहुवा आळुकिया जी आहों । सलगी करीत ।।७।।
संतसज्जनांचे प्रेम तरी । लाभावे आम्हावरी ।
या इच्छेने करितो आम्ही । सलगी तुम्हासी ।।७।।
वांचूनि माझिये बोलतिये योग्यते । सर्वज्ञ भवादृश श्रोते ।
काय धड्यावरी सारस्वतें । पढों सिकिजे ।।८।।
श्रोते असती सर्वज्ञ म्हणून । काय योग्यता माझी समजून ।
सरस्वतिपुत्रां पाठ करून । धडा संपादावा न लागे ।।८।।
अवधारा आवडे तेसणा धुंधुरु । परि महातेजीं न मिरवे काइ करूं ।
अमृताचिया ताटीं वोगरूं । ऐसी रससोय कैंची? ।।९।।
जरी काजवा मोठा असता । सूर्यापुढे त्याचे तेज काय पडता ।
अमृताने भरल्या ताटा । कोणते पक्वान्नं वाढावे? ।।९।।
हां हो हिमकरासी विंजणें । कीं नादापुढें आइकवणें ।
लेणियासी लेणें । हें कहीं आथी? ।।१०।।
शीतल चंद्रा वारा घालणे । नादब्रह्मा गाणे ऐकवणे ।
अलंकारा अलंकारे सजवणे । योग्य असे का? ।।१०।।
सांगा परिमळें काय तुरंबावें । सागरें कवणें ठायीं नाहावें? ।
हें गगनचि आडे आघवें । ऐसा पवाडु कैंचा? ।।११।।
गंधाने कोणते गंध घ्यावे । समुद्राने कुठे नहावे? ।
गगनाला येऊ शके आडवे । असा कोण आहे? ।।११।।
तैसें तुमचें अवधान धाये । आणि तुम्ही म्हणा हें होये ।
ऐसें वक्तृत्व कवणा आहे । जेणें रिझा तुम्ही? ।।१२।।
तैसे तुम्ही कराल जे श्रवण । त्याने इच्छा होई पूर्ण ।
ज्यायोगे तुम्ही रंगून जावे? । असे वक्तृत्ववान कोण आहे? ।।१२।।
तरी विश्वप्रगटितिया गभस्ती । काय हातिवेन न कीजे आरती? ।
कां चुळोदकें आपांपती । अर्घ्यु नेदिजे? ।।१३।।
जो विश्व प्रकाशतो त्याची । हस्त वातीने का न करावी आरती ।
ओंजळ भरूनी सागराप्रति । अर्घ्य का देऊ नये? ।।१३।।

प्रभू तुम्ही महेशाचिया मूर्ती । आणि मी दुबळा अर्चितुसें भक्ती ।
म्हणौनि बोल जऱ्ही गंगावती । तऱ्ही स्वीकाराल कीं ॥१४॥
प्रभु तुम्ही साक्षात शिवमूर्ती । मी दुर्बळ अर्चितो भक्ती ।
निर्गुडी स्वीकारावी अर्पिली तुम्हाप्रती । बेलपानाऐवजी ॥१४॥
बाळक बापाचिये ताटीं रिगे । आणि बापातेंचि जेवऊं लागे ।
कीं तो संतोषिलेनि वेगें । मुखचि वोढवी ॥१५॥
पित्याच्या ताटासमोर बसोनी । बालक घास भरवू पाहे ।
पिता संतोष येई पुढती । घास खाण्याकरिता ॥१५॥
तैसा मीं जरी तुम्हांप्रती । चावटी करीतसें बाळमती ।
तरी तुम्ही संतोषिजे ऐसी जाती । प्रेमाची असे ॥१६॥
तसा मी तुमच्या सवे । बाळलीला करीत आहे ।
तरी तुम्ही संतुष्ट व्हावे । कारण हे प्रेम आहे ॥१६॥
आणि तेणें आपुलेपणाचेनि मोहें । तुम्हीं संत घेतले असा बहुवें ।
म्हणौनि केलिये सलगीचा नोहे । आभारु तुम्हां ॥१७॥
त्याच प्रेमभावे । मज संतसज्जना म्हणती आपला ।
त्या सलगीचा भार तुम्हाला । होणार नाही ॥१७॥
अहो तान्ह्याचें लागतां झटें । तेणें अधिकचि पान्हा फुटे ।
रोषें प्रेम दुणवटे । पढियंतयाचेनि ॥१८॥
गायीला वासरू झटे । तिला अधिक पान्हा फुटे ।
रागावल्याने प्रेम दुणावते । प्रिय व्यक्तीचे ॥१८॥
म्हणौनि मज लेंकुरवाचेनि बोलें ।
तुमचें कृपाळूपण निदैलें ।
तें चेइलें ऐसें जी जाणवलें ।
यालागीं बोलिलो मीं ॥१९॥
म्हणून माझे बाळबोल ऐकून । जागृत झाले तुमचे कृपाळूपण ।
तेच मी जाणून । अवधान द्या म्हणतो ॥१९॥
एऱ्हवीं चांदिणें पिकविजत आहे चेपणीं ? ।
कीं वारया घापत आहे वाहणी ? ।
हां हो गगनासि गंवसणी । घालिजे केवीं ? ॥२०॥
एरवी चांदणे अढीत घालती का ।
वाऱ्याला कोणी गती देती का ? ।
आकाशाला कोणी घालती का । गवसणी ? ॥२०॥
आइका पाणी वोथिजावें न लगे । नवनीतीं माथुला न रिगे ।
तेवीं लाजिलें व्याख्यान निगे । देखोनि जयातें ॥२१॥
पाणी करिती का पातळ । लोण्याला देती का घुसळ ? ।
गीतेला बघून लाजून ज्ञान सकल । माघारी जात आहे ॥२१॥

हें असो शब्दब्रह्म जिये बाजे । शब्द मावळलेया निवांतु निजे ।
तो गीतार्थु मऱ्हाठिया बोलिजे । हा पाडुकाई ? ॥२२॥
शब्दसूर्य मावळल्यावर । वेद निजतो ज्या बाजेवर ।
त्या गीतेचे करण्या मराठीत भाषांतर ।
माझी योग्यता आहे कां ? ॥२२॥
परि ऐसियाही मज धिंवसा । तो पुढति याचि येकी आशा ।
जे धिटींवा करूनि भवादृशां । पढियंतया होआवें ॥२३॥
जरी माझी योग्यता नसे । तरी आशा वाटत असे ।
नि:स्वार्थ प्रेम संपादावे जसे । आत्मविश्वासाने ॥२३॥
तरि आतां चंद्रापासोनि निववितें । जें अमृताहूनि जीववितें ।
तेणें अवधानें कीजो वाढतें । मनोरथां माझिया ॥२४॥
चंद्राहून जे शीतल करते । अमृताहून आयुष्य वाढवते ।
असे तुमचे जे अवधान असते ।
ते देऊन माझे मनोरथ वाढवा ॥२४॥
कां जैं दिठिवा तुमचा वरुषे । तैं सकळार्थ सिद्धि मती पिके ।
एऱ्हवीं कोंभेला उन्मेषु सुके । जरी उदास तुम्ही ॥२५॥
तुमच्या दृष्टीच्या वर्षावाने । सर्वार्थाची पिकतील धान्ये ।
एरवी सुकेल कोंबाचे अंकुरणे । तुम्ही उदास असता ॥२५॥
सहजें तरी अवधारा । वक्तृत्वा अवधानाचा होय चारा ।
तरी दोंदें पेलती अक्षरां । प्रमेयाचीं ॥२६॥
ऐका सहज लक्ष देऊन । वक्तृत्वाचे खाद्य जर अवधान ।
तर प्रमेयांची पोटे सावरून । घेती अक्षरे ॥२६॥
अर्थ बोलाची वाट पाहे ।
तेथ अभिप्रावोचि अभिप्रायातें विये ।
भावाचा फुलौरा होत जाये । मतिवरी ॥२७॥
अर्थ शब्दांची वाट पाहे । एक अभिप्राय दुसऱ्या वाहे ।
भावनांचा फुलोरा फुलून राहे । आविष्कृत होता ॥२७॥
म्हणौनि संवादाचा सुवावो ढळे । तऱ्ही हृदयाकाश सारस्वतें वोळे ।
आणि श्रोता दुश्चिता तरि वितुळे । मांडला रसु ॥२८॥
संवादाचा सुटता पवन ।
वक्त्याच्या हृदयाकाशी सरस्वती विराजमान ।
श्रोता न स्थिरचित्त म्हणून । रस वितळून जाई ॥२८॥
अहो चंद्रकांतु द्रवता कीर होये । परि ते हातवटी चंद्रीं कीं आहे ।
म्हणौनि वक्ता तो वक्ता नोहे । श्रोतेनविण ॥२९॥
चंद्रकांत मणी पाझरतो । त्या कारण चंद्र असतो ।
म्हणून वक्ता हा वक्ता नसतो । श्रोत्याशिवाय ॥२९॥

परि आतां आमुतें गोड करावें । ऐसें तांदुळीं कायसा विनवावें ? ।
साइखडियानें काइ प्रार्थावें । सूत्रधारातें ? ।।३०।।
आम्हाला गोड करावे । असे तांदळांनी का विनवावे ? ।
कळसुत्रींनी का सूत्रधारा सांगावे । नाचवावया ? ।।३०।।
काय तो बाहुलियांचिया काजा नाचवी ? ।
कीं आपुलिये जाणिवेची कळा वाढवी ।
म्हणौनि आम्हां या ठेवाठेवी । काय काज ।।३१।।
तो बाहुल्यांचे कौशल्य न दाखवी । आपली कला दाखवी ।
म्हणोनि अवधान देया का लागावे ? । आवर्जूनी आपणा ।।३१।।
तवं गुरू म्हणती काइ जाहलें ।
हें समस्तही आम्हां पावलें ।
आतां सांगैं जें निरोपिलें । नारायणें ।।३२।।
श्रीगुरू म्हणती काय झाले ? । हे सगळे आम्हा समजले ।
आता श्रीकृष्णाने जे सांगितले । ते आम्हा सांगावे ।।३२।।
येथ संतोषोनि निवृत्तिदासें । जी जी म्हणौनि उल्हासें ।
अवधारा श्रीकृष्ण ऐसें । बोलते जाहले ।।३३।।
हे ऐकून ज्ञानेश्वर आनंदले । सहमतीने राजी झाले ।
श्रीकृष्ण काय बोलले । आता ऐका ।।३३।।
नातरि अर्जुना हें बीज । पुढती सांगिजेल तुज ।
जें हें अंत:करणींचें गुज । जिवाचिये ।।३४।।
ऐक अर्जुना हे ज्ञानाचे बीज । माझ्या मनीचे हे गूज ।
सांगतो आहे मी तुज । पुढे आता ।।३४।।
येणें मानें जीवाचें हिये फोडावें ।
मग गुज कां पां मज सांगावें ? ।
ऐसें कांहीं स्वभावें । कल्पिशी जरी ।।३५।।
हे अंत:करणातील गूज । का सांगावे मी तुज ।
अशी शंका येईल आज । तुला स्वाभाविक ।।३५।।
तरी परियेसी प्राज्ञा । तूं आस्थेचीच संज्ञा ।
बोलिलिये गोष्टीची अवज्ञा । नेणसी करूं ।।३६।।
हे बुद्धिमान अर्जुना । ज्ञानप्राप्तीची तुला तीव्र कामना ।
सांगितलेल्या गोष्टीची अवज्ञा । तू करत नाहीस ।।३६।।
म्हणौनि गूढपण आपुलें मोडो ।
वरि न बोलणेंही बोलावें घडो ।
परि आमुचिये जीवींचें पडो । तुझ्या जीवीं ।।३७।।
हे गुपित होवो उघडे । न बोलावे ते बोलणे पडे ।
हे गूढ ज्ञान तुझ्यापुढे । अंकित होवो ।।३७।।

अगा थानीं कीर दूध गूढ । परि थानासीचि नव्हे कीं गोड ।
म्हणौनि सरो कां सेवितयाची चाड । जरी अनन्यु मिळे ।।३८।।
स्तनात दूध लपलेले असते । पण गोडी स्तनाला नसते ।
मातेला वाटत असते । बाळाची इच्छा पूर्ण होवो ।।३८।।
मुडांहूनि बीज काढिलें । मग निर्वाळलिये भूमीं पेरिलें ।
तरि तें सांडीविखुरीं गेलें । म्हणों ये कायी ? ।।३९।।
कणगीमधून बी काढले । तयार भूमीमध्ये पेरतले ।
तर ते व्यर्थ सांडले । असे म्हणता येईल काय ? ।।३९।।
यालागीं सुमनु आणि शुद्धमती । जो अनिंदकु अनन्यगती ।
पैं गा गौप्यही परी तयाप्रती । चावळिजे सुखें ।।४०।।
सात्त्विक मन, बुद्धीची शुद्धता स्पष्ट ।
असेल असा भक्त एकनिष्ठ ।
तर त्याला आपली गूढ गोष्ट । सुखाने सांगावी ।।४०।।
तरि प्रस्तुत आतां गुणीं इहीं । तूं वांचून आणिक नाहीं ।
म्हणौनि गुज तरी तुझ्या ठायीं । लपऊं नये ।।४१।।
या सगळ्या गुणांनी युक्त । तुझ्या विना नाही दिसत ।
म्हणून तुझ्यापासून ही गूज गोष्ट । लपवू नये ।।४१।।
आतां किती नावानावा गुज ।
म्हणतां कानडें वाटेल तुज ।
तरी ज्ञान सांगेन सहज । विज्ञानेंसी ।।४२।।
गुह्य असे सारखे म्हटले । जर तुला कंटाळवाणे वाटले ।
तरी विज्ञानासह जे नटले । ते ज्ञान तुला सांगतो ।।४२।।
परि तेंचि ऐसेनि निवाडें । जैसें भेसळलें खरें कुडें ।
मग काढिजे फाडोवाडें । पारखूनियां ।।४३।।
खरे खोटे यांचे होता मिश्रण । वेगळे काढावे परीक्षा करून ।
याप्रमाणे ज्ञान विज्ञान । निवाडा करून सांगेन ।।४३।।
कां चांचूचेनि सांडसें । खांडिजे पय पाणी राजहंसें ।
तुज ज्ञान विज्ञान तैसें । वांटूनि देऊं ।।४४।।
चोचीच्या सांडशीने मिसळलेले ।
दूध पाणी राजहंस करतो वेगळे ।
तसे ज्ञान विज्ञान वेगवेगळे । स्पष्टपणे सांगू ।।४४।।
मग वारयाचिया धारसा । पडिला कोंडा कां नुरेचि जैसा ।
आणि कणांचा आपैसा । राशि जोडे ।।४५।।
कोंडा व धान्य उफाफण्या करता ।
वाऱ्याच्या धारेवर धरले असता ।
कोंडा उडून वेगळा होता । धान्याची रास भरते ।।४५।।

तैसें जें जाणितलेयासाठीं । संसार संसाराचिये गांठीं ।
लाऊनि बैसवी पाटीं । मोक्षश्रियेच्या ।।४६।।
आणले असता हे ज्ञान । प्रपंचाला पदरी बांधून ।
मोक्ष ऐश्‍वर्यपदावर नेऊन । जिवाला बसवतो ।।४६।।
जे जाणणेया आघवेयांच्या गांवीं । गुरुत्वाची आचार्य पदवी ।
जें सकळ गुह्यांचा गोसावी । पवित्रां रावो ।।४७।।
सकल ज्ञानाच्या गावी । गुरुत्वा आचार्य ही पदवी ।
जो सर्व गुह्यांचा स्वामीही । पावित्र्याचा राजा ।।४७।।
आणि धर्माचें निजधाम । तेवींची उत्तमाचें उत्तम ।
पैं जया येत नाहीं काम । जन्मांतराचें ।।४८।।
जे धर्माचे स्वत:चे धाम । जे उत्तमातही उत्तम ।
ती ज्ञान प्राप्ती होता परम । जन्म-मृत्यू चक्र सुटते ।।४८।।
मोटकें गुरुमुखें उदैजत दिसे । आणि हृदयीं स्वयंभचि असे ।
प्रत्यक्ष फावों लागे तैसें । आपैसया ।।४९।।
गुरुमुखातून ज्ञान प्रगट होते । ते हृदयी स्वयंसिद्ध असते ।
ते अनुभवाला येते । सहजपणे ।।४९।।
तेवींचि गा सुखाच्या पाउटीं । चढतां येइजे जयाच्या भेटी ।
मग भेटल्या कीर मिठी । भोगणेंयाही पडे ।।५०।।
तद्वत ज्याच्या भेटी जावे । सुख पायरी चढावे ।
भोगलेपण संपावे । ते भेटले असता ।।५०।।
परि भोगाचिये एलीकडिलिये मेरे । चित्त उभें ठेलें चि सुखा भरे ।
ऐसें सुलभ आणि सोपारें । वरि परब्रह्म ।।५१।।
भोगाच्या अलीकडील तीरावर । जर चित्त उभे झाले स्थिर ।
असे ज्ञान सोपे सुलभ तर । परब्रह्मस्वरूप ।।५१।।
पैं गा आणिकही एक याचें । जें हातां आलिया तरी न वचे ।
आणि अनुभवितां कांही न वेचे । वरि विटेहि ना ।।५२।।
या ज्ञानाचे आणखी वैशिष्ट्य । प्राप्त होता न होते नष्ट ।
अनुभवता न होते संपुष्ट । विटतही नाही ।।५२।।
येथ जरी तूं तार्किका । ऐसी हन घेसी शंका ।
ना येवढी वस्तु हे लोकां । उरली केविं पां? ।।५३।।
अर्जुना तू करशील विचार । मनात येईल शंका फार ।
हे ज्ञान असे आहे तर । लोक दुर्लक्ष का करती ।।५३।।
एकोत्तरेयाचिया वाढी । जे जळतिये आगीं घालिती उडी ।
ते अनायासें स्वगोडी । सांडिती केवीं? ।।५४।।
जे लोभी व्याज घेती । आणि आगीत उडी टाकती ।
ते ब्रह्मसुखाची गोडी कशी टाकती । अनायसे मिळणारी? ।।५४।।

तरी पवित्र आणि रम्य । तेवींचि सुखोपाय गम्य ।
आणि स्वसुख परम धर्म्य । वरि आपणपां जोडे ।।५५।।
जे पवित्र रम्य आहे । सुखदायी सुलभ आहे ।
धर्मा अनुकूल सुखाचे आहे । आपल्याच ठिकाणी ।।५५।।
ऐसा अवघाचि सुरवाडु आहे । तरी जना हातीं केविं उरों लाहे ।
हा शंकेचा ठावो कीर होये । परि न धरावी तुवां ।।५६।।
हे सुखकारक आहे सारे । मग लोकांहाती का न उरे? ।
अशी शंका येते खरे । पण तू घेऊ नको ।।५६।।
पाहे पां दूध पवित्र आणि गोड । पासी त्वचेचिया पदराआड ।
परि तें अव्हेरूनि गोचिड । अशुद्ध काय न सेविती? ।।५७।।
दूध पवित्र आणि गोड । त्वचेच्या पातळ पडद्याआड ।
पण ते टाकून गोचिड । अशुद्ध रक्त सेविती ।।५७।।
कां कमलकंदा आणि दर्दुरीं । नांदणूक एकेचि घरीं ।
परि परागु सेविजे भ्रमरीं । येरां चिखलुचि उरे ।।५८।।
कमळ आणि बेडूक यांत । दोघांचे राहणे चिखलात ।
परागकण भ्रमर सेवतात । बेडकाला चिखल राही ।।५८।।
नातरी निदैवाच्या परिवरीं ।
लोह्या रुतलिया आहाति सहस्रवरी ।
परि तेथ बैसोनि उपवासु करी । कां दरिद्रें जिये ।।५९।।
एखाद्या दुर्दैवी माणसाच्या घरी । हजारो मोहरा पुरल्या जरी ।
माहीत नसता तो दरिद्र्यापरी । उपाशी रहातो ।।५९।।
तैसा हृदयामध्यें मी रामु । असतां सर्वसुखाचा आरामु ।
कीं भ्रांतासी कामु । विषयावरी ।।६०।।
सर्व सुखांचे विश्रांतीधाम । सर्वांच्या हृदयी मी आत्माराम ।
तरी अज्ञानीच्या इच्छा भ्रम । विषय असतो ।।६०।।
बहु मृगजळ देखोनि डोळां ।
थुंकिजे अमृताचा गिळितां गळाला ।
तोडिला परिसु बांधिला गळां । शुक्तिकालाभें ।।६१।।
डोळ्यांनी मृगजळ पाहता । अमृत थुंकावे गिळता ।
शिंपला मिळाला असता । गळ्यातील परीस तोडावा ।।६१।।
तैसी अहंममतेचिये लवडसवडी । मातें न पवतीचि बापुडीं ।
म्हणौनि जन्ममरणाची दुथडीं । डहुलितें ठेलीं ।।६२।।
तसे मी-माझे या भ्रमात ।
माझ्याशी एकरूप होत नाहीत ।
म्हणून जन्म-मृत्यूच्या दुथडी भरल्या नदीत ।
गटांगळ्या खाती ।।६२।।

एऱ्हवीं मी तरी कैसा । मुखाप्रति भानु कां जैसा ।
कहीं दिसे न दिसे ऐसा । वाणीचा नोहे ।।६३।।
एरवी मी आहे कसा । सर्वांसमोर सूर्य जसा ।
मी दिसे न दिसे ऐसा । बोलण्याचा विषय नाही ।।६३।।
माझेया विस्तारलेपणा नांवें । हें जगचि नोहे आघवें ? ।
जैसें दूध मुरालें स्वभावें । तरि तेंचि दहीं ।।६४।।
माझ्या विस्तारा नावे । हे जगच शोभावे ।
जसे दूध विरजता स्वभावे । दही होते ।।६४।।
कां बीजचि जाहलें तरु । अथवा भांगारचि अळंकारु ।
तैसा मज एकाचा विस्तारु । तें हें जग ।।६५।।
बीजाचा वृक्ष हा विस्तार । सोने एक भिन्न अलंकार ।
त्या प्रमाणे माझा विस्तार । म्हणजे हे जग ।।६५।।
हें अव्यक्तपणें थिजलें । तेंचि मग विश्वाकारें वोथिजलें ।
तैसें अमूर्तमूर्ति मियां विस्तारलें । त्रैलोक्य जाणें ।।६६।।
हे विश्व अव्यक्ताने थिजले । तेच विश्व विस्तारले ।
माझ्याकडून व्यक्तरूपात पसरले । ते त्रैलोक्य ।।६६।।
महदादि देहांतें । इयें अशेषेंही भूतें ।
परी माझ्या ठायीं बिंबतें । जैसें जळीं फेण ।।६७।।
जसा जलावर फेसाचा भास होई । तत्त्व ते देह हे माझ्या ठायी ।
भासत असती ही सर्वही ।भुते त्याप्रमाणे ।।६७।।
परि तया फेणांआंतु पाहतां । जेवीं जळ न दिसे पंडुसुता ।
नातरी स्वप्नींची अनेकता । चेइलिया नोहिजे ।।६८।।
त्या फेसात पाहताही । पाणी दिसत नाही ।
तशी स्वप्न जागृतीत न राही । हे जाण पार्था ।।६८।।
तैसीं भूतें इयें माझ्या ठायीं । बिंबती तयांमाजीं मी नाहीं ।
इया उपपत्ती तुज पाहीं । सांगितलिया मागां ।।६९।।
ही भूते माझ्यात भासमान । त्यात मी नाही जाण ।
हा विचार मागे प्रमाण । तुला सांगितला ।।६९।।
म्हणौनि बोलिलिया बोलाचा अतिसो । न कीजे यालागीं हें असो ।
परी मज आंत पैसो । दिठी तुझी ।।७०।।
मागे तुला जे सांगितले । त्याचे पाल्हाळ नको वाटले ।
माझ्या स्वरूपात विस्तारले । तुझी दृष्टी ।।७०।।
आमुचा प्रकृतीपैलीकडील भावो । जरी कल्पनेवीण लागसी पाहों ।
तरी मजमाजीं भूतें हेंही वावो । जें मी सर्व म्हणौनी ।।७१।।
मायेच्या पलीकडची स्वरूपस्थिती । तू माया त्यागून पाहसी ।
व्यर्थ की माझ्यात सर्व भुते असती । सर्व मीच आहे ।।७१।।

एऱ्हवीं संकल्पाचिये सांजवेळे । नावेक तिमिरेजती बुद्धीचे डोळे ।
म्हणौनि अखंडितचि परि झांवळे । भूतभिन्न ऐसें देखे ।।७२।।
संकल्पाची संध्याकाळ येते ।
अज्ञान अंधकाराने ज्ञानचक्षू ग्रासते ।
अर्थ प्रकाशी भुतावळ भिन्न दिसते ।
मी अखंड असलो तरी ।।७२।।
तेचि संकल्पाची सांज जैं लोपे । तैं अखंडितचि आहे स्वरूपें ।
जैसें शंका जातखेंवो लोपे । सापपण माळेचें ।।७३।।
कल्पनेची संध्या मावळते । माझे अद्वैत रूपच दिसते ।
माया रूपी सर्पपण नष्टते । भ्रम जाता ।।७३।।
एऱ्हवीं तरी भूमीआंतूनि स्वयंभ ।
काय घडेयागाडगेयाचे निघती कोंभ ? ।
परि ते कुलालमतीचे गर्भ । उमटले कीं ।।७४।।
गाडगी-मडकी यांचे आकार । आपोआप होती का साकार ? ।
कुंभाराच्या पोटात जो गर्भाकार । तो प्रगट होतो ।।७४।।
नातरी सागरींच्या पाणी ।
काय तरंगाचिया आहाती खाणी ? ।
ते अवांतर करणी । वाऱ्याची नव्हे ? ।।७५।।
समुद्राचे अफाट पाणी । त्यात असती का लाटांच्या खाणी ? ।
ही नव्हे का वाऱ्याची करणी ? । त्यांना वेगळे दाखवणे ।।७५।।
पाहें पां कापसाच्या पोटीं । काय कापडाची होती पेटी ? ।
तो वेढितयाचिया दिठी । कापड जाहला ।।७६।।
कापसाच्या पोटी मूळचा । गठ्ठा असे का कापडाचा ? ।
तो परिणाम नेसणाऱ्यांच्या दृष्टीचा । कापसाचे झाले कापड ।।७६।।
जरी सोनें लेणें होउनी घडे । तरी तयाचें सोनेंपण न मोडे ।
येर अळंकार हे वरचिलीकडे । लेतयाचेनि भावें ।।७७।।
सोने अलंकारात बदलते ।
काय त्याचे सोनेपण जाते ? ।
काही जे अलंकार स्वरूप दिसते ।
ते घालणाऱ्याच्या दृष्टीत ।।७७।।
सांगें पडिसादाचीं प्रत्युत्तरें । कां आरिसां जें आविष्करें ।
तें आपलें कीं साचोकारें । तेथेंचि होतें ? ।।७८।।
दरीतून येणारे ध्वनिरूप ।
आरशात पाहतो स्वस्वरूप ।
तो परिणाम असतो साक्षीरूप ।
की आधीपासून तिथं असतो ? ।।७८।।

तैसी इये निर्मळे माझ्या स्वरूपीं । जो भूतभावना आरोपी ।
तयासी तयाच्या संकल्पीं । भूताभासु असे ।।७९।।
माझे निर्गुण हे स्वरूप । यावर भूतउत्पत्तीचा आरोप ।
त्याला कल्पनेत आपोआप । भुतांचा भास होई ।।७९।।
तेचि कल्पिती प्रकृती पुरे । तरि भूताभासु आधींचि सरे ।
मग स्वरूप उरे एकसरें । निखळ माझें ।।८०।।
भुतांची आभासी प्रकृती । आत्मज्ञानाने नष्ट होती ।
मग शिल्लक राहती । माझे स्वरूप ।।८०।।
हें असो आंगीं भरलिया भवंडी । जैशा भोंवत दिसती अरडीदरडी ।
तैशी आपुलिया कल्पना अखंडीं । गमती भूतें ।।८१।।
अंगाला भोवळ येता । दऱ्या-डोंगर दिसती फिरता ।
तसे आपण कल्पनेत रमता ।भुते भासमान होती ।।८१।।
तेचि कल्पना सांडूनि पाहीं । तरि मी भुतीं भूतें माझिया ठायीं ।
हें स्वप्नींही परि नाहीं । कल्पावयाजोगें ।।८२।।
कल्पनेचा त्याग करत । माझ्यात भुते मी भुतांच्यात ।
असे न येई स्वप्नांत । ते शक्य नसते ।।८२।।
आतां मीच एक भूतांतें धर्ता । अथवा भूतांमाजीं मी असता ।
या संकल्पसन्निपाता । आंतुलिया बोलिया ।।८३।।
मीच सर्व भूते धारण करतो । मीच सर्व भूतांत असतो ।
संकल्पासमवेत जो राहतो । तोच बोलतो ।।८३।।
म्हणौनि परियेसी गा प्रियोत्तमा । यापरी मी विश्वेंसीं विश्वात्मा ।
जो इया लटकिया भूतग्रामा । भाव्यु सदा ।।८४।।
म्हणून हे अर्जुन प्रियोत्तमा । मीच विश्वाचा असें आत्मा ।
खोटी भूते करण्या उत्पन्ना । योग्य अधिष्ठान आहे ।।८४।।
रश्मीचेनि आधारें जैसें । नव्हे तेंचि मृगजळ आभासे ।
माझ्या ठायीं भूतजात तैसें । आणि मातेंहीं भावी ।।८५।।
सूर्याच्या किरणांनी जसे । मृगजळ भासमान होतसे ।
तसा भूतसमूह माझ्यात भासे । मी सूर्य ।।८५।।
मी ये परीचा भूतभावनु । परि सर्व भूतांसि अभिन्नु ।
जैसी प्रभा आणि भानु । एकचि ते ।।८६।।
तशी मी सर्व भूते करतो निर्माण । तरी त्यापासून मी अभिन्न ।
जसे सूर्य आणि सूर्य किरण । एकच असती ।।८६।।
हा आमुचा ऐश्वर्ययोगु । तुवां देखिला कीं चांगु? ।
आतां सांगे कांहीं एथ लागु । भूतभेदाचा असे? ।।८७।।
हा ऐश्वर्ययोग तुला । नीट असेल समजला ।
मग इथे संबंध कसला । भूत भेदाचा असे? ।।८७।।

यालागीं मजपासूनि भूतें । आनें नव्हती हें निरुतें ।
आणि भूतांवेगळिया मातें । कहींच न मनीं हो! ।।८८।।
यासाठी भूते माझ्यापासून । खरोखर वेगळी नसून ।
मलाही भुतावेगळा म्हणून । तू मानू नकोस ।।८८।।
पैं गगन जेवढें जैसें । पवनुहि गगनीं तेवढाचि असे ।
सहजें हालविलिया वेगळा दिसे ।
एऱ्हवीं गगन तेंचि तो ।।८९।।
जेवढा आकाशाचा आकार दिसतो । वायूही तेवढाच असतो ।
हलवला तर वेगळा वाटतो । एरवी ते आकाशच ।।८९।।
तैसें भूतजात माझ्या ठायीं । कल्पिजे तरी आभासे कांहीं ।
निर्विकल्पीं तरी नाहीं । तेथ मीचि मी आघवें ।।९०।।
अशी सर्व भूतजात असे । माझ्यातच भासमान होत असे ।
निर्विकल्प अवस्थेत न दिसे । सर्वत्र मीच असतो ।।९०।।
म्हणौनि नाहीं आणि असे । हें कल्पनेचेनि सौरसें ।
जें कल्पनालोपें भ्रंशे । आणि कल्पनेसवें होय ।।९१।।
भूत मात्र आहे-नाही । हे कल्पनेमुळे वाटत राही ।
ती कल्पनेसोबतच ही । असती नसती ।।९१।।
तेंचि कल्पितें मुद्दल जाये । तैं असे नाहीं हें कें आहे? ।
म्हणौनि पुढती तूं पाहे । हा ऐश्वर्ययोगु ।।९२।।
जर कल्पना नाहीशी होईल । भूतांचा अनुभव कसा येईल? ।
ऐश्वर्ययोगाचा पुन्हा सकल । तू विचार कर ।।९२।।
ऐसिया प्रतीतिबोधसागरीं ।
तूं आपणेयातें कल्लोळु एक करीं ।
मग जंव पाहासी चराचरीं ।
तंव तूंचि आहासी ।।९३।।
हा अनुभवाचा ज्ञानसागर । तू स्वत:ला तरंग कर ।
मग ब्रह्मरूपी तू व्यापले चराचर । असे अनुभवा येई ।।९३।।
या जाणणेयाचा चेवो । तुज आला ना? म्हणती देवो ।
तरी आतां द्वैत स्वप्न वावो । जालें कीं ना? ।।९४।।
तुला हे अर्जुना । ज्ञानाने जागृती आली ना? ।
मग बघ मिथ्या झाले ना? । हे द्वैताचे स्वप्न ।।९४।।
तरी पुढती जरी विपायें । बुद्धीसी कल्पनेची झोंप ये ।
तरी अभेदबोधु जाये । जैं स्वप्नीं पडिजे ।।९५।।
बुद्धीला कल्पनेची झोप येईल ।
तेव्हा अभेदाचे हे ज्ञान नष्ट होईल ।
मग तू फिरत राहशील । द्वैताच्या स्वप्नात ।।९५।।

म्हणौनि ये निद्रेची वाट मोडे । निखळ उद्बोधाचेंचि आपणपें घडे ।
ऐसें वर्म जें आहे फुडें । तें दावों आतां ।।९६।।
यापुढे झोप निघून जाईल । निखळ ज्ञान सहज प्राप्त होईल ।
असे जे गुपित असेल । ते मी तुला सांगतो ।।९६।।
तरी धनुर्धरा धैर्या । निकें अवधान देईं बा धनंजया ।
पैं सर्व भूतांतें माया । करी हरी गा ।।९७।।
हे धनुर्धारी अर्जुन । एकाग्रतेने दे अवधान ।
सर्व भूतमात्रांची ही स्थिती लय जाण । मायाच करते ।।९७।।
जिये नांव गा प्रकृती । जे द्विविधा सांगितली तुजप्रती ।
एकी अष्टधा भेदव्यक्ती । दुजी जीवरूपा ।।९८।।
जी सांगितली तुजप्रती । ती दोन प्रकारची प्रकृती (अपरा व परा) ।
अपरा आठ प्रकार दर्शती । परा जीवरूप आहे ।।९८।।
हा प्रकृतीविखो आघवा । तुवां मागां परिसिलासी पांडवा ।
म्हणौनि असो काई सांगावा । पुढतपुढती ।।९९।।
हा प्रकृतीचा विषय खरा । तुला सांगितला धनुर्धरा ।
म्हणून तो पुन्हा विषय सारा । सांगणे न लगे ।।९९।।
तरी ये माझिये प्रकृती । महाकल्पाच्या अंतीं ।
सर्व भूतें अव्यक्तीं । ऐक्यासि येती ।।१००।।
महाकल्पाच्या अंतात । माझ्या अव्यक्त प्रकृतीत ।
सर्व भुते करिती प्राप्त । लयरूप ऐक्य ।।१००।।
ग्रीष्माच्या अतिरसीं । सबीजें तृणें जैसीं ।
मागुती भूमीसी । सुलीनें होतीं ।।१०१।।
जमिनीतून उगवलेले गवत । ग्रीष्म ऋतूत ।
बीजासह त्याच भूमीत । लय पावते ।।१०१।।
कां वार्षिये ढेंढें फिटे । जेव्हां शारदीयेचा अनुघडु फुटे ।
तेव्हां घनजात आटे । गगनींचे गगनीं ।।१०२।।
शरद ऋतूचा प्रारंभ होतो । वर्षाऋतूचा मेघ मावळतो ।
आकाशातच विरून जातो । मेघांचा समूह ।।१०२।।
नातरी आकाशाचे खोंपे । वायु निवांतुचि लोपे ।
कां तरंगता हारपे । जळीं जेवीं ।।१०३।।
जसे आकाशाच्या पोकळीत । लोपतो वायू निवांत ।
किंवा तरंग जसे जलात । विरून जाती ।।१०३।।
अथवा जागिनलिये वेळे । स्वप्न मनींचें मनीं मावळे ।
तैसें प्राकृत प्रकृतीं मिळे । कल्पक्षयीं ।।१०४।।
जेव्हा जागृती येते । स्वप्न मनात विरते ।
तसे प्रकृतीतच लीन होते । भूते कल्पांतीचे वेळी ।।१०४।।

मग कल्पादीं पुढती । मीचि सृजीं ऐसी वदंती ।
तरी इयेविषयीं निरुती । उपपत्ती आइक ।।१०५।।
कल्पारंभी सृष्टीची निर्मिती । मीच करतो लोक म्हणती ।
खरी गोष्ट काय ती । मी सांगतो ऐक ।।१०५।।
तरी हेचि प्रकृती किरीटी । मी स्वकीया सहजें अधिष्ठीं ।
तेथ तंतूसमवाय पटी । जेंवि विणावणी दिसे ।।१०६।।
या प्रकृतीचा जेव्हा । मी स्वीकार करतो तेव्हा ।
सुताच्या संबंधित वस्त्रात पाहा । उभी-आडवी वीण दिसते ।।१०६।।
मग तिये विणावणीचेनि आधारें । लहाना चौकडिया पटत्व भरे ।
तैसीं पंचात्मकें आकारें । प्रकृतीचि होय ।।१०७।।
प्रारंभी लहान चौकट बनते । मग पूर्ण वस्त्र होते ।
तसे सृष्टी आकारात प्रकटते । पंचमहाभूतांची माया ।।१०७।।
जैसें विरजणियाचेनि संगें । दूधचि आटेजों लागे ।
तैशी प्रकृती आंगा रिगे । सृष्टीपणाचिया ।।१०८।।
जसे विरजणाच्या संयोगाने । दूध घट्ट दही रूप बने ।
तसे प्रकृतीही मग त्याप्रमाणे । सृष्टीला आकारते ।।१०८।।
बीज जळाची जवळीक लाहे । आणि तेंचि शाखोपशाखीं होये ।
तैसें मज करणें आहे । भूतांचें हें ।।१०९।।
बीजाला पाणी मिळते । बीज वृक्षरूपात विस्तारते ।
तशी प्रकृतीतून उत्पत्ती होते । माझ्या सानिध्याने ।।१०९।।
अगा नगर हें रायें केंलें । या म्हणणया साचपण कीर आलें ।
परि निरुतें पाहतां काय सिणलें । रायाचे हात? ।।११०।।
कोणी राजाने नगर वसवले । हे जरी खरे असले ।
श्रम असती का पडलेले । राजाच्या हाताला? ।।११०।।
आणि मी प्रकृती अधिष्ठीं तें कैसें । जैसा स्वप्नीं जो असे ।
मग तोचि प्रवेशे । जागृतावस्थे ।।१११।।
स्वप्नावस्थेतील मनुष्य तो । जागृत अवस्थेत येतो ।
तसा मी स्वीकार करतो । प्रकृतीचा ।।१११।।
तरी स्वप्नौनि जागृती येतां । काय पाय दुखती पंडुसुता ।
कीं स्वप्नामाजीं असतां । प्रवासु होय? ।।११२।।
जागृतावस्थेत येत असता । पाय दुखती का पंडुसुता? ।
की स्वप्नामध्येच विहरत असता । होती प्रवासाचे श्रम? ।।११२।।
या आघवियाचा अभिप्रावो कायी । जे हें भूतसृष्टीचे कांहीं ।
मज एकही करणें नाहीं । ऐसाचि अर्थु ।।११३।।
या दृष्टान्ताचा अभिप्राय । भूतांची जी उत्पत्ती होत जाय ।
त्यात माझे कर्तव्य काय । असा अर्थ ।।११३।।

जैसी रायें अधिष्ठिली प्रजा । व्यापारें आपुलालिया काजा ।
तैसा प्रकृतिसंगु हा माझा । येर करणें तें इयेचें ।।११४।।
राजाची प्रजा -जी आश्रित । आपली कर्तव्य कर्म करीत ।
तसा माझा आधार कल्पित । हे कर्तृत्व प्रकृतीचे ।।११४।।

पाहे पां पूर्णचंद्राचिये भेटी । समुद्रीं अपार भरतें दाटी ।
तेथ चंद्रासि काय किरीटी । उपखा पडे? ।।११५।।
पौणिमेच्या चंद्राच्या भेटी । सागराला येते भरती ।
चंद्राला काय त्यासाठी । कष्ट पडती? ।।११५।।

जड परि जवळिका । लोह चळे तरी चळो कां ।
कवणु शीणु भ्रामका । सन्निधानाचा? ।।११६।।
लोखंड जड असते पुष्कळ ।
सरकते येता लोहचुंबकाजवळ ।
लोखंड हलवण्याचे चुंबका सकल ।
कष्ट पडतात का? ।।११६।।

किंबहुना यापरी । मी निजप्रकृति अंगिकारीं ।
आणि भूतसृष्टी एकसरी । प्रसवोंचि लागे ।।११७।।
काय सांगावे यापरती । मी स्वीकारतो स्वप्रकृती ।
ती करते भूतांची उत्पत्ती । प्रकृती सदैव ।।११७।।

जो हा भूतग्रामु आघवा । असे प्रकृतीआधीन पांडवा ।
जैसी बीजाचिया वेलपालवा । समर्थ भूमी ।।११८।।
हा सर्व भूतसमुदाय सारा । प्रकृतीच्या अधीन खरा ।
बीज-वेलींना आश्रय देण्या धरा । समर्थ आहे ।।११८।।

नातरी बाळादिकां वयसा । गोसावी देहसंगु जैसा ।
अथवा घनावळी आकाशा । वार्षिये जेवीं ।।११९।।
जीवनाच्या चार अवस्थांना तारण ।
देहसंग हेच कारण ।
आकाशात मेघांची दाटी होई निर्माण ।
जशी वर्षा काळी ।।११९।।

कां स्वप्नासि कारण निद्रा । तैसी प्रकृती हे नरेंद्रा ।
या अशेषाहि भूतसमुद्रा । गोसाविणी गा ।।१२०।।
स्वप्नाला झोप कारण । तसे प्रकृतीचे हे धारण ।
प्रकृतीच स्वामिनी जाण । विशाल सागराची ।।१२०।।

स्थावरा आणि जंगमा । स्थूळा अथवा सूक्ष्मा ।
हे असो भूतग्रामा । प्रकृतिचि मूळ ।।१२१।।
जड असो की चेतन । स्थूल असो की सूक्ष्म ।
भूतसमुदायाला कारण । ही प्रकृतीच आहे ।।१२१।।

म्हणौनि भूतें हन सृजावीं । कां सृजिलीं प्रतिपाळावीं ।
इयें करणीं न येती आघवीं । आमुचिया आंगा ।।१२२।।
म्हणून भुते करावीत उत्पन्न । करावे पालन-पोषण ।
ही कर्तव्ये माझ्या प्रमाण । न येती ।।१२२।।

जळीं चंद्रिकेचिया पसरती वेली । ते वाढी चंद्रें नाहीं वाढविली ।
तेविं मातें पावोनि ठेलीं । दूरी कर्में ।।१२३।।
जलात चंद्रिकेच्या वेली दिसती । त्या चंद्राने वाढवल्या नसती ।
तशी कर्मे मजकडे येती । पण दूर रहाती ।।१२३।।

आणि सुटलिया सिंधुजळाचा लोटु ।
न शके धरूं सैंधवाचा घाटु ।
तेविं सकळ कर्मा मीचि शेवटु । तीं काय बांधती मातें? ।।१२४।।
सागराचे पाणी स्वैर वाही ।
मिठाचा बांध त्या अडवू शकत नाही ।
तशी सर्व कर्मे माझ्यात लय पावतीही ।
मग मला कशी बांधू शकतील? ।।१२४।।

धूम्ररजांची पिंजरीं । वाजतिया वायूतें जरी होकारी ।
कां सूर्यबिंबामाझारीं । आंधारें रिगे? ।।१२५।।
वारा जर जोराचा वाहेल । त्याला धूराचा लोट कसा थांबवेल?।
अंधार कसा शिरेल । सूर्यबिंबात ।।१२५।।

हें असो पर्वताचिये हृदयींचें । जेविं पर्जन्यधारास्तव न खोंचें ।
तेविं कर्मजात प्रकृतीचें । न लगे मज ।।१२६।।
पदार्थ जे पर्वताच्या हृदयातील ।
पाऊसधारा त्यास काय करतील? ।
तशी मला बाधा न करू शकतील । प्रकृतीची कर्मे ।।१२६।।

एऱ्हवीं इये प्रकृतिविकारीं । एकु मीचि असे अवधारीं ।
परि उदासीनाचिया परी । करीं ना करवीं ।।१२७।।
प्रकृतीच्या निर्माणकार्यात । मीच एक आहे व्याप्त ।
उदासीन मी न काही करत । न करवीत ।।१२७।।

जैसा दीपु ठेविला परिवरीं । कवणातें नियमी ना निवारी ।
आणि कवण कवणिये व्यापारीं । राहाटे तेंहि नेणें ।।१२८।।
जसा घरात दिवा प्रकाश देतो । न कोणा नियम सांगतो ।
कोण कोणते कर्म करतो । ते पहात नाही ।।१२८।।

तो जैसा कां साक्षिभूतु । गृहव्यापारप्रवृत्तिहेतु ।
तैसा भूतकर्मीं अनासक्तु । मी भूतीं असें ।।१२९।।
जसा दिवा साक्षी असतो । कर्मप्रवृत्तीला कारण ठरतो ।
तसा कर्मात मी अनासक्त असतो । भूतांमध्ये असूनही ।।१२९।।

हा एकचि अभिप्रावो पुढतपुढती ।

काय सांगों बहुतां उपपत्ती ।

येथ एकहेळां सुभद्रापती । येतुलें जाण पां ।।१३०।।

हा एकच अभिप्राय खरा जाण । पुनःपुन्हा काय सांगू ज्ञान ।

आता हेच ठेवावे ध्यान । हे सुभद्रापती ।।१३०।।

जे लोकचेष्टां समस्तां । जैसा निमित्तमात्र कां सविता ।

तैसा जगत्प्रभवीं पंडुसुता । हेतु मी जाणें ।।१३१।।

लोकांच्या व्यापारा कारण । जसा सूर्य आहे जाण ।

तसे जगाच्या होण्या निर्माण । मी निमित्त ।।१३१।।

कां जें मियां अधिष्ठिलिया प्रकृती ।

होती चराचराचिया संभूती ।

म्हणौनि मी हेतु हे उपपत्ती । घडे यया ।।१३२।।

मी सुस्थापिता प्रकृती । होते जगाची उत्पत्ती ।

यामुळे मीच आहे या प्रती । उत्पत्तीचे कारण ।।१३२।।

आतां येणें उजिवडें निरुतें । न्याहाळीं पां ऐश्वर्ययोगातें ।

जे माझ्या ठायीं भूतें । परी भूतीं मी नसें ।।१३३।।

या ज्ञानप्रकाशात अभ्यासून । ऐश्वर्ययोगा बघ न्याहाळून ।

माझ्या ठायी सर्व भूते असून । मी त्यात नाही ।।१३३।।

अथवा भूतें ना माझ्या ठायीं । आणि भूतांमाजीं मी नाहीं ।

या खुणा तूं कहीं । चुकों नको ।।१३४।।

किंवा भुते माझ्यात नाही । मी सर्व भुतांत नाही ।

हे महत्त्वाचे मर्म तू कधीही । विसरू नकोस ।।१३४।।

हें सर्वस्व आमुचें गूढ । परि दाविलें तुज उघड ।

आतां इंद्रियां देऊनि कवाड । हृदयीं भोगीं ।।१३५।।

हे सारे आमुचे गूढ । तुला सांगितले उघड ।

बंद करून इंद्रियांचे कवाड । हृदयाने अनुभवावे ।।१३५।।

हा दंशु जंव नये हातां । तंव माझें साचोकारपण पार्था ।

न संपडे गा सर्वथा । जेविं तुषीं कणु ।।१३६।।

जोवर हे ज्ञानवर्म हृदयी न हो प्रकट ।

तोवरी माझे स्वरूप नाही कळत ।

दाण्याचा एक कण नाही सापडत ।

कोंड्यात शोधता ।।१३६।।

एऱ्हवीं अनुमानाचेनि पैसें । आवडे कीर कळलें ऐसें ।

परि मृगजळाचेनि वोलांशें । काय भूमि तिमे? ।।१३७।।

माझे स्वरूप तर्का धारे । कळले असे वाटते खरे ।

पण जमीन भिजते का सांग बरे । मृगजळाने ।।१३७।।

जें जाळ जळीं पांगिलें । तेथ चंद्रबिंब दिसे आंतुडलें ।

परि थडिये काढूनि झाडिलें । तेव्हां बिंब कें सांगैं? ।।१३८।।

जळात जाळे टाकले असता । वाटते चंद्र त्यात येता ।

जाळे पाण्यातून बाहेर काढता । चंद्र कोठे सांग ।।१३८।।

तैसें बोलवरी वाचाबळें ।

वायांचि झकविजती प्रतीतीचें डोळे ।

मग साचोकारें बोधावेळे ।

आथि ना होइजे ।।१३९।।

वाचावीर जे असती । अनुभवसंपन्नता दाखवती ।

जेव्हा लागे बोधाची कसोटी । त्यांचे अज्ञान उघडे होते ।।१३९।।

किंबहुना भवा बिहाया ।

आणि साचें चाड आथि जरी मियां ।

तरि तूं गा उपपत्ती इया । जतन कीजे ।।१४०।।

जन्म-मृत्यूची वाटता भीती । वाटे व्हावी माझी प्राप्ती ।

तर सांगितलेल्या गुज गोष्टी । तू लक्षांत ठेव ।।१४०।।

एऱ्हवीं दिठी वेधली कवळें । तैं चांदणियातें म्हणे पिंवळें ।

तेंविं माझ्या स्वरूपीं निर्मळें । देखाल दोष ।।१४१।।

जसे जेव्हा कावीळ होते । चांदणे ही पिवळे दिसते ।

तसे अज्ञानी दृष्टी दोष काढते । माझ्या निर्मल रूपात ।।१४१।।

नातरी ज्वरें विटाळलें मुख । तें दुधातें म्हणे कडू विख ।

तेविं अमानुषा मानुष । मानाल मातें ।।१४२।।

तापाने तोंड कडू होते । दूध ही कडू विष लागते ।

तसे मला मनुष्य मानले जाते । मनुष्य नसता ।।१४२।।

म्हणौनि पुढतपुढती धनंजया । झणें विसंबसी या अभिप्राया ।

जे इया स्थूलदृष्टी वायां । जाइजेल गा ।।१४३।।

म्हणून धनंजया तुला सांगतो अर्थ ।

विसरू नको ज्ञानाच्या अभिप्रायार्थ ।

कारण जाईल मग व्यर्थ । स्थूल दृष्टीने मज पाहणे ।।१४३।।

पैं स्थूलदृष्टी देखती मातें । तेंचि न देखणें जाण निरुतें ।

जैसें स्वप्नींचेनि अमृतें । अमरा नोहिजे ।।१४४।।

जे स्थूल दृष्टीने मज पाहती । त्यांचे पाहणे व्यर्थ जाती ।

जसे स्वप्नात अमृत प्राशती । ते अमर होत नाहीत ।।१४४।।

एऱ्हवीं स्थूलदृष्टी मूढ । मातें जाणती कीर दृढ ।

परि तें जाणणेचि जाणणेया आड । रिगोनि ठाके ।।१४५।।

मज स्थूलदृष्टीने पाहती । ते त्यांच्या मते मज जाणती ।

पण खऱ्या स्वरूपाआड येती । त्यांच्या या जाणिवा ।।१४५।।

जैसा नक्षत्राचिया आभासा- । साठीं घातु झाला तया हंसा ।
माजीं रत्नबुद्धीचिया आशा । रिगोनियां ॥१४६॥
पाहून पाण्यातील नक्षत्रांच्या बिंबाला । ती रत्ने वाटती राजहंसाला ।
घात करून घेई आपला । खडकावर चोच आपटून ॥१४६॥
सांगैं गंगा या बुद्धी मृगजळ । ठाकोनि आलियाचें कवण फळ ।
काय सुरतरु म्हणौनि बाबुळ । सेविली करी? ॥१४७॥
गंगेला समजता मृगजळ ।
प्राप्त होई कोणते फळ? ।
कल्पवृक्ष म्हणून धरली बाभूळ ।
तर फळ मिळेल काय? ॥१४७॥
हार निळयाचाचि दुसरा । या बुद्धी हातु घातला विखारा ।
कां रत्नें म्हणौनि गारा । वेंचि जेंवीं ॥१४८॥
नीलमण्याचा हार समजून । हाती सर्प घेतला धरून? ।
गारा वेचल्या रत्ने समजून । चालेल काय? ॥१४८॥
अथवा निधान हें प्रगटलें । म्हणौनि खदिरांगार खोळे भरिले ।
कां साउली नेणतां घातलें । कुहा सिंहें ॥१४९॥
अथवा धन सापडले । म्हणून पदरी निखारे घेतले ।
सिंहाने जलात प्राण दिले । पडछाया काढण्या ॥१४९॥
तेवीं मी म्हणौनि प्रपंचीं । जिहीं बुडी दिधली कृतनिश्चयाची ।
तिहीं चंद्रासाठीं जेवीं जळींची । प्रतिभा धरिली ॥१५०॥
मी प्रपंचात देहधारी आहे । असे जे समजती निश्चये ।
ते जलातील बिंब घेत आहे । चंद्र समजून ॥१५०॥
तैसा कृतनिश्चयो वायां गेला । जैसा कोण्ही एकु कांजी प्याला ।
मग परिणाम पाहों लागला । अमृताचा ॥१५१॥
असा निश्चय वाया जातो । जसा कोणी पेज पितो ।
आणि परिणाम अमृताचा चाहतो । अमरत्वाचा ॥१५१॥
तैसें स्थूलाकारी नाशिवंतें । भरंवसा बांधोनि चित्तें ।
पाहती मज अविनाशातें । तरी कैंचा दिसें? ॥१५२॥
नाशवंत स्थूल देही ।मी अविनाशी असताही ।
जो मला इच्छितो पाही ।मी कसा दिसेन? ॥१५२॥
काई पश्चिमसमुद्राचिया तटा ।
निघिजत आहे पूर्विलिया वाटा ।
कां कोंडा कांडतां सुभटा ।
कणु आतुडे? ॥१५३॥
कोणी पश्चिम किनारी जाऊ पाहती । पूर्व किनाऱ्याचा मार्ग घेती ।
किंवा दाण्याची होईल का प्राप्ती । कोंडा कांडून ॥१५३॥

तैसें विकारलें हें स्थूळ । जाणितले या मी जाणवतसें केवळ ।
काई फेण पितां जळ । सेविलें होय? ॥१५४॥
जाणता विकारी देह स्थूल । माझे रूप जाणले जाईल? ।
पाणी पिल्यासारखे कसे होईल । फेस पिता? ॥१५४॥
म्हणौनि मोहिलेंनि मनोधर्में । हेंचि मी मानूनि संभ्रमें ।
मग येथिंची जियें जन्मकर्में । तियें मजचि म्हणती ॥१५५॥
म्हणून मायेने मोहतो मनोधर्म । मीच तो हा संभ्रम ।
म्हणती तेच माझे कर्म । जे देहधारीचे ॥१५५॥
येतुलेनि अनामा नाम । मज अक्रियासि कर्म ।
विदेहासि देहधर्म । आरोपिती ॥१५६॥
यास्तव मी अनाम तरी नाम । कर्मरहित पण करतो कर्म ।
देहरहित पण असती देहधर्म । आणि देहही ॥१५६॥
मज आकारशून्या आकारु । निरुपाधिका उपचारु ।
मज विधिवर्जिता व्यवहारु । आचारादिक ॥१५७॥
मी निराकार असूनही आकारात ।
उपचाररहित असूनही षोडश उपचारांत ।
मला ठेवती आचारांच्या व्यवहारात ।
शास्त्र बंधन नसता ॥१५७॥
मज वर्णहीना वर्णु । गुणातीतासि गुणु ।
मज अचरणा चरणु । अपाणिया पाणी ॥१५८॥
मी वर्णहीन तरी लाविती वर्ण । गुणातीत तरी म्हणती सगुण ।
मी हात-पायविहीन । तरी हात पाय लावती ॥१५८॥
मज अमेया मान । सर्वगतासी स्थान ।
जैसें सेजेमाजीं वन । निदेला देखे ॥१५९॥
मी अनंत तरी प्रमाण मानती । सर्वत्र तरी एक ठिकाण दावती ।
जसा निजलेल्यास स्वप्नी आस होती । वनाचे ॥१५९॥
तैसें अश्रवणा श्रोत्र । मज अचक्षूसी नेत्र ।
अगोत्रा गोत्र । अरूपा रूप ॥१६०॥
कान आहेत जरी कान नसती । डोळे आहेत तरी डोळे नसती ।
गोत्र आहे जरी गोत्र नसती । रूप नसता रूप पाहती ॥१६०॥
मज अव्यक्तासी व्यक्ती । अनार्तासी आर्ती ।
स्वयंतृप्ता तृप्ती । भाविती गा ॥१६१॥
अव्यक्त असता व्यक्त म्हणती ।
अनिच्छा तरी इच्छा मानती ।
तृप्त असता अतृप्त ठरवती ।
अनेक वस्तू समर्पिती ॥१६१॥

मज अनावरणा प्रावरण । भूषणातीतासि भूषण ।
मज सकळ कारणा कारण । देखती ते ।।१६२।।

व्यापक आहे तरी घालती पांघरूण ।
मी निराकार तरी अलंकार घालून ।
मी विश्वनिर्माता तरी दुसऱ्याकडून ।
मी उत्पन्न झालो मानती ।।१६२।।

मज सहजातें करिती । स्वयंभातें प्रतिष्ठिती ।
निरंतरातें आव्हानिती । विसर्जिती गा ।।१६३।।

मी सिद्ध तरी करती मूर्ती । मी स्वयंभू तरी प्रतिष्ठती ।
मज आमंत्रिती विसर्जित करती । मी जरी सर्वत्र सर्वकाळ ।।१६३।।

मी सर्वदा स्वत:सिद्धु । तो कीं बाळ तरुण वृद्धु ।
मज एकरूपा संबंधु । जाणती ऐसे ।।१६४।।

मी सर्वकाळ सिद्ध । मी स्वस्वरूप एक बद्ध ।
तरी बाल्य तारुण्य वृद्ध । असे मानती ।।१६४।।

मज अद्वैतासि दुजें । मज अकर्तयासि काजें ।
मी अभोक्ता कीं भुंजें । ऐसें म्हणती ।।१६५।।

मी अद्वैत असूनही द्वैत म्हणती । कर्मरहित तरी कर्ता मानती ।
अभोगी तरी भोगी म्हणती । असे मानत राहती ।।१६५।।

मज अकुळाचें कुळ वानिती । मज नित्याचेनि निधनें शिणती ।
मज सर्वांतरातें कल्पिती । अरि मित्र गा ।।१६६।।

मी कुळात जन्मलो म्हणतात । माझ्या निधनाने दु:ख करतात ।
मला शत्रू आणि मित्र आहेत मानतात । मी सर्वत्र असूनही ।।१६६।।

मी स्वानंदाभिरामु । तया मज अनेक सुखांचा कामु ।
आघवाचि मी असे समु । कीं म्हणती एकदेशी ।।१६७।।

मी स्वस्वरूपात रममाण ।
तरी मानती सुखाच्या इच्छेत माझे प्राण ।
मी आहे सर्वत्र समप्रमाण ।
तरी एकाच जागी मानती ।।१६७।।

मी आत्मा एक चराचरीं । म्हणती एकाचा कैंपक्ष करीं ।
आणि कोपोनि एकातें मारीं । हेंचि वाढविती ।।१६८।।

मी चराचरात व्याप्त राहतो । तरी म्हणती एकाचा कैवार घेतो ।
आणि एकाला रागाने मारितो । असे मानतात ।।१६८।।

किंबहुना ऐसें समस्त । जे हे मानुषधर्म प्राकृत ।
तयाचि नांव मी ऐसें विपरीत । ज्ञान तयांचें ।।१६९।।

मनुष्याचे जे धर्म सामान्य । तेच माझे हे करती मान्य ।
असे त्या अज्ञानींचे ज्ञान । काय तुला वर्णावे? ।।१६९।।

जंव आकारु एक पुढां देखती । तंव हा देव येणें भावें भजती ।
मग तोचि विघडलिया टाकिती । नाहीं म्हणौनि ।।१७०।।

समोर एखादी पाहती मूर्ती । देव म्हणून तिजला पुजिती ।
ती भंग पावता टाकून देती । त्यात देव नाही म्हणून ।।१७०।।

मातें येणें येणें प्रकारें । जाणती मनुष्य ऐसेनि आकारें ।
म्हणौनि ज्ञानचि तें आंधारें । ज्ञानासि करी ।।१७१।।

मी करतो मनुष्यदेह धारण । हे त्यांचे समजुतीचे कारण ।
त्यांचे हे विपरीत ज्ञान । शुद्ध ज्ञानास झाकते ।।१७१।।

यालागीं जन्मलेचि ते मोघ । जैसें वार्षियेवीण मेघ ।
कां मृगजळाचे तरंग । दुरूनीचि पाहावें ।।१७२।।

व्यर्थ यांचे जन्मा येऊन । जसे मेघ व्यर्थ पावसावाचून ।
किंवा पाहावेत नेहमीच दुरून । मृगजळाचे तरंग ।।१७२।।

अथवा कोल्हेरीचे असिवार । नातरी वोडंबरीचे अळंकार ।
कीं गंधर्वनगरीचे आवार । आभासती कां ।।१७३।।

जसे कुंभाराचे मातीचे घोडेस्वार । किंवा मांत्रिकाचे अलंकार ।
आकाशातले गंधर्वनगरीचे आकार । भासमान असती ।।१७३।।

साबरी वाढिन्नल्या सरळा । वरी फळ ना आंतु पोकळा ।
कां स्तन जाले गळां । शेळिये जैसें ।।१७४।।

निवडुंग सरळ वाढत नाही । वाढला तरी फळ धरत नाही ।
शेळीच्या गळ्याचे स्तन काही । उपयोगाचे नाही ।।१७४।।

तैसें मूर्खाचें तया जियालें । आणि धिग् कर्म तयांचें निपजलें ।
जैसें सांवरी फळ आलें । घेपे ना दीजे ।।१७५।।

सावरीचे फळ काटेरी असते । न खाता, न देता येते ।
तसे अज्ञानींचे जगणे वाटते । त्यांचा धिक्कार असो ।।१७५।।

मग जें कांहीं ते पढिन्नले । तें मर्कटें नारळ तोडिले ।
कां आंधळ्या हातीं पडिलें । मोतीं जैसें ।।१७६।।

अज्ञानी लोकांचे शिकणे । नारळ तोडावा माकडाने ।
मोत्याचे जसे पडणे । अंधा हाती ।।१७६।।

किंबहुना तयांचीं शास्त्रें । जैशीं कुमारीं हातीं दिधलीं शस्त्रें ।
कां अशौच्या मंत्रें । बीजें कथिलीं ।।१७७।।

किंबहुना त्यांचे शास्त्र । हे बालकाहाती जसे शस्त्र ।
किंवा बीजासह दिलेला मंत्र । अपवित्रा हाती ।।१७७।।

तैसें ज्ञानजात तयां । आणि जें कांहीं आचरलें गा धनंजया ।
तें आघवेंचि गेलें वायां । जें चित्तहीन ।।१७८।।

धनंजया त्यांचे ज्ञान । त्यांचे सर्व आचरण ।
ते असती चित्तहीन । त्यामुळे वाया जाते ।।१७८।।

पैं तमोगुणाची राक्षसी । जे सद्‌बुद्धीतें ग्रासी ।
विवेकाचा ठावोचि पुसी । निशाचरी ॥१७९॥
राक्षसरूपी तमोगुण । सुबुद्धीस टाकी ग्रासून ।
विवेकाचा ठाव पुसून । रात्री संचार करती ॥१७९॥
तिये प्रकृती वरपडे जाले ।
म्हणौनि चिंतेचेनि कपोलें गेले ।
वरि तामसीयेचिये पडिले ।
मुखामाजीं ॥१८०॥
या प्रकृतीने ग्रस्त होती । सदैव चिंता करत राहती ।
तामसी वृत्तीच्या मुखी जाती । सहजपणे ॥१८०॥
जेथ आशेचिये लाळे । आंतु हिंसा जीभ लोळे ।
तेवींचि असंतोषाचे चाकळे । अखंड चघळी ॥१८१॥
जिची लाळ आशेने भरली । तिच्यात हिंसेची जीभ लोळली ।
असंतोषाचे मांसगोळे चघळत राहिली । अखंडपणे ॥१८१॥
जे अनर्थाचे कानवेरी । आवाळुवें चाटीत निघे बाहेरी ।
जे प्रमादपर्वतींची दरी । सदाचि मातली ॥१८२॥
अनर्थाच्या कानी ओठ चाटत बाहेरी ।
जी राक्षसी प्रमादपर्वताची दरी ।
ती सर्वत्र सर्वकाल दिसत आहे खरी ।
माजलेली ॥१८२॥
जेथ द्वेषाचिया दाढा । खसखसां ज्ञानाचा करिती रगडा ।
जे अगस्ती गवसणी मूढां । स्थूल बुद्धि ॥१८३॥
जिच्या द्वेषाच्या दाढा । ज्ञानाचा करती रगडा ।
गवसणी घालते हाडा । स्थूल बुद्धीला ॥१८३॥
ऐसे आसुरिये प्रकृतीचे तोंडीं । जे जाले गा भूतोंडीं ।
ते बुडोनि गेले कुंडीं । व्यामोहाच्या ॥१८४॥
अशा राक्षसीच्या तोंडात । जे बळी होऊन पडतात ।
ते भ्रांतीच्या कुंडात । पूर्ण बुडलेले असती ॥१८४॥
एवं तमाचिये पडिले गर्तें । न पविजतीचि विचाराचेनि हातें ।
हें असो ते गेले जेथें । ते शुद्धीचि नाहीं ॥१८५॥
जे तमोगुणाच्या खड्ड्यात पडती । विचारांच्या न ये हाती ।
कोठे जाती हे न सापडती । शोध लागत नाही ॥१८५॥
म्हणौनि असोतु इयें वायाणीं । कायशीं मूर्खांचीं बोलणीं ।
वायां वाढवितां वाणी । शिणेल हन ॥१८६॥
राहू दे हे निष्फळ वर्णन । कशासाठी वर्णावे अज्ञान ।
व्यर्थ वाचेला होई शीण । वर्णने वाढवता ॥१८६॥

ऐसें बोलिलें देवें । तेथ जी जी म्हणितलें पांडवें ।
आइकें जेथ वाचा विसवे । ते साधुकथा ॥१८७॥
असे जेव्हा देव बोलला । अर्जुन होय, असे म्हणाला ।
आता विसावा मिळेत वाणीला । ती साधुकथा ऐक ॥१८७॥
तरी जयाचे चोखटे मानसीं । मी होऊनि असें क्षेत्रसंन्यासी ।
जया निजेलियातें उपासी । वैराग्य गा ॥१८८॥
ज्यांच्या पवित्र मनात । मी क्षेत्रसंन्यासी होऊन रहात ।
वैराग्य त्यांची सेवा करत । ते निजले असता ॥१८८॥
जयाचिया आस्थेचिया सद्भावा । आंतु धर्म करी राणिवा ।
जयाचें मन ओलावा । विवेकासी ॥१८९॥
ज्यांच्या आस्थेने सद्भावनेत । धर्म असतो राज्य करीत ।
नेहमी ज्यांच्या असे मनांत । विवेकाचा ओलावा ॥१८९॥
जे ज्ञानगंगे नाहाले । पूर्णता जेऊनि धाले ।
जे शांतीसी आले । पालव नवे ॥१९०॥
जे ज्ञानगंगेत नाहतात । ते पूर्णता तृप्त राहतात ।
मग नवी पाने फुटतात । परमशांतीच्या वेलीस ॥१९०॥
जे परिणामा निघाले कोंभ । जे धैर्यमंडपाचे स्तंभ ।
जे आनंदसमुद्रीं कुंभ । चुबकळोनि भरिले ॥१९१॥
जे पूर्ण अवस्थेचे कोंब । धैर्यमंडपाचे स्तंभ ।
आनंदसमुद्राचे कुंभ । पूर्ण भरलेले ॥१९१॥
जया भक्तीची येतुली प्राप्ती । जे कैवल्यातें परौतें सर म्हणती ।
जयांचिये लीलेमाजीं नीति । जियाली दिसे ॥१९२॥
भक्तीचा आनंद जसा मानती । मोक्षाही दूर हो म्हणती ।
कर्माच्या लीलांमध्ये नीती । भरलेली दिसते ॥१९२॥
जे आघवांचि करणीं । लेईले शांतीचीं लेणीं ।
जयांचें चित्त गवसणी । व्यापका मज ॥१९३॥
सर्व इंद्रियांचे ठिकाणी । शांती अलंकाराची धारणी ।
घातली चित्ताची गवसणी । मज विश्वव्यापकाला ॥१९३॥
ऐसें जे महानुभाव । दैविये प्रकृतीचें दैव ।
जे जाणोनियां सर्व । स्वरूप माझें ॥१९४॥
असे जे असती महानुभव । देवी प्रकृतीचे भाग्यच सर्व ।
जाणून घेती हे सर्व विश्व । माझेच रूप आहे ॥१९४॥
मग वाढतेनि प्रेमें । मातें भजती जे महात्मे ।
परि दुजेपण मनोधर्में । शिवतलें नाहीं ॥१९५॥
हृदयातील वाढत्या प्रेमाने । मला भजती सातत्याने ।
कोणतेही द्वैत त्यांच्या मने । स्पर्शत नाही ॥१९५॥

ऐसें मीच होऊनि पांडवा । करिती माझी सेवा ।
परि नवलावो तो सांगावा । असे आइक ।।१९६।।
मीच होऊनी ते सकल । अखंड मला भजतील ।
त्यांच्या भक्तीचे नित्य नवल । पांडवा सांगतो ऐक ।।१९६।।
तरी कीर्तनाचेनि नटनाचे । नाशिले व्यवसाय प्रायश्चित्ताचे ।
जें नामचि नाहीं पापाचें । ऐसें केलें ।।१९७।।
कीर्तनी भान विसरून नाचती ।
प्रायश्चिताचे व्यापार बंद पाडती ।
पापाचे नांव शिल्लक न राखती ।
कीर्तनामध्ये ।।१९७।।
यमदमा अवकळा आणिली । तीर्थें ठायावरूनि उठविलीं ।
यमलोकींची खुंटिली । राहाटी आघवी ।।१९८।।
मन आणि इंद्रिय यांना झाकले । तीर्थस्थाना हटवले ।
यमलोकाचे व्यवहार बंद केले । कीर्तनप्रेमाने ।।१९८।।
यमु म्हणे काय यमावें । दमु म्हणे कवणातें दमावें ।
तीर्थें म्हणतीं काय खावें । दोष ओखदासि नाहीं ।।१९९।।
मन म्हणे कोणा बांधावे? ।
इंद्रिय म्हणे कोणा जिंकावे? ।
तीर्थे म्हणती कोणा पापमुक्त करावे? ।
पाप औषधाला नाही ।।१९९।।
ऐसें माझेनि नामघोषें । नाहींचि करिती विश्वाचीं दुःखें ।
अवघें जगचि महासुखें । दुमदुमित भरलें ।।२००।।
माझ्या नामघोषांनी ती । विश्वाची दुःखे हरपती ।
ब्रह्मसुखे भरून टाकती । सर्व जग ।।२००।।
ते पाहांटेवीण पाहावित । अमृतेंवीण जीववित ।
योगेंवीण दावित । कैवल्य डोळां ।।२०१।।
ते पहाटेविना प्रकाशती । अमृताविना संजीवती ।
योगाशिवाय स्वरूप दाविती । परमानंदाचे ।।२०१।।
परी राया रंका पाड धरूं । नेणती सानेयां थोरां कडसणी करूं ।
एकसरें आनंदाचें आवारु । होत जगा ।।२०२।।
हा राजा हा रंक न मानती । लहान-मोठा भेद न करती ।
सर्वत्र प्रकाश पसरती । एक समान ।।२०२।।
कहीं एकाधेनि वैकुंठा जावें । तें तिहीं वैकुंठचि केलें आघवें ।
ऐसें नामघोषगौरवें । धवळलें विश्व ।।२०३।।
एकच व्यक्ती वैकुंठा जाती । हे त्रैलोक्या वैकुंठ बनवती ।
माझा नाम घोष करती । प्रकाशती जगा ।।२०३।।
तेजें सूर्य तैसें सोज्वळ । परि तोहि अस्तवे हें किडाळ ।
चंद्र संपूर्ण एखादे वेळ । हे सदा पुरते ।।२०४।।
यांना सूर्य न ये म्हणता । कारण सूर्य जातसे अस्ता ।
चंद्र फक्त पौर्णिमे पुरता । हे सदैव प्रकाशती ।।२०४।।
मेघ उदार परी वोसरे । म्हणौनि उपमेसी न पुरे ।
हे निःशंकपणें सपांखरे । पंचानन ।।२०५।।
मेघ वर्षतो पण ओसरतो । म्हणून उपमेस योग्य न तो ।
तो निश्चित भासतो । दयाळू सिंह ।।२०५।।
जयांचे वाचेपुढां भोजें । नाम नाचत असे माझें ।
जें जन्मसहस्त्रीं वोळगिजे । एकवेळ यावया ।।२०६।।
माझे नाम मुखी यावे । यास्तव सहस्र जन्म भजावे ।
तेच यांच्यापुढे नाचवे । भक्ती प्रेमामुळे ।।२०६।।
तो मी वैकुंठीं नसें । वेळु एक भानुबिंबींही न दिसें ।
वरी योगियांचींही मानसें । उमरडोनि जाय ।।२०७।।
मी वैकुंठातही नसतो । सूर्य बिंबातही नसतो ।
मी पुढेच जात असतो । योग्यांची मने ओलांडून ।।२०७।।
परी तयांपाशीं पांडवा । मी हारपला गिंवसावा ।
जेथ नामघोषु बरवा । करिती माझा ।।२०८।।
अशा प्रकारे पंडुसुता । मी हरवलो असता ।
माझ्या नामघोषी स्थाना सर्वथा । मी सापडेन ।।२०८।।
कैसे माझ्या गुणीं धाले । देशकालातें विसरले ।
कीर्तनें सुखी झाले । आपणपांचि ।।२०९।।
माझ्या नामघोषाचे तृप्ती । देशकाला विसरती ।
कीर्तनातच सुखी होती । आपले आपण ।।२०९।।
कृष्ण विष्णु हरि गोविंद । या नामाचे निखळ प्रबंध ।
माजी आत्मचर्चा विशद । उदंड गाती ।।२१०।।
कृष्ण, विष्णू, हरी, गोविंद । ज्या ग्रंथी या नामे छंद ।
माझी करून चर्चा विशद । ते रंगून जाती ।।२१०।।
हे बहु असो यापरी । कीर्तित मातें अवधारीं ।
एक विचरती चराचरीं । पंडुकुमरा ।।२११।।
अर्जुना किती करावे वर्णन । भक्त करती माझे कीर्तन ।
विश्वामध्ये करती संचारण । कित्येक भक्त ।।२११।।
मग आणिक ते अर्जुना । साविया बहुवा जतना ।
पंचप्राण मना । पाढाऊ घेउनी ।।२१२।।
असेही आहेत किती । जे पंचप्राण, मन सोबत घेती ।
सर्वथा सदैव जिंकती । जाण अर्जुना ।।२१२।।

बाहेरी यमनियमांची कांटी लाविली ।
आंतु वज्रासनाची पौळी पन्नासिली ।
वरी प्राणायामाचीं मांडिलीं ।
वाहातीं यंत्रें ॥२१३॥

यम नियमांचे कुंपण लावून । वज्रासनाचा कोट करून ।
प्राणायामारूपी वट लावून । वाहती यंत्रे (तोफा) ॥२१३॥

तेथ उल्हाट शक्तीचेनि उजिवडें । मन पवनाचेनि सुरवाडें ।
सतरावियेचें पाणियाडें । बळियाविलें ॥२१४॥

तिथे कुंडलिनी शक्ती वर येते । ती मनप्राण यांना घेरते ।
सतराव्या कलेचे तळे तिथे । बळकावते ॥२१४॥

तेव्हां प्रत्याहारें ख्याती केली । विकारांची संपिली बोहलीं ।
इंद्रियें बांधोनि आणिली । हृदयाआंतु ॥२१५॥

प्रत्याहारे[१] पराक्रम केले । काम-क्रोध नष्ट केले ।
इंद्रियांना बांधून आणले । परत हृदयात ॥२१५॥

तंव धारणावारु दाटिन्नले । महाभूतांतें एकवटिलें ।
मग चतुरंग सैन्य निवटिलें । संकल्पाचें ॥२१६॥

धारणेच्या घोडेस्वारांनी हल्ले केले ।
पंचमहाभूतांना एकवटले ।
चतुरंग[२] सैन्य नष्ट केले ।
संकल्पांचे ॥२१६॥

तयावरी जैत रे जैत । म्हणौनि ध्यानाचें निशाण वाजत ।
दिसे तन्मयाचें खिकत । एकछत्र ॥२१७॥

जिंकले रे जिंकले म्हणत । ध्यानाचा नगारा वाजवत ।
एकछत्र राहिले तळपत । स्वरूप ऐक्याचे ॥२१७॥

पाठीं समाधीश्रियेचा अशेखा । आत्मानुभव राज्यसुखा ।
पट्टाभिषेकु देखा । समरसें जाहला ॥२१८॥

समाधीरूप लक्ष्मीचे ते । आत्मानुभवाचे राज्यसुख जे ।
समरसतेने पट्टाभिषेक झाला हे । तू जाण ॥२१८॥

ऐसें हें गहन । अर्जुना माझें भजन ।
आतां ऐकें सांगेन । जे करिती एक ॥२१९॥

अष्टांग योगाचे हे गहन । असे आहे माझे भजन ।
दुसराही प्रकार आहे अर्जुन । तुला सांगतो ऐक ॥२१९॥

तरी दोन्ही पालववेरी । जैसा एक तंतू अंबरीं ।
तैसा मीवांचूनि चराचरीं । जाणती ना ॥२२०॥

जसा वस्त्राच्या दोन्ही पदरा । उभा आडवा एकच दोरा ।
तसे ते भक्त संपूर्ण चराचरा । मीच एक मानती ॥२२०॥

आदि ब्रह्मा करूनी । शेवटीं मशक धरूनी ।
माजी समस्त हें जाणोनि । स्वरूप माझें ॥२२१॥

ब्रह्मदेवापासून येत । अगदी चिलटापर्यंत ।
जाणती ते समस्त । स्वरूप माझे ॥२२१॥

मग वाड धाकुटें न म्हणती । सजीव निर्जीव नेणती ।
देखिलिये वस्तु उजू लुंटिती । मीचि म्हणौनि ॥२२२॥

मग लहान-मोठे न म्हणता । सजीव-निर्जीव न जाणता ।
डोळ्यांनी जे दिसते ते मी मानता । दंडवत घालती ॥२२२॥

आपुलें उत्तमत्व नाठवे । पुढील योग्यायोग्य नेणवे ।
एकसरें व्यक्तिमात्राचेनि नांवें । नमूंचि आवडे ॥२२३॥

आपला चांगुलपणा नाही आठवत । योग्य-अयोग्य नाही जाणत ।
त्यांना राहते हेच आवडत । सर्वा समोर नतमस्तक होणे ॥२२३॥

जैसें उंचीं उदक पडिलें । ते तळवटवरी ये उगेलें ।
तैसें नमिजे भूतजात देखिलें । ऐसा स्वभावोचि तयांचा ॥२२४॥

उंचावरून पाणी पडते । सखलतेकडे सहज वाहते ।
तसे ते करती स्वभावते । प्राणिमात्रा वंदन ॥२२४॥

कां फळलिया तरूची शाखा । सहजें भूमीसी उतरे देखा ।
तैसें जीवमात्रां अशेखां । खालावती ते ॥२२५॥

फळांनी फांदी लगडते । भूमीकडे सहज झुकते ।
तसे सर्व जिवांपुढती ते । नतमस्तक होती ॥२२५॥

अखंड अगर्वता होऊनि असती । तयांची विनय हेचि संपत्ती ।
जे जयजय मंत्रें अर्पिती । माझ्याचि ठायीं ॥२२६॥

ते सदैव अहंकाररहित असती । विनम्रता ही त्यांची संपत्ती ।
जयमंत्र ते मलाच अर्पिती । माझ्या ठायी ॥२२६॥

नमितां मानापमान गळाले । म्हणौनि अवचितां मीचि जहाले ।
ऐसे निरंतर मिसळले । उपासिती ॥२२७॥

नम्रतेने मान-अपमान जाती । ते सहज माझ्याशी एकरूपती ।
मीच ते बनून जाती । तरी मलाच पुजती ॥२२७॥

अर्जुना हे गुरुवी भक्ती । सांगितली तुजप्रती ।
आतां ज्ञानयज्ञें यजिती । ते भक्त आइकें ॥२२८॥

अर्जुना ही श्रेष्ठ भक्ती । मी सांगितली तुजप्रती ।
आता जे ज्ञान यज्ञाने मला पूजिती । तेही ऐक ॥२२८॥

---

१ (प्रत्याहार : इंद्रियांना बाह्य दिशेकडून आत वळवणारी शक्ती किंवा इंद्रियांना ताब्यात ठेवणारी शक्ती)
२ (मन, बुद्धी, चित्त, अहंकार यांचे)

परि भजन करिती हातवटी । तूं जाणत आहासि किरीटी ।
जे मागां इया गोष्टी । केलिया आम्हीं ।।२२९।।
ज्ञानयज्ञे भजन करिती । ती जाणतोस तू पद्धती ।
कारण मागे तुला या गोष्टी । सांगितल्या आहेत ।।२२९।।
तंव आथि जी अर्जुन म्हणे । हें दैविकिया प्रसादाचें करणें ।
तरि काय अमृताचें आरोगणें । पुरे म्हणवे? ।।२३०।।
तेंव्हा म्हणतो अर्जुन । हा देवाचा प्रसादच असून ।
जो करी अमृताचे सेवन । तो पुरे म्हणेल काय? ।।२३०।।
या बोला श्रीअनंतें । लागटा देखिलें तयांतें ।
कीं सुखावलेनि चित्तें । डोलतु असे ।।२३१।।
त्याचे हे बोलणे ऐकून । त्याची उत्सुकता बघून ।
संतोषाने ते श्रीकृष्ण । डोलू लागले ।।२३१।।
म्हणे भलें केलें पार्था । एऱ्हवीं हा अनवसरु सर्वथा ।
परि बोलवितसे आस्था । तुझी मातें ।।२३२।।
श्रीकृष्ण म्हणे असे केलेस पार्था । एरवी ही अवेळ आहे सर्वथा ।
परंतु तुझी ही आस्था । मला बोलाला लावते ।।२३२।।
तंव अर्जुन म्हणे हे कायी । चकोरेंवीण चांदणेंचि नाहीं ।
जगचि निवविजे हा तयाच्या ठायीं । स्वभावो कीं जी ।।२३३।।
'चकोरावाचून चांदणे नाही' । अर्जुन म्हणे असे होते कांही ।
चंद्राचा स्वाभाविक गुणच राही । जगाला शांतवावे ।।२३३।।
येरें चकोरें तिये आपुलिये चाडे । चांचू करिती चंद्राकडे ।
तेवीं आम्ही विनवूं तें थोकडें । देवो कृपासिंधु ।।२३४।।
चकोर पक्षी स्वेच्छेने । चंद्राकडे चोच करती त्याप्रमाणे ।
आमची विनंती थोडी ऐकणे । तुम्ही कृपेचे सागर ।।२३४।।
जी मेघु आपुलिये प्रौढी । जगाची आर्ती दवडी ।
वांचूनि चातकाची ताहान केवढी । तो वर्षावो पाहुनी? ।।२३५।।
थोरपणाने मेघ वर्षती । जगाची पीडा नष्ट करती ।
चातकाची तहान ती किती । त्या वर्षावापुढे ।।२३५।।
परि चुळा एकाचिया चाडे । जेवीं गंगेतेंचि ठाकणें पडे ।
तेवीं आर्त बहु कां थोडे । तरी सांगावें देवें ।।२३६।।
चूळभर पाण्याची इच्छा होते । तेंव्हा गंगेकडेच जावे लागते ।
श्रवणेच्छाही लहान-मोठी असते । तरी देवांनी सांगावे ।।२३६।।
तेथें देवें म्हणितलें राहें । जो संतोषु आम्हां जाहला आहे ।
तयावरी स्तुति साहे । ऐसें उरलें नाहीं ।।२३७।।
आम्हाला झाला जो संतोष ऐक । तो स्तुतीने न वाढे अधिक ।
असे म्हणून आता पुरे कौतुक । असे देव म्हणती ।।२३७।।
पैं परिसतु आहासि निकियापरी ।
तेंचि वक्तृत्वा वऱ्हाडीक करी ।
ऐसें पुरस्करोनि श्रीहरी ।
आदरिलें बोलों ।।२३८।।
तू ऐकतो आहेस एकाग्रतेने ।
म्हणून तुझ्याशी सोयरीक करते माझे बोलणे ।
असे अर्जुनाचे कौतुक करून हरीने ।
बोलण्यास सुरुवात केली ।।२३८।।
तरी ज्ञानयज्ञु तो एवं रूपु । तेथ आदिसंकल्पु हा यूपु ।
महाभूतें मंडपु ।भेदु तो पशु ।।२३९।।
या ज्ञानयज्ञाचे हे स्वरूप । पशु स्तंभ हा संकल्प ।
पंचमहाभूतांचा मांडव अमाप । भेद हा असे पशू ।।२३९।।
मग पांचांचे जे विशेष गुण । अथवा इंद्रियें आणि प्राण ।
हेचि यज्ञोपचारभरण । अज्ञान घृत ।।२४०।।
पंचमहाभूतांचे विशेष गुण । पंचोद्रिया वा पंचप्राण ।
हे यज्ञाचे उपचार साधन । अज्ञान हे तूप ।।२४०।।
तेथ मनबुद्धीचिया कुंडा । आंतु ज्ञानाग्नि धडफुडा ।
साम्य तेचि सुहाडा । वेदिका जाणें ।।२४१।।
मन बुद्धीचे अग्नीकुंड हे । त्यात अग्नी प्रदीप्त आहे ।
ब्रह्मतत्त्वाचे साम्य राहे । तीच वेदिका (यज्ञस्थळ) ।।२४१।।
सविवेकमतिपाटव । तेचि मंत्र विद्यागौरव ।
शांति स्रुक्-स्रुव । जीवु यज्वा ।।२४२।।
विवेकाचे बुद्धी तंत्र । तेच यज्ञाचे ज्ञान मंत्र ।
स्रुवा (पळी) हे शांती पात्र । जीव हा यजमान ।।२४२।।
तो प्रतीतीचेनि पात्रें । विवेकमहामंत्रें ।
ज्ञानाग्निहोत्रें । भेदु नाशी ।।२४३।।
तो जीव अनुभवपात्राने । विवेकाच्या महामंत्राने ।
ज्ञानाच्या अग्निहोत्राने । भेदरूपी पशू नाशतो ।।२४३।।
तेथ अज्ञान सरोनि जाये । आणि यजिता यजन हें ठाये ।
आत्मसमरसीं न्हाये । अवभृथीं जेव्हां ।।२४४।।
अज्ञानाचे तूप संपते । यज्ञकार्य मग थांबते ।
आत्मानंदी यज्ञस्नान होते । यजमानाचे ।।२४४।।
तेव्हां भूतें विषय करणें । हें वेगळालें कांहीं न म्हणे ।
आघवें एकचि ऐसें जाणें । आत्मबुद्धि ।।२४५।।
ही पंचतेजे वेगळी आहेत । असे ज्ञानी समजत नाहीत ।
ती एकच आहेत असे मानित । आत्मबुद्धीमुळे ।।२४५।।

जैसा चेइला तो अर्जुना । म्हणे स्वप्नींची हे विचित्र सेना ।
मीचि जाहालों होतों ना । निद्रावशें? ।।२४६।।
जागा झालेला माणूस अर्जुना । म्हणे स्वप्नातली विचित्र सेना ।
मीच तर त्यात होतो ना! । असे झोपेमुळे म्हणतो ।।२४६।।
आतां सेना ते सेना नव्हे । हें मीच एक आघवें ।
ऐसें एकत्वें मानवें । विश्व तयां ।।२४७।।
जाग येता म्हणे नव्हे ती सेना । मीच एकटा आहे ना ।
तसे ज्ञानी पुरुषा अर्जुना । जग एकरूप भासते ।।२४७।।
मग तो जीवु हे भाष सरे । आब्रह्म परमात्मबोधें भरे ।
ऐसे भजती ज्ञानाध्वरें । एकत्वें येणें ।।२४८।।
मी जीव आहे हे तो विसरे । सकल ब्रह्मांड आत्मबोधे भरे ।
ऐक्य भावनेने ज्ञानयज्ञाद्वारे । ते मला भजत ।।२४८।।
अथवा अनादि हें अनेक । जें आनासारिखें एका एक ।
आणि नामरूपादिक । तेंही विषम ।।२४९।।
किंवा विश्वाचे स्वरूप अनेक । नाही एकासम एक ।
भिन्न आहे नामरूपादिक । हा दुसरा प्रकार ।।२४९।।
म्हणौनि विश्व भिन्न । परि न भेदे तयाचें ज्ञान ।
जैसे अवयव तरि आन आन । परि एकेचि देहींचे ।।२५०।।
विश्वात वस्तू भिन्नभिन्न । ज्ञान नसे भिन्न ।
जसे अवयव असती भिन्न । पण देह एकच ।।२५०।।
कां शाखा सानिया थोरा । परि आहाति एकाचिया तरुवरा ।
बहु रश्मि परि दिनकरा । एकाचे जेवीं ।।२५१।।
फांद्या लहान-मोठ्या दिसती । पण एकाच वृक्षाच्या असती ।
किरणे असंख्य पसरती । पण सूर्य एकच ।।२५१।।
तेवीं नानाविधा व्यक्ती । आनानें नामें आनानी वृत्ती ।
ऐसें जाणती भेदलां भूतीं । अभेदा मातें ।।२५२।।
नाना प्रकारच्या व्यक्ती । नावे वेगळी भिन्न वृत्ती ।
भूतमात्रांत मला जाणती । अभेदाने ।।२५२।।
येणें वेगळालेपणें पांडवा । करिती ज्ञानयज्ञु बरवा ।
जे न भेदती जाणिवा । जाणते म्हणौनि ।।२५३।।
सर्व भूतमात्रे वेगळी । जाणून ज्ञानयज्ञ करती सगळी ।
स्वरूप ज्ञानी असल्याने मुळी । भिन्न भाव राहत नाही ।।२५३।।
ना तरी जेधवां जिये ठायीं । देखती कां जें जें कांहीं ।
तें मीवांचूनि नाहीं । ऐसाचि बोधु ।।२५४।।
ज्या ठिकाणी जे राहती । तेथे जे जे पाहती ।
माझ्या विना न काही देखती । असा बोध सदैव राहो ।।२५४।।

पाहें पां बुडबुडा जेउता जाये । तेउतें जळचि एक तया आहे ।
मग विरे अथवा राहे । तऱ्ही जळाचिमाजीं ।।२५५।।
बुडबुडा जेथे जाई । तेथे पाणीच भेटते ठायी ।
तो पाण्यातच राही । विरला किंवा तरला तरी ।।२५५।।
कां पवनें परमाणु उचलले । ते पृथ्वीपणावेगळे नाहीं केले ।
आणि माघौते जरी पडले । तरी पृथ्वीचिवरी ।।२५६।।
वारा धुलीकण वर उचलतो । तो पृथीपासून वेगळा न होतो ।
तो कण खाली येऊन पडतो । तरी पृथ्वीवरच ।।२५६।।
तैसें भलतेथ भलतेणें भावें । भलतेंही हो अथवा नोहावें ।
परि तें मी ऐसें आघवें । होऊनि ठेले ।।२५७।।
कोठेही कोणत्या रूपात । कोणत्याही कसल्याही पदार्थात ।
ते सर्व असते ब्रह्मरूपात । ज्ञानी अनुभवे ।।२५७।।
अगा हे जेव्हडी माझी व्याप्ती । तेव्हडीचि तयांची प्रतीती ।
ऐसें बहुधाकारीं वर्तती । बहुचि होउनि ।।२५८।।
अरे जेवढे माझे व्यापकत्व । तेवढे त्यांचे अनुभव विश्व ।
अनेक आकारात व्यवहार तत्त्व । मीच होऊनी करती ।।२५८।।
हें भानुबिंब आवडे तया । सन्मुख जैसें धनंजया ।
तैसे ते विश्वा यया । समोर सदा ।।२५९।।
पूर्वेकडे करता मुख । सूर्यबिंब दिसे सन्मुख ।
तसा विश्वाचा सामोरा रोख । ठेवून कर्म करती ।।२५९।।
अगा तयांचिया ज्ञाना । पाठी पोट नाहीं अर्जुना ।
वायु जैसा गगना । सर्वांगीं असे ।।२६०।।
त्यांच्या ज्ञाना परते । आत बाहेर नसते ।
जसे गगन भरलेले असते । वायूने सर्वत्र ।।२६०।।
तैसा मी जेतुला आघवा । तेंचि तुक तयांचिया सद्भावा ।
तरी न करितां पांडवा । भजन जहालें ।।२६१।।
जेवढा मी आहे पूर्ण । तेवढा त्याचा अनुभव संपूर्ण ।
त्याने न करताही भजन । केले जाते ।।२६१।।
एऱ्हवीं तरी सकळ मीचि आहें ।
तरी कवणीं कें उपासिला नोहें? ।
एथ एकें जाणणेवीण ठाये ।
अप्राप्तासी ।।२६२।।
मी सर्वत्र सम भरलेला असे ।
सर्वत्र माझी उपासना होतसे ।
अज्ञानींना माझी प्राप्ती होत नसे ।
फक्त ज्ञानवंतांनाच होते ।।२६२।।

परि तें असो येणें उचितें । ज्ञानयज्ञें यजितसांते ।
उपासिती मातें । ते सांगितलें ।।२६३।।
ज्ञानयज्ञे यजन करणारे असती । ते व्यापक रूपात मला भजती ।
याच प्रकारचे भक्त आणि भक्ती । ते तुज सांगितले ।।२६३।।
अखंड सकळ हें सकळां मुखीं । सहज अर्पत असे मज एकीं ।
कीं नेणणें यासाठीं मूर्खीं । न पविजेचि मातें ।।२६४।।
सहज जी कर्मे होती । ती मजला अर्पिती ।
अज्ञानी हे न जाणती । की मी न होई प्राप्त ।।२६४।।
तोचि जाणिवेचा जरी उदयो होये । तरी मुद्दल वेदु मीचि आहें ।
आणि तो विधानातें जया विये । तो क्रतुही मीचि ।।२६५।।
ज्यातून विश्वज्ञानाचा उदय होतो । मुळात तो वेद मीच असतो ।
तो वेद जो उपदेश करतो । तो श्रोतृयज्ञ ही मीच ।।२६५।।
मग तया कर्मापासूनि बरवा । जो सांगोपांगु आघवा ।
यज्ञु प्रकटे पांडवा । तोही मी गा ।।२६६।।
त्या कर्मापासून जो । यथासांग असा तो ।
महायज्ञ प्रकट होतो । तो मीच आहे ।।२६६।।
स्वाहा मी स्वधा । सोमादि औषधी विविधा ।
आज्य मी समिधा । मंत्रु मी हवि ।।२६७।।
मी तर्पण, मी नैवेद्य । मीच सोमादि विविध औषध ।
मीच तूप, समिधा, मंत्र । मीच हविर्भाग ।।२६७।।
होता मी हवन कीजे । तेथ अग्नी तो स्वरूप माझें ।
आणि हुतक वस्तु जें जें । तेही मीचि ।।२६८।।
मीच हवनकर्ता । मीच हव्यपाता ।
हव्यद्रव्यही सर्वथा । मीच आहे ।।२६८।।
पैं जयाचेनि अंगसंगें । इये प्रकृतीस्तव अष्टांगें ।
जन्म पाविजत असे जगें । तो पिता मी गा ।।२६९।।
ज्याच्या अधिष्ठान संगे । प्रकृतीस जन्मती अष्टांगे[३] ।
जन्मती या जगी प्रसंगे । तो पिता मीच ।।२६९।।
अर्धनारीनटेश्वरीं । जो पुरुष तोचि नारी ।
तेवीं मी चराचरीं । माताही होय ।।२७०।।
अर्धनारीनटेश्वर रूपात । जे स्त्री तोच पुरुष दिसतात ।
तसे मी पिता या चराचरात । तशीच माताही मीच ।।२७०।।
आणि जाहाले जग जेथ राहे । जेणें जीवित वाढत आहे ।
तें मी वांचूनि नोहे । आन निरुतें ।।२७१।।
हे जगत ज्या आधारे । ज्याच्या योगे चैतन्य सारे ।
माझ्यावाचून कोणी नसे रे । हे निश्चितपणे समज ।।२७१।।

३ (पृथ्वी, आप, तेज, वायू, आकाश, मन, बुद्धी, अहंकार)

इयें प्रकृतिपुरुषें दोन्हीं । उपजलीं जयाचिया अमनमनीं ।
तो पितामह त्रिभुवनीं । विश्वाचा मी ।।२७२।।
हे प्रकृतीपुरुष दोन्ही । उपजती ज्या निर्गुणातुनी ।
तो विश्वाचा पितामह म्हणूनी । मीच आहे ।।२७२।।
आणि आघवेया जाणणेयाचिया वाटा ।
जया गांवा येती गा सुभटा ।
वेदांचिया चोहटां । वेद्य जें म्हणिजे ।।२७३।।
सर्व ज्ञानाच्या वाटा येती ज्या गावी ।
तो परमात्मा मीच आहे पाही ।
वेदांच्या चर्चेतली मुख्य गोष्ट तीही । मीच आहे ।।२७३।।
जेथ नानामतां बुझावणी जाहाली ।
एकमेकां शास्त्रांची अनोळखी फिटली ।
चुकलीं ज्ञानें जेथ मिळों आलीं ।
जें पवित्र म्हणिजे ।।२७४।।
विविध मतांची एकवाक्यता । शास्त्रे एकमेका ओळखता ।
चुकल्या ज्ञानाची जिथे एकत्रिता । ते पवित्र स्थान मी ।।२७४।।
पैं ब्रह्मबीजा जाहला अंकुरु । घोषध्वनीनादाकारु ।
तयाचें गा भुवन जो ॐकारु । तोही मी गा ।।२७५।।
ब्रह्मबीजा वाचेचा अंकुर । घोषध्वनी जो नादाकार ।
त्याचे भुवन जो ओंकार । तो मीच आहे ।।२७५।।
जया ॐकाराचिये कुशीं । अक्षरें होतीं अउमकारेंसीं ।
जियें उपजत वेदेंसीं । उठलीं तिन्हीं ।।२७६।।
ज्या ओंकाराच्या कुशी । अ, उ, म, ही अक्षरे प्रगटती ।
ती उपजतच उमटती । तीन वेदा घेऊन ।।२७६।।
म्हणौनि ऋग्यजु:सामु । हे तीन्ही म्हणे मी आत्मारामु ।
एवं मीचि कुलक्रमु । शब्दब्रह्माचा ।।२७७।।
हे तिन्ही[४] वेद आहे । तो मीच त्यात पाहे ।
मीच कुलक्रम वाहे । शब्दब्रह्माचा[५] ।।२७७।।
हें चराचर आघवें । जिये प्रकृती आंत सांठवे ।
ते शिणली जेथ विसवे । ते परमगती मी ।।२७८।।
हे चराचर सर्वही । प्रलयात प्रकृती साठवी ।
ती विसावते जेथे ही । ती परमगती मीच ।।२७८।।

४ (ऋग्वेद, यजुर्वेद, सामवेद)
५ (शब्दब्रह्माचा कुलक्रम – मूळ परब्रह्मापासून ओंकार, ओंकारातून वेद, वेदातून पुराणे इत्यादी)

आणि जयाचेनि प्रकृति जिये । जेणें अधिष्ठिली विश्व विये ।
जो येऊनि प्रकृती इये । गुणातें भोगी ।।२७९।।
ज्याच्यामुळे प्रकृती जगते । ज्याच्या स्वीकाराने विश्व प्रसवते ।
जे जीवरूपे प्रकृतीत उत्पन्न होते । त्रिगुणांचा भाग घेण्या ।।२७९।।
तो विश्वश्रियेचा भर्ता । मीचि गा एथ पंडुसुता ।
मी गोसावी असे समस्ता । त्रैलोक्याचा ।।२८०।।
तो विश्वलक्ष्मीचा पती । तो मीच होय हे सुभद्रापती ।
मीच तो जो मानती । त्रैलोक्याचा स्वामी ।।२८०।।
आकाशें सर्वत्र वसावें । वायूनें नावभरी उगे नसावें ।
पावकें दाहावें । वर्षावें जळें ।।२८१।।
आकाशाने सर्वत्र वसावे । वायूने क्षणभरही शांत न व्हावे ।
अग्नीने स्वभावतः जळावे । जलाने वर्षाव करावा ।।२८१।।
पर्वतीं बैसका न संडावी । समुद्रीं रेखा नोलांडावी ।
पृथ्वीया भूतें वाहावीं । हे आज्ञा माझी ।।२८२।।
पर्वताने जागा न सोडावी । सागराने मर्यादा न ओलांडावी ।
पृथ्वीने सर्व भूतांची ओझी वहावी । ही माझी आज्ञा ।।२८२।।
म्यां बोलिविल्या वेदु बोले । म्यां चालविल्या सूर्यु चाले ।
म्यां हालविल्या प्राणु हाले । जो जगातें चाळिता ।।२८३।।
माझ्या आज्ञेने वेद बोलतो । माझ्या आज्ञेने सूर्य चालतो ।
माझ्या आज्ञेने प्राण हालतो । मी संचालक विश्वाचा ।।२८३।।
मियांचि नियमिलासांता । काळु ग्रासितसे भूतां ।
इयें म्हणियागतें पंडुसुता । सकळें जयाचीं ।।२८४।।
माझ्या आज्ञेप्रमाणे तो । काळ प्राणिमात्रा ग्रासतो ।
माझा आज्ञापालक आहे तो । पंचमहाभूतांचा स्वामी ।।२८४।।
जो ऐसा समर्थु । तो मी जगाचा नाथु ।
आणि गगनाऐसा साक्षिभूतु । तोही मीचि ।।२८५।।
असा मी जो समर्थ । या विश्वाचा मी नाथ ।
या गगनासम साक्षीभूत । तोही मीच ।।२८५।।
इहीं नामरूपीं आघवा । जो भरला असे पांडवा ।
आणि नामरूपांचाही वोल्हावा । आपणचि जो ।।२८६।।
जो नामरूपात भरला पार । नामरूपांना जो आधार ।
तोही हे धनुर्धर । मीच आहे ।।२८६।।
जैसे जळाचे कल्लोळ । आणि कल्लोळीं आथी जळ ।
ऐसेनि वसवीतसे सकळ । तो निवासु मी ।।२८७।।
जशा जलातच लाटा असती । लाटांतच जलही भरती ।
तसे विश्व माझ्यातच सामावती । मी विश्वात ।।२८७।।

जो मज होय अनन्य शरण । त्याचें निवारी मी जन्ममरण ।
यालागीं शरणागता शरण्य । मीचि एकु ।।२८८।।
जो अनन्याने येई शरण । त्याचे हारतो मी जन्म-मरण ।
शरण येण्यायोग्य तो कारण । मीच आहे ।।२८८।।
मीचि एक अनेकपणें । वेगळालेनि प्रकृतीगुणें ।
जीत जगाचेनि प्राणें । वर्तत असें ।।२८९।।
मीच एकटा अनेक रूपांत । भरून राही प्रकृती गुणात ।
प्राणरूपाने सर्व प्राणिमात्रांत । मीच आहे भरलेला ।।२८९।।
जैसा समुद्र थिल्लर न म्हणतां । भलतेथ बिंबे सविता ।
तैसा ब्रह्मादि सर्वा भूतां । सुहृद तो मी ।।२९०।।
समुद्र किंवा डबके यांत ।
सूर्य प्रकाशतो कोणत्याही जलात ।
तसा ब्रह्मदेवासकट सर्व प्राणिमात्रांत ।
मीच प्रतिबिंबित आहे ।।२९०।।
मीचि गा पांडवा । या त्रिभुवनासि वोलावा ।
सृष्टिक्षयप्रभवा । मूळ तें मी ।।२९१।।
ऐक हे पांडवा । या त्रिभुवनास ओलावा ।
उत्पत्ती, स्थिती लय प्रभावा । मीच आहे ।।२९१।।
बीज शाखांतें प्रसवे । मग तें रूखपण बीजीं सामावे ।
तैसें संकल्पें होय आघवें । पाठीं संकल्पीं मिळे ।।२९२।।
बीजांतून वृक्ष बनती ।
वृक्षांतून बीजे येती ।
माझ्या संकल्पातून जगाची उत्पत्ती ।
त्यातच होतसे लय ।।२९२।।
ऐसें जगाचें बीज जो संकल्पु । अव्यक्त वासनारूपु ।
तया कल्पांतीं जेथ निक्षेपु । होय तें स्थान मी ।।२९३।।
मूळ बीज संकल्प जो । अव्यक्त वासनारूप तो ।
जेथे तो सूक्ष्मरूप राहतो । ते स्थान मीच ।।२९३।।
इयें नामरूपे लोटती । वर्णव्यक्ती आटती ।
जातीचे भेद फिटती । जैं आकारू नाहीं ।।२९४।।
कल्पाच्या शेवटी । नामरूपे नाहीशी होती ।
वर्ण-जातीचे भेद जाती । आकार नष्टती ।।२९४।।
तैं संकल्पवासनासंस्कार । माघौतें रचावया चराचर ।
जेथ राहोनि असती अमर । तें निधान मी ।।२९५।।
वासनारूपी संस्कार । घेण्या जगाचा आकार ।
जेथे राहती होऊन अमर । ते स्थान मीच ।।२९५।।

मी सूर्याचेनि वेषें । तपें तैं हें शोषे ।
पाठीं इंद्र होऊनि वर्षें । तैं पुढति भरे ।।२९६।।
मी सूर्यरूपात तापतो । धरणी कोरडी करतो ।
मग इंद्र होऊन मीच वर्षतो । पृथ्वी समृद्ध करतो ।।२९६।।
अग्नि काष्ठें खाये । तें काष्ठचि अग्नि होये ।
तैसें मरतें मारितें पाहें । स्वरूप माझें ।।२९७।।
अग्नी लाकडे खातो । लाकडांचाच अग्नी होतो ।
मरणारा आणि मारणारा तो । माझेच स्वरूप ।।२९७।।
यालागीं मृत्यूच्या भागीं जें जें । तेंही पैं रूप माझें ।
आणि न मरतें तंव सहजें । मीचि आहें ।।२९८।।
मृत्यूने घेरलेले जे पाहे । ते माझेच रूप आहे ।
आणि जे अजरामर राहे । तोही मीच ।।२९८।।
आतां बहु बोलोनि सांगावें । तें एकिहेळां घे पां आघवें ।
तरी सतासतही जाणावें । मीचि पैं गा ।।२९९।।
अधिक बोलून जे बोलतो । ते आता एकदाच सांगतो ।
सत् असत् तो मीच असतो । हे तू जाण ।।२९९।।
म्हणौनि अर्जुना मी नसें । ऐसा कवणु ठाव असे? ।
परि प्राणियांचें दैव कैसें । जे न देखती मातें? ।।३००।।
म्हणून, अर्जुना मी जेथे नाही । असे कोठेच स्थान नाही ।
प्राणिमात्रांचे दुर्दैवही । मला न जाणती ।।३००।।
तरंग पाणियेवीण सुकती । रश्मि वातीवीण न देखती ।
तैसे मीचि ते मी नव्हती । विस्मो देखें ।।३०१।।
लाटा पाण्याविना सुकती । दिव्याविना किरण न दिसती ।
एकरूप असून मला न पाहती । नवल वाटते ।।३०१।।
हें आंतबाहेर मियां कोंदलें । जग निखिल माझेंचि वोतिलें ।
कीं कैसें कर्म तयां आड आलें । जें मीचि नाहीं म्हणती? ।।३०२।।
विश्वाच्या आत-बाहेर मीच राहे । विश्व माझेच स्वरूप आहे ।
ते मजला न जाणता हे । हे कोणते कर्म? ।।३०२।।
परि अमृतकुहां पडिजे । कां आपणयांतें कडिये काढिजे ।
ऐसे आथी काय कीजे । अप्राप्तासी ।।३०३।।
अमृताच्या विहिरीत पडतो । मला बाहेर काढा म्हणतो ।
असा कसा अभागी तो । त्या काय म्हणावे? ।।३०३।।
ग्रासा एका अन्नासाठीं । अंधु धांवताहे किरीटी ।
आढळला चिंतामणि पायें लोटी । आंधळेपणें ।।३०४।।
घासभर अन्नासाठी । आंधळा धावतो पाठी ।
चिंतामणी येता पायगती । ढकलून देतो ।।३०४।।

तैसें ज्ञान जैं सांडूनि जाये । तैं ऐसी हे दशा आहे ।
म्हणौनि कीजे तें केलें नोहे । ज्ञानेंवीण ।।३०५।।
आत्मज्ञान सोडून देता । अशी मग होते अवस्था ।
ज्ञानाविना कर्म केले असता । सर्व वाया जाते ।।३०५।।
आंधळेया गरुडाचे पांख आहाती । ते कवणा उपेगा जाती? ।
तैसें सत्कर्माचे उपखे ठाती । ज्ञानेंवीण ।।३०६।।
आंधळ्याला पंख गरुडाचे । काय उपयोग मग त्याचे ।
सत्कम व्यर्थ ठरायचे । ज्ञानाविना ।।३०६।।
देख पां गा किरीटी । आश्रमधर्माचिया राहाटी ।
विधिमार्गां कसवटी । जे आपणचि होती ।।३०७।।
ऐक हे अर्जुन । त्यांचे आश्रमधर्माचे आचरण ।
हे शुद्ध वैदिक आकलन । जे स्वाभाविक आहे ।।३०७।।
यजन करितां कौतुकें । तिहीं वेदांचा माथा तुके ।
क्रिया फळेंसि उभी ठाके । पुढां जयां ।।३०८।।
असे ते यज्ञ करती । वेद संतोषाने डोलती ।
कर्म मग उभे पुढती । फळांसह ।।३०८।।
ऐसे दीक्षित जे सोमप । जे आपणचि यज्ञाचें स्वरूप ।
तींहीं तया पुण्याचेनि नांवें पाप । जोडिलें देखें ।।३०९।।
सोमपान करणारे जे दिक्षित असती । ते स्वत: यज्ञस्वरूप होती ।
पण पुण्याच्या नावाने जोडती । पापच ।।३०९।।
जे श्रुतित्रयांतें जाणोनी । शतवरी यज्ञ करुनी ।
यजिलिया मातें चुकोनी । स्वर्गा वरिती ।।३१०।।
तिन्ही वेद जाणती । शतयज्ञानी मला भजती ।
भ्रमात मला विसरती । स्वर्गप्राप्तीच्या इच्छेने ।।३१०।।
जैसें कल्पतरूतळवटीं । बैसोनि झोळिये देतसे गांठी ।
मग निदैव निघे किरीटी । दैन्यचि करूं ।।३११।।
कल्पवृक्षातळी अभागी बसतो । फाटक्या झोळीला गाठी मारतो ।
आणि भीक मागायला जातो । तसे आहे अर्जुना ।।३११।।
तैसे शतक्रतु यजिलें मातें । कीं ईप्सिताति स्वर्गसुखातें ।
आतां पुण्य कीं हें निरुतें । पाप नोहे? ।।३१२।।
शतयज्ञाचे यजन करती । स्वर्ग भोगाची इच्छा धरती ।
पण याची होते पापातच गणती । पुण्य सोडून ।।३१२।।
म्हणौनि मजवीण पाविजे स्वर्गु । तो अज्ञानाचा पुण्यमार्गु ।
ज्ञानिये तयातें उपसर्गु । हानि म्हणती ।।३१३।।
माझ्याऐवजी स्वर्ग मागती । अज्ञानी त्या पुण्य समजती ।
ज्ञानी मात्र यास मानती । विघ्न ।।३१३।।

एऱ्हवीं तरी नरकींचें दुःख । पावोनि स्वर्गा नाम कीं सुख ।
वांचूनि नित्यानंद गा निर्दोख । तें स्वरूप माझें ।।३१४।।
एरवी नरकातील दुःखे पाहती । मग स्वर्गभोगा सुख मानती ।
पण निर्दोष जो आनंद पाहती । ते माझे स्वरूप ।।३१४।।
मज येतां पैं सुभटा । या द्विविधा गा आव्हांटा ।
स्वर्गु नरकु या वाटा । चोरांचिया ।।३१५।।
अर्जुना माझ्याकडे येण्यासाठी ।
स्वर्ग नरक हे दोन मार्ग असती ।
पण ते आडमार्ग ठरती । हे खरे ।।३१५।।
स्वर्गा पुण्यात्मकें पापें येइजे ।
पापात्मकें पापें नरका जाइजे ।
मग मातें जेणें पाविजे । तें शुद्ध पुण्य ।।३१६।।
पापासवे पुण्य, पुण्यासवे पाप । स्वर्ग नरकात नेते आपोआप ।
पण ज्यामुळे प्राप्त होई माझे स्वरूप । ते शुद्ध पुण्य ।।३१६।।
आणि मजचिमाजीं असतां । जेणें मी दुऱ्हावें पंडुसुता ।
तें पुण्य ऐसें म्हणतां । जीभ न तुटे काई? ।।३१७।।
सर्व प्राणीमात्र माझ्यात असती ।
ज्या कर्मानें मला दुरावती ।
या कर्माला काय पुण्य म्हणती? ।
जीभ तुटणार नाही का? ।।३१७।।
परि हें असो आतां प्रस्तुत । ऐकें यापरि ते दीक्षित ।
यजूनि मातें याचित । स्वर्गभोगु ।।३१८।।
हे बोलणे राहू दे आता । दीक्षित ब्राह्मण माझे यजन करता ।
स्वर्गभोग ते इच्छिती पार्था । हे तू जाण ।।३१८।।
मग मी न पविजे ऐसें । जें पापरूप पुण्य असे ।
तेणें लाधलेनि सौरसें । स्वर्गा येती ।।३१९।।
ज्याने न होई माझी प्राप्ती । असे पापरूपी पुण्य करती ।
मग स्वर्गात ते येती । त्या आधारे ।।३१९।।
जेथ अमरत्व हें सिंहासन । ऐरावतासारिखें वाहन ।
राजधानीभुवन । अमरावती ।।३२०।।
जिथे अमरत्व सिंहासन । ऐरावत हे वाहन ।
राजधानीचे स्थान । अमरावती ।।३२०।।
जेथ महासिद्धींचीं भांडारें । अमृताचीं कोठारें ।
जिये गांवीं खिल्लारें । कामधेनूंचीं ।।३२१।।
जेथे महासिद्धींची भांडारे । अमृताची कोठारे ।
कामधेनूंची खिल्लारे । त्या गावात ।।३२१।।
जेथ वोळगे देव पाइका । सैंघ चिंतामणीचिया भूमिका ।
विनोदवनवाटिका । सुरतरूंचिया ।।३२२।।
देवता चाकर होऊन सेविती । चिंतामणींचे मार्ग असती ।
बगीचे करमणुकीसाठी । ते कल्पवृक्षांचे ।।३२२।।
गंधर्व गात गाणीं । जेथ रंभे ऐसिया नाचणी ।
उर्वसी मुख्य विलासिनी । अंतौरिया ।।३२३।।
गंधर्व मधुर गाती । अप्सरा नृत्य करती ।
उर्वशी विलासासाठी । तत्पर असती ।।३२३।।
मदन वोळगे शेजारें । जेथ चंद्र शिंपे सांबरें ।
पवना ऐसे म्हणियारे । धांवणें जेथ ।।३२४।।
शय्यागृह राखी मदन । चंद्र शिंपतो चांदणं ।
वाऱ्याप्रमाणे धावे पवन । सेवक म्हणून ।।३२४।।
पैं बृहस्पती मुख्य आपण । ऐसे स्वस्तीश्रियेचे ब्राह्मण ।
ताटियेचे सुरगण । बहुवस जेथें ।।३२५।।
बृहस्पती ज्यात प्रमुख । स्वस्तिवाचन करती ब्राह्मण वैदिक ।
पंगतीला देवांचे सुख । तिथे आहे ।।३२५।।
लोकपाळ रांगेचे । राउत जिये पदवीचे ।
उच्चैःश्रवा खांचे । खोळणिये ।।३२६।।
लोकपाल राजे सभोवती । मानाचे घोडे असती ।
उच्चैःश्रवा पुढे चालती । जो इंद्राचा घोडा ।।३२६।।
हे असो बहु ऐसे । भोग इंद्रसुखासरिसे ।
ते भोगिजती जंव असे । पुण्यलेशु ।।३२७।।
हे फार झाले वर्णन । याज्ञिक जोवरी पुण्य पावन ।
तोवरी ते इंद्रासमान । सुख भोगिती ।।३२७।।
मग तया पुण्याची पाउटी सरे । सवेंचि इंद्रपणाची उटी उतरे ।
आणि येऊं लागती माघारे । मृत्युलोका ।।३२८।।
मग पुण्याची पुंजी सरते । इंद्रपणाची उटी उतरते ।
मृत्यूलोकी परताया लागते । अशांना ।।३२८।।
जैसा वेश्याभोगी कवडा वेंचे । मग दारही चेपूं नये तियेचें ।
तैसें लाजिरवाणें दीक्षितांचें । काय सांगों? ।।३२९।।
वेश्येसाठी सर्व पैसे जाती । मग तिच्या दारा स्पर्श न करती ।
तशी लज्जास्पद स्थिती होती । त्या सर्वांची ।।३२९।।
एवं थितिया मातें चुकले । जींहीं पुण्यें स्वर्ग कामिलें ।
तयां अमरपण तें वावो जालें । अंतीं मृत्युलोकु ।।३३०।।
असे जे मला विसरले । स्वर्गभोग त्यांनी इच्छिले ।
ते मृत्यूलोकांत परतले! अमरत्व व्यर्थ होऊन ।।३३०।।

मातेचिया उदरकुहरीं । पचूनि विष्ठेच्या दाथरीं ।
उकडूनि नवमासवरी । जन्मजन्मोनि मरती ।।३३१।।

मातेच्या उदरगुहेत । विष्ठेच्या घरात ।
नऊ महिने अडकतात । पुन्हा जन्मती मरती ।।३३१।।

अगा स्वप्नीं निधान फावे । परि चेइलिया हारपे आघवें ।
तैसें स्वर्गसुख जाणावें । वेदज्ञाचें ।।३३२।।

स्वप्नात द्रव्यसाठा दिसतो । जाग येता नष्ट होतो ।
तसा स्वर्गसुखाचा आभास ठरतो । वेद ज्ञानवंताला ।।३३२।।

अर्जुना वेदविद जर्‍ही जाहला । तरी मातें नेणता वायां गेला ।
कणु सांडूनि उपणिला । कोंडा जैसा ।।३३३।।

जरी तो वेदज्ञ असला । तरी मला न जाणता वाया गेला ।
धान्य टाकून उफणला । नुसता कोंडा ।।३३३।।

म्हणौनि मज एकेंविण । हे त्रयीधर्म अकारण ।
आतां मातें जाणोनि कांहीं नेण । तूं सुखिया होसी ।।३३४।।

माझ्या वाचून तिन्ही वेदांत । यज्ञकर्मे जी निष्फळ होत ।
ती सोडून तू मला जाणत । तर सुखी होशील ।।३३४।।

पैं सर्वभावेसीं उखितें । जे वोपिलें मज चित्तें ।
जैसा गर्भगोळु उद्यमातें । कोणाही नेणें ।।३३५।।

ज्याने सर्व भाव राखत । अर्पिले मला संपूर्ण चित्त ।
जसा गर्भ नाही जाणत । मातेविना कोणा ।।३३५।।

तैसा मीवांचूनि कांहीं । आणीक गोमटेंचि नाहीं ।
मजचि नाम पाहीं । जिणेंया ठेविलें ।।३३६।।

माझ्यावाचून काही । दुसरे चांगलेच नाही ।
माझी प्राप्ती ही । जगणे मानतात ।।३३६।।

ऐसे अनन्यगतिकें चित्तें । चिंतितसांतें मातें ।
जे उपासिति तयांतें । मीचि सेवीं ।।३३७।।

ठेवून एकनिष्ठ भावना । जे करिती माझ्या चिंतना ।
त्यांची पाहून उपासना । मी सेवा करतो ।।३३७।।

ते एकवटूनि जिये क्षणीं । अनुसरले गा माझिये वाहणीं ।
तेव्हांचि तयांची चिंतवणी । मजचि पडली ।।३३८।।

ज्या क्षणी ते चित्त एकवटती । करू पाहती माझी प्राप्ती ।
तेव्हा मीच त्यांचा चिंती । योगक्षेम ।।३३८।।

मग तींहीं जें जें करावें । तें मजचि पडिलें आघवें ।
जैसी अजातपक्षाचेनि जीवें । पक्षिणी जिये ।।३३९।।

ते करती जे जे कर्म । ते सफल करणे हा माझा धर्म ।
पक्षीणच जाणते मर्म । नवजात पिल्लाचे ।।३३९।।

आपुली तहान भूक नेणें । तान्हया निकें तें माउलीसीचि करणें ।
तैसें अनुसरले जे मज प्राणें । तयांचें सर्व मी करीं ।।३४०।।

तान्हुले तहान-भूक न जाणे ।
माऊलीनेच त्याचे करणे ।
मज अर्पिती जे अनन्य भावाने ।
त्यांची इच्छापूर्ती मी करतो ।।३४०।।

तया माझिया सायुज्याची चाड । तरि तेंचि पुरवीं कोड ।
कां सेवा म्हणती तरी आड । प्रेम सूयें ।।३४१।।

माझी हवी असेल त्यांना प्राप्ती । तर करतो मी त्यांची इच्छापूर्ती ।
किंवा माझीच सेवा जर ते करती । प्रेम मी निर्मितो ।।३४१।।

ऐसा मनीं जो जो धरिती भावो ।
तो तो पुढां पुढां लागे तयां देवों ।
आणि दिधलियाचा निर्वाहो । तोही मीचि करीं ।।३४२।।

असा भाव जे मनी धरती । त्यांची होते इच्छापूर्ती ।
आणि दिली वचने ही रक्षती । मीच तो ।।३४२।।

हा योगक्षेमु आघवा । तयांचा मजचि पडिला पांडवा ।
जयांचिया सर्वभावा । आश्रयो मी ।।३४३।।

त्यांचा जो योगक्षेम असतो । तोही मीच पाहतो ।
सर्व वृत्तींचा आश्रय असतो । मीच पांडवा ।।३४३।।

आतां आणिकही संप्रदायें । परी मातें नेणती समवायें ।
जें अग्निइंद्रसूर्यसोमाये । म्हणौनि यजिती ।।३४४।।

इतर काही संप्रदायांत । अग्नी, इंद्र, सूर्य भजतात ।
मी सर्वत्र समप्रमाणात । हे ते न जाणती ।।३४४।।

तेही कीर मातेंचि होये । कां जें हें आघवें मीचि आहें ।
परि ते भजती उजरी नव्हे । विषम पडे ।।३४५।।

ते पूजन मलाच पोहोचते । विश्वात माझेच रूप असते ।
पण ते पूजन शास्त्रोक्त नसते । पद्धत चुकीची राहे ।।३४५।।

पाहें पां शाखा पल्लव रुखाचें ।
हे काय नव्हती एकाचि बीजाचें? ।
परी पाणी घेणें मुळाचें । तें मुळींचि घापे ।।३४६।।

फांद्या, पाने हे वृक्षाचे । असती हे एकाच बीजाचे ।
पाणी शोषणे काम मुळांचे । पाणी मुळालाच घालावे ।।३४६।।

कां दहाही इंद्रियें आहाती । इयें जरी एकेचि देहींचीं होती ।
आणि इहीं सेविले विषयो जाती । एकाचि ठायीं ।।३४७।।

इंद्रिये दहा असती । पण एकाच देहाची असती ।
ते जे विषय सेवती । ते अंत:करणी पोहोचती ।।३४७।।

तरि करोनि रससोय बरवी । कानीं केवीं भरावी? ।
फुलें आणोनि बांधावीं । डोळां केवीं? ।।३४८।।
उत्तम रसयुक्त पक्वान्नेही । कानात कशी भरवावी? ।
की फुले आणून कशी बांधावी । डोळ्यांवर? ।।३४८।।
तेथ रसु तो मुखेंचि सेवावा । परिमळु तो घ्राणेंचि घ्यावा ।
तैसा मी तो यजावा । मीचि म्हणौनि ।।३४९।।
मुखानेच रसाचा स्वाद घ्यावा । सुगंध नाकानेच हुंगावा ।
तसा मलाच भजावा । सर्व देवांचे ठायी ।।३४९।।
येर मातें नेणोनि भजन । तें वायांचि गा आनेंआन ।
म्हणौनि कर्माचे डोळे ज्ञान । तें निर्दोष होआवें ।।३५०।।
मला न जाणता भजन करती । ते काहीतरी वाया जाती ।
ज्ञान हे कर्माचे डोळे असती । ते निर्दोष असावेत ।।३५०।।
एऱ्हवीं पाहे पां पंडुसुता । या यज्ञोपहारां समस्तां ।
मीवांचूनि भोक्ता । कवणु आहे? ।।३५१।।
एरवी हे अर्जुन । हविर्द्रव्य जे यज्ञातून ।
त्यास मज वाचून । भोक्ता कोण? ।।३५१।।
मी सकळां यज्ञांचा आदि ।
आणि यजना या मीचि अवधि ।
कीं मातें चुकोनि दुर्बुद्धि ।
देवां भजले ।।३५२।।
यज्ञाचा आरंभ मीच आहे । यज्ञाचा शेवट मीच आहे ।
मला सोडून इतरा भजताहे । ते दुर्बुद्धी असलेले ।।३५२।।
गंगेचें उदक गंगे जैसें । अर्पिजे देवपितरोद्देशें ।
माझें मज देती तैसें । परि आनानीं भावीं ।।३५३।।
गंगचे जल गंगेत सोडती । देव-पितरांना अर्पिती ।
तसेच माझेच मला देती । इतर देवांच्या नावे[६] ।।३५३।।
म्हणौनि ते पार्था । मातें न पवतीचि सर्वथा ।
मग मनीं वाहिली जे आस्था । तेथ आले ।।३५४।।
म्हणून हे पार्थ । ते मला न करती प्राप्त ।
त्यांच्या मनी जी इच्छा वसत । त्या लोकी जाती ।।३५४।।
मनें वाचा करणीं । जयांचीं भजनें देवांचिया वाहणीं ।
ते शरीर जातिये क्षणीं । देवचि जाले ।।३५५।।
मन-वाणी-कर्माने । जे देवांना भजती तंत्रमंत्राने ।
देवच होती क्षणाने । देह गेल्यावर ।।३५५।।

अथवा पितरांचीं व्रतें । वाहती जयांचीं चित्तें ।
जीवित सरलिया तयांतें । पितृत्व वरी ।।३५६।।
श्राद्ध पक्ष ही पितृव्रते । जे करती मन:चिते ।
जीवित सरता त्यांचे ते । पितृलोकी जातात ।।३५६।।
कां क्षुद्रदेवतादि भूतें । तियेचि जयांचि परमदैवतें ।
जिहीं अभिचारिकीं तयांतें । उपासिलें ।।३५७।।
राक्षस, वेताळ, ब्रह्मराक्षस ते । ही ज्यांची परमदैवते ।
तामस प्रकारांनी भजती जे । उपासना करती ।।३५७।।
तयां देहाची जवनिका फिटली । आणि भूतत्वाची प्राप्ती जाहली ।
एवं संकल्पवशें फळलीं । कर्में तयां ।।३५८।।
देहाचे पटल फिटते । भूतखेतांची प्राप्ती होते ।
त्यांचे कर्म फळाला येते । संकल्पानुसार ।।३५८।।
मग मीचि डोळां देखिला । जिहीं कानीं मीचि ऐकिला ।
मीचि मनीं भविला । वानिला वाचा ।।३५९।।
ज्यांनी मलाच डोळ्यांनी पाहिले । कानांनी ऐकले ।
मनाने चिंतले । वाणीने गायले ।।३५९।।
सर्वांगीं सर्वांठायीं । मीचि नमस्करिला जिहीं ।
दानपुण्यादिकें जें कांहीं । तें माझियाचि मोहरां ।।३६०।।
सर्वांठायी मलाच मानून । शुद्ध भावनेने नमस्कार करून ।
दान-पुण्य करती मला उद्देशून । असे लोक ।।३६०।।
जिहीं मातेंचि अध्ययन केलें । जे आंतबाहेरि मियांचि धाले ।
जयांचें जीवित्व जोडलें । मजचिलागीं ।।३६१।।
माझ्याच ग्रंथाचे वाचन केले । माझ्याच योगे तृप्त झाले ।
माझ्या भक्तीसाठी आयुष्य लाभले । त्यांना ।।३६१।।
जे अहंकारु वाहत आंगी । आम्ही हरीचे भूषावयालागीं ।
जे लोभिये एकचि जगीं । माझेनि लोभें ।।३६२।।
अहंकार जाळून टाकती । स्वत:ला हरीचे दास म्हणती ।
माझ्या प्राप्तीसाठी लोभी ठरती । या जगात ।।३६२।।
जे माझेनि कामें सकाम । जे माझेनि प्रेमें सप्रेम ।
जे माझिया भुली संभ्रम । नेणती लोक ।।३६३।।
जे माझीच कर्मे करती । माझ्या प्राप्तीने इच्छा पूर्ण होती ।
माझ्या प्रेमापायी इतरा दुर्लक्षती । ते जाणते असती ।।३६३।।
जयांचीं जाणती मजचि शास्त्रें । मी जोडें जयांचेनि मंत्रें ।
ऐसें जे चेष्टामात्रें । भजले मज ।।३६४।।
माझी जाणीव हेच त्यांचे शास्त्र । माझ्या प्राप्तीचाच म्हणती मंत्र ।
उपासना हेच सर्व क्रियांचे अस्त्र । मला भजतात ।।३६४।।

६ (भिन्न भिन्न भावे)

ते मरणा ऐलीचकडे । मज मिळोनि गेले फुडे ।
मग मरणीं आणिकीकडे । जातील केवीं? ॥३६५॥
मृत्यूपूर्वी माझी होते प्राप्ती । माझ्याशी ते एकरूपती ।
मग मृत्यूनंतर अन्य गती । ते का पावतील? ॥३६५॥
म्हणौनि मद्याजी जे जाहाले । ते माझियाचि सायुज्या आले ।
जिहीं उपचारमिषें दिधलें । आपणपें मज ॥३६६॥
मला सर्व जीवन अर्पिती । मलाच ते भजती ।
ते सायुज्य गतीस पोहोचती । आपोआप ॥३६६॥
पैं अर्जुना माझे ठायीं । आपणपेंवीण सौरसु नाहीं ।
मी उपचारें कवणाही । नाकळें गा ॥३६७॥
माझ्या ठायी सर्वस्व अर्पिता । खरे प्रेम निर्माण होता ।
कोणत्याही इतर उपाये भक्ता । मी प्राप्त न होई ॥३६७॥
एथ जाणीव करी तोचि नेणें । आथिलेंपण मिरवी तेंचि उणें ।
आम्ही जाहलों ऐसें जो म्हणे । तो कांहींचि नव्हे ॥३६८॥
ज्ञानप्राप्ती झाली जो म्हणे खरे नाही ।
कृतार्थ झालो, म्हणे नसे त्या ठायी ।
मुक्त झालो म्हणे ते मुक्त नाही ।
हे खरे ॥३६८॥
अथवा यज्ञदानादि किरीटी । कां तपें हन जे हुटहुटी ।
ते तृणा एकासाठीं । न सरे एथ ॥३६९॥
यज्ञज्ञाने करती माझी प्राप्ती । त्याची जे घमेंड बाळगती ।
त्यांची ती साधने माझ्यासाठी । तृणाइतकी माही नाहीत ॥३६९॥
पाहें पां जाणिवेचेनि बळें ।
कोण्ही वेदांपासूनि असे आगळें? ।
कीं शेषाहूनि तोंडाळें ।
बोलकें आथी? ॥३७०॥
ज्ञानसंपदेच्या दृष्टीनी । वेदांवाचून श्रेष्ठ कोणी? ।
शेषाशिवाय दुसरा कोणी । हजार तोंडे बोलतो? ॥३७०॥
तोही आंथरुणातळवटीं दडे । येरु नेति नेति म्हणौनि बहुडे ।
एथ सनकादिक वेडे । पिसे जाहले ॥३७१॥
तो शेष शय्येखाली दडतो । वेद 'नेती' म्हणत गप्प रहातो ।
सनकादिक ही वेडपिसा होतो । माझे ठायी ॥३७१॥
करितां तापसांची कडसणी । कवणु जवळां ठेविजे शूळपाणी ।
तोही अभिमानु सांडूनि पायवणी । माथां वाहे ॥३७२॥
तपस्व्यांची तपासणी करता । कोण येई शंकरासवे बसवता? ।
अभिमान सोडून तो घेई माथा । माझ्या पायतळीची गंगा ॥३७२॥

नातरी आथिलेपणें सरिशी । कवणी आहे लक्ष्मिये ऐसी? ।
श्रियेसारिखिया दासी । घरीं जियेतें ॥३७३॥
ऐश्वर्यांचे बाबतीत अशी । कोण आहे लक्ष्मी जैसी ।
रिद्धी-सिद्धी सम दासी । तिच्या घरी राबती ॥३७३॥
तिया खेळतां करिति घरकुलीं । तयां नामें अमरपुरें जरी ठेविलीं ।
तरि न होती काय बाहुलीं । इंद्रादिक तयांचीं? ॥३७४॥
त्या दासी घरकुल खेळती । अमरपुरी नाव ठेवती ।
त्या घरी बाहुल्या न बनती । इंद्रादी देव? ॥३७४॥
तिया नावडोनि जेव्हां मोडिती । तेव्हां महेंद्राचे रंक होती ।
तिया झाडा जेउते पाहती । ते कल्पवृक्ष ॥३७५॥
त्या दासी खेळ मोडती । मग इंद्राचे रंक बनती ।
त्या ज्या वृक्षाकडे पाहती । ते कल्पवृक्ष होती ॥३७५॥
ऐसिया जियेचिया जवळिका । सामर्थ्य घरींचिया पाइका ।
ते लक्ष्मी मुख्यनायका । न मनेचि एथ ॥३७६॥
जिच्यासवे दासी राहती । त्यांचे हे सामर्थ्य असती ।
त्यांची नायिका लक्ष्मी मानती । पण मी मानत नाही ॥३७६॥
मग सर्वस्वें करूनि सेवा । अभिमानु सांडूनि पांडवा ।
ते पाय धुवावयाचिया दैवा । पात्र जाहाली ॥३७७॥
मग अभिमान सोडून पांडवा । माझी सर्वथा केली सेवा ।
माझे चरण धुण्यास तेंव्हा । ती पात्र झाली ॥३७७॥
म्हणौनि थोरपण पऱ्हां सांडिजे ।
एथ व्युत्पत्ति आघवी विसरिजे ।
जैं जगा धाकुटें होईजे ।
तैं जवळीक माझी ॥३७८॥
म्हणून श्रीमंतीचा तोरा सोडावा । विद्वत्तेचा अहं विसरावा ।
सर्वासवे नम्रपणा ठेवावा । तेंव्हा माझी प्राप्ती होते ॥३७८॥
अगा सहस्रकिरणांचिये दिठी- । पुढां चंद्रही लोपे किरीटी ।
तेथ खद्योत कां हुटहुटी । आपुलेनि तेजें? ॥३७९॥
सहस्रकिरणांचा सूर्य तो । त्यापुढे चंद्रही लोपतो ।
मग काजवा का घमेंड ठेवतो । आपल्या तेजाची ॥३७९॥
तैसें लक्ष्मियेचें थोरपण न सरे । जेथ शंभूचेंही तप न पुरे ।
तेथ येर प्राकृत हेंदरें । केवीं जाणों लाहे? ॥३८०॥
जिथे लक्ष्मीचा मोठेपणा न उरे ।
शिवाचे तप ही अपुरे ।
तिथे सामान्य अजागळ माणसे कशी बरे ।
मला जाणू शकतील? ॥३८०॥

यालागीं शरीरसांडोवा कीजे । सकळ गुणांचें लोण उतरिजे ।
संपत्तिमदु सांडिजे । कुरवंडी करुनी ।।३८१।।

म्हणून शरीर ओवाळून टाकावे । गुणांचे लोण उरतवावे ।
संपत्तीचे थोरपण सांडावे । कुरवंडी करून ।।३८१।।

मग असीम भक्ती प्रेमाने । मला अर्पावया निमित्ताने ।
एखादे फळ भक्तगणाने । मला आणले ।।३८२।।

मग असीम भक्ती प्रेमाने । मला अर्पावया निमित्ताने ।
एखादे फळ भक्तगणाने । मला आणले ।।३८२।।

भक्तु माझियाकडे दावी । आणि मी दोन्हीं हात वोडवीं ।
मग देंठु न फेडितां सेवीं । आदरेंशी ।।३८३।।

ते फळ भक्त मला दाखवतो । मी हात पुढे करतो ।
ते प्रेमाने खातो । देठही न काढता ।।३८३।।

पैं गा भक्तीचेनि नांवें । फूल एक मज द्यावें ।
तें लेखें तरि म्यां तुरंबावें । परि मुखींचि घालीं ।।३८४।।

भक्ताने फूल देता । मी त्याचा सुगंध न घेता ।
तोंडात टाकी सर्वथा । भक्ती प्रेमे रंगून ।।३८४।।

हें असो कायसीं फुलें । पानचि एक आवडे तें जाहलें ।
तें साजुकही न हो सुकलें । भलतैसें ।।३८५।।

फुलाचीच गोष्ट जाय । पानदेखील होई मला प्रिय ।
ते कसेही असेल काय । टवटवीत वा सुकलेले ।।३८५।।

परि सर्वभावें भरलें देखें । आणि भुकेला अमृतें तोखें ।
तैसें पत्रचि परि तेणें सुखें । आरोगूं लागें ।।३८६।।

भक्ताचे प्रेम बघून । भुकेला संतोषे अमृत घेऊन ।
तसा मी ते पान खाऊन । तृप्त होतो ।।३८६।।

अथवा ऐसेंहीं एक घडे । जे पालाही परी न जोडे ।
तरि उदकाचें तंव सांकडें । नव्हेल कीं? ।।३८७।।

कधी असेही घडते । पानदेखील न मिळते ।
पाणी मिळण्या अडचण येते? । असे कधी होई? ।।३८७।।

तें भलतेथ निमोलें । न जोडितां आहे जोडलें ।
तेंचि सर्वस्व करूनि अर्पिलें । जेणें मज ।।३८८।।

जल कुठेही सहज लाभते । सर्वोपचार मानून ते ।
मला प्रेमाने अर्पिले असते । ज्या भक्तांनी ।।३८८।।

तेणें वैकुंठांपासोनि विशाळें । मजलागीं केली राऊळें ।
कौस्तुभाहोनि निर्मळें । लेणीं दिधलीं ।।३८९।।

त्या भक्ताने वैकुंठाहून महान । मंदिर दिले मला बांधून ।
कौस्तुभ राजाहून मौल्यवान । अलंकार अर्पण केले ।।३८९।।

दुधाचीं सेजारें । क्षीराब्धी ऐसीं मनोहरें ।
मजलागीं अपारें । सृजिलीं तेणें ।।३९०।।

त्याने क्षीरसागरासम सुंदर । दुधाची शय्यागृहे मनोहर ।
माझ्यासाठी निर्माण केली अपार । असे मी समजतो ।।३९०।।

कर्पूर चंदन अगरु । ऐसेया सुगंधाचा महामेरु ।
मज हातीवा लाविला दिनकरु । दीपमाळे ।।३९१।।

कापूर, चंदन, अगरू आणून । मला सुगंधी पर्वत मेरू अर्पून ।
जणू सूर्याला ठेवले लावून । दीपमाळेवर ।।३९१।।

गरुडासारिखीं वाहनें । मज सुरतरूंचीं उद्यानें ।
कामधेनूंचीं गोधनें । अर्पिलीं तेणें ।।३९२।।

गरुडासारखी वाहने । कल्पवृक्षांची उद्याने ।
कामधेनूप्रत गोधने । त्याने मला जणू अर्पिली ।।३९२।।

मज अमृताहूनि सुरसें । बोनीं वोगरिली बहुवसें ।
ऐसा भक्तांचेनि उदकलेशें । परितोषें गा ।।३९३।।

त्याने अमृतापेक्षा मधुर । पक्वान्ने वाढली भरपूर ।
असा जलाच्या थेंबानेही जरूर । मी संतोषतो ।।३९३।।

हें सांगावें काय किरीटी ।
तुवांचि देखिलें आपुलिया दिठी ।
मी सुदामाचिया सोडीं गांठीं ।
पव्हयांलागीं ।।३९४।।

अर्जुना या गोष्टी सांगाव्या लागल्या ।
तू डोळ्यांने असशील पाहिल्या ।
पोह्यांसाठी मी सोडवल्या ।
सुदाम्याच्या पुरचुंडीच्या गाठी ।।३९४।।

पैं भक्ति एकी मी जाणें । तेथ सानें थोर न म्हणे ।
आम्ही भावाचे पाहुणे । भलतेया ।।३९५।।

मी फक्त भक्ती जाणतो । लहान, थोर न मानतो ।
आम्ही अतिथी असतो । प्रेमभावाचे भुकेले ।।३९५।।

येर पत्र पुष्प फळ । हें भजावया मिस केवळ ।
वांचूनि आमुचा लाग निष्कळ । भक्तितत्त्व ।।३९६।।

पान, फूल, फळ अर्पिणे । हे निमित्त भला भजणे ।
आमचा संबंध केवळ असणे । भक्तितत्त्वाशी ।।३९६।।

म्हणौनि अर्जुना अवधारीं । तूं बुद्धी एकी सोपारी करीं ।
तरि सहजें आपुलिया मनोमंदिरीं । न विसंबें मातें ।।३९७।।

अर्जुना तू देई अवधान । बुध्दी करसी माझ्या स्वाधीन ।
माझा विसर न पडावा दे ध्यान । तुझ्या ह्रदयमंदिरात ।।३९७।।

जे जे कांहीं व्यापार करिसी । कां भोग हन भोगिसी ।
अथवा यज्ञीं यजिसी । नानाविधीं ॥३९८॥
तू जे काही कर्म करशील । अथवा उपभोग घेशील ।
अथवा यज्ञ करशील । वेगवेगळे ॥३९८॥
नातरी पात्रविशेषें दानें । कां सेवकां देसी जीवनें ।
तपादि हन साधनें । व्रतें करिसी ॥३९९॥
सत्पात्री दाने देशील । सेवका वेतन देशील ।
तपसाधना व्रत करशील । सदैव ॥३९९॥
तें क्रियाजात आघवें । जें जैसें निपजेल स्वभावें ।
तें भावना करोनि करावें । माझिया मोहरा ॥४००॥
ते सर्व कर्म असेल । तुझ्याकडून सहज घडेल ।
ते मला अर्पण करशील । मला प्राप्त करण्या ॥४००॥
परि सर्वथा आपुले जीवीं । केलियाची से कांहींचि नुरवीं ।
ऐसीं धुवोनि कर्मे द्यावीं । माझियां हातीं ॥४०१॥
हे मी केले म्हणून । ठेवू नको आठवण ।
स्वच्छ अशी कर्मे करून । माझ्या हाती दे ॥४०१॥
मग अग्निकुंडीं बीजें घातलीं ।
तियें अंकुरदशे जेवीं मुकलीं ।
तेवीं न फळतीचि मज अर्पिलीं ।
शुभाशुभें ॥४०२॥
अग्निकुंडातले बीज कधीही । जसे अंकुरत नाही ।
तसे हे कर्म फळतच नाही । जे मला अर्पिले ॥४०२॥
अगा कर्मे जैं उरावें । तैं तिहीं सुखदु:खीं फळावें ।
आणि तयातें भोगावया यावें । देहा एका ॥४०३॥
कर्म शिल्लक राहता । सुख-दु:ख लागे भोगता ।
अन् ते भोगण्याकरता । जन्म घ्यावा लागतो ॥४०३॥
ते उगाणिलें मज कर्म । तेव्हांचि पुसिलें मरण जन्म ।
जन्मासवें श्रम । वरचिलही गेले ॥४०४॥
कर्म मला अर्पण करती । जन्म-मृत्यू चक्रे थांबती ।
कष्टही नाहीसे होती । जन्मानंतरचे ॥४०४॥
म्हणौनि अर्जुना यापरी । पाहेचा वेळु नव्हेल भारी ।
हे संन्यासयुक्ति सोपारी । दिधली तुज ॥४०५॥
म्हणून अर्जुना असे करताही ।
पुढचा काळ कठीण जाणार नाही ।
म्हणून कर्मफल त्यागाची सोपी ही ।
युक्ती तुला दिली ॥४०५॥

या देहाचिया बांदोडी न पडिजे । सुखदु:खांचियां सागरीं न बुडिजे ।
सुखें सुखरूपा घडिजे । माझियाचि आंगा ॥४०६॥
यामुळे देहाचे बंधन नाही । न बुडावे लागे भवसागरातही ।
सहज ऐक्य करता येई । माझ्याशी ॥४०६॥
तो मी पुससी कैसा । तरि जो सर्वभूतीं सदा सरिसा ।
जेथ आपपरु ऐसा । भागु नाहीं ॥४०७॥
मला विचार मी कसा आहे । सर्वत्र समरूपात राहे ।
आपला-परका भेद नोहे । कोणताही ॥४०७॥
जे ऐसिया मातें जाणोनि । अहंकाराचा कुरुठा मोडोनि ।
जे जीवें कर्मे करूनि । भजती मातें ॥४०८॥
माझे स्वरूप जे जाणती । अहंकार नाहीसा करती ।
सर्वथा मलाच भजती । सर्व कर्मांद्वारे ॥४०८॥
ते वर्तत दिसती देहीं । परि ते देहीं ना माझ्या ठायीं ।
आणि मी तयांच्या हृदयीं । समग्र असे ॥४०९॥
ते वावरती देहांत । पण एकरूप माझ्यात ।
आणि मी त्यांच्या हृदयात । पूर्ण वसतो ॥४०९॥
सविस्तर वटत्व जैसें । बीजकणिकेमाजीं असे ।
आणि बीजकणु वसे । वटीं जेवीं ॥४१०॥
मोठे वडाचे झाड ते । वडाच्या बीजात वसते ।
आणि त्या झाडात असते । त्याचे बीज ॥४१०॥
तेवीं आम्हां तयां परस्परें । बाहेरी नामाचींचि अंतरें ।
वांचूनि आंतुवट वस्तुविचारें । मी तेचि ते ॥४११॥
आमच्यामध्ये खरे परस्पर । नामभेद फक्त बाहेर ।
आतमध्ये बघितले तर । ते मी एकच ॥४११॥
आतां जायांचें लेणें । जैसें आंगावरी आहाचवाणें ।
तैसें देहधरणें । उदास तयांचें ॥४१२॥
उसने आणलेले दागिने । जसे उदासपणे घालणे ।
तसे भक्ताचे देह धारण करणे । उदासीन ॥४१२॥
परिमळु निघालिया पवनापाठीं । मागें वोस फूल राहे देंठीं ।
तैसें आयुष्याचिये मुठी । केवळ देह ॥४१३॥
वाऱ्यासवे गंध जाई । फूल देठावरच राही ।
तसे माझ्याशी ऐक्य पावताही । देह राहे निव्वळ ॥४१३॥
येर अवष्टंभु जो आघवा । तो आरूढोनि मद्भावा ।
मजचि आंतु पांडवा । पैठा जाहला ॥४१४॥
सर्व देह अहंकारासमवेत । ब्रह्मरूपात विलीन होत ।
देह प्रयोजन शून्य बनत । हे जाण ॥४१४॥

ऐसे भजतेनि प्रेमभावें । जयां शरीरही पाठीं न पवे ।
तेणें भलतया व्हावें । जातीचिया ।।४१५।।
जे प्रेमभावे मला भजती । त्या पुन्हा शरीर प्राप्त न होती ।
मग असू दे त्यांची जाती । कोणतीही ।।४१५।।
आणि आचरण पाहतां सुभटा ।
तो दुष्कृताचा कीर सेल वांटा ।
परि जीवित वेंचिलें चोहटां । भक्तीचिया कीं ।।४१६।।
त्याचे आचरण पाहता ।
जरी दुर्वर्तनाचा भाग असता ।
तरी जीवित नि:स्वार्थी भक्ती करीता ।
खर्ची केलेले असते ।।४१६।।
अगा अंतींचिया मती । साचपण पुढिले गती ।
म्हणौनि जीवित जेणें भक्ती । दिधलें शेखीं ।।४१७।।
अंत:काळी जशी वासना असते । तशी गती प्राप्त होते ।
भक्ती करण्यात घालवलेले असते । संपूर्ण आयुष्य।।४१७।।
तो आधीं जरी अनाचारी । तरी सर्वोत्तमुचि अवधारीं ।
जैसा बुडाला महापुरीं । न मरतु निघाला ।।४१८।।
तो जरी आधी दुराचारी । तरी नि:स्वार्थ भक्तीचा अधिकारी ।
जसा न बुडता महापुरी । कोणी वाचला असे ।।४१८।।
तयाचें जीवित ऐलथडिये आलें ।
म्हणौनि बुडालेपण जेवीं वायां गेलें ।
तेवीं नुरेचि पाप केलें । शेवटलिये भक्ती ।।४१९।।
तो किनारी सुखरूप येतो । बुडालेपणा वाया जातो ।
आयुष्यभर पाप करतो । तरी अंती भक्ती केली ।।४१९।।
यालागीं दुष्कृती जऱ्ही जाहाला । तरी अनुतापतीर्थीं न्हाला ।
न्हाऊनि मजआंतु आला । सर्वभावें ।।४२०।।
पूर्वी दुष्कृत्य जरी केले । आता पश्चात्ताप तीर्था न्हाले ।
निर्मळ होऊन आले । माझ्यात ।।४२०।।
तरी आतां पवित्र तयाचेंचि कुळ । अभिजात्य तेंचि निर्मळ ।
जन्मलेयाचें फळ । तयासीच जोडलें ।।४२१।।
आता त्याचे पवित्र कुळ । अभिजात अन् निर्मळ ।
लाभते जन्माचे फळ । नि:स्वार्थ भक्तीने ।।४२१।।
तो सकळही पढिन्नला । तपें तोचि तपिन्नला ।
अष्टांग अभ्यासिला । योगु तेणें ।।४२२।।
तो शास्त्रे शिकला । तपस्वी झाला ।
त्याने अभ्यासला । अष्टांग योग ।।४२२।।

हें असो बहुत पार्था । तो उतरला कर्में सर्वथा ।
जयाची अखंड गा आस्था । मजचिलागीं ।।४२३।।
आता हे असो पार्था । तो उतरला कर्मातून सर्वथा ।
त्याची राहते अखंड आस्था । माझ्यावरी ।।४२३।।
अवघिया मनोबुद्धीचिया राहटी । भरोनि एकनिष्ठेची पेटी ।
मजमाजीं किरीटी । निक्षेपिलीं जेणें ।।४२४।।
मन, बुद्धी, देह सर्व काही । एकनिष्ठतेच्या पेटीत राही ।
ती पेटी माझ्या स्वरूपातही । त्याने ठेविली असे ।।४२४।।
तो आतां अवसरें मजसारिखा होईल । ऐसा हन भाव तुज जाईल ।
हां गा अमृताआंत राहील । तया मरण कैचें? ।।४२५।।
तो माझ्यासारखा होई । ही शंका तुला येई ।
जो अमृतात राही । त्याला मृत्यू कसा? ।।४२५।।
पैं सूर्यु जो वेळु नुदैजे । तया वेळा कीं रात्रि म्हणिजे ।
तेवीं माझिये भक्तीविण जें कीजे । तें महापाप नोहें? ।।४२६।।
जेव्हा सूर्योदय नसतो । तो रात्रीचा समय असतो ।
भक्तीवाचून जे कर्म करतो । ते पाप नव्हे कां? ।।४२६।।
म्हणौनि तयाचिया चित्ता । माझी जवळिक पंडुसुता ।
तेव्हांचि तो तत्त्वता । स्वरूप माझें ।।४२७।।
जेव्हा त्या भक्ताच्या चित्ता । लाभे माझी एकरूपता ।
त्यावेळी माझी स्वरूपता । तो बनतो ।।४२७।।
जैसा दीपें दीपु लाविजे । तेथ आदील कोण हें नोळखिजे ।
तैसा सर्वस्वें जो मज भजे । तो मीचि होऊनि ठाके ।।४२८।।
दिव्याने दिवा लागतो । त्यातला पहिला कोणता न कळतो ।
तसा जो सर्वभावे भजतो । तो मीच बनतो ।।४२८।।
मग माझी नित्य शांती । तया दशा तेचि कांती ।
किंबहुना जिती । माझेनि जीवें ।।४२९।।
मग माझी स्थिती । माझी तेजस्वी कांती ।
माझी अखंड शांती । लाभून माझ्या जीवे जगतो ।।४२९।।
एथ पार्था पुढतपुढती । तेंचि तें सांगों किती ।
जरी मियां चाड तरी भक्ती । न विसंबिजे गा ।।४३०।।
पार्था हे आणि पुढती । तुला सांगावे किती ।
माझ्या प्राप्तीस्तव माझी भक्ती । कधी विसरू नये ।।४३०।।
अगा कुळाचिया चोखटपणा नलगा । आभिजात्य झणीं श्लाघा ।
व्युत्पत्तीचा वाउगा । सोसु कां वहावा? ।।४३१।।
कूळशुद्धतेची जरुरी नाही । जनाचे श्रेष्ठत्व मिरवू नाही ।
विद्वतेचा हव्यास ठेवू नाही । माझ्या प्राप्तीसाठी ।।४३१।।

कां रूपवयसा माजा । आथिलेपणें कां गाजा? ।
एक भाव नाहीं माझा । तरी पाल्हाळ तें ।।४३२।।
सुंदर तारुण्याचा माज कशाला? । सत्ता संपत्तीचा डौल कशाला? ।
हृदयात भक्ती नसता कशाला? । हा पाल्हाळ ।।४३२।।
कणेंविण सोपटें । कणसें लागलीं घनदाटें ।
काय करावें गोमटें । वोस नगर? ।।४३३।।
दाणे नसलेली दाट कणसे! त्यांचा काय उपयोग असे? ।
भव्य शहर ओसाड जर दिसे । काय कामाचे? ।। ।।४३३।।
नातरी सरोवर आटलें । रानीं दुःखिया दुःखी भेटलें ।
कां वांझ फुलीं फुललें । झाड जैसें ।।४३४।।
मोठा तलाव असेल आटलेला ।
रानात दुःखीला दुःखी भेटला ।
फुललेला वृक्ष फळांनी नसे लगडलेला ।
तर व्यर्थ ।।४३४।।
तैसें सकळ तें वैभव । अथवा कुळ जाति गौरव ।
जैसें शरीर आहे सावेव । परि जीवचि नाहीं ।।४३५।।
तसे आहे सर्व वैभव । कुळाचाही आहे गौरव ।
शरीरा आहेत सर्व अवयव । पण जीव नाही ।।४३५।।
तैसें माझिये भक्तीविण । जळो तें जियालेंपण ।
अगा पृथ्वीवरी पाषाण । नसती काईं? ।।४३६।।
माझी भक्ती नसेल सार्थ । तर जिवंतपणा नाही अर्थ ।
दगडाप्रमाणे जीवन व्यर्थ । पृथ्वीवरच्या ।।४३६।।
पैं हिंवराची दाट साउली । सज्जनीं जैसी वाळिली ।
तैसीं पुण्यें डावलूनि गेलीं । अभक्तांतें ।।४३७।।
हिवराची दाट सावली । सज्जनांनी डावलली ।
तशी पुण्येही डावलून गेली । भक्तिहीनांना ।।४३७।।
निंब निंबोळियां मोडोनि आला ।
तरी तो काउळियांसीचि सुकाळु जाहला ।
तैसा भक्तिहीनु वाढिन्नला । दोषांचिलागीं ।।४३८।।
कडुलिंब लिंबोळ्यांनी भरतो । कावळ्यांचा सुकाळ होतो ।
पापांसाठीच वाढत राहतो । भक्तिहीन ।।४३८।।
कां षड्रस खापरीं वाढिले । वाढूनि चोहटां ठेविले ।
ते सुणियांचेचि ऐसे झाले । जियापरी ।।४३९।।
षड्रसयुक्त अन्न खापरीत वाढूले ।
ओवाळून चव्हाट्यावर ठेवले ।
तर ते फक्त उपयोगात आले । कुत्र्यांच्या ।।४३९।।

तैसें भक्तिहीनाचें जिणें । जो स्वप्नींहि परि सुकृत नेणे ।
संसारदुःखासि भाणें । वोगरिलें ।।४४०।।
तसे भक्तिहीनाचे जगणे । स्वप्नातही पाप वाटणे ।
ताट संसारदुःखाचे ठेवणे । त्यासाठी वाढून ।।४४०।।
म्हणौनि कुळ उत्तम नोहावें । जाती अंत्यजहि व्हावें ।
वरि देहाचेनि नांवें । पशूचेंहि लाभो ।।४४१।।
उत्तम कूळ नसले तरी । जातीने अंत्यज असला तरी ।
पशुरूपात असला जरी । तरी चालेल ।।४४१।।
पाहें पां सावजें हातिरूं धरिलें ।
तेणें तया काकुळती मातें स्मरिलें ।
कीं तयाचें पशुत्व वावो जाहलें ।
पावलिया मातें ।।४४२।।
मगरीने गजेंद्रा धरता । गजेंद्राने मला स्मरता ।
मी त्याला प्राप्त होता । त्याचे पशुत्व कोठे राहिले? ।।४४२।।
अगा नांवें घेतां वोखटीं ।
जे आघवेया अधमांचिये शेवटीं ।
तिये पापयोनींही किरीटी ।
जन्मले जे ।।४४३।।
अधमाहून अधम असती । नाव घेणे ही वाईट ठरती ।
पापयोनीमध्ये जन्मती । अशी जी ।।४४३।।
ते पापयोनि मूढ । मूर्ख जैसे कां दगड ।
परि माझ्यां ठायीं दृढ । सर्वभावें ।।४४४।।
पापयोनीतील अजाण । दगडासारखी मूर्ख जाण ।
काया वाचा मनानं । माझ्यात स्थिर झाली ।।४४४।।
जयांचिये वाचें माझे आलाप । दृष्टी भोगी माझेंचि रूप ।
जयांचें मन संकल्प । माझाचि वाहे ।।४४५।।
जे वाणीतून माझे नाव घेती । डोळ्यांनी माझेच रूप पहाती ।
माझ्याच प्राप्तीचा करती । संकल्प ।।४४५।।
माझिया कीर्तीविण । जयांचे रिते नाहीं श्रवण ।
जयां सर्वांगीं भूषण । माझी सेवा ।।४४६।।
माझ्या कीर्तीविना काही । त्यांचे कानी पडत नाही ।
माझ्या सेवेविना सर्व देही । दुसरे भूषण नसे ।।४४६।।
जयांचे ज्ञान विषो नेणे । जाणीव मज एकातेंचि जाणे ।
जया ऐसें लाभे तरी जिणें । एऱ्हवीं मरण ।।४४७।।
ज्यांना विषय न स्मरती । मला एकट्यालाच जाणती ।
त्यांना चांगले आयुष्य लाभती । न पेक्षा मृत्यू बरा ।।४४७।।

ऐसा आघवाचि परी पांडवा । जिहीं आपुलिया सर्वभावा ।
जियावयालागीं वोलावा । मीचि केला ।।४४८।।

अशा प्रकारे अर्जुना ।
ज्यांनी आपल्या भावना ।
जगवण्यासाठी मलाच ना ।
ओलावा केला (माझ्यात भावना गुंतवल्या) ।।४४८।।

ते पापयोनीही होतु कां । ते श्रुताधीतही न होतु कां ।
परि मजसीं तुकितां तुकां । तुटी नाहीं ।।४४९।।

पापयोनीत जन्म घेवो । शस्त्रांचा अभ्यास न होवो ।
मजसी तुलना करता हो । ते मजपेक्षा कमी नसती ।।४४९।।

पाहें पां भक्तीचेनि आथिलेपणें । दैत्यीं देवां आणिलें उणें ।
माझें नृसिंहत्व लेणें । जयाचिये महिमें ।।४५०।।

भक्तीच्या संपन्नतेने अवघे । दैत्य देवांना टाकती मागे ।
भक्तिमाहात्म्यासाठी घ्यावा लागे ।
मजला नरसिंह अवतार ।।४५०।।

तो प्रल्हादु गा मजसाठीं । घेतां बहुतें संकटे सदा किरीटी ।
कां जें मियां द्यावें ते गोष्टी । तयाचिया जोडे ।।४५१।।

त्या प्रल्हादाने माझ्या पायी । अनेक संकटे घेतली डोई ।
माझ्या भक्तीने जे प्राप्त होई । ते त्याला झाले ।।४५१।।

एऱ्हवीं दैत्यकुळ साचोकारें । परि इंद्रही सरी न लाहे उपरें ।
म्हणौनि भक्ति गा एथ सरे । जाति अप्रमाण ।।४५२।।

प्रल्हाद दैत्यकुळीचा होता ।
इंद्राहून अधिक त्याची योग्यता ।
भक्ती हेच प्रमाण ठरता । जात नव्हे ।।४५२।।

राजाज्ञेचीं अक्षरें आहाती । तियें चामा एका जया पडती ।
तया चामासाठीं जोडती । सकळ वस्तु ।।४५३।।

राजाज्ञेची जी अक्षरे असती । चामड्यावर उमटवली जाती ।
त्या शिक्क्याच्या बदली मिळती । बाजारात अनेक वस्तू ।।४५३।।

वांचूनि सोनें रुपें प्रमाण नोहे । एथ राजाज्ञाचि समर्थ आहे ।
तेंचि चाम एक जैं लाहे । तेणें विकती आघवीं ।।४५४।।

सोने, चांदी जरी असते । त्याची नाणी म्हणून किंमत नसते ।
राजाज्ञा हेच प्रमाण ठरते । वस्तू विकत घेण्यासाठी ।।४५४।।

तैसें उत्तमत्व तैंचि तरे । तैंचि सर्वज्ञता सरे ।
जैं मनोबुद्धि भरे । माझेनि प्रेमें ।।४५५।।

तसे उत्तमता तेव्हाच टिकते । जेव्हा सर्वज्ञता मान्य होते ।
मन आणि बुद्धी भरून जाते । नि:स्वार्थ प्रेमाने ।।४५५।।

म्हणौनि कुळ जाति वर्ण । हें आघवेंचि गा अकारण ।
एथ अर्जुना माझेपण । सार्थक एक ।।४५६।।

कुळ, जाती, वर्ण । हे माझ्यासाठी सारे अकारण ।
माझ्यात एकरूप होणं । यातच सार्थकता ।।४५६।।

तेंचि भलतेणें भावें । मन मज आंतु येतें होआवें ।
आलें तरी आघवें । मागील वावो ।।४५७।।

मन कोणत्याही भावे । माझ्याशी तद्रूप व्हावे ।
मग निष्फळ होती सवे । मागील गोष्टी ।।४५७।।

जैसें तंवचि वहाळ वोहळ । जंव न पवती गंगाजळ ।
मग होऊनि ठाकती केवळ । गंगारूप ।।४५८।।

लहान ओढे, नाले म्हणती । जोवर गंगेत न मिळती ।
मग ते होऊन राहती । गंगारूप ।।४५८।।

कां खैर चंदन काष्ठें । हे विवंचना तंवचि घटे ।
जंव न घापती एकवटे । अग्नीमाजीं ।।४५९।।

खैर, चंदनाची लाकडे । तोवरी त्यांच्यात भेद सांपडे ।
जेव्हा ते अग्नीत पडे । भेद संपतो ।।४५९।।

तैसे क्षत्री वैश्य स्त्रिया । कां शूद्र अंत्यजादि इया ।
जाति तंवचि वेगळालिया । जंव न पवती मातें ।।४६०।।

क्षत्रिय, वैश्य स्त्रिया अन् । शूद्र, अत्यंज आदिपण ।
तोपर्यंतच राहती भिन्न । जोवरी माझ्याशी ऐक्य न पावती ।।४६०।।

मग जाती व्यक्ती पडे बिंदुलें । जेव्हां भावें होती मज मीनलें ।
जैसे लवणकण घातले । सागरामाजीं ।।४६१।।

जाती, व्यक्ती नष्ट होती । जेव्हा मज शरण येती ।
जैसे समुद्रात मिसळून जाती । मिठाचे कण ।।४६१।।

तंववरी नदानदींचीं नांवें । तंवचि पूर्वपश्चिमेचे यावे ।
जंव न येती आघवे । समुद्रामाजीं ।।४६२।।

जोवरी नद्या न मिळती समुद्रा । तोवरी भिन्न त्यांच्या नाममुद्रा ।
पूर्वेकडे, पश्चिमेकडे वाहती भद्रा! । असे त्यांना म्हणती ।।४६२।।

हेंचि कवणें एकें मिसें । चित्त माझे ठायीं प्रवेशे ।
येतुलें हो मग आपैसें । मीचि होणें असे ।।४६३।।

असो कोणतेही एक निमित्त । एकरूपते माझ्याशी चित्त ।
तर तो करतो मला प्राप्त । आपोआप ।।४६३।।

अगा वरी फोडावयाचि लागीं । लोहो मिळो कां परिसाचे आंगीं ।
कां जे मिळतिये प्रसंगी । सोनेंचि होईल ।।४६४।।

परिसाला फोडण्याकरता । लोखंडी घणाचा प्रहार करता ।
तोही होऊन राहता । सोन्याचा ।।४६४।।

पाहें पां वालभाचेनि व्याजें । तिया व्रजांगनांचीं निजें ।
मज मीनलिया काय माझें । स्वरूप नव्हती ? ।।४६५।।
बघ प्रेमासाठी गोपबालानीही । चित्त ठेवले मज ठायी ।
मग त्या माझ्याशी ही । एकरूपल्या नाहीत काय ? ।।४६५।।
नातरी भयाचेनि मिसें । मातें न पविजेचि काय कंसें ? ।
कीं अखंड वैरवशें । चैद्यादिकीं ।।४६६।।
कंसाने वाटून भय ।
मला प्राप्त केले नाही काय ? ।
माझा ठेवून वैरभाव ।
शिशुपाल आदिंनी मला प्राप्त केले ।।४६६।।
अगा सोयरेपणेंचि पांडवा । माझें सायुज्य यादवां ।
कीं ममत्वें वसुदेवा- । दिकां सकळां ।।४६७।।
यादवांना सायुज्यपद मिळते । कारण माझ्याशी त्यांचे नाते ।
वासुदेवा माझी प्राप्ती होते । काय ती ममत्वाने ? ।।४६७।।
नारदा ध्रुवा अक्रूरा । शुका हन सनत्कुमारा ।
यां भक्तीं मी धनुर्धरा । प्राप्यु जैसा ।।४६८।।
नारद, ध्रुव, अक्रूर यांना । शुक अन् सनतकुमारा अर्जुना ।
योग्य मी प्राप्त करून घेण्या । भक्ती प्रेमा योगे ।।४६८।।
तैसाचि गोपीकांसि कामें । तया कंसा भयसंभ्रमें ।
येरां घातकां मनोधर्में । शिशुपालादिकां ।।४६९।।
तसाच गोपींना विषयबुद्धीने । कंसाला भय-संभ्रमाने ।
शिशुपाल आदींना वैरत्वाने । मी प्राप्त झालो ।।४६९।।
अगा मी एकुलाणीचें खागें । मज येवों पां भलतेनि मार्गें ।
भक्ती कां विषयविरागें । अथवा वैरें ।।४७०।।
माझे मुक्कामाचे ठिकाणी असणे ।
म्हणजेच कोणत्याही मार्गाने।
वैराने, विषयाने, वैराग्याने वा भक्तीने।
माझी प्राप्ती करता येते ।।४७०।।
म्हणौनि पार्था पाहीं । प्रवेशावया माझ्या ठायीं ।
उपायांची नाहीं । वाणी एथ ।।४७१।।
असे बघ हे अर्जुन । मला मिळवण्यासाठी म्हणून ।
इथे उणीव नसे जाण । उपायांची ।।४७१।।
आणि भलतिया जातीं जन्मावें । मग भजिजे कां विरोधावें ।
परि भक्त कां वैरिया व्हावें । माझियाचि ।।४७२।।
कोणत्याही जातीत जन्मावे । मला भजावे वा वैर करावे ।
वाटे भक्त की वैरी व्हावे । ते माझेच व्हावे ।।४७२।।

अगा कवणें एकें बोलें । माझेपण जऱ्ही जाहालें ।
तरी मी होणें आलें । हाता निरुतें ।।४७३।।
यांपैकी काहीही झाले । माझ्याशी संबंध आले ।
मग एकरूप होणे झाले । हे निश्चित ।।४७३।।
यापरी पापयोनीही अर्जुना । कां वैश्य शूद्र अंगना ।
मातें भजतां सदना । माझिया येती ।।४७४।।
पापयोनीत जन्माला येती । स्त्रिया, वैश्य, शूद्र जाती ।
करता माझी नि:स्वार्थ भक्ती । माझ्या स्वरूपा पावती ।।४७४।।
मग वर्णांमाजीं छत्रचामर । स्वर्ग जयांचें अग्रहार ।
मंत्रविद्येसि माहेर । ब्राह्मण जे ।।४७५।।
जे वर्णामध्ये श्रेष्ठ असती । स्वर्ग, गाव इनाम पावती ।
मंत्र विद्येचे माहेर म्हणती । असे जे ब्राह्मण ।।४७५।।
जे पृथ्वीतळींचें देव । जे तपोवतार सावयव ।
सकळ तीर्थांसि दैव । उदयलें जें ।।४७६।।
ते पृथ्वीवरील ईश्वर । तपाचे मूर्तीमंत अवतार ।
तीर्थांचे दैव साकार । त्यांच्यामुळे ।।४७६।।
जेथ अखंड वसिजे यागीं । जे वेदांची वज्रांगी ।
जयांचेनि दिठीचिया उत्संगीं । मंगळ वाढे ।।४७७।।
जिथे अखंड यज्ञाचे वास्तव्य ।
वेदांचे वज्रकवच दिव्य ।
होई कल्याणाची वृद्धी भव्य ।
त्यांच्या कृपादृष्टीच्या मांडीवर ।।४७७।।
जयांचिये आस्थेचेनि वोलें । सत्कर्म पाल्हाळीं गेलें ।
संकल्पें सत्य जियालें । जियांचेनि ।।४७८।।
ज्यांच्या श्रद्धेच्या आस्थेने । सत्कर्म राही विस्ताराने ।
समाजामध्ये त्यांच्या संकल्पाने । सत्य जिवंत राही ।।४७८।।
जयांचेनि गा बोलें । अग्नीसि आयुष्य जाहालें ।
म्हणौनि समुद्रें पाणी आपुलें । दिधलें यांचिया प्रती ।।४७९।।
ज्यांच्या आशीर्वादामुळे । अग्नीचे आयुष्य वाढले ।
सागराने दिले पाणी आपले । यांच्या प्रेमासाठी ।।४७९।।
मियां लक्ष्मी डावलोनि केली परौती ।
फेडोनि कौस्तुभ घेतला हातीं ।
मग वोढविली वक्षस्थळाची वाखती ।
चरणरजां ।।४८०।।
मी दूर केले लक्ष्मीला । कौस्तुभमणी हातात घेतला ।
छातीचा पट पुढे केला । ज्यांच्या पायधुळीसाठी ।।४८०।।

आझुनि पाउलाची मुद्रा । मी हृदयीं वाहें गा सुभद्रा ।
जे आपुलिया दैवसमुद्रा । जतनेलागीं ।।४८१।।
त्यांच्या चरणमुद्रा अजुनी । मी वागवितो हृदयस्थानी ।
माझ्या भाग्य सागराच्या रक्षणी । मी ती जतन करतो ।।४८१।।
जयांचा कोप सुभटा । काळाग्निरुद्राचा वसौटा ।
जयांचे प्रसादीं फुकटा । जोडती सिद्धी ।।४८२।।
त्यांच्या रागाची महती । काक, अग्नी, रुद्र यांची वस्ती ।
ज्यांच्या कृपेने प्राप्त होती । रिद्धी, सिद्धी ।।४८२।।
ऐसे पुण्यपूज्य जे ब्राह्मण । आणि माझ्या ठायीं अतिनिपुण ।
आतां मातें पावती हे कवण । समर्थावें? ।।४८३।।
असे पवित्र जे ब्राह्मण । माझ्या ठायी भक्ती निपुण ।
माझ्याशी एकरूपती आपण । यात काय सांगावे? ।।४८३।।
पाहें पां चंदनाचेनि अंगानिळें । शिवतिले निंब होते जे जवळें ।
तिहीं निर्जिवींही देवांचीं निडळें । बैसणीं केलीं ।।४८४।।
चंदन वृक्षावरून वाहतो वारा । स्पर्शितो जवळील लिंबारा ।
मग देवाच्या मस्तकी थारा । त्यालाही मिळतो ।।४८४।।
मग तो चंदनु तेथ न पवे । ऐसें मनीं कैसेनि धरावें ।
अथवा पातला हें समर्थावें । तेव्हां कायी साच? ।।४८५।।
मग चंदन देवमस्तकी न जावे । असे कसे मनी धरावे ।
किंवा त्याचे समर्थन करावे । तरच ते खरे काय? ।।४८५।।
जेथ निववील ऐशिया आशा । हरें चंद्रमा आधा ऐसा ।
वाहिजत असे शिरसा । निरंतर ।।४८६।।
विषापासून शांतवण्या देहा । मस्तकी अर्ध्याच चंद्राचा हा ।
भार निरंतर वाहिला पाहा । शिवशंकरांनी ।।४८६।।
तेथ निवविता आणि सगळा । परिमळें चंद्राहूनि आगळा ।
तो चंदनु केवीं अवलीळा । सर्वांगीं न बैसे? ।।४८७।।
सर्वांगाला शांतविणारा ।
चंद्राहून सुगंधित असणारा ।
सहजच धारण केला जाणारा ।
चंदनगंध सर्वांगी का नसावा ।।४८७।।
कां रथ्योदकें जियेचिये कासे ।
लागलिया समुद्र जालीं अनायासें ।
तिये गंगेसि काय अनारिसें ।
गत्यंतर असे? ।।४८८।।
रस्त्यावरचे पाणी मिसळून । जी सागरात जाते मिळून ।
त्या गंगेला दुसरी समुद्रावाचून । गती आहे का? ।।४८८।।
म्हणौनि राजर्षि कां ब्राह्मण । जयां गति मति मीचि शरण्य ।
तयां त्रिशुद्धी मीच निर्वाण । स्थितीही मीचि ।।४८९।।
म्हणून राजर्षि असो की ब्राह्मण ।
त्यांची बुद्धी, कर्म मलाच शरण ।
मृत्यूनंतरच्या गतीस मीच कारण ।
जिवंत स्थितीलाही ।।४८९।।
यालागीं शतजर्जर नावें । रिगोनि केवीं निश्चिंत होआवें ।
कैसेनि उघडिया असावें । शस्त्रवर्षीं ।।४९०।।
फुटक्या नावेतून नदी तरून जावे । मग कसे निष्काळजी राहावे? ।
उघड्या अंगाने कसे बसावे । बाणांच्या वर्षावात? ।।४९०।।
आंगावरी पडतां पाषाण । न सुवावें केवीं वोडण ।
रोगें दाटला आणि उदासपण । वोखदेंसी? ।।४९१।।
अंगावर दगड पडत असताही । मध्ये ढाल का न धरावी? ।
शरीररोगाने त्रस्त असताही ।
औषधाविषयी निष्काळजी का राहावे? ।।४९१।।
जेथ चहूंकडे जळत वणवा । तेथूनि न निगिजे केवीं पांडवा ।
तेवीं लोकां येऊनि सोपद्रवां । केवीं न भजिजे मातें ।।४९२।।
चारी बाजूने वणवा पेटता । बाहेर पडू नये का पार्था? ।
दुःखाच्या मृत्यूलोकी जन्म घेता । मला का भजू नये? ।।४९२।।
अगा मातें न भजावयालागीं । कवण बळ पां आपुलिया आंगीं ।
काइ घरीं कीं भोगीं । निश्चिंती केलीं? ।।४९३।।
मला न भजण्यापायी । सामर्थ्य कोणते आहे मानवा ठायी? ।
विपुल उपयोगाच्या वस्तू काही ।
म्हणून तो निष्काळजी होई? ।।४९३।।
नातरी विद्या कीं वयसा । ययां प्राणियांसि हा ऐसा ।
मज न भजतां भरंवसा । सुखाचा कोण? ।।४९४।।
मला न भजताही । विद्या, तारुण्याने सुखलाभ होई ।
असा भरवसा वाटत राही । का प्राणिमात्रा? ।।४९४।।
तरी भोग्यजात जेतुलें । तें एका देहाचिया निकिया लागलें ।
आणि एथ देह तंव असे पडिलें । काळाचिये तोंडीं ।।४९५।।
ज्या योग्य वस्तू असती । देहसुखासाठी निर्मिती ।
पण देह तर पडती । काळाच्या तोंडी ।।४९५।।
बाप दुःखाचें केणें सुटलें । जेथ मरणाचे भरे लोटले ।
तिये मृत्युलोकींचिये शेवटिलें । येणें जाहालें हाटवेळे ।।४९६।।
दुःखाचे गाठोडे सोडले । मरणाच्या मापाने मोजले ।
तर शेवटच्या बाजारात मिळाले । मनुष्यदेह ।।४९६।।

आंता सुखेंसि जीविता । कैंचीं ग्राहिकी किजेल पंडुसुता ।
काय राखोंडी फुंकितां । दीपु लागे? ।।४९७।।
सुख लाभे जीवा ठायी । अशी कोणती खरेदी होई? ।
विस्तवाची राख फुंकता काई । दिवा लागे काय? ।।४९७।।
अगा विषाचे कांदे वाटुनी । जो रसु घेईजे पिळुनी ।
तया नाम अमृत ठेवुनी । जैसें अमर होणें ।।४९८।।
विषाचे कंद वाटुनी । तो रस घेता पिळुनी ।
त्याचे नाव अमृत ठेवुनी । अमर होतो का? ।।४९८।।
तेवीं विषयांचें जें सुख । तें केवळ परम दुःख ।
परि काय कीजे मूर्ख । न सेवितां न सरे ।।४९९।।
जे सुख विषयांतून मिळते । ते परमदुःख असते ।
पण त्यावाचून न चालते । अज्ञानी लोकांचे ।।४९९।।
कां शीस खांडूनि आपुलें । पायींच्या खतीं बांधिलें ।
तैसें मृत्युलोकींचें भलें । आहे आघवें ।।५००।।
आपले मस्तक तोडावे । पायाच्या जखमेला बांधावे ।
तसे व्यवहार चालती सवे । मृत्युलोकांत ।।५००।।
म्हणौनि मृत्युलोकीं सुखाची कहाणी ।
ऐकिजेल कवणाचिये श्रवणीं ।
कैंची सुखनिद्रा अंथरुणीं । इंगळांच्या ।।५०१।।
मृत्युलोकांतील सुखाची कहाणी । कोणी ऐकेल का कानी? ।
निखाऱ्याच्या अंथरुणी । कोण निजेल काय? ।।५०१।।
जिये लोकींचा चंद्र क्षयरोगी ।
जेथ उदयो होय अस्तालागीं ।
दुःख लेऊनि सुखाची आंगीं । सळित जगातें ।।५०२।।
जिथे चंद्र अस्तास जातो । सूर्यही मावळतो ।
दुःख सुखाचा सदरा घालून तो । छळे जगाला ।।५०२।।
जेथ मंगळाचिया अंकुरीं । सवेंचि अमंगळाची पडे पोहरी ।
मृत्यु उदराचिया परिवरी । गर्भु गिंवसी ।।५०३।।
मांगल्याच्या अंकुरावर जेथे । अमांगल्याची कीड पडते ।
मरण तिथे शोधत येते । पोटातील गर्भाला ।।५०३।।
जें नाहीं तयातें चिंतवी । तंव तेंचि नेइजे गंधर्वीं ।
गेलियाची कवणें गांवीं । शुद्धी न लगे ।।५०४।।
प्राप्त नाही त्याचे चिंतन । ते करताना येई मरण ।
कोणत्या गावी होते जाणं । कळत नाही[७] ।।५०४।।

अगा गिंवसितां आघविया वाटी । परतलें पाऊलचि नाहीं किरीटी ।
सैंघ निमालियांचिया गोठी । तियें पुराणें जेथिंचीं ।।५०५।।
अनेक मार्गांनी शोधता । परतीचे पाऊल न दिसता ।
मृत लोकांच्या ज्या कथा । ती इथली पुराणे ।।५०५।।
जेथिंचिये अनित्यतेची थोरी । करितया ब्रह्मयाचे आयुष्यवेरी ।
कैसें नाहीं होणें अवधारीं । निपटूनियां ।।५०६।।
नाशवंताची थोरवी इतकी विस्तारते ।
ब्रह्मदेवाच्या आयुष्याला पुरते ।
इथे सर्व काही नष्ट होते । जाणून घे ।।५०६।।
ऐसी लोकींची जिये नांदणूक । तेथ जन्मले आथि जे लोक ।
तयांचिये निश्चिंतीचें कौतुक । दिसत असे ।।५०७।।
इथे जन्मले जे लोक । इथे आहे अशी वागणूक ।
मग वाटते त्यांचे कौतुक । निष्काळजीपणाचे ।।५०७।।
पैं दृष्टादृष्टाचिये जोडी । लागीं भांडवल न सुटे कवडी ।
जेथ सर्वस्वें हानि तेथ कोडी । वेंचिती गा ।।५०८।।
परलोकातील अलौकिक प्राप्तीकरिता । एक कवडीही न खर्चता ।
हानी होणाऱ्या ठिकाणी सर्वथा । कोट्यवधी खर्चतात ।।५०८।।
जो बहुवें विषयविलासें गुंफे ।
तो म्हणती उवाईं पडिला सापें ।
जो अभिलाषभारें दडपे ।
तयातें सज्ञान म्हणती ।।५०९।।
विषयभोगांत रममाण जो । सुखी आहे म्हणती तो ।
इच्छांनी दडपला जो असतो । तो शहाणा म्हणती ।।५०९।।
जयाचें आयुष्य धाकुटें होय । बळ प्रज्ञा जिरौनि जाय ।
तयाचे नमस्कारिती पाय । वडील म्हणुनी ।।५१०।।
ज्याचे आयुष्य थोडे राहते । बौद्धिक बळ विरून जाते ।
त्याच्या ठायी वंदन असते । वडील म्हणून ।।५१०।।
जंव जंव बाळ बळिया वाढे । तंव तंव भोजे नाचती कोडें ।
आयुष्य निमालें आंतुलियेकडे । ते ग्लानीचि नाहीं ।।५११।।
बाळाची वाढ जशी होते । आईवडिला आनंदा ये भरते ।
त्याचे आयुष्य कमी होत जाते । याची खंत नसे ।।५११।।
जन्मलिया दिवसदिवसें । हों लागे काळाचेंचि ऐसें ।
कीं वाढती करिती उल्हासें । उभविती गुढिया ।।५१२।।
जन्मल्यापासून प्रत्येक दिवसाने । त्याचे काळाधीन होत जाणे ।
पण वाढदिवस करती आनंदाने । गुढ्या उभारून ।।५१२।।

७ (असा हा मृत्यूलोक आहे)

अगा मर हा बोलु न साहती । आणि मेलिया तरी रडती ।
परि असतें जात न गणिती । गहिंसपणें ।।५१३।।
'मर' म्हणता सहन न करती । मेल्यावर रडत बसती ।
आयुष्य जाते वाया, न गणती । अज्ञानीपणे ।।५१३।।
दर्दूर सापें गिळिजतु आहे उभा । कीं तो मासिया वेंटाळी जिभा ।
तैसें प्राणिये कवणा लोभा । वाढविती तृष्णा ।।५१४।।
सर्प बेडकाला गिळत असतो । तरीही बेडूक माशीला घेरतो ।
कोणता लोभ इच्छा वाढवतो । कोण जाणे? ।।५१४।।
अहा कटकटा हें वोखटें । इये मृत्युलोकींचें उफराटें ।
एथ अर्जुना जरी अवचटें । जन्मलासी तूं ।।५१५।।
किती हे वाईट आहे । मृत्युलोकी सर्व उत्कट आहे ।
दैवयोगे तू इथे जन्मला आहे । जरी अर्जुना ।।५१५।।
तरि झडझडोनि वहिला निघ । इये भक्तीचिये वाटे लाग ।
जिया पावसी अव्यंग । निजधाम माझें ।।५१६।।
तरी झटकन पड बाहेर । इथे भक्तीचा मार्ग धर ।
आणि प्राप्त कर । माझे अविनाशी परमधाम ।।५१६।।
तूं मन हें मीचि करीं । माझिया भजनीं प्रेम धरीं ।
सर्वत्र नमस्कारीं । मज एकातें ।।५१७।।
माझ्याशी एकरूप मन कर । भजनाविषयी प्रेम धारण कर ।
आणि मलाच नमस्कार कर । सर्वत्र मीच जाणून ।।५१७।।
माझेनि अनुसंधानें देख । संकल्पु जाळणें नि:शेख ।
मद्याजी चोख । याचि नांव ।।५१८।।
मला जे अखंड स्मरती । त्यांचे संकल्प-विकल्प जाती ।
त्यालाच सारे म्हणती । सर्वश्रेष्ठ साधक ।।५१८।।
ऐसा मियां आथिला होसी । तेथ माझियाचि स्वरूपा पावसी ।
हें अंत:करणींचें तुजपासीं । बोलिजत असें ।।५१९।।
माझ्या योगे होसी संपन्न । ऐक्य पावशी संपूर्ण ।
उघडून माझे अंत:करण । गुह्य तुला सांगतो ।।५१९।।
अगा अवघिया चोरिया आपुलें । जें सर्वस्व आम्हीं असें ठेविलें ।
तें पावोनि सुख संचलें । होऊनि ठासी ।।५२०।।
सर्वांपासून लपवले । जे सर्वस्व आम्ही ठेवले ।
ते सर्व तुला प्राप्त झाले । तू परमसुखी ।।५२०।।
ऐसें सांवळेनि परब्रह्में । भक्तकामकल्पद्रुमें ।
बोलिलें आत्मारामें । संजयो म्हणे ।।५२१।।
ते परब्रह्म सावळे । भक्तांचे कल्पवृक्ष आगळे ।
ते असे वचन बोलले । संजय सांगे धृतराष्ट्रा ।।५२१।।
तेव्हा ऐकिजत असें कीं अवधारा ।
तंव इया बोला निवांत म्हातारा ।
जैसा म्हैसा नुठी कां पुरा । तैसा उगाचि असे ।।५२२।।
महाराज लक्ष द्या सगळे ।
संजय धृतराष्ट्रासी बोले ।
पुरात रेडा बसला न हाले ।
तसा वृद्ध धृतराष्ट्र बसला ।।५२२।।
तेथ संजयें माथा तुकिला । अहा अमृताचा पाऊस वर्षला ।
कीं हा एथ असतुचि गेला । सेजिया गांवा ।।५२३।।
संजयाने माथा झुकवला । म्हणे अमृतवर्षाव झाला ।
येथे असूनही हा गावी गेला । जणू शेजारच्या ।।५२३।।
तऱ्ही दातारु हा आमुचा । म्हणौनि हें बोलतां मैळेल वाचा ।
काय कीजे ययाचा । स्वभावोचि ऐसा ।।५२४।।
हा आहे मालक आमचा । काही बोलता मळेल वाचा ।
परंतु असा स्वभावच याचा । काय करावे? ।।५२४।।
परि बाप भाग्य माझें । जे वृत्तांतु सांगावयाचेनि व्याजें ।
कैसा रक्षिलों मुनिराजें । श्रीव्यासदेवें ।।५२५।।
थोर आहे भाग्य माझे । वृत्तान्त सांगण्याच्या निमित्ते ।
व्यासांनी केले रक्षण माझे । भवसागरापासून ।।५२५।।
येतुलें हें वाड सायासें । जंव बोलत असे दृढमानसें ।
तंव न धरवेचि आपुलिया ऐसें । सात्त्विकें केलें ।।५२६।।
एवढे बोलत असता । निर्माण होऊनी सात्त्विकता ।
भाव न येई आवरता । संजयाला ।।५२६।।
चित्त चाकाटलें आटु घेत ।
वाचा पांगुळली जेथिंची तेथ ।
आपाद कंचुकित । रोमांच आले ।।५२७।।
चित्त नवलाने स्थिरावले । बोलणे तेथेचि आटले ।
आपादमस्तक रोमांचले । संजयाचे ।।५२७।।
अर्धोन्मीलित डोळे । वर्षताति आनंदजळें ।
आंतुलिया सुखोर्मींचेनि बळें । बाहेरी कांपे ।।५२८।।
डोळे अर्धोन्मीलित झाले । आनंदाश्रू पाझरले ।
अंतर्बाह्य सुखामुळे । शरीर थरथरू लागले ।।५२८।।
पैं आघवाचि रोममूळीं । आली स्वेदकणिका निर्मळी ।
लेइला मोतियांची कडियाळीं । आवडे तैसा ।।५२९।।
शरीरावर सर्वत्र आले । घामाचे थेंब उभारले ।
मोत्यांचे जाळे पांघरले । तसा दिसू लागला ।।५२९।।

ऐसा महासुखाचेनि अतिरसें । जेथ आटणी हों पाहे जीवदशे ।
तेथ निरोपिलें व्यासें । तें नेदीच हों ।।५३०।।
या महासुखे जीव आटला । महर्षी व्यासांनी आदेश दिला ।
सांगितले युद्ध वर्णन करायला ।
त्यामुळे जीव आटायचा थांबला ।।५३०।।
आणिक श्रीकृष्णाचें बोलणें । घोकरी आलें श्रवणें ।
कीं देहस्मृतीचा तेणें । वापसा केला ।।५३१।।
तोच श्रीकृष्णाची वाणी । ऐकू आली कानी ।
तेव्हा तो झाला झणी । सावध ।।५३१।।
तेव्हां नेत्रींचें जळ विसर्जी । सर्वांगींचा स्वेदु परिमार्जी ।
तेवींचि अवधारा म्हणे हो जी । धृतराष्ट्रातें ।।५३२।।
त्याने डोळ्यांतील अश्रू पुसले । घामाचे थेंब टिपले ।
धृतराष्ट्राला सांगितले । इकडे लक्ष द्या ।।५३२।।

आतां श्रीकृष्णवाक्यबीजा निवाडु ।
आणि संजय सात्त्विकाचा बिवडु ।
म्हणौनि श्रोतयां होईल सुरवाडु । प्रमेय पिकाचा ।।५३३।।
बीज वचन श्रीकृष्णाचे । पोषण संजयाच्या सात्त्विकतेचे ।
विविध सिद्धांतांचे । श्रोत्यांना पीक लाभले ।।५३३।।
अहो अळुमाळ अवधान देयावें ।
येतुलेनि आनंदाचे राशीवरी बैसावें ।
बाप श्रवणेंद्रिया दैवें । घातली माळ ।।५३४।।
एकाग्रतेने लक्ष द्यावे । आनंदाच्या राशीवर बसावे ।
कारण कानांना घातली भावे । दैवाने माळ ।।५३४।।
म्हणौनि विभूतींचा ठावो । अर्जुना दावील सिद्धांचा रावो ।
तो ऐका म्हणे ज्ञानदेवो । निवृत्तीचा ।।५३५।।
भगवंताचे विभूतिस्थान । अर्जुना दावी -श्रीकृष्ण ।
असे निवृत्तीनाथांचे शिष्यजन । ज्ञानदेव म्हणाले ।।५३५।।

ओवी संख्या ५३५

।। नववा अध्याय – राजविद्या राजगुह्य योग – समाप्त।।

अध्याय दहावा

विभूति योग

नमो विशदबोधविदग्धा । विद्यारविंदप्रबोधा ।
पराप्रमेयप्रमदा । विलासिया ॥१॥
ब्रह्मज्ञानाचा बोधकर्ता । विद्या कमलाचा विकास कर्ता ।
परावाणी स्त्री भर्ता । तुला नमस्कार ॥१॥
नमो संसारतमसूर्या । अपरिमितपरमवीर्या ।
तरुणतरतूर्या । लालनलीला ॥२॥
तम संसारी प्रकाशदाता । अमर्याद सामर्थ्य त्राता ।
तुर्यावस्थेच्या धर्ता । तुला नमस्कार ॥२॥
नमो जगदखिलपालना । मंगळमणिनिधाना ।
सज्जनवनचंदना । आराध्यलिंगा ॥३॥
तू जगाचा पालनहार । मंगलरत्नांचा मणिहार ।
भक्तिचंदन तू लिंगाकार । आराध्य तू तुला नमस्कार ॥३॥
नमो चतुरचित्तचकोरचंद्रा । आत्मानुभवनरेंद्रा ।
श्रुतिसारसमुद्रा । मन्मथमन्मथा ॥४॥
तू चित्तचकोरचंद्र । आत्मानुभवाचा नरेंद्र ।
श्रुती सिद्धान्त समुद्र । मदनहार तुला नमस्कार ॥४॥
नमो सुभावभजनभाजना । भवेभकुंभभंजना ।
विश्वोद्भवभुवना । श्रीगुरुराया ॥५॥
शुद्ध भावे प्रेममय भजीत । ते सिंह संसारहत्तीचे गंडस्थळ भेदित ।
विश्वउत्पत्तीचे स्थान अबाधित । तुला नमस्कार ॥५॥
तुमचा अनुग्रहो गणेशु । जैं दे आपुला सौरसु ।
तैं सारस्वतीं प्रवेशु । बाळकाही आथी ॥६॥
तव अनुग्रही गजानन । देई कृपाप्रसाद धन ।
तेव्हा सरस्वती प्रवेशते जाण । बालकांच्यातही ॥६॥
जी दैविकीं उदार वाचा । जैं उद्देशु दे नाभिकाराचा ।
तैं नवरससुधाब्धीचा । थावो लाभे ॥७॥
गुरुरायांच्या उदारवाणीनं । प्राप्त होते अभयवचन ।
मोजता येते सहजपणानं । अमृतसागराची खोली ॥७॥

जी आपुलिया स्नेहाची वागेश्वरी । जरी मुकेयातें अंगिकारी ।
तो वाचस्पतीशीं करी । प्रबंधुहोडा ॥८॥
हे प्रेमळ सरस्वती माते । तू मुक्याचा स्वीकार करते ।
तेव्हा बृहस्पती सोबत जमते । त्यास वादविवाद करणे ॥८॥
हें असो दिठी जयावरी खिके । कीं हा पद्मकरु माथां पारुखे ।
तो जीवचि परि तुके । महेशेंसीं ॥९॥
तुमची दृष्टी जयावरी । किंवा हात ज्याच्या मस्तकावरी ।
तो जीवरूप असला तरी । शिवैक्य पावतो ॥९॥
एवढें जिये महिमेचें करणें । तें वाचाबळें वानूं मी कवणें ।
कां सूर्याचिया आंगा उटणें । लागत असे? ॥१०॥
ज्यांच्या सामर्थ्ये श्रेष्ठता । कोणत्या शब्दे वर्णू आता ।
येईल का कधी लावता । सूर्याला उटणे? ॥१०॥
केउता कल्पतरुवरी फुलौरा? । कायसेनि पाहुणेरु क्षीरसागरा? ।
कवणें वासीं कापुरा । सुवासु देवों? ॥११॥
कल्पतरूला यावा का मोहर । कसा आतिथ्यावा क्षीरसागर ।
कोणत्या वासाने कापूर । सुगंधी करावा? ॥११॥
चंदनातें कायसेनि चर्चावें । अमृतातें केउतें रांधावें ।
गगनावरी उभवावें । घडे केवीं? ॥१२॥
चंदनाला कोणत्या उटीने लेपावे? । अमृताला कसे शिजवावे?
आकाशावर कसे उभारावे? । मंडप ॥१२॥
तैसें श्रीगुरूचें महिमान । आकळितें कें असे साधन? ।
हें जाणोनि मियां नमन । निवांत केलें ॥१३॥
जाणावे श्रीगुरूचे महिमान । असे कोणते आहे साधन?
म्हणून त्यांना केले मी नमन । हे जाणून ॥१३॥
जरी प्रज्ञेचेनि आथिलेपणें । श्रीगुरूसामर्थ्या रूप करूं म्हणे ।
तरि तें मोतियां भिंग देणें । तैसें होईल ॥१४॥
मी बुद्धीच्या संपन्नतेने । गुरुसामर्थ्याचे वर्णन करणे ।
म्हणजे मोत्यांना चकाकी आणणे । अभ्रकाची पुटे चढवून ॥१४॥

कां साडेपंधरया रजतवणी । तैशीं स्तुतींचीं बोलणीं ।
उगियाचि माथा ठेविजे चरणीं । हेंचि भलें ।।१५।।

साडेपंधराचे शुद्ध सोने चांदीने चकाकावे ।
तसे हे स्तुतीचे बोलणे व्हावे ।
त्यापेक्षा गुरूचरणी मस्तक टेकवावे । हेच बरे ।।१५।।

मग म्हणितलें जी स्वामी । भलेनि ममत्वें देखिलें तुम्हीं ।
म्हणौनि कृष्णार्जुनसंगमीं । प्रयागवटु जाहलों ।।१६।।

ज्ञानेश्वर म्हणती स्वामी । मजकडे प्रेमाने पाहिले तुम्ही ।
म्हणून कृष्णार्जुन संवाद संगमी । मी प्रयागवड झालो ।।१६।।

मागां दूध दे म्हणतलियासाठीं ।
आघविया क्षीराब्धीची करूनि वाटी ।
उपमन्यूपुढें धूर्जटी । ठेविली जैसी ।।१७।।

दूध मागितले म्हणून । क्षीरसमुद्राची वाटी करून ।
उपमन्यूसमोर दिली ठेवून । शिवशंकरांनी ।।१७।।

ना तरी वैकुंठपीठनायकें । रुसला ध्रुव कवतिकें ।
बुझाविला देऊनि भातुकें । ध्रुवपदाचें ।।१८।।

रुसलेल्या ध्रुवबाळाला । अढळपद देऊन त्याला ।
महाविष्णूने समजाविला । कौतुकाने ।।१८।।

तैसी जे ब्रह्मविद्यारावो । सकळ शास्त्रांचा विसंवता ठावो ।
ते भगवद्गीता वोंविये गावों । ऐसें केलें ।।१९।।

गीता जी ब्रह्मविद्येचा नृपती । सर्व शास्त्रांची विश्रांती ।
गावी प्राकृत ओवी छंदावती । अशी प्रेरणा गुरूंनी दिली ।।१९।।

जे बोलणियाचे रानीं हिंडतां ।
नायकिजे फळलिया अक्षराची वार्ता ।
परि ते वाचाचि केली कल्पलता । विवेकाची ।।२०।।

शब्दांच्या अरण्यात किती भटकले ।
तरी वृक्षा शब्दफळे येती हे न ऐकले ।
माझ्या वाणीलाच गुरूंनी केले । कल्पलता ।।२०।।

होती देहबुद्धी एकसरी । ते आनंदभांडारा केली वोवरी ।
मन गीतार्थसागरीं । जळशयन जालें ।।२१।।

देह बुद्धी एकरूपले । आनंदाची खोली बनले ।
गीतासागरी स्थिरावले । महाविष्णूप्रमाणे ।।२१।।

ऐसें एकेक देवांचें करणें । तें अपार बोलों केवीं मी जाणें ।
तऱ्ही अनुवादलों धीटपणें । ते उपसाहिजो जी ।।२२।।

हे सारे देवाचे करणे । ते सर्व ज्ञान मी कसे जाणे? ।
तरी जे बोललो धीटपणे । ते सहन करावे ।।२२।।

आतां आपुलेनि कृपाप्रसादें । मियां भगवद्गीता वोंवीप्रबंधें ।
पूर्वखंड विनोदें । वाखाणिलें ।।२३।।

आपल्या कृपाप्रसादे । गीतेच्या पूर्वखंडाचे ।
ओवीबद्ध वर्णन साचे । काव्यशास्त्रविनोदे केले ।।२३।।

प्रथमीं अर्जुनाचा विषादु । दुजीं बोलिला योगु विशदु ।
परि सांख्यबुद्धीसि भेदु । दाऊनियां ।।२४।।

पहिल्या अध्यायी अर्जुनाचा विषाद ।
दुसऱ्या अध्यायी सांख्ययोगवाद ।
बुद्धी व ज्ञान योग भेद । विषद करून सांगितला ।।२४।।

तिजीं केवळ कर्म प्रतिष्ठिलें । तेंचि चतुर्थीं ज्ञानेंशीं प्रगटिलें ।
पंचमीं गव्हरिलें । योगतत्त्व ।।२५।।

तिसऱ्या अध्यायी निष्काम कर्म । चौथ्या ज्ञाना सर्व कर्म ।
पाचव्यात अष्टांग योगाचे गूढ मर्म । सांगितले ।।२५।।

तेचि षष्ठामाजीं प्रगट । आसनालागोनि स्पष्ट ।
जीवात्मभाव एकवट । होती जेणें ।।२६।।

सहाव्यात योग आसनापासून । समाधीपर्यंत वर्णन करून ।
जिवा-शिवाचे ऐक्य समजावून । सांगितले आहे ।।२६।।

तैसी जे योगस्थिती । आणि योगभ्रष्टां जे गती ।
तें आघवीचि उपपत्ती । सांगितली षष्ठीं ।।२७।।

योगसिद्ध पुरुषाची स्थिती । योगभ्रष्टांची गती ।
या सगळ्याची उपपत्ती । सहाव्यात सांगितली आहे ।।२७।।

तयावरी सप्तमीं । प्रकृतिपरिहार उपक्रमीं ।
करूनि भजती जे पुरुषोत्तमीं । ते बोलिले चाऱ्ही ।।२८।।

सातव्या अध्यायाची सुरुवात । प्रकृतीचे भेद[१] कळतात ।
नंतर भगवंताला भजणारे भक्त[२] । दाखवले आहेत ।।२८।।

पाठीं सप्तप्रश्नविधि । बोलोनि प्रयाणसमयसिद्धी ।
एवं सकळ वाक्यावधि । अष्टमाध्यायीं ।।२९।।

सातव्या अध्यायी प्रश्न सात । त्याची उत्तरे आठव्या अध्यायात ।
प्रयाणाचा शुद्ध काळ याच अध्यायात । सांगितला ।।२९।।

मग शब्दब्रह्मीं असंख्याकें । जे तुला कांहीं अभिप्राय पिके ।
तेतुला महाभारतें एकें । लक्षें जोडे ।।३०।।

वेदामध्ये जे असंख्य । कर्म-ज्ञानसंबंधी परिपक्व ।
ते सापडती ज्यात एक लक्ष श्लोक । त्या महाभारतात ।।३०।।

---

१ (परा व अपरा हे प्रकृतीचे भेद आहेत)
२ (भक्त चार प्रकारचे आहेत :मार्त, जिज्ञासू, अर्थार्थी, ज्ञानी)

तिये आघवांचि जें महाभारतीं । तें लाभे कृष्णार्जुनवाचोक्तीं ।
आणि जो अभिप्रावो सातेंशतीं । तो एकलाचि नवमीं ॥३१॥
जे पूर्ण महाभारतात जाणे । कृष्ण-अर्जुनाचे बोलणे ।
सातशे श्लोकांत जे म्हणणे । तेच नवव्या अध्यायी ॥३१॥
म्हणौनि नवमींचिया अभिप्राया । सहसा मुद्रा लावावया ।
बिहाला मग मी वायां । गर्व कां करूं? ॥३२॥
नवव्याचा जो अभिप्राय । त्यावर मुद्रा जे भय ।
मराठीत सांगितला जाय । मी का गर्व करू? ॥३२॥
अहो गूळासाखरे मालेयाचे । हे बांधे तरी एकाचि रसाचे ।
परि स्वाद गोडियेचे । आनआन जैसे ॥३३॥
गूळ-साखरेच्या ढेपा बनती । एकाच रसाच्या असती ।
पण गोडी वेगळी लागती । तरीही ॥३३॥
एक जाणोनियां बोलती । एक ठायें ठावो जाणविती ।
एक जाणों जातां हारपती । जाणते गुणेंशीं ॥३४॥
गीता कोणी जाणून वाचती । कोणी ज्ञान जाणून येती ।
कोणी ब्रह्मस्वरूप होती । ज्ञान जाणता ॥३४॥
हें ऐसें अध्याय गीतेचे । परि अनिर्वाच्यपण नवमाचें ।
तो अनुवादलों हें तुमचें । सामर्थ्य प्रभू ॥३५॥
असे अध्याय असती गीतेचे । पण शब्दातीत नवव्याचे ।
तुम्ही दिले सामर्थ्य प्रतिभेचे । म्हणून अनुवाद करू शकलो ॥३५॥
अहो एकाचि शाटी तपिन्नली । एकीं सृष्टीवरी सृष्टी केली ।
एकीं पाषाणीं वाऊनि उतरलीं । समुद्रीं कटकें ॥३६॥
एकाची[३] छाटी प्रकाशली । एकाने[४] प्रतिसृष्टी निर्मिली ।
एकाने[५] समुद्रापार नेली । पाण्यावरी पाषाण टाकून ॥३६॥
एकीं आकाशीं सूर्यातें धरिलें । एकीं चुळींचि सागरातें भरिलें ।
तैसें मज मुकयाकरवीं बोलविलें । अनिर्वाच्य तुम्हीं ॥३७॥
एकाने (मारुतीने) सूर्या धरिले ।
एकाने (अगस्तींनी) सागरा गिळले ।
तसे कृपाप्रसादे तुम्ही बोलविले । मजसम मुक्यास ॥३७॥
परि हें असो एथ ऐसें । राम रावण झुंजिन्नले कैसे ।
राम रावण जैसे । मीनले समरीं ॥३८॥
हे बोलणे असो आपले । राम-रावण युद्धा ठाकले ।
त्यांनी युद्ध कसे केले । राम-रावणासारखे ॥३८॥

तैसें नवमीं कृष्णाचें बोलणें ।
तें नवमीचियाचि ऐसें मी म्हणें ।
या निवाडा तत्त्वज्ञु जाणें । जया गीतार्थु हातीं ॥३९॥
नवव्यातील कृष्णाचे बोलणे । हे नवव्या प्रमाणे ।
याचा अर्थ तत्त्वज्ञ जाणे । गीता अभ्यासता ॥३९॥
एवं नवही अध्याय पहिले । मियां मतीसारिखे वाखाणिले ।
आतां उत्तरखंड उवाइलें । ग्रंथाचें ऐका ॥४०॥
गीतेच्या नऊ अध्यायांत जाणे । सार सांगितले बुद्धीप्रमाणे ।
आता सुरू उत्तरार्ध सांगणे । तुम्ही श्रवण करा ॥४०॥
जेथ विभूति प्रतिविभूती । प्रस्तुत अर्जुना सांगिजेती ।
ते विदग्धा रसवृत्ती । म्हणिपैल कथा ॥४१॥
यात प्रमुख अन् गौण विभुती । अर्जुना सांगितल्या जाती ।
रसयुक्त भाषेतील ही वृत्ती । वर्णन केली जाईल ॥४१॥
देशियेचेनि नागरपणें । शांतु शृंगारातें जिणें ।
तरि ओंविया होती लेणें । साहित्यासि ॥४२॥
मराठी भाषेच्या सौंदर्याप्रती । शांत रस शृंगारा जिंकती ।
साहित्यशास्त्रा अलंकार ठरती । या मराठी ओव्या ॥४२॥
मूळ ग्रंथींचिया संस्कृता । वरि मऱ्हाठी नीट पढतां ।
अभिप्राय मानलिया उचिता । कवण भूमी हें न चोजवे ॥४३॥
मूळ संस्कृत ग्रंथ पाहता ।
माझी मराठी टीका नीट वाचता ।
अभिप्राय अंत:करणी पटता ।
श्लोक की ओवी आधारा संभ्रम वाटे ॥४३॥
जैसें अंगाचेनि सुंदरपणें । लेणिया आंगचि होय लेणें ।
तेथ अळंकारिलें कवण कवणें । हें निर्वचेना ॥४४॥
मुळचे सौंदर्य ते । दागिन्यांची शोभा वाढवते ।
कोण कोणा शोभते । हे सांगता न येते ॥४४॥
तैसी देशी आणि संस्कृत वाणी ।
एका भावार्थाच्या सुखासनीं ।
शोभती आयणी । चोखट आइका ॥४५॥
मराठी अन् संस्कृत वाणी । एकाच भावार्थाच्या आसनी ।
शोभती शुद्ध स्वरूपांनी । तुम्ही श्रवण करा ॥४५॥
उठावलिया भावा रूप । करितां रसवृत्तीचें लागे वडप ।
चातुर्य म्हणे पडप । जोडलें आम्हां ॥४६॥
अभिप्राय सांगत असता । नवरसांचा वर्षाव होता ।
चातुर्य म्हणे आम्हा प्रतिष्ठा । रसामुळे प्राप्त झाली ॥४६॥

३ वसिष्ठ ऋषींची
४ विश्वामित्र ऋषींनी
५ नल वानराने

तैसें देशियेचें लावण्य । हिरोनि आणिलें तारुण्य ।
मग रचिलें अगण्य । गीतातत्त्व ।।४७।।
भाषेचे सौंदर्य घेऊन । नवरसांना ताजे करून ।
गीतेतले सिद्धान्त रचून । मराठीत आणले ।।४७।।
जो चराचर परमगुरु । चतुर चित्तचमत्कारु ।
तो ऐका यादवेश्वरु । बोलता जाहला ।।४८।।
सृष्टीचे गुरु परात्पर । चित्तांचा जो चमत्कार ।
ऐका ते यादवेश्वर । अर्जुना काय म्हणाले ।।४८।।
ज्ञानदेव निवृत्तीचा म्हणे । ऐसें बोलिलें श्रीहरी तेणें ।
अर्जुना आघवियाची मातु अंत:करणें । धडौता आहासि ।।४९।।
निवृत्तिशिष्य ज्ञानेश्वर म्हणती ।
ऐका श्रीकृष्ण काय बोलती ।
अर्जुना ही तुझी वैराग्यस्थिती ।
यात आत्मज्ञान स्थिरावेल ।।४९।।
आम्हीं मागील जें निरूपण केलें ।
तें तुझें अवधानचि पाहिलें ।
तवं टाचें नव्हें भलें । पुरतें आहे ।।५०।।
आम्ही मागील निरूपण केले । तुझे लक्ष अजमावले ।
आम्हा कळून आले । तुझे पूर्ण लक्ष आहे ।।५०।।
घटीं थोडेसें उदक घालिजे । तेणें न गळे तरी वरिता भरिजे ।
ऐसा परिसौनि पाहिलासि तवं परिसविजे । ऐसेंचि होतसे ।।५१।।
मडक्यात पाणी घालती । गळले नाही तर पूर्ण भरती ।
तशी तुझी घेतली प्रतीती । मग ठरवले ।।५१।।
अवचितयावरी सर्वस्व सांडिजे ।
मग चोख तरी तोचि भांडारी कीजे ।
तैसा किरीटी तूं आतां माझें । निजधाम कीं ।।५२।।
अवचिताला पारखावे । खरा वाटता खजिनदार करावे ।
तसे अर्जुना तू आता बनावे । माझे स्वरूप ।।५२।।
ऐसें अर्जुना येउतें सर्वेश्वरें । पाहोनि बोलिलें अत्यादरें ।
गिरी देखोनि सुभरें । मेघु जैसा ।।५३।।
अर्जुनाचा पाहता अधिकार । आदराने बोले सर्वेश्वर ।
जसा भरावा मेघ भरपूर । पर्वता पाहता ।।५३।।
तैसा कृपाळुवांचा रावो । म्हणे आइकें गा महाबाहो ।
सांगितलाचि अभिप्रावो । सांगेन पुढती ।।५४।।
कृपाळूंचा राजा श्रीकृष्ण । म्हणे ऐक हे अर्जुन ।
अभिप्राय सांगितला तोच अजून । पुढे सांगतो ।।५४।।

पैं प्रतिवर्षीं क्षेत्र पेरिजे । पिकाची जंव जंव वाढी देखिजे ।
यालागीं नुबगिजे । वाहो करितां ।।५५।।
दरवर्षी रोप पेरावे । फुलून येता पाहावे ।
कंटाळून न जावे । मेहनतीने ।।५५।।
पुढतपुढती पुटें देतां । जोडे वानियेची अधिकता ।
म्हणौनि सोनें पंडुसुता । शोधूंचि आवडे ।।५६।।
सोन्याला अधिक पुटे देता । वाढते त्याची शुद्धता ।
म्हणून कस वाढण्या पंडुसुता । शुद्ध करावे ।।५६।।
तैसें एथ पार्था । तुज आभार नाहीं सर्वथा ।
आम्ही आपुलियाचि स्वार्था । बोलों पुढती ।।५७।।
तसेच आहे पार्था । हे उपकार नसती सर्वथा ।
आम्ही आमच्याच स्वार्था । हे सांगतो आहो ।।५७।।
जैसें बाळका लेवविजे लेणें । तया शृंगारा बाळ काइ जाणे ? ।
परि ते सुखाचे सोहळे भोगणें । माउलिये दिठी ।।५८।।
बालकाला अलंकार घालते । ते मूल हे नच जाणते ।
पण आई कौतुकाने पाहते । तो सुखाचा सोहळा ।।५८।।
तैसें तुझें हित आघवें । जंव जंव कां तुज फावे ।
तंव तंव आमुचें सुख दुणावे । ऐसें आहे ।।५९।।
जसे तुझे हित दिसेल । ते जसे तुला समजेल ।
तसे आमचे सुख वाढत जाईल । असे आहे ।।५९।।
आतां अर्जुना असो हे विकडी । मज उघड तुझी आवडी ।
म्हणौनि तृप्तीची सवडी । बोलतां न पडे ।।६०।।
हे अलंकारयुक्त बोलणे पुरे । माझे तुजवर प्रेम खरे ।
मनाची तृप्ती होत नाही बरे । कितीही तुझ्याशी बोलता ।।६०।।
आम्हां येतुलियाचि कारणें । तेंचि, तें तुजशीं बोलणें ।
परि असो हें अंत:करणें । अवधान देईं ।।६१।।
म्हणुनी याच कारणे । होते तेच तेच बोलणे ।
तरी ऐक तू अंत:करणे । माझे बोलणे ।।६१।।
तरी ऐकें गा सुवर्म । वाक्य माझें, परम ।
जें अक्षरें लेऊनी परब्रह्म । तुज खेंवासिआलें ।।६२।।
ऐक अर्जुना एक धर्म । माझे हे बोलणे परम ।
अक्षरांच्या रूपात परब्रह्म । तुला भेटाया आले ।।६२।।
परी किरीटी तूं मातें । नेणसी ना निरुतें ।
तरि तो गा जो मी एथें । तें विश्वचि हें ।।६३।।
अर्जुना तू मज पाहिले । यथार्थ रूपात न जाणले ।
तुझ्यासमोर उभे ठाकले । तेच विश्व ।।६३।।

एथ वेद मुके जाहाले । मन पवन पांगुळले ।
रातीविण मावळले । रविशशी जेथ ।।६४।।
मला वर्णण्या वेद मुके होती । मन-वायूही पांगुळती ।
सूर्य-चंद्रही मावळती । माझ्या तेजाविना ।।६४।।
अगा उदरींचा गर्भु जैसा । न देखें आपुलिये मातेची वयसा ।
मी आघवेया देवां तैसा । नेणवे कांहीं ।।६५।।
पोटात गर्भ वाढतो । परी आईचे वय न जाणतो ।
देवदेवतांना मी न कळतो । माझ्यातून निर्माण होऊनही ।।६५।।
आणि जळचरां उदधीचें मान । मशका नोलांडवेचि गगन ।
तेवीं महर्षींचें ज्ञान । न देखेचि मातें ।।६६।।
मासे सागराचा अंत न जाणती । चिलटे आकाश न ओलांडती ।
तसे मला न जाणू शकती । महर्षींचे ज्ञान ।।६६।।
मी कवण पां केतुला । कवणाचा कैं जाहला ।
या निरुती करितां बोला । कल्प गेले ।।६७।।
मी कोण? मोठा झाला । कोणापासून निर्माण झाला ।
याचा निर्णय करण्यात गेला । युगांचा काळ कसा ।।६७।।
कां जे महर्षी आणि या देवां । येरां भूतजातां सर्वां ।
मी आदि म्हणौनि पांडवा । अवघड जाणतां ।।६८।।
महर्षी आणि देव । प्राणिमात्र सर्व ।
यांचे मूळ मीच ठाव । मला जाणणे कठीण ।।६८।।
उतरलें उदक पर्वत वळघे । जरी झाड वाढत मुळीं लागे ।
तरी मियां जालेनि जगें । जाणिजे मातें ।।६९।।
ओघळते पाणी पर्वतावर चढेल! । झाड मुळाकडे वाढेल? ।
तर हे जग मला जाणेल । मीच निर्माता ।।६९।।
कां गाभेवनें वटु गिंवसवे । जरी तरंगीं सागरू सांठवे ।
कां परमाणूमाजीं सामावे । भूगोलु हा ।।७०।।
वडाच्या अंकुरी वड मावेल । लाटेमध्ये समुद्र साठेल ।
परमाणूत सामावेल । जर सर्व पृथ्वी ।।७०।।
तरी मियां जालिया जीवां । महर्षी अथवा देवां ।
मातें जाणावया होआवा । अवकाशु गा ।।७१।।
तर माझ्यापासून निर्मित जीव । महर्षी आणि देव ।
मला जाणतील सर्व । असे होईल ।।७१।।
ऐसाही जरी विपायें । सांडूनि पुढीले पाये ।
सर्वेंद्रियांसि होये । पाठिमोरा जो ।।७२।।
कठीण जरी मी जाणण्यास । प्रवृत्ती मार्ग सोडून खास ।
पाठ दाखवी इंद्रियास । असा पुरुष ।।७२।।
प्रवर्तलाही वेगीं बहुडे । देह सांडूनि मागलीकडे ।
महाभूतांचिया चढे । माथयावरी ।।७३।।
चुकुन विषयाकडे प्रवृत्त होई । सत्वर विषय सोडून देई ।
महाभूतांच्या ब्रह्मतत्त्वा जाई । देहभाव सोडून ।।७३।।
तेथ राहोनि ठायठिके । स्वप्रकाशें चोखें ।
अजत्व माझें देखे । आपुलिया डोळां ।।७४।।
अशा सुखात राहून । स्वयंप्रकाशित परिपूर्ण ।
माझे स्वरूप उत्पत्तिहीन । स्वनेत्रे पाहतो ।।७४।।
मी आदीसिं परु । सकळलोकमहेश्वरु ।
ऐसिया मातें जो नरु । यापरी जाणें ।।७५।।
मी कारणाच्या पार । सकळ लोकांचा ईश्वर ।
हे विराट स्वरूप साकार । जो जाणतो ।।७५।।
तो पाषाणांमाजीं परिसु । जैसा रसाआंतु सिद्धरसु ।
तैसा मनुष्याआंतु तो अंशु । माझाचि जाण ।।७६।।
तो पाषाणांत परीस । रसांत अमृत रस ।
जाण माझाच तो अंश । माणसांत ।।७६।।
तें चालतें ज्ञानाचें बिंब । तयाचे अवयव ते सुखाचे कोंभ ।
येर माणुसपण तें भांब । लौकिक भागु ।।७७।।
ते चालते बिंब ज्ञानाचे । अवयव हे अंकुर जणू ब्रह्मसुखाचे ।
मनुष्यपण हे त्याचे । निव्वळ भ्रम ।।७७।।
अगा अवचिता कापुरा- । माजीं सांपडला हिरा ।
वरी पडिलिया नीरा । न निगे केवीं ।।७८।।
हिरा पडला कापुरात । तरी तो नाही जळत ।
आणि नाही विरघळत । पाण्यात पडता ।।७८।।
तैसा मनुष्यलोकाआंतु । तो जरी जाहला प्राकृतु ।
तऱ्ही प्रकृतिदोषाची मातु । नेणेंचि कीं ।।७९।।
तो मनुष्यलोकी जन्मला । सामान्य आकारी दिसला ।
तरी प्रकृतीच्या दोषाला । जाणत नाही ।।७९।।
तो आपसयेंचि सांडिजे पापीं । जैसा जळत चंदनु सर्पीं ।
तेवीं मातें जाणें तो संकल्पीं । वर्जूनि घापे ।।८०।।
पाप आपोआप निघून जाई । चंदन जळता साप जाई ।
जो मला जाणून घेई । त्यास संकल्प सोडती ।।८०।।
तेंचि आमुतें कैसें जाणिजे । ऐसें कल्पी जरी चित्त तुझें ।
तरी मी ऐसा हें माझें । भाव ऐकें ।।८१।।
मला कसे जाणावे वाटेल । तुझे चित्त कल्पना करेल ।
माझे विकार कसे कोणते कळेल । लक्षपूर्वक ऐक ।।८१।।

जे वेगळालिया भूतीं । सारिखे होऊनि प्रकृती ।
विखुरले आहेती त्रिजगतीं । आघविये ।।८२।।
भिन्न प्राणिमात्रांच्या मनी । त्यांच्या प्रकृतीप्रमाणे होऊनी ।
त्रैलोक्यात राहती विखरुनी । माझे विकार ।।८२।।
तेथ प्रथम जाण बुद्धी । मग ज्ञान जें निरवधी ।
असंमोह सहनसिद्धी । क्षमा सत्य ।।८३।।
त्यात प्रथम बुद्धी जाण । विवेक प्रवृत्ती, अगाध ज्ञान ।
सहनशीलता सत्यही मान । उपस्थित गोष्टीतून ।।८३।।
मग शम दम दोन्ही । सुखदुःख वर्ते जें जनीं ।
अर्जुना भावाभाव मानीं । भावाचिमाजीं ।।८४।।
मनो, इंद्रिय निग्रह दोन्ही । मृत्युलोकी सुख-दुःख आणि ।
जन्म-मरण यांमधुनी । विकार असती ।।८४।।
पैं भय आणि निर्भयता । अहिंसा आणि समता ।
तुष्टि तप पंडुसुता । ओळख तू! ।।८५।।
भय आणि निर्भयता । अहिंसा अन् समता ।
तप आणि संतोष पार्था । माझेच विकार हे जाण! ।।८५।।
अगा दान यश अपकीर्ती । हे जे भाव सर्वत्र दिसती ।
ते मजचि पासूनि होती । भूतांचिया ठायीं ।।८६।।
दान, यश, अपकीर्ती । प्राणिमात्रांत जे दिसती ।
ते मजपासून उत्पन्न होती । प्राणिमात्रांमध्ये ।।८६।।
जैसीं भूतें आहाति सिनानीं । तैसेचि हेही वेगळाले मानीं ।
एक उपजती माझ्या ज्ञानीं । एक नेणती मातें ।।८७।।
जसे प्राणिमात्र भिन्न । तसे विकारही भिन्न ।
काहींना प्राप्त होई माझे ज्ञान । काहींना नाही ।।८७।।
प्रकाशु आणि कडवसें । हें सूर्याचिस्तव जैसें ।
प्रकाश उदयीं दिसे । तम अस्तुसीं ।।८८।।
प्रकाश, अंधार विरुद्ध दोन्ही । निर्माण होती सूर्यापासुनी ।
प्रकाश पसरे उदयातुनी । अस्तातून अंधार ।।८८।।
आणि माझें जाणणें नेणणें । तें तंव भूतांचिया दैवाचें करणें ।
म्हणौनि भूतीं भावाचें होणें । विषम पडे ।।८९।।
माझे ज्ञान होणे न होणे । प्राणिमात्राचे कर्म जाणे ।
म्हणोनी असे निर्माण होणे । विविध भाव ।।८९।।
यापरी माझिया भावीं । हे जीवसृष्टि आहे आघवी ।
गुंतली असे जाणावी । पंडुकुमरा ।।९०।।
अर्जुना ही सृष्टी सारी । भरली माझे विकारी ।
माझ्या भावनांचे परी । तू जाण ।।९०।।

आतां इये सृष्टीचे पालक । जयां आधीन वर्तती लोक ।
ते अकरा भाव आणिक । सांगेन तुज ।।९१।।
या सृष्टीचे जे पालक । व्यवहारती ज्यामुळे लोक ।
ते भाव अकरा आणिक । तुला सांगतो ।।९१।।
तरी आघवांचि गुणीं वृद्ध । जे महर्षींमाजीं प्रबुद्ध ।
कश्यपादि प्रसिद्ध । सप्तऋषी ।।९२।।
सर्व गुणांनी संपन्न । ऋषींमध्ये परिपूर्ण ।
जे सात ऋषी जाण । कश्यपादि ।।९२।।
आणिकही सांगिजतील । जे कां चौदाआंतुल मुद्दल ।
स्वायंभू मुख्य वडील । चारी मनु ।।९३।।
आणिक सांगतो तुजप्रती । आणखी चौदा मनु असती ।
त्यात स्वयंभू चार प्रमुख होती । ते तुला सांगतो ।।९३।।
ऐसें हे अकरा । माझ्या मनीं जाहाले धनुर्धरा ।
सृष्टीचिया व्यापारा- । लागोनियां ।।९४।।
अकरा ऋषी चार मनू असे । सृष्टीच्या उत्पत्तीकरता जसे ।
माझ्या संकल्पातून निर्माण झाले तसे । जाण धनुर्धरा ।।९४।।
जैं लोकांची व्यवस्था न पडे ।
जैं या त्रिभुवनाचे कांहीं न मांडे ।
तैं महाभूतांचे दळवाडें । अचुंबित असे ।।९५।।
स्वर्गादि लोकांची व्यवस्था नसता ।
त्रिलोक्याची रचना झाली नसता ।
पंचमहाभूते स्तब्ध असता । त्यांचे समुदाय ।।९५।।
तैंचि हे जाहाले । मग इहीं लोक केले ।
तेथ अध्यक्ष रचूनि ठेविले । इहीं जन ।।९६।।
तेव्हा हे अकरा निर्माण होती । ते मग सात लोक निर्मिती ।
इंद्रादि अध्यक्ष म्हणून मांडती । या, त्या लोका ।।९६।।
म्हणौनि अकराही हे राजा । मग येर जग यांचिया प्रजा ।
एवं विश्वविस्तारु हा माझा । ऐसेंचि जाण ।।९७।।
हे अकराजण राजा असती । बाकी यांची प्रजा ठरती ।
माझा हा विस्तार विश्वरूपाप्रती । प्रगटला असे जाण ।।९७।।
पाहें पां आरंभीं बीज एकलें ।
मग तेंचि विरूढलिया बूड जाहालें ।
बुडीं कोंभ निघाले ।
खांदियांचे ।।९८।।
आरंभी एकच बीज असते । वाढून त्याचे खोड बनते ।
खोडातून फुटत जाते । कोंब आणि फांद्या ।।९८।।

खांदियांपासूनि अनेका । फुटलिया नाना शाखा ।
शाखांस्तव देखा । पल्लव पानें ।।९९।।
फांद्यातून अनेक येती । शाखा विस्तारती ।
कोवळी पालवी फुटती । पाने येती ।।९९।।
पल्लवीं फूल फळ । एवं वृक्षत्व जाहालें सकळ ।
तें निर्धारितां केवळ । बीजचि आघवें ।।१००।।
पाने, फुले आणि फळ । वृक्ष बनतो सकळ ।
सूक्ष्म विचार करता केवळ । झाड म्हणजे बीजच ।।१००।।
तैंसे मी एकचि पहिलें । मग मी तेंचि मनातें व्यालें ।
तेथ सप्तऋषि जाहाले । आणि चारी मनु ।।१०१।।
सृष्टीआरंभी मी एकटाच भावे । वाटले अनेक रूपे प्रगट व्हावे ।
मग सप्त ऋषी चार मनु निर्मावे । असे झाले ।।१०१।।
इहीं लोकपाळ केले । लोकपाळीं विविध लोक सृजिले ।
लोकांपासूनि निपजले । प्रजाजात ।।१०२।।
त्यांनी लोकपाल निर्मिले । लोकपालांनी विविध लोक रचले ।
त्यांच्यापासून निर्माण झाले । प्रजासमूह ।।१०२।।
ऐसेनि हें विश्व येथें । मीचि विस्तारिलोंसें निरुतें ।
परी भावाचेनि हातें । माने जया ।।१०३।।
येथे जे विश्व दिसते । ते मी निर्मिलेले असते ।
त्यालाच हे समजू शकते । जो शुद्ध भावनेने जाणेल ।।१०३।।
यालागीं सुभद्रापती । हे भाव इया माझिया विभूती ।
आणि यांचिया व्याप्ती । व्यापिलें जग ।।१०४।।
यामुळे हे सुभद्रापती । हे भाव माझे विभूती ।
यांनी पसरली व्याप्ती । विश्व व्यापले ।।१०४।।
म्हणौनि गा यापरी । ब्रह्मादिपिपीलिकावरी ।
मीवांचूनि दुसरी । गोठी नाहीं ।।१०५।।
हे जाणून घे सत्य । ब्रह्मदेवापासून मुंगीपर्यंत ।
माझ्यावाचून पर्याप्त । दुसरे कोणी नाही ।।१०५।।
ऐसें जाणे जो साचें । तया चेइरें जाहालें ज्ञानाचें ।
म्हणौनि उत्तमाधम भेदाचें । दु:स्वप्न न देखे ।।१०६।।
असे सत्ये जो जाणे । त्या ज्ञानाची जागृती होणे ।
भेदाचे दु:स्वप्न न माने । जसे हा उत्तम, हा अधम ।।१०६।।
मी माझिया विभूती । विभूतीं अधिष्ठिलिया व्यक्ती ।
हें आघवें योगप्रतीती । एकचि मानी ।।१०७।।
मी आणि माझ्या विभूती । यांनी व्यापिलेल्या प्राणिजाती ।
हे सर्व ऐक्य प्रतीती । तो एक मानतो ।।१०७।।

म्हणौनि नि:शंकें येणें महायोगें । मज मीनले मनाचेनि आंगें ।
एथ संशय करणें न लगे । तो त्रिशुद्धी जाहला ।।१०८।।
म्हणून नि:शंक होऊन योगाने ।
ऐक्य पावतो सर्व वृत्तीने ।
तो एकरूप झाला हेच मानणे ।
हे त्रिकाल सत्य नि:संशय ।।१०८।।
कां जे ऐसें किरीटी । मातें भजे जो अभेदा दिठी ।
तयाचिये भजनाचे नाटीं । सूती मज ।।१०९।।
अशा अभेद भावाने जो ।
अर्जुना मला भजतो ।
मी त्याच्या प्रेमात पडतो ।
त्यांच्या भजनाच्या छंदे ।।१०९।।
म्हणौनि अभेदें जो भक्तियोगु । तेथ शंका नाहीं नये खंगु ।
ठेला तरी चांगु । तें सांगितलें षष्ठीं ।।११०।।
अभेद नि:शंक योग पाहे । व्यत्यय येता पुनर्जन्मा पाहे ।
ते तुज सांगितले आहे । सहाव्या अध्यायात ।।११०।।
तोचि अभेदु कैसा । हें जाणावया मानसा ।
साद जाली तरी परियेसा । बोलिजेल ।।१११।।
या अभेद भक्तीचा प्रकार । जाणण्याचा येता विचार ।
मी जाणतो याचा आचार । ऐक सांगतो ।।१११।।
तरि मीचि एक सर्वां । या जगा जन्म पांडवा ।
आणि मजचिपासूनि आघवा । निर्वाहो यांचा ।।११२।।
मीच या सर्वांचा । आहे उत्पन्न कर्ता ।
आणि मीच पालनकर्ता । हे जाण पांडवा ।।११२।।
कल्लोळमाळा अनेगा । जन्म जळींचि पैं गा ।
आणि तयां जळचि आश्रयो तरंगा । जीवनही जळ ।।११३।।
लाटांचा जन्म पाण्यातून । पाणीच तरंगाचा आधार असून ।
तरंगांचे जीवन म्हणून । पाणीच असते ।।११३।।
ऐसें आघवाचि ठायीं । तया जळचि जेवीं पाहीं ।
तैसा मीवांचूनि नाहीं । विश्वीं इये ।।११४।।
सर्वत्र लाटांना असतो । पाण्याचाच आधार तो ।
तसा या विश्वात न दिसतो । माझ्यावाचून कोणी ।।११४।।
ऐसिया व्यापका मातें । मानूनि जे भजती भलतेथें ।
परि साचोकारें उदितें । प्रेमभावें ।।११५।।
मी सदैव सर्वत्र समान । भक्त पूजतात हे जाणून ।
त्यांची भक्ती अंत:करणातून । प्रेमाने प्रगटते ।।११५।।

देश काळ वर्तमान । आघवें मजसीं करूनि अभिन्न ।
जैसा वायु होऊन गगन । गगनींचि विचरे ॥११६॥
देश, काळ, वर्तमान एकरूप माझ्यात ।
हे जाणून भक्तआचरण करतात ।
जसा वायू मुक्तपणे आकाशात । संचार करतो ॥११६॥
ऐसेनि जे निजज्ञानी । खेळत सुखें त्रिभुवनीं ।
जगद्रूपा मनीं । सांठऊनि मातें ॥११७॥
असे जे आत्मज्ञानी । साठवून मला मनी ।
कर्म करती त्रिभुवनी । संचार करीत ॥११७॥
जें जें भेटे भूत । तें तें मानिजे भगवंत ।
हा भक्तियोगु निश्चित । जाण माझा ॥११८॥
जे जे भेटते भूत । त्याला मानावे भगवंत ।
हाच भक्तियोग निश्चित । हे तू जाण ॥११८॥
चित्तें मीचि जाहाले । मियांचि प्राणें धाले ।
जीवों मरों विसरले । बोधाचिया भुली ॥११९॥
जे माझ्याशी एकरूप होती । स्वरूप-अनुभवे ज्या लाभे तृप्ती ।
अशा बोधाने ते विसरती । जन्म-मृत्यू ॥११९॥
मग तया बोधाचेनि माजे । नाचती संवादसुखाचीं भोजें ।
आतां एकमेकां घेपे दीजे । बोधचि वरी ॥१२०॥
ज्ञानप्राप्तीने आनंदे नाचती । सुखसंवादे कौतुके नाहती ।
एकमेकां ज्ञान देती-घेती । बोधामृताचे ॥१२०॥
जैशीं जवळकेंचीं सरोवरें ।
उचंबळलिया कालवती परस्परें ।
मग तरंगासि धवळारें ।
तरंगचि होती ॥१२१॥
लगतचे तलाव पाण्याने भरती । ते पाणी एकमेकांत उसळती ।
लाटाच एकमेकां आश्रयभूत होती । लाटांतून ॥१२१॥
तैसी येरयेरांचिया मिळणी । पडत आनंदकल्लोळांची वेणी ।
तेथ बोध बोधाचीं लेणीं । बोधेंचि मिरवी ॥१२२॥
तसे भक्त एकमेकां भेटती । आनंदलहरी उसळती ।
ज्ञानच अलंकार मिरविती । ज्ञानबोधाचे ॥१२२॥
जैसें सूर्यें सूर्यातें वोंवाळिलें ।
कीं चंद्रें चंद्रम्या क्षेम दिधलें ।
ना तरी सरिसेनि पाडें मीनले । दोनी वोघ ॥१२३॥
सूर्याला सूर्याने ओवाळावे । चंद्राला चंद्राने आलिंगावे ।
तसे दोन प्रवाह मिसळावे । समान योग्यतेचे ॥१२३॥
तैसें प्रयाग होत सामरस्याचें । वरी वोसाण तरत सात्त्विकाचें ।
ते संवादचतुष्पथींचे । गणेश जाहले ॥१२४॥
साम्य रसाचा संगम होतो । सात्त्विकाचा पाचोळा तरंगतो ।
भक्तगणांचा ईश बनतो । सुख-संवादरूपाने ॥१२४॥
तेव्हां तया महासुखाचेनि भरें । धांवोनि देहाचिये गांवाबाहेरें ।
मियां धाले तेणें उद्गारें । लागती गाजों ॥१२५॥
त्या महासुखाच्या आवेशात । देहाच्या गावाबाहेर धावतात ।
माझ्यायोगे तृप्त असतात । धन्य, धन्य गर्जती ॥१२५॥
पैं गुरुशिष्यांच्या एकांतीं । जे अक्षरा एकाची वदंती ।
ते मेघाचियापरी त्रिजगतीं । गर्जती सैंघ ॥१२६॥
गुरू शिष्य एकांती । एकाक्षरी[६] उपदेशती ।
त्या अक्षरांना त्रिजगती । मेघासम गर्जून सांगती ॥१२६॥
जैसी कमळकळिका जालेपणें । हृदयींचिया मकरंदातें राखों नेणें ।
दे राया रंका पारणें । आमोदाचें ॥१२७॥
कमलकलिका उमलते । सुगंध न राखून ठेवते ।
राजारंकासमान देते । आनंदाची मेजवानी ॥१२७॥
तैसेंचि मातें विश्वीं कथित । कथितेनि तोषें कथूं विसरत ।
मग तया विसरामाजीं विरत । आंगें जीवें ॥१२८॥
माझे गुण विश्वात गाती । परम आनंदाची होई प्राप्ती ।
देहभावही विसरती । जीवही ॥१२८॥
ऐसें प्रेमाचेनि बहुवसपणें । नाहीं राती दिवो जाणणें ।
केलें माझें सुख अव्यंगवाणें । आपणपेयां जिहीं ॥१२९॥
भक्ता लागते पूर्ण सुख । प्रेम लाभते अलौकिक ।
दिवस-रात्रीचे कौतुक । त्याना राहत नाही ॥१२९॥
तयां मग जें आम्ही कांहीं । द्यावें अर्जुना पाहीं ।
ते ठायींचीच तिहीं । घेतली सेल ॥१३०॥
अर्जुना तू पाहावे । भक्ता आम्ही काही न द्यावे ।
त्यांनी शेलके घ्यावे । त्यातील ॥१३०॥
कां जे ते जिया वाटा । निगाले गा सुभटा ।
ते सोय पाहोनि अव्हांटा । स्वर्गापवर्ग ॥१३१॥
ते ज्या मार्गे येती । त्या मार्गावरी असती ।
स्वर्ग आणि मोक्ष वाटती । त्यांना आडमार्ग ॥१३१॥
म्हणौनि तिहीं जें प्रेम धरिलें । तेंचि आमुचें देणें उपाइलें ।
परि आम्हीं देयावें हेंहि केलें । तिहींची म्हणिपे ॥१३२॥
त्यांच्या अंत:करणातील प्रेम । त्यांनीच मिळवले क्षेम ।
आम्हीच ते देती सप्रेम । जगाला सांगती ॥१३२॥

६ ॐकार

आतां यावरी येतुलें घडे । जें तेंचि सुख आगळें वाढे ।
आणि काळाची दिठी न पडे । हें आम्हां करणें ।।१३३।।
यानंतर असे घडेल । ते सुख आणखी वाढेल ।
काळदृष्टी त्यावर न पडेल । असे आम्हा करायचे ।।१३३।।
लळेयाचिया बाळका किरीटी । गवसणी करूनि स्नेहाचिया दिठी ।
जैसी खेळतां पाठोपाठीं । माउली धांवे ।।१३४।।
लाडक्या बाळाला माता । स्नेहाचे पांघरूण घालता ।
तो पडू नये खेळता । म्हणून मागे धावते ।।१३४।।
तें जो जो खेळ दावी । तो तो पुढें सोनयाचा करूनि ठेवी ।
तैसी उपास्तीची पदवी । पोषित मी जायें ।।१३५।।
बाळ जो खेळ दाखवी । माता तो सोन्यासम जपून ठेवी ।
तसे मी वाढवी । उपासनेचा अधिकार ।।१३५।।
जिये पदवीचेनि पोषकें । ते मातें पावती यथासुखें ।
हे पाळती मज विशेखें । आवडे करूं ।।१३६।।
उपासनेची वाढवता स्थिती । भक्त सहज येती मजप्रती ।
मला आहे याची विशेष रती । पालन करण्याची ।।१३६।।
पैं गा भक्तासि माझें कोड । मज तयाचे अनन्यगतीची चाड ।
कां जे प्रेमळांचें सांकड । आमुचिया घरीं ।।१३७।।
भक्ता आमची असते ओढ । आम्हाला निष्ठेची आवड ।
प्रेमळ भक्तांची असे निकड । आमच्या घरी ।।१३७।।
पाहें पां स्वर्ग मोक्ष उपाइले । दोन्ही मार्ग तयांचिये वाहणी केले ।
आम्हीं आंगही शेखीं वेंचिलें । लक्ष्मियेसीं ।।१३८।।
दोन्ही मार्ग उघडले । स्वर्ग मोक्ष खुले केले ।
लक्ष्मीसह शेषा स्वाधीनले । मी स्वत:ला ।।१३८।।
परि आपणपेंवीण जें एक । तें तैसेंचि सुख साजुक ।
सप्रेमळालागीं देख । ठेविलें जतन ।।१३९।।
एकात्मतेचे हे एक । ते भक्ती प्रेम शुद्ध सुख ।
ते भक्तांसाठी आपसूक । मी राखून ठेवले ।।१३९।।
हा ठायवरी किरीटी । आम्ही प्रेमळु घेवों आपणयासाठीं ।
या बोलीं बोलिजत गोष्टी । तैसिया नव्हती गा ।।१४०।।
असे भक्त असती प्रेमळ । त्यांना घेतो आम्ही जवळ ।
हे अनुभवावेच लागे केवळ । बोलता येत नाही ।।१४०।।
म्हणौनि मज आत्मयाचा भावो । जिहीं जियावया केला ठावो ।
एक मीवांचूनि वावो । येर मानिलें जिहीं ।।१४१।।
म्हणून मी आत्मा हा विचार । ज्ञान भक्ती हा आधार ।
माझ्याशिवाय सर्व चराचर । मिथ्या मानती ।।१४१।।
तयां तत्त्वज्ञां चोखटां । दिवी पोतासाची सुभटा ।
मग मीचि होऊनि दिवटा । पुढां पुढां चालें ।।१४२।।
शुद्ध मनाच्या भक्तासाठी । ज्ञानरूपी कापराची ।
मशाल करून मीच पुढती । चालत राहतो ।।१४२।।
अज्ञानाचिये राती । माजीं तमाचि मिळणी दाटती ।
ते नाशूनि घालीं परौती । तरी नित्योदयो ।।१४३।।
अज्ञानाच्या रात्रीतला । दाट काळोख असे जमलेला ।
त्या नाशून सारतो कडेला । ज्ञानोदय करतो ।।१४३।।
ऐसें प्रेमळाचेनि प्रियोत्तमें । बोलिलें जेथ पुरुषोत्तमें ।
तेथ अर्जुन मनोधर्में । निवालों म्हणतसे ।।१४४।।
प्रिय प्रेमळ भक्तांप्रती । पुरुषोत्तम श्रीकृष्ण बोलती ।
शांत होतसे माझ्या वृत्ती । अर्जुन म्हणाला ।।१४४।।
अहो जी अवधारा । भला केरु फेडिला संसारा ।
जाहलों जननीजठर जोहरा- । वेगळा प्रभू ।।१४५।।
मनांतला संसाराचा कचरा । तुम्ही दूर केला सारा ।
जन्मसोहळा आईच्या उदरा । मी मुक्त झालो ।।१४५।।
जी जन्मलेपण आपुलें । हें आजि मियां डोळां देखिलें ।
जीवित हातां चढलें । आवडतसें ।।१४६।।
माझा हा जन्म झालेला । मी माझ्या डोळ्यांनी पाहिला ।
जीवन आले हाती मला । असे वाटू लागले ।।१४६।।
आजि आयुष्या उजवण जाहली ।
माझिया दैवा दशा उदयली ।
जे वाक्यकृपा लाधली ।
दैविकेनि मुखें ।।१४७।।
आयुष्याचे सार्थक झाले । भाग्य उदयाला आले ।
ज्ञान भक्तीचे बोल प्रकटले । प्रभू आपल्या मुखे ।।१४७।।
आतां येणें वचन तेजाकारें ।
फिटलें आंतील बाहेरील आंधारें ।
म्हणौनि देखतसें साचोकारें ।
स्वरूप तुझें ।।१४८।।
तुझ्या तेजोमय वचनांमुळे गेले । अंतर्बाह्य अंध:कार मिटले ।
म्हणून मला पाहता आले । तुझे स्वरूप ।।१४८।।
तरी होसी गा तूं परब्रह्म । जें या महाभूतां विसंवतें धाम ।
पवित्र तूं परम । जगन्नाथा ।।१४९।।
देवा तू परब्रह्म । महाभुताचे विश्रांतिधाम ।
तू पवित्र परम । जगन्नाथा ।।१४९।।

तूं परम दैवत तिहीं देवां । तूं पुरुष जी पंचविसावा ।
दिव्य तूं प्रकृतिभावा- । पैलीकडील ।।१५०।।
त्रिदेवांचे तू अधिदैवत । पुरुष पंचविसावा[७] (चोवीस
तत्त्वांपलीकडील) असत ।
दिव्य असा तू शब्दातीत । प्रकृतीभावा ।।१५०।।
अनादिसिद्ध तूं स्वामी । जो नाकळिजसी जन्मधर्मीं ।
तो तूं हें आम्ही । जाणितलें आतां ।।१५१।।
तू अनादिसिद्ध स्वामी होसी । जन्मधर्माच्या पार असशी ।
तो तूच, तूच असशी । हे आता आम्ही जाणले ।।१५१।।
तूं या कालयंत्रासि सूत्री । तूं जीवकळेची अधिष्ठात्री ।
तूं ब्रह्मकटाहधात्री । हें कळलें फुडें ।।१५२।।
तू काळाचा सूत्रधार । जीवन अंशाचा रचनाकार ।
ब्रह्मांड पात्राचा (कढईचा) आधार । हे स्पष्ट कळले आहे ।।१५२।।
पैं आणिकही एक परी । इये प्रतीतीची येतसे थोरी ।
जे मागें ऐसेंचि ऋषीश्वरीं । सांगितलें तूंतें ।।१५३।।
आणखी एक प्रकार । कळतो अनुभव थोर ।
महान ऋषींनी केले फार । तुमचे वर्णन ।।१५३।।
परि तया सांगितलियाचें साचपण ।
हें आतां माझें देखतसे अंत:करण ।
जे कृपा केली आपण । म्हणौनि देवा ।।१५४।।
त्यांनी केलेले वर्णन । अनुभवते अंत:करण ।
तीही केली आहे आपण । कृपा मजवरी ।।१५४।।
एऱ्हवीं नारदु अखंड जवळां ये । तोही ऐसेंचि वचनीं गाये ।
परि अर्थ न बुजोनि ठाये । गीत सुखचि ऐकों ।।१५५।।
देवर्षि नारद घरी येती । अशीच गाणी गाती ।
अर्थ न हो माहिती । तरी गाणे ऐकत असू ।।१५५।।
जी आंधळेयांच्या गांवीं । आपणपें प्रगटलें रवी ।
तरी तिहीं वोतपलीचि घ्यावी । वांचूनि प्रकाशु कैंचा? ।।१५६।।
आंधळ्यांच्या गावात । जेव्हा सूर्योदय होत ।
ते उन्हाचाच अनुभव घेत । प्रकाश कसा कळणार? ।।१५६।।
येरवीं देवर्षि अध्यात्म गातां । आहाच रागांगेंसीं जे मधुरता ।
तेचि फावे येर चित्ता । नलगेचि कांहीं ।।१५७।।
देवर्षि अध्यात्म गाती । रागांची मधुरता कळती ।
एरवी फार काही चित्ती । कळत नसे ।।१५७।।

पैं असिता देवलाचेनि मुखें । मी एवंविधा तूंतें आइकें ।
परी तैं बुद्धि विषयविखें । घारिली होती ।।१५८।।
असित, देवल ऋषीकडून । होतो स्वरूपाचे वर्णन ऐकून ।
माझी बुद्धी होती व्यापून । विषयाच्या विषाने ।।१५८।।
विषयविषाचा पडिपाडू । गोड परमार्थु लागे कडू ।
कडू विषय तो गोडू । जीवासी जाहला ।।१५९।।
विषय विषाचा थोरपणा तो । गोड अध्यात्म कडूभासतो ।
विषय कडू पण गोड लागतो । जीवाला ।।१५९।।
आणि हें आणिकांचें काय सांगावें ।
राउळा आपणचि येऊनि व्यासदेवें ।
तुझें स्वरूप आघवें । सर्वदा सांगिजे ।।१६०।।
इतर ऋषीही काय म्हणती । महर्षी व्यासही घरी येती ।
अन् वर्णन सांगती । तुझ्या विशाल रूपाचे ।।१६०।।
परि तो अंधारीं चिंतामणि देखिला ।
जेवीं नव्हे या बुद्धी उपेक्षिला ।
पाठीं दिनोदयीं वोळखिला । होय म्हणौनि ।।१६१।।
अंधारात चिंतामणी पाहता । टाकून देई न ओळखता ।
कळले सूर्योदय होता । तो चिंतामणी आहे ।।१६१।।
तैसीं व्यासादिकांचीं बोलणीं ।
तिया मजपाशीं चिद्रत्नांचिया खाणी ।
परि उपेक्षिल्या जात होतीया तरणी । तुजवीण कृष्णा ।।१६२।।
महर्षी व्यासादिकांची वाणी । ज्ञानरत्नांच्या खाणी ।
उपेक्षित रहात होत्या या धरणी । कृष्णा तुझ्याविना ।।१६२।।
ते आतां वाक्यसूर्यकर तुझे फांकले ।
आणि ऋषीं मार्ग होते जे कथिले ।
तयां आघवियांचेंचि फिटलें । अनोळखपण ।।१६३।।
तुझ्या ज्ञानाची किरणे । ऋषींनी सांगितलेली वचने ।
यांचे अपरिचित असणे । नाहीसे झाले ।।१६३।।
जी ज्ञानाचें बीज तयांचे बोल ।
माजीं हृदयभूमिके पडिले सखोल ।
वरि इये कृपेची जाहाली वोल ।
म्हणौनि संवाद फळेंशीं उठलें ।।१६४।।
ज्ञानाचे बीज ते ऋषींचे बोल ।
पडले हृदय भूमीत खोल ।
लाभली तुझ्या कृपेची ओल ।
मग वृक्ष होऊन फळे आली ।।१६४।।

---
७ (चोवीस पुरुषतत्त्व : प्रकृती, महत्त्व, अहंकार, पाच सन्मात्रा, पाच महाभूते, दहा इंद्रिये व मन)

अहो नारदादिकां संतां । त्यांचिया उक्तिरूप सरितां ।
महोदधीं जाहलों अनंता । संवादसुखाचा ।।१६५।।
नारदादि संतांपाठी । वचनरूपी नद्यांसाठी ।
मी समुद्र जाहलो जगजेठी । संवाद सुखाचा ।।१६५।।
प्रभु आघवेनि येणें जन्में । जियें पुण्यें केलीं मियां उत्तमें ।
तयांचीं न ठकतीचि अंगीं कामें । सद्गुरू तुवां ।।१६६।।
हे प्रभू मागील जन्मी । केली उत्तम पुण्ये मी ।
माझे काम झाले पुण्य गामी । तुम्ही सद्गुरू लाभता ।।१६६।।
एऱ्हवीं वडिलवडिलांचेनि मुखें । मी सदां तूंतें कानीं आइकें ।
परि कृपा न कीजेचि तुवां एकें । तंव नेणवेचि कांहीं ।।१६७।।
वाडवडिलांच्या मुखातून । ऐकत होतो तुझे गुणगान ।
पण तोवर मला नव्हती जाण । तुझी कृपा होईतो ।।१६७।।
म्हणौनि भाग्य जैं सानुकूळ । जालिया केले उद्यम सदां सफळ ।
तैसें श्रुताधीत सकळ । गुरुकृपा साच ।।१६८।।
म्हणून दैव जोवरी अनुकूल । कार्ये होती सफल ।
अध्ययन, श्रवण सकल । गुरुकृपेने होते ।।१६८।।
जी बनकरु झाडेंसी जीवेंसाटीं । पाडूनि जन्में काढी आटी ।
परि फळेंसी तैंचि भेटी । जैं वसंतु पावे ।।१६९।।
माळी झाडे जीवापाड जपतो । कष्ट करून मेहनत घेतो ।
परंतु फळांचा बहार तेव्हाच येतो । जेव्हा वसंत ऋतू येई ।।१६९।।
अहो विषमा जैं वोहट पडे । तैं मधुर तें मधुर आवडे ।
पैं रसायनें तैं गोडें । जेव्हा आरोग्य देहीं ।।१७०।।
जेव्हा विषमज्वरा उतार पडतो । गोड पदार्थ गोड लागतो ।
औषधाचाही परिणाम होतो । आरोग्य चांगले असते ।।१७०।।
कां इंद्रियें वाचा प्राण । यां जालियांचे तैंचि सार्थकपण ।
जैं चैतन्य येऊनि आपण । संचरे माजीं ।।१७१।।
इंद्रिये वाचा, प्राण । यांना येई सार्थकपण ।
जेंव्हा चैतन्य संचरे जाण । ती सार्थ होती ।।१७१।।
तैसें शब्दजात आलोडिलें । अथवा योगादिक जें अभ्यासिलें ।
तें तैंचि म्हणों ये आपुलें । जैं सानुकूल श्रीगुरु ।।१७२।।
वेद शास्त्र जाणून घेतले । योगादिक अभ्यासले ।
पण सद्गुरू कृपावंत झाले । तेव्हाच ती सिद्ध होती ।।१७२।।
ऐसिये जालिये प्रतीतीचेनि माजें ।
अर्जुन निश्चयाचि नाचतुसें भोजें ।
तेवींचि म्हणे देवा तुझें । वाक्य मज मानलें ।।१७३।।
त्याला आलेल्या ज्ञानाच्या प्रतीतीने । अर्जुन नाचू लागे संतोषाने ।
तो देवा म्हणे तुझी वचने । मला प्रत्यया आली ।।१७३।।
तरि साचचि हें कैवल्यपती । मज त्रिशुद्धी आली प्रतीती ।
तूं जे देवदानवांचिये मती । जोगा नव्हसी ।।१७४।।
हे कैवल्यपती श्रीकृष्णा । कळून आले माझ्या मना ।
तू देवदानवांना । कळण्याजोगा नाहीस ।।१७४।।
तुझें वाक्य व्यक्ती न येतां देवा । जो आपुलिया जाणे जाणिवा ।
तैसा कहींचि नोहे हें मद्भावा । भरंवसेनि आलें ।।१७५।।
तुझ्या वचनांचा अनुभव न घेता जो । स्वबुद्धीने तुला जाणतो ।
तो खऱ्या ज्ञाने तुला न पाहतो । हे मला कळाले ।।१७५।।
एथ आपुलें वाढपण जैसें । आपणचि जाणिजे आकाशें ।
कां मी येतुली घनवट ऐसें । पृथ्वीचि जाणे ।।१७६।।
तुझे मोठेपण असे ते । जसे आकाश आकाशा जाणते ।
पृथ्वीच पृथ्वीला जाणते । तिचे घनस्वरूप ।।१७६।।
तैसा आपुलिये सर्वशक्ती । तुज तूंचि जाणू लक्ष्मीपती ।
येर वेदादिक मती । मरवती वायां ।।१७७।।
तशी तुझी आपली शक्ती । तूच जाणसी लक्ष्मिपती ।
वेद, शास्त्रे, पुराणे उगाच मिरविती । आपली बुद्धी ।।१७७।।
हां गा मनातें मागां सांडावें । पवनातें वावीं मवावें ।
आदिशून्य उतरोनि जावें । केउतें बाहीं ।।१७८।।
मनाला मागे कसे टाकावे? । वाऱ्याला हाताने कसे मोजावे?
माया नदी कशी तरून जावे । बाहूंच्या बळावर? ।।१७८।।
तैसें हें तुझें जाणणें आहे । म्हणौनि कोणाही ठाकतें नोहे ।
आतां तुझें ज्ञान होये । तुजचिजोगें ।।१७९।।
तुझे ज्ञान प्राप्त करू पाहे । ते देवा अशक्य आहे ।
तुझे ज्ञान तूच जाणावे । असे आहे ।।१७९।।
जी आपणयातें तूंचि जाणसी ।
आणिकातें सांगावयाही समर्थ होसी ।
तरी आतां एक वेळ घाम पुसीं । आर्तीचिये निडळींचा ।।१८०।।
तूच आपले स्वरूप जाणतोस । समर्थपणे इतरांना सांगतोस ।
काय एकदा माझा घाम पुसतोस? ।
आर्त इच्छेच्या कपाळीचा? ।।१८०।।
हें आइकिलें कीं भूतभावना । त्रिभुवनगजपंचानना ।
सकळदेवदेवतार्चना । जगन्नायका ।।१८१।।
प्राणिमात्रांची उत्पत्ती करशी ।
त्रिभुवन हत्तीचे दमन करणारा सिंह असशी ।
देवतांना अर्चन करण्यायोग्य असशी । तू ऐकलेस का? ।।१८१।।

जरी थोरी तुझी पाहात आहों ।
तरी पासीं उभे ठाकावयाही योग्य नोहों ।
या शोच्यता विनवूं बिहों । तरी आन उपायो नाहीं ।।१८२।।
तुझे श्रेष्ठत्व पाहत राही । तुजजवळ उभे राहायची आमची योग्यता नाही ।
हीन अवस्थेत भीती वाटत राही । पण दुसरा उपाय नाही ।।१८२।।
भरले सरिता समुद्र चहूंकडे । परि ते बापियासि कोरडे ।
कां जैं मेघौनि थेंबुटा पडे । तैं पाणी कीं तया ।।१८३।।
नद्या, समुद्र भरले असती । चातकास ते कोरडे वाटती ।
मेघातून जेव्हा थेंब पडती । तेच पाणी त्या मिळते ।।१८३।।
तैसे गुरुजी सर्वत्र आथी । परि कृष्णा आम्हां तूंचि गती ।
हें असो मजप्रती । विभूती सांगें ।।१८४।।
तसे श्रीगुरू सर्वत्र असती । आम्हा तूच एक गती ।
असो, आता तुझ्या विभुती । मला सांग ।।१८४।।
जी तुझिया विभूती आघविया ।
परि व्यापितीया शक्ति दिव्या जिया ।
तिया आपुलिया दावाविया । आपण मज ।।१८५।।
सर्व विश्व तुझ्या विभुती । पण ज्या दिव्य शक्ती व्यापती ।
त्या विशेष प्रकारच्या असती । त्या मला दाखव ।।१८५।।
जिहीं विभूतीं ययां समस्तां ।
लोकांतें व्यापूनि आहासी अनंता ।
तिया प्रधाना नामांकिता । प्रगट करीं ।।१८६।।
तू त्रैलोक्य व्यापले सकल । त्याही पुढे तू अतिविशाल ।
तुझ्या प्रमुख नामांकित सकल । विभूती मला सांग ।।१८६।।
जी कैसें मियां तूतें जाणावें । काय जाणोनि सदा चिंतावें ।
जरी तूंचि म्हणों आघवें । तरि चिंतनचि न घडे ।।१८७।।
तुला कसे जाणावे? । कशाने तुझे चिंतन करावे? ।
तू विश्व व्यापले पाहावे । तर चिंतन शक्य नाही ।।१८७।।
म्हणौनि मागां भाव जैसे । आपुले सांगितले तुवां उद्देशें ।
आतां विस्तारोनि तैसे । एक वेळ बोलें ।।१८८।।
मागे तुम्ही तुमच्या विभूती । सांगितल्या मजप्रती ।
त्याची विस्तारीत व्याप्ती । पुन्हा सांगा ।।१८८।।
जया जया भावांच्या ठायीं ।
तूंतें चिंतितां मज सायासु नाहीं ।
तो विवळ करूनि देईं । योगु आपुला ।।१८९।।
ज्या विभूतीत तुम्ही असती । चिंतिता मला श्रम न पडती ।
तो योग स्पष्ट करून मजप्रती । तुम्ही सांगावा ।।१८९।।

आणि पुसलिया जिया विभूती । त्याही बोलाविया भूतपती ।
येथ म्हणसी जरी पुढती । काय सांगों? ।।१९०।।
हे सर्व भूतांच्या भूपती । सांगाव्यात ज्या मी विचारल्या विभूती ।
काय सांगायचे तेच पुढती । असे म्हणू नका ।।१९०।।
तरी हा भाव मना । झणें जाय हो जनार्दना ।
पैं प्राकृताही अमृतपाना । ना न म्हणवे जेवीं ।।१९१।।
तरी हे जनार्दना । हा भाव आणू नको मना ।
कारण सामान्य ही अमृतपाना । नाही म्हणत नाही ।।१९१।।
जे काळकूटाचें सहोदर । जें मृत्यूभेणें प्याले अमर ।
तरि दिहाचे पुरंदर । चौदा जाती ।।१९२।।
अमृत जे विषाचा बंधू म्हणती । मृत्यू भयाने देव ते प्राशन करती ।
तरी एकाच दिवसात लय पावती । चौदा इंद्र ।।१९२।।
ऐसा कवण एक क्षीराब्धीचा रसु । जया वायांचि अमृतपणाचा आभासु ।
तयाचाही मीठांशु । जे पुरे म्हणों नेदी ।।१९३।।
क्षीरसागराचा असा एक रस । ज्यात अमृतपणाचा आभास ।
ज्याची गोडी पुरे असे खास । कोणी म्हणत नाही ।।१९३।।
तया पाबळेयाही येतुलेवरी । गोडियेचि आथि थोरी ।
मग हें तंव अवधारीं । परमामृत साचें ।।१९४।।
अशा तुच्छ अमृता । गोडीने महत्त्व प्राप्त होता ।
तर खऱ्या परम अमृता । किती गोडी? ।।१९४।।
जें मंदराचळु न ढाळितां । क्षीरसागरु न डहुळितां ।
अनादि स्वभावता । आइतें आहे ।।१९५।।
जे मंदार पर्वत न हलवता । क्षीरसागर न घुसळता ।
जे आहे स्वभावता । अनादि स्वयंसिद्ध ।।१९५।।
जें द्रव ना नव्हे बद्ध । जेथ नेणिजती रस गंध ।
जें भलतयांही सिद्ध । आठवलेंचि फावे ।।१९६।।
ते ना गळते ना पाझरते । ना रस-गंधात समजते ।
त्याला अनुभवा येते । जो स्मरण करतो ।।१९६।।
जयाची गोठीचि ऐकतखेंवो । आघवा संसारु होय वावो ।
बळिया नित्यता लागे येवों । आपणपेंया ।।१९७।।
या अमृताच्या गोष्टी ऐकता । अवघा संसार मिथ्या ठरता ।
अढळ शक्तिशाली नित्यता । आपणांस लाभते ।।१९७।।
जन्ममृत्यूची भाख । हारपोनि जाय निःशेख ।
आंत बाहेरी महासुख । वाढोंचि लागे ।।१९८।।
जन्ममृत्यूची वार्ता । निःशेष होऊनी जाता ।
वाढतो सुखाचा अनुभव घेता । अंतर्बाह्य ।।१९८।।

मग दैवगत्या जरी सेविजे । तरी तें आपणचि होऊनि ठाकिजे ।
तें तुज देतां चित्त माझें । पुरें म्हणों न शके ॥१९९॥
दैवयोगे जो त्या सेवितो । स्वत: अमृत होऊन जातो ।
मी नाही कसा म्हणू शकतो । तू स्वत: देत असता ॥१९९॥
तंव तुझें नामचि आम्हां आवडे ।
वरि भेटी होय आणि जवळिक जोडे ।
पाठीं गोठी सांगसी सुरवाडें । आनंदाचेनी ॥२००॥
आधीच तुझे नाम आवडते । गाठीभेटीतून जवळीक वाढते ।
त्यात बोधाची वचन तुम्ही ते । सांगत आहात ॥२००॥
आतां हें सुख कायिसयासारिखें ।
कांहीं निर्वचेना मज परितोखें ।
तरि येतुलें जाणें जे येणें मुखें । पुनरुक्तही हो ॥२०१॥
विचारशील हे सुख कसे आहे? ।
आनंदाने ते मला सांगता नये ।
पण मी एवढे जाणतो आहे ।
ही अमृतवाणी पुन्हा ऐकावी ॥२०१॥
हां गा सूर्य काय शिळा? । अग्नि म्हणों येत आहे वोंविळा? ।
कां नित्य वाहातया गंगाजळा । पारसेपण असे? ॥२०२॥
सूर्य कधी शिळा होतो का? । अग्नी ओवळा ठरतो का? ।
वाहत्या गंगाजला येतो का? । पारोसेपणा ॥२०२॥
तुंवा स्वमुखें जें बोलिलें । हें आम्हीं नादासि रूप देखिलें ।
आजि चंदनतरूचीं फुलें । तुरंबीत आहों मां ॥२०३॥
तू जे सांगितले आहे । त्यात आम्ही नादब्रह्म पाहे ।
जणू अनुभवत राहे । चंदनफुलाचा गंध ॥२०३॥
या पार्थाचिया बोला । सर्वांगें श्रीकृष्ण डोलला ।
म्हणे भक्तिज्ञानासि जाहला । आगरु हा ॥२०४॥
पार्थाचे ऐकून बोलणे । श्रीकृष्ण डोलती आनंदाने ।
हा बनला मळा भक्ती ज्ञाने । असे म्हणती ॥२०४॥
ऐसा पतिकराचिया तोषा आंतु । प्रेमाचा वेगु उचंबळतु ।
सायासें सांवरूनि अनंतु । काय बोले ॥२०५॥
अर्जुनाचे बोलणे ऐकून । प्रेमाचा आवेग वाढून ।
तो प्रयत्नाने आवरून । श्रीकृष्ण बोलले ॥२०५॥
मी पितामहाचा पिता । हें आठवितांही नाठवे चित्ता ।
कीं म्हणतसे बा पांडुसुता । भलें केलें ॥२०६॥
स्वत: ब्रह्मदेवाचे पिता असून । ही गोष्ट न आठवून ।
अर्जुनाला म्हणती भगवान । चांगले केलेस ॥२०६॥

अर्जुनातें बा म्हणे एथ कांहीं ।
आम्हां विस्मो करावया कारण नाहीं ।
आंगें तो लेंकरूं काई । नव्हेचि नंदाचें? ॥२०७॥
श्रीकृष्ण अर्जुना 'बापा म्हणाले । यात नवल ते कसले ।
कारण ते नंदाचे लेकरू बनले ।
त्याला बाबा म्हणत होते ॥२०७॥
परि प्रस्तुत ऐसें असो । हें करवी आवडीचा अतिसो ।
मग म्हणे आइकें सांगतसों । धनुर्धरा ॥२०८॥
आता हे असू द्यावे । अति प्रेमे हे घडते स्वभावे ।
प्रस्तुत विषया लक्ष द्यावे । ऐक! देव म्हणती ॥२०८॥
तरी तुवां पुसलिया विभूती । तयांचें अपारपण सुभद्रापती ।
ज्या माझियाचि परि माझिये मती । आकळती ना ॥२०९॥
तू विचारल्यास विभूती । त्या अनंत असती ।
माझ्यात असूनही माझी मती । गणना न करू शके ॥२०९॥
अंगींचिया रोमा किती । जयाचिया तयासि न गणवती ।
तैसिया माझिया विभूती । असंख्य मज ॥२१०॥
अंगावरची लव किती । ज्याची त्या न मोजता येती ।
तशाच माझ्या विभूती । अनंत आहेत ॥२१०॥
एऱ्हवीं तरी मी कैसा केवढा ।
म्हणौनि आपणपयांही नव्हेचि फुडा ।
यालागीं प्रधाना जिया रूढा । तिया विभूती आइकें ॥२११॥
मी कसा केवढा असे । हे माझे मलाच कळत नसे ।
म्हणून ज्या प्रमुख विभूती असे । त्या श्रवण कर ॥२११॥
जिया जाणतलियासाठीं । आघवीया जाणवतील किरीटी ।
जैसें बीज आलिया मुठीं । तरूचि आला होय ॥२१२॥
या प्रमुख विभूती जाणता । इतर विभूती माहीत होता ।
जसे बीज हातात येता । वृक्ष आल्यासारखे वाटेल ॥२१२॥
कां उद्यान हाता चढिलें । तरी आपैसीं सांपडलीं फळें फुलें ।
तेवीं देखिलिया जिया देखवलें । विश्व सकळ ॥२१३॥
अथवा बाग येता हातात । फळे, फुले हाती लागतात ।
तसे प्रमुख विभूती कळतात । तेव्हा विश्व कळते ॥२१३॥
एऱ्हवीं साचचि गा धनुर्धरा ।
नाहीं शेवटु माझिया विस्तारा ।
पैं गगना ऐशिया अपारा । मजमाजीं लपणें ॥२१४॥
खरोखरच धनुर्धरा । अंत नसे माझ्या विस्तारा ।
अमर्याद गगन पसारा । माझ्यात लपून राही ॥२१४॥

आइकें कुटिलालकमस्तका । धनुर्वेदत्र्यंबका ।
मी आत्मा असें एकैका । भूतमात्राच्या ठायीं ।।२१५।।
ज्याच्या मस्तकी कुरळे कुंतल ।
जो शंकरासम धनुर्विद्येत कुशल ।
अर्जुन तो आत्मा मीच सकल । प्राणिमात्रांचे ठायी ।।२१५।।
आंतुलीकडे मीचि यांचे अंत:करणीं ।
भूतांबाहेरी माझीच गंवसणी ।
आदि मी निर्वाणीं । मध्यही मीचि ।।२१६।।
मीच असतो अंत:करणी । बाहेरही माझीच गवसणी ।
आदि, मध्य अन् निर्वाणी । मीच असतो ।।२१६।।
जैसें मेघां या तळीं वरी ।
एक आकाशचि आंत बाहेरी ।
आणि आकाशींचि जाले अवधारीं ।
असणेंही आकाशीं ।।२१७।।
जसे मेघांच्या खाली वर । एकच आकाश आत-बाहेर ।
मेघ होती आकाशीच साकार । आकाशीच राहती ।।२१७।।
पाठीं लया जे वेळीं जाती । ते वेळीं आकाशचि होऊनि ठाती ।
तेवीं आदि स्थिती अंत गती । भूतांसि मी ।।२१८।।
मेघ जेव्हा लय पावती । आकाशरूपच होती ।
तशी भूतांच्या उत्पत्ती-स्थिती- । लयातही मीच आसरा ।।२१८।।
ऐसें बहुवस आणि व्यापकपण । माझें विभूतियोगें जाण ।
तरी जीवचि करूनि श्रवण । आइकोनि आइक ।।२१९।।
माझी बहुरूप व्यापकता । विभूती योगे जाणून घेता ।
जीवाचे कान करून ऐकता । एकाग्रतेने ऐक ।।२१९।।
याहीवरी त्या विभूती । सांगणें ठेलें तुजपती ।
सांगेन म्हणितलें तुजप्रती । त्या प्रधाना आइकें ।।२२०।।
याशिवाय ज्या विभूती । सांगेन म्हणालो सुभद्रापती ।
त्या कोणत्या प्रधान विभूती । त्या ऐक ।।२२०।।
हें बोलोनि तो कृपावंतु । म्हणे विष्णु मी आदित्यांआंतु ।
रवी मी रश्मिवंतु । सुप्रभांमाजीं ।।२२१।।
असे सांगून श्रीकृष्ण म्हणती । आदित्यांमध्ये विष्णू विभूती ।
तेजस्विनांमध्ये सूर्य विभूती । हे तू जाण ।।२२१।।
मरूद्गणांच्या वर्गीं । मरीचि म्हणे मी शारङ्गी ।
चंद्र मी गगनरंगीं । तारांमाजीं ।।२२२।।
मरुतगणांच्या वर्गात । मरीचि मी म्हणे लक्ष्मीकांत ।
चंद्रमा मीच आकाशात । नक्षत्रांतील ।।२२२।।

वेदांआंतु सामवेदु । तो मी म्हणे गोविंदु ।
देवांमाजी मरुद्वंधु । महेंद्र तो मी ।।२२३।।
चारी वेदांत सामवेद । तो मीच म्हणे गोविंद ।
मरुतगणांचा बंधू इंद्र । तो मीच आहे ।।२२३।।
इंद्रियांआंतु अकरावें । मन तें मी हें जाणावें ।
भूतांमाजी स्वभावें । चेतना ते मी ।।२२४।।
इंद्रियामध्ये अकरावे । ते मन मीच जाणावे ।
प्राणिमात्रातील स्वभावे । चैतन्य मीच ।।२२४।।
अशेषांही रुद्रांमाझारीं । शंकर जो मदनारी ।
तो मी येथ न धरीं । भ्रांति कांहीं ।।२२५।।
सर्वच रुद्रामध्ये[८] पाही । शंकर तो मदनदाही ।
शंका नको मनात काही । तो मीच आहे ।।२२५।।
यक्षरक्षोगणांआंतु । शंभूचा सखा जो धनवंतु ।
तो कुबेरु मी हें अनंतु । म्हणता जाहला ।।२२६।।
यक्ष, राक्षस, प्रथमगणात । शंभू सखा कुबेर धनवंत ।
तो मी म्हणे अनंत । असे सांगितले ।।२२६।।
मग आठांही वसूंमाझारीं । पावकु तो मी अवधारीं ।
शिखराथिलियां सर्वोपरी । मेरु तो मी ।।२२७।।
आठ वसूंच्यात[९] । मी अग्नी घे ध्यानांत ।
सर्वांत उंच पर्वत । तो मेरू मी आहे ।।२२७।।
जो स्वर्गसिंहासना सावावो । सर्वज्ञते आदीचा ठावो ।
तो पुरोहितांमाजीं रावो । बृहस्पती मी ।।२२८।।
स्वर्गाला जो साहाय्यभूत । सर्वज्ञतेमध्ये प्रमुख ।
पुरोहितांमध्ये जो श्रेष्ठ । तो बृहस्पती मी ।।२२८।।
त्रिभुवनींचिया सेनापतीं । आंत स्कंदु तो मी महामती ।
जो हरवीर्यें अग्निसंगती । कृत्तिकाआंतु जाहला ।।२२९।।
अग्नीच्या सोबतीने शिववीर्यातून ।
कृत्तिकांच्या ठिकाणी जो उत्पन्न ।
त्रिभुवनातील सेनापतीत प्रधान ।
तो मी कार्तिकस्वामी ।।२२९।।

---

८ (रुद्र हर, बहुरूप, त्र्यंबक, अपराजित, वृषाकपि, शंभू, कपदी, रैवत, मृग व्याध, राव, कपाली, निशापती हे रुद्र आहेत)
९ (वसू : ध्रुव, सोम, जर, अह, अनिल, अनल, प्रत्यष, प्रभास हे आठ वसू आहेत.)

सकळिकां सरोवरांसी । माझारीं समुद्र तो मी जळराशी ।
महर्षींआंतु तपोराशी । भृगु तो मी ॥२३०॥
सर्व सरोवरांत मोठा । समुद्र मी पाण्याचा साठा ।
तपराशीत महर्षी[१०] श्रेष्ठा । मी भृगू ॥२३०॥
अशेषांही वाचा । माजीं नटनाच सत्याचा ।
तें अक्षर एक मी वैकुंठींचा । वेल्हाळु म्हणे ॥२३१॥
सत्याचा ज्यात व्यवहार । बाकी न काही साकार ।
त्या अक्षरांमध्ये ॐकार । मी वैकुंठप्रिय ॥२३१॥
समस्तांही यज्ञांच्या पैकीं । जपयज्ञु तो मी ये लोकीं ।
जो कर्मत्यागें प्रणवादिकीं । निफजविजे ॥२३२॥
कर्माचा त्याग करून । ॐकारादिकांपासून ।
जपयज्ञ जो होतो उत्पन्न । ती माझी विभूती ॥२३२॥
नामजपयज्ञु तो परम । बाधूं न शके स्नानादि कर्म ।
नामें पावन धर्माधर्म । नाम परब्रह्म वेदार्थें ॥२३३॥
नामजपयज्ञ आहे परम । जरुरी नाही स्नानादि कर्म ।
पवित्र होती धर्माधर्म । वेदार्थात नाम हे परब्रह्म ॥२३३॥
स्थावरां गिरिवराआंतु । पुण्यपुंज जो हिमवंतु ।
तो मी म्हणे कांतु । लक्ष्मियेचा ॥२३४॥
अचल अशा पर्वतात । हिमालय जो पुण्यवंत ।
तो मी म्हणे लक्ष्मीकांत । जाणून घे ॥२३४॥
कल्पद्रुम हन पारिजातु । गुणें चंदनुही वाड विख्यातु ।
तरि ययां वृक्षजातांआंतु । अश्वत्थु तो मी ॥२३५॥
कल्पवृक्ष पारिजात । चंदनही गुण विख्यात ।
या सर्व वृक्षराजीत । पवित्र मी अश्वत्थ ॥२३५॥
देवऋषींआंतु पांडवा । नारदु तो मी जाणावा ।
चित्ररथु मी गंधर्वां । सकळिकांमाजीं ॥२३६॥
सर्व देवर्षींमध्ये पांडवा । नारद मीच जाणावा ।
चित्ररथ मीच गंधर्वा । सर्वांमध्ये ॥२३६॥
ययां अशेषांही सिद्धां- । माजीं कपिलाचार्यु मी प्रबुद्धा ।
तुरंगजातां प्रसिद्धां- । आंत उचैःश्रवा मी ॥२३७॥
उरलेल्या सिद्ध योग्यांत हे अर्जुन । कपिलाचार्य मी घे जाणून ।
घोड्यांमध्ये उच्चैःश्रवा म्हणून । तो मी आहे ॥२३७॥

राजभूषण गजांआंतु । अर्जुना मी गा ऐरावतु ।
पयोराशी सुरमथितु । अमृतांशु तो मी ॥२३८॥
घुसळलेल्या क्षीरसागरातून । जो निघे अमृतांश म्हणून ।
जो आहे राज्याचे भूषण । तो ऐरावत मी ॥२३८॥
ययां नरांमाजीं राजा । तो विभूतिविशेष माझा ।
जयातें सकळ लोक प्रजा । होऊनि सेविती ॥२३९॥
नरांमध्ये मी राजा । हा विभूती विशेष माझा ।
सगळे बनून त्याची प्रजा । सेवा करतात ॥२३९॥
पैं आघवेयां हातियेरां- । आंत वज्र तें मी धनुर्धरा ।
जें शतमखोत्तीर्णकरा । आरूढोनि असे ॥२४०॥
शंभर यज्ञांचा धाता । त्या इंद्राच्या हाता ।
ते श्रेष्ठ आयुध वज्र सर्वथा । मीच आहे ॥२४०॥
धेनूंमध्यें कामधेनु । तें मी म्हणे विष्वक्सेनु ।
जन्मवितयाआंत मदनु । तो मी जाणें ॥२४१॥
धेनूमध्ये मी कामधेनू असून । म्हणती सैन्य विस्तारी श्रीकृष्ण ।
जन्मा ठरे कारण जो मदन । तो मी आहे ॥२४१॥
सर्पकुळाआंतु अधिष्ठाता । वासुकी गा मी कुंतीसुता ।
नागांमाजीं समस्तां । अनंतु तो मी ॥२४२॥
वासुकी सर्पकुलाचा प्रमुख । तो मीच आहे देख ।
हजार फण्यांचा अनंत नाग । तो मीच असे ॥२४२॥
अगा यादसांआंतु । जो पश्चिम प्रमदेचा कांतु ।
तो वरुण मी हें अनंतु । सांगत असे ॥२४३॥
सर्व जलचरांगामी । पश्चिम तरुणीचा (दिशेचा) स्वामी ।
तोच वरुण मी । मीच आहे ॥२४३॥
आणि पितृगणां समस्तां- । माजीं अर्यमा जो पितृदेवता ।
तो मी हें तत्त्वता । बोलत आहें ॥२४४॥
पितृगणांमध्ये[११] सर्व । अर्यमा हा पितृदेव ।
तो मीच आहे भाव । ही वस्तुस्थिती ॥२४४॥
जगाचीं शुभाशुभें लिहिती । प्राणियांच्या मानसांचा झाडा घेती ।
मग केलियानुरूप होती । भोगनियम जे ॥२४५॥
विश्वाचे शुभ-अशुभ पाहती । प्राण्यांच्या मनाचा ठाव घेती ।
कर्माप्रमाणे बनवती । भोगाचे नियम ते ॥२४५॥

१०(भृगू, पुलस्य, पुलह, ऋतू, अंगिरा, मरीचि, दक्ष, अग्नी, वसिष्ठ हे दहा महर्षी)

११(काव्यवाह, अनल, सोम, यम, अर्यमा, अग्निष्वात, बहिपद, सुकाल, अंगिरस, सुस्वधा, सोमप, वैराज हे पितृगण आहेत.)

तयां नियमितयांमाजीं यमु । जो कर्मसाक्षी धर्मु ।
तो मी म्हणे रामु । रमापती ।।२४६।।
जो त्या कर्माचा साक्षी धर्म । दुर्जना कठोर यम ।
तो मी आहे आत्माराम । रमापती म्हणाले ।।२४६।।
अगा दैत्यांचिया कुळीं । प्रह्लादु तो मी न्याहाळीं ।
म्हणौनि दैत्यभावादि मेळीं । लिंपेचि ना ।।२४७।।
दैत्याच्या कुळात । प्रल्हाद महान भक्त ।
न झाला दैत्यामुळे लिप्त । तो माझा विभूती ।।२४७।।
पैं कळितयांमाजीं महाकाळु । तो मी म्हणे गोपाळु ।
श्वापदांआंतु शार्दूळु । तो मी जाण ।।२४८।।
कालगणना करणारा महाकाळ । तो मीच म्हणे गोपाळ ।
हिंस्र पशूंमध्ये विकराळ । तो सिंह मीच ।।२४८।।
पक्षिजातिमाझारीं । गरुड तो मी अवधारीं ।
यालागीं जो पाठीवरी । वाहों शके मातें ।।२४९।।
सर्व पक्ष्यांचा राजा जाण । तो गरुड मीच असून ।
म्हणून वाहतो पाठीवरून । तो मजला ।।२४९।।
पृथ्वीचिया पैसारा- ।
माजीं घडीं न लगतां धनुर्धरा ।
एकेचि उड्डाणें सातांहि सागरां ।
प्रदक्षिणा करी जो ।।२५०।।
पृथ्वीच्या विस्तारा । क्षणभर न लागे जरा ।
एकाच उड्डाणे सात सागरा । जो प्रदक्षिणा घालतो ।।२५०।।
तयां वहिलियां गतिमंतां- । आंत पवनु तो मी पंडुसुता ।
शस्त्रधरां समस्तां- । माजीं श्रीराम तो मी ।।२५१।।
सर्वांमध्ये गतिमान पवन । पंडुसुता तो मीच आहे जाण ।
शस्त्रधारीमध्ये महान । तो श्रीराम मीच ।।२५१।।
जेणें सांकडलिया धर्माचेंन कैवारें ।
आपणपयां धनुष्य करूनि दुसरें ।
विजयलक्ष्मिये एक मोहरें ।
केलें त्रेतीं ।।२५२।।
ज्याने धर्माचा कैवार घेऊन । स्वत:लाच धनुष्य बनवून ।
विजयलक्ष्मीस घेतले वळवून । आपल्याकडे ।।२५२।।
पाठीं उभे ठाकूनि सुवेळीं । प्रतापलंकेश्वराचीं सिसाळीं ।
गगनीं उदो म्हणतया हस्तबळीं । दिधली भूतां ।।२५३।।
पाठीशी राहून योग्य वेळी । रावणाच्या मस्तकाच्या ओळी ।
पिशाचांना दिले बळी । गगनी उदो म्हणणाऱ्या ।।२५३।।

जेणें देवांचा मानु गिंवसिला ।
धर्मासि जीर्णोद्धारु केला ।
सूर्यवंशीं उदेला । सूर्य जो कां ।।२५४।।
ज्याने देवांचा मान राखला । धर्माचा जीर्णोद्धार केला ।
प्रतिसूर्यच जणू जन्मला । सूर्यवंशात ।।२५४।।
तो हातियेरुपराजितया आंतु । रामचंद्र मी जानकीकांतु ।
मकर मी पुच्छवंतु । जळचरांमाजीं ।।२५५।।
शस्त्र धारण करणाऱ्यात । सीताकांत मी राम असत ।
शेपटीवाल्या जलचरांत । मी मगर ।।२५५।।
पैं समस्तांही वोघां- । मध्यें जे भगीरथें आणितां गंगा ।
जह्नूनेंगिळिली मग जंघा । फाडूनि दिधली ।।२५६।।
सर्व जलप्रवाहांत । गंगा आणता भगीरथ ।
जन्हू ऋषी ती पिऊन टाकत ।
मग मांडीतून काढून देती ।।२५६।।
ते त्रिभूवनैकसरिता । जान्हवी मी पंडुसुता ।
जळप्रवाहां समस्तां- । माझारीं जाणें ।।२५७।।
गंगा जी त्रिभुवना पवित्र करते । जान्हवी जिचे नाव असते ।
ती सरिता माझी विभूती असते । हे जाण पंडुसुता ।।२५७।।
ऐसेनि वेगळालां सृष्टीपैकीं । विभूती नाम सूतां एकेकीं ।
सगळेन जन्मसहस्रें अवलोकीं । अर्ध्या नव्हती ।।२५८।।
अशी सृष्टीतील पार्था । विभूतींची एकेक नावे घेता ।
सहस्र जन्म तरी लागता । तरी अर्धीच होती ।।२५८।।
जैसीं अवघींचि नक्षत्रें वेंचावीं । ऐसी चाड उपजेल जैं जीवीं ।
तैं गगनाची बांधावी । लोथ जेवीं ।।२५९।।
आकाशीची सर्व नक्षत्रे वेचावी । अशी इच्छा मनात यावी ।
तर मग गगनाची बांधावी । मोट अशी ।।२५९।।
कां पृथ्वीये परमाणूंचा उगाणा घ्यावा ।
तरि भूगोलुचि काखे सुवावा ।
तैसा विस्तारु माझा पहावा । तरि जाणावें मातें ।।२६०।।
परमाणूंची मोजणी करावी । तर पृथ्वीच काखेत घ्यावी ।
तशी माझी व्यापकता पाहावी । तर मला जाणावे ।।२६०।।
जैसें शाखांसी फूल फळ ।
एकिहेळां वेटाळूं म्हणिजे सकळ ।
तरी उपडूनियां मूळ । जेवीं हातीं घेपे ।।२६१।।
जसे फांद्यांसवे फळ, फूल । एकदम हाती यावे सकल ।
तर उपटूनिया मूळ । हाती घ्यावे लागेल ।।२६१।।

तेवीं माझें विभूतिविशेष । जरी जाणों पाहिजेती अशेष ।
तरी स्वरूप एक निर्दोष । जाणिजे माझें ॥२६२॥

जर माझ्या प्रमुख विभूती । जाणून घ्यायच्या असती ।
तर लागते जाणावे मजप्रती । निर्दोष स्वरूप ॥२६२॥

एऱ्हवीं वेगळालिया विभूती । कायिएक परिससी किती ।
म्हणौनि एकिहेळां महामती । सर्व मी जाण ॥२६३॥

एरवी वेगळाल्या विभूती । ऐकत राहसी किती? ।
मीच सर्व आहे हे प्रति । एकदा जाणून घे ॥२६३॥

मी आघवियेचि सृष्टी । आदिमध्यांतीं किरीटी ।
ओतप्रोत पटीं । तंतु जेवीं ॥२६४॥

याच सर्व सृष्टीत । मीच आरंभ-मध्य-अंतात ।
जसे उभे-आडवे सूत! वस्त्रामध्ये ॥२६४॥

ऐसिया व्यापका मातें जैं जाणावें ।
तैं विभूतिभेदें काय करावें ।
परि हे तुझी योग्यता नव्हे ।
म्हणौनि असो ॥२६५॥

मी विश्वव्यापक जाणावे । विभूती जाणून काय करावे? ।
तेवढी मोठी तुझी योग्यता नव्हे । म्हणून प्रमुख सांगतो ॥२६५॥

कां जे तुवां पुसिलिया विभूती ।
म्हणौनि तिया आईक सुभद्रापती ।
तरी आतां विद्यांमाजीं प्रस्तुतीं ।
अध्यात्मविद्या ते मी ॥२६६॥

तू विचारल्यास विभूती । तर ऐक सुभद्रापती ।
सर्व विद्यांत श्रेष्ठ विभूती । अध्यात्मविद्या ती मीच ॥२६६॥

अगा बोलतयांचिया ठायीं । वादु तो मी पाहीं ।
जो सकलशास्त्रसंमतें कहीं । सरेचिना ॥२६७॥

शास्त्रांची एकवाक्यता होऊनही । वाद कधी संपत नाही ।
तत्त्व जाणण्या जो वाद होत राही । तो मी आहे ॥२६७॥

जो निर्वचूं जातां वाढे । आइकिलयां उत्प्रेक्षे सळु चढे ।
जयावरी बोलतयांचीं गोडें । बोलणीं होतीं ॥२६८॥

तत्त्वाचा निर्णय करू जातो । तो वाद अधिकच वाढतो ।
तर्काला सामर्थ्य देतो । वचने गोड होती ॥२६८॥

ऐसा प्रतिपादनामाजीं वादु । तो मी म्हणे गोविंदु ।
अक्षरांआंतु विशदु । अकारु तो मी ॥२६९॥

जो वाद प्रतिपादती । ती माझी विभूती ।
अक्षरांचा आकार माझी विभूती । श्रीकृष्ण सांगती ॥२६९॥

पैं गा समासांमाझारीं । द्वंद्व तो मी अवधारीं ।
मशकालागोनि ब्रह्मावेरीं । ग्रासितो मी ॥२७०॥

समासांमधला पाहे । द्वंद्व समास मी आहे ।
चिलट ते ब्रह्मदेवा ग्रासून राहे । तो काळ मीच ॥२७०॥

मेरुमंदरादिकीं सर्वीं । सहित पृथ्वीतें विरवी ।
जो एकार्णवातेंही जिरवी । जेथिंचा तेथ ॥२७१॥

मेरू-मंदार पर्वतासहित । पृथ्वीला जो विरघळवीत ।
प्रलय काळीही जो जगा जिरवीत । जिथल्या तिथे ॥२७१॥

जो प्रळयतेजा देत मिठी ।
सगळिया पवनातें गिळी किरीटी ।
आकाश जयाचिया पोटीं । सामावलें ॥२७२॥

प्रलया जो मिठी घालतो । सर्व वायूंना गिळून टाकतो ।
आकाशा सामावून घेतो । आपल्यात ॥२७२॥

ऐसा अपार जो काळु । तो मी म्हणे लक्ष्मीलीळु ।
मग पुढती सृष्टीचा मेळु । सृजिता तो मी ॥२७३॥

अमर्याद काळ भयंकर! तो मी म्हणे लक्ष्मीधर ।
सृष्टिनिर्माता ब्रह्मदेव तर । माझीच विभूती ॥२७३॥

आणि सृजलिया भूतांतें मीचि धरीं ।
सकळां जीवनही मीचि अवधारीं ।
शेखीं सर्वांतें या संहारीं । तेव्हां मृत्युही मीचि ॥२७४॥

प्राणिमात्रा मीच धारण करी । सर्व जीवा मीच प्रभारी ।
सर्वांचा मीच नाश करी । तो मृत्यू ही मीच ॥२७४॥

आतां स्त्रीगणांच्या पैकीं ।
माझिया विभूती सात आणिकी ।
तिया ऐक कवतिकीं ।
सांगिजतील ॥२७५॥

आता स्त्रीसमूहा शक्ती । माझ्या सात विभूती ।
कौतुके सांगतो तुजप्रति । तू श्रवण कर ॥२७५॥

तरी नित्य नवी जे कीर्ति । अर्जुना ते माझी मूर्ती ।
आणि औदार्येंसी जे संपत्ती । तेही मीचि जाणें ॥२७६॥

धर्माचरणाने येते नवी कीर्ती । ती माझीच असे मूर्ती ।
औदार्याने पूर्ण जी संपत्ती । तो मीच आहे ॥२७६॥

आणि ते गा मी वाचा । जे सुखासनीं न्यायाचा ।
आरूढोनि विवेकाचा । मार्गीं चाले ॥२७७॥

विवेकमार्गे चालते । न्यायासनी बसते ।
ती वाणी मीच ठरते । हे तू जाण ॥२७७॥

देखिलेनि पदार्थें । जे आठवूनि दे मातें ।
स्मृतिही एथें । त्रिशुद्धी मी ॥२७८॥
पदार्था पाहता माझे देते स्मरण । जी स्मृती ठरते कारण ।
हे त्रिकाल सत्य धारण । मीच आहे ॥२७८॥
पैं स्वहिता अनुयायिनी । मेधा ते गा मी इये जनीं ।
धृती मी त्रिभुवनीं । क्षमा ते मी ॥२७९॥
स्वहिता जी जागरूक । ती बुद्धी मी एक ।
त्रिभुवनात मीच एक । धैर्य आणि क्षमा ॥२७९॥
एवं नारीमाझारीं ।
या सातही शक्ति मीचि अवधारीं ।
ऐसें संसारगजकेसरी । म्हणता जाहला ॥२८०॥
स्त्रियांमध्ये त्रिभुवनात । सातही शक्ती मम रूपात ।
जो संसारहत्तीस करी पराजित ।
तो सिंह श्रीकृष्ण म्हणे ॥२८०॥
वेदराशीचिया सामा- । आंत बृहत्साम जें प्रियोत्तमा ।
तें मी म्हणे रमा- । प्राणेश्वरु ॥२८१॥
वेदांच्यात सामवेदांत । भगवंताची स्तुती ज्या ऋचेत ।
तो 'बृहसाम' मी म्हणत । शारंगधर श्रीकृष्ण ॥२८१॥
गायत्रीछंद जें म्हणिजे । तें सकळां छंदांमाजीं माझें ।
स्वरूप हें जाणिजे । निभ्रांतु तुवां ॥२८२॥
सकल छंदांमधला येथ । गायत्री छंद ज्या म्हणतात ।
तो मीच आहे निश्चित । असे तू समज ॥२८२॥
मासांआंत मार्गशीरु । तो मी म्हणे शारङ्गधरु ।
ऋतूंमाजीं कुसुमाकरु । वसंतु तो मी ॥२८३॥
मार्गशीर्ष जो महिना । तो मीच आहे जाणा ।
ऋतूंमधला वसंत राणा । तोही मीच ॥२८३॥
छळितयां विंदाणा- । माजीं जूं तें मी विचक्षणा ।
म्हणौनि चोहटां चोरी परी कवणा । निवारूं न ये ॥२८४॥
हे बुद्धिमान अर्जुना ।
द्यूत तो मीच कट कारस्थांना ।
म्हणून निवारण करता येई न कोणा ।
उघड्यावरच्या चोरीचे ॥२८४॥
अगा अशेषांही तेजसां- । आंत तेज तें मी भरंवसा ।
विजयो मी कार्योद्देशां । सकळांमाजीं ॥२८५॥
तेजस्वी पदार्थातील खास । मीच ते ठेव विश्वास ।
विजय जो कार्याचा उद्देश । तो मीच ॥२८५॥

जेणें चोखाळत दिसे न्याय । तो व्यवसायांत व्यवसाय ।
माझेंचि स्वरूप हें राय । सुरांचा म्हणे ॥२८६॥
जेथे धर्मनीती न्याय । तो श्रेष्ठ असा व्यवसाय ।
ते माझे स्वरूप पहाय । श्रीकृष्ण म्हणे ॥२८६॥
सत्त्वाथिलियांआंतु । सत्त्व मी म्हणे अनंतु ।
यादवांमाजीं श्रीमंतु । तोचि तो मी ॥२८७॥
सत्त्वगुण संपन्नांचे सत्त्व । ते मीच आहे तत्त्व ।
यादव कुळातील ऐश्वर्यत्व । तो मीच ॥२८७॥
जो देवकी- वसुदेवास्तव जाहला । कुमारीसाठीं गोकुळीं गेला ।
तो मी प्राणासकट पियाला । पूतनेतें ॥२८८॥
जो देवकी-वसुदेवासाठी प्रगटला । गोपींसाठी गोकुळात गेला ।
पूतनेला प्राणासकट प्याला । तो मीच ॥२८८॥
नुघडतां बाळपणाची फुली । जेणें मियां अदानवीं सृष्टि केली ।
करीं गिरि धरूनि उमाणिली । महेंद्रमहिमा ॥२८९॥
बालदशा न संपली । तो पृथ्वी दैत्यरहित केली ।
गोवर्धन घेऊन अंगुली । इंद्राचे गर्वहरण केले ॥२८९॥
कालिंदीचें हृदयशल्य फेडिलें ।
जेणें मियां जळत गोकुळ राखिलें ।
वासरुवांसाठीं लाविलें । विरंचीस पिसें ॥२९०॥
यमुनेचा हृदयशूल कालिया मारला ।
आगीतून वाचवले जळत्या गोकुळाला ।
वासरे गोपाळ दुसरी निर्मूनी वेडा केला । ब्रह्मदेवाला ॥२९०॥
प्रथमदशेचिये पहांटे- । माजीं कंसा ऐशीं अचाटें ।
महाधेंडीं अवचटें । लीळाचि नासिलीं ॥२९१॥
बालपणाच्या सुरुवातीस । कंसासारखे दुष्ट खास ।
इतर पराक्रमी महाराक्षस । नाहीसे केले ॥२९१॥
हें काय कितीएक सांगावें ।
तुवांही देखिलें ऐकिलें असे आघवें ।
तरि यादवांमाजीं जाणावें । हेंचि स्वरूप माझें ॥२९२॥
काय सांगू किती प्रकारे । तू पाहिले ऐकलेस सारे ।
यादवांमध्ये श्रीकृष्ण हा बरे । माझीच विभूती ॥२९२॥
आणि सोमवंशीं तुम्हां पांडवां- ।
माजीं अर्जुन तो मी जाणावा ।
म्हणौनि एकमेकांचिया प्रेमभावा । विघडु न पडे ॥२९३॥
सोमवंशी पांडवात अर्जुन । तो मीच आहे जाण ।
म्हणून आपल्या प्रेमभावादरम्यान । न बिघाड येई ॥२९३॥

संन्यासी तुवां होऊनि जनीं ।
चोरूनि नेली माझी भगिनी ।
तऱ्ही विकल्पु नुपजे मनीं । मी तूं दोन्ही स्वरूप एक ।।२९४।।
तू संन्यासी होऊन जनी । चोरून नेली माझी भगिनी ।
तरी विकल्प न ये मनी । मी तू दोघे एकस्वरूप ।।२९४।।
मुनीआंत व्यासदेवो । तो मी म्हणे यादवरावो ।
कवीश्वरांमाजीं धैर्या ठावो । उशनाचार्य तो मी ।।२९५।।
व्यास जे सर्वश्रेष्ठ मुनी । तो मीच जाण मनी ।
शुक्राचार्य श्रेष्ठ कर्मातूनी । तो मीच असे ।।२९५।।
अगा दमितयांमाझारीं । अनिवार दंडु तो मी अवधारीं ।
जो मुंगियेलागोनि ब्रह्मावेरीं । नियमित पावे ।।२९६।।
मुंगीपासून ब्रह्मदेवांपर्यंत जो । सर्वांना सम शासन करतो ।
दमन करणारा दंड तो । मीच आहे ।।२९६।।
पैं सारासार निर्धारितयां । धर्मज्ञानाचा पक्षु धरितयां ।
सकळ शास्त्रांमाजीं ययां । नीतिशास्त्र तें मी ।।२९७।।
सारासार विचार करून ।
धर्मज्ञानाचा पक्ष अनुसरून ।
सकल शास्त्रांचा आधार म्हणून ।
जे नीतिशास्त्र ते मीच आहे ।।२९७।।
आघवियाचि गूढां- । माजीं मौन तें मी सुहाडा ।
म्हणौनि न बोलतयां पुढां । स्त्रष्टाही नेण होय ।।२९८।।
सर्व गूढांमधील ज्ञान । अर्जुना मीच ते मौन ।
ब्रह्मदेवा ठरवी अज्ञान । न बोलणारे ।।२९८।।
अगा ज्ञानियांच्या ठायीं । ज्ञान तें मी पाहीं ।
आतां असो हें ययां कांहीं । पार न देखों ।।२९९।।
ज्ञानी पुरुषांचे ज्ञान । ते मीच आहे जाण ।
पुरे विभूतींचा विस्तार अर्जुन ।
त्या अमर्याद असती ।।२९९।।
पैं पर्जन्याचिया धारां । वरी लेख करवेल धनुर्धरा ।
कां पृथ्वीचिया तृणांकुरां । होईल ठी ।।३००।।
काय पावसाच्या धारा । मोजता येतील धनुर्धरा ।
पृथ्वीवरच्या तृणांकरा । मोजता येतील काय? ।।३००।।
पैं महोदधीचिया तरंगां । व्यवस्था धरूं नये जेवीं गा ।
तेवीं माझिया विशेषलिंगां । नाहीं मिती ।।३०१।।
सागरांच्या लाटांची गणना । करता न ये अर्जुना ।
तसे माझ्या विभूतींना । मोजता येणार नाही ।।३०१।।

ऐशियाही सातपांच प्रधाना । विभूती सांगितलिया तुज अर्जुना ।
तो हा उद्देशु जो गा मना । आहाच गमला ।।३०२।।
अर्जुना असे जरी असती ।
तुला सांगितल्या प्रमुख पंचाहत्तर विभूती ।
माझ्या मना वरवरचे वाटती ।
अशा विभूती सांगणे ।।३०२।।
येरां विभूतिविस्तारांसि कांहीं । एथ सर्वथा लेख नाहीं ।
म्हणौनि परिससीं तूं काई । आम्हीं सांगों किती ।।३०३।।
बाकी विभूती विस्तारास काही । अर्जुना मर्यादा नाही ।
तू ऐकाव्यात किती याही । आम्ही किती सांगाव्या ।।३०३।।
यालागीं एकिहेळां तुज । दाऊं आतां वर्म निज ।
तरी सर्व भूतांकुरें बीज । विरूढत असे तें मी ।।३०४।।
म्हणून सांगतो आमचे गूज । अंकुरते जे बीज ।
सर्वांमध्ये ज्या निपज । ते बीज मीच ।।३०४।।
म्हणौनि सानें थोर न म्हणावें । उंच नीच भाव सांडावे ।
एक मीचि ऐसें मानावें । वस्तुजातातें ।।३०५।।
म्हणून लहान-थोर म्हणू नव्हे । उच्च नीच भाव सोडून द्यावे ।
विश्वातील सर्व वस्तूंत समजावे । मीच आहे ।।३०५।।
तरी यावरी साधारण । आईक पां आणिकही खूण ।
तरी अर्जुना तें तूं जाण । विभूति माझी ।।३०६।।
अर्जुना याहूनही साधारण । आणखी एक आहे खूण ।
पाहून ते लक्षण जाण । ती माझी विभूती ।।३०६।।
जेथ जेथ संपत्ति आणि दया ।
दोन्ही वसती आलिया असती ठाया ।
ते ते जाण धनंजया । विभूति माझी ।।३०७।।
जिथे संपत्ती आणि दया । दोन्ही असती धनंजया ।
असा पुरुष जाण तया । माझी विभूती ।।३०७।।
थवा एकलें एक बिंब गगनीं । प्रभा फांके त्रिभुवनीं ।
तेवीं एकाकियाची सकळ जनीं । आज्ञा पाळिजे ।।३०८।।
सूर्यबिंब एकच आकाशी । ते एकटे त्रैलोक्य प्रकाशी ।
तसे सर्वजण कोणा एकाची । आज्ञा पाळती ।।३०८।।
तयातें एकलें झणीं म्हण । ते निर्धन या भाषा नेण ।
काय कामधेनूसवें सर्व साहान । चालत असे? ।।३०९।।
तो एकटा आहे म्हणशील । निर्धन आहे मानशील ।
जेव्हा कामधेनू इच्छा पुरवील ।
काय सोबत कोणा घेते? ।।३०९।।

तियेतें जें जेधवां जो मागे । तें ते एकसरेंचि प्रसवों लागे ।
तेवीं विश्वविभव तया आंगें । होऊनि आहाती ।।३१०।।
तिच्याकडे जो जे मागे । त्यासाठी ती प्रसवू लागे ।
विश्वाचे वैभव तिच्या अंगे । भरलेले असते ।।३१०।।
तयातें वोळखावया हेचि संज्ञा । जे जगें नमस्कारिजे आज्ञा ।
ऐसें आथि तें जाण प्राज्ञा । अवतार माझे ।।३११।।
त्याला ओळखण्याची खूण । जग पाळते आज्ञा नम्रभावानं ।
बुद्धिमान असे असती जे कोण । ते माझेच अवतार ।।३११।।
आता सामान्य विशेष । हें जाणणें एथ महादोष ।
कां जे मीचि एक अशेष । विश्व आहें म्हणौनि ।।३१२।।
हा सामान्य हा विशेष । असे मानणे महादोष ।
मीच सर्व विश्वरूपात शेष । पसरलो आहे ।।३१२।।
तरी आतां साधारण आणि चांगु ।
ऐसा कैसेनि पां कल्पावा विभागु ।
वायां आपुलियेचि मती वंगु ।
भेदाचा लावावा ।।३१३।।
हा साधारण हा चांगला । असे म्हणून आपल्या बुद्धीला ।
भेदाचा कलंक कशाला । लावून घ्यावा ।।३१३।।
एऱ्हवीं तूप कासया घुसळावें । अमृत कां रांधूनि अर्धें करावें ।
हां गा वायूसि काय डावें । उजवें आंग आहे? ।।३१४।।
तूप कशाला घुसळावे । अमृत शिजवून अर्धे करावे ।
वाऱ्याला कधी डावे-उजवे । अंग असते का? ।।३१४।।
पैं सूर्यबिंबासि पोट पाठीं ।
पाहतां नासेल आपुली दिठी ।
तेवीं माझ्या स्वरूपीं गोठी ।
सामान्यविशेषाची नाहीं ।।३१५।।
सूर्याची पाठ-पोट । पाहता दृष्टीस येईल खोट ।
माझ्या स्वरूपात ही गोष्ट । उच्चनीचाची नाही ।।३१५।।
आणि सिनाना विभूतीं । मज अपारातें मविसील किती ।
म्हणौनि किंबहुना सुभद्रापती । असो हें जाणणें ।।३१६।।
माझ्या या अगणित विभूती । अर्जुना तू मोजशील किती? ।
म्हणूनी जाणूणे माझ्या विभूती । आता पुरे कर ।।३१६।।
आतां पैं माझेनि एकें अंशें । हें जग व्यापिलें असे ।
यालागीं भेदू सांडूनि सरिसें । साम्यें भज ।।३१७।।
माझ्या एका अंशानं । हे विश्व राहिले व्यापून ।
म्हणून भेदभावाचा त्याग करून । माझी भक्ती कर ।।३१७।।

ऐसें विबुधवनवसंतें । तेणें विरक्तांचेनि एकांतें ।
बोलिलें जेथ श्रीमंतें । श्रीकृष्णदेवें ।।३१८।।
विद्वानांच्या वनातील वसंत । विरक्तांना एकांती सोबत ।
सर्वगुण ऐश्वर्याने श्रीमंत । जे असे श्रीकृष्ण बोलले ।।३१८।।
तेथ अर्जुन म्हणे स्वामी । येतुलें हें राभस्य बोलिलें तुम्हीं ।
जे भेदु एक आणि आम्ही । सांडावा एकीं ।।३१९।।
अर्जुन म्हणाला हे स्वामी । हे जे काही सांगितले तुम्ही ।
तो भेद वेगळा आणि आम्ही । त्याग करणारे वेगळे ।।३१९।।
हां हो सूर्य म्हणे काय जगातें । अंधारें दवडा कां परौतें ।
तेवीं धसाळ म्हणों देवा तूंतें । तरी अधिक हा बोलु ।।३२०।।
सूर्य सांगतो का जगाला । दूर करा अंधाराला ।
बोलावे काही तुम्हाला । तर अति प्रसंग होईल ।।३२०।।
तुझें नावचि एक कोण्ही वेळे । जयांचिये मुखासि कां कानां मिळे ।
तयांचिया हृदयातें सांडूनि पळे । भेदु जी साच ।।३२१।।
हे प्रभू तुझे नाम कोणीही । ऐकले किंवा उच्चारले तरीही ।
भेदभाव नाहीसा होई । त्याच्या हृदयातील ।।३२१।।
तो तूं परब्रह्मचि असकें । मज दैवें दिधलासि हस्तोदकें ।
तरी आतां भेदु कायसा कें । देखावा कवणें? ।।३२२।।
तू तो असा परब्रह्म संपूर्ण । हातावरील उदकासम मिळाला दान ।
आता भेद कुठे आणि कोण । पहावयाचा? ।।३२२।।
जी चंद्रबिंबाचा गाभारां । रिगालियावरीही उबारा ।
परी राणेपणें शारङ्‌धरा । बोला हें तुम्हीं ।।३२३।।
चंद्रबिंबाच्या शिरता गाभाऱ्यात । कोणी उकडते असे म्हणतात? ।
श्रीकृष्णा आपण महान आहात । तुम्ही हे बोलू शकता ।।३२३।।
तेथ सावियाचि परितोषोनि देवें । अर्जुनातें आलिंगिलें जीवें ।
मग म्हणे तुवां न कोपावें । आमुचिया बोला ।।३२४।।
हे ऐकताच बोलणं । श्रीकृष्ण अर्जुना देती आलिंगन ।
म्हणती आमच्या बोलण्यानं । तू रागावू नको ।।३२४।।
आम्हीं तुज भेदाचिया वाहाणीं । सांगितली जे विभूतींची कहाणी ।
ते अभेदें काय अंत:करणीं । मानिली कीं न मनें ।।३२५।।
भेदाच्या मार्गाने तुज । विभूती सांगितल्या आज ।
तुझ्या अंत:करणात हे गुज । पटले की नाही? ।।३२५।।
हेंचि पाहावयालागीं । नावेक बोलिलों बाहेरिसवडिया भंगीं ।
तंव विभूती तुज चांगी । आलिया बोधा ।।३२६।।
हे पाहण्यासाठी । बोललो बाह्य दृष्टीच्या रीती ।
तुला पटल्या या विभूती । हे मला समजले ।।३२६।।

तेथ अर्जुन म्हणे देवें । हें आपुलें आपण जाणावें ।
परी देखतसें विश्व आघवें । तुवां भरलें ।।३२७।।
मला झाले की नाही अभेद ज्ञान । तुम्हीच जाणावे म्हणे अर्जुन ।
पण संपूर्ण विश्व तुझ्या स्वरूपानं । भरून राहिले आहे ।।३२७।।
पैं राया तो पांडुसुतु । ऐसिये प्रतीतीसि जाहला वरितु ।
या संजयाचिया बोला निवांतु । धृतराष्ट्र राहे ।।३२८।।
अशा प्रकारे अर्जुनाला । प्रतीतीने वरला ।
हे ऐकून स्तब्ध झाला । धृतराष्ट्र ।।३२८।।
कीं संजयो दुखवलेनि अंत:करणें ।
म्हणतसे नवल नव्हे दैव दवडणें ।
हा जीवें धाडसा आहे मी म्हणें ।
तंव आंतुही आंधळा ।।३२९।।
संजय म्हणतो दु:खाने । प्राप्त भाग्य हे दवडणे ।
धृतराष्ट्र आंधळा डोळ्याने । ज्ञानचक्षुंनीही आंधळा ।।३२९।।
परी असो हें तो अर्जुनु । स्वहिताचा वाढवितसे मानु ।
कीं याहीवरी तया आनु । धिंवसा उपनला ।।३३०।।
ते असो हा अर्जुन ।
स्वत:चे हित वाटावे म्हणून ।
विभूती अशा ऐकून ।
त्याची अलौकिकाची इच्छा वाढली ।।३३०।।

म्हणे तेचि हृदया आंतुली प्रतीती । बाहेरी अवतरो कां डोळ्यांप्रती ।
इये आर्तीचिया पाउलीं मती । उठती जाहली ।।३३१।।
तो म्हणे हृदयाचीही प्रतीती । वाटते आता डोळ्यांपुढती ।
प्रकट होऊनी इच्छापूर्ती । माझी व्हावी ।।३३१।।
मियां इहींच दोहीं डोळां । झोंबावें विश्वरूपा सकळा ।
एवढी हांव तो दैवा आगळा । म्हणौनि करी ।।३३२।।
या दोन्ही डोळ्यानं । विश्वरूपाचे व्हावे दर्शन ।
असा तो भाग्यवान । इच्छा करू लागला ।।३३२।।
आजि तो कल्पतरूची शाखा । म्हणौनि वांझोळें न लगती देखा ।
जें जें येईल तयाचि मुखा । तें तें साचचि करितसे येरु ।।३३३।।
अर्जुन जणू कल्पवृक्षाची डहाळी । त्यावर फुले न येती वांझोळी ।
मुखातून जे येईल त्या वेळी । श्रीकृष्ण खरे करतील ।।३३३।।
जो प्रह्लादाचिया बोला । विषाहीसकट आपणचि जाहला ।
तो सद्गुरू असे जोडला । किरीटीसी ।।३३४।।
जे प्रल्हादाच्या पायी । विषही आपण होई ।
तो सद्गुरू लाभला ठायी । अर्जुनाला ।।३३४।।
म्हणौनि विश्वरूप पुसावयालागीं । पार्थ रिगता होईल कवणें भंगीं ।
तें सांगेन पुढिलिये प्रसंगीं । ज्ञानदेव म्हणे निवृत्तीचा ।।३३५।।
विश्वरूप विचारण्याकरता । अर्जुन कसा प्रारंभ करता ।
याची सुरस कथा । निवृत्तीचा ज्ञानदेव सांगेल ।।३३५।।

ओवी संख्या ३३५

।। दहावा अध्याय – विभूति योग – समाप्त।।

म्हणौनि अर्जुनाचिया बोलासरिसा । देव विश्वरूप होईल आपैसा ॥
तोचि पहिला प्रसंगु ऐसा । ऐकिजे तरी ॥

अध्याय अकरावा

विश्वरूपदर्शन योग

आतां यावरी एकादशीं । कथा आहे दोहीं रसीं ।
येथ पार्था विश्वरूपेंसीं । होईल भेटी ।।१।।
या अकराव्या अध्यायात । कथा शांत व अद्‌भुत रसात ।
विश्वरूपाचे दर्शन होत । अर्जुना ।।१।।
जेथ शांताचिया घरा । अद्‌भुत आला आहे पाहुणेरा ।
आणि येरांही रसां पांतिकरां । जाहला मानु ।।२।।
शांतरसाच्या घरात । पाहुणा रस अद्‌भुत ।
बाकीचे रस पंगतीत । मानाचे झाले ।।२।।
अहो वधुवरांचिये मिळणीं । जैशी वराडियां लुगडीं लेणीं ।
तैसे देशियेच्या सुखासनीं । मिरविले रस ।।३।।
वधुवरांच्या विवाह संस्कार । वऱ्हाडींना लुगडी आहेर ।
तसे मिरवती शांत रसाबरोबर । इतर रस ।।३।।
परी शांताद्‌भुत बरवे । जे डोळियांच्या अंजुळीं घ्यावें ।
जैसे हरिहर प्रेमभावें । आले खेंवा ।।४।।
रस शांत आणि अद्‌भुत । डोळ्यांच्या घ्यावे ओंजळीत ।
विष्णु शंकर प्रेमभावात । जसे आलिंगन देती ।।४।।
ना तरी अंवसेच्या दिवशीं । भेटलीं बिंबें दोनी जैशीं ।
तेवीं एकवळा रसीं । केला एथ ।।५।।
अवसेच्या दिवशी जसे । सूर्य-चंद्र भेटती तसे ।
असे ऐक्य दोन्ही रसे । इथे झाले ।।५।।
मीनले गंगेयमुनेचे ओघ । तैसें रसां जाहलें प्रयाग ।
म्हणौनि सुस्नात होत जग । आघवें एथ ।।६।।
गंगा-यमुनेचे जल मिसळले । तसे हे रस प्रयाग झाले ।
मग अवघे विश्व सुस्नात झाले । या ठिकाणी ।।६।।
माजीं गीता सरस्वती गुप्त । आणि दोनी रस ते ओघ मूर्त ।
यालागीं त्रिवेणी हे उचित । फावली बापा ।।७।।
इथे गीता सरस्वती गुप्त । दोन रसांचे ओघ मूर्त ।
म्हणून ही त्रिवेणी प्राप्त । अनायासे झाली ।।७।।
एथ श्रवणाचेनि द्वारें । तीर्थीं रिघतां सोपारें ।
ज्ञानदेवो म्हणे दातारें । माझेनि केलें ।।८।।
या त्रिवेणी तीर्था ठिकाणी । प्रवेश करणे श्रवणी ।
सोपे केले माझ्या सद्‌गुरुंनी । ज्ञानदेव म्हणे ।।८।।
तीरें संस्कृताचीं गहनें । तोडोनि मऱ्हाठियां शब्दसोपानें ।
रचिली धर्मनिधानें । श्री निवृत्तिदेवें ।।९।।
संस्कृताचे तीर कठीण । तोडून बांधले मराठीचे सोपान ।
उपलब्ध केले धर्मविधान । निवृत्तिदेवांनी ।।९।।
म्हणौनि भलतेणें एथ सद्‌भावें नाहावें ।
प्रयागमाधव विश्वरूप पहावें ।
येतुलेनि संसारासि द्यावें । तिळोदक ।।१०।।
इथे शुद्ध मनाने नहावे । प्रयागी माधवरूप पाहावे ।
आणि संसाराला द्यावे । तिळांचे उदक ।।१०।।
हें असो ऐसें सावयव ।
एथ सासिन्नले आथी रसभाव ।
तेथ श्रवणसुखाची राणीव ।
जोडली जगा ।।११।।
असो इथे मूर्तिमंत नवरस । आले आहेत बहरास ।
श्रवणसुखाचे राज्य जगास । प्राप्त झाले आहे ।।११।।
जेथ शांताद्‌भुत रोकडे । आणि येरां रसां पडप जोडे ।
हें अल्पचि परी उघडें । कैवल्य एथ ।।१२।।
शांत अद्‌भुत रस प्रगटले । इतर रस शोभायमान झाले ।
मूर्तिमंत कैवल्य दिसले । या अध्यायात ।।१२।।
तो हा अकरावा अध्यायो ।
जो देवाचा आपणपें विसंवता ठावो ।
परी अर्जुन सदैवांचा रावो । जो एथही पातला ।।१३।।
हा अकरावा अध्याय जाण । देवांचे विश्रांती ठिकाण ।
येथे येऊन पोचला अर्जुन । तो भाग्यवान राजा ।।१३।।

एथ अर्जुनचि काय म्हणों पातला ।
आजि आवडतयाही सुकाळु जाहला ।
जे गीतार्थु हा आला । मऱ्हाठिये ॥१४॥
असे नाही की एकट्या अर्जुनाला ।
ज्याला हवे आहे त्याला ।
गीतेचा हा सुकाळ झाला । मराठीत ॥१४॥
याचिलागीं माझें । विनविलें आइकिजे ।
तरी अवधान दीजे । सज्जनीं तुम्ही ॥१५॥
यासाठी माझी तुम्ही । ऐकावी विनवणी ।
अर्थाकडे लक्ष देऊनी । हे सज्जन हो ॥१५॥
तेवींचि तुम्हां संतांचिये सभे ।
ऐसी सलगी कीर करूं न लभे ।
परी मानावें जी तुम्ही लोभें । अपत्या मज ॥१६॥
तुम्हा संतांच्या सभेतही । अशी सलगी योग्य नाही ।
पण मला मानावे प्रेमानेही । अपत्याप्रमाणे ॥१६॥
अहो पुंसा आपणचि पढविजे ।
मग पढे तरी माथा तुकिजे ।
कां करविलेनि चोजें न रिझे । बाळका माय ॥१७॥
पोपटाला आपण शिकवतो । बोलला की मान डोलावतो ।
बाळ खेळून रिझवतो । आईस जसे ॥१७॥
तेवीं मी जें जें बोलें । तें प्रभु तुमचेंचि शिकविलें ।
म्हणौनि अवधारिजो आपुलें । आपण देवा ॥१८॥
मी जे बोलतो आहे । ते तुम्हीच शिकवले आहे ।
आपलेच बोलणे ऐकून राहे । आपणच ॥१८॥
हें सारस्वताचें गोड । तुम्हींचि लाविलें जी झाड ।
तरी आतां अवधानामृतें वाड । सिंपोनि कीजे ॥१९॥
हे अध्यात्म अमृताचे गोड । तुम्हीच लावले झाड ।
आता करावी त्याची वाढ । सिंचन करून ॥१९॥
मग हें रसभाव फुलीं फुलेल । नानार्थ फळभारें फळा येईल ।
तुमचेनि धर्में होईल । सुरवाडु जगा ॥२०॥
हे अनेक रसांनी फुलेल । विविध अर्थांनी फळेल ।
मग सुखाची प्राप्ती होईल । सर्व जगा ॥२०॥
या बोला संत रिझले । म्हणती तोषलों गा भलें केलें ।
आतां सांगें जें बोलिलें । अर्जुनें तेथ ॥२१॥
या बोलाने संत आनंदले । म्हणती, तू भले केले ।
आता सांग जे बोलिले । अर्जुन येथे ॥२१॥

तंव निवृत्तिदास म्हणे । जी कृष्णार्जुनांचें बोलणें ।
मी प्राकृत काय सांगों जाणें । परी सांगवा तुम्ही ॥२२॥
श्रीनिवृत्तीदास म्हणे । श्रीकृष्ण अर्जुनाचे बोलणे ।
मी काय सांगू जाणे । तुम्हीच सांगावे ॥२२॥
अहो रानींचिया पालेखाइरा ।
नेवाणें करविले लंकेश्वरा ।
एकला अर्जुन परी अक्षौहिणी अकरा ।
न जिणेचि काई? ॥२३॥
रानातील खाऊन पाने, फळे ।
वानरांनी रावणा परास्त केले ।
अर्जुनाने एकट्याने नाही जिंकले ।
अठरा अक्षौहिणी सैन्य? ॥२३॥
म्हणौनि समर्थ जें जें करी । तें न हो न ये चराचरीं ।
तुम्ही संत तयापरी । बोलवा मातें ॥२४॥
म्हणून समर्थ जे जे करतात । ते न होई या चराचरात ।
म्हणून माझ्याकडून गीतेचा अर्थ । तुम्हीच सांगून घ्यावा ॥२४॥
आतां बोलिजतसें आइका । हा गीताभाव निका ।
जो वैकुंठनायका- । मुखौनि निघाला ॥२५॥
आता ऐका मी काय सांगतो । हा गीताभाव प्रगटला जो ।
साक्षात निघाला मुखातून तो । वैकुंठनायकाच्या ॥२५॥
बाप बाप ग्रंथ गीता । जो वेदीं प्रतिपाद्य देवता ।
तो श्रीकृष्ण वक्ता । जिये ग्रंथीं ॥२६॥
गीता ग्रंथ धन्य आहे । वेदांमधला जो विषय आहे ।
तो श्रीकृष्ण होऊन राहे । ग्रंथाचा वक्ता ॥२६॥
तेथिंचे गौरव कैसें वानावें । जें श्रीशंभूचिये मती नागवे ।
तें आतां नमस्कारिजे जीवेंभावें । हेंचि भलें ॥२७॥
कसा गौरवावा ग्रंथ महान । शंकरालाही न होई आकलन ।
त्या जीवेभावे करावे नमन । हेच खरे ॥२७॥
मग आइका तो किरीटी । घालूनि विश्वरूपीं दिठी ।
पहिली कैसी गोठी । करिता जाहला ॥२८॥
मग ऐका तो अर्जुन । विश्वरूपदर्शन इच्छा धरून ।
कसा राहिला बोलून । ते ऐका ॥२८॥
हें सर्वही सर्वेश्वरु । ऐसा प्रतीतिगत जो पतिकरु ।
तो बाहेरी होआवा गोचरु । लोचनांसी ॥२९॥
हे विश्व परमात्मास्वरूप येथ । अशी शब्दांनी प्रचिती येत ।
ती डोळ्यांनाही दिसू देत । प्रत्यक्ष ॥२९॥

हे जिवाआंतुली चाड । परी देवासि सांगतां सांकड ।
कां जें विश्वरूप गूढ । कैसेनि पुसावें? ।।३०।।
ही मनातील इच्छा खरी । देवा सांगता संकट भारी ।
गूढ असे विश्वरूप तरी । देवा कसे विचारावे? ।।३०।।
म्हणे मागां कवणीं कहीं । जें पढियंतेनें पुसिलें नाहीं ।
ते सहसा कैसें काई । सांगा म्हणों? ।।३१।।
या आधी कुणी काही । देवाला हे विचारले नाही ।
मग आपण धाडसाने त्याही । सांगा कसे म्हणावे? ।।३१।।
मी जरी सलगीचा चांगु । तरी काय आइसीहूनी अंतरंगु ।
परी तेही हा प्रसंगु । बिहाली पुसों ।।३२।।
मी जरी देवाच्या सलगीचा । तरी लक्ष्मीहून न जवळचा ।
मीदेखील हे विचारता । भ्यालो असे ।।३२।।
माझी आवडे तैसी सेवा जाहली ।
तरी काय होईल गरुडाचिया येतुली? ।
परी तोही हें बोली । करीचिना ।।३३।।
माझी कितीही सेवा असली । तरी गरुडाएवढी न झाली ।
परंतु गरुडसुद्धा ही बोली । बोलेच ना ।।
मी काय सनकादिकांहूनि जवळां ।
परी तयांही नागवेचि हा चाळा ।
मी आवडेन काय प्रेमळां । गोकुळींचिया ऐसा? ।।३४।।
मी काय सनकादिकांहून जवळचा भासे? ।
पण त्यांनीही आग्रह धरला नसे ।
मी श्रीकृष्णा आवडता असे । गोकुळवासियांसम? ।।३४।।
तयांतेंही लेकुरपणें झकविलें । एकाचे गर्भवासही साहिले ।
परी विश्वरूप हें राहविलें । न दावीच कवणा ।।३५।।
त्यांनाही बालक म्हणून फसवले ।
अंबरिषासाठी गर्भवास सोसले ।
परंतु विश्वरूप गुप्त ठेवले । न दाखवले कोणा ।।३५।।
हा ठायवरी गुज । याचिये अंतरीचें हें निज ।
केवीं उराउरी मज । पुसों ये पां? ।।३६।।
इतके हे गुप्त हितगुज । श्रीकृष्णाच्या अंतरीचे गुज ।
मी आता सहज । कसा विचारू? ।।३६।।
आणि न पुसेंचि जरी म्हणे । तरी विश्वरूप देखिलियाविणें ।
सुख नोहेचि परी जिणें । तेंही विपायें ।।३७।।
न विचारावे म्हणता । विश्वरूप न पाहता ।
न येई मला जगता । असे वाटते ।।३७।।
म्हणौनि आतां पुसों अळुमाळसें । मग करूं देवा आवडे तैसें ।
येणें प्रवर्तला साध्वसें । पार्थु बोलों ।।३८।।
मग आता शांतपणे । देवाला विचारून घेणे ।
असे ठरवून संकोचाने । अर्जुन बोलला ।।३८।।
परी तेंचि ऐसेनि भावें । जें एका दों उत्तरांसवें ।
दावी विश्वरूप आघवें । झाडा देउनी ।।३९।।
तो बोलला अशा नम्रतेनं । की एक-दोन वाक्ये ऐकून ।
आनंदाने स्वतः श्रीकृष्ण । विश्वरूप दावतील ।।३९।।
अहो वांसरूं देखिलियाचिसाठीं । धेनु खडबडोनि मोहें उठी ।
मग स्तनामुखाचिये भेटी । काय पान्हा धरे? ।।४०।।
जेव्हा वासरू पाहते । गाय प्रेमाने उभी राहते ।
वासराची गोस्तनाशी भेट घडते । मग पान्हा का न फुटे? ।।४०।।
पाहा पां तया पांडवाचेनि नांवें ।
जो कृष्ण रानींही प्रतिपाळूं धावे ।
तयांतें अर्जुनें जंव पुसावें । तंव साहील काई? ।।४१।।
पांडवांच्या रक्षणाकरिता । कृष्ण रानी धावता ।
मग अर्जुनाने हे विचारता । तो सहन करेल काय? ।।४१।।
तो सहजेंचि स्नेहाचें अवतरण ।
आणि येरु स्नेहा घातलें आहे माजवण ।
ऐसिये मिळवणी वेगळेपण । उरे हेंचि बहु ।।४२।।
श्रीकृष्ण स्नेहाचा अवतार । अर्जुन त्या प्रेमाचा प्रकार ।
दोघांच्या संगमी भेद साकार । झाला हे विशेष ।।४२।।
म्हणौनि अर्जुनाचिया बोलासरिसा ।
देव विश्वरूप होईल आपैसा ।
तोचि पहिला प्रसंगु ऐसा । ऐकिजे तरी ।।४३।।
तशी प्रार्थना करता अर्जुन । देव करेल विश्वरूप धारण ।
असे पहिला प्रसंग जाण । या अध्यायात ।।४३।।
मग पार्थु देवातें म्हणे । जी तुम्ही मजकारणें ।
वाच्य केलें जें न बोलणें । कृपानिधे ।।४४।।
अर्जुन म्हणे देवास आता । जे शब्दांनी येत नाही बोलता ।
ते गुह्य माझ्याकरिता । तुम्ही बोलले ।।४४।।
जैं महाभूतें ब्रह्मीं आटती । जीव महदादींचे ठाव फिटती ।
तैं जें देव होऊनि ठाकती । तें विसवणें शेषींचें ।।४५।।
महाभूते ब्रह्मतत्त्वा लीन होती । जीव, महदूतत्त्व लय पावती ।
ते परमात्मारूप धारण करती ।
विश्रांतिस्थान ते शेवटचे ।।४५।।

होतें हृदयाचिये परिवरीं । रोंविलें कृपणाचिये परी ।
शब्दब्रह्मासही चोरी । जयाची केली ।।४६।।
हृदयाच्या ते गाभाऱ्यात । कृपणाप्रमाणे रोविले असत ।
वेदांपासूनही ठेवत । लपवून जे ।।४६।।
तें तुम्हीं आजि आपुलें । मजपुढां हियें फोडिलें ।
जया अध्यात्मा वोवाळिलें । ऐश्वर्य हरें ।।४७।।
ते तुम्ही हृदय आपुले । माझ्यासमोर उघडे केले ।
जे अध्यात्म ऐश्वर्य ओवाळिले । शंकराने ।।४७।।
ते वस्तु मज स्वामी । एकिहेळां दिधली तुम्ही ।
हें बोलों तरी आम्ही । तुज पावोनि कैंचे ।।४८।।
ते अध्यात्मज्ञान स्वामी । उघडे करून दिले तुम्ही ।
तरी कुठे वेगळे आम्ही । तुम्हापासून ।।४८।।
परी साचचि महामोहाचिये पुरीं । बुडालेया देखोनि सीसवरी ।
तुवां आपणपें घालोनि श्रीहरी । मग काढिलें मातें ।।४९।।
तरी पण मोहाच्या महापुरात ।
मी बुडालेला पाहता नखशिखान्त ।
तू स्वतःस घालूनी महापुरात ।
मला वाचवलेस ।।४९।।
एक तूंवांचूनि कांहीं । विश्वीं दुजियाची भाष नाहीं ।
कीं आमुचें कर्म पाहीं । जे आम्हीं आथी म्हणों ।।५०।।
एक तुजवाचून काही ।
विश्वात दुसरी भाषा नाही ।
पण आमचे कर्म पाही ।
अहंकारे आम्ही-आम्ही म्हणतो ।।५०।।
मी जगीं एक अर्जुनु । ऐसा देहीं वाहे अभिमानु ।
आणि कौरवांतें इयां स्वजनु । आपुलें म्हणें ।।५१।।
जगात मीच आहे एक अर्जुन । असा झाला होता अभिमान ।
आणि कौरवांना मी स्वजन । आपले मानीत होतो ।।५१।।
याहीवरी यांतें मी मारीन । म्हणें तेणें पापें कें रिगेन ।
ऐसें देखत होतों दुःस्वप्न । तों चेवविला प्रभु ।।५२।।
युद्धात यांना मी मारीन । या पापाने कोणत्या गतीस जाईन? ।
असे बघत होतो वाईट स्वप्न । त्यातून प्रभूने जागवले ।।५२।।
देवा गंधर्वनगरीची वस्ती । सोडूनि निघालों लक्ष्मीपती ।
होतों उदकाचिया आर्ती । रोहिणी पीत ।।५३।।
गंधर्वनगराची सोडून वस्ती । मी बाहेर पडलो लक्ष्मीपती ।
पाण्याच्या इच्छेने मी प्राशिती । इतके दिवस मृगजळ ।।५३।।

जी किरडूं तरी कापडाचें । परी लहरी येत होतिया साचें ।
ऐसें वायां मरतया जीवाचें । श्रेय तुवां घेतलें ।।५४।।
सर्प जरी कापडाचा दिसतो ।
पण विषलहरींचा भास खरा वाटतो ।
मी मरेन हा भ्रम वाटतो । त्याला जगवून तू श्रेय घेतलेस ।।५४।।
आपुलें प्रतिबिंब नेणता । सिंह कुहां घालील देखोनि आतां ।
ऐसा धरिजे तेवीं अनंता । राखिलें मातें ।।५५।।
आपले प्रतिबिंब आहे हे न जाणतो ।
सिंह विहिरीत उडी घालू पाहतो ।
त्यास कोणी वाचवले तसे वाचवतो ।
तू मला भ्रमापासून ।।५५।।
एऱ्हवीं माझा तरी येतुलेवरी । एथ निश्चय होता अवधारीं ।
जें आतांचि सातांही सागरीं । एकत्र मिळिजे ।।५६।।
एरवी आतापर्यंत माझा । दृढनिश्चय झाला होता ।
जणू सातही समुद्र आता । एकत्र मिळाले ।।५६।।
हें जगचि आघवें बुडावें । वरी आकाशहि तुटोनि पडावें ।
परी झुंजणें न घडावें । गोत्रजेशीं मज ।।५७।।
हे जगही बुडून जावे । आकाश खाली पडावे ।
परी युद्ध न लागे करावे । मला सगोत्रांशी ।।५७।।
ऐसिया अहंकाराचिये वाढी ।
मियां आग्रहजळीं दिधली होती बुडी ।
चांगचि तूं जवळां एऱ्हवीं काढी । कवणु मातें ।।५८।।
अशा वाढलेल्या अहंकारात ।
बुडी मी मारली दुराग्रहाच्या पाण्यात ।
हे बरे झाले तू जवळ होत ।
नपेक्षा कुणी असते काढले? ।।५८।।
नाथिलें आपण पां एक मानिलें ।
आणि नव्हतया नाम गोत्र ठेविलें ।
थोर पिसें होतें लागलें । परि राखिलें तुम्ही ।।५९।।
मी कुणी नसता स्वतःला मानले ।
नव्हते तरी खोटे नाव, गोत्र ठेवले ।
भ्रमामुळे वेड होते मला लागले । पण तुम्ही वाचवले ।।५९।।
मागां जळत काढिलें जोहरीं । तैं तें देहासीच भय अवधारीं ।
आतां हे जोहरवाहर दुसरी । चैतन्यासकट ।।६०।।
मागे आगीतून आलो बाहेरी । देहास ती भिती होती जरी ।
ही मोहाची अग्निपीडा खरी । चैतन्याला होती ।।६०।।

दुराग्रह हिरण्याक्षें । माझी बुद्धि वसुंधरा सूदली काखे ।
मग माहार्णव गवाक्षें । रिघोनि ठेला ।।६१।।
दुराग्रह हिरण्य दैत्याने जेथ ।
बुद्धिरूपी पृथ्वी घातली काखेत ।
मोहरूपी सागराच्या खोल पाण्यात ।
मला घेऊन गेला ।।६१।।
तेथ तुझेनि गोसावीपणें । एकवेळ बुद्धीचिया ठाया येणें ।
हें दुसरें वराह होणें । पडिलें तुज ।।६२।।
तुझी कृपा झाली । माझी बुद्धी ठिकाणावर आली ।
पण तुझ्यावर वेळ आली । वराहअवतार घेण्याची ।।६२।।
ऐसें अपार तुझें केलें । एकी वाचा काय मी बोलें ।
परी पांचही पालव मोकलिले । मजप्रती ।।६३।।
असे अपार तुझे करणे । एका वाचेने मी काय बोलणे? ।
माझ्यासाठी तुझे ओवाळणे । पंचप्राणांनी ।।६३।।
तें कांहीं न वचेचि वायां । भलें यश फावलें देवराया ।
जे साद्यंत माया । निरसिली माझी ।।६४।।
तुझा उपदेश व्यर्थ न जाई । तुला भरघोस यश प्राप्त होई ।
माझे संपूर्ण अज्ञान होई । नाहीसे ।।६४।।
आजीं आनंदसरोवरींचीं कमळें । तैसे हे तुझे डोळे ।
आपुलिया प्रसादाचीं राउळें । जयालागीं करिती ।।६५।।
तुझे स्नेहमय डोळे । म्हणजे आनंदाची कमळे ।
प्रसादाची राऊळे । बांधती ज्यासाठी ।।६५।।
हां हो तयाही आणि मोहाची भेटी । हे कायसी पाबळी गोठी? ।
केउती मृगजळाची वृष्टी । वडवानळेंसीं? ।।६६।।
त्याची होईल का मोहाशी भेट? ।
काय बोलावी ही दुबळी गोष्ट? ।
मृगजळा जमतील का कष्ट ।
वडवानल विझवण्याचे? ।।६६।।
आणि मी तंव दातारा । ये कृपेचिये रिघोनि गाभारां ।
घेत आहें चारा । ब्रह्मरसाचा ।।६७।।
हे दानी श्रीकृष्ण । तुझ्या गाभाऱ्यात शिरून ।
ब्रह्मरसाचे भोजन । मी करतो आहे ।।६७।।
तेणें माझा जी मोह जाये । एथ विस्मो कांहीं आहे? ।
तरी उद्धरलों कीं तुझे पाये । शिवतले आहाती ।।६८।।
माझा मोह नष्ट होई । यात आश्चर्य ते काही? ।
तुझ्या चरणांची शपथ घेई । मी उद्धरलो आहे ।।६८।।

पैं कमलायतडोळसा । सूर्यकोटितेजसा ।
मियां तुजपासोनि महेशा । परिसिलें आजीं ।।६९।।
कमलपत्रासम तुमचे डोळे जसे ।
कोटी सूर्यांसम तुमचे तेज भासे ।
आपणाकडून ऐकले ते असे । हे महेशा ।।६९।।
इयें भूतें जयापरी होती । अथवा लया हन जैसेनि जाती ।
ते मजपुढां प्रकृती । विवंचिली देवें ।।७०।।
सर्व भूतांची जी निर्मिती । जिच्यात ती लय पावती ।
ती आहे कशी प्रकृती । हे देवाने सांगितले ।।७०।।
आणि प्रकृती कीर उगाणा दिधला ।
वरि पुरुषाचाही ठावो दाविला ।
जयाचा महिमा पांघरोनि जाहला ।
धडौता वेदु ।।७१।।
प्रकृतीचा हिशोब दिला । पुरुषाचा ठाव सांगितला ।
ज्याचा महिमा पांघरून झाला । वेद समर्थ ।।७१।।
जी शब्दराशी वाढे जिये । कां धर्माऐशिया रत्नांतें विये ।
ते एथिंचे प्रभेचे पाये । वोळगे म्हणौनि ।।७२।।
वेद शब्द राशी वाहवती । धर्मासम रत्ने निर्माण होती ।
कारण ती चरणाशी असती । प्रभू तुमच्या ।।७२।।
ऐसें अगाध माहात्म्य । जें सकळमार्गैकगम्य ।
जें स्वात्मानुभवरम्य । तें इयापरी दाविलें ।।७३।।
अशी जी आपली महानता । ती सर्व मार्गाने जाणता ।
अनुभवाने परिपूर्ण असता । आपण मला दाखवली ।।७३।।
जैसा केरु फिटलिया आभाळीं । दिठी रिगे सूर्यमंडळीं ।
कां हातें सारूनि बाबुळीं । जळ देखिजे ।।७४।।
ढग आकाशातून सरती । मग सूर्यमंडळ पडते दृष्टी ।
शेवाळे सारून हाती । पाणी दाखवलेत ।।७४।।
नातरी उकलतया सापाचे वेढे ।
जैसें चंदना खेंव देणें घडे ।
अथवा विवसी पळे मग चढे । निधान हातां ।।७५।।
सर्पाचे वेढे निघता । चंदनवृक्षा आलिंगन येते देता ।
अथवा पिशाच दूर पळता । धन हाती लागते ।।७५।।
तैसी प्रकृती हे आड होती । ते देवेंचि सारोनि परौती ।
मग परतत्त्व माझिये मती । शेजार केलें ।।७६।।
ज्ञानाआड जी येते प्रकृती । ती देव बाजूस सारती ।
म्हणोनी माझी बुद्धी मती । परतत्त्वा भेटली ।।७६।।

म्हणौनि इयेविषयींचा मज देवा । भरंवसा कीर जाहला जीवा ।
परी आणीक एक हेवा । उपनला असे ।।७७।।
म्हणोनी या विषयी मला । विश्वास प्राप्त आहे झाला ।
पण आणिक एक मनाला । इच्छा निर्माण झाली ।।७७।।
तो भिडां जरी म्हणों राहों । तरी आना कवणा पुसों जावों ।
काय तुजवांचोनि ठावो । जाणत आहों आम्ही? ।।७८।।
भीड वाटून न विचारी तुम्हाला । मग आता विचारू कोणाला? ।
कारण तुजवाचून आम्हाला । दुसरी जागा नाही ।।७८।।
जळचरु जळाचा आभारु धरी । बाळक स्तनपानीं उपरोधु करी ।
तरी तया जिणया श्रीहरी । आन उपायो असे? ।।७९।।
जलचर जर जलाचा उपकार मानेल ।
बालक जर स्तनपानाची भीड धरेल ।
श्रीहरी उपाय काय असेल? । मग त्यांना जगण्याप्रती ।।७९।।
म्हणौनि भीड सांकडी न धरवे ।
जीवा आवडे तेंही तुजपुढां बोलावें ।
तंव राहें म्हणितलें देवें । चाड सांगैं ।।८०।।
म्हणून भीड न धरावी ।
तुजपुढे इच्छा बोलावी (असे वाटते) ।
मग तुझी इच्छा सांगावी । असे श्रीकृष्ण म्हणती ।।८०।।
मग बोलिला तो किरीटी । म्हणे तुम्हीं केली जे गोठी ।
तिया प्रतीतीची दिठी । निवाली माझी ।।८१।।
मग म्हणे तो अर्जुन । मागे तुम्ही जे सांगितले ज्ञान ।
माझी दृष्टी पावली समाधान । त्या अनुभवाने ।।८१।।
आतां जयाचेनि संकल्पें । हे लोकपरंपरा होय हारपे ।
जया ठायातें आपणपें । मी ऐसें म्हणसी ।।८२।।
ज्याच्या या संकल्पानं । लोकपरंपरा होते उत्पन्न ।
ते तुझेच असे स्थान । ज्यास तू 'मी' म्हणतोस ।।८२।।
तें मुद्दल रूप तुझें । जेथूनि इयें द्विभुजें हन चतुर्भुजें ।
सुरकार्याचेनि व्याजें । घेवों घेवों येसी ।।८३।।
जेथून द्विभुज, चतुर्भुज रूपे । देवाचे कार्य करण्याच्या निमित्ते ।
पुन:पुन्हा आणसी येथे । ते तुझे मूळ स्वरूप ।।८३।।
पैं जळशयनाचिया अवगणिया ।
कां मत्स्य कूर्म इया मिरवणिया ।
खेळु सरलिया तूं गुणिया । सांठविसी जेथ ।।८४।।
शेषनागाच्या आरंभापासून । मत्स्य, कूर्म अवतार घेऊन ।
अवतार पूर्ण होता गारुडी होऊन । पुन्हा तिथे जाता ।।८४।।

उपनिषदें जें गाती । योगिये हृदयीं रिगोनि पाहाती ।
जयातें सनकादिक आहाती । पोटाळुनियां ।।८५।।
उपनिषदे ज्या वर्णिती । योगीजन ध्यान धरती ।
सनकादिक प्रेमाने देती । ज्या आलिंगन ।।८५।।
ऐसें अगाध जें तुझें । विश्वरूप कानीं ऐकिजे ।
तें देखावया चित्त माझें । उतावीळ देवा ।।८६।।
जे अगाध रूप तुझे असे । आम्ही कानी ऐकले असे ।
ते प्रत्यक्ष पाहण्या चित्त असे । उतावीळ माझे ।।८६।।
देवें फेडूनियां सांकड । लोभें पुसिली जरी चाड ।
तरी हेंचि एकीं वाड । आर्तीं जी मज ।।८७।।
देव प्रेमाने विचारू पाहे । भीड सोडून इच्छा काय आहे ।
म्हणून मी सांगतो आहे । हीच माझी इच्छा ।।८७।।
तुझें विश्वरूपपण आघवें ।
माझिये दिठीसि गोचर होआवें ।
ऐसी थोर आस जीवें ।
बांधोनि आहें ।।८८।।
तू विश्वरूप आहेस । हे दिसावे प्रत्यक्ष डोळ्यास ।
अशी तीव्र आस । मनी बाळगून आहे ।।८८।।
परी आणीक एक एथ शारङ्गी ।
तुज विश्वरूपातें देखावयालागीं ।
पैं योग्यता माझिया आंगीं । असे कीं नाहीं ।।८९।।
आणखी एक शंका मनीची । तुझे विश्वरूप पाहण्याची ।
योग्यता माझ्यात अशी । आहे की नाही? ।।८९।।
हें आपलें आपण मी नेणें । तें कां नेणसी जरी देव म्हणे ।
तरी सरोगु काय जाणे । निदान रोगाचें? ।।९०।।
ते माझे मला नाही समजत । ते का असे देव विचारत ।
तर रोगी स्वत: नाही जाणत । रोगाचे कारण ।।९०।।
आणि जी आर्तीचेनि पडिभरें । आर्तु आपुली ठाकी पैं विसरे ।
जैसा तान्हेला म्हणे न पुरे । समुद्र मज ।।९१।।
प्रबळ इच्छा झाली असता । विसरतो मनुष्य योग्यता ।
आता तहानलेला मनुष्य म्हणतो । समुद्र पुरणार नाही ।।९१।।
ऐशा सचाडपणाचिये भुली ।
न सांभाळवे समस्या आपुली ।
यालागीं योग्यता जेवीं माउली । बालकाची जाणे ।।९२।।
तीव्र इच्छेची भूल पडून । इच्छा न धरी आवरून ।
जशी आई असते जाणून । बाळाची योग्यता ।।९२।।

तयापरी श्रीजनार्दना । विचारिजो माझी संभावना ।
मग विश्वरूपदर्शना । उपक्रम कीजे ।।९३।।
तसे हे जनार्दना भगवंत । माझी योग्यता घ्यावी विचारात ।
मगच विश्वरूप दर्शनाची सुरुवात । तुम्ही करा ।।९३।।
तरी ऐसी ते कृपा करा । एऱ्हवीं नव्हे हें म्हणा अवधारा ।
वायां पंचमालापें बधिरा । सुख केउतें देणें? ।।९४।।
तरी तशी कृपा करा । न पेक्षा द्यावे नकारा ।
पंचम स्वरालापाने बहिरा । सुख पावेल काय? ।।९४।।
एऱ्हवीं येकले बापियाचे तृषे । मेघ जगापुरतें काय न वर्षे? ।
परी जहालीही वृष्टि उपखे । जऱ्ही खडकीं होय ।।९५।।
मेघ फक्त वर्षतो का फक्त चातकासाठी ।
वर्षत नाही का जगासाठी? ।
तरी व्यर्थ होते ती वृष्टी । खडकावर पडता ।।९५।।
चकोरा चंद्रामृत फावलें । येरा आण वाहूनि काय वारिलें? ।
परी डोळ्यांवीण पाहलें । वायां जाय ।।९६।।
चकोरा चंद्रामृत सहज लाभते ।
इतरास काय शपथे घालून नाकारते? ।
डोळ्याविना किरण पाहिले असते ।
ते वाया जाई ।।९६।।
म्हणौनि विश्वरूप तूं सहसा । दाविसी कीर हा भरवंसा ।
कां जे कडाडां आणि गहिंसा- । माजी नीत्य नवा तूं कीं ।।९७।।
म्हणून तू विश्वरूप दावी । हा माझा विश्वास राही ।
जाणत्या नेणत्या भक्ता पायी । तू नित्य नवा आहेस ।।९७।।
तुझें औदार्य जाणों स्वतंत्र । देतां न म्हणसी पात्रापात्र ।
पैं कैवल्या ऐसें पवित्र । जें वैरियांही दिधलें ।।९८।।
तुझे औदार्य तुझ्या आधीन राही । देताना पात्र-अपात्र न पाही ।
मोक्षासारखी पवित्र वस्तू ही । तू वैऱ्याला दिलीस ।।९८।।
मोक्षु दुराराध्यु कीर होय । परी तोही आराधी तुझे पाय ।
म्हणौनि धाडिसी तेथ जाय । पाइकु जैसा ।।९९।।
मोक्ष दुराप्राप्त असताही । तो तुझ्या चरणांची सेवा करत राही ।
जिकडे पाठवशील तिकडे जाई । चाकराप्रमाणे ।।९९।।
तुवां सनकादिकांचेनि मानें । सायुज्यीं सौरसु दिधला पूतने ।
जे विषाचेनि स्तनपानें । मारूं आली ।।१००।।
तुला मारण्या पुतना राक्षसीण ।
आली विषाचे स्तनपान करवून ।
तिलाही सनकादिकां बरोबरीनं । सायुज्य मुक्ती दिलीस ।।१००।।
हां गा राजसूय यागाचिया सभासदीं । देखतां त्रिभुवनाची मांदी ।
कैसा शतधा दुर्वाक्य शब्दीं । निस्तेजिलासी ।।१०१।।
राजसूय यज्ञाचे वेळी । देव, ऋषी जमली सगळी ।
शंभर दुर्वचने बोलून खेळी । तुमचा अपमान केला ।।१०१।।
ऐशिया अपराधिया शिशुपाळा । आपणपें ठावो दिधला गोपाळा ।
आणि उत्तानचरणाचिया बाळा । काय ध्रुवपदीं चाड? ।।१०२।।
अशा अपराधी शिशुपालाला । श्रीकृष्णा तू मुक्ती देता झाला ।
उत्तानपादाच्या ध्रुवबाळाला । अढळपदाची इच्छा होती ।।१०२।।
तो वना आला याचिलागीं । जे बैसावें पितयाचिया उत्संगीं ।
कीं तो चंद्रसूर्यादिकांपरिस जगीं । श्लाघ्यु केला ।।१०३।।
तो यासाठी वनात आला ।
वडिलांच्या मांडीवर मिळावे बसायला ।
त्या सूर्यचंद्रापेक्षाही त्याला । तुम्ही मोठे केले ।।१०३।।
ऐसा वनवासिया सकळां । देतां एकचि तूं धसाळा ।
पुत्रा आळवितां अजामिळा । आपणपें देसी ।।१०४।।
असे दुःखी लोकांकरिता । उदारपणे तुम्ही आश्रय देता ।
पुत्राला 'नारायण' बोलाविता ।
त्या अजामेळा मुक्ती दिलीत ।।१०४।।
जेणें उरीं हाणितलासि पांपरा । तयाचा चरणु वाहासी दातारा ।
अझुनी वैरियांचिया कलेवरा । विसंबसीना ।।१०५।।
तुम्हाला छातीवर लाथ मारली ज्यानं ।
त्याचे तुमच्या हृदयी भूषणचिन्ह ।
वैरी शंखासुरा वधूनही अजून । त्याला हातात वागविसी ।।१०५।।
ऐसा अपकारियां तुझा उपकारु । तूं अपात्रींही परी उदारु ।
दान म्हणौनि दारवंठेकरु । जाहलासी बळीचा ।।१०६।।
अपकारी तू करी उपकार । अपात्रांविषयीही तू उदार ।
बळीचा द्वारपाल तुझा वामन अवतार । राज्य दान देता ।।१०६।।
तूंतें आराधी ना आयकें । होती पुंसा बोलावित कौतुकें ।
तिये वैकुंठीं तुवां गणिके । सुरवाडु केला ।।१०७।।
जी तुझी आराधना न करी, न ऐके ।
पोपटास 'राघवा' बोलावी कौतुके ।
प्राप्ती करून दिली त्या गणिके । वैकुंठसुखाची ।।१०७।।
ऐसीं पाहूनि वायाणीं मिषें । आपणपें देवों लागसी वानिवसें ।
तो तूं कां अनारिसें । मजलागीं करिसी ।।१०८।।
अशा क्षुल्लक निमित्ताने जशी । सामान्यास निजपद देसी ।
मग मला तू कशी देशी । वेगळी प्राप्ती? ।।१०८।।

हां गा दुभतयाचेनि पवाडें । जे जगाचें फेडी सांकडें ।
तिये कामधेनूचे पाडे । काय भुकेले ठाती? ।।१०९।।
जी कामधेनू दुभत्याचे अधिकारे । जगाची संकटे दूर करे ।
काय तिची वासरे । भुकेली राहतील? ।।१०९।।
म्हणौनि मियां जें विनविलें कांहीं ।
तें देव न दाखविती हें कीर नाहीं ।
परी देखावयालागीं देईं । पात्रता मज ।।११०।।
म्हणून मी जे विनवितो कांही ।
ते देव न दाखवी हे खरे नाही ।
परंतु ते पाहण्याजोगी द्यावी । मला योग्यता ।।११०।।
तुझें विश्वरूप आकळे । ऐसे जरी जाणसी माझे डोळे ।
तरी आर्तीचे डोहळे । पुरवीं देवा ।।१११।।
माझे डोळे विश्वरूप पाहतील । असे तुला वाटत असेल ।
तर तू पुरवशील । माझ्या इच्छेचे डोहाळे ।।१११।।
ऐसी ठायेंठावो विनंती । जंव करूं सरला सुभद्रापती ।
तंव तया षड्गुणचक्रवर्ती । साहवेचिना ।।११२।।
विश्वरूप दर्शनाची विनंती । अर्जुन करे पुन्हा कृष्णाप्रति ।
तेव्हा ती व्याकूळ विनंती । कृष्णा सहन होईना ।।११२।।
तो कृपापीयूषसजळु । आणि येरु जवळां आला वर्षाकाळु ।
नाना कृष्ण कोकिळु । अर्जुन वसंतु ।।११३।।
तो कृपामृताने मेघ भरलेला ।
अर्जुन हा निकटचा वर्षाकाळ झाला ।
तर श्रीकृष्ण मधुर कूजन कोकीळ झाला ।
अर्जुन वसंतऋतू ।।११३।।
नातरी चंद्रबिंब वाटोळें । देखोनि क्षीरसागर उचंबळे ।
तैसा दुणेंही वरी प्रेमबळें । उल्लसितु जाहला ।।११४।।
किंवा पूर्ण चंद्र पाहुनी । क्षीरसागर ये उचंबळुनी ।
तसा श्रीकृष्ण प्रेमबळानी । अधिक उत्साहित झाला ।।११४।।
मग तिये प्रसन्नतेचेनि आटोपें । गाजोनि म्हणितलें सकृपें ।
पार्था देख देख अमुपें । स्वरूपें माझीं ।।११५।।
त्या प्रसन्नतेच्या भरात । श्रीकृष्ण गर्जना करीत ।
माझी रूपे अमर्याद । पहा अर्जुना ।।११५।।
एक विश्वरूप देखावें । ऐसा मनोरथु केला पांडवें ।
कीं विश्वरूपमय आघवें । करूनि घातलें ।।११६।।
एकच विश्वरूप पहावे । असे अर्जुना भावे ।
पण श्रीकृष्णाने करावे । अवघे विश्व विश्वरूप ।।११६।।

बाप उदार देवो अपरिमितु । याचक स्वेच्छा सदोदितु ।
असे सहस्रवरी देतु । सर्वस्व आपुलें ।।११७।।
श्रीकृष्ण उदार अफाट । याचकांच्या इच्छेच्या हजार पट ।
पुरवी त्यांचे मनोरथ । सर्वस्व देउनी ।।११७।।
अहो शेषाचेहि डोळे चोरिले । वेद जयालागीं झकविले ।
लक्ष्मीयेही राहविलें । जिव्हार जें ।।११८।।
(विश्वरूप) शेषापासून चोरून ठेवले । वेदांनाही न कळू दिले ।
लक्ष्मीलाही न दाखवले । जी सदैव सेवेत ।।११८।।
तें आतां प्रकटुनी अनेकधा । करीत विश्वरूपदर्शनाचा धांदा ।
बाप भाग्या अगाधा । पार्थाचिया ।।११९।।
यात ते विविध रूप प्रकटून । दिले विश्वरूप दर्शनीय करून ।
भाग्यवान आहे अर्जुन । ते पाहता ।।११९।।
जो जागता स्वप्नावस्थे जाये । तो जेवीं स्वप्नींचें आघवें होये ।
तेवीं अनंत ब्रह्मकटाह आहे । आपणचि जाहला ।।१२०।।
जागा माणूस जसा स्वप्नात जाई । तिथे सर्व आपण बनून राही ।
त्याप्रमाणे ब्रह्मांड बनून राही । श्रीकृष्ण स्वतः ।।१२०।।
ते सहसा मुद्रा सोडिली ।
आणि स्थूळदृष्टीची जवनिका फेडिली ।
किंबहुना उघडिली । योगऋद्धी ।।१२१।।
श्रीकृष्णाने रूप बदलले । स्थूलाचे पडदे दूर केले ।
जणू त्याने उघडे केले । योगाचे ऐश्वर्य ।।१२१।।
परी हा हें देखेल कीं नाहीं । ऐसी सेचि न करी कांहीं ।
एकसरां म्हणतसे पाहीं । स्नेहातुर ।।१२२।।
पण अर्जुन पाहील की नाही । याची आठवण न राही ।
स्नेहातुर होऊन म्हणे पाही । पाही अर्जुना विश्वरूप ।।१२२।।
अर्जुना तुवां एक दावा म्हणितलें ।
आणि तेंचि दावूं तरी काय दाविलें ।
आतां देखें आघवें भरिलें । माझ्याचि रूपीं ।।१२३।।
तू एकच रूप दाखवा म्हणसी अर्जुन ।
तर एकच रूप दाखविले असे होई म्हणून ।
पहा सामावले आहे विश्व संपूर्ण ।
माझ्याच व्यापक रूपात ।।१२३।।
एकें कृशें एकें स्थूळें । एकें ऱ्हस्वें एकें विशाळें ।
पृथुतरें सरळें । अप्रांतें एकें ।।१२४।।
यात काही कृश काही स्थूल । काही ठेंगणी काही विशाल ।
काही लठ्ठ (गोल) काही सरळ । काही अमर्याद ।।१२४।।

एकें अनावरें प्रांजळें । सव्यापारें एकें निश्चळें ।
उदासीनें स्नेहाळें । तीव्रें एकें ॥१२५॥
काही अनावर प्रामाणिक असती ।
काही निश्चल, काही सक्रिय राहती ।
काही उदासीन तर प्रेमळ दिसती । काही तीव्र बुद्धीचे ॥१२५॥
एके घूर्णितें सावधें । असलगें एकें अगाधें ।
एकें उदारें अतिबद्धें । क्रुद्धें एकें ॥१२६॥
काही घोरणारी काही सावध ।
काही उघड काही अगाध (गूढ) ।
काही उदार काही लोभबद्ध । काही संतापी ॥१२६॥
एकें शांतें सन्मदें । स्तब्धें एकें सानंदें ।
गर्जितें निःशब्दें । सौम्यें एकें ॥१२७॥
काही शांत सदाचरणी । काही स्तब्ध काही आनंदधनी ।
काही गर्जणारे काही निःशब्द मनी । सौम्य असती ॥१२७॥
एकें साभिलाषें विरक्तें । उन्निद्रितें एकें निद्रितें ।
परितुष्टें एकें आर्ते । प्रसन्नें एकें ॥१२८॥
काही अभिलाषी काही विरक्त । काही जागे काही निद्रिस्त ।
काही दुःखी काही तृप्त । काही प्रसन्न असती ॥१२८॥
एकें अशस्त्रें सशस्त्रें । एकें रौद्रें अतिमित्रें ।
भयानकें एकें पवित्रें । लयस्थें एकें ॥१२९॥
काही शस्त्राविना काही सशस्त्र । काही उग्ररूप काही मित्र ।
काही भयानक काही विचित्र ।
काही लयीत समाधिस्थ ॥१२९॥
एकें जनलीलाविलासें । एकें पालनशीलें लालसें ।
एकें संहारकें सावेशें । साक्षिभूतें एकें ॥१३०॥
काही (ब्रह्मासम) उत्पत्ती लीला करिती ।
काहीं (विष्णूसम) जग पालक असती ।
काही (शंकरासम) क्रोधे संहारती । काही साक्षीभूत ॥१३०॥
एवं नानाविधें परी बहुवसें । आणि दिव्यतेजप्रकाशें ।
तेवींचि एकएका ऐसें । वर्णेही नव्हे ॥१३१॥
रूपे अशी नाना प्रकारची । तळपत्या दिव्य तेजाची ।
एकसमान न दिसायची । वर्णानेही ॥१३१॥
एकें तातलें साडेपंधरें । तैसीं कपिलवर्णें अपारें ।
एकें सर्वांगीं जैसें सेंदुरें । डवरलें नभ ॥१३२॥
काही शुद्ध सोन्यासम । काही शामल वर्ण तम ।
काही शेंदरी वर्णधाम । आकाशासमान ॥१३२॥

एकें सावियाचि चुळुकीं ।
जैसें ब्रह्मकटाह खचिलें माणिकीं ।
एकें अरुणोदयासारिखीं ।
कुंकुमवर्णें ॥१३३॥
बह्मांडा जशी रत्ने जडती । तशी कित्येक चमकती ।
कित्येक अरुणोदयासम दिसती । कुंकुमवर्णाची ॥१३३॥
एकें शुद्धस्फटिकसोज्वळें । एकें इंद्रनीळसुनीळें ।
एकें अंजनवर्णें सकाळें । रक्तवर्णें एकें ॥१३४॥
काही स्फटिकाप्रमाणे शुद्ध । इंद्रनील मण्यासम गडद ।
काजळासम काळी कुट्ट । काही रक्तासम लाल ॥१३४॥
एकें लसत्कांचनसम पिंवळीं । एकें नवजलदश्यामळीं ।
एकें चांपेगौरीं केवळीं । हरितें एकें ॥१३५॥
काही पिवळी सुवर्णासम । काही सावळी मेघासम ।
काही गोरी चाफ्यासम । काही हिरवी ॥१३५॥
एकें तप्तताम्रतांबडीं । एकें श्वेतचंद्र चोखडीं ।
ऐसीं नानावर्णें रूपडीं । देखें माझीं ॥१३६॥
काही तप्त तांब्यासम लाल । काही चंद्रासम शीतल ।
श्रीकृष्ण म्हणे तू पहा ही सकल । माझी रूपे ॥१३६॥
हे जैसे कां आनान वर्ण । तैसें आकृतींही अनारिसेपण ।
लाजा कंदर्प रिघाला शरण । तैसीं सुंदरें एकें ॥१३७॥
रूपाचे रंग भिन्न । तसे आकारही भिन्न ।
मदनाने यावे शरण । अशी सुंदर रूपे ॥१३७॥
एकें अतिलावण्यसाकारें । एकें स्निग्धवपु मनोहरें ।
शृंगारश्रियेचीं भांडारें । उघडिली जैसीं ॥१३८॥
काही अतिलावण्यमय असती । काही मनोहर आकृती ।
शृंगाराची संपत्ती । जणू उघडली असे ॥१३८॥
एकें पीनावयवमांसाळें । एकें शुष्कें अति विक्राळें ।
एकें दीर्घकंठें विताळें । विकटें एकें ॥१३९॥
काही पुष्ट काही मांसल । काही शुष्क विकराल ।
काही उंच मानेच्या अकराल (कुरूप) ।
काही वेड्यावाकड्या ॥१३९॥
एवं नानाविधाकृती । इयां पाहतां पारु नाहीं सुभद्रापती ।
ययांच्या एकेकीं अंगप्रांतीं । देख पां जग ॥१४०॥
असे आकृत्यांचे विविध प्रकार ।
पाहू जाता अर्जुना नाही अंतपार ।
एकेका त्यांच्या अवयवावर । हे जग वसलेले ॥१४०॥

जेथ उन्मीलन होत आहे दिठी । तेथ पसरती आदित्यांचिया सृष्टी ।
पुढती निमीलनीं मिठीं । देत आहाती ॥१४१॥

जेव्हा या विश्वरूपाची उघडते दृष्टी ।
विस्तारित होते आदित्यांची सृष्टी ।
डोळे मिटता देती एकमेका मिठी ।
जणू एकत्र मावळती ॥१४१॥

वदनींचिया वाफेसवें । होत ज्वाळामय आघवें ।
जेथ पावकादिक पावे । समूह वसूंचा ॥१४२॥

मुखातून निघणाऱ्या वाफेत ते । विश्वज्वालामय होते ।
त्या ज्वालातून निर्मिती होते । अष्टवसूंच्या समुदायाची ॥१४२॥

आणि भ्रूलतांचे शेवट । कोपें मिळों पाहतीं एकवट ।
तेथ रुद्रगणांचे संघाट । अवतरत देखें ॥१४३॥

माझ्या भिवयांची टोके रागात । एकमेकांना मिळतात ।
तेथे निर्माण होतात । अकरा रुद्रगण ॥१४३॥

पैं सौम्यतेचा बोलावा । मिती नेणिजे अश्विनौदेवां ।
श्रोत्रीं होती पांडवा । अनेक वायु ॥१४४॥

माझ्या सौम्यतेच्या ओलाव्यानं । अश्विनीकुमार होती निर्माण ।
अनेक वायू होती उत्पन्न । कानातून पांडवा ॥१४४॥

यापरी एकेकाचिये लीळे । जन्मती सुरसिद्धांचीं कुळें ।
ऐसीं अपारें आणि विशाळें । रूपें इयें पाहीं ॥१४५॥

माझ्या एकेक अवयवांची लीला । निर्मिते देव-सिद्धांच्या कुला ।
अशी अमर्याद अन् अतिविशाला । माझी रूपे आहेत ॥१४५॥

जयांतें सांगावया वेद बोबडे ।
पहावया काळाचेंही आयुष्य थोकडें ।
धातयाही परी न सांपडे । ठाव जयांचा ॥१४६॥

वेदांचे वचन ठरते बोबडे । काळाचेही आयुष्य तोकडे ।
ब्रह्मदेवालाही न सापडे । ज्यांचा ठावठिकाणा ॥१४६॥

जयांतें देवत्रयी कधीं नायके । तियें इयें प्रत्यक्ष देख अनेकें ।
भोगीं आश्चर्याची कवतिकें । महासिद्धी ॥१४७॥

वेदांनीही ऐकली नाही । ते विश्वरूप प्रत्यक्ष पाही ।
भोगी आश्चर्याची नवलाई । महासिद्धीची ॥१४७॥

इया मूर्तींचिया किरीटी । रोममूळीं देखें पां सृष्टी ।
सुरतरुतळवटीं । तृणांकुर जैसे ॥१४८॥

कल्पवृक्षाच्या मुळाशी । जसे कोवळे गवताचे अंकुर असती ।
विश्वरूपाच्या अंगावरील केसांच्या तळाशी ।
तशी विशाल सृष्टी बघ अर्जुना ॥१४८॥

चंडवाताचेनि प्रकाशें । उडत परमाणु दिसती जैसे ।
भ्रमत ब्रह्मकटाह तैसें । अवयवसंधीं ॥१४९॥

वाऱ्याने जे परमाणू उडतात । प्रकाशात ते स्पष्ट दिसतात ।
तशी अनंत ब्रह्मांडे भ्रमण करतात ।
विश्वरूपाच्या सांध्यात ॥१४९॥

एथ एकैकाचिया प्रदेशीं । विश्व देख विस्तारेंशी ।
आणि विश्वाही परौतें मानसीं । जरी देखावें वर्ते ॥१५०॥

विश्वरूपाच्या एकेक भागावर । बघ विश्वाचा विस्तार ।
पाहावे विश्वाच्या पार । असे वाटले तर ॥१५०॥

तरी इयेही विषयींचें कांहीं । एथ सर्वथा सांकडें नाहीं ।
सुखें आवडे तें माझिया देहीं । देखसी तूं ॥१५१॥

त्याविषयी येथे काही । कसलीच अडचण येणार नाही ।
माझ्या देहाच्या ठिकाणी तू पाही । तुला आवडेल ते ॥१५१॥

ऐसें विश्वमूर्ती तेणें । बोलिलें कारुण्यपूर्णें ।
तंव देखत आहे कीं नाहीं न म्हणे । निवांतुचि येरु ॥१५२॥

अशी ती विश्वमूर्ती प्रेमाने । बोलली कारुण्यपूर्णे ।
अर्जुन पाहतोय की नाही म्हणे । तर अर्जुन निवांत ॥१५२॥

एथ कां पां हा उगला? । म्हणौनि श्रीकृष्णें जंव पाहिला ।
तंव आर्तीचें लेणें लेइला । तैसाचि आहे ॥१५३॥

हा असा का गप्प राहिला । म्हणून श्रीकृष्णे पाहिला ।
तो उत्कंठित झालेला दिसला ।
इच्छांचे अलंकार घालून ॥१५३॥

मग म्हणें उत्कंठे वोहट न पडे । अझुनी सुखाची सोय न सांपडे ।
परी दाविलें तें फुडें । नाकळेचि यया ॥१५४॥

म्हणती ईच्छा कमी झाली नाही ।
विश्वरूप दर्शन सुख सापडले नाही ।
याला आकलन झाले नाही । मी जे दाखवले ते ॥१५४॥

हे बोलोनि देवो हांसिले । हांसोनि देखणियातें म्हणितलें ।
आम्हीं विश्वरूप तरी दाविलें । परी न देखसीच तूं ॥१५५॥

असे बघून देव हसले । अर्जुनाला म्हणाले ।
आम्ही विश्वरूप दावले । तू पाहिलेच ॥१५५॥

यया बोला येरें विचक्षणें ।
म्हणितलें हां जी कवणासी तें उणें? ।
तुम्ही बकाकरवीं चांदिणें । चरऊं पहा मा ॥१५६॥

ते ऐकून अर्जुन म्हणाला । हा कमीपणा कोणाला ।
तुम्ही बगळ्याकडून चांदण्याला । सेवू पाहताय ॥१५६॥

हां हो उटोनियां आरिसा । आंधळिया दाऊं बैसा ।
बहिरियापुढें हृषीकेशा । गाणीव करा ।।१५७।।
तुम्ही आरसा स्वच्छ पुसला । तो आंधळ्याला दाखवला ।
गायन ऐकवले बहिऱ्याला । हृषीकेश तुम्ही ।।१५७।।
मकरंदकणाचा चारा । जाणतां घालूनि दर्दुरा ।
वायां धाडा शारङ्गधरा । कोपा कवणा ।।१५८।।
सुगंधी फुलांचे परागकण । बेडकास खायला देऊन ।
ते वाया गेले म्हणून । कोणास रागावता कृष्णा? ।।१५८।।
जें अतींद्रिय म्हणौनि व्यवस्थिलें । केवळ ज्ञानदृष्टीचिया भागा फिटलें । तें तुम्हीं चर्मचक्षूंपुढें सूदलें । मी कैसेनि देखें ।।१५९।।
जे इंद्रियास दिसत नाही । ज्ञानदृष्टीचा विषय राही ।
ते माझ्या चर्मचक्षूंसमोर पाही । मी कसे बघू? ।।१५९।।
परी हें तुमचें उणें न बोलावें । मीचि साहें तेंचि बरवें ।
एथ आथि म्हणितलें देवें । मानूं बापा ।।१६०।।
तुमचे न्यून मी न बोलावे । मी ते सहन करावे ।
हे ऐकून देवे बोलवे । अर्जुना तुझे बरोबर आहे ।।१६०।।
साच विश्वरूप जरी आम्ही दावावें ।
तरी आधीं देखावया सामर्थ्य कीं द्यावें ।
परी बोलत बोलत प्रेमभावें ।
धसाळ गेलों ।।१६१।।
तुला विश्वरूप दाखवण्या ।
आधी सामर्थ्य दिले पाहिजे पाहण्या ।
परंतु प्रेमभरात ते तुला देण्या । मी विसरलो ।।१६१।।
काय जाहलें न वाहतां भुई पेरिजे ।
तरी तो वेलु विलया जाइजे ।
तरी आतां माझें निजरूप देखिजे । तें दृष्टी देवों तुज ।।१६२।।
मशागत न करता बी पेरले । तर ते व्यर्थ गेले ।
आता तुज दिव्यचक्षू देऊ केले । विश्वरूप पाहण्या ।।१६२।।
मग तिया दृष्टी पांडवा । आमुचा ऐश्वर्ययोगु आघवा ।
देखोनियां अनुभवा । माजिवडा करीं ।।१६३।।
या दिव्य दृष्टीने हे अर्जुन । सर्व ऐश्वर्ययोग पाहून ।
ठेव तू साठवून । तुझ्या अनुभवात ।।१६३।।
ऐसें तेणें वेदांतवेद्यें । सकळ लोक आद्यें ।
बोलिलें आराध्यें । जगाचेनि ।।१६४।।
जो वेदान्ताचा विषय आहे । सर्व लोकांत आद्य राहे ।
विश्वाला पूजनीय आहे । तो श्रीकृष्ण बोलला ।।१६४।।

पैं कौरवकुलचक्रवर्ती । मज हाचि विस्मयो पुढतपुढती ।
जे श्रियेहूनि त्रिजगतीं । सदैव असे कवणी? ।।१६५।।
हे कौरवकुल चक्रवर्ती (धृतराष्ट्र) ।
मला नवल वाटून राहते की ।
लक्ष्मीहून या त्रिजगती । कोण भाग्यवान आहे? ।।१६५।।
ना तरी खुणेचें वानावयालागीं । श्रुतीवांचूनि दावा पां जगीं ।
ना सेवकपण तरी आंगीं । शेषाच्याचि आथी ।।१६६।।
परमेश्वराच्या वर्णना करता । वेदांवाचूनी कोण या जगता? ।
सेवकपण कोणा अंगी असता । शेषाशिवाय ।।१६६।।
हां हो जयाचेनि सोसें । शिणत आठही पहार योगी जैसे ।
अनुसरलें गरुडाऐसें । कवण आहे? ।।१६७।।
परमेश्वराच्या प्राप्तीसाठी । योगी अष्ट प्रहर शिणती ।
गरुडासम त्याला अनुसरती । असे कोणी आहे काय? ।।१६७।।
परी तें आघवेंचि एकीकडे ठेलें । सापें कृष्णसुख एकंदरें जाहलें ।
जिये दिवूनि जन्मले । पांडव हे ।।१६८।।
ते सगळे बाजूला राहिले । कृष्णसुख अर्जुना लाभले ।
जेव्हा पांडव जन्माला आले ।
त्या दिवसापासून हे घडले ।।१६८।।
परी पांचांही आंतु अर्जुना ।
श्रीकृष्ण सावियाचि जाहला अधीना ।
कामुक कां जैसा अंगना । आपैता कीजे ।।१६९।।
पाच पांडवांतील अर्जुन । श्रीकृष्ण झाला त्याच्या आधीन ।
जसे स्त्री करते आपल्या आधीन । विषयासक्त पुरुषा ।।१६९।।
पढविलें पाखरूं ऐसें न बोले । यापरी क्रीडामृगही तैसा न चले ।
कैसें दैव एथें सुरवाडलें । तें जाणों न ये ।।१७०।।
शिकवलेला पोपट प्रसंगी न बोले ।
पाळलेला पशू एकवेळ न चाले ।
अर्जुनाचे भाग्य कसे उघडले । सांगता येत नाही ।।१७०।।
आजि हें परब्रह्म सगळें । भोगावया सदैव याचेचि डोळे ।
कैसे वाचेनि हन लळे । पाळीत असे ।।१७१।।
परब्रह्माचा हा अनुभव असा । याच्याच डोळा लाभला जसा ।
श्रीकृष्ण लाड पुरवी कसा । अर्जुनाच्या बोलण्याचे ।।१७१।।
हा कोपे कीं निवांतु साहे । हा रुसे तरी बुझावीत जाये ।
नवल पिसें लागलें आहे । पार्थाचें देवा ।।१७२।।
अर्जुन रागवला देव सहन करतो । तो रुसला समजूत काढतो ।
देव अर्जुनापायीवेडा होतो । हे नवल आहे ।।१७२।।

एऱ्हवीं विषय जिणोनि जन्मले । जे शुकादिक दादुले ।
ते विषयोचि वानितां जाहले । भाट ययाचें ।।१७३।।
विषय जिंकून जे जन्मले । शुक्राचार्य खरे पुरुष उरले ।
ते रासलीला वर्णत राहिले । भगवंताच्या ।।१७३।।
हा योगियांचें समाधिधन । कीं होऊनि ठेले पार्थाआधीन ।
यालागीं विस्मयो माझें मन । करीतसे राया ।।१७४।।
हे योग्यांचे समाधी धन । झाले पार्थाच्या आधीन ।
म्हणून माझे मन । नवल करत आहे राजा ।।१७४।।
तेवींचि संजय म्हणे कायसा । विस्मयो एथें कौरवेशा ।
श्रीकृष्णें स्वीकारिजे तया ऐसा । भाग्योदय होय ।।१७५।।
संजय असेही म्हणाला । यात काय असे नवला ।
श्रीकृष्णांनी ज्याचा स्वीकार केला । तो भाग्यवानच ।।१७५।।
म्हणौनि तो देवांचा रावो । म्हणे पार्थाते तुज दृष्टि देवों ।
जया विश्वरूपाचा ठावो । देखसी तूं ।।१७६।।
देवांचा राजा श्रीकृष्ण म्हणतो । मी तुला दिव्य दृष्टी देतो ।
ज्यामुळे तू पाहू शकतो । विराट विश्वरूप ।।१७६।।
ऐसी श्रीमुखौनि अक्षरें । निघती ना जंव एकसरें ।
तंव अविद्येचे आंधारें । जावोंचि लागे ।।१७७।।
श्रीकृष्णाच्या मुखातून अक्षरे होती प्रकट ।
अर्जुना दिव्य दृष्टी होतेप्राप्त ।
मग अज्ञानाचा अंधकार लुप्त ।
होऊ लागला ।।१७७।।
तीं अक्षरें नव्हती देखा । ब्रह्मसाम्राज्यदीपिका ।
अर्जुनालागीं चित्कळिका । उजळलिया श्रीकृष्णें ।।१७८।।
ती अक्षरे नव्हती केवळ । ब्रह्मराज्याची होती मशाल ।
अर्जुनासाठी ती केली प्रज्वल । श्रीकृष्णाने ।।१७८।।
मग दिव्यचक्षुप्रकाशु प्रगटला ।
तया ज्ञानदृष्टी फांटा फुटला ।
ययापरी दाविता जाहला ।
ऐश्वर्य आपुलें ।।१७९।।
मग दिव्यचक्षुकिरण प्रगटले । ज्ञानदृष्टीचे सामर्थ्य वाढले ।
श्रीकृष्णाने अर्जुना दाखवले । आपले विराट रूप ।।१७९।।
हे अवतार जे सकळ । ते जिये समुद्रींचे कां कल्लोळ ।
विश्व हें मृगजळ । जया रश्मीस्तव दिसे ।।१८०।।
जे झाले अवतार सकल । ते समुद्राच्या लाटा केवळ ।
जसे जग भासते हे मृगजळ । सूर्यकिरणांतून ।।१८०।।
जिये अनादिभूमिके निटे । चराचर हें चित्र उमटे ।
आपणपें श्रीवैकुंठें । दाविलें तया ।।१८१।।
अनादि सिद्ध भूमिकेवर । चित्र उमटे जे चराचर ।
ते श्रीकृष्ण युगंधर । अर्जुना दाविती ।।१८१।।
मागां बाळपणीं येणें श्रीपती । जैं एक वेळ खादली होती माती ।
तैं कोपोनियां हातीं । यशोदां धरिला ।।१८२।।
लहानपणी मागे श्रीपती । खाल्ली होतीत माती ।
तेव्हा रागावून हाती । यशोदेने धरले ।।१८२।।
मग भेणें भेणें जैसें । मुखीं झाडा द्यावयाचेनि मिसें ।
चवदाही भुवनें सावकाशें । दाविलीं तिये ।।१८३।।
मग भीत भीत बालकृष्णाने । तोंड उघडायच्या निमित्ताने ।
दाविली ती चौदा भुवने । यशोदेला ।।१८३।।
ना तरी मधुवनीं ध्रुवासि केलें । जैसें कपोल शंखें शिवतलें ।
आणि वेदांचियेही मतीं ठेलें । तें लागला बोलों ।।१८४।।
मधुवनात ध्रुवाच्या गालाला । भगवंताने शंखाने स्पर्श केला ।
तेव्हा वेदांनाही जो नाही जमला ।
तो बोल तो बोलू लागे ।।१८४।।
तैसा अनुग्रहो पैं राया । श्रीहरी केला धनंजया ।
आतां कवणेकडेही माया । ऐसी भाष नेणेंचि तो ।।१८५।।
तसा अनुग्रह हे राया । जेव्हा श्रीकृष्णांनी केला धनंजया ।
तेव्हा कोणत्या दिशेस गेली माया।
ही भाषाही तो जाणत नव्हता ।।१८५।।
एकसरें ऐश्वर्यतेजें पाहलें ।
तया चमत्काराचें एकार्णव जाहलें ।
चित्त समाजीं बुडोनि ठेलें ।
विस्मयाचिया ।।१८६।।
एकसमान ऐश्वर्य पाहिले । चमत्काराचे सागर झाले ।
त्याचे चित्त बुडून गेले । त्या चमत्काराच्या समुद्रा ।।१८६।।
जैसा आब्रह्म पूर्णोदकीं । पव्हे मार्कंडेय एकाकीं ।
तैसा विश्वरूप कौतुकीं । पार्थु लोळे ।।१८७।।
जसे ब्रह्मांडी भरलेल्या उदकात । मार्कंडेय ऋषी पोहतात ।
तसा विश्वरूपाच्या सागरात । अर्जुन लोळू लागला ।।१८७।।
म्हणे केवढें गगन एथ होतें । तें कवणें नेलें पां केउतें ।
तीं चराचर महाभूतें । काय जाहलीं? ।।१८८।।
म्हणे एवढे मोठे इथे गगन । कोण गेला कोठे घेऊन ।
ती महाभूते - चराचरातून! । काय झाली? ।।१८८।।

दिशांचे ठावही हारपले । आधोर्ध्व काय नेणों जाहले ।
चेइलिया स्वप्न तैसे गेले । लोकाकार ॥१८९॥
दिशांचे ठाव कुठे हरपले । आकाश-पाताळ नाहीसे गेले ।
जणू जाग येता स्वप्न लोपले । तसे सृष्टीचे आकार गेले ॥१८९॥
नाना सूर्यतेजप्रतापें । सचंद्र तारांगण जैसें लोपे ।
तैसीं गिळिलीं विश्वरूपें । प्रपंचरचना ॥१९०॥
सूर्याच्या तेजप्रतापे । अवघे तारांगण लोपे ।
तशी गिळली विश्वरूपे । चराचराची ॥१९०॥
तेव्हां मनासी मनपण न स्फुरे । बुद्धि आपणपें न सांवरें ।
इंद्रियांचे रश्मी माघारे । हृदयवरी भरले ॥१९१॥
मनाला स्फूर्ती नाही राहिली । बुद्धी आवरेना झाली ।
इंद्रियांची सर्व वृत्ती साठवली । माघारी हृदयात ॥१९१॥
तेथ ताटस्थ्या ताटस्थ्य पडिलें । टकासी टक लागले ।
जैसें मोहनास्त्र घातलें । विचारजातां ॥१९२॥
स्तब्धतेला लाभे स्तब्धता । एकाग्रतेला एकाग्रता ।
जसे विचारांवर पसरता । मोहनास्त्र ॥१९२॥
तैसा विस्मितु पाहे कोडें । तंव पुढां होतें चतुर्भुज रूपडें ।
तेंचि नानारूप चहूंकडे । मांडोनि ठेलें ॥१९३॥
अर्जुन आश्चर्य चकित होऊनी । चहूकडे पाहे कौतुकानी ।
तो लहान चतुर्भूजमूर्ती वाढूनी । सर्वत्र पसरली ॥१९३॥
जैसें वर्षाकाळींचे मेघौडे । कां महाप्रळयींचें तेज वाढे ।
तैसें आपणावीण कवणीकडे । नेदीचि उरों ॥१९४॥
वर्षा मेघाने आकाश भरले जाई । महाप्रलयी तेज वाढत राही ।
हे विश्वरूप राहू न देई । जगाचा भाग मोकळा ॥१९४॥
प्रथम स्वरूपसमाधान । पावोनि ठेला अर्जुन ।
सवेचि उघडी लोचन । तंव विश्वरूप देखें ॥१९५॥
आपलेच ते स्वरूप समजून । अर्जुनाने घेतले डोळे मिटून ।
नंतर पाहता नेत्र उघडून । विश्वरूप देखले ॥१९५॥
इहींचि दोहीं डोळां । पाहावें विश्वरूपा सकळा ।
तो श्रीकृष्णें सोहळा । पुरविला ऐसा ॥१९६॥
दोन्ही डोळ्यांनी पाहावे विश्वरूप । ही अर्जुनाची इच्छा खूप ।
तर दाखवून विश्वरूप । श्रीकृष्णे लाड पुरवले ॥१९६॥
मग तेथ सैंघ देखे वदनें । जैसी रमानायकाचीं राजभुवनें ।
नाना प्रगटलीं निधानें । लावण्यश्रियेचीं ॥१९७॥
जिथे अनेक मुखे पाही अर्जुन । जणू रमानायकाची राजभुवनं ।
जणू सौंदर्यलक्ष्मीचे भांडार धन । प्रगट झाले ॥१९७॥
कीं आनंदाची वनें सासिन्नलीं ।
जैसी सौंदर्या राणीव जोडली ।
तैसीं मनोहरें देखिलीं । हरीचीं वक्त्रें ॥१९८॥
आनंदाची बने आली बहरून ।
सौंदर्या राज्य लाभले अजून ।
असे श्रीहरीचे वदन । त्याने पाहिले ॥१९८॥
तयांही माजीं एकैकें । सावियाचि भयानकें ।
काळरात्रीचीं कटकें । उठवलीं जैसीं ॥१९९॥
त्यामध्ये मुखे एकेक । होती अशी भयानक ।
काळरात्रीचे जणू सैनिक । उठाव करती ॥१९९॥
कीं मृत्यूसीचि मुखें जाहलीं ।
हो कां जें भयाचीं दुर्गें पन्नासिलीं ।
कीं महाकुंडें उघडलीं । प्रळयानळाचीं ॥२००॥
मृत्यूलाच मुखे आली । भयकिल्ल्यांची उभारणी झाली ।
किंवा प्रलयाग्नीची उघडली । महाकुंडे ॥२००॥
तैसीं अद्भुतें भयासुरें । तेथ वदनें देखिलीं वीरें ।
आणिकें असाधारणें साळंकारें । सौम्यें बहुतें ॥२०१॥
अशी भयानक अद्‌भुत मुखे । विश्वरूपात अर्जुन देखे ।
आणि अलंकाराने सजलेली मुखे । शांत स्वभावाची ॥२०१॥
पैं ज्ञानदृष्टीचेनि अवलोकें । परी वदनांचा शेवटु न टके ।
मग लोचन तें कवतिकें । लागला पाहों ॥२०२॥
अर्जुन दिव्य दृष्टीने पाहत राही । मुखांचा शेवट न दिसे काही ।
मग विश्वरूपाचे डोळे कौतुकेही । तो पाहू लागला ॥२०२॥
तंव नानावर्णें कमळवनें । विकासिलीं तैसे अर्जुनें ।
डोळे देखिले पालिंगनें । आदित्यांचीं ॥२०३॥
विविध रंगांच्या कमळांची वनं । विकसित पाहतो अर्जुन ।
सूर्यांची पंगत असे लोचन । विश्वरूपाचे ॥२०३॥
तेथेंचि कृष्णमेघांचिया दाटी- ।
माजीं कल्पांत विजूंचिया स्फुटी ।
तैसिया वन्हि पिंगळा दिठी । भ्रूभंगातळीं ॥२०४॥
गर्द काळ्या मेघांच्या भवती । कल्पांताप्रमाणे विजा चमकती ।
अग्नीसम पिंगट नेत्र दिसती । भुवयांच्या खाली ॥२०४॥
हें एकैक आश्चर्य पाहतां । तिये एकेचि रूपीं पंडुसुता ।
दर्शनाची अनेकता । प्रतिफळली ॥२०५॥
असे एकेक आश्चर्य पाहता । एकाच रूपात आली पाहता ।
दर्शनाची अनेकता । अर्जुनाला कळली ॥२०५॥

मग म्हणे चरण ते कवणेकडे । केउते मुकुट कें दोर्दंडें ।
ऐसी वाढविताहे कोडें । चाड देखावयाची ।।२०६।।
विश्वरूपाचे चरण कोठे? । त्याचा मुकुट कोठे? ।
त्याचे बाहू कोठे? । हे पाहण्याची आस वाढली ।।२०६।।
तेथ भाग्यनिधि पार्था । कां विफलत्व होईल मनोरथा ।
काय पिनाकपाणीचिया भातां । वायकांडीं आहाती? ।।२०७।।
अर्जुनाचे मनोरथ सकल ।
होईल काय निष्फळ? ।
पिनाकपाणीच्या[१] भात्यात विफल ।
बाण असती काय? ।।२०७।।
ना तरी चतुराननाचिये वाचे ।
काय आहाती लटिकिया अक्षरांचे साचे? ।
म्हणौनि साद्यंतपण अपारांचे ।
देखिलें तेणें ।।२०८।।
जसे ब्रह्मदेवाच्या वाणीत । खोटे शब्द येत नाहीत ।
म्हणून अर्जुनाने नखशिखान्त । विश्वरूप पाहिले ।।२०८।।
जयाची सोय वेदां नाकळे । तयाचे सकळावयव एकेचि वेळे ।
अर्जुनाचे दोन्ही डोळे । भोगिते जाहले ।।२०९।।
जे वेदांनाही कळले नाही । त्याचे सर्व अवयवही ।
अर्जुन एकाच वेळी पाही । दोन्ही डोळ्यांनी ।।२०९।।
चरणौनि मुकुटवरी । देखत विश्वरूपाची थोरी ।
जे नाना रत्न अळंकारीं । मिरवत असे ।।२१०।।
चरणांपासून किरीटापर्यंत । विश्वरूपाची महानता पाहत ।
रत्नालंकरांनी शोभत । विविध प्रकारच्या ।।२१०।।
परब्रह्म आपुलेनि आंगें । ल्यावया आपणचि जाहला अनेगें ।
तियें लेणीं मी सांगें । काइसयासारिखीं ।।२११।।
परब्रह्माने केले धारण । बनवलेले अलंकार आपण ।
त्यांचे साद्यंत वर्णन । मी कसे करू? ।।२११।।
जिये प्रभेचिये झळाळा । उजाळु चंद्रादित्यमंडळा ।
जे महातेजाचा जिव्हाळा । जेणें विश्व प्रगटे ।।२१२।।
ज्याच्या तेजाने झळाळते । चंद्रसूर्यादि मंडळ उजळते ।।२१२।।
त्या महातेजाने प्रकाशते । सारे विश्व ।।२१२।।
तो दिव्यतेज शृंगारु । कोणाचिये मतीसी होय गोचरु ।
देव आपणपेंचि लेइले ऐसें वीरु । देखत असे ।।२१३।।
तो दिव्य तेजाचा श्रृंगार । कोणाच्या बुद्धीचा विचार ।
देवाने धारण केला अपार । अर्जुन पाहत आहे ।।२१३।।

मग तेथेंचि ज्ञानाचिया डोळां । पहात करपल्लवां जंव सरला ।
तंव तोडित कल्पांतींचिया ज्वाळा ।
तैसीं शस्त्रें झळकत देखे ।।२१४।।
ज्ञानदृष्टीने अर्जुन । विश्वरूपाचे हात पाही निरखून ।
तेव्हा प्रलयाग्नीच्या ज्वाळा समान ।
शस्त्रे झळकणारी पहिली ।।२१४।।
आपण आंग आपण अलंकार । आपण हात आपण हतियार ।
आपण जीव आपण शरीर । देखें चराचर कोंदलें देवें ।।२१५।।
आपणच देह, आपणच अलंकार ।
आपणच हात, आपण हत्यार ।
आपणच जीव आपण शरीर । देवाने व्यापले चराचर ।।२१५।।
जयाचिया किरणांचे निखरपणें । नक्षत्रांचे होत फुटाणे ।
तेजें खिरडला वन्हि म्हणे । समुद्रीं रिघों ।।२१६।।
ज्याच्या किरणांच्या प्रखरतेने । नक्षत्रे फुटती जसे फुटाणे ।
तेजास घाबरून मागे जात अग्नी म्हणे ।
मी समुद्रात शिरले ।।२१६।।
मग कालकूटकल्लोळीं कवळिलें । नाना महाविजूंचें दांग उमटलें ।
तैसे अपार कर देखिले । उदितायुधीं ।।२१७।।
विषाच्या लाटा उसळती । विजांची अरण्ये प्रकटती ।
तसे अगणित हात दिसती । शस्त्रधारी ।।२१७।।
कीं भेणें तेथूनि काढिली दिठी । मग कंठमुगुट पहातसे किरीटी ।
तंव सुरतरूची सृष्टी । जयांपासोनि कां जाहली ।।२१८।।
भयाने अर्जुनाने दृष्टी वळवली । कंठमुकुटाकडे नजर टाकली ।
तो कल्पवृक्षांची उत्पत्ती झाली । यापासून असे दिसले ।।२१८।।
जिये महासिद्धींचीं मूळपीठें । शिणली कमळा जेथ वावटे ।
तैसीं कुसुमें अति चोखटें । तुरंबिलीं देखिलीं ।।२१९।।
महासिद्धीची मूळ पीठे । जिथे लक्ष्मी विसावा घेते ।
अशी फुले विश्वरूपाने येथे । धारण केली होती ।।२१९।।
मुगुटावरी स्तबक । ठायीं ठायीं पूजाबंध अनेक ।
कंठीं रुळताति अलौकिक । माळादंड ।।२२०।।
मुकुटावर गुच्छ फुलांचे । मस्तकावर बंध पूजांचे ।
गळ्यात अलंकार हारांचे । मोठे मोठे लांब ।।२२०।।
स्वर्गें सूर्यतेज वेढिलें । जैसें पंधरेनें मेरूतें मढिलें ।
तैसें नितंबावरी गाढिलें । पीतांबरु झळके ।।२२१।।
स्वर्गाने सूर्याचे तेज ल्यावे । सोन्याने मेरू पर्वत मढवावे ।
तसे पीतांबर तेजाने झळकवे । कमरेला बांधलेले ।।२२१।।

१ (धनुर्धारी शंकराच्या)

श्रीमहादेवो कापुरें उटिला । कां कैलासु पारजें डवरिला ।
नाना क्षीरोदकें पांघरविला । क्षीरार्णवो जैसा ।।२२२।।
शंकर कापूर उटीने लिंपावा । कैलासास पाण्याचा लेप द्यावा ।
क्षीरसागर आच्छादावा । शुभ्र जलाने ।।२२२।।
जैसी चंद्रमयाची घडी उपलविली । मग गगनाकरवीं बुंथी
घेवविली । तैसीं चंदनपिंजरी देखिली । सर्वांगीं तेणें ।।२२३।।
जशी चंद्राची घडी उलगडली । आणि आकाशाने पांघरली ।
तशी चंदनाची उटी लिंपलेली ।
अर्जुनाने विश्वरूपावर पाहिली ।।२२३।।
जेणें स्वप्रकाशा कांतीं चढे । ब्रह्मानंदाचा निदाघु मोडे ।
जयाचेनि सौरभ्यें जीवित जोडे । वेदवतीये ।।२२४।।
ज्यामुळे प्रकाशालाही तेज चढे । ब्रह्मानंदाची उष्णता मोडे ।
जणू सुगंधाने चैतन्य जडे । पृथ्वीलाही ।।२२४।।
जयाचे निर्लेप अनुलेपु करी । जे अनंगुही सर्वांगीं धरी ।
तया सुगंधाची थोरी । कवण वानी? ।।२२५।।
निर्लेप ब्रह्म इच्छिते लेप धारी । अंगहीन मदन उटी सर्वांगी धारी ।
त्या चंदनगंधाची थोरी । कुणी वर्णावी? ।।२२५।।
ऐसी एकैक शृंगारशोभा । पाहतां अर्जुन जातसें क्षोभा ।
तेवींचि देवो बैसला कीं उभा । का शयालु हें नेणवें ।।२२६।।
अशी शृंगार शोभा पाहता ।
अर्जुन भांबावला असता ।
देव बसला की उभा न कळता ।
की निजलेला कळेना ।।२२६।।
बाहेर दिठी उघडोनि पाहे । तंव आघवें मूर्तिमय देखत आहे ।
मग आतां न पाहें म्हणौनि उगा राहे ।
तरी आंतुही तैसेंचि ।।२२७।।
डोळे उघडून बाहेर पाहिले । जग विश्वरूप दिसले ।
मग डोळे मिटून घेतले । तरी विश्वरूप तसेच ।।२२७।।
अनावरें मुखें समोर देखे । तयाभेणें पाठीमोरा जंव ठाके ।
तंव तयाहीकडे श्रीमुखें । करचरण तैसेचि ।।२२८।।
अर्जुन समोर मुखे पाही । भिऊन पाठ करून उभा राही ।
दिसती हातपाय तिकडेही । श्रीमुखे ही दिसती ।।२२८।।
अहो पाहतां कीर प्रतिभासे । एथ नवलावो काय असे? ।
परि न पाहतांही दिसे । चोज आइका ।।२२९।।
डोळ्यांनी पाहता दिसले । यात नवल ते कसले?
डोळे मिटून घेतले । तरी दिसतसे हा चमत्कार ।।२२९।।

कैसें अनुग्रहाचें करणें । पार्थाचें पाहणें आणि न पाहणें ।
तयाही सकट नारायणें । व्यापूनि घेतलें ।।२३०।।
हा ईश्वराचा अनुग्रह करणे । अर्जुनाचे पाहणे न पाहणे ।
यासकट त्या नारायणे । व्यापून टाकले ।।२३०।।
म्हणौनि आश्चर्याच्या पुरीं एकीं ।
पडिला ठायेठाव थडीं ठाकी ।
तंव चमत्काराचिया आणिकीं । महार्णवीं पडे ।।२३१।।
आश्चर्याच्या पुरात पडला । कसाबसा आला तीराला ।
तोच दुसऱ्या सागरात पडला । चमत्काराच्या ।।२३१।।
तैसा अर्जुनु असाधारणें । आपुलिया दर्शनाचेनि विंदाणें ।
कवळूनि घेतला तेणें । अनंतरूपें ।।२३२।।
अशाप्रकारे असाधारणपणे । दर्शनाच्या अलौकिक कृतीने ।
अर्जुनाला कवळिले त्याने । अनंतरूपात ।।२३२।।
तो विश्वतोमुख स्वभावें । आणि तेचि दावावयालागीं पांडवें ।
प्रार्थिला आतां आघवें । होऊनि ठेला ।।२३३।।
श्रीकृष्ण स्वभावतः विश्वरूप राही । अर्जुन त्याला प्रार्थिताही ।
आपणच सर्व रूपे घेऊनही । तो नटला ।।२३३।।
आणि दीपें कां सूर्यें प्रगटे ।
अथवा निमुटलिया देखावेंचि खुंटे ।
तैसी दिठी नव्हे जे वैकुंठें । दिधली आहे ।।२३४।।
ती दिव्य दृष्टी सूर्य असता दिसते ।
किंवा दृष्टी मिटली तर बंद होते ।
अशा स्वरूपाची नसते ।
जी श्रीकृष्णाने अर्जुनाला दिली ।।२३४।।
म्हणौनि किरीटीसि दोहीं परी । तें देखणें देखें अंधारी ।
हें संजयो हस्तिनापुरीं । सांगतसे राया ।।२३५।।
अर्जुन उजेडात किंवा अंधारे । पाहू शकतो दोन्ही प्रकारे ।
हे वृत्त हस्तिनापुरे । संजय धृतराष्ट्रा सांगे ।।२३५।।
म्हणे किंबहुना अवधारिलें । पार्थें विश्वरूप देखिलें ।
नाना आभरणीं भरलें । विश्वतोमुख ।।२३६।।
धृतराष्ट्रा तुम्ही ऐकले । नाना अलंकार ल्यालेले ।
सर्व बाजूंनी मुखे असलेले । विराट रूप अर्जुने पाहिले ।।२३६।।
तिये अंगप्रभेचा देवा । नवलावो काइसया ऐसा सांगावा ।
कल्पांतीं एकुचि मेळावा । द्वादशादित्यांचा होय ।।२३७।।
विश्वरूपाचे प्रखर तेज ते । सांगू कशासारखे होते ।
प्रलयकाळी बारा सूर्यांचे मिळते । एकत्रित तेज ।।२३७।।

तैसे ते दिव्यसूर्य सहस्रवरी । जरी उदयजती कां एकेचि अवसरीं ।
तऱ्ही तया तेजाची थोरी । उपमूं नये ।।२३८।।
हजारो दिव्य सूर्य असती । ते एकाच वेळी उगवती ।
तरी त्या तेजाची महती । विश्वरूपासम नाही ।।२३८।।
आघवयाचि विजूंचा मेळावा कीजे ।
आणि प्रळयाग्नीची सर्व सामग्री आणिजे ।
तेवींचि दशकुही मेळविजे । महातेजांचा ।।२३९।।
सर्व विजांचा समुदाय केला । प्रलयाग्नीचे साहित्य केले गोळा ।
एकत्र केले दशकाला । महातेजांच्या ।।२३९।।
तऱ्ही तिये अंगप्रभेचेनि पाडें । हें तेज कांहीं कांहीं होईल थोडें ।
आणि तया ऐसें कीर चोखडें । त्रिशुद्धी नोहे ।।२४०।।
तर त्या तेजाची बरोबरी । होऊ शकेल थोडी तरी ।
पण असे शुद्ध तेज चराचरी । दुसरे नाही ।।२४०।।
ऐसें महात्म्य या श्रीहरीचें सहज । फांकतसे सर्वांगीचें तेज ।
तें मुनिकृपा जी मज । दृष्ट जाहलें ।।२४१।।
असे या श्रीहरीचे तेज । सर्वत्र पसरले सहज ।
व्यास मुनींच्या कृपेने मज । प्रत्यक्ष पाहता आले ।।२४१।।
आणि तिये विश्वरूपीं एकीकडे ।
जग आघवें आपुलेनि पवाडें ।
जैसे महोदधीमाजीं बुडबुडे । सिनानें दिसती ।।२४२।।
असे त्या विश्वरूपात । दिसत होते संपूर्ण जगत ।
जसे वेगवेगळे बुडबुडे दिसतात । समुद्रजलावर ।।२४२।।
कां आकाशीं गंधर्वनगर । भूतळीं पिपीलिका बांधे घर ।
नाना मेरुवरी सपूर । परमाणु बैसले ।।२४३।।
आकाशात गंधर्वनगर । किंवा पृथ्वीवर मुंगी बांधते घर ।
छोटे परमाणू मेरू पर्वतावर । जसे दिसतात ।।२४३।।
विश्व आघवेंचि तयापरी । तया देवचक्रवर्तीचिया शरीरीं ।
अर्जुन तिये अवसरीं । देखता जाहला ।।२४४।।
तसे श्रीकृष्णाच्या शरीरावर । विश्व अवघे साकार ।
त्यावेळी अर्जुन ते चराचर । प्रत्यक्ष पाहता झाला ।।२४४।।
तेथ एक विश्व एक आपण ।
ऐसें अळुमाळ होतें जें दुजेपण ।
तेंही आटोनि गेलें अंतःकरण । विरालें सहसा ।।२४५।।
ते विश्व आणि आपण । दोन्ही आहोत भिन्न ।
हे द्वैत जाऊन अर्जुनाचे मन ।
विश्वरूपात विलीन झाले ।।२४५।।

आंतु आनंदा चेइरें जाहलें । बाहेरि गात्रांचें बळ हारपोनि गेलें ।
आपाद पां गुंतलें । पुलकांचलें ।।२४६।।
अंतर्मनाचा आनंद जगला । बाह्य इंद्रियांचा तोल गेला ।
नखशिखान्त रोमांचला । अर्जुन ।।२४६।।
वार्षिये प्रथमदशे । वोहळलया शैलांचें सर्वांग जैसें ।
विरूढे कोमलांकुरीं तैसे । रोमांच जाहले ।।२४७।।
वर्षा ऋतूच्या प्रारंभ प्रसंगी । ओहोळाने पर्वताच्या अंगी ।
गवताची कोमल अंकुरे ओसंगी (फुटतात) ।
तसे रोमांच उभे राहिले ।।२४७।।
शिवतला चंद्रकरीं । सोमकांतु द्रावो धरी ।
तैसिया स्वेदकणिका शरीरीं । दाटलिया ।।२४८।।
चंद्रकिरणांनी स्पर्शिल्यावर । चंद्रकांत मण्यास फुटतो पाझर ।
तसे अर्जुनाच्या शरीरावर । घर्मबिंदू आले ।।२४८।।
माजीं सापडलेनि अलिकुळें ।
जळावरी कमळकळिका जेवीं आंदोळे ।
तेवीं आंतुलिया सुखोर्मीचेनि बळें । बाहेरि कांपे ।।२४९।।
कमलकलिकेत भुंगे अडकती ।
कलिका पाण्यावर डोलती ।
तसे अंतर्गत सुखाच्या ऊर्मीने कापती ।
अर्जुनाची काया ।।२४९।।
कर्पूरकर्दळीचीं गर्भपुटें । उकलतां कापुराचेनि कोंदाटें ।
पुलिका गळती तेवीं थेंबुटें । नेत्रौनि पडती ।।२५०।।
कापूर कलिकेचे गर्भ उकलती । कापराचे कण बाहेर पडती ।
तसे अश्रू ओघळती । अर्जुनाचे नेत्री ।।२५०।।
उदयलेनि सुधाकरें । जैसा भरलाचि समुद्र भरे ।
तैसा वेळोवेळां उर्मिभरें । उचंबळत असे ।।२५१।।
चंद्रकिरणांच्या उदयाते । समुद्रा पुनःपुन्हा भरती येते ।
तसे अंतःकरणातील सुखाते । अर्जुन उचंबळू लागला ।।२५१।।
ऐसा सात्त्विकांही आठां भावां । परस्परें वर्ततसे हेवा ।
तेथ ब्रह्मानंदाची जीवा । राणीव फावली ।।२५२।।
जसा अष्ट सात्त्विक भावा । परस्परा वाटे हेवा ।
तसे अर्जुनाच्या जिवा । (ब्रह्मानंदाचे) राज्य लाभले ।।२५२।।
तैसाचि तया सुखानुभवापाठीं । केला द्वैताचा सांभाळु दिठी ।
मग उसासौनि किरीटी । वास पाहिली ।।२५३।।
असा सुखाचा अनुभव देऊन । कृष्णाने द्वैत घेतले सांभाळून ।
मग देव आणि मी असे बघून । अर्जुनाने श्वास घेतला ।।२५३।।

तेथ बैसला होता जिया सवा ।
तियाचिया कडे मस्तक खालविला देवा ।
जोडूनि करसंपुट बरवा । बोलतु असे ॥२५४॥

देव ज्या बाजू होते बसून । तिकडे नतमस्तक होऊन ।
प्रार्थना करी हात जोडून । तो अर्जुन ॥२५४॥

म्हणे जयजयाजी स्वामी । नवल कृपा केली तुम्हीं ।
जें हें विश्वरूप कीं आम्हीं । प्राकृत देखों ॥२५५॥

म्हणे जयकार असो स्वामी । नवल कृपा केली तुम्ही ।
विश्वरूप पाहिले आम्ही । सामान्य जनांनी ॥२५५॥

परि साचचि भलें केलें गोसाविया ।
मज परितोषु जाहला साविया ।
जी देखलासि जो इया । सृष्टीसी तूं आश्रयो ॥२५६॥

देव हे तू चांगले केले । मन आनंदाने भरून गेले ।
जेंव्हा आम्ही प्रत्यक्ष पाहिले ।
की तूच सृष्टीचा आश्रयदाता ॥२५६॥

देवा मंदराचेनि अंगलगें । ठायीं ठायीं श्वापदांचीं दांगें ।
तैसीं इयें तुझ्या देहीं अनेगें । देखतसें भुवनें ॥२५७॥

मंदार पर्वताच्या आश्रयाने । हिंस्र पशुंची दाट वने ।
तशी तुझ्या देही अनेक भुवने । मी पाहतो आहे ॥२५७॥

अहो आकाशचिये खोळे । दिसती ग्रहगणांचीं कुळें ।
कां महावृक्षीं अविसाळें । पक्षिजातीचीं ॥२५८॥

आकाशाच्या पोकळीत । ग्रहांचे समुदाय दिसतात ।
किंवा अनेक पक्ष्यांची घरटी असतात ।
महावृक्षाच्या ठिकाणी ॥२५८॥

तयापरी श्रीहरी । तुझिया विश्वात्मकीं इये शरीरीं ।
स्वर्गु देखतसें अवधारीं । सुरगणेंसीं ॥२५९॥

अशा प्रकारे श्रीहरी । तुझ्या विश्वरूपी शरीरी ।
स्वर्ग दिसतो मजतरी । देवगणांसह ॥२५९॥

प्रभु महाभूतांचें पंचक । येथ देखत आहे अनेक ।
आणि भूतग्राम एकेक । भूतसृष्टीचें ॥२६०॥

कृष्णा महातेजांचे पंचक । मी पाहतो आहे एकेक ।
भूतमात्रांचे समुदाय अनेक । मी पाहतो आहे ॥२६०॥

जी सत्यलोकु तुजमाजीं आहे । देखिला चतुराननु हा नोहे? ।
आणि येरीकडे जंव पाहें । तंव कैलासुही दिसे ॥२६१॥

पाहिला मी सत्यलोक । तो ब्रह्मदेव ना चतुर्मुख?
दुसरीकडे तो सन्मुख । कैलासदिसे ॥२६१॥

श्रीमहादेव भवानियेशीं । तुझ्या दिसतसे एके अंशीं ।
आणि तूंतेंही गा हृषीकेशी । तुजमाजीं देखे ॥२६२॥

पार्वतीसह महादेव भगवान । तुझ्या एका अंशावर विराजमान ।
तुलाही हे हृषीकेश श्रीकृष्ण । या विश्वरूपात पाहतो आहे ॥२६२॥

पैं कश्यपादि ऋषिकुळें । इयें तुझिया स्वरूपीं सकळें ।
देखतसें पाताळें । पन्नगेंशीं ॥२६३॥

कश्यपादि ऋषी कुळे । तुझ्या स्वरूपी आढळे ।
देखतसे सप्त पाताळे । नागांसह ॥२६३॥

किंबहुना त्रैलोक्यपती । तुझिया एकेकाचि अवयवाचिये भिंती ।
इयें चतुर्दशभुवनें चित्राकृती । अंकुरलीं जाणों ॥२६४॥

अथवा हे त्रैलोक्यपती । तुझ्या एकेक अवयवाचे भिंती ।
चौदा भुवनांची चित्राकृती । रेखाटली वाटते ॥२६४॥

आणि तेथिंचे जे जे लोक । ते चित्ररचना जी अनेक ।
ऐसें देखतसे अलोकिक । गांभीर्य तुझें ॥२६५॥

जी चित्ररचना अनेक । तेच तेथिल ते ते लोक ।
असा तुझा अलौकिक । महिमा आहे ॥२६५॥

त्या दिव्यचक्षूंचेनि पैसें । चहुंकडे जंव पाहात असें ।
तंव दोर्दंडीं कां जैसें । आकाश कोंभैलें ॥२६६॥

जेंव्हा या दिव्य चक्षूंनी । मी पाहतो चारही दिशांनी ।
वाटे तुझ्या बाहूदंडांनी । आकाश अंकुरले ॥२६६॥

तैसे एकचि निरंतर । देवा देखत असें तुझे कर ।
करीत आघवेचि व्यापार । एकेचि काळीं ॥२६७॥

तसे देवा मी पाही सतत । तुझ्या एकट्याचे हात ।
सर्व प्रकारचे कर्म करीत । असताना दिसती ॥२६७॥

मग महाशून्याचेनि पैसारें । उघडलीं ब्रह्मकटाहाचीं भांडारें ।
तैसीं देखतसें अपारें । उदरें तुझीं ॥२६८॥

या ब्रह्माच्या विस्तारे । जणू उघडली ब्रह्मांडाची भांडारे ।
अशी तुझी अमर्याद उदरे । मी पाहतो आहे ॥२६८॥

जी सहस्रशीर्षयाचें देखिलें । कोडीवरी होताति एकीवेळें ।
कीं परब्रह्मचि वदनफळें । मोडोनि आलें ॥२६९॥

तुझी हजारो मस्तके असती । कोटीपेक्षा अधिक दिसती ।
जणू वदनफळांनी दाट भरून जाती । परब्रह्मवृक्ष ॥२६९॥

तैसीं वक्त्रें जी जेउतीं तेउतीं । तुझीं देखितसे विश्वमूर्ती ।
आणि तयाचिपरी नेत्रपंक्ती । अनेका सैंघ ॥२७०॥

जिकडे तिकडे मुखे असती । अशी दिसे तुझी विश्वमूर्ती ।
डोळ्यांच्या अनेक पंगती । दिसताहेत ॥२७०॥

हें असो स्वर्ग पाताळ । कीं भूमी दिशा अंतराळ ।
हे विवक्षा ठेली सकळ । मूर्तिमय देखतसें ।।२७१।।
इतकेच नव्हे तर स्वर्ग पाताळ । भूमी दिशा अंतराळ ।।
हा विचार जाऊनी सकळ । विश्व मूर्तिमय दिसे ।।२७१।।
हें तुजवीण एकादियाकडे । परमाणूहि एतुला कोडें ।
अवकाशु पाहतसें परि न सांपडे । ऐसें व्यापिलें तुवां ।।२७२।।
तुझ्या बाजूला इकडे तिकडे । मोकळे क्षेत्र परमाणूएवढे ।
शोधून ही कोणा न सापडे । असे तू विश्व व्यापलेस ।।२७२।।
इये नानापरी अपरिमितें । जेतुलीं साठविलीं होतीं महाभूतें ।
तेतुलाहि पवाडु तुवां अनंतें । कोंदला देखतसें ।।२७३।।
इथे अमर्याद प्राण्यांसहित । पंचतेजांनी विश्व व्यापत ।
ते सर्व आहे दिसत । तूच व्यापलेले ।।२७३।।
ऐसा कवणें ठायाहूनि तूं आलासी ।
एथ बैसलासि कीं उभा आहासि ।
आणि कवणिये मायेचिये पोटीं होतासी ।
तुझें ठाण केवढें ।।२७४।।
कोठून तू आलास? । बसलास की उभा राहिलास? ।
कोणत्या मायेच्या पोटी होतास? ।
केवढा आहे आकार तुझा? ।।२७४।।
तुझें रूप वय कैसें । तुजपैलीकडे काय असे ।
तूं काइसयावरी आहासि ऐसें । पाहिलें मियां ।।२७५।।
तुझे रूप कसे आहे? । तुझे वय किती आहे? ।
तुझ्या पलिकडे काय आहे? ।
मी विचारपूर्वक पाहतो ।।२७५।।
तंव देखिलें जी आघवेंचि । तरि आतां तुज ठावो तूंचि ।
तूं कवणाचा नव्हेसि ऐसाचि । अनादि आयता ।।२७६।।
मला उमजले तूच आहेस । तूच तुझा आधार आहेस ।
तू कोणाचाच नाहीस । तू अनादि स्वयंसिद्ध ।।२७६।।
तूं उभा ना बैठा । दिघडु ना खुजटा ।
तुज तळीं वरी वैकुंठा । तूंचि आहासी ।।२७७।।
तू उभा वा बसलेला नाहीस । उंच वा बुटका नाहीस ।
सर्वत्र तूच तर आहेस । तुझ्या वर आणि खाली ।।२७७।।
तूं रूपें आपणयांचि ऐसा । देवा तुझी तूंचि वयसा ।
पाठीं पोट परेशा । तुझें तूं गा ।।२७८।।
तुझे रूप कसे आहे । तर ते तुझ्यासारखे आहे ।
तुझे वयही तुझ्यासम आहे । तूच तुझ्या पाठी-पोटी ।।२७८।।

किंबहुना आतां । तुझें तूंचि आघवें अनंता ।
हें पुढत पुढती पाहतां । देखिलें मियां ।।२७९।।
अधिक काय सांगावे याही । तुझा तूच सर्व काही ।
पुन:पुन्हा विचार करता पाही । मी हे जाणले ।।२७९।।
परि या तुझिया रूपाआंतु । जी उणीव एक असे देखतु ।
जे आदि मध्य अंतु । तिन्हीं नाहीं ।।२८०।।
पण तुझ्या या रूपात । एक उणीव आहे पाहत ।
आदि, मध्य आणि अंत । तुला नाहीत ।।२८०।।
एऱ्हवीं गिंवसिलें आघवां ठायीं । परि सोय न लाहेचि कहीं ।
म्हणौनि त्रिशुद्धी हे नाहीं । तिन्ही एथ ।।२८१।।
एरवी तुझ्या रूपाठायी । कुठे पत्ता लागत नाही ।
आदि, मध्य, अंत हे नाही । तिन्ही तुझ्यात ।।२८१।।
एवं आदिमध्यांतरहिता । तूं विश्वेश्वरा अपरिमिता ।
देखिलासि जी तत्त्वतां । विश्वरूपा ।।२८२।।
आदि-मध्य-अंतरहित । विश्वेश्वरा तू अपरिमित ।
तुला पाहिले साक्षात । मी तत्त्वतः ।।२८२।।
तुज महामूर्तीचिया आंगी । उमटलिया पृथक् मूर्ती अनेगी ।
लेइलासी वानेपरींची आंगीं । ऐसा आवडतु आहासी ।।२८३।।
विश्वरूपा तुझ्या शरीरावर । मूर्तींचे उमटले विविध आकार ।
म्हणून अनेक वस्त्रे अंगावर । तू धारण केलीस ।।२८३।।
नाना पृथक् मूर्ती तिया द्रुमवल्ली । तुझिया स्वरूपमहाचळीं ।
दिव्यालंकार फुलीं फळीं । सासिन्नलिया ।।२८४।।
तुझ्या विश्वरूपी महापर्वती । वृक्षलता जणू मूर्ती ।
दिव्य अलंकारे फुलती फळती । असे दिसते ।।२८४।।
हो कां जे महोदधीं तूं देवा । जाहलासि तरंगमूर्ती हेलावा ।
कीं तूं एक वृक्षु बरवा । मूर्तिफळीं फळलासी ।।२८५।।
तुम्ही महासागर दिसता । मूर्ती लाटांनी उसळले भासता ।
तुम्ही महावृक्ष असता । मूर्ती फळांनी लगडलेले ।।२८५।।
जी भूतीं भूतळ मांडिलें । जैसें नक्षत्रीं गगन गुढलें ।
तैसें मूर्तिमय भरलें । देखतसें तुझें रूप ।।२८६।।
प्राण्यांनी भूपृष्ठ व्यापले । आकाश नक्षत्रांनी झाकले ।
तसे तुझे रूप मूर्तींनी भरलेले । मी पाहत आहे ।।२८६।।
जी एकेकीच्या अंगप्रांतीं । होय जाय हें त्रिजगती ।
एवढियाही तुझ्या आंगीं मूर्ती । कीं रोमा जालिया ।।२८७।।
एकेक मूर्तींच्या अंगावरती । त्रैलोक्य येते-जाते जगती ।
या एवढ्या मोठ्या मूर्ती । तुझ्या देहीची लव आहेत ।।२८७।।

ऐसा पवाडु मांडूनि विश्वाचा । तूं कवण पां एथ कोणाचा ।
हें पाहिलें तंव आमुचा । सारथी तोचि तूं ।।२८८।।
असा मांडून पसारा विश्वाचा । तू कोण आणि कोणाचा? ।
तू तोच सारथी रथाचा । हे मी जाणले ।।२८८।।
तरी मज पाहतां मुकुंदा । तूं ऐसाचि व्यापकु सर्वदा ।
मग भक्तानुग्रहें तया मुग्धा । रूपातें धरिसी ।।२८९।।
मी विचार करता मनासी । मुकुंदा तू सर्व व्यापक असशी ।
पण भक्तांसाठी धारण करिसी । सुंदर रूप ।।२८९।।
कैसें चहूं भुजांचें सांवळें । पाहतां वोल्हावती मन डोळे ।
खेंव देऊं जाइजे तरी आकळे । दोहींचि बाहीं ।।२९०।।
तुझे चतुर्भुज रूप सावळे । पाहता पाझरती डोळे ।
कवटाळू जाता मग कळे ।
दोन्ही बाहूंनी कवटाळता येते ।।२९०।।
ऐसी मूर्ति कोडिसवाणी कृपा ।
करूनि होसी ना विश्वरूपा ।
कीं अमुचियाचि दिठी सलेपा ।
जें सामान्यत्वें देखिती ।।२९१।।
तू करसी सुंदर रूप धारण । आमची दूषित दृष्टी कारण ।
तुला पाहतो आम्ही सामान्य । मनुष्यरूपात ।।२९१।।
तरी आतां दिठीचा विटाळु गेला । तुवां सहजें दिव्यचक्षू केला ।
म्हणौनि यथारूपें देखवला । महिमा तुझा ।।२९२।।
तू दिव्यचक्षू मज दिला । दृष्टीचा दोष नाहीसा झाला ।
मला महिमा पाहता आला । यथार्थ रूपात ।।२९२।।
परी मकरतुंडामागिलेकडे । तोचि होतासि तूं एवढें ।
रूप जाहलासि हें फुडें । वोळखिलें मियां ।।२९३।।
मकर तोंडाच्या मागच्या बाजूला ।
रथावर सारथी बनून तू होता बसला ।
तो तू विश्वरूपाने नटला । हे मी आता जाणले ।।२९३।।
नोहे तोचि हा शिरीं? । मुकुट लेइलासि श्रीहरी ।
परी आतांचें तेज आणि थोरी । नवल कीं बहु हें ।।२९४।।
काय तोच आहे ना श्रीहरी । तू मुकुट घातलेला तुझ्या शिरी ।
पण त्याचे तेज अन् थोरी । आज अद्भुत आहे ।।२९४।।
तेंचि हें वरिलियेचि हातीं । चक्र परिजितया आयती ।
सांवरितासि विश्वमूर्ती । ते न मोडे खूण ।।२९५।।
तुझ्या वरच्या हातात । हे चक्र आहे फिरत ।
ती तुझी खूण तशीच सतत । विश्वरूपातही ।।२९५।।

येरीकडे तेचि हे नोहे गदा ।
आणि तळिलिया दोनी भुजा निरायुधा ।
वागोरे सांवरावया गोविंदा । संसरिलिया ।।२९६।।
हीच ती गदा दुसऱ्या हाती । बाकी दोन हात निःशस्त्र असती ।
घोड्यांचे लगाम धरून सावरती । संसारगती ।।२९६।।
आणि तेणेंचि वेगें सहसा । माझिया मनोरथासरिसा ।
जाहलासि विश्वरूपा विश्वेशा । म्हणौनि जाणें ।।२९७।।
ती गती कशी आहे । माझ्या मनोरथासम पाहे ।
तू विश्वरूप धारण करून राहे । तो तूच मी जाणतो ।।२९७।।
परी कायसें बा हें चोज ।
विस्मयो करावयाहि पाडू नाहीं मज ।
चित्त होऊनि जातसें निर्बुज ।
आश्चर्यें येणें ।।२९८।।
पण हे कसे नवल । आश्चर्या नाही वेळ ।
चित्ताचा होई गोंधळ । आश्चर्याने ।।२९८।।
हें एथ आथि कां येथ नाहीं । ऐसें श्वसोंही नये कांहीं ।
नवल अंगप्रभेची नवाई । कैसी कोंदली सैंघ ।।२९९।।
हे विश्वरूप आहे की नाही? । विचाराने श्वास घेणे जड जाई ।
तुझ्या कांतीची ही नवलाई । सर्वत्र भरून राहे ।।२९९।।
एथ अग्नीचीही दिठी करपत । सूर्य खद्योतु तैसा हारपत ।
ऐसें तीव्रपण अद्भुत । तेजाचें यया ।।३००।।
याने अग्नी दृष्टी करपती । सूर्य काजव्यासम हरपती ।
असे आहे अद्भुत अती । तुझे तेज ।।३००।।
हो कां महातेजाचिया महार्णवीं । बुडोनि गेली सृष्टी आघवी ।
कीं युगांतविजूंच्या पालवीं । झांकलें गगन ।।३०१।।
महातेजाच्या अथांग सागरी । पृथ्वी बुडून गेली सारी ।
अथवा प्रलयाच्या विजांच्या पदरी ।
आकाश झाकले जाई ।।३०१।।
नातरी संहारतेजाचिया ज्वाळा । तोडोनि माचू बांधला अंतराळां ।
आतां दिव्य ज्ञानाचिया डोळां । पाहवेना ।।३०२।।
या प्रलयतेजाच्या ज्वाला । यांनी आकाशी मंडप बांधला ।
ते प्रखर तेज मला डोळा । पाहवेना ।।३०२।।
उजाळु अधिकाधिक बहुवसु । धडाडीत आहे अतिदाहसु ।
पडत दिव्यचक्षुंसही त्रासु । न्याहाळितां ।।३०३।।
ते तेज प्रखर होते । शरीराची आग होते ।
दिव्य दृष्टीही त्रासते । त्यामुळे ।।३०३।।

हो कां जे महाप्रळयींचा भडाडु । होता काळाग्निरुद्राचिया ठायीं
गूढु । तो तृतीयनयनाचा मढू । फुटला जैसा ।।३०४।।

हा महाप्रलयाचा भडाग्नी । तोच पसरला काळाग्नी ।
जसा शंकराच्या तृतीय नेत्राग्नी । सर्वत्र पसरला ।।३०४।।

तैसें पसरलेनि प्रकाशें । सैंघ पांचवनिया ज्वाळांचे वळसे ।
पडतां ब्रह्मकटाह कोळिसे । होत आहाती ।।३०५।।

विश्वरूपाचे तेज पसरता । पाच ज्वाळांचे वळसे पडता ।
ब्रह्मांडाचे कोळसे आता । होत आहेत ।।३०५।।

ऐसा अद्भुत तेजोराशी । जन्मा नवल म्यां देखिलासी ।
नाहीं व्याप्ती आणि कांतीसी । पारु जी तुझिये ।।३०६।।

या तेजांच्या राशी अद्‌भुत । नवलाने मी आहे पहात ।
कसलाही नसे देवा अंत । तुझ्या व्यापक तेजाला ।।३०६।।

देवा तूं अक्षर । औटाविये मात्रेसि पर ।
श्रुती जयाचें घर । गिंवसीत आहाती ।।३०७।।

देवा आपण परब्रह्म आहाती । श्रुती ज्यांचे घर शोधिती ।
आपण पलीकडे असती ।
ओंकाराच्या साडेतीन मात्रांच्या ।।३०७।।

जें आकाराचें आयतन । जें विश्वनिक्षेपैकनिधान ।
तें अव्यय तूं गहन । अविनाश जी ।।३०८।।

तू आकाराचा आधार । विश्वरूपी ठेवा ठेवण्याचे घर ।
तू गहन अव्यय प्रकार । तू अविनाशी ।।३०८।।

तूं धर्माचा वोलावा । अनादिसिद्ध तूं नित्य नवा ।
जाणें मी सदतिसावा । पुरुष विशेष तूं ।।३०९।।

तू धर्माचा ओलावा । अनादिसिद्ध तू नित्य नवा ।
अलौकिक तू सदतिसावा । छत्तीस तत्त्वांहून[२] वेगळा ।।३०९।।

तूं आदिमध्यांतरहितु । स्वसामर्थ्यें तूं अनंतु ।
विश्वबाहु अपरिमितु । विश्वचरण तूं ।।३१०।।

तू आदि-मध्य-अंतरहित । तू सामर्थ्याने अपरिमित ।
तू विश्वाचे बाहू सामर्थ्य । विश्वाचे चरण तू ।।३१०।।

पैं चंद्र चंडांशु डोळां । दावितासि कोपप्रसाद लीळा ।
एकां रुससी तमाचिया डोळां । एकां पाळितोसि कृपादृष्टी ।।३११।।

चंद्र, सूर्य तुझे डोळे । कृपेचे, क्रोधाचे रूप आगळे ।
दुर्जनांवर कोपतोस वेळे । सज्जनांवर कृपादृष्टी ।।३११।।

जी एवंविधा तूंतें । मी देखतसें हें निरुतें ।
पेटलें प्रळयाग्नीचें उजितें । तैसें वक्र हें तुझें ।।३१२।।

तू अनेक प्रकारे असशी । माझ्या दृष्टीस पडसी ।
प्रलयाग्नीचे तेज भाससी । तुझे मुख ।।३१२।।

वणिवेनि पेटले पर्वत । कवळूनि ज्वाळांचे उभड उठत ।
तैसी चाटीत दाढा दांत । जीभ लोळे ।।३१३।।

चारी बाजूंनी वेढलेला पर्वत ।
जणू ज्वाळांचे लोट उठत ।
तशी दाढा आणि दात चाटत ।
तुझी जीभ तोंडात लोळे ।।३१३।।

इये वदनींचिया उबा । आणि जी सर्वांगकांतीचिया प्रभा ।
विश्व तातलें अति क्षोभा । जात आहे ।।३१४।।

तोंडातील उबेने । तेजाच्या उष्णतेने ।
तापलेले विश्व संतापाने । खवळते आहे ।।३१४।।

कां जे द्यौर्लोक आणि पाताळ । पृथिवी आणि अंतराळ ।
अथवा दशदिशा समाकुळ । दिशाचक्र ।।३१५।।

की स्वर्गलोक आणि पाताळ । पृथ्वी आणि अंतराळ ।
क्षितिजासह दिशा सकल । दिशा चक्रही ।।३१५।।

हें आघवेंचि तुंवा एकें । भरलें देखत आहे कौतुकें ।
परि गगनाहीसकट भयानकें । आप्लविजे जेवीं ।।३१६।।

हे सगळे तूच आहे । मी कौतुक पाहत राहे ।
आकाशासह भयानक रूपात हे ।
विश्व बुडताना दिसते ।।३१६।।

नातरी अद्भुतरसाचिया कल्लोळीं ।
जाहली चवदाही भुवनांसि कडियाळीं ।
तैसें आश्चर्यचि मग मी आकळीं । काय एक? ।।३१७।।

अद्‌भुत रसांनी जेव्हा । चौदा भुवना वेढा पडावा ।
मग मी कसा पाहावा । हा आश्चर्यकल्लोळ ।।३१७।।

नावरे व्याप्ती हे असाधारण । न साहवे रूपाचें उग्रपण ।
सुख दूरी गेलें परि प्राण । विपायें धरीजे ।।३१८।।

तुझे व्यापकत्व असाधारण । असह्य त्याचे उग्रपण ।
सुख सोड, विश्व आपले प्राण । कष्टाने सांभाळते ।।३१८।।

देवा ऐसें देखोनि तूंतें । नेणों कैसें आलें भयाचें भरितें ।
आतां दुःखकल्लोळीं झळंबतें । तिन्हीं भुवनें ।।३१९।।

देवा विश्वरूप पाहता । मनात भय भरता ।
त्रैलोक्य वाहे बुडता । दुःखाच्या लाटेत ।।३१९।।

२ ३६ तत्त्वे : १) शिवतत्त्व, २) शक्तीतत्त्व, ३) विद्यातत्त्व, ४) सदाशिव, ५) युद्धविद्या, ६) माया, ७) काल, ८) विद्या, ९) राग, १०) काल, ११) नियती, १२) पुरुष, १३) प्रकृती, १४) बुद्धी, १५) अहंकार, १६) मन, १७) ते २१) पंचज्ञानेंद्रिये, २२ ते २६ पंचकर्मेंद्रिये, २७ ते ३१ ज्ञानेंद्रियांचे नियम, ३२ ते ३६ पंचमहाभूते अशी ३६ तत्त्वे

एऱ्हवीं तुज महात्मयाचें देखणें ।
तरि भयदुःखासि कां मेळवणें? ।
परि हें सुख नव्हेचि जेणें गुणें । तें जाणवत आहे मज ।।३२०।।
विश्वरूपाचे दर्शन घेताही । भय दुःख प्राप्त होई ।
त्रैलोक्य सुखी होत नाही । याचे कारण मज न कळे ।।३२०।।
जंव तुझें रूप नोहे दिठें । तंव जगासि संसारिक गोमटें ।
आतां देखिलासि तरी विषयविटें । उपनला त्रासु ।।३२१।।
जोवर विश्वरूप न दिसे । जगा विषयसुख उत्तम भासे ।
आता विश्वरूपाचे दर्शन होतसे । तर जगा त्रास वाटे[३] ।।३२१।।
तेवींचि तुज देखिलियासाठीं । काय सहसा तुज देवों येईल मिठी ।
आणि नेदीं तरी शोकसंकटीं । राहों केवीं? ।।३२२।।
तसेच तुला पाहता । येईल का मिठी मारता? ।
नपेक्षा शोक संकटी आता । कसे राहावे? ।।३२२।।
म्हणौनि मागां सरों तंव संसारु । आडवीत येतसे अनिवारु ।
आणि पुढां तूं तंव अनावरु । न येसि घेवों ।।३२३।।
मागे सरकलो तर । आडवा येतो दुःखी संसार ।
आणि आलिंगन दिले जर ।
उग्र रूपाचे न होई आकलन ।।३२३।।
ऐसा माझारलिया सांकडां । बापुड्या त्रैलोक्याचा होतसे हुरडा ।
हा ध्वनि जी फुडा । चोजवला मज ।।३२४।।
त्रैलोक्य अन् मी बापुडा । सकलांचा मध्ये होतो हुरडा ।
असा अंदाज माझा गाढा । मला पटला आहे ।।३२४।।
जैसा आरंबळला आगीं । तो समुद्रा ये निवावयालागीं ।
तंव कल्लोळपाणियाचिया तरंगीं । आगळा बिहे ।।३२५।।
एखादा असे अग्नीने पोळला ।
शांतवण्या येतो समुद्राच्या जवळा ।
प्रचंड लाटांच्या बघून कल्लोळा । तो घाबरतो ।।३२५।।
तैसें या जगासि जाहलें । तूंतें देखोनि तळमळित ठेलें ।
यामाजीं पैल भले । ज्ञानसुरांचे मेळावे ।।३२६।।
तसे या जगाचे झाले । तुला बघून तळमळले ।
यापेक्षा पैलतीरांचे भले । देवांचे मेळावे ।।३२६।।
हे तुझेनि आंगिकें तेजें । जाळूनि सर्व कर्मांचीं बीजें ।
मिळत तुज आंतु सहजें । सद्भावेसीं ।।३२७।।
तुझ्या अंगच्या तेजात । कर्माची बीजे जाळून त्यात ।
एकरूप होती तुझ्या स्वरूपात । सद्भावनेने ।।३२७।।

आणिक एक सावियाचि भयभीरु । सर्वस्वें धरूनि तुझी मोहरु ।
तुज प्रार्थिताति करु । जोडोनियां ।।३२८।।
कित्येक खरोखर भयभीत । तुझ्या समोर जोडून हात ।
तुझी प्रार्थना करत । मनोभावे ।।३२८।।
देवा अविद्यार्णवीं पडिलों । जी विषयवागुरें आंतुडलों ।
स्वर्गसंसाराचिया सांकडलों । दोहीं भागीं ।।३२९।।
देवा अज्ञानाच्या सागरी पडलो ।
विषयाच्या जाळ्यात अडकलो ।
स्वर्ग-संसाराच्या दोहोंच्या कचाट्यात सापडलो ।
आम्ही देवा ॥३२९॥
ऐसें आमुचें सोडवणें । तुजवांचोनि कीजेल कवणें? ।
तुज शरण गा सर्वप्राणें । म्हणत देवा ।।३३०।।
आता अशी आमची सुटका । तुझ्याविना कोणी करेल का?
तुला शरण सर्व घटका । असे म्हणती ।।३३०।।
आणि महर्षी अथवा सिद्ध । कां विद्याधरसमूह विविध ।
हे बोलत तुज स्वस्तिवाद । करिती स्तवन ।।३३१।।
महर्षी अथवा सिद्ध । ज्ञानीयांचा समूह विविध ।
कल्याण असो देती आशीर्वाद । तुझी स्तुती करती ।।३३१।।
हे रुद्रादित्यांचे[४] मेळावे । वसु हन साध्य आघवे ।
अश्विनौ देव विश्वेदेव विभवें । वायुही हे जी ।।३३२।।
रुद्र आदित्यांचे मेळावे । वसु, साध्य देव स्वभावे ।
अश्विनीकुमार विश्वदेव सह वैभवे । वायूसुद्धा ।।३३२।।
अवधारा पितर हन गंधर्व । पैल यक्षरक्षोगण सर्व ।
जी महेंद्रमुख्य देव । कां सिद्धादिक ।।३३३।।
ऐका, पितर, अग्नी, गंधर्व । यक्ष-राक्षस सर्व ।
इंद्र हा प्रमुख, इतरही देव । आणि सिद्ध आदि ।।३३३।।
हे आघवेचि आपुलालिया लोकीं । सोत्कंठित अवलोकीं ।
हे महामूर्ती दैविकी । पाहात आहाती ।।३३४।।
हे सर्व आपल्या लोकांतून । मोठ्या उत्साहात बसून ।
आपली महामूर्ती नवल मानून । पाहत आहेत ।।३३३४।।
मग पाहात पाहात प्रतिक्षणीं ।
विस्मित होऊनि अंतःकरणीं ।
करित निजमुकटीं वोवाळणी । प्रभुजी तुज ।।३३५।।
पाहत असता प्रतिक्षणी । नवल वाटून अंतःकरणी ।
नत मस्तकी ही ओवाळणी । करती तुज ।।३३५।।

३ (विषयाचा वीट आल्याने)

४ ११ रूद्र, १२ आदित्य, आठ वसू साध्य नावाचे सर्व देव

ते जय जय घोष कलरवें । स्वर्ग गाजविताती आघवे ।
ठेवित ललाटावरी बरवे । करसंपुट ॥३३६॥
जयकार करिती मंजुळ नादे । स्वर्ग दुमदुमला सादे ।
कपाळावर हात जोडून आनंदे । तुला नमस्कार करिती ॥३३६॥
तिये विनयद्रुमाचिये आरवीं ।
सुरवाडली सात्त्विकांची माधवी ।
म्हणौनि करसंपुटपल्लवीं ।
तूं होतासि फळ ॥३३७॥
विनयवृक्षांच्या वनात । अनुकूल सात्त्विक वसंत ।
म्हणून पालवीसम जोडता हात । तू फळ झालास ॥३३७॥
जी लोचनां भाग्य उदेलें । मना सुखाचें सुयाणें पाहलें ।
जे अगाध तुझें देखिलें । विश्वरूप इहीं ॥३३८॥
लोचनांचे भाग्य उदया येई । सुखाचा सुकाळ होई ।
कारण ते लोचन पाही । तुझे विश्वरूप ॥३३८॥
हें लोकत्रयव्यापक रूपडें । पाहतां देवांही वचक पडे ।
याचें सन्मुखपण जोडें । भलतयाकडुनी ॥३३९॥
त्रैलोक्य व्यापक रूप पाहता । देवांनाही नवल वाटता ।
कोणत्याही बाजूने देखता । समोर दिसते ॥३३९॥
ऐसें एकचि परी विचित्रें । आणि भयानकें वक्रें ।
बहुलोचन हे सशस्त्रें । अनंतभुजा ॥३४०॥
हे विश्वरूप चित्र । भयानक मुखे विचित्र ।
अनेक डोळे अन् शस्त्र । अनेक हातांत ॥३४०॥
अनंत चारु बाहु चरण ।
बहूदर आणि नानावर्ण ।
कैसें प्रतिवदनीं मातलेपण । आवेशाचें ॥३४१॥
अनेक सुंदर बाहू अन् चरण ।
अनेक पोटे अनेक वर्ण ।
चेहऱ्यावर आवेशपूर्ण । शोभा दिसते ॥३४१॥
हो कां महाकल्पाचिया अंतीं । तवकलेनि यमें जेउततेउतीं ।
प्रळयाग्नीचीं उजितीं । आंबुखिलीं जैसीं ॥३४२॥
जशी महाकल्पाच्या अंतसमयी । क्रोधित यमाने सर्वत्रही ।
प्रलयाग्निची होळी तेजासह ही । प्रज्वलित करावी ॥३४२॥
नातरी संहारत्रिपुरारीचीं यंत्रें । कीं प्रळयभैरवाचीं क्षेत्रें ।
नाना युगांतशक्तीचीं पात्रें । भूतखिचा वोढविलीं ॥३४३॥
की ही शंकराची विनाशक यंत्रे । प्रलय भैरवांची क्षेत्रे ।
युगान्तशक्तीची पात्रे । भुतांना खाती ॥३४३॥

तैसीं जियेतियेकडे । तुझीं वक्त्रें जीं प्रचंडें ।
न समाती दरीमाजीं सिंव्हाडे । तैसे दशन दिसती रागीट ॥३४४॥
ज्याप्रमाणे जिकडं तिकडं । तुझी मुखे असती प्रचंड ।
असे दरीत सिंह न मावती उदंड ।
तसे तुझ्या मुखी भयानक दात ॥३४४॥
जैसें काळरात्रीचेनि अंधारें । उल्हासत निघतीं संहारखेंचरें ।
तैसिया वदनीं प्रळयरुधिरें । काटलिया दाढा ॥३४५॥
काळरात्रीच्या अंधारात । पिशाच्चे उल्हासाने विनाशा निघतात ।
तशा रक्ताने माखलेल्या दाढा दिसतात । तुझ्या मुखात ॥३४५॥
हें असो काळें अवंतिलें रण । कां सर्व संहारें मातलें मरण ।
तैसें अतिभिंगुळवाणेंपण । वदनीं तुझिये ॥३४६॥
काळाने युद्धाला आमंत्रण द्यावे । संहाराने मरण मोजावे ।
तसे तुझ्या मुखात दिसावे । भयानकपण ॥३४६॥
हे बापुडी लोकसृष्टी । मोटकीये विपाइली दिठी ।
आणि दुःखकालिंदीचिया तटीं । झाड होऊनि ठेली ॥३४७॥
ही विचारी लोकसृष्टी । उदासीन होऊन कष्टी ।
दुःखी होऊन यमुना तटी । झाडाप्रमाणे बसली आहे ॥३४७॥
तुज महामृत्यूचिया सागरीं ।
आतां हे त्रैलोक्य जीविताची तरी ।
शोकदुर्वातलहरी । आंदोळत असे ॥३४८॥
तू महामृत्यूचा सागर अनंत । त्रैलोक्याची जीवननौका त्यात ।
शोकाच्या वाऱ्याने हेलकावे खात । त्या सागरी ॥३४८॥
एथ कोपोनि जरी वैकुंठें । ऐसें हन म्हणिपैल अवचटें ।
जें तुज लोकांचें काई वाटे? । तूं ध्यानसुख हें भोगीं ॥३४९॥
राग येऊन माझ्या बोलण्याचा । श्रीकृष्ण म्हणतील साचा ।
तुला का विचार लोकांचा ।
तू माझ्या रूपाचे ध्यानसुख घे ॥३४९॥
तरी जी लोकांचें कीर साधारण । वायां आड सूतसे वोडण ।
केवीं सहसा म्हणे प्राण । माझेचि कांपती ॥३५०॥
एकदम कसे बोलावे? । जगाचे दुःख मध्ये घालावे ।
आड पडद्यासम ते उभे करावे ।
कारण जिवा कंप सुटला आहे ॥३५०॥
ज्या मज संहाररुद्र वासिपे । ज्या मजभेणें मृत्यु लपे ।
तो मी एथें अहाळबाहळीं कांपें । ऐसें तुवां केलें ॥३५१॥
संहारक रुद्र भितो मजला । मृत्यू घाबरून लपून बसला ।
त्या माझा अंतर्बाह्य थरकाप झाला । असे तुम्ही केले ॥३५१॥

परि नवल बापा हे महामारी । इया नाम विश्वरूप जरी ।
हे भ्यासुरपणें हारी । भयासि आणी ॥३५२॥
ही एक महामारी । नवल याचे नाव विश्वरूप जरी ।
भयासही पाठवे माघारी । विकराळ स्वरूपाने ॥३५२॥
ठेलीं महाकाळेंसि हटेंतटें । तैसी कितीएकें मुखें रागिटें ।
इहीं वाढोनियां धाकुटें । आकाश केलें ॥३५३॥
ही क्रोधित मुखे काही । महाकाळाशी लढत राही ।
ठेंगणे करती आकाशाही । मोठेपणाने ॥३५३॥
गगनाचेंनि वाडपणें नाकळे ।
त्रिभुवनींचियाही वारिया न वेंटाळे ।
ययाचेनि वाफा आगी जळे ।
कैसें धडाडीत असे ॥३५४॥
ही आकाशा न कळती । त्रैलोक्य वाऱ्या न आकळती ।
ज्या मुखातील वाफेने अग्नी जळती ।
तिथे अग्नीचे लोळ कसे येती? ॥३५४॥
तेवींचि एकसारिखें एक नोहे ।
एथ वर्णावर्णाचा भेदु आहे ।
हो कां जें प्रळयीं सावावो लाहे । वन्ही ययाचा ॥३५५॥
हा एकासारखा एक नसतो । रंगारंगात भेद दिसतो ।
अग्नी देखील साहाय्य घेतो । यांचे प्रलयावेळी ॥३५५॥
जयाचिये आंगींची दीप्ती येवढी । जे त्रैलोक्य कीजे राखोंडी ।
कीं तयाही तोंडें आणि तोंडीं । दांत दाढा ॥३५६॥
या अंगी तेज किती ते । त्रैलोक्याची राख करते ।
प्रत्येकाला तोंड असते । त्यात दात व दाढाही ॥३५६॥
कैसा वारया धनुर्वात चढला । समुद्र कीं महापुरीं पडिला ।
विषाग्नि मारा प्रवर्तला । वडवानळासी ॥३५७॥
जसा वाऱ्याला धनुर्वात व्हावा । समुद्र महापुरी पडावा ।
विषाग्नीने नाश करावा । वडवानलाचा ॥३५७॥
हळाहळ आगी पियालें । नवल मरण मारा प्रवर्तलें ।
तैसें संहारतेजा या जाहलें । वदन देखा ॥३५८॥
अग्नीने जसे विष प्यावे । मरणाने मृत्यूला तयार व्हावे ।
तसे या संहारकाचे दिसावे । मुख भयानक ॥३५८॥
परी कोणें मानें विशाळ । जैसें तुटलिया अंतराळ ।
आकाशासि कव्हळ । पडोनि ठेलें ॥३५९॥
या मुखांची विशालता किती । जसे आकाश तुटून पडती ।
आकाशात निर्माण होती । खिंड (पोकळी) ॥३५९॥

नातरी काखे सूनि वसुंधरी । जैं हिरण्याक्षु रिगाला विवरीं ।
तैं उघडले हाटकेश्वरीं । जेवीं पाताळकुहर ॥३६०॥
जसे पृथ्वी काखेत घेऊन । हिरण्याक्ष पाताळात जाई पाहून ।
तेव्हा पाताळ विवर राही उघडून । हटकेश्वर ॥३६०॥
तैसा वक्त्रांचा विकाशु । माजीं जिव्हांचा आगळाचि आवेशु ।
विश्व न पुरे म्हणौनि घांसु । न भरीचि कोंडें ॥३६१॥
मुखांचा विस्तार विशाल । जिभेचा आवेश विकराल ।
घासाला विश्व न पुरे सकल ।
म्हणून देव घास न खाई ॥३६१॥
आणि पाताळव्याळांचिया फूत्कारीं ।
गरळज्वाळा लागती अंबरीं ।
तैसी पसरलिये वदनदरी- । माजीं हे जिव्हा ॥३६२॥
पाताळसर्पाच्या फुत्कारा सरशी ।
विषाच्या ज्वाला पोहोचती आकाशी ।
ही जिव्हा भासते तशी । मुखाच्या दरीत ॥३६२॥
काढूनि प्रळयविजूंचीं जुंबाडें । जैसें पन्नासिलें गगनाचे हुडे ।
तैसे आवाळुवांवरी आंकडे । धगधगीत दाढांचे ॥३६३॥
प्रलयकाळातील समुदाय विजांचे । सजवती किल्ले गगनांचे ।
तसे ओठाबाहेर दाढांचे । तीक्ष्ण टोक दिसे ॥३६३॥
आणि ललाटपटाचिये खोळे । कैसें भयातें भेडवितातीं डोळे ।
हो कां जे महामृत्यूचे उमाळे । कडवसां राहिले ॥३६४॥
कपाळाच्या खाली खोळे । भया भिववणारे डोळे ।
जणू महामृत्यूचे उमाळे । अंधारात दडले ॥३६४॥
ऐसें वाऊनि भयाचें भोज । एथ काय निपजवूं पाहातोसि काज ।
तें नेणों परी मज । मरणभय आलें ॥३६५॥
भितीची कौतुके अशी । काय निर्माण करू पाहसी? ।
न कळे मज मानसी । भय वाटे ॥३६५॥
देवा विश्वरूप पहावयाचे डोहळे ।
केले तिये पावलों प्रतिफळें ।
बापा देखिलासि आतां डोळे । निवावे तैसे निवाले ॥३६६॥
विश्वरूपाची इच्छा होती । त्याप्रमाणे झाली फळप्राप्ती ।
तुला पाहून लाभली शांती । डोळे निवाले ॥३६६॥
अहो देहो पार्थिव कीर जाये । ययाची काकुळती कवणा आहे ।
परि आतां चैतन्य माझें विपायें । वांचे कीं न वांचे ॥३६७॥
हा देह मातीचा बनला । त्याची चिंता कोणाला? ।
माझे चैतन्य वाटे मला । राहील की न राहील ॥३६७॥

एऱ्हवीं भयास्तव आंग कांपे । नावेक आगळें तरी मन तापे ।
अथवा बुद्धिही वासिपे । अभिमानु विसरिजे ।।३६८।।
भयाने देह कापतो । मनाला त्रास होतो ।
अभिमान विसरतो । बुद्धी दचकते ।।३६८।।
परी येतुलियाही वेगळा । जो केवळ आनंदैककळा ।
तया अंतरात्मयाही निश्चळा । शियारी आली ।।३६९।।
या सर्वांहून निराळा तो । आनंदाचा अंश असतो ।
त्यालाही शहारा येतो । अंगावरी ।।३६९।।
बाप साक्षात्काराचा वेधु । कैसा देशधडी केला बोधु ।
हा गुरुशिष्यसंबंधु । विपायें नांदे ।।३७०।।
साक्षात्काराचा छंद करता । ज्ञान देशोधडीस लागता ।
असा गुरु-शिष्य संबंध पाहता । क्वचित असेल ।।३७०।।
देवा तुझ्या ये दर्शनीं ।
जें वैकल्य उपजलें आहे अंतःकरणीं ।
तें सावरावयालागीं गंवसणी ।
धैर्याची करितसें ।।३७१।।
तुझ्या विश्वरूप दर्शनानी । विफलता आली मनी ।
त्याला सावरण्याप्रयत्नी । मी धीर देतो आहे ।।३७१।।
तंव माझेनि नामें धैर्य हारपलें ।
कीं तयाहीवरी विश्वरूपदर्शन जाहलें ।
हें असो परि मज भलें आतुडविलें । उपदेशा इया ।।३७२।।
माझे धैर्य हरपले । तरी विश्वरूप पाहिले ।
तुम्ही मला गुंतवले । गीता उपदेशात ।।३७२।।
जीव विसंवावयाचिया चाडा ।
सैंघ धांवाधांवी करितसे बापुडा ।
परि सोयही कवणेंकडां । न लभे एथ ।।३७३।।
विश्रांती घेण्याच्या इच्छेने । जीव धावतो केविलवाणे ।
त्याला आश्रय न मिळे जाणे । विश्रांतीसाठी ।।३७३।।
ऐसें विश्वरूपाचिया महामारी । जीवित्व गेलें आहें चराचरीं ।
जी न बोलें तरि काय करीं । कैसेनि राहें? ।।३७४।।
अशी विश्वरूपाची महामारी । चैतन्य हरपले चराचरी ।
न बोलावे काय करावे तरी । जगावे कसे? ।।३७४।।
पैं अखंड डोळ्यांपुढें । फुटलें जैसें महाभयाचें भांडें ।
तैशीं तुझीं मुखें वितंडें । पसरलीं देखें ।।३७५।।
पण अखंड डोळ्यांपुढे । महाभयाचे फुटावे भांडे ।
तशी तुझी मुखे उदंडे । पसरली आहेत ।।३७५।।

असो दांत दाढांची दाटी । न झांकवे मा दों दों वोठीं ।
सैंघ प्रळयशस्त्रांचिया दाट कांटी । लागलिया जैशा ।।३७६।।
दात-दाढांची दाटी । झाकली जाते दोन्ही ओठी ।
प्रलय शस्त्रांची कुंपण काठी । जशी लावली ।।३७६।।
जैसें तक्षका विष भरलें । हो कां जे काळरात्रीं भूत संचरलें ।
कीं आग्नेयास्त्र परजिलें । वज्राग्नि जैसें ।।३७७।।
जणू तक्षकातोंडी विष भरले । काळरात्री भूत संचारले ।
किंवा अग्नेयास्त्र परजले । वज्राग्नीने ।।३७७।।
तैशीं तुझीं वक्त्रें प्रचंडें । वरि आवेश हा बाहेरी वोसंडे ।
आले मरणरसाचे लोंढे । आम्हांवरी ।।३७८।।
तशी तुझी प्रचंड तोंडे । आवेश बाहेर ओसंडे ।
जसे मरणरसाचे लोंढे । वाहत आहेत ।।३७८।।
संहारसमयींचा चंडानिळु । आणि महाकल्पांत प्रळयानळु ।
या दोहीं जैं होय मेळु । तैं काय एक न जळे? ।।३७९।।
प्रलयाग्नी जो येई संहारा । महाकल्पांतीचा वारा ।
हे दोन्ही एकत्र येता विचारा । काय न जळते? ।।३७९।।
तैसीं संहारकें तुझीं मुखें । देखोनि धीरु कां आम्हां पारुखे? ।
आतां भुललों मी दिशा न देखें । आपणपें नेणें ।।३८०।।
तशी भयंकर तुझी मुखे । पाहुनी धैर्य झाले पारखे ।
दिशा कळेनात कुठे देखे । मी कोण तेही कळेना ।।३८०।।
मोटकें विश्वरूप डोळां देखिलें । आणि सुखाचें अवर्षण पडिलें ।
आतां जापाणीं जापाणीं आपुलें । अस्ताव्यस्त हें ।।३८१।।
तुमचे विश्वरूप पाहिता डोळा । तोच सुखाचा दुष्काळ झाला ।
आता तुझ्या विश्वरूपाला । आवरते घे ।।३८१।।
ऐसें करिसी म्हणौनि जरी जाणें ।
तरी हे गोष्टी सांगावीं कां मी म्हणें ।
आतां एक वेळ वांचवी जी प्राणें ।
या स्वरूपप्रळयापासोनि ।।३८२।।
असे करशील असते कळले । तर गोष्ट सांग नसते म्हटले ।
आता माझे प्राण वाचव भले । या विश्वरूपप्रलयापासून ।।३८२।।
जरी तूं गोसावी आमुचा अनंता ।
तरी सुईं वोडण माझिया जीविता ।
सांटवीं पसारा हा मागुता । महामारीचा ।।३८३।।
तू आमचा स्वामी असशी । मजलागी कृपेची ढाल धरिसी ।
पुन्हा तसाच साठवून घेसी ।
तुझ्या रूपाच्या महामारीचा पसारा ।।३८३।।

आइकें सकळ देवांचिया परदेवते । तुवां चैतन्यें गा विश्व वसतें ।
तें विसरलासी हें उपरतें । संहारूं आदरिलें ।।३८४।।

हे देवांच्याही देवते । तुझ्या चैतन्ये विश्व वसते ।
हे विसरून तू जगाते । संहार सुरू केलास ।।३८४।।

म्हणौनि वेगीं प्रसन्न होईं देवराया । संहरीं संहरीं आपुली माया ।
काढीं मातें महाभया– । पासोनियां ।।३८५।।

म्हणून हे देवा लवकर प्रसन्न होसी ।
आपली माया आवरून घेसी ।
मला बाहेर काढसी । या महाभयातून ।।३८५।।

हा ठायवरी पुढतपुढतीं । तूंतें म्हणिजे बहुवा काकुळती ।
ऐसा मी विश्वमूर्ती । भेडका जाहलों ।।३८६।।

इतका वेळ तुझ्या पुढती । विनवितो येऊन का काकुळती ।
कारण वाटते मला भीती । या विश्वरूपाची ।।३८६।।

जैं अमरावतीये आला धाडा । तैं म्यां एकलेनि केला उवेडा ।
जो मी काळाचियाही तोंडा । वासिपु न धरीं ।।३८७।।

अमरावतीवरचे दैत्यांचे आक्रमण । मी एकट्याने लावले परतून ।
कळिकाळालाही घाबरून । मी राहिलो नाही ।।३८७।।

परी तया आंतुल नव्हे हें देवा ।
एथ मृत्यूसही करूनि चढावा ।
तुवां आमुचाचि घोटू भरावा ।
या सकळ विश्वेंसीं ।।३८८।।

हा त्यातला प्रकार नाही । मृत्यूवर करून चढाई ।
आमचाच घास होऊ पाही । असा भयंकर प्रसंग ।।३८८।।

कैसा नव्हता प्रळयाचा वेळु । गोखा तूंचि मिनलासि काळु ।
बापुडा हा त्रिभुवनगोळु । अल्पायु जाहला ।।३८९।।

प्रलयाची वेळ नसता असा ।
तू काळाला प्राप्त झालास कसा? ।
हा बिचारा त्रिभुवन गोल जसा । अल्पायुषी झाला ।।३८९।।

अहा भाग्या विपरीता । विघ्न उठिलें शांत करितां ।
कटाकटा विश्व गेलें आतां । तूं लागलासि ग्रासूं ।।३९०।।

हे भाग्य विपरीत झाले । शांतीऐवजी विघ्न आले ।
विश्वही आता बुडू लागले । तू ग्रासलेस त्याला ।।३९०।।

हें नव्हे मा रोकडें । सैंघ पसरूनियां तोंडें ।
कवळितासि चहूंकडे । सैन्यें इयें ।।३९१।।

आपली विशाल मुखे पसरून । सैन्य गिळतोस चहूकडून
हे येते मला प्रत्यक्ष दिसून । मी पाहतो आहे ।।३९१।।

नोहेति? हे कौरवकुळींचे वीर । आंधळिया धृतराष्ट्राचे कुमर ।
हे गेले गेले सहपरिवार । तुझिया वदनीं ।।३९२।।

हे कौरवांच्या कुळातील वीर । नेत्रहीन धृतराष्ट्राचे कुमार ।
हे गेले गेले सपरिवार । तुझ्या तोंडात ।।३९२।।

आणि जे जे यांचेनि सावायें । आले देशोदेशींचे राये ।
तयांचें सांगावया जावों न लाहे ।
ऐसें सरकटित आहासी ।।३९३।।

कौरवांच्या सहायार्थ इथे जे । देशोदेशीचे आले राजे ।
कोणी न उरले सांगावा देती जे ।
तू सगळ्यांना गिळतो आहेस ।।३९३।।

मदमुखाचिया संघटा । घेत आहासि घटघटां ।
आरणीं हन थाटा । देतासि मिठी ।।३९४।।

गंडस्थळी मद असलेले हत्तींचे कळप ।
गटागटा तू आहेस गिळत ।
जे सैन्य पसरले रणक्षेत्रात ।
त्यांना मिठी मारतो आहेस ।।३९४।।

जंत्रावरिचील मार । पदातींचे मोगर ।
मुखाआंत भार । हारपताति मा ।।३९५।।

यंत्रावरील तोफा अन् सैन्य । पायदळांचे समुदाय ।
तुझ्या मुखाचे आत लय । त्यांचा होत आहे ।।३९५।।

कृतांताचिया जावळी । जें एकचि विश्वातें गिळी ।
तियें कोटीवरी सगळीं । गिळितासि शस्त्रें ।।३९६।।

जे यमाचे भावंड आहे । एकच शस्त्र जे विश्वा गिळू पाहे ।
अशी कोट्यावधी शस्त्रे राहे । तू गिळलीस ।।३९६।।

चतुरंगा परिवारा । संजोडियां रहंवरां ।
दांत न लाविसी मा परमेश्वरा । कसा तुष्टलासि बरवा ।।३९७।।

सारा चतुरंग परिवार । रथाला जोडलेले घोडे व स्वार ।
हात न लावता करी स्वाहाकार । संतुष्ट झाला आहेस? ।।३९७।।

हां गा भीष्माऐसा कवणु । सत्यशौर्यनिपुणु ।
तोही आणि ब्राह्मण द्रोणु । ग्रासिलासि कटकटा ।।३९८।।

भीष्मासम दुसरा कोण? । सत्य अन् शौर्य यांत निपुण ।
ते आणि द्रोणाचार्यासम ब्राह्मण । तेही तू गिळलेस ।।३९८।।

अहा सहस्रकराचा कुमरु । एथ गेला गेला कर्णवीरु ।
आणि आमुचिया आधवयांचा केरु । फेडिला देखें ।।३९९।।

सहस्ररश्मी सूर्याचा कुमार । हा गेला कर्ण शूरवीर ।
आमच्या योद्ध्यांचा तर केर । तू झाडून टाकलास ।।३९९।।

कटकटा धातया । कैसें जाहलें अनुग्रहा यया ।
मियां प्रार्थूनि जगा बापुडिया । आणिलें मरण ।।४००।।

हे विधात्या तू विश्वनिर्माता असशी ।
अनुग्रहाचे हे काय झाले पाहसी ।
मी विश्वदर्शनाची करून असोशी ।
विश्वाचे मरण आणले ।।४००।।

मागां थोडिया बहुवा उपपत्ती । येणें सांगितलिया विभूती ।
तैसा नसेचि मा पुढती । बैसलों पुसों ।।४०१।।

मागे थोड्या बहुत मार्गानं । विभूतींचे केलेस कथन ।
ते तसे नसेल असं समजून । मी विचारले ।।४०१।।

म्हणौनि भोग्य तें त्रिशुद्धी न चुके ।
आणि बुद्धिही होणारासारिखी ठाके ।
माझ्या कपाळीं पिटावें लोकें । तें लोटेल कांह्यां ।।४०२।।

दैवातला भोग चुकत नाही । तशीच होत जाते बुद्धीही ।
दोषांचे आरोप असतील कपाळीही ।
तर ते कसे चुकतील? ।।४०२।।

पूर्वीं अमृतही हातां आलें । परी देव नसतीचि उगले ।
मग काळकूट उठविलें । शेवटीं जैसें ।।४०३।।

अमृत हाती आले तरीही । देव थांबले नाही ।
शेवटी हाती आलेही । कालकूट विष ।।४०३।।

परी तें एकबगीं थोडें । केलिया प्रतिकारामाजिवडें ।
आणि तिये अवसरीचें तें सांकडें ।
निस्तरविलें शंभू ।।४०४।।

एका परीने ते थोडे होते । त्याचे निराकरण शक्य होते ।
तसे ते शंकराने निवारले होते । संकट ।।४०४।।

आतां हा जळतां वारा कें वेंटाळे? ।
कोणा हे विषा भरलें गगन गिळे? ।
महाकाळेंसि कें खेळें? ।
आंगवत असे ।।४०५।।

आता हा जळता वारा कोण सांभाळे? ।
विष भरले गगन कोण गिळे? ।
महाकाळासी कोण खेळे? । अवघड हे कार्य ।।४०५।।

ऐसा अर्जुन दुःखें शिणतु । शोचित असे जिवाआंतु ।
परी न देखें तो प्रस्तुतु । अभिप्राय देवाचा ।।४०६।।

असा अर्जुन दुःखी झाला । मनात शोक करत राहिला ।
पण यात न कळे त्याला । देवाचा अभिप्राय ।।४०६।।

जे मी मारिता हे कौरव मरते ।
ऐसेनि वेंटाळिला होता मोहें बहुतें ।
तो फेडावयालागीं अनंतें ।
हें दाखविलें निज ।।४०७।।

मी मारता कौरव मेले । या मोहाने मन व्यापले ।
ते मला भरावे लागले । असे त्याला वाटले ।।४०७।।

अरे कोण्ही कोणातें न मारी । एथ मीचि हो सर्व संहारीं ।
हें विश्वरूपव्याजें हरी । प्रकटित असे ।।४०८।।

कोणी कोणा न मारी । इथे मीच विश्व संहारी ।
हा सिद्धान्त कृष्ण हरी । प्रगट करतो ।।४०८।।

परी वायांचि व्याकुलता । ते न चोजवेचि पंडुसुता ।
मग अहा कंपु नव्हता । वाढवित असे ।।४०९।।

हे न कळल्याने अर्जुन । दुःखाने व्याकूळ होऊन ।
नसले ते भय निष्कारण । वाढवत होता ।।४०९।।

तेथ म्हणे पाहा हो एके वेळे । सासिकवचेंसि दोन्ही दळें ।
वदनीं गेलीं आभाळें । गगनीं कां जैसीं ।।४१०।।

तो म्हणे पहा एकवेळ असे झाले ।
धनुष्य कवचासह दोन्ही दले ।
तुझ्या मुखी गायब झाले ।
जसे आकाशी ढग नाहीसे होती ।।४१०।।

कां महाकल्पाचिया शेवटीं । जैं कृतांतु कोपला होय सृष्टी ।
तैं एकविसांही स्वर्गां मिठी । पाताळासकट दे ।।४११।।

किंवा महाप्रलयाचा अंत येतो । यम सृष्टीवर संतापतो ।
मग एकवीस स्वर्ग ग्रासून टाकतो । पाताळासह ।।४११।।

नातरी उदासीनें दैवें । संचकाचीं वैभवें ।
जेथींचीं तेथ स्वभावें । विलया जाती ।।४१२।।

किंवा दैव प्रतिकूल असता । साठवलेले वैभव स्वभावता ।
नाहीसे होऊनी जाता । जिथल्या तिथे ।।४१२।।

तैसीं सासिन्नलीं सैन्यें एकवटें । इये मुखीं जाहलीं प्रविष्टें ।
परी एकही तोंडौनि न सुटे । कैसें कर्म देखा ।।४१३।।

तसे इथे जे सैन्य जमले । मुखात शिरून गेले ।
एकही बाहेर न आले । कसे कर्म पाहा ।।४१३।।

अशोकाचे अंगवसे । चघळिले कन्हेनि जैसे ।
लोक वक्त्रामाजीं तैसे । वायां गेले ।।४१४।।

जसे अशोकाचे कोंब कोवळे । उंदरानी चघळून टाकले ।
तसे हे लोक वाया गेले । विश्वरूपाच्या तोंडात ।।४१४।।

परि सिसाळें मुकुटेंसीं । पडिली दाढांचे सांडसीं ।
पीठ होत कैसीं । दिसत आहाती ।।४१५।।
मुकुटासह सैनिकांची मस्तके ती । दाढांच्या चिमटीत सापडती ।
मला स्पष्ट ती दिसती । त्यांचे पीठ होताना ।।४१५।।
तियें रत्नें दांतांचिये सवडीं । कूट लागलें जिभेच्या बुडीं ।
कांहीं कांहीं आगरडीं । द्रंष्ट्रांचीं माखलीं ।।४१६।।
कांही रत्ने दातांच्या फटीत अडकली ।
काही चुरा होऊन जिभेखाली गेली ।
काहींच्या चूर्णाने माखली ।
दातांची टोके ।।४१६।।
हो कां जे विश्वरूपें काळें । ग्रासिलीं लोकांचीं शरीरें बळें ।
परि जीवित्व देहींचीं सिसाळें । अवश्य कीं राखिलीं ।।४१७।।
विश्वरूप काळाने गिळली । लोकांची शरीरे सगळी ।
शरीरांची मस्तके ठेवली । अवश्य राखून ।।४१७।।
तैसीं शरीरामाजीं चोखडीं । इयें उत्तमांगें होतीं फुडीं ।
म्हणौनि महाकाळाचियाही तोंडीं । परि उरलीं शेखीं ।।४१८।।
मस्तक शुद्ध असती । उत्तम अंगे राहती ।
महाकालाच्या तोंडी जाऊन शेवटी । शिल्लक राहिली ।।४१८।।
मग म्हणे हें काई । जन्मलयां आन मोहरचि नाहीं ।
जग आपैसेंचि वदनडोहीं । संचारताहे ।।४१९।।
अर्जुन म्हणे हे काय? । जन्मल्याला दुसरी गती नाही काय? ।
या वदनाच्या डोहात जाय । बुडत आपोआप ।।४१९।।
यया आपेंआप आघविया सृष्टी ।
लागलिया आहाति वदनाच्या वाटीं ।
आणि हा जेथिंचिया तेथ मिठी ।
देतसे उगला ।।४२०।।
आपोआप ही अवघी सृष्टी । मुखात जात असे शेवटी ।
तरी हा जगा घालतो मिठी । स्तब्ध राहून ।।४२०।।
ब्रह्मादिक समस्त । उंचा मुखामाजीं धांवत ।
येर सामान्य हे भरत । ऐलीच वदनीं ।।४२१।।
ब्रह्मा वगैरे देव समस्त । उंच मुखामध्ये जात ।
सामान्य लोक आहेत पडत । खालच्या मुखात ।।४२१।।
आणीकही भूतजात । तें उपजलेचि ठायीं ग्रासित ।
परि याचिया मुखा निभ्रांत । न सुटेचि कांहीं ।।४२२।।
इतर आणखी प्राणी । निर्माण झालेल्या ठिकाणी ।
जात राहती मुखातूनी । कोणीच न सुटे ।।४२२।।

जैसे महानदीचे वोघ । वहिले ठाकिती समुद्राचें आंग ।
तैसें आघवाचिकडूनि जग । प्रवेशत मुखीं ।।४२३।।
मोठ्या नद्यांचे प्रवाह जसे । समुद्रास येऊन मिळती तसे ।
सर्व बाजूंनी हे जग असे । तुझ्या मुखी प्रवेशते आहे ।।४२३।।
आयुष्यपंथें प्राणिगणी । करोनि अहोरात्रांची मोवणी ।
वेगें वक्त्रामिळणीं । साधिजत आहाती ।।४२४।।
सर्व प्राणी आयुष्याच्या मार्गाने । पायऱ्या चढून अहोरात्रपणे ।
तुझ्या मुखांशी त्वरेने । सोयरीक साधत आहेत ।।४२४।।
जळतया गिरीच्या गवखा– । माजीं घापती पतंगाचिया झाका ।
तैसे समग्र लोक देखा । इये वदनीं पडती ।।४२५।।
डोंगरात वणवे लागले असती । पतंग दरीत उडी घालती ।
तसे सर्व लोक येऊन पडती । तुझ्या मुखात ।।४२५।।
परि जेतुलें येथ प्रवेशलें ।
तें तातलिया लोहें पाणीचि पां गिळिलें ।
वहवटींहि पुसिलें ।
नामरूप तयांचें ।।४२६।।
जे प्राणी जाती तुझ्या मुखांत । त्यांची नावे पुसली जात ।
जसे पाणी शोषते लोखंड तप्त । तसे झाले ।।४२६।।
आणि येतुलाही आरोगण । करितां भुके नाहीं उणेपण ।
कैसें दीपन असाधारण । उदयलें यया ।।४२७।।
सर्व जगाचे भक्षण करूनही । तुझी भूक कमी होत नाही ।।
तुझा जठराग्नी प्रदीप्तपणे ही । उदयाला आला ।।४२७।।
जैसा रोगिया ज्वराहूनि उठिला । का भणगा दुकाळु पाहला ।
तैसा जिभांचा लळलळाटु देखिला ।
आवाळुवें चाटितां ।।४२८।।
रोगी आजारातून उठला । किंवा दुष्काळ संपला ।
की जिभेचा लाळघोटा वाढला ।
तसे जिभा चाटत आहात ।।४२८।।
तैसें आहाराचे नांवें कांहीं । तोंडापासूनि उरलेंचि नाहीं ।
कैसी समसमीत नवाई । भुकेलेपणाची ।।४२९।।
आहार असो कोणताही । काही शिल्लक उरले नाही ।
तशी खमंग पदार्थांची नवलाई । भुकेतून दिसते ।।४२९।।
काय सागराचा घोंटु भरावा? । कीं पर्वताचा घांसु करावा? ।
ब्रह्मकटाहो घालावा । आघवाचि दाढे ।।४३०।।
सागर एका घोटात प्यावा । किंवा पर्वताचा घास करावा ।
ब्रह्मांडाचाही घास घालावा । दाढेखाली ।।४३०।।

दिशा सगळियाचि गिळाविया । चांदिणिया चाटूनि घ्याविया ।
ऐसें वर्तत आहे साविया । लोलुप्य बा तुझें ॥४३१॥
दिशा सगळ्याच गिळाव्या । चांदण्या चाटून खाव्या ।
तसे तुझे वर्तन पाहावया । हावेचे दिसते ॥४३१॥
जैसा भोगीं कामु वाढे । कां इंधनें आगीसि हाकाक चढे ।
तैसी खातखातांचि तोंडें । खाखांतें ठेलीं ॥४३२॥
विषयभोगाने इच्छा वाढते । लाकडाने अग्नीचे सामर्थ्य वाढते ।
तसे खाल्ले तरी खात राहते । तुझ्या मुखांचे समुदाय ॥४३२॥
कैसें एकचि केवढें पसरलें । त्रिभुवन जिव्हाग्रीं आहे टेकलें ।
जैसें कां कवीठ घातलें । वडवानळीं ॥४३३॥
तुझे मुख असे पसरले । की जिव्हाग्री त्रैलोक्य टेकले ।
जसे मुखात कवठ टाकले । वडवानलाच्या ॥४३३॥
ऐसीं अपार वदनें । आतां येतुलीं कैंचीं त्रिभुवनें ।
कां आहारु न मिळतां येणें मानें । वाढविलीं सैंघ ॥४३४॥
तुझी मुखे अनेक दिसती । इतकी त्रिभुवने कोठे असती? ।
का एवढी मुखे निर्मिती? । खाण्या काही नसता? ॥४३४॥
अगा हा लोकु बापुडा । जाहला वदनज्वाळां वरपडा ।
जैसी वणवेयाचिया वेढां । सांपडती मृगें ॥४३५॥
तुझ्या विशाल मुखांच्या ज्वालांत । सापडले संपूर्ण जगत ।
जसे वणव्याच्या वेढ्यात । हरणे सापडती ॥४३५॥
आतां तैसें यां विश्वा जाहालें । देव नव्हे हें कर्म आलें ।
कां जग चळचळां पांगिलें । काळजाळें ॥४३६॥
तसे या विश्वाचे झाले । देवता नव्हे कर्म आडवे आले ।
जगाच्या जलचरा अडकवले । काळरूपी जाळ्यात ॥४३६॥
आतां इये अंगप्रभेचिये वागुरे । कोणीकडूनि निगिजैल चराचरें ।
हीं वक्त्रें नोहेती जोहारें । वोडवलीं जगा ॥४३७॥
आता या तेजाच्या जाळ्यातून । चराचर निघेल कोणीकडून? ।
ही देवाची मुखे नसून । लाखेची घरे आहेत ॥४३७॥
आगी आपुलेनि दाहकपणें । कैसेनि पोळिजे तें नेणे ।
परी जया लागे तया प्राणें । सुटिकाची नाहीं ॥४३८॥
अग्नी आपल्या दाहकतेने । कोण कसे जळते ते न जाणे ।
पण ज्या स्पर्शतो त्याच्या प्राणे । सुटका नाही ॥४३८॥
नातरी माझेनि तिखटपणें । कैसें निवटे हें शस्त्र कायि जाणें ।
कां आपुलियां मारा नेणें । विष जैसें ॥४३९॥
शस्त्राला माहीत नसते । तीक्ष्ण धारेने मरण कसे येते ।
विष स्वतः जाणत नसते । आपला प्राणघातकपणा ॥४३९॥

तैसी तुज कांहीं । आपुलिया उग्रपणाची सेचि नाहीं ।
परी ऐलीकडिले मुखीं खाई । हो सरली जगाची ॥४४०॥
तसे देवा तुज काही । तुझ्या उग्रपणाची जाणीव नाही ।
या अलीकडच्या मुखात होई । सर्व जगाचा नाश ॥४४०॥
अगा आत्मा तूं एकु । सकळ विश्वव्यापकु ।
तरी कां आम्हां अंतकु । तैसा वोडवलासी? ॥४४१॥
देवा तू आत्मा एक । सकल विश्व व्यापक ।
तरी आमचा प्राण घातक । तू यम ठरतोस? ॥४४१॥
तरी मियां सांडिली जीवित्वाची चाड । आणि तुवांही न धरावी भीड । मनीं आहे तें उघड । बोल पां सुखें ॥४४२॥
मी माझ्या जीवाची सोडली चाड । तूही धरू नकोस भीड ।
सांग तू सारे उघड । जे तुझ्या मनी ॥४४२॥
किती वाढविसी या उग्ररूपा । आंगींचें भगवंतपण आठवीं बापा ।
नाहीं तरी कृपा । मजपुरती पाही ॥४४३॥
हे उग्र रूप किती वाढविसी । तुझे देवपण आठविसी ।
नपेक्षा माझ्या सरसी । कृपा कर ॥४४३॥
तरी एक वेळ वेदवेद्या । जी त्रिभुवनैक आद्या ।
विनवणी विश्ववंद्या । आइकें माझी ॥४४४॥
वेद ज्याला जाणून राहे । त्रिभुवना आधी आहे ।
जो विश्वाला वंद्य आहे । तो तू माझी विनंती ऐक ॥४४४॥
ऐसें बोलोनि वीरें । चरण नमस्कारिलें शिरें ।
मग म्हणें तरी सर्वेश्वरें । अवधारिजो ॥४४५॥
असे बोलून शूरवीर अर्जुन । चरणावर मस्तक ठेवून ।
म्हणे घ्यावे माझे ऐकून । हे सर्वेश्वरा ॥४४५॥
मियां होआवया समाधान । जी पुसिलें विश्वरूपध्यान ।
आणि एकेंचि काळें त्रिभुवन । गिळितुचि उठिलासी ॥४४६॥
माझ्या समाधानाचा विचार । तुम्ही घेतला विश्वरूप अवतार ।
त्रिभुवन गिळण्या हे भयंकर । रूप धारण केलेत? ॥४४६॥
तरी तूं कोण कां येतुलीं । इयें भ्यासुरें मुखें कां मेळविलीं ।
आघवियाचि करीं परिजिलीं । शस्त्रें कांह्या ॥४४७॥
तरी तू कोण असशी? । इतुके भयानक रूप का दाविसी ।
हातात का धरसी । शस्त्रे परजून? ॥४४७॥
जी जंव तंव रागीटपणें । वाढोनि गगना आणितोसि उणें ।
कां डोळे करूनि भिंगुळवाणे । भेडसावीत आहासी ॥४४८॥
आपण क्रोधात येऊन । आकाशा कमीपणा आणून ।
आमच्यावर डोळे वटारून । भीती का दाखवता? ॥४४८॥

एथ कृतांतेंसि देवा । कासया किजतसे हेवा ।
हा आपुला तुवां सांगावा । अभिप्राय मज ।।४४९।।
सर्वनाश करणाऱ्या यमाशी । का स्पर्धा करिसी? ।
यात कोणता हेतू धरिसी । सांगावे मज ।।४४९।।
या बोला म्हणे अनंतु । मी कोण हें आहासी पुसतु ।
आणि कायिसयालागीं असे वाढतु । उग्रतेसी ।।४५०।।
हे ऐकून बोले श्रीकृष्ण । विचारत आहेस मी कोण? ।
वाढवले मी का उग्रपण । एवढे? ।।४५०।।
तरी मी काळु गा हें फुडें । लोक संहारावयालागीं वाढें ।
सैंघ पसरिलीं आहातीं तोंडें । आतां ग्रासीन हें आघवें ।।४५१।।
मी खरेच काळ आहे अर्जुन । लोकसंहारा वाढलो हे जाण ।
पुष्कळ पसरले आहेत माझे वदन । सर्वांना गिळून टाकीन ।।४५१।।
एथ अर्जुन म्हणे कटकटा । उबगिलों मागिल्या संकटा ।
म्हणौनि आळविला तंव वोखटा । उवाइला हा ।।४५२।।
तेव्हा अर्जुन म्हणाला । भ्यालो मागच्या संकटाला ।
म्हणून आळवले देवाला । तर हे उलट झाले ।।४५२।।
तेवींचि कठिण बोलें आसतुटी । अर्जुन होईल हिंपुटी ।
म्हणौनि सवेंचि म्हणे किरीटी । परि आन एक असे ।।४५३।।
आपल्या कठोर बोलण्याने अर्जुन । राहील खिन्न होऊन ।
म्हणून पुन्हा बोले श्रीकृष्ण । आणखी एक गोष्ट आहे ।।४५३।।
तरी आतांचिये संहारवाहरे । तुम्हीं पांडव असा बाहिरे ।
तेथ जातजातां धनुर्धरें । सांवरिले प्राण ।।४५४।।
आता जो होईल संहार । त्यात पांडव बाहेर राहणार ।
हे ऐकताच विचार । अर्जुनाच्या जिवात जीव आला ।।४५४।।
होता मरणमहामारीं गेला । तो मागुता सावधु जाहला ।
मग लागला बोला । चित्त देऊं ।।४५५।।
अर्जुन मरणमहामारीत होता सापडला । तो आता सावध झाला ।
मग एकाग्रतेने ऐकू लागला । श्रीकृष्णाचे बोलणे ।।४५५।।
ऐसें म्हणिजत आहे देवें । अर्जुना तुम्ही माझें हें जाणावें ।
येर जाण मी आघवें । सरलों ग्रासूं ।।४५६।।
देव म्हणती अर्जुना । तुम्ही पांडव माझे हे जाणा ।
तुमच्या बाजूने इतर सर्वांना । ग्रासण्या मी प्रवृत्त झालो ।।४५६।।
वज्रानळीं प्रचंडीं । जैसी घापे लोणियाची उंडी ।
तैसें जग हें माझिया तोंडीं । तुवां देखिलें जें ।।४५७।।
वज्राच्या प्रचंड नळीत । जसा लोण्याचा गोळा नाश पावत ।
तसे सर्वजण माझ्या तोंडात । गेलेले तू पाहिलेस ।।४५७।।

तरी तयामाझारीं कांहीं । भरंवसेनि उणें नाहीं ।
इये वायांचि सैन्यें पाहीं । वाल्मीजत आहाती ।।४५८।।
या जगापैकी काहीही । निश्चित उरणार नाही ।
हे सैन्य करे व्यर्थ वल्गना ही । जिंकण्याची ।।४५८।।
ऐसा चतुरंगाचिया संपदा । करित महाकाळेंसीं स्पर्धा ।
वांटिवेचिया मदा । वळंघले जे ।।४५९।।
चतुरंग सैन्याच्या जोरावर । महाकाळाशी स्पर्धा विचार ।
पराक्रमाच्या अहंकारावर । ते आरूढ आहेत ।।४५९।।
म्हणती सृष्टीवरी सृष्टी करूं । आण वाहूनि मृत्यूतें मारूं ।
आणि जगाचा भरूं । घोंटु यया ।।४६०।।
म्हणती सृष्टीनंतर सृष्टी उभारू । पैजेने मृत्यूला मारू ।
आणि सर्वजगाचा करू । संहार ।।४६०।।
पृथ्वी सगळीचि गिळूं । आकाश वरिच्यावरी जाळूं ।
कां बाणवरी खिळूं । वारयातें ।।४६१।।
सगळी पृथ्वी गिळू । आकाश वरच्यावर जाळू ।
वाऱ्याला ठेवू खिळू । बाणावर ।।४६१।।
हे जे मिळोनियां मेळे । कुंथती वीरवृत्तीचेनि बळें ।
यमावरी गजदळें । वाखाणिजताती ।।४६२।।
हे सर्वजण मिळूनी । गुरगुरती अहंकारानी ।
गजदळघेई विजय मिळवनी । असे स्तुती करती ।।४६२।।
बोल हतियेराहूनि तिखट । दिसती अग्निपरिस दासट ।
मारकपणें काळकूट । महुर म्हणत ।।४६३।।
हे बोलणे शस्त्राहूनही तीक्ष्ण । अग्नीपेक्षाही उष्ण ।
विषाहून ही विषाण । कालकूटासम ।।४६३।।
तरी हे गंधर्वनगरींचे उमाळे । जाण पोकळीचे पेंडवळें ।
अगा चित्रींव फळें । वीर हे देखें ।।४६४।।
हे गंधर्वनगरीचे उमाळे । पोकळ जसे भेंडाळे ।
जणू चित्रातील पुतळे । असे हे वीर ।।४६४।।
हां गा मृगजळाचा पूर आला । दळ नव्हे कापडाचा साप केला ।
इया शृंगारूनियां खाला । मांडिलिया पैं ।।४६५।।
मृगजळाला पूर यावा । कापडाचा साप असावा ।
शृंगारलेला बाहुला मांडून ठेवावा । तसे हे योद्धे ।।४६५।।
येर चेष्टवितें जें बळ । तें मागांचि मियां ग्रासिलें सकळ ।
आतां कोल्हारिचे वेताळ । तैसे निर्जीव हे आहाती ।।४६६।।
यांच्या हालचालीचे बळ । मी ते कधीच ग्रासले सकळ ।
हे कुंभाराचे बनवले कोल्हाळ (घोडे) । निर्जीव तसे ।।४६६।।

हालविती दोरी तुटली । तरी तियें खांबावरील बाहुलीं ।
भलतेणें लोटिलीं । उलथोनि पडती ।।४६७।।
हलवणारी दोरी तुटली । तर खांबावरील बाहुली ।
कोणीही हलवली । तरी उलथून पडते ।।४६७।।
तैसा सैन्याचा यया बगा । मोडतां वेळू न लगेल पैं गा ।
म्हणौनि उठीं उठीं वेगां । शाहाणा होईं ।।४६८।।
तसा सैन्याचा हा आकार पोकळ । मोडायला न लागे वेळ ।
उठ त्वरेने घेऊन बळ । शहाणा हो ।।४६८।।
तुवां गोग्रहणाचेनि अवसरें । घातलें मोहनास्त्र एकसरें ।
मग विराटाचेनि महाभेडें उत्तरें । आसडूनि नागाविलें ।।४६९।।
गाई हरणाचे वेळेस । कौरवांवर मोहनास्त्र घातलेस ।
त्यांचे वस्त्रहरण करवलेस ।
विराटाच्या भित्र्या उत्तराकडून ।।४६९।।
आतां हें त्याहूनि निपटारें जहालें ।
निवटीं आयितें रण पडिलें ।
घेईं यश रिपु जिंतिले । एकलेनि अर्जुनें ।।४७०।।
आत्ता हे कौरव निस्तेज त्यापेक्षाही ।
त्यात आयता युद्धाचा प्रसंगही ।
एकट्या अर्जुने जिंकले शत्रू असेही ।
आता यश मिळव ।।४७०।।
आणि कोरडें यशचि नोहे । समग्र राज्यही आलें आहे ।
तूं निमित्तमात्रचि होयें । सव्यसाची ।।४७१।।
हे यश कोरडे नाही । येईल सोबत राज्यही ।
तू निमित्तमात्र होऊन राही । अर्जुना ।।४७१।।
द्रोणाचा पाडु न करीं । भीष्माचें भय न धरीं ।
कैसेनि कर्णावरी । परजूं हें न म्हण ।।४७२।।
द्रोणांची पर्वा न करी । भीष्मांचे भय न धरी ।
शस्त्र कसे चालवू कर्णावरी । असे म्हणू नको ।।४७२।।
कोण उपायो जयद्रथा कीजे । हें न चिंतूं चित्त तुझें ।
आणिकही आथि जे जे । नावाणिगे वीर ।।४७३।।
जयद्रथाला कसे मारावे । याचे चिंतन न करावे ।
इतरही नामांकित पाहावे । वीर जे ।।४७३।।
तेही एक एक आघवें । चित्रींचे सिंहाडे मानावे ।
जैसे वोलेनि हातें घ्यावें । पुसोनियां ।।४७४।।
तेही एकेक पाहावे । चित्रातील सिंह मानावे ।
जे ओल्या हातांनी पुसावे । असे आहेत ।।४७४।।

यावरी पांडवा । काइसा युद्धाचा मेळावा? ।
हा आभासु गा आघवा । येर ग्रासिलें मियां ।।४७५।।
युद्धासाठी काय राहिले । मी सर्व ग्रासून टाकले ।
हे मिथ्या आभास उरले । जाण अर्जुना ।।४७५।।
जेव्हां तुवां देखिले । हे माझिया वदनीं पडिले ।
तेव्हांचि यांचें आयुष्य सरलें । आतां रितीं सोपें ।।४७६।।
हे माझ्या विशाल तोंडात गेले । ते तू पाहिले ।
तेव्हाच त्यांचे आयुष्य सरले । आता पोकळ खोपटे उरली ।।४७६।।
म्हणौनि वहिला उठीं । मियां मारिले तूं निवटीं ।
न रिगे शोकसंकटीं । नाथिलिया ।।४७७।।
तेव्हा आता लवकर उठ । मी मारले तू करी शेवट ।
मानू नको खोटे शोक संकट । ऐक अर्जुना ।।४७७
आपणचि आडखिळा कीजे । तो कौतुकें जैसा विंधोनि पाडिजे ।
तैसें देखें गा तुझें । निमित्त आहे ।।४७८।।
आपणच निशाण उभारावे । आपणच कौतुकाने पाडावे ।
तसे तू निमित्त व्हावे । यासाठी ।।४७८।।
बापा विरुद्ध जें जाहलें । तें उपजतांचि वाघें नेलें ।
आतां राज्येंशीं संचलें । यश तूं भोगीं ।।४७९।।
तुझ्याविरुद्ध जे जाहले । समज ते निर्मिताच वाघाने नेले ।
राज्यासह यश लाभले । त्याचा उपभोग घे ।।४७९।।
सावियाचि उतत होते दायाद । आणि बळिये जगीं दुर्मद ।
ते वधिले विशद । सायासु न लागतां ।।४८०।।
तुझे भाऊबंद माजले होते । गर्वाने उन्मत्त झाले होते ।
त्यांना मी वधिले पाहाते । सहजपणे ।।४८०।।
ऐसिया इया गोष्टी । विश्वाच्या वाक्पटीं ।
लिहूनि घाली किरीटी । जगामाजीं ।।४८१।।
अशा गोष्टी हा विचार । विश्वाच्या वाणीपटावर ।
तू लिहून ठेविसी साचार । आणि विजयी हो अर्जुना ।।४८१।।
ऐसी आघवीचि हे कथा । तया अपूर्ण मनोरथा ।
संजयो सांगे कुरुनाथा । ज्ञानदेवो म्हणे ।।४८२।।
हे संपूर्ण कथानक । ज्याचे राहिले अपूर्ण मनोरथ ।
त्या धृतराष्ट्रा संजय सांगत । असे ज्ञानदेव सांगती ।।४८२।।
मग सत्यलोकौनि गंगाजळ । सुटलिया वाजत खळाळ ।
तैशी वाचा विशाळ । बोलतां तया ।।४८३।।
सत्यलोकातून गंगाजळ । जसे वाहत येई खळखळ ।
तसे ध्वनी होई विशाल । श्रीकृष्ण बोलत असता ।।४८३।।

नातरी महामेघांचे उमाळे । घडघडीत एके वेळे ।
कां घुमघुमिला मंदराचळें । क्षीराब्धी जैसा ।।४८४।।
जसे प्रचंड मेघांचे लोट । करती जसा गडगडाट ।
किंवा क्षीराब्धी जसा दणाणत । मंदाराच्या रवीने ।।४८४।।
तैसें गंभीरें महानादें । हें वाक्य विश्वकंदें ।
बोलिलें अगाधें । अनंतरूपें ।।४८५।।
विश्वाचे जे मूळ कारण । अनंत रूपे करती धारण ।
असे बोलले ते श्रीकृष्ण । गंभीर वाणीने ।।४८५।।
तें अर्जुनें मोटकें ऐकिलें । आणि सुख कीं भय दुणावलें ।
हें नेणों परि कांपिन्नलें । सर्वांग तयाचें ।।४८६।।
हे अर्जुनाने थोडे ऐकले । सुख किंवा भय दुणावले ।
कळले नाही पण कापू लागले । सर्वांग त्याचे ।।४८६।।
सखोलपणें वळली मोट । आणि तैसेचि जोडले करसंपुट ।
वेळोवेळां ललाट । चरणीं ठेवी ।।४८७।।
तो पायापर्यंत वाकला । दोन्ही हात जोडता झाला ।
चरणावर मस्तक ठेवू लागला । पुनःपुन्हा श्रीकृष्णाच्या ।।४८७।।
तेवींचि कांहीं बोलों जाये । तंव गळा बुजालाचि ठाये ।
हें सुख कीं भय होये । हें विचारा तुम्हीं ।।४८८।।
तो काही बोलू पाहे । पण गळा सुकलाची राहे ।
सुख वाटे की भय आहे । तुम्हीच विचार करा ।।४८८।।
परि तेव्हां देवाचेनि बोलें । अर्जुना हें ऐसें जाहलें ।
मियां पदांवरूनि देखिलें । श्लोकींचिया ।।४८९।।
श्रीकृष्णाच्या बोलण्याने । असे झाले अर्जुने ।
अर्थावरून मी जाणे । श्लोकाच्या ।।४८९।।
मग तैसाचि भेणभेण । पुढती जोहारूनि चरण ।
मग म्हणे जी आपण । ऐसें बोलिलेती ।।४९०।।
मग तसाच भीत भीत । चरणाला वंदन करीत ।
अर्जुन म्हणे असे बोलतात । आपण देवा? ।।४९०।।
ना तरी अर्जुना मी काळु । आणि ग्रासिजे तो माझा खेळु ।
हा बोलु तुझा कीर अढळु । मानूं आम्ही ।।४९१।।
अर्जुना मी काळ असे । सर्वांचा नाश हा माझा खेळ असे ।
हे तुझे बोलणे अढळ असे? । हे आम्ही मानू का? ।।४९१।।
परि तुवां जी काळें । आजि स्थितीचिये वेळे ।
ग्रासिजे हें न मिळे । विचारासी ।।४९२।।
तुम्ही काळ असे असता । जगाचे पालन करायचे असता ।
संहार करावा सर्वथा । हे पटत नाही ।।४९२।।
कैसेनि आंगींचें तारुण्य काढावें? ।
कैचें नव्हे तें वार्धक्य आणावें? ।
म्हणौनि करूं म्हणसी तें नव्हे । बहुतकरुनी ।।४९३।।
अंगातील तारुण्य कसे टाकावे? ।
नसलेले वार्धक्य कसे आणावे? ।
असे अवेळी करू जाशी स्वभावे । ते होणे नाही ।।४९३।।
हां जी चौपाहारी न भरतां । कोणेही वेळे श्रीअनंता ।
काय माध्यान्हीं सविता । मावळतु आहे? ।।४९४।।
चार प्रहर न संपता । कोणत्याही वेळेस अनंता ।
माध्यान्ही सूर्य जाय मावळता । हे शक्य नाही ।।४९४।।
पैं तुज अखंडिता काळा । तिन्ही आहाती जी वेळा ।
त्या तिन्ही परी सबळा । आपुलालिया समयीं ।।४९५।।
देवा आपण अखंड काळ आहे । आपण तिन्ही स्थिती[५] पाहे ।
त्या वेळी त्या शक्तिशाली राहे । आपापल्या अवस्थेत ।।४९५।।
जे वेळीं हों लागे उत्पत्ती । ते वेळीं स्थिति प्रळयो हारपती ।
आणि स्थितिकाळीं न मिरविती । उत्पत्ति प्रळयो ।।४९६।।
ज्या वेळी होई उत्पत्ती । स्थितींचे प्रलय हरपती ।
स्थितीच्या वेळी न मिरविती । उत्पत्ती लय ।।४९६।।
पाठीं प्रळयाचिये वेळे । उत्पत्ति स्थिति मावळे ।
हें कायसेनही न ढळे । अनादि ऐसें ।।४९७।।
प्रलयाच्या वेळेस जाई । उत्पत्ती-स्थितीचा लय होई ।
या स्थिती कधीच बदलत नाही । अनादि काळापासून ।।४९७।।
म्हणौनि आजि तंव भरें भोगें । स्थिति वर्तिजत आहे जगें ।
एथ ग्रसिसी तूं हें न लगे । माझ्या जीवीं ।।४९८।।
हे जग स्थित असता । स्थितीचा भोग घेत असता ।
तू जगाचा संहार करू पाहता । हे पटत नाही ।।४९८।।
तंव संकेतें देव बोले । अगा या दोन्ही सैन्यांसीचि मरण पुरलें ।
तें प्रत्यक्षचि तुज दाविलें । येर यथाकाळें जाण ।।४९९।।
तेव्हा खुणेने देव बोलले । फक्त दोन्ही सैन्यांचे आयुष्य संपले ।
हे प्रत्यक्ष तुज दाखवले । बाकी यथाकाळी जाती ।।४९९।।
हा संकेतु जंव अनंता । वेळु लागला बोलतां ।
तंव अर्जुनें लोकु मागुता । देखिला यथास्थिति ।।५००।।
हा संकेत बोलता । जेवढा वेळ लागे अनंता ।
तोवरी अर्जुन पाहता । जगाची पूर्वस्थिती ।।५००।।

५ (उत्पत्ती, स्थिती, लय)

मग म्हणतसे देवा । तूं सूत्रीं विश्वलाघवा ।
जग आला मा आघवा । पूर्वस्थिति पुढती ॥५०१॥
अर्जुन म्हणे हे ईश्वर । तू लीलानाट्याचा सूत्रधार ।
संपूर्ण जग पूर्वस्थितीवर । आले आहे ॥५०१॥
परी पडिलिया दुःखसागरीं । तूं काढिसी कां जयापरी ।
ते कीर्ति तुझी श्रीहरी । आठवित असे ॥५०२॥
देवा भक्त पडती दुःखसागरी । तू त्यांना काढतो वरी ।
ती तुझी कीर्ती श्रीहरी । मी आठवत आहे ॥५०२॥
कीर्ति आठवितां वेळोवेळां । भोगितसें महासुखाचा सोहळा ।
तेथ हर्षामृतकल्लोळा । वरी लोळत आहें ॥५०३॥
कीर्ती आठवतो वेळोवेळा । तो महासुखाचा सोहळा ।
त्या आनंदलहरीकल्लोळा । मी लोळतो आहे ॥५०३॥
देवा जियालेपणें जग । धरी तुझ्या ठायीं अनुराग ।
आणि दुष्टां तयां भंग । अधिकाधिक ॥५०४॥
हे जग जिवंत राहते । तुझ्या ठायी प्रेम ठेवते ।
जे दुष्ट असती येथे । तुम्ही त्यांचा नाश करता ॥५०४॥
पैं त्रिभुवनींचिया राक्षसां । महाभय तूं हृषीकेशा ।
म्हणौनि पळताती दाही दिशां । पैलीकडे ॥५०५॥
त्रिभुवनातील राक्षसांना । तू भयरूप वाटतो त्यांना ॥
म्हणूनच दाही दिशांना । ते सैरावैरा पळती ॥५०५॥
येथ सुर नर सिद्ध किन्नर । किंबहुना चराचर ।
ते तुज देखोनि हर्षनिर्भर । नमस्कारित असती ॥५०६॥
बाकी सारे देव, यक्ष, किन्नर । किंबहुना सर्व चराचर ।
तुला करिती नमस्कार । हर्षभरित होऊनी ॥५०६॥
एथ गा कवणा कारणा । राक्षस हे नारायणा ।
न लगतीचि चरणा । पळते जाहले ॥५०७॥
हे राक्षस, नारायणा । कोणत्या कारणा ।
न वंदूनी तुझ्या चरणा । पळून गेले ॥५०७॥
आणि हें काय तूंतें पुसावें । येतुलें आम्हांसिही जाणवे ।
तरी सूर्योदयीं राहावें । कैसेनि तमें? ॥५०८॥
हे तुला का विचारावे । हे आम्हीदेखील समजावे ।
सूर्योदय होता कसे राहावे । अंधकाराने ॥५०८॥
जी तूं प्रकाशाचा आगरु । आणि जाहला आम्हासि गोचरू ।
म्हणौनिया निशाचरां केरु । फिटला सहजें ॥५०९॥
तू स्वयंप्रकाशी । आम्हापुढे प्रगट होशी ।
निशाचर राक्षसांचा केर झाडसी । सहजपणे ॥५०९॥

हें येतुले दिवस आम्हां । कांहीं नेणवेचि श्रीरामा ।
आतां देखतसों महिमा । गंभीर तुझा ॥५१०॥
इतके दिवस आम्हा । जाण नव्हती श्रीरामा ।
किती आहे तुझा महिमा । प्रत्यक्ष पाहतो आहे ॥५१०॥
जेथूनि नाना सृष्टींचिया वोळी ।
पसरती भूतग्रामाचिया वेली ।
तया महद्ब्रह्मातें व्याली । दैविकी इच्छा ॥५११॥
ज्यापासून सृष्टीच्या पंगती । प्राणिमात्रांच्या वेली पसरती ।
त्या ब्रह्ममायेला प्रसवती । देवेच्छा ॥५११॥
देवो निःसीम तत्त्व सदोदितु । देवो निःसीम गुण अनंतु ।
देवो निःसीम साम्य सततु । नरेंद्र देवांचा ॥५१२॥
आपण अमर्याद तत्त्व अबाधित ।
आपले अस्तित्व त्रिकालाबाधित ।
आपली समदृष्टी अविरत । आपण देवांचे देव ॥५१२॥
जी तूं त्रिजगतिये वोलावा । अक्षर तूं सदाशिवा ।
तूंचि सदसत् देवा । तयाही अतीत तें तूं ॥५१३॥
तू त्रैलोक्याचा ओलावा । अक्षर अमर सदाशिवा ।
तूच सत् असत् देवा । तू त्याही पलीकडे ॥५१३॥
तूं प्रकृतिपुरुषांचिया आदी ।
जी महत्तत्वां तूंचि अवधी ।
स्वयें तूं अनादि । पुरातनु ॥५१४॥
प्रकृति-पुरुषाचे अधिष्ठान । महत्त्वाची मर्यादा तूच जाण ।
तू स्वतः अनादि पुरातन । असा आहेस ॥५१४॥
तूं सकळ विश्वजीवन । जीवांसि तूंचि निधान ।
भूतभविष्याचें ज्ञान । तुझ्याचि हातीं ॥५१५॥
तूच विश्वाचे जीवन । जीवितांचे अधिष्ठान ।
भूत-भविष्याचे ज्ञान । तुझ्या अधीन ॥५१५॥
जी श्रुतीचियां लोचनां । स्वरूपसुख तूंचि अभिन्ना ।
त्रिभुवनाचिया आयतना । आयतन तूं ॥५१६॥
श्रुतीचे तू लोचन । स्वरूप सुख तू अभिन्न ।
आश्रय तू या त्रिभुवन । तूच आहेस ॥५१६॥
म्हणौनि जी परम । तूंतें म्हणिजे महाधाम ।
कल्पांतीं महद्ब्रह्म । तुजमाजीं रिगे ॥५१७॥
देवा तू परम । तूच विश्वाचे महाधाम ।
कल्पाच्या शेवटी हे परब्रह्म ।
तुझ्यात लय पावते ॥५१७॥

किंबहुना तुवां देवें । विश्व विस्तारिलें आहे आघवें ।
तरि अनंतरूपा वानावें । कवणें तूंतें ।।५१८।।
तुला काय सांगावे बरे? । तूच विस्तारले विश्व सारे ।
कोण करू पाहे बरे? । तुझ्या अनंत रूपाचे वर्णन ।।५१८।।
जी काय एक तूं नव्हसी । कवणे ठायीं नससी ।
हें असो जैसा आहासी । तैसिया नमो ।।५१९।।
तू काय एक नाहीस? । असे काय ज्यात तू नाहीस?
असा तू जसा आहेस । तुला नमस्कार असो ।।५१९।।
वायु तूं अनंता । यम तूं नियमिता ।
प्राणिगणीं वसता । अग्नि तो तूं ।।५२०।।
तू वायू आहेस अनंता । तू यम असशी नित्यता ।
प्राणिमात्रांचे उदरी वसता । जठराग्नी तूच ।।५२०।।
वरुण तूं सोम । स्रष्टा तूं ब्रह्म ।
पितामहाचाही परम । आदि जनक तूं ।।५२१।।
तू वरुण अन् चंद्र आहेस । ब्रह्म अन् ब्रह्मदेव आहेस ।
तू विश्वाचा प्रपितामह आहेस । आद्यजनक ।।५२१।।
आणिकही जें जें कांहीं । रूप आथि अथवा नाहीं ।
तया नमो तुज तैसयाही । जगन्नाथा ।।५२२।।
आणखी या जगी जे काही । रूप आहे किंवा नाही ।
ते सर्व आहेस तूचही । तुला नमस्कार असो ।।५२२।।
ऐसें सानुरागें चित्तें । नमन केलें पंडुसुतें ।
मग पुढती म्हणे नमस्ते । नमस्ते प्रभो ।।५२३।।
अशा प्रेममय चित्ताने । नमन केले पंडुसुताने
पुन:पुन्हा म्हणे । प्रभू तुला नमस्कार असो ।।५२३।।
पाठीं तिये साद्यंते । न्याहाळी श्रीमूर्तीतें ।
आणि पुढती म्हणे नमस्ते । नमस्ते प्रभो ।।५२४।।
नंतर मग त्याने । श्रीमूर्ती न्याहाळली संपूर्णपणे ।
आणि पुन:पुन्हा म्हणे । तुज नमस्कार असो ।।५२४।।
पाहतां पाहतां प्रांतें । समाधान पावे चित्तें ।
आणि पुढती म्हणे नमस्ते । नमस्ते प्रभो ।।५२५।।
एकेक अवयव पाहता । समाधान होई चित्ता ।
मग पुन्हा म्हणे आता । तुज नमस्कार असो ।।५२५।।
इये चराचरीं जीं भूतें । सर्वत्र देखे तयांतें ।
आणि पुढती म्हणे नमस्ते । नमस्ते प्रभो ।।५२६।।
सर्व चराचर विश्वात । प्रभू जो अखंडित ।
त्याला पाहून म्हणत । तुज नमस्कार असो ।।५२६।।
ऐसीं रूपें तियें अद्भुतें । आश्चर्यें स्फुरती अनंतें ।
तंव तंव नमस्ते । नमस्तेचि म्हणे ।।५२७।।
अशी अनंत रूपे अद्‌भुत । अर्जुनासमोर प्रकट होत ।
ती पाहून तो पुन्हा म्हणत । तुज नमस्कार असो ।।५२७।।
आणिक स्तुतिही नाठवे । आणि निवांतुही न बैसवे ।
नेणें कैसा प्रेमभावें । गाजोंचि लागे ।।५२८।।
त्याला स्तुती आठवेना । निवांत राहवेना ।
करी प्रेमभावाने गर्जना । स्तुती रूपात ।।५२८।।
किंबहुना इयापरी । नमन केलें सहस्रवरी ।
कीं पुढती म्हणे श्रीहरी । तुज सन्मुखा नमो ।।५२९।।
अर्जुनाने या प्रकारे । नमन केले हजारे ।
पुन्हा म्हणे हे ईश्वरे । तुला समोरून नमस्कार असो ।।५२९।।
देवासि पाठी पोट आथि कीं नाहीं ।
येणें उपयोगु आम्हां काई ।
तरि तुज पाठिमोरेयाही । नमो स्वामी ।।५३०।।
देवाला पाठ, पोट आहे की नाही ।
याचा आम्हाला उपयोग नाही ।
तरी तुला पाठीमागूनही । नमस्कार असो ।।५३०।।
उभा माझिये पाठीसीं । म्हणौनि पाठीमोरें म्हणावें तुम्हांसी ।
सन्मुख विन्मुख जगेंसीं । न घडें तुज ।।५३१।।
तू माझ्या पाठी असतो । म्हणून तुला पाठमोरा म्हणतो ।
पण जगा सामोरा की पाठमोरा तो । असे नाही ।।५३१।।
आतां वेगळालिया अवयवां । नेणें रूप करूं देवा ।
म्हणौनि नमो तुज सर्वा । सर्वात्मका ।।५३२।।
तुझ्या वेगवेगळ्या अवयवांना । समजून कशी करावी वंदना ।
तूच आत्मस्वरूप सर्वत्र समप्रमाणा ।
तुला नमस्कार असो ।।५३२।।
जी अनंतबळसंभ्रमा । तुज नमो अमित विक्रमा ।
सकळकाळीं समा । सर्वरूपा ।।५३३।।
तू अनंत शक्तीचे स्थान । तू महापराक्रमी तुज वंदन ।
सर्वत्र तू समप्रमाण । तुला नमस्कार असो ।।५३३।।
आघविया आकाशीं जैसें ।
अवकाशचि होऊनि आकाश असे ।
तूं सर्वपणें तैसें । पातलासि सर्व ।।५३४।।
संपूर्ण आकाशात जसे । अवकाशही आकाश वाटते तसे ।
तू सर्व विश्वात व्यापला असे । सर्वरूप होसी ।।५३४।।

किंबहुना केवळ । सर्व हें तूंचि निखिळ ।
परी क्षीरार्णवीं कल्लोळ । पयाचे जैसे ॥५३५॥
किंबहुना अधिष्ठान । सर्व तूच त्रिभुवन ।
जसे सागरी चालते नर्तन ।
लाटांचेच (तसा सर्वत्र तूच आहेस) ॥५३५॥
म्हणौनिया देवा । तूं वेगळा नव्हसी सर्वां ।
हें आलें मज सद्भावा । आतां तूंचि सर्व ॥५३६॥
म्हणून हे देवा । तू वेगळा नव्हे प्रभावा ।
हे आले मज अनुभवा । सर्वत्र तूच आहेस ॥५३६॥
परि ऐसिया तूतें स्वामी । कहींच नेणों जी आम्ही ।
म्हणौनि सोयरे संबंधधर्मीं । राहाटलों तुजसीं ॥५३७॥
पण असे झाले स्वामी । हे जाणले नाही आम्ही ।
म्हणून सोयरे नाते धर्मी । तुझ्याशी वागलो ॥५३७॥
अहा थोर वाउर जाहलें । अमृतें संमार्जन म्यां केलें ।
वारिकें घेऊनि दिधलें । कामधेनूतें ॥५३८॥
माझ्या हातून वाईट कर्म घडले ।
अमृताने मी सडासंमार्जन केले ।
कामधेनूच्या बदल्यात घेतले । शिंगरू मी ॥५३८॥
परिसाचा खडवाचि जोडला ।
कीं फोडोनि आम्ही गाडोरा घातला ।
कल्पतरू तोडोनि केला । कूंप शेता ॥५३९॥
तू खडक होता परिसाचा । आम्ही पाया केला भिंतीचा ।
तू कल्पवृक्ष होता साचा । आम्ही कुंपणा घातला ॥५३९॥
चिंतामणीची खाणी लागली । तेणें करें वोढाळें वोल्हांडिली ।
तैसी तुझी जवळिक धाडिली । सांगातीपणें ॥५४०॥
चिंतामणीची खाण लाभली । त्याने मी जनावरे हाकलली ।
तुझी जवळीक होती साधली ।
मी मैत्रीचे नाते जोडले ॥५४०॥
हें आजिचेंचि पाहें पां रोकडें । कवण झुंज हें केवढें ।
एथ परब्रह्म तूं उघडें । सारथी केलासी ॥५४१॥
आजचेच हे घे उदाहरण । हे युद्ध कसले अन् काय कारण? ।
तू परब्रह्म आहेस तरीपण । तुला सारथी बनवले ॥५४१॥
यया कौरवांचिया घरा । शिष्टाई धाडिलासि दातारा ।
ऐसा वणिजेसाठीं जागेश्वरा । विकलासि आम्हीं ॥५४२॥
हे जगदीश्वरा । शिष्टाईसाठी धाडले कौरवांच्या घरा ।
आणि आमच्या व्यवहारा । तुला वापरले ॥५४२॥
तूं योगियांचें समाधिसुख । कैसा जाणेचिना मी मूर्ख ।
उपरोधु जी सन्मुख । तुजसीं करूं ॥५४३॥
तू योग्यांचे समाधिसुख । जाणले नाही मी मूर्ख ।
आणि सतत तुझ्या सन्मुख । उपरोधिक बोललो ॥५४३॥
तूं या विश्वाची अनादि आदी । बैससी जिये सभासदीं ।
तेथें सोयरीकीचिया संबंधीं । रळीं बोलों ॥५४४॥
तू विश्वाचा आदि असशी । पण ज्या समूहात बसशी ॥
ते सोयरे संबंधी असशी । असे आम्ही विनोदाने बोललो ॥५४४॥
विपायें राउळा येवों । तरि तुझेनि अंगें मानु पावों ।
न मानिसी तरी जावों । रुसोनि सलगी ॥५४५॥
येत असू तुझ्या घरी । तू सन्मान देसी बरोबरी ।
पण तुझ्याशी असलेल्या सलगीपरी ।
आम्ही रुसत होतो ॥५४५॥
पायां लागोनि बुझावणी । तुझ्या ठायीं शारङ्गपाणी ।
पाहिजे ऐशी करणी । बहु केली आम्हीं ॥५४६॥
हे देवा शारंगपाणी । तुझी क्षमा मागावी करून मनधरणी ।
अशी अनुचित करणी । आम्ही केली ॥५४६॥
सजणपणाचिया वाटा । तुजपुढें बैसें उफराटा ।
हा पाडु काय वैकुंठा? । परि चुकलों आम्हीं ॥५४७॥
शहाणपण मला नसता । तुझ्याकडे पाठ करून बसता ।
ही काय माझी योग्यता? । आम्ही चुकलो ॥५४७॥
देवेंसि कोलकाठी धरूं । आखाडा झोंबीलोंबी करूं ।
सारी खेळतां आविष्करूं । निकरेंही भांडों ॥५४८॥
तुझ्यासोबत दांडपट्टा खेळला ।
आखाड्यात कुस्तीचा खेळ मांडला ।
सारीपाट खेळला तंटाही केला । निकराने ॥५४८॥
चांग तें उराउरीं मागों । देवासि कीं बुद्धि सांगों ।
तेवींचि म्हणों काय लागों । तुझें आम्ही ॥५४९॥
चांगली वस्तू मागितली । सर्वज्ञ असताही मते सांगितली ।
आम्ही तुझे काय लागतो ही बोली ।
उर्मटपणे विचारली ॥५४९॥
ऐसा अपराधु हा आहे । जो त्रिभुवनीं न समाये ।
जी नेणतांचि कीं पाये । शिवतिले तुझे ॥५५०॥
असे अनेक अपराध आहेत । जे त्रिभुवनी न मावत ।
पण तेव्हा काही नव्हते कळत ।
पायी हात ठेवून सांगतो ॥५५०॥

देवो बोनयाच्या अवसरीं । लोभें कीर आठवण करी ।
परी माझा निसुग गर्व अवधारीं । जे फुगूनचि बैसें ।।५५१।।
देव भोजनाला बसत । माझी आठवण काढीत ।
पण मी फुगून राहत । अहंकाराने ।।५५१।।
देवाचिया भोगायतनीं । खेळतां आशंकेना मनीं ।
जी रिगोनियां शयनीं । सरिसा पहुडें ।।५५२।।
अंत:पुरात खेळताना । कधी शंका न ये मना ।
तुझ्या शेजारी तुझ्या शयना । मी निजत असे ।।५५२।।
कृष्ण म्हणौनि हाकारिजे । यादवपणें तूंतें लेखिजे ।
आपली आण घालिजे । जातां तुज ।।५५३।।
'कृष्णा' म्हणून हाक मारीत होतो ।
इतर यादवासम मानीत होतो ।
तुला शपथ घालत होतो । तू निघाला असता ।।५५३।।
मज एकासनीं बैसणें । कां तुझा बोलु न मानणें ।
हें वोतटीचेनि दाटपणें । बहुत घडलें ।।५५४।।
बसत होतो एकाच आसनी । बोलणे मानत नव्हतो मनी ।
घडत होत्या या गोष्टी, मानी । अतिपरिचयामुळे ।।५५४।।
म्हणौनि काय काय आतां । निवेदिजेल अनंता ।
मी राशि आहें समस्तां । अपराधांचि ।।५५५।।
म्हणून हे अनंता । कोणकोणते अपराध सांगू आता ।
या अपराधांचा समस्ता । मीच राशी आहे ।।५५५।।
यालागीं पुढां अथवा पाठीं ।
जियें राहटलों बहुवें वोखटीं ।
तियें मायेचिया परी पोटीं । सामावीं प्रभो ।।५५६।।
तुझ्या समक्ष अथवा माघारी । मी वाईट वागलो जरी ।
ते मातेच्या मायेपरी । अपराध पोटी घाल ।।५५६।।
जी कोण्ही एके वेळे ।
सरिता घेऊन येती खडुळें ।
तियें सामाविजेति सिंधुजळें ।
आन उपायो नाहीं ।।५५७।।
कधी तरी नद्या वाहून । गढूळ पाणी येती घेऊन ।
समुद्र ते पोटात घेई सामावून । दुसरा इलाज नसे ।।५५७।।
तैसी प्रीती कां प्रमादें । देवेंसीं मज विरुद्धें ।
बोलविलीं तियें मुकुंदें । उपसाहावीं जी ।।५५८।।
प्रेमाने किंवा रागाने । देवाविरुद्धचे माझे बोलणे ।
सहन करावे देवाने । हे मुकुंदा ।।५५८।।
आणि देवाचेनि क्षमत्वें क्षमा ।
आधारु जाली आहे या भूतग्रामा ।
म्हणौनि जी पुरुषोत्तमा । विनवूं तें थोडें ।।५५९।।
देवाने पृथ्वीला क्षमा केली ।
ती क्षमा बनून चराचरा आधार झाली ।
तुला मी जी विनवणी केली ।
ती थोडी झाली पुरुषोत्तमा ।।५५९।।
तरी आतां अप्रमेया । मज शरणागता आपुलिया ।
क्षमा कीजो जी यया । अपराधांसि ।।५६०।।
तू अतर्क्य तू गुणातीत । मी तुला शरणागत ।
क्षमा करावी क्षमा मागत । माझ्या अपराधाला ।।५६०।।
जी जाणितलें मियां साचें । महिमान आतां देवाचें ।
जे देवो होय चराचराचें । जन्मस्थान ।।५६१।।
श्रीकृष्णा मी जाणले । तुझे यथार्थ माहात्म्य उमगले ।
जन्मस्थान तुम्ही हे कळले । या चराचराचे ।।५६१।।
हरिहरादि समस्तां । देवा तूं परम देवता ।
वेदांतेंही पढविता । आदिगुरु तूं ।।५६२।।
विष्णू शंकर सर्व समस्ता । यांची तू परमदेवता ।
आपणच ज्ञान सांगता । वेदांनाही ।।५६२।।
गंभीर तूं श्रीरामा । नाना भूतैकसमा ।
सकळगुणीं अप्रतिमा । अद्वितीया ।।५६३।।
अगाध श्रीराम तू । सर्व भूतांत समान तू ।
सर्व गुणांत अप्रतिम तू । अद्वितीय आहेस ।।५६३।।
तुजसी नाहीं सरिसें । हें प्रतिपादनचि कायसें ? ।
तुवां जालेनि आकाशें । सामाविलें जग ।।५६४।।
तुझ्यासारखे कोणी नाही । हे कशाला सांगावे ही? ।
तू निर्मिलेल्या अवकाशीही । सारे जग सामावते ।।५६४।।
तया तुझेनि पाडें दुजें । ऐसें बोलतांचि लाजिजे ।
तेथ अधिकाची कीजे । गोठी केवीं ।।५६५।।
तुझ्यासारखे कोणी दिसतो । हे सांगता संकोच वाटतो ।
तर तुझ्याहून अधिक कोणी असतो ।
हे कसे बोलता येईल? ।।५६५।।
म्हणौनि त्रिभुवनीं तूं एकु । तुजसरिखा ना अधिकु ।
तुझा महिमा अलौकिकु । नेणिजे वानूं ।।५६६।।
या त्रिभुवनी तूच एक । तुझ्यासम नाही आणिक ।
तुझा महिमा अलौकिक । मी कसा वर्णू ।।५६६।।

ऐसें अर्जुनें म्हणितलें । मग पुढती दंडवत घातलें ।
तेथें सात्त्विकाचें आलें । भरतें तया ।।५६७।।
असे देवाला म्हणून । दंडवत घाली अर्जुन ।
मनी येती भरून । अष्टसात्त्विक भाव ।।५६७।।
मग म्हणतसे प्रसीद प्रसीद । वाचा होतसे सद्गद ।
काढी जी अपराध- । समुद्रौनि मातें ।।५६८।।
मग बोले हो प्रसन्न । सद्गदित वाचेने अर्जुन ।
या अपराधाच्या सागरातून । मला बाहेर काढ ।।५६८।।
तुज विश्वसुहृदातें कहीं । सोयरेपणें न मनूंचि पाहीं ।
तुज विश्वेश्वराचिया ठायीं । ऐश्वर्य केलें ।।५६९।।
तू विश्वाचा कल्याणकर्ता असून ।
तुला मान दिला नाही नाते समजून ।
कोणी तुला म्हटले विश्वकर्ता म्हणून ।
तर आम्ही आश्चर्य केले ।।५६९।।
तूं वर्णनीय परी लोभें । मातें वर्णिसी पां सभे ।
तरि मियां वल्गिजे क्षोभें । अधिकाधिक ।।५७०।।
तू स्वतः वर्णनीय पण । प्रेमाने सभेत करसी माझे वर्णन ।
तरी मी बडबडतो वल्गना करून । जास्तच ।।५७०।।
आतां ऐसिया अपराधां । मर्यादा नाहीं मुकुंदा ।
म्हणौनि रक्ष रक्ष प्रमादा । पासोनियां ।।५७१।।
माझ्या अशा अपराधा । न राही मर्यादा ।
माझे रक्षण कर मुकुंदा । या अपराधापासून ।।५७१।।
जी हेंचि विनवावयालागीं ।
कैंची योग्यता माझिया आंगीं ।
परी अपत्य जैसें सलगी । बापेंसीं बोले ।।५७२।।
या विनंतीची योग्यता । माझे अंगी नसता ।
तरी मूल सांगते आपुल्या पित्या । सलगीने ।।५७२।।
पुत्राचे अपराध । जरी जाहले अगाध ।
तरी पिता साहे निर्द्वंद्व । तैसें साहिजो जी ।।५७३।।
पुत्राकडून झाले अपराध । अनेक आणि अगाध ।
वडील साहती सोडून विरोध ।
तसे तू सहन कर ।।५७३।।
सख्याचें उद्धत । सखा साहे निवांत ।
तैसें तुवां समस्त । साहिजो जी ।।५७४।।
मित्र वागतो उद्धटपणे । सखा साहतो शांतपणे ।
तसे तूही सहन करणे । माझे अपराध ।।५७४।।
प्रियाचिया ठायीं सन्मान । प्रिय न पाहें सर्वथा जाण ।
तेवीं उच्छिष्ट काढिलें आपण । ते क्षमा कीजो जी ।।५७५।।
प्रिय मित्राकडून सन्मान । न अपेक्षिती तू जाण ।
यज्ञात उष्टे काढले आपण । त्याबद्दल क्षमा कर ।।५७५।।
नातरी प्राणाचें सोयरें भेटे । मग जीवें भूतलीं जियें संकटें ।
तियें निवेदितां न वाटे । संकोचु कांहीं ।।५७६।।
जिवलग मित्र भेटता । अनुभवलेली संकटे न भिता ।
त्याला सगळी सांगता । संकोच न वाटे ।।५७६।।
कां उखितें आंगें जीवें । आपणपें दिधलें जिया मनोभावें ।
तिया कांतु मिनलिया न राहवे । हृदय जेवीं ।।५७७।।
जिने आपले तन-मन । पतीस केले अर्पण ।
त्याला मनातले सांगितल्यावाचून ।
पत्नीला राहवत नाही ।।५७७।।
तयापरी जी मियां । हें विनविलें तुमतें गोसाविया ।
आणि कांहीं एक म्हणावया । कारण असे ।।५७८।।
याप्रमाणे मी केले । स्वामी तुम्हाला विनवले ।
आणखी एक सांगायचे राहिले । काही असे? ।।५७८।।
तरी देवेंसीं सलगी केली । जे विश्वरूपाची आळी घेतली ।
ते मायबापें पुरविली । स्नेहाळाचेनि ।।५७९।।
देवाशी लडिवाळपणा केला । विश्वरूपाचा हट्ट धरला ।
माझा हट्ट पूर्ण केला । तुम्ही प्रेमळपणे ।।५७९।।
सुरतरूंची झाडें । आंगणीं लावावीं कोडें ।
देयावें कामधेनुचें पाडें । खेळावया ।।५८०।।
कल्पवृक्षाचे तरू । अंगणी लावावे भरू ।
किंवा कामधेनूचे वासरू । खेळायला द्यावे ।।५८०।।
मियां नक्षत्रीं डाव पाडावा । चंद्र चेंडुवालागीं आणावा ।
हा छंदु सिद्धी नेला आघवा । माउलिये तुवां ।।५८१।।
नक्षत्राने डाव खेळावा । चेंडूऐवजी चंद्र द्यावा ।
तसा माझा हट्ट पुरवावा । तुम्ही माउली बनून ।।५८१।।
जिया अमृतलेशालागीं सायास ।
तयाचा पाऊस केला चारी मास ।
पृथ्वी वाहून चासेचास ।
चिंतामणी पेरिले ।।५८२।।
ज्या अमृतासाठी देवांनी प्रयत्न केला ।
तू त्याचा चार महिने पाऊस पाडला ।
मशागत करून प्रत्येक वाफ्यात पेरला । चिंतामणी ।।५८२।।

ऐसा कृतकृत्य केला स्वामी । बहुवे लळा पाळिला तुम्हीं ।
दाविलें जें हरब्रह्मीं । नायकिजे कानीं ।।५८३।।
असे तुम्ही कृतकृत्य केलेत । माझे लाड पुरवलेत ।
विश्व परब्रह्म दाखवलेत । जे ऐकलेसुद्धा नव्हते ।।५८३।।
मा देखावयाची केउती गोठी ।
जयाची उपनिषदां नाहीं भेटी ।
ते जिव्हारींची गांठी । मजलागीं सोडिली ।।५८४।।
विश्वरूप पाहणे साध्य होई कोठून ।
उपनिषदातही नसे त्याचे दर्शन ।
ही मनातली गोष्ट आपण ।
माझ्यासाठी उघडली ।।५८४।।
जी कल्पादीलागोनि । आजिची घडी धरुनी ।
माझीं जेतुलीं हौनी । गेलीं जन्में ।।५८५।।
कल्पाच्या प्रारंभापासून । आजचा क्षण धरून ।
अनेक गेले होऊन । माझे जन्म ।।५८५।।
तयां आघवियांचि आंतु । घरडोळी घेऊनि असें पाहतु ।
परि ही देखिली ऐकिली मातु । आतुडेचिना ।।५८६।।
या सर्व जन्मात । मी आलेख घेऊन पाहत ।
पण कुठेच नाही आढळत । देखिली वा ऐकिली ।।५८६।।
बुद्धीचें जाणणें । कहीं न वचेचि याचेनि आंगणें ।
हे सादही अंतःकरणें । करवेचिना ।।५८७।।
हे ज्ञान बुद्धी न जाणी । न पोहोचे याच्या अंगणी ।
याचा विचार अंतःकरणी । करवत नाही ।।५८७।।
तेथा डोळ्यां देखी होआवी ।
ही गोठीचि कायसया करावी ।
किंबहुना पूर्वीं । दृष्ट ना श्रुत ।।५८८।।
ते मी प्रत्यक्ष पाहावे । हे बोलण्याचे धाडस करावे ।
पूर्वी कधीच नसावे । ऐकले वा पाहिले ।।५८८।।
तें हें विश्वरूप आपुलें । तुम्हीं मज डोळां दाविलें ।
तरी माझें मन झालें । हृष्ट देवा ।।५८९।।
हे विश्वरूप, आपले । तुम्ही मला दाखवले ।
त्यामुळे आनंदित झाले । माझे मन ।।५८९।।
परि आतां ऐसी चाड जीवीं । जे तुजसीं गोठी करावी ।
जवळीक हे भोगावी । आलिंगावासी ।।५९०।।
आता माझे मन सांगते । तुमच्यासोबत बोलणे मागते ।
तुमच्याजवळ राहावे म्हणते । तुम्हा आलिंगन द्यावे ।।५९०।।

ते याचि रूपीं करूं म्हणिजे । तरि कोणे एके मुखेंसी चावळिजे ।
आणि कवणा खेंव देईजे । तुज लेख नाहीं ।।५९१।।
ते याच रूपात करावे? । तर कोणत्या मुखासी बोलावे? ।
कोणा आलिंगन द्यावे । तुझ्या रूपा पार नाही ।।५९१।।
म्हणौनि वारियासवें धावणें । न ठके गगना खेंव देणें ।
जळकेली खेळणें । समुद्रीं केउतें? ।।५९२।।
वाऱ्यासोबत कसे धावावे? ।
आकाशा कसे आलिंगन द्यावे? ।
विशाल सागरी कसे खेळावे । जलक्रीडा करून ।।५९२।।
यालागीं जी देवा । एथिंचें भय उपजतसे जीवा ।
म्हणौनि येतुला लळा पाळावा । जे पुरे हें आतां ।।५९३।।
यामुळेच देवा । भय वाटत असे जिवा ।
म्हणून हा हट्टही पुरवावा । आता हे पुरे करा ।।५९३।।
पैं चराचर विनोदें पाहिजे । मग तेणें सुखें घरीं राहिजे ।
तैसें चतुर्भुज रूप तुझें । तो विसांवा आम्हां ।।५९४।।
चराचराच्या अवलोकनाते । घरी जाण्याची इच्छा होते ।
तसे आता मला वाटते । तुझे चतुर्भुज रूप पाहणे ।।५९४।।
आम्हीं योगजात अभ्यासावें । तेणें याचि अनुभवा यावें ।
शास्त्रांतें आलोडावें । परि सिद्धांतु तो हाचि ।।५९५।।
योगाच्या अभ्यासाने । चतुर्भुज रूप पाहणे ।
साक्षात्कार व्हावा शास्त्राभ्यासाने ।
असा सिद्धान्त ।।५९५।।
आम्हीं यजनें किजती सकळें ।
परि तियें फळावीं येणेंचि फळें ।
तीर्थें होतु सकळें । याचिलागीं ।।५९६।।
आम्ही यज्ञ करावे । चतुर्भुज रूप प्राप्त व्हावे ।
सकल तीर्थक्षेत्रा जावे । याचसाठी ।।५९६।।
आणीकही कांहीं जें जें । दान पुण्य आम्हीं कीजे ।
तया फळीं फळ तुझें । चतुर्भुज रूप ।।५९७।।
आम्ही जी दाने केली । पुण्य कर्मे केली ।
चतुर्भज रूपात मिळाली । त्याची फलश्रुती ।।५९७।।
ऐसी तेथिंची जीवा आवडी ।
म्हणौनि तेंचि देखावया लवडसवडी ।
वर्तत असे ते सांकडी । फेडीजे वेगीं ।।५९८।।
त्याची जीवा आवड । पाहण्या झाली गडबड ।
तुला घातलं साकडं । तू पुरवावे ।।५९८।।

अगा जीवींचें जाणतेया । सकळ विश्ववसवितेया ।
प्रसन्न होईं पूजितया । देवांचिया देवा ।।५९९।।
मनातील जाणलेस । सर्व विश्वाला वसवलेस ।
माझ्या पूजेने प्रसन्न व्हावेस । देवाधिदेवा ।।५९९।।
कैसें नीलोत्पलातें रांवित । आकाशाही रंगु लावित ।
तेजाची वोज दावित । इंद्रनीळा ।।६००।।
नीलकमला रंगवते । आकाशा निळे करते ।
रत्नाला तेजस्वी नीलवर्ण देते । तुझी कांती ।।६००।।
जैसा परिमळ जाहला मरगजा । कां आनंदासि निघालिया भुजा ।
ज्याचे जानुवरी मकरध्वजा । जोडली बरव ।।६०१।।
पाचूला गंध यावा । आनंदाला बाहू फुटावा ।
मदन शोभायमान व्हावा । ज्याच्या मांडीवर ।।६०१।।
मस्तकीं मुकुटातें ठेविलें । कीं मुकुटा मुकुट मस्तक झालें ।
शृंगारा लेणें लाधलें । आंगाचेनि जया ।।६०२।।
मस्तकाला मुकुटात ठेवले । की मस्तकच मुकुट झाले ।
शृंगारास सौंदर्य लाभले । प्रभूच्या दिव्य अंगाने ।।६०२।।
इंद्रधनुष्याचिये आडणी । माजीं मेघ गगनरंगणीं ।
तैसें आवरिलें शारङ्गपाणी । वैजयंतिया ।।६०३।।
इंद्रधनुष्याच्या मध्यात । मेघ शोभतो गगनमंडळात ।
तसा श्रीकृष्ण दिसे शोभिवंत । वैजयंती माळेत ।।६०३।।
आतां कवणी ते उदार गदा । असुरां देत कैवल्य पदा ।
कैसें चक्र हन गोविंदा । सौम्यतेजें मिरवे ।।६०४।।
ती उदार गदा शोभते । असुरा मोक्षपद देते ।
कसे तेजाने मिरविते । सुदर्शन चक्र ।।६०४।।
किंबहुना स्वामी । तें देखावया उत्कंठित पां मी ।
म्हणौनि आतां तुम्हीं । तैसया होआवें ।।६०५।।
म्हणूनी ऐका स्वामी । ते रूप पाहण्या उत्सुक मी ।
तेव्हा आता तुम्ही । तसे रूप घ्यावे(चतुर्भुज व्हावे) ।।६०५।।
हे विश्वरूपाचे सोहळे । भोगूनि निवाले जी डोळे ।
आतां होताति आंधले । कृष्णमूर्तीलागीं ।।६०६।।
हे विश्वरूपाचे सोहळे । बघून निवले डोळे ।
आता लागती डोहाळे । श्रीकृष्ण मूर्तीचे ।।६०६।।
तें साकार कृष्णरूपडें । वांचूनि पाहों नावडे ।
तें न देखतां थोडें । मानिताती हे ।।६०७।।
ते श्रीकृष्णाचे साकार रूपडे । त्यावाचून काही न आवडे ।
ते न दिसते तर इतर रुपडे । मी क्षुद्र मानतो ।।६०७।।

आम्हां भोगमोक्षाचिया ठायीं । श्रीमूर्तीवांचूनि नाहीं ।
म्हणौनि तैसाचि साकारु होईं । हें सांवरीं आतां ।।६०८।।
मोक्ष-भोगाच्या ठिकाणी । श्रीवाचून नाही कोणी ।
तसाच साकार हो म्हणूनी । आता (विशालता) आवर ।।६०८।।
या अर्जुनाचिया बोला । विश्वरूपा विस्मयो जाहला ।
म्हणे ऐसा नाहीं देखिला । धसाळ कोणी ।।६०९।।
अर्जुनाचे ऐकून बोल । श्रीकृष्णा वाटे नवल ।
म्हणे असा अविचारी दुसरा सकल । नाही पाहिला ।।६०९।।
कोण हे वस्तु पावला आहासी । तया लाभाचा तोषु न घेसी ।
मा भेणें काय नेणों बोलसी । हेकाडु ऐसा ।।६१०।।
वस्तूचा लाभ झाला साचा । आनंद न मानसी प्राप्तीचा ।
भीतीने हेकेखोरासारखा । काय बोलसी? ।।६१०।।
आम्हीं सावियाचि जैं प्रसन्न होणें । तैं आंगचिवरी म्हणें देणें ।
वांचोनि जीव असे वेंचणें । कवणासि गा ।।६११।।
आम्ही होतो प्रसन्न । ते बाह्यात्कारीच जाण ।
कोणासाठी जीव वेचणं । शक्य आहे का? ।।६११।।
तें हें तुझिये चाडे । आजि जिवाचेंचि दळवाडें ।
कामऊनियां येवढें । रचिलें ध्यान ।।६१२।।
तुझी इच्छापूर्ती म्हणुनी । जीव समुदाय एकत्र आणुनी ।
किती परिश्रम करुनी । विशालरूप घेतले ।।६१२।।
ऐसी काय नेणों तुझिये आवडी । जाहली प्रसन्नता आमुची वेडी ।
म्हणौनि गौप्याचीही गुढी । उभविली जगीं ।।६१३।।
तुझ्या भक्तीने माझे मन । वेडावूनी होई प्रसन्न ।
इतके दिवस हे गुप्त ठेवून । आज जाहीर गुढी उभारली ।।६१३।।
तें हें अपारां अपार । स्वरूप माझें परात्पर ।
एथूनि ते अवतार । कृष्णादिक ।।६१४।।
माझे रूप पार अपार । अनादि अन् परात्पर ।
इथून श्रीकृष्णादी अवतार । निर्माण झाले ।।६१४।।
हें ज्ञानतेजाचें निखिळ । विश्वात्मक केवळ ।
अनंत हे अढळ । आद्य सकळां ।।६१५।।
हे रूप ज्ञानाचे निखळ । सर्वात्मक ते केवळ ।
हे अनंत आणि अढळ । आद्य सर्वांचे ।।६१५।।
हें तुजवांचोनि अर्जुना । पूर्वीं श्रुत दृष्ट नाहीं आना ।
जे जोगें नव्हे साधना । म्हणौनियां ।।६१६।।
तुजवाचून कोणीही । हे ऐकले पाहिले नाही ।
कारण साधनाने कोणत्याही । ते प्राप्त होत नसे ।।६१६।।

याची सोय पातले । आणि वेदीं मौनचि घेतलें ।
याज्ञिकी माघौते आले । स्वर्गौनियां ।।६१७।।
वेद याच्यापर्यंत आले । अवर्णनीय म्हणून मौन राहिले ।
यज्ञ तर माघारी परतले । स्वर्गापासून ।।६१७।।
साधकीं देखिला आयासु । म्हणौनि वाळिला योगाभ्यासु ।
आणि अध्ययनें सौरसु । नाहीं एथ ।।६१८।।
साधकांचे कष्ट पाहिले । योग्यांनी योग सोडले ।
अध्यायी नाही पोहोचू शकले । इथपर्यंत ।।६१८।।
सीगेचीं सत्कर्मे । धाविन्नलीं संभ्रमें ।
तिहीं बहुतेकीं श्रमें । सत्यलोकु ठाकिला ।।६१९।।
टोकाची सत्कर्मे सगळी । उत्साहाने धावली ।
त्यांनी मोठ्या मुश्किली । स्वर्गलोक गाठला ।।६१९।।
तपीं ऐश्वर्य देखिलें । आणि उग्रपण उभयांचि सांडिलें ।
एक तपसाधन जें ठेलें । अपारांतरें ।।६२०।।
तपस्व्यांनी विश्वरूप पाहिले । उग्रपण सोडून दिले ।
जे अमर्याद अंतरावर राहिले । तपादी साधनापासून ।।६२०।।
तें हें तुवां अनायासें । विश्वरूप देखिलें जैसें ।
इये मनुष्यलोकीं तैसें । न फवेचि कवणा ।।६२१।।
हे तुला स्वभावता । विश्वरूप आले पाहता ।
मनुष्य लोकी न दिसता । कोणत्याही साधनांनी ।।६२१।।
आजि ध्यानसंपत्तीलागीं । तूंचि एकु आथिला जगीं ।
हें परम भाग्य आंगीं । विरंचीही नाहीं ।।६२२।।
या ध्यानसंपत्तीकरता । तूच एक भाग्यसंपन्न ठरता ।
ब्रह्मदेवालाही न लाभता । हे भाग्य ।।६२२।।
म्हणौनि विश्वरूपलाभें श्लाघ । एथिचें भय नेघ नेघ ।
हें वांचूनि अन्य चांग । न मनीं कांहीं ।।६२३।।
या विश्वरूप लाभानं । न भिता तू होसी धन्य ।
आणखी काही चांगले अन्य । मनात आणू नको ।।६२३।।
हां गा समुद्र अमृताचा भरला । आणि अवसांत वरपडा जाहला ।
मग कोणीही आथि वोसंडिला । बुडिजैल म्हणौनि? ।।६२४।।
हा अमृताचा सागर भरला । स्नानास अकस्मात प्राप्त झाला ।
कोणी त्यागेल का त्याला । बुडून जाऊ म्हणून? ।।६२४।।
नातरी सोनयाचा डोंगरु । येसणा न चले हा थोरु ।
ऐसें म्हणौनि अव्हेरु । करणें घडे? ।।६२५।।
सोन्याचा मोठा डोंगर भला । कसा नेता येईल आपल्याला ।
असे म्हणून सोडून दिला । आहे का कोणी? ।।६२५।।

दैवें चिंतामणी लेईजे । कीं हें ओझें म्हणौनि सांडिजे? ।
कामधेनु दवडिजे । न पोसवे म्हणौनि? ।।६२६।।
चिंतामणी ल्यायता ओझे होईल ।
या विचारे कोणी टाकून देईल? ।
कामधेनू घालवून देईल । पोसवत नाही म्हणून? ।।६२६।।
चंद्रमा आलिया घरा । म्हणिजे निगे करितोसि उबारा ।
पडिसायि पाडितोसि दिनकरा । परता सर ।।६२७।।
जर चंद्र आला घरा । तर उष्मा होतो जा बाहेरा ।
सावली पाडतोस सरक जरा ।
असे सूर्यास कोणी म्हणेल काय? ।।६२७।।
तैसें ऐश्वर्य हें महातेज । आजि हातां आलें आहे सहज ।
कीं एथ तुज गजबज । होआवी कां? ।।६२८।।
असे ऐश्वर्य महातेज । तुला लाभले सहज ।
मग एवढा गजबज । का करतोस? ।।६२८।।
परि नेणसीच गांवढिया । काय कोपों आतां धनंजया ।
आंग सांडोनि छाया । आलिंगितोसि मा? ।।६२९।।
अज्ञानी तू अर्जुन । काय करू तुजवर रागवून ।
सावलीस देतोस आलिंगन । शरीर सोडून ।।६२९।।
हें नव्हे जो मी साचें । एथ मन करूनियां काचें ।
प्रेम धरिसी अवगणियेचें । चतुर्भुज जें ।।६३०।।
हा मी नव्हे जो पाहतोस ।
मनातून अधीर होतोस ।
चतुर्भुजावर प्रेम करतोस ।
माझ्या आत्ताच्या रूपावर ।।६३०।।
तरि अझुनिवरी पार्था । सांडीं सांडीं हे व्यवस्था ।
इयेविषयीं आस्था । करिसी झणें ।।६३१।।
परी अजून ऐक पार्था । विश्वरूपाची नको अनास्था ।
चतुर्भुजाची ही आस्था । सोडून दे ।।६३१।।
हें रूप जरी घोर । विकृति आणि थोर ।
तरी कृतनिश्चयाचें घर । हेंचि करीं ।।६३२।।
हे रूप जरी भयानक । विकृत आणि संहारक ।
तरी कृतनिश्चयाहून खरे अधिक । जाणून घे ।।६३२।।
कृपण चित्तवृत्ति जैसी । रोंवोनि घालीं ठेवयापासीं ।
मग नुसधेनि देहेंसीं । आपण असे ।।६३३।।
कंजूस मनुष्य आपले मन । द्रव्याजवळ ठेवून ।
कर्म करी नुसत्या शरीरानं । या जगात ।।६३३।।

कां अजातपक्षिया जवळा । जीव बैसवूनि अविसाळां ।
पक्षिणी अंतराळा- । माजीं जाय ॥६३४॥
जीव पिलांपाशी । ठेवून घरट्याशी ।
पक्षीण आकाशी । विहरत जाय ॥६३४॥
नाना गाय चरे डोंगरीं । परि चित्त बांधिलें वत्सें घरीं ।
प्रेम एथिंचें करीं । स्थानपती ॥६३५॥
गाय चरते डोंगरी । चित्त वासराकडे घरी ।
तसे तू प्रेम करी । माझ्या विश्वरूपावर ॥६३५॥
येरें वरिचिलेनि चित्तें । बाह्य सख्य सुखापुरतें ।
भोगिजो कां श्रीमूर्तीतें । चतुर्भुज ॥६३६॥
वरवर मनात । बाह्यातकारी सुखापुरतं ।
चतुर्भुज रूपात । माझे ध्यान कर ॥६३६॥
परि पुढतपुढती पांडवा । हा एक बोलु न विसरावा ।
जे इये रूपींहूनि सद्भावा । नेदावें निघों ॥६३७॥
पण अर्जुना माझे सांगणे । विसरू नको हे जाणे ।
सत्‌श्रद्धेला न जाऊ देणे । चित्ताबाहेर ॥६३७॥
हें कहीं नव्हतेंचि देखिलें । म्हणौनि भय जें तुज उपजलें ।
तें सांडीं एथ संचलें । असों दे प्रेम ॥६३८॥
असे कधी नव्हतेस पाहिले । त्याने भय उत्पन्न झाले ।
भयाचा त्याग कर हे चांगले । अखंड प्रेम करी यावर ॥६३८॥
आतां करूं तुजयासारखें । ऐसें म्हणितलें विश्वतोमुखें ।
तरि मागील रूप सुखें । न्याहाळीं पां तूं ॥६३९॥
पुढे म्हणती श्रीकृष्ण । तुझ्या मनाप्रमाणे अर्जुन ।
चतुर्भुज रूप दावीन । तू ते बघ ॥६३९॥
ऐसें वाक्य बोलतखेंवो । मागुता मनुष्य जाहला देवो ।
हें ना परि नवलावो । आवडीचा तिये ॥६४०॥
असे बोलत असता देवानं । मनुष्यरूप केले धारण ।
यात नवल नाही जाण । खरे नवल अर्जुनावरचे प्रेम ॥६४०॥
श्रीकृष्णचि कैवल्य उघडें । वरि सर्वस्व विश्वरूपायेवढें ।
हातीं दिधलें कीं नावडे । अर्जुनासि ॥६४१॥
मोक्ष म्हणजे साक्षात श्रीकृष्ण । तो अर्जुनाजवळ असून ।
विश्वरूपातून त्याच्या हाती देऊन । अर्जुना ते न आवडे ॥६४१॥
वस्तु घेऊनि वाळिजे । जैसें रत्नासि दूषण ठेविजे ।
नातरी कन्या पाहूनियां म्हणिजे । मना न ये हे ॥६४२॥
वस्तू खरेदी करून टाकून द्यावी । रत्नाला नावे ठेवावी ।
कन्येची चौकशी करावी । मग म्हणे आवडली नाही ॥६४२॥

तया विश्वरूपायेवढी दशा । करितां प्रीतीचा वाद्‌ू कैसा ।
सेल दीधलीसे उपदेशा । किरीटीसिं देवें ॥६४३॥
एवढे विश्वरूप दाखवले । प्रेम काय ते वेगळे? ।
निवडक उपदेश दिधले । अर्जुनाला ॥६४३॥
मोडोनि भांगाराचा रवा । लेणें घडिलें आपलिया सवा ।
मग नावडे जरी जीवा । तरी आटिजे पुढती ॥६४४॥
सुवर्णाची लगड मोडून । इच्छेनुसार अलंकार घ्यावा बनवून ।
नंतर आवडला नाही म्हणून । पुन्हा लगड बनवावी ॥६४४॥
तैसें शिष्याचिये प्रीती जाहलें । कृष्णत्व होतें तें विश्वरूप केलें ।
तें मना नयेचि मग आणिलें । कृष्णपण मागुतें ॥६४५॥
तसे शिष्य प्रेमाप्रति झाले । कृष्णरूपाचे विश्वरूप दावले ।
पुन्हा कृष्णरूप घेतले । ते आवडले नाही म्हणून ॥६४५॥
हा ठाववरी शिष्याची निकसी । सहातें गुरु आहाती कवणे देशीं ? ।
परि नेणिजे आवडी कैशी । संजयो म्हणे ॥६४६॥
शिष्याचा इतका त्रास सहन करतो ।
असा गुरु कोणत्या देशी आढळतो ।
कळत नाही कसा हा अर्जुन आवडतो ।
असे संजय म्हणे ॥६४६॥
मग विश्वरूप व्यापुनि भोंवतें । जें दिव्य तेज प्रगटलें होतें ।
तेंचि सामावलें मागुतें । कृष्णरूपीं तये ॥६४७॥
व्यापुनी अवघे विश्व । प्रगटले जे तेज दिव्य ।
ते साठवले एक तत्त्व । कृष्णरूपात ॥६४७॥
जैसें त्वंपद हें आघवें । तत्पदीं सामावे ।
अथवा द्रुमाकारु सांठवे । बीजकणिके जेवीं ॥६४८॥
महाकाव्य पदाचा तत्त्वार्थ संपूर्ण । ब्रह्मपदी जसा सामावतो जाण ।
तसा लहानसा बीजकण । महावृक्ष साठवतो ॥६४८॥
नातरी स्वप्नसंभ्रमु जैसा । गिळी चेइली जीवदशा ।
श्रीकृष्णें योगु हा तैसा । संहारिला तो ॥६४९॥
जीव जेंव्हा जागृत होई । स्वप्न लहरी गिळून घेई ।
तसा श्रीकृष्ण स्वतःत सामावून घेई ।
तो विश्वरूप योग ॥६४९॥
जैसी प्रभा हारपली बिंबीं । कीं जळदसंपत्ती नभीं ।
नाना भरतें सिंधुगर्भीं । रिगालें राया ॥६५०॥
सूर्यप्रकाश जसा बिंबात हरपतो ।
मेघ जसा आकाशात सामावतो ।
सागर भरती पोटात घेतो । तसे झाले ॥६५०॥

हो कां जे कृष्णाकृतीचिये मोडी । होती विश्वरूपपटाची घडी ।
ते अर्जुनाचिये आवडी । उकलूनि दाविली ।।६५१।।
किंवा विश्वरूप वस्त्राची घडी । जी होती अर्जुनाचे आवडी ।
श्रीकृष्ण ती उलगडी । उघडून दाखवली ।।६५१।।
तंव परिमाणा रंगु । तेणें देखिलें साविया चांगु ।
तेथ ग्राहकीये नव्हेचि लागु ।
म्हणौनि घडी केली पुढती ।।६५२।।
त्या वस्त्राचा रंग आणि परिणाम । अर्जुनाने घेतला नीट बघून ।
मग गिऱ्हाईका आवडले नाही म्हणून ।
पुन्हा वस्त्राची घडी केली ।।६५२।।
तैसें वाढीचेनि बहुवसपणें । रूपें विश्व जिंतिलें जेणें ।
तें सौम्य कोडिसवाणें । साकार जाहलें ।।६५३।।
ज्या प्रचंडविश्वरुपानं । विश्व घेतले जिंकून ।
तेच कृष्णरूप गोजिरवाणं । पुन्हा साकारलं ।।६५३।।
किंबहुना अनंतें । धरिलें धाकुटपण मागुतें ।
परि आश्वासिलें पार्थातें । बिहालियासी ।।६५४।।
त्या प्रचंडविश्वरूपानं । मर्यादित रूप केले धारण ।।
भीतीने ग्रस्त झाला होता अर्जुन ।
त्याला आश्वासन दिले ।।६५४।।
जो स्वप्नीं स्वर्गा गेला । तो अवसांत जैसा चेइला ।
तैसा विस्मयो जाहला । किरीटीसी ।।६५५।।
कोणी स्वप्नात स्वर्गी गेला । अचानक जाग येता तिथेच पाहू
लागला । तसा विस्मय वाटला । अर्जुनास ।।६५५।।
नातरी गुरुकृपेसवें । वोसरलेया प्रपंचज्ञान आघवें ।
स्फुरे तत्त्व तेवीं पांडवें । श्रीमूर्ति देखिली ।।६५६।।
जसे गुरुंच्या कृपेसवे । प्रपंच ज्ञान पुसून जावे ।
तसे अर्जुने कृष्णरूप पाहावे । विश्वरूप जाता ।।६५६।।
तया पांडवा ऐसें चित्तीं । आड विश्वरूपाची जवनिका होती ।
ते फिटोनि गेली परौती । हें भलें जाहलें ।।६५७।।
अर्जुनाच्या मनी विचार आला ।
विश्वरूपाचा पडदा नाहीसा झाला ।
तो त्या चतुर्भुज रूपाआड ठेवला । हे चांगले झाले ।।६५७।।
काय काळातें जिणोनि आला । कीं महावातु मागां सांडिला ।
आपुलिया बाही उतरला । सातही सिंधु ।।६५८।।
जसे काळाला जिंकून घ्यावे । अथवा वादळातून सुटून जावे ।
किंवा पोहून पार करावे । समुद्र साती ।।६५८।।

ऐसा संतोष बहु चित्तें । घेइजत असे पंडुसुतें ।
विश्वरूपापाठीं कृष्णातें । देखोनियां ।।६५९।।
विश्वरूपानंतर कृष्णरूप पाहून । आनंदला मनात अर्जुन ।
परम संतोष होई निर्माण । त्याच्या मनी ।।६५९।।
मग सूर्याचिया अस्तमानीं । मागुती तारा उगवती गगनीं ।
तैसी देखों लागला अवनीं । लोकांसहित ।।६६०।।
सूर्य मावळता क्षणी । तारे उगवती गगनी ।
तसा तो पाहू लागे अवनी । सर्व लोकांसोबत ।।६६०।।
पाहे तंव तेंचि कुरुक्षेत्र । तैसेंचि देखे दोहीं भागीं गोत्र ।
वीर वर्षताती शस्त्रास्त्र । संघाटवरी ।।६६१।।
पहा तेच ते कुरुक्षेत्र । बघ दोन्ही बाजूंना आपले गोत्र ।
वीर वर्षवती शस्त्र । एकमेकांवरी ।।६६१।।
तया बाणांचिया मांडवाआंतु । तैसाचि रथु देखे निवांतु ।
धुरे बैसला लक्ष्मीकांतु । आपण तळीं ।।६६२।।
बाणांच्या मांडवाखाली राहे । रथ निवांत उभा आहे ।
अर्जुन आपणाला रथाखाली पाहे । पुढे सारथी श्रीकृष्ण ।।६६२।।
एवं मागील जैसें तैसें । तेणें देखिलें वीरविलासें ।
मग म्हणे जियालों ऐसें । जाहलें आतां ।।६६३।।
अर्जुनाने जसे मागितले । तसे पूर्व रूप पाहिले ।
म्हणाला माझे प्राण वाचले । असे मला वाटते ।।६६३।।
बुद्धीतें सांडोनि ज्ञान । भेणें वळघलें रान ।
अहंकारेंसी मन । देशोधडी जाहलें ।।६६४।।
बुद्धीने ज्ञान सोडले होते । भयाने आडरानी शिरले होते ।
मन देशोधडी लागले होते । अहंकार सोडून ।।६६४।।
इंद्रियें प्रवृत्ती भुललीं । वाचा प्राणा चुकली ।
ऐसें आपांपरी होती जाली । शरीरग्रामीं ।।६६५।।
इंद्रिये विषय विसरली । वाचा बंद पडली ।
अशी दुर्दशा झाली । शरीर गावाची ।।६६५।।
तियें आघवींचि मागुतीं । जिवंत भेटलीं प्रकृती ।
आतां जिताणें श्रीमूर्ती । जाहलें मियां ।।६६६।।
आता ही अवस्था संपली । जिवाला प्रकृती भेटली ।
ही श्रीमूर्ती दिसली । मला जगण्यासाठी ।।६६६।।
ऐसें सुख जीवीं घेतलें । मग श्रीकृष्णातें म्हणितलें ।
मियां तुमचें रूप देखिलें । मानुष हें ।।६६७।।
अंतर्यामी सुखी झाला । अर्जुन मग म्हणाला ।
तुमचा मनुष्य आकार दिसला । आता मला ।।६६७।।

हें रूप दाखवणें देवराया । कीं मज अपत्या चुकलिया ।
बुझावोनि तुवां माया । स्तनपान दिधलें ।।६६८।।
तू पुन्हा दिलेस दर्शन । चुकल्या लेकरा समजावून ।
दिलेस तू स्तनपान । आईच्या मायेने ।।६६८।।
जी विश्वरूपाचिया सागरीं । होतों तरंग मवित वांवेवरी ।
तो इये निजमूर्तीच्या तीरीं । निगालों आतां ।।६६९।।
या विश्वरूपाच्या सागरात । होतो लाटा परतून लावत ।
आता लागलो निवांत । कृष्णमूर्तीच्या तीराला ।।६६९।।
आइकें द्वारकापुरसुहाडा । मज सुकतिया जी झाडा ।
हे भेटी नव्हे बहुडा । मेघाचा केला ।।६७०।।
हे द्वारकाधीशा तू पाहिले । मी झाड होतो सुकलेले ।
ही भेट नव्हे तू मेघ वर्षवले । माझ्यावर ।।६७०।।
जी सावियाची तृषा फुटला । तया मज अमृतसिंधु हा भेटला ।
आतां जिणयाचा जाहला । भरंवसा मज ।।६७१।।
तहानेने व्याकुळल्या मला । अमृताचा सागर भेटला ।
आता जगण्याचा झाला । भरवसा मज ।।६७१।।
माझिया हृदयरंगणीं । होताहे हरिखलतांची लावणी ।
सुखेंसीं बुझावणी । जाहली मज ।।६७२।।
माझ्या हृदयाच्या अंगणी । जणू आनंदवेलीची लावणी ।
आनंदाशी ऐक्य मनी । मी पावलो ।।६७२।।
यया पार्थाचिया बोलासवें । हें काय म्हणितलें देवें ।
तुवां प्रेम ठेवूनि यावें । विश्वरूपीं कीं ।।६७३।।
हे बोलणे ऐकून । श्रीकृष्ण म्हणती अर्जुन ।
विश्वरूपाशी प्रेम ठेवून । सगुण रूपाकडे ये ।।६७३।।
मग इये श्रीमूर्ती । भेटावें सडिया आयती ।
ते शिकवण सुभद्रापती । विसरलासि मा ।।६७४।।
विश्वरूपे ठेवून मन । या मूर्तीस भेट शरीरानं ।
ही माझी शिकवण । तू विसरलास काय? ।।६७४।।
अगा आंधळिया अर्जुना । हाता आलिया मेरूही होय साना ।
ऐसा आथी मना । चुकीचा भावो ।।६७५।।
हे दृष्टीहीन अर्जुन । मेरूपर्वतही वाटतो लहान ।।
अशी चुकीची भावना मन । ठेवून असते ।।६७५।।
तरी विश्वात्मक रूपडें । जें दाविलें आम्ही तुजपुढें ।
तें शंभूही परि न जोडे । तपें करितां ।।६७६।।
आमचे विश्वरूप भले । जे तुला दाखवले ।
ते शंकराला न मिळे । तप करून ।।६७६।।
आणि अष्टांगादिसंकटीं । योगी शिणताति किरीटी ।
परि अवसरु नाहीं भेटी । जयाचिये ।।६७७।।
अष्टांग योगाच्या संकटात । झगडून योगी शिणतात ।
पण त्यांना होत नाही प्राप्त । विश्वरूपदर्शन ।।६७७।।
तें विश्वरूप एकादे वेळ । कैसेनि देखों अळुमाळ ।
ऐसें स्मरतां काळ । जातसे देवां ।।६७८।।
विश्वरूप पाहावे म्हणून । असे चिंतन करून ।
काळ जातो निघून । देवांचा ।।६७८।।
आशेचिये अंजुळी । ठेऊनि हृदयाचिया निडळीं ।
चातक निराळीं । लागले जैसे ।।६७९।।
आशेची ओंजळ करून । हृदय कपाळी ठेवून ।
जसा चातक राहतो बघून । मेघांची प्रतिक्षा ।।६७९।।
तैसे उत्कंठा निर्भर । होऊनियां सुरवर ।
घोकीत आठही पाहार । भेटी जयाची ।।६८०।।
तशी वाटून अतिउत्सुकता । साऱ्या देव-देवता ।
ज्याच्या भेटीची आतुरता । आठ प्रहरी ठेवती ।।६८०।।
परि विश्वरूपासारिखें । स्वप्नींही कोण्ही न देखे ।
तें प्रत्यक्ष तुवां सुखें । देखिलें हें ।।६८१।।
पण असे विश्वरूप । पाहिले नाही कोणी स्वप्नात ।
ते तुला अगदी सहज । प्रत्यक्ष दिसले ।।६८१।।
पैं उपायांसि वाटा । न वाहती एथ सुभटा ।
साहीसहित वोहटा । वाहिला वेदीं ।।६८२।।
या विश्वरूपाचे दर्शनाठायी । मार्ग नाहीत कोणतेही ।
चार वेद शास्त्रे सहाही । माघार घेती ।।६८२।।
मज विश्वरूपाचिया मोहरा । चालावया धनुर्धरा ।
तपांचियाही संभारा । नव्हेचि लागु ।।६८३।।
विश्वरूप समोर चालत । येणाऱ्या त्यांच्या समुदायात ।
येण्याचे असे सामर्थ्य । नाही अर्जुना ।।६८३।।
आणि दानादि कीर कानडें । मी यज्ञींही तैसा न सांपडें ।
जैसेनि कां सुरवाडें । देखिला तुवां ।।६८४।।
मी दानधर्मी न दिसे । यज्ञकर्मीही न गवसे ।
तुला हे रूप सहज दिसे । सुखाने ।।६८४।।
तैसा मी एकीचि परि । आंतुडें गा अवधारीं ।
जरी भक्ति येऊनि वरी । चित्तातें गा ।।६८५।।
मी एकच उपाये सापडेन । ऐक देऊन ध्यान ।
जेव्हा भक्तिहृदया घरी येऊन । चित्ताला वरेल ।।६८५।।

परि तेचि भक्ति ऐसी । पर्जन्याची सुटिका जैसी ।
धरावांचूनि अनारिसी । गतीचि नेणें ॥६८६॥
पण भक्ती असावी अशी । पर्जन्याची धार जशी ।
वर्षावाकरिता न जाणशी । दुसरी गती ॥६८६॥
कां सकळ जळसंपत्ती । घेऊनि समुद्रातें गिंवसिती ।
गंगा जैसी अनन्यगती । मिळालीचि मिळे ॥६८७॥
अशी घेऊन जलसंपत्ती । गंगा समुद्रा जाऊन मिळती ।
तिला दुसरी नसते गती । पुन्हा पुन्हा मिळत राहते ॥६८७॥
तैसें सर्वभावसंभारें । न धरत प्रेम एकसरें ।
मजमाजीं संचरे । मीचि होऊनि ॥६८८॥
जसे सर्व शुद्ध भाव ठेवून । माझ्याशी एकरूप होऊन ।
माझ्यात राहणे मीच म्हणून । याला भक्ती म्हणतात ॥६८८॥
आणि तेवींचि मी ऐसा । थडिये माझारीं सरिसा ।
क्षीराब्धि कां जैसा । क्षीराचाचि ॥६८९॥
त्यासम मी असाच । काठाला अन् मध्ये सारखाच ।
क्षीरसागर जसा दुधानेच । भरलेला असतो ॥६८९॥
तैसें मजलागुनि मुंगीवरी । किंबहुना चराचरीं ।
भजनासि कां दुसरी । परीचि नाहीं ॥६९०॥
माझ्यापासून मुंगीपर्यंत । सर्व चराचरांत ।
भजन करण्या न राहून जात । कोणताच द्वैतभाव ॥६९०॥
तयाचि क्षणासवें । एवंविध मी जाणवें ।
जाणितला तरी स्वभावें । दृष्टिही होय ॥६९१॥
असे होईल ज्या क्षणी । माझे रूप येईल ध्यानी ।
आणि त्यांच्या दृष्टीनी । मला पाहतील सर्वत्र ॥६९१॥
मग इंधनीं अग्नि उद्दीपें । आणि इंधन हें भाष हारपे ।
तें अग्निचि होऊनि आरोपें । मूर्त जेवीं ॥६९२॥
अग्नी निर्मितो लाकडाचे ठायी । मग लाकूड शब्द नाहीसा होई ।
लाकूडच मग अग्नी बनून जाई । मूर्तिमंत ॥६९२॥
कां उदय न कीजे तेजाकारें । तंव गगनचि होऊनि असे आंधारें ।
मग उदईलिया एकसरें । प्रकाशु होय ॥६९३॥
सूर्याचे तेज उगवत नाही । तोवर अंधार आकाश बनून राही ।
सूर्योदयानंतर तोही । प्रकाशरूप होतो ॥६९३॥
तैसें माझिये साक्षात्कारीं । सरे अहंकाराची वारी ।
अहंकारलोपीं अवधारीं । द्वैत जाय ॥६९४॥
विश्वरूपाच्या साक्षात्कारी । अहंकाराची सरते वारी ।
द्वैत संपते मनांतरी । हे समजून घे ॥६९४॥

मग मी तो हें आघवें । एक मीचि आथी स्वभावें ।
किंबहुना सामावे । समरसें तो ॥६९५॥
मग मी तो अन् विश्वपुरते । माझ्यातच एकरूप होते ।
सारे समरस होऊन जाते । ऐक्य भावाने ॥६९५॥
जो मजचि एकालागीं । कर्में वाहातसे आंगीं ।
जया मीवांचोनि जगीं । गोमटें नाहीं ॥६९६॥
माझ्या एकट्यासाठी तो । कर्माचे ओझे वाहतो ।
तो दुसरे काही न मानतो । माझ्याशिवाय चांगले ॥६९६॥
दृष्टादृष्ट सकळ । जयाचें मीचि केवळ ।
जेणें जिणयाचें फळ । मजचि नाम ठेविलें ॥६९७॥
दृष्ट अदृष्ट हे सकल । मीच त्याच्यासाठी केवळ ।
माझी प्राप्ती हेच फळ । जगण्याचे मानतो ॥६९७॥
मग भूतें हे भाष विसरला । जे दिठी मीचि आहें सूदला ।
म्हणौनि निर्वैर जाहला । सर्वत्र भजे ॥६९८॥
द्वैत हा भाव विसरतो । ज्ञानदृष्टीने मलाच पाहतो ।
मलाच सर्वत्र जाणून भजतो । वैर सांडून ॥६९८॥
ऐसा जो भक्तु होये । तयाचें त्रिधातुक हें जैं जाये ।
तैं मीचि हौनि ठायें । पांडवा गा ॥६९९॥
असा भक्त असतो त्याते । त्रिधातू[६] शरीर नाश पावते ।
मीच होऊन ते राहते । देह पतनानंतर ॥६९९॥
ऐसें जगदुदरदोंदिलें । तेणें करुणारसरसाळें ।
संजयो म्हणे बोलिलें । श्रीकृष्णदेवें ॥७००॥
संजय म्हणे धृतराष्ट्र ऐक ते । ज्याच्या पोटी विश्व सामावते ।
ते श्रीकृष्ण असे झाले बोलते । करुण रसाळपणे ॥७००॥
ययावरी तो पंडुकुमरु । जाहला आनंदसंपदा थोरु ।
आणि कृष्णचरणचतुरु । एक तो जगीं ॥७०१॥
यानंतर तो पांडुकुमार । आनंद मिळवून झाला थोर ।
जगात एकलाच ठरला चतुर ।
कृष्णचरणांची सेवा करण्या ॥७०१॥
तेणें देवाचिया दोनही मूर्ती ।
निकिया न्याहाळिलिया चित्तीं ।
तंव विश्वरूपाहूनि कृष्णाकृतीं ।
देखिला लाभु ॥७०२॥
देवाच्या दोन्ही मूर्ती । त्याने न्याहाळिल्या चित्ती ।
विश्वरूपाहून कृष्ण आकृती । लाभदायक वाटली ॥७०२॥

---
६ (वात, कफ, पित्त)

परि तयाचिये जाणिवे । मानु न कीजेचि देवें ।
जें व्यापकाहूनि नव्हे । एकदेशी ।।७०३।।
पण अर्जुनाचे हे विचार जाणले । देवाने ते न मानले ।
व्यापक विश्वरूपाहून भले । एकरूप श्रेष्ठ नाही ।।७०३।।
हेंचि समर्थावयालागीं । एक दोन चांगी ।
उपपत्ती शारङ्गी । दाविता जाहला ।।७०४।।
करण्या याचे समर्थन । युक्ती बोलती भगवान ।
काही चांगल्या एकदोन । गोष्टी सांगती ।।७०४।।
तिया ऐकोनि सुभद्राकांतु । चित्तीं आहे म्हणतु ।
तरि होय बरवें दोन्हीं आंतु । तें पुढती पुसों ।।७०५।।
त्या गोष्टी ऐकून । मनात म्हणे अर्जुन ।
पुढे घेऊ विचारून । दोन्हींतले काय चांगले? ।।७०५।।

ऐसा आलोचु करूनि जीवीं । आतां पुसती वोज बरवी ।
आदरील ते परिसावी । पुढें कथा ।।७०६।।
तो असा विचार करून । विचारेल उत्तम प्रश्न ।
ती कथा श्रोतृवृंदानी श्रवण । पुढील अध्यायी करावी ।।७०६।।
प्रांजळ ओंवीप्रबंधें । गोष्टी सांगिजेल विनोदें ।
तें परिसा आनंदें । ज्ञानदेवो म्हणे ।।७०७।।
ही कथा प्रसन्न ओवी छंदाने । सांगेन सुलभपणे ।
ती ऐकावी आनंदाने । असे ज्ञानदेव म्हणती ।।७०७ ।
भरोनि सद्भावाची अंजुळी । मियां वोंवियाफुलें मोकळीं ।
अर्पिलीं अंघ्रियुगुलीं । विश्वरूपाच्या ।।७०८।।
शुद्ध सद्भावाची ओंजळ करून । ओवी रूपे फुलांनी भरून ।
दोन्ही चरणांवर घातली ठेवून । विश्वरूपाच्या ।।७०८।।

ओवी संख्या ७०८

।। अकरावा अध्याय – विश्वरूपदर्शन योग – समाप्त।।

अध्याय बारावा

भक्ती योग

जय जय वो शुद्धे । उदारे प्रसिद्धे ।
अनवरत आनंदे । वर्षतिये ।।१।।

हे माते तू शुभ सिद्ध । उदार म्हणून प्रसिद्ध ।
तू वर्षवतेस आनंद । अविरत अखंड ।।१।।

विषयव्याळें मिठी । दिधलिया नुठी ताठी ।
ते तुझिये गुरुकृपादृष्टी । निर्विष होय ।।२।।

विषयसर्पाच्या दंशेही । मनुष्य मूर्च्छित, न उठो पाही ।
पण तुझ्या कृपादृष्टीने तोही । निर्विष होतो ।।२।।

तरी कवणातें तापु पोळी ।
कैसेनि वो शोकु जाळी ।
जरी प्रसादरसकल्लोळीं । पुरें येसि तूं ।।३।।

तुझ्या कृपेची येत भरती । संसारताप कोणा पोळती? ।
शोक कोणा पीडू शकती । तुझी कृपा होता ।।३।।

योगसुखाचे सोहळे । सेवकां तुझेनि स्नेहाळे ।
सोऽहंसिद्धीचे लळे । पाळिसी तूं ।।४।।

भक्तियोग सुखाचे सोहळे । प्राप्त होती तुझ्यामुळे ।
अहं ब्रह्माऽस्मिचे लाड लडिवाळे । तूच पुरवतेस ।।४।।

आधारशक्तीचिया अंकीं । वाढविसी कौतुकीं ।
हृदयाकाशपल्लकीं । परीये देसी निजे ।।५।।

आधार चक्राच्या मांडीवर ठेवूनी ।
साधका वाढवतेस कौतुकानी ।
हृदयकोशाच्या पाळण्यात बसवुनी ।
उपदेशामृताचे झोके देतेस ।।५।।

प्रत्यक्ज्योतीची वोवाळणी ।
करिसी मनपवनाचीं खेळणीं ।
आत्मसुखाची बाळलेणीं । लेवविसी ।।६।।

आत्मज्योतीची ओवाळणी । मन प्राणांची खेळणी ।
आत्मसुखाची बाळलेणी । त्या लेववतेस ।।६।।

सतरावियेचें स्तन्य देसी । अनुहताचा हल्लरू गासी ।
समाधिबोधें निजविसी । बुझाऊनि ।।७।।

जीवनकलेचे चंद्रामृत देसी । अनाहत ध्वनीचे गाणे गासी ।
समाधान करून निजविसी । समाधिसुखात ।।७।।

म्हणौनि साधकां तूं माउली । पिके सारस्वत तुझिया पाउलीं ।
या कारणें मी साउली । न संडीं तुझी ।।८।।

साधकांची तू माऊली । ज्ञान प्राप्ती तुझ्याच पाऊली ।
म्हणून मी तुझी सावली । सोडणार नाही ।।८।।

अहो सद्गुरुचिये कृपादृष्टी । तुझें कारुण्य जयातें अधिष्ठी ।
तो सकलविद्यांचिये सृष्टीं । धात्रा होय ।।९।।

तू सद्गुरू कृष्णा माते । तुझे कारुण्य ज्याला स्वीकारते ।
तो सकल विद्यांचा उत्पते । ब्रह्मदेव होतो ।।९।।

म्हणौनि अंबे श्रीमंते । निजजनकल्पलते ।
आज्ञापीं मातें । ग्रंथनिरूपणीं ।।१०।।

म्हणून हे अंबामाता । तू कल्पतरू भक्तांच्या चित्ता ।
मला आज्ञा करी आता । ग्रंथ निरूपणाची ।।१०।।

नवरसीं भरवीं सागरु । करवीं उचित रत्नांचे आगरु ।
भावार्थाचे गिरिवरु । निफजवीं माये ।।११।।

नवरसांचा भाषेचा सागर । उचित अलंकारांचे आगर ।
भावार्थाचे विशाल गिरीवर । माझ्याकरवी निर्माण कर ।।११।।

साहित्यसोनियाचिया खाणी । उघडवीं देशियेचिया आक्षौणीं ।
विवेकवल्लीची लावणी । हों देईं सैंघ ।।१२।।

मराठी भाषेच्या अंगणी । उघडून साहित्यसोन्याच्या खाणी ।
विचारविवेकवेलींची लावणी । करून घे ।।१२।।

संवादफळनिधानें । प्रमेयाचीं उद्यानें ।
लावीं म्हणे गहनें । निरंतर ।।१३।।

सुसंवादाची वचने । सिद्धान्तांची उद्याने ।
भरून जाऊ देत वने । या रचनांनी निरंतर ।।१३।।

पाखांडाचे दरकुटे । मोडीं वाग्वाद अव्हांटे ।
कुतर्कांचीं दुष्टें । सावजें फेडीं ।।१४।।
नास्तिकपणाचे दरी खोरे । वितंडवादाचे आड रस्ते सारे ।
कुतर्काची दुष्ट जनावरे । श्वापदे मारून टाक ।।१४।।
श्रीकृष्णगुणीं मातें । सर्वत्र करीं वो सरतें ।
राणिवे बैसवी श्रोते । श्रवणाचिये ।।१५।।
श्रीकृष्णाच्या गुणवर्णना । समर्थ कर माझ्या मना ।
राज्यावर बसव श्रोत्यांना । श्रवणाच्या ।।१५।।
ये मराठीयेचिया नगरीं । ब्रह्मविद्येचा सुकाळु करी ।
घेणें देणें सुखचिवरी । हो देईं या जगा ।।१६।।
या मराठीच्या नगरीमध्ये । ब्रह्मविद्येचा सुकाळ होऊ दे ।
जगाला देणेघेणे घेऊ दे । ब्रह्मानंदाचे ।।१६।।
तूं आपुलेनि स्नेहपल्लवें । मातें पांघुरविशील सदैवें ।
तरी आतांचि हें आघवें । निर्मीन माये ।।१७।।
आपल्या कृपेच्या पदराचे । पांघरूण घालशील सदैव मायेचे ।
तर भाव अमृत विचाराचे । मी याच अध्यायात सांगेन ।।१७।।
इये विनवणीयेसाठीं । अवलोकिलें गुरु कृपादृष्टी ।
म्हणे गीतार्थेंसी उठी । न बोलें बहु ।।१८।।
अशी विनंती केल्यावर । कृपादृष्टी टाकून माझ्यावर ।
सांगावा गीतार्थ सत्वर । गुरुमाउली बोलली ।।१८।।
तेथ जी जी महाप्रसादु । म्हणौनि साविया जाहला आनन्दु ।
आतां निरोपीन प्रबंधु । अवधान दीजे ।।१९।।
ज्ञानेश्वरांना झाला आनंद । हा दिला महाप्रसाद ।
मी भावार्थ करतो विषद । इकडे लक्ष द्यावे ।।१९।।
तरी सकलवीराधिराजु । जो सोमवंशीं विजयध्वजु ।
तो बोलता जाहला आत्मजु । पंडुनृपाचा ।।२०।।
असे वीरांचा राजा श्रेष्ठ । सोमवंशाचा विजय ध्वज ।
पंडूराजाचा आत्मज । बोलला ।।२०।।
कृष्णातें म्हणे अवधारिलें । आपण विश्वरूप मज दाविलें ।
तें नवल म्हणौनि बिहालें । चित्त माझें ।।२१।।
कृष्णाला म्हणे ऐकले? । तुम्ही जे विश्वरूप दाखवले ।
त्यामुळे घाबरले । मन माझे ।।२१।।
आणि इये कृष्णमूर्तीची सवे । यालागीं सोय धरिली जीवें ।
तंव नको म्हणोनि देवें । वारिलें मातें ।।२२।।
मला सवय कृष्णमूर्तीची । आवड निर्माण झाली तिची ।
पण अधिक प्रेम नको ठेवू चित्ती । असे तुम्हीच सांगितले ।।२२।।

तरी व्यक्त आणि अव्यक्त । हें तूंचि एक निभ्रांत ।
भक्ती पाविजे व्यक्त । अव्यक्त योगें ।।२३।।
साकार आणि निराकार । हे दोन्ही तुमचेच आकार ।
भक्तीने रूप साकार । योगमार्गे निराकार ।।२३।।
या दोनी जी वाटा । तूंतें पावावया वैकुंठा ।
व्यक्ताव्यक्त दारवंठां । रिगिजे येथ ।।२४।।
या दोन्ही मार्गावरून । तुझी प्राप्ती होते भगवान ।
उंबरठ्यावर निर्गुण सगुण । प्रवेश होतो ।।२४।।
पैं जे वानी श्यातुका । तेचि वेगळिये वाला येका ।
म्हणौनि एकदेशिया व्यापका । सरिसा पाडू ।।२५।।
जो कस सोन्याच्या लगडीचा । तोच त्यातल्या गुंजभर सोन्याचा ।
मर्यादित अन् व्यापक दोन्हींचा । कस सारखाच ।।२५।।
अमृताचिया सागरीं । जे लाभे सामर्थ्याची थोरी ।
तेचि दे अमृतलहरी । चुळीं घेतलेया ।।२६।।
अमृताच्या सागरात । जे होते सामर्थ्य प्राप्त ।
तेच मिळते चुळकाभर पाण्यात । त्या सागराच्या ।।२६।।
हे कीर माझ्या चित्तीं । प्रतीति आथि जी निरुती ।
परि पुसणें योगपती । तें याचिलागीं ।।२७।।
ही जाणीव माझ्या चित्ती । आली याची प्रतीती ।
तुला जे विचारू पाहती । मन माझे ।।२७।।
जें देवा तुम्हीं नावेक । अंगिकारिलें व्यापक ।
तें साच कीं कवतिक । हें जाणावया ।।२८।।
देवा तुम्ही काही क्षण । विश्वरूप केले धारण ।
ते खरे की कौतुकाचे वाण । हे जाणावे वाटे ।।२८।।
तरी तुजलागीं कर्म । तूंचि जयांचें परम ।
भक्तीसी मनोधर्म । विकोनि घातला ।।२९।।
सारे तुजप्रती करती कर्म । तू त्यांचा ईश्वर परम ।
सर्व संकल्पाचे मनोधर्म । तुला वाहती ।।२९।।
इत्यादि सर्वीं परीं । जे भक्त तूंतें श्रीहरी ।
बांधोनियां जिव्हारीं । उपासिती ।।३०।।
अशा सर्व प्रकारांनी । भक्त आपल्या अंत:करणी ।
तुला स्थिर करूनी । तुझी उपासना करतात ।।३०।।
आणि जें प्रणवापैलीकडे । वैखरीयेसी जें कानडें ।
कायिसयाहि सांगडें । नव्हेचि जें वस्तु ।।३१।।
तुझे स्वरूप ओंकारापल्याड । वाणीने वर्णनास अवजड ।
तुलना करण्यास अवघड । इतर वस्तू सोबत ।।३१।।

तें अक्षर जी अव्यक्त । निर्देश देशरहित ।
सोऽहंभावें उपासित । ज्ञानिये जे ।।३२।।
जे अक्षर अन् अव्यक्त । जे निर्देशाच्या रहित ।
त्याला ज्ञानी उपासतात । सोहम्भावाने ।।३२।।
तयां आणि जी भक्तां । येरयेरांमाजी अनंता ।
कवणें योगु तत्त्वतां । जाणितला सांगा ।।३३।।
सांगावे हे अनंता । ज्ञानी आणि या भक्ता ।
योग कोणा समजला चित्ता । हे सांगा ।।३३।।
इया किरीटीचिया बोला । तो जगद्बंधु संतोषला ।
म्हणे हो प्रश्नु भला । जाणसी करूं ।।३४।।
अर्जुनाचे बोलणे ऐकून । श्रीकृष्ण म्हणाले आनंदून ।
तू आता घेतले जाणून । प्रश्न कसा करावा? ।।३४।।
तरी अस्तुगिरीचियां उपकंठीं । रिगालिया रविबिंबापाठीं ।
रश्मी जैसे किरीटी । संचरती ।।३५।।
अस्ताचलाच्या जवळी । रविबिंबाच्या थोडे खाली ।
किरणे जशी प्रवेशली । सूर्यबिंबापाठोपाठ ।।३५
कां वर्षाकाळीं सरिता । जैसी चढों लागें पांडुसुता ।
तैसी नीच नवी भजतां । श्रद्धा दिसे ।।३६।।
पावसाळ्यात नदीचे पाणी । वाढू लागते क्षणोक्षणी ।
तसे भक्तांचे नित्य माझ्या भजनी । प्रेम वाढते ।।३६।।
परी ठाकिलियाहि सागरु । जैसा मागीलही यावा अनिवारु ।
तिये गंगेचिये ऐसा पडिभरु । प्रेमभावा ।।३७।।
गंगा सागरी मिळाल्यावरही । तिचा लोट वाढत राही ।
तसा भक्तांच्या हृदयातही । भक्ती वाढत जाते ।।३७।।
तैसें सर्वेंद्रियांसहित । मजमाजीं सूनि चित्त ।
जे रात्रिदिवस न म्हणत । उपासिती ।।३८।।
तसे सर्व इंद्रियासहित । स्थिराहून मज ठायी चित्त ।
काळाचे भान न ठेवत । माझी उपासना करती ।।३८।।
इयापरी जे भक्त । आपणपें मज देत ।
तेचि मी योगयुक्त । परम मानीं ।।३९।।
अशा प्रकारचे भक्त । स्वत:ला मज अर्पित ।
तेच उच्च योगाने युक्त । असे मी मानतो ।।३९।।
आणि येर तेही पांडवा । जे आरूढोनि सोऽहंभावा ।
झोंबती निरवयवा । अक्षरासी ।।४०।।
जे निर्गुणाला उपासती । सोहं भावा आलिंगती ।
अविनाशी रूपाशी एकरूपती । ब्रह्माच्या ।।४०।।

मनाची नखी न लगे । जेथ बुद्धीची दृष्टी न रिगे ।
ते इंद्रियां कीर जोगें । कायि होईल? ।।४१।।
मनाचे नखही न लागू शके । बुद्धीची दृष्टी न पोहोचू शके ।
मग स्थूल इंद्रिय कसे समजू शके । हे ब्रह्म? ।।४१।।
परी ध्यानाही कुवाडें । म्हणौनि एके ठायीं न संपडे ।
व्यक्तीसि माजिवडें । कवणेही नोहे ।।४२।।
एका जागी न सापडत । एका आकारात न येत ।
ध्यान करण्यास कठीण जात । ते ब्रह्म ।।४२।।
जया सर्वत्र सर्वपणें । सर्वांही काळीं असणें ।
जें पावूनि चिंतवणें । हिंपुटी जाहलें ।।४३।।
जे सर्वत्र ब्रह्मरूपात । नेहमी जे असत ।
जे होता प्राप्त । चिंतन थांबते ।।४३।।
जें होय ना नोहे । जें नाहीं ना आहे ।
ऐसें म्हणौनि उपाये । उपजतीचि ना ।।४४।।
जे नाही असूनही । जे आहे नसूनही ।
त्या प्राप्तीसाठी कोणतेही । साधन नाही ।।४४।।
जें चळे ना ढळे । सरे ना मैळे ।
तें आपुलेनीचि बळें । आंगविलें जिहीं ।।४५।।
जे चळत वा ढळत नाही । सरत वा मळत नाही ।
अंगच्याच बळानेही । ते आत्मसात होते ।।४५।।
पैं वैराग्यमहापावकें । जाळूनि विषयांचीं कटकें ।
अधपलीं तवकें । इंद्रियें धरिलीं ।।४६।।
ज्यांनी वैराग्य रूपी अग्निने जाळले । विषयरूपी सैन्य सगळे ।
आणि आवरली कष्टाने तपोबले । होरपळलेली इंद्रिये ।।४६।।
मग संयमाची धाटी । सूनि मुरडिलीं उफराटीं ।
इंद्रियें कोंडिलीं कपाटीं । हृदयाचिया ।।४७।।
मग निग्रहाच्या उभारून भिंती । विषयांकडे जी इंद्रिये धावती ।
त्या इंद्रियांना कोंडले कपाटी । हृदयाच्या ।।४७।।
अपानींचिया कवाडा । लावोनि आसनमुद्रा सुहाडा ।
मूळबंधाचा हुडा । पन्नासिला ।।४८।।
अपानवायूच्या दाराला बळकट । वज्रासनाची मुद्रा घट्ट ।
उभे केले तिथे ताठ । मूळबंधाचे बुरूज ।।४८।।
आशेचे लाग तोडिले । अधैर्याचे कडे झाडिले ।
निद्रेचें शोधिलें । काळवखें ।।४९।।
आशेचे धागे तोडले । अधैर्याचे कडे मोडले ।
अंधकार दूर सारले । निद्रेचे ।।४९।।

वज्राग्नीचिया ज्वाळीं । करूनि सप्तधातूंची होळी ।
व्याधींच्या सिसाळीं । पूजिलीं यंत्रें ।।५०।।
वज्रासनाच्या ज्वाळी । सप्तधातूंची करून होळी ।
व्याधींची शिरे नाशली । प्राणायाम पुजून ।।५०।।
मग कुंडलिनियेचा टेंभा । आधारीं केला उभा ।
तया चोजवलें प्रभा । निमथावरी ।।५१।।
मग कुंडलिनीची ज्योत । आधारचक्री उभी करत ।
तेंव्हा दिसे मस्तकापर्यंत । ब्रह्मरंध्राचा मार्ग ।।५१।।
नवद्वारांचिया चौचकीं । बाणूनि संयतीची आडवंकी ।
उघडिली खिडकी । ककारांतींची ।।५२।।
देहाच्या नऊ द्वारांच्या कवाडावरी । संयमाची घालून अडसरी ।
उघडले मुख अवधारी । सुषुम्ना नाडीचे ।।५२।।
प्राणशक्तिचामुंडे । प्रहारूनि संकल्पमेंढे ।
मनोमहिषाचेनि मुंडें । दिधलीं बळी ।।५३।।
प्राणशक्तीच्या चामुंडेसमोर । संकल्पाचा मेंढा केला ठार ।
मन राक्षसाचे शीर । बळी दिले ।।५३।।
चंद्रसूर्यां बुझावणी । करूनि अनुहताची सुडावणी ।
सतरावियेचें पाणी । जिंतिलें वेगीं ।।५४।।
चंद्रसूर्याचे (इडा, पिंगळा नाडीचे) ऐक्य करून ।
(साडेतीन चरण)
अनाहत नादाचा गजर करून ।
सतरावे अमृत जिंकून घेतले ।।५४।।
मग मध्यमा मध्य विवरें । तेणें कोरिवें दादरें ।
ठाकिलें चवरें । ब्रह्मरंध्र ।।५५।।
मग मध्यमेच्या (कुंडलिनीच्या) विवरात ।
आत असलेल्या पोकळीत ।
पडद्याने एकेक चक्राचा भेद करत ।
ब्रह्मरंध्र शिखर गाठले ।।५५।।
वरी मकारांत सोपान । ते सांडोनिया गहन ।
काखे सूनियां गगन । भरले ब्रह्मीं ।।५६।।
'म'काराचा जिना बिकट । चढून जाती तो शेवट ।
आकाशाला ठेवून बगलेत । ब्रह्माशी एकरूपती ।।५६।।
ऐसे जे समबुद्धी । गिळावया सोऽहंसिद्धी ।
आंगविताती निरवधी । योगदुर्गें ।।५७।।
असे योगी जे समबुद्धी । अनुभव मिळवण्या सोऽहंसिद्धी ।
अष्टांग योगाचे किल्ले आधी । स्वाधीन करून घेती ।।५७।।

आपुलिया साटोवाटी । शून्य घेती उठाउठीं ।
तेही मातेंचि किरीटी । पावती गा ।।५८।।
आपले स्थूल, सूक्ष्म सर्व टाकून । त्या बदली विशेष शून्य ।
असा ब्रह्माचा अनुभव घेऊन । माझ्याशी एकरूपतात ।।५८।।
वांचूनि योगचेनि बळें । अधिक कांहीं मिळे ।
ऐसें नाहीं आगळें । कष्टचि तया ।।५९।।
योगाच्या बळानेही । अधिक साध्य न होई ।
उलट साधकाला अधिकही । कष्ट पडती ।।५९।।
जिहीं सकळ भूतांचिया हितीं । निरालंबीं अव्यक्तीं ।
पसरलिया आसक्ती । भक्तीवीण ।।६०।।
प्राणीहिताच्या विचारांनी । ज्या योगी पुरुषांनी ।
आसक्ती ठेवली मनी । भक्ती विना ।।६०।।
तयां महेन्द्रादि पदें । करितातिं वाटवधें ।
आणि रिद्धसिद्धींचीं द्वंद्वें । पाडोनि ठाती ।।६१।।
इंद्रादिक पदे त्यांच्या मार्गात ।
वाटमारी करतात ।
आणि आडवी येतात ।
रिद्धी-सिद्धींची (सुख दुःखाची) द्वंद्वे ।।६१।।
कामक्रोधांचे विलग । उठावती अनेग ।
आणि शून्येंसीं आंग । झुंजवावें कीं ।।६२।।
कामक्रोधांचे उपद्रव ते । उठाव करती अनेक प्रकाराते ।
मग शरिराला झुंजावे लागते । परब्रह्मासोबत ।।६२।।
ताहानें ताहानचि पियावी । भुकेलिया भूकचि खावी ।
अहोरात्र वावीं । मवावा वारा ।।६३।।
तहानेने तहान प्यावी ।
भुकेने भूक खावी (उठता येत नाही) ।
हाताच्या बावेने मोजावी । वाऱ्याची झुळूक ।।६३।।
उनी दिहाचें पहुडणें । निरोधाचें वेल्हावणें ।
झाडासि साजणें । चाळावें गा ।।६४।।
दिवसा झोपावे लागते ।
इंद्रियाविरुद्ध वागावे लागते ।
झाडांसवे बोलावे लागते । मित्र भावाने ।।६४।।
शीत वेढावें । उष्ण पांघुरावें ।
वृष्टीचिया असावें । घरांआंतु ।।६५।।
थंडीत थंडीच ल्यावी । उन्हात उबच पांघरावी ।
पावसाच्या धारातच घ्यावी । घराची जाणीव ।।६५।।

किंबहुना पांडवा । हा अग्निप्रवेशु नीच नवा ।
भातारेंवीण करावा । तो हा योगु ॥६६॥
किंबहुना अर्जुना जाण । हा अग्निप्रवेश नित्य नवीन ।
पतीशिवाय सती जाणं । असा हा योगमार्ग ॥६६॥
एथ स्वामीचें काज । ना वापिकें व्याज ।
परी मरणेंसीं झुंज । नीच नवें ॥६७॥
हे स्वामींचे काम नाही । कुळधर्माचे नाम नाही ।
मरणाशी आहे नित्य नवी । झुंज प्रत्यक्ष ॥६७॥
ऐसें मृत्यूहूनि तीख । कां घोंटे कढत विख ।
डोंगर गिळितां मुख । न फाटे काई? ॥६८॥
मृत्यूपेक्षाही हे तीव्र असते । काय गरम विष पिता येते? ।
डोंगर गिळताना मुख फाटते । असे होणार नाही का? ॥६८॥
म्हणौनि योगाचियां वाटा । जे निगाले गा सुभटा ।
तयां दुःखाचाचि वांटा । भागा आला ॥६९॥
म्हणून योगाच्या वाटेने । अव्यक्ताकडे जाणे ।
म्हणजे दुःखच येणे । वाट्याला ॥६९॥
पाहें पां लोहाचे चणे । जैं बोचरिया पडती खाणें ।
तैं पोट भरणें कीं प्राणें । शुद्धी म्हणों ॥७०॥
जर लोखंडाचे चणे । भुकेलेल्या पडती खाणे ।
पोट भरणे की मरणे । समजत नाही ॥७०॥
म्हणौनि समुद्र बाहीं । तरणे आथि केंही ।
कां गगनामाजीं पाईं । खोलिजतु असें? ॥७१॥
कधी बाहुबलावर । तरून जाई सागर ।
पण येईल का आकाशावर । पायी चालता? ॥७१॥
वळघलिया रणाची थाटी । आंगीं न लागतां कांठी ।
सूर्याची पाउटी । कां होय गा ॥७२॥
युद्धभूमीवर गेल्यावर । अंगावर न होता वार ।
सूर्यलोक (विजय) प्राप्त तर । होईल का? ॥७२॥
यालागीं पांगुळा हेवा । नव्हे वायूसि पांडवा ।
तेवीं देहवंता जीवां । अव्यक्तीं गति ॥७३॥
यासाठी जसे पांगळ्यालाही । वाऱ्याशी स्पर्धा शक्य नाही ।
तसे देहाभिमानालाही । ब्रह्माची प्राप्ती कठीण ॥७३॥
ऐसाही जरी धिंवसा । बांधोनियां आकाशा ।
झोंबती तरी क्लेशा । पात्र होती ॥७४॥
असे असूनही जे योगी । आकाशाशी घेती झोंबी ।
त्यांच्या असे नशिबी । क्लेश मात्र ॥७४॥

म्हणौनि येर ते पार्था । नेणतीचि हे व्यथा ।
जे कां भक्तिपंथा । वोटंगले ॥७५॥
म्हणून जे हटयोग सोडती । भक्तिमार्गी लागती ।
त्यांना न लागती । कष्ट सोसावे ॥७५॥
कर्मेंद्रियें सुखें । करिती कर्में अशेखें ।
जियें कां वर्णविशेखें । भागा आलीं ॥७६॥
जे चालती भक्तिमार्गावर । त्यांची कर्मे करिती साकार ।
सुखाने वर्ण धर्मानुसार । असे पुरुष ॥७६॥
विधीतें पाळित । निषेधातें गाळित ।
मज देऊनि जाळित । कर्मफळें ॥७७॥
शास्त्रार्थांचे पालन करती । मनाईची कर्मे टाळती ।
कर्मफळे मला वाहती । नष्ट करून ॥७७॥
ययापरी पाहीं । अर्जुना माझें ठाईं ।
संन्यासूनि नाहीं । करिती कर्में ॥७८॥
या प्रमाणे हे अर्जुन । कर्मे मला अर्पण करून ।
ती झाली नाहीत आपल्याकडून । असे मानती ॥७८॥
आणीकही जे जे सर्व । कायिक वाचिक मानसिक भाव ।
तयां मीवांचूनि धांव । आनौती नाहीं ॥७९॥
आणिक ज्या काही । कायिक, वाचिक, भावनिक क्रियाही ।
त्यांना मज वाचून कुठेही । धाव नसते ॥७९॥
ऐसे जे मत्पर । उपासिती निरंतर ।
ध्यानमिषें घर । माझें झालें ॥८०॥
असे हे निरंतर । भक्त जे सेवा तत्पर ।
ते बनती माझे घर । ध्यानाच्या निमित्ते ॥८०॥
जयांचिये आवडी । केली मजशीं कुळवाडी ।
भोग मोक्ष बापुडीं । त्यजिलीं कुळें ॥८१॥
त्यांच्या आवडीमुळे । त्यांनी मलाच कूळ केले ।
भोग मोक्ष ही हीन कुळे । त्यांनी काढून टाकली ॥८१॥
ऐसे अनन्ययोगें । विकले जीवें मनें आंगें ।
तयांचे कायि एक सांगें । जें सर्व मी करीं ॥८२॥
असे अनन्य योगाने । शरण येती जीव, मन शरीराने ।
त्यांची कामे सर्व अंगाने । मीच करतो ॥८२॥
किंबहुना धनुर्धरा । जो मातेचिया ये उदरा ।
तो मातेचा सोयरा । केतुला पां ॥८३॥
अर्जुना काय सांगू तुला ही । जो मातेच्या पोटी जन्माला येई ।
तो ठरतो ना मातेचाही । किती आवडता? ॥८३॥

तेवीं मी तयां । जैसे असती तैसियां ।
कळिकाळ नोकोनियां । घेतला पट्टा ।।८४।।
माझे भक्त जसे असती । माझी त्यांच्यावर असे प्रीती ।
कळिकाळा करून पराजिती । मी हमी घेतो ।।८४।।
एऱ्हवीं तरी माझियां भक्तां । आणि संसाराची चिंता ।
काय समर्थाची कांता । कोरान्न मागे ।।८५।।
एरवी माझ्या भक्ता । का असे संसाराची चिंता? ।
समर्थाची कांता । काय भीक मागेल? ।।८५।।
तैसे ते माझें । कलत्र हें जाणिजे ।
कायिसेनिही न लजें । तयांचेनि मी ।।८६।।
त्याप्रमाणे माझे भक्त । मी सोयरे मानीत ।
मज कमीपणा नाही वाटत । त्याचे काम करता ।।८६।।
जन्ममृत्यूचिया लाटीं । झळंबती इया सृष्टी ।
तें देखोनियां पोटीं । ऐसें जाहलें ।।८७।।
जन्म-मृत्यूच्या या लाटे वरती । ही पृथ्वी गटांगळ्या खाती ।
त्यामुळे माझ्या मना येती । असे विचार ।।८७।।
भवसिंधूचेनि माजें । कवणासि धाकु नुपजे ।
तेथ जरी कीं माझे । बिहिती हन ।।८८।।
खवळला जरा भवसागर । कोणास भय नाही वाटणार? ।
तो माझा भक्त जरी असणार । तरी घाबरेल ।।८८।।
म्हणौनि गा पांडवा । मूर्तीचा मेळावा ।
करूनि त्यांचिया गांवा । धांवतु आलों ।।८९।।
म्हणून हे अर्जुन । सगुण रूप धारण करून ।
मी आलो धावून । त्यांच्या गावा ।।८९।।
नामाचिया सहस्त्रवरी । नावा इया अवधारीं ।
सजूनियां संसारीं । तारू जाहलों ।।९०।।
नामरूपी हजार । नावा करून तयार ।
तारण्या संसारसागर । मी नावाडी झालो ।।९०।।
सडे जे देखिले । ते ध्यानकासे लाविले ।
परीग्रहीं घातले । तरियावरी ।।९१।।
जे होते संसाररहित । त्यांना लावले ध्यान कासेत ।
चढवले नामरूपी नावेत । जे संसारी होते ।।९१।।
प्रेमाची पेटी । बांधली एकाचिया पोटीं ।
मग आणिले तटीं । सायुज्याचिया ।।९२।।
काही भक्तांच्या पोटाला । प्रेमाचा पेटारा बांधला ।
त्यांना आणले तीराला । सायुज्य मोक्षाच्या ।।९२।।

परी भक्तांचेनि नांवें । चतुष्पदादि आघवे ।
वैकुंठींचिये राणिवे । योग्य केले ।।९३।।
जे माझे भक्त । जरी चतुष्पाद असत ।
तरी त्यांना वैकुंठराज्याप्रत । योग्य केले ।।९३।।
म्हणौनि गा भक्तां । नाहीं एकही चिंता ।
तयांतें समुद्धर्ता । आथि मी सदा ।।९४।।
म्हणून माझ्या भक्ता । न राहे कोणती चिंता ।
कारण त्यांचा उद्धारकर्ता । मी आहे ।।९४।।
आणि जेव्हांचि कां भक्तीं । दीधली आपुली चित्तवृत्ती ।
तेव्हांचि मज सूति । त्यांचिये नाटीं ।।९५।।
जेव्हा त्या भक्तांनी अर्जुन । चित्तवृत्ती मला केली अर्पण ।
तेव्हा मला घातले जाण । आपल्या छंदात ।।९५।।
याकारणें गा भक्तराया । हा मंत्र तुवां धनंजया ।
शिकिजे जे यया । मार्गा भजिजे ।।९६।।
या करिता हे भक्तश्रेष्ठ अर्जुन । हा मंत्र तू घे शिकून ।
आणि कर तू आचरण । त्याप्रमाणे ।।९६।।
अगा मानस हें एक । माझ्या स्वरूपीं वृत्तिक ।
करूनि घालीं निष्टंक । बुद्धि निश्चयेंसीं ।।९७।।
अर्जुना माझे हे मन । वतनदार ठेव करून ।
बुद्धीच्या निश्चयासह सगुण । रूपात सर्ववृत्ती सह ।।९७।।
इयें दोनीं सरिसीं । मजमाजीं प्रेमेसीं ।
रिगालीं तरी पावसी । मातें तूं गा ।।९८।।
मन बुद्धी या दोघांनी । प्रवेशता स्वरूपाचे ठिकाणी ।
प्राप्त करशील तुझ्या मनी । मलाच ।।९८।।
जे मन बुद्धि इहीं । घर केलें माझ्यां ठायीं ।
तरी सांगें मग काइ । मी तू ऐसें उरे? ।।९९।।
मन आणि बुद्धी दोन्ही । राहिली असता माझ्या ठिकाणी ।।
मग द्वैत तू आणि मी । असे उरेल काय? ।।९९।।
म्हणौनि दीप पालवे । सवेंचि तेज मालवे ।
कां रविबिंबासवें । प्रकाशु जाय ।।१००।।
दिवा विझवू जाता तो । प्रकाशही मावळतो ।
उजेडहीनाहीसा होतो । सूर्य मावळल्यावर ।।१००।।
उचललेया प्राणासरिसीं । इंद्रियेंही निगती जैसीं ।
तैसा मनोबुद्धिपाशीं । अहंकारु ये ।।१०१।।
शरीर प्राणा सोबती । इंद्रिये निघून जाती ।
तसे मन बुद्धी सोबती । अहंकार जातो ।।१०१।।

म्हणौनि माझिया स्वरूपीं । मनबुद्धि इयें निक्षेपीं ।
येतुलेनि सर्वव्यापी । मीचि होसी ।।१०२।।
म्हणून माझ्या स्वरूपाशी । मन बुद्धी स्थिर करसी ।
मग तूही तोच होसी । जो मी सर्व व्यापी ।।१०२।।
यया बोला कांहीं । अनारिसें नाहीं ।
आपली आण पाहीं । वाहतु असें गा ।।१०३।।
माझ्या बोलण्यात काही । असत्य असे नाही ।
मी घेतो शपथही । आपली अर्जुना ।।१०३।।
अथवा हें चित्त । मनबुद्धिसहित ।
माझ्यां हातीं अचुंबित । न शकसी देवों ।।१०४।।
अथवा हे तुझे चित्त । मला मन-बुद्धीसहित ।
पंच विषयांनी जे स्पर्शित । ते देण्या समर्थ नसशील ।।१०४।।
तरी गा ऐसें करीं । यया आठां पाहारांमाझारीं ।
मोटकें निमिषभरी । देतु जाय ।।१०५।।
तर मग असे कर । आठांमधला एक प्रहर ।
तू अगदी क्षणभर । चित्त मला दे ।।१०५।।
मग जें जें कां निमिख । देखेल माझें सुख ।
तेतुलें अरोचक । विषयीं घेईल ।।१०६।।
त्या क्षणभराच्या काळात । माझ्या सुखे तुझे चित्त ।
होऊन राहिल विरक्त । विषयासंबंधी ।।१०६।।
जैसा शरत्कालु रिगे । आणि सरिता वोहटूं लागे ।
तैसें चित्त काढेल वेगें । प्रपंचौनि ।।१०७।।
जसे येता शरद ऋतू । नद्या लागती आटू ।
तसे चित्त पाहे बाहेर पडू । प्रपंचातून ।।१०७।।
मग पुनवेहूनि जैसें । शशिबिंब दिसेंदिसें ।
हारपत अंवसे । नाहींचि होय ।।१०८।।
किंवा पौर्णिमेपासून जसे । चंद्रबिंब कमी होई दिवसे दिवसे ।
अवसेला होते नाहीसे । तसे होईल ।।१०८।।
तैसें भोगाआंतूनि निगतां । चित्त मजमाजीं रिगतां ।
हळूहळू पंडुसुता । मीचि होईल ।।१०९।।
तसे चित्त विषयातून बाहेर पडेल । माझ्यात प्रवेश करेल ।
अन् हळूहळू ते होईल । माझ्याशी एकरूप ।।१०९।।
अगा अभ्यासयोगु म्हणिजे । तो हा एकु जाणिजे ।
येणें कांहीं न निपजे । ऐसें नाहीं ।।११०।।
ज्याला अभ्यास योग म्हणतो । तो जाण हाच असतो ।
यामुळे प्राप्त होत नाही तो । असा कोणताच योग नाही ।।११०।।

पैं अभ्यासाचेनि बळें । एकां गति अंतराळे ।
व्याघ्र सर्प प्रांजळे । केले एकीं ।।१११।।
या अभ्यासाच्या सामर्थ्यात । योगी फिरती अंतराळात ।
वाघ-सर्पासम प्राणी दुष्ट । कित्येकांनी स्वाधीन केले ।।१११।।
विष कीं आहारीं पडे । समुद्रीं पायवाट जोडे ।
एकीं वाग्ब्रह्म थोकडें । अभ्यासें केलें ।।११२।।
विष येते पचवता । समुद्रावरून येते चालता ।
वेद मंत्र कंठस्थ करता । ते अपुरे वाटती ।।११२।।
म्हणौनि अभ्यासासी कांहीं । सर्वथा दुष्कर नाहीं ।
यालागी माझ्या ठायीं । अभ्यासें मीळ ।।११३।।
यामुळे अभ्यासाला काही । अप्राप्य असे नाही ।
म्हणून तू माझ्या ठायी । अभ्यासे एकरूप हो ।।११३।।
कां अभ्यासाही लागीं । कसु नाहीं तुझिया अंगीं ।
तरी आहासी जया भागीं । तैसाचि आस ।।११४।।
जर अभ्यास करण्याकरिता । तुझ्या अंगी सामर्थ्य नसता ।
आचरणाचा तुझा क्रम सर्वथा । तसाच ठेव ।।११४।।
इंद्रियें न कोंडीं । भोगातें न तोडीं ।
अभिमानु न संडीं । स्वजातीचा ।।११५।।
इंद्रियांना कोंडू नकोस । विषय भोग सांडू नकोस ।
अभिमान सोडू नकोस । स्वजातीचा ।।११५।।
कुळधर्मु चाळीं । विधिनिषेध पाळीं ।
मग सुखें तुज सरळी । दिधली आहे ।।११६।।
कुलधर्माचे आचरण । विधिनिषेधांचे पालन ।
हे तुला सुखाचे साधन । मोकळे दिले ।।११६।।
परी मनें वाचा देहें । जैसा जो व्यापारु होये ।
तो मी करीतु आहें । ऐसें न म्हणें ।।११७।।
पण मन वाचा देहे । जे कर्म करत राहे ।
ते मी करत आहे । असे म्हणू नको ।।११७।।
करणें कां न करणें । हें आघवें तोचि जाणे ।
विश्व चळतसे जेणें । परमात्मेनि ।।११८।।
करणे अथवा न करणे । हे तो एक ईश्वर जाणे ।
अवघे विश्व त्याच्या सत्तेने । चालत आहे ।।११८।।
उणयापुरेयाचें कांहीं । उरों नेदी आपुलिया ठायीं ।
स्वजाती करूनि घेईं । जीवित्व हें ।।११९।।
कमी-जास्त कर्माची खंत । नको बाळगू उरात ।
करून घे आपल्या स्वरूपात । आपले जीवित ।।११९।।

माळियें जेउतें नेलें । तेउतें निवांतचि गेलें ।
तया पाणिया ऐसें केलें । होआवें गा ।।१२०।।
जसे माळी जिकडे नेई । पाणी तिकडे शांतपणे जाई ।
तसे तुझे जीवन होई । पाण्यासम ।।१२०।।
म्हणौनि प्रवृत्ति आणि निवृत्ती । इयें वोझीं नेघे मती ।
अखंड चित्तवृत्ती । माझ्या ठायीं ।।१२१।।
म्हणून प्रवृत्ती निवृत्ती । ओझे नको बुद्धीवरती ।
तुझी अखंड चित्तवृत्ती । माझ्या ठायी ठेव ।।१२१।।
एऱ्हवीं तरी सुभटा । उजू कां अव्हाटां ।
रथु काई खटपटा । करितु असे? ।।१२२।।
एरवी तरी हे धनुर्धारी । वाट वाकडी की सरळ परी ।
रथ सांग कधी तरी । चौकशी करतो का? ।।१२२।।
आणि जें जें कर्म निपजे । तें थोडें बहु न म्हणिजे ।
निवांतचि अर्पिजे । माझ्यां ठायीं ।।१२३।।
आणि जे जे कर्म घडेल । ते कमी-अधिक न म्हणशील ।
मला अर्पण करशील । अभिमान सोडून ।।१२३।।
ऐसिया मद्भावना । तनुत्यागीं अर्जुना ।
तूं सायुज्य सदना । माझिया येसी ।।१२४।।
ठेवून अशी भावना । जेव्हा देह त्यागशील अर्जुना ।
तू सायुज्यरूपाने सदना । माझ्या येशील ।।१२४।।
ना तरी हेंही तूज । नेदवे कर्म मज ।
तरी तूं गा बुझ । पंडुकुमरा ।।१२५।।
मला कर्म अपर्ण करणे जर । तुला शक्य नसेल तर ।
तू आचरण कर । मी सांगतो तसे ।।१२५।।
बुद्धीचिये पाठीं पोटीं । कर्माआदि कां शेवटीं ।
मातें बांधणें किरीटी । दुवाड जरी ।।१२६।।
बुद्धीच्या पोटी पाठी । कर्म आधी का शेवटी ।
मला समर्पण करणे हे कष्टी । जात असेल ।।१२६।।
तरी हेंही असो । सांडीं माझा अतिसो ।
परि संयतिसीं वसो । बुद्धि तुझी ।।१२७।।
तर हेही राहू दे । माझा आग्रह सोडून दे ।
पण इंद्रियनिग्रह करू दे । बुद्धी तुझी ।।१२७।।
आणि जेणें जेणें वेळें । घडती कर्में सकळें ।
तयांचीं तियें फळें । त्यजितु जाय ।।१२८।।
ज्या ज्या वेळी असतील । जी जी कर्मे घडतील ।
तू त्याग करशील । त्या त्या फळांचा ।।१२८।।

वृक्ष कां वेली । लोटती फळें आलीं ।
तैसीं सांडीं निपजलीं । कर्में सिद्धें ।।१२९।।
वृक्ष किंवा वेली । यांना जरी फळे आली ।
त्यांनी ती जशी टाकून दिली । तशी तू टाक ।।१२९।।
परि मातें मनीं धरावें । कां मजौद्देशें करावें ।
हें कांहीं नको आघवें । जाऊं दे शून्यीं ।।१३०।।
मनी माझे स्मरण ठेवावे । मला उद्देशून कर्म करावे ।
की ते सर्व जाऊ द्यावे । शून्यात असे मान ।।१३०।।
खडकीं जैसें वर्षलें । कां आगीमाजीं पेरिलें ।
कर्म मानी देखिलें । स्वप्न जैसें ।।१३१।।
पाणी खडकावर पडते । अग्नीत बी व्यर्थ पेरते ।
स्वप्न जसे व्यर्थ ठरते । तसे कर्म मान ।।१३१।।
अगा आत्मजेच्या विषीं । जीवु जैसा निरभिलाषी ।
तैसा कर्मीं अशेषीं । निष्कामु होईं ।।१३२।।
पित्याचे कन्येपरते । मन निरिच्छ असते ।
तसे कर्माविषयी पुरते । तू निरिच्छ हो ।।१३२।।
वन्हीची ज्वाळा जैसी । वायां जाय आकाशीं ।
क्रिया जिरों दे तैसी । शून्यामाजी ।।१३३।।
अग्नीची ज्वाळा जशी । वाया जाते आकाशी ।
तसे शून्यात विरून देशी । कर्म तुझे ।।१३३।।
अर्जुना हा फलत्यागु । आवडे कीर असलगु ।
परि योगामाजीं योगु । धुरेचा हा ।।१३४।।
अर्जुना फलत्याग तो । दिसायला सोपा वाटतो ।
सर्व भागांत श्रेष्ठ ठरतो । फलत्याग याग ।।१३४।।
येणें फलत्यागें सांडे । तें तें कर्म न विरूढे ।
एकचि वेळे वेळुझाडें । वांझें जैसीं ।।१३५।।
बांबूचे झाड एकदाच वाढते । पुन्हा नाही अंकुरते, वांझ ठरते ।
तसेच कर्माचे होते । फलत्याग करता ।।१३५।।
तैसें येणेंचि शरीरें । शरीरा येणें सरे ।
किंबहुना येरझारे । चिरा पडे ।।१३६।।
तसे या शरीरात । शरीरातून येणे सरते ।
जन्म-मृत्यूचे येरझार ते । बंद पडती ।।१३६।।
पैं अभ्यासाचिया पाउटीं । ठाकिजे ज्ञान किरीटी ।
ज्ञानें येइजे भेटी । ध्यानाचिये ।।१३७।।
अभ्यासाच्या योगाते । अर्जुना ज्ञान मिळते ।
ध्यान करता येते । ज्ञानप्राप्तीनंतर ।।१३७।।

मग ध्यानासि खेंव । देती आघवेचि भाव ।
तेव्हां कर्मजात सर्व । दूरी ठाके ।।१३८।।
होता ज्ञानी चितवृत्ती । ध्याना सर्व महत्त्व देती ।
सर्व कर्मे दूर राहती । सहजपणे ।।१३८।।
कर्म जेथ दुरावे । तेथ फलत्यागु संभवे ।
त्यागास्तव आंगवे । शांति सगळी ।।१३९।।
कर्म जिथे दुरावते । फलत्याग संभवतो तिथे ।
परमशांती प्राप्त होते । त्यागामुळे ।।१३९।।
म्हणौनि यावया शांति । हाचि अनुक्रमु सुभद्रापती ।
म्हणौनि अभ्यासुचि प्रस्तुतीं । करणें एथ ।।१४०।।
प्राप्त करण्या परमशांती । हाच मार्ग आहे सुभद्रापती ।
तरी सध्या अभ्यासाची प्रस्तुती । करणे तुज ।।१४०।।
अभ्यासाहूनि गहन । पार्था मग ज्ञान ।
ज्ञानापासोनि ध्यान । विशेषिजे ।।१४१।।
अभ्यासाहून आहे गहन । पार्था ते ज्ञान ।
ज्ञानापासून ध्यान । अधिक कठीण ।।१४१।।
मग कर्मफलत्यागु । तो ध्यानापासोनि चांगु ।
त्यागाहूनि भोगु । शांतिसुखाचा ।।१४२।।
कर्मफल त्यागले । हे ध्यानाहून चांगले ।
सर्व श्रेष्ठ सुख ठरले । ब्रह्मस्वरूप प्राप्तीचे ।।१४२।।
ऐसिया या वाटा । इहींचि पेणा सुभटा ।
शांतीचा माजिवटा । ठाकिला जेणें ।।१४३।।
अर्जुना अशा मार्गाने । इहलोकी देहातच ज्याने ।
ब्रह्मरूप शांतीचे जिणे । प्राप्त करून घेतले ।।१४३।।
जो सर्व भूतांच्या ठायीं । द्वेषांतें नेणेंचि कहीं ।
आपपरु नाहीं । चैतन्या जैसा ।।१४४।।
तो सर्व भूतांचे ठायी । द्वेष करत नाही ।
आपला-परका भेद न जाणे काही । चैतन्याप्रमाणेच ।।१४४।।
उत्तमातें धरिजे । अधमातें अव्हेरिजे ।
हें काहींचि नेणिजे । वसुधा जेवीं ।।१४५।।
उत्तमाचा करावा स्वीकार । अधमा द्यावा नकार ।
असा न करी विचार । पृथ्वी कधीच ।।१४५।।
कां रायाचें देह चाळूं । रंकातें परौतें गाळूं ।
हें न म्हणेचि कृपाळू । प्राणु पैं गा ।।१४६।।
किंवा राजाचा देह रक्षावा । गरिबाचा टाकून द्यावा ।
असा विचार न करावा । कृपावंत प्राणाने ।।१४६।।

गाईची तृषा हरूं । कां व्याघ्रा विष होऊनि मारूं ।
ऐसें नेणेंचि गा करूं । तोय जैसें ।।१४७।।
गायीची पुरवावी तहान । विष बनून वाघाचे घ्यावे प्राण ।
असा विचार जाण । पाणी करत नाही ।।१४७।।
तैसी आघवियांचि भूतमात्रीं । एकपणें जया मैत्री ।
कृपेशीं धात्री । आपणचि जो ।।१४८।।
सगळ्या भूतमात्राशी । ज्याची मैत्री समानशी ।
तो स्वतः कृपाराशी । जननी होतो ।।१४८।।
आणि मी हे भाष नेणें । माझें काहींचि न म्हणे ।
सुख दुःख जाणणें । नाहीं जया ।।१४९।।
जो मी-तू न जाणे । माझे काहीच नाही म्हणे ।
सुख-दुःखाची जाणीव नसणे । त्याला ।।१४९।।
तेवींचि क्षमेलागीं । पृथ्वीसि पवाडु आंगीं ।
संतोषा उत्संगीं । दिधलें घर ।।१५०।।
त्याची अशी क्षमाशीलता । जणू पृथ्वीची योग्यता ।
आनंदाला राहण्याकरता । ज्याने मांडीचे घर दिले ।।१५०।।
वार्षियेवीण सागरू । जैसा जळें नित्य निर्भरु ।
तैसा निरुपचारु । संतोषी जो ।।१५१।।
पावसाशिवाय जसा सागर तो । पाण्याने अखंड भरलेला राहतो ।
जो तसा आनंदे परिपूर्ण असतो । कोणत्याही भोगावाचून ।।१५१।।
वाहूनि आपुली आण । धरी जो अंतःकरण ।
निश्चया साचपण । जयाचेनि ।।१५२।।
जो शपथपूर्वक आपले मन । विषयापासून धरी आवरून ।
ज्याच्यामुळे येते खरेपण । कोणत्याही निश्चयाला ।।१५२।।
जीवु परमात्मा दोन्ही । बैसऊनि ऐक्यासनीं ।
जयाचिया हृदयभुवनीं । विराजती ।।१५३।।
जीव परमात्मा दोन्ही । ज्याच्या हृदयी सिंहासनी ।
ऐक्यरूपी आसनी । शोभत आहेत ।।१५३।।
ऐसा योगसमृद्धि । होऊनि जो निरवधि ।
अर्पी मनोबुद्धी । माझ्या ठायीं ।।१५४।।
अशा योगाने समृद्ध म्हणून । ऐक्य योगाने संपन्न होऊन ।
जो आपले बुद्धी आणि मन । मला अर्पण करतो ।।१५४।।
आंतु बाहेरि योगु । निर्वाळलेयाहि चांगु ।
तरी माझा अनुरागु । सप्रेम जया ।।१५५।।
माझ्या आत बाहेर । ऐक्य पावल्यानंतर ।
जो भक्ती करी निरंतर । प्रेमानं ।।१५५।।

अर्जुना गा तो भक्तु । तोचि योगी तोचि मुक्तु ।
तो वल्लभा मी कांतु । ऐसा पढिये ।।१५६।।
अर्जुना तोच खरा भक्त । तोच योगी, तोच मुक्त ।
तो कांता मी पती आसक्त । इतका तो आवडतो ।।१५६।।
हें ना तो आवडे । मज जीवाचेनि पाडें ।
हेंही एथ थोकडें । रूप करणें ।।१५७।।
तो मला आवडे । माझ्या जिवाच्या पलीकडे ।
हे दृष्टांतदेखील तोकडे । ठरतील ।।१५७।।
तरी पढियंतयाची काहाणी । हे भुलीची भारणी ।
इयें तंव न बोलणीं । परी बोलवी श्रद्धा ।।१५८।।
दृष्टान्त देउनी हे प्रेम । अर्जुना हा आहे भ्रम ।
त्यासंबंधी बोलणे निक्षेम । तुझ्या श्रद्धेसाठी बोलतो ।।१५८।।
म्हणौनि गा आम्हां । वेगां आली उपमा ।
एऱ्हवीं काय प्रेमा । अनुवादु असे? ।।१५९।।
म्हणून अर्जुना आम्हा । सहज आठवली उपमा ।
नपेक्षा या प्रेमा । बोलून दाखविता येईल? ।।१५९।।
आतां असो हें किरीटी । पैं प्रियाचिया गोष्टी ।
दुणा थांव उठी । आवडी गा ।।१६०।।
आता असू दे अर्जुना । प्रिय भक्ताविषयी बोलताना ।
बळ येई अवसाना । वाढून दुपटीने ।।१६०।।
तयाही वरी विपायें । प्रेमळु संवादिया होये ।
तिये गोडीसी आहे । कांटाळें मग? ।।१६१।।
त्यातही सुखसंवाद करण्यास । मिळाला प्रेमळ मनुष्य ।
वाटते या गोडीचे स्वारस्य । उपमा देता येईल काय? ।।१६१।।
म्हणौनि गा पंडुसुता । तूंचि प्रियु आणि तूंचि श्रोता ।
वरी प्रियाची वार्ता । प्रसंगें आली ।।१६२।।
म्हणून हे पंडुसुता । तूच प्रिय तूच श्रोता ।
माझ्या प्रिय भक्ताची वार्ता । तुला सांगतो ।।१६२।।
तरी आतां बोलों । भलें या सुखा मीनलों ।
ऐसें म्हणतखेंवीं डोलों । लागला देवो ।।१६३।।
तरी मी बोलतो आता । सुख लाभते सांगण्या मधुर कथा ।
असे ते बोलत असता । देव डोलती (ज्ञानदेव म्हणे) ।।१६३।।
मग म्हणे जाण । तया भक्तांचे लक्षण ।
जया मी अंतःकरण । बैसों घालीं ।।१६४।।
म्हणती अर्जुन तू जाण । त्या भक्तांचे लक्षण ।
ज्यांना माझे अंतःकरण । मी बसायला दिले ।।१६४।।

तरी सिंधूचेनि माजें । जळचरां भय नुपजे ।
आणि जळचरीं नुबगिजे । समुद्रु जैसा ।।१६५।।
समुद्राच्या गर्जनेची । जलचरा न वाटे भीती ।
समुद्र कधी न कंटाळती । जलचरांना ।।१६५।।
तेवीं उन्मत्तें जगें । जयासि खंती न लगे ।
आणि जयाचेनि आंगें । न शिणे लोकु ।।१६६।।
उन्मत्त जगाने त्रासले कितीही । तरी खेद वाटत नाही ।
इतरांनासुद्धा कधीही । त्याचा त्रास होत नाही ।।१६६।।
किंबहुना पांडवा । शरीर जैसें अवयवां ।
तैसा नुबगे जीवां । जीवपणें जो ।।१६७।।
शरीर अवयवांना जसे । कंटाळत नाही तसे ।
तो ही कंटाळत नसे । जो जीवपणे मीच असतो ।।१६७।।
जगचि देह जाहलें । म्हणौनि प्रियाप्रिय गेलें ।
हर्षामर्ष ठेले । दुजेनविण ।।१६८।।
विश्व हे शरीर झाले । प्रिय-अप्रिय भाव विरले ।
आनंद दुःख द्वंद्व सरले । द्वैत नसल्यामुळे ।।१६८।।
ऐसा द्वंद्वनिर्मुक्तु । भयोद्वेगरहितु ।
याहीवरी भक्तु । माझ्यां ठायीं ।।१६९।।
असा तो द्वंद्व मुक्त । भय उद्वेग रहित ।
असा अनन्य भक्त । माझा होतो ।।१६९।।
तरी तयाचा गा मज मोहो । काय सांगों तो पढियावो ।
हें असे जीवें जीवो । माझेनि तो ।।१७०।।
त्याचा मला मोह राही । तो काय वर्णू पाही? ।
माझ्या जीवे तो जगताही । माझे ठायी ।।१७०।।
जो निजानंदें धाला । परिणामु आयुष्या आला ।
पूर्णते जाहला । वल्लभु जो ।।१७१।।
तो आत्मानंद तृप्त झाला । आयुष्या मोक्ष लाभला ।
जणू प्रिय पती बनला । ब्रह्मरूपी कांतेचा ।।१७१।।
जयाचिया ठायीं पांडवा । अपेक्षे नाहीं रिगावा ।
सुखासि चढावा । जयाचें असणें ।।१७२।।
ज्याच्या ठिकाणी कोणत्याही । इच्छांचा प्रवेश नाही ।
सदैव त्याच्या सुखाचाही । उत्कर्ष होतो ।।१७२।।
मोक्ष देऊनि उदार । काशी होय कीर ।
परी वेचावें लागें शरीर । तिये गांवीं ।।१७३।।
काशी हे तीर्थक्षेत्र । मोक्षासाठी प्रसिद्ध पवित्र ।
देह त्यागावा लागतो मात्र । मोक्षप्राप्तीसाठी तिथे ।।१७३।।

हिमवंतु दोष खाये । परी जीविताची हानि होये ।
तैसें शुचित्व नोहे । सज्जनाचें ॥१७४॥
दोषांचे क्षालन होते हिमालयी ।
पण जीविताची हानी होई ।
संत सज्जनांचे तसे नाही । पावित्र्य आणि शुचित्व ॥१७४॥
शुचित्वें शुचि गांग होये । आणि पापतापही जाये ।
परी तेथें आहे । बुडणें एक ॥१७५॥
गंगेचे पाणी पवित्र जरी । ताप-पाप नाहीसे करी ।
पण पाण्यात कोणी बुडी मारी ।
तर बुडण्याचा संभव ॥१७५॥
खोलिये पारु नेणिजे । तरी भक्तीं न बुडिजे ।
रोकडाचि लाहिजे । न मरतां मोक्षु ॥१७६॥
या नदीची खोली नाही कळत ।
पण भक्तीनदीत मनुष्य नाही बुडत ।
आणि मोक्ष होत असे प्राप्त । जिवंतपणीच ॥१७६॥
संताचेनि अंगलगें । पापातें जिणणें गंगे ।
तेणें संतसंगें । शुचित्व कैसें ॥१७७॥
संतांच्या सहवासाने ती । गंगेची पापे जाती ।
मग साधका होता संतसंगती ।
किती पावित्र्य लाभेल? ॥१७७॥
म्हणौनि असो जो ऐसा । शुचित्वें तीर्थां कुवासा ।
जेणें उल्लंघविलें दिशा । मनोमळ ॥१७८॥
हे वर्णन पुरे आता । संत आश्रय असे तीर्थांचा ।
पळवून लावी मळ मनाचा । दशदिशेला ॥१७८॥
आंतु बाहेरी चोखाळु । सूर्य जैसा निर्मळु ।
आणि तत्त्वार्थींचा पायाळु । देखणा जो ॥१७९॥
आत बाहेर निर्मळ । सूर्याचा जसा मेळ ।
तसा तत्त्वार्थी पाहे अनमोल । ब्रह्मरूपी धन ॥१७९॥
व्यापक आणि उदास । जैसें कां आकाश ।
तैसें जयाचें मानस । सर्वत्र गा ॥१८०॥
जसे असते आकाश । व्यापक आणि उदास ।
तसे असते त्याचे मानस । सर्वत्र ॥१८०॥
संसारव्यथे फिटला । जो नैराश्यें विनटला ।
व्याधाहातोनि सुटला । विहंगु जैसा ॥१८१॥
संसार दुःखातून फुटला । निरिच्छेने नटला ।
जसे पारध्या हातून सुटला । पक्षी जसा ॥१८१॥

तैसा सतत जो सुखें । कोणीही टवंच न देखे ।
नेणिजे गतायुषें । लज्जा जेवीं ॥१८२॥
असा सतत सुखी राही । टोचणी न लागून घेई ।
जसे अंग उघडे पडताही । मृता लाज नाही ॥१८२॥
आणि कर्मारंभालागीं । जया अहंकृती नाही आंगीं ।
जैसें निरिंधन आगी । विझोनि जाय ॥१८३॥
जसे कर्म करताना । न धरे अभिमाना ।
जसा इंधनाच्या विना । अग्नी विझतो ॥१८३॥
तैसा उपशमुचि भागा । जयासि आला पैं गा ।
जो मोक्षाचिया आंगा । लिहिला असे ॥१८४॥
साधनेतले निवारण । ज्याला लाभते जाण ।
त्याच्या नशिबी मान ।
मोक्ष ही लिहिला ॥१८४॥(उपशमन-निरसन)
अर्जुना हा ठावोवरी । जो सोऽहंभावो सरोभरीं ।
द्वैताच्या पैलतीरीं । निगों सरला ॥१८५॥
अर्जुना तो भक्त जाण । सोहम् भावनेने परिपूर्ण ।
जो जाई निघून । द्वैताच्या पलीकडे ॥१८५॥
कीं भक्तिसुखालागीं । आपणपेंचि दोही भागीं ।
वांटूनियां आंगीं । सेवकै बाणी ॥१८६॥
तो भक्तीच्या सुखापायी । देव भक्त दोन्ही ठायी ।
स्वत:ला विभागून घेई । सेवक मानून ॥१८६॥
येरा नाम मी ठेवी । मग भजती वोज बरवी ।
न भजतया दावी । योगिया जो ॥१८७॥
दुसऱ्या भागाला देव मानतो । दोन्ही आपणातच पाहतो ।
आचरण करून दाखवतो । अभक्तांना ॥१८७॥
तयाचे आम्हां व्यसन । आमुचें तो निजध्यान ।
किंबहुना समाधान । तो मिळे तैं ॥१८८॥
आम्हाला त्यांची आवड असती ।
आमच्या ध्यानाचे विषय होती ।
असे भक्त जेव्हा भेटती । आम्हा समाधान वाटे ॥१८८॥
तयालागीं मज रूपा येणें ।
तयाचेनि मज येथें असणें ।
तया लोण कीजे जीवें प्राणें ।
ऐसा पढिये ॥१८९॥
त्याच्यासाठी मी रूप घेतो । सगुण रूपात प्रगट होतो ।
त्यावरून जीव ओवाळतो । एवढा मज प्रिय वाटे ॥१८९॥

जो आत्मलाभासारिखें । गोमटें कांहींचि न देखे ।
म्हणौनि भोगविशेखें । हरिखेजेना ।।१९०।।
आत्मनंदा श्रेष्ठ मानी । त्यापेक्षा चांगले काही न जाणी ।
कोणत्याही भोगाच्या प्राप्तीनी । आनंदित न होई ।।१९०।।
आपणचि विश्व जाहला । तरी भेदभावो सहजचि गेला ।
म्हणौनि द्वेषु ठेला । जया पुरुषा ।।१९१।।
तो स्वत:च विश्व होतो । भेदभाव संपून जातो ।
द्वेषही राहिलेला नसतो । ज्या पुरुषांना ।।१९१।।
पैं आपुलें जें साचें । तें कल्पांतींहीं न वचे ।
हें जाणोनि गताचें । न शोची जो ।।१९२।।
आत्मस्वरूप ते खरे । कल्पांतीही न सरे ।
गेल्या गोष्टींचा न करे । शोक कधीही ।।१९२।।
आणि जयापरौतें कांहीं नाहीं । तें आपणपेंचि आपुल्या ठायीं ।
जाहला यालागीं जो कांहीं । आकांक्षी ना ।।१९३।।
त्याला या परते दुसरे न दिसे । आपण आपल्या ठायी वसे ।
कोणतीही इच्छा नसे । मनात ।।१९३।।
वोखटें कां गोमटें । हें काहींचि तया नुमटे ।
रात्रिदिवस न घटे । सूर्यासि जेवीं ।।१९४।।
चांगले किंवा वाईट विचार । न उमटती त्याच्या मनावर ।
जसा परिणाम न होई सूर्यावर । रात्र दिवसाचा ।।१९४।।
ऐसा बोधुचि केवळु । जो होवोनि असे निखळु ।
त्याहीवरी भजनशीळु । माझ्या ठायीं ।।१९५।।
असा जो ज्ञानाने संपन्न । तरी करी रात्रंदिन ।
सगुण रूपाचे भजन । माझ्या करत राही ।।१९५।।
तरी तया ऐसें दुसरें । आम्हां पढियंतें सोयरें ।
नाहीं गा साचोकारें । तुझी आण ।।१९६।।
त्याच्याप्रमाणे प्रियही । दुसरा सोयरा नाही ।
तुझी मी शपथ वाही । ऐक सांगतो ।।१९६।।
पार्था जयाचिया ठायीं । वैषम्याची वार्ता नाहीं ।
रिपुमित्रां दोहीं । सरिसा पाडु ।।१९७।।
अर्जुना ज्याच्या ठायी । भेदभावाची वार्ता नाही ।
शत्रू मित्र दोघांनाही । तो समान मानतो ।।१९७।।
कां घरींचियां उजियेडु करावा । पारखियां आंधारु पाडावा ।
हें नेणेचि गा पांडवा । दीपु जैसा ।।१९८।।
घरासाठी प्रकाश पाडावा । परक्यासाठी अंधार द्यावा ।
हा फरक जसा दिवा । जाणत नाही ।।१९८।।

जो खांडावया घावो घाली । कां लावणी जयानें केली ।
दोघां एकचि साउली । वृक्षु दे जैसा ।।१९९।।
तोडण्या जो घाव घालतो । पेरण्या जो बीज लावतो ।
त्या दोघांना समानच देतो । वृक्ष सावली ।।१९९।।
नातरी इक्षुदंडु । पाळितया गोडु ।
गाळितया कडु । नोहेंचि जेवीं ।।२००।।
वाढवणाऱ्याला गोडपण । चरकात घालणाऱ्यास कडूपण ।
असे कधीही जाण । ऊस करत नाही ।।२००।।
अरिमित्रीं तैसा । अर्जुना जया भावो ऐसा ।
मानापमानीं सरिसा । होतु जाये ।।२०१।।
शत्रू मित्र दोन्ही समान । जो असे मानतो जाण ।
जो मान-अपमान । सारखाच मानतो ।।२०१।।
तिहीं ऋतूं समान । जैसें कां गगन ।
तैसा एकचि मान । शीतोष्णीं जया ।।२०२।।
तिन्ही ऋतू समान । जसे मानते गगन ।
तसे शीत आणि उष्ण । त्याच्या मनी समान ।।२०२।।
दक्षिण उत्तर मारुता । मेरु जैसा पंडुसुता ।
तैसा सुखदु:खप्राप्तां । मध्यस्थु जो ।।२०३।।
दक्षिण उत्तर वाऱ्याचे धक्के सकल । तरी मेरूपर्वत अचल ।
तशी सुख-दु:खाची येता वेळ । तो अचल राहतो ।।२०३।।
माधुर्यें चंद्रिका । सरिसी राया रंका ।
तैसा जो सकळिकां । भूतां समु ।।२०४।।
राजा रंक यांवरती । चांदणे समान शीतलता देती ।
तसे सर्व लोकांप्रती । तो समभाव ठेवतो ।।२०४।।
आघवियां जगा एक । सेव्य जैसें उदक ।
तैसें जयातें तिन्ही लोक । आकांक्षिती ।।२०५।।
जसे सर्व जगाप्रति । पिण्यासाठी पाणीच असती ।
तसे सर्व इच्छा करती । मधुर भक्तीची ।।२०५।।
जो सबाह्यसंग । सांडोनिया लाग ।
एकाकीं असे आंग । आंगीं सूनी ।।२०६।।
जो आंतरबाह्य बंध । त्यागून विषयाचा संबंध ।
ब्रह्माशी होई ऐक्यबद्ध । जीव स्वरूपाने ।।२०६।।
जो निंदेतें नेघे । स्तुति न श्लाघे ।
आकाशा न लगे । लेपु जैसा ।।२०७।।
जो निंदा न पाहतो । स्तुतीने न आनंद मानतो ।
जसा लेप न लागतो । आकाशाला ।।२०७।।

तैसें निंदे आणि स्तुति । मानु करूनि एके पांती ।
विचरे प्राणवृत्ती । जनीं वनीं ॥२०८॥
जो निंदा आणि स्तुती । एक मानतो मनाप्रति ।
जंगलातही आपली वृत्ती । सम ठेवून राहतो ॥२०८॥
साच लटिकें दोन्ही । बोलोनि न बोले जाहला मौनी ।
जो भोगितां उन्मनी । आरायेना ॥२०९॥
खरे खोटे दोन्ही । बोलण्यापरते झाला मौनी ।
ब्रह्मस्थिती येऊन उन्मनी । कंटाळत नाही ॥२०९॥
जो यथालाभें न तोखे । अलाभें न पारुखे ।
पाउसेवीण न सुके । समुद्रु जैसा ॥२१०॥
लाभ होता न संतोष पावे । तो न होता न दुःखी व्हावे ।
पावसाविना न सुकावे । जसे समुद्राने ॥२१०॥
आणि वायूसि एके ठायीं । बिढार जैसें नाहीं ।
तैसा न धरीच कहीं । आश्रयो जो ॥२११॥
एका जागी वाऱ्यालाही । वसतीचे ठिकाण नाही ।
तसा तो कायमचा न राही । एका जागी ॥२११॥
आघवाची आकाशस्थिति । जेवीं वायूसि नित्य वसती ।
तेवीं जगचि विश्रांती- । स्थान जया ॥२१२॥
अवघे आकाशभर । वाऱ्याचे विश्रांतिघर ।
तसे साऱ्या विश्वभर । त्यांचे विश्रांतिस्थान ॥२१२॥
हें विश्वचि माझें घर । ऐसी मती जयाची स्थिर ।
किंबहुना चराचर । आपण जाहला ॥२१३॥
हे विश्वची माझे घर । अशी बुद्धी ठेवुनी स्थिर ।
अवघे हे चराचर । स्वतःच झाला ॥२१३॥
मग याहीवरी पार्था । माझ्या भजनीं आस्था ।
तरी तयातें मी माथां । मुकुट करीं ॥२१४॥
असे असूनही पार्था । त्याला माझी आस्था ।
त्याला धरितो माझ्या माथा । किरीटाप्रमाणे ॥२१४॥
उत्तमासि मस्तक । खालविजे हें काय कौतुक ।
परी मानु करिती तिन्ही लोक । पायवणियां ॥२१५॥
अशा भक्तासमोर मस्तक । झुकवावे, काय कौतुक ।
त्याच्या चरणाचे तिन्ही लोक । तीर्थ घेतात ॥२१५॥
तरी श्रद्धावस्तूसी आदरु । करितां जाणिजे प्रकारु ।
जरी होय श्रीगुरु । सदाशिवु ॥२१६॥
श्रद्धा वस्तूचा आदर । कसा करावा साचार ।
हे सांगू शकेल शंकर । तो महागुरू ॥२१६॥

परी हे असो आतां । महेशातें वानितां ।
आत्मस्तुति होतां । संचारु असे ॥२१७॥
आता पुरे हे बोलणं । शंकराचे करतो वर्णन ।
त्यात आत्मस्तुतीचे संचरण । होत आहे ॥२१७॥
ययालागीं हें नोहे । म्हणितलें रमानाहें ।
अर्जुना मी वाहें । शिरीं तयातें ॥२१८॥
हे वर्णन पुरे झाले । असे रमानाथ म्हणाले ।
अर्जुना सांगू लागले ।
त्या भक्ता मी मस्तकी धारण करतो ॥२१८॥
जे पुरुषार्थसिद्धि चौथी । घेऊनि आपुलिया हातीं ।
रिगाला भक्तिपंथीं । जगा देतु ॥२१९॥
मोक्ष हा चौथा पुरुषार्थ । घेऊन आपल्या हातात ।
जगाला मोक्ष देत । प्रेम भक्तीने ॥२१९॥
कैवल्याचा अधिकारी । मोक्षाची सोडी बांधी करी ।
कीं जळाचिये परी । तळवटु घे ॥२२०॥
तो कैवल्याचा अधिकारी असतो ।
मोक्ष गाठोडे बांधतो-सोडतो ।
पाण्यासारखा नम्र असतो । तो जगापुढे ॥२२०॥
म्हणौनि गा नमस्कारूं । तयातें आम्ही माथां मुगुट करूं ।
तयाची टांच धरूं । हृदयीं आम्हीं ॥२२१॥
त्याला आम्ही नमस्कार करू ।
त्याला मुकुट म्हणून मस्तकी धरू ।
त्याचे चरणकमल धारण करू । हृदयामध्ये ॥२२१॥
तयाचिया गुणांचीं लेणीं । लेववूं अपुलिये वाणी ।
तयाची कीर्ति श्रवणीं । आम्हीं लेवूं ॥२२२॥
त्याच्या गुणांचे अलंकार । वाणीने करू साकार ।
त्याच्या कीर्तीचे अलंकार । कानावर धारण करू ॥२२२॥
तो पहावा हे डोहळे । म्हणौनि अचक्षूसी मज डोळे ।
हातींचेनि लीलाकमळें । पुजूं तयातें ॥२२३॥
त्याला पाहण्याची इच्छा होता ।
मला डोळे नसून डोळे येता ।
जे कमळ असते माझ्या हाता । त्याने त्याला पूजितो ॥२२३॥
दोंवरी दोनी । भुजा आलों घेउनि ।
आलिंगावयालागुनी । तयाचें आंग ॥२२४॥
दोन हातांवर दुसरे दोन । आलो हात घेऊन ।
त्याला देण्या दृढ आलिंगन । चतुर्भुज झालो ॥२२४॥

तया संगाचेनि सुरवाडें । मज विदेहा देह धरणें घडे ।
किंबहुना आवडे । निरुपमु ।।२२५।।
त्याच्या संगतीच्या आवडीने । मला पडे देह धारण करणे ।
दुसरी उपमा देता न येणे । इतका तो प्रिय ।।२२५।।
तेणेंसीं आम्हां मैत्र । एथ कायसें विचित्र? ।
परी तयाचें चरित्र । ऐकती जे ।।२२६।।
त्याच्याशी आमची मैत्री असते । यात काय विचित्र दिसते? ।
अशा भक्ताच्या चरित्राते । जे श्रवण करती ।।२२६।।
तेही प्राणापरौते । आवडती हें निरुतें ।
जे भक्तचरित्रातें । प्रशंसिती ।।२२७।।
ते ही मला आवडतात । प्राणापेक्षा प्रिय वाटतात ।
ते त्याचे चरित्र गातात । प्रशंसा करून ।।२२७।।
जो हा अर्जुना साद्यंत । सांगितला प्रस्तुत ।
भक्तियोगु समस्त– । योगरूप ।।२२८।।
अर्जुना हा भक्तियोग समस्त । सांगितला प्रस्तुत ।
हा योग साद्यंत । तुला सांगितला ।।२२८।।
तया मी प्रीति करी । कां मनीं शिरसा धरीं ।
येवढी थोरी । जया स्थितीये ।।२२९।।
ज्याच्यावर मी प्रेम करतो । त्याला मस्तकी धारण करतो ।
म्हणून या स्थितीतला तो । प्राप्त झाला ।।२२९।।
ते हे गोष्टी रम्य । अमृतधारा धर्म्य ।
करिती प्रतीतिगम्य । आइकोनि जे ।।२३०।।
या गोष्टी रम्य असती । धर्माला अनुकूल ठरती ।
जिज्ञासू त्या जाणून घेती । स्वानुभवाने ।।२३०।।
तेसीचि श्रद्धेचेनि आदरें । जयांचे ठायीं विस्तरे ।
जीवीं जयां थारे । जे अनुष्ठिती ।।२३१।।
श्रद्धेचा करता आदर । भक्तीचा होतसे विस्तार ।
भक्ती होते स्थिर । त्यांच्या अंत:करणी ।।२३१।।
परी निरूपली जैसी । तैसीच स्थिति मानसीं ।
मग सुक्षेत्रीं जैसी । पेरणी केली ।।२३२।।
जसे आम्ही निरूपण केले । तसे त्यांचे मन झाले ।
जणू सुपीक जमिनीत बी पेरले । उत्तम पिकासाठी ।।२३२।।
परी मातें परम करूनि । इयें अर्थीं प्रेम धरूनि ।
हेंचि सर्वस्व मानूनि । घेती जे पैं ।।२३३।।
पण मला श्रेष्ठ मानून । भक्तीचे प्रेम धरून ।
भक्तीला सर्वस्व मानून । जे भक्तियोग स्वीकारतात ।।२३३।।

पार्था गा जगीं । तेचि भक्त तेचि योगी ।
उत्कंठा तयांलागीं । अखंड मज ।।२३४।।
पार्था या जगात । तेच योगी तेच भक्त ।
त्यांच्यासाठी मी उत्कंठ । अखंडपणे ।।२३४।।
तें तीर्थ तें क्षेत्र । जगीं तेंचि पवित्र ।
भक्ति कथेसि मैत्र । जयां पुरुषां ।।२३५।।
तेच तीर्थ तेच क्षेत्र । जगी तेच पवित्र ।
भक्ती कथेसोबत ज्यांचे मैत्र । ज्या पुरुषांना ।।२३५।।
आम्हीं तयांचें करूं ध्यान । ते आमुचें देवतार्चन ।
ते वांचूनि आन । गोमटें नाहीं ।।२३६।।
आम्ही करू त्यांचे ध्यानही । त्यांची पूजा देवपूजा आमची ही ।
त्यांच्याविना दुसरे काही । चांगले नाही ।।२३६।।
तयांचें आम्हां व्यसन । ते आमुचें निधिनिधान ।
किंबहुना समाधान । ते मिळती तैं ।।२३७।।
आम्हाला त्यांचा छंद । ते आमचा ठेवा परम ।
त्यांच्या भेटीने आनंद । आम्हा होतो ।।२३७।।
पैं प्रेमळाची वार्ता । जे अनुवादती पंडुसुता ।
ते मानूं परमदेवता । आपुली आम्ही ।।२३८।।
हे पंडुसुता । जे सांगती भक्तकथा ।
त्यांनाही परम देवता । आम्ही मानतो ।।२३८।।
ऐसे निजजनानंदें । तेणें जगदादिकंदें ।
बोलिलें मुकुंदें । संजयो म्हणे ।।२३९।।
जो जगा आनंद देतो । विश्वाचे आद्य कारण असतो ।
तो मुकुंद अर्जुना सांगतो । असे संजय म्हणाला ।।२३९।।
राया जो निर्मळु । निष्कलंक लोककृपाळु ।
शरणागतां प्रतिपाळु । शरण्यु जो ।।२४०।।
श्रीकृष्ण जो निर्मळ । निष्कलंक लोक प्रतिपाळ ।
शरणागतांसाठी प्रेमळ । शरण जाण्या योग्य ।।२४०।।
पैं सुरसहायशीळु । लोकलालनलीळु ।
प्रणतप्रतिपाळु । हा खेळु जयाचा ।।२४१।।
देवांच्या साहाय्यकर्ता । जगाचे लीलया पालनकर्ता ।
जो रक्षितो शरणागता । अशा ज्याच्या लीला ।।२४१।।
जो धर्मकीर्तिधवलु । आगाध दातृत्वें सरळु ।
अतुळबळें प्रबळु । बळिबंधनु ।।२४२।।
ज्याची धर्मकीर्ती धवल । अगाध दातृत्व सरल ।
बलाढ्य ज्याचे बल । ज्याने बळीला बांधले ।।२४२।।

जो भक्तजनवत्सलु । प्रेमळजन प्रांजळु ।
सत्यसेतु सकळु । कलानिधी ।।२४३।।
तो भक्तजन वत्सल । सुलभ त्यांना जे प्रेमळ ।
सत्यवचनांचा पूल । कलेचा ठेवा ।।२४३।।
तो श्रीकृष्ण वैकुंठींचा । चक्रवर्ती निजांचा ।
सांगे येरु दैवाचा । आइकतु असे ।।२४४।।
तो श्रीकृष्ण वैकुंठीचा । सार्वभौम राजा भक्तांचा ।
कथा सांगतसे साचा । अर्जुन ऐकत असे ।।२४४।।
आतां ययावरी । निरूपिती परी ।
संजयो म्हणे अवधारीं । धृतराष्ट्रातें ।।२४५।।
आता यावरचे निरूपण । ऐकावे देऊन ध्यान ।
संजय म्हणे करावे श्रवण । धृतराष्ट्रास ।।२४५।।
तेचि रसाल कथा । मऱ्हाठिया प्रतिपथा ।
आणिजेल आतां । आवधारिजो ।।२४६।।
यानंतरचे कथन । येईल मराठी भाषेतून ।
नीट देऊनी ध्यान । श्रोत्यांनी ऐकावे ।।२४६।।
ज्ञानदेव म्हणे तुम्ही । संत वोळगावेति आम्ही ।
हें पढविलों जी स्वामी । निवृत्तिदेवीं ।।२४७।।
मग ज्ञानदेव म्हणाले । संतांना शरण जावे भले ।
हे आम्हाला शिकवले । निवृत्तीनाथांनी ।।२४७।।

ओवी संख्या २४७

।। बारावा अध्याय – भक्ती योग – समाप्त।।

अध्याय तेरावा

क्षेत्रक्षेत्रज्ञ विभाग योग

आत्मरूप गणेशु केलिया स्मरण । सकळ विद्यांचें अधिकरण ।
तेचि वंदूं श्रीचरण । श्रीगुरूंचे ॥१॥
आत्मरूप गणेशाचे स्मरण । सर्व विद्यांचे अधिकरण ।
तेच सद्गुरूंचे चरण । त्यांना वंदन करू ॥१॥
जयांचेनि आठवें । शब्दसृष्टि आंगवे ।
सारस्वत आघवें । जिव्हेसि ये ॥२॥
त्यांच्या स्मरणाने । शब्दसृष्टीचे लेणे ।
सकल विद्यांचे येणे । जिभेवरती ॥२॥
वक्तृत्वा गोडपणें । अमृतातें पारुखें म्हणे ।
रस होती वोळंगणें । अक्षरांसी ॥३॥
वक्तृत्वा ये मधुरता । फिके पाडते अमृता ।
नवरस सेवा करता । शब्दांची ॥३॥
भावाचें अवतरण । अवतरविती खूण ।
हाता चढे संपूर्ण । तत्त्वभेद ॥४॥
भावांचे होई प्रकाशन । आत्मज्ञानाचे अवतरण ।
हातात येती संपूर्ण । सिद्धान्ताचे प्रकार ॥४॥
श्रीगुरूंचे पाय । जैं हृदय गिंवसूनि ठाय ।
तैं येवढें भाग्य होय । उन्मेखासी ॥५॥
सद्गुरूंचे चरण । हृदयातून करून स्मरण ।
ठरे भाग्यशाली आत्मज्ञान । उन्मेषांचे ॥५॥
ते नमस्कारूनि आतां । जो पितामहाचा पिता ।
लक्ष्मीयेचा भर्ता । ऐसें म्हणे ॥६॥
मी नमस्कार करता । पितामहाचा पिता ।
म्हणे लक्ष्मीचा भर्ता । असे सांगती ज्ञानेश्वर ॥६॥
तरी पार्था परिसिजे । देह हें क्षेत्र म्हणिजे ।
जो हें जाणे तो बोलिजे । क्षेत्रज्ञु एथें ॥७॥
अर्जुना ध्यान द्यावे । देहाला क्षेत्र म्हणावे ।
क्षेत्रज्ञ असे संबोधावे । जो क्षेत्राला (देहाला) जाणतो ॥७॥

तरि क्षेत्रज्ञु जो एथें । तो मीचि जाण निरुतें ।
जो सर्व क्षेत्रांतें । संगोपोनि असे ॥८॥
जो असे क्षेत्रज्ञ । तो मीच आहे जाण ।
सर्व क्षेत्रांचे पालन । मीच करतो ॥८॥
क्षेत्र आणि क्षेत्रज्ञातें । जाणणें जें निरुतें ।
ज्ञान ऐसें तयातें । मानूं आम्ही ॥९॥
क्षेत्र आणि क्षेत्रज्ञ । याची यथार्थ जाण ।
त्यालाच ज्ञान । असे आम्ही मानतो ॥९॥
तरि क्षेत्र येणें नांवें । हे शरीर जेणें भावें ।
म्हणितलें तें आघवें । सांगो आतां ॥१०॥
क्षेत्र हे नाव । शरीरा का दिले ठाव ।
तो संपूर्ण भाव । मी तुला सांगतो ॥१०॥
हें क्षेत्र कां म्हणिजे? । कैसें कें हें उपजे? ।
कवणकवणीं वाढविजे? । विकारीं एथ ॥११॥
याला क्षेत्र का म्हणती । हे कसे कोठे उत्पन्न होती ।
हे कसे वाढत जाती । कोणत्या विकारे? ॥११॥
हें औट हात मोटकें? । कीं केवढें पां केतुकें? ।
बरड कीं पिके? । कोणाचें हें? ॥१२॥
साडेतीन हातांचे की मोजके । हे कसले आहे नेमके? ।
सुपीक जमिनीचे की नापिके । कोणाचे आहे? ॥१२॥
इत्यादि सर्व । जे जे याचे भाव ।
ते बोलिजती सावेव । अवधान देईं ॥१३॥
इत्यादि हे सर्व । जे जे असतील भाव ।
सांगतो तुला सर्व । अवधान देई ॥१३॥
पैं याचि स्थळाकारणें । श्रुति सदा बोबाणे ।
तर्कु येणेंचि ठिकाणें । तोंडाळु केला ॥१४॥
याच क्षेत्राच्या निराकारणे । वेदांचे सदा बोलणे ।
तर्काला याच कारणे । बोलके केले ॥१४॥

चाळितां हेचि बोली । दर्शनें शेवटा आलीं ।
तेवींचि नाही बुझाविलीं । अझुनी द्वंद्वे ॥१५॥
चर्चेत हेच बोलती । पाहता शेवटी येती ।
तरीही नच संपत्ती । अजुनी द्वंद्वे (शास्त्रांची) ॥१५॥
शास्त्रांचिये सोयरिके । विचळिजे येणेंचि एकें ।
याचेनि एकवंकें । जगासि वादु ॥१६॥
शास्त्रांनी नाती जोडली । सिद्धान्ताचे येण्या जवळी ।
क्षेत्रांसंबंधी मते मांडली । जगात वाद झाले ॥१६॥
तोंडेंसी तोंडा न पडे । बोला बोलेंसी न घडे ।
इया युक्ति बडबडें । त्राय जाहली ॥१७॥
निर्णयासी निर्णय न जुळे । विचारांशी विचार न मिळे ।
वादविवाद करता कळे । त्रेधा उडाली ॥१७॥
नेणों कोराचें हे स्थळ । परि कैसें अभिलाषाचेंबळ ।
जे घरोघरीं कपाळ । पिटवीत असे ॥१८॥
हे स्थळ कोणाच्या मालकीचे? । इच्छांना बळ वादविवादाचे ।
जे घरोघरी सर्वांचे । कपाळ बडविती ॥१८॥
नास्तिका द्यावया तोंड । वेदांचें गाढें बंड ।
तें देखोनि पाखांड । आनचि वाजे ॥१९॥
नास्तिका तोंड देण्यास । वेदांच्या प्रबळ सामर्थ्यास ।
बघून पाखंडी व्यर्थ सायास । बडबड करती ॥१९॥
म्हणती तुम्ही निर्मूळ । लटिकें हें वाग्जाळ ।
ना म्हणसी तरी पोफळ । घातलें आहे ॥२०॥
म्हणती असत्य फार । खोटे हे निराधार ।
सुपारी पैजेची समोर । कुणीही उचलावी ॥२०॥
पाखांडाचे कडे । नागवी लंचिती मुंडे ।
नियोजिलीं वितंडे । ताळासि येती ॥२१॥
पाखंड्यांच्या समूहात । दिगंबर बनून मुंडण करतात ।
वितंडवाद घालतात । गप्प बसतात ॥२१॥
मृत्युबळाचेनि माजें । हें जाईल वीण काजें ।
तें देखोनियां व्याजें । निघाले योगी ॥२२॥
मृत्यूच्या प्रचंड सामर्थ्याने । शरीराचे वाया जाणे ।
हे बघून योगी या कारणे । निघून जाती ॥२२॥
मृत्यूनी आधाधिले । तिहीं निरंजन सेविलें ।
यमदमांचे केले । मेळावे पुरे ॥२३॥
मृत्यूला ते भ्याले । वनात निघून गेले ।
यम-नियमांचे केले । अभ्यास पूर्ण ॥२३॥

येणेंचि क्षेत्राभिमानें । राज्य त्यजिलें ईशानें ।
गुंति जाणोनि स्मशानें । वासु केला ॥२४॥
या क्षेत्राभिमानाने । राज्य त्यागले शंकराने ।
त्यात नको गुंतणे । म्हणून स्मशानी राहिला ॥२४॥
ऐसिया पैजा महेशा । पांघुरणें दाही दिशा ।
लांचकरु म्हणौनि कोळसा । कामु केला ॥२५॥
या प्रतिज्ञेमुळे शंकरानी । दाही दिशा घेतल्या पांघरूनी ।
योगभ्रष्ट करतो म्हणूनी । मदनाला जाळले ॥२५॥
पैं सत्यलोकनाथा । वदनें आली बळार्था ।
तरि तो सर्वथा । जाणेचिना ॥२६॥
क्षेत्राच्या निर्णयाकरता । चार मुखे आली ब्रह्मनाथा ।
तरी त्याचे स्वरूप सर्वथा । तो जाणू शकला नाही ॥२६॥
एक म्हणती हें स्थळ । जीवाचेंचि समूळ ।
मग प्राण हें कूळ । तयाचें एथ ॥२७॥
कोणी म्हणती क्षेत्र हे स्थळ । जिवाच्या मालकीचे सकल ।
प्राण हा तिथे कूळ । म्हणून राहे ॥२७॥
जे प्राणाचे घरीं । अंगें राबती भाऊ चारी ।
आणि मना ऐसा आवरी । कुळवाडीकरु ॥२८॥
ज्या प्राणाच्या घरी । राबती भाऊ चारी[1] ।
मनाप्रमाणे सर्व करी । जीव हा चाकर ॥२८॥
तयातें इंद्रियबैलांची पेटी । न म्हणे अंवसीं पाहाटीं ।
विषयक्षेत्रीं आटी । काढी भली ॥२९॥
इंद्रियसमूहाचे बैल । रात्रंदिवस अवस त्रिकाल ।
विषयाच्या शेतात सुफल । मेहनत करती ॥२९॥
मग विधीची वाफ चुकवी । आणि अन्यायाचें बीज वाफवी ।
कुकर्माचा करवी । राबु जरी ॥३०॥
विधिनिषेधाचा वाफा टाळतो । अन्यायाचे बीज पेरतो ।
कुकर्माचे खत घालतो । राबणूक करतो ॥३०॥
तरी तयाचिसारिखें । असंभाड पाप पिके ।
मग जन्मकोटी दुःखें । भोगी जीवु ॥३१॥
पेरलेल्या अधर्मापरते । ते पीक फोफावते ।
मग तो जीव कोट्यवधी जन्मांते । दुःखे भोगतो ॥३१॥
नातरी विधीचिये वाफे । सत्क्रियाबीज आरोपे ।
तरी जन्मशताचीं मापें । सुखचि मवीजे ॥३२॥
जर विधीच्या वाफ्यांत । सत्कर्माची रोपे पेरत ।
तर शेकडो जन्मांच्या मापात । तो सुख भोगतो ॥३२॥

१ (अपान, व्यान, उदान, समान हे चार वायू)

तंव आणिक म्हणती हें नव्हे । हें जिवाचेंचि न म्हणावें ।
आमुतें पुसा आघवें । क्षेत्राचें या ॥३३॥
कांही म्हणती असे नव्हे । हे जीवाचे क्षेत्र न मानावे ।
तुम्ही आम्हाला विचारावे । या क्षेत्राविषयी ॥३३॥
अहो जीवु एथ उखिता । वस्तीकरु वाटे जातां ।
आणि प्राणु हा बलौता । म्हणौनि जागे ॥३४॥
हा जीव कर्माच्या वाटेने जातो । देहात वस्ती करतो ।
प्राण जागा राहतो । बलुतेदार म्हणून ॥३४॥
अनादि जे प्रकृती । सांख्य जियेतें गाती ।
क्षेत्र हे वृत्ती । तियेची जाणा ॥३५॥
अनादि ही प्रकृती जाण । सांख्य गाती तिचे गान ।
क्षेत्र हे तिचेच वतन । हे जाणून घे ॥३५॥
आणि इयेतेंचि आघवा । आथी घरमेळावा ।
म्हणौनि ते वाहिवा । घरीं वाहे ॥३६॥
असती तिच्याजवळी । शेती करणारी मंडळी ।
म्हणून बटाईने न देता सगळी । घरीच करते ॥३६॥
वाह्याचिये रहाटी । जे कां मुद्दल तिघे इये सृष्टीं ।
ते इयेच्याचि पोटीं । जहाले गुण ॥३७॥
शेतात मूळ जे करती लागण । ते प्रमुख तीन गुण ।
घेती ते जन्म । तिच्याच पोटी ॥३७॥
रजोगुण पेरी । तेतुलें सत्त्व सोंकरी ।
मग एकलें तम करी । संवगणी ॥३८॥
रजोगुण पेरणी करी । सत्त्वगुण रक्षण करी ।
मग कापणी करी । तमोगुण ॥३८॥
रचूनि महत्तत्त्वाचें खळें । मळी एके काळुगेनि पोळें ।
तेथ अव्यक्ताची मिळे । सांज भली ॥३९॥
महत् तत्त्वाचे खळे केले । काळ बैलाकरवी मळून घेतले ।
तर अव्यक्त सृष्टीची रास मिळे । सूक्ष्म अशी ॥३९॥
तंव एकीं मतिवंतीं । या बोलाचिया खंतीं ।
म्हणितलें या ज्ञप्ती । अर्वाचीना ॥४०॥
कोणी मग बुद्धिमंत । दुःख मानून करती खंत ।
ही कल्पनाच नापसंत । अलीकडच्यांना ॥४०॥
हां हो परतत्त्वाआंतु । कें प्रकृतीची मातु ।
हा क्षेत्र वृत्तांतु । उगेंचि आइका ॥४१॥
ते म्हणती परब्रह्माजागी आता । प्रकृतीची गोष्ट का करता? ।
आम्ही सांगतो ऐका आता । क्षेत्रवृत्तान्त ॥४१॥

शून्यसेजेशालिये । सुलीनतेचिये तुळिये ।
निद्रा केली होती बळियें । संकल्पें येणें ॥४२॥
शून्य सेजेच्या मंदिरी । लयरूपी बिछान्यावरी ।
निजला होता त्यावरी । एक बलवान संकल्प ॥४२॥
तो अवसांत चेइला । उद्यमीं सदैव भला ।
म्हणौनि ठेवा जोडला । इच्छावशें ॥४३॥
तो अकस्मात जागा झाला । होता उद्योग तत्पर भला ।
त्याला ठेवा सापडला । त्याच्या इच्छेनुसार ॥४३॥
निरालंबींची वाडी । होती त्रिभुवनायेवढी ।
हे तयाचिये जोडी । रूपा आली ॥४४॥
ती निराकार परब्रह्माची वाडी । होती त्रिभुवना एवढी ।
त्या दिली संकल्पनाची जोडी । तेव्हा आकारा आली ॥४४॥
मग महाभूतांचें एकवाट । सैरा वेंटाळूनि भाट ।
भूतग्रामांचे आघाट । चिरिले चारी ॥४५॥
पंचमहाभूतांच्या मर्जीप्रमाण । त्याचे करून एकीकरण ।
योनी घाट केले निर्माण । चार प्रकारचे[२] ॥४५॥
यावरी आदी । पांचभूतिकांची मांदी ।
बांधली प्रभेदीं । पंचभूतिकीं ॥४६॥
मग या नंतर । पंचमहाभूतांचे प्रकार ।
पोटभेद आकार । बांधले ॥४६॥
कर्माकर्माचे गुंडे । बांध घातले दोहींकडे ।
नपुंसकें बरडें । रानें केलीं ॥४७॥
त्याच्या दोन्ही बाजूला । कर्म-अकर्माचा वाफा घातला ।
पेरून नापीक जमिनीला । रानें बनवली ॥४७॥
तेथ येरझारेलागीं । जन्ममृत्यूची सुरंगी ।
सुहाविली निलागी । संकल्पें येणें ॥४८॥
रानात करण्या येरझार । जन्ममृत्यूचे केले भुयार ।
कोणाचा लाज न लागणार । संकल्पात ॥४८॥
मग अहंकारासि एकलाधी । करूनि जीवितावधी ।
वहाविलें बुद्धि । चराचर ॥४९॥
त्याने अहंकाराशी तादात्म्य पावून । मृत्यूपर्यंत बुद्धीकडून ।
चराचराला चालवून । वहिवाट केली ॥४९॥
यापरी निराळीं । वाढे संकल्पाची डाहाळी ।
म्हणौनि तो मुळीं । प्रपंचा यया ॥५०॥
याप्रमाणे वेगळी । ही संकल्पाची डहाळी ।
म्हणून तीच आहे मुळी । प्रपंचाची ॥५०॥

२ (जारज, अंडज, स्वेदज, उद्भिज)

यापरी मत्तमौक्तिकी । तेथ पडिघायिलें आणिकीं ।
म्हणती हां हो विवेकीं । कैसें तुम्ही ।।५१।।
ऐकून हा विचार । पुढे येती दुसरे सत्वर ।
म्हणती हा कसला प्रचार । तुम्ही सांगता ।।५१।।
परतत्त्वाचिया गांवीं । संकल्पसेज देखावी ।
तरी कां पां न मानावी । प्रकृति तयाची? ।।५२।।
म्हणती परब्रह्माच्या गावी । संकल्पांची शेज मानावी ।
मग तिथे का नसावी । प्रकृती त्यांची? ।।५२।।
परि असो हें नव्हे । तुम्ही या न लगावें ।
आतांचि हें आघवें । सांगिजैल ।।५३।।
परंतु हे असे नव्हे । तुम्ही यात न पडावे ।
आम्हालाच लागे सांगावे । फोड करून ।।५३।।
तरी आकाशीं कवणें । केलीं मेघाचीं भरणें ।
अंतरिक्ष तारांगणें । धरी कवण? ।।५४।।
आकाशात कोणी । मेघात साठवले पाणी? ।
सावरून धरली कोणी । अनंत तारांगणे ।।५४।।
गगनाचा तडावा । कोणें वेढिला केधवां ।
पवनु हिंडतु असावा । हें कवणाचें मत? ।।५५।।
आकाशाचे छत । आहे कोणी बांधत? ।
वाऱ्याने राहावे वाहत । हे कोणी ठरवले ।।५५।।
रोमां कवण पेरी । सिंधू कवण भरी ।
पर्जन्याचिया करी । धारा कवण? ।।५६।।
रोमावली कोण पेरते? । समुद्रात पाणी कोण भरते? ।
आणि कोण बनवतें । पाऊसधारा ।।५६।।
तैसें क्षेत्र हें स्वभावें । हे वृत्ती कवणाची नव्हे ।
हें वाहे तया फावे । येरां तुटे ।।५७।।
तसे हे क्षेत्र आहे । हे कोणाचे वतन नोहे ।
राबेल तो फल पावे । इतरांना नाही ।।५७।।
तंव आणिकें एकें । क्षोभें म्हणितलें निकें ।
तरी भोगिजे एकें । काळें केवीं हें? ।।५८।।
इतक्यात आणखी कोणी । म्हणे येऊन आवेशानी ।
मग याला का भोगवणी । काळाचे वर्चस्व? ।।५८।।
तरी ययाचा मारु । देखताति अनिवारु ।
परी स्वमतीं भरु । अभिमानियां ।।५९।।
काळाची अशी सत्ता । स्पष्ट दिसत असंता ।
ठाम राहती आपल्या मता । अभिमानाने ।।५९।।

हें जाणों मृत्यु रागिटा । सिंहाडयाचा दरकुटा ।
परी काय वांजटा । पूरिजत असे? ।।६०।।
हे क्षेत्र मृत्यू भयंकर महा । जणू सिंहाची दरीतील गुहा ।
कशासाठी व्यर्थ बडबड पहा । ती कशी टिकेल? ।।६०।।
महाकल्पापरौतीं । कव घालूनि अवचितीं ।
सत्यलोकभद्रजाती । आंगीं वाजे ।।६१।।
ते या महाकल्पा गिळून । अवचित मिठी घालून ।
सत्यलोकरूपी हत्तीस कवटाळून । घेते ।।६१।।
लोकपाळ नित्य नवे । दिग्गजांचे मेळावे ।
स्वर्गींचिये आडवे । रिगोनि मोडी ।।६२।।
लोकपाल नित्य नवे । दिग्गजांचे मेळावे ।
हे करती आडवे । स्वर्गी प्रवेशून ।।६२।।
येर ययाचेनि अंगवातें । जन्ममृत्यूचिये गर्ते ।
निर्जिवें होऊनि भ्रमतें । जीवमृगें ।।६३।।
याच्या सापडून हातात । जन्ममृत्यूच्या गर्तेत ।
हे जीव पडतात । असहाय्य ।।६३।।
न्याहाळीं पां केव्हडा । पसरलासे चवडा ।
जो करूनियां माजिवडा । आकारगजु ।।६४।।
याचा पंजा जबरदस्त । पसरलेला दिसत ।
धरून ठेवला असत । जगरूप हत्ती ।।६४।।
म्हणौनि काळाची सत्ता । हाचि बोलु निरुता ।
ऐसे वाद पंडुसुता । क्षेत्रालागीं ।।६५।।
म्हणून काळाची सत्ता । हीच खरी सत्यता ।
असे वाद पांडुसुता । क्षेत्राबद्दल होती ।।६५।।
हे बहु उखिविखी । ऋषीं केली नैमिषीं ।
पुराणें इयेविषीं । मतपत्रिका ।।६६।।
याचे वाद असले । नैमिषारण्यात केले ।
याचे अनेक दाखले । पुराणात आहेत ।।६६।।
अनुष्टुभादि छंदें । प्रबंधीं जें विविधें ।
ते पत्रावलंबन मदें । करिती अझुनी ।।६७।।
अनुष्टुभ आदि छंदांत । याबद्दल चर्चा वेदांत ।
अनेक अशा ग्रंथांत । अजुनी आहे ।।६७।।
वेदींचें बृहत्सामसूत्र । जें देखणेपणें पवित्र ।
परी तयाही हें क्षेत्र । नेणवेचि ।।६८।।
वेदांतील बृहत् सामसूत्र । जो वैचारिकदृष्ट्या शुद्ध मंत्र ।
पण त्यालाही हे क्षेत्र । जाणता आले नाही ।।६८।।

आणीक आणीकींही बहुतीं । महाकवीं हेतुमंतीं ।
ययालागीं मती । वेंचिलिया ।।६९।।
आणखीही पुष्कळांनी । प्रतिभाशाली महाकवींनी ।
आपली बुद्धी मती खर्चुनी । यासाठी पाहिली आहे ।।६९।।
परी ऐसें हें एवढें । कीं अमुकेयाचेंचि फुडें ।
हें कोणाही वरपडें । होयचिना ।।७०।।
पण हे एवढे असत । अमुकेच आहे निश्चित ।
असे उत्तर प्राप्त । कोणा झाले नाही ।।७०।।
आतां यावरी जैसें । क्षेत्र हें असे ।
तुज सांगों तैसें । साद्यंतु गा ।।७१।।
आता यावरी जसे । हे क्षेत्र आहे तसे ।
तुला मी सांगत असे । सविस्तर ।।७१।।
तरि महाभूतपंचकु । आणि अहंकारु एकु ।
बुद्धि अव्यक्त दशकु । इंद्रियांचा ।।७२।।
महाभूतांचे पंचक । त्यात अहंकार एक ।
बुद्धी, प्रकृती अन् दशक । इंद्रियांचा[3] ।।७२।।
मन आणीकही एकु । विषयांचा दशकु ।
सुख दुःख द्वेषु । संघात इच्छा ।।७३।।
त्यात एक मन । दशेंद्रियांचे दहा चिंतन ।
सुख दुःख द्वेष कारण । मत्सर, वासना ।।७३।।
आणि चेतना धृती । एवं क्षेत्रव्यक्ती ।
सांगितली तुजप्रती । आघवीची ।।७४।।
आणि चेतना व धृती । ही क्षेत्राची परिमिती ।
छत्तीस तत्त्वे तुजप्रति । प्रथम सांगतो ।।७४।।
आतां महाभूतें कवणें । कवण विषयो कैसीं करणे ।
हें वेगळालेपणें । एकैक सांगों ।।७५।।
आता महाभूते कोणती । विषय इंद्रिये कोणती ।
सांगतो तुजप्रति । याचे वेगळेपण ।।७५।।
तरी पृथ्वी आप तेज । वायु व्योम इयें तुज ।
सांगितलीं बुझ । महाभूतें पांचें ।।७६।।
पृथ्वी, आप, तेज । वायू, आकाश ही तुज ।
सांगितली आहेत समज । पंचमहाभूते ।।७६।।

आणि जागतिये दशे । स्वप्न लपालें असे ।
नातरी अंवसे । चंद्र गूढु ।।७७।।
आणि जसे जागेपणी । स्वप्न जाते विरुनी ।
अमावास्येला राही लपुनी । गुप्तपणे चंद्र ।।७७।।
नाना अप्रौढबाळकीं । तारुण्य राहे थोकीं ।
कां न फुलतां कळिकीं । आमोदु जैसा ।।७८।।
लहान मुलात जसे । तारुण्य लपून असे ।
न फुललेल्या कळीत वसे । सुगंध लपून ।।७८।।
किंबहुना काष्ठीं । वन्हि जेवीं किरीटी ।
तेवीं प्रकृतिचिया पोटीं । गोप्यु जो असे ।।७९।।
लाकडामध्ये जसा काही । अग्नी गुप्त राही ।
तसा प्रकृतीच्या पोटातही । तो गुप्त असतो ।।७९।।
जैसा ज्वरु धातुगतु । अपथ्याचें मिष पहातु ।
मग जालिया आंतु । बाहेरी व्यापी ।।८०।।
जसा धातूगत ज्वर ही । कुपथ्याचे निमित्त पाही ।
मग शरीरा व्यापून राही । आतून बाहेरून ।।८०।।
तैसी पांचांही गांठीं पडे । जैं देहाकारु उघडे ।
तैं नाचवी चहूंकडे । तो अहंकारु गा ।।८१।।
तसा पंचमहाभूतांनी तो । जेव्हा देह बनतो ।
त्याला चहूकडे नाचवतो । अहंकार ।।८१।।
नवल अहंकाराची गोठी । विशेषें न लगे अज्ञानापाठीं ।
सज्ञानाचे झोंबे कंठीं । नाना संकटीं नाचवी ।।८२।।
अहंकाराचे नवल असे । तो अज्ञानीच्या मागे लागत नसे ।
ज्ञानवंताच्या मानगुटी बसे । नाना संकटांत पाडे ।।८२।।
आतां बुद्धि जे म्हणिजे । ते ऐशियां चिन्हीं जाणिजे ।
बोलिलें यदुराजें । तें आइकें सांगों ।।८३।।
जिला बुद्धी म्हणती । ती ज्या लक्षणाने जाणती ।
जे यदुराज कृष्ण सांगती । ते मी सांगतो ऐका ।।८३।।
तरी कंदर्पाचेनि बळें । इंद्रियवृत्तीचेनि मेळें ।
विभांडूनि येती पाळे । विषयांचे ।।८४।।
जी कामाचा आवेग वाढवते । इंद्रियांच्या सहाय्याते ।
विषयांचे समूह जिंकून आणते । ती बुद्धी ।।८४।।
तो सुखदुःखांचा नागोवा । जेथ उगाणों लागे जीवा ।
तेथ दोहींसी बरवा । पाडु जे धरी ।।८५।।
सुख दुःखाची लूट असते । जीवास हिशोब देणे लागते ।
दोन्हीतला योग्य निवाडा करते । ती बुद्धी ।।८५।।

३ (पाच ज्ञानेंद्रिये + पाच कर्मेंद्रिये)

हें सुख हें दुःख । हें पुण्य हें दोष ।
कां हें मैळ हें चोख । ऐसें जे निवडी ।।८६।।
सुख दुःख जाणुनी । पुण्य पाप पाहुनी ।
शुद्ध-अशुद्ध बघुनी । निवड करते ।।८६।।
जिथे अधमोत्तम सुझे । जिये सानें थोर बुझे ।
जिया दिठी पारखिजे । विषो जीवें ।।८७।।
जिला उत्तम-अधम समजते । लहान-थोर उमगते ।
ती दृष्टीने पारखते । जीवाच्या विषयाला ।।८७।।
जे तेजतत्त्वांची आदी । जे सत्त्वगुणाची वृद्धी ।
जे आत्मया जीवाची संधी । वसवीत असे जे ।।८८।।
जी ज्ञानतत्त्वाची वृद्धी । सत्त्वगुणांची समृद्धी ।
जीव आत्म्याची उपाधी । संधीरूपात राहते ।।८८।।
अर्जुना ते गा जाण । बुद्धि तूं संपूर्ण ।
आतां आइकें वोळखण । अव्यक्ताची ।।८९।।
अर्जुना तू हे जाण । ही तर बुद्धी संपूर्ण ।
आता तुज सांगतो लक्षण । अव्यक्ताचे ।।८९।।
पैं सांख्यांचिया सिद्धांतीं । प्रकृती जे महामती ।
तेचि एथें प्रस्तुतीं । अव्यक्त गा ।।९०।।
सांख्यांचा सिद्धान्ती म्हणती । जिला ते प्रकृती ।
तिलाच इथे क्षेत्र प्रस्तुती । अव्यक्त म्हणती ।।९०।।
आणि सांख्ययोगमतें । प्रकृती परिसविली तूंतें ।
ऐसी दोहीं परीं जेथें । विवंचिली ।।९१।।
सांख्य, योग दोन्ही मतांनी । प्रकृतीचे स्वरूप सांगितले आम्ही ।
दोन्ही प्रकृतींचे[४] विस्तारानी । विवेचन केले आहे ।।९१।।
तेथ दुजी जे जीवदशा । तिये नांव वीरेशा ।
येथ अव्यक्त ऐसा । पर्यावो हा ।।९२।।
जी जीवदशा दुसरी । जी परा हे धनुर्धारी ।
अव्यक्त हे अवधारी । तिचे दुसरे नाव ।।९२।।
तऱ्ही पाहालया रजनी । तारा लोपती गगनीं ।
कां हारपें अस्तमानीं । भूतक्रिया ।।९३।।
जसे उजाडता रात्र व तारे । आकाशी लोप पावती सारे ।
किंवा हालचाली प्राणीमात्रे । सूर्यास्ते थंडावती ।।९३।।

नातरी देहो गेलिया पाठीं । देहादिक किरीटी ।
उपाधि लपे पोटीं । कृतकर्माच्या ।।९४।।
देह पडता मृत्यूउपरांत । देहादिक उपाधिंचा अस्त ।
केलेल्या कर्मात गुप्त । लपून राहतो ।।९४।।
कां बीजमुद्रेआंतु । थोके तरु समस्तु ।
कां वस्त्रपणे तंतु- । दशे राहे ।।९५।।
जसा छोट्या बीजात । वृक्ष राही गुप्त रूपात ।
किंवा तंतूंच्या अवस्थेत । वस्त्रपण राहते ।।९५।।
तैसे सांडोनियां स्थूळधर्म । महाभूतें भूतग्राम ।
लया जाती सूक्ष्म । होऊनि जेथे ।।९६।।
तसे सोडूनी स्थूलता । महाभूते व प्राणी सर्वथा ।
घेऊन रूपाची सूक्ष्मता । इथे राहती ।।९६।।
अर्जुना तया नांवें । अव्यक्त हें जाणावें ।
आतां आइकें आघवें । इंद्रियभेद ।।९७।।
त्या अवस्थेला अर्जुन । अव्यक्त हे नाव जाण ।
आता घे प्रकार ऐकून । इंद्रियांचे ।।९७।।
तरी श्रवण नयन । त्वचा घ्राण रसन ।
इयें जाणें ज्ञान- । करणें पांचें ।।९८।।
डोळे, त्वचा, कान । जीभ आणि नयन ।।
हे पाच घेती ज्ञान । इंद्रियरूपात ।।९८।।
इये तत्त्वमेळापकीं । सुखदुःखांची उखिविखी ।
बुद्धि करिते मुखीं । पांचें इहीं ।।९९।।
या पंचतत्त्वांते । सुखदुःखापरते ।
बुद्धी विचार करते । या पंचमुखाने ।।९९।।
मग वाचा आणि कर । चरण आणि अधोद्वार ।
पायु हे प्रकार । पांच आणिक ।।१००।।
वाणी आणि हात । पाय, शिस्न, गुद ।
हे प्रकार असती उप । आणखी पाच ।।१००।।
कर्मेंद्रियें म्हणिपती । तीं इयें जाणिजती ।
आइकें कैवल्यपती । सांगतसे ।।१०१।।
ज्यांना कर्मेंद्रिये म्हणती । ती हीच असती ।
ऐक असे कैवल्यपती । सांगत असे ।।१०१।।
पैं प्राणाची अंतौरी । क्रियाशक्ति जे शरीरीं ।
तियेचि रिगिनिगी द्वारीं । पांचे इहीं ।।१०२।।
शरीरात क्रियाशक्ती । जी प्राणाची स्त्री असती ।
तिच्या जाण्यायेण्याची गती । या पाच द्वारांनी होते ।।१०२।।

४ (परा, अपरा या दोन प्रकृती)

एवं दाहाही करणें । सांगितलीं देवो म्हणे ।
परिस आतां फुडेपणें । मन तें ऐसें ॥१०३॥
हे दहा इंद्रियांचे असणे । तुला सांगितले देव म्हणे ।
आता सांगतो स्पष्टपणे । मन म्हणजे काय? ॥१०३॥
जें इंद्रियां आणि बुद्धि । माझारिलिये संधीं ।
रजोगुणाच्या खांदीं । तरळत असे ॥१०४॥
हे मन इंद्रिय अन् बुद्धी । यांच्यामध्ये घेता संधी ।
बसून रजोगुणाच्या खांदी । भासमान होते ॥१०४॥
नीळिमा अंबरीं । कां मृगतृष्णालहरी ।
तैसें वायांचि फरारी । वावो जाहलें ॥१०५॥
आकाशाचा रंग निळा । लाटांचे वाहणे मृगजळा ।
मनाचा चंचल भाव सगळा । हे व्यर्थ खोटे असते ॥१०५॥
आणि शुक्रशोणिताचा सांधा । मिळतां पांचांचा बांधा ।
वायुतत्त्व दशधा । एकचि जाहलें ॥१०६॥
शुक्रवीर्य स्त्रीरज मीलन होत । पंचामहाभूतांचा देह बनत ।
एकच मग वायूतत्त्वत । दहा प्रकारचे[5] होते ॥१०६॥
मग तिहीं दाहे भागीं । देहधर्माच्या खैवंगीं ।
अधिष्ठिलें आंगीं । आपुलाल्या ॥१०७॥
त्या दहा प्रकारांनी । देहधर्माच्या आकारांनी ।
देहाच्या आश्रयानी । समरसता केली ॥१०७॥
तेथ चांचल्य निखळ । एकलें ठेलें निढाळ ।
म्हणौनि रजाचें बळ । धरिलें तेणें ॥१०८॥
एकाचे चंचलपण निखळ । आश्रयाविना केवळ ।
रजोगुणाचे बळ । घेऊन राहिले ॥१०८॥
तें बुद्धीसि बाहेरी । अहंकाराच्या उरावरी ।
ऐसां ठायीं माझारीं । बळियावलें ॥१०९॥
ते बुद्धीच्या बाहेरी । अहंकाराच्या उरावरी ।
बुद्धी अहंकारामधल्या जागेवरी । बळकटपणे बसले ॥१०९॥
वायां मन हें नांव । एऱ्हवीं कल्पनाचि सावेव ।
जयाचेनि संगें जीव- । दशा वस्तु ॥११०॥
मन हे त्यास नाव व्यर्थ । ती कल्पनाच मूर्तिमंत ।
ब्रह्मवस्तूला जीवदशा प्राप्त । होते मनाच्या संगतीने ॥११०॥

जें प्रवृत्तीसि मूळ । कामा जयाचे बळ ।
जें अखंड सूये छळ । अहंकारासी ॥१११॥
जे सर्व व्यवहाराचे मूळ । कामभावनेला ज्याचे बळ ।
ते अहंकारा करी सबळ । अखंडपणे ॥१११॥
जें इच्छेतें वाढवी । आशेतें चढवी ।
जें पाठी पुरवी । भयासि गा ॥११२॥
जे इच्छा वाढविते । आशेला समृद्धते ।
जे निर्माण करते । भय ॥११२॥
द्वैत जेथें उठी । अविद्या जेणें लाठी ।
जें इंद्रियांतें लोटी । विषयांमजी ॥११३॥
जे द्वैतभावना निर्मिते । अविद्येला बळकटी देते ।
जे इंद्रियांना लोटते । विषयामध्ये ॥११३॥
संकल्पें सृष्टी घडी । सवेंचि विकल्पूनि मोडी ।
मनोरथांच्या उतरंडी । उतरी रची ॥११४॥
जे संकल्पाने सृष्टी घडविते । विकल्पाने मोडून टाकते ।
मनोरथाच्या उतरंडी रचते । उतरवते ॥११४॥
जें भुलीचें कुहर । वायुतत्त्वाचें अंतर ।
बुद्धीचें द्वार । झाकविलें जेणें ॥११५॥
जे भ्रमाचे विवर जाण । वायूतत्त्वाचे अंतर्मन ।
जे बुद्धीचे द्वार पण । झाकलेले ॥११५॥
तें गा किरीटी मन । या बोला नाहीं आन ।
आतां विषयाभिधान । भेदू आइकें ॥११६॥
अर्जुना त्या मन म्हणत असे ।
माझ्या बोलण्यात गैर काही नसे ।
विषयांची नावे व भेद कसे ।
ते आता ऐक ॥११६॥
तरी स्पर्शु आणि शब्दु । रूप रसु गंधु ।
हा विषयो पंचविधु । ज्ञानेंद्रियांचा ॥११७॥
शब्द, स्पर्श, रस, रूप, गंध ।
पाच इंद्रियांचा हा छंद ।
पाच ज्ञानेंद्रियांचा आनंद ।
यांचा हा विषय ॥११७॥
इहीं पांचैं द्वारीं । ज्ञानासि धांव बाहेरी ।
जैसा कां हिरवे चारीं । भांबावे पशु ॥११८॥
या पाचांच्या द्वारेही । ज्ञान बाहेर धाव घेई ।
जसे हिरवा चारा पाहताही । जनावरे धावती ॥११८॥

५ (प्राण, अपान, व्यान, उदान, समान, नाग, कूर्म, कूकल, देवदत्त, धनंजय हे दहा प्रकार)

मग स्वर वर्ण विसर्गु । अथवा स्वीकार त्यागु ।
संक्रमण उत्सर्गु । विण्मूत्राचा ।।११९।।
स्वर वर्णाचा उच्चार (वाणीचा विषय) ।
त्याग की स्वीकार (हातापायाचा विषय) ।
संक्रमण वा निस्सार (गुदद्वाराचा विषय) ।
हे तू जाण ।।११९।।
हे कर्मेंद्रियांचे पांच । विषय गा साच ।
जे बांधोनियां माच । क्रिया धांवे ।।१२०।।
ही पाच कर्मेंद्रिये । विषयांची इंद्रिये ।
यावर क्रिया धावे । उंच मचाणावरून ।।१२०।।
ऐसे हे दाही । विषय गा इये देहीं ।
आतां इच्छा तेही । सांगिजैल ।।१२१।।
असे ज्ञानेंद्रियांचे पाच । कर्मेंद्रियांचे पाच ।
दहा विषय या देहात ।
आता इच्छा म्हणजे काय ते ऐक ।।१२१।।
तरि भूतलें आठवे । कां बोलें कान झांकवे ।
ऐसियावरि चेतवे । जे गा वृत्ती ।।१२२।।
मागील आठवण्याने । किंवा कोणाच्या बोलण्याने ।
कान झाकावे वाटणे । अथवा वृत्ती जागी होणे ।।१२२।।
इंद्रियाविषयांचिये भेटी- । सरसीच जे गा उठी ।
कामाची बाहुटी । धरूनियां ।।१२३।।
इंद्रिय विषय जेंव्हा भेटत । तेंव्हा कामाचा आधार घेत ।
आवेगाने जी उठत । ती वृत्ती ।।१२३।।
जियेचेनि उठिलेपणें । मना सैंघ धावणें ।
न रिगावें तेथ करणें । तोंडें सुती ।।१२४।।
जिच्या अशा उठण्याने । मनाचे सैरावैरा धावणे ।
जिथे प्रवेश न करणे । तिथे तोंड घालते ।।१२४।।
जिये वृत्तीचिया आवडी । बुद्धी होय वेडी ।
विषयां जिया गोडी । ते गा इच्छा ।।१२५।।
त्या वृत्तीपायी । बुद्धी वेडी होई ।
जिला गोडी विषया ठायी । तिला इच्छा म्हणती ।।१२५।।
आणी इच्छिलिया सांगडें । इंद्रियां आमिष न जोडे ।
तेथ जोडे ऐसा जो डावो पडे । तोचि द्वेषु ।।१२६।।
जेव्हा इंद्रियांना इच्छेप्रमाणेही ।
विषयांचे खाद्य मिळत नाही ।
त्यावेळी जो आग्रह धरला जाई । तोच द्वेष ।।१२६।।

आतां यावरी सुख । तें एवंविध देख ।
जेणें एकेंचि अशेख । विसरे जीवु ।।१२७।।
यावरी जे सुख दिसते । ते कशा प्रकारचे असते ।
ज्याची प्राप्ती जेव्हा होते । जीव सर्व विसरे ।।१२७।।
मना वाचे काये । जें आपुली आण वाये ।
देहस्मृतीची त्राये । मोडित जें ये ।।१२८।।
काया-वाचा-मनाते । जे आपली शपथ घालते ।
देहाची स्मृती घालवते । मग प्राप्त होते ।।१२८।।
जयाचेनि जालेपणें । पांगुळा होईजे प्राणें ।
सात्त्विकासी दुणें । वरीही लाभु ।।१२९।।
याची प्राप्ती होता । प्राणा लाभे शांतता ।
सात्त्विक वृत्ती वाढता । दुप्पट होते ।।१२९।।
कां आघवियाचि इंद्रियवृत्ती । हृदयाचिया एकांतीं ।
थापटूनि सुषुप्ती । आणी जें गा ।।१३०।।
इंद्रियांच्या साऱ्या वृत्ती । हृदयस्थळी एकांती ।
आणून गाढ झोपवती । थोपटून ।।१३०।।
किंबहुना सोये । जीव आत्मयाची लाहे ।
तेथ जें होये । तया नाम सुख ।।१३१।।
काय सांगू अधिक । जीव-आत्म्याचे ऐक्य ।
त्याला म्हणती सुख । जे तिथे लाभते ।।१३१।।
आणि ऐसी हे अवस्था । न जोडतां पार्था ।
जें जीजे तेंचि सर्वथा । दुःख जाणे ।।१३२।।
अशी जी अवस्था । ती प्राप्त न होता ।
जे जगणे सर्वथा । ते दुःख होय ।।१३२।।
तें मनोरथसंगें नव्हे । एऱ्हवीं सिद्धी गेलेंचि आहे ।
हे दोनीचि उपाये । सुखदुःखासी ।।१३३।।
मनोरथ संगे नसता । सुख सहज सिद्धीस जाता ।
मनाची चंचलता व स्थिरता । सुख-दुःखा कारण ।।१३३।।
आतां असंगा साक्षिभूता । देहीं चैतन्याची जे सत्ता ।
तिये नाम पंडुसुता । चेतना येथें ।।१३४।।
अनुपम जे सर्वसाक्षिभूत । त्याची ब्रह्मचैतन्य देहात ।
जी सत्ता तिचे नाव असत । चैतन्य हे जाण पंडुसुता ।।१३४।।
जे नखौनि केशवरी । उभी जागे शरीरीं ।
जे तिहीं अवस्थांतरी । पालटेना ।।१३५।।
जी जागते नखशिखान्त । जागृती, निद्रा स्वप्न तिन्हींत ।
होत नाही तिन्ही अवस्थांत । तिच्यात बदल ।।१३५।।

मनबुद्ध्यादि आघवीं । जियेचेनि टवटवीं ।
प्रकृतिवनमाधवीं । सदांचि जे ।।१३६।।
मन, बुद्धी आदि । जिच्यामुळे टवटवीत राहती ।
जी मनाची प्रकृती । वसंत ऋतू सम ठेवते ।।१३६।।
जडाजडीं अंशीं । राहाटे जे सरिसी ।
ते चेतना गा तुजसी । लटिकें नाहीं ।।१३७।।
जड अजड पदार्थांत । राहती समरूपात ।
तिचा चेतना म्हणतात । हे खोटे नाही ।।१३७।।
पैं रावो परिवारु नेणे । आज्ञाचि परचक्र जिणे ।
कां चंद्राचेनि पूर्णपणें । सिंधू भरती ।।१३८।।
राजा न जाणे सैन्य किती । पण आज्ञा परचक्र निवारती ।
अथवा सागराला येते भरती । पूर्ण चंद्राच्या उदयाने ।।१३८।।
नाना भ्रामकाचें सन्निधान । लोहो करी सचेतन ।
कां सूर्यसंगु जन । चेष्टवी गा ।।१३९।।
जशी चुंबकाचे संगती । लोखंडा येते गती ।
किंवा सूर्याच्या सोबती । लोक व्यवहारती ।।१३९।।
अगा मुख मेळेंविइण । पिलियाचें पोषण ।
करी निरीक्षण । कूर्मी जेवीं ।।१४०।।
पिलाचे मुख न लावता स्तनी । केवळ निरीक्षणांनी ।
करते पिलाची पोषणी । कासवी ।।१४०।।
पार्था तियापरी । आत्मसंगती इये शरीरीं ।
सजीवत्वाचा करी । उपेगु जडा ।।१४१।।
अर्जुना त्याप्रमाणे । शरीरामध्ये आत्म्याच्या संगतीने ।
जडाला सजीवपणे । चेतना आणते ।।१४१।।
मग तियेतें चेतना । म्हणिपे पैं अर्जुना ।
आतां धृतिविवंचना । भेदु आइक ।।१४२।।
त्या संगतीला चेतना । असे म्हणती अर्जुना ।
आता धैर्यविचाराची प्रेरणा । ऐक ।।१४२।।
तरी भूतां परस्परें । उघड जाति स्वभाववैरें ।
नव्हे पृथ्वीतें नीरें । न नाशिजे? ।।१४३।।
सृष्टीतील पंचमहाभूतांत । वैर आहे परस्परांत ।
जल न करी पृथ्वीला नष्ट । असे होत नाही ।।१४३।।
नीरातें आटी तेज । तेजा वायूसि झुंज ।
आणि गगन तंव सहज । वायू भक्षी ।।१४४।।
पाण्याला तेज आटवते । तेज वाऱ्याशी झगडते ।
आकाश सहज खाते । वायूला ।।१४४।।
तेवींचि कोणेही वेळे । आपण कायिसयाही न मिळे ।
आंतु रिगोनि वेगळें । आकाश हें ।।१४५।।
आकाश सर्वांसोबत राही । एकरूप न होते तरीही ।
सर्वांच्या आत शिरूनही । ते सर्वांहून वेगळे राहते ।।१४५।।
ऐसीं पांचही भूतें । न साहती एकमेकांतें ।
कीं तियेंही ऐक्यातें । देहासी येती ।।१४६।।
ही पंचमहाभूते जी असती । एकमेका सहन न करती ।
तीही एकोप्याने राहती । या देहात ।।१४६।।
द्वंद्वाची उखिविखी । सोडूनि वसती एकीं ।
एकेकातें पोखी । निजगुणें गा ।।१४७।।
द्वंद्वाचा विचार सोडून । देहात एकोप्याने राहून ।
एकमेकांचे पोषण करून । स्वाभाविक गुणाने राहती ।।१४७।।
ऐसें न मिळे तयां साजणें । चळे धैर्यें जेणें ।
तयां नांव म्हणें । धृती मी गा ।।१४८।।
ज्यांचे एकमेकांशी न पटते । त्यांची मैत्री होते ।
हे ज्या धारणेने चालते । त्याला मी धृती म्हणतो ।।१४८।।
आणि जीवेंसी पांडवा । या छत्तिसांचा मेळावा ।
तो हा एथ जाणावा । संघातु पैं गा ।।१४९।।
हे जीव मिळून पांडवा । छत्तीस तत्त्वांचा मेळावा ।
हा समुदाय जाणावा । संघात (एक समूह) म्हणून ।।१४९।।
एवं छत्तीसही भेद । सांगितले तुज विशद ।
यया येतुलियातें प्रसिद्ध । क्षेत्र म्हणिजे ।।१५०।।
हे छत्तीस तत्त्व भेद । तुला मी केले विशद ।
यासर्वांचे मिळून प्रसिद्ध । क्षेत्र हे नाव आहे ।।१५०।।
रथांगांचा मेळावा । जेवीं रथु म्हणिजे पांडवा ।
कां अधोर्ध्व अवेवां । नांव देहो ।।१५१।।
रथाचे सर्व भाग मिळता । त्याला रथ म्हणती पार्था ।
खालचे वरचे अवयव घेता । देह म्हणती त्याला ।।१५१।।
करीतुरंगसमाजें । सेना नाम निफजे ।
कां वाक्यें म्हणिपती पुंजे । अक्षरांचे ।।१५२।।
हत्ती, घोडे, रथ, पायदळ । म्हणती त्या चतुरंग दल ।
अक्षरांचा समुदाय सकल । वाक्य म्हणती ।।१५२।।
कां जळधरांचा मेळा । वाच्य होय आभाळा ।
नाना लोकां सकळां । नाम जग ।।१५३।।
जलधारांचा जो मेळा । आभाळ म्हणती त्याला ।
सगळ्या लोकांच्या समुदायाला । जग म्हणती ।।१५३।।

कां स्नेहसूत्रवन्ही । मेळु एकिचि स्थानीं ।
धरिजे तो जनीं । दीपु होय ।।१५४।।
तेल, वात, अग्नी यांना । येती एकत्र एका स्थाना ।
म्हटले जाते त्या सर्वांना । दीप असे ।।१५४।।
तैसीं छत्तीसही इयें तत्त्वें । मिळती जेणें एकत्वें ।
तेणें समूह परत्वें । क्षेत्र म्हणिपे ।।१५५।।
तसे ही छत्तीस तत्त्वे । येती एकत्वे ।
त्याला समूह परत्वे । क्षेत्र म्हणती ।।१५५।।
आणि वाहतेनि भौतिकें । पाप पुण्य येथें पिके ।
म्हणौनि आम्ही कौतुकें । क्षेत्र म्हणों ।।१५६।।
या सुपीक शरीराते । पाप, पुण्य पिकते ।
म्हणून या कौतुकांते । आम्ही क्षेत्र म्हणतो ।।१५६।।
आणि एकाचेनि मतें । देह म्हणती ययातें ।
परी असो हें अनंतें । नामें यया ।।१५७।।
कित्येकांच्या मतांत । याला देह म्हणतात ।
याला नावे असती अनंत । हे असो ।।१५७।।
पैं परतत्त्वाआरौतें । स्थावराआंतौतें ।
जें कांहीं होतें जातें । क्षेत्रचि हें ।।१५८।।
परब्रह्माच्या अलीकडे जे । मायातत्त्वाच्या पलीकडे जे ।
निर्मिते लय पावते ते । सर्व क्षेत्र होय ।।१५८।।
परि सुर नर उरगीं । घडत आहे योनिविभागीं ।
तें गुणकर्मसंगीं । पडिलें सातें ।।१५९।।
गुण व कर्म या संगतीत । देव, मनुष्य सर्व जातींत ।
होते विभागणी या क्षेत्रात । वेगवेगळी ।।१५९।।
हेचि गुणविवंचना । पुढां म्हणिपैल अर्जुना ।
प्रस्तुत आतां तुज ज्ञाना । रूप दावूं ।।१६०।।
या गुणांचे विवेचन । सांगेन पुढे तुज अर्जुन ।
आता तुला समजावेन । ज्ञानाचे स्वरूप ।।१६०।।
क्षेत्र तंव सविस्तर । सांगितलें सविकार ।
म्हणौनि आतां उदार । ज्ञान आइकें ।।१६१।।
क्षेत्राचा सर्व विचार । सांगितला तुज सविस्तर ।
आता जे आहे उदार । ते ज्ञान ऐक ।।१६१।।
जया ज्ञानालागीं । गगन गिळिताती योगी ।
स्वर्गाची आडवंगी । उमरडोनि ।।१६२।।
या ज्ञानाकरिता योगीजन । स्वर्गाचा अडथळा ओलांडून ।
विशाल अवकाशाला गिळून । त्याचा लय करती ।।१६२।।

न करिती सिद्धीची चाड । न धरिती ऋद्धीची भीड ।
योगाऐसें दुवाड । हेळसिती ।।१६३।।
ते ऐश्वर्याची न धरती भीड । सिद्धीची न ठेवती चाड ।
करती ते हेळसांड । योगसाधनेची ।।१६३।।
तपोदुर्गें वोलांडित । ऋतूकोटि वोवांडित ।
उलथूनि सांडित । कर्मवल्ली ।।१६४।।
तपस्वी डोंगर ओलांडती । कर्मठ कोटीने यज्ञ करती ।
संन्यासी उलथून टाकती । कर्मवेली ।।१६४।।
नाना भजनमार्गीं । धांवत उघडिया आंगीं ।
एक रिगताति सुरंगीं । सुषुम्नेचिये ।।१६५।।
कित्येक जण संसार त्यागून । भजनमार्गे धावती निर्वस्त्र होऊन ।
कित्येक राहती प्रवेश करून । सुषुम्नेच्या गुहेत ।।१६५।।
ऐसी जिये ज्ञानीं । मुनीश्वरांची उतान्ही ।
वेदतरूच्या पानोवानीं । हिंडताती ।।१६६।।
ज्ञानाची करण्या प्राप्ती । ऋषीमुनी प्रयत्न करती ।
पान अन् पान अभ्यासती । वेद वृक्षाचे ।।१६६।।
देईल गुरुसेवा । इया बुद्धि पांडवा ।
जन्मशतांचा सांडोवा । टाकित जे ।।१६७।।
सद्गुरूची सेवा करती । इच्छिती ज्ञानाची प्राप्ती ।
त्यासाठी ओवाळून टाकिती । शत जन्म ।।१६७।।
जया ज्ञानाची रिगवणी । अविद्ये उणें आणी ।
जीवा आत्मया बुझावणी । मांडूनि दे ।।१६८।।
या ज्ञानाची होता प्राप्ती । अज्ञानाच्या उणिवा जाती ।
जीव, आत्मा एक होती । जाण तू ।।१६८।।
जें इंद्रियांचीं द्वारें आडी । प्रवृत्तीचे पाय मोडी ।
जें दैन्यचि फेडी । मानसाचें ।।१६९।।
जे इंद्रिय दारे बंद करते । प्रवृत्तीचे पाय मोडते ।
दारिद्र्य नाहीसे करते । मनाचे ।।१६९।।
द्वैताचा दुकाळु पाहे । साम्याचें सुयाणें होये ।
जया ज्ञानाची सोये । ऐसें करी ।।१७०।।
द्वैतभाव हरवून जाई । एकत्वाची सकाळ होई ।
सर्व श्रेष्ठता येते ठायी । ज्ञानप्राप्तीमुळे ।।१७०।।
मदाचा ठावोचि पुसी । जें महामोहातें ग्रासी ।
नेदी आपपरु ऐसी । भाष उरों ।।१७१।।
अहंकाराचा ठाव पुसते । महामोहाला ग्रासून टाकते ।
भाषाच न उरते । आपपरभावाची ।।१७१।।

जें संसारातें उन्मूळी । संकल्पपंकु पाखाळी ।
अनावरातें वेंटाळी । ज्ञेयातें जें ।।१७२।।

संसार अज्ञानाचे मूळ उखडते । संकल्पांचा चिखल धुते ।
ब्रह्मांडाला व्यापून घेते । जे ज्ञान ।।१७२।।

जयाचेनि जालेपणें । पांगुळा होईजे प्राणें ।
जयाचेनि विंदाणें । जग हें चेष्टे ।।१७३।।

ज्ञानाची प्राप्ती होता ही । प्राण पांगळा होऊन जाई[६] ।
क्रियाशक्ती शून्य होई । ज्ञानावर जग चाले ।।१७३।।

जयाचेनि उजाळें । उघडती बुद्धीचे डोळे ।
जीवु दोंदावरी लोळे । आनंदाचिया ।।१७४।।

ज्याच्या दिव्य प्रकाशामुळे । बुद्धीचे उघडती डोळे ।
जीव खुशाल लोळे । आनंद स्थितीच्या पोटी ।।१७४।।

ऐसें जें ज्ञान । पवित्रैकनिधान ।
जेथ विटाळलें मन । चोख कीजे ।।१७५।।

असे आहे हे ज्ञान । जे पवित्र असे निधान ।
त्याच्यामुळे विटाळलेले मन । शुद्ध होते ।।१७५।।

आत्मया जीवबुद्धी । जे लागली होती क्षयव्याधी ।
ते जयाचिये सन्निधी । निरुजा कीजे ।।१७६।।

'मी जीव' हा आत्म्याला ।
भ्रमाचा क्षय रोग होता जाहला ।
तो नाहीसा झाला । ज्ञानाच्या प्राप्तीने ।।१७६।।

तें अनिरूप्य कीं निरूपिजे । ऐकतां बुद्धी आणिजे ।
वांचूनि डोळां देखिजे । ऐसें नाहीं ।।१७७।।

जे अशक्य तरी निरूपण होते । जे बुद्धी घेऊन येते ।
पण ते डोळ्यांना दिसते । असे नाही ।।१७७।।

मग तेचि इये शरीरीं । जैं आपुला प्रभावो करी ।
तैं इंद्रियांचिया व्यापारीं । डोळांहि दिसे ।।१७८।।

जेव्हा शरीरावर ते । आपला प्रभाव प्रगटते ।
तेव्हा डोळ्यांनी प्रत्यक्ष दिसते ।
इंद्रियांच्या आचरणावरून ।।१७८।।

पैं वसंताचें रिगवणें । झाडांचेनि साजेपणें ।
जाणिजे तेवीं करणें । सांगती ज्ञान ।।१७९।।

झाडांच्या टवटवीवरून । समजते वसंताचे आगमन ।
तशी ज्ञानप्राप्ती येते कळून । इंद्रियांच्या कर्मामुळे ।।१७९।।

[६] (हाव राहत नाही)

अगा वृक्षासि पाताळीं । जळ सांपडे मुळीं ।
तें शाखांचिये बाहाळीं । वरिही दिसे ।।१८०।।

जमिनीखाली वृक्षांसी । जल मिळता मुळांशी ।
फांद्यांवर दिसते जशी । वरती टवटवी ।।१८०।।

कां भूमीचें मार्दव । सांगे कोंभाची लवलव ।
नाना आचारगौरव । सुकुलीनाचें ।।१८१।।

जमिनीचे मृदूपण । सांगे कोंबाचे कोवळेपण ।
सदाचारी दिसे थोरपण । कुलीनांचे ।।१८१।।

अथवा संभ्रमाचिया आयती । स्नेहो जैसा ये व्यक्ति ।
कां दर्शनाचिये प्रशस्तीं । पुण्यपुरुष ।।१८२।।

आदरातिथ्यावरून । लोकांचे प्रेम येते दिसून ।
किंवा दर्शनाने होता समाधान । पुण्यपुरुष ओळखावा ।।१८२।।

नातरी केळीं कापूर जाहला । जेवीं परिमळें जाणों आला ।
कां भिंगारीं दीपु ठेविला । बाहेरी फांके ।।१८३।।

केळीत कापूर होता उत्पन्न । सुवासाने येते कळून ।
दिवा प्रकाशतो बाहेरून । काचेतही ठेवला असता ।।१८३।।

तैसें हृदयींचेनि ज्ञानें । जियें देहीं उमटती चिन्हें ।
तियें सांगों आतां अवधानें । चांगें आइक ।।१८४।।

तसे हृदयात येता ज्ञान । देहात उमटती चिन्हं ।
आता देऊन नीटध्यान । तू श्रवण कर ।।१८४।।

तरी कवणेही विषयींचें । साम्य होणें न रुचे ।
संभावितपणाचें । वोझें जया ।।१८५।।

कोणत्याही विषयात । ज्याला बरोबरी नाही आवडत ।
त्याला ओझे असे वाटत । मोठेपणाचे ।।१८५।।

आथिलेचि गुण वानितां । मान्यपणें मानितां ।
योग्यतेचें येतां । रूप आंगा ।।१८६।।

गुणांचे करता वर्णन । किंवा केला असता सन्मान ।
योग्यता केली असता मान्य । लोकांनी ।।१८६।।

तैं गजबजों लागे कैसा । व्याधें रुंधला मृगु जैसा ।
कां बाहीं तरतां वळसा । दाटला जेवीं ।।१८७।।

तो असा घाबरा होई । जसा पारधी हरिणीला वेढून घेई ।
किंवा पोहत असता भोवरा येई । नदीमध्ये ।।१८७।।

पार्था तेणें पाडें । सन्मानें जो सांकडे ।
गरिमेतें आंगाकडे । येवोंचि नेदी ।।१८८।।

अशा प्रकारे अर्जुना । लोकांनी करिता मानसन्माना ।
जो कष्टी होतो मना । मोठेपणा घेत नाही ।।१८८।।

पूज्यता डोळां न देखावी । स्वकीर्ती कानीं नायकावी ।
हा अमुका ऐसी नोहावी । सेचि लोकां ।।१८९।।
पुज्यता डोळ्यांनी न पाहावी । कानांनी कीर्ती न ऐकावी ।
लोकांना आठवण न व्हावी । आपल्या मोठेपणाची ।।१८९।।
तेथ सत्काराची कें गोठी । कें आदरा देईल भेटी ।
मरणेंसीं साटी । नमस्कारितां ।।१९०।।
त्याला सत्कार व्हावा हे कसे वाटेल?।
तो आदराची इच्छा कशी धरेल?।
कोणी जर चमत्कार करेल ।
मरणाचे दुःख होईल ।।१९०।।
वाचस्पतीचेनि पाडें । सर्वज्ञता तरी जोडे ।
परी वेडिवेमाजीं दडे । महमेभेणें ।।१९१।।
बृहस्पतीसम जरी । सर्वज्ञता असेल तरी ।
वेडेपणात लपवतो सारी ।
महिमा वाढेल म्हणून ।।१९१।।
चातुर्य लपवी । महत्त्व हारवी ।
पिसेपण मिरवी । आवडोनि ।।१९२।।
शहाणपणा लपवतो । महत्त्व सोडून देतो ।
वेडेपणा मिरवतो । लोकांच्यात आवडीने ।।१९२।।
लौकिकाचा उद्वेगु । शास्त्रांवरी उबगु ।
उगेपणीं चांगु । आथी भरु ।।१९३।।
प्रसिद्धीचा उद्वेग करतो । वादविवादाचा कंटाळा येतो ।
शांतपणे राहू पाहतो । त्या विचाराने ।।१९३।।
जगें अवज्ञाचि करावी । संबंधीं सोयचि न धरावी ।
ऐसी ऐसी जीवीं । चाड बहु ।।१९४।।
जगाने अपमान करावा । आप्तांनी संबंध तोडावा ।
असे त्याच्या जीवा । आतून वाटते ।।१९४।।
तळौटेपण बाणे । आंगीं हिणावो खेवणें ।
तें तेंचि करणें । बहुतकरुनी ।।१९५।।
अंगी नम्रता बाणेल । स्वतः कमीपणा आणेल ।
असे त्याचे वर्तन असेल । बऱ्याचदा ।।१९५।।
हा जीतु ना नोहे । लोक कल्पी येणें भावें ।
तैसें जिणें होआवें । ऐसी आशा ।।१९६।।
आपण जिवंत आहे की नाही ।
अशी शंका लोका वाटत राही ।
असे आपले वर्तन ठेवावे ही । त्याची इच्छा असते ।।१९६।।

पै चालतु कां नोहे । कीं वारेनि जातु आहे ।
जना ऐसा भ्रमु जाये । तैसें होईजे ।।१९७।।
हा पायांनी चालतो । की वारा याला ढकलतो ।
हे लोकां कळू न देतो । अशी इच्छा करतो ।।१९७।।
माझें असतेपण लोपो । नामरूप हारपो ।
मज झणें वासिपो । भूतजात ।।१९८।।
माझे अस्तित्त्व लोपावे । नामरूप हरवावे ।
प्राणिमात्रांनी जवळ न यावे । मला घाबरून ।।१९८।।
ऐसीं जयाचीं नवसियें । जो नित्य एकांता जातु जाये ।
नामेंचि जो जिये । विजनाचेनि ।।१९९।।
असा ज्याचा नवस असतो । तो एकांती जात राहतो ।
तेथे तो जगत असतो । लोकांपासून दूर ।।१९९।।
वायू आणि तया पडे । गगनेंसीं बोलों आवडे ।
जीवें प्राणें झाडें । पढियंतीं जया ।।२००।।
तिथे त्याला वारा भेटतो । तिथे तो आकाशाशी बोलतो ।
झाड, वेलींचे लाड करतो । जिवाभावाने ।।२००।।
किंबहुना ऐसीं । चिन्हें जया देखसी ।
जाण तया ज्ञानेंसीं । शेज जाहली ।।२०१।।
अधिक काय सांगणे? । जेव्हा दिसती अशी लक्षणे ।
त्याला खरे ज्ञान लाभणे । असे जाण ।।२०१।।
पैं अमानित्व पुरुषीं । तें जाणावें इहीं मिषीं ।
आतां अदंभाचिया वोळखीसी । सौरसु देवों ।।२०२।।
अशा त्याच्या आचरणावरून । तो अभिमानरहित झाला असे मान ।
आता अभिमानरहित लक्षणं । त्यांचा विचार करू ।।२०२।।
तरी अदंभित्व ऐसें । लोभियाचें मन जैसें ।
जीवु जावो परी नुमसे । ठेविला ठावो ।।२०३।।
लोभी मनुष्याचे मन । आसक्तीत ठेवी धन ।
जाऊ पाहे जरी प्राण । धनाची जागा न सांगे ।।२०३।।
तयापरी किरीटी । पडिलाही प्राणसंकटीं ।
तरी सुकृत न प्रकटी । आंगें बोलें ।।२०४।।
त्याप्रमाणे हे किरीटी । ज्ञानी सापडला प्राण संकटी ।
तरी स्वमुखे पुण्य गोष्टी । कधी सांगत नाही ।।२०४।।
खडाणें आला पान्हा । पळवी जेवीं अर्जुना ।
कां लपवी पण्यांगना । वडिलपण ।।२०५।।
खोडाळ गाईस येता पान्हा । ती लपवून ठेवी अर्जुना ।
किंवा जशी वारांगना । वृद्धत्त्व लपवते ।।२०५।।

आढ्यु आतुडे आडवीं । मग आढ्यता जेवीं हारवी ।
नातरी कुळवधू लपवी । अवेवांतें ।।२०६।।
धनवान जसा आडरानी । श्रीमंती लपवतो भिंतींनी ।
कुलवधू घेते झाकुनी । वस्त्रांनी सर्वांग ।।२०६।।
नाना कृषीवळु आपुलें । पांघुरवी पेरिलें ।
तैसें झांकी निपजलें । दानपुण्य ।।२०७।।
शेतकरी बी पेरतो । ते मातीने झाकून टाकतो ।
तसा ज्ञानी झाकून ठेवतो । आपले दानपुण्य ।।२०७।।
वरिवरी देहो न पूजी । लोकांतें न रंजी ।
स्वधर्मु वाग्ध्वजीं । बांधों नेणे ।।२०८।।
देहाची पूजा न करे । लोकांचे रंजन न करे ।
सदाचरण न प्रसारे । वाणीच्या झेंड्याने ।।२०८।।
परोपकारु न बोले । न मिरवी अभ्यासिलें ।
न शके विकूं जोडलें । स्फीतीसाठीं ।।२०९।।
परोपकार सांगत नाही । विद्वत्ता दाखवत नाही ।
पुण्य विकत नाही । प्रतिष्ठेसाठी ।।२०९।।
शरीर भोगाकडे । पाहतां कृपणु आवडे ।
एऱ्हवीं धर्मविषयीं थोडें । बहु न म्हणे ।।२१०।।
शरीरभोगाकडे लक्ष नसे । थोडे खाई म्हणून कृपण दिसे ।
धर्मकार्यात विपुल दिसे । पुरे न म्हणे ।।२१०।।
घरीं दिसे सांकड । देहींची आयती रोड ।
परी दानीं जया होड । सुरतरूसीं ।।२११।।
घरी कमतरता असे । शरीर रोडावले दिसे ।
दानधर्मावेळी खासे । कल्पवृक्षा मागे टाकी ।।२११।।
किंबहुना स्वधर्मीं थोरु । अवसरीं उदारु ।
आत्मचर्चे चतुरु । एऱ्हवी वेडा ।।२१२।।
स्वधर्मी थोर । योग्य वेळी उदार ।
चर्चेसमयी चतुर । एरवी वेडा दिसतो ।।२१२।।
केळीचें दळवाडें । हळू पोकळ आवडे ।
परी फळोनियां गाढें । रसाळ जैसें ।।२१३।।
केळीची जी रोपे असती । वरून पोकळ दिसती ।
घड लागता अंगे भरती । रसाने गाढ ।।२१३।।
कां मेघांचें आंग झील । दिसे वारेनि जैसें जाईल ।
परी वर्षती नवल । घनवट तें ।।२१४।।
मेघ हलके दिसती । वाटे वाऱ्याने वितळती ।
जेव्हा सर्वत्र वर्षती । नवल वाटे ।।२१४।।

तैसा जो पूर्णपणीं । पाहतां धाती आयणी ।
एऱ्हवीं तरी वाणी । तोचि ठावो ।।२१५।।
त्याला पाहता पूर्ण दृष्टीते । समाधान प्राप्त होते ।
कोणाचे वर्णन करावे वाटते । तर त्याचेच करावे ।।२१५।।
हें असो या चिन्हांचा । नटनाचु ठायीं जयाच्या ।
जाण ज्ञान तयाच्या । हातां चढे ।।२१६।।
अशा सद्गुणांची लक्षणे । ज्याच्या अंगी पूर्णपणे ।
त्याच्या हाती तू जाणे । हे ज्ञान असते ।।२१६।।
पैं गा अदंभपण । म्हणितलें तें हें जाण ।
आतां आईक खूण । अहिंसेची ।।२१७।।
जे आहे अदंभित्व म्हणून । ते हेच आहे घे जाणून ।
आता ऐक लक्ष देऊन । अहिंसेची लक्षणे ।।२१७।।
तरी अहिंसा बहुतीं परीं । बोलिली असे अवधारीं ।
आपुलालिया मतांतरीं । निरूपिली ।।२१८।।
अनेक ज्ञानवंतांनी । आपापल्या विचारांनी ।
सांगितली अनेक प्रकारांनी । अहिंसा ।।२१८।।
परी ते ऐसी देखा । जैशा खांडूनियां शाखा ।
मग तयाचिया बुडुखा । कूंप कीजे ।।२१९।।
झाडाच्या फांद्या तोडून । झाडाभोवती बांधून ।
करावे त्यांचेच कुंपण । असे ते प्रकार ।।२१९।।
कां बाहु तोडोनि पचविजे । मग भूकेची पीडा राखिजे ।
नाना देऊळ मोडोनि कीजे । पौळी देवा ।।२२०।।
किंवा हात तोडून खावे । भुकेला शांतवावे ।
देवळाभोवती आवार बांधावे । देऊळ पाडून ।।२२०।।
तैसी हिंसाचि करूनि अहिंसा । निफजविजे हा ऐसा ।
पैं पूर्वमीमांसा । निर्णो केला ।।२२१।।
पशुंची करून हिंसा । निर्माण करावी अहिंसा ।
अशी पूर्वमीमांसा । कर्मकांडे केली ।।२२१।।
जे अवृष्टीचेनि उपद्रवें । गादलें विश्व आघवें ।
म्हणौनि पर्जन्येष्टी करावे । नाना याग ।।२२२।।
अनावृष्टी होता । विश्व गांजले असता ।
पावसासाठी करू जाता । अनेक यज्ञ ।।२२२।।
तंव तिये इष्टीचिया बुडीं । पशुहिंसा रोकडी ।
मग अहिंसेची थडी । कैंची दिसे? ।।२२३।।
या उद्देशापायी । पशुहिंसा घडते ठायी ।
मग अहिंसेचा तीरही । कसा दिसेल? ।।२२३।।

पेरिजे नुसधी हिंसा । तेथ उगवैल काय अहिंसा ? ।
परी नवल बापा धिंवसा । या याज्ञिकांचा ।।२२४।।
जिथे हिंसा पेरली जाईल । तिथे अहिंसा कशी उगवेल ? ।
या याज्ञिकांचे हे नवल । धाडसीपणाचे ।।२२४।।
आणि आयुर्वेदु आघवा । तो याच मोहोरा पांडवा ।
जे जीवाकारणें करावा । जीवघातु ।।२२५।।
आयुर्वेदाची ही वृत्ती । हीच आहे प्रवृत्ती ।
जीवाचे घात करती । जीवरक्षण्या ।।२२५।।
नाना रोगें आहाळलीं । लोळतीं भूतें देखिलीं ।
ते हिंसा निवारावया केली । चिकित्सा कां ।।२२६।।
विविध रोगाने ग्रस्त । पाहिले प्राणिमात्र त्रस्त ।
दु:ख निवारण्या समस्त । औषधांची योजना केली ।।२२६।।
तंव ते चिकित्से पहिलें । एकाचे कंद खणविले ।
एका उपडविलें । समूळीं सपत्रीं ।।२२७।।
चिकित्सेसाठी म्हणून । झाडांचे कंद काढले खणून ।
झाडे काढली उपटून । मुळा-पानांसह ।।२२७।।
एकें आड मोडविली । अजंगमाची खाल काढविली ।
एकें गर्भिणी उकडविली । पुटामाजीं ।।२२८।।
काहींची खोडे मोडिली । त्या अचलांची साल काढली ।
काही फळधारींची पोटे चिणली । अन् काढे केले ।।२२८।।
अजातशत्रु तरुवरां । सर्वांगीं देवविल्या शिरा ।
ऐसे जीव घेऊनि धनुर्धरा । कोरडे केले ।।२२९।।
अजातशत्रू झाडांना । शिरा काढण्या केल्या जखमा ।
जीव घेऊन त्यांचा अर्जुना । त्यांना कोरडे केले ।।२२९।।
आणि जंगमाही हात । लाऊनि काढिलें पित्त ।
मग राखिले शिणत । आणिक जीव ।।२३०।।
जिवित सजीवांच्या पोटात । हात घालून काढती पित्त ।
औषध म्हणून करून उपयुक्त । जीव वाचवती ।।२३०।।
अहो वसतीं धवळारें । मोडूनि केलीं देव्हारें ।
नागवूनि वेव्हारें । गवांदी घातली ।।२३१।।
घर मोडून काढले । देऊळ, देव्हारे बांधले ।
अन्नछत्र सुरू केले । लोकांना फसवून ।।२३१।।
मस्तक पांघुरविलें । तंव तळवटीं उघडें पडलें ।
घर मोडोनि केले । मांडव पुढें ।।२३२।।
पांघरूण डोक्यावर ओढले । पाय उघडे पडले ।
घर मोडोनी केले । मांडव अंगणात ।।२३२।।

नाना पांघुरणें । जाळूनि जैसें तापणें ।
जालें आंगधुणें । कुंजराचें ।।२३३।।
आधी पांघरूण जाळावे । त्याने अंग शेकावे ।
चिखलाने अंग भरावे । आंघोळीनंतर हत्तीचे ।।२३३।।
नातरी बैल विकूनि गोठा । पुंसा लावोनि बांधिजे गांठा ।
इया करणी कीं चेष्टा ? । काइ हसों ।।२३४।।
बैल विकून गोठा बांधला । पोपट हुसकून पिंजरा केला ।
हे योग्य की चेष्टेचा कल्ला । हास्यास्पद सारे ।।२३४।।
एकीं धर्माचिया वाहणी । गाळूं आदरिलें पाणी ।
तंव गाळितया आहाळणीं । जीव मेले ।।२३५।।
आपल्या धर्माप्रमाणे कोणी । गाळून पिता पाणी ।
तेव्हा गाळण्याच्या त्रासानी । अनेक जीव मेले ।।२३५।।
एक न पचवितीचि कण । इये हिंसेचे भेण ।
तेथ कदर्थले प्राण । तेचि हिंसा ।।२३६।।
हिंसेच्या भीतीने लोकं काही । धान्य शिजवत नाही ।
मग प्राण कासावीस होई । हीदेखील हिंसा ।।२३६।।
एवं हिंसाचि अहिंसा । कर्मकांडीं हा ऐसा ।
सिद्धांतु सुमनसा । वोळखें तूं ।।२३७।।
हिंसेलाच अहिंसा मानत । कर्मकांडाचा हा सिद्धान्त ।
तुझ्या मनाच्या सात्त्विकतेत । तू ओळखून घे ।।२३७।।
पहिलें अहिंसेचें नांव । आम्हीं केलें जंव ।
तंव स्फूर्ति बांधली हांव । इये मती ।।२३८।।
अहिंसेचे नाव जेव्हा । आम्ही प्रथम उच्चारिले तेव्हा ।
स्फूर्ती झाली आमच्या जीवा । की लक्षणे सांगावीत ।।२३८।।
तरि कैसेनि इयेतें गाळावें । म्हणौनि पडिलें बोलावें ।
तेवींचि तुवांही जाणावें । ऐसा भावो ।।२३९।।
त्या स्फूर्तीला कसे टाळावे । म्हणून पडले बोलावे ।
ते तूही जाणून घ्यावे । असे मना आले ।।२३९।।
बहुतकरूनि किरीटी । हाचि विषो इये गोठी ।
एऱ्हवी कां आडवाटीं । धाविजैल गा ? ।।२४०।।
हाच हेतू मनी ठेवून । तुला लक्षणे सांगितली अर्जुन ।
एरवी आडवाटेने जाऊन । कोणी सांगेल काय ? ।।२४०।।
आणि स्वमताचिया निर्धारा- । लागोनियां धनुर्धरा ।
प्राप्तां मतांतरां । निर्वेचु कीजे ।।२४१।।
निश्चित करण्या स्वमता । दुसऱ्याची मते विचारात घेता ।
त्याचे विवेचन करण्याकरिता । हे जरुरी आहे ।।२४१।।

ऐसी हे अवधारीं । निरूपिती परी ।
आतां ययावरी । मुख्य जें गा ।।२४२।।
ही निरूपणाची पद्धती । सांगितली तुजप्रति ।
पुढचा विचार सुभद्रापती ।
नीट ऐक जो मुख्य आहे ।।२४२।।
तें स्वमत बोलिजैल । अहिंसे रूप किजैल ।
जेणें उठलिया आंतुल । ज्ञान दिसे ।।२४३।।
स्वमत सांगितल्यावर । अहिंसेचा सांगेन विचार ।
ती दिसू लागल्यावर । त्याला खरे ज्ञान समज ।।२४३।।
परिइ तें अधिष्ठिलेनि आंगें । जाणिजे आचरतेनि बागें ।
जैसी कसवटी सांगे । वानियातें ।।२४४।।
इंद्रियांच्या आचरणावरून ।
अहिंसेचे रूप घेती जाणून ।
जसे कसोटीचा कस लावून । चोखपणा ठरवतात ।।२४४।।
तैसें ज्ञानामनाचिये भेटी ।
सरिसेंचि अहिंसेचें बिंब उठी ।
तेंचि ऐसें किरीटी । परिस आतां ।।२४५।।
ज्ञाना-मनाच्या भेटीत । अहिंसेचे बिंब उठत ।
ते कसे उमटत । हे जाणून घे ।।२४५।।
तरी तरंगु नोलांडितु । लहरी पायें न फोडितु ।
सांचलु न मोडितु । पाणियाचा ।।२४६।।
लाटांचे उल्लंघन न करता । लहरींचा भंग न होता ।
स्थिरपणा न मोडता । पाण्याचा ।।२४६।।
वेगें आणि लेसा । दिठी घालूनि आंविसा ।
जळीं बकु जैसा । पाउल सुये ।।२४७।।
वेगाने पण जपून । आमिषावर दृष्टी ठेवून ।
जळामध्ये पाय घालून । बसतो जसा बगळा ।।२४७।।
कां कमळावरी भ्रमर । पाय ठेविती हळुवार ।
कुचुंबैल केसर । इया शंका ।।२४८।।
कमळावरती भ्रमर । पाय ठेवतो हळुवार ।
चुरगळतील केसर । या शंकेने ।।२४८।।
तैसे परमाणु पां गुंतले । जाणूनि जीव सानुले ।
कारुण्यामाजीं पाउलें । लपवूनि चाले ।।२४९।।
परमाणूत गुंतले । हे सूक्ष्म जीव इवले ।
हे जाणून पाऊले ।
कारुण्यात लपवून टाकतो (दयाबुद्धीने टाकतो) ।।२४९।।
ते वाट कृपेची करितु । ते दिशाचि स्नेह भरितु ।
जीवातळीं आंथरितु । आपुला जीवु ।।२५०।।
तो वाट कृपेची करतो । दिशा स्नेहाने भरतो ।
आपला जीव अंथरतो । जीवाखाली ।।२५०।।
ऐसिया जतना । चालणें जया अर्जुना ।
हें अनिर्वाच्य परिमाणा । पुरिजेना ।।२५१।।
जो चालतो जीव रक्षण्या । शब्द नसती त्याला वर्णण्या ।
वर्तना पुरे न पडण्या । कोणतीही उपमा ।।२५१।।
पैं मोहाचेनि सांगडें । लासी पिलीं धरी तोंडें ।
तेथ दांतांचे आगरडे । लागती जैसे ।।२५२।।
मांजरी मायेने तोंडात । पिलू असे धरीत ।
तेव्हा तिचे दात । पिलांना कोमल वाटती ।।२५२।।
कां स्नेहाळु माये । तान्हयाची वास पाहे ।
तिये दिठी आहे । हळुवार जें ।।२५३।।
प्रेमळ अशी माता । बाळाची वाट पाहता ।
तिच्या दृष्टीत भरता । जो प्रेमळ भाव ।।२५३।।
नाना कमळदळें । डोलविजती ढाळें ।
तो जेणें पाडें बुबुळें । वारा घेपे ।।२५४।।
कमलदलाच्या पाकळ्या । वाऱ्याने डोलती मोकळ्या ।
त्यांचा वारा डोळ्याला । शीतल वाटतो ।।२५४।।
तैसेनि मार्दवें पाय । भूमीवरी न्यसीतु जाय ।
लागती तेथ होय । जीवां सुख ।।२५५।।
अशा कोमलतेने पाय । जो जमिनीवर ठेवत जाय ।
त्या स्पर्शाने जीवजंतूना लाभाय । सुखच सुख ।।२५५।।
ऐसिया लघिमा चालतां । कृमि कीटक पंडुसुता ।
देखे तरी माघौता । हळूचि निघे ।।२५६।।
असे हळूवार चालता । कृमी-कीटक वाटे दिसता ।
तो फिरे मागुता । हळुवार चाले ।।२५६।।
म्हणे पावो धडफडील । तरी स्वामीची निद्रा मोडैल ।
रचलेपणा पडैल । झोती हन ।।२५७।।
आपला पाय धडपडेल । तर परमात्म्याची झोप मोडेल ।
स्वस्थपणाला धक्का बसेल । त्या आवाजाने ।।२५७।।
इया काकुळती । वाहणी घे माघौती ।
कोणेही व्यक्ती । न वचे वरी ।।२५८।।
अशा करुणेने तो । तसाच मागे फिरतो ।
कोणाही न तुडवतो । कृमी-कीटकांही ।।२५८।।

जीवाचेनि नांवें । तृणातेंही नोलांडवे ।
मग न लेखितां जावें । हे कें गोठी? ।।२५९।।
गवताची काडी असे जीवी । म्हणून तो न तुडवी ।
मग कृमी-कीटके चिरडावी । हे कसे शक्य आहे? ।।२५९।।
मुंगिये मेरु नोलांडवे । मशका सिंधु न तरवे ।
तैसा भेटलियां न करवे । अतिक्रमु ।।२६०।।
मुंगी न ओलांडे मेरु पर्वत । चिलट न ओलांडे सागर पोहत ।
तसे त्याच्याने उल्लंघन नाही करवत । जीवाचे उपक्षेने ।।२६०।।
ऐसी जयाची चाली । कृपाफळी फळा आली ।
देखसी जियाली । दया वाचे ।।२६१।।
असे करुणामय चालणे । येते कृपारूपी फळाने ।
वाणीतही मग दिसणे । मूर्तिमंत दया ।।२६१।।
स्वयें श्वसणेंचि सुकुमार । मुख मोहाचें माहेर ।
माधुर्या जाहले अंकुर । दशन तैसे ।।२६२।।
श्वसन त्याचे हळुवार । मुख मोहाचे माहेर ।
माधुर्याला फुटे अंकुर । तसे दात ।।२६२।।
पुढां स्नेह पाझरे । माघां चालती अक्षरें ।
शब्द पाठीं अवतरे । कृपा आधीं ।।२६३।।
बोलताना स्नेह पाझरे । मागून चालती अक्षरे ।
शब्द नंतर अवतरे । त्या आधी कृपा होई ।।२६३।।
तंव बोलणेंचि नाहीं । बोलों म्हणे जरी कांहीं ।
तरी बोल कोणाही । खुपेल कां ।।२६४।।
आधी तो बोलत नाही । जरी बोललाच काही ।
त्या बोलणे कोणाही । लागेल का? ही शंका येते ।।२६४।।
बोलतां अधिकुही निघे । तरी कोण्हाही वर्मीं न लगे ।
आणि कोण्हासि न रिघे । शंका मनीं ।।२६५।।
अधिक काही बोलताही । वर्मी न लागे कोणाही ।
न येई कोणाच्या मनातही । काही शंका ।।२६५।।
मांडिली गोठी हन मोडैल । वासिपैल कोणी उडैल ।
आइकोनिचि वोवांडिल । कोण्ही जरी ।।२६६।।
बोलण्याने गोष्टी मोडतील । कोणी भिऊन दचकतील ।
ऐकून तिरस्कार करतील । कोणी जरी ।।२६६।।
तरी दुवाळी कोणा नोहावी । भुंवई कवणाची नुचलावी ।
ऐसा भावो जीवीं । म्हणौनि उगा ।।२६७।।
कोणाला पिडा न व्हावी । कोणाची भिवई न उचलावी ।
असा भाव त्याच्या जीवी । म्हणून तो बोलत नाही ।।२६७।।

मग प्रार्थिला विपायें । जरी लोभें बोलों जाये ।
तरी परिसतया होये । मायबापु ।।२६८।।
कोणी प्रार्थिता ही । बोलण्या प्रवृत्त होई ।
सत्याशी एकरूपही । तो जणू मायबाप ।।२६८।।
कां नादब्रह्मचि मुसे आलें । कीं गंगापय असललें ।
पतिव्रते आलें । वार्धक्य जैसे ।।२६९।।
तो बोलता नादब्रह्म आकारले । गंगाजल निर्मळले ।
सात्त्विक पतिव्रतेस आले । वार्धक्य जसे ।।२६९।।
तैसें साच आणि मवाळ । मितले आणि रसाळ ।
शब्द जैसे कल्लोळ । अमृताचे ।।२७०।।
तो बोले सत्य आणि मवाळ । मोजके आणि रसाळ ।
शब्द जसे कल्लोळ । अमृताचे ।।२७०।।
विरोधुवादुबळु । प्राणितापढाळु ।
उपहासु छळु । वर्मस्पर्शु ।।२७१।।
जो विरोधवाद निर्मितो । मानसिक ताप देतो ।
उपहास दाखवतो । वर्मावर बोट ठेवतो ।।२७१।।
आटु वेगु विंदाणु । आशा शंका प्रतारणु ।
हे संन्यासिले अवगुणु । जया वाचा ।।२७२।।
हट्ट आवेश कपटीपणा । अशा शंका प्रतारणा ।
अशा सगळ्या अवगुणा । वाणीतून न प्रगटे ।।२७२।।
आणि तयाचि परी किरीटी । थाउ जयाचिये दिठी ।
सांडिलिया भ्रुकुटी । मोकळिया ।।२७३।।
जशी त्याची दृष्टी । वर न चढे भृकुटी ।
कपाळी न पडे आठी । हे ध्यानी घे ।।२७३।।
कां जे भूतीं वस्तु आहे । तियें रुपों शके विपायें ।
म्हणौनि वासु न पाहे । बहुतकरूनी ।।२७४।।
प्रत्येक भूती परमात्मा असेल । त्याला त्रास होईल ।
म्हणून तो न पाहील । कोणाकडे ।।२७४।।
ऐसाही कोणे एके वेळे । भीतरले कृपेचेनि बळें ।
उघडोनियां डोळे । दृष्टी घाली ।।२७५।।
तरी कोणी एके वेळे । आतील कृपेच्या बळे ।
उघडोनिया डोळे । तो कोणाकडे पाहील ।।२७५।।
तरी चंद्रबिंबौनि धारा । निघतां नव्हती गोचरा ।
परि एकसरें चकोरां । निघती दोंदें ।।२७६।।
चंद्रकिरणांची धार । डोळ्यांना न दिसे फार ।
तरी त्या खाऊन चकोर । पुष्ट होतसे ।।२७६।।

तैसें प्राणियांसि होये । जरी तो कहींवासु पाहे ।
तया अवलोकनाची सोये । कूर्मींही नेणे ॥२७७॥
प्राणिमात्राकडे कृपादृष्टीने पाहील । त्याला समाधान लाभेल ।
कळत नाही कासवीलादेखील । प्रगटणारे प्रेम ॥२७७॥
किंबहुना ऐसी । दिठी जयाची भूतांसी ।
करही देखसी । तैसेचि ते ॥२७८॥
किंबहुना जशी । त्याची दृष्टी भूतमात्रांशी ।
तसेच कृपाळू दिसशी । त्याचे हात ॥२७८॥
तरी होऊनियां कृतार्थ । राहिले सिद्धांचे मनोरथ ।
तैसे जयाचे हात । निर्व्यापार ॥२७९॥
पूर्ण होता सिद्धांचे मनोरथ । ते होती कृतार्थ ।
त्यांचे राहती हात । व्यापाररहित ॥२७९॥
अक्षमें आणि संन्यासिलें । कीं निरिंधन आणि विझालें ।
मुकेनि घेतलें । मौन जैसें ॥२८०॥
दुर्बलाने संन्यास घ्यावा । सरपणाविना अग्नी विझावा ।
मौन व्रताचा वसा घ्यावा । मुक्या व्यक्तीने ॥२८०॥
तयापरी कांहीं । जयां करां करणें नाहीं ।
जे अकर्तयाच्या ठायीं । बैसों येती ॥२८१॥
ज्याच्या हाताला कांही । कर्तव्य शिल्लक नाही ।
जे नाकर्त्या पुरुषाठायी । स्वस्थ राहती ॥२८१॥
आसुडैल वारा । नख लागेल अंबरा ।
इया बुद्धी करां । चळों नेदी ॥२८२॥
वाऱ्याला धक्का बसेल । आकाशा नख लागेल ।
अशी भावना ठेवून कोमल । हात हलवत नाही ॥२८२॥
तेथ आंगावरिलीं उडवावीं । कां डोळां रिगतें झाडावीं ।
पशुपक्ष्यां दावावीं । त्रासमुद्रा ॥२८३॥
अंगावरची माशी उडवावी । डोळ्यांसमोरची चिलटे झाडावी ।
घाबरवण्या पशूंना दाखवावी । भयानक मुद्रा ॥२८३॥
इया केउतिया गोठी । नावडे दंडु काठी ।
मग शस्त्राचें किरीटी । बोलणें कें? ॥२८४॥
अशा कित्येक गोष्टी । त्या न आवडे काठी ।
मग शस्त्र घेण्याहाती । कसले बोलणे? ॥२८४॥
लोलाकमळें खेळणें । कां पुष्पमाळा झेलणें ।
न करी म्हणे गोफणें । ऐसें होईल ॥२८५॥
हातात कमळ फिरवणे । पुष्पमाला उडवून झेलणे ।
कोणा लागेल गोफणीप्रमाणे । म्हणून असे करत नाही ॥२८५॥

हालवतील रोमावळी । यालागीं आंग न कुरवाळी ।
नखांची गुंडाळी । बोटांवरी ॥२८६॥
अंगावरचे केस हलतील । तर सूक्ष्म जीव मरतील ।
नखे काढता हिंसा होईल । म्हणून गुंडाळी करून ठेवतो ॥२८६॥
आधी तंव करणेयाचाचि अभावो । परी ऐसाही पडे प्रस्तावो ।
तरी हातां हाचि सरावो । जे जोडिजती ॥२८७॥
हाताना काही काम नाही । पण करण्याचा प्रसंग येताही ।
नम्र भावाने त्याचे हातही । जोडले जातात ॥२८७॥
कां नाभिकारा उचलिजे । हातु पडिलियां देइजे ।
नातरी आर्तातें स्पर्शिजे । अळुमाळु ॥२८८॥
कोणा अभय देण्यासाठी । पडलेल्या उचलण्यासाठी ।
दुःख कमी करण्यासाठी । हाताने प्रेमळ व्हावे ॥२८८॥
हेंही उपरोधें करणें । तरी आर्तभय हरणें ।
नेणती चंद्रकिरणें । जिव्हाळा तो ॥२८९॥
हे सहजतेने घडते । लोकांचे दुःख नाहीसे होते ।
चंद्रकिरणाही माहीत नसते । त्याचे प्रेम ॥२८९॥
पावोनि तो स्पर्शु । मलयानिळु खरपुसु ।
तेणें मानें पशु । कुरवाळणें ॥२९०॥
त्याच्या हाताचा स्पर्श प्रेमळ । जसा मलय गिरीचा वारा शीतळ ।
स्पर्शाने तो पशूंना कुरवाळील । कोमलपणे ॥२९०॥
जे सदा रिते मोकळे । जैशी चंदनांगें निसळें ।
न फळतांही निर्फळें । होतीचिना ॥२९१॥
चंदनाची सर्व अंगे शीतल । न फळताही होती सुफल ।
तसे त्याचे हात सकल । रिक्त तरी कृपाळू ॥२९१ ।
आतां असो हें वाग्जाळ । जाणें तें करतळ ।
सज्जनांचे शीळ । स्वभाव जैसे ॥२९२॥
आता पुरे हा विस्तार । सज्जनांचे शील अन् विचार ।
तसे आचरती त्याचे कर । हे जाण ॥२९२॥
आतां मन तयाचें । सांगों म्हणों जरी साचें ।
तरी सांगितले कोणाचे । विलास हे? ॥२९३॥
आता त्याचे मन । अहिंसेने कसे परिपूर्ण ।
हे सांगावे तर हे वर्णन । कोणाचे आहे? ॥२९३॥
काइ शाखा नव्हे तरु? । जळेंवीण असे सागरु? ।
तेज आणि तेजाकारु । आन काई? ॥२९४॥
फांद्यांविना वृक्ष दिसतो का? । जळाविना सागर असतो का? ।
कधी वेगळा भासतो का? । प्रकाश आणि सूर्य? ॥२९४॥

अवयव आणि शरीर । हे वेगळाले कीर? ।
कीं रसु आणि नीर । सिनानीं आथी? ।।२९५।।
अवयव आणि शरीर । हे भिन्न काय प्रकार? ।
रस आणि पाणी तर । वेगळे असते काय? ।।२९५।।
म्हणौनि हे जे सर्व । सांगितले बाह्य भाव ।
ते मनचि गा सावयव । ऐसें जाणें ।।२९६।।
म्हणून सांगितले हे सर्व । इंद्रियांचे बाह्य भाव ।
ते मनाचेच स्वभाव । असे समजावे ।।२९६।।
जें बीज भुईं खोंविलें । तेंचि वरी रुख जाहलें ।
तैसें इंद्रियाद्वारीं फांकलें । अंतरचि कीं ।।२९७।।
जमिनीत जे बीज पेरले । त्याचेच वर झाड झाले ।
तसे मनच विस्तार पावले । इंद्रियांद्वारे ।।२९७।।
पैं मानसींचि जरी । अहिंसेची अवसरी ।
तरी कैंची बाहेरी । वोसंडेल? ।।२९८।।
मनामध्ये नसे साकार । अहिंसेचा विचार ।
तर इंद्रियातून आचार । कसा प्रगटेल? ।।२९८।।
आवडे ते वृत्ती किरीटी । आधीं मनौनीचि उठी ।
मग ते वाचे दिठी । करांसि ये ।।२९९।।
अर्जुना कोणतीही वृत्ती । मनात होते निर्मिती ।
नंतर होते तिची कृती । वाचेने, डोळ्यांनी, हाताने ।।२९९।।
वांचूनि मनींचि नाहीं । तें वाचेसि उमटेल काई? ।
बींवीण भुईं । अंकुर असे? ।।३००।।
जी गोष्ट मनी नसेल । ती उच्चारली जाईल? ।
जमिनीत अंकुर येईल । बीजाशिवाय? ।।३००।।
म्हणौनि मनपण जैं मोडे । तैं इंद्रिय आधींचि उबडें ।
सूत्रधारेंवीण साइखडें । वावो जैसें ।।३०१।।
मनात संकल्प नसती । तर इंद्रिये निर्बल होती ।
बाहुल्या न नाचती । सूत्रधारा विना ।।३०१।।
उगमींचि वाळूनि जाये । तें वोघीं कैचें वाहे ।
जीवु गेलिया आहे । चेष्टा देहीं? ।।३०२।।
पाणी उगमातले वाळेल । तर पात्रातून कसे वाहेल? ।
प्राण निघून जाईल । तर देह हालचाल करेल? ।।३०२।।
तैसें मन हें पांडवा । मूळ या इंद्रियभावा ।
हेंचि राहटे आघवां । द्वारीं इहीं ।।३०३।।
इंद्रियांच्या कर्माचे मन । हेच आहे मूळ कारण ।
तेच सर्व आचरण । इंद्रियांचे करते ।।३०३।।
परी जिये वेळीं जैसें । जें होऊनि आंतु असे ।
बाहेरी ये तैसें । व्यापाररूपें ।।३०४।।
ज्या वेळी जी वृत्ती । मनात साकार होती ।
तीच मग प्रकट होती । इंद्रियांच्या रूपाने ।।३०४।।
यालागी साचोकारें । मनीं अहिंसा थांवे थोरें ।
जैसी पिकली द्रुती आदरें । बोभात निघे ।।३०५।।
मनात अहिंसा स्थिरावे । इंद्रियरूपातून भावे ।
जसे फळाच्या गंधाने पसरावे । बोभाटा न करता ।।३०५।।
म्हणौनि इंद्रियें तेचि संपदा । वेचितां हीं उदावादा ।
अहिंसेचा धंदा । करितें आहाती ।।३०६।।
म्हणून इंद्रिये जणू मानती । अहिंसेला आपली संपत्ती ।
मग ती व्यवहार करती । अहिंसेचा ।।३०६।।
समुद्रीं दाटे भरितें । तैं समुद्रचि भरी तरियांते ।
तैसें स्वसंपत्ती चित्तें । इंद्रियां केलें ।।३०७।।
समुद्राला भरती येते । खाडी समुद्रामुळेच पाण्याने भरते ।
तसे स्वमनधनाचे भरते । इंद्रियातून दिसते ।।३०७।।
हें बहु असो पंडितु । धरुनि बाळकाचा हातु ।
वोळी लिही व्यक्तु । आपणचि ।।३०८।।
आता पुरे हे बोलणे । पंतोजी ज्याप्रमाणे ।
बालकाच्या हाताने । सुंदर अक्षरे लिहवितो ।।३०८।।
तैसें दयाळुत्व आपुलें । मनें हातापायां आणिलें ।
मग तेथ उपजविलें । अहिंसेतें ।।३०९।।
त्यासम आणते मन । हातापायापर्यंत दयाळूपण ।
मग अहिंसेचे प्रकटीकरण । इंद्रियांकडून होते ।।३०९।।
याकारणें किरीटी । इंद्रियांचिया गोठी ।
मनाचिये राहाटी । रूप केलें ।।३१०।।
याप्रमाणे अर्जुन । इंद्रियांच्या अहिंसेचे वर्णन ।
सांगते मनाचे वर्तन । हे जाण ।।३१०।।
ऐसा मनें देहें वाचा । सर्व संन्यासु दंडाचा ।
जाहला ठायीं जयाचा । देखशील ।।३११।।
अर्जुना या प्रमाणे । मन, देह, वाणीने ।
हिंसेचा त्याग ज्याच्या वर्तने । तुला दिसेल ।।३११।।
तो जाण वेल्हाळ । ज्ञानाचें वेळाउळ ।
हें असो निखळ । ज्ञानचि तो ।।३१२।।
तो पुरुष विशाल । ज्ञानाचे मंदिर सकल ।
तो मूर्तिमंत केवल । ज्ञानच आहे असे समज ।।३१२।।

जे अहिंसा कानें ऐकिजे । ग्रंथाधारें निरूपिजे ।
ते पाहावी हें उपजे । तैं तोचि पाहावा ॥३१३॥
ती अहिंसा तो कानाने ऐकतो । ग्रंथाधारे समजावतो ।
प्रत्यक्ष पाहण्याचा विचार येतो । तेव्हा त्याला पाहावे ॥३१३॥
ऐसें म्हणितलें देवें । तें बोलें एकें सांगावें ।
परी फांकला हें उपसाहावें । तुम्हीं मज ॥३१४॥
सांगितले जे देवाने । ते एका वाक्यात मी सांगणे ।
पण अहिंसा वर्णिली विस्ताराने । श्रोत्यांनी क्षमा करावी ॥३१४॥
म्हणाल हिरवें चारीं गुरूं । विसरे मागील मोहर धरूं ।
कां वारेलगें पांखिरूं । गगनीं भरे ॥३१५॥
हिरव्या चाऱ्याच्या मोहे । जनावर मागे न येऊ पाहे ।
पक्षी वाऱ्याच्या वेगे गगनी उडताहे ।
दूर फिरत राहती ॥३१५॥
तैसिया प्रेमाचिया स्फूर्ती । फावलिया रसवृत्तीं ।
वाहविला मती । आकळेना ॥३१६॥
तसे प्रेमाच्या स्फूर्तीने । विस्ताराच्या रसाळपणाने ।
वाहवलो बुद्धीने । मला कळेना ॥३१६॥
तरि तैसें नोहे अवधारा । कारण असें विस्तारा ।
एऱ्हवीं पद तरी अक्षरां । तिहींचेंचि ॥३१७॥
समजून घ्या तसे नोहे । विस्ताराला कारण आहे ।
एरवी तीनच अक्षर राहे । अहिंसा शब्दात ॥३१७॥
अहिंसा म्हणतां थोडी । परिइ ते तैंचि होय उघडी ।
जैं लोटिजती कोडी । मतांचिया ॥३१८॥
अहिंसा उच्चार लहान । पण अर्थ प्रगटे महान ।
होई कोटी मतांचे खंडन । जेंव्हा तो प्रगटे ॥३१८॥
एऱ्हवीं प्राप्तें मतांतरें । थातंवूनि आंगभरें ।
बोलिजैल ते न सरे । तुम्हांपाशीं ॥३१९॥
ही सगळी मतांतरे । तशीच ठेवून विचारे ।
मी बोललो असतो स्वआधारे ।
तुम्हाला पटले नसते ॥३१९॥
रत्नपारखियांच्या गांवीं । जाईल गंडकी तरी सोडावी ।
काश्मीरीं न करावी । भिडगण जेवीं ॥३२०॥
रत्नपारखींच्या गावात ।
विकल्या गेल्या तरच शीळांच्या गठडी सोडाव्यात ।
न पेक्षा गोड शब्दांतही न कराव्यात ।
गारेच्या दगडांच्या प्रशंसा ॥३२०॥

काइसा वासु कापुरा । मंद जेथ अवधारा ।
पिठाचा विकरा । तिये सातें? ॥३२१॥
मंद गंध कापराचा तो । ज्या बाजारात दरवळतो ।
तिथे कापूर म्हणून पीठ विकतो । विकले जाईल काय? ॥३२१॥
म्हणौनि इये सभे । बोलकेपणाचेनि क्षोभें ।
लाग सरुउं न लभे । बोला प्रभु ॥३२२॥
म्हणून या सभेत । बोललो अभिमान धरत ।
तर होणार नाही प्राप्त । बोलण्याला मान्यता ॥३२२॥
सामान्या आणि विशेषा । सकळै कीजेल देखा ।
तरी कानाचेया मुखा– । कडे न्याल ना तुम्ही ॥३२३॥
सामान्य आणि विशेष ते । यांचे मिश्रण केले असते ।
तर पडू दिले नसते । तुम्ही कानावरसुद्धा ॥३२३॥
शंकेचेनि गदळें । जैं शुद्ध प्रमेय मैळे ।
तैं मागुतिया पाउलीं पळे । अवधान येतें ॥३२४॥
शुद्ध सिद्धांत जो असत । तो शंकेच्या घाणीने मळत ।
तेंव्हा मागील पावली असे पळत । ध्यान तुमचे ॥३२४॥
कां करूनि बाबुळियेची बुंथी । जळें जियें ठाती ।
तयांची वास पाहाती । हंसु काई? ॥३२५॥
जे पाणी बसते घेऊन । शेवाळाचे पांघरूण ।
तेथे जातील का राहून । हंस पक्षी ॥३२५॥
कां अभ्रापैलीकडे । जैं येत चांदिणें कोडें ।
तैं चकोरें चांचुवडें । उचलितीना ॥३२६॥
ढगांच्या पलीकडे ते । चांदणे दडलेले असते ।
चकोर पक्षांची न उघडते । ते सेवण्या चोच कधीही ॥३२६॥
तैसें तुम्ही वास न पाहाल । ग्रंथु नेघा वरी कोपाल ।
जरी निर्विवाद नव्हैल । निरूपण ॥३२७॥
तुम्ही ग्रंथाविषयी अनुत्सुक व्हाल । माझ्यावर रागवाल ।
जर शंकारहित निर्दोष न होईल । माझे निरूपण ॥३२७॥
न बुझावितां मतें । न फिटे आक्षेपाचें लागतें ।
तें व्याख्यान जी तुमतें । जोडूनि नेदी ॥३२८॥
मतांचे खंडन केले नाही । तर फिटणार नाही आक्षेपांचे जाळे ।
तुमच्याशी संबंध जोडता येणार नाही । प्रेमाचे ॥३२८॥
आणि माझें तंव आघवें । ग्रंथन येणेचि भावें ।
जे तुम्हीं संतीं होआवें । सन्मुख सदां ॥३२९॥
माझ्या ग्रंथाची रचना । याच भावनेने केली आहे ना ।
की संतांनी सदैव राहावे प्रसन्ना । माझ्यासमोर ॥३२९॥

एऱ्हवीं तरी साचोकारें । तुम्ही गीतार्थाचे सोइरे ।
जाणोनि गीता एकसरें । धरिली मियां ।।३३०।।
एरवी विचार करू जात । तुम्ही गीतार्थाचे सोयरे आहात ।
म्हणून गीता मी धारिली असत । जीवासारखी ।।३३०।।
जें आपुलें सर्वस्व द्याल । मग इयेतें सोडवूनि न्याल ।
म्हणौनि ग्रंथु नव्हे वोल । साचचि हे ।।३३१।।
तुम्ही द्या आपले प्रेमधन । गीतेला न्या सोडवून ।
हे तर आहे तारण । हा ग्रंथ नव्हे ।।३३१।।
कां सवर्स्वाचा लोभु धरा । वोलीचा अव्हेरु करा ।
तरी गीते मज अवधारा । एकचि गती ।।३३२।।
तुम्ही सर्वस्वाचा लोभ धराल । तारणाची आशा सोडाल ।
तर गती उपेक्षित कराल । माझी अन् गीतेची ।।३३२।।
किंबहुना मज । तुमचिया कृपा काज ।
तियेलागीं व्याज । ग्रंथाचें केलें ।।३३३।।
अधिक काय सांगू जास्त । तुमचा कृपाप्रसाद व्हावा प्राप्त ।
म्हणून या ग्रंथाचे निमित्त । मी केले ।।३३३।।
तरिइ तुम्हां रसिकांजोगें । व्याख्यान शोधावें लागे ।
म्हणौनि जी मतांगें । बोलों गेलों ।।३३४।।
तुम्हा ऐकण्याजोगे व्याख्यान । करावे लागते विचार करून ।
अनेक मतांतरे म्हणून । मी सांगतो ।।३३४।।
तंव कथेसि पसरु जाहला । श्लोकार्थु दूरी गेला ।
कीजो क्षमा यया बोला । अपत्या मज ।।३३५।।
त्यामुळे कथेचा विस्तार वाढला । श्लोकांचा अर्थ दूर गेला ।
यासाठी क्षमा करा मला । लेकरू समजून ।।३३५।।
आणि घांसाआंतिल हरळु । फेडितां लागे वेळु ।
ते दूषण नव्हें खडळु । सांडावा कीं ।।३३६।।
घासात खडा येतो । काढाया वेळ लागतो ।
तो दूषण न ठरतो । काढून टाकावा ।।३३६।।
कां संवचोरा चुकवितां । दिवस लागलिया माता ।
कोपावें कीं जीविता । जिताणें कीजे? ।।३३७।।
चोरांस चुकवताना । उशीर होतो परतताना ।
आईने रागवावे लेकरांना । की लिंबलोण उतरावे? ।।३३७।।
परी यावरील हें नव्हे । तुम्हीं उपसाहिलें तेंचि बरवें ।
आतां अवधारिजो देवें । बोलिलें ऐसें ।।३३८।।
असे नाही की माझे बोल चांगले । म्हणून तुम्ही सहन केले ।
आता ऐका श्रीकृष्ण काय बोलले । अर्जुनास ।।३३८।।

म्हणे उन्मेखसुलोचना । सावध होईं अर्जुना ।
करूं तुज ज्ञाना । वोळखी आतां ।।३३९।।
हे ज्ञानलोचना । सावध होई अर्जुना ।
तुला सांगतो श्रेष्ठ ज्ञाना । ते ऐक ।।३३९।।
तरी ज्ञान गा तें एथें । वोळख तूं निरुतें ।
आक्रोशेंवीण जेथें । क्षमा असे ।।३४०।।
आक्रोशावीण जेथे । क्षमा असते ।
तेथे ज्ञान वसते । असे तू ओळख ।।३४० ।
अगाध सरोवरीं । कमळिणी जियापरी ।
कां सदैवाचिया घरीं । संपत्ति जैसी ।।३४१।।
खोल सरोवरात । कमलिनी वाढतात ।
किंवा भाग्यवानाच्या घरात । संपत्ती येते ।।३४१।।
पार्था तेणें पाडें । क्षमा जयातें वाढे ।
तेही लक्षे तें फुडें । लक्षण सांगों ।।३४२।।
ज्याच्या मनी क्षमा वाढते । ती ज्यायोगे कळते ।
त्याची लक्षणे तुजप्रते । सांगतो ऐक ।।३४२।।
तरी पढियंते लेणें । आंगीं भावें जेणें ।
धरिजे तेवीं साहणें । सर्वचि जया ।।३४३।।
ज्या भावनेने अंगावर । धारण करती अलंकार ।
त्याच आवडीने सहन करणे सारं ।
ज्याला आवडते ।।३४३।।
त्रिविध मुख्य आघवे । उपद्रवांचे मेळावे ।
वरी पडिलिया नव्हे । वांकुडा जो ।।३४४।।
तिन्ही दुःखांचे[७] मेळे । जरी अंगावर कोसळले ।
तरी ज्याने न मानिले । दुःख कधीही ।।३४४।।
अपेक्षित पावे । तें जेणें तोषें मानवें ।
अनपेक्षिताही करवे । तोचि मानु ।।३४५।।
जे अपेक्षित ते मिळता । तो त्यात आनंद मानता ।
प्रतिकूल जरी लाभता । त्यांचाही सन्मान करतो ।।३४५।।
जो मानापमानातें साहे । सुखदुःख जेथ सामाये ।
निंदास्तुती नोहे । दुखंडु जो ।।३४६।।
मान अपमान सहन करतो । सुख दुःख सारखे मानतो ।
मनात शांत राहतो । निंदा-स्तुतीने ।।३४६।।

७ (आधिभौतिक, आधिदैविक, आध्यात्मिक ही तीन दुःखे)

उन्हाळेनि जो न तपे । हिमवंती न कांपे ।
कयसेनिही न वासिपे । पातलेया ।।३४७।।

उन्हाने तापत नाही । हिवाळ्याने कापत नाही ।
कधीच तो भीत नाही । कोणत्याही प्रसंगाला ।।३४७।।

स्वशिखरांचा भारु । नेणें जैसा मेरु ।
कीं धरा यज्ञसूकरु । वोझें न म्हणे ।।३४८।।

मेरु पर्वत ही । स्वशिखरांचे ओझे मानत नाही ।
वराह अवतारातही । पृथ्वीचे ओझे न म्हणे ।।३४८।।

नाना चराचरीं भूतीं । दाटणी नव्हे क्षिती ।
तैसा नाना द्वंद्वीं प्राप्तीं । घामेजेना ।।३४९।।

विविध जड चेतन भूते । त्याने पृथ्वी न दबून जाते ।
तसे अनेक सुखदु:खाच्या द्वंद्वाते । तो कष्टी होत नाही ।।३४९।।

घेऊनी जळाचे लोट । आलिया नदीनदांचे संघाट ।
करी वाड पोट । समुद्र जेवीं ।।३५०।।

पाण्याचे लोट घेऊन । नद्या मिळती समुद्रा येऊन ।
समुद्र घेई सामावून । सर्व आपणांमध्ये ।।३५०।।

तैसें जयाचिया ठायीं । न साहणें काहींचि नाहीं ।
आणि साहतु असे ऐसेंही । स्मरण नुरे ।।३५१।।

ज्याच्या मनाचे ठायी । सहन न व्हावे असे काही नाही ।
त्याला स्मरणही राहत नाही । सहन केल्याचे ।।३५१।।

आंगा जें पातलें । तें करूनि घाली आपुलें ।
येथ साहतेनि नवलें । घेपिजेना ।।३५२।।

शरीरावर जे बेतले । त्याला म्हणे तो आपले ।
स्वाभाविक जे घडले । त्याचा अभिमान नाही ।।३५२।।

हे अनाक्रोश क्षमा । जयापाशीं प्रियोत्तमा ।
जाण तेणें महिमा । ज्ञानासि गा ।।३५३।।

अशी निरलस क्षमा ज्याचे अंगी । ज्ञानाला महत्त्व त्याचे योगी ।
हे शिष्योत्तम अर्जुन या जगी । हे तू जाण ।।३५३।।

तो पुरुषु पांडवा । ज्ञानाचा वोलावा ।
आतां परिस आर्जवा । रूप करूं ।।३५४।।

असा पुरुष हे पांडवा । जो ज्ञानाचा ओलावा ।
ऐक त्याचा आर्जवा । मी निरूपण करतो ।।३५४।।

तरी आर्जव तें ऐसें । प्राणाचें सौजन्य जैसें ।
आवडे तयाही दोषें । एकचि गा ।।३५५।।

ते आर्जव (वागणे) असते असे । प्राणांचे सौजन्य जसे ।
मनाचे सरळपण तसे । एकच वाटे ।।३५५।।

कां तोंड पाहूनि प्रकाशु । न करी जेवीं चंडांशु ।
जगा एकचि अवकाशु । आकाश जैसें ।।३५६।।

चेहरा किंवा पाहून मनुष्य । सूर्य देत नाही प्रकाश ।
किंवा जसे पसरलेले आहे आकाश । समान रूपे सर्वत्र ।।३५६।।

तैसें जयाचें मन । माणुसाप्रति आन आन ।
नव्हे आणि वर्तन । ऐसें पैं तें ।।३५७।।

ज्याप्रमाणे त्याचे मन । माणसांबद्दल नसे भिन्न ।
आणि तसे त्याचे आचरण । वेगळे नसते ।।३५७।।

जे जगेंचि सनोळख । जगेंसीं जुनाट सोयरिक ।
आपपर हें भाख । जाणणें नाहीं ।।३५८।।

जगाशी जुनी ओळख । साऱ्यांशी जुनी सोयरीक ।
आपपरभाव पारख । तो करत नाही ।।३५८।।

भलतेणेंसीं मेळु । पाणिया ऐसा ढाळु ।
कवणेविखीं आडळु । नेघे चित्त ।।३५९।।

कोणाशीही स्नेह जुळे । पाणी जसे सर्वा मिळे ।
त्याचे चित्त न ढळे । कोणाविषयीही ।।३५९।।

वारियाची धांव । तैसे सरळ भाव ।
शंका आणि हांव । नाहीं जया ।।३६०।।

वाऱ्याची धाव जशी सरळ । तसे त्याचे चित्त निर्मळ ।
शंका आणि लोभ सकल । नसतो त्याला ।।३६०।।

मायेपुढें बाळका । रिगतां न पडे शंका ।
तैसें मन देतां लोकां । नालोची जो ।।३६१।।

आईजवळ बाळ येता । विचार न करे सर्वथा ।
तशी मनातील गूजवार्ता । तो सरळपणे सांगतो ।।३६१।।

फांकलिया इंदीवरा । परिवारु नाहीं धनुर्धरा ।
तैसा कोनकोंपरा । नेणेचि जो ।।३६२।।

पूर्ण विकसित कमळ । लपून न राहे दरवळ ।
तसा त्याचा भाव सरळ । आत-बाहेर काही नाही ।।३६२।।

चोखाळपण रत्नाचें । रत्नावरी किरणाचें ।
तैसें पुढां मन जयाचें । करणें पाठीं ।।३६३।।

रत्न सुंदर असते । पण तेज आधी दिसते ।
तसे त्याच्या कर्मापुढे धावते । त्याचे मन ।।३६३।।

आलोचूं जो नेणे । अनुभवचि जोगावणें ।
धरी मोकळी अंत:करणें । नव्हेचि जया ।।३६४।।

जो न करी संकल्प । राही आत्मानंदात तृप्त ।
मन होत नाही लिप्त । कशानेही त्याचे ।।३६४।।

दिठी नोहे मिणधी । बोलणें नाहीं संदिग्धी ।
कवणेंसीं हीनबुद्धी । राहाटीजे ना ।।३६५।।
दृष्टी कपटी नसते । बोलणे संदिग्ध नसते ।
कोणाशीही वागणे नसते । हीन बुद्धीने ।।३६५।।
दाही इंद्रियें प्रांजळें । निष्प्रपंचें निर्मळें ।
पांचही पालव मोकळे । आठही पाहर ।।३६६।।
दहाही इंद्रिये प्रामाणिक । शुद्ध निर्मळ सात्त्विक ।
पंचप्राण आठही प्रहरीक । मोकळे असती ।।३६६।।
अमृताची धार । तैसें उजूं अंतर ।
किंबहुना जो माहेर । या चिन्हांचें ।।३६७।।
त्याचे अंत:करण निर्मळ । अमृतधार जशी सरळ ।
तो असे माहेर सकल । जणू या चिन्हांचे ।।३६७।।
तो पुरुष सुभटा । आर्जवाचा आंगवटा ।
जाण तेथेंचि घरटा । ज्ञानें केला ।।३६८।।
मूर्तिमंत आर्जव । असे त्याचा भाव ।
त्याच्या हृदयी ठाव । ज्ञानाचे घर ।।३६८।।
आतां ययावरी । गुरुभक्तीची परी ।
सांगों गा अवधारीं । चतुरनाथा ।।३६९।।
तुला आता यावर । गुरुभक्तीचा विचार ।
सांगतो सविस्तर । अर्जुना लक्ष दे ।।३६९।।
आघवियाचि दैवां । जन्मभूमि हे सेवा ।
जे ब्रह्म करी जीवा । शोच्यातेंहि ।।३७०।।
गुरुसेवा म्हणजे काय? । भाग्यांची जन्मभूमी होय ।
ब्रह्मस्वरूप करू जाय । शोकग्रस्त जीवा ।।३७०।।
हें आचार्योपास्ती । प्रकटिजैल तुजप्रती ।
बैसों दे एकपांती । अवधानाची ।।३७१।।
ही आचार्य-उपासना । तुज सांगतो अर्जुना ।
एकाग्र चित्त ठेवून मना । श्रवण कर ।।३७१।।
तरी सकळ जळसमृद्धी । घेऊनि गंगा निघाली उदधी ।
कीं श्रुति हे महापदीं । पैठी जाहाली ।।३७२।।
गंगा जलसाठा घेऊन येते । सागरामध्ये प्रवेश करते ।
तशी श्रुती ब्रह्मस्वरूपी स्थिरावते । विलीन होते ।।३७२।।
नाना वेंटाळूनि जीवितें । गुणागुण उखितें ।
प्राणनाथा उचितें । दिधलें प्रिया ।।३७३।।
पतिव्रता आपले जीवन । आपले गुण अवगुण ।
पतीस करते अर्पण । उत्तम प्रकारे ।।३७३।।

तैसें सबाह्य आपुलें । जेणें गुरुकुळीं वोपिलें ।
आपणपें केलें । भक्तीचें घर ।।३७४।।
तसे आपले अंत:करण । गुरुभक्तीस केले अर्पण ।
स्वत:ला बनवले सदन । गुरुभक्तीचे ।।३७४।।
गुरुगृह जये देशीं । तो देशुचि वसे मानसीं ।
विरहिणी कां जैसी । वल्लभातें ।।३७५।।
गुरुचे घर ज्या देशी । तो देश त्याच्या मानसी ।
विरहिणी न विसरे जशी । आपल्या पतीला ।।३७५।।
तियेकडोनि येतसे वारा । देखोनि धांवे सामोरा ।
आड पडे म्हणे घरा । बीजें कीजो ।।३७६।।
गुरुदेशातून येई वारा । त्याला जात असे सामोरा ।
मुक्कामास या माझ्या घरा । विनंती करतो ।।३७६।।
साचा प्रेमाचिया भुली । तया दिशेसीचि आवडे बोली ।
जीवु थानपती करूनि घाली । गुरुगृहीं जो ।।३७७।।
वेडा होतो गुरुप्रेमाने । आवडे त्या दिशेचे बोलणे ।
जीवाला वतनदार मानणे । गुरुच्या घराचा ।।३७७।।
परी गुरुआज्ञा धरिलें । देह गांवीं असे एकलें ।
वांसरुवा लाविलें । दावें जैसें ।।३७८।।
गुरु आज्ञा असते । शरीर फक्त गावी राहते ।
वासरू जसे ओढ घेते । दावे बांधता गोठ्यात ।।३७८।।
म्हणे कैं हें बिरडें फिटेल । कैं तो स्वामी भेटेल ।
युगाहूनि वडील । निमिष मानी ।।३७९।।
स्वामी कधी भेटेल? । दावे कधी सुटेल? ।
युगाहून मोठा भासेल । प्रत्येक क्षण ।।३७९।।
ऐसेया गुरुग्रामींचें आलें । कां स्वयें गुरूंनींचि धाडिलें ।
तरी गतायुष्या जोडलें । आयुष्य जैसें ।।३८०।।
कोणी गुरूच्या गावाहून आले । किंवा गुरूंनीच पाठवले ।
अन् आयुष्य असेल संपलेले । तर वाढते ।।३८१।।
कां सुकतया अंकुरा- । वरी पडलिया पीयूषधारा ।
नाना अल्पोदकींचा सागरा । आला मासा ।।३८१।।
सुकत आल्या अंकुरा । जशा वर्षाव्या अमृतधारा ।
मासा यावा सागरा । छोट्या डबक्यातल्या ।।३८०।।
नातरी रंकें निधान देखिलें । कां आंधळिया डोळे उघडले ।
भणंगाचिया आंगा आलें । इंद्रपद ।।३८२।।
दरिद्री माणसा धन मिळावे । आंधळ्याला डोळे यावे ।
भणंगाला प्राप्त व्हावे । इंद्रपद जसे ।।३८२।।

तैसें गुरुकुळाचेनि नांवें । महासुखें अति थोरावे ।
जें कोडेंही पोटाळवें । आकाश कां ।।३८३।।
गुरुकुलातून कोणी येते । महासुखाने थोर वाटते ।
वाटे येई कवटाळते । जणू आकाशाला ।।३८३।।
पैं गुरुकुळीं ऐसी । आवडी जया देखसी ।
जाण ज्ञान तयापासीं । पाइकी करी ।।३८४।।
गुरुकुलाची अशी । आवड ज्याच्यापाशी ।
ज्ञानसेवा त्याच्यापाशी । असे जाणावे ।।३८४।।
आणि अभ्यंतरीलियेकडे । प्रेमाचेनि पवाडे ।
श्रीगुरूंचें रूपडें । उपासी ध्यानीं ।।३८५।।
अंत:करणात भक्तीने । शुद्ध प्रेमाच्या आधाराने ।
गुरुमूर्तीच्या ध्यानाने । उपासना करतो ।।३८५।।
हृदयशुद्धीचिया आवारीं । आराध्यु तो निश्चल ध्रुव करी ।
मग सर्व भावेंसी परिवारीं । आपण होय ।।३८६।।
हृदयाच्या शुद्ध आवारात । योग स्थापून आराध्य दैवत ।
काया, वाचा, मन सर्वात । आपणच होतो ।।३८६।।
कां चैतन्यांचिये पोवळी– । माजीं आनंदाचिया राउळीं ।
श्रीगुरुलिंगा ढाळी । ध्यानामृत ।।३८७।।
चैतन्याच्या आवारात । आनंदाच्या देवळात ।
गुरुलिंगाची स्थापना करत । ध्यानाचा अभिषेक करतो ।।३८७।।
उदयिजतां बोधार्का । बुद्धीची डाळ सात्त्विका ।
भरोनियां त्र्यंबका । लाखोली वाहे ।।३८८।।
ज्ञानसूर्याचा उदय होऊन । सात्त्विक बुद्धीची परडी भरून ।
त्र्यंबकेश्वरा लक्ष वाहून । वंदन करतो ।।३८८।।
काळशुद्धी त्रिकाळीं । जीवदशा धूप जाळीं ।
ज्ञानदीपें वोंवाळी । निरंतर ।।३८९।।
शुद्ध वेळ तिन्ही काळी । जीवाचा धूप जाळी ।
ज्ञानदीपाने ओवाळी । निरंतर ।।३८९।।
सामरस्याची रससोय । अखंड अर्पितु जाय ।
आपण भराडा होय । गुरु तो लिंग ।।३९०।।
समर्पणाचा नैवेद्य म्हणून । गुरूला अर्पण करून ।
आपण भक्त बनून । गुरूस शिव मानून पूजितो ।।३९०।।
नातरी जीवाचिये सेजे । गुरु कांतु करूनि भुंजे ।
ऐसीं प्रेमाचेनि भोजें । बुद्धी वाहे ।।३९१।।
जीवाच्या शय्येलागी । गुरू पती समजून भोगी ।
अशी प्रेमाचिये अंगी । कौतुकाने बुद्धी ठेवतो ।।३९१।।

कोणे एके अवसरीं । अनुरागु भरे अंतरीं ।
कीं तया नाम करी । क्षीराब्धी ।।३९२।।
मग तो कधीतरी । प्रेम उफाळता अंतरी ।
त्याचे नामकरण करी । क्षीरसमुद्र ।।३९२।।
तेथ ध्येयध्यान बहु सुख । तेंचि शेषतुका निर्दोख ।
वरी जलशयन देख । भावी गुरु ।।३९३।।
ध्येय ध्यानाचे सुख खूप । शेषशय्येवरचे रूप ।
भगवान विष्णूचे स्वरूप । गुरू मानतो ।।३९३।।
मग वोळगती पाय । ते लक्ष्मी आपण होय ।
गरुड होऊनि उभा राहे । आपणचि ।।३९४।।
मग चुरती जी चरण । ती लक्ष्मी ही आपण ।
अन् उभा राही गरुड म्हणून । आपणच ।।३९४।।
नाभीं आपणचि जन्मे । ऐसें गुरुमूर्तिप्रेमें ।
अनुभवी मनोधर्मे । ध्यानसुख ।।३९५।।
नाभीतून आपणच जन्मतो । गुरुमूर्तीचे प्रेम घेतो ।
मनोभावे अनुभवतो । ध्यानाचे सुख ।।३९५।।
एकाधिये वेळें । गुरु माय करी भावबळें ।
मग स्तन्यसुखें लोळे । अंकावरी ।।३९६।।
एखादे वेळे । गुरूस माता म्हणून खेळे ।
स्तनपाना लोळे । मांडीवरी ।।३९६।।
नातरी गा किरीटी । चैतन्यतरुतळवटीं ।
गुरु धेनु आपण पाठीं । वत्स होय ।।३९७।।
चैतन्य कल्पवृक्षाच्या तळाशी तो । गुरू गाय आहेत असे समजतो ।
मनाशी आपण वासरू म्हणतो । अशी भावना ।।३९७।।
गुरुकृपास्नेहसलिलीं । आपण होय मासोळी ।
कोणे एके वेळीं । हेंचि भावीं ।।३९८।।
गुरुकृपेच्या स्नेहजळी । आपण आहोत मासोळी ।
अशी पण एखादे वेळी । कल्पना करतो ।।३९८।।
गुरुकृपामृताचे वडप । आपण सेवावृत्तीचें होय रोप ।
ऐसेसे संकल्प । विये मन ।।३९९।।
गुरुकृपेची अमृतवृष्टी । आपण सेवारूप रोपटी ।
अशी विचारसृष्टी । त्याच्या मनी येते ।।३९९।।
चक्षुपक्षेवीण । पिलूं होय आपण ।
कैसें पैं अपारपण । आवडीचें ।।४००।।
डोळे न उघडलेले पूर्ण । पंख न फुटते असे पिलू आपण ।
त्याचे पहा अमर्यादपण । आवडीचे ।।४००।।

गुरूतें पक्षिणी करी । चारा घे चांचूवरी ।
गुरु तारू धरी । आपण कांस ।।४०१।।
गुरूला पक्षीण करून । चारा घे चोचीमधून ।
गुरूंना तारक मानून । आपण कास धरी ।।४०१।।
ऐसें प्रेमाचेनि थावें । ध्यानचि ध्यानातें प्रसवे ।
पूर्णसिंधु हेलावे । फुटती जैसे ।।४०२।।
असे प्रेमाच्या भावे । ध्यानातून ध्यान प्रसवे ।
जसे लाटेतून फुटावे । लाटेचे रूप ।।४०२।।
किंबहुना यापरी । श्रीगुरुमूर्ती अंतरीं ।
भोगी आतां अवधारीं । बाह्यसेवा ।।४०३।।
किंबहुना याप्रमाणे । गुरुमूर्ती धरी मनाने ।
आता बाह्य सेवा जाणे । लक्ष देऊन ।।४०३।।
तरी जिवीं ऐसे आवांके । म्हणे दास्य करीन निकें ।
जैसें गुरु कौतुकें । माग म्हणती ।।४०४।।
तो मनी विचार करी । मी गुरूची उत्तम सेवा करी ।
म्हणतील माग काहीतरी । कौतुकाने ।।४०४।।
तैसिया साचा उपास्ती । गोसावी प्रसन्न होती ।
तेथ मी विनंती । ऐसी करीन ।।४०५।।
माझ्या उत्तम सेवेनं । गुरु होती प्रसन्न ।
तेव्हा मी करेन । विनंती एक ।।४०५।।
म्हणेन तुमचा देवा । परिवारु जो आघवा ।
तेतुलें रूपें होआवा । मीचि एकु ।।४०६।।
मी म्हणेन गुरुवर । तुमचा सर्व सेवक परिवार ।
तो मीच असावा साकार । सर्वत्र ।।४०६।।
आणि उपकरतीं आपुलीं । उपकरणें आथि जेतुलीं ।
माझीं रूपें तेतुलीं । होआवीं स्वामी ।।४०७।।
आपल्या उपयोगी पडती । अशी जी उपकरणे असती ।
त्यात माझी रूपे वसती । असे व्हावे ।।४०७।।
ऐसा मागेन वरु । तेथ हो म्हणती श्रीगुरु ।
मग तो परिवारु । मीचि होईन ।।४०८।।
असा मागेन मी वर । गुरू करतील स्वीकार ।
मग त्यांचा परिवार । सर्व मी असेन ।।४०८।।
उपकरणजात सकळिक । तें मीचि होईन एकैक ।
तेव्हां उपास्तीचें कवतिक । देखिजैल ।।४०९।।
उपयोगी वस्तू एकेक । मीच होईन प्रत्येक ।
तेव्हा उपासनेचे कौतुक । दृष्टीस पडेल ।।४०९।।

गुरु बहुतांची माये । परी एकलौती होऊनि ठाये ।
तैसें करूनि आण वायें । कृपे तिये ।।४१०।।
गुरू अनेकांची माया असे । माझीच असावी असे भासे ।
शपथ घालून मी तसे । करून घेईन ।।४१०।।
तया अनुरागा वेधु लावीं । एकपत्नीव्रत घेववीं ।
क्षेत्रसंन्यासु करवीं । लोभाकरवीं ।।४११।।
गुरूंना माझा छंद लावीन । जणू एकपत्निव्रत घेववीन ।
क्षेत्रसंन्यास करवीन । त्यांच्या लोभापायी ।।४११।।
चतुर्दिक्षु वारा । न लाहे निघों बाहिरा ।
तैसा गुरुकृपें पांजिरा । मीचि होईन ।।४१२।।
चहूकडे वाहतो वारा । चार दिशांच्या न जाई बाहेरा ।
तसा गुरुकृपेचा पिंजरा । मीच होईन ।।४१२।।
आपुलिया गुणांचीं लेणीं । करीन गुरुसेवे स्वामिणी ।
हें असो होईन गंवसणी । मीचि भक्तीसी ।।४१३।।
करेन स्वामिनी मानून स्वीकार । लेववीन गुणांचे अलंकार ।
गवसणी होईन निराकार । मीच भक्तीची ।।४१३।।
गुरुस्नेहाचिये वृष्टी । मी पृथ्वी होईन तळवटीं ।
ऐसिया मनोरथांचिया सृष्टी । अनंता रची ।।४१४।।
गुरुकृपेच्या झेलण्या धारा । मी होईन खाली धरा (पृथ्वी) ।
मनोरथांच्या सृष्टी साकारा । अशा अनंत रचतो ।।४१४।।
म्हणे श्रीगुरूंचें भुवन । आपण मी होईन ।
आणि दास होऊनि करीन । दास्य तेथिंचें ।।४१५।।
श्रीगुरूंचे सदन । मीच राहीन होऊन ।
अन् सर्व सेवा करेन । मी तिथल्या ।।४१५।।
निर्गमागमीं दातारें । जे वोलांडिजती उंबरे ।
ते मी होईन आणि द्वारें । द्वारपाळु ।।४१६।।
जाण्यायेण्याचे सारे । जे ओलांडती उंबरे ।
ते मी होईन अन् द्वारे । द्वारपाल होईन ।।४१६।।
पाउवा मी होईन । तियां मीचि लेववीन ।
छत्र मी आणि करीन । बारीपण ।।४१७।।
पादुका मीच होईन । गुरुचरणी मीच लेववीन ।
छत्रही मीच होईन । छत्र धरणारापण ।।४१७।।
मी तळ उपरु जाणविता । चंवरु धरु हातु देता ।
स्वामीपुढें खोलता । होईन मी ।।४१८।।
उंच-सखल असेल रस्ता । चवरी धरून हात देता ।
स्वामींचा चाकर म्हणता । मीच होईन ।।४१८।।

मीचि होईन सागळा । करूं सुईन गुरुळां ।
सांडिती तो नेपाळा । पडिघा मीचि ।।४१९।।
शागिर्द मीच होईन । मीच चुळेची झारी होईन ।
निर्मळ पाणी होईन । तस्तही मीच ।।४१९।।
हडप मी वोळगेन । मीचि उगाळु घेईन ।
उळिग मी करीन । आंघोळीचें ।।४२०।।
चंची मीच होईन । मीच उटणे घेईन ।
काम मीच करीन । गुरूंच्या अंघोळीचे ।।४२०।।
होईन गुरूंचें आसन । अलंकार परिधान ।
चंदनादि होईन । उपचार ते ।।४२१।।
होईन गुरूंचे आसन । अलंकार मीच परिधान करीन ।
चंदनादि उपचार होईन । मीच ।।४२१।।
मीचि होईन सुआरु । वोगरीन उपहारु ।
आपणपें श्रीगुरु । वोंवाळीन ।।४२२।।
मीच आचारी होईन । विविधउपहार वाढेन ।
श्री गुरूंना ओवाळेन । आपलेपणाने ।।४२२।।
जे वेळीं देवो आरोगिती । तेव्हां पांतीकरु मीचि पांतीं ।
मीचि होईन पुढती । देईन विडा ।।४२३।।
श्रीगुरू करतील भोजन । मीच पंक्तीचा लाभ घेईन ।
त्यांना विडाही देईन । मीच ।।४२३।।
ताट मी काढीन । सेज मी झाडीन ।
चरणसंवाहन । मीचि करीन ।।४२४।।
उष्टे ताट मी काढेन । अंथरूण मी झाडेन ।
सेवा मीच करेन । चरणांची ।।४२४।।
सिंहासन होईन आपण । वरी श्रीगुरु करिती आरोहण ।
होईन पुरेपण । वोळगेचें ।।४२५।।
सिंहासन होईन आपण । ज्यावर श्रीगुरू करती आरोहण ।
त्यांची सेवा संपूर्ण । मीच करेन ।।४२५।।
श्रीगुरूंचें मन । जया देईल अवधान ।
तें मी पुढां होईन । चमत्कारु ।।४२६।।
गुरुंचे जिकडे अवधान । ते मी होईन मन ।
असा दाखवीन करून । चमत्कार ।।४२६।।
तया श्रवणाचे आंगणीं । होईन शब्दांचिया आक्षौहिणी ।
स्पर्श होईन घसणी । आंगाचिया ।।४२७।।
श्रवणरूप अंगणात । मीच शब्द लाखांत ।
जिथे गुरुचे अंग स्पर्शत । ते अंगण मीच ।।४२७।।

श्रीगुरूंचे डोळे । अवलोकनें स्नेहाळें ।
पाहाती तियें सकळें । होईन रूपें ।।४२८।।
श्रीगुरू डोळ्यांनी । जे पाहतील प्रेमानी ।
तिथे सर्व ठिकाणी । मीच होईन ।।४२८।।
तिये रसने जो जो रुचेल । तो तो रसु म्यां होईजैल ।
गंधरूपें कीजेल । घ्राणसेवा ।।४२९।।
त्यांना जो रस आवडेल । तो रस मीच असेल ।
मी गंधरूपाने करेल । त्यांच्या नाकाची सेवा ।।४२९।।
एवं बाह्यमनोगत । श्रीगुरुसेवा समस्त ।
वेंटाळीन वस्तुजात । होऊनियां ।।४३०।।
बाहेरील आणि अंतःस्थ । गुरुसेवा ज्या समस्त ।
वस्तुसमूह होऊन प्रशस्त । मी व्यापून राहीन ।।४३०।।
जंव देह हें असेल । तंव वोळगी ऐसी कीजेल ।
मग देहांतीं नवल । बुद्धि आहे ।।४३१।।
जोवर शरीर असेल । माझ्या हातून सेवा घडेल ।
देहांतानंतरही नवल घडवेल । सेवेची बुद्धी ।।४३१।।
इये शरीरींची माती । मेळवीन तिये क्षिती ।
जेथ श्रीचरण उभे ठाती । श्रीगुरूंचे ।।४३२।।
शरीराची होता माती । मिसळेल त्याच धरती ।
जिथे उभे राहती । श्रीगुरूंचे चरण ।।४३२।।
माझा स्वामी कवतिकें । स्पर्शीजति जियें उदकें ।
तेथ लया नेईन निकें । आपीं आप ।।४३३।।
स्वामी जे जल । कौतुकाने स्पर्शतील ।
त्यात माझ्या शरीरातील जल । लय पावेल ।।४३३।।
श्रीगुरु वोंवाळिजती । कां भुवनीं जे उजळिजती ।
तयां दीपांचिया दीप्तीं । ठेवीन तेज ।।४३४।।
ज्याने गुरूंना ओवाळती । मंदिरे प्रज्वलित करती ।
त्या दिव्यातील दीप्ती । माझे तेज मिसळेन ।।४३४।।
चवरी हन विंजणा । तेथ लयो करीन प्राणा ।
मग आंगाचा वोळंगणा । होईन मी ।।४३५।।
पंखा आणि चवरी । तिथे मी प्राणाचा लय करी ।
वाऱ्याच्या रूपात शरीरी । त्यांची सेवा करेन ।।४३५।।
जिये जिये अवकाशीं । श्रीगुरु असती परिवारेंसीं ।
आकाश लया आकाशीं । नेईन तिये ।।४३६।।
ज्या ज्या अवकाशात । गुरू परिवारासह राहतात ।
शरीरातील आकाश त्यात । मी लयास नेईन ।।४३६।।

परी जीतु मेला न संडीं । निमेषु लोकां न धाडीं ।
ऐसेनि गणावया कोडी । कल्पांचिया ।।४३७।।
जगलो मेलो सोडणार नाही । कोणावर सोपवणार नाही ।
कोटी कल्प गेले तरीही । सेवा करत राहीन ।।४३७।।
येतुलेंवरी धिंवसा । जयाचिया मानसा ।
आणि करूनियांहि तैसा । अपारु जो ।।४३८।।
अशा प्रकारचे धैर्यही । ज्याच्या मनात राही ।
तो सेवेचा कंटाळाही । कधी न करी ।।४३८।।
रात्र दिवस नेणे । थोडें बहु न म्हणें ।
म्हणियाचेनि दाटपणें । साजा होय ।।४३९।।
रात्र दिवस जाणत नाही । कमी जास्त मानत नाही ।
सेवेची दाटी झाली तरीही । प्रसन्न राहतो ।।४३९।।
तो व्यापारु येणें नांवें । गगनाहूनि थोरावे ।
एकला करी आघवें । एकेचि काळीं ।।४४०।।
हा व्यापार आपल्या हाती घडतो । म्हणून तो गगनाहून थोर होतो ।
आणि एकटाच करतो । सर्व प्रकारची सेवा ।।४४०।।
हृदयवृत्ती पुढां । आंगचि घे दवडा ।
काज करी होडा । मानसेंशीं ।।४४१।।
मनाच्या वृत्तीपुढे । शरीराची धाव पडे ।
पैज लावून मनाकडे । तो सेवा करतो ।।४४१।।
एकादियां वेळा । श्रीगुरुचिया खेळा ।
लोण करी सकळा । जीविताचें ।।४४२।।
एखादे वेळी । पाहून श्रीगुरूची खेळी ।
तो लिंबलोण ओवाळी । आपल्या जीवाचे ।।४४२।।
जो गुरुदास्यें कृशु । जो गुरुप्रेमें सपोषु ।
गुरुआज्ञे निवासु । आपणचि जो ।।४४३।।
गुरू दास्याने कृश होतो । गुरू सेवेने पुष्ट होतो ।
स्वत:च राहण्याचे घर बनतो । गुरू आज्ञेने ।।४४३।।
जो गुरु कुळें सुकुलीनु । जो गुरुबंधुसौजन्यें सुजनु ।
जो गुरुसेवाव्यसनें सव्यसनु । निरंतर ।।४४४।।
गुरुकुलाने तो कुलीन । गुरुबंधूसौजन्याने सज्जन ।
अखंड जातसे रंगून । गुरुसेवेच्या छंदात ।।४४४।।
गुरुसंप्रदायधर्म । तेचि जयाचे वर्णाश्रम ।
गुरुपरिचर्या नित्यकर्म । जयाचें गा ।।४४५।।
गुरुसंप्रदाय हा धर्म । तिथला आचार हा वर्णाश्रम ।
गुरूची सेवा हे नित्यकर्म । तो मानतो ।।४४५।।

गुरु क्षेत्र गुरु देवता । गुरु माय गुरु पिता ।
जो गुरुसेवेपरौता । मार्ग नेणें ।।४४६।।
पवित्र तीर्थ अन् देवता । गुरूच माता अन् पिता ।
गुरुसेवेवाचून कोणता । दुसरा मार्ग नाही ।।४४६।।
श्रीगुरूचे द्वार । तें जयाचें सर्वस्व सार ।
गुरुसेवकां सहोदर । प्रेमें भजे ।।४४७।।
गुरुचे द्वार । हेच ज्याचे सर्वस्व सार ।
प्रेमाचा व्यवहार । गुरुबंधूसेवकांशी ।।४४७।।
जयाचें वस्त्र । वाहे गुरुनामाचे मंत्र ।
गुरुवाक्यावांचूनि शास्त्र । हातीं न शिवे ।।४४८।।
ज्याच्या मुखी सर्वत्र । गुरुनामाचे मंत्र ।
गुरू वाक्यविना शास्त्र । हाती धरत नाही ।।४४८।।
शिवतलें गुरुचरणीं । भलतैसें हो पाणी ।
तया सकळ तीर्थें आणी । त्रैलोक्यींचीं ।।४४९।।
गुरुचरणांनी स्पर्शिले । पाणी असो कसले ।
त्रैलोक्याचे त्यात सामावले । तीर्थ, असे मानतो ।।४४९।।
श्रीगुरूचें उशिटें । लाहे जैं अवचटें ।
तैं तेणें लाभें विटे । समाधीसी ।।४५०।।
गुरुंचे उष्टे जया । लागे जर भक्षण कराया ।
त्यापुढे तुच्छ वाटे तया । समाधिसुख ।।४५०।।
कैवल्यसुखासाठीं । परमाणु घे किरीटी ।
उधळती पायांपाठीं । चालतां जे ।।४५१।।
गुरु जेव्हा चालत असती । धूलिकण मागे उडती ।
घेतो त्यांना मस्तकावरती । मोक्षासाठी ।।४५१।।
हें असो सांगावें किती । नाहीं पारु गुरुभक्ती ।
परी गा उत्क्रांतमती । कारण हें ।।४५२।।
हा महिमा सांगावा कितीही । गुरुप्रेमाला अंत नाही ।
माझी आंतरिक बुद्धीही । या विस्ताराचे कारण ।।४५२।।
जया इये भक्तीची चाड । जया इये विषयींचें कोड ।
जो हे सेवेवांचून गोड । न मनी कांहीं ।।४५३।।
ज्याला या भक्तीची आवड । त्यालाच याची चाड ।
त्याला गुरुसेवेविना गोड । इतर काही नाही ।।४५३।।
तो तत्त्वज्ञाचा ठावो । ज्ञाना तेणेंचि आवो ।
हें असो तो देवो । ज्ञान भक्तु ।।४५४।।
तो तत्त्वज्ञानाचे स्थान । त्याच्यामुळे शोभते ज्ञान ।
तो होतो ईश्वर भगवान । ज्ञान त्याचे भक्त ।।४५४।।

हें जाण पां साचोकारें । तेथ ज्ञान उघडेनि द्वारें ।
नांदत असे जगा पुरे । इया रीती ।।४५५।।
ज्याला गुरुभक्तीची आवड । ज्ञान येई उघडून कवाड ।
जगाला पुरेल अशी जोड । त्याच्या घरी ।।४५५।।
जिये गुरुसेवेविखीं । माझा जीव अभिलाखी ।
म्हणौनि सोयचुकी । बोली केली ।।४५६।।
गुरुसेवेचा विषय । मज याची अभिलाषा होय ।
म्हणून बोलले जाय । अधिक विस्ताराने ।।४५६।।
एऱ्हवीं असतां हातीं खुळा । भजनावधानीं आंधळा ।
परिचर्येलागीं पांगुळा- । पासूनि मंदु ।।४५७।।
एरवी मी हात असून लुळा । भजनाविषयी आंधळा ।
सेवेसाठी पागंळ्याहून पांगळा । गुरुसेवेकरिता ।।४५७।।
गुरुवर्णनीं मुका । आळशी पोशिजे फुका ।
परी मनीं आथि निका । सानुरागु ।।४५८।।
मी मुका गुरुवर्णनास्तव । मी फुकटा आळसास्तव ।
पण आत्यंतिक प्रेम गुरुस्तव । माझ्या मनी ।।४५८।।
तेणेंचि पैं कारणें । हें स्थूळ पोसणें ।
पडलें मज म्हणे । ज्ञानदेवो ।।४५९।।
हेच असे कारण । मला गुरुसेवेचे व्याख्यान ।
करणे पडले विस्तारानं । असे ज्ञानदेव म्हणे ।।४५९।।
परि तो बोलु उपसाहावा । आणि वोळगे अवसरु देयावा ।
आतां म्हणेन जी बरवा । ग्रंथार्थुचि ।।४६०।।
हे विस्तृत व्याख्यान । ऐका लक्ष देऊन ।
पुढे अर्थ उत्तम सांगेन । गीता ग्रंथाचा ।।४६०।।
परिसा परिसा श्रीकृष्णु । जो भूतभारसहिष्णु ।
तो बोलतसे विष्णु । पार्थु ऐके ।।४६१।।
भूतभार साहणाऱ्या विष्णूचा । श्रीकृष्ण अवतार साचा ।
सांगतो आहे स्व वाचा । अर्जुन ऐकतो आहे ।।४६१।।
म्हणे शुचित्व गा ऐसें । जयापाशीं दिसे ।
आंग मन जैसें । कापुराचें ।।४६२।।
कापूर ज्याप्रमाणं । अंतर्बाह्य शुद्ध जाण ।
तसा शुद्ध त्याप्रमाणं । देहामनांत ।।४६२।।
कां रत्नाचें दळवाडें । तैसें सबाह्य चोखडें ।
आंत बाहेरि एकें पाडें । सूर्यु जैसा ।।४६३।।
जसा रत्नाचा आकार । आत बाहेर सम साकार ।
जसे सूर्य तेज प्राकार । अंतर्बाह्य समान ।।४६३।।

बाहेरीं कर्में क्षाळला । भितरीं ज्ञानें उजळला ।
इहीं दोहीं परीं आला । पाखाळा एका ।।४६४।।
कर्माने बाह्यशुद्धी । ज्ञानाने अंतर्शुद्धी ।
दोन्ही प्रकारे त्याची बुद्धी । शुद्धतेला पात्र ।।४६४।।
मृत्तिका आणि जळें । बाह्य येणें मेळें ।
निर्मळु होय बोलें । वेदाचेनी ।।४६५।।
माती आणि पाण्याने । बाहेरून शुद्धता येणे ।
तशी वेदांच्या उच्चाराने । निर्मळता येते ।।४६५।।
भलतेथ बुद्धीबळी । रजआरिसा उजळी ।
सौंदणी फेडी थिगळी । वस्त्रांचिया ।।४६६।।
बलवान असेल बुद्धीनी । तर आरसा उजळवेल मातीनी ।
जसे धोब्याच्या भट्टीतले पाणी । वस्त्राचे डाग घालवते ।।४६६।।
किंबहुना इयापरी । बाह्य चोख अवधारीं ।
आणि ज्ञानदीपु अंतरीं । म्हणौनि शुद्ध ।।४६७।।
शरीराची जशी निर्मळता । ज्ञानदीप अंतरी लावता ।
तेंव्हा मनाची होते शुद्धता । असे समज ।।४६७।।
एऱ्हवीं तरी पंडुसुता । आंत शुद्ध नसतां ।
बाहेरि कर्म तो तत्त्वतां । विटंबु गा ।।४६८।।
एरवी पांडुसुता । मन शुद्ध नसता ।
बाह्य कर्म करू जाता । विटंबना होते ।।४६८।।
मृत जैसा शृंगारिला । गाढव तीर्थीं न्हाणिला ।
कडुदुधिया माखिला । गुळें जैसा ।।४६९।।
जसे मृत व्यक्तीस शृंगारावे । गाढवाला तीर्थस्नान घालावे ।
कडू दूधी भोपळ्याला माखावे । गुळाने ।।४६९।।
वोस गृहीं तोरण बांधिलें । कां उपवासी अन्नें लिंपिलें ।
कुंकुमसेंदुर केलें । कांतहीनेनें ।।४७०।।
ओसाड घराला तोरण बांधावे । उपाशी माणसाला अन्न लिंपावे ।
विधवेने कपाळी कुंकू लावावे । पती नसता ।।४७०।।
कळस ढिमाचे पोकळ । जळो वरील तें झळाळ ।
काय करूं चित्रींव फळ । आंतु शेण ।।४७१।।
मंदिराचे पोकळ कळस । सोन्याचा मुलामा हिणकस ।
रंगवलेले खोटे फळ राजस । आत शेण चिखल ।।४७१।।
तैसें कर्मवरिचिलेंकडां । न सरे थोर मोलें कुडा ।
नव्हे मदिरेचा घडा । पवित्र गंगे ।।४७२।।
वर वर कर्मे करताही । कचऱ्यापेक्षा त्याचे मोल नाही ।
मदिरेचा घडा गंगेत ठेवताही । पवित्र न होई ।।४७२।।

म्हणौनि अंतरीं ज्ञान व्हावें । मग बाह्य लाभेल स्वभावें ।
वरी ज्ञान कर्में संभवे । ऐसें कें जोडे? ।।४७३।।
जेव्हा ज्ञान अंतरी असते । बाह्यांग आपोआप शुद्ध होते ।
कोठे बरे मिळते । ज्ञानकर्माची पवित्रता ।।४७३।।
यालागी बाह्य विभागु । कर्में धुतला चांगु ।
आणि ज्ञानें फिटला वंगु । अंतरींचा ।।४७४।।
यासाठी बाह्य शरीराने । निर्मळ व्हावे सत्कर्माने ।
ज्ञानामुळे मळ घालवणे । अंतरीचा ।।४७४।।
तेथ अंतर बाह्य गेले । निर्मळत्व एक जाहलें ।
किंबहुना उरलें । शुचित्वचि ।।४७५।।
अंतर्बाह्य भेद जाई । शुचित्वच एक राही ।
किंबहुना केवळ राही । शुचित्व ।।४७५।।
म्हणौनि सद्भाव जीवगत । बाहेरी दिसती फांकत ।
जे स्फटिकगृहींचे डोलत । दीप जैसे ।।४७६।।
अंतरातले सदाचरण हे । बाह्यांगी उमटून राहे ।
जसे स्फटिक दिव्याचे तेज हे । तो आत बाहेर चकाकतो ।।४७६।।
विकल्प जेणें उपजे । नाथिली विकृति निपजे ।
अप्रवृत्तीचीं बीजें । अंकुर घेती ।।४७७।।
मनात विकल्प येतात । विकार निर्माण होतात ।
मग अंकुर फुटतात । अपप्रवृत्तीच्या बीजांना ।।४७७।।
तें आइके देखे अथवा भेटे । परी मनीं कांहींचि नुमटे ।
मेघरंगें न कांटे । व्योम जैसें ।।४७८।।
ते पाहता किंवा भेटताही । मनात काहीच उमटत नाही ।
आकाशा बाधा न होई । मेघांच्या विविध रंगांची ।।४७८।।
एऱ्हवीं इंद्रियांचेनि मेळें । विषयांवरी तरी लोळे ।
परी विकाराचेनि विटाळें । लिंपिजेना ।।४७९।।
एरवी इंद्रियांचे संगती । जीव विषयांत लोळती ।
पण ते लिप्त न होती । विकारांच्या विटाळे ।।४७९।।
भेटलिया वाटेवरी । चोखी आणि माहारी ।
तेथ नातळें तियापरी । राहाटों जाणें ।।४८०।।
वाट पार केली कोणतीही । वाटेवर परिणाम न होई ।
तसा तो जगत राही । परिणाम न होता ।।४८०।।
कां पतिपुत्रांतें आलिंगी । एकचि ते तरुणांगी ।
तेथ पुत्रभावाच्या आंगीं । न रिगे कामु ।।४८१।।
एखादी तरुण ललना । पिता पुत्रा देत आलिंगना । (मूळ तपासावे)
पण पुत्राविषयी कामवासना । निर्माण होत नाही ।।४८१।।

तैसें हृदय चोख । संकल्पविकल्पीं सनोळख ।
कृत्याकृत्य विशेख । फुडें जाणें ।।४८२।।
त्याचे हृदय असे चोख । संकल्प विकल्पांची असे ओळख ।
कर्म अकर्म यांतील फरक । तो उत्तम जाणतो ।।४८२।।
पाणियें हिरा न भिजे । आधणीं हरळु न शिजे ।
तैसी विकल्पजातें न लिंपिजे । मनोवृत्ती ।।४८३।।
जसा पाण्याने हिरा न भिजे । आधणात वाळू न शिजे ।
तसे त्याचे मन न लिंपिजे । संकल्प विकल्पाने ।।४८३।।
तया नांव शुचिपण । पार्था गा संपूर्ण ।
हें देखसी तेथ जाण । ज्ञान असे ।।४८४।।
याचेच नांव शुद्धता जाण । जिथे पाहसी संपूर्ण ।
तिथेच असते ज्ञान । असे समज ।।४८४।।
आणि स्थिरता साचें । घर रिगाली जयाचें ।
तो पुरुष ज्ञानाचें । आयुष्य गा ।।४८५।।
आणि अशी स्थिरता । ज्याच्या घरी राहता ।
तो पुरुष असे जगता । ज्ञानमय आयुष्य ।।४८५।।
देह तरी वरिचिलीकडे । आपुलिया परी हिंडे ।
परी बैसका न मोडे । मानसींची ।।४८६।।
तो देहाने सगळीकडे । मनाप्रमाणे हिंडे ।
पण बैठक न मोडे । मनाप्रमाणे स्थिरतेची ।।४८६।।
वत्सावरूनि धेनूचें । स्नेह राना न वचे ।
नव्हती भोग सतियेचे । प्रेमभोग ।।४८७।।
गाय चरावया जाते । चित्त वासराजवळ राहते ।
सतीचे मन पतीसोबत असते । न की विलासाकडे ।।४८७।।
कां लोभिया दूर जाये । परी जीव ठेविलाचि ठाये ।
तैसा देहो चाळितां नव्हे । चळु चित्ता ।।४८८।।
लोभी मनुष्य प्रवासा जाई । मन द्रव्याकडे राही ।
पण तो फिरत असता देही । तरी मन स्थिर ।।४८८।।
जातया अभ्रासवें । जैसें आकाश न धांवे ।
भ्रमणचक्रीं न भंवे । ध्रुव जैसा ।।४८९।।
ढगांसोबत कधीही । आकाश धावत नाही ।
ध्रुवतारा फिरत नाही । गतिमान ग्रहासोबत ।।४८९।।
पांथिकाचिया येरझारा । सवें पंथु न वचे धनुर्धरा ।
कां नाहीं जेवीं तरुवरा । येणें जाणें ।।४९०।।
प्रवाशांसोबत कधीही । वाट सोबत चालत नाही ।
वृक्ष दिसती का फिरताही? । न जाती न येती ।।४९०।।

तैसा चळणवळणात्मकीं । असोनि ये पांचभौतिकीं ।
भूतोर्मी एकी । चळिजेना ।।४९१।।
तशी या देहाचिही । पंचतेजासह हालचाल होत राही ।
तरी त्याचे चित्त विचलित न होई । कोणत्याच विकाराने ।।४९१।।
वाहुटळीचेनि बळें । पृथ्वी जैसी न ढळे ।
तैसा उपद्रव उमाळें । न लोटे जो ।।४९२।।
वावटळ आली जरी । हालत नाही धरित्री ।
तसा दुःखाच्या लोंढ्यापरी । तो वाहून जात नाही ।।४९२।।
दैन्यदुःखीं न तपे । भवशोकीं न कंपे ।
देहमृत्यु न वासिपे । पातलेनी ।।४९३।।
दैन्य त्रासाने दुःखी न होई । भय शोकाने घाबरत नाही ।
तो कधी भीत नाही । मृत्यू आला तरी ।।४९३।।
आर्ति आशा पडिभरें । वय व्याधी गजरें ।
उजू असतां पाठिमोरें । नव्हे चित्त ।।४९४।।
मानसिक पीडा, आशा लागून । वृद्धत्त्व रोग यांपासून ।
तो पाहत नाही मागे वळून । खिन्न होत नाही ।।४९४।।
निंदा निस्तेज दंडी । कामलोभा वरपडी ।
परी रोमा नव्हे वांकुडी । मानसाची ।।४९५।।
निंदा अपमान यांचे घात । काम क्रोध यांचे आघात ।
तरी होत नाही विचलित । त्याचे मन ।।४९५।।
आकाश हें वोसरो । पृथ्वी वरि विरो ।
परि नेणे मोहरों । चित्तवृत्ती ।।४९६।।
आकाश ओसरले । पृथ्वीतत्त्व विरघळले ।
तरी चित्त परत न फिरले । आत्मतत्त्वा सोडून ।।४९६।।
हाती हाला फुलीं । पासवणा जेवीं न घाली ।
तैसा न लोटे दुर्वाक्यशेलीं । शेलिला सांता ।।४९७।।
हत्तीला फुलांनी मारले । त्याच्या पासंगा न पुरले ।
अपशब्दांचे आघात केले । तरी तो मागे पाहत नाही ।।४९७।।
क्षीरार्णवाचिया कल्लोळीं । कंपु नाहीं मंदराचळीं ।
कां आकाश न जळे जाळीं । वणवियाच्या ।।४९८।।
क्षीरसमुद्राच्या लाटा उसळती । मंदार पर्वताकंप न सुटती ।
आकाश जसे न जळती । वणव्याच्या ज्वालांनी ।।४९८।।
तैशा आल्या गेल्या ऊर्मी । नव्हे गजबज मनोधर्मी ।
किंबहुना धैर्य क्षमी । कल्पांतींही ।।४९९।।
विषय विकारांची लाट येई । मन अस्थिर न होई ।
समर्थपणे धैर्यशील राही । तो देहांताचे वेळी ।।४९९।।

परी स्थैर्य ऐसी भाष । बोलिजे जे सविशेष ।
ते हे दशा गा देख । देखणया ।।५००।।
स्थैर्य असे जिचे वर्णन । ती हीच अवस्था जाण ।
हे वैचारिक देखणेपण । असे अर्जुना ।।५००।।
हें स्थैर्य निधडें । जेथ आंगें जीवें जोडे ।
तें ज्ञानाचें उघडें । निधान साचें ।।५०१।।
हे स्थैर्य ज्याच्या आतबाहेर । भिनून राहिले शरीर ।
तो ज्ञानाचे असे भांडार । हे उघड आहे ।।५०१।।
आणि इसाळु जैसा घरा । कां दंदिया हतियेरा ।
न विसंबे भांडारा । बद्धकु जैसा ।।५०२।।
ब्रह्मराक्षस घर न विसरे । योद्धा हत्यार न विसरे ।
कंजूस धन न विसरे । तसे ।।५०२।।
कां एकलौतिया बाळका- । वरि पडौनि ठाके अंबिका ।
मधुविषीं मधुमक्षिका । लोभिणी जैसी ।।५०३।।
एकुलत्या एक बाळा कधीही । आई विसरत नाही ।
मधमाशी मधासाठी ही । लोभी असते ।।५०३।।
अर्जुना जो यापरी । अंतःकरण जतन करी ।
नेदी उभें ठाकों द्वारीं । इंद्रियांच्या ।।५०४।।
अर्जुना याप्रमाणे तो । अंतःकरण जतन करतो ।
मना उभे न राहू देतो । इंद्रियांच्या दारी ।।५०४।।
म्हणे काम बागुल ऐकेल । हे आशा सियारी देखैल ।
तरि जीवा टेंकैल । म्हणौनि बिहे ।।५०५।।
म्हणे काय बागुलबुवा ऐकेल । आशा डाकीण पाहील ।
जीवाला गुंतवून ठेवेल । म्हणून भितो ।।५०५।।
बाहेरी धीट जैसी । दाटुगा पति कळासी ।
करी टेहणी तैसी । प्रवृत्तीसीं ।।५०६।।
पत्नी बाह्यचारिणी असे । दांडगा पती कोंडतो जसे ।
मनाच्या व्यापारावर तसे । तो सदैव देखरेख करतो ।।५०६।।
सचेतनीं वाणेपणें । देहासकट आटणें ।
संयमावरीं करणें । बुझूनि घाली ।।५०७।।
चैतन्याची पर्वा न करून । देह झिजवून ।
इंद्रियावरी बांध घालून । संयम घाली ।।५०७।।
मनाच्या महाद्वारीं । प्रत्याहाराचिया ठाणांतरीं ।
जो यम दम शरीरीं । जागवी उभे ।।५०८।।
मनाच्या महाद्वारात । पहारेकऱ्यांच्या जागेत ।
रात्रंदिवस उभे करत । यम दम शरीरी ।।५०८।।

आधारीं नाभीं कंठीं । बंधत्रयाचीं घरटीं ।
चंद्रसूर्य संपुटीं । सुये चित्त ।।५०९।।
आधार, नाभी, कंठस्थानी । बंधाची गस्त घालुनी ।
चंद्र, सूर्य नाडीच्या संगमानी ।
चित्त एकाग्र करतो ।।५०९।।
समाधीचे शेजेपासीं । बांधोनि घाली ध्यानासी ।
चित्त चैतन्य समरसीं । आंतु रते ।।५१०।।
समाधीच्या शेजेजवळी । ध्यानाला बांधून घाली ।
चित्त चैतन्याची समरूपता झाली ।
की अंतर्मुखी रममाण होई ।।५१०।।
अगा अंतःकरणनिग्रहो जो । तो हा हें जाणिजो ।
हा आथी तेथ विजयो । ज्ञानाचा पैं ।।५११।।
मनाचा हो निग्रह । तो याच लक्षणांचा ग्रह ।
जिथे असा दृढ आग्रह । तिथे ज्ञान हे जाण ।।५११।।
जयाची आज्ञा आपण । शिरीं वाहे अंतःकरण ।
मनुष्याकारें जाण । ज्ञानचि तो ।।५१२।।
ज्याची आज्ञा असे आपण । शिरसावंद्य अंतःकरण ।
तरी तो ज्ञान हे जाण । मनुष्यरूपे कर्म करता ।।५१२।।
आणि विषयांविखीं । वैराग्याची निकी ।
पुरवणी मानसीं कीं । जिती आथी ।।५१३।।
ज्याच्या मनी विषयाची अशी । वैराग्याची उत्तमशी ।
आणि जिवंत अशी । समृद्धी असते ।।५१३।।
वमिलेया अन्ना । लाळ न घोंटी जेवीं रसना ।
कांआंग न सूये आलिंगना । प्रेताचिया ।।५१४।।
आंबलेल्या अन्नाची कधीही ।
जिभेला लाळ सुटत नाही ।
किंवा कोणी पुढे येत नाही । प्रेता आलिंगण्या ।।५१४।।
विष खाणें नागवे । जळत घरीं न रिगवे ।
व्याघ्रविवरां न वचवे । वस्ती जेवीं ।।५१५।।
विष खाणे आवडत नाही । पेटल्या घरात शिरवत नाही ।
वाघाच्या गुहेत करवत नाही । वस्ती जशी ।।५१५।।
धडाडीत लोहरसीं । उडी न घालवे जैसी ।
न करवे उशी । अजगराची ।।५१६।।
लोखंडाच्या तापलेल्या रसात ।
उडी नाही घालता येत ।
कोणी नाही करत । अजगराची उशी ।।५१६।।

अर्जुना तेणें पाडें । जयासी विषयवार्ता नावडे ।
नेदी इंद्रियांचेनि तोंडें । कांहींच जावों ।।५१७।।
न आवडे त्याला । विषयांचा विचार कसला ।
इंद्रियांद्वारे कोणतोच विषयाला ।
मनाशी जाऊ देत नाही ।।५१७।।
जयाचे मनीं आलस्य । देही अतिकार्श्य ।
शमदमीं सौरस्य । जयासि गा ।।५१८।।
ज्याला विषयांप्रती आळस । देहाठिकाणी कृश ।
मनात स्वारस्य । शमदमांविषयी ।।५१८।।
तपोव्रतांचा मेळावा । जयाच्या ठायीं पांडवा ।
युगांत जया गांवा- । आंतु येतां ।।५१९।।
ज्याच्या मनी भरतो । तपव्रतांचा मेळावा तो ।
त्याला प्रलय वाटतो । गर्दीच्या ठिकाणी येणे ।।५१९।।
बहु योगाभ्यासीं हांव । विजनाकडे धांव ।
न साहे जो नांव । संघाताचें ।।५२०।।
तो योगाभ्यासाची हाव धरतो ।
वनाकडे धाव घेतो ।
जो सहन न करतो ।
समुदायाचे नाव ।।५२०।।
नाराचांचीं आंथुरणें । पूयपंकीं लोळणें ।
तैसें लेखी भोगणें । ऐहिकींचें ।।५२१।।
बाणाच्या शय्यी निजणे । चिखलात लोळणे ।
इहलोकीचे भोग भोगणे । ते असे मानतो ।।५२१।।
आणि स्वर्गातें मानसें । ऐकोनि मानी ऐसें ।
कुहिलें पिशित जैसें । श्वानाचें कां ।।५२२।।
स्वर्गलोकीचे वर्णन । ऐकून त्याचे मन ।
ते कुजलेले जणू श्वान । असे मानते ।।५२२।।
तें हें विषयवैराग्य ।
जें आत्मलाभाचें सभाग्य ।
येणें ब्रह्मानंदा योग्य । जीव होती ।।५२३।।
हे विषयांचे वैराग्य । हे आत्मप्राप्तीचे भाग्य ।
हे ठरत असे योग्य । ब्रह्मानंदाचा भोग घेण्या ।।५२३।।
ऐसा उभयभोगीं त्रासु । देखसी जेथ बहुवसु ।
तेथ जाण रहिवासु । ज्ञानाचा तूं ।।५२४।।
इह-परलोकीच्या भोगवसे । ज्याला त्रास होत असे ।
तेथे पूर्ण ज्ञान वसे । असे जाण ।।५२४।।

आणि सचाडाचिये परी । इष्टापूर्तें करी ।
परी केलेंपण शरीरीं । वसों नेदी ।।५२५।।
सकाम पुरुषासम । तो करी इष्ट कर्म ।
पण केलेले सर्व काम । तो मिरवत नाही ।।५२५।।
वर्णाश्रमपोषकें । कर्में नित्यनैमित्तिकें ।
तयामाजीं कांहीं न ठके । आचरतां ।।५२६।।
वर्णाश्रम हा धर्मासम । आचरे नैमित्तिक कर्म ।
पण केलेले सर्व काम । तो मिरवत नाही ।।५२६।।
परि हें मियां केलें । कीं हें माझेनि सिद्धी गेलें ।
ऐसें नाहीं ठेविलें । वासनेमाजीं ।।५२७।।
पण हे मी केले । माझ्यामुळे सिद्धीस गेले ।
मनात विचार असले । ठेवत नाही ।।५२७।।
जैसें अवचितपणें । वायूसि सर्वत्र विचरणें ।
कां निरभिमान उदैजणें । सूर्याचें जैसें ।।५२८।।
वायू जसा सहज तो । सर्वत्र संसार करतो ।
किंवा सूर्य प्रकाश देतो । अभिमान न ठेवता ।।५२८।।
कां श्रुति स्वभावता बोले ।
गंगा काजेंविण चाले ।
तैसें अवष्टंभहीन भलें । वर्तणें जयाचें ।।५२९।।
वेद उपदेशती स्वाभाविक ।
गंगा वाहती निर्हेतुक ।
तशी त्याची वर्तणूक । अहंकारविरहित असते ।।५२९।।
ऋतुकाळीं तरी फळती । परी फळलों हें नेणती ।
तयां वृक्षांचिये ऐसी वृत्ती । कर्मीं सदा ।।५३०।।
ऋतूकाळी फळ फळती । पण वृक्षास न राहे स्मृती ।
तशी वृक्षासम त्याची वृत्ती । सदैव राहते ।।५३०।।
एवं मनीं कर्मीं बोलीं । जेथ अहंकारा उखी जाहली ।
एकावळीची काढिली । दोरी जैसी ।।५३१।।
मणी माळेतील धागा काढला ।
प्रत्येक मणी गळून पडला ।
तसा अहंकार काढून टाकलेला ।
असतो त्याच्या वाणीतून ।।५३१।।
संबंधेंवीण जैसीं । अभ्रें असती आकाशीं ।
देहीं कर्में तैसीं । जयासि गा ।।५३२।।
आकाशातील ढग जैसे । आकाशा चिकटलेले जसे ।
देहाचे कर्म तसे । त्याला असते ।।५३२।।

मद्यपाआंगींचें वस्त्र । लेपाहातींचें शस्त्र ।
बैलावरी शास्त्र । बांधलें आहे ।।५३३।।
मद्यप्याच्या अंगावरील वस्त्र । चित्राच्या हातातील शस्त्र ।
बैलावर बांधलेले शास्त्र । निरुपयोगी असते ।।५३३।।
तया पाडें देहीं । जया मी आहे हे सेचि नाहीं ।
निरहंकारता पाहीं । तया नांव ।।५३४।।
तसे आपल्याला आहे देह ही ।
हे त्याला आठवत नाही ।
त्याला निरहंकारता असेही । नाव आहे ।।५३४।।
हें संपूर्ण जेथें दिसे । तेथेंचि ज्ञान असे ।
इयेविषीं अनारिसें । बोलों नये ।।५३५।।
असे संपूर्ण जिथे दिसते । तिथेच ज्ञान असते ।
याविषयी बोलू नये नसते । शंका घेऊन ।।५३५।।
आणि जन्ममृत्युजरादुःखें । व्याधिवार्धक्यकलुषें ।
तियें आंगा न येतां देखे । दुरूनि जो ।।५३६।।
जन्म, मृत्यूची दुःखे । रोग वृद्धत्त्व, पातके ।
यांना तो देखे । दुरूनच ।।५३६।।
साधकु विवसिया । कां उपसर्गु योगिया ।
पावे उणेयापुरेया । वोथंबा जेवीं ।।५३७।।
मांत्रिक पिशाच्च बाधा होऊ नये ।
योगी विषयाचा उपसर्ग होऊ नये ।
गवंडी ओळंबा घेऊन भिंत वाकडी होऊ नये ।
म्हणून आधीच तयार असतात ।।५३७।।
वैर जन्मांतरींचें । सर्पा मनौनि न वचे ।
तेवीं अतीता जन्माचें । उणें जो वाहे ।।५३८।।
वैर जन्माचे न जाई । जे सर्पाच्या असे ठायी ।
मागील दोष ज्या उपायी । तो मनी ठेवतो ।।५३८।।
डोळां हरळ न विरे । घाईं कोत न जिरे ।
तैसें काळींचें न विसरे । जन्मदुःख ।।५३९।।
डोळ्यातील खडा विरघळत नाही ।
जखमेत शस्त्र जिरत नाही ।
तसा तो विसरत नाही । गतजन्माची दुःखे ।।५३९।।
म्हणे पूयगर्तें रिगाला । अहा मूत्ररंध्रें निघाला ।
कटा रे मियां चाटिला । कुचस्वेदु ।।५४०।।
पुवाच्या ढिगातून जन्मलो । मूत्रमार्गातून आलो ।
स्तनावरचा घामही प्यालो । मातेच्या ।।५४०।।

ऐसऐसिया परी । जन्माचा कांटाळा धरी ।
म्हणे आतां तें मी न करीं । जेणें ऐसें होय ।।५४१।।
या विचाराने तो । जन्माचा तिरस्कार करतो ।
असे मी कधी न करी म्हणतो । ज्याने दु:ख होईल ।।५४१।।
हारी उमचावया । जुंवारी जैसा ये डाया ।
कीं वैरा बापाचेया । पुत्र जचे ।।५४२।।
हारलेल्या धनप्राप्तीसाठी ।
जुगारी पुन:पुन्हा खेळत राहती ।
किंवा वडिलांचे वैर त्यांच्या पाठी ।
मुलगा चालवतो ।।५४२।।
मारिलियाचेनि रागें । पाठीचा जेवीं सूड मागें ।
तेणें आक्षेपें लागे । जन्मापाठीं ।।५४३।।
मोठ्या भावाला मारल्याने । धाकटा सूड घेई रागाने ।
तितकाच तो राही प्रयत्ने । जन्मचक्र नष्ट करण्या ।।५४३।।
परी जन्मती ते लाज । न सांडी जयाचें निज ।
संभाविता निस्तेज । न जिरे जेवीं ।।५४४।।
संभावित मनुष्यासही । अपमान सहन होत नाही ।
जन्म घेण्याची लाज सोडत नाही । त्याचे मन ।।५४४।।
आणि मृत्यु पुढां आहे । तोचि कल्पांतीं कां पाहे ।
परी आजीचि होये । सावधु जो ।।५४५।।
पुढे येणारा मृत्यूही । कल्पांताइतका दूर राही ।
तरी तो सावध होई । आजच ।।५४५।।
माजीं अथांव म्हणता । थडियेचि पंडुसुता ।
पोहणारा आइता । कासे जेवीं ।।५४६।।
नदीमध्ये अथांग पाणी । असे म्हणता कोणी ।
पोहणारा ठेवी करुनी । कासोटा बळकट ।।५४६।।
कां न पवतां रणाचा ठावो । सांभाळिजे जैसा आवो ।
वोडण सुइजे घावो । न लागतांचि ।।५४७।।
रणांगणावर योद्धा जाई । त्याआधी धैर्य मनी ठायी ।
ढाल पुढे करू पाही । शस्त्राच्या घावापूर्वी ।।५४७।।
पाहेचा पेणा वाटवधा । तंव आजीचि होईजे सावधा ।
जीवु न वचतां औषधा । धांविजे जेवीं ।।५४८।।
उद्याच्या मुक्कामी वाटमारी व्हावी ।
म्हणून आजच सावधता बाळगावी ।
औषधासाठी धावाधाव करावी ।
जीव जाण्यापूर्वी ।।५४८।।

येऱ्हवीं ऐसें घडे । जो जळतां घरीं सांपडे ।
तो मग न पवाडे । कुहा खणों ।।५४९।।
असे घडेल काय पार्था । जळत्या घरात सापडला असता ।
शक्तीने विहीर खणता । आग विझेल का? ।।५४९।।
चोंढिये पाथरु गेला । तैसेनि जो बुडाला ।
तो बोंबेहिसकट निमाला । कोण सांगे ।।५५०।।
दरीत दगड तळाशी गेला । तसा संसारी बुडाला ।
आरडाओरड कितीही केला । कोण सांगू शकेल? ।।५५०।।
म्हणौनि समर्थेंसीं वैर । जया पडिलें हाडखाइर ।
तो जैसा आठही पाहर । परजून असे ।।५५१।।
शक्तिवानाशी होता वैर । मग मनुष्य आठही प्रहर ।
ठेवतसे परजून हत्यार । सज्ज असे ।।५५१।।
नातरी केळवली नोवरी । का संन्यासी जियापरी ।
तैसा न मरतां जो करी । मृत्युसूचना ।।५५२।।
उपवधू माहेर विषयी उदास । साधक मनानेच घेई संन्यास ।
मृत्यूच्या विचाराने तो उदास । आधीच होई ।।५५२।।
पैं गा जो ययापरी । जन्मेंचि जन्म निवारी ।
मरणें मृत्यु मारी । आपण उरे ।।५५३।।
या प्रकारे तो जिवंतपणी । जन्मानेच जन्म निवारणी ।
मृत्यूला मारी मरणातुनी । आपण लीन होई ।।५५३।।
तया घरीं ज्ञानाचें । सांकडें नाहीं साचें ।
जया जन्ममृत्युचें । निमालें शल्य ।।५५४।।
म्हणून जन्ममृत्यूचे । दु:ख नाहीसे होई ज्याचे ।
त्याच्या हृदयी ज्ञानाचे । न्यून असत नाही ।।५५४।।
आणि तयाचिपरी जरा । न टेंकतां शरीरा ।
तारुण्याचिया भरा– । माजीं देखे ।।५५५।।
वृद्धत्व येण्याच्या आत । तारुण्याच्या भरात ।
विचार करी मनात । वार्धक्य येण्यापूर्वी ।।५५५।।
म्हणे आजिच्या अवसरीं । पुष्टि जे शरीरीं ।
ते पाहे होईल काचरी । वाळली जैसी ।।५५६।।
आज या क्षणात । जी शक्ती माझ्या शरीरात ।
ती जेव्हा निघून जात । वाळकी भाजी होईल ।।५५६।।
निदैव्याचे व्यवसाय । तैसे ठाकती हातपाय ।
अमंत्र्या राजाची परी आहे । बळा यया ।।५५७।।
दुर्भाग्याचे व्यवसाय मोडती । तसे हातपाय थांबती ।
राज्याला नसेल जर मंत्री । दुर्दशा होते जशी ।।५५७।।

फुलांचिया भोगा- । लागीं प्रेम टांगा ।
तें करेयाचा गुडघा । तैसें होईल ।।५५८।।
ज्याला प्रेम सुगंधाचे । वृद्धापकाळी त्याच्या नाकाते ।
उंटाच्या विद्रुप गुडघ्याचे । रूप येईल ।।५५८।।
वोढाळाच्या खुरीं । आखरुआतें बुरी ।
ते दशा माझ्या शिरीं । पावेल गा ।।५५९।।
ओढाळ गुरांच्या पायी । आषाढात बुरशी येई ।
तशी दुर्दशा होऊन जाई । माझ्या डोक्याची ।।५५९।।
पद्मदळेंसी इसाळे । भांडताति हे डोळे ।
ते होती पडवळें । पिकलीं जैसीं ।।५६०।।
तारुण्यात डोळे स्पर्धेने । कमलदलाशी भांडती अभिमानाने ।
ते वृद्धापकाळी सुकल्याने । पडवळासम होतील ।।५६०।।
भंवईचीं पडळें । वोमथती सिनसाळे ।
उरु कुहिजैल जळें । आंसुवाचेनि ।।५६१।।
भुवयांचे पडदे वाळतील । सालीसम डोळ्यावर लोंबतील ।
ऊर कुजून जाईल । आसवांमुळे ।।५६१।।
जैसें बाभुळीचें खोड । गिरबडूनि जाती सरड ।
तैसें पिचडीं तोंड । सरकटिजैल ।।५६२।।
बुळबुळीत बाभळीच्या खोडा । जसा बरबटून जाई सरडा ।
थुंकीने होईल बरबडा । तोंड सगळे ।।५६२।।
रांधवणी चुलीपुढें । पऱ्हे उन्मादती खातवडे ।
तैसींचि यें नाकाडें । बिडबिडती ।।५६३।।
चुलीपुढील खड्ड्यात । घाणेरड्या पाण्याचे बुडबुडे येतात ।
तशा नाकपुड्या बरबटतात । शेंबडाने ।।५६३।।
तांबुलें वोंठ राऊं । हांसतां दांत दाऊं ।
सनागर मिरऊं । बोल जेणें ।।५६४।।
विड्याने ओठ रंगवी । हसताना दात दावी ।
जो जगात मिरवी । सुंदर भाषणाने ।।५६४।।
तयाचि पाहे या तोंडा । येईल जळंबटाचा लोंढा ।
इया उमळती दाढा । दातांसहित ।।५६५।।
येईल त्याच तोंडा । वार्धक्यात कफाचा लोंढा ।
दातांसह साऱ्या दाढा । उखडून जातील ।।५६५।।
कुळवाडी रिणें दाटली । कां वांकडिया ढोरें बैसलीं ।
तैसी नुठी कांहीं केली । जीभचि हे ।।५६६।।
शेती कर्जात बुडाली । पावसाने गुरे बसली ।
वार्धक्याने जीभ जड झाली । न उठे पुन्हा ।।५६६।।
कुसळें कोरडीं । वारेंनि जाती बरडीं ।
तैसा आपदा तोंडीं । दाढियेसी ।।५६७।।
वाळलेली कुसरे असती । वाऱ्याने उडून जाती ।
तशी दाढीची दुर्दशा होती । मुखाच्या ठिकाणी ।।५६७।।
आषाढींचेनि जळें । जैसीं झिरपती शैलाचीं मौळें ।
तैसें खांडीहूनि लाळे । पडती पूर ।।५६८।।
आषाढी झडी येती । पर्वताची शिखरे पाझरती ।
तसे तोंडातून वाहती । लाळेचे पूर ।।५६८।।
वाचेसि अपवाडु । कानीं अनुघडु ।
पिंड गरुवा माकडु । होईल हा ।।५६९।।
वाचेस येते अस्पष्टता । कानास येते बधीरता ।
शरीरा येते बेडौलता । माकडाप्रमाणे ।।५६९।।
तृणाचें बुझवणें । आंदोळे वारेनगुणें ।
तैसें येईल कांपणें । सर्वांगासी ।।५७०।।
शेतातील बुजगावणे । हालते जसे वाऱ्याने ।
तसे होईल थरथरणे । सर्व शरीराला ।।५७०।।
पायां पडती वेंगडी । हात वळती मुरकुंडी ।
बरवपणा बागडी । नाचविजैल ।।५७१।।
पायात पाय अडकतील । हात वाकडे होतील ।
सौंदर्य सोंग नाचवील । वार्धक्यात ।।५७१।।
मळमूत्रद्वारें । होऊनि ठाती खोंकरें ।
नवसियें होती इतरें । माझियां निधनीं ।।५७२।।
मलमूत्राची दारे । होतील फुटकी खापरे ।
माझ्या मरणासाठी सारे । नवस करतील ।।५७२।।
देखोनि थुंकील जगु । मरणाचा पडैल पांगु ।
सोइरियां उबगु । येईल माझा ।।५७३।।
माझ्यावर जग थुंकेल । मृत्यूची काळजी लागेल ।
आप्तांना उबग येईल । माझा ।।५७३।।
स्त्रियां म्हणती विवसी । बाळें जाती मूर्छी ।
किंबहुना चिळसी । पात्र होईन ।।५७४।।
स्त्रिया पिशाच्च म्हणतील । मुले मूर्च्छित होतील ।
सर्वजण मग करतील । माझी किळस ।।५७४।।
उभळीचा उजगरा । सेजारियां साइलिया घरा ।
शिणवील म्हणती म्हातारा । बहुतांतें हा ।।५७५।।
माझ्या खोकल्याच्या त्रासानं । शेजाऱ्या होई जागरण ।
म्हणती कळत नाही अजून । म्हातारा किती त्रास देईल ।।५७५।।

ऐसी वार्धक्याची सूचणी । आपणिया तरुणपणीं ।
देखे मग मनीं । विटे जो गा ।।५७६।।
अशी वार्ध्यक्याची सूचना । घेता तरुणपणा ।
हे पाहून तो मना । विटतो ।।५७६।।
म्हणे पाहे हें येईल । आणि आतांचें भोगितां जाईल ।
मग काय उरेल । हितालागीं? ।।५७७।।
वृद्धत्व असे येईल । तारुण्य निघून जाईल ।
मग काय उरेल । आपल्या हिताचे ।।५७७।।
म्हणौनि नाइकणें पावे । तंव आईकोनि घाली आघवें ।
पंगु न होता जावें । तेथ जाय ।।५७८।।
ऐकू येते तोवरी पावे । अवघे ऐकून घ्यावे ।
चालता येते स्वभावे । तोवरी जावे ।।५७८।।
दृष्टी जंव आहे । तंव पाहावें तेतुलें पाहे ।
मूकत्वा आधीं वाचा वाहे । सुभाषितें ।।५७९।।
दृष्टी आहे जोवरी । पाहून घ्यावे तोवरी ।
वाचा बंद होण्यापूर्वी । सुभाषिते पाठ करावी ।।५७९।।
हात होती खुळे । हें पुढील मोटकें कळे ।
आणि करूनि घाली सकळें । दानादिकें ।।५८०।।
वृद्धत्व येता हाती । हात लुळे पडती ।
करून घ्यावे पवित्र हाती । दानधर्म ।।५८०।।
ऐसी दशा येईल पुढें । तैं मन होईल वेडें ।
तंव चिंतूनि ठेवी चोखडें । आत्मज्ञान ।।५८१।।
अशी अवस्था होता पुढे । मन होईल वेडे ।
तो विचार करी रोकडे । आत्मज्ञानाचा ।।५८१।।
जैं चोर पाहे झोंबती । तंव आजीचि रुसिजे संपत्ती ।
का झांकाझांकी वाती । न वचतां कीजे ।।५८२।।
चोर लुटुनी नेतो । म्हणून संपत्तीची व्यवस्था करतो ।
सर्व वस्तू झाकून ठेवतो । दिवा विझण्यापूर्वी ।।५८२।।
तैसें वार्धक्य यावें । मग जें वायां जावें ।
तें आतांचि आघवें । सवतें करीं ।।५८३।।
उद्या वार्धक्य यावे । अन् सर्व वाया जावे ।
आताच तो स्वभावे । वेगळे करतो ।।५८३।।
आतां मोडूनि ठेलीं दुर्गें । कां वळित धरिलें खगें ।
तेथ उपेक्षूनि जो निघे । तो नागवला कीं? ।।५८४।।
वाटेत अनेक डोंगर-किल्ले । पक्षी घरट्याकडे चालले ।
सावधपणे जो निघे सकले । त्याला चोर कसे लुटतील ।।५८४।।

तैसें वृद्धाप्य होये । आलेपण तें वायां जाये ।
जे तो शतवृद्ध आहे । नेणों कैंचा ।।५८५।।
उद्या वार्धक्य येईल । तारुण्य व्यर्थ जाईल ।
तो शतायुषी होईल । हे कसे कळावे? ।।५८५।।
झाडिलींचि कोळें झाडी । तया न फळे जेवीं बोंडीं ।
जाहला अग्नि तरी राखोंडी । जाळील काई? ।।५८६।।
तिळाची बोंडे पुन्हा झाडती । तर तीळ न सापडती ।
राख झालेला अग्नी न जाळती । पुन्हा कशालाच ।।५८६।।
म्हणौनि वार्धक्याचेनि आठवें । वार्धक्या जो नागवे ।
तयाच्या ठायीं जाणावें । ज्ञान आहे ।।५८७।।
वार्धक्य येणार हे जाणून । घेतो आत्मज्ञान प्राप्त करून ।
ज्ञान प्रगट होई आतून । वार्धक्य त्याचे संपते ।।५८७।।
तैसेंचि नाना रोग । पडिघाती ना जंव पुढां आंग ।
तंव आरोग्याचे उपेग । करूनि घाली ।।५८८।।
पुढे अनेक रोग येती । ते शरीराला ग्रासती ।
करण्या परमार्थप्राप्ती । आरोग्याचा उपयोग करी ।।५८८।।
सापाच्या तोंडी । पडली जे उंडी ।
ते लाऊनि सांडी । प्रबुद्धु जैसा ।।५८९।।
सापाच्या तोंडी पडलेला । पिठाचा गोळा ।
घराबाहेर नेऊन टाकला । तो शहाणा ।।५८९।।
तैसा वियोगें जेणें दुःखे । विपत्ति शोक पोखे ।
तें स्नेह सांडूनि सुखें । उदासु होय ।।५९०।।
वियोगामुळे जसे दुःख । वाढती आपत्ती शोक ।
स्नेहाचे सांडून सुख । तो उदास राहतो ।।५९०।।
आणि जेणें जेणें कडे । दोष सूतील तोंडें ।
तयां कर्मरंध्री गुंडे । नियमाचे दाटी ।।५९१।।
ज्या इंद्रियांच्या मधून । पापे प्रवेशती तोंडातून ।
बंद करी निग्रह ठोकून । त्या कर्मांची बिळे ।।५९१।।
ऐसऐसिया आइती । जयाची परी असती ।
तोचि ज्ञानसंपत्ती- । गोसावी गा ।।५९२।।
असे जो आचरतो । तोच खरा असतो ।
तोच स्वामी ठरतो । ज्ञानसंपत्तीचा ।।५९२।।
आतां आणीकही एक । लक्षण अलौकिक ।
सांगेन आइक । धनंजया ।।५९३।।
आणिक लक्षण एक । जे आहे अलौकिक ।
तुला सांगतो ऐक । आता धनंजया ।।५९३।।

तरि जो या देहावरी । उदासु ऐसिया परी ।
उखिता जैसा बिढारीं । बैसला आहे ।।५९४।।
तो शरीराचे पायी । उदासीन राहतो ठायी ।
जसा मुक्कामाच्या जागे विषयी । वाटसरू असतो ।।५९४।।
कां झाडाची साउली । वाटे जातां मीनली ।
घरावरी तेतुली । आस्था नाहीं ।।५९५।।
जशी झाडाची सावली । वाटे जाता लागली ।
तशी घराविषयी कसली । त्याला आस्था नसते ।।५९५।।
साउली सरिसीच असे । परी असे हें नेणिजे जैसें ।
स्त्रियेचें तैसें । लोलुप्य नाहीं ।।५९६।।
सावली सोबत राहते । पण ते लक्षात न येते ।
तशी त्याला आसक्ती नसते । स्त्रीविषयी ।।५९६।।
आणि प्रजा जे जाली । तियें वस्ती कीर आलीं ।
कां गोरुवें बैसलीं । रुखातळीं ।।५९७।।
आपल्या मुला-लेकरांत तो । धर्मशाळेतील वाटसरू पाहतो ।
किंवा गुराप्रमाणे मानतो । वृक्षाखाली बसलेल्या ।।५९७।।
जो संपत्तीमाजी असतां । ऐसा गमे पंडुसुता ।
जैसा कां वाटे जातां । साक्षी ठेविला ।।५९८।।
संपत्तीच्या ठायी तो । उदासीनच राहतो ।
जसा वाटसरू साक्षी असतो । वाटेने जाता ।।५९८।।
किंबहुना पुंसा । पांजरियामाजीं जैसा ।
वेदाज्ञेसी तैसा । बिहूनि असे ।।५९९।।
पिंजऱ्यातील पोपट कसा । मालकाच्या आज्ञेत जसा ।
वेदातील आज्ञांना तसा । तो भिऊन वागतो ।।५९९।।
एऱ्हवीं दारागृहपुत्रीं । नाहीं जया मैत्री ।
तो जाण पां धात्री । ज्ञानासि गा ।।६००।।
स्त्री-पुरुषांच्या प्रति । केवळ कर्तव्य, नच आसक्ती ।
तोच या धरणीवरती । ज्ञानाची जननी समज ।।६००।।
महासिंधू जैसे । ग्रीष्मवर्षीं सरिसे ।
इष्टानिष्ट तैसें । जयाच्या ठायीं ।।६०१।।
वर्षा आणि ग्रीष्मामधला । सागर सारखाच असे भरलेला ।
लाभ-हानीतही त्याला । सारखाच आनंद होतो ।।६०१।।
कां तिन्ही काळ होतां । त्रिधा नव्हे सविता ।
तैसा सुखदुःखीं चित्ता । भेदु नाहीं ।।६०२।।
जसे तिन्ही काळांत । सूर्याचे तीन प्रकार न होत ।
तसा सुखदुःखाचा भेद । त्याला होत नाही ।।६०२।।

जेथ नभाचेनि पाडें । समत्वा उणें न पडे ।
तेथ ज्ञान रोकडें । वोळख तूं ।।६०३।।
जसा कोणत्याही ऋतूत । बदल न होई आकाशात ।
तसे त्याच्या ठिकाणी मूर्तिमंत । ज्ञान तू समज ।।६०३।।
आणि मीवांचूनि कांहीं । आणिक गोमटें नाहीं ।
ऐसा निश्चयोचि तिहीं । जयाचा केला ।।६०४।।
माझ्यावाचून काही । जगात चांगले नाही ।
असा निश्चय असे ही । ज्या तिघांनी केला ।।६०४।।
शरीर वाचा मानस । पियालीं कृतनिश्चयाचा कोश ।
एक मीवांचूनि वास । न पाहती आन ।।६०५।।
शरीर-वाचा-मनानं । घेतली निश्चयाची आण ।
माझ्यावाचून अन्य कोण । तो पाहत नाही ।।६०५।।
किंबहुना निकट निज । जयाचें जाहलें मज ।
तेणें आपणयां आम्हां सेज । एकी केली ।।६०६।।
किंबहुना ज्याचे मन । झाले माझ्याशी संलग्न ।
त्याचे माझे विश्रांतिस्थान । एकच झाले ।।६०६।।
रिगतां वल्लभापुढें । नाहीं आंगीं जीवीं सांकडें ।
तिये कांतेचेनि पाडें । एकसरला जो ।।६०७।।
जेव्हा पतीजवळ जाते । पत्नी न संकोचते ।
तसे माझ्याशी त्याचे होते । हे ऐक्य असे ।।६०७।।
मिळोनि मिळतचि असे । समुद्रीं गंगाजळ जैसें ।
मी होऊनि मज तैसें । सर्वस्वें भजती ।।६०८।।
सागरास गंगा ही । मिळाली तरी मिळत राही ।
तसे माझ्याशी ऐक्य होता ही । तो मला भजत राहतो ।।६०८।।
सूर्याच्या होण्यां होईजे । कां सूर्यासवेंचि जाइजे ।
हें विकलेपण साजे । प्रभेसि जेवीं ।।६०९।।
सूर्यासोबत प्रभेचा उदय । अस्ताबरोबरच लय ।
हे ऐक्य जसे होय । प्रभेला शोभते ।।६०९।।
पैं पाणियाचिये भूमिके । पाणी तळपे कौतुकें ।
ते लहरी म्हणती लौकिकें । एऱ्हवीं तें पाणी ।।६१०।।
पाण्याच्या पृष्ठभागावर । हलत राहती तरंगधर ।
लोक त्यास म्हणती लहर । पण ते पाणीच ।।६१०।।
जो अनन्यु यापरी । मी जाहलाहि मातें वरी ।
तोचि तो मूर्तधारी । ज्ञान पैं गा ।।६११।।
जो माझ्याशी एकरूप । माझे मी ज्याचे स्वरूप ।
तो भजतो माझेच रूप । तोच खरा ज्ञानी ।।६११।।

आणि तीर्थें धौतें तटें । तपोवनें चोखटें ।
आवडती कपाटें । वसवूं जया ।।६१२।।
ज्याला परम तीर्थस्थान । नद्यांची तीरे पावन ।
गुहा व निर्मळ तपोवन । राहायला आवडतात ।।६१२।।
शैलकक्षांचीं कुहरें । जळाशय परिसरें ।
अधिष्ठी जो आदरें । नगरा न ये ।।६१३।।
पर्वतातील गुहा विवरे । नयनरम्य सरोवरे ।
प्रेमाने राही या परिसरे । गावात येत नाही ।।६१३।।
बहु एकांतावरी प्रीति । जया जनपदाची खंती ।
जाण मनुष्याकारें मूर्ती । ज्ञानाची तो ।।६१४।।
ज्याला एकांताची आवड । मनुष्यवस्तीची नावड ।
मनुष्यरूपी मूर्ती कावड । ज्ञानाची तो ।।६१४।।
आणिकहि पुढती । चिन्हें गा सुमती ।
ज्ञानाचिये निरुती- । लागीं सांगों ।।६१५।।
अजूनसुद्धा काही । ज्ञानाची चिन्हे ही ।
ज्ञान निश्चिती व्हावी । म्हणून सांगतो ।।६१५।।
तरी परमात्मा ऐसें । जें एक वस्तु असे ।
तें जया दिसें । ज्ञानास्तव ।।६१६।।
परमात्मा म्हणून असते । एक वस्तू दिसते ।
ती अनुभवास येते । ज्ञानामुळे ।।६१६।।
तें एकवांचूनि आनें । जियें भवस्वर्गादि ज्ञानें ।
तें अज्ञान ऐसा मनें । निश्चयो केला ।।६१७।।
त्या एका ज्ञानावाचून । स्वर्ग, संसार इत्यादींचे ज्ञान ।
ते आहे खरे अज्ञान । असा जो निश्चय करतो ।।६१७।।
स्वर्गा जाणें हें सांडी । भवविषयीं कान झाडी ।
दे अध्यात्मज्ञानीं बुडी । सद्भावाची ।।६१८।।
स्वर्गाची इच्छा सोडतो । इहलोकाचा विचार टाकतो ।
अध्यात्मात रममाण होतो । सद्भावनेने ।।६१८।।
भंगलिये वाटे । शोधूनिया अव्हांटे ।
निघिजे जेवीं नीटें । राजपंथें ।।६१९।।
अनेक वाटा असल्या तर । योग्य मार्गाचा करून विचार ।
सरळ मार्गाचा करतो स्वीकार । आडवाट सोडून ।।६१९।।
तैसें ज्ञानजातां करी । आघवेंचि एकीकडे सारी ।
मग मन बुद्धि मोहरी । अध्यात्मज्ञानीं ।।६२०।।
तशी इतर मार्ग त्यागून । सगळे बाजूला सारून ।
मन बुद्धी प्रवृत्त करून । आत्मज्ञानाकडे नेतो ।।६२०।।

म्हणे एक हेंचि आथी । येर जाणणें ते भ्रांती ।
ऐसी निकुरेंसी मती । मेरु होय ।।६२१।।
तो म्हणे आत्मज्ञान खरे । इतर भ्रांती असती सारे ।
या निश्चयाने त्याची बुद्धी ठरे । मेरुचलासम अचल ।।६२१।।
एवं निश्चयो जयाचा । द्वारीं आध्यात्मज्ञानाचा ।
ध्रुव देवो गगनींचा । तैसा राहिला ।।६२२।।
दृढ निश्चय बुद्धीचा त्याच्या । ठरतो दारी आत्मज्ञानाच्या ।
जसा ध्रुवतारा पटलावर गगनाच्या । अढळ राहतो ।।६२२।।
तयाच्या ठायीं ज्ञान । या बोला नाहीं आन ।
जे ज्ञानीं बैसलें मन । तेव्हांचि तें तो मी ।।६२३।।
त्याच्या ठायी ज्ञान वसती । यात शंका नसे कोणती ।
जेव्हा ज्ञानाची पूर्ण होते प्राप्ती । मजस्वरूप होतो ।।६२३।।
तरी बैसलेपणें जें होये । बैसतांचि बोलें न होये ।
तरी ज्ञाना तया आहे । सरिसा पाडु ।।६२४।।
अध्यात्म ज्ञानाच्या निश्चयात । जे मन ज्ञानरूप प्रतीत ।
ते शब्दाने न होई व्यक्त । हे जाणून घे ।।६२४।।
आणि तत्त्वज्ञान निर्मळ । फळे जें एक फळ ।
तें ज्ञेयही वरी सरळ । दिठी जया ।।६२५।।
आत्मज्ञानाचे जे फल । प्राप्त होई सकल ।
त्या ब्रह्मज्ञानी तो निश्चल । आपली दृष्टी ठेवतो ।।६२५।।
एऱ्हवीं बोधा आलेनि ज्ञानें । जरी ज्ञेय न दिसेचि मनें ।
तरी ज्ञानलाभुही न मने । जाहला सांता ।।६२६।।
ज्ञानाचा लाभ होता ही । जर ब्रह्मज्ञानाचा अनुभव न येई ।
तर ज्ञानाचा लाभ होऊनही । तो न झाल्यागत ।।६२६।।
आंधळेनि हातीं दिवा । घेऊनि काय करावा? ।
तैसा ज्ञाननिश्चयो आघवा । वायांचि जाय ।।६२७।।
दिवा आंधळ्या हाती । काय उपयोग असती ।
ज्ञान न होय निश्चयाप्रति । ते व्यर्थ होय ।।६२७।।
जरि ज्ञानाचेनि प्रकाशें । परतत्त्वीं दिठी न पैसे ।
ते स्फूर्तीचि असे । अंध होऊनी ।।६२८।।
प्रत्यक्ष ज्ञानाच्या प्रकाशात । बुद्धीचा प्रवेश न होत ।
परमात्म्याच्या ज्ञानतेजात । बुद्धी आंधळी राहते ।।६२८।।
म्हणौनि ज्ञान जेतुलें दावीं । तेतुली वस्तुचि आघवी ।
तें देखे ऐशी व्हावी । बुद्धि चोख ।।६२९।।
ज्ञान जेवढे दाखवते । ते त्या वस्तूत असते ।
बुद्धी शुद्ध असावी लागते । ते पाहण्या ।।६२९।।

यालागीं ज्ञानें निर्दोखें । दाविलें ज्ञेय देखे ।
तैसेनि उन्मेखें । आथिला जो ।।६३०।।
निर्दोष ज्ञाना कारणे । वस्तूंचे दृष्टीस पडणे ।
त्या प्रतिभासंपन्न ज्ञानाने । जो पूर्ण झाला ।।६३०।।
जेवढी ज्ञानाची वृद्धी । तेवढीच जयाची बुद्धी ।
तो ज्ञान हे शब्दीं । करणें न लगे ।।६३१।।
जी ज्ञानाची समृद्धी । तेवढीच त्याची बुद्धी ।
वर्णन करण्याचे शब्दी । कारण नाही ।।६३१।।
पैं ज्ञानाचिये प्रभेसवें । जयाची मती ज्ञेयीं पावे ।
तो हातधरणिया शिवे । परतत्त्वातें ।।६३२।।
बुद्धीला ज्ञानाचा प्रकाश लाभता । ती ज्ञेयापर्यंत जाता ।
जणू स्पर्श करितो हाता । परतत्त्व ।।६३२।।
तोचि ज्ञान हें बोलतां । विस्मो कवण पंडुसुता? ।
काय सवितयातें सविता । म्हणावें असें? ।।६३३।।
त्याचे हे ज्ञान पाहून । नवल काय ते अर्जुन? ।
सूर्याला सूर्य असे म्हणून । संबोधावे लागे? ।।६३३।।
तंव श्रोतें म्हणती असो ।
न सांगें तयाचा अतिसो ।
ग्रंथोक्ती तेथ आडसो ।
घालितोसी कां? ।।६३४।।
श्रोते म्हणती पुरे आता । गीतार्थ सांगण्याकरता ।
त्या वर्णनाचा किती करिता । अडथळा? ।।६३४।।
तुझा हाचि आम्हां थोरु । वक्तृत्वाचा पाहुणेरु ।
जे ज्ञानविषो फारु । निरोपिला ।।६३५।।
फार झाला विचार । तुझ्या वक्तृत्वाचा पाहुणचार ।
आत्मज्ञानाचा विस्तार । तू फार केलास ।।६३५।।
रसु होआवा अतिमात्रु । हा घेतासि कविमंत्रु ।
तरी अवंतूनि शत्रु । करितोसि कां गा? ।।६३६।।
रसाची ठेवती अतिमात्रा । कवी वापरती या मंत्रा ।
शत्रुत्व वाटते श्रोतृमित्रा । तू असे करू नको ।।६३६।।
ठायीं बैसतिये वेळे । जे रससोय घेऊनि पळे ।
तियेचा येरु वोडव मिळे । कोणा अर्था? ।।६३७।।
भोजनास बसण्याची वेळ आली ।
स्वयंपाकीण स्वयंपाक घेऊन पळाली ।
मग तिच्या आदरातिथ्याची बोली ।
काय सांगावी? ।।६३७।।
आघवाचि विषयीं भादी । परी सांजवणीं टेंकों नेदी ।
ते खुरतोडी नुसधी । पोषी कवण? ।।६३८।।
सर्व गुण संपन्न असे । हात लावू न देई कासे ।
अशा लाथाळ गायीस पोसे । कोण बरे? ।।६३८।।
तैसी ज्ञानीं मती न फांके । येर जल्पती नेणों केतुकें ।
परि तें असो निकें । केलें तुवां ।।६३९।।
इतर सारे बुद्धी चालवती । बाकीचे वर्णन करती ।
तू मुख्य ज्ञाना वर्णिती । हे चांगले केले ।।६३९।।
जया ज्ञानलेशोद्देशें । कीजती योगादि सायासें ।
तें धणीचें आथी तुझिया ऐसें । निरूपण ।।६४०।।
ज्या ज्ञानप्राप्ती करिता । योगी सायास करता ।
ते ब्रह्मज्ञान तू सांगता । समाधान पावले ।।६४०।।
अमृताची सातवांकुडी । लागो कां अनुघडी ।
सुखाच्या दिवसकोडी । गणिजतु कां ।।६४१।।
सात दिवस अमृत वर्षेल । कोणी कंटाळा करेल? ।
कोणी मोजत बसेल । सुखाचे कोट्यवधी दिवस? ।।६४१।।
पूर्णचंद्रेंसीं राती । युग एक असोनि पहाती ।
तरी काय पाहात आहाती । चकोर ते? ।।६४२।।
पौर्णिमेच्या अनेक रात्री । अनेक युगे येती ।
तर चकोर काय कंटाळा करती । चंद्राकडे पाहण्याचा? ।।६४२।।
तैसें ज्ञानाचें बोलणें । आणि येणें रसाळपणें ।
आतां पुरे कोण म्हणे? । आकर्णितां ।।६४३।।
ब्रह्मज्ञानाचे निरूपण । रसाळपणे करता श्रवण ।
पुरे झाले असे कोण । म्हणेल काय? ।।६४३।।
आणि सभाग्यु पाहुणा ये । सुभगाचि वाढती होये ।
तैं सरों नेणें रससोये । ऐसें आथी ।।६४४।।
श्रीमंत पाहुणा घरी येता । अन्नपूर्णा वाढत असता ।
त्या खाण्याची आवड राहता । न वाटे पदार्थ संपावे ।।६४४।।
तैसा जाहला प्रसंगु । जे ज्ञानीं आम्हांसि लागु ।
आणि तुजही अनुरागु । आथि तेथ ।।६४५।।
त्या सम इथे घडते । मला ब्रह्मज्ञान आवडते ।
तुजला ही प्रेम वाटते । त्या विषयी ।।६४५।।
म्हणौनि यया वाखाणा- । पासीं से आली चौगुणा ।
ना म्हणों नयेसि देखणा? । होसी ज्ञानी ।।६४६।।
तुझ्या व्याख्याना लाभती । आज चौपट स्फूर्ती ।
आम्ही विस्तारा नाही न म्हणती । अन् तुझे ज्ञान डोळस ।।६४६।।

तरी आतां ययावरी । प्रज्ञेच्या माजघरीं ।
पदें साच करीं । निरूपणीं ।।६४७।।
तरी आता यानंतर । तू बुद्धीचे सामर्थ्य धारण कर ।
अन् यथार्थ निरूपण कर । पदांचे ।।६४७।।
या संतवाक्यासरिसें । म्हणितलें निवृत्तिदासें ।
माझेंही जी ऐसें । मनोगत ।।६४८।।
संताचे हे ऐकून बोलणे । निवृत्तिदास ज्ञानदेव म्हणे ।
असेच आहे म्हणणे । माझेही ।।६४८।।
यावरी आतां तुम्हीं । आज्ञापिला स्वामी ।
तरी वायां वागू मी । वाढों नेदी ।।६४९।।
यावर आता तुम्ही । आज्ञा केली स्वामी ।
आता व्यर्थ बोलणे मी । वाढवत नाही ।।६४९।।
एवं इयें अवधारा । ज्ञानलक्षणें अठरा ।
श्रीकृष्णें धनुर्धरा । निरूपिली ।।६५०।।
श्रीकृष्णाने याप्रमाणे । सांगितली अठरा ज्ञानलक्षणे ।
ती तू करून श्रवणे । आता ऐक ।।६५०।।
मग म्हणे या नांवें । ज्ञान एथ जाणावें ।
हे स्वमत आणि आघवें । ज्ञानियेही म्हणती ।।६५१।।
मग म्हणाले श्रीकृष्ण । जिथे दिसती ज्ञानलक्षण ।
तिथेच असते ज्ञान । ज्ञानी असेच म्हणती ।।६५१।।
करतळावरी वाटोळा । डोलतु देखिजे आंवळा ।
तैसें ज्ञान आम्हीं डोळां । दाविलें तुज ।।६५२।।
तळहातावर वाटोळा । डोलत राहतो आवळा ।
तसे तुझ्या डोळा । ज्ञान दाखवले ।।६५२।।
आतां धनंजया महामती । अज्ञान ऐसी वदंती ।
तेंही सांगों व्यक्ती । लक्षणेंसीं ।।६५३।।
हे बुद्धिमान अर्जुन । ज्याला म्हणती अज्ञान ।
त्यांचेही लक्षण । तुला स्पष्ट करून सांगतो ।।६५३।।
एऱ्हवीं ज्ञान फुडें जालिया । अज्ञान जाणवे धनंजया ।
जें ज्ञान नव्हे तें अपैसया । अज्ञानचि ।।६५४।।
ज्ञानस्वरूप समजते । तेव्हा अज्ञानही कळते ।
जे ज्ञान नसते । ते अज्ञान होय ।।६५४।।
पाहें पां दिवसु आघवा सरे । मग रात्रीची वारी उरे ।
वांचूनि कांहीं तिसरें । नाहीं जेवीं ।।६५५।।
दिवस जेव्हा सरे । तेव्हा रात्रच उरे ।
कारण याशिवाय तिसरे । काहीच नाही ।।६५५।।

तैसें ज्ञान जेथ नाहीं । तेंचि अज्ञान पाहीं ।
तरी सांगों कांहीं कांहीं । चिन्हें तियें ।।६५६।।
जेथे ज्ञान असत नाही । तेथे अज्ञान राही ।
त्याची लक्षणे काही । येथे सांगतो ।।६५६।।
तरी संभावने जिये । जो मानाची वाट पाहे ।
सत्कारें होये । तोषु जया ।।६५७।।
जो प्रतिष्ठेसाठी जगतो । सन्मानाची वाट पाहतो ।
सत्कार होता होतो । त्याला आनंद ।।६५७।।
गर्वें पर्वताचीं शिखरें । तैसा महत्त्वावरूनि नुतरे ।
तयाचिया ठायीं पुरे । अज्ञान आहे ।।६५८।।
जशी असती पर्वतशिखरे । तसा मोठेपणा वरून तो न उतरे ।
त्याच्या ठायी साठले पुरे । अज्ञान असे समज ।।६५८।।
आणि स्वधर्माची मांगळी । बांधे वाचेच्या पिंपळीं ।
उभिला जैसा देउळीं । जाणोनि कुंचा ।।६५९।।
स्वधर्माच्या मोळाचा दोर । बांधतो वाचेच्या पिंपळावर ।
जसा कुंचला उभा कोपऱ्यावर । सर्व सांगत राहतो ।।६५९।।
घाली विद्येचा पसारा । सूये सुकृताचा डांगोरा ।
करी तेतुलें मोहरा । स्फीतीचिया ।।६६०।।
विद्येचा घालतो पसारा । सत्कृत्यांचा डांगोरा ।
सर्व काही करतो प्रचारा । प्रतिष्ठेसाठी ।।६६०।।
आंग वरिवरी चर्ची । जनातें अभ्यर्चितां वंची ।
तो जाण पां अज्ञानाची । खाणी एथ ।।६६१।।
वरवर देह सजवतो । शुचिर्भूततेचा कंटाळा करतो ।
तो अज्ञानाची खाण असतो । असे समज ।।६६१।।
आणि वन्ही वनीं विचरे । तेथ जळती जैसीं जंगमें स्थावरें ।
तैसें जयाचेनि आचारें । जगा दुःख ।।६६२।।
रानातील वणवा तो । स्थावर जंगम जाळतो ।
तसे तो जगा दुःख देतो । आपल्या वर्तनातून ।।६६२।।
कौतुकें जें जें जल्पे । तें साबळाहूनि तीख रुपे ।
विषाहूनि संकल्पें । मारकु जो ।।६६३।।
तो कौतुके जे बोले । ते टोचती जसे भाले ।
विषाहून घातक झाले । त्याचे दुष्ट संकल्प ।।६६३।।
तयातें बहु अज्ञान । तोचि अज्ञानाचें निधान ।
हिंसेसि आयतन । जयाचें जिणें ।।६६४।।
त्याचे बहुत अज्ञान । अज्ञानाचे जणू निधान ।
हिंसेचे असते स्थान । त्याचे घर ।।६६४।।

आणि फुंकें भाता फुगे । रेचिलिया सर्वेंचि उफगे ।
तैसा संयोगवियोगें । चढे वोहटे ।।६६५।।
फुंकल्यावर भाता फुगतो । वारा जाता दबतो ।
तसा तो चढतो, उतरतो । संयोग-वियोगाने ।।६६५।।
पडली वारयाचिया वळसा । धुळी चढे आकाशा ।
हरिखा वळघे तैसा । स्तुतीवेळे ।।६६६।।
धूळ वाऱ्याच्या संगतीत । चढत जाते आकाशात ।
तसा तो जातो चढत । लोकांनी स्तुती करता ।।६६६।।
निंदा मोटकी आइके । आणि कपाळ धरूनि ठाके ।
थेंबें विरे वारोनि शोखे । चिखलु जैसा ।।६६७।।
निंदा ऐकताच तो । कपाळ धरून बसतो ।
जसा वाऱ्याने वाळतो । थेंबाने झालेला चिखल ।।६६७।।
तैसा मानापमानीं होये । जो कोण्हीचि उर्मी न साहे ।
तयाच्या ठायीं आहे । अज्ञान पुरें ।।६६८।।
मान अपमानही । ज्याला सहन होत नाही ।
आहे त्याच्या ठायी । पूर्ण अज्ञान ।।६६८।।
आणि जयाचिया मनीं गांठी । वरिवरी मोकळी वाचा दिठी ।
आंगें मिळे जीवें पाठीं । भलतया दे ।।६६९।।
मनी वेगळा विचार असतो । वर वेगळेच बोलतो ।
एकाला शब्द देतो । मदत दुसऱ्याला ।।६६९।।
व्याधाचे चारा घालणें । तैसें प्रांजळ जोगावणें ।
चांगाचीं अंतःकरणें । विरु करी ।।६७०।।
पारधी चारा घालतो । तसा हा पोषण करतो ।
पण वेगळा असतो । अंतःस्थ हेतू ।।६७०।।
गार शेवाळें गुंडाळली । कां निंबोळी जैसी पिकली ।
तैसी जयाची भली । बाह्य क्रिया ।।६७१।।
शेवाळ्याचे शीतल अंग । लिंबोण्यांचा पिवळा रंग ।
तसा बाह्यात्कारी ढंग । चांगला दिसे ।।६७१।।
अज्ञान तयाचिया ठायीं । ठेविलें असे पाहीं ।
या बोला आन नाहीं । सत्य मानीं ।।६७२।।
त्याच्या ठिकाणी अज्ञान । आहे असे जाण ।
हे सत्य आहे मान । खोटे नाही ।।६७२।।
आणि गुरुकुळीं लाजे । जो गुरुभक्ती उभजे ।
विद्या घेऊनि माजे । गुरूसींचि जो ।।६७३।।
गुरुकुळाची लाज वाटे । गुरुसेवेचा कंटाळा दाटे ।
विद्येने उन्मत्तता उमटे । गुरूशी ।।६७३।।

तयाचें नाम घेणें । तें वाचे शूद्रान्न घेणें ।
परी घडलें लक्षणें । बोलतां इयें ।।६७४।।
अशाचे नाव घेणे । म्हणजे शूद्रान्न घेणे ।
सांगण्या अज्ञानाची लक्षणे । बोलावेच लागते ।।६७४।।
आता गुरुभक्तांचें नांव घेवों । तेणें वाचेसि प्रायश्चित देवों ।
गुरुसेवका नांव पावों । सूर्यु जैसा ।।६७५।।
आता गुरुभक्ताचे नाव घेऊ । वाचेला प्रायश्चित्त देऊ ।
गुरुसेवकाचे नाव पाहू । तो जणू सूर्य ।।६७५।।
येतुलेनि पांगु पापाचा । निस्तरेल हे वाचा ।
जो गुरुतल्पगाचा । नामीं आला ।।६७६।।
गुरुनिंदकाचे नाम उच्चार । हा पापाचा भार ।
पण निस्तरेल हे पाप तर । ती वाणी ।।६७६।।
हा ठायवरी । तया नामाचें भय हरी ।
मग म्हणे अवधारीं । आणिकें चिन्हें ।।६७७।।
गुरुभक्ताचे नाम येते । पापाचे भय घालवते ।
आता लक्ष दे इथे । आणखी लक्षणे सांगतो ।।६७७।।
तरि आंगें कर्में ढिला । जो मनें विकल्पें भरला ।
अडवींचा अवगळला । कुहा जैसा ।।६७८।।
नित्य कर्माचा आळस झाला । मनात विकल्प उरला ।
जणू आडरानी गाळाने भरला । आड जसा ।।६७८।।
तया तोंडीं कांटिवडे । आंतु नुसधीं हाडें ।
अशुचि तेणें पाडें । सबाह्य जो ।।६७९।।
तोंडाशी काटे भरती । आडात पाणी नसती ।
आत हाडे असती । तसा अंतर्बाह्य अशुद्ध ।।६७९।।
जैसें पोटालागीं सुणें । उघडें झांकलें न म्हणे ।
तैसें आपलें परावें नेणे । द्रव्यालागीं ।।६८०।।
पोटाला अन्न खाणे । उघडे की झाकले न म्हणे ।
आपली दुसऱ्याची न जाणे । संपत्तीही ।।६८०।।
इया ग्रामसिंहाचिया ठायीं । जैसा मिळणी ठावो अठावो नाहीं ।
तैसा स्त्रीविषयीं कांहीं । विचारीना ।।६८१।।
कुत्र्याला भान नसे । संग करताना जसे ।
स्त्रीसंगाविषयी तसे । तो योग्य विचार करत नाही ।।६८१।।
कर्माचा वेळु चुके । कां नित्य नैमित्तिक ठाके ।
तें जया न दुखे । जीवामाजीं ।।६८२।।
कर्माची वेळ चुकली । किंवा नैमित्तिक कर्मे विसरली ।
त्याविषयी त्याला कसली । दुःखे वाटत नाहीत ।।६८२।।

पापी जो निसुगु । पुण्याविषयीं अतिनिलागु ।
जयाचिया मनीं वेगु । विकल्पाचा ।।६८३।।
पापाविषयी अविचार । पुण्याबाबत बेफिकीर ।
ज्याच्या मनी संशयचक्र । वेगाने फिरते ।।६८३।।
तो जाण निखिळा । अज्ञानाचा पुतळा ।
जो बांधोनि असे डोळां । वित्ताशेतें ।।६८४।।
तो जाण केवळा । अज्ञानाचा पुतळा ।
ठेवून असे डोळा । धनसंपत्तीवर ।।६८४।।
आणि स्वार्थें अळुमाळें । जो धैर्यापासोनि चळे ।
जैसें तृणबीज ढळे । मुंगियेचेनी ।।६८५।।
स्वार्थ दिसता चळे । तो निश्चयापासून ढळे ।
जसे गवताचे बीज हाले । मुंगीच्या पायाने ।।६८५।।
पावो सूदलिया सवें । जैसें थिल्लर कालवे ।
तैसा भयाचेनि नांवें । गजबजे जो ।।६८६।।
डबक्यात घालता पाय । पाणी गढूळ होत जाय ।
तसे उच्चारता भय । तो घाबरतो ।।६८६।।
मनोरथांचिया धारसा । वाहणें जयाचिया मानसा ।
पूरीं पडिला जैसा । दुधिया पाहीं ।।६८७।।
मनोरथांच्या पुरात । मन जाई वाहत ।
जसा भोपळा प्रवाहात । वाहत जातो ।।६८७।।
वायूचेनि सावायें । धू दिगंतरा जाये ।
दुःखवार्ता होये । तसें जया ।।६८८।।
वाऱ्यामुळे जसा धूर । उंच आकाशी जाई दूर ।
तसा भयाने होई चूर । दुःखवार्ता येता ।।६८८।।
वाउधणाचिया परी । जो आश्रो कहींचि न धरी ।
क्षेत्रीं तीर्थीं पुरीं । थारों नेणे ।।६८९।।
फिरत्या वावटळीप्रमाणे । अस्थिर त्याचे राहणे ।
तीर्थक्षेत्रात, नगरात न होणे । त्याचा मुक्काम ।।६८९।।
कां मातलिया सरडा । पुढती बुडुख पुढती शेंडा ।
हिंडणवारा कोरडा । तैसा जया ।।६९०।।
माजलेला सरडा । फिरे बुडखा शेंडा ।
तसा निरर्थक येरझाडा । तो भटकत राही ।।६९०।।
जैसा रोविल्याविणें । रांजणु थारों नेणे ।
तैसा पडे तैं राहणें । एऱ्हवीं हिंडे ।।६९१।।
रोवल्याविना रांजणाने । स्थिर न रहाणे ।
तसे पडणे, झोपणे । एरवी भटकणे ।।६९१।।

तयाच्या ठायीं उदंड । अज्ञान असे वितंड ।
जो चांचल्यें भावंड । मर्कटाचें ।।६९२।।
त्याच्या ठायी जाण । असे उदंड अज्ञान ।
जसे चंचलपण । माकडाचे ।।६९२।।
आणि पैं गा धनुर्धरा । जयाचिया अंतरा ।
नाहीं वोढावारा । संयमाचा ।।६९३।।
आणि ऐक अर्जुना । त्याच्या अंतःकरणा ।
धरबंध नसे जाणा । संयमाचा ।।६९३।।
लेंडिये आला लोंढा । न मनी वाळुवेचा वरवंडा ।
तैसा निषेधाचिया तोंडा । बिहेना जो ।।६९४।।
जसा पाण्याचा लोंढाही । न जुमाने वाळूचा बांध ही ।
तसा तो भीत नाही । निषिद्ध कर्मे करण्या ।।६९४।।
व्रतातें आड मोडी । स्वधर्मु पायें वोलांडी ।
नियमाची आस तोडी । जयाची क्रिया ।।६९५।।
व्रत मोडून टाकतो । स्वधर्मा लाथ मारतो ।
नियमाविरुद्ध कर्म करतो । शास्त्राच्या ।।६९५।।
नाहीं पापाचा कंटाळा । नेणें पुण्याचा जिव्हाळा ।
लाजेचा पेंडवळा । खाणोनि घाली ।।६९६।।
पापाचा कंटाळा न करी । पुण्याची आस न धरी ।
समूळ खणून उकरी । लज्जेची मर्यादा ।।६९६।।
कुळेंसीं जो पाठमोरा । वेदाज्ञेसीं दुऱ्हा ।
कृत्याकृत्यव्यापारा । निवाडु नेणे ।।६९७।।
न माने कुलाचार । वेदाज्ञा ठेवी दूर ।
न करी योग्य विचार । कर्म-अकर्माचा ।।६९७।।
वसू जैसा मोकाटु । वारा जैसा अफाटु ।
फुटला जैसा पाटु । निर्जनीं ।।६९८।।
वळू जसा मोकाट फिरतो । वारा जसा स्वैर वाहतो ।
फुटलेला पाट स्वैर धावतो । रानात ।।६९८।।
आंधळें हातिरूं मातलें । कां डोंगरीं जैसें पेटलें ।
तैसें विषयीं सुटलें । चित्त जयाचें ।।६९९।।
हत्ती माजता स्वैर धावतो । डोंगरातील वणवा स्वैर पेटतो ।
तसा तो मनाने धावतो । विषयांच्या मागे ।।६९९।।
पैं उबधडां काय न पडे । मोकाटु कोणां नातुडे ।
ग्रामद्वारींचे आडें । नोलांडी कोण ।।७००।।
उकिरड्यावर काय न पडे? । मोकाट वळू कोणा न सापडे? ।
वेशीचा उंबरा न ओलांडे । असे कोणी? ।।७००।।

जैसें सत्रीं अन्न जालें । कीं सामान्या बीक आलें ।
वाणसियेचें उभलें । कोण न रिगे? ।।७०१।।
अन्नछत्री अन्न कोण न खाईल? ।
सामान्याला पद मिळता तो गप्प राहील।
सांग कोण न जाईल? ।
वारांगनेच्या उंबऱ्यात ।।७०१।।
तैसें जयाचें अंत:करण । तयाच्या ठायीं संपूर्ण ।
अज्ञानाची जाण । ऋद्धि आहे ।।७०२।।
असे धावे ज्याचे मन । त्याचे ठायी संपूर्ण अज्ञान ।
हे तूही जाण । हा सिद्धान्त ।।७०२।।
आणि विषयांची गोडी । जो जीतु मेला न संडी ।
स्वर्गींही खावया जोडी । येथूनिची ।।७०३।।
त्याची हाव विषयांची । जिता मरता न जायाची ।
स्वर्गातही इच्छा भोगाची । इथूनच करी ।।७०३।।
जो अखंड भोगा जचे । जया व्यसन काम्यक्रियेचें ।
मुख देखोनि विरक्ताचें । सचैल करी ।।७०४।।
भोगासाठी श्रम करतो ।
सकाम कर्मांचीच इच्छा धरतो ।
वस्त्रांसह स्नान करतो ।
विरक्ताचे मुख पाहता ।।७०४।।
विषो शिणोनि जाये । परि न शिणे सावधु नोहे ।
कुहीला हातीं खाये । कोढी जैसा ।।७०५।।
विषय शिणतील कदाचित । पण हा सावध न होत ।
कुजक्या हाताने खात । कुष्ठरोगी जसा ।।७०५।।
खरी टेंकों नेदी उडे । लातौनि फोडी नाकाडें ।
तऱ्ही जेवीं न काढे । माघौता खरु ।।७०६।।
गाढवी लाथा मारते । गाढवाचे नाक फोडते ।
तरी मागे न हटते । ते गाढव ।।७०६।।
तैसा जो विषयांलागीं । उडी घाली जळतिये आगीं ।
व्यसनाची आंगीं । लेणीं मिरवी ।।७०७।।
ज्याप्रमाणे आगीच्या ज्वाली । जो उडी घाली ।
व्यसनाच्या घालतो झुली । भूषण मानून ।।७०७।।
फुटोनि पडे तंव । मृग वाढवी हांव ।
परी न म्हणे ते माव । रोहिणीची ।।७०८।।
मृगजळे धावता ऊर फुटते । तरी हरणाची हाव वाढते ।
तरी न समजून घेते । हा रोहिणी नक्षत्राचा भ्रम ।।७०८।।

तैसा जन्मोनि मृत्यूवरी । विषयीं त्रासितां बहुतीं परीं ।
तऱ्ही त्रासु नेघे धरी । अधिक प्रेम ।।७०९।।
जन्म मृत्यूपर्यंत तो । विषयांचा त्रास होतो ।
तरी तो न मानतो । विषयी अधिक प्रेम ठेवी ।।७०९।।
पहिलिये बाळदशे । आई बा हेंचि पिसें ।
तें सरे मग स्त्रीमांसें । भुलोनि ठाके ।।७१०।।
बालपणी त्याला असते । आईवडिलांच्या प्रेमाचे वेड ते ।
तारुण्यात भुलून टाकते । स्त्री मांसल भागाने ।।७१०।।
मग स्त्री भोगितां थावों । वृद्धाप्य लागे येवों ।
तेव्हां तोचि प्रेमभावो । बाळकांसि आणी ।।७११।।
स्त्री भोगुनी थकतो । वृद्धत्वाकडे येतो ।
मुलाबाळांकडे वळवतो । आपले प्रेम ।।७११।।
आंधळें व्यालें जैसें । तैसा बाळें परिवसे ।
परि जीवें मरे तों न त्रासे । विषयांसि जो ।।७१२।।
आंधळ्यास जन्म देते । आई सांभाळ करते ।
तसे मृत्यूपर्यंत न सोडते । त्याचे मन विषयाला ।।७१२।।
जाण तयाच्या ठायीं । अज्ञानासि पारु नाहीं ।
आतां आणीक कांहीं । चिन्हें सांगों ।।७१३।।
म्हणून त्याच्या ठायी । अज्ञाना अंत नाही ।
आता आणखी काही । लक्षणे सांगतो ।।७१३।।
तरि देह हाचि आत्मा । ऐसेया जो मनोधर्मा ।
वळघोनियां कर्मा । आरंभु करी ।।७१४।।
देह हाच आत्मा असून । अशी मनोवृत्ती ठेवून ।
असे समजून घेऊन । कर्मा आरंभ करतो ।।७१४।।
आणि उणें कां पुरें । जें जें कांहीं आचरे ।
तयाचेनि आविष्करें । कुंथों लागे ।।७१५।।
कमी किंवा जास्त । जे कर्म करीत ।
त्याच्या अभिमानाने लागत । तो कुंथाया ।।७१५।।
डोईये ठेविलेनि भोजें । देवलविसें जेवीं फुंजे ।
तैसा विद्यावयसा माजे । उताणा चाले ।।७१६।।
डोक्यावर देव्हारा ठेवतो । पछाडून घुमतो, नाचतो ।
छाती ताठ करून चालतो । अज्ञानाने माजलेला ।।७१६।।
म्हणे मीचि एकु आथी । माझ्यांचि घरीं संपत्ती ।
माझी आचरती रीती । कोणा आहे ।।७१७।।
मीच एकमेव म्हणती । माझ्याच घरी आहे संपत्ती ।
माझ्यासम आचरण नीती । कोणाकडे आहे? ।।७१७।।

नाहीं माझेनि पाडें वाडु । मी सर्वज्ञ एकचि रूढु ।
ऐसा गर्वतुष्टीगंडु । घेऊनि ठाके ॥७१८॥
माझ्यासम मोठा नसे । मीच सर्वज्ञ असे ।
असे तो वागतसे । गर्वाने ॥७१८॥
व्याधि लागलिया माणुसा । नयेचि भोग दाऊं जैसा ।
निकें न साहे जो तैसा । पुढिलांचें ॥७१९॥
व्याधिग्रस्त मनुष्यास । न आवडे अन्नाचा घास ।
तसे न बघवे त्यास । दुसऱ्याचे चांगले ॥७१९॥
पैं गुण तेतुला खाय । स्नेह कीं जाळितु जाय ।
जेथ ठेविजे तेथ होय । मसीऐसें ॥७२०॥
दिवा खाई वात । तेल जाळून टाकत ।
काजळी डाग पाडत । जिथे ठेवला तिथे ॥७२०॥
जीवनें शिंपिला तिडपिडी । विजिला प्राण सांडीं ।
लागला तरी काडी । उरों नेदी ॥७२१॥
पाणी शिंपडल्यास तडतडतो । वारा लागल्यास विझतो ।
अग्नीने भस्म करतो । जिथे लागला तिथे ॥७२१॥
आळुमाळ प्रकाशु करी । तेतुलेनीच उबारा धरी ।
तैसिया दीपाचि परी । सुविद्यु जो ॥७२२॥
हलका प्रकाश पाडतो । थोडी ऊब निर्माण करतो ।
तसा तोही असतो । थोडे ज्ञान असता ॥७२२॥
औषधाचेनि नांवें अमृतें । जैसा नवज्वरु आंबुथे ।
कां विषचि होऊनि परतें । सर्पा दूध ॥७२३॥
ज्वर झाल्या माणसास । ताप वाढे दूध दिल्यास ।
सापाला दूध पाजल्यास । विष होऊन उलटते ॥७२३॥
तैसा सद्गुणीं मत्सरु । व्युत्पत्ती अहंकारु ।
तपोज्ञानें अपारु । ताठा चढे ॥७२४॥
तो सद्गुणांचा मत्सर करी । विद्वत्तेचा अहंकार धरी ।
अतिशय गर्व करी । विद्येचा, तपाचा ॥७२४॥
अंत्यु राणिवे बैसविला । आरें धारणु गिळिला ।
तैसा गर्वें फुगला । देखसी जो ॥७२५॥
याला बसविता राज्यावर । फुगतो मनी अहंकार ।
जसा फुगतो अजगर । खांब गिळला असता ॥७२५॥
जो लाटणें ऐसा न लवे । पाथरु तेवीं न द्रवे ।
गुणियासि नागवे । फोडसें जैसें ॥७२६॥
लाटण्यासम ताठ राहणारा । दगडासम कठोर असणारा ।
ज्ञानी लोका न बधणारा । फुरशासम विषारी ॥७२६॥

किंबहुना तयापाशी । अज्ञान आहे वाढीसीं ।
हें निकरें गा तुजसीं । बोलत असों ॥७२७॥
खरे तर त्याच्यापाशी । अज्ञानच लागते वाढीशी ।
हे मी निश्चयाशी । तुला सांगतो ॥७२७॥
आणीकही धनंजया । जो गृहदेह सामग्रिया ।
न देखे कालचेया । जन्मातें गा ॥७२८॥
धनंजया आणखी गुण त्याचा । घर, संपत्ती, देह याचा ।
जन्मातील सुखदुःखाचा । विचार करत नाही ॥७२८॥
कृतघ्ना उपकारु केला । कां चोरा व्यवहारु दिधला ।
निसुगु स्तविला । विसरे जैसा ॥७२९॥
कृतघ्नावर उपकार । चोरा दिला व्यवहार ।
निर्लज्जा स्तुती विचार । हे जसे विसरले जातात ॥७२९॥
वोढाळितां लाविलें । तें तैसेंच कान पूंस वोलें ।
कीं पुढती वोढाळुं आलें । सुणें जैसें ॥७३०॥
ओढाळ कुत्र्याचे जरी । कान, शेपूट कापले तरी ।
तो निर्लज्जपणे घरी । परत येतोच ॥७३०॥
बेडूक सापाचिया तोंडीं । जातसे सबुडबुडीं ।
तो मक्षिकांचिया कोडीं । स्मरेना कांहीं? ॥७३१॥
बेडूक सापाच्या जाई तोंडी । पण माशी दिसता जीभ काढी ।
आपण मृत्यूच्या जबडी । त्याला स्मरत नाही ॥७३१॥
तैसीं नवही द्वारें स्रवती । आंगीं देहाची लुती जिती ।
जेणें जाली तें चित्तीं । सलेना जया ॥७३२॥
देहाची नऊ द्वारे । अविरत राहती पाझरे ।
तरी न विचार करे । याचे कारण काय? ॥७३२॥
मातेच्या उदरकुहरीं । पचूनि विष्ठेच्या दाथरीं ।
जठरीं नवमासवरी । उकडला जो ॥७३३॥
आईच्या उदरगुहेत । विष्ठेच्या पडून थरात ।
नऊ मास जठरात । उकडला जातो ॥७३३॥
तें गर्भींची जे व्यथा । कां जें जालें उपजतां ।
तें कांहींचि सर्वथा । नाठवी जो ॥७३४॥
ते दुःख गर्भातले । किंवा बाहेर येता जे झाले ।
ते स्मरण विसरले । काही आठवत नाही ॥७३४॥
मलमूत्रपंकीं । जे लोळतें बाळ अंकीं ।
तें देखोनि जो न थुंकीं । त्रासु नेघे ॥७३५॥
विष्ठा मूत्र या चिखलातली । बाळे मांडीवर आली ।
याची किळस न वाटून घेतली । त्रास न वाटे ॥७३५॥

कालचि ना जन्म गेलें । पाहेचि पुढती आलें ।
ऐसें हें कांहीं वाटलें । नाहीं जया ।।७३६।।
काल एक जन्म संपता हे । उद्या पुन्हा जन्म आहे ।
काहींच न वाटताहे । याचे त्याला ।।७३६।।
आणि पैं तयाची परी । जीविताची फरारी ।
देखोनि जो न करी । मृत्युचिंता ।।७३७।।
आणि त्याचप्रमाणे । आयुष्याच्या भरात जाणे ।
मृत्यूची चिंता न वाटणे । ज्या सारे पाहूनही ।।७३७।।
जिणेयाचेनि विश्वासें । मृत्यु एक एथ असे ।
हें जयाचेनि मानसें । मानिजेना ।।७३८।।
जगण्यावर असे विश्वास । मृत्यू येईल एक दिवस ।
याचा न होतसे त्रास । त्याच्या मना ।।७३८।।
अल्पोदकींचा मासा । हें नाटे ऐसिया आशा ।
न वचेचि कां जैसा । अगाध डोहां ।।७३९।।
डबक्यात मासा राहतो । पाणी आटणार नाही म्हणतो ।
या आशेने न जातो । खोल डोहाकडे ।।७३९।।
कां गोरीचिया भुली । मृग व्याधा दृष्टी न घाली ।
गळु न पाहतां गिळिली । उंडी मीनें ।।७४०।।
पारध्याच्या गाण्यालाही । हरीण भुलत नाही ।
आमिषासकट गिळून घेई । मासा गळाला ।।७४०।।
दीपाचिया झगमगा । जाळील हें पतंगा ।
नेणवेचि पैं गा । जयापरी ।।७४१।।
दिव्याची आभा उजळे । पतंगा ती जाळे ।
हे त्या न कळे । तसे आहे ।।७४१।।
गव्हारु निद्रासुखें । घर जळत असे तें न देखे ।
नेणतां जेंवी विखें । रांधिलें अन्न ।।७४२।।
मूर्ख झोपतो सुखे । घर जळते न देखे ।
शिजवले अन्न चाखे । विष घातले तरी ।।७४२।।
तैसा जीविताचेनि मिषें । हा मृत्युचि आला असे ।
हें नेणेचि राजसें । सुखें जो गा ।।७४३।।
जीविताच्या मिषाने जसे । मरणच आले असे ।
रजोगुणांचे विषय मिषे । तो जाणत नाही ।।७४३।।
शरीरींचीं वाढी । अहोरात्रांची जोडी ।
विषयसुखप्रौढी । साचचि मानी ।।७४४।।
शरीराचे वाढणे । रात्र दिवसाचे असणे ।
विषय सुखाचे भोगणे । सर्व सत्य मानतो ।।७४४।।

परी बापुडा ऐसें नेणे । जें वेश्येचें सर्वस्व देणें ।
तेंचि तें नागवणें । रूप एथ ।।७४५।।
वारांगनेचे तन-मन देणे । हेच मनुष्यास नागवणे ।
असेच विषयसुख भोगणे । हे तो जाणत नाही ।।७४५।।
संवचोराचें साजणें । तेंचि तें प्राण घेणें ।
लेपा स्नपन करणें । तोचि नाशु ।।७४६।।
चोराने मित्र जोडणे । हेच असते प्राण घेणे ।
भित्तिचित्रास धुणे । हा चित्राचा विनाश ।।७४६।।
पांडुरोगें आंग सुटलें । तें तयाचि नांवे खुंटलें ।
तैसें नेणें भुललें । आहारनिद्रा ।।७४७।।
पांडुरोगाने अंग फुगले । आरोग्य नव्हे आयुष्य संपले ।
तसे याचे मन भुलले । आहार निद्रेला ।।७४७।।
सन्मुख शूला । धांवतया पायें चपळा ।
प्रतिपदीं ये जवळा । मृत्यु जेवीं ।।७४८।।
समोर असता सूळ । मनुष्य धावे चपळ ।
पण मृत्यू येई जवळ । तो न जाणे ।।७४८।।
तेवीं देहा जंव जंव वाढु । जंव जंव दिवसांचा पवाडु ।
जंव जंव सुरवाडु । भोगांचा या ।।७४९।।
जसे शरीर वाढेल । आयुष्य वाढत जाईल ।
विषय सुखे रमून जाईल । मन त्याचे ।।७४९।।
तंव तंव अधिकाधिकें । मरण आयुष्यातें जिंके ।
मीठ जेवीं उदकें । घांसिजत असे ।।७५०।।
आयुष्य जसे वाढेल । मरण आयुष्या जिंकेल ।
जसे मीठ विरघळेल । पाण्याने घासता ।।७५०।।
तैसें जीवित्व जाये । तयास्तव काळु पाहे ।
हें हातोहातींचें नव्हे । ठाउकें जया ।।७५१।।
जसे आयुष्य वाढते । मृत्यूवेळ जवळ येते ।
हे सहज न घडते । तो जाणतो ।।७५१।।
किंबहुना पांडवा । हा आंगींचा मृत्यु नीच नवा ।
न देखे जो मावा । विषयांचिया ।।७५२।।
म्हणून ऐक पांडवा । विषयभोग हा मृत्यू नित्य नवा ।
विषयांच्या कपटी स्वभावा । तो न पाहू शके ।।७५२।।
तो अज्ञानदेशींचा रावो । या बोला महाबाहो ।
न पडे गा ठावो । आणिकांचा ।।७५३।।
अज्ञानदेशाचा तो । महाराजा असतो ।
यात मुळीच नसतो । संदेह कसला ।।७५३।।

पैं जीविताचेनि तोखें । जैसा कां मृत्यु न देखे ।
तैसाचि तारुण्ये पोखें । जरा न गणी ।।७५४।।
जीविताच्या आनंदात । मृत्यूला नाही बघत ।
तारुण्याच्या आवेशात । वृद्धत्वाची काळजी न करी ।।७५४।।
कडाडीं लोटला गाडा । कां शिखरौनि सुटला धोंडा ।
तैसा न देखे जो पुढां । वार्धक्य आहे ।।७५५।।
कड्यावरून लोटलेला गाडा । शिखरावरून सुटलेला धोंडा ।
तसा न पाही पुढचा खोडा । वार्धक्याचा ।।७५५।।
कां आडवोहळा पाणी आलें । कां जैसे म्हैसयाचें झुंज मातलें ।
तैसें तारुण्याचे चढलें । भुरें जया ।।७५६।।
आडरानी पाणी आले । दोन रेड्यांची टक्कर चाले ।
तसे त्याचे तारुण्य मातले । धुंदी चढून ।।७५६।।
पुष्टि लागे विघरों । कांति पाहे निसरों ।
मस्तक आदरीं शिरों- । भागीं कंप ।।७५७।।
पुष्टपणा कमी होई । कांती सुरकतून जाई ।
मस्तक हालताही । मानेसोबत ।।७५७।।
दाढी साउळ धरी । मान हालौनि वारी ।
तरी जो करी । मायेचा पैसु ।।७५८।।
दाढीवर नाकाची सावली । मान होतसे ढिली ।
तरी होत राहिली । आशेत वाढ ।।७५८।।
पुढील उरीं आदळे । तंव न देखे जेवीं आंधळें ।
कां डोळ्यावरलें निगळे । आळशी तोषें ।।७५९।।
वस्तू उरावर आदळे । मग पाहती आंधळे ।
चिपडे भरती डोळे । आळशा आनंद ।।७५९।।
तैसें तारुण्य आजिचें । भोगितां वृद्धाप्य पाहेचें ।
न देखे तोचि साचें । अज्ञानु गा ।।७६०।।
आज तारुण्य भोगताही । वृद्धत्व न पाही ।
तोचि खरोखर राही । अज्ञानी ।।७६०।।
देखे अक्षमें कुब्जें । कीं विटावूं लागे फुंजें ।
परी न म्हणे पाहे माझें । ऐसेंचि भवे ।।७६१।।
आंधळा, कुबडा पाहून । हसे तो हिणवून ।
न कळे अज्ञानातून । माझी उद्या हीच स्थिती ।।७६१।।
आणि आंगीं वृद्धाप्यतेची । संज्ञा ये मरणाची ।
परी जया तारुण्याची । भुली न फिटे ।।७६२।।
देही खूण वृद्धत्वाची । कळा येई मरणाची ।
तरी असे तारुण्याची । संभ्रमावस्था ।।७६२।।

तो अज्ञानाचें घर । हें साचचि घे उत्तर ।
तेवींचि परियेसीं थोर । चिन्हें आणिक ।।७६३।।
तो अज्ञानाचे घर । हेच खरे उत्तर ।
तुज आणखी विचार । लक्षणांचा सांगतो ।।७६३।।
तरि वाघाचिये अडवे । एक वेळ आला चरोनि दैवें ।
तेणें विश्वासें पुढती धांवे । वसू जैसा ।।७६४।।
वाघ आडवा जाई । बैल नशिबाने परत येई ।
या विश्वासाने पुन्हा जाई । की वाघ काही न करे ।।७६४।।
कां सर्पघराआंतु । अवचटें ठेवा आणिला स्वस्थु ।
येतुलियासाठीं निश्चितु । नास्तिकु होय ।।७६५।।
ज्यावर सर्पाची नजर । ते धन आणता बाहेर ।
विश्वास न ठेवी त्यावर । की सर्पाची नजर असते ।।७६५।।
तैसेनि अवचटें हें । एकदोनी वेळां लाहे ।
एथ रोग एक आहे । हें मानीना जो ।।७६६।।
रोग नष्ट होता ही । आरोग्य प्राप्त होई ।
तरी तो समजत नाही । देह रोगांचे भांडार ।।७६६।।
वैरिया नीद आली । आतां द्वंद्वें माझीं सरलीं ।
हें मानी तो सपिली । मुकला जेवीं ।।७६७।।
वैऱ्यास झोप लागता । वैर संपले मानता ।
वैरी जागा होता । मुलाबाळांसह नाश पावतो ।।७६७।।
तैसी आहारनिद्रेची उजरी । रोग निवांतु जोंवरी ।
तंव जो न करी । व्याधी चिंता ।।७६८।।
आहार निद्रा योग्य असताही । मानतो काही रोग नाही ।
वृद्धत्वातील रोगाची चिंताही । तो करत नसे ।।७६८।।
आणि स्त्रीपुत्रादिमेळें । संपत्ति जंव जंव फळे ।
तेणें रजें डोळे । जाती जयाचे ।।७६९।।
स्त्री-पुत्रांच्या संगतीत । वाढ होता संपत्तीत ।
मग गर्वाच्या धुळीत । तो आंधळा होई ।।७६९।।
सवेंचि वियोगु पडैल । विळौनी विपत्ति येईल ।
हें दुःख पुढील । देखेना जो ।।७७०।।
सर्वांचा वियोग होईल । संपत्ती जाऊन विपत्ती येईल ।
हे दुःख असे पुढील । तो बघत नाही ।।७७०।।
तो अज्ञान गा पांडवा । आणि तोही तोचि जाणावा ।
जो इंद्रियें अव्हासवा । चारी एथ ।।७७१।।
हे कुंतीपुत्र अर्जुन । तो अज्ञानी असे जाण ।
जो घेई विषय स्वैर भोगून । तो ही अज्ञानी ।।७७१।।

वयसेचेनि उवायें । संपत्तीचेनि सावायें ।
सेव्यासेव्य जाये । सरकटितु ॥७७२॥
तारुण्याच्या मस्तीने । संपत्तीच्या गर्वाने ।
विषय भोगत राहणे । सरसकट ॥७७२॥
न करावें तें करी । असंभाव्य मनीं धरी ।
चिंतू नये तें विचारी । जयाची मती ॥७७३॥
न करावे ते तो करतो । असंभव गोष्टी मनी धरतो ।
न करावा असा विचार करतो । त्याच्या बुद्धीने ॥७७३॥
रिघे जेथ न रिघावें । मागे जें न घ्यावें ।
स्पर्शे जेथ न लागावें । आंग मन ॥७७४॥
न जावे तिथे जातो । न घ्यावे ते मागतो ।
नको त्या स्पर्श करतो । असे वागतो ॥७७४॥
न जावें तेथ जाये । न पाहावें तें जो पाहे ।
न खावें तें खाये । तेवींचि तोषे ॥७७५॥
जाऊ नये तिथे जातो । पाहू नये ते पाहतो ।
खाऊ नये ते खातो । संतोषाने ॥७७५॥
न धरावा तो संगु । न लागावें तेथ लागु ।
नाचरावा तो मार्गु । आचरे जो ॥७७६॥
नको त्याची संगत धरतो । नको तिथे आसक्ती ठेवतो ।
तोच मार्ग आचरतो । जो न आचरावा ॥७७६॥
नायकावें तें आइके । न बोलावें तें बके ।
परी दोष होतील हें न देखे । प्रवर्ततां ॥७७७॥
न ऐकावे ते ऐकतो । न बोलावे ते बोलतो ।
कोणताही विचार न करतो । हातून दोष घडेल याचा ॥७७७॥
आंगा मनासि रुचावें । येतुलेनि कृत्याकृत्य नाठवें ।
जो करणेयाचेनि नांवें । भलतेंचि करी ॥७७८॥
देहा मनास गोड वाटावे । कृत्य अकृत्य न आठवे ।
कर्माच्या नावे करावे । भलतेच काही ॥७७८॥
परि पाप मज होईल । कां नरकयातना येईल ।
हें कांहींचि पुढील । देखेना जो ॥७७९॥
माझ्या हातून पापे घडतील । नरकयातना भोगाव्या लागतील ।
यातले काहीही पुढील । तो बघत नाही ॥७७९॥
तयाचेनि आंगलगें । अज्ञान जगीं दाटुगें ।
जें सज्ञानाही संगें । झोंबों सके ॥७८०॥
त्याच्या आश्रयानं । अज्ञान होई बलवान ।
की घेतसे झुंज संघर्षानं । सज्ञाना संगे ॥७८०॥

परी असो हें आइक । अज्ञान चिन्हें आणिक ।
जेणें तुज सम्यक् । जाणवे तें ॥७८१॥
आता तू ऐक । अज्ञान लक्षणे आणिक ।
ज्यामुळे तू सर्वेक । जाणशील ॥७८१॥
तरी जयाची प्रीति पुरी । गुंतली देखसी घरीं ।
नवगंधकेसरीं । भ्रमरी जैशी ॥७८२॥
त्याचे प्रेम संपूर्ण । घरात राहते गुंतून ।
जसा भ्रमर नवपरागांतून । गुंतून राहतो ॥७८२॥
साकरेचिया राशी । बैसली नुठे माशी ।
तैसेनि स्त्रीचित्त आवेशीं । जयाचें मन ॥७८३॥
साखरेवर माशी बसते । न उडू पाहते ।
तसे आसक्त असते । मन स्त्रीवर ॥७८३॥
ठेला बेडूक कुंडीं । मशक गुंतला शेंबुडीं ।
जैसा ढोरु सबुडबुडीं । रुतला पंकीं ॥७८४॥
बेडूक डबक्यात राहतो । चिलट शेंबडात गुंततो ।
चिखलात रुतून बसतो । जसा जनावराचा देह ॥७८४॥
तैसें घरींहूनि निघणें । नाहीं जीवें मनें प्राणें ।
जया साप होऊनि असणें । भाटीं तियें ॥७८५॥
तसा तो घरातून । न जाई बाहेर पडून ।
मृत्यूनंतरही साप बनून । तिथेच राहतो ॥७८५॥
प्रियोत्तमाचिया कंठीं । प्रमदा घे आटी ।
तैशी जीवेंसी कोंपटी । धरूनि ठाके ॥७८६॥
प्रिय पतीच्या गळा । मिठी मारते रमला ।
तसा तो घराला । मोहाने ग्रासतो ॥७८६॥
मधुरसोद्देशें । मधुकर जचे जैसें ।
गृहसंगोपन तैसें । करी जो गा ॥७८७॥
मधु मिळवण्या जशी । कष्ट घेते मधमाशी ।
गृहसंगोपनात तशी । कामे करितो ॥७८७॥
म्हातारपणीं जालें । मा आणिक एक विपाईलें ।
तयाचें कां जेतुलें । मातापितरां ॥७८८॥
वृद्धापकाळी एकुलता । पुत्र प्राप्त होता ।
आई-वडिला असता । प्रेम जितुके ॥७८८॥
तेतुलेनि पाडें पार्था । घरीं जया प्रेम आस्था ।
आणि स्त्रीवांचूनि सर्वथा । जाणेना जो ॥७८९॥
ऐक पार्थ धुरंधर । ज्याचे इतके प्रेम घरावर ।
पण स्त्रीवाचून इतर । तो जाणत नाही ॥७८९॥

तैसा स्त्रीदेहीं जो जीवें । पडोनिया सर्वभावें ।
कोण मी काय करावें । कांहीं नेणे ।।७९०।।
तसा स्त्रीच्या देहावरती । ठेवतो सर्व प्रीती ।
न जाणू पाहती । कोण मी काय कर्तव्य ।।७९०।।
महापुरुषाचें चित्त । जालिया वस्तुगत ।
ठाके व्यवहारजात । जयापरी ।।७९१।।
महापुरुषाचे चित्त । ब्रह्मरूपाशी अर्पित ।
सर्व व्यवहार थांबत । तसे आहे ।।७९१।।
हानि लाज न देखे । परापवादु नाइके ।
जयाचीं इंद्रियें एकमुखें । स्त्रिया केलीं ।।७९२।।
हानी, लज्जा न पाही । निंदा ऐकून न घेई ।
धावे सर्व इंद्रियी । स्त्री मागे ।।७९२।।
चित्त आराधी स्त्रीयेचें । आणि तियेचेनि छंदें नाचे ।
माकड गारुडियाचें । जैसें होय ।।७९३।।
स्त्रीचीच करी आराधना । मागे पुढे नर्तना ।
गारुडी नाचवी मर्कटांना । तसे नाचतो ।।७९३।।
आपणपेंही शिणवी । इष्टमित्र दुखवी ।
मग कवडाचि वाढवी । लोभी जैसा ।।७९४।।
स्त्रीसाठी कष्ट भारी । इष्ट मित्रांना दुःखी करी ।
संपत्तीत वाढ करी । लोभीपणाने ।।७९४।।
तैसा दानपुण्यें खांची । गोत्रकुटुंबा वंची ।
परी गारी भरी स्त्रियेची । उणी हों नेदी ।।७९५।।
दानधर्म कमी करतो । कुटुंबीयांना फसवतो ।
कमी पडू देत नाही तो । स्त्रीला पैसा ।।७९५।।
पूजिती दैवतें जोगावी । गुरूतें बोलें झकवी ।
मायबापां दावी । निदारपण ।।७९६।।
देव वरवर पुजतो । गुरूला गोडीने भुलवतो ।
आई-वडिला दावतो । दरिद्रीपण ।।७९६।।
स्त्रियेच्या तरी विखीं । भोगुसंपत्ती अनेकीं ।
आणी वस्तु निकी । जे जे देखे ।।७९७।।
स्त्रीसाठी आणी वस्त्रे-अलंकार । भोग-संपत्तीचे प्रकार ।
ती जे जे पाही बाजार । ते आणून देतो ।।७९७।।
प्रेमाथिलेनि भक्तें । जैसेनि भजिजे कुळदैवतें ।
तैसा एकाग्रचित्तें । स्त्री जो उपासी ।।७९८।।
जसा प्रेमळ भक्त । उपासतो कुलदेवते एकचित्त ।
तसा एकाग्र चित्त । स्त्रीला आराधतो ।।७९८।।

साच आणि चोख । तें स्त्रियेसीचि अशेख ।
येरांविषयीं जोगावणूक । तेही नाहीं ।।७९९।।
जे सुंदर मौल्यवान । ते स्त्रीला करी अर्पण ।
इतरांचे पालनपोषण । करत नाही ।।७९९।।
इयेतें हन कोणी देखैल । इयेसी वेखासें जाईल ।
तरी युगचि बुडैल । ऐसें जया ।।८००।।
तिला दुष्टपणे पाहील । तिच्या विरुद्ध जाईल ।
तर युग बुडेल । असे त्याला वाटते ।।८००।।
नायट्यांभेण । न मोडिजे नागांची आण ।
तैसी पाळी उणखुण । स्त्रीयेची जो ।।८०१।।
नायट्याच्या भीतीने कोणीही । नागाचा नवस मोडत नाही ।
तसा तो पुरवत राही । स्त्रीचे मनोगत ।।८०१।।
किंबहुना धनंजया । स्त्रीचि सर्वस्व जया ।
आणि तियेचिया जालिया- । लागीं प्रेम ।।८०२।।
किंबहुना अर्जुना जाणी । स्त्रीलाच तो सर्वस्व मानी ।
तिच्यापासूनच्या अपत्यांप्रती मनी । प्रेम ठेवतो ।।८०२।।
आणिकही जें समस्त । तियेचें संपत्तिजात ।
तें जीवाहूनि आप्त । मानी जो कां ।।८०३।।
तिची स्थावर-जंगम संपत्ती । तिच्यावर राखतो प्रीती ।
जीवाहून तिला जास्ती । तो मानतो ।।८०३।।
तो अज्ञानासी मूळ । अज्ञाना त्याचेनि बळ ।
हें असो केवळ । तेंचि रूप ।।८०४।।
म्हणून तो असे केवळ । अज्ञानाचे मूळ ।
अज्ञानानेच त्या बळ । तो अज्ञानाचे रूप ।।८०४।।
आणि मातलिया सागरीं । मोकललिया तरी ।
लाटांच्या येरझारीं । आंदोळे जेवीं ।।८०५।।
खवळलेल्या सागरी । नाव सोडली स्वैरी ।
लाटांच्या येरझारी । ती झोके खाते ।।८०५।।
तेवीं प्रिय वस्तु पावे । आणि सुखें जो उंचावे ।
तैसाचि अप्रियासवें । तळवटु घे ।।८०६।।
आवडती वस्तू पावतो । सुखाच्या शिखरी राहतो ।
खाली आदळतो । नावडती वस्तू प्राप्त होता ।।८०६।।
ऐसेनि जयाचे चित्तीं । वैषम्यसाम्याची वोखती ।
वाहे तो महामती । अज्ञान गा ।।८०७।।
ज्याच्या मनात । सुखदुःखाची चिंता येत ।
तो अज्ञानी होत । जाण अर्जुना ।।८०७।।

आणि माझ्या ठायीं भक्ती । फळालागीं जया आर्ती ।
धनोद्देशें विरक्ती । नटणें जेवीं ॥८०८॥
माझ्यावर भक्ती ठेवतो । फळासाठी इच्छा धरतो ।
जशी धनासाठी विरक्ती घेतो । भक्तीचे सोंग घेऊन ॥८०८॥
नातरी कांताच्या मानसी । रिगोनि स्वैरिणी जैसी ।
राहाटे जारेंसीं । जावयालागीं ॥८०९॥
पतीच्या मनी । राहावे या भावनी ।
सेवा करे व्यभिचारिणी । प्रेमिकाकडे जावया ॥८०९॥
तैसा मातें किरीटी । भजती गा पाउटी ।
करूनि जो दिठी । विषो सूये ॥८१०॥
तसे ऐक अर्जुन । मला भजे अनेक मार्गानं ।
दृष्टीसमोर राखून । विषय भोग ॥८१०॥
आणि भजिन्नलियासवें । तो विषो जरी न पावे ।
तरी सांडी म्हणे आघवें । टवाळ हें ॥८११॥
भजन करता क्षणी । भोग प्राप्त न होता झणी ।
देव -भक्त सोडतो तत्क्षणी । म्हणे सारे खोटे ॥८११॥
कुणबट कुळवाडी । तैसा आन आन देव मांडी ।
आदिलाची परवडी । करी तया ॥८१२॥
कुणबी पिकवी शेत नूतन । तसा करी भिन्न देवतांचे मांडण ।
अन् पहिल्याची परवड करून । दुसऱ्याची पूजा करी ॥८१२॥
तया गुरुमार्गा टेंकें । जयाचा सुगरवा देखे ।
तरी तयाचा मंत्र शिके । येरु नेघे ॥८१३॥
गुरुंचे ऐश्वर्य बघून । गुरुमंत्र घेई शिकून ।
त्यातले न घेई जाणून । सत्य काय ॥८१३॥
प्राणिजातेंसीं निष्ठुरु । स्थावरीं बहु भरु ।
तेवींचि नाहीं एकसरु । निर्वाहो जया ॥८१४॥
प्राण्यांशी क्रूर वागणे । स्थावराचे भरणे ।
एक नियामक नसणे । वागण्यात ॥८१४॥
माझी मूर्ति निफजवी । ते घराचे कोनीं बैसवी ।
आपण देवो देवी । यात्रे जाय ॥८१५॥
माझी मूर्ती बनवतो । कोनाड्यात बसवतो ।
आपण यात्रा करत फिरतो । देवी देवांच्या ॥८१५॥
नित्य आराधन माझें । काजीं कुळदैवता भजे ।
पर्वविशेषें कीजे । पूजा आना ॥८१६॥
मला नित्य पूजतो । समयी कुलदेवता भजतो ।
विशेष पर्वी पूजा करतो । तिसऱ्याच कोणाची ॥८१६॥

माझें अधिष्ठान घरीं । आणि वोवसे आनाचे करी ।
पितृकार्यावसरीं । पितरांचा होय ॥८१७॥
घरी माझे अधिष्ठान । दुसऱ्या देवाचे भजन ।
पितरांचे करी पूजन । श्राद्ध दिनी ॥८१७॥
एकादशीच्या दिवशीं । जेतुला पाडु आम्हांसी ।
तेतुलाचि नागांसी । पंचमीच्या दिवशीं ॥८१८॥
एकादशीच्या दिवशी तो । माझी भक्ती करितो ।
नागाला पूजतो । नागपंचमीला ॥८१८॥
चौथ मोटकी पाहे । आणि गणेशाचाचि होये ।
चावदसी म्हणे माये । तुझाचि वो दुर्गे ॥८१९॥
चतुर्थी पाहतो । गणेशा पूजतो ।
चतुर्दशीला म्हणतो । दुर्गे मी तुझा भक्त ॥८१९॥
नित्य नैमित्तिकें कर्में सांडी । मग बैसे नवचंडी ।
आदित्यवारीं वाढी । बहिरवां पात्रीं ॥८२०॥
नैमित्तिक कर्मे सोडतो । नवचंडी यज्ञ करतो ।
रविवारी वाढतो । बहिरोबाला नैवेद्य ॥८२०॥
पाठीं सोमवार पावे । आणि बेलेंसी लिंगा धांवे ।
ऐसा एकलाचि आघवे । जोगावी जो ॥८२१॥
मग येता सोमवार । बेल वाही शिवावर ।
असा एकटाच तो सर्व वार । उपासना करतो ॥८२१॥
ऐसा अखंड भजन करी । उगा नोहे क्षणभरी ।
अवघेन गांवद्वारीं । अहेव जैसी ॥८२२॥
अखंड भजन करी । न थांबे क्षणभरी ।
जशी सर्वांना वेशीवरी । वारांगना प्रेम दावी ॥८२२॥
ऐसेनि जो भक्तु । देखसी सैरा धांवतु ।
जाण अज्ञानाचा मूर्तु । अवतार तो ॥८२३॥
असा जो भक्त । सर्व देवांकडे स्वैर धावत ।
तो स्वरूप मूर्तिमंत । अज्ञानाचे ॥८२३॥
आणि एकांतें चोखटें । तपोवनें तीर्थे तटें ।
देखोनि जो गा विटे । तोहि तोचि ॥८२४॥
एकांताच्या ठिकाणी । तपोवन पवित्र स्थानी ।
पाहूनी जो विटे मनी । तोही अज्ञानी ॥८२४॥
जया जनपदीं सुख । गजबजेचें कवतिक ।
वानूं आवडे लौकिक । तोहि तोची ॥८२५॥
ज्याला लोकांत सुख । गर्दीचे कौतुक ।
स्तुती आवडे लौकिक । तोही तोच ॥८२५॥

आणि आत्मा गोचरु होये । ऐसी जे विद्या आहे ।
ते आइकोनि डौर वाहे । विद्वांसु जो ।।८२६।।

आत्म्याच्या साक्षात्कारी । जी विद्या घडवणारी ।
तिची निंदा करी । तो अज्ञानी ।।८२६।।

उपनिषदांकडे न वचे । योगशास्त्र न रुचे ।
अध्यात्मज्ञानीं जयाचें । मनचि नाहीं ।।८२७।।

उपनिषद न पाही । योगशास्त्र आवडत नाही ।
ज्याचे मन राहत नाही । अध्यात्म ज्ञानी ।।८२७।।

आत्मचर्चा एकी आथी । ऐसिये बुद्धीची भिंती ।
पाडूनि जयाची मती । वोढाळ जाहली ।।८२८।।

आत्मचर्चेचा विचार नसतो । तिथे बुद्धीची भिंत बांधतो ।
स्वैरपणे भटकत राहतो । त्याच्या बुद्धीचा ओघ ।।८२८।।

कर्मकांड तरी जाणे । मुखोद्गत पुराणें ।
ज्योतिषीं तो म्हणे । तैसेंचि होय ।।८२९।।

कर्मकांडे जाणतो । पुराणे तोंडपाठ करतो ।
म्हणे ज्योतिष अचूक सांगतो । तसेच घडते ।।८२९।।

शिल्पीं अति निपुण । सूपकर्मींही प्रवीण ।
विधि आथर्वण । हातीं आथी ।।८३०।।

शिल्पकलेत निपुण । पाकशास्त्रात प्रवीण ।
वेद विधींचे उच्चारण । सहज करतो ।।८३०।।

कोकीं नाहीं ठेलें । भारत करी म्हणितलें ।
आगम आफाविले । मूर्त होतीं ।।८३१।।

कामशास्त्री तज्ज्ञ । महाभारताचा सर्वज्ञ ।
मंत्रांचे सर्व ज्ञान । त्याला असते ।।८३१।।

नीतिजात सुझे । वैद्यकही बुझे ।
काव्यनाटकीं दुजें । चतुर नाहीं ।।८३२।।

नीतिशास्त्र जाणतो । वैद्यकशास्त्र उलगडतो ।
काव्य नाटका असे आस्वादतो । दुजा रसिक नाही ।।८३२।।

स्मृतींची चर्चा । दंशु जाणे गारुडियाचा ।
निघंटु प्रज्ञेचा । पाइकी करी ।।८३३।।

स्मृतींचा विचार मानतो । जादू विद्येचे मर्म जाणतो ।
त्याची चाकरी करतो । वैदिक शब्दकोश ।।८३३।।

पैं व्याकरणीं चोखडा । तर्कीं अतिगाढा ।
परी एक आत्मज्ञानीं फुडा । जात्यंधु जो ।।८३४।।

व्याकरणात हुशार । तर्कशास्त्रात चतुर ।
पण जन्मांधासम आचार । अध्यात्मात ।।८३४।।

तें एकवांचूनि आघवां शास्त्रीं । सिद्धांत निर्माणधात्री ।
परी जळों तें मूळनक्षत्रीं । न पाहें गा ।।८३५।।

अध्यात्म शास्त्रावाचून । असे इतर जरी प्रवीण ।
न पाहे मुख ज्याचा मूळ नक्षत्री जन्म । तू पाहू नको ।।८३५।।

मोराआंगीं अशेषें । पिसें असतीं डोळसें ।
परी एकली दृष्टि नसे । तैसें तें गा ।।८३६।।

मोरपिसाला डोळे असतात । दृष्टी नसते त्यात ।
तसे इतर ज्ञान मानत । अध्यात्माविना ।।८३६।।

जरी परमाणूएवढें । संजीवनीमूळ जोडे ।
तरी बहु काय गाडे । भरणें येरें? ।।८३७।।

संजीवनी मूळ ती । परमाणू एवढे तरी प्राण वाचवती ।
इतर ढीगभर पाने असती । पण प्राण न वाचती ।।८३७।।

आयुष्येंवीण लक्षणें । सिसेंवीण अळंकरणें ।
वोहरेंवीण वाधावणें । तो विटंबु गा ।।८३८।।

आयुष्याविना लक्षणे । मस्तकाविना देह अलंकारणे ।
वरात वधूवरावीण काढणे । ही विटंबना ।।८३८।।

तैसें शास्त्रजात जाण । आघवेंचि अप्रमाण ।
अध्यात्मज्ञानेंविण । एकलेनी ।।८३९।।

तसेच हे शास्त्र जाण । सारेच असे अप्रमाण ।
जे अध्यात्मावीण । अपुरे ।।८३९।।

यालागीं अर्जुना पाहीं । अध्यात्मज्ञानाच्या ठायीं ।
जया नित्यबोधु नाहीं । शास्त्रमूढा ।।८४०।।

यासाठी हे अर्जुन । ज्या नसे अध्यात्मज्ञान ।
नित्य जागृती नसे जाण । तो शास्त्रमूर्ख ।।८४०।।

तया शरीर जें जालें । तें अज्ञानाचें बीं विरुढलें ।
तयाचें व्युत्पन्नत्व गेलें । अज्ञानवेलीं ।।८४१।।

त्या मनुष्याचे शरीर । अज्ञानाचा वाढता अंकुर ।
त्याची विद्वता जाई दूर । अज्ञानवेलीसम ।।८४१।।

तो जें जें बोले । तें अज्ञानचि फुलले ।
तयाचें पुण्य जें फळलें । तें अज्ञान गा ।।८४२।।

तो जे जे बोले । तिथे अज्ञानच फुले ।
त्याचे जे पुण्य फळले । तेही अज्ञानाचे ।।८४२।।

आणि अध्यात्मज्ञान कांहीं । जेणें मानिलेंचि नाहीं ।
तो ज्ञानार्थु न देखे काई । हें बोलावें असें? ।।८४३।।

त्याने अध्यात्म ज्ञानही । कधी मानले नाही ।
ज्ञानाचा अर्थ न पाही । हे सांगायला पाहिजे का? ।।८४३।।

ऐलीचि थडी न पवतां । पळे जो माघौता ।
तया पैलद्वीपींची वार्ता । काय होय? ।।८४४।।
अलीकडचा तीर न पोहतो । जो माघार घेऊन पळतो ।
तो कसा जाणतो । पैलतीराची वार्ता? ।।८४४।।
कां दारवंठाचि जयाचें । शीर रोंविलें खांचे ।
तो केवीं परिवरींचें । ठेविलें देखे? ।।८४५।।
दाराच्या उंबरठ्यातच । ज्याचे ठेविले कापून मस्तक ।
तो घरातील पदार्थ । कसे पाहू शकेल? ।।८४५।।
तेवीं अध्यात्मज्ञानीं जया । अनोळख धनंजया ।
तया ज्ञानार्थु देखावया । विषो काई? ।।८४६।।
त्याप्रमाणे हे अर्जुन । जो न जाणे अध्यात्मज्ञान ।
जाणावे त्याने ब्रह्मज्ञान । असा विषय होईल काय? ।।८४६।।
म्हणौनि आतां विशेषें । तो ज्ञानाचें तत्त्व न देखे ।
हें सांगावें आंखेंलेखें । न लगे तुज ।।८४७।।
म्हणून जो काही । ज्ञानाचे तत्त्व जाणत नाही ।
ते तुला सांगण्याचे कारण नाही । आकडे मांडून ।।८४७।।
जेव्हां सगर्भे वाढिलें । तेव्हांचि पोटींचें धालें ।
तैसें मागिलें पदें बोलिलें । तेंचि होय ।।८४८।।
गर्भवतीच्या भोजनाने । गर्भाने तृप्त होणे ।
तसे आधीचे सांगणे । तेच होय ।।८४८।।
वांचूनियां वेगळें । रूप करणें हें न मिळे ।
जेवीं अवंतिलें आंधळें । तें दुजेनसीं ये ।।८४९।।
जे काही सांगितले । त्याहून नसे काही निराळे ।
आंधळ्यास भोजना बोलवले । सोबत दुसरा येतोच ।।८४९।।
एवं इये उपरतीं । अज्ञानचिन्हें मागुतीं ।
अमानित्वादि प्रभृती । वाखाणिलीं ।।८५०।।
याप्रमाणे ही जशी । अज्ञानलक्षणे अशी ।
गर्वरहित प्रभावाशी । सांगितली ।।८५०।।
जे ज्ञानपदें अठरा । केलियां येरी मोहरां ।
अज्ञान या आकारा । सहजें येती ।।८५१।।
ही अठरा ज्ञानलक्षणे । उलटता सहजपणे ।
अज्ञानाची लक्षणे । सिद्ध होतात ।।८५१।।
मागां श्लोकाचेनि अर्धार्धें । ऐसें सांगितलें श्रीमुकुंदें ।
ना उफराटीं इयें ज्ञानपदें । तेंचि अज्ञान ।।८५२।।
यापूर्वी श्लोकाच्या शेवटी । मुकुंदाने सांगितल्या गोष्टी ।
ज्ञानपदे करता उलटी । अज्ञानपदे होती ।।८५२।।

म्हणौनि इया वाहणीं । केली म्यां उपलवणी ।
वांचूनि दुधा मेळऊनि पाणी । फार कीजे? ।।८५३।।
म्हणून या प्रकाराने । मी सांगितले विस्ताराने ।
दूध वाढण्या पाणी मिसळणे । काय कामाचे? ।।८५३।।
तैसें जी न बडबडीं । पदाची कोर न सांडी ।
परी मूळध्वनींचिये वाढी । निमित्त जाहलों ।।८५४।।
ही माझी बडबड नाही । पदमर्यादा सोडली नाही ।
मूळ श्लोकाच्या अर्थविस्ताराही । मी निमित्त झालो ।।८५४।।
तंव श्रोते म्हणती राहें । कें परिहारा ठावो आहे? ।
बिहिसी कां वायें । कविपोषका? ।।८५५।।
तेव्हा श्रोते म्हणतात । विस्तार आहे अपेक्षित ।
का भीतोस तू व्यर्थ । हे कविपोषका ।।८५५।।
तूतें श्रीमुरारी । म्हणितलें आम्ही प्रकट करीं ।
जें अभिप्राय गव्हरीं । झांकिले आम्हीं ।।८५६।।
तुला श्रीकृष्ण राहे सांगून । गुप्त रूपात लपवून ।
जे ठेवले झाकून । तो तू प्रगट कर ।।८५६।।
तें देवाचें मनोगत । दावित आहासी तूं मूर्त ।
हेंही म्हणतां चित्त । दाटैल तुझें ।।८५७।।
हे देवाचे मनोगत । तू सांगतोस पार्थ ।
दाटेल तुझे चित्त । असे आम्ही म्हणता ।।८५७।।
म्हणौनि असो हें न बोलों । परि साविया गा तोषलों ।
जे ज्ञानतरिये मेळविलों । श्रवण सुखाचिये ।।८५८।।
म्हणून हे न बोलणे । संतोषतो आनंदाने ।
ज्ञानाच्या नौकेने । श्रवणसुखा भेटलो ।।८५८।।
आतां इयावरी । जे तो श्रीहरी ।
बोलिला तें करीं । कथन वेगां ।।८५९।।
आता ही यावरी । जे बोलला श्रीहरी ।
ते आम्हा तू लवकरी । कथन कर ।।८५९।।
इया संतवाक्यासरिसें । म्हणितलें निवृत्तिदासें ।
जी अवधारा तरी ऐसें । बोलिलें देवें ।।८६०।।
यातून संतांच्या आज्ञेस । म्हणती निवृत्तिदास ।
आता देऊनि चित्तास । ऐकावे हे ।।८६०।।
म्हणती तुवां पांडवा । हा चिन्हसमुच्चयो आघवा ।
आयकिला तो जाणावा । अज्ञानभागु ।।८६१।।
म्हणती हे धनंजय । हा लक्षणांचा समुदाय ।
तू ऐकला तो निश्चय । अज्ञानाचा भाग ।।८६१।।

इया अज्ञानविभागा । पाठी देऊनि पैं गा ।
ज्ञानविखीं चांगा । दृढा होईजे ।।८६२।।
हा अज्ञान भाग । याचा करून त्याग ।
ज्ञानप्राप्तीची जाग । दृढनिश्चये कर ।।८६२।।
मग निर्वाळिलेनि ज्ञानें । ज्ञेय भेटेल मनें ।
तें जाणावया अर्जुनें । आस केली ।।८६३।।
त्या शुद्ध ज्ञानाच्या प्रति । ज्ञानाची होईल प्राप्ती ।
हे जाणण्या इच्छा करती । अर्जुन मनी हे ऐकता ।।८६३।।
तंव सर्वज्ञांचा रावो । म्हणे जाणौनि तयाचा भावो ।
परिसें ज्ञेयाचा अभिप्रावो । सांगों आतां ।।८६४।।
सर्वज्ञांचा राजा श्रीकृष्ण । अर्जुनाचा भाव जाणून ।
म्हणे करी एकाग्रतेने श्रवण । ज्ञेय म्हणजे काय? ।।८६४।।
तरि ज्ञेय ऐसें म्हणणें । वस्तूतें येणेंचि कारणें ।
जें ज्ञानेंवांचूनि कवणें । उपायें नये ।।८६५।।
ब्रह्माला ज्ञेय म्हणणे । याची सांगतो कारणे ।
ज्ञानावाचून ते जाणणे । शक्य नाही ।।८६५।।
आणि जाणितलेयावरौतें । कांहींच करणें नाहीं जेथें ।
जाणणेंचि तन्मयातें । आणी जयाचें ।।८६६।।
ते जाणून घ्यावे । मग काहीच न करावे ।
जाणणारे ज्ञेयस्वरूप व्हावे । ते ज्ञान ।।८६६।।
जें जाणितलेयासाठीं । संसार काढूनियां कांठीं ।
जिरोनि जाइजे पोटीं । नित्यानंदाच्या ।।८६७।।
ज्ञेय घेता जाणून । संसाराचे काढी कुंपण ।
मग पोटी जाई विरून । नित्यानंदाच्या ।।८६७।।
तें ज्ञेय गा ऐसें । आदि जया नसे ।
परब्रह्म आपैसें । नाम जया ।।८६८।।
हे ज्ञेय असे आहे पाही । याला आदि नाही ।
त्या स्वभावताही । परब्रह्म असे नाव ।।८६८।।
जें नाहीं म्हणों जाइजे । तंव विश्वाकारें देखिजे ।
आणि विश्वचि ऐसें म्हणिजे । तरि हे माया ।।८६९।।
ते नाही म्हणावे तर । ते दिसते विश्वाकार ।
विश्वच म्हणावे जर । तर विश्व मायास्वरूप ।।८६९।।
रूप वर्ण व्यक्ती । नाहीं दृश्य दृष्टा स्थिती ।
तरी कोणें कैसें आथी । म्हणावें पां ।।८७०।।
त्याला नाही रूप वर्ण व्यक्ती । पाहण्यास नाही स्थिती ।
तरी ते आहे अशी उक्ती । कशी म्हणावी? ।।८७०।।

आणि साचचि जरी नाहीं । तरी महदादि कोणें ठाईं ।
स्फुरत कैचें काई । तेणेंवीण असे? ।।८७१।।
ते जर खरेच नाही । तर महत्तत्त्व आदि कोणाचे ठायी? ।
मग विश्वाचे स्फुरण काही । कसे त्याविना? ।।८७१।।
म्हणौनि आथी नाथी हे बोली । जें देखोनि मुकी जाहली ।
विचारेंसीं मोडली । वाट जेथें ।।८७२।।
म्हणून आहे - नाही न बोलणे । वाणीचे मुके होणे ।
विचारांचे खुंटणे । होत जाते ।।८७२।।
जैसी भांडघटशरावीं । तदाकारें असे पृथ्वी ।
तैसें सर्व होऊनियां सर्वीं । असे जे वस्तु ।।८७३।।
जशी भांडी, मडकी, परळ यांत । पृथ्वी असते त्या आकारात ।
तशी ज्ञेयता सर्व जगात । पदार्थरूप होऊन राहते ।।८७३।।
आघवांचि देशीं काळीं । नव्हतां देशकाळांवेगळी ।
जे क्रिया स्थूळास्थूळीं । तेचि हात जयाचे ।।८७४।।
सर्व देशात सर्व काळी । न राहता वेगळी ।
त्याचे हात करती सगळी । स्थूल-सूक्ष्माची क्रिया ।।८७४।।
तयातें याकारणें । विश्वबाहू ऐसें म्हणणें ।
जें सर्वचि सर्वपणें । सर्वदा करी ।।८७५।।
म्हणून याच कारणे । त्याला विश्वबाहू म्हणणे ।
जो सर्वथा सर्वपणे । सर्वत्र क्रिया करी ।।८७५।।
आणि समस्तांही ठाया । एके काळीं धनंजया ।
आलें असे म्हणौनि जया । विश्वांघ्रीनाम ।।८७६।।
ब्रह्म सर्वव्यापक असल्याने । विश्वाठायी एकत्र आल्याने ।
विश्वांघ्रि या नावाने । ओळखले जाते ।।८७६।।
पैं सवितया आंग डोळे । नाहींत वेगळे वेगळे ।
तैसें सर्वद्रष्टे सकळें । स्वरूपें जें ।।८७७।।
सूर्याला अंग डोळे । नाहीत वेगवेगळे ।
तसे सर्व दृष्टीने सर्व काळी सगळे । त्याचे व्यापकत्व ।।८७७।।
म्हणौनि विश्वतश्चक्षु । हा अचक्षूच्या ठायीं पक्षु ।
बोलावया दक्षु । जाहला वेदु ।।८७८।।
ज्याला हे असे सर्वत्र । लाभले आहेत नेत्र ।
याविषयी बोलण्या मात्र । वेद तयार झाले ।।८७८।।
जें सर्वांचे शिरावरी । नित्य नांदे सर्वांपरी ।
ऐसिये स्थितीवरी । विश्वमूर्धा म्हणिपे ।।८७९।।
जे ब्रह्म स्थितीवर । नित्य राहते मस्तकावर ।
मग अशा स्थितीवर । तो विश्वमूर्धा[८] होय ।।८७९।।

८ (सर्वत्र मस्तक असलेला)

पैं गा मूर्ति तेंचि मुख । हुताशना जैसें देख ।
तैसें सर्वपणें अशेख । भोक्ते जे ॥८८०॥
जी मूर्ती तेच वदन । जसा असतो हुताशन ।
तसे सर्व स्वरूप ते ब्रह्म । सर्व भोक्ता ॥८८०॥
यालागीं तया पार्था । विश्वतोमुख हे व्यवस्था ।
आली वाक्पथा । श्रुतीचिया ॥८८१॥
यामुळेच अर्जुन । त्याला विश्वतोमुख म्हणून ।
बोलण्यात येई जाण । श्रुतींच्या ॥८८१॥
आणि वस्तुमात्रीं गगन । जैसें असे संलग्न ।
तैसें शब्दजातीं कान । सर्वत्र जया ॥८८२॥
ज्या प्रमाणे गगन । भरले वस्तूत संपूर्ण ।
तसे असती त्या कान । शब्द-मात्रांच्या ठिकाणी ॥८८२॥
म्हणौनि आम्हीं तयातें । म्हणों सर्वत्र आइकतें ।
एवं जें सर्वांतें । आवरूनि असे ॥८८३॥
म्हणून आम्ही म्हणतो । तो सर्व ऐकतो ।
कारण सर्वत्र समप्रमाणात तो । व्यापून उरतो ॥८८३॥
एऱ्हवीं तरी महामती । विश्वतश्चक्षु इया श्रुती ।
तयाचिया व्याप्ती । रूप केलें ॥८८४॥
बघून त्याची व्याप्ती । सूक्ष्म विचार करून श्रुती ।
विश्वतश्चक्षु त्याला म्हणती । हे जाण ॥८८४॥
वांचूनि हस्त नेत्र पाये । हें भाष तेथ कें आहे? ।
सर्व शून्याचा न साहे । निष्कर्षु जें ॥८८५॥
हात, पाय, डोळे हे बोलणे । त्याला कोठे आहेत म्हणणे ।
त्याचा सर्व शून्यात शेवट असणे । हा न साहे सिद्धान्त ॥८८५॥
पैं कल्लोळातें कल्लोळें । ग्रसिजत असे ऐसें कळे ।
परी ग्रसितें ग्रासावेगळें । असे काई? ॥८८६॥
लाटेला लाट गिळते । असे डोळ्यांना दिसते ।
पण काय वेगळे असते । दोन्ही लाटांत? ॥८८६॥
तैसें साचचि जें एक । तेथ कें व्याप्यव्यापक? ।
परी बोलावया नावेक । करावें लागे ॥८८७॥
जे एकच तत्व असते । व्यापकत्व आणि व्याप्त ते ।
पण समजावण्या तात्पुरते । द्वैत करावे लागते ॥८८७॥
पैं शून्य जैं दावावें जाहलें । तैं बिंदुलें एक पाहिजे केलें ।
तैसें अद्वैत सांगावें बोलें । तैं द्वैत कीजे ॥८८८॥
शून्य जेव्हा दाखवतो । बिंदू काढावा लागतो ।
अद्वैत जेव्हा सांगतो । तेव्हा द्वैत लागते करावे ॥८८८॥
एऱ्हवीं तरी पार्था । गुरुशिष्यसत्पथा ।
आडळु पडे सर्वथा । बोल खुंटे ॥८८९॥
नाहीतर एरवी पार्था । गुरुशिष्य परंपरा आता ।
अडथळ्याने थांबेल सर्वथा । बोलणे ही खुंटेल ॥८८९॥
म्हणौनि गा श्रुती । द्वैतभावें अद्वैतीं ।
निरूपणाची वाहती । वाट केली ॥८९०॥
म्हणून मग श्रुतीने । अशा द्वैतभावाने ।
अद्वैत निरूपण करणे । प्रथा सुरू केली ॥८९०॥
तेंचि आतां अवधारीं । इये नेत्रगोचरें आकारीं ।
तें ज्ञेय जयापरी । व्यापक असे ॥८९१॥
आता इकडे दे चित्त । दृष्टीच्या अवकाशात ।
जे ज्ञेय व्यापक असतं । ते सांगतो ऐक ॥८९१॥
तरी तें गा किरीटी ऐसें । अवकाशीं आकाश जैसें ।
पटीं पटु होऊनि असे । तंतु जेवीं ॥८९२॥
आकाशात आकाश असे । पोकळी रूपात दिसे ।
तंतू पटात राहतसे । तंतू होऊन ॥८९२॥
उदक होऊनि उदकीं । रसु जैसा अवलोकीं ।
दीपपणें दीपकीं । तेज जैसें ॥८९३॥
रस जसा पाण्यात । असतो पाणी रूपात ।
तेज असे दिव्यात । दिव्याच्या रूपी ॥८९३॥
कर्पूरत्वें कापुरीं । सौरभ्य असे जयापरी ।
शरीर होऊनि शरीरीं । कर्म जेवीं ॥८९४॥
सुगंध राही कापरात । कापराच्या रूपात ।
कर्म जसे शरीरात । शरीर बनते ॥८९४॥
किंबहुना पांडवा । सोनेंचि सोनयाचा रवा ।
तैसें जें या सर्वां । सर्वांगीं असे ॥८९५॥
सोन्याचा तुकडा सोने । तसेच व्यापक रूपाने ।
परब्रह्माचे सर्वत्र असणे । जाण अर्जुना ॥८९५॥
परी रवेपणामाजिवडे । तंव रवा ऐसें आवडे ।
वांचूनि सोनें सांगडें । सोनया जेवीं ॥८९६॥
सोने तुकड्यात दिसते । तेव्हा ते तुकडा वाटते ।
पण ते सोने असते । सोन्यासारखे ॥८९६॥
पैं गा वोघुचि वांकुडा । परि पाणी उजू सुहाडा ।
वन्हि आला लोखंडा । लोह नव्हे कीं ॥८९७॥
पाण्याचा ओघ वळतो । प्रवाग वाकडा वाटतो ।
अग्नी लोखंडात येतो । लोखंड अग्नीत नव्हे ॥८९७॥

घटाकारें वेंटाळें । तेथ नभ गमे वाटोळें ।
मठीं तरी चौफळें । आये दिसे ।।८९८।।

घटाकारात आकाश व्यापते । ते वाटोळे दिसते ।
ते चौकोनी असते । मठीच्या छतात ।।८९८।।

तरि ते अवकाश जैसें । नोहिजतीचि कां आकाशें ।
जें विकार होऊनि तैसें । विकारी नोहे ।।८९९।।

जे अवकाश असते । चौकोनी वा गोलाकार नसते ।
तसे परब्रह्म विकारात भरते । पण विकार होत नाही ।।८९९।।

मन मुख्य इंद्रियां । सत्त्वादि गुणां ययां- ।
सारिखें ऐसें धनंजया । आवडे कीर ।।९००।।

ते, मन आदि इंद्रियासम । सत्त्वादि गुणांसम ।
आकारास ते परब्रह्म । आले जसे भासते ।।९००।।

पैं गुळाची गोडी । नोहे बांधया सांगडी ।
तैसीं गुण इंद्रियें फुडीं । नाहीं तेथ ।।९०१।।

गुळाची गोडी ढेपेत । पण नसे ढेपेच्या आकारात ।
तसे ब्रह्मगुण असती इंद्रियात । पण त्यात इंद्रिये नाहीत ।।९०१।।

अगा क्षीराचिये दशे । घृत क्षीराकारें असे ।
परी क्षीरचि नोहे जैसें । कपिध्वजा ।।९०२।।

दूधामध्ये जे तूप । लपून राहते दुधाचे रूप ।
पण तुपात दुधाचे रूप । दिसत नाही अर्जुना ।।९०२।।

तैसें जें इये विकारीं । विकार नोहे अवधारीं ।
पैं आकारा नाम भोंवरी । येर सोने तें सोनें ।।९०३।।

ब्रह्म विकारात असते । पण ते विकार नसते ।
जसे अलंकारात सोने असते । नावे जरी विविध ।।९०३।।

इया उघड मऱ्हाटिया । तें वेगळेपण धनंजया ।
जाण गुण इंद्रियां- । पासोनियां ।।९०४।।

हा सिद्धान्त समजावा । असा मराठी भाषेत सांगावा ।
वेगळेपणा जाणून घ्यावा । ब्रह्माचा गुण इंद्रियांपासून ।।९०४।।

नामरूपसंबंधु । जातिक्रियाभेदु ।
हा आकारासीच प्रवादु । वस्तूसि नाहीं ।।९०५।।

नाम, रूप, संबंध । जाती, क्रिया, भेद ।
हे आकारा लागू होत । ब्रह्मास नाही ।।९०५।।

तें गुण नव्हे कहीं । गुणा तया संबंधु नाहीं ।
परी तयाच्याचि ठायीं । आभासती ।।९०६।।

ते त्रिगुण स्वरूप नाही । पारमार्थिक संबंधाही ।
पण ते भासमान होत राही । ब्रह्माच्या ठिकाणी ।।९०६।।

येतुलेयासाठीं । संभ्रांताच्या पोटीं ।
ऐसें जाय किरीटी । जे हेंचि धरी ।।९०७।।

याच कारणाने । मनुष्याच्या भ्रांत मने ।
अशी कल्पना निर्माण होणे । की त्रिगुणा ब्रह्म राहते ।।९०७।।

तरी तें गा धरणें ऐसें । अभ्रातें जेवीं आकाशें ।
कां प्रतिवदन जैसें । आरसेनी ।।९०८।।

हे असे मानणे । म्हणजे ढगाने आकाश धारणे ।
किंवा प्रतिबिंब पाहणे । आकाशात ।।९०८।।

नातरी सूर्य प्रतिमंडल । जैसेनि धरी सलिल ।
कां रश्मिकरीं मृगजळ । धरिजे जेवीं ।।९०९।।

जसे जलाशयातील पाण्याने । सूर्यबिंब धारण करणे ।
किंवा मृगजळा धारणे । सूर्यबिंबाने ।।९०९।।

तैसें गा संबंधेंवीण । यया सर्वांतें धरी निर्गुण ।
परी तें वायां जाण । मिथ्यादृष्टी ।।९१०।।

या सर्व संबंधावीण । परब्रह्म सर्वां करी धारण ।
हे सांगणे भ्रमाचे पण । व्यर्थ आहे ।।९१०।।

आणि यापरी निर्गुणें । गुणातें भोगणें ।
रंका राज्य करणें । स्वप्नीं जैसें ।।९११।।

भिकारी मनुष्या भावे । स्वप्नात राज्य उपभोगावे ।
निर्गुण ब्रह्माने गुण भोगावे । हेही व्यर्थ होय ।।९११।।

म्हणौनि गुणाचा संगु । अथवा गुणभोगु ।
हा निर्गुणीं लागु । बोलों नये ।।९१२।।

म्हणून गुणांचा संबंध । किंवा गुणभोगाचा बंध ।
हा निर्गुणाशी बद्ध । असे बोलू नये ।।९१२।।

जें चराचर भूतां- । माजीं असे पंडुसुता ।
नाना वन्हीं उष्णता । अभेदें जैसी ।।९१३।।

अग्नीचे अनेक प्रकार पण । उष्णता एक निर्माण ।
ब्रह्म चराचरी भूतां प्रमाण । तरी ते एक ।।९१३।।

तैसेनि अविनाशभावें । जें सूक्ष्मदशे आघवें ।
व्यापूनि असे तें जाणावें । ज्ञेय एथ ।।९१४।।

जे अविनाशी असून । सूक्ष्म रूपे राहे जगा व्यापून ।
तेच घ्यावे जाणून । ज्ञेय असे ।।९१४।।

जें एक आंतुबाहेरी । जें एक जवळ दुरी ।
जें एकवांचूनि परी । दुजीं नाहीं ।।९१५।।

जे आत तेच बाहेर । जे जवळ तेच दूर ।
जे नसे दुसरा प्रकार । एका वाचून ।।९१५।।

क्षीरसागरींची गोडी । माजीं बहु थडिये थोडी ।
हें नाहीं तया परवडी । पूर्ण जें गा ॥९१६॥
क्षीरसागराचे माधुर्य । नसे मध्येजास्त कडेला विलय ।
तसे ब्रह्म परिपूर्ण रूपात होय । सर्वत्र पसरले आहे ॥९१६॥
स्वेदजादिप्रभृती । वेगळाल्यां भूतीं ।
जयाचिये अनुस्यूतीं । खोमणें नाहीं ॥९१७॥
स्वेदज, अंडज इत्यादी प्रभृती । त्यांची सर्व भूतां व्याप्ती ।
थोडे कमी अथवा जास्ती । होत नाही ॥९१७॥
पैं श्रोते मुखटिळका । घटसहस्रा अनेकां- ।
माजीं बिंबोनि चंद्रिका । न भेदे जेवीं ॥९१८॥
हे श्रोत्यांचा तिलक असलेला अर्जुन ।
चंद्र जा हजारो घटांत असून ।
चांदण्यांसह प्रतिबिंबित होऊन ।
भिन्न होत नाही ॥९१८॥
नाना लवणकणाचिये राशी । क्षारता एकचि जैसी ।
कां कोडी एकीं ऊसीं । एकचि गोडी ॥९१९॥
मिठाच्या कणांच्या राशी । खारटपणा एकच मुशी ।
उसाच्या मोळीत जशी । गोडी एकच असते ॥९१९॥
तैसें अनेकीं भूतजातीं । जें आहे एकी व्याप्ती ।
विश्वकार्या सुमती । कारण जें गा ॥९२०॥
अनेक प्राणी समूहात । जे एकरूपाने व्याप्त ।
ते कारण असत । विश्वरूप कार्याचे ॥९२०॥
म्हणौनि हा भूताकारु । जेथोनि तेंचि तया आधारु ।
कल्लोळा सागरु । जियापरी ॥९२१॥
म्हणून हा भूताकार । ज्याचा त्याचा आधार ।
जसा असतो आधार । समुद्राचा लाटांना ॥९२१॥
बाल्यादि तिन्हीं वयसीं । काया एकचि जैसी ।
तैसें आदिस्थितिग्रासीं । अखंड जें ॥९२२॥
बाल्य आदि तिन्ही अवस्थांत ।
शरीर एकच असते त्यात ।
तसे उत्पत्ती-स्थिती-लयात ।
ब्रह्म एकच ॥९२२॥
सायंप्रातर्मध्यान । होतां जातां दिनमान ।
जैसें कां गगन । पालटेना ॥९२३॥
प्रात: माध्यान्ह सायंकाळ । तिन्ही क्रमाने येती-जाती वेळ ।
तरी एकच राहते आभाळ । ते बदलत नाही ॥९२३॥

अगा सृष्टिवेळे प्रियोत्तमा । जया नांव म्हणती ब्रह्मा ।
व्याप्ति जें विष्णुनामा । पात्र जाहलें ॥९२४॥
सृष्टी उत्पत्तीवेळी हे प्रियतम । ज्ञेय नाव झाले ब्रह्म ।
स्थिती कालात विष्णुनाम । पात्र झाले ॥९२४॥
मग आकारु हा हारपे । तेव्हां रुद्र जें म्हणिपे ।
तेंही गुणत्रय जेव्हां लोपे । तैं जें शून्य ॥९२५॥
जेव्हा आकार लय पावतो । तेव्हा तिथे रुद्र असतो ।
तिन्हींतून हा मुक्त होतो । तेथे शून्य असते ॥९२५॥
नभाचें शून्यत्व गिळून । गुणत्रयातें नुरऊन ।
तें शून्य तें महाशून्य । श्रुतिवचनसंमत ॥९२६॥
नभाचे शून्यत्व गिळून । त्रिगुणांचा लय करून ।
जे उरते ते महाशून्य म्हणून । श्रुतिवचन आहे ॥९२६॥
जें अग्नीचें दीपन । जें चंद्राचें जीवन ।
सूर्याचे नयन । देखती जेणें ॥९२७॥
जे अग्नीचे ज्वलन । जे चंद्राचे जीवन ।
जे सूर्याचे नयन । ते पाहतात ॥९२७॥
जयाचेनि उजियेडें । तारांगण उभडें ।
महातेज सुरवाडें । राहाटे जेणें ॥९२८॥
ज्याच्या तेजाने । तेज येई तारांगणे ।
महातेज त्याच्याने । तेजस्वी बनते ॥९२८॥
जें आदीची आदी । जें वृद्धीची वृद्धी ।
बुद्धीची जे बुद्धी । जीवाचा जीवु ॥९२९॥
जे आद्य आदि आहे । बुद्धीची बुद्धी आहे ।
जिवाची वृद्धी आहे । कारणाचे कारण ॥९२९॥
जें मनाचें मन । जें नेत्राचे नयन ।
कानाचे कान । वाचेची वाचा ॥९३०॥
जे मनाचे मन । नेत्रांचे नयन ।
कानांचे कान । वाचेची वाचा आहे ॥९३०॥
जें प्राणाचा प्राण । जें गतीचे चरण ।
क्रियेचें कर्तेपण । जयाचेनि ॥९३१॥
जे प्राणाचा प्राण । गतीचे चरण ।
क्रियेचे कर्तेपण । जे आहे ॥९३१॥
आकारु जेणें आकारे । विस्तारु जेणें विस्तारे ।
संहारु जेणें संहारे । पंडुकुमरा ॥९३२॥
ज्याने विश्वाला आकार । व्यापकतेने विश्वाचा विस्तार ।
संहारकाले संहार । होतो हे जाण पंडुकुमारा ॥९३२॥

जें मेदिनीची मेदिनी । जें पाणी पिऊनि असे पाणी ।
तेजा दिवेलावणी । जेणें तेजें ।।९३३।।
जे पृथ्वीला धारण करते । जे पाणी जीवन ठरते ।
जे तेजाला तेज देते । तेजाने ।।९३३।।
जें वायूचा श्वासोश्वासु । जें गगनाचा अवकाशु ।
हें असो आघवाची आभासु । आभासे जेणें ।।९३४।।
जे वायूचा श्वासोच्छ्वास । जे गगनाचे अवकाश ।
त्यात विश्वाचा आभास । सर्व विश्वाचा ।।९३४।।
किंबहुना पांडवा । जें आघवेंचि असे आघवा ।
जेथ नाहीं रिगावा । द्वैतभावासी ।।९३५।।
अर्जुना काय सांगावे । जे सर्वच सर्वत्र भावे ।
ज्यात नसे स्वभावे । द्वैत भाव ।।९३५।।
जें देखिलियाचिसवें । दृश्य द्रष्टा हें आघवें ।
एकवाट कालवे । सामरस्यें ।।९३६।।
जे पाहताच । दृश्य द्रष्टा एकच ।
हे एकरूपती साच । ऐक्य भावाने ।।९३६।।
मग तेंचि होय ज्ञान । ज्ञाता ज्ञेय हन ।
ज्ञानें गमिजे स्थान । तेंहि तेंची ।।९३७।।
मग ज्ञान हे ब्रह्म । ज्ञाता आणि ज्ञेयही ब्रह्म ।
ते मोक्षाचे स्थानही ब्रह्म । हे जाण ।।९३७।।
जैसें सरलियां लेख । आंख होती एक ।
तैसें साध्यसाधनादिक । ऐक्यासि ये ।।९३८।।
लागता हिशेब चोख । सर्व अंक होती एक ।
तसे साध्य साधनादिक । एकरूप पावते ।।९३८।।
अर्जुना जिये ठायीं । न सरे द्वैताची वही ।
हें असो जें हृदयीं । सर्वांच्या असे ।।९३९।।
अर्जुना ब्रह्माच्या ठायी । द्वैत चालत नाही ।
जे सर्वांच्या हृदयी । वास करते ।।९३९।।
एवं तुजपुढां । आदीं क्षेत्र सुहाडा ।
दाविलें फाडोवाडां । विवंचुनी ।।९४०।।
अर्जुना तुझ्या पुढती । क्षेत्र ते धृती ।
जी वेगळी तत्त्वे असती । विस्ताराने सांगितली ।।९४०।।
तैसेंचि क्षेत्रापाठीं । जैसेनि देखसी दिठी ।
तें ज्ञानही किरीटी । सांगितलें ।।९४१।।
क्षेत्रानंतर तुला स्पष्ट । पाहता येईल सुस्पष्ट ।
असे ज्ञानही समष्ट । समजावून सांगितले ।।९४१।।

अज्ञानाही कौतुकें । रूप केलें निकें ।
जंव आयणी तुझी टेंके । पुरे म्हणे ।।९४२।।
तुझ्या बुद्धीची तृप्ती । होण्या, अज्ञानाची व्याप्ती ।
विस्तृतपणे तुजप्रती । निरूपण केले ।।९४२।।
आणि आतां हें रोकडें । उपपत्तीचेनि पवाडें ।
निरूपिलें उघडें । ज्ञेय पैं गा ।।९४३।।
आताच दृष्टान्त देऊन । सांगितले स्पष्ट करून ।
समजावले विस्तारून । ज्ञेय म्हणजे काय? ।।९४३।।
हे आघवीच विवंचना । बुद्धी भरोनि अर्जुना ।
मत्सिद्धिभावना । माझिया येती ।।९४४।।
जे हा विचार करून । मनी इच्छा धरून ।
माझी प्राप्ती व्हावी म्हणून । माझ्याशी एकरूप होतात ।।९४४।।
देहादि परिग्रहीं । संन्यासु करूनियां जिहीं ।
जीवु माझ्या ठाईं । वृत्तिकु केला ।।९४५।।
ज्यांनी देहादी कर्माचा । त्याग करून साचा ।
माझ्या ठायी कायमचा । जीव ठेवला ।।९४५।।
ते मातें किरीटी । हेंचि जाणौनियां शेवटीं ।
आपणपयां साटोवाटीं । मीचि होती ।।९४६।।
हे अर्जुन । चित्त मला अर्पण करून ।
माझे चित्त आपल्याकडे खेचून । एकरूप होती ।।९४६।।
मीचि होती परी । हे मुख्य गा अवधारीं ।
सोहोपी सर्वांपरी । रचिलीं आम्हीं ।।९४७।।
मीच असणे हा प्रकार । प्रमुख आहे सर्वाकार ।
हा सर्वांत सोपा आचार । आम्ही भक्तीत रूढ केला ।।९४७।।
कडां पायरी कीजे । निराळीं माचु बांधिजे ।
अथावीं सुइजे । तरी जैसी ।।९४८।।
कडा चढण्या पायठाण । उंच बसण्या मचाण ।
खोल पाण्यात तराफे जाण । जसे असावे लागती ।।९४८।।
एऱ्हवीं अवघेंचि आत्मा । हें सांगों जरी वीरोत्तमा ।
परी तुझिया मनोधर्मा । मिळेल ना ।।९४९।।
एरवी हे वीरोत्तमा । सर्वच आहे आत्मा ।
सांगता तुझ्या मनोधर्मा । कळले नसते ।।९४९।।
म्हणौनि एकचि संचलें । चतुर्धा आम्हीं केलें ।
जें अदळपण देखिलें । तुझिये प्रज्ञे ।।९५०।।
म्हणून हे एकच तत्त्व । चार भागांत केले सत्त्व ।
तुझ्या बुद्धीचे जडत्व । आम्ही जाणतो ।।९५०।।

पैं बाळ जैं जेवविजे । तैं घांसु विसा ठायीं कीजे ।
तैसें एकचि हें चतुर्व्याजें । कथिलें आम्हीं ।।९५१।।
जेव्हा बाळाला जेवू घालती । एक घास विसांत विभागती ।
तसे चार भाग या तत्त्वाचे प्रति । आम्ही केले ।।९५१।।
एक क्षेत्र एक ज्ञान । एक ज्ञेय एक अज्ञान ।
हे भाग केले अवधान । जाणौनि तुझें ।।९५२।।
क्षेत्र आणि ज्ञान । ज्ञेय आणि अज्ञान ।
बघून तुझे अवधान । हे चार भाग केले ।।९५२।।
आणि ऐसेनही पार्था । जरी हा अभिप्रावो तुज हाता ।
नये तरी हे व्यवस्था । एक वेळ सांगों ।।९५३।।
तरीही जर पार्था । हा अभिप्राय तत्त्वतः ।
न कळे तुला ही व्यवस्था । तर पुन्हा सांगतो ।।९५३।।
आतां चौठायीं न करूं । एकही म्हणौनि न सरूं ।
आत्मानात्मया धरूं । सरिसा पाडु ।।९५४।।
मग चार भाग न करता । ते एकच न मानता ।
आत्मा अनात्मा याचे पार्था । निरूपण करू ।।९५४।।
परि तुवां येतुलें करावें । मागों तें आम्हां देआवें ।
जे कानचि नांव ठेवावें । आपण पैं गा ।।९५५।।
आता तू एवढे करावे । आम्ही मागू ते द्यावे ।
कान देऊन ऐकावे । आम्ही जे सांगू ।।९५५।।
या श्रीकृष्णाचिया बोला । पार्थु रोमांचितु जाहला ।
तेथ देवो म्हणती भला । उचंबळेना ।।९५६।।
श्रीकृष्णाचे बोलणे ऐकून । रोमांचित होई अर्जुन ।
हर्षाने जाऊ नको उचंबळून । देव म्हणतो ।।९५६।।
ऐसेनि तो येतां वेगु । धरूनि म्हणे श्रीरंगु ।
प्रकृतिपुरुषविभागु । परिसें सांगों ।।९५७।।
असा हर्षाचा वेग । आवरून म्हणे श्रीरंग ।
तुला सांगतो विभाग । प्रकृती पुरुषाचे ।।९५७।।
जया मार्गातें जगीं । सांख्य म्हणती योगी ।
जयाचिये भाटिवेलागीं । मी कपिल जाहलों ।।९५८।।
ज्या मार्गाला जगी । सांख्य म्हणती योगी ।
ज्याच्या वर्णनालागी । मी कपिलमुनी झालो ।।९५८।।
तो आइक निर्दोखु । प्रकृतिपुरुषविवेकु ।
म्हणे आदिपुरुखु । अर्जुनातें ।।९५९।।
तो निर्दोष एक । प्रकृती पुरुष विवेक ।
असा आदिपुरुष ऐक । अर्जुना म्हणाला ।।९५९।।

तरी पुरुष अनादि आथी । आणि तैंचि लागोनि प्रकृति ।
संसरिसी दिवोराती । दोनी जैसी ।।९६०।।
पुरुष अनादि असून । प्रकृतीही तेव्हापासून ।
जसे दिवस रात्र जोडून । तसे ते ।।९६०।।
कां रूप नोहे वायां । परी रूपा लागली छाया ।
निकणु वाढे धनंजया । कणेंसीं कोंडा ।।९६१।।
छाया प्रत्यक्ष रूप नसते । पण ती रूपासोबत असते ।
कोंडा आणि कण येते । बी पेरल्यावर ।।९६१।।
तैसीं जाण जवटें । दोन्हीं इयें एकवटे ।
प्रकृतिपुरुष प्रगटें । अनादिसिद्धें ।।९६२।।
असे जाण दोघेही । एकवटतात इथे ही ।
जगात प्रगट होती ही । प्रकृती पुरुष रूपात ।।९६२।।
पैं क्षेत्र येणें नांवें । जें सांगितलें आघवें ।
तेंचि एथ जाणावें । प्रकृति हे गा ।।९६३।।
पण क्षेत्र या नावे । जे सांगितले भावे ।
ते इथे जाणावे । प्रकृती म्हणून ।।९६३।।
आणि क्षेत्रज्ञ ऐसें । जयातें म्हणितलें असे ।
तो पुरुष हें अनारिसे । न बोलों घेईं ।।९६४।।
क्षेत्रज्ञ असे ज्या म्हटले । तेच पुरुष शब्दाने सांगितले ।
मी काहीही वेगळे । बोलत नाही ।।९६४।।
इयें आनानें नांवें । परी निरूप्य आन नोहे ।
हें लक्षण न चुकावें । पुढतपुढती ।।९६५।।
ही नावे अनेक । पण निरूपण एक ।
हा विषय अचूक । तू न चुकवावा ।।९६५।।
तरी केवळ जे सत्ता । तो पुरुष गा पंडुसुता ।
प्रकृतीतें समस्तां । क्रिया नाम ।।९६६।।
जी केवळ सत्ता असती । अर्जुना तो पुरुष समजती ।
त्या क्रिया जिच्याने घडती । ती प्रकृती होय ।।९६६।।
बुद्धि इंद्रियें अंतःकरण । इत्यादि विकारभरण ।
आणि ते तिन्ही गुण । सत्त्वादिक ।।९६७।।
बुद्धी, मन, इंद्रिय । या तिन्हींचा समुदाय ।
तीन गुणांचा त्रय । राजस, तामस, सात्त्विक ।।९६७।।
हा आघवाचि मेळावा । प्रकृती जाहला जाणावा ।
हेचि हेतु संभवा । कर्मांचिया ।।९६८।।
या सर्वांपासून जाण । प्रकृती होतसे निर्माण
कर्म उत्पत्तीस कारण । ही प्रकृतीच ।।९६८।।

तेथ इच्छा आणि बुद्धि । घडवी अहंकारेंसीं आधीं ।
मग तिया लाविती वेधीं । कारणाच्या ।।९६९।।
इच्छा आणि बुद्धी । अहंकार घडविती आधी ।
मग त्या लावती नादी । विषयांच्या ।।९६९।।
तेंचि कारण ठाकावया । जें सूत्र धरणें उपाया ।
तया नांव धनंजया । कार्य पैं गा ।।९७०।।
त्या गोष्टीची प्राप्ती । होण्या जो उपाय करती ।
तिला कार्य असे म्हणती । हे जाण ।।९७०।।
आणि इच्छा मदाच्या थावीं । लागली मनातें उठवी ।
तें इंद्रियें राहाटवी । हें कर्तृत्व पैं गा ।।९७१।।
ती इच्छा मना उठवी । अहंकारा जागवी ।
इंद्रियाकडून काम करवी । त्या कर्तृत्व म्हणती ।।९७१।।
म्हणौनि तीन्ही या जाणा । कार्यकर्तृत्वकारणा ।
प्रकृति मूळ हे राणा । सिद्धांचा म्हणे ।।९७२।।
म्हणून क्रिया, भोग, कर्तृत्व । या तिन्ही कारणांचे तत्त्व ।
प्रकृती हेच मूळत्व । असे श्रीकृष्ण म्हणाले ।।९७२।।
एवं तिहींचेनि समवायें । प्रकृति कर्मरूप होये ।
परी जया गुणा वाढे त्राये । त्याचि सारिखी ।।९७३।।
या तिघांच्या रूपात । प्रकृती कर्मरूप होत ।
ज्याचा जोर विशेष जास्त । त्यासम बनते ।।९७३।।
जें सत्त्वगुणें अधिष्ठिजे । तें सत्कर्म म्हणिजे ।
रजोगुणें निफजे । मध्यम तें ।।९७४।।
ज्या सत्त्व गुणाचे अधिष्ठान । ते सत्कर्म महान ।
जे रजोगुणातून निष्पन्न । ते मध्यम ।।९७४।।
जें कां केवळ तमें । होती जियें कर्में ।
निषिद्धें अधमें । जाण तियें ।।९७५।।
जी कर्मे जाण । तमोगुणापासून निर्माण ।
ती निषिद्ध प्रमाण । धर्माविरुद्ध ।।९७५।।
ऐसेनि संतासंतें । कर्में प्रकृतीस्तव होतें ।
तयापासोनि निर्वाळतें । सुखदुःख गा ।।९७६।।
असे बरे-वाईट कर्म । हा तर प्रकृतीचा धर्म ।
सुख-दुःखाचे वर्म । त्यापासून ।।९७६।।
असंतीं दुःख उपजे । सत्कर्मीं सुख निफजे ।
तया दोहींचा बोलिजे । भोगु पुरुषा ।।९७७।।
वाईट कर्मापासून दुःख । सत्कर्मापासून सुख ।
या दोन्हींचा भोग चोख । पुरुषा घ्यावा लागे ।।९७७।।
सुखदुःखें जंववरी । निफजती साचोकारीं ।
तंव प्रकृति उद्यमु करी । पुरुषु भोगी ।।९७८।।
सुख-दुःख जोवरी । निर्माण होती तरी ।
प्रकृती क्रिया करी । पुरुष भोगी ।।९७८।।
प्रकृतिपुरुषांची कुळवाडी । सांगतां असंगडी ।
जे आंबुली जोडी । आंबुला खाय ।।९७९।।
प्रकृती-पुरुषांची जोडी । विसंगत वाटते थोडी ।
प्रकृती कर्माने जोडी । पुरुष बसून खाई ।।९७९।।
आंबुला आंबुलिये । संगती ना सोये ।
कीं आंबुली जग विये । चोज ऐका ।।९८०।।
पती-पत्नीचा खेळ । नसे त्यांच्यात मेळ ।
विश्वनिर्मितीचा सांभाळ । प्रकृती करते ।।९८०।।
जे अनंगु तो पेंधा । निकवडा नुसधा ।
जीर्णु अतिवृद्धा- । पासोनि वृद्धु ।।९८१।।
तो उदासीन निराकार । एकटा दरिद्री फार ।
जीर्ण अतिवृद्ध वास्तुआकार । त्यापेक्षाही वृद्ध ।।९८१।।
तया आडनांव पुरुषु । एऱ्हवीं स्त्री ना नपुंसकु ।
किंबहुना एकु । निश्चयो नाहीं ।।९८२।।
पुरुष हे आडनाव त्याचे । ना स्त्री ना नपुंसक भासे ।
किंबहुना एक असे । निश्चित स्वरूप नाही ।।९८२।।
तो अचक्षु अश्रवणु । अहस्तु अचरणु ।
रूप ना वर्णु । नाम आथी ।।९८३।।
त्याला डोळे, कान नसती । हात, पाय नसती ।
रूप, रंग, वर्ण नसती । नावही नसते ।।९८३।।
अर्जुना कांहींचि जेथ नाहीं । तो प्रकृतीचा भर्ता पाहीं ।
कीं भोगणें ऐसयाही । सुखदुःखांचें ।।९८४।।
त्याला कोणतेच अवयव नाही । प्रकृतीचा पती असूनही ।
त्याच्या वाटे येती भोगही । सुखदुःखाचे ।।९८४।।
तो तरी अकर्ता । उदासु अभोक्ता ।
परी इया पतिव्रता । भोगविजे ।।९८५।।
तो खरे तर अकर्ता । उदासीन अभोक्ता ।
प्रकृती ही पतिव्रता । भोग घ्यायला लावी ।।९८५।।
जियेतें अळुमाळु । रूपागुणाचा चाळढाळु ।
ते भलतैसाही खेळु । लेखा आणी ।।९८६।।
ती पुरुषा करे मोहित । रूपागुणांची हालचाल करीत ।
त्याचा विलक्षण खेळ दावीत । भलता ।।९८६।।

मा इये प्रकृती तंव । गुणमयी हेंचि नांव ।
किंबहुना सावेव । गुण तेचि हे ।।९८७।।
या प्रकृतीला ठायी । नाव असे गुणमयी ।
मूर्तिमंत गुणाची पाहावी । ही प्रकृती ।।९८७।।
हे प्रतिक्षणीं नीत्य नवी । रूपा गुणाचीच आघवी ।
जडातेंही माजवी । इयेचा माजु ।।९८८।।
रूपगुणांचे संपूर्ण । नित्य नवे रूप करी धारण ।
विश्वाला करी उन्मन । तिच्या रूपगुणांचा मद ।।९८८।।
नामें इयें प्रसिद्धें । स्नेहो इया स्निग्धें ।
इंद्रियें प्रबुद्धें । इयेचेनि ।।९८९।।
हिच्यामुळे चराचर प्रसिद्ध । स्नेह होतसे स्निग्ध ।
इंद्रिये राहती सिद्ध । प्रकृतीमुळे ।।९८९।।
कायि मन हें नपुंसक । कीं ते भोगवी तिन्ही लोक ।
ऐसें ऐसें अलौकिक । करणें इयेचें ।।९९०।।
मन हे असे नपुंसक । प्रकृती हिंडवते तिन्ही लोक ।
अशी करणी अलौकिक । या प्रकृतीची ।।९९०।।
हे भ्रमाचे महाद्वीप । व्याप्तीचें रूप ।
विकार उमप । इया केले ।।९९१।।
हे भ्रमाचे द्वीप । मूर्तिमंत व्यापक रूप ।
हिने निर्मिले खूप । अनेक विकार ।।९९१।।
हे कामाची मांडवी । हे मोहवनींची माधवी ।
इये प्रसिद्धचि दैवी । माया हे नाम ।।९९२।।
कामरूप वेलींचा मंडप । मोहवनातले वसंतरूप ।
ही प्रसिद्ध दैवी अप्रूप । माया हे नाव ।।९९२।।
हे वाड्मयाची वाढी । हे साकारपणाची जोडी ।
प्रपंचाची धाडी । अभंग हे ।।९९३।।
ही शब्दसृष्टीची वाढ । साकारपणाला जोड ।
प्रपंचावर धाड । अशी अभंग आहे ।।९९३।।
कळा एथुनि जालिया । विद्या इयेच्या केलिया ।
इच्छा ज्ञान क्रिया । वियाली हे ।।९९४।।
चौसष्ट कला निर्मून । चौदा विद्या हिच्यापासून ।
हीच देते प्रसवून । इच्छा, ज्ञान, क्रिया ।।९९४।।
हे नादाची टांकसाळ । हे चमत्काराचें वेळाउळ ।
किंबहुना सकळ । खेळु इयेचा ।।९९५।।
ही ध्वनी, नादाची टांकसाळ । चमत्काराचे देऊळ ।
किंबहुना हा खेळ । हिचाच सगळा ।।९९५।।

जे उत्पत्ति प्रलयो होत । ते इयेचे सायंप्रात ।
हें असो अद्भुत । मोहन हे ।।९९६।।
उत्पत्ती प्रलय होती । ते हिचे सकाळ-संध्याकाळ असती ।
ही एक भूल भासती । अद्‌भुत ।।९९६।।
हे अद्वयाचें दुसरें । हे निःसंगाचें सोयरे ।
निराळेंसि घरें । नांदत असे ।।९९७।।
ती एकट्याची सोबतीण । निःसंगाची जोडीदारीण ।
निराळेच घर करून । नांदत असे ।।९९७।।
इयेतें येतुलावरी । सौभाग्यव्याप्तीची थोरी ।
म्हणौनि तया आवरी । अनावरातें ।।९९८।।
पाहून यावर । तिचे सौभाग्य थोर ।
म्हणून घालते आवर । अनावर ब्रह्माला ।।९९८।।
तयाच्या तंव ठायीं । निपटूनि कांहींचि नाहीं ।
कीं तया आघवेहीं । आपणचि होय ।।९९९।।
खरे तर ब्रह्माच्या ठायी । विकार कोणताच नाही ।
ही विकार बनते स्वतःही । आपणच ।।९९९।।
तया स्वयंभाची संभूती । तया अमूर्ताची मूर्ती ।
आपण होय स्थिती । ठावो तया ।।१०००।।
त्या स्वयंभूची उत्पत्ती । त्या अमूर्ताची मूर्ती ।
त्याची देहाची स्थिती । आपणच बनते ।।१०००।।
तया अनार्ताची आर्ती । तया पूर्णाची तृप्ती ।
तया अकुळाची जाती- । गोत होय ।।१००१।।
अन् इच्छांची इच्छापूर्ती । पूर्णत्वाची तृप्ती ।
कुलरहिताची गोत्र जाती । प्रकृतीच होते ।।१००१।।
तया अचर्चाचें चिन्ह । तया अपाराचें मान ।
तया अमनस्काचें मन । बुद्धीही होय ।।१००२।।
अवर्णनियाचे वर्णन । अमर्यादांचे प्रमाण ।
निर्मनाचे मन । बुद्धीही बनते ।।१००२।।
तया निराकाराचा आकारु । तया निर्व्यापाराचा व्यापारु ।
निरहंकाराचा अहंकारु । होऊनि ठाके ।।१००३।।
त्या निराकाराचा आकार । निष्क्रियाचा व्यापार ।
निरहंकाराचा अहंकार । आपणच होते ।।१००३।।
तया अनामाचें नाम । तया अजाचें जन्म ।
आपण होय कर्म- । क्रिया तया ।।१००४।।
अनामाचे नाम । जन्मरहिताचा जन्म ।
क्रिया आणि कर्म । आपणच ।।१००४।।

तया निर्गुणाचे गुण । तया अचरणाचे चरण ।
तया अश्रवणाचे श्रवण । अचक्षूचे चक्षु ॥१००५॥
निर्गुणाचे गुण । चरण नसलेल्याचे चरण ।
कान नसता श्रवण । डोळे नसता नयन ॥१००५॥
तया भावातीताचे भाव । तया निरवयवाचे अवयव ।
किंबहुना होय सर्व । पुरुषाचें हे ॥१००६॥
भावरहितांचे भाव । अवयवरहितांचे अवयव ।
प्रकृती बनते सर्व । त्या पुरुषाचे ॥१००६॥
ऐसेनि इया प्रकृती । आपुलिया सर्व व्याप्ती ।
तया अविकारातें विकृती- । माजीं कीजे ॥१००७॥
याप्रमाणे प्रकृती । करून व्यापक नीती ।
विकारवश करती । अविकारी पुरुषा ॥१००७॥
तेथ पुरुषत्व जें असे । तें ये इये प्रकृतिदशे ।
चंद्रमा अंवसे । पडिला जैसा ॥१००८॥
पुरुषाचे जे तेज असते । प्रकृतीमुळे लोपते ।
जसे चंद्राचे तेज हरपते । अमावास्येला ॥१००८॥
विदळ बहु चोखा । मीनलिया वाला एका ।
कसु होय पांचका । जयापरी ॥१००९॥
अत्यंत चोख सोन्याला तो । वालाएवढा डाच दिला जातो ।
तर त्याचा कस उतरतो । पाच टंचाचा ॥१००९॥
कां साधूतें गोंधळी । संचारोनि सुये मैळी ।
नाना सुदिनाचा आभाळीं । दुर्दिनु कीजे ॥१०१०॥
पिशाच्च सज्जनांच्या अंगी शिरते । कुकर्मा भाग पाडते ।
ढगामुळे आकाश अंधारते । सुदिन दुर्दिन होतो ॥१०१०॥
जेवीं पय पशूच्या पोटीं । कां वन्हि जैसा काष्ठीं ।
गुंडूनि घेतला पटीं । रत्नदीपु ॥१०११॥
दूध जसे गाईच्या पोटात । अग्नी जसा लाकडात ।
रत्न गुंडाळता कापडात । दिसत नाही ॥१०११॥
राजा पराधीनु जाहला । कां सिंहु रोगें रुंधला ।
तैसा पुरुष प्रकृती आला । स्वतेजा मुके ॥१०१२॥
राजा पराधीन होतो । सिंह व्याधिग्रस्त होतो ।
तसा पुरुष फिका पडतो । प्रकृतीच्या तेजाने ॥१०१२॥
जागता नरु सहसा । निद्रा पाडूनि जैसा ।
स्वप्नींचिया सोसा । वश्यु कीजे ॥१०१३॥
जागृत माणसासही । निद्रा स्वप्न दावी ।
सुख-दुःख भोगायला लावी । सहजपणे ॥१०१३॥

तैसें प्रकृति जालेपणें । पुरुषा गुण भोगणें ।
उदास अंतुरीगुणें । आतुडे जेवीं ॥१०१४॥
प्रकृतीचा अधीन होतो । पुरुष सुख-दुःख भोगतो ।
तसा स्त्रीच्या मोहात अडकतो । विरक्तही ॥१०१४॥
तैसें अजा नित्या होये । आंगीं जन्ममृत्यूचे घाये ।
वाजती जैं लाहे । गुणसंगातें ॥१०१५॥
पुरुष उत्पत्तिरहित । जरी राहतो नित्य ।
जन्म-मृत्यूचे सोशी आघात । गुण संगती असूनही ॥१०१५॥
परि तें ऐसें पंडुसुता । तातलें लोह पिटितां ।
जेवीं वन्हीसीचि घाता । बोलती तया ॥१०१६॥
हे असे होते अर्जुन । तप्त लोखंडी मारता घण ।
घाव अग्नीला बसती जाण । तसे आहे ॥१०१६॥
कां आंदोळलिया उदक । प्रतिभा होय अनेक ।
तें नानात्व म्हणती लोक । चंद्रीं जेवीं ॥१०१७॥
पाण्यात तरंग हलती । चंद्राची अनेक प्रतिबिंबे दिसती ।
अज्ञानी लोक म्हणती । चंद्र अनेक आहेत ॥१०१७॥
दर्पणाचिया जवळिका । दुजेपण जैसें ये मुखा ।
कां कुंकुमें स्फटिका । लोहितत्व ये ॥१०१८॥
आरशात पाहिले असता जसे । चेहरा दुसरा दिसे ।
स्फटिक मणी लाल भासे । कुंकवावर ठेवता ॥१०१८॥
तैसा गुणसंगमें । अजन्मा हा जन्मे ।
पावतु ऐसा गमे । एऱ्हवीं नाहीं ॥१०१९॥
गुणसंगतीने हा जन्मरहित । पुरुष वाटे जन्म घेत ।
पण केवळ तसे वाटत । ते खरे नाही ॥१०१९॥
अधमोत्तमा योनी । यासि ऐसिया मानी ।
जैसा संन्यासी होय स्वप्नीं । अंत्यजादि जाती ॥१०२०॥
याला होती प्राप्त । उत्तम वाईट योनी समस्त ।
जसा संन्यासी स्वप्नात । अंत्यज होतो ॥१०२०॥
म्हणौनि केवळा पुरुषा । नाहीं होणें भोगणें देखा ।
येथ गुणसंगुचि अशेखा- । लागीं मूळ ॥१०२१॥
न संभवे पुरुषा जन्मा येणे । सुख-दुःख भोगणे ।
गुणांची संगती असणे । मूळ आहे ॥१०२१॥
हा प्रकृतिमाजीं उभा । परी जुई जैसा वोथंबा ।
इया प्रकृति पृथ्वी नभा । तेतुला पाडु ॥१०२२॥
प्रकृतीमध्ये हा राही । जुईला जसा खांब आधार ही ।
या दोघांत असे अंतर ही । पृथ्वी आकाशाएवढे ॥१०२२॥

प्रकृतिसरितेच्या तटीं । मेरु होय हा किरीटी ।
माजीं बिंबे परी लोटीं । लोटों नेणे ॥१०२३॥
प्रकृतिनदीच्या तीरावर । मेरूसमान हा स्थिर ।
याचे प्रतिबिंब तिच्यावर । पण वाहून जात नाही ॥१०२३॥
प्रकृति होय जाये । हा तो असतुचि आहे ।
म्हणौनि आब्रह्माचें होये । शासन हा ॥१०२४॥
प्रकृतीची उत्पत्ती लय होतो । पण हा तसाच राहतो ।
संपूर्ण ब्रह्मांडावर करतो । हा शासन ॥१०२४॥
प्रकृति येणें जिये । याचिया सत्ता जग विये ।
इयालागीं इये । वरयेतु हा ॥१०२५॥
प्रकृती याच्यामुळे जगते । यानेच विश्वनिर्मिती होते ।
म्हणून याचे अस्तित्त्व असते । प्रकृतीचा स्वामी म्हणून ॥१०२५॥
अनंतें काळें किरीटी । जिया मिळती इया सृष्टी ।
तिया रिगती ययाच्या पोटीं । कल्पांतसमयीं ॥१०२६॥
अनंत काळापर्यंत । सृष्टी उत्पन्न होत ।
लय पावती याच्यात । कल्पांताचे वेळी ॥१०२६॥
हा महद्ब्रह्मगोसावी । ब्रह्मगोळ लाघवी ।
अपारपणें मवी । प्रपंचातें ॥१०२७॥
प्रकृतीचा स्वामी राहतो । ब्रह्मांडाचा कर्ता असतो ।
हा प्रपंचाला अजमावतो । व्यापकपणाने ॥१०२७॥
पैं या देहामाझारीं । परमात्मा ऐसी जे परी ।
बोलिजे तें अवधारीं । ययातेंचि ॥१०२८॥
या देहामध्ये जो । परमात्मा मानला जातो ।
तो हाच असतो । हे ध्यानात घे ॥१०२८॥
अगा प्रकृतिपरौता । एकु आथी पंडुसुता ।
ऐसा प्रवादु तो तत्त्वता । पुरुषु हा पैं ॥१०२९॥
प्रकृतीपलीकडे एक तत्त्व । वेद सांगती हा सिद्धान्त ।
तो हा पुरुष असत । हे जाण अर्जुना ॥१०२९॥
जो निखळपणें येणें । पुरुषा यया जाणे ।
आणि गुणांचें करणें । प्रकृतीचें तें ॥१०३०॥
जो यथार्थपणे । अशा पुरुषा जाणे ।
गुण कर्मे ही जाणणे । प्रकृतीची ॥१०३०॥
हें रूप हे छाया । पैल जळ हे माया ।
ऐसा निवाडु धनंजया । जेवीं कीजे ॥१०३१॥
तो रूप तर ती छाया । तो जल ती मृगजळाची माया ।
जशी निवड जावे कराया । ऐक धनंजया ॥१०३१॥

तेणें पाडें अर्जुना । प्रकृतिपुरुषविवंचना ।
जयाचिया मना । गोचर जाहली ॥१०३२॥
याप्रमाणे अर्जुन । प्रकृती-पुरुष भेद म्हणून ।
ज्याने घेतला जाणून । स्पष्टपणे ॥१०३२॥
तो शरीराचेनि मेळें । करूं कां कर्में सकळें ।
परी आकाश धुई न मैळे । तैसा असे ॥१०३३॥
शरीराच्या माध्यमे । करत राही सर्व कर्मे ।
आकाशी धुळीने न मळ जमे । तसा तो मलीन न होई ॥१०३३॥
आथिलेनि देहें । जो न घेपे देहमोहें ।
देह गेलिया नोहे । पुनरपि तो ॥१०३४॥
जितेपणी देहाच्या मोहात सापडून । जो न होई प्रकृतीच्या आधीन ।
देह नष्टतो नंतर पुनर्जन्म । त्याला नाही ॥१०३४॥
ऐसा तया एकु । प्रकृतिपुरुषविवेकु ।
उपकारु अलौकिकु । करी पैं गा ॥१०३५॥
असा हा एक । प्रकृति-पुरुषविवेक ।
उपकार करी अलौकिक । मानवांवर ॥१०३५॥
परी हाचि अंतरीं । विवेक भानूचिया परी ।
उदैजे तें अवधारीं । उपाय बहुत ॥१०३६॥
याच विचारे अंत:करण । तेजस्वी सूर्याप्रमाणं ।
प्रकाशित होण्या कारण । अनेक उपाय तू श्रवण कर ॥१०३६॥
कोणी एकु सुभटा । विचाराचा आगिटां ।
आत्मानात्मकिटा । पुटें देउनी ॥१०३७॥
कित्येक साधक श्रेष्ठ । विचारांच्या अग्नीत ।
अनात्म किटाळ दूर करत । चिंतनाची पुटे देऊन ॥१०३७॥
छत्तीसही वानी भेद । तोडोनियां निर्विवाद ।
निवडिती शुद्ध । आपणपें ॥१०३८॥
अनात्म्याचे छत्तीस भेद । तोडती निर्विवाद ।
निवडती तत्त्व शुद्ध । आपोआप ॥१०३८॥
तया आपणपयाच्या पोटीं । आत्मध्यानाचिया दिठी ।
देखती गा किरीटी । आपणपेंचि ॥१०३९॥
आत्मभावाच्या स्वरूपात । आत्मध्यान रूपात ।
आपल्याला पाहतात । आपणच दृष्टी ठेवून ॥१०३९॥
आणिक पैं दैवबगें । चित्त देती सांख्ययोगें ।
एक ते अंगलगें । कर्माचेनी ॥१०४०॥
कोणी दैववशात । चित्त देऊन सांख्ययोगात ।
आत्मयोगाच्या आधारात । आत्म्याला जाणती ॥१०४०॥

येणें येणें प्रकारें । निस्तरती साचोकारें ।
हें भवा भेउरें । आघवेंचि ।।१०४१।।
अशा सर्व प्रकारांनी । ते जाती तरुनी ।
संसार भय जाणुनी । ते सगळे ।।१०४१।।
परी ते करिती ऐसें । अभिमानु दवडूनि देशें ।
एकाचिया विश्वासें । टेंकती बोला ।।१०४२।।
ते असे करतात । अभिमान त्यागतात ।
श्रद्धेने विश्वास ठेवतात । एकाच गुरुवर ।।१०४२।।
जे हिताहित देखती । हानि कणवा घेपती ।
पुसोनि शिणु हरिती । देती सुख ।।१०४३।।
शिष्याचे जे हित अहित पाहती । हानी होता कळवळती ।
विचारपूस करुन दु:ख हरती । ब्रह्मसुख देती ।।१०४३।।
तयांचेनि मुखें जें निघे । तेतुलें आदरें चांगें ।
ऐकोनियां आंगें । मनें होती ।।१०४४।।
त्यांच्या मुखे जे उमटती । ते आदरे श्रवण करती ।
त्याच्याशी तल्लीन होती । देहाने, मनाने ।।१०४४।।
तया ऐकणेयाचि नांवें । ठेविती गा आघवें ।
तया अक्षरांसीं जीवें । लोण करिती ।।१०४५।।
त्यांचे श्रवण हेच कर्म । हाच आपला धर्म ।
ऐकून अक्षरांचे मर्म । जीव ओवाळती ।।१०४५।।
तेही अंतीं कपिध्वजा । इया मरणार्णवसमाजा- ।
पासूनि निघती वोजा । गोमटिया ।।१०४६।।
ध्वजावर ज्याच्या मारुती । हे सुभद्रापती ।
ते मृत्युलोकी सागरातून अंती । उत्तम प्रकारे पार होती ।।१०४६।।
ऐसेसे हे उपाये । बहुवस एथें पाहें ।
जाणावया होये । एकी वस्तु ।।१०४७।।
अर्जुना याप्रमाणे । परमात्म्याला जाणणे ।
याचे मृत्यूलोकी असणे । अनेक मार्ग ।।१०४७।।
आतां पुरे हे बहुत । पैं सर्वार्थाचें मथित ।
सिद्धांतनवनीत । देऊं तुज ।।१०४८।।
आता पुरे हे बोलणे । जे एकवटले सर्वार्थाने ।
सिद्धान्ताचे नवनीत लेणे । तुला देतो ।।१०४८।।
येतुलेनि पंडुसुता । अनुभव लाहाणा आयिता ।
येर तंव तुज होतां । सायास नाहीं ।।१०४९।।
त्यामुळे हे अर्जुन तुला आयती । आत्मानुभवाची होईल प्राप्ती ।
तुला मग न होती । इतर साधनांचे कष्ट ।।१०४९।।

म्हणौनि ते बुद्धि रचूं । मतवाद हे खांचूं ।
सोलीव निर्वचूं । फलितार्थुची ।।१०५०।।
म्हणून बुद्धीने करू प्रतिपादन । मतभेदांचे करू खंडन ।
अर्थ सांगू विस्तारानं । शुद्ध गर्भित असा ।।१०५०।।
तरी क्षेत्रज्ञ येणें बोलें । तुज आपणपें जें दाविलें ।
आणि क्षेत्रही सांगितलें । आघवें जें ।।१०५१।।
क्षेत्रज्ञ या शब्दाने जे बोलले । तुला आत्म्याचे रूप दाखवले ।
महाभूतादि प्रकार सांगितले । क्षेत्र या शब्दाने ।।१०५१।।
तया येरयेरांच्या मेळीं । होईजे भूतीं सकळीं ।
अनिलसंगें सलिलीं । कल्लोळ जैसे ।।१०५२।।
वाऱ्यांच्या सोबतीने येती । पाण्यावर लाटा उठती ।
या दोघांच्या संबंधातून होती । भूतमात्र निर्माण ।।१०५२।।
कां तेजा आणि उखरा । भेटी जालिया वीरा ।
मृगजळाचिया पूरा । रूप होय ।।१०५३।।
माळरान आणि सूर्यकिरणे । यांच्या संपर्काने ।
मृगजळाचे निर्माण होणे । प्रत्यक्ष दिसे ।।१०५३।।
नाना धाराधरधारीं । झळंबलिया वसुंधरी ।
उठिजे जेवीं अंकुरीं । नानाविधीं ।।१०५४।।
पृथ्वीवर पावसाची धार । पडता उठती जमिनीवर ।
अनेक प्रकारचे अंकुर । निर्माण होती ।।१०५४।।
तैसें चराचर आघवें । जें कांहीं जीवु नावें ।
तें तों उभययोगें संभवे । ऐसें जाण ।।१०५५।।
तसे जीव या नावाने । या चराचराचे असणे ।
त्याची निर्मितीही होणे । या दोघांतून ।।१०५५।।
इयालागीं अर्जुना । क्षेत्रज्ञा प्रधाना- ।
पासूनि न होती भिन्ना । भूतव्यक्ती ।।१०५६।।
म्हणून हे पार्थ । जाणून घे अर्थ ।
साकार सर्व पदार्थ । यांपासून भिन्न नसती ।।१०५६।।
पैं पटत्व तंतु नव्हे । तरी तंतूसीचि तें आहे ।
ऐसां खोलीं डोळां पाहें । ऐक्य हें गा ।।१०५७।।
वस्त्र म्हणजे तंतू नाही । पण तंतूच बनते वस्त्रही ।
तसे ऐक्य समजून घेई । सूक्ष्मतेने ।।१०५७।।
भूतें आघवींचि होती । एकाचीं एक आहाती ।
परी तूं प्रतीती । यांची घे पां ।।१०५८।।
भूते एकच असती । ईश्वरापासून निर्मिती ।
याची सत्य प्रचिती । तू समजून घे ।।१०५८।।

यांचीं नामेंही आनानें । अनारिसीं वर्तनें ।
वेषही सिनाने । आघवेयांचे ।।१०५९।।
यांची नावेही भिन्न । वेगवेगळे वर्तन ।
वेषही वेगळाले जाण । या सर्वांचे ।।१०५९।।
ऐसें देखोनि किरीटी । भेद सूसी हन पोटीं ।
तरी जन्माचिया कोटी । न लाहसी निघों ।।१०६०।।
अर्जुना हे जाण नित्य । मानशील हा भेद सत्य ।
असती दुःखे कोट्यवधी जन्मजात । तू बाहेर न पडसी ।।१०६०।।
पैं नानाप्रयोजनशीळें । दीर्घें वक्रें वर्तुळें ।
होती एकाचींच फळें । तुंबिणीयेचीं ।।१०६१।।
भिन्न आधारामुळे । लांब, वाकडे, वाटोळे ।
असे येती भोपळे । वेलीला ।।१०६१।।
होतु कां उजू वांकुडें । परी बोरीचे हें न मोडे ।
तैसी भूतें अवघडें । परी वस्तु उजू ।।१०६२।।
फांदी सरळ, वाकडी असती । तरी बोरीचीच म्हणती ।
तसे भिन्न आकारात राहती । तरी आत्मतत्त्व एक ।।१०६२।।
अंगारकणीं बहुवसीं । उष्णता समान जैशी ।
तैसा नाना जीवराशीं । परेशु असे ।।१०६३।।
निखारे अनेक दिसती । उष्णता समान असती ।
जीव राशी अनेक राहती । आत्मतत्त्व एकच ।।१०६३।।
गगनभरी धारा । परी पाणी एकचि वीरा ।
तैसा या भूताकारा । सर्वांगीं तो ।।१०६४।।
आकाशभर पावसाच्या सरी । पाणी त्यात एकच परी ।
भिन्न भूत आकार तरी । आत्मतत्त्व एकच ।।१०६४।।
हें भूतग्राम विषम । परी वस्तू ते एथ सम ।
घटमठीं व्योम । जिंयापरी ।।१०६५।।
घर मठ वेगळे आकार । एकच आकाश साकार ।
भूतांचा समुदाय भिन्न प्राकार । आत्मा समान ।।१०६५।।
हा नाशतां भूताभासु । एथ आत्मा तो अविनाशु ।
जैसा केयूरादिकीं कसु । सुवर्णाचा ।।१०६६।।
नष्ट होई भूतांचा भास । आत्मा हा अविनाश ।
कायम राही सोन्याचा कस । अलंकार आटवले तरी ।।१०६६।।
एवं जीवधर्महीनु । जो जीवेंसीं अभिन्नु ।
देख तो सुनयनु । ज्ञानियांमाजीं ।।१०६७।।
तो जीव धर्मरहित । सर्वां व्यापून असत ।
हे जाणणारा सर्व ज्ञानियांत । उत्तम ज्ञानी ।।१०६७।।

ज्ञानाचा डोळा डोळसां- । माजीं डोळसु तो वीरेशा ।
हे स्तुति नोहे बहुवसा । भाग्याचा तो ।।१०६८।।
जाण अर्जुन खास । जो ज्ञानाचा डोळस ।
तो पात्र प्रशंसेस । तो परम भाग्यवान ।।१०६८।।
जे गुणेंद्रिय धोकोटी । देह धातूंची त्रिकुटी ।
पांचमेळावा वोखटी । दारुण हे ।।१०६९।।
गुण इंद्रियांची ही पेटी । त्रिगुणांची धोपटी ।
पंचमहाभूतांची सोपटी । दुःखाची ही ।।१०६९।।
हें उघड पांचवेउली । पंचधां आगी लागली ।
जीवपंचानना सांपडली । हरिणकुटी हे ।।१०७०।।
पाच नांगींचा इंगळ । ज्ञानेंद्रियांचा जाळ ।
हरिणाची सापडली पाळ । जीवरूपी सिंहाला ।।१०७०।।
ऐसा असोनि इये शरीरीं । कोण नित्यबुद्धीची सुरी ।
अनित्यभावाच्या उदरीं । दाटीचिना ।।१०७१।।
असे असून या देही । आत्मा नाशवंत नाही ।
अशा अर्थाची सुरी ही । कोणी घालत नाही ।।१०७१।।
परी इये देहीं असतां । जो नयेचि आपणया घाता ।
आणि शेखीं पंडुसुता । तेथेंचि मिळे ।।१०७२।।
जो असतो या देही । पण घात करून घेत नाही ।
शेवटी एकरूप होई । देहपात झाल्यावरी ।।१०७२।।
जेथ योगज्ञानाचिया प्रौढी । वोलांडूनियां जन्मकोडी ।
न निगों इया भाषा बुडी । देती योगी ।।१०७३।।
ध्यान ज्ञानाच्या आधारानी । योगी कोटी जन्म ओलांडूनी ।
बाहेर न पडावे या निश्चयानी । ब्रह्मस्वरूपी बुडी घेतो ।।१०७३।।
जें आकाराचें पैल तीर । जें नादाची पैल मेर ।
तुर्येचें माजघर । परब्रह्म जें ।।१०७४।।
जे आकाराचे पैलतीर । वाणीपलीकडचे सार ।
मोक्षापल्याडचे[९] घर । हे परब्रह्म ।।१०७४।।
मोक्षासकट गती । जेथें येती विश्रांती ।
गंगादि आपांपती । सरिता जेवीं ।।१०७५।।
मोक्षासह सर्व गती । इथेच घेती विश्रांती ।
जशा सरिता येऊन थांबती । सागरात ।।१०७५।।
तें सुख येणेंचि देहें । पाय पाखाळणिया लाहे ।
जो भूतवैषम्यें नोहे । विषमबुद्धी ।।१०७६।।
पाहून भूतांचे भिन्नपण । बुद्धीला न येई वैषम्य ।
त्याच्या पायी लोटांगण । हे ब्रह्मसुख घालते ।।१०७६।।

---

९ तुर्या - जागृती, स्वप्न, सुषुप्ती या तीन अवस्थांपलीकडील अवस्था

दीपांचिया कोडी जैसें । एकचि तेज सरिसें ।
तैसा जो असतुचि असे । सर्वत्र ईशु ॥१०७७॥
कोट्यवधी दिव्यांत । तेज एकच असत ।
तसा भूतमात्रांत । परमात्मा एकच असतो ॥१०७७॥
ऐसेनि समत्वें पंडुसुता । जिये जो देखत साता ।
तो मरण आणि जीविता । नागवे फुडा ॥१०७८॥
असा समदृष्टीने अर्जुन । जो जगतो भूतां पाहून ।
तो न राही अडकून । जन्म-मृत्यूच्या चक्रात ॥१०७८॥
म्हणौनि तो दैवागळा । वानीत असों वेळोवेळां ।
जे साम्यसेजे डोळां । लागला तया ॥१०७९॥
म्हणुनी तो वेगळा । आम्ही प्रशंसितो वेळोवेळा ।
त्याचा लागतो डोळा । साम्याच्या बिछान्यांवर ॥१०७९॥
आणि मनोबुद्धिप्रमुखें । कर्मेंद्रियें अशेखें ।
करी प्रकृतीचि हें देखे । साच जो गा ॥१०८०॥
मन बुद्धीचे प्रमुखत्व । कर्मेंद्रियांचे जे कर्मतत्त्व ।
ते प्रकृतीचेच सत्त्व । हे जो जाणतो ॥१०८०॥
घरींचीं राहटती घरीं । घर कांहीं न करी ।
अभ्र धांवे अंबरीं । अंबर तें उगें ॥१०८१॥
घरातील व्यक्ती करती व्यवहार । काहीच न करे घर ।
आकाश जसे राहे स्थिर । ढग जरी पळती ॥१०८१॥
तैसी प्रकृति आत्मप्रभा । खेळे गुणीं विविधारंभा ।
येथ आत्मा तो वोथंबा । नेणे कोण ॥१०८२॥
प्रकृती आत्मप्रकाशात । विविध खेळ खेळत ।
आत्मा खांबासम तटस्थ । काही जाणत नाही ॥१०८२॥
ऐसेनि येणें निवाडें । जयाच्या जीवीं उजिवडें ।
अकर्तयातें फुडें । देखिलें तेणें ॥१०८३॥
अशा या निर्णयाने । उजेड ज्याच्या अंत:करणे ।
आत्मा जाणला त्याने । पूर्णपणे ॥१०८३॥
एऱ्हवीं तैंचि अर्जुना । होईजे ब्रह्मसंपन्ना ।
जैं या भूताकृती भिन्ना । दिसती एकी ॥१०८४॥
एरवी हे अर्जुन । जो माणूस होई ब्रह्मसंपन्न ।
तो पाहतो भूता भिन्न । पण एकरूपता दिसते ॥१०८४॥
लहरी जैसिया जळीं । परमाणुकणिका स्थळीं ।
रश्मीकरमंडळीं । सूर्याच्या जेवीं? ॥१०८५॥
लाटा जशा पाण्यावर । परमाणू कण पृथ्वीवर ।
आणि सूर्यमंडळावर । जशी किरणे ॥१०८५॥

नातरी देहीं अवेव । मनीं आघवेचि भाव ।
विस्फुलिंग सावेव । वन्हीं एकीं ॥१०८६॥
किंवा देही जसे अवयव । मनाच्या ठिकाणी भाव ।
किंवा ठिणग्या जशा सर्व । एकाच अग्नीत ॥१०८६॥
तैसे भूताकार एकाचे । हें दिठी रिगे जैं साचें ।
तैंचि ब्रह्मसंपत्तीचें । तारूं लागे ॥१०८७॥
जो मानेल प्राणिमात्र निर्माण । होती एकाच आत्म्यापासून ।
त्यालाच लाभेल धन । ब्रह्मसंपत्तीच्या जहाजाचे ॥१०८७॥
मग जया तयाकडे । ब्रह्मेचि दिठी उघडे ।
किंबहुना जोडे । अपार सुख ॥१०८८॥
त्याला सगळीकडे । तो पाहील जिकडे तिकडे ।
ब्रह्मरूप दिसते उघडे । अपार आनंद होई ॥१०८८॥
येतुलेनि तुज पार्था । प्रकृतिपुरुषव्यवस्था ।
ठायें ठावो प्रतीतिपथा- । माजीं जाहली? ॥१०८९॥
अशा प्रकारे पार्था । प्रकृती पुरुष व्यवस्था ।
अनुभवातूनची प्रथा । तुला सांगितली ॥१०८९॥
अमृत जैसें ये चुळा । कां निधान देखिजे डोळां ।
तेतुला जिव्हाळा । मानावा हा ॥१०९०॥
चूळ भरण्या मिळे अमृत । किंवा डोळ्याला धनाचा ठेवा दिसत ।
तेवढ्याच योग्यतेचा असत । जो हा लाभ तुला होतोय ॥१०९०॥
जी जाहलिये प्रतीती । घर बांधणें जें चित्तीं ।
तें आतां ना सुभद्रापती । इयावरी ॥१०९१॥
ही आलेली प्रचिती । आता ठेवू नको चित्ती ।
कारण हे सुभद्रापती । यानंतरचे ऐक ॥१०९१॥
तरी एक दोन्ही ते बोल । बोलिजती सखोल ।
देईं मनातें वोल । मग ते घेईं ॥१०९२॥
यानंतर एक-दोन । सांगतो विचार गहन ।
देऊन सूक्ष्म अवधान । तू जाणून घे ॥१०९२॥
ऐसें देवें म्हणितलें । मग बोलों आदरिलें ।
तेथें अवधानाचेचि केलें । सर्वांग येरें ॥१०९३॥
असे भगवंत म्हणती । बोलावया प्रारंभ करती ।
सर्वांगाचे अवधान चित्ती । अर्जुनाने ठेवले ॥१०९३॥
तरी परमात्मा म्हणिपे । तो ऐसा जाण स्वरूपें ।
जळीं जळें न लिंपे । सूर्यु जैसा ॥१०९४॥
परमात्मा म्हणती ज्याला । तू समजून घे त्याला ।
जसा सूर्य होत नाही ओला । पाण्यात प्रतिबिंबाने ॥१०९४॥

कां जे जळा आदीं पाठीं । तो असतुचि असे किरीटी ।
माजीं बिंबे तें दृष्टी । आणिकांचिये ।।१०९५।।
प्रतिबिंबाच्या आधी नंतर । सूर्य तसाच राही निरंतर ।
प्रतिबिंबात सूर्य मानती तर । अज्ञानी लोक ।।१०९५।।
तैसा आत्मा देहीं । आथि म्हणिपे हें कांहीं ।
साचें तरी नाहीं । तो जेथिंचा तेथें ।।१०९६।।
तसे आत्मा असतो देही । हे म्हणणे खरे नाही ।
देहाआधी अन् नंतरही । आत्मा असतोच ।।१०९६।।
आरिसां मुख जैसें । बिंबलिया नाम असे ।
देहीं वसणें तैसें । आत्मतत्त्वा ।।१०९७।।
चेहरा दिसता आरशात । प्रतिबिंब त्यास म्हणत ।
तसे देहामध्ये वसत । आत्मतत्त्व ।।१०९७।।
तया देहा म्हणती भेटी । हे सपायी निर्जीव गोठी ।
वारिया वाळुवे गांठी । केंही आहे? ।।१०९८।।
देहाची आत्म्याची भेट । ही सर्वथा व्यर्थ गोष्ट ।
वारा वाळूची गाठ । कधी पडेल काय? ।।१०९८।।
आगी आणि कापुसा । दोरा सुवावा कैसा ।
केउता सांदा आकाशा । पाषाणेंसी? ।।१०९९।।
अग्नी आणि कापूस असे । एकत्र दोऱ्यात ओवावे कसे ।
दगड आणि आकाश तसे । जोडता येईल का? ।।१०९९।।
एक निघे पूर्वेकडे । एक तें पश्चिमेकडे ।
तिये भेटीचेनि पाडें । संबंधु हा ।।११००।।
एक जातो पूर्वेकडे । एक पश्चिमेकडे ।
त्यांच्या भेटीचे साकडे । तसा हा संबंध ।।११००।।
उजियेडा आणि अंधारेया । जो पाडु मृता उभेयां ।
तोचि गा आत्मया । देहा जाण ।।११०१।।
अंधार आणि प्रकाश । मृत आणि जिवंत मनुष्य ।
यांचा संबंध नि:शेष । तसेच देह आत्मा जाण ।।११०१।।
रात्री आणि दिवसा । कनका आणि कापुसा ।
अपाडु कां जैसा । तैसाचि यासी ।।११०२।।
रात्र आणि दिवस । सोने आणि कापूस ।
यात संबंध नाही तसं । आत्मा आणि देह यांचे आहे ।।११०२।।
देह तंव पांचांचें जालें । हें कर्माचें गुणीं गुंथले ।
भंवतसे चाकीं सूदलें । जन्ममृत्यूच्या ।।११०३।।
देह पंचमहाभूतांचा बनला । कर्माच्या दोऱ्यात ओवलेला ।
चाकावर घातला । जन्ममृत्यूच्या ।।११०३।।

हें काळानळाच्या तोंडीं । घातली लोणियाची उंडी ।
माशी पांखु पाखडी । तंव हें सरे ।।११०४।।
काळाग्नीच्या तोंडी । लोण्याची घातली उंडी ।
हालेल जोवर माशीची पंखुडी । तेवढ्या वेळात नष्ट होई ।।११०४।।
हें विपायें आगींत पडे । तरी भस्म होऊनि उडे ।
जाहलें श्वाना वरपडें । तरी ते विष्ठा ।।११०५।।
देह अग्नीत सापडला । तर राख होऊन उडाला ।
जर कुत्र्याने त्या खाल्ला । तर विष्ठा होतो ।।११०५।।
या चुके दोहीं काजा । तरी होय कृमींचा पुंजा ।
हा परिणामु कपिध्वजा । कश्मलु गा ।।११०६।।
या दोन्हींतून सुटताही । अळ्या-किड्यांचा पुंजका होई ।
अंती या देहाचा परिणामही । खूप वाईट आहे ।।११०६।।
या देहाची हे दशा । आणि आत्मा तो एथ ऐसा ।
पैं नित्य सिद्ध आपैसा । अनादिपणें ।।११०७।।
या देहाची अशी दशा । आत्मा नित्य शुद्ध जसा ।
अनादि सहज असा । तो आहे ।।११०७।।
सकळु ना निष्कळु । अक्रियु ना क्रियाशीळु ।
कृश ना स्थुळु । निर्गुणपणें ।।११०८।।
तो न निराकार न सावयव । न सक्रिय न निष्क्रिय ।
ना कृश ना स्थूलमय । असा आत्मा आहे ।।११०८।।
आभासु ना निराभासु । प्रकाशु ना अप्रकाशु ।
अल्प ना बहुवसु । अरूपपणें ।।११०९।।
तो दृश्य न अदृश्यही । न अंधार वा प्रकाशही ।
थोडा अथवा अधिक नाही । तो निरूप ।।११०९।।
रिता ना भरितु । रहितु ना सहितु ।
मूर्तु ना अमूर्तु । शून्यपणें ।।१११०।।
तो रिकामा वा भरलेला नाही । विषयारहित वा सहित नाही ।
मूर्त वा नाही अमूर्तही । निर्विशेष ।।१११०।।
आनंदु ना निरानंदु । एक ना विविधु ।
मुक्त ना बद्धु । आत्मपणें ।।११११।।
दु:ख वा नाही आनंद । एक वा नाही विविध ।
मुक्त वा नाही बद्ध । तो आत्मरूप ।।११११।।
येतुला ना तेतुला । आइता ना रचिला ।
बोलता ना उगला । अलक्षपणें ।।१११२।।
इथला वा नाही तिथला । आयता वा नाही रचलेला ।
मुका वा नाही बोलला । तो निरलस ।।१११२।।

सृष्टीच्या होणा न रचे । सर्वसंहारें न वेंचे ।
आथी नाथी या दोहींचें । पंचत्व तो ॥१११३॥
सृष्टीसोबत न उत्पन्न होतो । संहारासवे ना लय पावतो ।
तो लयस्थान असतो । आहे-नाहीचे ॥१११३॥
मवे ना चर्चे । वाढे ना खांचे ।
विटे ना वेंचे । अव्ययपणें ॥१११४॥
तो चर्चेत मावत नाही । वाढत वा कमी होत नाही ।
तो विकारी वा घटत नाही । अव्यय असल्याने ॥१११४॥
एवं रूप पैं आत्मा । देहीं जें म्हणती प्रियोत्तमा ।
तें मठाकारें व्योमा । नाम जैसें ॥१११५॥
आत्मा आहे अशा स्वरूपात । देहात आहे जे म्हणतात ।
ते जसे आकाशाला दाखवतात । मठाकारात ॥१११५॥
तैसें तयाचिये अनुस्यूती । होती जाती देहाकृती ।
तो घे ना सांडी सुमती । जैसा तैसा ॥१११६॥
म्हणती त्याच्या अनुभूती । ठरे देहाची आकृती ।
तो जसा तसाच ही वस्तुतिथी । घेत नाही सोडतही नाही ॥१११६॥
अहोरात्रें जैशी । येती जाती आकाशीं ।
आत्मसत्तें तैसीं । देहें जाण ॥१११७॥
दिवस-रात्र जशी । येती जाती आकाशी ।
आत्मसत्तेवर तशी । अनेक शरीरे येती जाती ॥१११७॥
म्हणौनि इयें शरीरीं । कांहीं करवीं ना करी ।
आयताही व्यापारीं । सज्ज न होय ॥१११८॥
तो या शरीरात । न करे काही न करवत ।
देहाच्या कोणत्याही व्यापारात । तो आसक्त नाही ॥१११८॥
यालागीं स्वरूपें । उणा पुरा न घेपे ।
हें असो तो न लिंपे । देहीं देहा ॥१११९॥
यामुळे त्याच्या स्वरूपात । न होई काही कमी जास्त ।
देहधर्माने न होई लिप्त । देहात राहूनही ॥१११९॥
अगा आकाश कें नाहीं? । हें न रिघेचि कवणे ठायीं? ।
परी कायिसेनि कहीं । गादिजेना ॥११२०॥
आकाश कुठे नाही? । ते कुठून दिसत नाही? ।
पण ते लिप्त होत नाही । कशानेही ॥११२०॥
तैसा सर्वत्र सर्व देहीं । आत्मा असतुचि असे पाहीं ।
संगदोषें एकेंही । लिप्त नोहे ॥११२१॥
तसा सर्व देहांत । आत्मा जरी वसत ।
होत नाही तो लिप्त । संसर्गदोषाने ॥११२१॥

पुढतपुढती एथें । हेंचि लक्षण निरुतें ।
जे जाणावें क्षेत्रज्ञातें । क्षेत्रविहीना ॥११२२॥
आत्म्याचे हेच खरे लक्षण । हे तू सदा जाण ।
हा क्षेत्रज्ञ देहात राहून । क्षेत्ररहित आहे ॥११२२॥
संसर्गें चेष्टिजे लोहें । परी लोह भ्रामकु नोहे ।
क्षेत्रक्षेत्रज्ञां आहे । तेतुला पाडु ॥११२३॥
लोहचुंबकाच्या संसर्गात आले । तर लोखंड हाले ।
क्षेत्रज्ञाच्या सत्तेवर क्षेत्र चाले । क्षेत्रज्ञ क्षेत्र न होई ॥११२३॥
दीपकाची अर्ची । राहाटी वाहे घरींची ।
परी वेगळीक कोडीची । दीपा आणि घरा ॥११२४॥
दिव्याची ज्योत । व्यवहार चालवे घरात ।
पण ज्योत आणि घर यांच्यात । वेगळेपणा कोटीचा ॥११२४॥
पैं काष्ठाच्या पोटीं । वन्हि असे किरीटी ।
परी काष्ठ नोहे या दृष्टी । पाहिजे हा ॥११२५॥
लाकडात अग्नी वसे । पण अग्नी लाकूड बनत नसे ।
क्षेत्रात क्षेत्रज्ञ असे । क्षेत्रज्ञ ना क्षेत्र होई ॥११२५॥
अपाडु नभा आभाळा । रवि आणि मृगजळा ।
तैसाचि हाही डोळां । देखसी जरी ॥११२६॥
आकाश आणि ढग यांत । सूर्य आणि मृगजळात ।
जसा भेद तसा हा पाहू ज्ञात । तू डोळ्याने ॥११२६॥
हें आघवेंचि असो एकु । गगनौनि जैसा अर्कु ।
प्रगटवी लोकु । नांवें नांवें ॥११२७॥
ही उपमा राहू देत । पण सूर्य जसा आकाशात ।
प्रगटतो तिन्ही लोकांत । पुन:पुन्हा प्रकाशतो ॥११२७॥
एथ क्षेत्रज्ञु तो ऐसा । प्रकाशकु क्षेत्राभासा ।
यावरुतें हें न पुसा । शंका नेघा ॥११२८॥
तो क्षेत्रज्ञ आत्मा एक । भासमय क्षेत्राचा प्रकाशक ।
आता यानंतर काही एक । विचारू नकोस ॥११२८॥
शब्दतत्त्वसारज्ञा । पैं देखणें तेचि प्रज्ञा ।
जे क्षेत्रा क्षेत्रज्ञा । अपाडु देखे ॥११२९॥
हे शब्द तत्त्वज्ञ अर्जुन । तीच बुद्धी डोळस मान ।
जी क्षेत्र आणि क्षेत्रज्ञ । यांतील भेद जाणते ॥११२९॥
इया दोहींचें अंतर । देखावया चतुर ।
ज्ञानियांचे द्वार । आराधिती ॥११३०॥
समजण्या दोन्हींतील अंतर । जे ज्ञानी असती चतुर ।
ती महापुरुषांचे द्वार । प्रार्थिती ॥११३०॥

याचिलागीं सुमती । जोडिती शांतिसंपत्ती ।
शास्त्रांचीं दुभतीं । पोसिती घरीं ।।११३१।।
याचसाठी अर्जुन । शांतीरूप संपत्ती जोडून ।
घरी ठेविती पोसून । शास्त्ररूपी दुभत्या गायी ।।११३१।।
योगाचिया आकाशा । वळघिजे येवढाचि धिंवसा ।
याचियाचि आशा । पुरुषासि गा ।।११३२।।
हे समजण्यास । योगरूपी आकाश ।
चढून जाण्याची आस । पुरुष बाळगतात ।।११३२।।
शरीरादि समस्त । मानितााति तृणवत ।
जीवें संतांचे होत । वाहणधरु ।।११३३।।
शरीराच्या गोष्टी समस्त । मानिती ते तृणवत ।
मस्तकी धारण करत । संतांच्या पादुका ।।११३३।।
ऐसै सियापरी । ज्ञानाचिया भरोवरी ।
करूनियां अंतरीं । निरुतें होती ।।११३४।।
अशा प्रकारे ज्ञानप्राप्ती । अनेक प्रकारे करती ।
अंत:करणाची निश्चिती । करून घेती ।।११३४।।
मग क्षेत्रक्षेत्रज्ञांचें । जें अंतर देखती साचें ।
ज्ञानें उन्मेख तयांचें । वोवाळूं आम्ही ।।११३५।।
देह आत्मा यांमधील । अंतर जे पाहतील ।
आमचे ज्ञान ओवाळील । त्यांच्यावरून ।।११३५।।
आणि महाभूतादिकीं । प्रभेदलीं अनेकीं ।
पसरलीसे लटिकी । प्रकृति जे हे ।।११३६।।
पंचमहाभूतादिंच्या । विविध प्रकारच्या ।
रुपांनी ही मिथ्या । प्रकृती पसरलीय ।।११३६।।
जे शुकनळिकान्यायें । न लगती लागली आहे ।
हें जैसें तैसें होये । ठाउवें जयां ।।११३७।।
पोपटनलिकान्यायाने । तो बद्ध होतो कल्पनेने ।
तसे हे सगळे तिचे असणे । माहीत करून घे ।।११३७।।
जैसी माळा ते माळा । ऐसीचि देखिजे डोळां ।
सर्पबुद्धि टवाळा । उखी हौनी ।।११३८।।
जेव्हा खरी माळा । दिसते ती डोळा ।
तेव्हा सर्पाचा भास सगळा । नष्ट होतो ।।११३८।।
कां शुक्ति ते शुक्ती । हे साच होय प्रतीती ।
रुपेयाची भ्रांती । जाऊनियां ।।११३९।।
शिंपली शिंपली असते । हे डोळ्यांना समजते ।
तिची चमकती भासमानता जाते । सूक्ष्म विचाराने ।।११३९।।

तैसी वेगळी वेगळेपणें । प्रकृति जे अंत:करणें ।
देखती ते मी म्हणें । ब्रह्म होती ।।११४०।।
असे प्रकृतीचे वेगळेपण । जाणते ज्याचे अंत:करण ।
सांगतो मी श्रीकृष्ण । ते ब्रह्मरूप होती ।।११४०।।
जें आकाशाहूनि वाड । जें अव्यक्ताची पैल कड ।
जें भेटलिया अपाडा पाड । पडों नेदी ।।११४१।।
जे आकाशाहून विशाल । जे अव्यक्ताचा (प्रकृतीचा) पैल ।
भेटताच न राही सकल । कोणताही भेद ।।११४१।।
आकारु जेथ सरे । जीवत्व जेथ विरे ।
द्वैत जेथ नुरे । अद्वय जें ।।११४२।।
जिथे आकार सरतो । जीवपणा विरतो ।
द्वैतभाव न उरतो । ते हे अद्वैत ।।११४२।।
तें परम तत्त्व पार्था । होती ते सर्वथा ।
जे आत्मानात्मव्यवस्था– । राजहंसु ।।११४३।।
हे परमतत्त्व आहे पार्था । जे परब्रह्म होती सर्वथा ।
करती राजहंसासम व्यवस्था । आत्मा अनात्म्याची ।।११४३।।
ऐसा हा जी आघवा । श्रीकृष्णें तया पांडवा ।
उगाणा दिधला जीवा । जीवाचिया ।।११४४।।
महाराज याप्रमाणे । अर्जुनास श्रीकृष्णाने ।
सांगितले क्षेत्र क्षेत्रज्ञे । असे संजय म्हणाला ।।११४४।।
येर कलशींचें येरीं । रिचविजे जयापरी ।
आपणपें तया श्रीहरी । दिधलें तैसें ।।११४५।।
एका कळशीतले पाणी सर्व । दुसऱ्या कळशीत घालावं ।
तसे श्रीकृष्णाने हे ज्ञानपर्व । अर्जुनाच्या हृदयी दिले ।।११४५।।
आणि कोणा देता कोण । तो नर तैसा नारायण ।
वरी अर्जुनातें श्रीकृष्ण । हा मी म्हणे ।।११४६।।
देणारा घेणारा कोण । एक नर दुसरा नारायण ।
मी अर्जुन तू श्रीकृष्ण । असे मागेच कृष्णाने सांगितले ।।११४६।।
परी असो तें नाथिलें । न पुसतां कां मी बोलें ।
किंबहुना दिधलें । सर्वस्व देवें ।।११४७।।
संजय मनात म्हणे । न विचारता का मी बोलणे ।
अर्जुना दिले श्रीकृष्णे । सर्व ज्ञान ।।११४७।।
कीं तो पार्थु जी मनीं । अझुनी तृप्ती न मनी ।
अधिकाधिक उतान्ही । वाढवीतु असे ।।११४८।।
तरी सुद्धा अजून । तृप्त न होई अर्जुन ।
ज्ञान करावे श्रवण । इच्छा अधिक वाढवी ।।११४८।।

स्नेहाचिया भरोवरी । आंबुथिला दीपु घे थोरी ।
चाड अर्जुना अंतरीं । परिसतां तैसी ।।११४९।।
प्रज्वलित दिवा तेल घालता । अधिकच होई प्रकाशता ।
आत्मज्ञान ते ऐकता । अर्जुनाची इच्छा वाढली ।।११४९।।
तेथ सुगरिणी आणि उदारे । रसज्ञ आणि जेवणारे ।
मिळती मग अवतरे । हातु जैसा ।।११५०।।
जिथे सुगरण व वाढणारे । रसिक अन् जेवणारे ।
तेथे हात पुढे सरे । वाढण्यास जेवण्यास ।।११५०।।
तैसें जी होतसे देवा । तया अवधानाचिया लवलवा ।
पाहतां व्याख्यान चढलें थांवा । चौगुणें वरी ।।११५१।।
तसे श्रीकृष्णा झाले सर्वथा । अर्जुनाची पाहून उत्सुकता ।
व्याख्यानाला जोर चढता । चौपट ।।११५१।।
सुवायें मेघु सांवरे । जैसा चंद्रें सिंधु भरे ।
तैसा मातुला रसु आदरें । श्रोतयांचेनि ।।११५२।।
वाऱ्याने मेघ भारती । चंद्र पाहून सागरी भरती ।
तशी वक्त्या येतसे स्फूर्ती । श्रोत्यांनी उत्सुकता पाहून ।।११५२।।
आतां आनंदमय आघवें । विश्व कीजेल देवें ।
तें रायें परिसावें । संजयो म्हणे ।।११५३।।
आता देव यानंतर । आनंदमय करतील चराचर ।
ते ऐकावे आनंदाने तर । संजय म्हणे ।।११५३।।
एवं जे महाभारतीं । श्रीव्यासें आप्रांतमती ।
भीष्मपर्वसंगतीं । म्हणितली कथा ।।११५४।।
जे आहे महाभारतात । सांगे व्यास बुद्धिमंत ।
शांतिरस भीष्मपर्वात । कथा सांगितली ।।११५४।।
तो कृष्णार्जुनसंवादु । नागरीं बोलीं विशदु ।
सांगोनि दाऊं प्रबंधु । वोवियेचा ।।११५५।।
श्रीकृष्ण-अर्जुन संवाद । करून ओवीबद्ध ।
नागर बोलीत विशद । करून सांगेन ज्ञानदेव म्हणे ।।११५५।।
नुसधीचि शांतिकथा । आणिजेल कीर वाक्पथा ।
जे शृंगाराच्या माथां । पाय ठेवी ।।११५६।।
नुसतीच शांतीकथा । जी मी सांगेन आता ।
ती शृंगाराच्या माथा । पाय ठेवेल ।।११५६।।
दाऊं वेल्हाळे देशी नवी । जे साहित्यातें वोजावी ।
अमृतातें चुकी ठेवी । गोडिसेंपणें ।।११५७।।
जी अमृता मागे टाकेल । साहित्याला सजवेल ।
जी रसाळ असेल । अशी मराठी भाषा लिहू ।।११५७।।

बोल वोल्हावतेनि गुणें । चंद्रासि घे उमाणे ।
रसरंगीं भुलवणें । नादु लोपी ।।११५८।।
चंद्रास फुटेल पाझर । रसरंगाने असे मधुर ।
नादब्रह्मास झाकेल पार । माधुर्याने ।।११५८।।
खेचरांचियाही मना । आणीन सात्त्विकाचा पान्हा ।
श्रवणासवें सुमना । समाधि जोडे ।।११५९।।
अज्ञानी माणसाच्या मना । सात्त्विकतेचा फुटेल पान्हा ।
जो करील ही श्रवणा । समाधिसुख पावेल ।।११५९।।
तैसा वाग्विलास विस्तारू । गीतार्थेंसी विश्व भरूं ।
आनंदाचें आवारूं । मांडूं जगा ।।११६०।।
असा वाणीचा विस्तार करेन । गीतार्थाने विश्व भरेन ।
आनंद राहील पसरून । जगभर ।।११६०।।
फिटो विवेकाची वाणी । हो कानामनाची जिणी ।
देखो आवडे तो खाणी । ब्रह्मविद्येची ।।११६१।।
विवेकाचे दैन्य जाईल । कानामनाचे ऐक्य होईल ।
सगळीकडे दिसून येईल । ब्रह्मविद्येची खाण ।।११६१।।
दिसो परतत्त्व डोळां । पाहो सुखाचा सोहळा ।
रिघो महाबोध सुकाळा- । माजीं विश्व ।।११६२।।
परतत्त्व पाहून डोळा । होई आनंदाचा सोहळा ।
महाबोध होई सकळा । विश्वामध्ये ।।११६२।।
हें निफजेल आतां आघवें । ऐसें बोलिजेल बरवें ।
जें अधिष्ठिला असें परमदेवें । श्रीनिवृत्तीं मी ।।११६३।।
हे घडावे आता सारं । बोलेन मी असे मधुर ।
कारण माझा स्वीकार । निवृत्तिनाथांनी केला ।।११६३।।
म्हणौनि अक्षरीं सुभेदीं । उपमा श्लोक कोंदाकोंदी ।
झाडा देईन प्रतिपदीं । ग्रंथार्थासी ।।११६४।।
म्हणून प्रत्येक शब्दांत । उपमा अलंकार पेरत ।
सांगेन अर्थ प्रकट । गीता ग्रंथातील ।।११६४।।
हा ठावोवरी मातें । पुरतया सारस्वतें ।
केलें असे श्रीमंतें । श्रीगुरुरायें ।।११६५।।
इथपर्यंत मला जाण । मस्तकी हात ठेवून ।
विद्येत केले परिपूर्ण । गुरुरायांनी ।।११६५।।
तेणें जी कृपासावायें । मी बोलें तेतुलें सामाये ।
आणि तुमचिये सभे लाहें । गीता म्हणों ।।११६६।।
त्यांच्या कृपेमुळे । मी जे बोलीन ते सगळे ।
तुम्हाला मान्य झाले । गीतेचा भावार्थ ।।११६६।।

वरी तुम्हा संतांचे पाये । आजि मी लाधलों आहें ।
म्हणौनि जी नोहे । अटकु काहीं ।।११६७।।
आज तुम्हा संतांचे चरण । मला लाभले आहेत म्हणून ।
आता कसलीही अडचण । येणार नाही ।।११६७।।
प्रभु काश्मिरीं मुकें । नुपजे हें काय कौतुकें ।
नाहीं उणीं सामुद्रिकें । लक्ष्मीयेसी ।।११६८।।
हे प्रभू, सरस्वतीच्या पोटी मूक । जन्मा येई का बालक? ।
चिन्हे कमी नसती सामुद्रिक । लक्ष्मीच्या हाती ।।११६८।।

तैसी तुम्हां संतांपासीं । अज्ञानाची गोठी कायसी ।
यालागीं नवरसीं । वरुषेन मी ।।११६९।।
तुम्हा संतांच्या जवळ येता । अज्ञान कसे राहता? ।
नवरसांचा वर्षाव आता । मी करेन ।।११६९।।
किंबहुना आतां देवा । अवसरु मज देयावा ।
ज्ञानदेव म्हणे बरवा । सांगेन ग्रंथु ।।११७०।।
म्हणून आता देवा । मला अवसर द्यावा ।
की मी ग्रंथ सांगावा । उत्तमपणे ।।११७०।।

ओवी संख्या ११७०

।। तेरावा अध्याय – क्षेत्रक्षेत्रज्ञ योग – समाप्त।।

अध्याय चौदावा

गुणत्रय विभाग योग

जय जय आचार्या । समस्तसुरवर्या ।
प्रज्ञाप्रभासूर्या । सुखोदया ।।१।।
हे गुरु तुम्ही देवश्रेष्ठ आर्य । विश्वसुखाचा उदय ।
बुद्धिप्रकाशाचे सूर्य । तुमचा जयकार असो ।।१।।
जय जय सर्वविसांवया । सोहंभाव–सुहावया ।
नाना लोक हेलावया । समुद्रा तूं ।।२।।
सर्वांचे विश्रांती ठिकाण । सोऽहम् भावाचे स्फुरण ।
लोक लाटांचे उधाण । तुम्ही सागर ।।२।।
आइके गा आर्तबंधू । निरंतरकारुण्यसिंधू ।
विशदविद्यावधू– । वल्लभा जी ।।३।।
आर्त बंधू सहोदर । तुम्ही करुणेचा सागर ।
ब्रह्मविद्येचा सहचर । प्रियपती ।।३।।
तूं जयांप्रति लपसी । तयां विश्व हें दाविसी ।
प्रकट तैं करिसी । आघवेंचि तूं ।।४।।
ज्यांच्यापासून लपता । त्यांना विश्व दाखविता ।
तुम्हीच सर्वत्र दिसता । जे तुम्हा जाणती ।।४।।
कीं पुढिलाची दृष्टि चोरिजे । हा दृष्टिबंधु निफजे ।
परी नवल लाघव तुझें । जें आपणपेंचोरें ।।५।।
गारुडी दुसऱ्याची नजरबंदी करतो । पण स्वत:ला जाणत असतो ।
पण तुझ्या लाघवात जो सापडतो । तो स्वत:ला विसरतो ।।५।।
जी तूंचि तूं सर्वां यया । मा कोणा बोधु कोणा माया ।
ऐसिया आपेंआप लाघविया । नमो तुज ।।६।।
सदा सर्वत्र तूच असशी । कोणा कळसी कोणा न कळशी ।
अशा तुझ्या लीला पसरशी । तुज नमन असो ।।६।।
जाणों जगीं आप वोलें । तें तुझिया वोला सुरस जालें ।
तुझेनि क्षमत्व आलें । पृथ्वीयेसी ।।७।।
पृथ्वीवरचे सर्व पाणी । गोड करते तुझी मधुरवाणी ।
क्षमाशील झाली धरणी । तुझ्यामुळेच ।।७।।

रविचंद्रादि शुक्ती । उदय करिती त्रिजगतीं ।
तें तुझिया दीप्ती । तेज तेजां ।।८।।
सूर्य चंद्र जणू निस्तेज शिंपलीत । तरी प्रकाशती त्रैलोक्यात ।
हे तेज त्यांच्या तेजात । तुझ्यामुळे आले ।।८।।
जें चळवळिजे अनिळें । तें दैविकेनि जी निजबळें ।
नभ तुजमाजीं खेळे । लपिथपी ।।९।।
तुझ्या अलौकिक सामर्थ्यावरी । वारा हालचाल करी ।
आकाश लपंडाव करी । खेळे तुमच्याशी ।।९।।
किंबहुना माया असोस । ज्ञान जी तुझेनि डोळस ।
असो वानणें सायास । श्रुतीसि हे ।।१०।।
माया भासते शक्तीने । ज्ञान पाहते तुमच्या दृष्टीने ।
आता पुरे हे वर्णन करणे । श्रुतीला कष्ट पडती ।।१०।।
वेद वानूनि तंवचि चांग । जंव न दिसे तुझें आंग ।
मग आम्हां तया मूग । एके पांती ।।११।।
वेद करिती तुझे वर्णन । जोपर्यंत न होई तुझे दर्शन ।
आम्हा दोघांना मूग गिळून । एकाच पंक्तीत बसावे लागे ।।११।।
जी एकार्णवाचें ठाईं । पाहतां थेंबाचा पाडु नाहीं ।
मा महानदी काई । जाणिजती ।।१२।।
प्रलयकाळाचे ठायी । थेंबाचा पत्ता लागत नाही ।
महानदीसुद्धा काही । ओळखता येत नाही ।।१२।।
कां उदयलिया भास्वतु । चंद्र जैसा खद्योतु ।
आम्हां श्रुति तुज आंतु । तो पाडु असे ।।१३।।
सूर्याचा उदय होता । चंद्र काजव्यासम भासता ।
आमची व वेदांची योग्यता । सारखीच तुला वर्णण्या ।।१३।।
आणि दुजया थांवो मोडे । जेथ परेशीं वैखरी बुडे ।
तो तूं मा कोणें तोंडें । वानावासी ।।१४।।
द्वैताचा आधार मोडे । परावाणीसह वैखरी बुडे ।
मग आम्ही कोणत्या तोंडे । तुला वर्णावे? ।।१४।।

यालागीं आतां । स्तुति सांडूनि निवांता ।
चरणीं ठेविजे माथा । हेंचि भलें ।।१५।।
याकरिता आता । तुझी स्तुती सोडून देता ।
ठेवावा तुझ्या चरणी माथा । हे चांगले ।।१५।।
तरी तूं जैसा आहासि तैसिया । नमो जी श्रीगुरुराया ।
मज ग्रंथोद्यमु फळावया । वेव्हारा होईं ।।१६।।
तू जसा आहेस गुरुरावा । माझा नमस्कार स्वीकारावा ।
हा ग्रंथोद्योग फळास यावा । म्हणून तुम्ही सावकार व्हा ।।१६।।
आतां कृपाभांडवल सोडीं । भरीं मति माझी पोतडी ।
करीं ज्ञानपद्य जोडी । थोरा मातें ।।१७।।
कृपाभांडवलाची सोडा गाठ । बुद्धीची पोतडी भरा काठोकाठ ।
ज्ञानाला पद्याची देऊनी साथ । मला मोठे करा ।।१७।।
मग मी संसरेन तेणें । करीन संतांसी कर्णभूषणें ।
लेववीन सुलक्षणें । विवेकाचीं ।।१८।।
मग मी प्रवृत्त होईन । विवेकाची सुलक्षणे सांगीन ।
त्याची कर्णभूषणे लेववीन । संतांना ।।१८।।
जी गीतार्थनिधान । काढू माझें मन ।
सुयीं स्नेहांजन । आपलें तूं ।।१९।।
सांगण्यास गीतार्थ । मी व्हावे समर्थ ।
माझ्या नेत्रात त्याप्रीत्यर्थ । स्नेहाचे अंजन घाला ।।१९।।
हे वाक्सृष्टि एके वेळे । देखतु माझे बुद्धीचे डोळे ।
तैसा उदैजो जी निर्मळें । कारुण्य बिंबें ।।२०।।
ही शब्दसृष्टी एका वेळे । पाहू दे माझ्या बुद्धीचे डोळे ।
असे सूर्यबिंब निर्मळे । तुम्ही उदय व्हा ।।२०।।
माझी प्रज्ञावेली वेल्हाळ । काव्यें होय सफळ ।
तो वसंतु होई स्नेहाळ । शिरोमणी ।।२१।।
माझ्या बुद्धीची वेल । काव्यरूपाने फळेल ।
तो वसंत ऋतू प्रेमळ । आपण व्हावे ।।२१।।
प्रमेय महापूरें । हें मतिगंगा ये थोरें ।
तैसा वरिष उदारें । दिठीवेनी ।।२२।।
माझ्या बुद्धीच्या गंगेस यावा । अर्थाचा महापूर बरवा ।
औदार्याने वर्षाव करावा । कृपादृष्टीचा ।।२२।।
अगा विश्वैकधामा । तुझा प्रसाद चंद्रमा ।
करूं मज पूर्णिमा । स्फूर्तीची जी ।।२३।।
हे विश्वाच्या एक धामा । तुझ्या प्रसादाचा चंद्रमा ।
मजसाठी बनो पौर्णिमा । स्फूर्तीची ।।२३।।

जी अवलोकिलिया मातें । उन्मेषसागरीं भरितें ।
वोसंडेल स्फूर्तीतें । रसवृत्तीचे ।।२४।।
मला नेत्र अवलोकिती । तेंव्हा उन्मेष सागरा ये भरती ।
ओसंडून वाहेल स्फूर्ती । नवरसांची ।।२४।।
तंव संतोषोनि श्रीगुरुराजें । म्हणितलें विनतिव्याजें ।
मांडिलें देखोनि दुजें । स्तवनमिषें ।।२५।।
गुरुराज म्हणती आनंदून । तू स्तुती करून ।
व्यर्थ ठेविसी वाढवून । दुसरे काही ।।२५।।
हें असो आतां वांजटा । तो ज्ञानार्थ करूनि गोमटा ।
ग्रंथु दावीं उत्कंठा । भंगों नेदीं ।।२६।।
आता ही स्तुती पुरे । सांगे गीतार्थ उत्तम प्रकारे ।
भंग करू नको बरे । श्रोत्यांच्या उत्कंठेचा ।।२६।।
हो कां जी स्वामी । हेंचि पाहत होतों मी ।
जे श्रीमुखें म्हणा तुम्ही । ग्रंथु सांग ।।२७।।
ज्ञानेश्वर म्हणती स्वामी । याचीच वाट पाहत होतो मी ।
की श्रीमुखाने म्हणा तुम्ही । ग्रंथार्थ सांगा ।।२७।।
सहजें दूर्वेचा डिरु । आंगेचिं तंव अमरु ।
वरी आला पुरु । पीयूषाचा ।।२८।।
दुर्वांचे मूळ जर । स्वभावतःच असे अमर ।
त्यात वर्षाव केला तिच्यावर । अमृताचा ।।२८।।
तरी आतां येणें प्रसादें । विन्यासें विदग्धें ।
मूळशास्त्रपदें । वाखाणीन ।।२९।।
आता तुमच्या प्रसादाने । बुद्धीने आणि चातुर्याने ।
वर्णन करतो स्पटपणे । गीतार्थाचे ।।२९।।
परी जीवा आंतुलीकडे । जैसी संदेहाची डोणी बुडे ।
ना श्रवणीं तरी चाडे । वाढी दिसे ।।३०।।
पण आता अंतःकरणातून । संदेहाची नौका बुडून ।
राहील मग वाढून । श्रवणाची इच्छा ।।३०।।
तैसी बोली साचारी । अवतरो माझी माधुरी ।
माले मागूनि घरीं । गुरुकृपेच्या ।।३१।।
मग माझ्या वाणीत । अवतरावे अमृत ।
ही भिक्षा मागत । सद्गुरूचरणाशी ।।३१।।
तरी मागां त्रयोदशीं । अध्यायीं गोठी ऐसी ।
श्रीकृष्ण अर्जुनेंसी । चावळले ।।३२।।
अशा तेराव्या अध्यायात । गोष्टी सांगितल्यात ।
असे श्रीकृष्ण बोलतात । अर्जुनासी ।।३२।।

जे क्षेत्रक्षेत्रज्ञयोगें । होईजे येणें जगें ।
आत्मा गुणसंगें । संसारिया ।।३३।।
की क्षेत्रक्षेत्रज्ञाच्या योगानं । विश्व होतसे उत्पन्न ।
आत्मा गुणांच्या संगतीनं । संसारी झाला ।।३३।।
आणि हाचि प्रकृतिगतु । सुखदु:ख भोगी हेतुं ।
अथवा गुणातीतु । केवळु हा ।।३४।।
प्रकृतीच्या योगाने तो । सुखदु:ख भोगतो ।
पण परमार्थत: असतो । केवळ गुणातीत ।।३४।।
तरी कैसा पां असंगा संगु । कोण तो क्षेत्रक्षेत्रज्ञयोगु ।
सुखदु:खादि भोगु । केवीं तया? ।।३५।।
प्रकृतीशी कसा होई संग । कसा तो क्षेत्रक्षेत्रज्ञ योग ।
कसा तो घेतसे भोग । सुखदु:खाचा ।।३५।।
गुण ते कैसे किती । बांधती कवणे रीती ।
नातरी गुणातीतीं । चिन्हें काई? ।।३६।।
गुण ते आहेत किती । कोणत्या प्रकारे बांधती ।
आणि जे गुणापार असती । त्याची लक्षणे काय? ।।३६।।
एवं इया आघवेया । अर्था रूप करावया ।
विषो एथ चौदाविया । अध्यायासी ।।३७।।
अशा प्रकाराने । सर्व गोष्टींचे स्पष्टीकरण करणे ।
हाच विषय असणे । चौदाव्या अध्यायी ।।३७।।
तरि तो आतां ऐसा । प्रस्तुत परियेसा ।
अभिप्रावो विश्वेशा । वैकुंठाचा ।।३८।।
त्या वैकुंठनिवासी ईश्वराचा । त्या विश्वेश्वराचा ।
अभिप्राय काय साचा । ते चौदावे अध्यायात ऐका ।।३८।।
तो म्हणें गा अर्जुना । अवधानाची सर्व सेना ।
मेळऊनि इया ज्ञाना । झोंबावें हो! ।।३९।।
श्रीकृष्ण म्हणती अर्जुन । श्रवणाची सामग्री जमवून ।
जावे एकरूप होऊन । या ज्ञानाशी ।।३९।।
आम्हीं मागां तुज बहुतीं । दाविलें हें उपपत्तीं ।
तरी आझुनी अप्रतीती- । कुशीं न निघे ।।४०।।
आम्ही मागे बहुत प्रकारानं । ज्ञान दावले स्पष्ट करून ।
तरी तुझे मन अजून । अनुभव न घेई ।।४०।।
म्हणौनि गा पुढती । सांगिजैल तुजप्रती ।
पर म्हण म्हणौनि श्रुतीं । डाहारिलें जें ।।४१।।
यानंतर सर्वांपलीकडले । जे ज्ञान श्रुतीने सांगितले ।
ते तुला सांगायचे ठरले । पुन:पुन्हा ।।४१।।

येऱ्हवीं ज्ञान हें आपुलें । परी पर ऐसेनि जालें ।
जे आवडोनि घेतलें । भवस्वर्गादिक ।।४२।।
एरवी हे आपले श्रेष्ठ ज्ञान । ते असे झाले कारण ।
आपण घेतले आवडून । इहपर लोकांचे भोग ।।४२।।
अगा याचि कारणें । हें उत्तम सर्वांपरी मी म्हणें ।
जे वन्हि हें तृणें । येरें ज्ञानें ।।४३।।
याच कारणाने अर्जुन । हे सर्वांत उत्तम ज्ञान ।
जे अग्नीसमान महान । इतर सारे तृणवत ।।४३।।
जियें भवस्वर्गातें जाणती । यागचि चांग म्हणती ।
पारखी फुडी आथी । भेदीं जया ।।४४।।
जे इहपर लोक मानती । त्यालाच चांगले म्हणती ।
दुसरे काही न ओळखती । ते द्वैत पाहतात ।।४४।।
तियें आघवींचि ज्ञानें । केलीं येणें स्वप्नें ।
जैशा वातोर्मी गगनें । गिळिजती अंतीं ।।४५।।
ती सर्व ज्ञाने । मिथ्या केली आत्मज्ञानाने ।
जसे गिळून टाकले आकाशाने । वायुलहरींना ।।४५।।
कां उदिते रश्मिराजें । लोपिलीं चंद्रादि तेजे ।
नाना प्रळयांबुमाजें । नदी नद ।।४६।।
सूर्याचे आगमन होते । चंद्रादि नक्षत्रांचे तेज लोपते ।
प्रलयकाली जळ मिटवते । नद नदी भेद ।।४६।।
तैसें येणें पाहलेया । ज्ञानजात जाय लया ।
म्हणौनियां धनंजया । उत्तम हें ।।४७।।
होता आत्मज्ञानाचा उदय । इतर ज्ञाने पावती लय ।
म्हणून हे धनंजय । हे सर्वोत्तम ज्ञान ।।४७।।
अनादि जे मुक्तता । आपुली असे पंडुसुता ।
तो मोक्षु हातां येता । होय जेणें ।।४८।।
अनादि काळापासून जो । मोक्ष आपल्याजवळ आहे तो ।
आपल्या हाती येतो । या ज्ञानाच्या प्राप्तीने ।।४८।।
जयाचिया प्रतीती । विचारवीरीं समस्तीं ।
नेदिजेचि संसृती । माथां उधऊं ।।४९।।
या ज्ञानाच्या अनुभवात । विचारवंत समस्त ।
संसाराला नाही देत । डोके वर काढू ।।४९।।
मनें मन घालूनि मागें । विश्रांति जालिया आंगें ।
ते देहीं देहाजोगे । होतीचि ना ।।५०।।
मनाला मागे खेचती । स्थिर होता घेती विश्रांती ।
ते आचरण न करती । इंद्रिय इच्छांचे ।।५०।।

मग तें देहाचें बेळें । वोलांडूनि एकेचि वेळे ।
संवतुकी कांटाळें । माझें जालें ॥५१॥
मग सूक्ष्म देहाचे कुंपण । एकदम ओलांडून ।
समतोल योग्यता पावून । ते माझे होतात ॥५१॥
जे माझिया नित्यता । तेणें नित्य ते पंडुसुता ।
परिपूर्ण पूर्णता । माझियाची ॥५२॥
ते माझ्यासमान । नित्य आहेत जाण ।
माझ्या पूर्णतेने परिपूर्ण । ते होती अर्जुना ॥५२॥
मी जैसा अनंतानंदु । जैसाचि सत्यसिंधु ।
तैसेचि ते भेदु । उरेचि ना ॥५३॥
मी अनंत आनंदकंद । तसाच सत्य सिद्ध ।
त्यांच्या-माझ्यात भेद । ठरत नाही ॥५३॥
जें मी जेवढें जैसें । तेंचि ते जाले तैसें ।
घटभंगीं घटाकाशें । आकाश जेवीं ॥५४॥
माझे अनंतरूप असे । तेही होती तसे ।
घटाकाश भंगता मिळते जसे । महाकाशास ॥५४॥
नातरी दीपमूळकीं । दीपशिखा अनेकीं ।
मीनलिया अवलोकीं । होय जैसें ॥५५॥
मूळ दिव्याच्या ज्योतीत । अनेक मिसळून एक होतात ।
तसे त्यांच्या-माझ्यात । भेद राहत नाही ॥५५॥
अर्जुना तयापरी । सरली द्वैताची वारी ।
नांदे नामार्थ एकाहारीं । मीतूंविण ॥५६॥
अर्जुना त्याप्रमाणं । द्वैताच्या येरझाऱ्या सरून ।
एकत्र राहती नांदून । मी-तू भेदरहित ॥५६॥
येणेंचि पैं कारणें । जैं पहिलें सृष्टीचें जुंपणें ।
तेंही तया होणें । पडेचिना ॥५७॥
अर्जुना याच कारणानं । जेव्हा सृष्टी होते उत्पन्न ।
घ्यावा लागत नाही जन्म । आत्मज्ञानीस ॥५७॥
सृष्टीचिये सर्वादी । जयां देहाची नाहीं बांधी ।
ते कैचें प्रळयावधी । निमतील पां? ॥५८॥
सृष्टीच्या आरंभात । जे नसती देहाकारात ।
त्यांचा प्रलयकाळात । नाश कसा होईल? ॥५८॥
म्हणौनि जन्मक्षयां- । अतीत ते धनंजया ।
मी जालें ज्ञाना इया । अनुसरोनी ॥५९॥
घेऊन आत्मज्ञानाचा प्रचिती । जे माझ्याशी ऐक्य पावती ।
ते कधी न सापडती । जन्ममृत्यूच्या चक्रात ॥५९॥

ऐसी ज्ञानाची वाढी । वानिली देवें आवडी ।
तेवींचि पार्थाही गोडी । लावावया ॥६०॥
आत्मज्ञानाची प्रौढी । देवाने वर्णिली केवढी ।
की निर्माण व्हावी गोडी । अर्जुनास ॥६०॥
तंव तया जालें आन । सर्वांगीं निघाले कान ।
सपाई अवधान । आतला पां ॥६१॥
तेव्हा ऐसी झाली स्थिती । सर्वांगी कान फुटती ।
तो बनला अवधानाची मूर्ती । साक्षात ॥६१॥
आतां देवाचिया ऐसें । जाकळीजत असे वोरसें ।
जे निरूपण आकाशें । वेंटाळेना ॥६२॥
आपण केलेले निरूपण । उत्कंठतेने करतो श्रवण ।
जे गवसेना गगनास ज्ञान । ते अर्जुन ऐके देव आनंदते ॥६२॥
मग म्हणे गा प्रज्ञाकांता । उजवली आजि वक्तृत्वता ।
जे बोलायेवढा श्रोता । जोडलासी ॥६३॥
मग देव बोलती अर्जुन । माझी वक्तृत्वता घेतली उजवून ।
तो तू लाभलास श्रोता म्हणून । माझ्या ज्ञानास ॥६३॥
तरी एकु मी अनेकीं । गोंविजे देहपाशकीं ।
त्रिगुणीं लुब्धकीं । कवणेपरी ॥६४॥
तरी मी एक असूनही । अनेक देह पाशातही ।
त्रिगुणरूपी पारध्याकडूनही । बांधला जातो ॥६४॥
कैसा क्षेत्रयोगें । वियें इयें जगें ।
तें परिस सांगें । कवणेपरी ॥६५॥
आणि मायेच्या योगाते । जग कसे उत्पन्न होते ।
ते मी सांगतो तुजप्रते । त्याचे श्रवण कर ॥६५॥
पैं क्षेत्र येणें व्याजें । यालागीं हें बोलिजे ।
जे मत्संगबीजें । भूतीं पिकें ॥६६॥
माझ्या संगरूप बीजापासून । प्राणीमात्र होती निर्माण ।
प्रकृतीला याच कारणानं । क्षेत्र म्हटले आहे ॥६६॥
एऱ्हवीं तरी महद्ब्रह्म । यालागीं हें ऐसें नाम ।
जे महदादिविश्राम । शालिका हें ॥६७॥
हे तसे महद्ब्रह्म । म्हणून याला हे नाम ।
हे असे विश्रांतीधाम । महत्तत्त्वांचे ॥६७॥
विकारां बहुवस थोरी । अर्जुना हेंचि करी ।
म्हणौनि अवधारीं । महद्ब्रह्म ॥६८॥
विकार आणि गुण । हिच्यामुळे वाढती अर्जुन ।
म्हणून हिचे संबोधन । महद्ब्रह्म ॥६८॥

अव्यक्तवादमतीं । अव्यक्त ऐसी वदंती ।
सांख्याचिया प्रतीती । प्रकृति हेचि ।।६९।।
अव्यक्त जे मती । हिला अव्यक्त म्हणती ।
हिला म्हणती प्रकृती । सांख्यमतवादी ।।६९।।
वेदांतीं इयेतें माया । ऐसें म्हणिजे प्राज्ञराया ।
असो किती बोलों वायां । अज्ञान हे ।।७०।।
वेदान्ती म्हणती माया । ऐक हे प्रज्ञाराया ।
किती बोलावे वाया । अज्ञान हे ।।७०।।
आपला आपणपेयां । विसरु जो धनंजया ।
तेंचि रूप यया । अज्ञानासी ।।७१।।
आपल्या आत्मस्वरूपाचा जर । आपणास पडे विसर ।
तेच असते खरं तर । अज्ञानाचे रूप ।।७१।।
आणिकही एक असे । जें विचारावेळे न दिसे ।
वातीं पाहतां जैसें । अंधारें कां ।।७२।।
आणखी एक लक्षण असे । विचार करता दिसत नसे ।
दिवा घेऊन शोधावा जसे । अंधार ।।७२।।
हालविलिया जाय । निश्चळीं तरी होय ।
दुधीं जैसी साय । दुधाची ते ।।७३।।
हालवल्यावर जाते । स्थिर असता दिसते ।
दुधावरच असते । दुधाची साय ।।७३।।
पैं जागरु ना स्वप्न । ना स्वरूप अवस्थान ।
ते सुषुप्ति कां घन । जैसी होय ।।७४।।
जागेपण वा स्वप्न नाही । न असे स्वरूपस्थिती ही ।
ती सुषुप्तीची गाठ ही । तशी आहे ।।७४।।
कां न वियतां वायूतें । वांझें आकाश रितें ।
तया ऐसें निरुतें । अज्ञान गा ।।७५।।
वायू नसे विहरत । आकाश रिकामे दिसत ।
तसे हे निष्फळ भासत । अज्ञान ।।७५।।
पैल खांब कां पुरुखु । ऐसा निश्चयो नाहीं एकु ।
परि काय नेणो आलोकु । दिसत असे ।।७६।।
खांब आहे की पुरुष दिसत । याचा निश्चय न होत ।
काय आहे हे न कळत । डोळ्यांना दिसते खरे ।।७६।।
तेवीं वस्तु जैसी असे । तैसी कीर न दिसे ।
परी कांहीं अनारिसें । देखिजेना ।।७७।।
आत्मरूप जे असे । तसे ते दिसत नसे ।
दुसरी वस्तूही दिसे । असे होईना ।।७७।।
ना राती ना तेज । ते संधि जेवीं सांज ।
तेवीं विरुद्ध ना निज । ज्ञान आथी ।।७८।।
रात्र ना दिवसकाळ । ती संध्या सांजवेळ ।
नसे शुद्ध-अशुद्धमूळ । अज्ञान असते ।।७८।।
ऐसी कोण्ही एकी दशा । तिये वादु अज्ञान ऐसा ।
तया गुंडलिया प्रकाशा । क्षेत्रज्ञु नाम ।।७९।।
कोणतेही एक अवधान । तिला म्हणती अज्ञान ।
त्याचे ज्ञानास आवरण । त्या क्षेत्रज्ञ हे नाव ।।७९।।
अज्ञान थोरिये आणिजे । आपणपें तरी नेणिजे ।
तें रूप जाणिजे । क्षेत्रज्ञाचें ।।८०।।
आत्मस्वरूप न जाणता । जे वाढीस लागता ।
ते जाणावे आता । रूप क्षेत्रज्ञाचे ।।८०।।
हाचि उभय योगु । बुझें बापा चांगु ।
सत्तेचा नैसर्गु । स्वभावो हा ।।८१।।
या दोघांचा संबंध असून । नीट जाणून घे अर्जुन ।
सत्तेचे हे नैसर्गिक चैतन्य । स्वभावत: ।।८१।।
आतां अज्ञानासारिखें । वस्तु आपणपांचि देखे ।
परी रूपें अनेकें । नेणों कोणें ।।८२।।
अज्ञानी असल्याप्रमाणं । स्वत:ला घेतो पाहून ।
अनेक रूपे करी धारण । आत्मस्वरूपा विसरून ।।८२।।
जैसा रंकु भ्रमला । म्हणे जारे मी रावो आला ।
कां मूर्च्छितु गेला । स्वर्गलोकां ।।८३।।
दरिद्री मनुष्य भ्रमिष्ट झाला । म्हणे बाजू व्हा राजा आला ।
किंवा जो मूर्च्छित झाला । तो म्हणे स्वर्ग पाहून आलो ।।८३।।
तेवीं लचकलिया दिठी । मग देखणें जें जें उठी ।
तया नाम सृष्टी । मीचि वियें पैं गा ।।८४।।
जसे दृष्टी ढळताही । जे देखणे उत्पन्न होई ।
ते मजपासून निर्माण होई । तीच सृष्टी असते ।।८४।।
जैसें कां स्वप्न मोहा । तो एकाकी देखे बहुवा ।
तोचि पाडु आत्मया । स्मरणेंवीण असे ।।८५।।
एकटा देखे स्वप्नात । स्वत:ला अनेक रूपात ।
तीच स्थिती होते प्राप्त । ज्ञानाचे विस्मरण होता ।।८५।।
हेंचि अनिभ्रांती । प्रमेय उपलवूं पुढती ।
परी तूं प्रतीती । याचि घे पां ।।८६।।
अन्य भ्रांतीचा प्रकार । तुला पुढे सांगेन विस्तार ।
याचा तू घेई सविस्तर । अनुभव ।।८६।।

तरी माझी हे गृहिणी । अनादि तरुणी ।

अनिर्वाच्यगुणी । अविद्या हे ॥८७॥

तरी माझी ही गृहिणी । अनादि अशी तरुणी ।

अवर्णनीय गुणी । अविद्या होय ॥८७॥

इये नाहीं हेंचि रूप । ठाणें हें अति उमप ।

हे निद्रितां समीप । चेतां दुरी ॥८८॥

ती व्यक्त नाही हेचि रूप । तिचे ठिकाण अति व्याप्त ।

ती अज्ञानाच्या समीप । ज्ञानापासून दूर ॥८८॥

पैं माझेनिची आंगें । पहुडल्या हे जागे ।

आणि सत्तासंभोगें । गुर्विणी होय ॥८९॥

ती माझ्याच शरीरात राहते । मी झोपता जी जागी असते ।

सत्तेच्या सहवासाते । ती गर्भवती होते ॥८९॥

महद्ब्रह्मउदरीं । प्रकृति आठै विकारीं ।

गर्भाचि करी । पेलोवेली ॥९०॥

ती आठ स्वरूपात[१] । महद्ब्रह्म नामे पोटात ।

गर्भा करे वृद्धिंगत । ती प्रकृती ॥९०॥

उभयसंगु पहिलें । बुद्धितत्त्व प्रसवलें ।

बुद्धितत्त्वें भारैलें । होय मन ॥९१॥

उभयतांच्या सहवासाते । बुद्धितत्त्व जन्म घेते ।

ते रजोगुणे भारते । तेच मन ॥९१॥

तरुणी ममता मनाची । ते अहंकार तत्त्व रची ।

तेणें महाभूतांची । अभिव्यक्ति होय ॥९२॥

तरुणी मायाळू मनाची । अहंकाराचे तत्त्व रची ।

त्यातून पंचमहाभूतांची । निर्मिती होते ॥९२॥

आणि विषयेंद्रियां गौसी । स्वभावें तंव भूतांसी ।

म्हणौनि येती सरिसीं । तियेंही रूपा ॥९३॥

विषय अन् इंद्रिये यांची । सलगी पंचमहाभूतांशी ।

म्हणून सवेच त्यांची । निर्मिती होते ॥९३॥

जालेनि विकारक्षोभें । पाठीं त्रिगुणाचें उभें ।

तेव्हां ये वासनागर्भें । ठायेंठावों ॥९४॥

होता विकार क्षोभे । त्रिगुणांचे स्वरूप राही उभे ।

त्यायोगे वासना गर्भे । जीव जन्म घेतो ॥९४॥

रुखाचा आवांका । जैसी बीजकणिका ।

जीवीं बांधे उदका । भेटतखेंवो ॥९५॥

वृक्षाचे आकाशभर होणे । जसे बीजाचे अंकुरणे ।

जमिनीत संयोग करणे । पाण्याशी ॥९५॥

तैसी माझेनि संगें । अविद्या नाना जगें ।

आरं घेवों लागे । अणियाची ॥९६॥

तसे माझ्या सहवासात । अविद्या अनेक प्रकारांत ।

अंकुरते जगाच्या रूपात । टोकदारपणे ॥९६॥

मग गर्भगोळा तया । कैसें रूप तें ये आया ।

तें परियेसें राया । सुजनांचिया ॥९७॥

मग तो गर्भाचा गोळा । कसा येतसे आकाराला ।

तो सांगतो अर्जुना तुला । ते श्रवण कर ॥९७॥

पैं माणिज स्वेदज । उद्भिज जारज ।

उमटती सहज । अवयव हे ॥९८॥

त्याला अंडज, स्वेदज । उद्भिज, जारज ।

अवयव हे सहज । उमटती ॥९८॥

व्योमवायुवशें । वाढलेनि गर्भरसें ।

मणिजु उससे । अवयव तो ॥९९॥

आकाश वायू संबंधानं । होते ज्या गर्भाचे पोषण ।

त्या जिवंतपणा येऊन । अवयव येतात तो अंडज ॥९९॥

पोटीं सूनि तमरजें । आगळिकां तोय तेजें ।

उठितां निपजे । स्वेदजु गा ॥१००॥

पोटी घातला तमरजगुण । पाणी तेज यांचे आधिक्य होऊन ।

अवयव होई उत्पन्न । स्वेदज नावाचा ॥१००॥

आपपृथ्वी उत्कटें । आणि तमोमात्रें निकृष्टें ।

स्थावरु उमटे । उद्भिजु हा ॥१०१॥

पाणी, पृथ्वी यांच्या उत्कर्षाने । सामान्य तमोगुणाने ।

अवयव उमटे स्थिरत्वाने । अंकुरासम तो उद्भिज ॥१०१॥

पांचां पांचही विरजीं । होती मनबुद्ध्यादि साजीं ।

हीं हेतु जारजीं । ऐसें जाण ॥१०२॥

पंचमहाभूतांचं एकवटणं । मन बुद्धि आदि ज्ञानसाधनं ।

गर्भाच्या उत्पत्तीचे कारण । होती ते जारज ॥१०२॥

ऐसे चारी हे सरळ । करचरणतळ ।

महाप्रकृति स्थूळ । तेंचि शिर ॥१०३॥

हे चार अवयव । विश्वरूपी गर्भाचे हातपाय ।

त्याचे शिर हे आलय । महाप्रकृतीचे ॥१०३॥

---

१ (पृथ्वी, आप, तेज, वायू, आकाश, मन, बुद्धी, अहंकार हे आठ स्वरूप प्रकार)

प्रवृत्ति पेललें पोट । निवृत्ति ते पाठी नीट ।
सुर योनी आंगें आठ । ऊर्ध्वाचीं ।।१०४।।
प्रवृत्ती कर्म हे पोटप्रकृती । पाठ ही कर्मापासून निवृत्ती ।
आठ अंगे[२] देवयोनीची । वरचा भाग ।।१०४।।
कंठु उल्हासता स्वर्गु । मृत्युलोकु मध्यभागु ।
अधोदेशुचांगु । नितंबु तो ।।१०५।।
उल्हसित कंठ हा स्वर्गलोक । मध्यभाग हा मृत्युलोक ।
कंबरेखाली पाताळलोक । नितंब ते ।।१०५।।
ऐसें लेंकरूं एक । प्रसवली हें देख ।
जयाचें तिन्ही लोक । बाळसें गा ।।१०६।।
असे हे लेकरू एक । त्या मायेस झाले देख ।
ज्याचे तिन्ही लोक । हे बाळसे असते ।।१०६।।
चौऱ्यांयशी लक्ष योनी । तियें कांडा पेरां सांदणीं ।
वाढे प्रतिदिनीं । बाळक हें ।।१०७।।
चौऱ्याऐंशी लक्ष योनींची सृष्टी । त्याची बोटे सांधे असती ।
प्रतिदिनी वाढती । बालक हे ।।१०७।।
नाना देह अवयवीं । नामाचीं लेणीं लेववी ।
मोहस्तन्यें वाढवी । नित्य नवें ।।१०८।।
देहाच्या अनेक अवयवांवर । नामाचे चढती अलंकार ।
वाढवी मोह स्तन्य दूध त्यावर । देऊन नित्य नवे ।।१०८।।
सृष्टी वेगवेगळीया । तिया करांग्री आंगोळियां ।
भिन्नाभिन्न सूदलिया । मूदिया तेथें ।।१०९।।
वेगवेगळी सृष्टी । त्याची हाताची बोटे असती ।
बोटात घातली अंगठी । विविध अभिमानांची ।।१०९।।
हें एकलौते चराचर । अविचारित सुंदर ।
प्रसवोनि थोर । थोरावली ।।११०।।
असे हे लेकरू चराचर । झाले अतिसुंदर ।
प्रकृतीस वाटे थोर । त्याला प्रसवता ।।११०।।
पैं ब्रह्मा प्रात:काळु । विष्णु तो माध्यान्ह वेळु ।
सदाशिव सायंकाळु । बाळा यया ।।१११।।
ब्रह्मा त्याचा प्रात:काळ । विष्णू मध्यान्ह वेळ ।
सदाशिव सायंकाळ । या बाळाचा ।।१११।।

महाप्रळयसेजे । खेळोनि निवांत निजे ।
विषमज्ञानें उमजे । कल्पोदयीं ।।११२।।
अनंत लीला खेळते । महाप्रलयाच्या शेजेवर निजते ।
विपरीत ज्ञाने जागे होते । सृष्टी उत्पत्तीच्या वेळी ।।११२।।
अर्जुना इयापरी । मिथ्या–दृष्टीच्या घरीं ।
युगानुवृत्तीची करी । चोज पाउलें ।।११३।।
अर्जुना या परी । दृष्टिभासाच्या घरी ।
पाऊले टाकत संचारी । हे बालक युगानुक्रमे ।।११३।।
संकल्पु जयाचा इष्टु । अहंकारु तो विनटु ।
ऐसिया होय शेवटु । ज्ञानें यया ।।११४।।
संकल्प ज्याचा खेळ । अहंकाराशी याचा मेळ ।
शेवटास जाई असे बाळ । आत्मज्ञानाने ।।११४।।
आतां असो हे बहु बोली । ऐसें विश्व माया व्याली ।
तेथ साह्य जाली । माझी सत्ता ।।११५।।
आता बोलणे पुरे झाले । मायेने विश्व प्रसवले ।
तिला साहाय्यभूत ठरले । माझे सत्ता सामर्थ्य ।।११५।।
या कारणें मी पिता । महद्ब्रह्म हे माता ।
अपत्य पंडुसुता । जगडंबरु ।।११६।।
म्हणून मी विश्वाचा पिता । माया ही माता ।
आकार हा विशाल जगता । हे आमचे अपत्य अर्जुना ।।११६।।
आतां शरीरें बहुतें । देखोनि न भेदें हो चित्तें ।
जें मनबुद्ध्यादि भूतें । एकेंचि येथें ।।११७।।
विविध शरीरे देखत । भेद ठेवू नको चित्तात ।
मनबुद्धी ही भुते यात । एकच आहेत ।।११७।।
हां गा एकचि देहीं । काय अनारिसें अवयव नाही? ।
तेवीं विचित्र विश्व पाहीं । एकचि हें ।।११८।।
अरे एकाच देहात । काय विविध अवयव नसतात? ।
तसेच दिसले विविध विश्वांत । तरी ते एकच ।।११८।।
पैं उंचा नीचा डाहालिया । विषमा वेगळालिया ।
येकाचि जेवीं जालिया । बीजाचिया ।।११९।।
वृक्षांच्या शाखा उंच खाली असती । वाकड्या विषम दिसती ।
पण त्या उत्पन्न होताती । एका बीजापासून ।।११९।।
आणि संबंधु तोही ऐसा । मृत्तिके घटु लेंकु जैसा ।
कां पटत्व कापुसा । नातू होय ।।१२०।।
माझा जगताचा संबंध मात्र । घट जैसा मातीचा पुत्र ।
कापसाचे नातवंड वस्त्र । असा आहे ।।१२०।।

२ (कंबर,छाती,मान,कपाळ, दोन डोळे, दोन कान ही आठ अंगे)

नाना कल्लोळपरंपरा । संतती जैसी सागरा ।
आम्हां आणि चराचरा । संबंधु तैसा ।।१२१।।
असंख्य लाटा येती । सागराची असे संतती ।
तसेच संबंध राहती । माझे आणि चराचराचे ।।१२१।।
म्हणौनि वन्हि आणि ज्वाळ । दोन्ही वन्हीचि केवळ ।
तेवीं मी गा सकळ । संबंधु वावो ।।१२२।।
अग्नी आणि जाळ । तो अग्नीच असतो केवळ ।
मीच हे चराचर सकळ । हा संबंध कल्पित आहे ।।१२२।।
जालेंनि जगें मी झांकें । तरी जगत्वें कोण फांके? ।
किळेवरी माणिकें । लोपिजे काई? ।।१२३।।
विश्व तेजाने जर मी झाकतो । तर विश्वरूपे कोण प्रकाशतो? ।
माणिक कधी झाकोळतो । माणकाच्या तेजाने? ।।१२३।।
अळंकारातें आलें । तरी सोनेपण काइ गेलें? ।
कीं कमळ फांकलें । कमळत्वा मुके? ।।१२४।।
सोन्याच्या विविध अलंकाराते । काय सोनेपण नाहीसे होते? ।
कमळ उमलले तर त्याचे । कमळत्व जाते काय? ।।१२४।।
सांग पां धनंजया । अवयवीं अवयविया ।
आच्छादिजे कीं तया । तेंचि रूप? ।।१२५।।
जो अवयव धारण करतो । तो अवयवाने झाकला जातो? ।
अवयवीचे स्वरूपच असतो । तो अवयव अर्जुना ।।१२५।।
कीं विरूढलिया जोंधळा । कणिसाचा निर्वाळा ।
वेंचला कीं आगळा । दिसतसे ।।१२६।।
जोंधळ्याचे दाणे पेरले । त्याला कणीस आले ।
त्यातून काय नाहीसे झाले । जोंधळ्याचे बी? ।।१२६।।
म्हणौनि जग परौतें । सारूनि पाहिजे मातें ।
तैसा नोहें उखितें । आघवें मीचि ।।१२७।।
असे नाही की जग सारावे । मग मला पाहावे ।
इथे जे सर्व काही दिसावे । ते मीच ।।१२७।।
हा तूं साचोकारा । निश्चयाचा खरा ।
गांठीं बांध वीरा । जीवाचिये ।।१२८।।
हे अर्जुन तुझ्या मनात । दृढ ठेव हा सिद्धान्त ।
कर निश्चया तव चित्त । यासाठी ।।१२८।।
आतां मियां मज दाविला । शरीरीं वेगळाला ।
गुणीं मीचि बांधिला । ऐसा आवडें ।।१२९।।
मीच तुला दाखविले । माझे अस्तित्व भिन्न शरीरातले ।
त्रिगुणांनी मला बांधले । असे वाटते ।।१२९।।

जैसें स्वप्नीं आपण । उठूनियां आत्ममरण ।
भोगिजे गा जाण । कपिध्वजा ।।१३०।।
हे अर्जुन । जैसे स्वप्नात आपण ।
पाहून आपले मरण । दुःख करतो ।।१३०।।
कां कवळातें डोळे । प्रकाशूनि पिंवळें ।
देखती तेही कळे । तयांसीचि ।।१३१।।
कावीळ झाल्यामुळे । पांढरे दिसते पिवळे ।
हे पाहती डोळे । तेव्हाच कळते ।।१३१।।
नाना सूर्यप्रकाशें । प्रकटी तैं अभ्र भासे ।
तो लोपला हेंही दिसे । सूर्येंचि कीं ।।१३२।।
सूर्यकिरणे प्रकट होती । अभ्रे दिसून येती ।
अभ्रे सूर्या झाकती । हे सूर्यामुळेच कळते ।।१३२।।
पैं आपणपेनि जालिया । छाया गा आपुलिया ।
बिहोनि बिहालिया । आन आहे? ।।१३३।।
बघून आपली सावली । मनुष्या भीती वाटली ।
पण ती आहे का वेगळी । भिणाऱ्यापासून ।।१३३।।
तैसीं इयें नाना देहें । दाऊनि मी नाना होयें ।
तेथ ऐसा जो बंधु आहे । तेंही देखें ।।१३४।।
अनेक वेगळ्या देहांत । मीच नाना प्रकारांत ।
जो बंध असतो देहात । तोही मीच पाहतो ।।१३४।।
बंधु कां न बंधिजे । हें जाणणें मज माझें ।
नेणणेनि उपजे । आपलेनि ।।१३५।।
बंध का बांधला न जाई । हे दोन्ही मीच पाही ।
जो बंध असे बंधनाही । हे ही मी जाणतो ।।१३५।।
तरी कोणें गुणें कैसा । मजचि मी बंधु ऐसा ।
आवडे तें परियेसा । अर्जुन देवा ।।१३६।।
कोणत्या गुणांनी तसा । मलाच बंध कसा ।
तो मज का आवडे असा । हे अर्जुना श्रवण कर ।।१३६।।
गुण ते किती किंधर्म । कायि ययां रूपनाम ।
कें जालें हें वर्म । अवधारीं पां ।।१३७।।
गुण ते किती? । धर्म कोणते असती? ।
नाम कोणते कोणापासून उत्पत्ती । हे ऐक ।।१३७।।
तरी सत्त्वरजतम । तिघांसि हे नाम ।
आणि प्रकृति जन्म । भूमिका ययां ।।१३८।।
सत्त्व रज तम जसे । तिघांचे नाव असे ।
जन्मभूमी त्यांची असे । प्रकृती ।।१३८।।

येथे सत्त्व तें उत्तम । रज तें मध्यम ।
तिहींमाजीं तम । सावियाधारें ।।१३९।।
सत्त्व ते उत्तम । रज ते मध्यम ।
तिन्हींमध्ये तम । कनिष्ठ आहे ।।१३९।।
हें एकेचि वृत्तीच्या ठायीं । त्रिगुणत्व आवडे पाहीं ।
वयसात्रय देहीं । येकीं जेवीं ।।१४०।।
एकाच वृत्तीत । तिन्ही गुण दिसतात ।
असती एकाच देहात । बाल्य तारुण्य वृद्धत्व ।।१४०।।
कां मीनलेनि कीडें । जंवजंव तूक वाढे ।
तंवतंव सोने हीन पडे । पांचिका कसीं ।।१४१।।
सोन्यात कथील मिसळले । त्याचे वजन वाढले ।
पण चोखपण कमी झाले । पाच कसाचे होते ।।१४१।।
पैं सावधपण जैसें । वाहविलें आळसें ।
सुषुप्ति बैसे । घणावोनी ।।१४२।।
आळसामुळे ते । सावधपण जाते ।
दृढ होऊन बसते । झोप ही ।।१४२।।
तैसी अज्ञानांगीकारें । निघाली वृत्ति विखुरे ।
ते सत्त्वरजद्वारें । तमही होये ।।१४३।।
अज्ञानाच्या अंगिकारे । त्रिगुण वृत्ती विखुरे ।
ती सत्त्व रज त्याचप्रकारे । तमही होते ।।१४३।।
अर्जुना गा जाण । ययां नाम गुण ।
आतां दाखऊं खुण । बांधिती ते ।।१४४।।
अर्जुना हे जाण । यांचे नाव गुण ।
मी तुज दावितो खूण । ते बांधतात कसे? ।।१४४।।
तरी क्षेत्रज्ञदशे । आत्मा मोटका पैसे ।
हें देह मी ऐसें । कुमुहूर्त करी ।।१४५।।
शुद्ध स्वरूप आत्मा तो । जीवात प्रवेशतो ।
हा देह मीच म्हणतो । कुमुहूर्तचा आरंभ ।।१४५।।
आजन्ममरणांतीं । देहधर्मीं समस्तीं ।
ममत्वाची सूती । घे ना जंव ।।१४६।।
जन्मापासून मृत्यूपर्यंत । देहाचे धर्म समस्त ।
माझेच म्हणत मायेचे सुत । हाती धरी तोच ।।१४६।।
जैसी मीनाच्या तोंडीं । पडेना जंव उंडी ।
तंव गळ आसुडी । जळपारधी ।।१४७।।
माशाच्या तोंडात तो । आमिषाचा गळ अडकतो ।
तोच हिसका मारतो । कोळी ।।१४७।।

तेवीं सत्त्वें लुब्धकें । सुखज्ञानाचीं पाशकें ।
वोढिजती मग खुडके । मृगु जैसा ।।१४८।।
सत्त्वगुण पारधी तो । सुख ज्ञानाचे पाय ओढतो ।
मृग जाळ्यात अडकतो । तसाच तो जीव ।।१४८।।
मग ज्ञानें चडफडी । जाणिवेचे खुरखोडी ।
स्वयं सुख हें धाडी । हातींचें गा ।।१४९।।
तो ज्ञानपाशात अडकतो । विद्वत्तेच्या लाथा झाडतो ।
हातातले घालवतो । स्वयंसुख हे ।।१४९।।
तेव्हां विद्यामानें तोखे । लाभमात्रें हरिखे ।
मी संतुष्ट हेंही देखे । श्लाघों लागे ।।१५०।।
तेव्हा विद्या सन्मानाने संतुष्ट होई । लाभाने हर्षित होई ।
अभिमाने स्वतःकडे पाही । आत्मप्रशंसा करी ।।१५०।।
म्हणे भाग्य ना माझें? । आजि सुखियें नाहीं दुजें ।
विकाराष्टकें फुंजे । सात्त्विकाचेनि ।।१५१।।
म्हणे हे सद्भाग्य माझे । यासम सुख नाही दुजे ।
अष्टसात्त्विक भावाने सजे । फुलून जाई ।।१५१।।
आणि येणेंही न सरे । लांकण लागे दुसरें ।
जे विद्वत्तेचें भरे । भूत आंगीं ।।१५२।।
एवढ्यावरच न थांबते । पाठी दुसरे बंधन लागते ।
अंगी त्याच्या संचारते । विद्वत्तेचे भूत ।।१५२।।
आपणचि ज्ञानस्वरूप आहे । तें गेलें हें दुःख न वाहे ।
कीं विषयज्ञानें होये । गगनायेवढा ।।१५३।।
आपणच ज्ञानस्वरूप न कळते । त्याबद्दल दुःखही न वाटते ।
शिवाय ज्ञानाने फुगते । मन आकाशाएवढे ।।१५३।।
रावो जैसा स्वप्नी । रंकपणें रिघे धानीं ।
तो दों दाणा मानी । इंद्रु ना मी? ।।१५४।।
स्वप्नात राजा तो । भिकारी होऊन भीक मागतो ।
दोन दाणे भिक्षेत मिळवतो । स्वतःला इंद्र मानतो ।।१५४।।
तैसें गा देहातीता । जालेया देहवंता ।
हो लागे पंडुसुता । बाह्यज्ञानें ।।१५५।।
तसे जीवात्मा देहाभिमान धरता । होते त्याची अशी अवस्था ।
बाह्य ज्ञानामुळेच सर्वथा । हे तू जाण ।।१५५।।
प्रवृत्तिशास्त्र बुझे । यज्ञविद्या उमजे ।
किंबहुना सुझे । स्वर्गवरी ।।१५६।।
कर्मशास्त्रात निपुण होतो । यज्ञशास्त्रात निष्णात बनतो ।
फार काय तो सर्व जाणतो । स्वर्गापर्यंत ।।१५६।।

आणि म्हणे आजि आन । मीवांचूनि नाहीं सज्ञान ।
चातुर्यचंद्रा गगन । चित्त माझें ।।१५७।।
म्हणे माझ्यावाचून । कोणी नसे सज्ञान ।
माझे चित्त बनले गगन । चातुर्य चंद्राचे ।।१५७।।
ऐसें सत्त्व सुखज्ञानी । जीवासि लावूनि कानी ।
बैलाची करी वानी । पांगुळाचिया ।।१५८।।
असा सत्त्वयुग सुख, ज्ञानाचे हे । जीवाला लावतो दावे ।
बैलाप्रमाणे बांधू पाहे । पांगळा करी ।।१५८।।
आतां हाचि शरीरीं । रजें जियापरी ।
बांधिजे तें अवधारीं । सांगिजैल ।।१५९।।
हाच आत्मा देही । रजोगुणे बांधला जाई ।
ते सांगतो तुज ठायी । लक्ष दे ।।१५९।।
हें रज याचि कारणें । जीवातें रंजऊं जाणे ।
हें अभिलाखाचें तरुणें । सदाचि गा ।।१६०।।
नाव रजोगुण या कारणे । काम जीवाला रंजवणे ।
हा अभिलाषेच्या तारुण्ये । सदा तरुण असतो ।।१६०।।
हें जीवीं मोटकें रिगे । आणि कामाच्या मदीं लागे ।
मग वारया वळघे । तृष्णेचिया ।।१६१।।
हा मनात प्रवेशतो । विषयाच्या नादी लागतो ।
वाऱ्यावर स्वार होतो । लालसेच्या ।।१६१।।
घृतें आंबुखूनि आगियाळें । वज्राग्नीचें सादुकलें ।
आतां बहु थेंकुलें । आहे तेथ ।।१६२।।
अग्निकुंडात तूप घालती । ज्वाळा अधिकच भडकती ।
लहान-मोठ्याची क्षिती । त्यांना न राहे ।।१६२।।
तैसी खवळे चाड । होय दुःखासकट गोड ।
इंद्रश्रीहि सांकड । गमों लागे ।।१६३।।
तशी विषयाची इच्छा वाढते । ते दुःखासकट गोड लागते ।
त्याची तृप्ती न होते । इंद्रलोक मिळताही ।।१६३।।
तैसी तृष्णा वाढिनलिया । मेरुही हाता आलिया ।
तऱ्ही म्हणे एखादिया । दारुणा वळघो ।।१६४।।
विषयवासना वाढीस लागता । मेरुपर्वतही हाता येता ।
तरी मोठी वस्तू त्यापरता । तो मिळवू पाहतो ।।१६४।।
जीविताची कुरोंडी । वोंवाळूं लागे कवडी ।
मानी तृणाचिये जोडी । कृतकृत्यता ।।१६५।।
हाती लागता कवडी । जिवाची करे कुरवंडी ।
कृतकृत्यता जोडी । गवतासाठीसुद्धा ।।१६५।।

आजि असतें वेंचिजेल । परी पाहे काय कीजेल ।
ऐसा पांगीं वडील । व्यवसाय मांडी ।।१६६।।
जवळचे धन खर्च करता । काय करावे उद्या सर्वथा ।
या चिंतेत तो मोठा । व्यवसाय काढतो ।।१६६।।
म्हणे स्वर्गा हन जावें । तरी काय तेथें खावें ।
इयालागीं धावें । याग करूं ।।१६७।।
स्वर्गात जर गेला । तिथे काय मिळे खायला? ।
यासाठी धावत सुटला । यज्ञ करण्या ।।१६७।।
व्रतापाठीं व्रतें । आचरे इष्टापूर्तें ।
काम्यावांचूनि हातें । शिवणें नाहीं ।।१६८।।
व्रतामागे व्रते करतो । इष्टपूर्ती आचरतो ।
स्पर्श न करू पाहतो । काम्य कर्मावाचून कशास ।।१६८।।
पैं ग्रीष्मांतींचा वारा । वीसांवो नेणे वीरा ।
तैसा न म्हणें व्यापारा । रात्र दिवस ।।१६९।।
ग्रीष्माच्या शेवटीचा वारा । न थांबे क्षणभरा ।
तसे करीत राही व्यापारा । रात्रंदिवस ।।१६९।।
काय चंचळु मासा? । कामिनीकटाक्षु जैसा ।
लवलाहो तैसा । विजूही नाहीं ।।१७०।।
माशाप्रमाणे तो चंचल । जणू कामिनीकटाक्ष चपल ।
त्याच्याइतके चांचल्य । विजेतही नाही ।।१७०।।
तेतुलेनि गा वेगें । स्वर्गसंसारपांगें ।
आगीमाजीं रिगे । क्रियांचिये ।।१७१।।
त्यासाठी अतिवेगात । स्वर्गसंसार करण्या प्राप्त ।
तो उडी टाके कर्माग्नीत । अविचाराने ।।१७१।।
ऐसा देहीं देहावेगळा । ले तृष्णेचिया सांखळा ।
खटाटोपु वाहे गळां । व्यापाराचा ।।१७२।।
देहावेगळा असूनही तो । तृष्णेची बेडी पायी घालतो ।
लोढणे गळ्यात अडकवतो । व्यापाराचे ।।१७२।।
हें रजोगुणाचें दारुण । देहीं देहियासी बंधन ।
परिस आतां विंदाण । तमाचें तें ।।१७३।।
असा हा रजोगुण । देहाला त्याचे बंधन ।
ऐक आता वर्णन । तमोगुणाचे ।।१७३।।
व्यवहाराचेहि डोळे । मंद जेणें पडळें ।
मोहरात्रीचें काळें । मेहुडें जें ।।१७४।।
ज्याच्या पटलामुळे । मंद होती व्यवहाराचे डोळे ।
मोहरात्रीचे ढग काळे । हा तमोगुण ।।१७४।।

अज्ञानाचें जियालें । जया एका लागलें ।
जेणें विश्व भुललें । नाचत असे ।।१७५।।
तमोगुणाला वाटे केवळ । अज्ञानाचे प्रेम मेळ ।
भ्रमिष्ट होऊन विश्व सकळ । नाचू लागे ।।१७५।।
अविवेकमहामंत्र । जें मौढ्यमद्याचें पात्र ।
हें असो मोहनास्त्र । जीवांसि जें ।।१७६।।
अविचार हा त्याचा महामंत्र । मूर्ख मद्याचे पात्र ।
ते असे मोहनास्त्र । जीवाला भूल पाडणारे ।।१७६।।
पार्था तें गा तम । रचूनि ऐसें वर्म ।
चौखुरी देहात्म । मानियातें ।।१७७।।
पार्था यास तमोगुण म्हणती । जे देहाला आत्मा समजती ।
त्यांना चोहोबाजू जखडती । हे तमोगुण ।।१७७।।
हें एकचि कीर शरीरीं । माजों लागे चराचरीं ।
आणि तेथ दुसरी । गोठी नाहीं ।।१७८।।
हा शिरतो शरीरात । मग वाढतो चराचरात ।
मग दुसऱ्या कोणा त्यात । शिरता न ये ।।१७८।।
सर्वेंद्रिया जाड्य । मनामाजीं मौढ्य ।
माल्हाती जे दार्ढ्य । आलस्याचें ।।१७९।।
सर्वेंद्रियां जडत्व । मनात मूर्खत्व ।
आळसा दृढत्व । हा देई ।।१७९।।
आंगें आंग मोडामोडी । कार्यजाती अनावडी ।
नुसती परवडी । जांभयांची ।।१८०।।
आळोखे पिळोखे शरीराला । कामाविषयी कंटाळा ।
जांभयांच्या माळा । सतत देई ।।१८०।।
उघडियाची दिठी । देखणें नाहीं किरीटी ।
नाळवितांचि उठी । वो म्हणौनि ।।१८१।।
उघडे डोळे असून । यास दिसत नाही हे अर्जुन ।
हाक न मारताच उठून । ओ देई ।।१८१।।
पडलिये धोंडी । नेणें कानीं मुरडी ।
तयाचि परी मुरकुंडी । उकलूं नेणें ।।१८२।।
जमिनीवरचा दगडही । वळण्याचे जाणत नाही ।
तसा न बदले कूसही । हा झोपला की ।।१८२।।
पृथ्वी पाताळीं जावो । कां आकाशही वरी येवो ।
परी उठणें हा भावो । उपजों नेणें ।।१८३।।
पृथ्वी पाताळात जावो । किंवा आकाश वर येवो ।
आता उठावे हा भावो । त्याच्या मनी न ये ।।१८३।।

उचितानुचित आघवें । झांसुरतां नाठवे जीवें ।
जेथींचा तेथ लोळावें । ऐसी मेधा ।।१८४।।
उचित अनुचित न पाहावे । झोपेपुढे न आठवे ।
जिथल्या तिथे लोळावे । अशी बुद्धी होते ।।१८४।।
उभऊनि करतळें । पडिघाये कपोळें ।
पायाचें शिरियाळें । मांडूं लागे ।।१८५।।
तळहात उचलून । ठेवी गालावर दाबून ।
गुडघ्यात मान घालून । बसून राही ।।१८५।।
आणि निद्रेविषयीं चांगु । जीवीं आथि लागु ।
झोंपी जातां स्वर्गु । वावो म्हणे ।।१८६।।
निद्रेविषयी आस । झोप लागता खास ।
तुच्छ मानी सुखास । स्वर्गाच्या ।।१८६।।
ब्रह्मायु होईजे । मा निजेलियाचि असिजे ।
हे वांचूनि दुजें । व्यसन नाहीं ।।१८७।।
ब्रह्मदेवाचे आयुष्य लाभावे । झोपूनच राहावे ।
झोपेवाचून स्वभावे । दुसरे व्यसन नसते ।।१८७।।
कां वाटे जातां वोघें । कल्हाताही डोलो लागे ।
अमृतही परी नेघे । जरी नीद आली ।।१८८।।
वाटेने जाता जाता । डोळा लागे कलंडला असता ।
कुणी अमृत जरी देता । घेत नाही ।।१८८।।
तेवींचि आक्रोशबळें । व्यापारें कोणे एके वेळे ।
निगालें तरी आंधळें । रोषें जैसें ।।१८९।।
नकळे संतापलेला आंधळा । काय करील कोणत्या वेळा ।
याचा नेम नसे सकला । तसे तमोगुणीचे ।।१८९।।
केधवां कैसें राहाटावें । कोणेसीं काय बोलावें ।
हें ठाकतें कीं नागवें । हेंही नेणें ।।१९०।।
केव्हा कसे राहावे? । कोणासी काय बोलावे? ।
याने लाभ की नुकसान व्हावे । हे कळत नाही ।।१९०।।
वणवा मियां आघवा । पांखे पुसोनि घेयावा ।
पतंगु पां हांवा । घाली जेवीं ।।१९१।।
पेटलेली ज्योत । पंखाने पुसावी म्हणत ।
जसा पतंग त्यात । झेप घाली ।।१९१।।
तैसा वळघे साहसा । अकरणींच धिंवसा ।
किंबहुना ऐसा । प्रमादु रुचे ।।१९२।।
तसे अकारणही । साहस करू जाई ।
किंबहुना आवडे ही । असा प्रमाद करणे ।।१९२।।

एवं निद्रालस्यप्रमादीं । तम इया त्रिबंधीं ।
बांधे निरुपाधी । चोखटातें ॥१९३॥
हा निद्रा, आळस,प्रमाद । या तीन प्रकारांनी बद्ध ।
जीवास होई बंध । उपाधीविरहित ॥१९३॥
जैसा वन्ही काष्टीं भरे । तैं दिसे काष्टाकारें ।
व्योम घटें आवरे । तें घटाकाश ॥१९४॥
अग्नी लाकडात भरता । लाकडाकारात दिसता ।
घटाने पोकळी व्यापता । घटाकाश नाव मिळते ॥१९४॥
नाना सरोवर भरलें । तैं चंद्रत्व तेथें बिंबलें ।
तैसें गुणाभासीं बांधलें । आत्मत्व गमे ॥१९५॥
सरोवर पाण्याने भरते । चंद्रबिंब प्रतिबिंब होते ।
तसे गुणांनी बांधले जाते । आत्मतत्त्व गुणासम ॥१९५॥
पैं हरूनि कफवात । जैं देहीं आटोपे पित्त ।
तैं करी संतप्त । देह जेवीं ॥१९६॥
कफ वात मागे सारून । पित्त देहा राही व्यापून ।
मग राहतो संतापून । देह जेव्हा ॥१९६॥
कां वरिष आतप जैसें । जिणौनि शीतचि दिसे ।
तेव्हां होय हिंव ऐसें । आकाश हें ॥१९७॥
उन्हाळा पावसाळा जाता । थंडी पडू लागली असता ।
थंडगार होई सर्वथा । आकाशही ॥१९७॥
नाना स्वप्न जागृती । लोपूनि ये सुषुप्ती ।
तैं क्षणु एक चित्तवृत्ती । तेचि होय ॥१९८॥
जाते जागृती, स्वप्नावस्था । येई गाढ निद्रेची अवस्था ।
सुषुप्तीसम मूढ सर्वथा । बनते चित्तवृत्ती ॥१९८॥
तैसीं रजतमें हारवी । जैं सत्त्व माजु मिरवी ।
तैं जीवाकरवीं म्हणवी । सुखिया ना मी? ॥१९९॥
रज, तम गुणांहून तो । सत्त्वगुण अधिक होतो ।
तेव्हा तो जिवास विचारतो । मी सुखी आहे? ॥१९९॥
तैसेंचि सत्त्व रज । लोपूनि तमाचें भोज ।
वळघे तैं सहज । प्रमादीं होय ॥२००॥
तसे सत्त्व-रजाचा लोप होता । तमोगुण वाढीस लागता ।
सहजपणे घडून येता । प्रमाद ॥२००॥
तयाचि गा परिपाठीं । सत्त्व तमातें पोटीं ।
घालूनि जेव्हां उठी । रजोगुण ॥२०१॥
त्याचप्रमाणे हे अर्जुन । सत्त्व तमोगुणा मागे सारून ।
ज्यावेळी रजोगुण । बळावतो ॥२०१॥

तेव्हां कर्मावांचूनि कांही । आन गोमटें नाहीं ।
ऐसें मानीं देहीं । देहराजु ॥२०२॥
तेंव्हा देहाचा राजा जीवात्माही । कर्मावाचून काही ।
इतर गोमटे नाही । असे मानतो ॥२०२॥
त्रिगुण वृद्धी निरूपण । तीं श्लोकीं सांगितलें जाण ।
आतां सत्त्वादि वृद्धिलक्षण । सादर परियेसीं ॥२०३॥
तीन गुणांचे निरूपण । या तीन श्लोकांत जाण ।
सत्त्वादी गुणादिगुणांचे लक्षण । आता सादर ऐक ॥२०३॥
पैं रजतमविजयें । सत्त्व गा देहीं इयें ।
वाढतां चिन्हें तियें । ऐसीं होती ॥२०४॥
रज तमावर विजय मिळवत । सत्त्वगुण वाढतो देहात ।
त्याची जी चिन्हे होतात । ती अशी ॥२०४॥
जे प्रज्ञा आंतुलीकडे । न समाती बाहेरी वोसंडे ।
वसंतीं पद्मखंडें । द्रुती जैसी ॥२०५॥
ज्ञान हे अंत:करणात । भरून राहे ओतप्रोत ।
जसा गंध वसंत ऋतूत । कमलदलांतून ओसंडतो ॥२०५॥
सर्वेंद्रियांच्या आंगणीं । विवेक करी राबणी ।
साचचि करचरणीं । होती डोळे ॥२०६॥
इंद्रियांच्या अंगणात । विवेक सेवा करत ।
हातापायांना फुटतात । त्याचे डोळे ॥२०६॥
राजहंसापुढें । चांचूचें आगरडें ।
तोडी जेवीं झगडे । क्षीरनीराचे ॥२०७॥
राजहंससमोरी । ठेवता नीरक्षीरी ।
चोचीने अलग सारी । दूध पाणी ॥२०७॥
तेवीं दोषादोषविवेकीं । इंद्रियेंचि होती पारखीं ।
नियमु बारे पायिकीं । वोळगे तैं ॥२०८॥
चांगल्या-वाईट कर्मांची । इंद्रियेच पारख करती ।
निग्रहे सेवा करती । इंद्रियांची ॥२०८॥
नायिकणें तें कानचि वाळी । न पहाणें तें दिठीचि गाळी ।
अवाच्य तें टाळी । जीभचि गा ॥२०९॥
न ऐकावे ते कान ऐकत नाही । न पाहवे ते पाहत नाही ।
अर्वाच्य बोलणे टाळत राही । जीभ ती ॥२०९॥
वाती पुढां जैसें । पळों लागे काळवसें ।
निषिद्ध इंद्रिया तैसें । समोर नोहे ॥२१०॥
जसा दिवा प्रकाशतो । काळोख पळू लागतो ।
तसा निषिद्ध भोग न येतो । इंद्रियासमोर ॥२१०॥

धाराधरकाळें । महानदी उचंबळे ।
तैसी बुद्धि पघळे । शास्त्रजाती ।।२११।।
पर्जन्यकाळात । नदी जशी उचंबळत ।
तशी त्याची बुद्धी वाढत । कोणत्याही शास्त्रात ।।२११।।
अगा पुनवेच्या दिवशीं । चंद्रप्रभा धांवे आकाशीं ।
ज्ञानीं वृत्ति तैसी । फांके सैंघ ।।२१२।।
अरे पौर्णिमेच्या दिवशी । चंद्रप्रकाश पसरे आकाशी ।
त्याची ज्ञानवृत्ती तशी । पसरते ।।२१२।।
वासना एकवटे । प्रवृत्ति वोहटे ।
मानस विटे । विषयांवरी ।।२१३।।
वासना एकवटे देहाठायी । मनाची धाव कमी होई ।
ते विटून जाई । विषयांना ।।२१३।।
एवं सत्त्व वाढे । तैं हें चिन्ह फुडें ।
आणि निधनही घडे । तेव्हांचि जरी ।।२१४।।
वाढ होता सत्त्वगुणे । दिसती ही लक्षणे ।
झाले या काळात मरणे । तर ।।२१४।।
कां पाहालेनि सुयाणें । जालया परगुणें ।
पढियंतें पाहुणें । स्वर्गोनियां ।।२१५।।
सुबत्ता यावी दुष्काळ संपावा । अशात एखादा सण असावा ।
स्वर्गातून यावा । कोणी पाहुणा ।।२१५।।
तरी जैसीचि घरींची संपत्ती । आणि तैसीचि औदार्यधैर्यवृत्ती ।
मा परत्रा आणि कीर्ती । कां नोहावें? ।।२१६।।
असावी भरपूर संपत्ती । धैर्य औदार्याची वृत्ती ।
परलोकी गती इहलोकी कीर्ती । का न व्हावी? ।।२१६।।
मग गोमटेया तया । जावळी असे धनंजया ।
तेवीं सत्त्वीं जाणे देहा । कें आथि गा? ।।२१७।।
असे सगळे गोमटे राहता । सत्त्वगुण वाढीस लागता ।
देहा मृत्यू आला असता । दुसरीकडे कुठे जाणार? ।।२१७।।
जे स्वगुणीं उद्भट । घेऊनि सत्त्व चोखट ।
निगे सांडूनि कोपट । भोगक्षेम हें ।।२१८।।
जो सदाचारी स्वगुणाचा । तो भोग भोगणाऱ्या शरीराचा ।
त्याग करून सोबत त्याचा । सत्त्वगुण नेतो ।।२१८।।
अवचटें ऐसा जो जाये । तो सत्त्वाचाचि नवा होये ।
किंबहुना जन्म लाहे । ज्ञानियांमाजीं ।।२१९।।
अशाप्रकारे जो जातो । तो सत्त्वगुणांची मूर्ती असतो ।
तो पुन्हा जन्मा येतो । आत्मज्ञानी कुळात ।।२१९।।

सांग पां धनुर्धरा । रावो रायपणें डोंगरा ।
गेलिया अपुरा । होय काई? ।।२२०।।
सांग तू धनुर्धरा । राजा गेला जरी डोंगरा ।
तरी तो असतो का अपुरा । राजेपणात? ।।२२०।।
नातरी येथिंचा दिवा । नेलिया सेजिया गांवा ।
तो तेथें तरी पांडवा । दीपचि कीं ।।२२१।।
किंवा सांग पांडवा । एका गावातून दिवा ।
नेला दुसऱ्या गावा । तरी प्रकाश देतोच ना? ।।२२१।।
तैसी ते सत्त्वशुद्धी । आगळी ज्ञानेंसी वृद्धी ।
तरंगावों लागे बुद्धी । विवेकावरी ।।२२२।।
होता सत्त्वगुणांची शुद्धी । ज्ञानाची होतसे वृद्धी ।
तेव्हा तरंगते बुद्धी । विवेक विचारावरी ।।२२२।।
पैं महदादि परिपाठीं । विचारूनि शेवटीं ।
विचारासकट पोटीं । जिरोनि जाय ।।२२३।।
जी तत्त्वे महत्तत्त्वापासून । त्यांचा विचार करून ।
शेवटी ब्रह्मस्वरूपी होतो लीन । त्या विचारांसह ।।२२३।।
छत्तिसां सदतिसावें । चोविसां पंचविसावें ।
तिन्ही नुरोनि स्वभावें । चतुर्थ जें ।।२२४।।
छत्तीस तत्त्वांपार जे सदतिसावे । चोविसांवर जे पंचविसावे ।
या तिन्हींतून वेगळे जे स्वभावे । ते चौथे तत्त्व ।।२२४।।
ऐसें सर्व जें सर्वोत्तम । जालें असे जया सुगम ।
तयासवें निरुपम । लाहे देह ।।२२५।।
असे जे सर्वोत्तम राहे । ते साक्षात पाहे ।
त्याच्या कुळात लाभताहे । सत्त्वगुणांसह जन्म ।।२२५।।
इयाचि परी देख । तमसत्त्व अधोमुख ।
बैसोनि जैं आगळीक । धरी रज ।।२२६।।
याप्रमाणे पाहता । तमसत्त्वगुण अधोमुख बसता ।
मग लागे वाढता । रजगुण ।।२२६।।
आपुलिया कार्याचा । धुमाड गांवीं देहाचा ।
माजवीं तैं चिन्हांचा । उदयो ऐसा ।।२२७।।
जेव्हा रजोगुण देहरूपी गावात । कार्याचा धुमाकूळ माजवत ।
त्यावेळी उदय होत । अशा लक्षणांचा ।।२२७।।
पांजरली वाहटुळी । करी वेगळ वेंटाळी ।
तैसी विषयीं सरळी । इंद्रियां होय ।।२२८।।
जेव्हा वावटळ सुटते । वस्तू वर उडवते ।
इंद्रिय मोकाट सुटते । विषयाकडे ।।२२८।।

परदारादि पडे । परी विरुद्ध ऐसें नावडे ।
मग शेळियेचेनि तोंडें । सैंघ चारी ॥२२९॥
परस्त्रीगमन प्रसंगही । त्यास शास्त्राविरुद्ध वाटत नाही ।
शेळीच्या तोंडाने चारही । बाजूंनी चरत सुटतो ॥२२९॥
हा ठायवरी लोभु । करी स्वैरत्वाचा राबु ।
वेंटाळितां अलाभु । तें तें उरे ॥२३०॥
विषयभोग घेण्याप्रति । धावून विषय मिळविती ।
जे विषय न मिळती । तेवढेच भोग राहतात ॥२३०॥
आणि आड पडलिया । उद्यमा जाती भलतिया ।
प्रवृत्ति धनंजया । हातु न काढी ॥२३१॥
कोणताही उद्योग दिसता । तो करण्याकरिता ।
मनाचा कल न पाहता । करायला जातो ॥२३१॥
तेवींचि एखादा प्रासादु । कां करावा अश्वमेधु ।
ऐसा अचाट छंदु । घेऊनि उठी ॥२३२॥
एखादा महाल बांधावा । वा अश्वमेध यज्ञ घालावा ।
असा अचाट छंद करावा । या मागे लागतो ॥२३२॥
नगरेंचि रचावीं । जलाशयें निर्मावीं ।
महावनें लावावीं । नानाविधें ॥२३३॥
मोठी शहरे वसवावीत । मोठी तळी बांधावीत ।
मोठी वने लावावीत । असे अनेक प्रकार ॥२३३॥
ऐसैसां अफाटीं कर्मीं । समारंभु उपक्रमीं ।
आणि दृष्टादृष्टकामीं । पुरे न म्हणे ॥२३४॥
अशी अफाट कामे करू जातो । समारंभ उपक्रम करतो ।
कधीच पुरे न म्हणतो । इहपरलोकींच्या भोगसुखा ॥२३४॥
सागरुही सांडी पडे । आगी न लाहे तीन कवडे ।
ऐसें अभिलाषी जोडे । दुर्भरत्व ॥२३५॥
समुद्र माघार घेई । अग्नीला तीन कवडी किंमत राहणार नाही ।
इतकी त्याची इच्छा प्रबळ होई । रजोगुणाने ॥२३५॥
स्पृहा मना पुढां पुढां । आशेचा घे दवडा ।
विश्व घापे चाडा । पायां तळीं ॥२३६॥
चंचल मनाच्या पुढेच जाई । विषयांची आशा धाव घेई ।
सारे विश्व अपुरे होई । त्याला पायतळीं ॥२३६॥
इत्यादी वाढतां रजीं । इयें चिन्हें होती साजीं ।
आणि ऐशा समाजीं । वेंचे जरी देह ॥२३७॥
रजोगुण वाढला असता । ती लक्षणे प्रकट होता ।
अशातच जर येता । त्याला मृत्यू ॥२३७॥

तरी आघवाचि इहीं । परिवारला आनी देहीं ।
रिगे परी योनिहीं । मानुषिची ॥२३८॥
तर या गुणांनी युक्त । दुसऱ्या देहात ।
तो मनुष्ययोनीत । जन्म घेतो ॥२३८॥
सुरवाडेंसिं भिकारी । वसो पां राजमंदिरीं ।
तरी काय अवधारीं । रावो होईल? ॥२३९॥
सुखेनैव एखादा भिकारी । राजमहालात राहिला जरी ।
काय तो होईल तरी । राजा महाराजा? ॥२३९॥
बैल तेथें करबाडें । हें न चुके गा फुडें ।
नेइजो कां वऱ्हाडें । समर्थाचेनी ॥२४०॥
बैलाना कडबाच देती । हे चुके न पुढती ।
जरी ते वऱ्हाडासंगे जाती । श्रीमंतांच्या ॥२४०॥
म्हणौनि व्यापारा होतीं । उसंतु दिहा ना राती ।
तैसयाचिये पांतीं । जुंपिजे तो ॥२४१॥
ज्यांना व्यापारापायी । दिवसरात्र उसंत नाही ।
अशा कुळांच्या ठायी । तो जन्म घेतो ॥२४१॥
कर्मजडाच्या ठायीं । किंबहुना होय देही ।
जो रजोवृत्तीच्या डोहीं । बुडोनि निमे ॥२४२॥
मग कर्मकांडाच्या पायी । जे असती देही ।
रजोगुणाच्या डोही । तो बुडून जातो ॥२४२॥
मग तैसाचि पुढती । रजसत्त्ववृत्ती ।
गिळूनि ये उन्नती । तमोगुण ॥२४३॥
मग यासम अर्जुन । रजसत्त्व गुण सारून ।
वाढत जातो तमोगुण । पुढे पुढे ॥२४३॥
तैचिं जियें लिंगे । देहींची सबाह्य सांगें ।
तिये परिस चांगें । श्रोत्रबळें ॥२४४॥
देहाच्या आतबाहेर याप्रमाणे । दिसती यावेळी जी लक्षणे ।
तुला सांगतो तू एकाग्रतेने । श्रवण कर ॥२४४॥
तरी होय ऐसे मन । जैसें रविचंद्रहीन ।
रात्रीचे कां गगन । अंवसेचिये ॥२४५॥
अमावास्येच्या रात्रीचे गगन । जसे रविचंद्रहीन ।
तसे त्याचे मन । विवेकहीन होते ॥२४५॥
तैसें अंतर असोस । होय स्फूर्तिहीन उद्वस ।
विचाराची भाष । हारपे तैं ॥२४६॥
त्याचे अंत:करण । होते उदास स्फूर्तिहीन ।
जाते तिथे हरवून । विचारांची भाषा ॥२४६॥

बुद्धि मेचवेना धोंडीं । हा ठायवरी मवाळें सांडी ।
आठवो देशधडी । जाला दिसे ।।२४७।।
कठिणपणात बुद्धी दगडाला मागे टाकते ।
विचारांची कोमलता हरवते ।
देशोधडीला लागते । स्मरणशक्ती ।।२४७।।
अविवेकाचेनि माजें । सबाह्य शरीर गाजे ।
एकलेनि घेपे दीजे । मौढ्य तेथ ।।२४८।।
सर्वत्र त्याच्या देहावर । दृष्टीस पडतो अविचार ।
त्याचे सर्व व्यवहार । मूर्खपणाचे असती ।।२४८।।
आचारभंगाचीं हाडें । रूपती इंद्रियापुढें ।
मरे जरी तेणें कडे । क्रिया जाय ।।२४९।।
त्याच्या इंद्रियांसमोर । उभा राही अनाचार ।
तो मृत्यू पावला तर ।
पापक्रिया सोबत जाती ।।२४९।।
पैं आणिकही एक दिसे । जे दुष्कृतीं चित्त उल्हासे ।
आंधारीं देखणें जैसें । डुडुळाचें ।।२५०।।
पाप कर्म करण्या त्याचे चित्त । असते फार उल्हसित ।
जसे रात्रीच्या अंधारात । घुबडाला दिसते ।।२५०।।
तैसें निषिद्धाचेनि नांवें । भलतेंही भरे हांवें ।
तियेविषयीं धांवे । घेती करणें ।।२५१।।
निषिद्ध कर्माचे नाव । त्याला असे फार हाव ।
त्याच्या इंद्रियाची धाव । तिकडेच असे ।।२५१।।
मदिरा न घेतां डुले ।
सन्निपातेंवीण बरळे ।
निष्प्रेमेंचि भुले ।
पिसें जैसें ।।२५२।।
मद्य न घेता डुलतो । भ्रमावाचून बरळतो ।
कोणावरही विश्वसतो । वेड्यासारखा ।।२५२।।
चित्त तरी गेलें आहे । परी उन्मनी ते नोहे ।
ऐसें माल्हातिजे मोहें । माजिरेनी ।।२५३।।
चित्त नसे ताळ्यावर । पण ती समाधी नसे तर ।
मोहाने उन्मत्तता आल्यावर । ज्ञानशून्य होतो ।।२५३।।
किंबहुना ऐसैसीं । इये चिन्हें तम पोषीं ।
जैं वाढे आयितीसी । आपुलिया ।।२५४।।
याच लक्षणांचे पोषण । करतो तमोगुण ।
वाढती ते जाण । स्वाभाविकपणे ।।२५४।।
आणि हेंचि होय प्रसंगें । मरणाचें जरी पडे खागें ।
तरी तेतुलेनि निगे । तमेंसीं तो ।।२५५।।
अशा वेळी त्याला । जर मृत्यू आला ।
देहरूपी घरट्यात तो जन्मला । तमोगुणांसह ।।२५५।।
राई राईपण बीजीं । सांठवूनियां अंग त्यजी ।
मग विरूढे तैं दुजी । गोठी आहे? ।।२५६।।
मोहरीचे दाणे पेरले । रूप बदलून झाड आले ।
तरी येतात काय गोड फळे? । असे होते का? ।।२५६।।
पैं होऊनि दीपकलिका । येरु आगी विझो कां ।
कां जेथ लागे तेथ असका । तोचि आहे ।।२५७।।
अग्नी दिव्याच्या रूपात गेला । आणि तेथे विझला ।
तरी तो जिथे लागला । ते संपूर्ण व्यापेल ।।२५७।।
म्हणौनि तमाचिये लोथें । बांधोनियां संकल्पातें ।
देह जाय तैं मागौतें । तमाचेचि होय ।।२५८।।
म्हणून संकल्प घेऊन । गाठोडे बांधून ।
देह त्या मार्गी जाऊन । तम योनीत जन्मतो ।।२५८।।
आतां काय येणें बहुवे । जो तमोवृद्धि मृत्यु लाहे ।
तो पशु कां पक्षी होये । झाड कां कृमी ।।२५९।।
किती करावा विस्तार । तमोगुणात मृत्यू आला जर ।
पशु,पक्षी,झाड,कीटकाचा तर । त्याला जन्म मिळतो ।।२५९।।
येणेंचि पैं कारणें । जें निपजे सत्त्वगुणें ।
तें सुकृत ऐसें म्हणे । श्रौतसमो ।।२६०।।
म्हणून याच कारणे । जो जन्मतो सत्त्वगुणे ।
याला सुकृत असे म्हणे । श्रुती सांगते ।।२६०।।
म्हणौनि तया निर्मळा । सुखज्ञानी सरळा ।
अपूर्व ये फळा । सात्त्विक तें ।।२६१।।
म्हणून याचे निर्मळ । सुखज्ञानाचे सरळ ।
अपूर्व असे येई फळ । सात्त्विक ते ।।२६१।।
मग राजसा जिया क्रिया । तया इंद्रावणी फळलिया ।
जें सुखें चितारूनियां । फळती दुःखें ।।२६२।।
रजोगुणी जे होई निर्माण । ते दिसे इंद्रावणीप्रमाणं ।
दाखवती सुख वरतून । आत दुःखाची फळे देती ।।२६२।।
कां निंबोळियेचें पिक । वरि गोड आंत विख ।
तैसें तें राजस देख । क्रियाफळ ।।२६३।।
निंबोळ्यांचे फळ । वरून गोड आतून विषाळ ।
तैसे राजसगुणांचे क्रियाफळ । असे जाण ।।२६३।।

तामस कर्म जितुकें । अज्ञान फळेंचि पिके ।
विषांकुर विखें । जियापरी ।।२६४।।
विषवल्ली अंकुरती । विषफळेचि येती ।
तशी तामस गुणांप्रति । अज्ञान फळे येती ।।२६४।।
म्हणौनि बारे अर्जुना । येथ सत्त्वचि हेतु ज्ञाना ।
जैसा कां दिनमाना । सूर्य हा पैं ।।२६५।।
म्हणून हे अर्जुन । सत्त्वगुण ज्ञानास कारण ।
जसे हे दिनमान । सूर्याकारणे ।।२६५।।
आणि तैसेंचि हें जाण । लोभासि रज कारण ।
आपलें विस्मरण । द्वैताजेवीं ।।२६६।।
आणि तसेच हे जाण । लोभास कारण रजोगुण ।
जसे स्वचे विस्मरण । द्वैत सांगते ।।२६६।।
मोह अज्ञान प्रमादा । ययां मैळेया दोषवृंदा ।
पुढती पुढती प्रबुद्धा । तमचि मूळ ।।२६७।।
मोह प्रमाद अज्ञान । या दोषांचे कारण ।
तमोगुण आहे जाण । हे अर्जुना ।।२६७।।
ऐसें विचाराच्या डोळां । तिन्ही गुण वेगळवेगळां ।
दाविले जैसा आंवळां । तळहातींचा ।।२६८।।
तिन्ही गुणांचे भिन्न । विचारांचे दिले ज्ञान ।
जसा आवळा देई दाखवून । तळहातावरचा ।।२६८।।
तंव रजतमें दोन्हीं । देखिलीं प्रौढपतनीं ।
सत्त्वावांचूनि नाणीं । ज्ञानाकडे ।।२६९।।
रज तम हे गुण दोन । होती पतनास कारण ।
सत्त्वावाचून कोणताच गुण । ज्ञानाकडे नेत नाही ।।२६९।।
म्हणौनि सात्त्विकवृत्ती । एक जाले गा जन्मव्रती ।
सर्वत्यागें चतुर्थी । भक्ति जैसी ।।२७०।।
म्हणून सात्त्विकवृत्तीनं । अन्य भक्तीचा त्याग करून ।
ज्ञानरूप भक्तीचे आचरण । ज्ञानी जन्मभर करती ।।२७०।।
तैसें सत्त्वाचेनि नटनाचे । असणें जाणें जयांचें ।
ते तनुत्यागीं स्वर्गीचे । राय होती ।।२७१।।
म्हणून सात्विक गुण । हे ज्यांचे आचरण ।
ते देहत्यागानंतर जाण । स्वर्गाचे राजे होती ।।२७१।।
इयाचि परी रजें । जिहीं कां जीजे मरिजे ।
तिहीं मनुष्य होइजे । मृत्युलोकीं ।।२७२।।
जे आचरिती रजोगुण । त्यांना जेव्हा येते मरण ।
त्यांना येई मनुष्यपण । मृत्युलोकी ।।२७२।।

तेथ सुखदुःखाचें खिचटें । जेविजे एकेचि ताटें ।
जेथ इये मरणवाटे । पडिलें नुठी ।।२७३।।
जे पडती मृत्युलोकात । जन्ममरणाच्या वाटेत ।
ते खाती एका ताटात । सुखदुःखाची खिचडी ।।२७३।।
आणि तयाचि स्थिती तमीं । जे वाढोनि निमती भोगक्षमीं ।
ते घेती नरकभूमी । मूळपत्र ।।२७४।।
जे तमोगुण आचरती । ते मृत्यूनंतर भोगक्षमी राहती ।
ते दाखला घेती । नरकभूमीचा ।।२७४।।
एवं वस्तूचिया सत्ता । त्रिगुणासी पंडुसुता ।
दाविली सकारणता । आघवीची ।।२७५।।
या तिन्ही गुणांची सत्ता । कशी आहे पंडुसुता ।
त्याची सकारणता । तुला दाखवली ।।२७५।।
पैं वस्तु वस्तुत्वें असिकें । तें आपणपें गुणासारिखें ।
देखोनि कार्य विशेखें । अनुकरे गा ।।२७६।।
वस्तूचे वस्तुत्व जे असते । ते स्वगुणाप्रमाणं दिसते ।
ते कार्य करत राहते । गुणलक्षणाप्रमाणे ।।२७६।।
जैसें का स्वप्नीचेनि राजें । जैं परचक्र देखिजे ।
तै हारी जैत होइजे । आपणपांचि ।।२७७।।
जसा राजा स्वप्नातही । परचक्र पाही ।
मग आपणच होऊन राही । हारजीत ।।२७७।।
तैसे मध्योर्ध्व अध । हे जे गुणवृत्तिभेद ।
ते दृष्टीवांचूनि शुद्ध । वस्तुचि असे ।।२७८।।
तसे ऊर्ध्व मध्य अध[३] । हे गुणवृत्तींचे भेद ।
दृष्टी सरून पाहता, शुद्ध । ती ब्रह्मवस्तू तशीच आहे ।।२७८।।
परी हे वाहणी असो । तरी तुज आन न दिसो ।
परिसें तें सांगतसों । मागील गोठी ।।२७९।।
आता विषय राहू दे तो । विषय सोडून काही न बोलतो ।
मागील विषय पुढे सांगतो । तू श्रवण कर ।।२७९।।
तरी ऐसें जाणिजे । सामर्थ्यें तिन्ही सहजें ।
होती देहव्याजें । गुणचि हे ।।२८०।।
तिन्ही गुण सहजपणे । देहाच्या आकाराने ।
प्राप्त होती परिणामाने । हे जाणून घे ।।२८०।।

३ (स्वर्ग, मृत्यू व पाताळ लोक)

इंधनाचेनि आकारें । अग्नि जैसा अवतरे ।
कां आंगवे तरुवरें । भूमिरसु ।।२८१।।
लाकडाच्या आकाराठायी । अग्नी जसा प्रकट होई ।
भूमिरस आकार घेई । वृक्षरूपात ।।२८१।।
नाना दहिंयाचेनि मिसें । परिणमे दूधचि जैसें ।
कां मूर्त होय उंसें । गोडी जेवीं ।।२८२।।
दह्याच्या रूपाने जसे । दूध परिणामा प्राप्त होतसे ।
गोडी मूर्त होत असे । उसाच्या आकारात ।।२८२।।
तैसें हें स्वांतःकरण । देहचि होती त्रिगुण ।
म्हणौनि बंधासि कारण । घडे कीर ।।२८३।।
तसे अंतःकरणासह । तिन्ही गुण होती देह ।
जीवात्म्याला होण्या बंधनमोह । ते कारण ।।२८३।।
परी चोज हें धनुर्धरा । जे एवढा हा गुंफिरा ।
मोक्षाचा संसारा । उणा नोहे ।।२८४।।
तरी अर्जुना हे नवल । ही गुंतागुंत सुफल ।
कमीपणा न आणी सकल । जीवात्म्याच्या मुक्तीला ।।२८४।।
त्रिगुण आपुलालेनि धर्में । देहींचें माथित साउमें ।
चाळितांही न खोमें । गुणातीतता ।।२८५।।
हे तिन्ही गुण आपल्या धर्मे । कार्य करती देहाच्या कर्मे ।
तरी न बाधिती गुणधर्मे । आत्म्याला ।।२८५।।
ऐसी मुक्ति असे सहज । ते आतां परिसऊं तुज ।
जे तूं ज्ञानांबुज । द्विरेफु कीं ।।२८६।।
मुक्ती ही सहजस्थिती । ऐकवतो तुजप्रती ।
तू भ्रमर होऊन मकरंद सेविती । ज्ञानकमळातला ।।२८६।।
आणि गुणीं गुणाजोगे । चैतन्य नोहे मागें ।
बोलिलों तें खागें । तेवींचि हें ।।२८७।।
हे चैतन्य गुणात राहूनही । गुणासारखे होत नाही ।
मागे तुला सांगितले काही । तेच हे आहे ।।२८७।।
तरी पार्था जैं ऐसें । बोधलेनि जीवें दिसें ।
स्वप्न कां जैसें । चेइलेनी ।।२८८।।
उपदेशाप्रमाणे जाता । हे अनुभवास येता ।
स्वप्न मिथ्या हे कळता । जागृती आल्यावर ।।२८८।।
नातरी आपण जळीं । बिंबलों तीरोनी कळीं ।
चळण होतां कल्लोळीं । अनेकधा ।।२८९।।
आपण पाहतो पाण्यात । आपले प्रतिबिंब दिसत ।
लाटा जशा हलत । बिंबे हलताना दिसती ।।२८९।।

कां नटलेनी लाघवें । नटु जैसा न झकवे ।
तैसें गुणजात देखावें । नहोनियां ।।२९०।।
नट करी अनेक वेष परिधान । विसरत नाही आपण कोण ।
तसे पहीवे अवघे गुण । विसरू नये स्वस्वरूपा ।।२९०।।
पैं ऋतुत्रय आकाशें । धरूनियांहि जैसें ।
नेदियेचिये वोंवसें । वेगळेपणा ।।२९१।।
आकाशीं तिन्ही ऋतू येती । निर्माण होती जाती ।
अलिप्तता त्यांच्याप्रति । तशीच राहते ।।२९१।।
तैसें गुणीं गुणापरौतें । जें आपणपें असें आयितें ।
तिये अहं बैसे अहंतें । मूळकेचिये ।।२९२।।
गुणांचे सुरू असता व्यवहार । ज्याची बुद्धी असे स्थिर ।
अहं जो स्वरूप साकार । मूळस्थानी ।।२९२।।
पैं तेथूनि मग पाहतां । म्हणे साक्षी मी अकर्ता ।
हे गुणचि क्रियाजातां । नियोजित ।।२९३।।
म्हणे तेथून पाहत असता । मी साक्षी, मी नव्हे कर्ता ।
सर्व कर्मांचे कर्ताधर्ता । हे त्रिगुण असती ।।२९३।।
सत्त्वरजतमांचा । भेदीं पसरु कर्माचा ।
होत असे तो गुणांचा । विकारु हा ।।२९४।।
सत्त्व-रज-तमकार । होतसे कर्माचा विस्तार ।
तो आहे विकार । त्रिगुणांचा ।।२९४।।
ययामाजीं मी ऐसा । वनीं कां वसंतु जैसा ।
वनलक्ष्मीविलासा । हेतुभूत ।।२९५।।
यामध्ये मी राहतो । जसा वसंत ऋतू असतो ।
वनाची शोभा वाढवतो । अलिप्त राहुनी ।।२९५।।
कां तारांगणी लोपावें । सूर्यकांतीं उद्दीपावें ।
कमळीं विकासावें । जावें तमें ।।२९६।।
तारकांनी लोपावे । सूर्यकांत मण्याने प्रज्वलावे ।
कमल पुष्पाने विकसावे । अंधाराने नष्ट व्हावे ।।२९६।।
ये कोणाचीं काजें कहीं । सवितिया जैसी नाहीं ।
तैसा अकर्ता मी देहीं । सत्तारूप ।।२९७।।
या सर्व कामात । सूर्य कारण न होत ।
तसा मी सत्तारूप असून देहात । अकर्ता आहे ।।२९७।।
मी दाऊनि गुण देखे । गुणता हे मियां पोखे ।
ययाचेनि निःशेखें । उरे तें मी ।।२९८।।
माझ्यामुळे हे प्रकाशते । माझ्या सत्तेने गुणत्व वाढते ।
त्रिगुणाच्या मागे जे उरते । ते मीच ।।२९८।।

ऐसेनि विवेकें जया । उदो होय धनंजया ।
ये गुणातीतत्व तया । अर्थपंथें ।।२९९।।
हे धनंजय । असा विवेकाचा उदय ।
भरतो ज्याचे हृदय । तो गुणातीत ।।२९९।।
आतां निर्गुण असे आणिक । तें तो जाणें अचुक ।
जे ज्ञानें केलें टीक । तयाचिवरी ।।३००।।
आता हे आणखी निर्गुण । ते अचूक असे जाण ।
ज्ञानाचे मुक्कामाचे ठिकाण । ते केले आहे ।।३००।।
किंबहुना पंडुसुता । ऐसी तो माझी सत्ता ।
पावे जैसी सरिता । सिंधुत्व गा ।।३०१।।
किंबहुना पंडुसुता । त्याला लाभे माझी सत्ता ।
जशी लाभते सरिता । सागराला ।।३०१।।
नळिकेवरूनि ऊठिला । जैसा शुक शाखे बैसला ।
तैसा मूळअहंतें वेठिला । तो मी म्हणौनि ।।३०२।।
नळीवरून उठता । पोपट फांदीवर बसता ।
जाणतो स्वरूप स्वत: । तो मीच ।।३०२।।
अगा अज्ञानाचिया निदा । जो घोरत होता बदबदा ।
तो स्वस्वरूपीं प्रबुद्धा । चेइला कीं ।।३०३।।
अज्ञानाच्या निद्रेत । तो राहे मोठ्यांदा घोरत ।
तो जाणून ब्रह्मरूप अवस्थेत । जागा होतो ।।३०३।।
पैं बुद्धिभेदाचा आरिसा । तया हातोनि पडिला वीरेशा ।
म्हणौनि प्रति–मुखाभासा । मुकला तो ।।३०४।।
बुद्धिभेदाचा आरसा । त्याच्या हातून पडला जसा ।
ज्ञानबिंबाच्या आभासा । तो मुकला ।।३०४।।
देहाभिमानाचा वारा । आतां वाजो ठेला वीरा ।
तैं ऐक्य वीचिसागरां । जीवेशां हें ।।३०५।।
म्हणून देहाभिमानाचा वारा । वाहणे थांबताच हे वीरा ।
लाटांचे ऐक्य जसे सागरा । तसे जीव ब्रह्माचे होते ।।३०५।।
म्हणौनि मद्भावेंसी । प्राप्ति पाविजे तेणेंसरिसी ।
वर्षांतीं आकाशीं । घनजात जेवीं ।।३०६।।
त्या आत्मज्ञानी पुरुषाप्रति । होत माझ्या स्वरूपाची प्राप्ती ।
जैसे मेघ वर्षाकाळात शेवटी । आकाश बनतात ।।३०६।।
तेवीं मीं होऊनि निरुता । मग देहींचि ये असतां ।
नागवे देहसंभूतां । गुणांसि तो ।।३०७।।
तो ज्ञानी एकरूप होतो । जरी तो देहात असतो ।
तरी होत नाही तो । त्रिगुणांनी लिप्त ।।३०७।।

जैसा भिंगाचेनि घरें । दीपप्रकाशु नावरे ।
कां न विझेचि सागरें । वडवानळु ।।३०८।।
काचेच्या घरात दिवा ठेवताही । प्रकाश कोंडून राहत नाही ।
समुद्र विझवू शकत नाही । वडवानला ।।३०८।।
तैसा आलागेला गुणांचा । बोधु न मैळे तयाचा ।
तो देहीं जैसा व्योमींचा । चंद्र जळीं ।।३०९।।
गुण आले गेले तरीही । आत्मबोध मळत नाही ।
चंद्र ओला न होई । पाण्यातल्या प्रतिबिंबाने ।।३०९।।
तिन्ही गुण आपुलालिये प्रौढी । देहीं नाचविती बागडी ।
तो पाहोंही न धाडी । अहंतेतें ।।३१०।।
तिन्ही गुण सामर्थ्यानं । करती विविध प्रयत्न ।
न देती ते पाठवून । अहंतेला प्रयत्न पाहण्या ।।३१०।।
हा ठायवरी । नेहटोनि ठेला अंतरीं ।
आतां काय वर्ते शरीरीं । हेंही नेणे ।।३११।।
हा अंत:करणात । निश्चय करतो बळकट ।
काय चालले शरीरात । हे जाणत नाही ।।३११।।
सांडूनि आंगींची खोळी । सर्प रिगालिया पाताळीं ।
ते त्वचा कोण सांभाळी । तैसें जालें ।।३१२।।
टाकून अंगाची कात । साप शिरतो बिळात ।
न पाही ती कोण सांभाळत । तसे झाले ।।३१२।।
कां सौरभ्य जीर्णु जैसा । आमोदु मिळोनि जाय आकाशा ।
माघारा कमळकोशा । नयेचि तो ।।३१३।।
विकसित कमलदलाच्या कोषा । गंध जाई आकाशा ।
तो फिरून कमलकोशा । परत येत नाही ।।३१३।।
पैं स्वरूपसमरसें । ऐक्य गा जालें तैसें ।
तेथ किं धर्म हें कैसें । नेणें देह ।।३१४।।
स्वरूपाशी समरस होऊनी । ऐक्य पावती ज्ञानी ।
कोणतेही न जाणी । देहधर्म ।।३१४।।
म्हणौनि जन्मजरामरण । इत्यादि जे साही गुण ।
ते देहींचि ठेले कारण । नाहीं तया ।।३१५।।
म्हणून जन्म,जरा,मरण । हे जे सहा गुण[४] ।
ते राहती देहा कारण । त्याचा संबंध नाही ।।३१५।।

४ (जन्म, अस्तित्व, वर्धन, विपरिणाम, वृद्धत्व, विनाश)

घटाचिया खापरिया । घटभंगीं फेडिलिया ।
महदाकाश अपैसया । जालेंचि असे ।।३१६।।
घट फोडल्यावरी । फेकून देती खापरी ।
घटातील आकाश तरी । बनते महाकाश आपोआप ।।३१६।।
तैसी देहबुद्धि जाये । जैं आपणपां आठौ होये ।
तैं आन कांहीं आहे । तेंवांचुनी? ।।३१७।।
जेव्हा देहबुद्धी जाते । आत्मस्वरूपच आठवते ।
दुसरी कशाची राहते । काय आठवण? ।।३१७।।
येणें थोर बोधलेपणें । तयासि गा देहीं असणें ।
म्हणूनि तो मी म्हणें । गुणातीत ।।३१८।।
ज्याच्या मनी हा महान बोधही । तो जरी असला देही ।
तरी तो गुणातीत राही । असे मी म्हणतो ।।३१८।।
यया देवाचिया बोला । पार्थु अति सुखावला ।
मेघें संबोखिला । मोरु जैसा ।।३१९।।
या देवाच्या बोलण्यानं । सुखावला अर्जुन ।
जसा मेघाच्या गर्जनेने । मोर संतोषतो ।।३१९।।
तेणें तोषें वीर पुसे । जी कोण्ही चिन्हीं तो दिसे ।
जयामाजीं वसे । ऐसा बोधु ।।३२०।।
संतोषाने अर्जुन विचारी । कोणती चिन्हे दिसती अंतरी ।
ज्याला असा बोध तरी । झाला असे ।।३२०।।
तो निर्गुण काय आचरे । कैसेनि गुण निस्तरे ।
हें सांगिजो माहेरें । कृपेचेनि ।।३२१।।
तो काय करतो आचरण । कसे गुणांचे उल्लंघन ।
कृपेचे माहेर आपण । मला सांगावे ।।३२१।।
यया अर्जुनाचिया प्रश्ना । तो षड्गुणांचा राणा ।
परिहारु आकर्णा । बोलतु असे ।।३२२।।
अर्जुनाच्या या प्रश्नावर । षड्गुणांचा राजा धुरंधर ।
काय देतो उत्तर । ते ऐका ।।३२२।।
म्हणे पार्था तुझी नवाई । हें येतुलेंचि पुससी काई ।
तें नामचि तया पाहीं । सत्य लटिकें ।।३२३।।
परमात्मा म्हणती पार्था । हे काय पुससी आता ।
त्याच्या नावातच पाहू जाता । सत्य आहे ।।३२३।।
गुणातीत जया नांवें । तो गुणाधीन तरी नव्हे ।
ना होय तरी नागवे । गुणां यया ।।३२४।।
जो गुणातीत असतो । तो गुणाधीन नसतो ।
जरी गुणात सापडतो । तरी नाही ।।३२४।।

परी अधीन कां नागवें । हेंचि कैसेनि जाणावें ।
गुणांचिये रवरवे । माजीं असतां ।।३२५।।
गुणांशी संबंध असून । घ्यावे कसे जाणून ।
तो आहे नाही गुणाधीन । कसे ओळखावे? ।।३२५।।
हा संदेह जरी वाहसी । तरी सुखें पुसों लाहसी ।
परिस आतां तयासी । रूप करूं ।।३२६।।
अशी शंका येता अर्जुन । आनंदाने घे विचारून ।
आम्ही सांगतो स्पष्ट करून । रूप त्याचे ।।३२६।।
तरी रजाचेनि माजें । देहीं कर्माचें आणोजें ।
प्रवृत्ति जैं घेईजे । वेंटाळुनि ।।३२७।।
रजोगुणांच्या उत्कर्षानं । गुणातीत जाता वेढून ।
देहात अंकुर येती फुटून । कर्माचे ।।३२७।।
तैं मीचि कां कर्मठ । ऐसा नये श्रीमाठ ।
कां दरिद्रलिये बुद्धि वीट । तोही नाहीं ।।३२८।।
तेव्हा मीच आहे कर्मठ । असा अभिमान नाही होत ।
बुद्धीला न ये वीट । कर्म करण्याचा ।।३२८।।
अथवा सत्त्वेंचि अधिकें । जैं सर्वेंद्रियीं ज्ञान फांके ।
तैं सुविद्यता तोखें । उभजेहीं ना ।।३२९।।
सत्त्वगुणांच्या उत्कर्षाने । प्रकाशीत ती इंद्रिये ज्ञाने ।
सुखदुःख न माने । तो त्या विद्वत्तेचे ।।३२९।।
कां वाढिन्नलेनि तमें । न गिळिजेचि मोहभ्रमें ।
तैं अज्ञानत्वें न श्रमे । घेणेंही नाहीं ।।३३०।।
जरी वाढता तमोगुण । न ग्रासे त्या मोह भ्रम ।
न स्वीकारी तो अज्ञान । कष्टी न होई ।।३३०।।
पैं मोहाच्या अवसरीं । ज्ञानाची चाड न धरी ।
ज्ञानें कर्में नादरी । होतां न दुःखी ।।३३१।।
मोहाच्याही वेळी तो । ज्ञानाची इच्छा न धरतो ।
दुःखी तो न होतो । ज्ञानाने कर्म होता ।।३३१।।
सायंप्रातर्मध्यान्हा । या तिन्ही काळांची गणना ।
नाहीं जेवीं तपना । तैसा असे ।।३३२।।
सकाळ, दुपार,सायंकाळ यांची । गणना तिन्ही काळांची ।
सूर्याला नसे क्षिती त्याची । तसा तो असतो ।।३३२।।
तया वेगळाचि काय प्रकाशें । ज्ञानित्व यावें असें ।
कायि जळार्णव पाउसें । साजा होय? ।।३३३।।
वेगळाच ज्ञानप्रकाश । अपेक्षितो काय ज्ञानीपुरुष ।
काय भरून टाकी पाऊस । समुद्राला? ।।३३३।।

ना प्रवर्तलेनि कर्मे । कर्मठत्व तयां कां गमे ।
सांगें हिमवंतु हिमें । कांपे कायी? ।।३३४।।
कर्माची होता प्रवृत्ती । वाढे का अहं वृत्ती? ।
सांग बरे हिमवंती । थंडीने कापेल काय? ।।३३४।।
नातरी मोह आलिया । काई पां ज्ञाना मुकिजैल तया ।
हो मा आगीतें उन्हाळेया । जाळवत असे? ।।३३५।।
किंवा मोह होता उत्पन्न । नष्ट होई का ब्रह्मज्ञान ।
विझेल का उन्हाळ्यानं । मोठा अग्नी? ।।३३५।।
तैसें गुणागुणकार्य हें । आघवेंचि आपण आहे ।
म्हणौनि एकेका नोहे । तडातोडी ।।३३६।।
गुणावगुणाचे कार्य हे । सारे आपणच आहे ।
सुख दुःख त्या न वाटून राहे । ताटातूटीचे ।।३३६।।
येवढेया गा प्रतीती । तो देहा आलासे वस्ती ।
वाटे जातां गुंती– । माजीं जैसा ।।३३७।।
प्रारब्धाच्या अडचणीत । तो मुक्काम करे देहात ।
एखादा वाटसरू गावात । जसा वस्ती करतो ।।३३७।।
तो जिणता ना हारवी । तैसा गुण नव्हे ना करवी ।
जैसी कां श्रोणवी । संग्रामींची ।।३३८।।
युद्ध जिंकणे वा हरणे । जमिनीचे उदासीन राहणे ।
तसे याचे कर्म न करणे । गुणांच्या स्वाधीन ही ।।३३८।।
कां शरीराआंतील प्राणु । घरीं आतिथ्याचा ब्राह्मणु ।
नाना चोहटांचास्थाणु । उदासु जैसा ।।३३९।।
शरीरातील प्राण । अतिथी आलेला ब्राह्मण ।
जसे राहती उदासीन । चौकातील खांबही ।।३३९।।
आणि गुणाचा यावाजावा । ढळे चळे ना पांडवा ।
मृगजळाचा हेलावा । मेरु जैसा ।।३४०।।
गुणांचे येणे–जाणेही । तो अंतर्यामी ढळत नाही ।
हलत नसे मेरुपर्वतही । मृगजळाच्या लाटांनी ।।३४०।।
हें बहुत कायि बोलिजे । व्योमवारेनि न वचिजे ।
कां सूर्य ना गिळिजे । अंधकारें ।।३४१।।
फार काय करावे वर्णन । आकाश ढकलते का वाऱ्याकडून ।
गिळला जातो का अंधाराकडून । सूर्य? ।।३४१।।
स्वप्न कां गा जियापरी । जागतयातें न सिंतरी ।
गुणीं तैसा अवधारीं । न बंधिजे तो ।।३४२।।
जागृत पुरुषा स्वप्नही । भ्रमात पाडत नाही ।
गुणांत न बांधला जाई । ज्ञानी पुरुष ।।३४२।।

गुणांसि कीर नातुडे । परी दुरूनि जैं पाहे कोडें ।
तैं गुणदोष सायिखडें । सभ्यु जैसा ।।३४३।।
तो दुरून जसा खेळ पाही । तसा गुणे बांधला न जाई ।
त्रिगुण व्यवहार करताही । तो तटस्थ राहतो ।।३४३।।
सत्कर्मे सात्त्विकीं । रज तें रजोविषयकीं ।
तम मोहादिकीं । वर्तत असे ।।३४४।।
सत्त्वाची सात्त्विकता । रजगुणाची राजसत्ता ।
तमाची मोहादिकता । तो पाहतो ।।३४४।।
परिस तयाचिया गा सत्ता । होती गुणक्रिया समस्ता ।
हें फुडें जाणे सविता । लौकिका जेवीं ।।३४५।।
ही गुणक्रिया व्यवस्था । कारण त्याची सत्ता ।
लौकिक व्यवहारा समस्ता । सूर्य जसा कारण ।।३४५।।
समुद्रचि भरती । सोमकांतचि द्रवती ।
कुमुदें विकासती । चंद्ररु तो उगा ।।३४६।।
समुद्रा ये भरती । सोमकांत मणी पाझरती ।
कमलिनी उमलती । चंद्रामुळे पण तो तटस्थ ।।३४६।।
कां वाराचि वाजे विझे । गगनें निश्चळ असिजे ।
तैसा गुणाचिये गजबजे । डोलेना जो ।।३४७।।
वारा वाहे न वाहे । आकाश स्थिर राहे ।
गुणांच्या हालचाली पाहे । तटस्थ तो ।।३४७।।
अर्जुना येणें लक्षणें । तो गुणातीतु जाणणें ।
परिस आतां आचरणें । तयाची जी ।।३४८।।
अर्जुना ही जाण । गुणातीताची लक्षणं ।
त्याचे कसे आचरण । हे आता सांगतो ।।३४८।।
तरी वस्त्रासि पाठीं पोटीं । नाहीं सुतावांचूनि किरीटी ।
ऐसें सुये दिठीं । चराचर मद्रूपें ।।३४९।।
वस्त्राच्या आतबाहेर । सुताविना काही न दुसरं ।
तसे सर्व चराचर । माझ्यात एकरूप ।।३४९।।
म्हणौनि सुख–दुःखासरिसें । कांटाळें आचरे ऐसें ।
रिपुभक्तां जैसें । हरींचें देणें ।।३५०।।
सुखदुःख समान । असे त्याचे आचरण ।
जसं देवाचं देणं । भक्ताना, शत्रूना सारखे ।।३५०।।
एऱ्हवीं तरी सहजें । सुखदुःख तैंचि सेविजे ।
देहजळीं होईजे । मासोळी जैं ।।३५१।।
देहरूपी जळात । मन मासा खेळत ।
सहज बाधा होत । तेव्हा सुखदुःखाची ।।३५१।।

आतां तें तंव तेणें सांडिलें । आहे स्वस्वरूपेंसीचि मांडिलें ।
सस्यांतीं निवडिलें । बीज जैसें ।।३५२।।
देहाशी तादाम्य सोडत । आत्मस्वरूपी स्थित ।
कोंड्यापासून निवडत । धान्य जसे ।।३५२।।
कां वोघ सांडूनि गांग । रिघोनि समुद्राचें आंग ।
निस्तरली लगबग । खळाळाची ।।३५३।।
गंगा नदी वाहते । जेव्हा सागराला मिळते ।
तेव्हा तिचे थांबते । खळाळणे ।।३५३।।
तेवीं आपणपांचि जया । वस्ती जाली गा धनंजया ।
तया देहीं अपैसया । सुख तैसें दुःख ।।३५४।।
जो देह तादात्म्य सोडतो । ब्रह्मस्वरूपी स्थिर होतो ।
सुखदुःखे समान मानतो । जाण अर्जुना ।।३५४।।
रात्रि तैसें पाहलें । हें धारणा जेवी एक जालें ।
आत्माराम देहीं आतलें । द्वंद्व तैसें ।।३५५।।
दिवस आणि रात्र होती । घरातील खांबा एकच असती ।
गुणातीत समान वाटती । ही द्वंद्वे ।।३५५।।
पैं निद्रिताचेनि आंगेशीं । साप तैशी उर्वशी ।
तेवीं स्वरुपस्था सरिशीं । देही द्वंद्वें ।।३५६।।
झोपलेल्या पुरुषासी । जैसा साप तैसी उर्वशी ।
आत्मस्वरूपा स्थिर मनासी । सुखदुःख समान ।।३५६।।
म्हणौनि तयाच्या ठायीं । शेणा सोनया विशेष नाहीं ।
रत्ना गुंडेया कांहीं । नेणिजे भेदु ।।३५७।।
म्हणून त्याच्याठायी । सोने शेण विशेष नाही ।
रत्न दगड जाणत नाही । भेद तो ।।३५७।।
घरा येवो पां स्वर्ग । कां वरिपडो वाघ ।
परी आत्मबुद्धीसि भंग । कदा नोहे ।।३५८।।
घरी येवो स्वर्ग । किंवा झडप घालो वाघ ।
त्याच्या आत्मबुद्धीचा भंग । होत नाही ।।३५८।।
निवटलें न उपवडे । जळिनलें न विरुढे ।
साम्यबुद्धि न मोडे । तयापरी ।।३५९।।
मेलेल्याला शुद्ध न ये । जळल्या बीजा न अंकुर ये ।
तशी साम्यबुद्धी न पावे । नाश कधी ।।३५९।।
हा ब्रह्मा ऐसेनि स्तविजो । कां नीच म्हणौनि निंदिजो ।
परी नेणें जळों विझों । राखोंडी जैसी ।।३६०।।
ब्रह्म मानून न करी स्तुती । नीच मानून निंदा न करती ।
जळले वा विझले त्याप्रति । तो राखेसम तटस्थ ।।३६०।।

तैसी निंदा आणि स्तुति । नये कोण्हेचि व्यक्ती ।
नाहीं अंधारें कां वाती । सूर्या घरीं ।।३६१।।
निंदा आणि स्तुती । करता कोणी व्यक्ती ।
अंधार वा प्रकाश स्थिती । सूर्याघरी नाही ।।३६१।।
ईश्वरु म्हणौनि पूजिला । कां चोरू म्हणौनि गांजिला ।
वृषगजीं वेढिला । केला रावो ।।३६२।।
ईश्वर म्हणून पूजिला । चोर म्हणून छळला ।
बैल, हत्तीने वेढला । किंवा राजा केला ।।३६२।।
कां सुहृद पासीं आलें । अथवा वैरी वरपडे जाले ।
परी नेणें राती पाहालें । तेज जेवीं ।।३६३।।
मित्र जवळ आले । शत्रू अंगावर धावले ।
सूर्याने न जाणले । जसे दिवस-रात्र भेद ।।३६३।।
साही ऋतु येतां आकाशें । लिंपिजेचि ना जैसें ।
तेवीं वैषम्य मानसे । जाणिजेना ।।३६४।।
सहा ऋतु आकाशी येता । त्याची राहते अलिप्तता ।
राग द्वेषाची विषमता । तो मानत नाही ।।३६४।।
आणीकही एकु पाहीं । आचारु तयाच्या ठायीं ।
तरी व्यापारासि नाहीं । जालें दिसे ।।३६५।।
आणखी एक पाही । आचरण त्याचे ठायी ।
व्यापारास म्हणे नाही । हाच आचार ।।३६५।।
सर्वारंभा उटकलें । प्रवृत्तीचें तेथ मावळलें ।
जळती गा कर्मफळें । ते तो आगी ।।३६६।।
ऐहिक कर्म बंद पडले । पारलौकिक मावळले ।
जळून गेली कर्मफळे । ज्ञानाग्नित ।।३६६।।
दृष्टादृष्टाचेनि नांवें । भावचि जीवीं नुगवे ।
सेवीं जें कां स्वभावें । पैठें होय ।।३६७।।
दृष्टादृष्ट भोगाचार । मिळविण्याचा नसे विचार ।
प्रारब्धाने जे साकार । ते सेवन करी ।।३६७।।
सुखे ना शिणे । पाषाणू कां जेणें मानें ।
तैसीं सांडींमांडी मनें । वर्जिली असे ।।३६८।।
सुखदुःखाने कधीही । दगड जसा शिणत नाही ।
तसा सुखदःखाचा भावही । त्याच्या मनी नसे ।।३६८।।
आतां किती हा विस्तारु । जाणे ऐसा आचारु ।
जयातें तोचि साचारु । गुणातीतु ।।३६९।।
किती करू विश्लेषण । ज्याचे असे आचरण ।
तोच खरा जाण । गुणातीत ।।३६९।।

गुणांतें अतिक्रमणें । घडे उपायें जेणें ।
तो आतां आईक म्हणे । श्रीकृष्णनाथु ।।३७०।।
ज्या उपायानं । गुणांचे होई उल्लंघन ।
तो प्रकार श्रवण । कर आता कृष्ण म्हणे ।।३७०।।
तरी व्यभिचाररहित चित्तें । भक्तियोगें मातें ।
सेवी तो गुणातें । जाळूं शके ।।३७१।।
जो अभेद्य चित्ती । माझी करतो भक्ती ।
तीन गुण त्याचे प्रति । सापडती ।।३७१।।
तरी कोण मी कैसी भक्ती । अव्यभिचारा काय व्यक्ती ।
हे आघवीचि निरुती । होआवी लागे ।।३७२।।
कोण मी कशी भक्ती । एकनिष्ठतेची व्याप्ती ।
हे सर्व तुजप्रति । सांगितले पाहिजे ।।३७२।।
तरी पार्था परियेसा । मी तंव एथ ऐसा ।
रत्नीं किळावो जैसा । रत्नचि कीं तो ।।३७३।।
ऐक तू पार्था । मला जाण आता ।
रत्न आणि तेज सर्वथा । ते रत्नच होय ।।३७३।।
कां द्रवपणचि नीर । अवकाशचि अंबर ।
गोडी तेचि साखर । आन नाहीं ।।३७४।।
पाणी आणि पातळपण । पोकळी आणि गगन ।
साखर आणि गोडपण । हे जसे एकच ।।३७४।।
वन्हि तेचि ज्वाळ । दळाचि नांव कमळ ।
रुख तेंचि डाळ- । फळादिक ।।३७५।।
जसे अग्नी तोच जाळ । पाकळ्या हेच कमळ ।
वृक्ष जसे फांद्या फळ । एकच आहे ।।३७५।।
अगा हिम जें आकर्षलें । तेंचि हिमवंत जेवीं जालें ।
नाना दूध मुरालें । तेंचि दहीं ।।३७६।।
जो हिमालय दिसतो । गोठलेला बर्फ असतो ।
दूध जेव्हा विरजतो । तेच दही ।।३७६।।
तैसें विश्व येणें नांवें । हें मीचि पैं आघवें ।
घेईं चंद्रबिंब सोलावें । न लगे जेवीं ।।३७७।।
विश्व या नावे । तो मीच सर्वभावे ।
जसे चंद्रबिंब सोलावे । लागत नाही ।।३७७।।
घृताचें थिजलेंपण । न मोडितां घृतचि जाण ।
कां नाटितां कांकण । सोनेंचि तें ।।३७८।।
तूप थिजून जाते । तरी तूपच राहते ।
कंकण आटवले तरी ते । सोने ते सोनेच ।।३७८।।
न उकलितां पटु । तंतुचि असे स्पष्टु ।
न विरवितां घटु । मृत्तिका जेवीं ।।३७९।।
वस्त्र उकलले नाही । तरी धागे दिसताही ।
घागर विरघळली नाही । तरी मातीचीच ।।३७९।।
म्हणौनि विश्वपण जावें । मग तैं मातें घेयावें ।
तैसा नव्हे आघवें । सकटचि मी ।।३८०।।
विश्वपण जावे । मग मला जाणावे ।
असे न होई भावे । मीच विश्वासकट ।।३८०।।
ऐसेनि मातें जाणिजे । ते अव्यभिचारी भक्ति म्हणिजे ।
येथे भेद कांहीं देखिजे । तरी व्यभिचारु तो ।।३८१।।
मला असे संपूर्ण मानती । तीच अभेद्य भक्ती ।
यात भेद केला चित्ती । ती व्यभिचारी भक्ती ।।३८१।।
याकारणें भेदातें । सांडूनि अभेदें चित्तें ।
आपणया सकट मातें । जाणावें गा ।।३८२।।
सर्व भेद त्यागून । अभेद चित्त ठेवून ।
विश्वात मी राहे भरून । तुझ्यासकट हे जाण ।।३८२।।
पार्था सोनयाची टिका । सोनयासी लागली देखा ।
तैसें आपणपें आणिका । मानावें ना ।।३८३।।
सुवर्णाची टीक पार्था । सोन्याला लावली असता ।
फरक नसतो तसे स्वत: । मानावे ना ।।३८३।।
तेजाचा तेजौनि निघाला । परी तेजींचि असे लागला ।
तया रश्मी ऐसा भला । बोधु होआवा ।।३८४।।
सूर्यापासून किरण निघती । ते सूर्यच असती ।
त्यासम जाण या प्रति । बोध घे ।।३८४।।
पैं परमाणु भूतळीं । हिमकणु हिमाचळीं ।
मजमाजीं न्याहाळीं । अहं तैसें ।।३८५।।
सूक्ष्म कण जमिनीवरचा । हिमकण हिमालयाचा ।
तसा माझ्यात पाहा साचा । मीपणा ।।३८५।।
हो कां तरंगु लहानु । परी सिंधूसी नाहीं भिन्नु ।
तैसा ईश्वरीं मी आनु । नोहेचि मा ।।३८६।।
तरंग जसे लहान । तरी नसे सागराहून भिन्न ।
तसे मी नसे विभिन्न । ईश्वरापासून ।।३८६।।
ऐसेनि बा समरसें । दृष्टि जे उल्हासे ।
ते भक्ति पैं ऐसे । आम्ही म्हणों ।।३८७।।
अशा या एकरूपते । दृष्टी विकसित होते ।
तीच भक्ती असते । आम्ही म्हणतो ।।३८७।।

आणि ज्ञानाचें चांगावें । इयेचि दृष्टि नांवें ।
योगाचेंही आघवें । सर्वस्व हें ।।३८८।।
ही विकसित भावना । श्रेष्ठ ज्ञान याची गणना ।
योगाचेही हेच जाणा । सार असे ।।३८८।।
सिंधू आणि जळधरा- । माजीं लागली अखंड धारा ।
तैसी वृत्ति वीरा । प्रवर्ते ते ।।३८९।।
सिंधूमध्ये अविरत । जलधारा पडती सतत ।
तशी वृत्ती होते प्रवाहित । ब्रह्म आणि जीव यांत ।।३८९।।
कां कुहेसीं आकाशा । तोंडीं सांदा नाहीं जैसा ।
तो परमपुरुषीं तैसा । एकवटे गा ।।३९०।।
विहिरीत आकाश दिसते । न जोडले तरी ते महाकाश असते ।
तरी परब्रह्माशी एकरूपते । गुणातीताचे अस्तित्व ।।३९०।।
प्रतिबिंबौनि बिंबवरी । प्रभेची जैसी उजरी ।
ते सोहंवृत्ति अवधारीं । तैसी होय ।।३९१।।
प्रतिबिंब ते बिंब जसे । प्रकाशाचे सम राहणे असे ।
सोऽहम् वृत्ती अविरत दिसे । जीवापासून ब्रह्मापर्यंत ।।३९१।।
ऐसेनि मग परस्परें । ते सोहंवृत्ति जैं अवतरे ।
तैं तियेहि सकट सरे । अपैसया ।।३९२।।
अशी मग आपोआप । सोऽहम् वृत्ती होत स्वरूप ।
ब्रह्माचे स्वाभाविक रूप । तिला येते ।।३९२।।
जैसा सैंधवाचा रवा । सिंधूमाजीं पांडवा ।
विरालेया विरवावा । हेंही ठाके ।।३९३।।
समुद्रात टाकता मिठाचा कण । तो जाई विरघळून ।
नंतर राहते थांबून । त्याचे विरघळणे ।।३९३।।
नातरी जाळूनि तृण । वन्हिही विझे आपण ।
तैसें भेदु नाशूनि जाण । ज्ञानही नुरे ।।३९४।।
गवत सगळे जाळून । अग्नी जातो विझून ।
तसे सर्व भेद संपवून । ज्ञान लया जाते ।।३९४।।
माझें पैलपण जाये । भक्त हें ऐलपण ठाये ।
अनादि ऐक्य जें आहे । तेंचि निवडे ।।३९५।।
मी पैलतीरी । भक्त ऐलतीरी ।
हा भास मिटतो उरी । अनादि ऐक्य होते ।।३९५।।
आतां गुणातें तो किरीटी । जिणे या नव्हती गोष्टी ।
जे एकपणाही मिठी । पडों सरली ।।३९६।।
तो गुणांना जिंकतोही । भाषा नाहीशी होई ।
कारण ऐक्य होताही । ते नष्ट होती ।।३९६।।

किंबहुना ऐसी दशा । तें ब्रह्मत्व गा सुदंशा ।
हें तो पावे जो ऐसा । मातें भजे ।।३९७।।
किंबहुना ऐसी स्थिती । यास ब्रह्मभाव म्हणती ।
जो करतो माझी भक्ती । तो या पावतो ।।३९७।।
पुढती इहीं लिंगी । भक्तु जो माझा जगीं ।
हे ब्रह्मता तयालागीं । पतिव्रता ।।३९८।।
या लक्षणांनी युक्त । जगी जो माझा भक्त ।
त्यासाठी ते ब्रह्मत्व । पतिव्रता बनते ।।३९८।।
जैसें गंगेचेनि वोघें । डळमळीत जळ जें निघे ।
सिंधुपद तयाजोगें । आन नाहीं ।।३९९।।
गंगेच्या ओघातून । जळ निघे खळाळून ।
त्याचे विश्रांतीस्थान । समुद्रच ।।३९९।।
तैसा ज्ञानाचिया दिठी । जो मातें सेवी किरीटी ।
तो हाय ब्रह्मतेच्या मुकुटीं । चूडारत्न ।।४००।।
अद्वैत ज्ञानाआधारे । जो माझे भजन करे ।
ब्रह्मतेच्या मुकुटावरे । तो मुकुटमणी ।।४००।।
यया ब्रह्मत्वासीचि पार्था । सायुज्य ऐसी व्यवस्था ।
याचि नांवें चौथा । पुरुषार्थु गा ।।४०१।।
याच ब्रह्मत्वाला पार्था । म्हणती सायुज्य व्यवस्था ।
हाच आहे चौथा । पुरुषार्थ ।।४०१।।
परी माझें आराधन । ब्रह्मत्वीं होय सोपान ।
तेथ मी हन साधन । गमेन हो ।।४०२।।
माझी भक्ती ही खरी । ब्रह्मत्वाची पायरी ।
निर्गुण प्राप्तीचे साधन जरी । असेन मी ।।४०२।।
तरी झणी ऐसें । तुझ्या चित्तीं पैसें ।
पैं ब्रह्म आन नसे । मीवांचूनी ।।४०३।।
तुझ्या चित्ती असेल वाटले । निश्चयी असे विस्तारले ।
माझ्यातून ब्रह्म निराळे । पण तसे नाही ।।४०३।।
अगा ब्रह्म या नांवा । अभिप्रायो मी पांडवा ।
मीचि बोलिजे आघवा । शब्दीं इहीं ।।४०४।।
ब्रह्म ज्याला म्हणती । तो मीच आहे सुभद्रापती ।
जे मी सांगितले तुजप्रति । सारे शब्दांतून ।।४०४।।
पैं मंडळ आणि चंद्रमा । दोनी नव्हती सुवर्मा ।
तैसा मज आणि ब्रह्मा । भेदु नाही ।।४०५।।
किरण आणि चंद्रही । दोन्ही भिन्न नाही ।
मी आणि ब्रह्माही । भिन्न नसती अर्जुना ।।४०५।।

अगा नित्य जें निष्कंप । अनावृत्त धर्मरूप ।
सुख जें उमप । अद्वितीय ।।४०६।।
जे ब्रह्म नित्य अचल । धर्मरूप, उघड सकल ।
अपार सुख जे सफल । एकमेव अद्वितीय ।।४०६।।
विवेकु आपलें काम । सारूनि ठाकी जें धाम ।
निष्कर्षाचें नि:सीम । किंबहुना मी ।।४०७।।
विवेकाने करून काम । सिद्धांत ज्याचे स्थान अंतिम ।
त्या ज्ञानाचे रूप निस्सीम । मीच आहे ।।४०७।।
ऐसेसें हो अवधारा । तो अनन्याचा सोयरा ।
सांगतसे वीरा । पार्थासी पैं ।।४०८।।
महाराज द्यावे अवधान । अनन्यभक्तांचा सोयरा श्रीकृष्ण ।
सांगतसे समजावून । अर्जुनासी, संजय म्हणे ।।४०८।।
येथ धृतराष्ट्र म्हणे । संजया हें तूंते कोणें ।
पुसलेनिविण वायाणें । कां बोलसी? ।।४०९।।
तेव्हा धृतराष्ट्र म्हणाला । संजया तू हे कोणाला ।
विचारल्याविना व्यर्थ मला । का सांगतोस? ।।४०९।।
माझी अवसरी ते फेडी । विजयाची सांगे गुढी ।
येरु जीवीं म्हणे सांडीं । गोठी यिया ।।४१०।।
निरसन करी माझी शंका । विजयाची गुढी उभी राहील का? ।
संजय मनी म्हणे ऐका । ही गोष्ट सोडून द्या ।।४१०।।
संजयो विस्मयो मानसीं । आहा करूनि सरिसी ।
म्हणे कैसें पां दैवेंसी । द्वंद्व यया? ।।४११।।
तो म्हणे मनात । नवल वाटून घेत ।
देवाशी कसे असत । इतके वैर यांचे ।।४११।।
तरी कृपाळु तो तुष्टो । यया विवेकु हा घोंटो ।
मोहाचा फिटो । महारोगु ।।४१२।।
आता हा कृपाळू भगवंत । विवेकदीप करून प्रज्वलित ।
मोहाचा महारोग जो याच्या मनात । तो नाहीसा करो ।।४१२।।
संजयो ऐसें चिंतितां । संवादु तो सांभाळितां ।
हरिखाचा येतु चित्ता । महापूर ।।४१३।।
संजय करी असा विचार । तरी संवाद ऐकल्यावर ।
आनंदाचा ये महापूर । त्याच्या चित्ता ।।४१३।।
म्हणौनि आतां येणें । उत्साहाचेनि अवतरणें ।
श्रीकृष्णाचें बोलणें । सांगिजैल ।।४१४।।
आता तुम्ही ऐकणे । उत्साही संजयाचे सांगणे ।
श्रीकृष्णाचे बोलणे । सांगेल तो ।।४१४।।
तया अक्षराआंतील भावो । पाववीन मी तुमचा ठावो ।
आइका म्हणे ज्ञानदेवो । निवृत्तीचा ।।४१५।।
त्या बोलण्याचा भावार्थ । पोहोचवीन मी तुमच्यापर्यंत ।
सांगे शिष्य निवृत्तिनाथ । ज्ञानदेव ।।४१५।।

ओवी संख्या ४१५

।। चौदावा अध्याय – गुणत्रय विभाग योग – समाप्त।।

अध्याय पंधरावा

पुरुषोत्तम योग

आतां हृदय हें आपुलें । चौफाळूनियां भलें ।
वरी बैसऊं पाउलें । श्रीगुरूंचीं ।।१।।

आता हे हृदय आपले । शुद्ध करून भले ।
सद्गुरूंची पावले । त्यावर स्थापित करू ।।१।।

ऐक्यभावाची अंजुळी । सर्वेंद्रिय कुडमुळीं ।
भरूनियां पुष्पांजुळी । अर्घ्यु देवों ।।२।।

ऐक्यभावाची ओंजळ धरून । सर्वेंद्रियांच्या कमळकळ्या घेऊन ।
त्या ओंजळीत भरून । अर्घ्य देऊ ।।२।।

अनन्योदकें धुवट । वासना जे तन्निष्ठ ।
तें लागलेंसे अबोट । चंदनाचें ।।३।।

स्वच्छ जलाने घालून स्नान । गुरुनिष्ठेशी एकरूप राहून ।
समर्पणाचे घेऊन चंदन । अनामिकेने लावू ।।३।।

प्रेमाचेनि भांगारें । निर्वाळूनि नुपुरें ।
लेवऊं सुकुमारें । पदें तियें ।।४।।

गुरुप्रेमाचा सुवर्णाकार । नूपुर बनवून अलंकार ।
सद्गुरूंचे चरणी सुकुमार । अलंकार घालू ।।४।।

घणावली आवडी । अव्यभिचारें चोखडी ।
तिये घालूं जोडी । आंगोळिया ।।५।।

मनाच्या अनन्य भावात । हृदयाच्या शुद्ध प्रेमात ।
सद्गुरूंच्या पायाच्या बोटात । ही जोडवी घालू ।।५।।

आनंदामोदबहुळ । सात्त्विकाचें मुकुळ ।
तें उमललें अष्टदळ । ठेऊं वरी ।।६।।

आनंदगंधाने भारलेले । सात्त्विकतेने भरलेले ।
अष्टदलांचे कमळ फुललेले । चरणावर ठेवू ।।६।।

तेथें अहं हा धूप जाळूं । नाहं तेजें वोवाळूं ।
सामरस्यें पोटाळुं । निरंतर ।।७।।

अहंतेचा धूप जाळू । निरभिमाने दीप ओवाळू ।
ऐक्यभावाने कवटाळू । सद्गुरूंना ।।७।।

माझी तनु आणि प्राण । इया दोनी पाऊवा लेऊं श्रीचरण ।
करूं भोगमोक्ष निंबलोण । पायां तयां ।।८।।

शरीर प्राण दोहोंच्या । खडावा चरणी घालू सद्गुरूंच्या ।
भोग मोक्षाचे लिंबलोण त्यांच्या । चरणावरून ओवाळू ।।८।।

इया श्रीगुरुचरणसेवा । हों पात्र तया दैवा ।
जे सकळार्थमेळावा । पाटु बांधे ।।९।।

ही गुरुचरणांची सेवा । लाभावी माझ्या दैवा ।
मी पात्र ठरावा । मोक्षदा सेवेसाठी ।।९।।

ब्रह्मींचें विसवणेंवरी । उन्मेख लाहे उजरी ।
जें वाचेतें इयें करी । सुधासिंधू ।।१०।।

ते ब्रह्मरूपी घे विश्रांती । आत्मज्ञानाच्या योगाप्रति ।
मुखातून शब्द येती । ते अमृताचे सागर ।।१०।।

पूर्णचंद्राचिया कोडी । वक्तृत्वा घापें कुरोंडी ।
तैसी आणी गोडी । अक्षरांतें ।।११।।

त्याच्या वक्तृत्वावरून । कोटी चंद्र टाकावे ओवाळून ।
असे शब्द येती मुखातून । अत्यंत मधुर ।।११।।

सूर्ये अधिष्ठिली प्राची । जगा राणीव दे प्रकाशाची ।
तैसी वाचा श्रोतयां ज्ञानाची । दिवाळी करी ।।१२।।

सूर्याचा होता उदय । प्रकाशाने भरते आलय ।
ही वाणी ज्ञानमय । श्रोत्यांना दिवाळी देई ।।१२।।

नादब्रह्म खुजे । कैवल्यही तैसें न सजे ।
ऐसा बोलु देखिजे । जेणें दैवें ।।१३।।

नादब्रह्म फिके पडते । मोक्षसुख न सुंदर दिसते ।
वाणीचे सामर्थ्य असते । सद्गुरूकृपेने ।।१३।।

श्रवणसुखाच्या मांडवीं । विश्व भोगी माधवीं ।
तैसी सासिन्नली बरवी । वाचावल्ली ।।१४।।

श्रवणमांडवाखाली जग ते । वसंत ऋतूचा आनंद घेते ।
जेव्हा अशी बहरास येते । वाणीरूपी वेल ।।१४।।

ठावो न पवता जयाचा । मनेंसीं मुरडली वाचा ।
तो देवो होय शब्दाचा । चमत्कारू ।।१५।।
ज्याचा ठाव लागत नाही । माघारी येती वेद ही ।
ते ब्रह्म त्याच्या शब्दे ही । सहज प्रगट होते ।।१५।।
जें ज्ञानासि न चोजवे । ध्यानासिही जें नागवें ।
तें अगोचर फावे । गोठीमाजीं ।।१६।।
जे ज्ञानाला न कळे । ध्याना न आकळे ।
ते ब्रह्म सगळे । त्याच्या शब्दांत प्रकटते ।।१६।।
येवढें एक सौभग । वळघे वाचेचें आंग ।
श्रीगुरुपादपद्मपराग । लाहे जैं कां ।।१७।।
ते लाभते सौभाग्य । जेव्हा वाणीचे अंग ।
गुरुचरण कमळाचे पराग । प्राप्त होती ।।१७।।
तरी बहु बोलूं काई । आजि तें आनी ठाईं ।
मातेंवांचूनि नाहीं । ज्ञानदेवो म्हणे ।।१८।।
मी सांगावे काही । आज ते सौभाग्यही ।
प्रकट झाले माझ्या ठायी । ज्ञानेश्वर म्हणती ।।१८।।
जे तान्हेनि मियां अपत्यें । आणि माझे गुरु एकलौतें ।
म्हणौनि कृपेंसि एकहातें । जालें तिये ।।१९।।
मी त्यांचे बाळ तान्हुले । सद्गुरूंचे एकले ।
म्हणून कृपेस पात्र ठरवले । मजला त्यांनी ।।१९।।
पाहा पां भरोवरी आघवी । मेघ चातकांसी रिचवी ।
मजलागीं गोसावी । तैसें केलें ।।२०।।
हे केले खरोखरी । जसा मेघ चातकासाठी वर्षाव करी ।
माझे सद्गुरू माझ्यापरी । तसे करती ।।२०।।
म्हणौनि रिकामें तोंड । करूं गेलें बडबड ।
कीं गीता ऐसें गोड । आतुडलें ।।२१।।
म्हणून माझे रिकामे तोंड । करू लागले बडबड ।
त्यात गीतार्थ गोड । भरून गेला ।।२१।।
होय अदृष्ट आपैतें । तैं वाळूचि रत्नें परते ।
उजू आयुष्य तैं मारितें । लोभु करी ।।२२।।
दैवदशा अनुकूल असती । वाळूची रत्ने होती ।
शत्रू जे वैरी असती । तेही लोभ करती ।।२२।।
आधणीं घातलिया हरळ । होती अमृताचे तांदुळ ।
जरी भुकेची राखे वेळ । श्रीजगन्नाथु ।।२३।।
वाळूचे खडे शिजवले । अमृतासम तांदूळ बनले ।
जर भगवंत भूक सांभाळे । तर असे होईल ।।२३।।

तयापरी श्रीगुरु । करिती जैं अंगिकारु ।
तैं होऊनि ठाके संसारु । मोक्षमय आघवा ।।२४।।
सद्गुरूंची कृपादृष्टी । एखाद्याचा अंगिकार करती ।
त्याचा संसार होऊन राहती । मोक्षरूपे ।।२४।।
पाहा पां श्रीनारायणें । तया पांडवांचें उणे ।
कीजेचि ना पुराणें । विश्ववंद्यें? ।।२५।।
पांडवांच्या चरित्रात । काही उणे असत ।
पुराण जोडून भगवंत । त्या विश्ववंद्य करती ।।२५।।
तैसें श्रीनिवृत्तिराजें । अज्ञानपण हें माझें ।
आणिलें वोजे । ज्ञानाचिया ।।२६।।
तसे श्रीनिवृत्तिनाथ । माझे अज्ञान जाणून घेत ।
मला आणून ठेवत । ज्ञानाच्या योग्यतेला ।।२६।।
परी हें असो आतां । प्रेम रुळतसे बोलतां ।
कें गुरुगौरव वर्णतां । उन्मेष असे? ।।२७।।
असो, हे बोलता । प्रेम राही वाढता ।
गुरु गौरवाकरिता । माझ्याकडेप्रतिभा कोठे? ।।२७।।
आतां तेणेंचि पसायें । तुम्हां संतांचे मी पायें ।
वोळगेन अभिप्रायें । श्रीगीतेचेनि ।।२८।।
संतांच्या कृपाप्रसादाने । संतांच्या चरणदर्शनाने ।
मी पाहतो सांगणे । गीतेचा अर्थ ।।२८।।
तरी तोचि प्रस्तुतीं । चौदाविया अध्यायाच्या अंतीं ।
निर्णयो कैवल्यपती । ऐसा केला ।।२९।।
कथासूत्र असे येती । चौदाव्या अध्यायाअंती ।
भगवंत निर्णय घेती । तो असा ।।२९।।
जें ज्ञान जयाच्या हातीं । तोचि समर्थु मुक्ती ।
जैसा शतमख संपत्ती । स्वर्गीचिये ।।३०।।
ज्ञान ज्याच्या हाती । त्यास माझी प्राप्ती ।
मिळे स्वर्गाची संपत्ती । जशी शतयज्ञाने ।।३०।।
कां शत एक जन्मां । जो जन्मोनि ब्रह्मकर्मा ।
करी तोचि ब्रह्मा । आनु नोहे ।।३१।।
जो शतजन्म । करीत राहे ब्रह्मकर्म ।
त्यास लाभे ब्रह्म । निश्चित ।।३१।।
नाना सूर्याचा प्रकाशु । लाहे जेवीं डोळसु ।
तेवीं ज्ञानेंचि सौरसु । मोक्षाचा तो ।।३२।।
जसा डोळस माणसास । लाभे सूर्यप्रकाश ।
तसा आत्मज्ञानी पुरुषास । मोक्षाचा आनंद मिळे ।।३२।।

तरी तया ज्ञानालागीं । कवणा पां योग्यता आंगीं ।
हें पाहतां जगीं । देखिला एकु ।।३३।।
आत्मज्ञान प्राप्ती करता । कोणा अंगी पात्रता ।
याचा विचार केला असता । तोच एक दिसे ।।३३।।
जें पाताळींचेंही निधान । दाविल कीर अंजन ।
परी होआवे लोचन । पायाळाचे ।।३४।।
पाताळातील धन । दावी डोळ्यांतील अंजन ।
पण ते पाहण्या लोचन । पायाळूचे लागे ।।३४।।
तैसें मोक्ष देईल ज्ञान । येथ कीर नाहीं आन ।
परी तेंचि थारे ऐसें मन । शुद्ध होआवें ।।३५।।
मोक्ष आत्मज्ञानातून । यात कोणतीच शंका नसून ।
त्यासाठी असावे लागे मन । पूर्ण शुद्ध ।।३५।।
तरी विरक्तीवांचूनि कही । ज्ञानासि तगणेंचि नाहीं ।
हें विचारूनि ठाईं । ठेविलें देवें ।।३६।।
वैराग्यावाचून काही । ज्ञान टिकणार नाही ।
विचार असा करूनही । देवांनी सिद्धान्त मांडला ।।३६।।
आतां विरक्तीची कवण परी । जे येऊनि मनातें वरी ।
हेंही सर्वज्ञें श्रीहरी । देखिलें असे ।।३७।।
विरक्तिरूपी कन्या जशी । मनास वरते अशी ।
हे जाणे मनासी । श्रीहरी ।।३७।।
जे विषें रांधिली रयसोये । जैं जेवणारा ठाउवी होये ।
तैं तो ताटचि सांडूनि जाये । जयापरी ।।३८।।
अन्नात विषार असतो । जर हे जेवणारा जाणतो ।
ताट सोडून निघून जातो । अन्नाचे ।।३८।।
तैसी संसारा या समस्ता । जाणिजें जैं अनित्यता ।
तैं वैराग्य दवडितां । पाठी लागे ।।३९।।
संसारातील अनित्यता । जेव्हा घेई जाणता ।
वैराग्य पाठी लागता । जात नाही ।।३९।।
आतां अनित्यत्व या कैसें । तेंचि वृक्षाकारमिषें ।
सांगिजत असे विश्वेशें । पंचदशीं ।।४०।।
अनित्यत्व कसे संसारात । हे पंधराव्या अध्यायात ।
वृक्षाचे उदाहरण देत । श्रीकृष्णाने सांगितले आहे ।।४०।।
उपडिलें कवतिकें । झाड येरिमोहरा ठाके ।
तें वेगें जैसें सुके । तैसें हें नोहे ।।४१।।
झाड उन्मळून पडते । ते वेगाने सुकते ।
मात्र लवकर न सुकते । संसाराचे झाड ।।४१।।

यातें एकेपरी । रूपकाचिया कुसरी ।
सारीतसे वारी । संसाराची ।।४२।।
असे झाडाचे कौशल्याने । रूपक करून भगवंताने ।
संपवले येणे-जाणे । संसारातले जन्ममृत्यूचे ।।४२।।
करूनि संसार वावो । स्वरूपीं अहंते ठावो ।
होआवया अध्यावो । पंधरावा हा ।।४३।।
सिद्ध करून संसार भाव । मीपणाचा स्वरूपी अंतर्भाव ।
हा पंधरावा अध्याय स्वभाव । प्रमुख विषय ।।४३।।
आतां हेंचि आघवें । ग्रंथगर्भींचें चांगावें ।
उपलविजेल जीवें । आकर्णिजे ।।४४।।
आता हे सिद्धान्त सारे । ग्रंथातील उतारे ।
स्पष्ट करून सांगता बरे । एकाग्रतेने श्रवण करावे ।।४४।।
तरी महानंद समुद्र । जो पूर्ण पूर्णिमा चंद्र ।
तो द्वारकेचा नरेंद्र । ऐसें म्हणे ।।४५।।
तो महाआनंदाचा समुद्र । पौर्णिमेचा पूर्णचंद्र ।
द्वारकेचा नरेंद्र । असे म्हणाला ।।४५।।
अगा पैं पंडुकुमरा । येतां स्वरूपाचिया घरा ।
करीतसे आडवारा । विश्वाभासु जो ।।४६।।
हे वीरश्रेष्ठ अर्जुना । ब्रह्मरूपाच्या घरी येताना ।
प्रतिबंध करितसे मना । भ्रमाचा भास ।।४६।।
तो हा जगडंबरु । नोहे येथ संसारु ।
हा जाणिजे महातरु । थांवला असे ।।४७।।
हा विशाल वृक्ष नसे । हा पसरला संसार असे ।
हा महावृक्ष दिसे । हे जाणून घे ।।४७।।
परी येरां रुखांसारिखा । हा तळीं मुळें वरी शाखा ।
तैसा नोहे म्हणौनि लेखा । नयेचि कवणा ।।४८।।
हा नसे इतरांसारखा । खाली मुळे वर शाखा ।
हा अलौकिक, शब्द पारखा । वर्णन करण्या ।।४८।।
आगी कां कुऱ्हाडी । होय रिगावा जरी बुडीं ।
तरी हो कां भलतेवढी । वरिचील वाढी ।।४९।।
कुऱ्हाडीने घाव घातला । वा मुळांशी अग्नी पेटवला ।
तरी हा वाढत राहिला । नाश न पावता ।।४९।।
जे तुटलिया मुळापाशीं । उलंडेल कां शाखांशीं ।
परी तैशी गोठी कायशी । हा सोपा नव्हे ।।५०।।
झाडे तोडता मुळापासून । उन्मळती फांद्यांपासून ।
तसे या वृक्षाचे नसून । हा सोपा नाही ।।५०।।

अर्जुना हें कवतिक । सांगतां असे अलौकिक ।
जे वाढी अधोमुख । रुखा यया ।।५१।।
अर्जुना हे कौतुक । हे असे अलौकिक ।
हा वाढतो ऐक । खालच्या बाजूस ।।५१।।
जैसा भानु उंची नेणों कें । रश्मिजाळ तळीं फांके ।
संसार हे कावरुखें । झाड तैसें ।।५२।।
सूर्याची उंची न जाणती । पण किरणे खाली पसरती ।
या झाडाची विचित्र गती । वर मूळ खाली फांद्या ।।५२।।
आणि आथी नाथी तितुकें । रुंधलें असें येणेंचि एकें ।
कल्पांतींचेनि उदकें । व्योम जैसें ।।५३।।
आहे नाही ते सगळे । या वृक्षाने व्यापले ।
जसे कल्पांतावेळी व्यापले । आकाश ।।५३।।
कां रवीच्या अस्तमानीं । आंधारेनि कोंदे रजनी ।
तैसा हाचि गगनीं । मांडला असे ।।५४।।
सूर्य मावळल्यानंतर । सर्वत्र भरतो अंधार ।
तसा हा गगनभर । वृक्ष पसरला आहे ।।५४।।
यया फळ ना चुंबितां । फूल ना तुरंबितां ।
जें कांहीं पंडुसुता । तें रुखुचि हा ।।५५।।
याला फळ धरत नाही । हुंगावे तर फूल नाही ।
याचे आहे जे काही । तो वृक्षच ।।५५।।
हा ऊर्ध्वमूळ आहे । परी उन्मूळिला नोहे ।
येणेंचि हा होये । शाड्वळु गा ।।५६।।
याचे मूळ वर असताही । हा उन्मळून पडत नाही ।
हा नेहमीच राही । हिरवागार ।।५६।।
आणि ऊर्ध्वमूळ ऐसें । निगदिलें कीर असे ।
परी अधींही असोसें । मूळें यया ।।५७।।
मूळ आहे वरी । असे म्हटले तरी ।
याला असती तरी । पुष्कळ मुळे ।।५७।।
प्रबळला चौमेरी । पिंपळा कां वडाचिया परी ।
जे पारंबियांमाझारीं । डहाळिया असती ।।५८।।
हा पसरे चहूबाजूंनी । वड पिंपळाच्या प्रकारांनी ।
पारंब्यांच्या आत अजूनी । फांद्या असती ।।५८।।
तेवींचि गा धनंजया । संसारतरु यया ।
अधींचि आथी खांदिया । हेंही नाहीं ।।५९।।
अर्जुना सांगतो तुला । या संसारवृक्षाला ।
खालीच फांद्यांचा समूह आला । असेही नाही ।।५९।।

तरी ऊर्ध्वाहीकडे । शाखांचे मांदोडे ।
दिसताति अपाडें । सासिन्नलें ।।६०।।
याच्या वरच्या बाजूसही । फांद्यांचे झुपके काही ।
दिसती पाहू जाताही । अनेक ।।६०।।
जालें गगनचि पां वेलिये । कां वारा मांडला रुखाचेनि आयें ।
नाना अवस्थात्रयें । उदयला असे ।।६१।।
याला गगन आश्रय आहे । वारा याच्या सामर्थ्ये वाहे ।
हा प्रगट झाला आहे । तीन अवस्थांतून[१] ।।६१।।
ऐसा हा एकु । विश्वाकार विटंकु ।
उदयला जाण रुखु । ऊर्ध्वमूळु ।।६२।।
असा हा विलक्षण । विश्वाकार असून ।
मूळ वर ठेवून । उदयाला आला आहे ।।६२।।
आतां ऊर्ध्व या कवण । येथें मूळ तें किं लक्षण ।
कां अधोमुखपण । शाखा कैसिया ।।६३।।
याचे ऊर्ध्वतेचे कारण । मुळांचे कोणते लक्षण ।
अधोमुख याची पसरण । शाखांचे स्वरूप काय? ।।६३।।
अथवा द्रुमा यया । अधीं जिया मूळिया ।
तिया कोण कैसिया । ऊर्ध्व शाखा ।।६४।।
वृक्षाखाली मुळ्या दिसती । काय स्वरूपाच्या असती?
वर ज्या फांद्या पसरती । त्यांचे स्वरूप काय? ।।६४।।
आणि अश्वत्थु हा ऐसी । प्रसिद्धि कायसी ।
आत्मविदविलासीं । निर्णयो केला ।।६५।।
याचे नाव अश्वत्थ । कशामुळे झाले प्रसिद्ध ।
आत्मज्ञानाने जे सिद्ध । त्यांनी काय निर्णय केला? ।।६५।।
हें आघवेंचि बरवें । तुझिये प्रतीतीसि फावे ।
तैसेनि सांगों सोलिंवे । विन्यासें गा ।।६६।।
या सर्व गोष्टी । स्पष्ट करून तुजप्रति ।
सांगता येईल प्रतीती । तुला त्याची ।।६६।।
परी ऐकें गा सुभगा । हा प्रसंगु असे तुजचि जोगा ।
कानचि करीं हो सर्वांगा । हिये आथिलिया ।।६७।।
हे भाग्यशाली अर्जुन । ऐकण्यास हे निरूपण ।
सर्वांगाचे करून कान । मन:पूर्वक ऐक ।।६७।।

---

१ (उत्पत्ती, स्थिती, लय)

ऐसें प्रेमरसें सुरफुरें । बोलिलें जंव यादववीरें ।
तंव अवधान अर्जुनाकारें । मूर्त जालें ।।६८।।
असे प्रेममय विचार । बोले यादवश्रेष्ठ वीर ।
तेव्हा अवधान ये आकार । अर्जुना ठिकाणी ।।६८।।
देव निरूपिती तें थेंकुलें । येवढें श्रोतेपण फांकलें ।
जैसें आकाशा खेंव पसरिलें । दाहीं दिशीं ।।६९।।
कमी वाटले ते निरूपण । विस्तारून अर्जुनाचे श्रवण ।
जसे व्यापून राहिले गगन । दाही दिशा ।।६९।।
श्रीकृष्णोक्तिसागरा । हा अगस्तीचि दुसरा ।
म्हणौनि घोंटु भरों पाहे एकसरा । अवघेयाचा ।।७०।।
श्रीकृष्णाचे बोलणे । एका घोटात पाणी पिणे ।
असे दुसरा अगस्ती म्हणे । हा अर्जुन ।।७०।।
ऐसी सोय सांडूनि खवळिली । आवडी अर्जुनीं देवें देखिली ।
तेथ जालेनि सुखें केली । कुरवंडी तया ।।७१।।
अर्जुनाच्या ठिकाणीं जशी । अमर्याद श्रवणाची इच्छा अशी ।
पाहता पावून समाधानासी । देवांनी कुरवंडी केली ।।७१।।
मग म्हणे धनंजया । तें ऊर्ध्व गा तरु यया ।
येणें रुखेंचि कां जयां । ऊर्ध्वता गमे ।।७२।।
श्रीकृष्ण म्हणे अर्जुन । संसारवृक्षाच्यावर आहे ब्रह्म ।
त्या उच्चता लाभली असून । ती या झाडामुळे ।।७२।।
एऱ्हवीं मध्योर्ध्व अध । हे नाहीं जेथ भेद ।
अद्वयासीं एकवद । जया ठायीं ।।७३।।
एरवी ऊर्ध्व, मध्य,अध । असा नाही तिथे भेद ।
अद्वैताचे एकबद्ध । ज्याच्या ठिकाणी ।।७३।।
जो नाइकिजतां नादु । जो असौरभ्य मकरंदु ।
जो आंगाथिला आनंदु । सुरतेविण ।।७४।।
ऐकता न ये असा नाद । गंध न ये असा मकरंद ।
निराकार जो आनंद । विषयाविना ।।७४।।
जया जें अऱ्हां परौतें । जया जें पुढें मागौतें ।
दिसतेनविण दिसतें । अदृश्य जें ।।७५।।
ज्ञानीस जे अलीकडे । अज्ञानीस पलीकडे ।
जे दिसत नाही उघडे । अदृश्य ते ।।७५।।
उपाधीचा दुसरा । घालितां वोपसरा ।
नामरूपाचा संसारा । होय जयातें ।।७६।।
ब्रह्माच्या ठिकाणी देखला । मायेचा संबंध कल्पिला ।
नामरूपाचा संसार त्याला । प्राप्त होतो ।।७६।।
ज्ञातृज्ञेयाविहीन । नुसधेंचि जें ज्ञान ।
सुखा भरलें गगन । गाळींव जें ।।७७।।
ज्ञाता आणि ज्ञेयाविण । जे आहे नुसतेच ज्ञान ।
त्याने भरले गगन । सूक्ष्मतेने ।।७७।।
जें कार्य ना कारण । जया दुजे ना एकपण ।
आपणयां जें जाण । आपणची ।।७८।।
ज्याला न कार्य न कारण । न सोबती न एकलेपण ।
जे जाणून घेते आपण । आपल्याला ।।७८।।
ऐसें वस्तु जें साचें । तें ऊर्ध्व गा यया तरूचें ।
तेथ आरघेणें मूळाचें । तें ऐसें असे ।।७९।।
ते सत्य ते ब्रह्म । संसारवृक्षाचे ऊर्ध्वस्थान ।
ते अंकुरते मुळातून । ते असे आहे ।।७९।।
तरी माया ऐसी ख्याती । नसतीच यया आथी ।
कां वांझेची संतती । वानणें जैसी ।।८०।।
'माया' अशी तिची ख्याती । ती नसताही अस्तित्वा राहती ।
जशी वांझ स्त्रीची संतती । वर्णन करावी ।।८०।।
तैसी संत ना असंत होये । जे विचाराचें नाम न साहे ।
ऐसेया परीची आहे । अनादि म्हणती ।।८१।।
जी सत्य वा असत्य नाही । न सहे विवेकाचे नावही ।
अशी तिची प्रवृत्ती राही । तिला अनादि म्हणती ।।८१।।
जे नानातत्त्वांची मांदुस । जे जगदभ्राचें आकाश ।
जे आकारजाताचे दुस । घडी केलें ।।८२।।
जी नाना तत्त्वांची पेटी । जगताधार आकाश होती ।
विश्वाकार वस्त्राची असती । ती केलेली घडी ।।८२।।
जे भवद्रुम–बीजिका । जे प्रपंचचित्रभूमिका ।
विपरीत ज्ञानदीपिका । सांचली जे ।।८३।।
जी संसारवृक्षाचे बीज असे । संसार विस्तारा आधार दिसे ।
विपरीत ज्ञाना प्रकाशितसे । ज्योत बनून ।।८३।।
ते माया वस्तूच्या ठायीं । असे जैसेनि नाहीं ।
मग वस्तूप्रभाचि पाही । प्रगट होय ।।८४।।
ती ब्रह्मवस्तूचे ठायी । आहे पण जशी नाही ।
वस्तूच्या प्रभावातून पाही । ती प्रगट होते ।।८४।।
जेव्हां आपणया आली निद । करी आपणपें जेवीं मुग्ध ।
कां काजळी आणि मंद । प्रभा दीपीं ।।८५।।
जेव्हा झोप येते । ती जागृतास मूढ करते ।
काजळी मंदपणा आणते । जशी दिव्याच्या प्रकाशाला ।।८५।।

स्वप्नीं प्रियापुढें तरुणांगी । निदेली चेववूनि वेगीं ।
आलिंगिलेनिवीण आलिंगी । सकामु करी ।।८६।।
स्वप्नात एखादी ललना । पुरुषा जागे करून दे आलिंगना ।
तर न देताही आलिंगना । तो सकाम होतो ।।८६।।
तैसी स्वरुपीं जाली माया । आणि स्वरूप नेणे धनंजया ।
तेंचि रुखा यया । मूळ पहिलें ।।८७।।
असेच मायेचे स्वरूप असते । ती ब्रह्मा नेणतेपणा आणते ।
विश्वरूप वृक्षाचे मूळ ठरते । ही माया ।।८७।।
वस्तूसी आपुला जो अबोधु । तो ऊर्ध्वी आठुळैजे कंदु ।
वेदांतीं हाचि प्रसिद्धु । बीजभावो ।।८८।।
जीवात्म्यास बोध होई । त्याचे ब्रह्मत्व मूळ बळकटीच्या ठायी ।
यास वेदान्ती नाम राही । बीजभाव ।।८८।।
घन अज्ञान सुषुप्ती । तो बीजांकुरभावो म्हणती ।
येर स्वप्न हन जागृती । हा फळभावो तियेचा ।।८९।।
अज्ञान गाढ निजते । तेव्हा माया अंकुरते ।
स्वप्न व जागृतीचे येते । फळ त्यास ।।८९।।
ऐसी यया वेदांतीं । निरुपणभाषाप्रतीती ।
परी तें असो प्रस्तुतीं । अज्ञान मूळ ।।९०।।
अशा प्रकारे वेदान्तात । निरूपणाची प्रतीती येत ।
ते सर्व राहू देत । अज्ञान मूळ आहे हे जाण ।।९०।।
तें ऊर्ध्व आत्मा निर्मळें । अधोर्ध्व सूचिती मूळें ।
बळिया बांधोनि आळें । मायायोगाचें ।।९१।।
उर्ध्व आत्मा निर्मळ । त्यास अंकुरती मूळ ।
बळकट करूनआळं । मायायोगाचे ।।९१।।
मग आधिलीं सदेहांतरें । उठतीं जियें अपारें ।
तें चौपासी घेऊनि आगारें । खोलावती ।।९२।।
त्यात देह हो निर्माण । त्याला खालच्या बाजूनं ।
चार प्रकारानं । अंकुर फुटती ।।९२।।
ऐसें भवद्रुमाचें मूळ । हें ऊर्ध्वीं करी बळ ।
मग आणियांचें बेंचळ । अधीं दावी ।।९३।।
संसारवृक्षाचे मूळ । स्वरूपाने त्या लाभे बळ ।
खाली फुटती पुष्कळ । अंकुराचे झुपके ।।९३।।
तेथ चिद्वृत्ती पहिलें । महतत्त्व उमललें ।
तें पान वाल्हेंदुल्हें । एक निघे ।।९४।।
त्या अंकुरी चिद्वृत्ती । महत्तत्त्वाने उमलती ।
त्यापासून अंकुरती । कोवळे पान ।।९४।।

मग सत्त्वरजतमात्मकु । त्रिविध अहंकारु जो एकु ।
तो तिवणा अधोमुखु । डिरु फुटे ।।९५।।
सत्त्व-रज-तमात्मक । त्रिगुणी अहंकार एक ।
त्या असा अधोमुख । अंकुर फुटे ।।९५।।
तो बुद्धीची घेऊनि आगारी । भेदाची वृद्धि करी ।
तेथ मनाचे डाळ धरी । साजेपणें ।।९६।।
तो बुद्धीची फांदी घेतो । भेदाची वृद्धी करतो ।
मनाची डहाळी धारितो । विकसित ।।९६।।
ऐसा मूळाचिया गाढिका । विकल्परस कोंवळिका ।
चित्तचतुष्टय डाहाळिका । कोंभैजेतो ।।९७।।
असे मूळ बळकट होणे । विकल्प रसाच्या योगाने ।
मन, बुद्धी, चित्त, गर्व या रूपाने । चार कोंभ फुटती ।।९७।।
मग आकाश वायु द्योतक । आप पृथ्वी हे पांच फोंक ।
महाभूतांचें सरोख । सरळे होती ।।९८।।
या अहंकाराच्या कोख । पंचमहाभूतांचे फोक ।
वेगाने वाढती देख । सरळ निघती ।।९८।।
तैसीं श्रोत्रादि तन्मात्रें । तियें अंगवसां गर्भपत्रें ।
लुळलुळितें विचित्रें । उमळती गा ।।९९।।
श्रवणादि इंद्रिये दहा । त्यांतून निर्मिती पहा ।
ती कोवळी मऊ पाने अहा । उमलती ।।९९।।
तेथ शब्दांकुर वरिपडी । श्रोत्रा वाढी देव्हडी ।
होता करित कांडीं । आकांक्षेचीं ।।१००।।
शब्दांकुराची निर्मिती होते । श्रवणेंद्रियाची वाढ होते ।
ती पेरे करीत जाते । आकांक्षांचे ।।१००।।
अंगत्वचेचे वेलपल्लव । स्पर्शांकुरीं घेती धांव ।
तेथ बांबळ पडे अभिनव । विकारांचें ।।१०१।।
अंग, त्वचा, वेली, पाने । स्पर्शाकुरांचे फुटणे ।
विकारांची वाढ होणे । नवनवीन ।।१०१।।
पाठीं रूपपत्र पेलोवेलीं । चक्षु लांब तें कांडें घाली ।
ते वेळीं व्यामोहता भली । पाहाळीं जाय ।।१०२।।
पुढे रूपाचे पान फुटते । पाहण्या डोळ्यांची आकांक्षा वाढते ।
तेंव्हा गोडी घेण्या धावते । नजर ।।१०२।।
आणि रसाचें आंगवसें । वाढतां वेगें बहुवसें ।
जिव्हे आर्तीची असोसें । निघती बेंचें ।।१०३।।
रसाच्या सालांच्या आवरणाची । वाढ वेगे होते साची ।
जिभेच्या इच्छारूपी पानाची । झुंबाडे निघती ।।१०३।।

तैसेंचि कोंभैलेनि गंधें । घ्राणाची डिरी थांवु बांधे ।
तेथ तळु घे स्वानंदें । प्रलोभाचा ॥१०४॥
तसे मग कोंबाच्या गंधाते । नाकाच्या शेंड्याचे बळ वाढते ।
ते आनंदाने तळ गाठू पाहते । अतिलोभाचा ॥१०४॥
एवं महदहंबुद्धी । मनें महाभूतसमृद्धी ।
इये संसाराचिया अवधी । शासन जें ॥१०५॥
अशी मन अहंकार बुद्धी । होई पंचमहाभूतांची समृद्धी ।
याने संसाराची अवधी । निर्माण होते ॥१०५॥
किंबहुना इहीं आठें । आंगीं हा अधिक फांटे ।
परी शिंपीचि येवढें उमटे । रूपें जेवीं ॥१०६॥
या अष्टांगांचे ठायी । संसारवृक्ष बहरत जाई ।
शिंपलीवरचे रुपेही (चांदी) । शिंपलीएवढे भासते ॥१०६॥
कां समुद्राचेनि पैसारें । वरी तरंगता आसारे ।
तैसें ब्रह्मचि होय वृक्षाकारें । अज्ञानमूळ ॥१०७॥
सागरात लाटा निर्माण होती । सागराएवढ्याच असती ।
वृक्षाकार ब्रह्मालाही मग फुटती । अज्ञानमुळे ॥१०७॥
आतां याचा हाचि विस्तारु । हाचि यया पैसारु ।
जैसा आपणपें स्वप्नीं परिवारु । येकाकिया ॥१०८॥
हाच त्याचा विस्तार असतो । हाच पसारा भासतो ।
जसे स्वप्न पाहता आपणच दिसतो । स्वप्नात ॥१०८॥
परी तें असो हें ऐसें । कावरें झाड उससे ।
यया महदादि आरवसें । अधोशाखा ॥१०९॥
हे आता असो असे । हे झाड वाढले जसे ।
त्याला खाली शाखा येतसे । महत्तत्त्वाची ॥१०९॥
आणि अश्वत्थु ऐसें ययातें । म्हणती जे जाणते ।
तेंही परिस हो येथें । सांगिजैल ॥११०॥
जे लोक जाणते असती । ते याला अश्वत्थ म्हणती ।
ते सांगतो तुजप्रति । श्रवण कर ॥११०॥
तरी श्वा म्हणिजे उखा । तोंवरी एकसारिखा ।
नाहीं निर्वाहो यया रुखा । प्रपंचरूपा ॥१११॥
'श्व'चा अर्थ 'उद्या' होतो । तोवरीही हा एकस्थिती नसतो ।
म्हणून याला जाणकार म्हणतो । अश्वत्थ[२] ॥१११॥
जैसा न लोटतां क्षणु । मेघु होय नाना वर्णु ।
कां विजु नसे संपूर्णु । निमेषभरी ॥११२॥
जसे क्षणाक्षणाला । मेघांचा रंग बदलला ।
वीजही निमिषमात्राला । स्थिर राहत नाही ॥११२॥
ना कांपतया पद्मदळा । वरीलिया बैसका नाहीं जळा ।
कां चित्त जैसें व्याकुळा । माणुसाचें ॥११३॥
कमळाच्या पानावर । पाणी ठरत नाही क्षणभर ।
किंवा चित्त राहत नाही स्थिर । व्याकूळ माणसाचे ॥११३॥
तैसीचि ययाची स्थिती । नासत जाय क्षणक्षणाप्रती ।
म्हणौनि ययातें म्हणती । अश्वत्थु हा ॥११४॥
तशी या वृक्षाची स्थिती । हा नष्ट होई क्षणाप्रति ।
म्हणून याला म्हणती । अश्वत्थ ॥११४॥
आणि अश्वत्थु येणें नांवें । पिंपळु म्हणती स्वभावें ।
परी तो अभिप्राय नोहे । श्रीहरीचा ॥११५॥
अश्वत्थाला व्यवहारात । पिंपळ म्हणतात ।
पण तसा अभिप्राय न होत । श्रीहरीचा ॥११५॥
एऱ्हवीं पिंपळु म्हणतां विखीं । मियां गति देखिली असे निकी ।
परी तें असो काय लौकिकीं । हेतु काज ॥११६॥
जरी पिंपळ हाच अर्थ असला । मी सूक्ष्म अभ्यास आहे केला ।
पण हा समाजात रूढ झालेला । का समजावा? ॥११६॥
म्हणौनि हा प्रस्तुतु । अलौकिकु परियेसा ग्रंथु ।
तरी क्षणिकत्वेंचि अश्वत्थु । बोलिजे हा ॥११७॥
म्हणून या संबंधी तो । अलौकिक अभ्यास असतो ।
क्षणभंगुरतेमुळे त्या संबोधतो । याला अश्वत्थ ॥११७॥
आणीकुही येकु थोरु । यया अव्ययत्वाचा डगरु ।
आथी परी तो भीतरु । ऐसा आहे ॥११८॥
हा अव्यय म्हणजे नित्य । या नावाने आहे प्रसिद्ध ।
परी अंतर्यामी तो सिद्ध । असा आहे ॥११८॥
जैसा मेघांचेनि तोंडें । सिंधु एकें आंगें काढे ।
आणि नदी येरीकडे । भरितीच असती ॥११९॥
समुद्रजल वाफेच्या रूपात । मेघ शोषण करीत ।
वर्षवे मग नदीपात्रात । ते समुद्रास मिळते ॥११९॥
तेथ वोहटे ना चढे । ऐसा परिपूर्णुचि आवडे ।
परी ते फुली जंव नुघडे । मेघानदींची ॥१२०॥
समुद्र कमी होई न जास्त । दिसे सर्व बाजूंनी वाढत ।
जोवरी खंड नाही पडत । मेघ नदीचे कार्यात ॥१२०॥

---
२ (अ - नाही, श्व - उद्या, त्थ - स्थित)

ऐसें या रुखाचें होणें जाणें । न तर्के होतेनि वहिलेपणें ।
म्हणौनि ययातें लोकु म्हणे । अव्ययु हा ।।१२१।।
याची उत्पत्ती आणि लय । जलदगतीने होय ।
म्हणून याला अव्यय । लोक म्हणती ।।१२१।।
एऱ्हवीं दानशीळु पुरुषु । वेंचकपणेंचि संचकु ।
तैसा व्ययेंचि हा रुखु । अव्ययो गमे ।।१२२।।
जसा दानशील पुरुष तो । खर्च करण्या संकोचतो ।
दानाने पुण्यसंचय करतो । तसा हा अविनाशी ।।१२२।।
जातां वेगें बहुवसें । न वचें का भूमीं रुतलें असे ।
रथाचे चक्र दिसे । जियापरी ।।१२३।।
रथाचे चाक फिरत असते । पण भूमीत रुतले भासते ।
तसे याचे नाशवंतपण दिसते । अविनाशी ।।१२३।।
तैसे काळातिक्रमें जे वाळे । ते भूतशाखा जेथ गळे ।
तेथ कोडीवरी उमाळे । उठती आणिक ।।१२४।।
जे काळाप्रमाणे वाळते । प्राणीशाखा गळून पडते ।
पुन्हा कोट्यवधीत अंकुरते । शाखा या वृक्षास ।।१२४।।
परी येकी केधवां गेली । शाखाकोडी केधवां जाली ।
हें नेणवे जेवीं उमललीं । आषाढअभ्रें ।।१२५।।
न कळे शाखा केव्हा गळाली । न कळे नवी केव्हा अंकुरली ।
जशी मेघांची वर्दळ आषाढातली । कळत नाही ।।१२५।।
महाकल्पाच्या शेवटीं । उदेलिया उमळती सृष्टी ।
तैसेंचि आणिखीचें दांग उठी । सासिन्नलें ।।१२६।।
महाकल्पाच्या शेवटी । उन्मळून पडते सृष्टी ।
पण पुन्हा होते निर्मिती । सृष्टी विस्तार पावते ।।१२६।।
संहारवातें प्रचंडें । पडती प्रळयांतींचीं सालडें ।
तंव कल्पादीचीं जुंबाडें । पाल्हेजतीं ।।१२७।।
प्रचंड संहारक वाऱ्यामुळे । अंती वृक्षांची निघती साले ।
कल्पाच्या आरंभी जाती अंकुरले । सृष्टीतील हे समूह ।।१२७।।
रिगे मन्वंतर मनुपुढें । वंशावरी वंशांचे मांडे ।
जैसी इक्षुवृद्धी कांडेंनकांडें । जिंके जेवीं ।।१२८।।
युगापुढे युग येई । वंशवृक्ष वाढत जाई ।
जसे कांड्यापुढे कांडे निर्माण होई । उसाचे ।।१२८।।
कलियुगांतीं कोरडी । चहूं युगांचीं सालें सांडी ।
तंव कृतयुगाची पेली देव्हडी । पडे पुढती ।।१२९।।
कलियुगाच्या शेवटी । चार युगांची कोरडी साले गळती ।
तोच कृतयुगाची पुढे वाढती । नवीन ताजी साले ।।१२९।।

वर्ततें वर्ष जाये । तें पुढिला मुळहारी होये ।
जैसा दिवसु जात कीं येत आहे । हें चोजवेना ।।१३०।।
चालू वर्ष संपते । पुढच्या वर्षास आमंत्रण देते ।
काहीच न कळते । दिवस जातो की येतो ।।१३०।।
जैसा वारियाचा झुळकां । सांदा ठाउवा नव्हे देखा ।
तैसिया उठती पडती शाखा । नेणों किती ।।१३१।।
वाऱ्याच्या दोन झुळकींमधला । कळत नाही सांधा कुठला ।
उठती पडती शाखा ते कुणाला । कळेना ।।१३१।।
एकी देहाची डिरी तुटे । तंव देहांकुरीं बहुवी फुटे ।
ऐसेनि भवतरु हा वाटे । अव्ययो ऐसा ।।१३२।।
एका देहाचा शेंडा तुटतो । तोच दुसऱ्याला अंकुर फुटतो ।
त्यामुळे अविनाशी वाटतो । हा संसारवृक्ष ।।१३२।।
जैसें वाहतें पाणी जाय वेगें । तैसेंचि आणिक मिळे मागें ।
येथ असंतचि असिजे जगें । मानिजे संत ।।१३३।।
वाहते पाणी वेगे जाते । दुसरेही पाणी येऊन मिळते ।
तसे असत् मानले जाते । जगाकडून सत् ।।१३३।।
कां लागोनि डोळां उघडे । तंव कोडीवरी घडे मोडे ।
नेणतया तरंगु आवडे । नित्यु ऐसा ।।१३४।।
पापणीच्या निमिषार्धात । जगात प्राण्यांच्या घडामोडी होत ।
समुद्रच्या लाटा नित्य येत । तसा संसार नित्य भासे ।।१३४।।
वायसा एकें बुबुळें दोहींकडे । डोळा चाळितां अपाडें ।
दोन्ही आथी ऐसा पडे । भ्रमु जेवीं जगा ।।१३५।।
कावळ्याचे एक बुबुळ दोन्हीकडे फिरते । दोन डोळे असती वाटते । तसे अनित्य जग सत्य वाटते । तसा भ्रम होतो ।।१३५।।
पैं भिंगोरी निधिये पडली । ते गमे भूमीसी जैसी जडली ।
ऐसा वेगातिशयो भुली । हेतु होय ।।१३६।।
भोवरा वेगाने फिरतो । स्थिर आहे असे भासतो ।
वेगामुळे हा भ्रम होतो । तसे जगाचे आहे ।।१३६।।
हें बहु असो झडती । आंधारें भोवंडितां कोलती ।
ते दिसे जैसी आयती । चक्राकार ।।१३७।।
हा दृष्टान्त राहू देत आता । हाती कोलती वेगाने फिरवता ।
ती अखंड चक्राकार दिसता । अंधारात ।।१३७।।
हा संसारवृक्षु तैसा । मोडतु मांडतु सहसा ।
न देखोनि लोकु पिसा । अव्ययो मानी ।।१३८।।
हा संसारवृक्ष असा । नाशतो निर्मितो तसा ।
न कळोनी अज्ञानी जसा । याला अविनाशी मानी ।।१३८।।

परी ययाचा वेगु देखे । जो हा क्षणिक ऐसा वोळखे ।
जाणे कोडीवेळां निमिखें । होत जात ।।१३९।।
जो याचा वेग पाहतो । हा क्षणभंगुर आहे जाणतो ।
कोट्यवधी वेळा नाशतो निर्मितो । क्षणार्धात ।।१३९।।
नाहीं अज्ञानावांचूनि मूळ । ययाचें असिलेंपण टवाळ ।
ऐसें झाडचि सिनसाळ । देखिलें जेणें ।।१४०।।
याचे मूळ अज्ञान । याचे अस्तित्व भासमान ।
याच्या साली जीर्ण । असे जो जाणतो ।।१४०।।
तयातें गा पंडुसुता । मी सर्वज्ञुही म्हणें जाणता ।
पैं वाग्ब्रह्म सिद्धांता । वंद्यु तोची ।।१४१।।
त्यालाच अर्जुन । म्हणेन मी सर्वज्ञ ।
जाणे सिद्धान्त ज्ञान । तो मला वंद्य ।।१४१।।
योगजाताचें जोडलें । तया एकासीचि उपेगा गेलें ।
किंबहुना जियालें । ज्ञानही त्याचेनी ।।१४२।।
योगाचे जे फळ असते । ते त्यालाच मिळते ।
किंबहुना यालाच कळते । ते सर्व ज्ञान ।।१४२।।
हें असों बहु बोलणें । वानिजैल तो कवणें ।
जो भवरुखु जाणे । उखि ऐसा ।।१४३।।
हे बोल असे जे सांगतो । जो संसारवृक्षा जाणतो ।
त्याला तो कसा वर्णितो । निर्माण होता ।।१४३।।
मग ययाचि प्रपंचरूपा । अधोशाखिया पादपा ।
डाहाळिया जाती उमपा । ऊर्ध्वाही उजू ।।१४४।।
या संसारवृक्षासही । खाली फांद्या असूनही ।
फांद्या उगवती वरही । अनेक ।।१४४।।
आणि अधीं फांकली डाळें । तिये होती मूळें ।
तयांही तळीं पघळे । वेल पालवू ।।१४५।।
खाली ज्या फांद्या असती । त्याचीच मुळे होती ।
त्यापासून विस्तारत जाती । पालवी पाने ।।१४५।।
ऐसें जें आम्हीं । म्हणितलें उपक्रमीं ।
तेंही परिसें सुगमीं । बोलीं सांगों ।।१४६।।
आम्ही जे आता । सांगितले तुज पार्था ।
ते सोपे करून आता । स्पष्ट करून सांगतो ।।१४६।।
तरी बद्धमूळ अज्ञानें । महदादिकीं शासनें ।
वेदांचीं थोरवनें । घेऊनियां ।।१४७।।
अज्ञानाच्या बळकट मुळाने । प्रकृतीचे निर्माण होणे ।
घेऊन वेदांची मोठी पाने । हा वृक्ष वाढतो ।।१४७।।

परी आधीं तंव स्वेदज । जारज उद्भिज अंडज ।
हे बुडौनि महाभुज । उठती चारी ।।१४८।।
आधी त्याला स्वेदज । जारज, उद्भिज, अंडज ।
असे फांद्यांचे बाहूभुज । मोठमोठे येती ।।१४८।।
यया एकैकाचेनि आणगटें । चौऱ्यांशीं लक्षधा फुटे ।
ते वेळीं जीवशाखीं फांटे । सैंघचि होती ।।१४९।।
एकेका फांदीला येती । चौऱ्याऐंशी लक्ष अंकुर फुटती ।
जीवरूपी फांदीला येती । अनेक अंकुर ।।१४९।।
प्रसवती शाखा सरळिया । नानासृष्टि डाहाळिया ।
आड फुटती माळिया । जातिचिया ।।१५०।।
फांद्या सरळ जाती । तेथे सृष्टी निर्मिती ।
ज्या आडव्या फुटती । त्या जाती होती ।।१५०।।
स्त्री पुरुष नपूंसकें । हे व्यक्तिभेदांचे टके ।
आंदोळती आंगिकें । विकारभारें ।।१५१।।
स्त्री, पुरुष, नपुंसक । असे भिन्न आकारांचे लोक ।
त्यांना कामादि विकार अनेक । ते सर्वत्र संचारती ।।१५१।।
जैसा वर्षाकाळु गगनीं । पाल्हेजे नवघनीं ।
तैसें आकारजात अज्ञानीं । वेली जाय ।।१५२।।
वर्षाऋतू जसा गगनात । पसरे नवीन मेघरूपात ।
तशी विविध आकारमानात । अज्ञानवेल वाढते ।।१५२।।
मग शाखांचेनि आंगभारें । लवोनि गुंफिती परस्परें ।
गुणक्षोभाचे वारे । उदयजती ।।१५३।।
या शाखा अंगभारात । परस्परे गुंततात ।
हे वाऱ्यामुळे होत । गुणाभव गुणाच्या ।।१५३।।
तेथ तेणें अचाटें । गुणांचेनि झडझडाटें ।
तिहीं ठायीं हा फांटे । ऊर्ध्वमूळ ।।१५४।।
त्रिगुण आत वाढती । वृक्षास फांद्या फुटती ।
वर, खाली, मध्ये अंकुरती । याची त्रिगुणमुळे ।।१५४।।
ऐसा रजाचिया झुळुका । झडाडितां आगळिका ।
मनुष्यजाती शाखा । थोरावती ।।१५५।।
रजोगुणांचा वारा वाहता । वेगाने लहरी येता ।
मनुष्यजातीच्या शाखा । वाढू लागती ।।१५५।।
तिया उर्ध्वीं न अधीं । माझारींचि कोंदाकोंदी ।
आड फुटती खांदी । चतुर्वर्णांच्या ।।१५६।।
त्या वर-खालीही नसती । मधल्या भागात दाटती ।
त्यांना आडव्या शाखा फुटती । चार वर्णांच्या ।।१५६।।

तेथ विधिनिषेध सपल्लव । वेदवाक्यांचे अभिनव ।
पालव डोलती बरव । नीच नवे ॥१५७॥
विधिनिषेधांची पालवी । वेदवचनांची पाने नवी ।
डोलत राहती बरवी । आपल्या परीने ॥१५७॥
अर्थु कामु पसरे । अग्रवनें घेती थारे ।
तेथ क्षणिकें पदांतरें । इहभोगाचीं ॥१५८॥
विस्तारती अर्थ काम । पुढची पाने करती मुक्काम ।
फुटती क्षणैक सुखाचे कोंभ । इहलोकीच्या ॥१५८॥
तेथ प्रवृत्तीचेनि वृद्धिलोभे । खांकरेजती शुभाशुभें ।
नानाकर्मांचे खांबे । नेणों किती ॥१५९॥
प्रवृत्तीमार्ग वाढावा । शुभाशुभाचा फाटा फुटावा ।
यासाठी किती कोंब यावा । कळत नाही ॥१५९॥
तेवींचि भोगक्षीणें मागिलें । पडती देहांतींचीं बुडसळें ।
तंव पुढां वाढी पेले । नवेया देहांची ॥१६०॥
प्रारब्धाचा भोग संपती । देहाची वाळली लाकडे पडती ।
नवनिर्मिती होत जाती । नव्या देहाची ॥१६०॥
आणि शब्दादिक सुहावे । सहज रंगें हवावे ।
विषयपल्लव नवे । नित्य होती ॥१६१॥
सहज आवडणारे असे । शब्दसौंदर्याने सुशोभित जसे ।
विषयांच्या पानांचे घोसे । तयार होतील ॥१६१॥
ऐसे रजोवातें प्रचंडें । मनुष्यशाखांचे मांदोडे ।
वाढती तो एथ रूढे । मनुष्यलोकु ॥१६२॥
रजोगुणांचा वारा प्रचंड । मनुष्यशाखांचे समूह उदंड ।
त्यासच म्हणती अखंड । मनुष्य लोक ॥१६२॥
तैसाचि तो रजाचा वारा । नावेक धरी वोसरा ।
मग वाजों लागे घोरा । तमाचा तो ॥१६३॥
रजोगुणाचा वारा तो । क्षणभरात ओसरतो ।
मग तमोगुणाचा वाहतो । भयंकर वारा ॥१६३॥
तेधवां याचि मनुष्यशाखा । नीच वासना अधीं देखा ।
पाल्हेजती डाहाळिका । कुकर्माचिया ॥१६४॥
तेव्हा याच मनुष्यशाखांना । नीच भोगाच्या होती वासना ।
विस्तारती फांद्या अवगुणा । कुकर्माच्या ॥१६४॥
अप्रवृत्तींचे खणुवाळे । कोंभ निघती सरळे ।
घेत पान पालव डाळे । प्रमादाचीं ॥१६५॥
वाईट मार्गाचे खडखडीत । सरळ कोंभ निघत ।
प्रमादाची मग फुटत । फांद्या व पाने ॥१६५॥

बोलती निषेधनियमें । जिया ऋचा यजु:सामें ।
तो पाला तया घुमे । टकेयावरी ॥१६६॥
शास्त्रांनी निषेधलेली । तीन वेदांनी असंमत केलेली ।
अग्रभागी डहाळी फुटली । निषेधांच्या वचनांची ॥१६६॥
प्रतिपादिती अभिचार । आगम जे परमार ।
तिहीं पानीं घेती प्रसर । वासना वेली ॥१६७॥
जे ग्रंथ दुसऱ्यांच्या नाशासाठी । जी अविचारी कर्मे सांगती ।
ती करण्याची इच्छा विस्तारती । या वेलीतून ॥१६७॥
तंव तंव होतीं थोराडें । अकर्माचीं तळबुडें ।
आणि जन्मशाखा पुढेंपुढें । घेती धांव ॥१६८॥
इच्छारूपी वेली वाढती । अकर्माची बुडे मोठी होती ।
जन्मशाखा वाढत जाती । पुढे पुढे ॥१६८॥
तेथ चांडाळादि निकृष्टा । दोषजातीचा थोर फांटा ।
जाळ पडे कर्मभ्रष्टां । भुलोनियां ॥१६९॥
चांडाळादि निकृष्टांना । मोहित कर्मभ्रष्टांना ।
यावे लागते जन्मा । पापयोनीत ॥१६९॥
पशु पक्षी सूकर । व्याघ्र वृश्चिक विखार ।
हे आडशाखाप्रकार । पैसु घेती ॥१७०॥
पशु, पक्षी, डुक्कर । वाघ, विंचू, सर्प हिंस्र ।
हे आडव्या शाखांचे प्रकार । विस्तारती ॥१७०॥
परी ऐशा शाखा पांडवा । सर्वांगींही नित्य नवा ।
निरयभोग यावा । फळाचा तो ॥१७१॥
या शाखांमध्येही अर्जुन । सर्वांगी नित्य नूतन ।
नरकाचा भोग येत असून । ते कर्मफळ असते ॥१७१॥
आणि हिंसा विषयपुढारी । कुकर्मसंगें धुरधरी ।
जन्मवरी आगारी । वाढतीचि असे ॥१७२॥
हे वाईट कर्माचे अंकुर । कुकर्मांच्या बरोबर ।
जन्म लाभतो जोवर । वाढतच असतात ॥१७२॥
ऐसे होती तरु तृण । लोह लोष्ट पाषाण ।
इया खांदिया तेवीं जाण । फळेंही हेंची ॥१७३॥
अशी पुढे झाडे गवत । लोखंड, दगड, माती बनत ।
ती जाती अशा जड योनीत । शाखा फळे तीच ॥१७३॥
अर्जुना गा अवधारीं । मनुष्यालागोनि इया परी ।
वृद्धि स्थावरांतवरी । अधोशाखांची ॥१७४॥
अर्जुना दे अवधान । याप्रमाणे मनुष्यापासून ।
स्थावरापर्यंत वाढ होई जाण । खालच्या शाखांची ॥१७४॥

म्हणौनि जीं मनुष्यडाळें । तियें जाणावीं अधींचि मूळें ।
जे एथूनि हा पघळें । संसारतरु ।।१७५।।
म्हणून मनुष्यरूपी डहाळी । याच शाखांची मुळी ।
येथून विस्तारती सगळी । संसारवृक्षात ।।१७५।।
एऱ्हवीं ऊर्ध्वींचें पार्था । मुद्दल मूळ पाहातां ।
अधींचिया मध्यस्था । शाखा इया ।।१७६।।
वरचे जे मूळ पार्था । मुख्य मुळाची शाखा असता ।
मधल्या मुळाची व्यवस्था । मनुष्यजन्म शाखा होय ।।१७६।।
परी तामसी सात्त्विकी । सुकृतदृष्कृतात्मकी ।
विरूढती या शाखीं । अधोर्ध्वींचिया ।।१७७।।
तमोगुणी सत्त्वगुणी दोन्ही । दुष्कर्म, सत्कर्म यांनी भरूनी ।
वाढती मधल्या शाखेपासुनी । वर आणि खाली ।।१७७।।
आणि वेदत्रयीचिया पाना । नये अन्यत्र लागों अर्जुना ।
जे मनुष्यावांचूनि विधाना । विषय नाहीं ।।१७८।।
आणि तीन वेदांची पानं । अन्यत्र न लागती अर्जुन ।
कारण यांस मनुष्यावाचून । दुसरे कोणी पात्र नाही ।।१७८।।
म्हणौनि तनु मानुषा । इया ऊर्ध्वमूळौनि जरी शाखा ।
तरी कर्मवृद्धीसि देखा । इयेंचि मूळें ।।१७९।।
म्हणून मनुष्यशरीर । हे जरी ऊर्ध्वशाखांचा विस्तार ।
पापपुण्याचा होण्या व्यवहार । हे शरीरच मूळ ।।१७९।।
आणि आनीं तरी झाडीं । शाखा वाढतां मुळें गाढीं ।
मूळ गाढें तंव वाढी । पैस आथी ।।१८०।।
इतर झाडांचे असे असते । फांद्या वाढता मूळ बळकट होते ।
जेव्हा मूळ बळकट होते । फांद्या विस्तारती ।।१८०।।
तैसेंचि इया शरीरा । कर्म तंव देहा संसारा ।
आणि देह तंव व्यापारा । ना म्हणोंचि नये ।।१८१।।
असेच आहे या शरीराचे । कर्मासवे देहाच्या संसाराचे ।
देहासमवेत हे व्यवहाराचे । कर्म असतेच! ।।१८१।।
म्हणौनि देहें मानुषें । इयें मूळें होती न चुके ।
ऐसें जगज्जनकें । बोलिलें तेणें ।।१८२।।
म्हणून मनुष्यदेह हा ही । मुळेच असती यात शंका नाही ।
असे विश्वाचा जनक श्रीकृष्णही । बोलला ।।१८२।।
मग तमाचें तें दारुण । स्थिरावलेया वाउधाण ।
सत्त्वाची सुटे सत्राण । वाहुटळी ।।१८३।।
मग तमोगुणाचे जोरात । वादळ होते जेव्हा शांत ।
वारे तेव्हा वाही जोरात । सत्त्वगुणांचे ।।१८३।।

तैं याचि मनुष्याकारा । मुळीं सुवासना निघती आरा ।
घेऊनि फुटती कोंबारा । सुकृतांकुरीं ।।१८४।।
मनुष्यमुळाच्या ठिकाणी । सद्वासनांचे अंकुर येऊनि ।
सत्कर्माचे कोंब फुटूनि । आलेले दिसतात ।।१८४।।
उकलतेनि उन्मेखें । प्रज्ञाकुशलतेंचि तिखें ।
डिरिया निघती निमिखें । बाबळैजुनी ।।१८५।।
विकसित होणाऱ्या ज्ञानाने । तीव्र बुद्धिचातुर्याने ।
तीक्ष्ण अंकुर निमिषाने । विस्तार पावती ।।१८५।।
मतीचे सोट वांवे । घालिती स्फूर्तीचेनि थांवें ।
बुद्धि प्रकाश घे धांवे । विवेकावरी ।।१८६।।
बुद्धीचे फोक विस्तारती । बुद्धीच्या बळावरती ।
प्रकाशाकडे बुद्धी धावती । विवेकाचे बळे ।।१८६।।
तेथ मेधारसें सगर्भ । आस्थापत्रीं सबोंब ।
सरळ निघती कोंभ । सद्वृत्तीचे ।।१८७।।
धारणशक्तीच्या रसगर्भातून । सुशोभित आस्थापानांतून ।
कोंब येती फुटून । सात्त्विक वृत्तीचे ।।१८७।।
सदाचाराचिया सहसा । टका उठती बहुवसा ।
घुमघुमिती घोषा । वेदपद्याच्या ।।१८८।।
सदाचाराचे अंकुर असे । अनेक निर्माण होती जसे ।
ते गर्जना करू लागती तसे । वेदमंत्रांच्या घोषाने ।।१८८।।
शिष्टागमविधानें । विविधयागवितानें ।
इयें पानावरी पानें । पालेजती ।।१८९।।
शिष्टाचार वर्तन । वेदोक्त आचरण ।
विविध यज्ञादि कर्मे म्हणून । पानांवर पाने येती ।।१८९।।
ऐशा यमदमीं घोंसाळिया । उठती तपाचिया डाहाळिया ।
देती वैराग्यशाखा कोंवळिया । वेल्हाळपणें ।।१९०।।
यम-दमाचे घोस लटकती । तपाच्या डहाळ्या येती ।
वैराग्याच्या शाखा आलिंगती । त्या डहाळ्यांना ।।१९०।।
विशिष्ठां व्रतांचे फोक । धीराच्या अणगटी तिख ।
जन्मवेगें ऊर्ध्वमुख । उंचावती ।।१९१।।
असे विविध व्रतांचे जे फोक । ज्यांना धैर्यांकुराचे तीक्ष्ण टोक ।
ते वाढत जाती ऊर्ध्वमुख । जन्मवेगाने ।।१९१।।
माजीं वेदाचा पाला दाट । तो करी सुविद्येचा झडझडाट ।
जंव वाजे अचाट । सत्त्वानिळु तो ।।१९२।।
सत्त्वगुणांचा वारा वाहे वेगात । तेव्हा वेदांचा पाला दाट ।
करी गर्जना अचाट । ब्रह्मविद्येची ।।१९२।।

तेथ धर्मडाळ बाहाळी । दिसती जन्मशाखा सरळी ।
तिया आड फुटती फळीं । स्वर्गादिकीं ॥१९३॥
एक शाखा सरळ निघते । धर्मरूपात विस्तारते ।
तिला आडवी फांदी फुटते । स्वर्गादि फळांची ॥१९३॥
पुढां उपरति रागें लोहिवी । धर्ममोक्षाची शाखा पालवी ।
पाल्हाजत नित्य नवी । वाढतीचि असे ॥१९४॥
वैराग्याच्या लाल फांदीस तिथे । धर्ममोक्षाची पालवी फुटते ।
ती नवीन वाढत जाते । कोवळी पालवी ॥१९४॥
पैं रविचंद्रादि ग्रहवर । पितृ ऋषि विद्याधर ।
हे आडशाखा प्रकार । पैसु घेती ॥१९५॥
रविचंद्र आदि ग्रह तारे । पितृ, ऋषी विद्याधर सारे ।
या आडशाखेत अनेक प्रकारे । विस्तार पावती ॥१९५॥
याहीपासून उंचवडें । गुढले फळाचेनि बुडें ।
इंद्रादिक ते मांदोडे । थोर शाखांचे ॥१९६॥
याहीपेक्षा उंच जाती । ज्याचे तळ फळांनी झाकती ।
ते मोठे झुपके असती । इंद्रादिक शाखांचे ॥१९६॥
मग तयांही उपरी डाहाळिया । तपोज्ञानीं उंचावलिया ।
मरीचि कश्यपादि इया । उपरी शाखा ॥१९७॥
त्याही डहाळ्यांच्यावर । तपाने विद्येने श्रेष्ठवर ।
मरीचि, कश्यप ऋषींवर । यांच्या उंच शाखा येती ॥१९७॥
एवं माळोवाळी उत्तरोत्तरु । ऊर्ध्वशाखांचा पैसारु ।
बुडीं साना अग्रीं थोरु । फळाढ्यपणें ॥१९८॥
असा एक एकावर । होतसे शाखांचा विस्तार ।
बुडात लहान शेंड्याला थोर । फळांचा भार ॥१९८॥
वरी उपरिशाखाही पाठीं । येती फळभार जे किरीटी ।
ते ब्रह्मेशांत अणगटीं । कोंभ निघती ॥१९९॥
याही शाखांच्या वरती । फळांचे भार येती ।
ब्रह्मा महादेवापरती । ते कोंब येतात ॥१९९॥
फळाचेनि वोझेपणें । ऊर्ध्वीं वोवांडें दुणें ।
जंव माघौतें बैसणें । मूळींचि होय ॥२००॥
या फळांच्या ओझ्याने । वरच्या फांद्यांचे लवणे ।
जे मायारूपात मानणे । मुळातले ॥२००॥
प्राकृताही तरी रुखा । जें फळें दाटली होय शाखा ।
ते वोवांडली देखा । बुडासि ये ॥२०१॥
लौकिक वृक्षाचे असेच असते । फळांनी जी फांदी लगडते ।
ती वाकता पुन्हा येते । मुळाकडेच ॥२०१॥

तैसें जेथूनि हा आघवा । संसारतरूचा उठावा ।
तियें मूळीं टेंकती पांडवा । वाढतेनि ज्ञानें ॥२०२॥
त्याप्रमाणे अर्जुन । हा जिथे होई निर्माण ।
तिथेच ज्ञानाच्या वाढीनं । पुन्हा टेकतो ॥२०२॥
म्हणौनि ब्रह्मेशानापरौतें । वाढणें नाहीं जीवातें ।
तेथूनि मग वरौतें । ब्रह्मचि कीं ॥२०३॥
ब्रह्मा, शिव यांच्यापुढे । जीव न वाढे ।
कारण तेथून पुढे । ब्रह्मच आहे ॥२०३॥
परी हें असो ऐसे । ब्रह्मादिक ते आंगवसें ।
ऊर्ध्वमूळासरिसें । न तुकती गा ॥२०४॥
हे असू दे, पण तरीही । ब्रह्म सामर्थे मोठे हो कितीही ।
तुलनेत बरोबरी होत नाही । ऊर्ध्वमुळाच्या[३] ॥२०४॥
आणीकही शाखा उपरता । जिया सनकादिक नामें विख्याता ।
तिया फळीं मूळीं नाडळतां । भरलिया ब्रह्मीं ॥२०५॥
आणखीही शाखा वरती । सनकादि नावे असती ।
त्या फळात न सापडती । त्या ब्रह्माशी एकरूप ॥२०५॥
ऐसी मनुष्यापासूनि जाणावी । ऊर्ध्वीं ब्रह्मादिशेष पालवी ।
शाखांची वाढी बरवी । ऊंचावे पैं ॥२०६॥
अशी मनुष्यापासून येते । ब्रह्मापर्यंत पालवते ।
वाढ अशी उंचावते । उत्तम प्रकारे ॥२०६॥
पार्था ऊर्ध्वींचिया ब्रह्मादि । मनुष्यत्वचि होय आदि ।
म्हणौनि इयें अधीं । म्हणितलीं मूळें ॥२०७॥
वरती जे लोक ब्रह्मादिक सगळे । मनुष्यत्व हीच त्यांची मुळे ।
म्हणूनच मनुष्यत्व ही खालची मुळे ।
असे आम्ही म्हणालो! ॥२०७॥
एवं तुज अलौकिकु । हा अधोर्ध्वशाखु ।
सांगितला भवरुखु । ऊर्ध्वमूळु ॥२०८॥
याप्रमाणे हा अलौकिक । ज्याला वर खाली शाखा अनेक ।
मूळ याचे ऊर्ध्वमुख । असा वृक्ष सांगितला ॥२०८॥
आणि अधींची हीं मूळें । उपपत्तीं परिसविली सविवळें ।
आतां परिस उन्मूळें । कैसेनि हा ॥२०९॥
मनुष्य ही खालची मुळे । ते विवेचन तुला सांगितले ।
यांना उपटावे कसे भले । ते साधन तुला सांगतो! ॥२०९॥

३ (ईश्वराच्या)

परी तुझ्या हन पोटीं । ऐसें गमेल किरीटी ।
जे येवढें झाड उत्पाटी । ऐसे कायि असे? ।।२१०।।
तुला असा प्रश्न पडेल । विस्तारलेला वृक्ष कसा उपटेल? ।
असे कोणते साधन असेल? । ते ऐक अर्जुना ।।२१०।।
कीं ब्रह्मयाच्या शेवटवरी । ऊर्ध्व शाखांची थोरी ।
आणि मूळ तंव निराकारीं । ऊर्ध्वीं असे ।।२११।।
ज्याची वाढ वरती जाते । ब्रह्मलोकांपर्यंत पोहोचते ।
त्याचे मूळ वरती असते । ते निराकार ब्रह्म ।।२११।।
हा स्थावराही तळीं । फांकत असे अधींच्या डाळीं ।
माजी धांवतसे दुजा मुळीं । मनुष्यरूपीं ।।२१२।।
ज्या खाली शाखा असती । त्या स्थावरात शिरती ।
मध्येच त्या विस्तारती । दुसऱ्या मनुष्य मुळांनी ।।२१२।।
ऐसा गाढा आणि अफाटु । आतां कोण करी यया शेवटु ।
तरी झणींहा हळुवटु । धरिसी भावो ।।२१३।।
असा हा अफाट बळकट । कोण करील याचा शेवट? ।
असा विचार जो कसपट । तो मनात आणू नकोस ।।२१३।।
तरी हा उन्मूळावया दोषें । येथ सायासचि कायिसे ।
काय बाळा बागुल देशें । दवडावा आहे? ।।२१४।।
हा वृक्ष उपटाया । श्रम न लागती कराया ।
बाळाची भीती नाहीशी व्हाया । बागुलबुवाला दूर पळवावे का? ।।२१४।।
गंधर्वदुर्ग कायी पाडावे । काय शशविषाण मोडावें ।
होआवें मग तोडावें । खपुष्प कीं ।।२१५।।
ढगाचा किल्ला पाडावा लागे? । सशाचे शिंग मोडावे लागे? ।
आकाशाचे फूल तोडावे लागे? । जर असेल तर? ।।२१५।।
तैसा संसारु हा वीरा । रुख नाहीं साचोकारा ।
मा उन्मूळणीं दरारा । कायिसा तरी? ।।२१६।।
तसा हा संसार वृक्ष जर । खरा नसेल तर ।
भय का वाटावे वरचेवर । याच्या उपटून टाकण्याचे! ।।२१६।।
आम्हीं सांगितली जे परी । मूळडाळांची उजरी ।
ते वांझेचीं घरभरी । लेंकुरें जैशीं ।।२१७।।
आम्ही आता ज्याप्रकारे । मूळ शाखा विस्तार सांगितला बरे ।
तो म्हणजे वांझेची मुले लेकरे । घरभर फिरती ।।२१७।।
काय कीजती चेइलेपणीं । स्वप्नींचीं तियें बोलणीं ।
तैशी जाण ते काहाणी । दुगळींचि ते ।।२१८।।
आपण स्वप्नात जे बोलतो । जागेपणे उपयोग होतो? ।
तसा हा संसारवृक्ष असतो । दुर्बल ।।२१८।।

वांचूनि आम्हीं निरूपलें जैसें । ययाचें अचळ मूळ असे तैसें ।
आणि तैसाचि जरी हा असे । साचोकारा ।।२१९।।
याचे वर्णन केले जसे । मायारूपी मूळ अविनाशी तसे ।
तसा हा देखील सत्य असे । संसारवृक्ष ।।२१९।।
तरी कोणाचेनि संतानें । निपजती तया उन्मूळणें ।
काय फुंकिलिया गगनें । जाइजेल गा ! ।।२२०।।
कोणा होईल अशी संतान । जे वृक्ष टाकी उन्मळून? ।
काय नुसती फुंकर मारून । आकाश उडून जाईल? ।।२२०।।
म्हणौनि पैं धनंजया । आम्हीं वानिलें रूप तें माया ।
कासवीचेनि तुपें राया । वोगरिलें जैसें ।।२२१।।
म्हणून हे धनंजया । वर्णिलेले हे रूप माया ।
कासवीच्या तुपाने द्याया । राजास मेजवानी ।।२२१।।
मृगजळाचीं गा तळीं । तिये दिठीं दुरूनि न्याहाळीं ।
वांचूनि तेणें पाणियें साळी केळी । लाविसी काई? ।।२२२।।
मृगजळाचे तलाव जसे । त्या दुरूनच पाहावे असे ।
त्यात भात केळी पेरावा जसे । असं होईल काय? ।।२२२।।
मूळ अज्ञानचि तंव लटिकें । मा तयाचें कार्य हें केतुकें ।
म्हणौनि संसाररुख सतुकें । वावोचि गा ।।२२३।।
मूळ अज्ञानच खोटे जसे । कार्य असेल खरे कसे? ।
सर्वच जर मिथ्या असे । तर संसारवृक्ष खरा कसा? ।।२२३।।
आणि अंतु यया नाहीं । ऐसें बोलिजे जें कांहीं ।
तेंहीं साचचि पाहीं । येकें परी ।।२२४।।
आणि या वृक्षालाही । नाश नाही ।
ते खरेच पाही । एका परीने ।।२२४।।
तरी प्रबोधु जंव नोहे । तंव निद्रे काय अंतु आहे? ।
कीं रात्री न सरे तंव न पाहे । तया आरौतें ।।२२५।।
जागेपणा नाही आला । तर निद्रेचा नाश झाला? ।
अंधार नाही सरला । तर काय पहाट झाली? ।।२२५।।
तैसा जंव पार्था । विवेकु नुधवी माथा ।
तंव अंतु नाहीं अश्वत्था । भवरूपा या ।।२२६।।
तसे हे अर्जुन । जोवर न उत्पन्न होई ज्ञान ।
तोवर नसे मरण । या अश्वत्थ वृक्षाला ।।२२६।।
वाजतें वारें निवांत । जंव न राहे जेथिंचें तेथ ।
तंव तरंगता अनंत । म्हणावीचि कीं ।।२२७।।
वाहणारे वारे जोवरी । थांबत नाही तोवरी ।
लाटा येती अनंतपरी । असे म्हणावे लागे ।।२२७।।

म्हणौनि सूर्यु जैं हारपे । तैं मृगजळा भासु लोपे ।
कां प्रभा जाय दीपें । मालवलेनी ॥२२८॥

जेव्हा सूर्य मावळतो । मृगजळाचा भास जातो ।
प्रकाश नाहीसा होतो । दिवा मालवता ॥२२८॥

तैसें मूळ अविद्या खाये । तें ज्ञान जैं उभें होये ।
तैंचि यया अंतु आहे । एऱ्हवीं नाहीं ॥२२९॥

अविद्येच्या या मुळा खाईल । असे ज्ञान उभे राहील ।
तेव्हाच याचा अंत होईल । एरवी नाही ॥२२९॥

तेवींचि हा अनादी । ऐसी ही आथी शाब्दी ।
तो आळु नोहे अनुरोधी । बोलातें या ॥२३०॥

हा अनादि आहे । असा प्रवाद वाहे ।
ते योग्यच आहे । आरोप नव्हे ॥२३०॥

जे संसारवृक्षाच्या ठायीं । साचोकार तंव नाहीं ।
मा नाही तया आदि काई । कोण होईल? ॥२३१॥

या संसारवृक्षा ठायी । सत्यता मुळीच नाही ।
त्याला आरंभ कसाही । आणि कोण करेल? ॥२३१॥

जो साच जेथूनि उपजे । तयातें आदि हें साजे ।
आतां नाहींचि तो म्हणिजे । कोठूनियां? ॥२३२॥

सत्य पदार्थाची निर्मिती होते । त्यास आरंभ हे शोभते ।
ज्याला खरे अस्तित्वच नसते । तो कोठून आला म्हणावे? ॥२३२॥

म्हणौनि जन्मेना आहे । ऐसिया सांगो कवण माये ।
यालागीं नाहींपणेंचि होये । अनादि हा ॥२३३॥

याला जन्म नसे । याची आई कोण असे? ।
हा अस्तित्वाशिवाय असे । म्हणून हा अनादि ॥२३३॥

वांझेचिया लेंका । कैंचि जन्मपत्रिका ।
नभीं निळी भूमिका । कें कल्पूं पां? ॥२३४॥

वांझेच्या मुलाची कां? । असेल जन्मपत्रिका ।
अशी कल्पना करावी का । की आकाश खरेच निळे आहे ॥२३४॥

व्योमकुसुमांचा पांडवा । कवणें देंठ तोडावा ।
म्हणौनि नाहीं ऐसिया भवा । आदि कैंची? ॥२३५॥

आकाशाच्या फुलाचा असा । देठ तोडावा कसा? ।
आरंभ असेल त्या कोठून कसा । ज्या अस्तित्व नाही ॥२३५॥

जैसें घटाचें नाहींपण । असतचि असें केलेंनिवीण ।
तैसा समूळ वृक्षु जाण । अनादि हा ॥२३६॥

मातीचा घट बनवला । तरच अस्तित्व येते त्याला ।
तसा हा वृक्ष सगळा । अनादि जाण ॥२३६॥

अर्जुना ऐसेनि पाहीं । आद्यंतुययासि नाहीं ।
माजीं स्थिती आभासे कांहीं । परी टवाळ ते गा ॥२३७॥

असे पाहा अर्जुन । यास उत्पत्ती नाश असून ।
जे भासते वर्तमान । तेही मिथ्याच ॥२३७॥

ब्रह्मगिरीहूनि न निगे । आणि समुद्रींही कीर न रिगे ।
माजीं दिसे वाउगें । मृगांबु जैसें ॥२३८॥

ब्रह्मगिरीहून न निघत । समुद्रास न मिळत ।
ते व्यर्थ भासत । मृगजळ जसे ॥२३८॥

तैसा आद्यंती कीर नाहीं । आणि साचचि नोहे कहीं ।
परी लटिकेपणाची नवाई । पडिभासे गा ॥२३९॥

नसे ज्या आदि अंत । कोणत्याही काळात नसे सत्य ।
तरी भासतो परमार्थात । हे नवल आहे ॥२३९॥

नाना रंगी गजबजे । जैसें इंद्रधनुष्य देखिजे ।
तैसा नेणतया आपजे । आहे ऐसा ॥२४०॥

अनेक रंगांच्या प्रकाशी । इंद्रधनुष्य दिसे आकाशी ।
अज्ञाना खरी वाटते जशी । संसारवृक्षाची गोष्ट ॥२४०॥

ऐसेनि स्थितीचिये वेळे । भुलवी अज्ञानाचे डोळे ।
लाघवी हरी मेखळे । लोकु जैसा ॥२४१॥

अशा परिस्थितीत । हा अज्ञानी लोका भुलवित ।
जसा बहुरूपी अनेक वेषांत । लोकां फसवितो ॥२४१॥

आणि नसतीचि श्यामिका । व्योमीं दिसे तैसी दिसो कां ।
तरी दिसणेंही क्षणा एका । होय जाय ॥२४२॥

आकाश निळे नसते । पण ते तसे भासते ।
तसे संसाराचे असते । खोटे आणि क्षणिक ॥२४२॥

स्वप्नींही मानिलें लटिकें । तरी निर्वाहो कां एकासारिखें ।
तेवीं आभासु हा क्षणिकें । रिताचि गा ॥२४३॥

स्वप्नातील खोटे पदार्थ । एकसमान नाही असत ।
तो आभास क्षणिक राहत । याचाही तसाच ॥२४३॥

देखतां आहे आवडे । घेऊं जाइजे तरी नातुडे ।
जैसा टिकुं कीजे माकडें । जळामाजीं ॥२४४॥

डोळ्यांनी पाहता दिसतो । धरू जाता न सापडतो ।
जसा मर्कट खेळ खेळतो । पाण्यात ॥२४४॥

तरंगभंगु सांडीं पडे । विजूही न पुरे होडे ।
आभासासि तेणें पाडें । होणें जाणें गा ॥२४५॥

लाटांचे निर्माण होणे । विजेचे चमकणे ।
त्यापेक्षा जलद येणे जाणे । या संसारवृक्षाचे ॥२४५॥

जैसा ग्रीष्मशेषींचा वारा । नेणिजे समोर कीं पाठीमोरा ।
तैसी स्थिती नाहीं तरुवरा । भवरूपा यया ।।२४६।।
जसे ग्रीष्माअंतीचा वारा । सामोरा की पाठमोरा ।
तशी स्थिति या तरुवरा । निश्चित कळेना ।।२४६।।
एवं आदि ना अंतस्थिती । ना रूप ययासि आथी ।
आतां कायसी कुंथाकुंथी । उन्मूळणी गा ।।२४७।।
याला आदि अंत नसे । ना रूप ना मध्य असे ।
याला उपटून टाकण्याचे वळसे । कशाला करावे ।।२४७।।
आपुलिया अज्ञानासाठीं । नव्हता थांबला किरीटी ।
तरी आतां आत्मज्ञानाच्या लोटी । खांडेनि गा ।।२४८।।
अर्जुना आपल्या अज्ञानाने । या वृक्षाचे हे फोफावणे ।
आत्मज्ञानाच्या दुधारी शस्त्राने । याला कापून टाकी! ।।२४८।।
वांचूनि ज्ञानेवीण एकें । उपाय करिसी जितुके ।
तिहीं गुंफसि अधिकें । रुखीं इये ।।२४९।।
एका आत्मज्ञानाशिवाय । जितके करशील उपाय ।
तितका अधिक गुंतत जाय । तू या वृक्षात ।।२४९।।
मग किती खांदोखांदीं । यया हिंडावें ऊर्ध्वीं अधीं ।
म्हणौनि मूळचि अज्ञान छेदीं । सम्यक्ज्ञानें ।।२५०।।
या वृक्षाच्या शाखांतून । किती फिरावे खाली वरून ।
अज्ञानाचे मूळ टाकू तोडून । ब्रह्मज्ञानाने ।।२५०।।
एऱ्हवीं दोरीचिया उरगा । डांगा मेळवितां पैं गा ।
तो शिणुचि वाउगा । केला होय ।।२५१।।
साप भासणाऱ्या दोरीला । मारण्या काठ्या जमविल्या ।
डोक्यावरून वाहून आणल्या । व्यर्थ श्रमून ।।२५१।।
तरावया मृगजळाची गंगा । डोणींलागीं धांवतां दांगा- ।
माजीं वोहळें बुडिजे पैं गा । साच जेवीं ।।२५२।।
मृगजळातून जावे तरून । नाव शोधी धावाधाव करून ।
कोणीतरी जावे बुडून । खऱ्या ओहोळात ।।२५२।।
तेवीं नाथिलिया संसारा । उपाई जाचतया वीरा ।
आपणपें लोपे वारा । विकोपीं जाय ।।२५३।।
संसार करण्या नष्ट । योगयागादिंचे कष्ट ।
प्राणवारा होता विभ्रष्ट । आरोग्य बिघडेल ।।२५३।।
म्हणौनि स्वप्नींचिया घाया । ओखद चेवोचि धनंजया ।
तेवीं अज्ञानमूळा यया । ज्ञानचि खड्ग ।।।२५४ ।
स्वप्नी होता जखम । जाग येणे हेच मलम ।
ज्ञान हेच हत्यार परम । अज्ञान मूळ नटण्या ।।२५४।।

परी तेंचि लीला परजवे । तैसें वैराग्याचें नवें ।
अभंगबळ होआवें । बुद्धीसी गा ।।२५५।।
ते सहज वापरता यावे । म्हणून बुद्धीला असू द्यावे ।
वैराग्याचे बळकट साहाय्य हवे । त्यासाठी ।।२५५।।
उठिलेनि वैराग्यें जेणें । हा त्रिवर्गु ऐसा सांडणें ।
जैसें वमुनियां सुणें । आतांचि गेलें ।।२५६।।
वैराग्य एवढे दृढ व्हावे । त्रिभोगांचे वीट यावे ।
कुत्रे ओकले वाटावे । हे भोग म्हणजे ।।२५६।।
हा ठायवरी पांडवा । पदार्थजातीं आघवा ।
विटवी तो होआवा । वैराग्य लांठु ।।२५७।।
जगातील सर्व भोगांचा जेव्हा । असा वीट येतो तेव्हा ।
वैराग्य प्राप्त झाले जीवा । असे म्हणावे ।।२५७।।
मग देहाहंतेचे दळें । सांडूनि एकेचि वेळे ।
प्रत्यक्बुद्धी करतळें । हातवसावें ।।२५८।।
ज्ञान हत्यारावरील म्यान । काढून टाकून देहाभिमान ।
अंतर्मुख बुद्धीनं । ते धारण करावे ।।२५८।।
निसळें विवेकसाहणें । जे ब्रह्माहमस्मिबोधें सणाणें ।
मग पुरतेनि बोधें उटणें । एकलेचीं ।।२५९।।
विवेकाच्या सहाणेवर घासून । अहं ब्रह्मास्मिने पाजळून । विश्व
ब्रह्माच्या बोधाने उजळून । चकचकीत करावे ते (म्यान) ॥२५९॥
परी निश्चयाचें मुष्टिबळ । पाहावें एकदोनी वेळ ।
मग तुळावें अति चोखाळ । मननवरी ।।२६०।।
असे निश्चयाच्या मुठीचे बळ । पाहावे एक-दोन वेळ ।
अतिशुद्ध मननाशी मेळ । घालून तोलून धरावे ।।२६०।।
पाठीं हतियेरां आपणया । निदिध्यासें एक जालिया ।
पुढें दुजें नुरेल घाया- । पुरतें गा ।।२६१।।
ज्ञानरूपी हत्यार । व निजध्यास एक झाल्यावर ।
आपल्या पुढे नाही टिकणार । हा वृक्ष! ।।२६१।।
तें आत्मज्ञानाचें खांडें । अद्वैत प्रभेचेनि वाडें ।
नेदील उरों कवणेकडे । भववृक्षासी ।।२६२।।
ते आत्मज्ञानाचे शस्त्र । अद्वैताचे दुधारी अस्त्र ।
या भवरूपी वृक्षास अन्यत्र । टिकू देत नाही! ।।२६२।।
शरदागमींचा वारा । जैसा केरु फेडी अंबरा ।
कां उदयला रवी आंधारा । घोंटु भरी ।।२६३।।
शरदारंभीचा वारा । नाहीसा करी ढगातील कचरा ।
तसा नष्टतो अंधकारा । उगवलेला सूर्य ।।२६३।।

नाना उपवढ होतां खेंवो । नुरे स्वप्नसंभ्रमाचा ठावो ।
स्वप्रतीतिधारेचा वाहो । करील तैसें ।।२६४।।
जेव्हा जाग येती । स्वप्नातले संभ्रम नाहीसे होती ।
तसे आत्मज्ञानाच्या शस्त्राने नाशती । संसारवृक्ष ।।२६४।।
तेव्हां ऊर्ध्वींचें मूळ । कां अधींचें हन शाखाजाळ ।
तें कांहींचि न दिसे मृगजळ । चांदिणा जेवीं ।।२६५।।
न दिसे वरचे खालचे मूळ । न दिसे शाखा समूळ ।
जसे दिसत नाही मृगजळ । चांदण्यामध्ये ।।२६५।।
ऐसेनि गा वीरनाथा । आत्मज्ञानाचिया खड्गलता ।
छेदूनियां भवाश्वत्था । ऊर्ध्वमूळातें ।।२६६।।
हे वीरश्रेष्ठ अर्जुन । आत्मज्ञानाचे शस्त्र वापरून ।
हा वृक्ष टाक तू तोडून । वरच्या खालच्या मुळांसह! ।।२६६।।
मग इदंतेसि वाळलें । जें मीपणेंवीण डाहारलें ।
तें रूप पाहिजे आपलें । आपणची ।।२६७।।
मग वस्तूचा भास न राही । अहंतेचा लोप होई ।
आपले आपणचि पाही । ते रूप ।।२६७।।
परी दर्पणाचेनि आधारें । एकचि करूनि दुसरें ।
मुख पाहाती गव्हारें । तैसें नको हो! ।।२६८।।
घेऊन दर्पणाचा आधार । रूप दुसरे एकासमोर ।
वेडे असा करती विचार । तू करू नको ।।२६८।।
हें पाहाणें ऐसें असे वीरा । जैसा न बोडलिया विहिरा ।
मग आपलिया उगमीं झरा । भरोनि ठाके ।।२६९।।
हे पाहणे असे असते । जसे विहीर खणलेली नसते ।
पण उगमी पाण्याने भरते । तसे मानावे ।।२६९।।
नातरी आटलिया अंभ । निजबिंबीं प्रतिबिंब ।
निहटे कां नभीं नभ । घटाभावीं ।।२७०।।
पाणी आटून जाते । बिंब प्रतिबिंब एकरूपते ।
जसे आकाशी एकरूप होते । घटातील आकाश ।।२७०।।
नाना इंधनांशु सरलेया । वन्हि परते जेवीं आपणपयां ।
तैसें आपेंआप धनंजया । न्याहाळणें जें गा ।।२७१।।
जसा इंधनसाठा संपतो । अग्निस्वरूपात लय पावतो ।
जसे आपल्यात पाहावे सांगतो । स्वरूप आपले ।।२७१।।
जिव्हें आपली चवी चाखणें । चक्षु निज बुबुळ देखणें ।
आहे तया ऐसें निरीक्षणें । आपुलें पैं ।।२७२।।
जिभेने स्वत:ची चव चाखावी । डोळ्यांनी आपली बुबुळे पाहावी ।
तशी निरीक्षणे करावी । आपली आपण ।।२७२।।

कां प्रभेसि प्रभा मिळे । गगन गगनावरी लोळे ।
नाना पाणी भरलें खोळे । पाणियाचिये ।।२७३।।
प्रकाशाने प्रकाशात मिळावे । गगनाने गगनात लोळावे ।
पाण्याने भरून जावे । पाण्याच्या खोलीने ।।२७३।।
आपणचि आपणयातें । पाहिजे जें अद्वैतें ।
तें ऐसें हो निरुतें । बोलिजतु असे ।।२७४।।
आपण आपणास पाहतो । अद्वैतभाव हेच दावतो ।
मी तुला सांगतो । निश्चितपणे ।।२७४।।
जें पाहिजतेनवीण पाहिजे । कांहीं नेणणाचि जाणिजे ।
आद्यपुरुष कां म्हणिजे । जया ठायातें ।।२७५।।
जे द्रष्ट्याविण पाहणे । न जाणताच जाणणे ।
त्या स्वरूपाला म्हणणे । आद्यपुरुष ।।२७५।।
तेथही उपाधीचा वोथंबा । घेऊनि श्रुति उभविती जिभा ।
मग नामरूपाचा बडंबा । करिती वायां ।।२७६।।
उपाधींचा आधार घेऊन । श्रुती करती त्याचे वर्णन ।
पण नामरूपाचे आरोपण । व्यर्थ केले जाते ।।२७६।।
पैं भवस्वर्गा उबगले । मुमुक्षु योगज्ञाना वळघले ।
पुढती नयों इया निगाले । पैजा जेथ ।।२७७।।
इहपर सुखा कंटाळले । योग ज्ञानाकडे वळले ।
त्याच्याकडे निघाले । पुनर्जन्म नको म्हणत ।।२७७।।
संसाराचिया पायां पुढां । पळती वीतराग होडा ।
ओलांडोनि ब्रह्मपदाचा कर्म कडा । घालिती मागां ।।२७८।।
संसाराच्या पुढे जाऊन । वैराग्याची पैज लावून ।
ब्रह्मलोक ओलांडून । पुढे जातात ।।२७८।।
अहंतादिभावां आपुलियां । झाडा देऊनि आघवेया ।
पत्रघेती ज्ञानिये जया । मूळघरासी ।।२७९।।
अहंकार आदींची । राहिली नसे आसक्ती ।
गुरुकडून पत्र घेती । आद्यपुरुषाकडे जाण्या ।।२७९।।
पैं जेथुनी हे एवढी । विश्वपरंपरेची वेलाडी ।
वाढती आशा जैसी कोरडी । निदैवाची ।।२८०।।
निजपदापासून वाढली । विश्वपरंपरेची परंपरा सगळी ।
आशा मिथ्या ठरली । दैवहीनाप्रमाणे ।।२८०।।
जिये कां वस्तूचें नेणणें । आणिलें थोर जगा जाणणें ।
नाहीं तें नांदविलें जेणें । मी तूं जगीं ।।२८१।।
वस्तूची ओळख नसलेली । अज्ञानाने करून दिली ।
मी–तूपणाची जाण आणली । या जगात ।।२८१।।

पार्था तें वस्तु पहिलें । आपण पैं आपुलें ।
पाहिजे जैसें हिंवलें । हिंव हिंवें ॥२८२॥

ती मूळ वस्तू जाणावी । आपली आपण पाहावी ।
जशी थंडीने थंड करावी । थंडीच ॥२८२॥

आणीकही एक तया । वोळखण असे धनंजया ।
तरी जया कां भेटलिया । येणेंचि नाहीं ॥२८३॥

आत्मस्वरूप ओळखण्याची अर्जुन । आणखी एक असे खूण ।
एकदा भेट होते ते ठिकाण । तिथे पुन्हा भेट नाही[४] ॥२८३ ॥

परी तया भेटती ऐसे । जे ज्ञानें सर्वत्र सरिसे ।
महाप्रळयांबूचें जैसें । भरलेपण ॥२८४॥

ते स्वरूपा भेटती असे । ज्ञानाने परिपूर्ण जसे ।
महाप्रलयी सर्वत्र कसे । जलमय होते ॥२८४॥

जया पुरुषांचें कां मन । सांडोनि गेलें मोह मान ।
वर्षांतीं जैसे घन । आकाशातें ॥२८५॥

वर्षाऋतूच्या अंती । मेघ आकाशा सोडती ।
तसे मोह अभिमान सोडून जाती । त्या पुरुषाला ॥२८५॥

निकवड्या निष्ठुरा । उबगिजे जेवीं सोयरा ।
तैसें नागवती विकारां । वेटाळूं जे ॥२८६॥

निर्धन निष्ठुरास कंटाळून । सगे सोयरे जसे जाती सोडून ।
तसे न राहती ते सापडून । विकारांच्या चक्रामध्ये ॥२८६॥

फळली केळी उन्मूळे । तैसी आत्मलाभे प्रबळे ।
तयाची क्रिया ढाळेंढाळें । गळती आहे ॥२८७॥

केळीचे फळल्यावर उन्मळणे । तसे आत्मस्वरूपाच्या लोभाने ।
ज्याच्या क्रिया क्रमाक्रमाने । गळून पडती ॥२८७॥

आगी लागलिया रुखीं । देखोनि सैरा पळती पक्षी ।
तैसें सांडिलें अशेखीं । विकल्पीं जे ॥२८८॥

वृक्षाला लागता आग । पक्षी करती त्याग ।
तसे सोडती सहयोग । सर्व विकल्प ॥२८८॥

आइकें सकळ दोषतृणीं । अंकुरिजती जिये मेदिनी ।
तिये भेद-बुद्धीची काहाणी । नाहीं जयातें ॥२८९॥

सकल दोषांचे गवत । उगवते ज्या जमिनीत ।
भेदबुद्धीची कथा त्यात । त्यांना ठाव नाही ॥२८९॥

सूर्योदयासरिसी । रात्री पळोनि जाय अपैसी ।
गेली देहअहंता तैसी । अविद्येसवें ॥२९०॥

सूर्योदय होतो । अंधार पळून जातो ।
अविद्येसह नाश होतो । आसक्तीचा ॥२९०॥

पैं आयुष्यहीना जीवातें । शरीर सांडी जेवीं अवचितें ।
तेवीं निदसुरें द्वैतें । सांडिले जे ॥२९१॥

आयुष्य जेव्हा संपते । जीवा शरीर त्यागते ।
तसे ज्याला टाकून देते । अज्ञानाचे द्वैत ॥२९१॥

लोहाचें सांकडें परिसा । न जोडे अंधारु रवि जैसा ।
द्वैतबुद्धीचा तैसा । सदा दुकाळ जया ॥२९२॥

परिसा लोखंड मिळणे कठीण । सूर्याला अंधार भेटणे कठीण ।
यांनाही द्वैतबुद्धी असणे कठीण । तिचा दुष्काळ असतो ॥२९२॥

अगा सुखदुःखाकारें । द्वंदें देहीं जियें गोचरें ।
तियें जया कां समोरें । होतीचिना ॥२९३॥

सुखदुःखाचे द्वंद्व । इतरां येई त्याचा सदैव अनुभव ।
त्याचा होत नाही उद्भव । या पुरुषांसमोर ॥२९३॥

स्वप्नींचें राज्य कां मरण । नोहे हर्षशोकांसि कारण ।
उपवढलिया जाण । जिया परी ॥२९४॥

स्वप्नातले राज्य वा मरण । जाग येताच पूर्ण ।
जसे होत नाही कारण । आनंद वा दुःखाला ॥२९४॥

तैसें सुखदुःखरूपीं । द्वंद्वीं जे पुण्यपापीं ।
न घेपिजती सर्पी । गरुड जैसे ॥२९५॥

सुखदुःख द्वंद्वाच्या ठायी । किंवा पाप-पुण्याच्याही ।
तसे ते सापडत नाही । जसे सर्प न धरे गरूडाला ॥२९५॥

आणि अनात्मवर्गनीर । सांडूनि आत्मरसाचें क्षीर ।
चरताति जे सविचार । राजहंसु ॥२९६॥

अनात्म समूहाचे पाणी टाकून । आत्मानंदाचे दूध घेऊन ।
त्याचे करती सेवन । ज्ञानरूपी राजहंस ॥२९६॥

जैसा वर्षोनि भूतळीं । आपला रसु अंशुमाळी ।
मागौता आणि रश्मिजाळीं । बिंबासीची ॥२९७॥

वर्षाव करून पृथ्वीवर । आपला प्रकाशरस तो दिनकर ।
बिंबाच्या रूपात तर । किरणसमूहातून परत नेई ॥२९७॥

तैसें आत्मभ्रांतीसाठीं । वस्तु विखुरली बारावाटीं ।
ते एकवटिती ज्ञानदृष्टी । अखंड जे ॥२९८॥

आत्म्याचे स्वरूप कळले नाही । तरा आत्मा बारा वाटेने जाई ।
पण ज्ञानी पुरुष त्या एक तत्त्वा पाही । ज्ञान दृष्टीने ॥२९८॥

किंबहुना आत्मयाचा । निर्धारीं विवेकु जयांचा ।
बुडाला वोघु गंगेचा । सिंधूमाजीं जैसा ॥२९९॥

गंगेचा ओघ जाऊन । समुद्रा मिळतो तद्रूप होऊन ।
आत्मज्ञानींचा विवेक जाई होऊन । आत्म्यात तद्रूप ॥२९९॥

४ (जन्म नाही)

पैं आघवेंचि आपुलेंपणें । नुरेचि जया अभिलाषणें ।
जैसें येथूनि पर्‍हां जाणें । आकाशा नाहीं ।।३००।।
जाण विश्वस्वरूपाची । न राही इच्छा विषयाची ।
जशी दुसरीकडे जाण्याची । आकाशा गरज नाही ।।३००।।
जैसा अग्नीचा डोंगरु । नेघे कोणी बीजअंकुरु ।
तैसा मनीं जयां विकारु । उदैजेना ।।३०१।।
जसे अग्नीच्या डोंगरावर । न फुटे बीजा अंकुर ।
तसा मनी न उत्पन्न होई विकार । आत्मज्ञान प्रगटता ।।३०१।।
जैसा काढिलिया मंदराचळु । राहे क्षीराब्धि निश्चळु ।
तैसा नुठी जयां सळू । कामोर्मीचा ।।३०२।।
मंदाराची काढता रवि । क्षीरसागर शांत होई ।
तशी कामवासना निर्माण न होई । आत्मज्ञान प्राप्त होता ।।३०२।।
चंद्रमा कळीं धाला । न दिसे कोणें आंगीं वोसावला ।
तेवीं अपेक्षेचा अवखळा । न पडे जयां ।।३०३।।
चंद्रकलेने होता पूर्ण । न राही कोणत्या बाजूने न्यून ।
तशी कोणतीच इच्छा न होई निर्माण । आत्मप्राप्ती होता ।।३०३।।
हें किती बोलूं असांगडें । जेवीं परमाणु नुरे वायूपुढें ।
तैसें विषयाचें नावडे । नांवचि जयां ।।३०४।।
किती मी निरूपणू । न टिकती वाऱ्यापुढे परमाणू ।
तसे न आवडे विषय जणू । ज्ञानी पुरुषा ।।३०४।।
एवं जे जे कोणी ऐसे । केले ज्ञानाग्नि हुताशें ।
ते तेथ मिळती जैसें । हेमीं हेम ।।३०५।।
असा जो जो कोणी । प्राशन करी ज्ञानाग्नी ।
जसे सोन्यात सोने मिसळणी । तसे ऐक्य पावतात ।।३०५।।
तेथ म्हणिजे कवणें ठाईं । ऐसेंही पुससी कांहीं ।
तरी तें पद गा नाहीं । वेंचु जया ।।३०६।।
ते ठिकाण कोणते असेल । असे तू विचारशील ।
जे कधीही नाश न पावेल । असे ते ठिकाण ।।३०६।।
दृश्यपणें देखिजे । कां ज्ञेयत्वें जाणिजे ।
अमुकें ऐसें म्हणिजे । तें जें नव्हे ।।३०७।।
जे डोळ्यांना दिसेल । जाणले तर समजेल ।
ते वस्तूप्रमाणे असेल । असे नाही ।।३०७।।
पै दीपाचिया बंबाळीं । कां चंद्र हन जें उजळी ।
हें काय बोलों अंशुमाळी । प्रकाशी जें ।।३०८।।
दिवा भडकता दिसते । चंद्र प्रकाशात उजळते ।
सूर्यामुळे प्रकाशते । असे जे आहे ।।३०८।।
तें आघवेंचि दिसणें । जयाचें कां न देखणें ।
विश्व भासतसे जेणें । लपालेनी ।।३०९।।
जे संपूर्ण दिसणे । तेच जे न पाहणे ।
ज्यात असे भासणे । की विश्व लपले ।।३०९।।
जैसें शिंपीपण हारपे । तंव तंव खरें होय रुपें ।
कां दोरी लोपतां सापें । फार होइजे ।।३१०।।
शिंपली शिंप हरपते । त्यावरील रूपे खरे भासते ।
दोरीमध्ये दिसते । सापाची प्रतीती ।।३१०।।
तैसीं चंद्रसूर्यादि थोरें । इयें तेजें जियें फारें ।
तियें जयाचेनि आंधारें । प्रकाशती ।।३११।।
चंद्रसूर्याची महानता । ज्या तेजामुळे दिसता ।
ते जिथे प्रकाशता । त्या अंधारात ।।३११।।
ते वस्तु कीं तेजोराशी । सर्वभूतात्मक सरिसी ।
चंद्रसूर्यांच्या मानसीं । प्रकाशे जे ।।३१२।।
ती दिव्य तेजाची राशी । जी चंद्रसूर्याच्या मानसी ।
सर्वत्र समप्रमाणात असशी । भूतमात्रांमध्ये ।।३१२।।
म्हणौनि चंद्रसूर्य कडवसां । पडती वस्तूच्या प्रकाशा ।
यालागीं तेज जें तेजसा । तें वस्तूचें आंग ।।३१३।।
चंद्रसूर्याचे कवडसे । पडती याच्या प्रकाशे ।
यात जे तेज भरले असे । ते या स्वरूपामुळे ।।३१३।।
आणि जयाच्या प्रकाशीं । जग हारपे चंद्रार्केसीं ।
सचंद्र नक्षत्रें जैसीं । दिनोदयीं ।।३१४।।
त्या ज्ञानाच्या प्रकाशात । चंद्र, सूर्य, विश्व हरपतात ।
जशी नक्षत्रे लोपतात । सूर्य उगवल्यावर ।।३१४।।
नातरी प्रबोधलिये वेळे । ते स्वप्नींची डिंडिमा मावळे ।
कां नुरेचि सांजवळे । मृगतृष्णिका ।।३१५।।
जेव्हा जाग येई । स्वप्नांचा पसारा नष्ट होई ।
मृगजळ आपोआप जाई । सायंकाळ होता ।।३१५।।
तैसा जिये वस्तूच्या ठायीं । कोण्हीच कां आभासु नाहीं ।
तें माझें निजधाम पाहीं । पाटाचें गा ।।३१६।।
किंवा ज्या वस्तूंच्या ठायी । कोणताच आभास नाही ।
तेच माझे निजधाम पाही । मुख्यत्वे करून ।।३१६।।
पुढती जे तेथ गेले । ते न घेतीच माघौतीं पाउलें ।
महोदधीं कां मिनले । स्रोत जैसे ।।३१७।।
जे जिथे पोहोचले । ते मागे न घेती पाऊले ।
जसे महासागरा मिळाले । नदीचे पाणी परतत नाही ।।३१७।।

कां लवणाची कुंजरी । सूदलिया लवणसागरीं ।
होयची ना माघारी । परती जैसी ।।३१८।।
मिठाची हत्तीण बनवली । ती समुद्रात घातली ।
तशी न बनली । पुन्हा हत्तीण ।।३१८।।
नाना गेलिया अंतराळा । न येतीचि वन्हिज्वाळा ।
नाहीं तप्तलोहौनि जळा । निघणें जेवीं ।।३१९।।
ज्वाळा अंतराळी जाती । परतून माघारी न येती ।
तसे मागे न परतून येती । तप्त लोखंडावरील थेंब ।।३१९।।
तेवी मजसीं एकवाट । जे जाले ज्ञानें चोखट ।
तयां पुनरावृत्तीची वाट । मोडली गा ।।३२०।।
शुद्ध आत्मज्ञानामुळे । जे माझ्याशी एकरूपले ।
ते वाटेने नाही परतले । पुनर्जन्माच्या ।।३२०।।
तेथ प्रज्ञापृथ्वीचा रावो । पार्थु म्हणे जी जी पसावो ।
परी विनंती एकी देवो । चित्त देतु ।।३२१।।
ज्ञानपृथ्वीचा राजा अर्जुन । म्हणे मज सांगितले ज्ञान ।
माझ्याकडे द्यावे अवधान । एक विनंती आहे ।।३२१।।
तरी देवेंसि स्वयें एक होती । मग माघौते जे न येती ।
ते देवेंसि भिन्न आथी । कीं अभिन्न जी ।।३२२।।
जे देवस्वरूप होती । ते माघारी न येती ।
ते देवापासून भिन्न असती । की अभिन्न? ।।३२२।।
जरी भिन्नचि अनादिसिद्ध । तरी न येती हें असंबद्ध ।
जे फुलां गेलें षट्पद । ते फुलेंचि होती पां? ।।३२३।।
भिन्न असून जो मागे न येतो । हा विचार असंभव वाटतो ।
भ्रमर मकरंद पिण्यास जातो । तो फूल होतो काय? ।।३२३।।
पैं लक्षाहूनि अनारिसे । बाण लक्षीं शिवोनि जैसे ।
मागुते पडती तैसे । येतीचि ते ।।३२४।।
लक्ष्याहून वेगळे बाण । परतती लक्ष्याला वेधून ।
तसे ते देवत्वाला स्पर्शून । माघारी येत असतील ।।३२४।।
नातरी तूंचि ते स्वभावें । तरी कोणें कोणासि मिळावें ।
आपणयासी आपण रुपावें । शस्त्रें केवीं? ।।३२५।।
किंवा ते तूच असतील । मग कोण कोणा मिळतील? ।
शस्त्र स्वत:लाच मारू शकेल । का शस्त्राने? ।।३२५।।
म्हणौनि तुजसी अभिन्नां जीवां । तुझा संयोगवियोगु देवा ।
नये बोलों अवयवां । शरीरेंसीं ।।३२६।।
जसा शरीराचे ठायी । अवयवांचा संयोग-वियोग न होई ।
तसा तुझ्याशी न होई । अभिन्नांचा संयोग-वियोग ।।३२६।।

आणि जे सदां वेगळे तुजसीं । तयां मिळणीं नाहीं कोणे दिवशीं ।
मा येती न येती हे कायसी । वायबुद्धि? ।।३२७।।
जे भिन्न असती । ते तुझ्याशी ऐक्य न पावती ।
मग ते येती जाती । हे बोलणे व्यर्थ नव्हे काय? ।।३२७।।
तरी कोण गा ते तूंतें । पावोनि न येती माघौते ।
हे विश्वतोमुखा मातें । बुझावीं जी ।।३२८।।
कोण ऐक्य पावती । अन् माघारी न येती ।
हे विश्ववदन लक्ष्मीपती । मला समजावून सांग ।।३२८।।
इये आक्षेपीं अर्जुनाचा । तो शिरोमणि सर्वज्ञांचा ।
तोषला बोध शिष्याचा । देखोनियां ।।३२९।।
अर्जुनाची शंका ऐकून । तो सर्वज्ञ शिरोमणी श्रीकृष्ण ।
शिष्याचा बोध बघून । समाधान पावले ।।३२९।।
मग म्हणे गा महामती । मातें पावोनि न येती पुढती ।
ते भिन्नाभिन्न रीती । आहाती दोनी ।।३३०।।
म्हणती बुद्धिमान अर्जुन । जे जन्मती ऐक्य पावून ।
ते भिन्न आणि अभिन्न । असे दोन्ही आहेत ।।३३०।।
जैं विवेकें खोल पाहिजे । तरी मी तेचि ते सहजें ।
ना आहाचवाहाच तरी दुजे । ऐसेही गमती ।।३३१।।
सूक्ष्म ज्ञानाने पाहता । ते मीच आहे स्वरूपत: ।
पण वरवर देखता । ते भिन्न वाटती ।।३३१।।
जैसे पाणियावरी वेगळ । तळपतां दिसती कल्लोळ ।
एऱ्हवीं तरी निखिळ । पाणीचि तें ।।३३२।।
पाण्यावर लाटा येती । पाण्याहून वेगळ्या दिसती ।
प्रत्यक्षात त्या असताती । पाणीच ।।३३२।।
कां सुवर्णाहुनि आनें । लेणीं गमती भिन्नें ।
मग पाहिजे तंव सोनें । अवघेंचि तें ।।३३३।।
सोन्याहुनि वेगळे । अलंकार दिसती निराळे ।
पण खरे तर ते सगळे । सोनेच असते ।।३३३।।
तैसें ज्ञानाचिये दिठी । मजसीं अभिन्नचि ते किरीटी ।
येर भिन्नपण तें उठी । अज्ञानास्तव ।।३३४।।
पाहता ज्ञानदृष्टीते । ते अभिन्न आहेत वाटते ।
जे भिन्नत्व दिसते । ते अज्ञानामुळे ।।३३४।।
आणि साचोकारेनि वस्तुविचारें । कैचें मज एकासि दुसरें ।
जें भिन्नाभिन्नव्यवहारें । उमसिजेल ।।३३५।।
परमात्म दृष्टीच्या विचाराने । एकास दुसरे वाटणे ।
भिन्नअभिन्न व्यवहाराने । हे समजावता येईल? ।।३३५।।

आघवेंचि आकाश सूनि पोटीं । बिंबचि जैं आते खोटी ।
तैं प्रतिबिंब कें उठी । कें रश्मि शिरे? ।।३३६।।

आकाश पोटात घालून । सूर्याने ब्रह्मांड टाकले व्यापून ।
तर बिंब अन् किरणे कोठून । दिसून येतील ।।३३६।।

कां कल्पांतीचिया पाणिया । काय वोत भरिती धनंजया? ।
म्हणौनि कैंचे अंश अविक्रिया । एका मज ।।३३७।।

कल्पातांच्या पाण्याने होय । ओतच भरती काय धनंजय? ।
माझ्या अविकारी मनात काय । हे भेद कुठे असती? ।।३३७।।

परी ओघाचेनि मेळें । पाणी उजू परी वांकुडें जालें ।
रवी दुजेपण आलें । तोयबगें ।।३३८।।

पाणी सरळ असते । पण ओघामुळे वाकडे वाटते ।
तसेच सूर्याचे दुसरे बिंब दिसते । पाण्यामुळे ।।३३८।।

व्योम चौफळें कीं वाटोळें । हें ऐसें कायिसयाही मिळे ।
परी घटमठीं वेंटाळें । तैसेंही आथी ।।३३९।।

आकाश चौकोनी की वाटोळे । हे पाहता न कळे ।
घरात मठात ते सगळे । तसेच दिसते ।।३३९।।

हां गा निद्रेचेनि आधारें । काय एकलेनि जग न भरे? ।
स्वप्नींचेनि जैं अवतरे । रायपणें ।।३४०।।

कोणी झोपेत असतो । ऐश्वर्याने जग भरतो ।
स्वप्नात तो अवतरतो । राजा म्हणून ।।३४०।।

कां मिनलेनि किडाळें । वानिभेदासि ये सोळें ।
तैसा स्वमायें वेंटाळें । शुद्ध जैं मी ।।३४१।।

सोन्यात किडाळ मिसळताही । चोखपणा कमी होई ।
तसा मायेने मी ओढाळला जाई । जो शुद्ध आहे ।।३४१।।

तैं अज्ञान एक रूढे । तेणें कोहंविकल्पाचे मांडें ।
मग विवरूनि कीजे फुडें । देहो मी ऐसें ।।३४२।।

अज्ञान वाढत जाई । कोऽहम्‌चा विकल्प येई ।
अशावेळी मनाचे ठायी । मी म्हणजे देह वाटते ।।३४२।।

ऐसें शरीराचि येवढें । जैं आत्मज्ञान वेगळें पडे ।
तैं माझा अंशु आवडे । थोडेपणें ।।३४३।।

शरीर म्हणजे आपण हे ज्ञान । वेगळे होते आत्मज्ञान ।
जीव हा माझा अंश वाटून । मर्यादा येते ।।३४३।।

समुद्र कां वायुवशें । तरंगाकार उल्लसे ।
तो समुद्रांशु ऐसा दिसे । सानिवा जेवीं ।।३४४।।

वाऱ्यामुळे समुद्रावर । लाटा येती तरंगाकार ।
तो वाटे लहानसा सागर । त्याचा अंश आहे वाटते ।।३४४।।

तेवीं जडातें जीवविता । देहअहंता उपजविता ।
मी जीव गमें पंडुसुता । जीवलोकीं ।।३४५।।

त्या देहाला हे अर्जुन । अहंकार निर्माण होऊन ।
त्याचा चालक मीच असून । या मृत्युलोकात ।।३४५।।

पै जीवाचिया बोधा । गोचरु जो हा धांदा ।
तो जीवलोकशब्दा । अभिप्रावो ।।३४६।।

जो हा निरंतर । चालतसे कर्मव्यापार ।
त्यालाच नाव तर । जीवलोक ।।३४६।।

अगा उपजणें निमणें । हें साचचि जें कां मानणें ।
तो जीवलोकु मी म्हणें । संसारु हन ।।३४७।।

जन्मा येणे मरणे । हेच सत्य मानणे ।
त्यालाच मी म्हणे । जीवलोकी संसार ।।३४७।।

एवंविध जीवलोकीं । तूं मातें ऐसा अवलोकीं ।
जैसा चंद्रु कां उदकीं । उदकातीत ।।३४८।।

या जीवलोकी मजलाही । तू सूक्ष्म नजरेने पाही ।
जसे चंद्रबिंब पाण्यात असूनही । वेगळे असते ।।३४८।।

पैं काश्मीराचा रवा । कुंकुमावरी पांडवा ।
आणिका गमे लोहिवा । तो तरी नव्हे ।।३४९।।

स्फटिक मणी शुभ्र असतो । कुंकुमावर लाल दिसतो ।
पण तो तसा नसतो । प्रत्यक्षात ।।३४९।।

तैसें अनादिपण न मोडे । माझें अक्रियत्व न खंडे ।
परी कर्ता भोक्ता ऐसें आवडे । ते जाण गा भ्रांती ।।३५०।।

तसे माझे अनादिपण जात नाही । अकर्मपण सोडत नाही ।
मानणे मी कर्ता-भोक्ताही । पण तो भ्रम ।।३५०।।

किंबहुना आत्मा चोखटु । होऊनि प्रकृतीसी एकवटु ।
बांधे प्रकृतिधर्माचा पाटु । आपणपयां ।।३५१।।

आत्मा शुद्ध असतो । प्रकृतीशी एकवटतो ।
तिच्या धर्माचा स्वीकार करतो । आपल्या आपण ।।३५१।।

पैं मनादि साही इंद्रियें । श्रोत्रादि प्रकृतिकार्यें ।
तियें माझीं म्हणौनि होये । व्यापारारूढ ।।३५२।।

मन आणि पंचेंद्रिये । यांची स्वाभाविक कार्ये ।
माझीच समजून विषये । कार्य करती ।।३५२।।

जैसें स्वप्नीं परिव्राजें । आपणपयां आपण कुटुंब होईजे ।
मग तयाचेनि धांविजे । मोहे सैरा ।।३५३।।

जसे संन्यासी माणसाने । आपणच बायको-मुले होणे ।
त्या कुटुंबाच्या मोहाने । स्वैर धावावे ।।३५३।।

तैसा आपलिया विस्मृती । आत्मा आपणचि प्रकृती- ।
सारिखा गमोनि पुढती । तियेसीचि भजे ।।३५४।।
जसा जीवात्मा अज्ञानाने तो । आपणच प्रकृतिरूप मानतो ।
आणि तशीच सेवा करतो । विषयांची ।।३५४।।
मनाच्या रथीं वळघे । श्रवणाच्या द्वारें निघे ।
मग शब्दाचिया रिघे । रानामाजीं ।।३५५।।
मनाच्या रथावर बसतो । श्रवणाद्वारे निघतो ।
मग प्रवेश करतो । शब्दांच्या रानात ।।३५५।।
तोचि प्रकृतीचा वागोरा । करी त्वचेचिया मोहरा ।
आणि स्पर्शाचिया घोरा । वना जाय ।।३५६।।
प्रकृतीचा लगाम धरून । त्वचेच्या माध्यमातून ।
स्पर्शाच्या द्वारातून । घोर अरण्यात शिरतो ।।३५६।।
कोणे एके अवसरीं । रिघोनि नेत्राच्या द्वारीं ।
मग रूपाच्या डोंगरी । सैरा हिंडे ।।३५७।।
मग कधीतरी । जाऊन नेत्राद्वारी ।
रूपाच्या डोंगरी । सैरावैरा हिंडतो ।।३५७।।
कां रसनेचिया वाटा । निघोनि गा सुभटा ।
रसाचा दरकुटा । भरोंचि लागे ।।३५८।।
रसनेच्या वाटेने जाऊन । अनेक अन्नरस पिऊन ।
जेवणाने टाकतो भरून । पोटाची गुहा ।।३५८।।
नातरी येणेंचि घ्राणें । जैं देहांशु करी निघणें ।
मग गंधाचीं दारुणें । आडवें लंघी ।।३५९।।
किंवा नाकाच्या दारातून । जीव बाहेर निघून ।
जातो ओलांडून । गंधाची वने ।।३५९।।
ऐसेनि देहेंद्रियनायकें । धरूनि मन जवळिकें ।
भोगिजती शब्दादिकें । विषयभरणें ।।३६०।।
देह इंद्रियांचा स्वामी तो । मनाशी जवळीक साधतो ।
आणि भोगत राहतो । शब्दादिक विषयांचे समुदाय ।।३६०।।
परी कर्ता भोक्ता ऐसें । हें जीवाचे तैंचि दिसे ।
जैं शरीरीं कां पैसे । येकाधिये ।।३६१।।
कर्ता-भोक्ता असे । जीवाचे स्वरूप दिसे ।
जेव्हा तो देहात प्रवेशत असे । कर्मानुसार ।।३६१।।
जैसा आथिला आणि विलासिया । तैंचि वोळाखों ये धनंजया ।
जैं राजसेव्या ठाया । वस्तीसि ये ।।३६२।।
एखादा पुरुष विलासी ऐश्वर्यासंपन्न । हे कळते तेव्हाच जाण ।
जेव्हा त्याचं राहणं । राजधानीत असेल ।।३६२।।
तैसा अहं-कर्तृत्वाचा वाढु । कां विषयेंद्रियांचा धुमाडु ।
हा जाणिजे तैं निवाडु । जैं देह पाविजे ।।३६३।।
अहंकार वाढत जातो । विषय इंद्रियांचा धुमाकूळ होतो ।
जेव्हा देह धारण करतो । एखादा जीव ।।३६३।।
अथवा शरीरातें सांडी । तऱ्ही इंद्रियांची तांडी ।
हे आपणपयांसवें काढी । घेऊनि जाय ।।३६४।।
जेव्हा तो शरीर त्यागतो । मन इंद्रियांचा समूह तो ।
घेऊनच जातो । आपल्यासोबत ।।३६४।।
जैसा अपमानिला अतिथी । ने सुकृताची संपत्ति ।
कां साइखडेयाची गती । सूत्रतंतू ।।३६५।।
जसा अपमानित अतिथी । नेतो पुण्याईची संपत्ती ।
जशी थांबते बाहुल्यांची गती । दोरा काढता ।।३६५।।
नाना मावळतेनि तपनें । नेइजती लोकांचीं दर्शनें ।
हें असो दूरुती पवनें । नेईजे जैसी ।।३६६।।
सूर्य अस्ताला जातो । लोकांची दृष्टी नेतो ।
किंवा वारा घेऊन वाहतो । फुलांचा गंध ।।३६६।।
तेवीं मनःषष्ठां ययां । इंद्रियांतें धनंजया ।
देहराजु ने देहा- । पासूनि गेला ।।३६७।।
देहाचा राजा जीव असतो । तो देहातून बाहेर पडतो ।
इंद्रियांचे संस्कार नेतो । मनासह ।।३६७।।
मग येथ अथवा स्वर्गीं । जेथ जे देह आपंगी ।
तेथ तैसेंचि पुढती पांगी । मनादिक ।।३६८।।
येथे किंवा स्वर्गात । जेथे देह होई प्राप्त ।
तिथे तो विस्तार करत । मन इंद्रिये आदिंचा ।।३६८।।
जैसा मालवलिया दिवा । प्रभेसि जाय पांडवा ।
मग उजळिजे तेथे तेधवां । तैसाचि फांके ।।३६९।।
दिवा मालवताही । तेजासह विझून जाई ।
पुन्हा लावला असताही । तसाच उजळतो ।।३६९।।
तरी ऐसैसिया राहाटी । अविवेकियांचे दिठी ।
येतुलें हें किरीटी । गमेंचि गा ।।३७०।।
जन्ममृत्यूच्या चक्रात । अविवेकींच्या दृष्टीत ।
हे असेच राही वाटत । जाण अर्जुना ।।३७०।।
जे आत्मा देहासि आला । आणि विषयो येणेंचि भोगिला ।
अथवा देहोनि गेला । हें साचचि मानिती ।।३७१।।
कारण आत्मा येता देही । विषय भोगून जाई ।
अविचारी हे सर्वही । खरे मानती ।।३७१।।

एऱ्हवीं येणें आणि जाणें । कां करणे हन भोगणें ।
हें प्रकृतीचें तेणें । मानियेलें ।।३७२।।
एरवी येणे जाणे । कर्म करणे वा भोगणे ।
हे प्रकृतीचे करणे । तो आत्म्याचे मानतो ।।३७२।।
परी देहाचें मोटकें उभें । आणि चेतना तेथ उपलभे ।
तिये चळवळेचेनि लोभें । आला म्हणती ।।३७३।।
देह जेथे होई उत्पन्न । तिथे प्रकटे चैतन्य ।
त्याच्या हालचालींवरून । आत्मा आला म्हणती ।।३७३।।
तैसेंचि तयां संगतीं । इंद्रियें आपलाला अर्थीं वर्तती ।
तया नांव सुभद्रापती । भोगणें जया ।।३७४।।
हे अर्जुना त्याच्या संगतीत । इंद्रिये विषय सेवीत ।
याला असे म्हणतात । जीव उपभोग घेतो ।।३७४।।
पाठी भोगक्षीण आपैसे । देह गेलिया ते न दिसे ।
तेथें गेला गेला ऐसें । बोभाती गा ।।३७५।।
भोग क्षीण होतो । देह नष्ट होतो ।
जीव गेला असा करतो । बोभाटा ।।३७५।।
पैं रुखु डोलतु देखावा । तरी वारा वाजतु मानावा ।
रुखु नसे तेथें पांडवा । नाहीं तो गा? ।।३७६।।
अर्जुना जेव्हा वृक्ष हालतो । काय तेव्हाच वारा असतो? ।
मग काय तेथे वारा नसतो । जेथे वृक्ष नाही ।।३७६।।
कां आरसा समोर ठेविजे । आणि आपणपें तेथ देखिजे ।
तरी तेधवांचि जालें मानिजे । काय आधीं नाहीं? ।।३७७।।
आरशात तोंड पाहावे । त्यात आपण दिसावे ।
काय तेव्हाच खरे मानावे । आपले अस्तित्व? ।।३७७।।
कां परतां केलिया आरिसा । लोपु जाला तया आभासा ।
तरी आपणपें नाहीं ऐसा । निश्चयो करावा? ।।३७८।।
आरसा बाजूला केला । चेहरा दिसेनासा झाला ।
मग काय संपून गेला ।, आपला वास ।।३७८।।
शब्द तरी आकाशाचा । परी कपाळीं पिटे मेघाचा ।
कां चंद्रीं वेगु अभ्राचा । आरोपिजे ।।३७९।।
'शब्द' हा आकाशाचा गुण । पण आरोपती मेघा सर्वजण ।
ढगांची गती बघून । चंद्र वेगे जातो म्हणती ।।३७९।।
तैसें होइजे जाइजे देहें । तें आत्मसत्ते अविक्रिये ।
निष्टंकिती गा मोहें । आंधळे ते ।।३८०।।
देह होई उत्पन्न । आत्मसत्तेचे अधिष्ठान ।
मला करती आरोपण । आंधळे लोक ।।३८०।।

येथ आत्मा आत्मयाच्या ठायीं । देखिजे देहींचा धर्मु देहीं ।
ऐसे देखणें तें पाहीं । आन आहाती ।।३८१।।
आत्मा आत्मस्वरूपा ठायी । तो देहाचा धर्म पाही ।
अशा दृष्टीने जो पाही । ते वेगळेच ।।३८१।।
ज्ञानें कां जयाचे डोळे । देखोनि न राहती देहींचे खोळे ।
सूर्यरश्मी आणियाळे । ग्रीष्मीं जैसे ।।३८२।।
ज्यांचे ज्ञानाचे डोळे । जे न पाहती निव्वळ देहाचे खोळे ।
जशी सूर्याची प्रखर किरणदळे । भेदिती मेघपटला ।।३८२।।
तैसी विवेकाचेनि पैसें । जयांची स्फूर्ती स्वरूपीं बैसे ।
ते ज्ञानिये देखती ऐसें । आत्मयातें ।।३८३।।
करून विवेकविस्तार । ज्ञान होतसे स्थिर ।
तो ज्ञानी करे विचार । हा आत्मा आहे ।।३८३।।
जैसें तारांगणीं भरलें । गगन समुद्रीं बिंबलें ।
परी तें तुटोनि नाहीं पडलें । ऐसें निवडे ।।३८४।।
तारकांनी आकाश भरले । सागरात प्रतिबिंब उमटले ।
पण ते तुटून नाही पडले । हे निश्चित मानतो ।।३८४।।
गगन गगनींचि आहे । हें आभासे ते वाये ।
तैसा आत्मा देखती देहें । गंवसिलाही ।।३८५।।
आकाश आकाशीच राहते । प्रतिबिंब खोटे दिसते ।
आत्म्याला देहाची गवसणी असते । असे ज्ञानी जाणती ।।३८५।।
खळाळाच्या लगबगी । फेडूनि खळाळाच्या भागीं ।
देखिजे चंद्रिका कां उगी । चंद्रीं जेवीं ।।३८६।।
निर्झर खळखळ वाहती । त्यात चंद्राचे तुकडे दिसती ।
चंद्र जेव्हा डोळे पाहती । तो पूर्ण दिसतो ।।३८६।।
कां नाडरचि भरे शोषें । सूर्यु तो जैसा तैसाचि असे ।
देह होतां जातां तैसें । देखती मातें ।।३८७।।
भरल्या डबक्यात सूर्य दिसे । पण तो तिथल्या तिथे असे ।
देह येत-जात असे । पण मला स्थिर पाहती ।।३८७।।
घटु मठु घडले । तेचि पाठीं मोडले ।
परी आकाश तें संचलें । असतचि असे ।।३८८।।
घट मठ बनवले । आणि ते मोडले ।
तरी आकाश राहिले । जसेच्या तसे ।।३८८।।
तैसें अखंडे आत्मसत्ते । अज्ञानदृष्टि कल्पितें ।
हें देहचि होतें जातें । जाणती फुडें ।।३८९।।
जसे अखंड आत्मसत्तेवरी । अज्ञानी दृष्टी कल्पिते जरी ।
देह निर्माण नाश पावती तरी । हे जाणती पुढे ।।३८९।।

चैतन्य चढे ना वोहटे । चेष्टवी ना चेष्टे ।
ऐसें आत्मज्ञानें चोखटें । जाणती ते ॥३९०॥
चैतन्य न वाढे न कमी होई । ते न करे न करवे काही ।
हे जाणती ज्यांना यथार्थही । आत्मज्ञान असते ॥३९०॥
आणि ज्ञानही आपैतें होईल । प्रज्ञा परमाणुही उगाणा घेईल ।
सकळ शास्त्रांचें येईल । सर्वस्व हातां ॥३९१॥
ज्ञानही आत्मसात होते । बुद्धी परमाणूंचा हिशेब घेते ।
सकल शास्त्रांमध्ये येते । निपुणता ॥३९१॥
परी ते व्युत्पत्ती ऐसी । जरी विरक्ती न रिगे मानसीं ।
तरी सर्वात्मका मजसीं । नव्हेचि भेटी ॥३९२॥
जरी अशी असेल विद्वत्ता । पण मनी नसेल विरक्तता ।
तर भेट न होई सर्वथा । माझ्या सर्वात्मक रूपाशी ॥३९२॥
पैं तोंड भरो कां विचारा । आणि अंतःकरणीं विषयांसि थारा ।
तरी नातुडें धनुर्धरा । त्रिशुद्धी मी ॥३९३॥
मुखी सर्व शास्त्रांचे पठण । मनात विषयांचे चिंतन ।
अशांना मी न राहे मिळून । हे त्रिवार सत्य ॥३९३॥
हां गा वोसणतयाच्या ग्रंथीं । काई तुटती संसारगुंती? ।
कीं परिवसलिया पोथी । वाचिली होय? ॥३९४॥
झोपेत ग्रंथज्ञान म्हटले । काय संसारबंधन तुटले? ।
पोथीला वस्त्रात गुंडाळले । तर वाचून होईल? ॥३९४॥
नाना बांधोनियां डोळे । घ्राणीं लाविजती मुक्ताफळें ।
तरी तयांचें काय कळे । मोल मान? ॥३९५॥
डोळे घातले बांधून । मोती पाहिला नाकाला लावून ।
तर तेज येईल कळून? । की मूल्य समजेल? ॥३९५॥
तैसा चित्तीं अहंते ठावो । आणि जिभे सकळशास्त्रांचा सरावो ।
ऐसेनि कोडी एक जन्म जावो । परी न पविजे मातें ॥३९६॥
चित्तामध्ये अहंकार ठेवला । सर्व शास्त्रे पाठ करता झाला ।
कोट्यवधी वेळा जन्म घेतला । तरी माझी प्राप्ती न होई ॥३९६॥
जो एक मी कां समस्तीं । व्यापकु असें भूतजाती ।
ऐक तिये व्याप्ती । रूप करूं ॥३९७॥
जो मी सर्व भूतमात्रात । व्यापक सम प्रमाणात ।
त्याचे स्वरूप करतो प्रकट । नीट ऐक ॥३९७॥
तरी सूर्यासकट आघवी । हे विश्वरचना जे दावी ।
ते दीप्ति माझी जाणावी । आद्यंतीं आहे ॥३९८॥
सूर्यासह संपूर्ण । विश्वरचना दावी प्रकाशकिरण ।
ते तेज माझे जाण । आधी आणि नंतरही ॥३९८॥

जल शोषूनि गेलिया सविता । ओलांश पुरवीतसे जे माघौता ।
ते चंद्री पंडुसुता । ज्योत्स्ना माझी ॥३९९॥
सूर्य पाणी शोषून घेई । रात्री पृथ्वीस ओलावा देई ।
ते चंद्राचे चांदणेही । माझेच आहे ॥३९९॥
आणि दहन–पाचनसिद्धी । करीतसे जे निरवधी ।
ते हुताशीं तेजोवृद्धी । माझीचि गा ॥४००॥
इंधनाच्या दहने अन्नरसाचे पचन । जे करी अमर्यादपणानं ।
ते अग्नीचे प्रखर तेजपण । माझेच आहे ॥४००॥
मी रिगोलों असें भूतळीं । म्हणौनि समुद्र महाजळीं ।
हे पांसूचि ढेंपुळी । विरेचिना ॥४०१॥
मी प्रवेशतो पृथ्वीमध्येही । म्हणून समुद्राच्या पाण्यातही ।
विरघळून जात नाही । ही मातीच्या ढेकळाएवढी पृथ्वी ॥४०१॥
आणि भूतेंही चराचरें । हे धरितसे जिये अपारें ।
तियें मीचि धरी धरें । रिगोनियां ॥४०२॥
ही पृथ्वीही चराचरात । भूतमात्रांना धारण करीत ।
ते मीच धरून ठेवीत । पृथ्वीत प्रवेशून ॥४०२॥
गगनीं मी पंडुसुता । चंद्राचेनि मिसें अमृता ।
भरला जालों चालता । सरोवरु ॥४०३॥
अर्जुना मीच आकाशात । जे अमृताने भरले असत ।
त्या चंद्राच्या रूपात । ते सरोवर झालो ॥४०३॥
तेथूनि फांकती रश्मिकर । ते पाट पेलूनि अपार ।
सर्वौषधींचे आगर । भरित असें मी ॥४०४॥
तेथून पसरती सूर्यकिरण । त्यांचे ओघ पेलून ।
वनस्पतींचे पोषण । मीच करतो ॥४०४॥
ऐसेनि सस्यादिकां सकळां । करीं धान्यजाती सुकाळा ।
दें अन्नद्वारां जिव्हाळा । भूतजातां ॥४०५॥
असे धान्यांचे करून पोषण । सर्वत्र समृद्धी करून ।
प्राणीमात्रांचे पोषण । मीच करतो ॥४०५॥
आणि निपजविलें अन्न । तरी तैसें कैचें दीपन ।
जेणें जिरूनि समाधान । भोगिती जीव ॥४०६॥
अन्न झाले निर्माण । तरी त्याचे पचन ।
होऊन जीवास समाधान । कसे मिळेल? ॥४०६॥
म्हणौनि प्राणिजातांच्या घटीं । करूनि कंदावरी आगिठी ।
दीप्ति जठरींही किरीटी । मीचि जालों ॥४०७॥
प्राणीमात्रांच्या शरीरात । बेंबीवर शेगडी पेटवत ।
जो अग्नी राही जठरात । तो मीच झालो ॥४०७॥

प्राणापानाच्या जोडभातीं । फुंकफुंकोनियां अहोराती ।
आटीतसे नेणों किती । उदरामाजीं ।।४०८।।
प्राण-अपानांचा भाता जोडून । दिवस-रात्र तो फुंकून ।
अन्न पचवितो पोटातून । हे कोणी न जाणे ।।४०८।।
शुष्कें अथवा स्निग्धें । सुपक्कें कां विदग्धें ।
परी मीचि गा चतुर्विधें । अन्नें पचीं ।।४०९।।
कोरडे अथवा ओले । कच्चे अथवा शिजलेले ।
अन्न असू दे कसले । मीच पचन करतो ।।४०९।।
एवं मीचि आघवे जन । जना निरवितें मीचि जीवन ।
जीवनीं मुख्य साधन । वन्हिही मीचि ।।४१०।।
मीच सगळे जन । सर्व जनांचे जीवन ।
जीवनाचे मुख्य साधन । अग्नीही मीच ।।४१०।।
आतां ऐसियाहीवरी काई । सांगों व्याप्तीची नवाई ।
येथ दुजें नाहींचि घेईं । सर्वत्र मी गा ।।४११।।
आणखी सांगावे काही । माझी व्यापकतेची नवलाई ।
त्यावाचून दुसरे काही नाही । सर्वत्र मीच आहे ।।४११।।
तरी कैसेंनि पां वेखें । सदा सुखियें एकें ।
एकें तियें बहुदुःखें । क्रांत भूतें ।।४१२।।
या जगात असती । काही प्राणी सुखी काही दुःखी दिसती ।
सर्व व्यापलेले असती । या योगे ।।४१२।।
जैसी सगळिये पाटणीं । एकेंचि दीपें दिवेलावणी ।
जालिया कां न देखणी । उरलीं एकें ।।४१३।।
एकाच नगरात । दिव्याने दिवे लावतात ।
काही जळती काही विझतात । असे कसे होईल? ।।४१३।।
ऐसी हन उखिविखी । करित आहासी मानसीं कीं ।
तरी परिस तेही निकी । शंका फेडूं ।।४१४।।
असे तर्क मनाशी । तू करून राहसी ।
त्यांचे निरसन ऐकसी । शंका फेडून घे ।।४१४।।
पैं आघवा मीचि असे । येथ नाहीं कीर अनारिसें ।
परी प्राणियांचिया उल्लासें । बुद्धि ऐसा ।।४१५।।
या विश्वात असे मीच । यात शंका नसे काहीच ।
त्यांच्या बुद्धीप्रमाणेच । मी त्यांना दिसतो ।।४१५।।
जैसें एकचि आकाशध्वनी । वाद्यविशेषीं आनानीं ।
वाजावें पडे भिन्नीं । नादांतरी ।।४१६।।
आकाशाचा एकच ध्वनी । पण विविध वाद्यांतुनी ।
भिन्न नादांच्या रूपांनी । तो बाहेर पडतो ।।४१६।।

कां लोकचेष्टीं वेगळाला । जो हा एकुचि भानु उदैला ।
तो आनानी परी गेला । उपयोगासी ।।४१७।।
सूर्य एकच उगवतो । पण भिन्न कर्माप्रमाणे तो ।
लोकांच्या उपयोगी पडतो । भिन्न प्रकारे ।।४१७।।
नाना बीजधर्मानुरूप । झाडीं उपजविलें आप ।
तैसें परिणमलें स्वरूप । माझें जीवां ।।४१८।।
पाणी हे ज्याप्रमाणे । वृक्षनिर्मिते बीजाप्रमाणे ।
तशी भिन्नजीवांच्या परिमाणे । माझे स्वरूप ।।४१८।।
अगा नेणा आणि चतुरा । पुढां निळयांचा दुसरा ।
नेणा सर्पत्वें जाला येरा । सुखालागीं ।।४१९।।
अज्ञानी अन् शहाण्यासमोर । नीलमण्यांचा दुपदरी हार ।
एका वाटे सर्प भयंकर । एक होई आनंदी ।।४१९।।
हें असो स्वातीचें उदक । शुक्तीं मोतीं व्याळीं विख ।
तैसा सज्ञानांसी मी सुख । दुःख तो अज्ञानांसी ।।४२०।।
स्वाती नक्षत्राचे पाणी । शिंपल्यात मोती, सर्पतोंडी विषकणी ।
तसा शहाण्याला मी सुखमणी । अज्ञानाला दुःख ।।४२०।।
एऱ्हवी सर्वांच्या हृदयदेशीं । मी अमुका आहे ऐसी ।
जे बुद्धि स्फुरें अहर्निशीं । ते वस्तु गा मी ।।४२१।।
सर्व प्राणिमात्रांच्या हृदयी । मी अमुक आहे हे ठायी ।
असे रात्रंदिवस ज्या बुद्धीपायी । ती बुद्धी मीच आहे ।।४२१।।
परी संतांसवें वसतां । योगज्ञानीं पैसतां ।
गुरुचरण उपासितां । वैराग्येंसीं ।।४२२।।
संतांच्या सवे राहता । योग ज्ञान अभ्यासता ।
वैराग्याने मुक्त होता । गुरुचरण सेवा करता ।।४२२।।
येणेंचि सत्कर्में । अशेषही अज्ञान विरमे ।
जयांचें अहं विश्रामे । आत्मरूपीं ।।४२३।।
या सत्कर्मापरते । अज्ञान नाहीसे होते ।
अहंकारादि लय पावते । आत्मस्वरूपात ।।४२३।।
ते आपेआप देखोनि देखीं । मियां आत्मेनि सदा सुखी ।
येथें मीवांचून अवलोकीं । आन हेतु असे? ।।४२४।।
ब्रह्मरूप आपोआप पाहती । साधक सुखी होती ।
प्राप्त होण्या अशी स्थिती । मजवाचून कोणी आहे? ।।४२४।।
अगा सूर्योदयो जालिया । सूर्यें सूर्यचि पहावा धनंजया ।
तेवीं मातें मियां जाणावया । मीचि हेतु ।।४२५।।
जेव्हा सूर्योदय होतो । त्या तेजात सूर्य पाहतो ।
मी कारणीभूत असतो । मला जाणण्या ।।४२५।।

ना शरीरपरातें सेवितां । संसारगौरवचि ऐकतां ।
देहीं जयांची अहंता । बुडोनि ठेली ।।४२६।।
देहाला आत्मा मानती । संसार कथा ऐकती ।
अशांच्या राहून संगती । देही आत्मभाव बुडतो ।।४२६।।
ते स्वर्गसंसारालागीं । धावतां कर्ममार्गीं ।
दु:खाच्या सेलभागीं । विभागी होती ।।४२७।।
होण्या स्वर्ग, संसारसुख प्राप्ती । कर्ममार्गाने धावती ।
त्यांना होते प्राप्ती । शेलक्या दु:खाची ।।४२७।।
परी हेंही होणें अर्जुना । मजचिस्तव तया अज्ञाना ।
जैसा जागताचि हेतु स्वप्ना । निद्रेतें होय ।।४२८।।
ही स्थिती त्यांना अर्जुन । प्राप्त होते मजपासून ।
जसा स्वप्न अन् निद्रेला कारण । जागा असलेला माणूस ।।४२८।।
पैं अभ्रें दिवसु हरपला । तोहि दिवसेंचि जाणो आला ।
तेवीं मी नेणोनि विषयो देखिला । मजचिस्तव भूतीं ।।४२९।।
दिवसा ढगांनी अंधारले । ते समजते उजेडामुळे ।
मला न जाणता विषय भोगले । तेही माझ्यामुळेच ।।४२९।।
एवं निद्रा कां जागणिया । प्रबोधुचि हेतु धनंजया ।
तेवीं ज्ञाना अज्ञाना जीवांचिया । मीचि मूळ ।।४३०।।
निद्रा अथवा जागेपण । याला ज्ञानच कारण ।
जीवांचे ज्ञान वा अज्ञान । मीच कारणीभूत ।।४३०।।
जैसें सर्पत्वा कां दोरां । दोरुचि मूळ धनुर्धरा ।
तैसा ज्ञाना अज्ञानाचिया संसारा । मियांचि सिद्धु ।।४३१।।
सर्प की दोर समोर । या आभासा कारण दोर ।
तसा ज्ञान अज्ञान संसार । यास मी अधिष्ठानभूत ।।४३१।।
म्हणौनि जैसा असें तैसया । मातें नेणोनि धनंजया ।
वेदु जाणो गेला तंव तया । जालिया शाखा ।।४३२।।
म्हणून जसा आहे तसा मला । वेदांनी जाणण्याचा प्रयत्न केला ।
त्यांच्या चार शाखा झाल्या । धनंजया त्यामुळे ।।४३२।।
तरी तिहीं शाखाभेदीं । मीचि जाणिजे त्रिशुद्धी ।
जैसा पूर्वापरानदी । समुद्रचि ठी ।।४३३।।
त्या शाखाभेदांतूनही । मीच जाणला जाई ।
जसा पूर्व पश्चिम नद्यांनाही । समुद्र एकच आश्रयस्थान ।।४३३।।
आणि महासिद्धांता– पासी । श्रुति हारपती शब्देंसीं ।
जैसिया सगंधा आकाशीं । वातलहरी ।।४३४।।
या महासिद्धान्तापाशी । वेदांचे शब्द हरपती ।
जशा विरून जाती आकाशी । सुगंधी वाऱ्याच्या लहरी ।।४३४।।

तैसें समस्तही श्रुतिजात । ठाके लाजिलें ऐसें निवांत ।
तें मीचि करीं यथावत । प्रकटोनियां ।।४३५।।
सर्व श्रुती ब्रह्मास लाजून । निवांत राहती बसून ।
तेव्हा मीच प्रकट होऊन । सारे यथास्थित करतो ।।४३५।।
पाठीं श्रुतिसहित अशेष । जग हारपे जेथ नि:शेष ।
तें निजज्ञानही चोख । जाणता मीचि ।।४३६।।
श्रुतींसहित सर्व विश्व शेष । लय पावते नि:शेष ।
तेव्हा मीच जाणतो विशेष । शुद्ध ब्रह्मज्ञान ।।४३६।।
जैसें निदेलिया जागिजे । तेव्हां स्वप्नींचें कीर नाहीं दुजें ।
परी एकत्वही देखों पाविजे । आपलेंचि ।।४३७।।
झोपेतून जाग येते । स्वप्नातील द्वैत लोपते ।
तसे एकत्वही दिसते । आपणांतले ।।४३७।।
तैसें आपलें अद्वयपण । मी जाणतसें दुजेनवीण ।
तयाही बोधाकारण । जाणता मीचि ।।४३८।।
तसे माझे अद्वैतरूपही । मीच जाणून घेई ।
त्याचा बोध होण्यासही । मीच ब्रह्मरूप कारण ।।४३८।।
मग आगी लागलिया कापुरा । ना काजळी ना वैश्वानरा ।
उरणें नाहीं वीरा । जयापरी ।।४३९।।
जसा कापूर जळून जातो । न काजळी न अग्नी उरतो ।
मागमूस न राहतो । तसे अर्जुना ।।४३९।।
तेवीं समूळ अविद्या खाये । तें ज्ञानही जैं बुडोनि जाये ।
तऱ्ही नाहीं कीर नोहे । आणि न साहे असणेंही ।।४४०।।
जे अविद्या समूळ नष्ट करते । ते ज्ञान जेव्हा ब्रह्मस्वरूपी बुडते ।
ते नाही न म्हणता येते । आहे ही न ।।४४०।।
पैं विश्व घेऊनि गेला मागेंसीं । तया चोरातें कवण कें गिवसी ? ।
जे कोणी एकी दशा ऐसी । शुद्ध ते मी ।।४४१।।
ज्याने विश्व चोरून न्यावे । त्या चोरा कुणी कुठे शोधावे ? ।
अशा अवस्थेत जे असावे । ते शुद्धत्व मीच ।।४४१।।
ऐसी जडाजडव्याप्ती । रूप करितां कैवल्यपती ।
ठीकेली निरूपहितीं । आपुल्या रूपीं ।।४४२।।
चराचरांत व्यापलेला । दृश्यादृश्यांत भरलेला ।
जसा श्रीकृष्ण सांगू लागला । आपल्या रूपाबद्दल ।।४४२।।
तो आघवाचि बोधु सहसा । अर्जुनीं उमटला कैसा ।
व्योमींचा चंद्रोदयो जैसा । क्षीरार्णवीं ।।४४३।।
या उपदेशाचा असा । अर्जुनाच्या मनी उमटे ठसा ।
पूर्ण चंद्र दिसे समुद्री जसा । आकाशीचा ।।४४३।।

कां प्रतिभिंतीं चोखटे । समोरील चित्र उमटे ।
तैसा अर्जुनें आणि वैकुंठें । नांदतसे बोधु ।।४४४।।
समोरील भिंतीवर ते । चित्राचे प्रतिबिंब उमटते ।
कृष्णा बोधाचे प्रतिबिंब ते । अर्जुनाच्या मनीं उमटले ।।४४४।।

तरी बाप वस्तुस्वभावो । फावे तंव तंव गोडिये थांवो ।
म्हणौनि अनुभवियांचा रावो । अर्जुन म्हणे ।।४४५।।
अनुभव श्रेष्ठ अर्जुन । म्हणे धन्य ते ज्ञान ।
घेतले स्वरूप समजून । की गोडी वाढते ।।४४५।।

जी व्यापकपण बोलतां । निरुपाधिक जें आतां ।
स्वरूप प्रसंगता । बोलिले देवो ।।४४६।।
जे व्यापकत्व सांगितले । प्रसंगानुरूप असलेले ।
ते आता वर्णन केले । निरूपाधिकतेचे देव म्हणाले ।।४४६।।

तें एक वेळ अव्यंगवाणें । कीजो कां मजकारणें ।
तेथ द्वारकेचा नाथु म्हणे । भलें केलें ।।४४७।।
अर्जुन म्हणे ते पुन्हा पूर्णत्वे । तुम्ही मला सांगावे ।
श्रीकृष्ण म्हणती स्वभावे । योग्य प्रश्न ।।४४७।।

पैं अर्जुना आम्हांहि वाडेंकोडें । अखंड बोलों आवडे ।
परी काय कीजे न जोडे । पुसतें एसें ।।४४८।।
अर्जुना आम्हालाही कौतुकाने । आवडते अखंड बोलणे ।
काय करावे असे प्रश्न विचारणे । कोणी करत नाही ।।४४८।।

आजि मनोरथांसि फळ । जोडलासि तूं केवळ ।
जे तोंड भरूनि निखळ । आलासि पुसों ।।४४९।।
आज इच्छा झाली सुफल । भेटलास तू केवळ ।
तोंड भरून निखळ । तू प्रश्न विचारतोस ।।४४९।।

जें अद्वैताहीवरी भोगिजे । तें अनुभवींच तूं विरजे ।
पुसोनि मज माझें । देतासि सुख ।।४५०।।
अद्वैताचा घेण्या आनंद । तू केलीस मदत सानंद ।
प्रश्न स्वरूपाचे संबंध । विचारून सुख दिलेस ।।४५०।।

जैसा आरिसा आलिया जवळां । दिसे आपणपें आपला डोळा ।
तैसा संवादिया तूं निर्मळा । शिरोमणी ।।४५१।।
आरसा जवळ घेऊन पाहता । आपले प्रतिबिंब दिसता ।
तू शुद्ध मनाने संवाद करता । मीच तुझ्यात दिसतो ।।४५१।।

तुवां नेणोनि पुसावें । मग आम्ही परिसऊं बैसावें ।
तो गा हा पाडु नव्हे । सोयरेया ।।४५२।।
कळले नाही म्हणून तू विचारावे । आम्ही ते सांगावे ।
हा अभिमान येथे न ठावे । हा प्रेमाचा संवाद ।।४५२।।

ऐसें म्हणौनि आलिंगिलें । कृपादृष्टी अवलोकिलें ।
मग देवो काय बोलिले । अर्जुनेंसी ।।४५३।।
असे म्हणून त्याला आलिंगले । कृपादृष्टीने पाहिले ।
मग देव अर्जुनाला काय बोलले । ते आता ऐका ।।४५३।।

पैं दोहीं वोठीं एक बोलणें । दोहीं चरणीं एक चालणें ।
तैसें पुसणें सांगणें । तुझें माझें ।।४५४।।
दोन्ही ओठांतून एकच बोलणे । दोन्ही पायांनी एकच चालणे ।
तसे तुझे विचारणे माझे सांगणे । एकच आहे ।।४५४।।

एवं आम्ही तुम्ही येथें । देखावें एका अर्थातें ।
सांगतें पुसतें येथें । दोन्ही एक ।।४५५।।
तू मी दोन असणे । पाहावे एकाच दृष्टीने ।
येथे विचारणे सांगणे । दोन्ही एकच आहे ।।४५५।।

ऐसा बोलत देवो भुलला मोहें । अर्जुनातें आलिंगूनि ठाये ।
मग बिहाला म्हणे नोहे । आवडी हे ।।४५६।।
असे म्हणून देव मोहले । अर्जुनाला मिठी मारून थांबले ।
मग भ्यायले, म्हणाले । हे प्रेम इथे योग्य नाही ।।४५६।।

जाले इक्षुरसाचे ढाळ । तरी लवण देणें किडाळ ।
जे संवादसुखाचे रसाळ । नासेल थितें ।।४५७।।
उसाच्या रसाच्या ढेपेत । मीठ घालता होते वाईट ।
तुझ्यामाझ्यात नसेल जर द्वैत । संवादसुख नासेल ।।४५७।।

आधींच आम्हां यया कांहीं । नरनारायणासी भिन्न नाहीं ।
परी आतां जिरो माझ्या ठाईं । वेगु हा माझा ।।४५८।।
आधीच आमच्या ठायी । आम्ही नर नारायण भिन्न नाही ।
पण आता माझ्यातच जिरून जाई । हे प्रेम ।।४५८।।

इया बुद्धी सहसा । श्रीकृष्ण म्हणे वीरेशा ।
पैं गा तो तुवां कैसा । प्रश्नु केला ।।४५९।।
असा विचार करून । श्रीकृष्ण म्हणे अर्जुन ।
तू कोणता केला प्रश्न । कोणत्या विषयी संबंधी ।।४५९।।

जो अर्जुन श्रीकृष्णीं विरत होता । तो परतोनिया मागुता ।
प्रश्नावळीची कथा । ऐकों आला ।।४६०।।
जो श्रीकृष्णात एकरूप होत होता । तो अर्जुन आला मागुता ।
ऐकण्या प्रश्नाचे उत्तर आता । सिद्ध झाला ।।४६०।।

तेथ सद्गदें बोलें । अर्जुनें जी जी म्हणितलें ।
निरुपाधिक आपुलें । रूप सांगा ।।४६१।।
इथे सद्गदित होऊन । म्हणाला अर्जुन ।
देवा मला द्या सांगून । तुमचे निरूपाचे रूप ।।४६१।।

यया बोला तो शारंगी । तेंचि सांगावयालागीं ।
उपाधी दोहीं भागीं । निरूपीत असे ।।४६२।।
हे ऐकून तो शारंगपाणी । तेच सांगाया लागुनी ।
दोन प्रकारच्या उपाधींनी । निरूपण करू लागले ।।४६२।।
पुसिलिया निरूपहित । उपाधि कां सांगे येथ ।
हें कोण्हाही प्रस्तुत । गमे जरी ।।४६३।।
अर्जुन निर्गुण विचारतो । श्रीकृष्ण सगुण सांगतो ।
असा प्रश्न जर उद्भवतो । कोणाच्या मनी तर .... ।।४६३।।
तरी ताकाचें अंश फेडणें । याची नांव लोणी काढणें ।
चोखाचियें शुद्धी तोडणें । कीडचि जेवीं ।।४६४।।
ताकातून वेगळा अंश काढती । यालाच लोणी म्हणती ।
सोन्याच्या शुद्धीसाठी । हिणकस लागे काढावे ।।४६४।।
बाबुळीचि सारावी हातें । परी पाणी तंव असे आइतें ।
अभ्रचि जावें गगन तें । सिद्धचि कीं ।।४६५।।
शेवाळ हाताने दूर केले । तर पाणी आयतेच निघाले ।
आकाशातून ढग गेले । आकाशच उरते ।।४६५।।
वरील कोंडियाचा गुंडाळा । झाडूनि केलिया वेगळा ।
कणु घेतां विरंगोळा । असे काई? ।।४६६।।
कोंडा काढून टाकला । झाडून वेगळा केला ।
धान्याने आक्षेप घेतला । असे होते का? ।।४६६।।
तैसा उपाधि उपहितां । शेवटु जेथ विचारितां ।
तें कोणातेंही न पुसतां । निरुपाधिक ।।४६७।।
स्वरूपावरील उपाधी काढता । सूक्ष्मपणे पाहता ।
न विचारताही कळता । ते शुद्ध स्वरूप असते ।।४६७।।
जैसें न सांगणेंवरी । बाळा पतीसी रूप करी ।
बोल निमालेपणें विवरी । अचर्चातें ।।४६८।।
कोणी पतीचे नाव विचारते । पत्नी लाजून गप्प राहते ।
तसे शब्द संपता अवर्णनीय दिसते । ते शुद्ध स्वरूप ।।४६८।।
पैं सांगणेया जोगें नव्हे । तेथिंचें सांगणें ऐसें आहे ।
म्हणौनि उपाधि लक्ष्मीनाहे । बोलिजे आदी ।।४६९।।
स्वरूप सांगता न येते । तेथे हेच सांगणे असते ।
उपाधीचे बोलणे करावे लागते । लक्ष्मीपती श्रीकृष्णाला ।।४६९।।
पाडिव्याची चंद्ररेखा । निरुती दावावया शाखा ।
दाविजे तेवीं औपाधिका । बोली इया ।।४७०।।
पाडव्याची कोर पाहण्याआधी । पाहावी लागे झाडाची फांदी ।
तशी सांगावी लागते उपाधी । निर्गुण भगवंत दाखवण्या ।।४७०।।

मग तो म्हणे गा सव्यसाची । पैं इये संसारपाटणींची ।
वस्ती साविया टांची । दुपुरुषीं ।।४७१।।
म्हणून हे कुंतीसुत । या संसारनगरात ।
थोडीच वस्ती असत । दोन पुरुषांची ।।४७१।।
जैसी आघवांचि गगनीं । नांदत दिवोरात्री दोन्ही ।
तैसे संसारराजधानी । दोन्हीचि हे ।।४७२।।
जसे आकाशात । दिवस रात्र दोघे नांदत ।
तसे संसार राजधानीत । हे दोघेच राहती ।।४७२।।
आणिकही तिजा पुरुषु आहे । परी तो या दोहींचें नांव न साहे ।
जो उदेला गांवेंसीं खाये । दोहींतें ययां ।।४७३।।
तिसरा एक पुरुष आहे । या दोघांचे नावही न साहे ।
संसाराला तो खाऊन राहे । उदय झाला असता ।।४७३।।
परी ते तंव गोठी असो । आधीं दोहींची हे परियेसों ।
जें संसारग्रामा वसों । आले असती ।।४७४।।
ती गोष्ट राहू दे भले । आधी हे दोघे आले ।
संसाराच्या गावात राहिले । त्याविषयी ऐक ।।४७४।।
एक आंधळा वेडा पंगु । येर सर्वांगें पुरता चांगु ।
परी ग्रामगुणें संगु । घडला दोघां ।।४७५।।
एक आंधळा, वेडा, पांगळा । दुसरा सर्वांगाने चांगला ।
दोघांच्यात संग घडला । संसारगावी राहिल्याने ।।४७५।।
तया एका नाम क्षरु । येरातें म्हणती अक्षरु ।
इहीं दोहींचि परी संसारु । कोंदला असे ।।४७६।।
एकाचे नाव क्षर । दुसऱ्याचे अक्षर ।
व्यापला आहे संसार । दोघांनीही ।।४७६।।
आतां क्षरु तो कवणु । अक्षरु तो किं लक्षणु ।
हा अभिप्रायो संपूर्णु । विवंचू गा ।।४७७।।
क्षर पुरुष हा कोण । अक्षराचे काय लक्षण ।
याचे विवेचन संपूर्ण । तुला सांगतो ।।४७७।।
तरी महदहंकारा- । लागुनियां धनुर्धरा ।
तृणांतींचा पांगोरा । वरी पैं गा ।।४७८।।
महत्तत्त्व धरून । अहंकार आदींपासून ।
गवताच्या काडीपर्यंत अर्जुन । सर्व काही ।।४७८।।
जें कांहीं सानें थोर । चालतें अथवा स्थिर ।
किंबहुना गोचर । मनबुद्धींसि जें ।।४७९।।
जो लहान थोर आहे । चल वा स्थिर राहे ।
विषय होऊन राहे । मन बुद्धीला ।।४७९।।

जेतुलें पांचभौतिक घडतें । जें नामरूपा सांपडतें ।
गुणत्रयाच्या पडतें । कामठां जें ।।४८०।।
जे होते पंचमहाभूतांपासून । सापडते नावरूपातून ।
आणि त्रिगुणाच्या टाकसाळीतून । जे बाहेर पडते ।।४८०।।
भूताकृतीचें नाणें । घडत भांगारें जेणें ।
काळासि जूं खेळणें । जिहीं कवडां ।।४८१।।
प्राण्यांच्या आकृतींचे नाणे । घडविते जे सोने ।
मग त्या द्रव्याने । काळ जुगार खेळे ।।४८१।।
जाणणेंचि विपरीतें । जें जें कांहीं जाणिजेतें ।
जें प्रतिक्षणीं निमतें । होऊनिया ।।४८२।।
विपरीत ज्ञानाने जे । जाणले जाते ते ।
जे प्रत्येक क्षणी निर्मिते । लय पावते ।।४८२।।
अगा काढूनि भ्रांतीचें दांग । उभवी सृष्टीचें आंग ।
हें असो बहु जग । जया नाम ।।४८३।।
भ्रांतीच्या अरण्यात शिरते । सृष्टीरूपी अवयव निर्मिते ।
त्याचे नाव जग असते । थोडक्यात सांगतो ।।४८३।।
पैं अष्टधा भिन्न ऐसें । जें दाविलें प्रकृतिमिसें ।
जें क्षेत्रद्वारां छत्तिसें । भागी केलें ।।४८४।।
जे आठ भिन्न प्रकाराने । दाखवले प्रकृतिवर्णनाने ।
दाखवले छत्तीस भागाने(भागांनी) । क्षेत्र जे ।।४८४।।
हें मागील सांगों किती । अगा आतांचि जें प्रस्तुतीं ।
वृक्षाकार रूपाकृती । निरूपिलें ।।४८५।।
मागील गोष्टी सांगू किती । आत्ताची जी प्रस्तुती ।
वृक्षरूपकाच्या पद्धती । मी निरूपण केले ।।४८५।।
तें आघवेंचि साकारें । कल्पुनी आपणपयां पुरें ।
जालें असें तदनुसारें । चैतन्यची ।।४८६।।
ते चैतन्य मानून राहे । मी असा पुरुष आहे ।
जो या जगात नटला आहे । स्थूल सूक्ष्म रूपात ।।४८६।।
जैसा कुहां आपणचि बिंबे । सिंह प्रतिबिंब पहातां क्षोभे ।
मग क्षोभला समारंभें । घाली तेथ ।।४८७।।
आडात प्रतिबिंब बघून । सिंह जाई संतापून ।
मग आवेशात येऊन । आडात उडी टाकतो ।।४८७।।
कां सलिलीं असतचि असे । व्योमावरी व्योम बिंबे जैसें ।
अद्वैत होऊनि तैसें । द्वैत घेपे ।।४८८।।
पाण्यात प्रतिबिंब पडते । आकाशी आकाश दिसते ।
तसे अद्वैत होऊन राहते । द्वैतासमान ।।४८८।।

अर्जुना गा यापरी । साकार कल्पूनि पुरीं ।
आत्मा विस्मृतीची करी । निद्रा तेथ ।।४८९।।
अर्जुना याप्रमाणे । साकार ध्येयाच्या कल्पनेने ।
स्वस्वरूपाच्या विस्मृतींने । आत्मा स्वस्थ निजतो ।।४८९।।
पैं स्वप्नीं सेजार देखिजे । मग पहुडणें जैसें तेथ कीजे ।
तैसें पुरीं शयन देखिजे । आत्मयासी ।।४९०।।
स्वप्नात अंथरूण पाहावे । त्यावरी निजावे ।
तसे देहपुरीत कल्पित असावे । आत्म्याचे निजणे ।।४९०।।
पाठीं तिये निद्रेचेनि भरें । मी सुखी दुःखी म्हरत घोरें ।
अहंममतेचेनि थोरें । वोसणाये सादें ।।४९१।।
त्या गाढ निद्रेमुळे । मी सुखी मी दुःखी बोले ।
घोरत मोठ्याने बरळे । मी – माझा असे शब्द ।।४९१।।
हा जनकु हे माता । हा मी गौर हीन पुरता ।
पुत्र वित्त कांता । माझें हें ना ।।४९२।।
हे माझे माता पिता । मी गोरा काळा दिसता ।
संपत्ती, पुत्र, कांता । ही माझीच असती ।।४९२।।
ऐसिया वेंघोनि स्वप्ना । धांवत भवस्वर्गाचिया राना ।
तया चैतन्या नाम अर्जुना । क्षर पुरुषु गा ।।४९३।।
अशा स्वप्नांवर स्वार होते । इहपरलोकींच्या रानी धावते ।
त्या चैतन्याचे नाव असते । क्षर हे अर्जुना ।।४९३।।
आतां ऐक क्षेत्रज्ञु येणें । नामें जयातें बोलणें ।
जग जीवु कां म्हणे । जिये दशेतें ।।४९४।।
आता क्षेत्रज्ञाचे काय होते । त्याला असे ओळखते ।
जग जीव म्हणते । या दशेला ।।४९४।।
जो आपुलेनि विसरें । सर्व भूतत्वें अनुकरें ।
तो आत्मा बोलिजे क्षरें । पुरुष नामें ।।४९५।।
आत्मस्वरूपाच्या विस्मृतीने तो । भूतमात्रात संचार करतो ।
तो आत्मा ओळखला जातो । क्षर या नावाने ।।४९५।।
जे तो वस्तुस्थिती पुरता । म्हणौनि आली पुरुषता ।
वरी देहपुरीं निदैजतां । पुरुषनामें ।।४९६।।
तो स्वरूपाने पूर्ण होत । म्हणून पुरुष नाम प्राप्त होत ।
तो निवास करी देहात । म्हणूनही पुरुष म्हणती ।।४९६।।
आणि क्षरपणाचा नाथिला । आळु यया ऐसेनि आला ।
जे उपाधींचि आतला । म्हणौनियां ।।४९७।।
तो क्षरपणाने भ्रमला । असा त्यावर आळ आला ।
उपाधीशी तादात्म्य पावला । म्हणून ।।४९७।।

जैसी खळाळीचिया उदका । सरसीं आंदोळे चंद्रिका ।
तैसा विकारां औपाधिका । ऐसाचि गमे ।।४९८।।
जसे खळखळ पाण्यात । चंद्रबिंब दिसे हालत ।
अनेक विकारांच्या उपाधीत । आत्मा तसाच भासतो ।।४९८।।
कां खळाळु मोटका शोषे । आणि चंद्रिका तैं सरशींच भ्रंशे ।
तैसा उपाधिनाशीं न दिसे । उपाधिकु ।।४९९।।
ते पाणी नाहीसे होते । मग चंद्रबिंबही लोप पावते ।
तसे चैतन्यही उपाधीरहित दिसते । उपाधींचा नाश होता ।।४९९।।
ऐसें उपाधीचेनि पाडें । क्षणिकत्व यातें जोडे ।
तेणें खोंकरपणें घडे । क्षर हें नाम ।।५००।।
उपाधीमुळे चैतन्यास । क्षणिकत्व होते प्राप्त ।
यामुळे उपाधीस । क्षर असे म्हणती ।।५००।।
एवं जीवचैतन्य आघवें । हें क्षर पुरुष जाणावें ।
आतां रूप करूं बरवें । अक्षरासी ।।५०१।।
सर्व जीव चैतन्यास पाहे । क्षर असे नाव आहे ।
आता जाणून घ्यावे । अक्षर रूप ।।५०१।।
तरी अक्षरु जो दुसरा । पुरुषु पैं धनुर्धरा ।
तो मध्यस्थु गा गिरिवरां । मेरु जैसा ।।५०२।।
दुसरा जो अक्षर पुरुष हे अर्जुन । तो मध्यभागी असून ।
जसा पर्वतांमध्ये दिसतो उठून । मेरुपर्वत ।।५०२।।
जे तो पृथ्वी पाताळ स्वर्गीं । इहीं न भेदे तिहीं भागीं ।
तैसा दोहीं ज्ञानाज्ञानांगीं । पडेना जो ।।५०३।।
पृथ्वी, स्वर्ग, पाताळा । तिहींत तो न जाई पाहिला ।
तसे ज्ञान अज्ञानासी कसला । तो संबंध करत नाही ।।५०३।।
ना यथार्थज्ञानें एक होणें । ना अन्यथात्वें दुजें घेणें ।
ऐसें निखिळ जे नेणणें । तेंचि तें रूप ।।५०४।।
यथार्थ ज्ञाने तो एक होत नाही । द्वैताचा स्वीकार करत नाही ।
असे निखळ अज्ञान दिसताही । तो अक्षराचे लक्षण मान ।।५०४।।
पांसुता निःशेष जाये । ना घटभांडादि होये ।
तया मृत्पिंडा ऐसें आहे । मध्यस्थ जें ।।५०५।।
मातीपणा पुरता जातो । घटाचाही आकार न येतो ।
तसा अक्षर मधल्या स्थितीत राहतो । मातीच्या गोळ्याप्रमाणे ।।५०५।।
पैं आटोनि गेलिया सागरु । मग तरंगु ना नीरु ।
तया ऐशी अनाकारु । जे दशा गा ।।५०६।।
समुद्र जर गेला आटुनी । न लाटा न पाणी ।
तशा आकाररहित स्थितीनी । तो अव्यक्त राहतो ।।५०६।।

पार्था जागणें तरी बुडे । परी स्वप्नाचें कांहीं न मांडे ।
तैसिये निद्रे सांगडें । न्याहाळणें जें ।।५०७।।
जागृती गेलेली असते । स्वप्नावस्था आलेली नसते ।
अशी जी अवस्था असते । तसे अक्षरा पाहावे ।।५०७।।
विश्व आघवेंचि मावळे । आणि आत्मबोधु तरी नुजळे ।
तिया अज्ञानदशे केवळे । अक्षरु नाम ।।५०८।।
जग मावळलेले असते । आत्मज्ञान कळलेले नसते ।
मध्ये जे अज्ञान असते । तिला अक्षर हे नाव ।।५०८।।
सर्वांकळीं सांडिलें जैसें । चंद्रपण उरे अंवसे ।
रूप जाणावें तैसें । अक्षराचें ।।५०९।।
अमावास्येला कला लोपते । तेव्हा चंद्राचे जे रूप असते ।
तसे अक्षराचे स्वरूप दिसते । ज्ञान-अज्ञानविरहित ।।५०९।।
पैं सर्वोपाधिविनाशें । हे जीवदशा जेथ पैसे ।
फळपाकांत जैसें । झाड बीजीं ।।५१०।।
जसे फळ पिकल्यावर वृक्ष तो । त्या बीजात प्रवेशतो ।
तसा उपाधींचा जेव्हा नाश होतो । तेंव्हा जीवदशा प्रविष्टते ।।५१०।।
तैसें उपाधी उपहित । थोकोनि ठाके जेथ ।
तयातें अव्यक्त । बोलती गा ।।५११।।
देहादी उपाधींसह ज्यात । जीव चैतन्य लीन होतात ।
त्याला अव्यक्त म्हणतात । हे जाण ।।५११।।
घन अज्ञान सुषुप्ती । तो बीजभावो म्हणती ।
येर स्वप्न हन जागृती । फळभावो तयाचा ।।५१२।।
पूर्ण अज्ञान निजलेले असते । ते बीजभाव राहते ।
स्वप्न-जागृती अवस्था असते । ती फलभाव होय ।।५१२।।
जयासी कां बीजभावो । वेदांती केला ऐसा आवो ।
तो तया पुरुषा ठावो । अक्षराचा ।।५१३।।
वेदांती ज्या स्थिती । बीजभाव संबोधती ।
ती असते वसती । अव्यक्त अक्षर पुरुषाची ।।५१३।।
जेथुनी अन्यथा ज्ञान । फांकोनि जागृती स्वप्न ।
नानाबुद्धीचें रान । रिगालें असे ।।५१४।।
जेथून विस्तारते अव्यक्त ज्ञान । जागृती स्वप्न होते निर्माण ।
ते गाठते द्वैत बुद्धीचे रान । तेथे प्रविष्टते ।।५१४।।
जीवत्व जेथुनी किरीटी । विश्व उठतचि उठी ।
ते उभय भेदांची मिठी । अक्षरु पुरुषु ।।५१५।।
अव्यक्तातून जीवत्व हे अर्जुन । विश्व कल्पनेस करी उत्पन्न ।
त्या दोहींचे साम्य कल्पून । अक्षर पुरुष जाणावा ।।५१५।।

येरु क्षरु पुरुषु कां जनीं । जिहीं खेळे जागृती स्वप्नीं ।
तिया अवस्था जो दोन्ही । वियाला गा ।।५१६।।
क्षर पुरुष जन्मतो । जागृती, स्वप्न उपभोग घेतो ।
दोन्ही अवस्था करतो । उत्पन्न ।।५१६।।
पैं अज्ञानघन-सुषुप्ती । ऐसेसी जे कां ख्याती ।
या उणी एकी प्राप्ती । ब्रह्माची जे ।।५१७।।
त्या अवस्थेला अज्ञान धन सुषुप्ती । असे सगळे म्हणती ।
जिच्यात उणीव राहती । ब्रह्मप्राप्तीची ।।५१७।।
साचचि पुढती वीरा । जरी न येतां स्वप्न जागरा ।
तरी ब्रह्मभावो साचोकारा । म्हणों येता ।।५१८।।
या निद्रावस्थेपासून जर । स्वप्न वा जागृती प्राप्त न होती तर ।
हिला होईल ब्रह्माची प्राप्ती साकार । असे निश्चित ।।५१८।।
परी प्रकृतिपुरुषें दोनी । अभ्रें जालीं जियें गगनीं ।
क्षेत्रक्षेत्रज्ञु स्वप्नीं । देखिला जियें ।।५१९।।
प्रकृती पुरुष हे दोन्ही । ढग येऊन निद्रेच्या गगनी ।
जीव शरीर हे स्वप्नी । पाहिले जातील ।।५१९।।
हें असो अधोशाखा । या संसाररूपा रुखा ।
मूळ तें रूप पुरुषा । अक्षराचें ।।५२०।।
खाली शाखा असलेल्याचे । मूळ या संसारवृक्षाचे ।
तेच या अक्षर पुरुषाचे । स्वरूप होय ।।५२०।।
हा पुरुषु कां म्हणिजे । जे पूर्णपणेंचि निजें ।
पैं मायापुरीं पहुडिजे । तेणेंही बोलें ।।५२१।।
यास पुरुष का म्हणायचे आहे । कारण हा परिपूर्ण राहे ।
मायानगरीत शयन करताहे । म्हणून ।।५२१।।
आणि विकारांची जे वारी । ते विपरीत ज्ञानाची परी ।
नेणिजे जिये माझारीं । ते सुषुप्ती गा हा ।।५२२।।
जन्ममृत्यूचे येरझार । हे विपरीत ज्ञानाचे प्रकार ।
तो समजत नसे विचार । अशी ही निद्रावस्था ।।५२२।।
म्हणौनि यया आपैसें । क्षरणें पा नसे ।
आणिकेंही हा न नाशे । ज्ञानाउणें ।।५२३।।
याचा आपोआप नाश न होई । ज्ञानाशिवाय कोणत्याही ।
साधनेने हा न जाई । नष्ट न होत ।।५२३।।
यालागीं हा अक्षरु । ऐसा वेदान्तीं डगरु ।
केला देशी थोरु । सिद्धांताच्या ।।५२४।।
असा हा अक्षर अनंत । वेदांनी सांगितला सिद्धान्त ।
केला त्यांनी प्रसिद्ध । हे दिसून येते ।।५२४।।

ऐसें जीवकार्य कारण । जया मायासंगुचि लक्षण ।
अक्षर पुरुषु जाण । चैतन्य तें ।।५२५।।
जीवकार्याचे कारण । मायेच्या उपाधीचे लक्षण ।
चैतन्य जे रूप करते धारण । ते अक्षर पुरुष ।।५२५।।
आतां अन्यथाज्ञानीं । या दोनी अवस्था जया जनीं ।
तया हरपती घनीं । अज्ञानतत्वीं ।।५२६।।
विपरीत ज्ञानामुळे विश्वात । निर्माण होती स्वप्न व जागृत ।
त्या अवस्था अज्ञान तत्त्वात । सुषुप्तीत नाहीशा होती ।।५२६।।
तें अज्ञान ज्ञानीं बुडालिया । ज्ञानें कीर्तिमुखत्व केलिया ।
जैसा वन्हि काष्ठ जाळूनियां । स्वयें जळे ।।५२७।।
ते जेव्हा अज्ञानाला सन्मुख होई । ते अज्ञान ज्ञानात बुडुन राही ।
जसे अग्नी स्वत: जळत राही । लाकडे जाळून ।।५२७।।
तैसें अज्ञान ज्ञानें नेलें । आपण वस्तु देऊनि गेलें ।
ऐसें जाणणेंनिवीण उरलें । जाणतें जें ।।५२८।।
ज्ञानाने अज्ञान गेले । ज्ञान स्वत:ही नष्ट झाले ।
जाणण्याविना उरले । जाणणे ते ।।५२८।।
तें तो गा उत्तम पुरुषु । जो तृतीय कां निष्कर्षु ।
दोहींहून आणिकु । मागिला जो ।।५२९।।
मागे मी जो सांगितला । क्षर अक्षराहून वेगळा ।
उत्तम पुरुष तो आगळा । शेवटचा ।।५२९।।
सुषुप्तीं आणि स्वप्ना- । पासूनि बहुवें अर्जुना ।
जागणें जैसें आना । बोधाचेंचि ।।५३०।।
सुषुप्ती आणि स्वप्न । यांपासून अर्जुन ।
जागृती ही दरम्यान । वेगळी अवस्था ।।५३०।।
कां रश्मी हन मृगजळा- । पासूनि अर्कमंडळा ।
अफाटु तेवीं वेगळा । उत्तमु गा ।।५३१।।
किरणे किंवा मृगजळ । याहून ते वेगळं ।
अति विशाल सूर्यमंडळ । तसा तो उत्तम पुरुष ।।५३१।।
हें ना काष्ठींचा काष्ठाहूनी । अनारिसा जैसा वन्ही ।
तैसा क्षराक्षरापासुनी । आनचि तो ।।५३२।।
लाकडात राहूनही । अग्नी वेगळा राही ।
तसा क्षराक्षरापासूनही । तो वेगळा आहे ।।५३२।।
पैं ग्रासूनि आपली मर्यादा । एक करीत नदीनदां ।
उठी कल्पांतीं उदावादा । एकार्णवाचा ।।५३३।।
कल्पांताचे वेळी जशी अर्जुन । समुद्राची मर्यादा जाऊन ।
एकत्र वाहती एक होऊन । नद-नदी ।।५३३।।

तैसें स्वप्न ना सुषुप्ती । ना जागराची गोठी आथी ।
जैसी गिळिली दिवोराती । प्रळयतेजें ।।५३४।।
अति तेजाने प्रलयाचे वेळी । दिवस-रात्र जाती गिळली ।
तशी सुषुप्ती निद्रा नाही उरली । जागृतीही नाही ।।५३४।।
मग एकपण ना दुजें । असे नाहीं हें नेणिजें ।
अनुभऊ निर्बुजे । बुडाला जेथें ।।५३५।।
न राहे द्वैत अद्वैत । असणे नसणे नाही कळत ।
अनुभवदेखील बुडत । उत्तम पुरुषाचे ठायी ।।५३५।।
ऐसें आथि जें कांहीं । तें तो उत्तम पुरुषु पाहीं ।
जें परमात्मा इहीं । बोलिजे नामीं ।।५३६।।
असे आहे जे काही । ते उत्तम पुरुष पाही ।
इहलोकी त्या संबोधताही । परमात्मा ।।५३६।।
तेंही एथ न मिसळतां । बोलणें जीवत्वें पंडुसुता ।
जैसी बुडणेयाची वार्ता । थडियेचा कीजे ।।५३७।।
त्याच्याशी ऐक्य न करता । हे बोलावे लागे पंडुसुता ।
मनुष्य बुडाल्याची वार्ता । काठावरचाच देतो ।।५३७।।
तैसें विवेकाचिये कांठीं । उभें ठाकलिया किरीटी ।
पारावाराचिया गोठी । करणें वेदा ।।५३८।।
तसे विवेकाच्या तीरावर । उभे राहिल्यावर ।
वेदांना बोलणे होते सुकर । अलीपलीकडच्या गोष्टी ।।५३८।।
म्हणौनि पुरुषु क्षराक्षरु । दोन्ही देखोनि अवरु ।
यातें म्हणती परु । आत्मरूप ।।५३९।।
क्षर अक्षर पुरुष हे । दोन्ही अलीकडे राहे ।
उत्तम पुरुषा म्हणताहे । पलीकडचे आत्मरूप ।।५३९।।
अर्जुना ऐसिया परी । परमात्मा शब्दवरी ।
सूचिजे गा अवधारीं । पुरुषोत्तमु ।।५४०।।
अशा प्रकारे अर्जुन । परमात्मा शब्द बोलून ।
देती उत्तम पुरुषा सुचवून । लक्ष दे ।।५४०।।
एऱ्हवीं न बोलणेंनि बोलणें । जेथिंचें सर्व नेणिवा जाणणें ।
कांहींच न होनि होणें । जे वस्तु गा ।।५४१।।
ज्याबद्दल न बोलणे हे बोलणे । न जाणणे हे जाणणे ।
काही न होणे हे होणे । अशी जी वस्तू ।।५४१।।
सोहं तेंही अस्तवलें । जेथ सांगतेंचि सांगणें जालें ।
द्रष्टत्वेंसी गेलें । दृश्य जेथ ।।५४२।।
सोऽहम् ज्ञानरवी अस्त पावतो । सांगणारा सांगणे होतो ।
द्रष्टाही जिथे मावळतो । दृश्यासह ।।५४२।।
आतां बिंबा आणि प्रतिबिंबा । माजीं कैंची हें म्हणों नये प्रभा? ।
जऱ्ही कैसेनि हे लाभा । जायेचि ना ।।५४३।।
बिंब प्रतिबिंबातली प्रभाही । आपणास दिसत नाही ।
तरी ती नाही । असे कसे होईल ।।५४३।।
कां घ्राणा फुला दोहीं । द्रुती असे जे माझारिला ठायीं ।
ते न दिसे तरी नाहीं । ऐसें बोलों नये ।।५४४।।
नाक आणि फुलांमध्येही । जो गंध असतो तरीही ।
तो दिसत नाही । पण नाही म्हणू नये ।।५४४।।
तैसें द्रष्टा दृश्य हें जाये । मग कोण म्हणे काय आहे ।
हेंचि अनुभवें तेंचि पाहें । रूप तया ।।५४५।।
दृष्टा दृश्य न राहे । मग कोण म्हणे काय आहे? ।
तेच अनुभवून पाहे । तेच रूप होय ।।५४५।।
जो प्रकाश्येवीण प्रकाशु । जो ईशितव्येंवीण ईशु ।
आपणेंनीचि अवकाशु । वसवीत असे जो ।।५४६।।
प्रकाशावीण जो प्रकाश । नियमावाचून जो ईश ।
आपल्यामध्ये जो अवकाश । व्यापकपणे बसवतो ।।५४६।।
जो नादें ऐकिजता नादु । स्वादें चाखिजता स्वादु ।
जो भोगिजतसे आनंदु । आनंदेंचि ।।५४७।।
नादा ऐकवतो नाद । स्वादाला चाखवतो स्वाद ।
जो आनंदा देतो आनंद । ब्रह्मानंदाचा ।।५४७।।
जो पूर्णतेचा परिणामु । पुरुषु गा पुरुषोत्तमु ।
विश्रांतीचाही विश्रामु । विराला जेथें ।।५४८।।
जो पूर्णतेचा शेवट । जो सर्वात श्रेष्ठ ।
विश्रांतीलाही जो देत । विश्रांती ।।५४८।।
सुखासि सुख जोडिलें । जें तेज तेजासि सांपडलें ।
शून्यही बुडालें । महाशून्यीं जिये ।।५४९।।
सुखाला सुख लाभले । तेजाला तेज सापडले ।
शून्यही इथे बुडाले । महाशून्यात ।।५४९।।
जो विकासाहीवरी उरता । ग्रासातेंही ग्रासूनि पुरता ।
जो बहुतें पाडें बहुतां । पासूनि बहु ।।५५०।।
विकासानंतरही जो उरला । विश्वलयानंतरही जो पुरला ।
तो पुष्कळाहूनही झाला । पुष्कळ ।।५५०।।
पैं नेणतयाप्रती । रुपेपणाची प्रतीती ।
रुपें न होनि शुक्ती । दावी जेवीं ।।५५१।।
अज्ञानामुळे शिंपले ते । रुप्याचा भास निर्माण करते ।
खरे तर ते नसते । रुपे ।।५५१।।

कां नाना अलंकारदशे । सोनें न लपत लपालें असे ।
विश्व नहोनियां तैसें । विश्व जो धरी ।।५५२।।
अलंकाराच्या अवस्थेत । सोने लपल्याप्रमाणे भासत ।
तसा तो विश्व धारण करत । विश्व न होता ।।५५२।।
हें असो जलतरंगा । नाहीं सिनानेपण जेवीं गा ।
तेवीं दिसता प्रकाशु जगा । आपणचि जो ।।५५३।।
पाण्यावरील लाटा आणि पाणीही । यांत जसा भेद नाही ।
जे जग प्रकाशमान भासतेही । तो हा प्रकाशच ।।५५३।।
आपलिया संकोचविकाशा । आपणचि रूप वीरेशा ।
हा जळीं चंद्र हन जैसा । समग्र गा ।।५५४।।
आपल्या विनाश व विकासास जाण । आपणच असे कारण ।
जसा चंद्र असतो कारण । पाण्यातील प्रतिबिंबाला ।।५५४।।
तैसा विश्वपणें कांहीं न होये । विश्वलोपीं कहीं न जाये ।
जैसा रात्रीं दिवसे नोहे । द्विधा रवि ।।५५५।।
उत्पत्तीने काही न होई । लयाने कोठे जात नाही ।
जसा सूर्या फरक पडत नाही । दिवसरात्रीचा ।।५५५।।
तैसा कांहींचि कोणीकडे । कायिसेनिहि वेंचीं 'न' पडे ।
जयाचें सांगडें । जयासीचि ।।५५६।।
कधीही, कुठेही, कशामुळेही । तो नाश पावत नाही ।
त्याला दुसरी उपमा नाही । तो त्याच्यासारखाच ।।५५६।।
जो आपणपेंचि आपणया । प्रकाशीतसे धनंजया ।
काय बहु बोलों जया । नाहीं दुजें ।।५५७।।
जो आपणच आपल्याला । प्रकाशित करतो त्याला ।
अर्जुना काय सांगावे तुला । तसा दुसरा नाही ।।५५७।।
तो गा मी निरुपाधिकु । क्षराक्षरोत्तमु एकु ।
म्हणौनि म्हणे वेद लोकु । पुरुषोत्तमु ।।५५८।।
क्षर अक्षर यांहून श्रेष्ठ । तोच मी उपाधीरहित ।
म्हणून वेद व सारे जगत । मला पुरुषोत्तम म्हणते ।।५५८।।
परी हें असो ऐसिया । मज पुरुषोत्तमातें धनंजया ।
जाणे जो पाहलेया । ज्ञानमित्रें ।।५५९।।
परी असो हा विषय । ज्ञानसूर्याचा होता उदय ।
तो मला जाणेल धनंजय । पुरुषोत्तम म्हणून ।।५५९।।
चेइलिया आपुलें ज्ञान । जैसें नाहींचि होय स्वप्न ।
तैसें स्फुरतें त्रिभुवन । वावों जालें ।।५६०।।
जागृत होता ज्ञान । नाहीसे होते स्वप्न ।
तसे दिसणारे हे त्रिभुवन । मिथ्या वाटते ।।५६०।।

कां हातीं घेतलिया माळा । फिटे सर्पाभासाचा कांटाळा ।
तैसा माझेनि बोधें टवाळा । नागवे तो ।।५६१।।
जेव्हा माळ हातात घेतो । सर्पाचा भास लोपतो ।
जगाचा मिथ्या भास जातो । माझे ज्ञान होता ।।५६१।।
लेणें सोनेंचि जो जाणें । तो लेणेंपण तें वावो म्हणे ।
तेंवी मी जाणोनि जेणें । वाळिला भेदु ।।५६२।।
अलंकारा सोने जो जाणतो । तो अलंकारा मिथ्या मानतो ।
तो माझे अद्वैत पाहतो । तो द्वैता दूर सारी ।।५६२।।
मग म्हणे सर्वत्र सच्चिदानंदु । मीचि एकु स्वत:सिद्धु ।
जो आपणेनसीं भेदु । नेणोनियां जाणे ।।५६३।।
मग सर्वत्र सच्चिदानंद । म्हणतो मीच आहे सिद्ध ।
न जाणे उत्तमाचा भेद । अद्वैत जाणतो ।।५६३।।
तेणेंचि सर्व जाणितलें । हेंही म्हणणें थेंकुलें ।
जे तया सर्व उरलें । द्वैत नाहीं ।।५६४।।
त्याने सर्व जाणले आहे । हे म्हणणे कमी राहे ।
कारण ब्रह्म सर्वत्र भरून राहे । द्वैत नाही ।।५६४।।
म्हणौनि माझिया भजना । उचितु तोचि अर्जुना ।
गगन जैसें आलिंगना । गगनाचिया ।।५६५।।
म्हणून हे अर्जुना । तोच योग्य माझ्या भजना ।
जसे गगनाच्या आलिंगना । गगनच योग्य ।।५६५।।
क्षीरसागरा परगुणें । कीजे क्षीरसागरपणें ।
अमृतचि होऊनि मिळणें । अमृतीं जेवीं ।।५६६।।
क्षीरसागराची मेजवानी । क्षीरसागरच योग्य मानी ।
जसे अमृताच्या मिसळणी । अमृतच हवे ।।५६६।।
साडेपंधरा मिसळावें । तैं साडेपंधरेंचि होआवें ।
तेवीं मी जालिया संभवें । भक्ति माझी ।।५६७।।
चोख सोन्यात चोख सोने मिसळते । त्याला किंमत चोख येते ।
तसे माझ्यात एकरूप होता लाभते । माझी भक्ती ।।५६७।।
हां गा सिंधुसि आनी होती । तरी गंगा कैसेनि मिळती ? ।
म्हणौनि मी न होतां भक्ती– । अन्वयो आहे ? ।।५६८।।
गंगा वेगळी असती । तर समुद्रास कशी मिळती ।
तसेच कशी होईल माझी भक्ती । एकरूप न होता ।।५६८।।
ऐसियालागीं सर्व प्रकारीं । जैसा कल्लोळु अनन्यु सागरीं ।
तैसा मातें अवधारीं । भजिन्नला जो ।।५६९।।
समुद्रावर लाटा होती निर्माण । त्या नसती समुद्राहून भिन्न ।
तसे जो करतो माझे भजन । तो मी भिन्न नाही ।।५६९।।

सूर्या आणि प्रभे । एकवंकी जेणें लोभे ।
तो पाडु मानूं लाभे । भजना तया ।।५७०।।
सूर्य आणि किरण । एकच असती जाण ।
तसे जो करी माझे भजन । तो मी भिन्न नाही ।।५७०।।
एवं कथिलयादारभ्य । जें हें सर्व शास्त्रैकलभ्य ।
उपनिषदां सौरभ्य । कमळदळां जेवीं ।।५७१।।
गीतेचा आरंभ केल्यापासून । जो प्राप्त होतो सर्व शास्त्रांतून ।
तो सुगंध उपनिषद कमलदलांतून । सर्वत्र पसरला ।।५७१।।
हें शब्दब्रह्माचें मथितें । श्रीव्यासप्रज्ञेचेनि हातें ।
मथूनि काढिलें आयितें । सार आम्हीं ।।५७२।।
वेदांचे मंथन करून । व्यासबुद्धीच्या हातून ।
ज्ञानरूपाने घेतले काढून । सार आम्ही ।।५७२।।
जे ज्ञानामृताची जान्हवी । जे आनंदचंद्रींची सतरावी ।
विचारक्षीरार्णवींची नवी । लक्ष्मी जे हे ।।५७३।।
जी ज्ञानरूपी अमृताची गंगा आहे ।
आनंदचंद्राची सतरावी कला आहे ।
जी प्रगट झालेली नवी लक्ष्मी आहे ।
विचारसागरातून ।।५७३।।
म्हणौनि आपुलेनि पदें वर्णे । अर्थाचेनि जीवेंप्राणें ।
मीवांचोनि हो नेणे । आन कांही ।।५७४।।
म्हणून ही आपल्या पदांनी । अर्थाच्या जीव प्राणांनी ।
न जाणे मजवाचुनी । दुसरे काही ।।५७४।।
क्षराक्षरत्वें समोर जालें । तयाचें पुरुषत्व वाळिलें ।
मग सर्वस्व मज दिधलें । पुरुषोत्तमीं ।।५७५।।
क्षर अक्षर समोर येता । त्यांचे पुरुषत्व कल्पित ओळखता ।
स्वत:सह सर्वस्व अर्पिता । तिने पुरुषोत्तमला ।।५७५।।
म्हणौनि जगीं गीता । मियां आत्मेनि पतिव्रता ।
जे हे प्रस्तुत तुवां आतां । आकर्णिली ।।५७६।।
म्हणून ही गीता । आहे मजलागी पतिव्रता ।
जी तू आता । ऐकलीस ।।५७६।।
साचचि बोलाचें नव्हे हें शास्त्र ।
पैं संसारु जिणें हें शस्त्र ।
आत्मा अवतरविते मंत्र ।
अक्षरें इयें ।।५७७।।
गीता बोलण्याचे नसे शास्त्र । संसार जिंकण्याचे हे शस्त्र ।
आत्मतत्त्वाचे हे मंत्र । ही अक्षरे म्हणजे ।।५७७।।

परी तुजपढां सांगितलें । तें अर्जुना ऐसें जालें ।
जें गौप्यधन काढिलें । माझें आजि ।।५७८।।
अर्जुना हे असे झाले । तुला गोपनीय गीतामंत्र सांगितले ।
तू गुप्तधन बाहेर काढले । आज माझे ।।५७८।।
मज चैतन्यशंभूचा माथा । जो निक्षेपु होता पार्था ।
तया गौतमु जालासि आस्था– । निधी तूं गा ।।५७९।।
माझ्या मस्तकातील गीतेचे गुप्तधन ।
शंकरांच्या जटेतील गंगेसमान ।
श्रद्धेने गौतम बनून । तू प्रकट केलेस पार्था! ।।५७९।।
चोखटिवा आपुलिया । पुढिला उगाणा घेयावया ।
तया दर्पणाचीचि परी धनंजया । केली आम्हां ।।५८०।।
आपले सौंदर्य कळण्या जसा । समोर धरावा लागतो आरसा ।
आत्मस्वरूप पाहण्या तसा । गीतारूपी आरसा लागतो ।।५८०।।
कां भरलें चंद्रतारांगणीं ।
नभ सिंधू आपणयामाजीं आणीं ।
तैसा गीतेसीं मी अंत:करणीं । सूदला तुवां ।।५८१।।
आकाशातील चंद्र नक्षत्रे सारी । प्रतिबिंबित होती सागरी ।
तसे मला तू आपल्या हृदयांतरी ।
गीतेसह प्रतिबिंबित केलेस ।।५८१।।
जे त्रिविधमळिकटा । तूं सांडिलासि सुभटा ।
म्हणौनि गीतेसीं मज वसौटा । जालासि गा ।।५८२।।
मळ त्रिविध तापाचा असा । झाला आहे नाहीसा ।
म्हणून तू गीतेसह माझे जनवसा ।
राहण्याचे स्थान झालास ।।५८२।।
परी हें बोलों काय गीता । जे हे माझी उन्मेषलता ।
जाणे तो समस्ता । मोहा मुके ।।५८३।।
अधिक काय सांगू आता । माझी प्रतिभेची वेल गीता ।
हिला जो जाणेल सर्वथा । तो मोहापासून दूर होईल ।।५८३।।
सेविली अमृतसरिता । रोगु दवडूनि पंडुसुता ।
अमरपण उचितां । देऊनि घाली ।।५८४।।
जसे अमृत नदीचे पाणी । रोग देते घालवुनी ।
श्रेठ अमरत्व देऊनी । कृपा करते ।।५८४।।
तैसी गीता हे जाणितलिया । काय विस्मयो मोह जावया ।
परी आत्मज्ञानें आपणपयां । मिळिजे येथ ।।५८५।।
गीता जाणून घेता ही । नसे नवल, मोह नाहीसा होई ।
आत्मज्ञानामुळे होते ऐक्यही । परब्रह्माशी ।।५८५।।

जया आत्मज्ञानाच्या ठायीं । कर्म आपुलेया जीविता पाहीं ।
होऊनियां उतराई । लया जाय ।।५८६।।
आत्मज्ञान होता प्राप्त । कर्म निष्कर्म हो आपोआप ।
कर्म होते मग समाप्त । ज्ञानामध्ये ।।५८६।।
हरपलें दावूनि जैसा । मागु सरे वीरविलासा ।
ज्ञानचि कळस वळघे तैसा । कर्मप्रासादाचा ।।५८७।।
जसा हरवलेला ऐवज सापडतो । अर्जुना मग शोध थांबतो ।
निष्काम कर्म मंदिरी चढतो । ज्ञानाचा कळस ।।५८७।।
म्हणौनि ज्ञानिया पुरुषा । कृत्य करूं सरलें देखा ।
ऐसा अनाथांचा सखा । बोलिला तो ।।५८८।।
ज्ञान होते ज्यांना प्राप्त । त्यांची कर्मे थांबती आपोआप ।
असे अनाथांचा जो नाथ । तो श्रीकृष्ण बोलला ।।५८८।।
तें श्रीकृष्णवचनामृत । पार्थीं भरोनि असे वोसंडत ।
मग व्यासकृपा प्राप्त । संजयासी ।।५८९।।
श्रीकृष्ण वचनांचे अमृत । अर्जुना हृदयी राहे ओसंडत ।
ती व्यासकृपा झाली प्राप्त । संजयासी ।।५८९।।
तो धृतराष्ट्र राया । सूतसे पान करावया ।
म्हणौनि जीवितां तया । नोहेचि भारी ।।५९०।।
तो संजय धृतराष्ट्रासही । ज्ञानामृत पिण्यास देई ।
म्हणून त्याला कठीण गेला नाही । अंतकाल ।।५९०।।
एऱ्हवीं गीताश्रवण अवसरीं । आवडों लागतां अनधिकारी ।
परी शेखीं तेचि उजरी । पातला भली ।।५९१।।
गीता ऐकण्याचे वेळीही । वाटे त्या अधिकार नाही ।
गीता ज्ञानाचा प्रकाश हृदयी । त्याच्या निर्माण झाला ।।५९१।।
जेव्हां द्राक्षीं दूध घातलें । तेव्हां वायां गेलें गमलें ।
परी फळपाकीं दुणावलें । देखिजे जेवीं ।।५९२।।
द्राक्षाला दूध घातले । वाया गेले वाटले ।
पण दुप्पट आली फळे । परिणाम दिसला ।।५९२।।

तैसी श्रीहरीवक्त्रींचीं अक्षरें । संजयें सांगितलीं आदरें ।
तिहीं अंधु तोही अवसरें । सुखिया जाला ।।५९३।।
श्रीहरीची अमृतबोली । संजयाने धृतराष्ट्रा सांगितली ।
मृत्युसमयी शांती लाभली । त्या अंधास ।।५९३।।
तेंचि मऱ्हाटेनि विन्यासें । मियां उन्मेषें ठसेंठोंबसें ।
जी जाणें नेणें तैसें । निरोपिलें ।।५९४।।
तेच मला जसे कळले । सामान्यज्ञाने जे मी जाणले ।
तेच मी विस्तारिले । मराठी भाषेत ।।५९४।।
सेवंतीये अरिसिकांहीं । आंग पाहतां विशेषु नाहीं ।
परी सौरभ्य नेलें तिहीं । भ्रमरी जाणिजे ।।५९५।।
अरसिक शेवंती पाहतो । विशेष काही नाही म्हणतो ।
जो तिचा गंध नेतो । तो भ्रमरच ते जाणतो ।।५९५।।
तैसें घडतें प्रमेय घेइजे । उणें तें मज देइजे ।
जें नेणणें हेंचि सहजें । रूप कीं बाळा ।।५९६।।
योग्य सिद्धान्त घ्यावेत । अयोग्य त्यागावेत ।
बालकाची हीच लक्षणे आहेत । काही न कळणे ।।५९६।।
तरी नेणतें जऱ्ही होये । तऱ्ही देखोनि बाप कीं माये ।
हर्ष केंही न समाये । चोज करिती ।।५९७।।
बाळ अज्ञानी असताही । आईवडील रागावत नाही ।
आनंद मनात मावत नाही । त्याचे लाड करिती ।।५९७।।
तैसें संत माहेर माझें । तुम्हीं मिनलिया मी लाडैजे ।
तेंचि ग्रंथाचेनि व्याजें । जाणिजो जी ।।५९८।।
तुम्ही संत माझे माहेर । तुम्हापाशी मी लडिवाळपणा करणार ।
तो या ग्रंथातून झाला साकार । असे जाणा ।।५९८।।
आतां विश्वात्मकु हा माझा । स्वामी श्रीनिवृत्तिराजा ।
तो अवधारु वाक्पूजा । ज्ञानदेवो म्हणे ।।५९९।।
आता विश्वव्यापक हा माझा । गुरू निवृत्तिराजा ।
त्यांनी स्वीकारावी ही वाणीपूजा । असे ज्ञानदेव म्हणती ।।५९९।।

ओवी संख्या ५९९

।। पंधरावा अध्याय – पुरुषोत्तम योग – समाप्त ।।

अध्याय सोळावा

दैवासुर संपद्विभाग योग

मावळवीत विश्वाभासु । नवल उदयला चंडांशु ।
अद्वयाब्जिनीविकाशु । वंदूं आतां ॥१॥

द्वैताचा आभास नष्ट करणारा ।
अद्वैतकमलाचा विकास करणारा ।
अलौकिक सूर्य जो दिव्य किरणे असणारा ।
अशा गुरूला माझा नमस्कार॥१॥

जो अविद्याराती रुसोनियां । गिळी ज्ञानाज्ञानचांदणिया ।
जो सुदिनु करी ज्ञानियां । स्वबोधाचा ॥२॥

जो अविद्येच्या रात्रीवर रुसून । अज्ञानाच्या चांदण्या गिळून ।
ज्ञानियांसाठी करे तो सुदिन । आत्मबोधाचो ॥२॥

जेणें विवळतिये सवळे ।
लाहोनि आत्मज्ञानाचे डोळे ।
सांडिती देहाहंतेचीं अविसाळें । जीवपक्षी ॥३॥

सद्गुरूरूपी सूर्य उगवतो । आत्मज्ञानांच्या प्रकाशात तो ।
जीवरूपी पक्षी घरट्यात जातो । देहाभिमानाच्या ॥३॥

लिंगदेहकमळाचा । पोटीं वेंचु तया चिद्भ्रमराचा ।
बंदिमोक्षु जयाचा । उदैला होय ॥४॥

लिंगदेहरूपी कमळावर ।
त्या कोशात अडकलेला जीवभ्रमर ।
हा सूर्य उगवता तो सत्वर । बंधमुक्त होतो ॥४॥

शब्दाचिया आसकडीं । भेद नदीच्या दोहीं थडीं ।
आरडाते विरहवेडीं । बुद्धिबोधु ॥५॥

शब्दांच्या अडचणींप्रति । भेद नदीच्या दोन्ही काठी ।
बुद्धी, बोध हे चक्रवाक पक्षी । विरहात ओरडतात ॥५॥

तया चक्रवाकांचें मिथुन । सामरस्याचें समाधान ।
भोगवी जो चिद्गगन । भुवनदिवा ॥६॥

चक्रवाक पक्ष्यांचे जोडपे ते । मीलनाचे समाधान पावते ।
ब्रह्मरूपी आकाशी उगवते । जेव्हा सूर्यबिंब ॥६॥

जेणें पाहालिये पाहांटे । भेदाची चोरवेळ फिटे ।
रिघती आत्मानुभववाटे । पांथिक योगी ॥७॥

त्या दिवय प्रकाशाच्या पहाटे । भेदाची चोरवेळ फिटे ।
चालती आत्मानुभवाच्या वाटे । ते साधक ॥७॥

जयाचेनि विवेककिरणसंगें । उन्मेखसूर्यकांतु फुणगे ।
दीपले जाळिती दांगें । संसाराचीं ॥८॥

ज्याच्या विवेकरूपी किरणांतून । त्या सूर्यकांत मण्यातून ।
ज्ञानठिणग्या प्रज्वलित होऊन । संसारवने जाळिती ॥८॥

जयाचा रश्मिपुंजु निबरु । होता स्वरूप उखरीं स्थिरु ।
ये महासिद्धीचा पूरु । मृगजळ तें ॥९॥

त्याच्या प्रखर दिव्य किरणांनी । आत्मस्वरूपी माळरानी ।
महासिद्धींचा पूर येउनी । भासते मृगजळ ॥९॥

जो प्रत्यग्बोधाचिया माथया । सोऽहंतेचा मध्यान्हीं आलिया ।
लपे आत्मभ्रांतिछाया । आपणपां तळीं ॥१०॥

आत्मबोधाच्या माथ्यावरही । सोऽहम् मध्यान्ह समयी ।
पायाखाली येते सर्वही । आत्मभ्रांतीची छाया ॥१०॥

ते वेळीं विश्वस्वप्नासहितें । कोण अन्यथामती निद्रेतें ।
सांभाळी नुरेचि जेथें । मायाराती ॥११॥

त्यावेळी विश्वस्वप्नासहित । निद्रेची आठवण कोण काढत ।
तेथे नाहीच उरत । मायारूपी रात्र ॥११॥

म्हणौनि अद्वयबोधपाटणीं । तेथ महानंदाची दाटणी ।
मग सुखानुभूतीचीं घेणीं देणीं । मंदावो लागती ॥१२॥

म्हणून अद्वैत ज्ञानाच्या नगरातही । अमर्याद आनंद दाटून राही ।
मग सुखानुभवाचा व्यवहारही । मंद होत जातो ॥१२॥

किंबहुना ऐसैसें । मुक्तकैवल्य सुदिवसें ।
सदा लाहिजे कां प्रकाशें । जयाचेनि ॥१३॥

सद्गुरूसूर्याच्या प्रकाशात । मुक्त कैवल्य स्वरूपात ।
उत्तम दिवस होई प्राप्त । दिव्य प्रकाशाने ॥१३॥

जो निजधामव्योमींचा रावो । उदैलाचि उदैजतखेंवो ।
फेडी पूर्वादि दिशांसि ठावो । उदोअस्तूचा ।।१४।।
तो आकाशाचा राजा असतो । बोधामृताचा उदय दावतो ।
अस्तित्व नष्ट करतो । पूर्वेसह उदय-अस्ताचे ।।१४।।
न दिसणें दिसणेंनसीं मावळवी । दोहीं झांकिलें ते सैंघ पालवी ।
काय बहु बोलों ते आघवी । उखाचि आनी ।।१५।।
दृश्यासह अदृश्य लोपवतो । दिव्यप्रकाश पसरवतो ।
प्रात:काल आनंददायी असतो । सूर्याच्या उदयाने ।।१५।।
तो अहोरात्रांचा पैलकडु। कोणें देखावा ज्ञानमार्तंडु।
जो प्रकाश्येंवीण सुरवाडु। प्रकाशाचा ।।१६।।
तो दिवसरात्रीपलीकडे आहे । या ज्ञानसूर्या कोण पाहे? ।
कोण परप्रकाशावीण राहे । स्वयंप्रकाशी? ।।१६।।
तया चित्सूर्या श्रीनिवृत्ती । आतां नमों म्हणों पुढतपुढती ।
जे बाधका येइजतसे स्तुती । बोलाचिया ।।१७।।
ते सत्सूर्य निवृत्तिनाथ । त्यांना पुन:पुन्हा मी वंदित ।
त्यांच्या स्तुतीने होत बाधित । शब्दही ।।१७।।
देवाचें महिमान पाहोनियां । स्तुति तरी येइजे चांगावया ।
जरी स्तव्यबुद्धीसीं लया । जाईजे कां ।।१८।।
देवाचा महिमा पाहता । स्तुती येईल का करता? ।
स्तुत्य बुद्धी लयास जाता । स्तुती येईल का? ।।१८।।
जो सर्वनेणिवां जाणिजे । मौनाचिया मिठीया वानिजे ।
कांहींच न होनि आणिजे । आपणपयां जो ।।१९।।
सर्व न जाणणे हेच जाणणे । मौनात राहणे हेच वर्णन करणे ।
काहीच प्राप्त न होणे । तेचि प्राप्ती ।।१९।।
तया तुझिया उद्देशासाठीं । पश्यंती मध्यमा पोटीं ।
सूनि परेसींही पाठीं । वैखरी विरे ।।२०।।
त्या तुमच्या स्तुतिप्रीत्यर्थ । मध्यमा, पश्यंती घालून पोटात ।
परेसह नाहीशी होत । वैखरी वाणी ।।२०।।
तया तूतें मी सेवकपणें । लेववीं बोलकेया स्तोत्राचें लेणें ।
हें उपसाहावेंही म्हणतां उणें । अद्वयानंदा ।।२१।।
हे अद्वयानंदा मी सेवक होतो । तुम्हा स्तोत्राचे अलंकार घालतो ।
आपल्या योग्यतेपेक्षा तो कमी असतो । तरी स्वीकारावा ।।२१।।
परी रंकें अमृताचा सागरु । देखिलिया पडे उचिताचा विसरु ।
मग करूं धांवे पाहुणेरु । शाकांचा तया ।।२२।।
गरीब अमृताचा सागर पाही । त्याची योग्यता विसरून राही ।
पाहुणचार मग करू जाई । भाजी-भाकरीचा ।।२२।।

तेथ शाकुही कीर बहुत म्हणावा । तयाचा हर्षवेगुचि तो घ्यावा ।
उजळोनि दिव्यतेजा हातिवा । ते भक्तीचि पाहावी ।।२३।।
त्यावेळी भाजीपालाही गोड मानी । त्याचा आनंद पाहावा मनी ।
सूर्या ओवाळिले काडवातींनी । तरी भक्ती पाहावी ।।२३।।
बाळा उचित जाणणें होये । तरी बाळपणचि कें आहे? ।
परी साचचि येरी माये । म्हणौनि तोषे ।।२४।।
बाळा उचित जर समजले । मग त्याचे बालपण कसले?।
पाहुनि त्याच्या बाळलीले । माय कौतुक करे ।।२४।।
हां गा गांवरसें भरलें । पाणी पाठीं पाय देत आलें ।
तें गंगा काय म्हणितलें । परतें सर? ।।२५।।
गावातील नद्यांचे पाणी । पाठोपाठी आले भरुनी ।
तर गंगा जाते गं सांगूनी । मागे फिरा ।।२५।।
जी भृगूचा कैसा अपकारु । कीं तो मानूनि प्रियोपचारु ।
तोषेचिना शारङ्गधरु । गुरुत्वासीं? ।।२६।।
भृगु ऋषींनी मारलेली लाथ । हा केवढा अपराध ।
पण भगवंत तो गुरुप्रसाद । आनंदे मानती ।।२६।।
कीं आंधारें खतेलें अंबर । झालेया दिवसनाथासमोर ।
तेणें तयातें पऱ्हा सर । म्हणितलें काई? ।।२७।।
अंधाराने आकाश भरते । सूर्याच्या उदयाने प्रकाशते ।
सूर्यकिरण का कधी म्हणते । त्या मागे सरक? ।।२७।।
तेवीं भेदबुद्धीचिये तुळे । घालूनि सूर्यश्लेषाचें कांटाळे ।
तुकिलासि तें येकी वेळे । उपसाहिजो जी ।।२८।।
भेदबुद्धीचा तराजू करून । सूर्यासमवेत पारड्यात घालून ।
तुलना केली हा माझ्याहातून । अपराध घडला आहे ।।२८।।
जिहीं ध्यानाचा डोळां पाहिलासी । वेदादि वाचां वानिलासी ।
जें उपसाहिलें तयासी । तें आम्हांही करीं ।।२९।।
तुला ध्यानचक्षूंनी पाहिले । वेद-पुराणांनी वर्णिले ।
त्यांच्यासाठी तुम्ही सहन केले । आमच्यासाठी करा ।।२९।।
परी मी आजि तुझ्या गुणीं । लांचावलों अपराधु न गणीं ।
भलतें करीं परी अर्धधणीं । नुठी कदा ।।३०।।
तुमच्या गुणांच्या पडलो मोहात । वर्णितो मी, न मानावा अपराध ।
हवे ते करावे पण असा अतृप्त । मी उठणार नाही ।।३०।।
मियां गीता येणें नांवें । तुझें पसायामृत सुहावें ।
वानूं लाधलों तें दुणेन थावें । दैवलों दैवें ।।३१।।
मी गीतामृताचे वर्णन केले । तुमचेही गुणवर्णन होऊ लागले ।
त्यायोगे माझे भाग्य बनले । दुपटीने भाग्यशाली ।।३१।।

माझिया सत्यवादाचें तप । वाचा केलें बहुत कल्प ।
तया फळाचें हें महाद्वीप । पातली प्रभु ॥३२॥
माझ्या वाणीने बहुत । केले सत्यवादाचे तप ।
म्हणून गीतेचे हे महाद्वीप । मला लाभले ॥३२॥
पुण्यें पोशिलीं असाधरणें । तियें तुझें गुण वानणें ।
देऊनि मज उत्तीर्णें । जालीं आजी ॥३३॥
पुण्य मी असामान्य केले । तुझ्या वर्णनाचे फळ त्यांनी दिले ।
मला देऊन ते मुक्त झाले । आज रोजी ॥३३॥
जी जीवित्वाच्या आडवीं । आतुडलों होतों मरणगांवीं ।
ते अवदसाची आघवी । फेडिली आजी ॥३४॥
मी जीवदशेच्या अरण्यात । सापडलो होतो मरणगावात ।
ती अवदसा आपण आज । नाहीशी केलीत ॥३४॥
जे गीता येणें नांवें नावाणिगी । जे अविद्या जिणोनि दाटुगी ।
ते कीर्ती तुझी आम्हांजोगी । वानावया जाली ॥३५॥
जी गीता नामे प्रसिद्ध । अविद्येला जिंकून सिद्ध ।
त्यात तुझे वर्णन शब्दबद्ध । करता आले ॥३५॥
पैं निर्धना घरीं वानिवसें । महालक्ष्मी येऊनि बैसे ।
तयातें निर्धन ऐसें । म्हणों ये काई? ॥३६॥
अचानक निर्धनाचे गृही । महालक्ष्मी येऊन राही ।
तर त्याला निर्धन काही । कसे म्हणावे? ॥३६॥
कां अंधकाराचिया ठाया । दैवें सुर्यु आलिया ।
तो अंधारुचि जगा यया । प्रकाशु नोहे? ॥३७॥
अंधाराच्या ठिकाणाला । सूर्यदेवच जर आला ।
तर तो अंधारच जगाला । प्रकाश होत नाही काय? ॥३७॥
जया देवाची पाहतां थोरी । विश्व परमाणुही दशा न धरी ।
तो भावाचिये सरोभरी । नव्हेचि काई? ॥३८॥
देवाचा महिमा पाहता । या विश्वा परमाणूची नसे योग्यता ।
मग तो भाव भक्ता । होत नाही का? ॥३८॥
तैसा मी गीता वाखाणी । हे खपुष्पाची तुरंबणी ।
परी समर्थे तुवां शिरयाणी । फेडिली ते ॥३९॥
मी गीतेचा भावार्थ सांगणे । म्हणजे आकाशपुष्पाचा वास घेणे ।
पण तुम्ही गुरुसामर्थ्याने । ती इच्छा पूर्ण केलीत ॥३९॥
म्हणौनि तुझेनि प्रसादें । मी गीतापद्यें अगाधें ।
निरूपीन जी विशदें । ज्ञानदेवो म्हणे ॥४०॥
तुमच्या कृपाप्रसादाने यथार्थ । गीतेच्या श्लोकाचा सांगेन अर्थ ।
निरूपण विशद करेन सार्थ । ज्ञानदेव म्हणे ॥४०॥

तरी अध्यायीं पंधरावा । श्रीकृष्णें तया पांडवा ।
शास्त्रसिद्धांतु आघवा । उगाणिला ॥४१॥
तरी पंधराव्या अध्यायात । सर्व शास्त्रसिद्धान्त ।
श्रीकृष्ण असे सांगत । अर्जुनाला ॥४१॥
जे वृक्षरूपक परीभाषा । केलें उपाधि रूप अशेषा ।
सद्वैद्यें जैसें दोषा । अंगलीना ॥४२॥
वृक्ष रूपकी संसार । उपाधीतून क्षर अक्षर ।
जसा वैद्य करी उच्चार । शरीरातील रोगाचा ॥४२॥
आणि कूटस्थु जो अक्षरु । दाविला पुरुषप्रकारु ।
तेणें उपहिताही आकारु । चैतन्या केला ॥४३॥
आत्मा जो अविनाशी देहातला । पुरुष शब्दाने स्पष्ट केला ।
त्याने चैतन्य आणिले आकाराला । मायेच्या उपाधीने ॥४३॥
पाठीं उत्तम पुरुष । शब्दाचें करूनि मिष ।
दाविलें चोख । आत्मतत्त्व ॥४४॥
नंतर ती परिशुद्ध केवल । त्या आत्मतत्त्वाची उकल ।
उत्तम पुरुष या शब्दाने सकल । स्पष्ट करून सांगितली ॥४४॥
आत्मविषयीं आंतुवट । साधन जें आंगदट।
ज्ञान हेंही स्पष्ट । चावळला ॥४५॥
आत्मप्राप्तीचे बळकट साधन । जे अंतरंग ज्ञान ।
तेही स्पष्ट करून । सांगितले ॥४५॥
म्हणौनि इये अध्यायीं । निरूप्य नुरेचि कांहीं ।
आतां गुरुशिष्यां दोहीं । स्नेहो लाहणा ॥४६॥
म्हणून आता या अध्यायी । निरूपणा काही नाही ।
गुरु-शिष्य दोघांतही । प्रेमाची देवघेव आहे ॥४६॥
एवं इयेविषयीं कीर । जाणते बुझावले अपार ।
परी मुमुक्षु इतर । साकांक्ष जाले ॥४७॥
याबद्दलचे सूक्ष्म विचार । ज्ञानी समजती अपार ।
पण अभ्यासू जे इतर । त्यांच्या शंका राहिल्या ॥४७॥
त्या मज पुरुषोत्तमा । ज्ञानें भेटे जो सुवर्मा ।
तो सर्वज्ञु तोचि सीमा । भक्तीचीही ॥४८॥
ऐक हे पुरुषोत्तम पार्थ । जो भेटे मज ऐक्यभावाने सार्थ ।
ती त्याच्या भक्तीची सीमा यथार्थ । तोच सर्वज्ञ मानावा ॥४८॥
ऐसें हें त्रैलोक्यनायकें । बोलिलें अध्यायांत श्लोकें ।
तेथें ज्ञानचि बहुतेकें । वानिलें तोषें ॥४९॥
त्या त्रैलोक्यनायक श्रीकृष्णाने । अध्यायातील श्लोकात आनंदाने ।
करून सूक्ष्म ज्ञानवर्णनाने । असे बघ सांगितले ॥४९॥

भरूनि प्रपंचाचा घोंटु । कीजे देखतांचि देखतया द्रष्टु ।
आनंदसाम्राज्यीं पाटु । बांधिजे जीवा ।।५०।।
ते संसाराला घोटात गिळते । पाहणाऱ्यालाच ज्ञान देते ।
जीवाला अधिकारी बनवते । आनंदसाम्राज्याचा ।।५०।।
येवढेया लाठेपणाचा उपावो । आनु नाहींचि म्हणे देवो ।
हा सम्यक्ज्ञानाचा रावो । उपायांमाजीं ।।५१।।
या मोठेपणाचा उपायही । ज्ञानावाचून दुसरा नाही ।
सम्यक ज्ञानाच्या उपायातही । हा राजा आहे ।।५१।।
ऐसे आत्मजिज्ञासु जे होते । तिहीं तोषलेनि चित्तें ।
आदरें तया ज्ञानातें । वोंवाळिलें जीवें ।।५२।।
आत्मप्राप्तीचे इच्छुक सगळे । चित्तापासून आनंदले ।
त्यांनी आदराने प्राण ओवाळले । ज्ञानावरून ।।५२।।
आतां आवडी जेथ पडे । तयाचि अवसरीं पुढें पुढें ।
रिगों लागें हें घडे । प्रेम ऐसें ।।५३।।
जी वस्तू आवडते । तीच पुढेपुढे येते ।
असेच तर घडते । प्रेमामध्ये ।।५३।।
म्हणौनि जिज्ञासूंच्या पैकीं । ज्ञानी प्रतीती होय ना जंव निकी ।
तंव योग क्षेमु ज्ञानविखीं । स्फुरेलचि कीं ।।५४।।
म्हणून जे जिज्ञासूंपैकी असती । ज्ञानाची आली नसे प्रचिती ।
त्या ज्ञानाचे रक्षण व प्राप्ती । याचा विचार स्फुरणारच ।।५४।।
म्हणौनि तेंचि सम्यक् ज्ञान । कैसेनि होय स्वाधीन ।
जालिया वृद्धियत्न । घडेल केवीं ।।५५।।
म्हणून जे ज्ञान योग्य असते । कशाने होईल प्राप्त ते ।
कसे जाईल वाढत ते । हे कसे घडावे? ।।५५।।
कां उपजोंचि जें न लाहे । जें उपजलेंही अव्हांटा सूये ।
तें ज्ञानीं विरुद्ध काय आहे । हें जाणावें कीं ।।५६।।
किंवा जे उत्पन्नच न होते । झाल्यास आडमार्गास लागते ।
ते विरुद्ध काय असते । हे जाणून घ्यावे ।।५६।।
मग जाणतयां जें विरू । तयाचीं वाट वाहती करूं ।
ज्ञाना हित तेंचि विचारूं । सर्वभावें ।।५७।।
मग ते विरुद्ध काय जाणून । त्याला सोडून देऊन ।
ज्ञानाला जे अनुकूल बघून । त्याचा विचार करू ।।५७।।
ऐसा ज्ञानजिज्ञासु तुम्हीं समस्तीं । भावो जो धरिला असे चित्तीं ।
तो पुरवावया लक्ष्मीपती । बोलिजेल ।।५८।।
तुम्ही सर्व ज्ञानजिज्ञासू असती । जी इच्छा धरली आहे चित्ती ।
ती पुरवण्या लक्ष्मीपतीं । या अध्यायात बोलतील ।।५८।।

ज्ञानासि सुजन्म जोडे । आपली विश्रांतिही वरी वाढे ।
ते संपत्तीचे पवाडे । सांगिजेल दैवी ।।५९।।
ज्ञानाची प्राप्ती सुजन्मा ठायी । ज्यायोगे स्वरूपाची प्राप्ती होई ।
अशा दैवी संपत्तीचे वर्णनही । ते करणार आहेत ।।५९।।
आणि ज्ञानाचेनि कामाकारें । जे रागद्वेषांसि दे थारे ।
तिये आसुरियेहि घोरे । करील रूप ।।६०।।
आणि ज्ञानाच्या निमित्ताते । राग-द्वेषा जे थारा देते ।
त्या भयंकर संपत्तीचे ते । रूपही सांगतील ।।६०।।
सहज इष्टानिष्टकरणी । दोघीचि इया कवतुकिणी ।
हे नवमाध्यायीं उभारणी । केली होती ।।६१।।
मानवाचे भले-वाईट करती । या दोघींच्या लीला असती ।
नवव्या अध्यायात लक्ष्मीपती । झाले सांगते ।।६१।।
तेथ साउमा घेयावया उवावो । तंव वोडवला आन प्रस्तावो ।
तरी तयां प्रसंगें आतां देवो । निरूपीत असे ।।६२।।
तेथेच सांगायचा होता हा विचार । पण दुसरा प्रस्ताव आला समोर ।
म्हणून देव आता तोच विचार । या अध्यायी सांगतील ।।६२।।
तया निरूपणाचेनि नांवें । अध्याय पद सोळावें ।
लावणी पाहतां जाणावें । मागिलावरी ।।६३।।
ते निरूपण सांगता राहे । हा सोळावा अध्याय आहे ।
अनुक्रम पाहता जाणावे । पाठीमागून ।।६३।।
परी हें असो आतां प्रस्तुतीं । ज्ञानाच्या हिताहितीं ।
समर्था संपत्ती । इयाचि दोन्ही ।।६४।।
आता पुरे हे बोलणे । ज्ञानाच्या प्राप्ती हानीच्या दृष्टीने ।
असुरी संपत्तीचे समर्थ असणे । हा विषय होता ।।६४।।
जे मुमुक्षुमार्गींची बोळावी । जे मोहरात्रीची धर्मदिवी ।
ते आधीं तंव दैवी । संपत्ती ऐका ।।६५।।
मुमुक्षूंना मोहमार्गात तिची सोबत । धर्मरूपी मशाल मोहरात्रीत ।
तिच्या वर्णनाने करतो सुरुवात । ध्यान देऊन ऐका ।।६५।।
जेथ एक एकातें पोखी । ऐसे बहुत पदार्थ येकीं ।
संपादिजती ते लोकीं । संपत्ति म्हणिजे ।।६६।।
एकमेका जे पोषण करती । असे पुष्कळ पदार्थ असती ।
ते एका ठिकाणी मिळवती । ती संपत्ती होय ।।६६।।
ते दैवी सुखसंभवी । तेथ दैवगुणें येकोपजीवीं ।
जाली म्हणौनि दैवी । संपत्ति हे ।।६७।।
जी दैवी सुख करे निर्माण । दैवी गुणांचे निर्वाह साधन ।
तिलाच दैवी संपत्ती हे संबोधन । आहे ।।६७।।

आतां तयाचि दैवगुणां- । माजीं धुरेचा बैसणा ।
बैसे तया आकर्णा । अभय ऐसें ॥६८॥
दैवी संपत्तीच्या गुणात । अग्रभागी जो असत ।
ऐका त्यालाच म्हणतात । अभय गुण ॥६८॥
तरी न घालूनि महापुरीं । न घेपे बुडणयाची शियारी ।
कां रोगु न गणिजे घरीं । पथ्याचिया ॥६९॥
महापुरात उडी घेतली नाही । तर बुडण्याची भीती नाही ।
त्याला रोग होतच नाही । जो पथ्याने वागतो ॥६९॥
तैसा कर्माकर्माचिया मोहरा । उठूं नेदूनि अहंकारा ।
संसाराचा दरारा । सांडणें येणें ॥७०॥
कर्म करतेवेळीही । जो अहंकार करत नाही ।
त्याला संसारभयही । कुठून असणार? ॥७०॥
अथवा ऐक्यभावाचेनि पैसें । दुजे मानूनि आत्मा ऐसें ।
भयवार्ता देशें । दवडणें जें ॥७१॥
अद्वैताच्या विस्ताराने । जो जगत् आत्मस्वरूप जाणे ।
तेथे न राहणे । भयवार्ता, तेच अभय ॥७१॥
पाणी बुडऊं ये मिठातें । तंव मीठचि पाणी आतें ।
तेवीं आपण जालेनि अद्वैतें । नाशे भय ॥७२॥
मीठ पाण्यात बुडवताही । मिठाचेच पाणी होई ।
आपणच अद्वैत होता ही । भयाचा नाश होतो ॥७२॥
अगा अभय येणें नांवें । बोलिजे तें हें जाणावें ।
सम्यक्ज्ञानाचें आधवें । धांवणें हें ॥७३॥
जे बोलले जाई अभय नावे । ते हेच होय हे जाणावे ।
यथार्थ ज्ञान प्राप्तीसाठी सवे । हे धावती ॥७३॥
आतां सत्त्वशुद्धी जे म्हणिजे । ते ऐशा चिन्हीं जाणिजे ।
तरी जळे ना विझे । राखोंडी जैसी ॥७४॥
सत्त्वशुद्धी जी म्हणावी । ती अशा लक्षणांनी जाणावी ।
जळत वा विझत नाही । राख जशी ॥७४॥
कां पाडिवा वाढी न मगे । अंवसे तुटी सांडूनि मागे ।
माजीं अतिसूक्ष्म अंगें । चंद्रु जैसा राहे ॥७५॥
प्रतिपदेपासून वाढणारा । अवसेला नाहीसा होणारा ।
मधल्या काळात सूक्ष्मरूपात असणारा । चंद्र जसा ॥७५॥
नातरी वार्षिया नाहीं मांडिली । ग्रीष्में नाहीं सांडिली ।
माजीं निजरूपें निवडली । गंगा जैसी ॥७६॥
ग्रीष्म ऋतूच्या शेवटास । वर्षा ऋतूच्या आरंभास ।
गंगा नदी दिसून येत । स्वाभाविक रूपात ॥७६॥

तैसी संकल्पविकल्पाची वोढी । सांडूनि रजतमाची कावडी ।
भोगितां निजधर्माची आवडी । बुद्धि उरे ॥७७॥
संकल्प विकल्प न राहती । रज-तम गुण न होती ।
निजधर्म भोगीत असतां जी उरती । ती सत्त्वबुद्धी ॥७७॥
इंद्रियवर्गीं दाखविलिया । विरुद्धा अथवा भलीया ।
विस्मयो कांहीं केलिया । नुठी चित्तीं ॥७८॥
इंद्रिये विषय दाविती । वाईट वा चांगले असती ।
पण इच्छा न उद्भवती । बुद्धीला ह नवल ॥७८॥
गांवा गेलिया वल्लभु । पतिव्रतेचा विरहक्षोभु ।
भलतेसणी हानिलाभु । न मनीं जेवीं ॥७९॥
पती जाता गावाला । विरहाचे दुःख पतिव्रतेला ।
नुकसान लाभ कितीही झाला । ती बघत नाही ॥७९॥
तेवीं सत्स्वरूप रुचलेपणें । बुद्धी जें ऐसें अनन्य होणें ।
ते सत्त्वशुद्धी म्हणे । केशिहंता ॥८०॥
तेंव्हा स्वरूपाच्या आवडीने । बुद्धीचे अनन्य होणे ।
यालाच सत्त्वशुद्धी म्हणे । केशीसूदन श्रीकृष्ण म्हणती ॥८०॥
आतां आत्मलाभाविखीं । ज्ञानयोगामाजीं एकीं ।
जे आपुलिया ठाकी । हांवें भरे ॥८१॥
आत्मप्राप्तीकरिता जर । ज्ञान-योगपैकी एकावर ।
बुद्धी होईल आपली स्थिर । इच्छेप्रमाणे ॥८१॥
तेथ सगळिये चित्तवृत्ती । त्यागु करणें या रीती ।
निष्कामें पूर्णाहुती । हुताशीं जैसी ॥८२॥
तिथे चित्तवृत्ती स्थिर व्हावी । ती अशा रीतीने करावी ।
की यज्ञात पूर्णाहुती द्यावी । निष्कामपणे ॥८२॥
कां सुकुळीनें आपुली । आत्मजा सत्कुळींचि दिधली ।
हें असो लक्ष्मी स्थिरावली । मुकुंदीं जैसी ॥८३॥
कुलीनाने कन्या आपली । श्रेष्ठ कुळात जशी दिली ।
अथवा लक्ष्मी येऊन स्थिरावली । विष्णूजवळी ॥८३॥
तैसे निर्विकल्पपणें । जें योगज्ञानींच या वृत्तिक होणें ।
तो तिजा गुण म्हणे । श्रीकृष्णनाथु ॥८४॥
तसे निर्विकल्पपणे । योगज्ञानाचा अधिकारी होणे ।
हा तिसरा गुण जाणणे । असे श्रीकृष्ण म्हणती ॥८४॥
आतां देहवाचाचित्तें । यथासंपन्नें वित्तें ।
वैरी जालियाही आर्तातें । न वंचणे जें कां ॥८५॥
देह, वाचा, मनाने । यथाशक्ती धनाने ।
वैऱ्यावरही उपकार करणे । वंचना न करता ॥८५॥

पत्र पुष्प छाया । फळें मूळ धनंजया ।
वाटेचा न चुके आलिया । वृक्षु जैसा ।।८६।।
सावली फुले फळे । अर्जुना पाने व मुळे ।
वृक्ष न लपवी यांतले । वाटसरूपासून ।।८६।।
तैसें मनौनि धनधान्यवरी । विद्यमानें आल्या अवसरीं ।
श्रांताचिये मनोहारीं । उपयोगा जाणें ।।८७।।
जसे मनापासून धनापर्यंत ते । जे आपल्याकडे असते ।
ते दु:खितांना समाधान वाटते । असे उपयोगात आणावे ।।८७।।
तयां नांव जाण दान । जें मोक्षनिधानाचें अंजन ।
हें असो आइक चिन्ह । दमाचें तें ।।८८।।
त्याचे नाव दान । ते मोक्षनिधानाचे अंजन ।
आता कर श्रवण । दमाचे लक्षण ।।८८।।
तरी विषयेंद्रियां मिळणी । करूनि घापे वितुटणी ।
जैसें तोडिजे खड्गपाणी । पारकेया ।।८९।।
विषय इंद्रियांचे ऐक्य जो । घाव घालून वेगळे करतो ।
जसा योद्धा भेद करतो । शत्रूचा ।।८९।।
तैसा विषयजातांचा वारा । वाजों नेदिजे इंद्रियद्वारां ।
इये बांधोनि प्रत्याहारा । हातीं वोपी ।।९०।।
त्याप्रमाणे विषयांचा वारा । न जाऊ देई इंद्रियांचे द्वारा ।
ती एकत्र बांधून देई प्रत्याहारा । परावृत्त करण्यासाठी ।।९०।।
आंतुला चित्ताचें अंगवरीं । प्रवृत्ति पळे पर बाहेरी ।
आगी सुयिजे दाहींहि द्वारीं । वैराग्याची ।।९१।।
चित्ताच्या अंगी न येऊ द्यावे । प्रवृत्तीने बाहेर पळून जावे ।
वैराग्याचे निखारे पसरून ठेवावे । दाही इंद्रियादारी ।।९१।।
श्वासोश्वासाहुनी बहुवसें । व्रतें आचरे खरपुसें ।
वोसंतिता रात्रिदिवसें । नाराणुक जया ।।९२।।
प्राणायामाहून कडक । व्रताचे आचरण करत ।
त्याला विश्रांती नाही मिळत । रात्रंदिवस ।।९२।।
पैं दमु ऐसा म्हणिपे । तो हा जाण स्वरूपें ।
यागार्थुही संक्षेपें । सांगों ऐक ।।९३।।
'दम' ज्याला म्हणती लोक । असे आहे त्याचे स्वरूप ।
'यज्ञ' शब्दाचा अर्थ । थोडक्यात सांगतो ।।९३।।
तरी ब्राह्मण करूनि धुरे । स्त्रियादिक पैल मेरे ।
माझारीं अधिकारें । आपुलालेनि ।।९४।।
ब्राह्मण लोकांनी ।स्त्रियांदिक सर्वांनी ।
आपापल्या मतांनी । अधिकारांप्रमाणे ।।९४।।

जया जे सर्वोत्तम । भजनीय देवताधर्म ।
ते तेणें यथागम । विधी यजिजे ।।९५।।
देवतांनी सांगितलेला उपासनाधर्म ।
वेदशास्त्रांनी सांगितलेले विहित कर्म ।
हेच त्यांच्यासाठी असते सर्वोत्तम ।
हाच यज्ञ होय ।।९५।।
जैसा द्विज षट्कर्में करी । शूद्र तयातें नमस्कारी ।
कीं दोहींसही सरोभरी । निपजे यागु ।।९६।।
ब्राह्मण सहा कर्मे[1] करतात । शूद्र त्यांना नमस्कार करतात ।
दोघे विहित धर्म पाळतात । फळ सारखेच मिळते ।।९६।।
तैसें अधिकारपर्यालोचें । हें यज्ञ करणें सर्वांचें ।
परी विषय विष फळाशेचें । न घापे माजीं ।।९७।।
सर्वांनी यज्ञाचे अधिकार घ्यावे ।
सर्वांनी यज्ञ करावे ।
फलेच्छा न धरता कर्म करावे ।
फलेच्छा विषासमान आहे ।।९७।।
आणि मी कर्ता ऐसा भावो । नेदिजे देहाचेनि द्वारें जावों ।
ना वेदाज्ञेसि तरी ठावो । होइजे स्वयें ।।९८।।
मी कर्ता, हा अहंकार ठेवून ।
जाऊ देऊ नये मनापर्यंत देहद्वारातून ।
वेदांच्या आज्ञांचे स्थान होऊन ।
आपणच वेदविधी करावे ।।९८।।
अर्जुना एवं यज्ञु । सर्वत्र जाण साज्ञु ।
कैवल्यमार्गींचा अभिज्ञु । सांगाती हा ।।९९।।
अर्जुना हाच असे यज्ञ जाण । सर्वत्र करावे याचे आचरण ।
मोक्षाच्या ज्ञानाने संपन्न । हा मोक्ष मार्गाचा सोबती ।।९९।।
आतां चेंडुवें भूमी हाणिजे । नव्हे तो हाता आणिजे ।
कीं शेतीं बीं विखुरिजे । परी पिकीं लक्ष ।।१००।।
चेंडू आपटला जमिनीवर । हाती परत यावा हा विचार ।
तसे लक्ष ठेवून पिकावर । शेतकरी बी पेरतो ।।१००।।
नातरी ठेविलें देखावया । आदर कीजे दिविया ।
कां शाखा फळें यावया । सिंपिजे मूळ ।।१०१।।
अंधारातील वस्तू पाहावया । दिव्याचा आदर लागे कराया ।
वृक्षांना फांद्या फळे यावया ।
मुळांना पाणी घालावे लागते ।।१०१।।

१ (यजन, याजन, अध्ययन, अध्यापन, दान, प्रतिग्रह ही सहा कर्मे)

हें बहु असो आरिसा । आपणपें देखावया जैसा ।
पुढतपुढती बहुवसा । उटिजे प्रीती ।।१०२।।
आपले रूप पाहण्याच्या हेतूने । मनुष्य पुन्हा पुन्हा प्रेमाने ।
आपला चेहरा ठेवून स्वच्छतेने । आरशात पाहतो ।।१०२।।
तैसा वेदप्रतिपाद्यु जो ईश्वरु । तो होआवयालागीं गोचरु ।
श्रुतीचा निरंतरु । अभ्यासु करणें ।।१०३।।
ईश्वराचे वर्णन केले जे वेदाने । ते अनुभवण्या अखंडपणे ।
वेदांचे, चिंतन, मनन करणे । तसे करावे आचरण ।।१०३।।
तेंचि द्विजांसीच ब्रह्मसूत्र । येरा स्तोत्र कां नाममंत्र ।
आवर्तवणें पवित्र । पावावया तत्त्व ।।१०४।।
ब्राह्मणांनी गावे ब्रह्मसूत्र । इतरांनी नाममंत्र ।
आवर्तने करावीत पवित्र । परमतत्त्व पावण्या ।।१०४।।
पार्था गा स्वाध्यावो । बोलिजे तो हा म्हणे देवो ।
आतां तप शब्दाभिप्रावो । आईक सांगों ।।१०५।।
ज्याला म्हणती स्वाध्याय । तो हाच जाण धनंजय ।
तप शब्दाचा अभिप्राय । सांगतो ऐक ।।१०५।।
तरी दानें सर्वस्व देणें । वेंचणें तें व्यर्थ करणें ।
जैसे फळोनि स्वयें सुकणें । इंद्रावणी जेवीं ।।१०६।।
दानात सर्वस्व देणे । अथवा व्यर्थ खर्च करणे ।
पिकाने धान्य देऊन स्वतः सुकणे । कडू वनस्पती प्रमाणे ।।१०६।।
नाना धूपाचा अग्निप्रवेशु । कनकीं तुकाचा नाशु ।
पितृपक्षु पोषिता ऱ्हासु । चंद्राचा जैसा ।।१०७।।
धुपास अग्नीत जळावे लागते । सोन्याला अग्नीत उजळावे लागते ।
चंद्राला नाहीसे व्हावे लागते । पितृपक्ष वाढण्या ।।१०७।।
तैसा स्वरूपाचिया प्रसरा –। लागीं प्राणेंद्रियशरीरां ।
आटणी करणें जें वीरा । तेंचि तप ।।१०८।।
तसे हे वीर अर्जुन । ईश्वरप्राप्तीसाठी जाण ।
शुष्क करणे इंद्रिये, देह, प्राण । हेच तप होय ।।१०८।।
अथवा अनारिसें । तपाचें रूप जरी असे ।
तरी जाण जेवीं दुधीं हंसें । सूदली चांचू ।।१०९।।
इतर तपे असती जरी । त्यांचे रूप वेगळे तरी ।
हंस केवळ दूध प्राशन करी । चोच बुडवून ।।१०९।।
तैसें देहजीवाचिये मिळणीं । जो उदयजत सूये पाणी ।
तो विवेक अंतःकरणीं । जागवीजे ।।११०।।
तसे देह जीव एक असून । वेगळेपण जो घेई जाणून ।
यासाठी मनीं विवेक ठेवी जागून । याला तप म्हणती ।।११०।।
पाहतां आत्मयाकडे। बुद्धीचा पैसु सांकडें।
सनिद्र स्वप्न बुडे। जागणीं जैसें ।।१११।।
आत्मतत्त्वाची होता जागृती । बुद्धी विषयाकडे न धावती ।
जशी निद्रा व स्वप्ने नाहीशी होती । जाग आली असता ।।१११।।
तैसा आत्मपर्यालोचु । प्रवर्ते जो साचु ।
तपाचा हा निर्वेचु । धनुर्धरा ।।११२।।
प्राप्त करण्या आत्मस्वरूप । प्रज्वलित होतो विवेकाचा दीप ।
अर्जुना म्हणती त्यास तप । अंतःकरणी ।।११२।।
आतां बाळाच्या हितीं स्तन्य । जैसें नानाभूतीं चैतन्य ।
तैसें प्राणिमात्रीं सौजन्य । आर्जव तें ।।११३।।
दूध बाळाच्या हिता प्राधान्य ।भूतमात्रात सम चैतन्य ।
तसे सर्वांशी वागणे सौजन्य । त्याला आर्जव म्हणती ।।११३।।
आणि जगाचिया सुखोद्देशें । शरीरवाचामानसें ।
राहाटणें तें अहिंसे । रूप जाण ।।११४।।
जगाच्या सुखाच्या उद्देशाने । शरीर, वाचा, मनाने ।
जे असते वर्तन करणे । ती अहिंसा जाण ।।११४।।
आतां तीख होऊनि मवाळ । जैसें जातीचें मुकुळ ।
कां तेज परी शीतळ । शशांकाचें ।।११५।।
तीक्ष्ण असून जे कोमल । तसे जाण ते कमळ ।
किंवा तेज असून शीतळ । चंद्राचे रूप ।।११५।।
शके दावितांचि रोग फेडूं। आणि जिभे तरी नव्हे कडु।
ते वोखदु नाहीं मा घडू। उपमा कैंची ।।११६।।
जे दाखवता रोग जाई । जिभेला कडू लागत नाही ।
असे औषध निर्माण न होई। मग उपमा कशी द्यावी?।।११६।।
तरी मऊपणें बुबुळे । झगडतांही परी नाडळे ।
एऱ्हवीं फोडी कोंराळें । पाणी जैसें ।।११७।।
पाण्याचा स्पर्श झाला । न वाटे कठीण मऊ बुबुळाला ।
तेच फोडीत जाते पर्वतकड्याला । प्रवाही पाणी ।।११७।।
तैसें तोडावया संदेह । तीख जैसें कां लोह ।
श्राव्यत्वें तरी माधुर्य । पायीं घालीं ।।११८।।
संदेह घालवते बोलणे । जे तीक्ष्ण असते हत्याराप्रमाणे ।
तरीही माधुर्याने ते कोमलपणें । मधुरपणाला लाजवते ।।११८।।
ऐकों ठातां कौतुकें । कानातें निघती मुखें ।
जें साचारिवेचेनि बिकें । ब्रह्मही भेदी ।।११९।।
ऐकता जे सत्यवचन । कान इच्छिती करावे सेवन ।
ते ब्रह्मालाही जाई भेदून । आपल्या सामर्थ्ये ।।११९।।

किंबहुना प्रियपणे । कोणातेंही झकऊं नेणे ।
यथार्थ तरी खुपणें । नाहीं कवणा ॥१२०॥
जे सत्य असते ते । कोणालाही फसवत नसते ।
कोणाच्या मनी न खुपते । यथार्थपणाने ॥१२०॥
एऱ्हवीं गोरी कीर काना गोड । परी साचाचा पाखाळीं कीड ।
आगीचें करणें उघड । परी जळों तें साच ॥१२१॥
पारध्याचे गाणे वाटते गोड । पण त्याखाली असते कीड ।
अग्नी जाळीतसे उघड । पण अशा सत्यवचना आग लागो ॥१२१॥
कानीं लागतां महूर । अर्थे विभांडी जिव्हार ।
तें वाचा नव्हे सुंदर । लांवचि पां ॥१२२॥
जे भाषण कानाला गोड लागते । पण जिव्हारी झोंबते ।
असे भाषण म्हणजे हडळच असते । मोहक रूपाची ॥१२२॥
परी अहितीं कोपोनि सोप । लालनीं मऊ जैसें पुष्प ।
तिये मातेचें स्वरूप । जैसें कां होय ॥१२३॥
बाळाच्या हितासाठी मातेचा कोप । जसे कोमल पुष्प ।
हे जसे असते स्वरूप । मातेचे ॥१२३॥
तैसें श्रवणसुख चतुर । परीणमोनि साचार ।
बोलणें जें अविकार । तें सत्य येथें ॥१२४॥
तसे जे ऐकता सुख लाभते । परिणामी जे गोड असते ।
द्वेषादि विकार जे न निर्मिते । ते इथे सत्य होय ॥१२४॥
आतां घालितांही पाणी । पाषाणीं न निघे आणी ।
कां मथिलिया लोणी । कांजी नेदी ॥१२५॥
दगडाला पाणी घातले कितीही । त्याला अंकुर फुटत नाही ।
किंवा लोणी निघत नाही । कांजी घुसळता ॥१२५॥
त्वचा पायें शिरीं । हालेयाही फडे न करी ।
वसंतींही अंबरीं । न होती फुलें ॥१२६॥
सर्पकातीच्या मस्तकी लाथ मारताही । कात फणा काढत नाही ।
वसंत ऋतू आला असताही । आकाशा न येती फुले ॥१२६॥
नाना रंभेचेनिही रूपें । शुकीं नुठिजेचि कंदर्पें ।
कां भस्मीं वन्हि न उद्दीपे । घृतेंही जेवीं ॥१२७॥
रंभेची अनेक रूपे ती । शुकांच्या मनी वासना न जागवती ।
राखेत तुपाची धार ओतती । तरी अग्नी पेटत नाही ॥१२७॥
तेवींचि कुमारु क्रोधें भरे । तैसिया मंत्राचीं बीजाक्षरें ।
तियें निमित्तेंही अपारें । मीनलिया ॥१२८॥
कुणी कुमार संतापाने उच्चारे । तशी उच्चारती मंत्राक्षरे ।
कित्येक कारणे ही प्रकारे । मिळाली असती ॥१२८॥

परी धातयाही पायां पडतां । नुठी गतायु पंडुसुता ।
तैसी नुपजे उपजवितां । क्रोधोर्मी गा ॥१२९॥
पण ब्रह्माच्या पाया पडताही । मेलेला जिवंत होत नाही ।
तशी केली तरी निर्माण होत नाही । क्रोधाची ऊर्मी ॥१२९॥
अक्रोधत्व ऐसें । नांव तें ये दशे ।
जाण ऐसें श्रीनिवासें । म्हणितलें तया ॥१३०॥
या अवस्थेला पाहे । अक्रोधत्व असे नाव आहे ।
असे ऐक म्हणताहे । श्रीनिवास ॥१३०॥
आतां मृत्तिकात्यागें घटु । तंतुत्यागें पटु ।
त्यजिजे जेवीं वटु । बीजत्यागें ॥१३१॥
माती त्यागता घटाचा । तंतू त्यागता वस्त्राचा ।
बीज त्यागता वृक्षाचा । त्याग आपोआप होतो ॥१३१॥
कां त्यजुनि भिंतिमात्र । त्यजिजे आघवेंचि चित्र ।
कां निद्रात्यागें विचित्र । स्वप्नजाळ ॥१३२॥
भिंत पाडली असता संपूर्ण । त्यावरील चित्रे जाती निघून ।
निद्रेचा त्याग केला तर जाण । स्वप्ने विचित्र न पडती ॥१३२॥
नाना जळत्यागें तरंग । वर्षात्यागें मेघ ।
त्यजिजती जैसे भोग । धनत्यागें ॥१३३॥
पाणी आटता तरंग जाती । वर्षाऋतू जाता मेघ संपती ।
शिवाय भोग नाहीसे होती । धन त्यागले असता ॥१३३॥
तेवीं बुद्धिमंतीं देहीं । अहंता सांडूनि पाहीं ।
सांडिजे अशेषही । संसारजात ॥१३४॥
जे ज्ञानी असती । ते अहंता त्यागती ।
संसारही त्यागती । त्याच्या कारणांसह ॥१३४॥
तया नांव त्यागु । म्हणे तो यज्ञांगु ।
हे मानूनि सुभगु । पार्थु पुसे ॥१३५॥
याला त्याग म्हणती जाण । असे सांगती श्रीकृष्ण ।
हे सारे समजून घेऊन । अर्जुन प्रश्न विचारी ॥१३५॥
आतां शांतीचें लिंग । तें व्यक्त मज सांग ।
देवो म्हणती चांग । अवधान देईं ॥१३६॥
शांतीचे काय लक्षण । मला सांगावे आपण ।
देव म्हणती दे अवधान । मी सांगतो ॥१३६॥
तरी गिळोनि ज्ञेयातें । ज्ञाता ज्ञानही माघौतें ।
हारपें निरुतें । ते शांति पैं गा ॥१३७॥
ज्ञाता, ज्ञान, ज्ञेय ही त्रिपुटी । जिथे न पडू शके दृष्टी ।
तीच ब्रह्मरूप शांती । खरोखर मानावी ॥१३७॥

जैसा प्रळयांबूचा उभडु । बुडवूनि विश्वाचा पवाडु ।
होय आपणपें निबिडु । आपणचि ।।१३८।।
प्रलयाच्या जळाचा उभार । बुडवून विश्वाचा विस्तार ।
आपणच पूर्ण अपार । भरूनी राहतो ।।१३८।।
मग उगम ओघ सिंधु । हा नुरेचि व्यवहारभेदु ।
परी जलैक्याचा बोधु । तोही कवणा? ।।१३९।।
उगम, प्रवाह, समुद्र । न उरे प्रवाहाचा भेद ।
जलमयाचा बोध । मग कोणा करणार? ।।१३९।।
तैसी ज्ञेया देतां मिठी । ज्ञातृत्वही पडे पोटीं ।
मग उरे तेंचि किरीटी । शांतीचें रूप ।।१४०।।
जसा ज्ञेयाचा लय होतो । मग ज्ञाताही लयास जातो ।
एकरूप शुद्ध ब्रह्म उरतो । तो शांतीरूप होय ।।१४०।।
आतां कदर्थवीत व्याधी । बळीकरणाचिया आधीं ।
आपपरु न शोधी । सद्वैद्यु जैसा ।।१४१।।
वाढणारी व्याधी पाहत । बरे करण्याच्या चिंतेत ।
उत्तम वैद्य न मानत । रोगी आपला परका ।।१४१।।
का चिखलीं रुतली गाये । धडभाकड न पाहे ।
जो तियेचिया ग्लानी होये । कालाभुला ।।१४२।।
गाय चिखलात रुतता ही । सदाचारी धड-भाकड न पाही ।
तिचे दुःख पाहताच होई । तो कासावीस ।।१४२।।
नाना बुडतयातें सकरुणु । न पुसे अंत्यजु कां ब्राह्मणु ।
काढूनि राखे प्राणु । हेंचि जाणे ।।१४३।।
बुडत असलेला मनुष्य कोण । अंत्यज की ब्राह्मण ।
दयाशील वाचवावे प्राण । हाच विचार करी ।।१४३।।
कीं माय वनीं पापियें । उघडी केली विपायें ।
ते नेसविल्यावीण न पाहे । शिष्टु जैसा ।।१४४।।
दुष्ट पापी तो । स्त्रीस निर्वस्त्र करतो ।
सज्जन आधी वस्त्र देतो । तिला पाहण्यापूर्वी ।।१४४।।
तैसे अज्ञानप्रमादादिकीं । कां प्राक्तनहीन सदोखीं ।
निंदत्वाच्या सर्वविखीं । खिळिले जे ।।१४५।।
जे अज्ञानी प्रमाद करती । पूर्व कर्मेही दोषी असती ।
ते निंद्यपणाच्या वृत्ती । जखडले गेले आहेत ।।१४५।।
तयां आंगीक आपुलें । देऊनियां भलें ।
विसरविजती सलें । सलतीं तियें ।।१४६।।
त्यांना आपण स्वतः । साहाय्य करू जाता ।
दुःख देणारी शल्ये सर्वथा । विसरायला लावती ।।१४६।।

अगा पुढिलाचा दोखु । करूनि आपुलिये दिठी चोखु ।
मग घापे अवलोकु । तयावरी ।।१४७।।
पुढच्यात असलेला दोष । स्वदृष्टीने करून निर्दोष ।
मग त्यांना सर्वंकष । अवलोकिती ।।१४७।।
जैसा पुजूनि देवो पाहिजे । पेरूनि शेता जाइजे ।
तोषौनि प्रसादु घेइजे । अतिथीचा ।।१४८।।
पूजा करून देवा पाहावे । पेरणी करून शेता जावे ।
भोजन देऊन आशिर्वाद घ्यावे । अतिथीकडून ।।१४८।।
तैसें आपुलेनि गुणें । पुढिलाचें उणें ।
फेडुनियां पाहणें । तयाकडे।।१४९।।
आपल्या चांगुलपणाने । समोरच्याचे उणे ।
घालवून मग पाहणे । त्यांच्याकडे ।।१४९।।
वांचूनि न विंधिजें वर्मीं । नातुडविजे अकर्मीं ।
न बोलविजे नामीं । सदोषीं तिहीं ।।१५०।।
वर्मी घाव न घालावा । पापकर्माचा उच्चार न करावा ।
दोष कधी न उच्चारावा । त्यांच्या नावातला ।।१५०।।
वरी कोणे एकें उपायें । पडिलें तें उभें होये ।
तेंच कीजे परी घाये । नेदावे वर्मीं ।।१५१।।
कोणत्याही एका उपायी । पडिला तो उभा राही ।
पहावे वाईटातून चांगले होई । वर्मी घाव घालू नये ।।१५१।।
पैं उत्तमाचियासाठीं । नीच मानिजे किरीटी ।
हें वांचोनि दिठी । दोषु न घेपे ।।१५२।।
चांगले होईल ते पाहावे । नीचासही उत्तम मानावे ।
कोणतेही दोष न घ्यावे । न द्यावे ।।१५२।।
अगा अपैशून्याचें लक्षण । अर्जुना हें फुडें जाण ।
मोक्षमार्गींचें सुखासन । मुख्य हें गा ।।१५३।।
उणे न पाहणे । हेच अर्जुना तू जाणे ।
मोक्षमार्गाचे जाणणे । हे मुख्य साधन ।।१५३।।
आतां दया ते ऐसी । पूर्णचंद्रिका जैसी ।
निववितां न कडसी । सानें थोर ।।१५४।।
दया असावी कशी । पौर्णिमेची चंद्रिका जशी ।
शांती देतसे अशी । लहानथोरासारखीच ।।१५४।।
तैसें दुःखिताचें शिणणें । हिरतां सकणवपणें ।
उत्तमाधम नेणें । विवंचूं गा ।।१५५।।
दुःखितांचे दुःख जाणणे । प्रेमभावनेने ते नाहीसे करणे ।
उत्तम अधम न मानणे । याला दया म्हणती ।।१५५।।

पैं जगीं जीवनासारिखें । वस्तु अंगवरी उपखें ।
परी जातें जीवित राखे । तृणाचेंहि ।।१५६।।
पाणी जसे करते । स्वत: नाहीसे होते ।
पण जीवन वाचवते । गवताचे ।।१५६।।
तैसें पुढिलाचेनि तापें । कळवळलिये कृपें ।
सर्वस्वेंसीं दिधलेंहि आपणपें । थोडेंचि गमे ।।१५७।।
समोरच्याच्या दु:खाने । कळवळा येऊन कृपेने ।
सर्वस्व देऊनही ते कमी वाटणे । याला दया म्हणती ।।१५७।।
निम्न भरलियाविणें । पाणी ढळोंचि नेणे ।
तेवीं श्रांता तोषौनि जाणें । सामोरें पां ।।१५८।।
वाटेतला खड्डा भरल्याविना । वाहते पाणी पुढे जाई ना ।
दु:खितास आनंद देऊनी जाणा । तीच दया ।।१५८।।
पैं पायीं कांटा नेहटे । तंव व्यथा जीवीं उमटे ।
तैसा पोळे संकटें । पुढिलांचेनि ।।१५९।।
पायात काटा टोचता । मनी निर्माण होते व्यथा ।
समोरच्याची ऐकून दु:खाची कथा । जो दु:खी होतो ।।१५९।।
कां पावो शीतळता लाहे । कीं ते डोळ्याचिलागीं होये ।
तैसा परसुखें जाये । सुखावतु ।।१६०।।
पायांना लागता गारवा । डोळ्यांना लाभे थंडावा ।
तसे दुसऱ्याचे सुख पाहून जीवा । जो सुखावतो ।।१६०।।
किंबहुना तृषितालागीं । पाणी आरायिलें असे जगीं ।
तैसें दु:खितांचे सेलभागीं । जिणें जयाचें ।।१६१।।
तहानलेल्याची भागवण्या तहान । जगी पाणी झाले निर्माण ।
दु:ख नाहीसे करण्याकारण । जो या जगी राहतो ।।१६१।।
तो पुरुषु वीरराया । मूर्तिमंत जाण दया ।
मी उदयजतांचि तया । ऋणिया लाभें ।।१६२।।
हे अर्जुना वीरराया । तो पुरुष म्हणजे मूर्तिमंत दया ।
ती ज्याच्या मनी येते उदया । त्याचा मी ऋणी आहे ।।१६२।।
आतां सूर्यासि जीवें । अनुसरलिया राजीवें ।
परी तें तो न शिवे । सौरभ्य जैसें ।।१६३।।
सूर्याचा उदय होई । कमळ उमलून येई ।
पण सूर्य न उपभोग घेई । त्याच्या सुगंधाचा ।।१६३।।
कां वसंताचिया वाहाणीं । आलिया वनश्रीच्या अक्षौहिणी ।
ते न करीतुचि घेणी । निगाला तो ।।१६४।।
वसंत आगमन करतो । अक्षौहिणी वने फुलवतो ।
पण पुढे निघूनही जातो । काहीही न घेता ।।१६४।।

हें असो महासिद्धीसी । लक्ष्मीही आलिया पाशीं ।
परी महाविष्णु जैसी । न गणीच ते ।।१६५।।
अष्टमहासिद्धींसह जरी । लक्ष्मी जवळ आली तरी ।
महाविष्णू दुर्लक्ष करी । पण आता हे सिद्धान्त पुरे ।।१६५।।
तैसे ऐहिकींचे कां स्वर्गींचे । भोग पाईक जालिया इच्छेचे ।
परी भोगावे हें न रुचे । मनामाजीं ।।१६६।।
इहलोक-परलोकीचे । भोग दास होती इच्छेचे ।
तरी भोग घ्यावे हे न रुचे । मनांत ।।१६६।।
बहुवें काय कौतुकीं । जीव नोहे विषयाभिलाखी ।
अलोलुप्त्वदशा ठाउकी । जाण ते हे ।।१६७।।
अधिक काय वर्णन करावे । जीव जेंव्हा कौतुके स्वभावे ।
विषयेच्छा न धरी, तेंव्हा जाणावे ।
अलोलुपता आली ।।१६७।।
आतां माशियां जैसें मोहळ । जळचरां जेवीं जळ ।
कां पक्षियां अंतराळ । मोकळें हें ।।१६८।।
माशीला मोहोळ प्रिय । जलचरास पाणी प्रिय ।
पक्ष्यांना आकाश प्रिय । जे मोकळे असते ।।१६८।।
नातरी बाळकोद्देशें । मातेचें स्नेह जैसें ।
कां वसंतीच्या स्पर्शें । मऊ मलयानिळु ।।१६९।।
आईचे आपल्या बाळावर । नि:स्वार्थ प्रेम हळुवार ।
वसंताचा वारा मऊ अलवार ।
मलयगिरीवरून वाहणारा ।।१६९।।
डोळ्यां प्रियाची भेटी । कां पिलियां कूर्मीची दिठी ।
तैसीं भूतमात्रीं राहटी । मवाळ ते ।।१७०।।
डोळ्यांना प्रिय व्यक्तीचे भेटणे ।
कासवीने दृष्टीने पिलांचा सुखावणे ।
तसे भूतमात्राशी प्रेमाने वागणे ।
याला मार्दव म्हणती ।।१७०।।
स्पर्शें अतिमृदु । मुखीं घेतां सुस्वादु ।
घ्राणासि सुगंधु । उजाळु आंगें ।।१७१।।
स्पर्शाने मृदु इष्ट । चवीला स्वादिष्ट ।
गंधाला सुगंधी विशिष्ट । रूपाने स्वच्छ शुभ्र असा ।।१७१।।
तो आवडे तेवढा घेतां । विरुद्ध जरी न होतां ।
तरी उपमे येता । कापूर कीं ।।१७२।।
कितीही सेवन केला असता । अपायकारक झाला नसता ।
तर मार्दव म्हणून योग्य ठरता । तो कापूर ।।१७२।।

परी महाभूतें पोटीं वाहे । तेवींचि परमाणूमाजीं सामाये ।
या विश्वानुसार होये । गगन जैसें ।।१७३।।
महाभूतांना पोटी वाहे । परमाणूमध्येही राहे ।
या विश्वानुसार आहे । आकाश जसे ।।१७३।।
काय सांगों ऐसें जिणें । जें जगाचेनि जीवें प्राणें ।
तया नांव म्हणें । मार्दव मी ।।१७४।।
फार काय सांगू म्हणे । जीव प्राण्यांसाठी ज्यांचे जगणे ।
त्याचे नाव मी म्हणे । मार्दव असे ।।१७४।।
आतां पराजयें राजा । जैसा कदर्थिजे लाजा ।
कां मानिया निस्तेजा । निकृष्टास्तव ।।१७५।।
जेव्हा पराजय होतो । राजा दुःखी, लज्जित होतो ।
दारिद्र्यामुळे हीन बनतो । सन्मानाने जगलेला ।।१७५।।
नाना चांडाळ मंदिराशीं । अवचटें आलिया संन्याशी ।
मग लाज होय जैसी । उत्तमा तया ।।१७६।।
एखाद्या चांडाळाच्या घरासी । चुकून येता संन्यासी ।
त्याला लाज वाटेल जशी । ती लज्जा ।।१७६।।
क्षत्रिया रणीं पळोनि जाणें । तें कोण साहे लाजिरवाणें ।
कां वैधव्यें पाचारणें । महासतियेतें ।।१७७।।
रणातून पळून जाणे । हे क्षत्रियास लाजिरवाणे ।
विधवा म्हणून संबोधणे । पतिव्रतेस दुःखदायक ।।१७७।।
रूपसा उदयलें कुष्ट । संभावितां कुटीचें बोट ।
तया लाजा प्राणसंकट । होय जैसें ।।१७८।।
रूपवानास कोड येते । हे त्या लज्जास्पद होते ।
सज्जना प्राणसंकट वाटते । खोटे आरोप येता ।।१७८।।
तैसें औटहातपणें । जें शव होऊनि जिणें ।
उपजों उपजों मरणें । नावानावा ।।१७९।।
साडेतीन हातांच्या आकाराने । जीवाने प्रेत होऊन जगणे ।
पुन्हा जन्मणे मरणे । हे लज्जास्पद आहे ।।१७९।।
तियें गर्भमेदमुसें । रक्तमूत्ररसें ।
वोंतीव होऊनि असे । तें लाजिरवाणें ।।१८०।।
गर्भातल्या मुशीत मेदाचा । रक्त वीर्य या रसाचा ।
होऊन राहणे ओतलेला साचा । हे लाजिरवाणे होय ।।१८०।।
हें बहु असो देहपणें । नामरूपासि येणें ।
नाहीं गा लाजिरवाणें । तयाहूनी ।।१८१।।
देहाच्या रूपात देहपणे । नावारूपास येणे ।
याहून लाजिरवाणे । दुसरे काही नाही ।।१८१।।

ऐसैसिया अवकळा । घेपे शरीराचा कंटाळा ।
ते लाज पैं निर्मळा । निसुगा गोड।।१८२।।
या अवकुळेमुळे अति । देहधारणेचा त्रास मानती ।
ते पुरुष निर्मल असती । निर्लज्जास ते सुख वाटते ।।१८२।।
आतां सूत्रतंतु तुटलिया । चेष्टाचि ठाके सायखडिया ।
तैसें प्राणजयें कर्मेंद्रियां । खुंटे गती ।।१८३।।
जसे बांधलेले सूत्र तुटते । मग बाहुल्यांची हालचाल बंद पडते ।
तशी कर्मेंद्रियांची हालचाल थांबते । प्राणाला जिंकता ।।१८३।।
कीं मावळलिया दिनकरु । सरे किरणांचा प्रसरु ।
तैसा मनोजयें प्रकारु । ज्ञानेंद्रियांचा ।।१८४।।
सूर्यबिंब अस्तास जाते । किरणप्रभा नाहीशी होते ।
तसे मन जिंकलेले असते । तेव्हा ज्ञानेंद्रिये थांबतात ।।१८४।।
एवं मनपवननियमें । होती दाही इंद्रियें अक्षमें ।
तें अचापल्य वर्मे । येणें होय ।।१८५।।
मन प्राण नियमन करती । दाही इंद्रिये असमर्थ होती ।
यालाच संबोधती । अचापल्य ।।१८५।।
आतां ईश्वरप्राप्तीलागीं । प्रवर्ततां ज्ञानमार्गीं ।
धिंवसेयाचि आंगी । उणीव नोहे ।।१८६।।
होण्या ईश्वराची प्राप्ती । जे ज्ञानमार्ग आचरती ।
न राहे त्यांत कोणती । उणीव जराशीही ।।१८६।।
वोखटें मरणाऐसें । तेंही आलें अग्निप्रवेशें ।
परी प्राणेश्वरोद्देशें । न गणीचि सती ।।१८७।।
पतिसवे पतिव्रता जरी । अग्निप्रवेश करी ।
ती इतर विचार मनी न धरी । सहगमन करताना ।।१८७।।
तैसें आत्मनाथाचिया आधी । लाऊनि विषयविषाची बाधी ।
धांवों आवडे पाणधी । शून्याचिये ।।१८८।।
आत्मनाथाची चिंता करून । विषयांना विषवत मानून ।
ज्याला आवडे मनातून । शून्यामागे धावणे ।।१८८।।
न ठाके निषेधु आड । न पडे विधीची भीड।
नुपजेचि जीवीं कोड । महासिद्धीचें ।।१८९।।
निषेधाची आडनाड नसते । विधींची भीड नसते ।
कौतुकाची चाड नसते । महासिद्धींच्या ।।१८९।।
ऐसें ईश्वराकडे निज । धांवे आपसया सहज ।
तया नांव तेज । आध्यात्मिक तें ।।१९०।।
असे ईश्वराकडे ज्याचे मन । धाव घेई आपणहून ।
त्याला संबोधती म्हणून । तेज असे ।।१९०।।

आतां सर्वही साहातिया गरिमा । गर्वा न ये तेचि क्षमा ।
जैसें देह वाहोनि रोमा । वाहणें नेणें ।।१९१।।
मी सहन केले हा मोठेपणा । तीच क्षमा जो न आणी मना ।
जसा देह वाहतो ऊर्मी आणि भावना । पण जाणत नाही ।।१९१।।
आणि मातलिया इंद्रियांचे वेग । कां प्राचीनें खवळले रोग ।
अथवा योगवियोग । प्रियाप्रियांचे ।।१९२।।
इंद्रियांचा भोगावेग वाढला । पूर्व कर्मे रोग बळावला ।
प्रियजनांचा वियोग झाला । अप्रियांचा योग लाभे ।।१९२।।
यया आघवियांचाचि थोरु । एके वेळे आलिया पूरु ।
तरी अगस्त्य कां होऊनि धीरु । उभा ठाके ।।१९३।।
एकाच वेळी या दु:खांचा । महापूर आला असता ।
अगस्तीप्रमाणे धीर करता । दु:खे सहन करतो ।।१९३।।
आकाशीं धूमाची रेखा । उठिली बहुवा आगळिका ।
ते गिळी येकी झुळुका । वारा जेवीं ।।१९४।।
आकाशात धुराची रेषा । उंच उंच गेली दिशा ।
तरी झुळुकीने एका लहानशा । वारा तिला गिळून टाकतो ।।१९४।।
तैसें अधिभूताधिदैवां । अध्यात्मादि उपद्रवां ।
पातलेयां पांडवा । गिळुनि घाली ।।१९५।।
भौतिक, दैविक, आध्यात्मिक उपद्रव । एकदम प्राप्त झाला सर्व ।
तरी हे श्रेष्ठ पांडव । जो हे सर्व गिळून टाकतो ।।१९५।।
ऐसें चित्तक्षोभाच्या अवसरीं । उचलूनि धैर्या जें चांगावें करी ।
धृति म्हणिपे अवधारीं । तियेतें गा ।।१९६।।
अतिक्षोभाच्या समयी । धैर्य कायम ठेवी ।
त्यांना धृती (धैर्य) असे बोलवी । जाण पार्था ।।१९६।।
आतां निर्वाळूनि कनकें । भरिला गांगें पीयूखें ।
तया कलशाचियासारिखें । शौच असें ।।१९७।।
सुवर्णाचा कलश स्वच्छ केला । तो गंगामृताने भरला ।
तर तो जसा शुद्ध झाला । तशी शुद्धता असते ।।१९७।।
जे आंगीं निष्काम आचारु । जीवीं विवेकु साचारु ।
तो सबाह्य घडला आकारु । शुचित्वाचाचि ।।१९८।।
ज्याचे निष्काम आचरण । विवेकाने जागृत अंत:करण ।
तो अंतर्बाह्य शुद्धाचरण । मूर्ती असतो ती शुद्धता ।।१९८।।
कां फेडित पाप ताप । पोखीत तीरींचे पादप ।
समुद्रा जाय आप । गंगेचें जैसें ।।१९९।।
पाप ताप फेडीत । वृक्षांचे पोषण करीत ।
सागरा जाऊन मिळत । गंगेचे जल जसे ।।१९९।।

कां जगाचें आंध्य फेडितु । श्रियेचीं राउळें उघडितु ।
निघे जैसा भास्वतु । प्रदक्षिणे ।।२००।।
जगाचा अंधार फेडीत । लक्ष्मीची मंदिरे उघडीत[२]।
सूर्य जसा असे निघत । पृथ्विप्रदक्षिणेस ।।२००।।
तैसीं बांधिलीं सोडिता । बुडालीं काढिता ।
सांकडी फेडिता । आर्तांचिया ।।२०१।।
तसे (अज्ञानाने)बांधलेले सोडून ।
(संसारात) बुडालेले वर काढून ।
दु:खे नाहीशी करून । पीडितांची ।।२०१।।
किंबहुना दिवसराती । पुढिलांचें सुख उन्नति ।
आणित आणित स्वार्थीं । प्रवेशिजे ।।२०२।।
किंबहुना दिन-रात । दुसऱ्याचे दु:ख वाढवीत ।
प्रवेश तो करीत । आत्महितामध्ये ।।२०२।।
वांचूनि आपुलिया काजालागीं ।
प्राणिजाताच्या अहितभागीं ।
संकल्पाचीही आडवंगी । न करणें जें ।।२०३।।
स्वत:चा साधण्या स्वार्थ । प्राण्यांचे करण्या अहित ।
कुठलाही वेगळा विकल्प । मनात निर्माण होत नाही ।।२०३।।
पैं अद्रोहत्व ऐशिया गोष्टी । ऐकसी जिया किरीटी ।
तें सांगितलें हें दिठी । पाहों ये तैसें ।।२०४।।
अशा या विश्वसाच्या गोष्टी । ऐक तू सुभद्रापती ।
ज्या तुला प्रत्यक्ष पाहता येती । अशा सांगितल्या ।।२०४।।
आणि गंगा शंभूचा माथां । पावोनि संकोचे जेवीं पार्था ।
तेवीं मान्यपणें सर्वथा । लाजणें जें ।।२०५।।
गंगा शंभूच्या मस्तकावरी । जशी संकुचित होऊन राहिली ।
तशी लोकांनी प्रशंसा केली । तर तसे संकोचणे ।।२०५।।
तें हें पुढत पुढती । अमानित्व जाण सुमती ।
मागां सांगितलेंसे किती । तेंचि तें बोलों ।।२०६।।
हेच निराभिमानित्व जाण । मागे सांगितले लक्षण ।
तेच ते पुन्हा प्रमाण । किती सांगू? ।।२०६।।
एवं इहीं सव्विसें । ब्रह्मसंपदा हे वसत असे ।
मोक्षचक्रवर्तीचें जैसें । अग्रहार होय ।।२०७।।
या सव्वीस गुण रूपांत । ब्रह्माचि संपदा असे जगी राहत ।
ही इनामी गावे आहेत । मोक्षरूपी राजाची ।।२०७।।

२ (कमळे फुलवीत)

नाना हे संपत्ति दैवी । या गुणतीर्थांची नीच नवी ।
निर्विण्णसगरांची दैवी । गंगाचि आली ।।२०८।।
दैवी संपत्ती ही सार्थ । सव्वीस गुणांचे हे तीर्थ ।
वैराग्यरूपी सगरपुत्राप्रीत्यर्थ । जणू गंगा आली ।।२०८।।
कीं गणकुसुमांची माळा । हे घेऊनि मुक्तिबाळा ।
वैराग्यनिरपेक्षाचा गळा । गिंवसीत असे ।।२०९।।
किंवा ही गुणसुमनांची माळा । हाती घेऊन मुक्तिबाला ।
निरपेक्ष वैराग्याचा गळा । त्यासाठी शोधत आहे ।।२०९।।
कीं सव्विसें गुणज्योती । इहीं उजळूनि आरती ।
गीता आत्मया निजपती । नीरांजना आली ।।२१०।।
घेऊन सव्वीस गुणज्योती ।
यांची उजळून आरती ।
परमात्मा निजपतीस ओवाळाया येती ।
गीतारूपी स्त्री ।।२१०।।
उगळितें निर्मळें । गुण इयेंचि मुक्ताफळें ।
दैवी शुक्तिकळें । गीतार्णवींची ।।२११।।
जी दैवी गुणसंपत्ती । जसे शिंपल्यातले मोती ।
गीतारूपी सागरातून येती । निर्माण होऊन ।।२११।।
काय बहु वानूं ऐसी । अभिव्यक्ती ये अपैसी ।
केलें दैवी गुणराशी । संपत्तिरूप ।।२१२।।
किती वर्णू ही दैवी संपत्ती ।
विनासायास व्हावी याची अभिव्यक्ती ।
सव्वीस गुणांची रास ही संपत्ती ।
कळेल अशी मी वर्णिली ॥२१२॥
आतां दुःखाची आंतुवट वेली । दोषकाट्यांची जरी भरली ।
तरी निजाभिधानी घाली । आसुरी ते ।।२१३।।
जी दुःखाची आहे वेली । जी दोष काट्यांनी आहे भरली ।
असुरी संपत्तीची वर्णावली । सांगतो तू ऐक ।।२१३।।
पैं त्याज्य त्यजावयालागीं । जाणावी जरी अनुपयोगी ।
तरी ऐका ते चांगी । श्रोत्रशक्ती ।।२१४।।
जी अनुपयोगी आहे । त्याज्य, त्यागण्याजोगी आहे ।
ती त्याग करण्या काय करावे । तू एकाग्रतेने ऐक ।।२१४।।
तरी नरकव्यथा थोरी । आणावया दोषींघोरीं ।
मेळु केला ते आसुरी । संपत्ति हे ।।२१५।।
नरकाच्या दुःखाला देण्या महत्त्व । दोष पाप आले एकत्र ।
मिळून केली भयंकर प्राप्त । आसुरी संपत्तीही ।।२१५।।

नाना विषवर्गु एकवटु । तया नांव जैसा बासटु ।
आसुरी संपत्ती हा खोटु । दोषांचा तैसा ।।२१६।।
सर्व विषे होती एकत्र । 'कालकूट' नाव त्यांना प्राप्त ।
सर्व दोष जे येता एकत्र ।
त्या आसुरी संपत्ती म्हणती ।।२१६।।
तरी तयाचि असुरां । दोषांमाजीं जया वीरा ।
वाडपणाचा डांगोरा । तो दंभु ऐसा ।।२१७।।
त्या असुरी दोषांत । मोठेपणाचा जो डांगोरा पिटत ।
त्यास दंभ म्हणत । हे जाण अर्जुना ।।२१७।।
जैसी आपुली जननी । नग्न दाविलिया जनीं ।
ते तीर्थचि परी पतनीं । कारण होय ।।२१८।।
माता तीर्थासम पावन असता ।
समाजात पुत्राने निंदा करता ।
त्याला शाप देऊनी पुरता । अधोगतीला नेते ।।२१८।।
कां विद्या गुरूपदिष्टा । बोभाइलिया चोहटां ।
तरी इष्टदा परी अनिष्टा । हेतु होती ।।२१९।।
गुरूंचा उपदेश जर । मांडला चव्हाट्यावर ।
हिताचा असतानाही तर । तो अहित करतो ।।२१९।।
पैं आंगें बुडतां महापूरीं । जे वेगें काढी पैलतीरीं ।
ते नांवचि बांधिलिया शिरीं । बुडवी जैसी ।।२२०।।
महापुरात जर कोणी बुडते । नाव पैलतीरी नेते ।
पण ती नक्कीच बुडवते । डोक्यावर बांधली तर ।।२२०।।
कारण जें जीविता । तें वानिलें जरी सेवितां ।
तरी अन्नचि पंडुसुता । होय विष ।।२२१।।
अन्न जे जगण्या कारण । प्रशंसूनी केले अती सेवन ।
ते बाधक ठरते विषासमान । हे जाण पंडुसुता ।।२२१।।
तैसा दृष्टादृष्टाचा सखा । धर्मु जाला तो फोकारिजे देखा ।
तरी तारिता तोचि दोखा- । लागीं होय ।।२२२।।
धर्म दृष्ट-अदृष्टाचा सखा मान ।
फल देणारा जिवलग जाण ।
तरी चव्हाट्यावर उघडा करता त्यापासून ।
दोष घडतात ।।२२२।।
म्हणौनि वाचेचा चौबारा । घातलिया धर्माचा पसारा ।
धर्मुचि तो अधर्मु होय वीरा । तो दंभु जाणे ।।२२३।।
चव्हाट्यावर मुखाने । धर्माची प्रसिद्धी करणे ।
हा अधर्मच जाणे । अर्जुना तोच दंभ होय ।।२२३।।

आतां मूर्खाचिये जिभे । अक्षरांचा आंबुखा सुभे ।
आणि तो ब्रह्मसभे । न रिझे जैसा ।।२२४।।
मूर्खाच्या जिभेवर । अक्षराचा शिंतोडा पडला तर ।
तो तुच्छ मानतो सत्वर । ब्रह्मसभेला ।।२२४।।
कां मादुरी लोकांचा घोडा । गजपतिही मानी थोडा ।
कां कांटियेवरिल्या सरडा । स्वर्गुही नीच ।।२२५।।
जलद चालता ओझ्याचा घोडा । ऐरावताही तो मानी तोकडा ।
झाडाच्या शेंड्यावरचा सरडा । स्वर्ग तुच्छ मानी ।।२२५।।
तृणाचेनि इंधनें । आगी धांवे गगनें ।
थिल्लरबळें मीनें । न गणिजे सिंधु ।।२२६।।
गवताचे जळणे पाही । अग्नी आकाशाकडे धाव घेई ।
मासा समुद्रा मानत नाही । डबक्याच्या बळावर ।।२२६।।
तैसा माजे स्त्रिया धनें । विद्या स्तुती बहुतें मानें ।
एके दिवसींचेनि परान्नें । अल्पकु जैसा ।।२२७।।
स्त्री, धन, स्तुती, सन्मान । यांच्या योगे जो राही माजून ।
एक दिवस घेता परान्न । दरिद्री माजतो जसा ।।२२७।।
अभ्रच्छायेचिया जोडी । निदैवु घर मोडी ।
मृगांबु देखोनि फोडी । पणियाडें मूर्ख ।।२२८।।
ढगाची छाया पडता दैवहीन तो । घर मोडून टाकतो ।
अज्ञानी तळे फोडून देतो । मृगजळ पाहून ।।२२८।।
किंबहुना ऐसैसें । उतणें जें संपत्तिमिसें ।
तो दर्पु गा अनारिसें । न बोलें घेईं ।।२२९।।
किंबहुना अशा रीतीने । संपत्तीमुळे उन्मत्त होणे ।
तुला सांगतो निश्चितपणे । त्याला दर्प म्हणती ।।२२९।।
आणि जगा वेदीं विश्वासु । आणि विश्वासीं पूज्य ईशु ।
जगीं एक तेजसु । सूर्युचि हा ।।२३०।।
जगाचा विश्वास वेदांवर । जगाला पूज्य तो ईश्वर ।
सूर्याप्रमाणे तेजस्वी इतर । कोणी नाही जगी ।।२३०।।
जगस्पृहे आस्पद । एक सार्वभौमपद ।
न मरणें निर्विवाद । जगा पढियें ।।२३१।।
प्रत्येक माणसास असे भावे । की सार्वभौमपद लाभावे ।
मरण कधी न यावे । सर्वां वाटे ।।२३१।।
म्हणौनि जग उत्साहें । यातें वानूं जाये ।
कीं तें आइकोनि मत्सरु वाहे । फुगों लागे ।।२३२।।
म्हणून उत्साहाने माणसे ती । वेदांचे, देवांचे वर्णन करती ।
ते ऐकून होते निर्मिती । मनांत मत्सराची ।।२३२।।

म्हणे ईश्वरातें खायें । तया वेदा विष सूयें ।
गौरवामाजीं त्राये । भंगीत असे ।।२३३।।
ईश्वराचे आस्तित्व नाकारू पाहतो ।
वेद विचारांचे खंडन करतो ।
आपली शक्ती खर्च करतो ।
मोठेपणा मिळवण्यात ।।२३३।।
पतंगा नावडे ज्योती । खद्योता भानूची खंती ।
टिटिभेनें आपांपती । वैरी केला ।।२३४।।
पतंगा ज्योत ना आवडे । काजव्याला सूर्यप्रकाश न आवडे ।
टिटवी समुद्राशी घेई वाकडे । वैर करून ।।२३४।।
तैसा अभिमानाचेनि मोहें । ईश्वराचेंही नाम न साहे ।
बापातें म्हणे मज हे । सवती जाली ।।२३५।।
तो दंभाच्या मोहापायी । ईश्वराचे नांव न साही ।
वेदांना मानत राही । सवत आपली ।।२३५।।
ऐसा मान्यतेचा पुष्टगंडु। तो अभिमानी परमलंडु।
रौरवाचा रूढु । मार्गुचि पै ।।२३६।।
मान्यतेचा ठेवून दर्प । अभिमानाने जो उन्मत्त ।
असे खोटेपणाने युक्त । तो नरकाचा मार्ग ।।२३६।।
आणि पुढिलांचें सुख । देखणियाचें होय मिख ।
चढे क्रोधाग्नीचें विख । मनोवृत्ती ।।२३७।।
दुसऱ्याला सुख होते । जर ते पाहावे लागते ।
तर क्रोधाचे विष चढते । मनोवृत्तीत ।।२३७।।
शीतळाचिये भेटी । तातला तेलीं आगी उठी ।
चंद्रु देखोनि जळे पोटीं । कोल्हा जैसा ।।२३८।।
थंड पाणी तापत्या तेलात टाकले । तर ते जास्त भडकले ।
चंद्राला पाहून पोटात जळे । कोल्हा जसा ।।२३८।।
विश्वाचें आयुष्य जेणें उजळे ।
तो सूर्यु उदैला देखोनि सवळे ।
पापिया फुटती डोळे ।
डुडुळाचे ।।२३९।।
विश्व जो टाकी उजळून । तो सूर्य उगवलेला पाहून ।
आंधळे डोळे जाती होऊन । घुबडाचे ।।२३९।।
जगाची सुखपहांट । चोरां मरणाहूनि निकृष्ट।
दुधाचें काळकूट । होय व्याळीं ।।२४०।।
पहाट जी लोकां सुखाची । चोरा वाटे मरणाहून दुःखाची ।
जसे दूध सापाच्या मुखी । कालकूट विष बनते ।।२४०।।

अगाधें समुद्रजळें । प्राशितां अधिक जळे ।
वडवाग्नी न मिळे । शांति कहीं ।।२४१।।
अथांग समुद्राचे पाणी । न विझे ते पिऊनी ।
अधिक भडके वडवानस अग्नी । शांत न होई ।।२४१।।
तैसा विद्याविनोदविभवें । देखे पुढिलांचीं दैवें ।
तंव तंव रोषु दुणावे । क्रोधु तो जाण ।।२४२।।
दुसऱ्यांचे आनंद विद्यावैभव । बुद्धिमानता ऐश्वर्य सर्व ।
पाहून जळे जो मनी भाव । तो क्रोध होय ।।२४२।।
आणि मन सर्पाची कुटी । डोळे नाराचांची सुटी ।
बोलणें ते वृष्टी । इंगळांची ।।२४३।।
त्यांचे मन सर्पकुटी । डोळे बाणांची जुटी ।
निखाऱ्यांची होतसे वृष्टी । त्याचे बोलणे ।।२४३।।
येर जें क्रियाजात । तें तिखयाचें कर्वत ।
ऐसें सबाह्य खसासित । जयाचें गा ।।२४४।।
तीक्ष्ण धारेची करवत । त्यांच्या क्रिया असत ।
अंत:करण भरून जात । दुसऱ्याला त्रास देण्या ।।२४४।।
तो मनुष्यांत अधमु जाण । पारुष्याचें अवतरण ।
आतां आइक खूण । अज्ञानाची ।।२४५।।
तो मनुष्य अधम । कठोरपणाचे निधाम ।
आता अज्ञानाचा धर्म । सांगतो ऐक ।।२४५।।
तरी शीतोष्णस्पर्शा । निवाडु नेणें पाषाणु जैसा ।
कां रात्री आणि दिवसा । जात्यंधु तो ।।२४६।।
शीत-उष्ण स्पर्शही । जसा दगडास कळत नाही ।
किंवा आंधळ्यास न समजे ही । रात्र आणि दिवस ।।२४६।।
आगी उठिला आरोगणें । जैसा खाद्याखाद्य न म्हणे ।
कां परिसा पाडु नेणें । सोनया लोहा ।।२४७।।
अग्नी प्रज्वलित होई । काय जाळणे-न जाळणे जाणत नाही ।
किंवा परीस बघत नाही । सोने की लोखंड।।२४७।।
नातरी नानारसीं । रिघोनि दर्वी जैसी ।
परी रसस्वादासी । चाखों नेणें ।।२४८।।
स्वयंपाकघरातील पळी । अनेक पदार्थांत बुडवली ।
तरी तिने नाही जाणली । भिन्न पदार्थांची रुची ।।२४८।।
कां वारा जैसा पारखी । नव्हेचि गा मार्गामार्गविखीं ।
तैसे कृत्याकृत्यविवेकीं । अंधपण जें ।।२४९।।
वारा जेव्हा वाहतो । लहान-मोठा रस्ता न पाहतो ।
तसा सदसद्विवेक न जाणतो । आंधळा अज्ञानी ।।२४९।।

हें चोख हें मैळ । ऐसें नेणोनियां बाळ ।
देखे तें केवळ । मुखींचि घाली ।।२५०।।
वस्तू वाईट की चांगली । न जाणता भली ।
देखोनी मुखी घाली । लहान बाळ ।।२५०।।
तैसें पापपुण्याचें खिचटें । करोनि खातां बुद्धिचेष्टे ।
कडु मधुर न वाटे । ऐसी जे दशा ।।२५१।।
पाप-पुण्याची खिचडी । खाता बुद्धी कोडी ।
कडू मधुर न कळे गोडी । याला अविचार म्हणती ।।२५१।।
तिये नाम अज्ञान । या बोला नाहीं आन ।
एवं साही दोषांचें चिन्ह । सांगितलें ।।२५२।।
याचे नाव अज्ञान पाही । मी असत्य सांगत नाही ।
दोषाचे प्रकार साही । तुला सांगितले ।।२५२।।
इहींच साही दोषांगीं । हे आसुरी संपत्ति दाटुगी ।
जैसें थोर विषय सुभगे अंगीं । अंग सानें ।।२५३।।
या सहा दोषांच्या अंगातही ।
असुरी संपत्ती बलवान होई ।
जशी नाजुक चण असूनही ।
स्त्रीची कामेच्छा तीव्र असते ।।२५३।।
कां तिघा वन्हींच्या पांती । पाहतां थोडे ठाय गमती ।
परी विश्वही प्राणाहुती । करूं न पुरे ।।२५४।।
तिन्ही प्रकारचे अग्नी[३] असती । संख्येने कमी रहाती ।
त्यांना जाळण्या विश्वाची आहुती । कमी पडते ।।२५४।।
धातयाही गेलिया शरण । त्रिदोषीं न चुके मरण ।
तया तिहींची दुणी जाण । साही दोष हे ।।२५५।।
त्रिदोष क्षोभता येई मरण । न चुके ब्रह्मासही जाता शरण ।
तिन्ही दोषांच्या दुप्पट जाण । हे सहा दोष ।।२५५।।
इहीं साही दोषीं संपूर्णीं । जाली इयेचि उभारणी ।
म्हणौनि आसुरी उणी । संपदा नव्हे ।।२५६।।
या संपूर्ण सहा दोषांनी । केली आसुरी संपत्तीची उभारणी ।
म्हणून कुठेही नाही उणी । आसुरी संपत्ती ।।२५६।।
परी क्रूरग्रहांची जैसी । मांदी मिळे एकेचि राशी ।
कां येती निंदकापासीं । अशेष पापें ।।२५७।।
क्रूर ग्रहांची होऊन युती । जसे एका राशीला येती ।
अथवा सर्व पापे येऊन राहती । निंदकाजवळी ।।२५७।।

३ (प्रलयाग्नी, विद्युदग्नी, वडवाग्नी)

मरणाराचें आंग । पडिघाती अवघेचि रोग ।
कां कुमुहूर्तीं दुर्योग । एकवटती ॥२५८॥
मरणाऱ्याच्या शरीरा पिडती । सर्व रोग एकवटती ।
कुमुहूर्त एकत्र येती । कुयोगाचे ठिकाणी ॥२५८॥
विश्वासला आतुडवीजे चोरा । शिणला सुइजे महापुरा ।
तैसें दोषीं इहीं नरा । अनिष्ट कीजे ॥२५९॥
विश्वासला अन् सापडला चोरांच्या हातात ।
शिणलेला सापडावा महापुरात ।
तसे मानवाचे अहित करण्यात ।
हे सहा दोष आहेत ॥२५९॥
कां आयुष्य जातिये वेळे । शेळिये सातवेउळी मिळे ।
तैसे साही दोष सगळे । जोडती तया ॥२६०॥
जेव्हा शेळी मरते । तिला सात नांगी इंगळी चावते ।
तसे या माणसाचे होते । सहाही दोषांमुळे ॥२६०॥
मोक्षमार्गाकडे । जैं यांचा आंबुखा पडे ।
तैं न निघे म्हणौनि बुडे । संसारीं तो ॥२६१॥
मोक्षमार्गाकडे नेणारे । बंद होती उपाय सारे ।
म्हणून तो बुडून राहतो रे । संसारात ॥२६१॥
अधमां योनींच्या पाउटीं । उतरत जो किरीटी ।
स्थावरांही तळवटीं । बैसणें घे ॥२६२॥
असुर संपत्तीमुळे हे पार्थ ।
अधम योनीच्या पायऱ्या उतरत ।
तळापर्यंत येऊन बसतात । मनुष्य ते ॥२६२॥
हें असो तयाच्या ठायीं । मिळोनि साही दोषीं इहीं ।
आसुरी संपत्ति पाहीं । वाढविजे ॥२६३॥
हे असो, त्याच्या ठिकाणी । एकत्र येऊन सहा दोषांनी ।
आसुरी संपत्ती ठेवली वाढवुनी । असे जाण ॥२६३॥
ऐसिया या दोनी । संपदा प्रसिद्धा जनीं ।
सांगितलिया चिन्हीं । वेगळाल्या ॥२६४॥
अशा या संपत्ती दोन्ही । प्रसिद्ध असती विश्वजनी ।
तुला सांगितल्या लक्षणांनी ।
वेगवेगळ्या होती ॥२६४॥
इया दोन्हींमाजीं पहिली । दैवी जे म्हणितली ।
ते मोक्षसूर्यें पाहली । उखाचि जाण ॥२६५॥
या दोन्हींमध्ये पहिली । जी दैवी संपत्ती म्हणली ।
ती मोक्ष सूर्याने झालेली । पहाटच आहे ॥२६५॥

येरी जे दुसरी । संपत्ति कां आसुरी ।
ते मोहलोहाची खरी । सांखळी जीवां ॥२६६॥
जी आहे दुसरी । संपत्ती जी असुरी ।
ती साखळी लोखंडाची खरी । आहे जीवासाठी ॥२६६॥
परी हें आइकोनि झणें । भय घेसी हो मनें ।
काय रात्रीचा दिनें । धाकु धरिजे ॥२६७॥
हे तू झणी ऐकुनी । भीती बाळगशील मनी ।
पण का बरे सूर्यानी । रात्रीचा धाक धरावा ॥२६७॥
हे आसुरी संपत्ति तया । बंधालागीं धनंजया ।
जो साही दोषां ययां । आश्रयो होय ॥२६८॥
आणि हे अर्जुना । ही आसुरी संपत्ती ज्यांना ।
जो आश्रय देतो त्यांना । बंधन कारण होते ॥२६८॥
तूं तंव पांडवा । सांगितलेया दैवा ।
गुणनिधी बरवा । जन्मलासी ॥२६९॥
तू तर पांडवा । दैवी संपत्तीचा ठेवा ।
घेऊन जन्मला बरवा । उत्तम असा ॥२६९॥
म्हणौनि पार्था तूं या । दैवी संपत्ती स्वामिया ।
होऊनि यावें उवाया । कैवल्याचिया ॥२७०॥
म्हणून ऐक हे पार्था । होऊन दैवी संपत्तीचा स्वामी सर्वथा ।
तू यावे प्रसन्न चित्ता । मोक्षआनंदाकडे ॥२७०॥
आणि दैवां आसुरां । संपत्तिवंतां नरां ।
अनादिसिद्ध उजगरा । राहाटीचा आहे ॥२७१॥
दैवी आसुरी संपत्तीने युक्त । अशा लोकांची व्यवहाराची पद्धत ।
अनादि सिद्ध आणि प्रसिद्ध । आहे हे जाण ॥२७१॥
जैसें रात्रीच्या अवसरीं । व्यापारिजे निशाचरीं ।
दिवसा सुव्यवहारीं । मनुष्यादिकीं ॥२७२॥
रात्री वाईट व्यवहारा निशाचर । सर्वत्र करिती संचार ।
दिवसां उत्तम व्यवहार । माणसांनी करावा ॥२७२॥
तैसिया आपुलालिया राहाटीं । वर्तती दोन्ही सृष्टी ।
दैवी आणि किरीटी । आसुरी येथ ॥२७३॥
आपल्या व्यवहाराप्रमाणे वागती । या दोन्ही सृष्टी ।
दैवी अन् आसुरी वृत्ती । हे जाण अर्जुना ॥२७३॥
तेवींचि विस्तारूनि दैवी । ज्ञानकथनादि प्रस्तावीं ।
मागील ग्रंथीं बरवी । सांगितली ॥२७४॥
मागील अध्यायात । भक्ती ज्ञान प्रकरणात ।
दैवी संपत्ती विस्तृत । सांगितली आहे ॥२७४॥

आतां आसुरी जे सृष्टी । तेथिंची उपलऊं गोठी ।
अवधानाची दिठी । दे पां निकी ।।२७५।।
आसुरी संपत्तीत । जे लोक वागत ।
ते आता मी विस्ताराने सांगत । नीट ऐक ।।२७५।।
तरी वाद्येंवीण नादु । नेदी कवणाही सादु ।
कां अपुष्पीं मकरंदु । न लभे जैसा ।।२७६।।
वाद्याशिवाय जसा नादही । कोणा ऐकू येत नाही ।
फुलाविना मधही । जसा मिळत नाही ।।२७६।।
तैसी प्रकृति हे आसुर । एकली नोहे गोचर ।
जंव एकाधें शरीर । माल्हातीना ।।२७७।।
आसुरी संपत्तीने एखादे शरीर । केले नाही जर स्वीकार ।
तर ती संपत्ती दृग्गोचर । होत नाही ।।२७७।।
मग आविष्कारला लांकुडें । पावकु जैसा जोडे ।
तैसी प्राणिदेहीं सांपडे । आटोपली हे ।।२७८।।
लाकडावर लाकूड घासता । तेथे अग्नी प्रकटे सर्वथा ।
ती प्राण्यांच्या देही प्रवेशता । अनुभवास येते ।।२७८।।
ते वेळीं जे वाढी ऊंसा । तेचि आंतुला रसा ।
देहाकारु होय तैसा । प्राणियांचा ।।२७९।।
ऊस जसा वाढत जातो । तसा रसही वाढतो ।
जसा देहाकार वाढतो । आसुरी संपत्ती वाढते ।।२७९।।
आतां तयाचि प्राणियां । रूप करूं धनंजया ।
घडले जे आसुरीया । दोषवृंदीं ।।२८०।।
तिच्या दोषांनी युक्त । असे जे प्राणी जन्म घेत ।
त्यांची लक्षणे सांगत । आता मी तुजला ।।२८०।।
तरी पुण्यालागीं प्रवृत्ती । कां पापाविषयीं निवृत्ती ।
या जाणणेयाची राती । तयांचें मन ।।२८१।।
पुण्यकर्माकडे प्रवृत्ती । पापकर्माकडे निवृत्ती ।
जशी विवेकज्ञानाची आकृती । असे त्याचे मन ।।२८१।।
निगणेया आणि प्रवेशा । चित्त नेदीतु आवेशा ।
कोशकिटु जैसा । जाचिन्नला पैं ।।२८२।।
कोशकिडा घर बांधतो । त्या नादातच तो ।
जाण्यायेण्याचा रस्ता बंद करतो । स्वत:ला कोंडून ।।२८२।।
कां दिधलें मागुती येईल । कीं न ये हें पुढील ।
न पाहातां दे भांडवल । मूर्ख चोरां ।।२८३।।
आपण दिलेले भांडवल । परत येईल न येईल ।
हे न पाहता मूर्ख देतो सकल । चोराला कर्ज ।।२८३।।
तैसिया प्रवृत्ति निवृत्ति दोनी । नेणिजती आसुरीं जनीं ।
आणि शौच ते स्वप्नीं । देखती ना ते ।।२८४।।
या दोन्हीही प्रवृत्ती । आसुरी न जाणती ।
पवित्रता न उमगती । स्वप्नातही ।।२८४।।
काळिमा सांडील कोळसा ।
वरी चोखी होईल वायसा ।
राक्षसही मांसा । विटों शके ।।२८५।।
कोळसा काळेपणा सोडेल का?।
कावळा पांढरा होईल का? ।
मांस भक्षण्या विटेल का? । राक्षस कधी?।।२८५।।
परी आसुरां प्राणियां । शौच नाहीं धनंजया ।
पवित्रत्व जेवीं भांडिया । मद्याचिया ।।२८६।।
मद्याच्या पात्राला कधीही । पवित्रता असत नाही ।
तशी आसुरी लोकांनाही । पवित्रता नसते ।।२८६।।
वाढविती विधीची आस ।
कां पाहाती वडिलांची वास ।
आचाराची भाष । नेणतीचि ते ।।२८७।।
शास्त्र कर्माची आस वाढवती ।
वडिलांच्या आज्ञेची वाट न पाहती ।
धर्माचरणाची न जाणती । ते भाषा ।।२८७।।
जैसें चरणें शेळियेचें । कां धावणें वारियाचें ।
जाळणें आगीचें । भलतेउतें ।।२८८।।
जसे शेळीने काहीही चरणे । वाऱ्याचे स्वैर वाहणे ।
आगीचे वाट्टेल ते जाळणे । भलते सलते ।।२८८।।
तैसें पुढां सूनि स्वैर । आचरती ते गा आसुर ।
सत्येंसि कीर वैर । सदाचि तयां ।।२८९।।
तसे स्वैराचाराने वागणे । तसेच आचरण ठेवणे ।
सत्यासी शत्रुत्व करणे । असे त्यांचे असते ।।२८९।।
जरी नांगिया आपुलिया । विंचू करी गुदगुलिया ।
तरी साचा बोली बोलिया । बोलती ते ।।२९०।।
विंचू जर नांगीने । गुदगुल्या करू जाणे ।
तरच सत्य भाषणे । असुर करतील ।।२९०।।
आपानाचेनि तोंडें । जरी सुगंधा येणें घडे ।
तरी सत्य तयां जोडे । आसुरांतें ।।२९१।।
गुदद्वाराच्या तोंडाने । जर सुगंध बाहेर येणे ।
तरच सत्य प्रतीत होणे । असुरांना ।।२९१।।

ऐसें ते न करितां कांहीं । आंगेंचि वोखटे पाहीं ।
आतां बोलती ते नवाई । सांगिजैल ।।२९२।।
ते काहीच न करती । मुळातच वाईट असती ।
ते काय बोलताती । तुला नवल सांगतो ।।२९२।।
एऱ्हवीं करेयाच्या ठायीं चांग । तें तयासि कैचें नीट आंग ।
तैसा आसुरांचा प्रसंग । प्रसंगें परीस ।।२९३।।
उंटाकडे पाहून काय वाटते? । त्याचे कोणते अंग नीट दिसते? ।
तसेच असुरांचे असते । प्रसंग आला म्हणून सांगतो ।।२९३।।
उधवणीचें जेवीं तोंड। उभळी धुंवाचे उभड।
हें जाणिजे तेवीं उघड। सांगों ते बोल ।।२९४।।
धुराड्याचे तोंड जसे ते । धूर ओकीत असते ।
उघड करून सांगतो तुजप्रते । ध्यान देऊन ऐक ।।२९४।।
तरी विश्व हा अनादि ठावो । येथ नियंता ईश्वररावो ।
चावडिये न्यावो अन्यावो । निवडी वेदु ।।२९५।।
विश्व हे अनादि स्थान । विश्वनियंता ईश्वर श्रेष्ठ मानून ।
न्याय-अन्यायाचा निवाडा जाण । वेद करती ।।२९५।।
वेदीं अन्यायीं पडे। तो निरयभोगें दंडे।
सन्यायी तो सुरवाडें। स्वर्गीं जिये ।।२९६।।
जो अन्यायी ठरतो । तो नरकाची शिक्षा भोगतो ।
जो न्यायी ठरतो । तो स्वर्गसुख भोगी ।।२९६।।
ऐसी हे विश्वव्यवस्था । अनादि जे पार्था ।
इयेतें म्हणती ते वृथा । अवघेंचि हें ।।२९७।।
अशी विश्वाची न्यायव्यवस्था । अनादि आहे पार्था ।
पण असुर तिला वृथा । खोटे म्हणती ।।२९७।।
यज्ञमूढ ठकिले यागीं । देवपिसें प्रतिमालिंगीं ।
नागविले भगवे योगी । समाधिभ्रमें ।।२९८।।
काही यज्ञयागी फसले । काही देवपूजेत फसले ।
भगव्या वस्त्री संन्यासी फसले । काही समाधीत ।।२९८।।
येथ आपुलेनि बळें । भोगिजे जें जें वेंटाळें ।
हें वांचोनि वेगळें । पुण्य आहे? ।।२९९।।
आपल्या देहबुद्धीच्या बळे । भोगावे जे भोगाया मिळे ।
यावाचून कोणते वेगळे । पुण्य आहे? ।।२९९।।
ना अशक्तपणें आंगिकें । वेगळवेंटाळीं न टकें ।
ऐसा गादिजेवीण विषयसुखें । तेंचि पाप ।।३००।।
अंगाच्या अशक्तपणाने । विषयसुखाची साधने ।
भोगता न येणे । हे पाप होय ।।३००।।

प्राण घेपती संपन्नांचे । ते पाप जरी साचें ।
तरी सर्वस्व हाता ये तयांचें । हें पुण्यफळ कीं? ।।३०१।।
धनिकांचे प्राण घेणे । हे पाप आहे असे मानणे ।
त्यांचे सर्व धन मिळणे । हे पुण्य फळ नव्हे का? ।।३०१।।
बळी अबळातें खाय । हेंचि बाधित जरी होय ।
तरी मासयां कां न होय । निसंतान? ।।३०२।।
बलवानाने दुर्बलाला खावे । हे जर पाप म्हणावे ।
मोठे मासे का न व्हावे । नि:संतान ।।३०२।।
आणि कुळें शोधूनि दोन्ही । कुमारेंचि शुभलग्नीं ।
मेळवीजती प्रजासाधनीं । हेतु जरी ।।३०३।।
वधूवरांचे कूळ शोधणे । दोघांचा शुभविवाह लावणे ।
व केवळ प्रजोत्पादन करणे । हाच हेतू असेल तर ।।३०३।।
तरी पशुपक्षादि जाती । जया मिती नाहीं संतती ।
तयां कोणें प्रतिपत्तीं । विवाह केले? ।।३०४।।
पशुपक्षांच्या अनेक जाती । त्यांना होते पुष्कळ संतती ।
मुहूर्त पाहून केले असती । काय त्यांनी विवाह? ।।३०४।।
चोरियेचें धन आलें । तरी तें कोणासि विष जालें? ।
वालभें परद्वार केलें । कोढी कोणी होय? ।।३०५।।
चोरीचे धन घरी येते । ते काय कोणा विष होते? ।
जाराच्या अंगा काय कोड येते । त्याने परस्त्रीगमन करता?।।३०५।।
म्हणौनि देवो गोसांवी । तो धर्माधर्मु भोगवी ।
आणि परत्राच्या गांवीं । करी तो भोगी ।।३०६।।
देव तो विश्वाचा राजा । धर्म-अधर्माची देई सजा ।
इहलोकीच्या कर्म काजा । परलोकी भोगवतो ।।३०६।।
परी परत्र ना देवो । न दिसे म्हणौनि तें वावो ।
आणि कर्ता निमे मा ठावो । भोग्यासि कवणु? ।।३०७।।
परलोक व ईश्वर दिसत नाही । त्याविषयी बोलणे व्यर्थ जाई ।
कर्ता मृत्यू पावताही । फळे कोण भोगतो? ।।३०७।।
येथ उर्वशिया इंद्र सुखी । जैसा कां स्वर्गलोकीं ।
तैसाचि कृमिही नरकीं । लोळतु श्लाघे ।।३०८।।
जसा त्या स्वर्गलोकांत । उर्वशीसह इंद्र सुखात ।
तसे किडेसुद्धा नरकात । सुख मानती ।।३०८।।
म्हणौनि नरक स्वर्गु । नव्हे पापपुण्यभागु ।
जे दोहीं ठायीं सुखभोगु । कामाचाचि तो ।।३०९।।
म्हणून नरक किंवा स्वर्ग । पाप-पुण्याचा नसे भाग ।
कारण कामाचा सुखोपभोग । दोन्हींकडे आहे ।।३०९।।

याकारणें कामें । स्त्रीपुरुषयुग्में ।
मिळती तेथ जन्मे । आघवें जग ॥३१०॥
एकत्र येती या कारणाने । स्त्री-पुरुष कामभावनेने ।
म्हणूनच इथे जन्मे । सर्व जगत ॥३१०॥
आणि जें जें अभिलाषें । स्वार्थालागीं हें पोषे ।
पाठीं परस्परद्वेषें । कामचि नाशी ॥३११॥
स्वत: जे इच्छा करतो । ते स्वार्थाने मिळवतो ।
कामच जगाचा नाश करतो । द्वेष उत्पन्न करून ॥३११॥
एवं कामावांचूनि कांहीं । जगा मूळचि आन नाहीं ।
ऐसें बोलती पाहीं । आसुर गा ते ॥३१२॥
या कामावाचून काही । जगात दुसरे काही नाही ।
असे जे बोलताही । ते असुर लोक ॥३१२॥
आतां असो हें किडाळ । बोली न करूं पघळ ।
सांगतांचि सफोल । होतसे वाचा ॥३१३॥
आता जावो हे निंद्य बोलणे । त्याचा विस्तार न करणे ।
वाचे करू जाता वर्णने । वाणी निष्फळ होते ॥३१३॥
आणि ईश्वराचिया खंती । नुसधियाचि करिती चांथी ।
हेंही नाहीं चित्तीं । निश्चयो एकु ॥३१४॥
ते ईश्वराच्या तिरस्काराती । नुसती बडबड करती ।
त्यांचा निश्चय असतो चित्ती । ईश्वर नाही ॥३१४॥
किंबहुना उघड । आंगी लाऊनियां पाखांड ।
नास्तिकपणाचें हाड । रोंविलें जीवीं ॥३१५॥
किंबहुना त्यांनी उघड । धर्मबाह्य बोलण्याचे आखाड (आख्यान) ।
आणि नास्तिकतेचे हाड । मनात रोवलेले असते ॥३१५॥
ते वेळीं स्वर्गालागीं आदरु । कां नरकाचा अडदरु ।
या वासनांचा अंकुरु । जळोनि गेला ॥३१६॥
त्यावेळी स्वर्गाचा आदर । नरकाचा भयविचार ।
या संस्कारांचा अंकुर । जळून जातो ॥३१६॥
मग केवळ ये देहखोडां । अमेध्योदकाचा बुडबुडा ।
विषयपंकीं सुहाडा । बुडाले गा ॥३१७॥
जे देहरूपी खोड्यात । अपवित्र जलाच्या बुडबुड्यात ।
विषयरूपी चिखलात । बुडलेले असतात ॥३१७॥
जैं आटावें होती जळचर । तैं डोहीं मिळतीं ढीवर ।
कां पडावें होय शरीर । तैं रोगा उदयो ॥३१८॥
जळचरांच्या नाशावेळी । डोहात जमती कोळी ।
रोगांची उद्‌भवते टोळी । शरीर नाशासमयी ॥३१८॥

उदैजणें केतूचें जैसें । विश्वा अनिष्टोद्देशें ।
जन्मती ते तैसे । लोकां आटूं ॥३१९॥
विश्वनाशाचे ठायी । धूमकेतूचा उदय होई ।
तसे लोकांच्या नाशापायी । असुर जन्मती ॥३१९॥
विरूढलिया अशुभ । फुटती तैं ते कोंभ ।
पापाचे कीर्तिस्तंभ । चालते ते ॥३२०॥
अशुभाची करता पेरणी । अशुभ कोंब येती उगवुनी ।
आसुरी लोक घे जाणुनि । पापाचे कीर्तिस्तंभ असती ॥३२०॥
आणि मागांपुढां जाळणें । वांचूनि आगी कांहीं नेणें ।
तैसें विरुद्धचि एक करणें । भलतेयां ॥३२१॥
मागचे पुढचे जाळणे । एवढेच अग्नीने समजणे ।
समोरच्याशी विरुद्ध वागणे । हेच यांना समजते ॥३२१॥
परी तेंचि गा करणें । आदरिती संभ्रमें जेणें ।
तो आइक पार्था म्हणे । श्रीनिवासु ॥३२२॥
हे विरुद्ध वागणे । ते करती ज्या उत्साहाने ।
त्याविषयी ऐक सांगणे । श्रीनिवास म्हणाले ॥३२२॥
तरी जाळ पाणियें न भरे । आगी इंधन न पुरे ।
तयां दुर्भरांचिये धुरे । भुकाळु जो ॥३२३॥
जाळे पाण्याने नाही भरत । अग्नी लाकडाने न होई तृप्त ।
अशा वस्तूंसाठी जो सतत । हपापलेला असतो ॥३२३॥
तया कामाचा वोलावा । जीवीं धरुनिया पांडवा ।
दंभमानाचा मेळावा । मेळविती ॥३२४॥
कामाचा आश्रय करून । त्याला जीवे भावे धरून ।
दंभ, अभिमान धरून । समूह जमवतात ॥३२४॥
मातलिया कुंजरा । आगळी जाली मदिरा ।
तैसा मदाचा ताठा तंव जरा । चढतां आंगीं ॥३२५॥
हत्ती आधीच माजलेला तो । मद्यप्राशनाने उन्मत्त होतो ।
तसा मदाचा ताठा अधिक चढतो । वृद्धत्व येता ॥३२५॥
आणि आग्रहा तोचि ठावो । वरी मौढ्याऐसा सावावो ।
मग काय वानूं निर्वाहो । निश्चयाचा ॥३२६॥
असे लोक दुराग्रही असती । मूर्खपणाला साहाय्य करती ।
त्यांच्या निश्चयाची स्थिती । काय वर्णावी? ॥३२६॥
जिहीं परोपतापु घडे। परावा जीवु रगडे ।
तिहीं कर्मीं होऊनि गाढे । जन्मवृत्ती ॥३२७॥
दुसऱ्यास पीडा होई । किंवा त्यांचा प्राणही जाई ।
अशी कर्मे करण्याविषयी । ते अधिकारी असतात ॥३२७॥

मग आपुलें केलें फोकारिती । आणि जगातें धिक्कारिती ।
दाहीं दिशीं पसरिती । स्पृहाजाळ ।।३२८।।
आपल्या कर्माचा गाजावाजा करती । जगाचे कर्म धिक्कारती ।
दाही दिशांना पसरवती । इच्छांचे जाळे ।।३२८।।
ऐसेनि गा आटोपें । थोरियें आणती पापें ।
धर्मधेनु खुरपें । सुटलें जैसें ।।३२९।।
ते असे आचरण करती । की पापाला महत्त्व देती ।
जसे गाय स्वैर चरती । दावे सुटता ।।३२९।।
याचि एका आयती । तयाचिया कर्मप्रवृत्ती ।
आणि जिणियाही परौती । वाहती चिंता ।।३३०।।
या साधने कर्म करती । ठेवती कर्मप्रवृत्ती ।
जगण्यापलीकडची वाहती । सतत चिंता ।।३३०।।
पाताळाहूनि निम्न । जियेचिये उंचीये सानें गगन ।
जें पाहातां त्रिभुवन । अणुही नोहे ।।३३१।।
ती पाताळाहून खोल असते । उंचीपुढे गगन ठेंगणे वाटते ।
त्रिभुवन अणूएवढे दिसते । तिचा विस्तार पाहता ।।३३१।।
ते योगपटाची मवणी । जीवीं अनियम चिंतवणी ।
जे सांडूं नेणें मरणीं । वल्लभा जैसी ।।३३२।।
नवीन संन्यास दीक्षेकऱ्याही । नित्य नियम आठवत राही ।
पतीसमवेत सहगमना जाई । पतिव्रता स्त्री ।।३३२।।
तैसी चिंता अपार । वाढविती निरंतर ।
जीवीं सूनि असार । विषयादिक ।।३३३।।
जे विषय असार । मनी ठेवून निरंतर ।
वाढवती चिंता अपार । आसुरी लोक ।।३३३।।
स्त्रिया गाइलें आइकावें । स्त्रीरूप डोळां देखावें ।
सर्वेंद्रियें आलिंगावें । स्त्रियेतेंचि ।।३३४।।
स्त्री गाते ते ऐकावे । स्त्रीस डोळे भरून पाहावे ।
सर्वांगास आलिंगावे । स्त्रीने (असे त्यास वाटते)।।३३४।।
कुरवंडी कीजे अमृतें । ऐसें सुख स्त्रियेपरौतें ।
नाहींचि म्हणौनि चित्तें । निश्चयो केला ।।३३५।।
स्त्रीसुखाविना दुसरे सुख नाही । ज्याची अमृताने कुरवंडी करावी ।
असा निश्चय करून राही । त्यांचे चित्त ।।३३५।।
मग तयाचि स्त्रीभोगा– । लागीं पाताळ स्वर्गा ।
धांवती दिग्विभागा । परौतेही ।।३३६।।
स्त्रीभोगाच्या पायात । पाताळ किंवा स्वर्गात ।
सुटती ते धावत । दाही दिशांपलीकडे।।३३६।।

आमिषकवळु थोरी आशा । न विचारितां गिळी मासा ।
तैसें कीजे विषयाशा । तयांसि गा ।।३३७।।
अमिषाला अविचाराने खातो ।
अन् मासा जसा मृत्यू पावतो ।
तसे विषयांच्या आशेने येतो । त्यांना मृत्यू ।।३३७।।
वांछित तंव न पवती ।
मग कोरडियेचि आशेची संतती ।
वाढऊं वाढऊं होती । कोशकिडे।।३३८।।
इच्छित ते प्राप्त न होती । विषयांची कोरडी आशा धरती ।
स्वत:स बंधन करून घेती । कोशकिड्यांप्रमाणे ।।३३८।।
आणि पसरिला अभिलाषु । अपूर्णु होय तोचि द्वेषु ।
एवं कामक्रोधांहूनि अधिकु । पुरुषार्थु नाहीं ।।३३९।।
इच्छा अपूर्ण राहती । मग द्वेषाची होते निर्मिती ।
काम–क्रोधाहून नसती । त्यांना अधिक पुरुषार्थ ।।३३९।।
दिहा खोलणें रात्रीं जागोवा । ठाणांतरीयां जैसा पांडवा ।
अहोरात्रींही विसांवा । भेटेचिना ।।३४०।।
दिवसा कोतवाली रात्री पहारा । दिवस रात्र चौकीदारा ।
जशी न मिळे प्रहरभरा । विश्रांती ।।३४०।।
तैसें उंचौनि लोटिलें कामें । नेहटती क्रोधाचिये ढेमे ।
तरी रागद्वेष प्रेमें । न माती केंही ।।३४१।।
तसे ते कामाकडून ढकलले जाती ।
क्रोधाच्या खडकावर आदळती ।
तशी विषयांवर प्रेम करती ।
कुठेच सामावीत नाहीत ।।३४१।।
तेवींचि जीवींचिया हांवा । विषयवासनांचा मेळावा ।
केला तरी भोगावा । अर्थें कीं ना? ।।३४२।।
विषयवासनेची हाव जे धरती । त्यांचा समूह बनवती ।
पण वासनेच्या तृप्तीसाठी । द्रव्य लागतेच ना? ।।३४२।।
म्हणौनि भोगावयाजोगा । पुरता अर्थु पैं गा ।
आणावया जगा । झोंबती सैरा ।।३४३।।
म्हणून विषय भोग घेण्या । भरपूर पैसा मिळवण्या ।
जगाला लुबाडण्या । वागती स्वैरपणे ।।३४३।।
एकातें साधूनि मारिती । एकाचि सर्वस्वें हरिती ।
एकालागीं उभारिती । अपाययंत्रें ।।३४४।।
कोणा संधी साधून मारती । कोणाचे सर्वस्व लुबाडती ।
नवीन युक्त्याशोधती । अपायकारक अशा ।।३४४।।

पाशिकें पोतीं वागुरा । सुणीं ससाणें चिकाटी खोंचारा ।
घेऊनि निघती डोंगरा । पारधी जैसें ।।३४५।।
फास आणि जाळे घेती । घोरपडी व भाले बाळगती ।
डोंगरावर शिकारीस जाती । जसे पारधी ।।३४५।।
ते पोसावया पोट । मारूनि प्राणियांचे संघाट ।
आणिती ऐसें निकृष्ट । तेंही करिती ।।३४६।।
ते पोट पोसण्यासाठी । प्राण्यांचे समूह मारती ।
तशी निकृष्ट कामे करती । असुर लोक ।।३४६।।
परप्राणघातें । मेळविती वित्तें ।
मिळाल्या चित्तें । तोषणें कैसें ।।३४७।।
दुसऱ्याच्या प्राणघाती । मिळवून संपत्ती ।
कसे संतोष पावती ते चित्ती । याचे श्रवण कर ।।३४७।।
म्हणे आजि मियां । संपत्ति बहुतेकांचिया ।
आपुल्या हातीं केलिया । धन्यु ना मी? ।।३४८।।
म्हणे मी आणिली हाती । बहुतेक सर्वांची संपत्ती ।
म्हणून असे म्हणती । मी धन्य आहे ना? ।।३४८।।
ऐसा श्लाघों जंव जाये । तंव मन आणीकही वाहे ।
सवेंचि म्हणे पाहे । आणिकांचेंही आणूं ।।३४९।।
करी स्वत:चे वर्णन । मनात इच्छा होई निर्माण ।
आणखी लुबाडून धन । दुसऱ्याचे आणू ।।३४९।।
हें जेतुलें असे जोडिलें । तयाचेनि भांडवलें ।
लाभा घेईन उरलें । चराचर हें ।।३५०।।
मी जेवढे मिळवले । त्याच्या भांडवले ।
घेईन मी उरलेले । चराचर ।।३५०।।
ऐसेनि धना विश्वाचिया । मीचि होईन स्वामिया ।
मग दिठी पडे तया । उरों नेदी ।।३५१।।
विश्वातील सर्व संपत्तीचा एक । मीच होईन मालक ।
न राहू देई त्या शिल्लक । ज्यावर पडे दृष्टी ।।३५१।।
हे मारिले वैरी थोडे । आणीकही साधीन गाढे ।
मग नांदेन पवाडें । येकलाचि मी ।।३५२।।
अनेक शत्रू घेतले जिंकून । जे बलाढ्य असती त्यांनाही मारून ।
एकटाच मी जगात नांदेन । मोठ्या लौकिकाने ।।३५२।।
मग माझी होतील कामारीं । तियेंवांचूनि येरें मारीं ।
किंबहुना चराचरीं । ईश्वरु तो मी ।।३५३।।
जे राहतील माझे दास म्हणून । मारेन सर्वां त्यांना सोडून ।
चराचरात जो आहे ईश्वर म्हणून । तो मीच होईन ।।३५३।।

मी भोगभूमीचा रावो । आजि सर्वसुखासी ठावो ।
म्हणौनि इंद्रुही वावो । मातें पाहुनि ।।३५४।।
मी भोगभूमीचा राजा होत । सर्व सुखे मलाच प्राप्त ।
इंद्रही वाटतो तुच्छ । मला पाहिले असता ।।३५४।।
मी मनें वाचा देहें । करीं ते कैसें नोहे ।
कें मजवांचूनि आहे । आज्ञासिद्ध आन? ।।३५५।।
मी काया-वाचा-मने जे करेल । ते सर्व सिद्धीस जाईल ।
माझ्यावाचून कोण असेल । दुसरा आज्ञा करणारा? ।।३५५।।
तंवचि बळिया काळु । जंव न दिसें मी अतुर्बळु ।
सुखाचा कीर निखिळु । रासिवा मीचि ।।३५६।।
जोवर माझे न दिसे बल । तोवरच बलवान तो काळ ।
मीच असे केवळ । सुखाची रास ।।३५६।।
कुबेरु आथिला होये । परी तो नेणें माझी सोये ।
संपत्ती मजसम नव्हे । श्रीनाथाही ।।३५७।।
कुबेर संपन्न आहे म्हणे । पण तो माझी बरोबरी न करू जाणे ।
लक्ष्मीपती विष्णू जवळही न होणे । माझ्या एवढी संपत्ती ।।३५७।।
माझिया कुळाचा उजाळू । कां जातिगोतांचा मेळू ।
पाहतां ब्रह्माही हळू । उणाचि दिसे ।।३५८।।
लौकिक माझ्या कुळाचा । समूह माझ्या गोत्राचा ।
पाहून ब्रह्मा ही साचा । उणा भासेल ।।३५८।।
म्हणौनि मिरविती नांवें । वायां ईश्वरादि आघवे ।
नाहीं मजसीं सरी पावे । ऐसें कोण्ही ।।३५९।।
म्हणून ईश्वरादिकांचा गौरव । माझ्यापुढे व्यर्थ सर्व ।
माझ्या बरोबरीत पोहोचेल ठाव । असा कोणी नाही ।।३५९।।
आतां लोपला अभिचारु । तया करीन मी जीर्णोद्धारु ।
प्रतिष्ठीन परमारु । यागवरी ।।३६०।।
सध्या लोपला असे अभिचार । त्याचा करेन जीर्णोद्धार ।
मी यज्ञयाग करणार । लोकांचा नाश करणारे ।।३६०।।
मातें गाती वानिती । नटनाचें रिझविती ।
तयां देईन मागती । ते ते वस्तु ।।३६१।।
माझे जे करतील वर्णन । नृत्य गायने रंजन ।
त्यांना मी देईन दान । मागतील ते ।।३६१।।
माजिरा अन्नपानीं । प्रमदांच्या आलिंगनीं ।
मी होईन त्रिभुवनीं । आनंदाकारु ।।३६२।।
मादक पदार्थांनी । तरुणींच्या आलिंगनानी ।
या त्रिभुवनीं । मी सुखात राहीन ।।३६२।।

काय बहु सांगों ऐसें । ते आसुरीप्रकृती पिसें ।
तुरंबिती असोसें । गगनौळें तियें ॥३६३॥
काय सांगावे आणि किती । वेड लावी ज्यांना आसुरी प्रवृती ।
ते वास घेण्या आसुसती । आकाशपुष्पांचा ॥३६३॥
ज्वराचेनि आटोपें । रोगी भलतैसें जल्पे ।
चावळती संकल्पें । जाण ते तैसें ॥३६४॥
तापाच्या भरात । रोगी भलते बरळत ।
तसे विषयांच्या संकल्पात । ते बरळती ॥३६४॥
अज्ञान आतुले धुळी । म्हणौनि आशा वाहटुळी ।
भोवंडीजती अंतराळीं । मनोरथांच्या ॥३६५॥
अज्ञानाची धूळ । आशारूपी वावटळ ।
भोवंडती अंतराळ । मनोरथांचे ॥३६५॥
अनियम आषाढ मेघ । कां समुद्रोर्मी अभंग ।
तैसे कामिती अनेग । अखंड काम ॥३६६॥
आषाढात अमर्याद मेघ येती । समुद्रात अविरत लाटा येती ।
तशा विषयांच्या लाटा इच्छिती । अखंडपणे ॥३६६॥
मग पैं कामनाचि तया । जीवीं जाल्या वेलरिया ।
वोरपिली कांटिया । कमळें जैसीं ॥३६७॥
मग मनात जाती पसरल्या । विषयवेलींच्या जाळ्या ।
ओरबडल्या जाती कमलकळ्या । जशा काट्यांवरून ॥३६७॥
कां पाषाणाचिया माथां । हांडी फुटली पार्था ।
जीवीं तैसें सर्वथा । कुटके जाले ॥३६८॥
अर्जुना जशी दगडांवर । फोडावी मातीची घागर ।
तसे सर्व बाजूंवर । मनाचे तुकडे होती ॥३६८॥
तेव्हां चढतिये रजनी । तमाची होय पुरवणी ।
तैसा मोहो अंत:करणीं । वाढोंचि लागे ॥३६९॥
रात्र जशी अधिक होई । अंधारही वाढत जाई ।
तसा मोह त्यांच्या ठायी । वाढत जातो ॥३६९॥
आणि वाढे जंव जंव मोहो । तंव तंव विषयीं रोहो ।
विषय तेथ ठावो । पातकासी ॥३७०॥
जसा मोह जाई वाढत । विषयवासना वाढे त्या प्रमाणात ।
आणि पातकांना कारणीभूत । विषयच आहेत ॥३७०॥
पापें आपलेनि थांवें । जंव करिती मेळावे ।
तंव जितांचि आघवे । येती नरकां ॥३७१॥
पापे आपल्या बळाने । वाढून राहती समूहाने ।
तेव्हा असुर जिवंतपणे । नरकयातना भोगती ॥३७१॥

म्हणौनि गा सुमती । जे कुमनोरथां पाळिती ।
ते आसुर येती वस्ती । तया ठाया ॥३७२॥
म्हणून हे सु-मती । वाईट वासना जे करती ।
ते येऊन करती वस्ती । अशा नरकात ॥३७२॥
जेथ असिपत्रतरुवर । खदिरांगाराचे डोंगर ।
तातला तेलीं सागर । उततातो ॥३७३॥
जेथे धारदार पानांचे वृक्ष असत । निखाऱ्यांचे जळते पर्वत ।
समुद्र दिसती उसळत । तापत्या तेलाचे ॥३७३॥
जेथ यातनांची श्रेणी । हे नित्य नवी यमजाचणी ।
पडती तिये दारुणीं । नरकलोकीं ॥३७४॥
जेथे यातनांची रांगच । यमाचा रोज जाच ।
अशा भयंकर नरकात । ते पडतात ॥३७४॥
ऐसे नरकाचिये शेले । भागीं जे जे जन्मले ।
तेही देखों भुलले । यजिती यागीं ॥३७५॥
अशा निवडक नरकातले । भागीदार जे जन्मले ।
ते भ्रम होऊन भुलले । मग यज्ञयाग करती ॥३७५॥
एऱ्हवीं यागादिक क्रिया । आहाण तेचि धनंजया ।
परी विफळती आचरोनियां । नाटकी जैसी ॥३७६॥
एरवी यज्ञयागाच्या क्रिया । देखावा करून धनंजया ।
निष्फळ करती तया । कर्माचरणास ॥३७६॥
वल्लभाचिया उजरिया । आपणयाप्रति कुस्त्रिया ।
जोडोनि तोषिती जैसियां । अहेवपणें ॥३७७॥
स्वैर वागणाऱ्या स्त्रिया । प्रियकराचा धरून आश्रया ।
सौभाग्यवती मानून स्वया । समाधान पावती ॥३७७॥
तैसें आपणयां आपण । मानितां महंतपण ।
फुगती असाधारण । गर्वें तेणें ॥३७८॥
तसे स्वत:च आपण । मानून महंतपण ।
फुगती असाधारण । गर्वाने ॥३७८॥
मग लवों नेणती कैसे । आटिवा लोहाचे खांब जैसे ।
कां उधवले आकाशें । शिळाराशी ॥३७९॥
जसे लोखंडाचे खांब न वाकती । पर्वतशिखरे न झुकती ।
तसे ते ही न होती । विनम्र कदापि ॥३७९॥
तैसें आपुलिये बरवे । आपणचि रिझतां जीवें ।
तृणाहीहूनि आघवें । मानिती नीच ॥३८०॥
आपल्या वागण्याने । आपणच राहती आनंदाने ।
गवताहूनही तुच्छ मानणे । सर्वांनाच ॥३८०॥

वरी धनाचिया मदिरा । माजूनि धनुर्धरा ।
कृत्याकृत्यविचारा । सवतें केलें ।।३८१।।
आणखी धनाच्या अहंकारा । त्याची पिऊन मदिरा ।
योग्य अयोग्य धनुर्धरा । विचार न करती ।।३८१।।
जया आंगीं आयती ऐसी । तेथ यज्ञाची गोठी कायसी ।
तरी काय काय पिसीं । न करिती गा? ।।३८२।।
ज्याच्या अंगी विवेक नाही । त्या यज्ञाची किंमत काय राही? ।
मूर्ख लोक करती काहीही । हे जाण ।।३८२।।
म्हणौनि कोणे एके वेळे । मौढ्यमद्याचेनि बळें ।
यागाचींही टवाळें । आदरिती ।।३८३।।
म्हणून एखादे वेळे । अज्ञान मद्याच्या बळे ।
यज्ञाचे सोंग बळे बळे । घेत राहती ।।३८३।।
ना कुंड मंडप वेदी । ना उचित साधनसमृद्धी ।
आणि तयांसी तंव विधी । द्वंद्वचि सदा ।।३८४।।
नसे मंडप, कुंड, वेदी । नसे यज्ञसामग्री समृद्धी ।
न मानती शास्त्रविधी । वैर भाव ठेवून ।।३८४।।
देवां ब्राह्मणांचेनि नांवें । आडवारेनहि नोहावें ।
ऐसें आथी तेथ यावें । लागे कवणा? ।।३८५।।
देवा ब्राह्मणांची घेऊन नावे । वाऱ्यानेही तिथे न यावे ।
असे वैर जिथे असावे । तिथे कोण येईल? ।।३८५।।
पैं वासरुवाचा भोकसा । गाईपुढें ठेवूनि जैसा ।
उगाणा घेती क्षीररसा । बुद्धिवंत ।।३८६।।
मृत वासरात पेंढा भरून । ते गाई पुढे उभे करून ।
दूध घेती काढून । जसे शहाणे लोक ।।३८६।।
तैसें यागाचेनि नांवें । जग वाऊनि हांवें ।
नागविती आघवें । अहेरावारी ।।३८७।।
तसे यज्ञाचे निमित्त करून । सर्व लोकांना आमंत्रण देऊन ।
त्यांच्या कडून आहेर घेऊन । त्यांना लुबाडतात ।।३८७।।
ऐशा कांहीं आपुलिया । होमिती जे उजरिया ।
तेणें कामिती प्राणिया । सर्वनाशु ।।३८८।।
मोठेपणा सिद्ध करण्यासरशी । यज्ञ याग करिती खाशी ।
प्राण्यांचा सर्वनाश व्हावा अशी । मनी इच्छा धरती ।।३८८।।
मग पुढां भेरी निशाण । लाउनी ते दीक्षितपण ।
जगीं फोकारिती आण । वावो वावो ।।३८९।।
आपल्या पुढे वाजवून । नगारे, डंके, निशाण ।
दीक्षितपण घेती मिरवून । यज्ञाचे ।।३८९।।

तेव्हां महत्त्वें तेणें अधमा । गर्वा चढे महिमा ।
जैसे लेवे दिधले तमा । काजळाचे ।।३९०।।
या प्रसिद्धीने त्या अधमा । गर्वाचा चढतो महिमा ।
जसा अंधाराला मुलामा । काजळाचा ।।३९०।।
तैसें मौढ्य घणावे । औद्धत्य उंचावे ।
अहंकारु दुणावे । अविवेकुही ।।३९१।।
त्याने मूर्खपणा वाढतो । उद्धटपणा चढतो ।
अहंकार दुणावतो । अविवेकासोबत ।।३९१।।
मग दुजयाची भाष । नुरवावया निःशेष ।
बळीयेपणा अधिक । होय बळ ।।३९२।।
मग जगी दुसऱ्याचे नावही । उरू नये असे पाही ।
मोठेपणा वाढवत जाई । बळ वापरून ।।३९२।।
ऐसा अहंकार बळा । जालिया एकवळा ।
दर्पसागरु मर्यादवेळा । सांडूनि उते ।।३९३।।
जसा अहंकार एकवेळ । झाला असता प्रबळ ।
दर्पाचा सागर केवळ ।
मर्यादा सोडून प्रक्षुब्ध होतो ।।३९३।।
मग वोसंडिलेनि दर्पें । कामाही पित्त कुरुपे ।
तया धगीं सैंघ पळिपे । क्रोधाग्नि तो ।।३९४।।
असा दर्प वाढतो । कामाचा पित्तप्रकोप होतो ।
क्रोधरूपी अग्नी भडकतो । उष्णतेने ।।३९४।।
तेथ उन्हाळा आगी खरमरा । तेलातुपाचिया कोठारा ।
लागला आणि वारा । सुटला जैसा ।।३९५।।
असावा कडक उन्हाळा ।
आग लागली तेलातुपाच्या कोठाराला ।
आणि अनुकूल असा सुटला । जर वारा ।।३९५।।
तैसा अहंकारु बळा आला । दर्पु कामक्रोधीं गूढला ।
या दोहींचा मेळु जाला । जयांच्या ठायीं ।।३९६।।
तसा अहंकार बळावला । कामक्रोधाने वेढला ।
या दोन्हींचा मेळ झाला । ज्यांच्या ठायी ।।३९६।।
ते आपुलिया सवेशा । मग कोणी कोणी हिंसा ।
या प्राणियांते वीरेशा । न साधती गा? ।।३९७।।
हे असुरी आपल्या इच्छेप्रमाणे ।
कोणकोणत्या प्रकारच्या हिंसेने ।
प्राण्यांना मारत नाहीत म्हणे ।
सांग वीर अर्जुना ।।३९७।।

पहिलें तंव धनुर्धरा । आपुलिया मांसरुधिरा ।
वेंचु करिती अभिचारा- । लागोनियां ।।३९८।।
ऐक हे धनुर्धर अर्जुन । करण्या जारणमारण ।
ते आपले मांस रक्त जाण । खर्च करती ।।३९८।।
तेथ जाळिती जियें देहें । यामाजीं जो मी आहें ।
तया आत्मया मज घाये । वाजती ते ।।३९९।।
जो देह ते जाळिती । त्यात माझी वसती ।
त्यावर आघात होती । दुःखरूपाने ।।३९९।।
आणि अभिचारकीं तिहीं । उपद्रविजे जेतुलें कांहीं ।
तेथ चैतन्य मी पाहीं । सीणु पावे ।।४००।।
त्या त्या अभिचाराते । ज्यांना पीडा दिली जाते ।
ती मला प्राप्त होते । मी चैतन्य रूपात असता ।।४००।।
आणि अभिचारावेगळें । विपायें जे अवगळें ।
तया टाकिती इटाळें । पैशून्याचीं ।।४०१।।
अभिचारापासून वेगळे । जे कोणी वाचले ।
त्यांच्यावर फेकले । द्वेषाचे दगड।।४०१।।
सती आणि सत्पुरुख । दानशीळ याज्ञिक ।
तपस्वी अलौकिक । संन्यासी जे ।।४०२।।
सती आणि सत् लोक । दानशूर याज्ञिक ।
तपस्वी आणि अलौकिक । जे संन्यासी ।।४०२।।
कां भक्त हन महात्मे । इयें माझीं निजाचीं धामें ।
निर्वाळलीं होमधर्में । श्रौतादिकीं ।।४०३।।
जे महात्मे भगवद्भक्त । यज्ञ यागे जे होती शुद्ध ।
असे जे असती पवित्र । ती माझी घरे होत ।।४०३।।
तयां द्वेषाचेनि काळकूटें । बासटोनि तिखटें ।
कुबोलांचीं सदटें । सूति कांडें ।।४०४।।
त्यांना द्वेषविषाने माखलेले । कालकूटाने तीक्ष्ण केलेले ।
दुःखाने बलशाली असलेले । बाण मारतात ।।४०४।।
ऐसे आघवाचि परी । प्रवर्तले माझ्या वैरी ।
तयां पापियां जें मी करीं । तें आइक पां ।।४०५।।
अशा प्रकारे मजप्रति । वैर करण्या जे प्रवृत्त होती ।
त्यांना शिक्षा मी देतो कोणती । ते ऐक ।।४०५।।
तरी मनुष्यदेहाचा तागा । घेऊनि रुसती जे जगा ।
ते पदवी हिरोनि पैं गा । ऐसे ठेवीं ।।४०६।।
मनुष्यदेहाचा आधार घेऊन । जगाला त्रास देती जे छळून ।
त्याचे मनुष्यपण काढून । मी त्यांना असे ठेवतो ।।४०६।।

जे क्लेशगांवींचा उकरडा । भवपुरींचा पानवडा ।
ते तमोयोनि तयां मूढां । वृत्तीचि दें ।।४०७।।
क्लेशगावाचा उकिरडा । मृत्यूनगराचा पानवडा (पाणवठा) ।
अशा तामस योनीचा वतनवाडा । मी त्यांना देतो ।।४०७।।
मग आहाराचेनि नांवें । तृणही जेथ नुगवे ।
ते व्याघ्र वृश्चिक आडवे । तैसिये करीं ।।४०८।।
जेथे खाण्यासाठीही । गवतही उगवत नाही ।
अशा वनात मी त्यांनाही । वाघ, विंचू करतो ।।४०८।।
तेथ क्षुधादुःखें बहुतें । तोडूनि खाती आपणयातें ।
मरमरों मागुतें । होतचि असती ।।४०९।।
त्या वनात भुकेच्या दुःखात । ते स्वतःलाच तोडून खात ।
मग मरून त्याच योनीत । ते जन्म घेतात ।।४०९।।
कां आपुला गरळजाळीं । जळिती आंगाची पेंदळी ।
ते सर्पचि करीं बिळीं । निरुंधला ।।४१०।।
अंगच्या विषाच्या आगीत । त्वचा राहतसे जळत ।
मग मी त्या करत । बिळात कोंडलेला सर्प ।।४१०।।
परी घेतला श्वासु घापे । येतुलेनही मापें ।
विसांवा तयां नाटोपे । दुर्जनांसी ।।४११।।
आत घेतला सोडला श्वास । जितका वेळ लागतो त्यास ।
तितका वेळही त्या दुर्जनास । मी विश्रांती देत नाही ।।४११।।
ऐसेनि कल्पांचिया कोडी । गणितांही संख्या थोडी ।
तेतुला वेळु न काढी । क्लेशौनि तयां ।।४१२।।
कल्पांच्या कोटी संख्या घेतल्या ।
थोड्या होती जर त्या मोजल्या ।
तेवढाही वेळ दुःखातून सगळ्या ।
मी त्यांना बाहेर काढत नाही ।।४१२।।
तरी तयांसी जेथ जाणें । तेथिंचें हें पहिलें पेणें ।
तें पावोनि येरें दारुणें । न होती दुःखें ।।४१३।।
जेथे त्यांना असते जाणे ।
तिथे हे पहिले असे राहणे ।
मुख्य ठिकाणी यापेक्षाही भोगणे ।
लागे जास्त दुःख ।।४१३।।
हा ठायवरी । संपत्ति ते आसुरी ।
अधोगती अवधारीं । जोडिली तिहीं ।।४१४।।
मिळवण्या आसुरी संपत्ती । जाती जे अधोगती ।
ते मर्यादा ओलांडती । तू लक्षात ठेव ।।४१४।।

पाठीं व्याघ्रादि तामसा । योनी तो अळुमाळु ऐसा ।
देहाधाराचा उसासा । आथी जोही ।।४१५।।
व्याघ्रादि तामस योनींतही । देहाच्या आधारे प्राप्त होई ।
तो थोडासा विसावाही । मिळे मृत्यूनंतर ।।४१५।।
तोही मी वोल्हावा हिरें । मग तमचि होती एकसरें ।
जेथे गेलें आंधारें । काळवंडैजे ।।४१६।।
तोही मी घेतसे हिरावून । मग सारे जाई अंधारून ।
तोही जाईल काळवंडून । तिथे गेला असता ।।४१६।।
जयांची पापा चिळसी । नरक घेती विवसी ।
शीण जाय मूर्च्छी । सिणें जेणें ।।४१७।।
ज्यांची पापालाही किळस वाटे । नरकालाही भय दाटे ।
श्रमालाही मूर्च्छा येते । शीण येऊन ।।४१७।।
मळु जेणें मैळे । तापु जेणें पोळे ।
जयाचेनि नांवें सळे । महाभय ।।४१८।।
मळ होई मलिन । ताप निघे पोळून ।
महाभयाही राही वाटून । भीती ।।४१८।।
पापा जयाचा कंटाळा । उपजे अमंगळ अमंगळा ।
विटाळुही विटाळा । बिहे जया ।।४१९।।
पापाला त्याचा कंटाळा । अमंगळाला अमंगळा ।
विटाळाला वाटे विटाळा । महाभीती ।।४१९।।
ऐसें विश्वाचेया वोखटेया । अधम जे धनंजया ।
तें ते होती भोगूनियां । तामसा योनी ।।४२०।।
अशी वाईट स्थिती । भोगून ते अधम येती ।
तामस योनीत जन्म घेती । हे जाण धनंजया ।।४२०।।
अहा सांगतां वाचा रडे। आठवितां मन खिरडे।
कटारे मूर्खीं केवढे । जोडिले निरय ।।४२१।।
ते सांगता वाणी रडते । आठवता मन कचरते ।
त्या मूर्खांनी केवढे ते । दुःख प्राप्त करून घेतले ।।४२१।।
कायिसया ते आसुर । संपत्ति पोषिती वाउर ।
जिया दिधलें घोर । पतन ऐसें ।।४२२।।
त्या असुरी संपत्तीमुळे जाण । होते असे घोर पतन ।
मग का करती संवर्धन । त्या असुरी संपत्तीचे ।।४२२।।
म्हणौनि तुवां धनुर्धरा । नोहावें गा तिया मोहरा ।
जेउता वासु आसुरा । संपत्तिवंता ।।४२३।।
म्हणून तुला सांगतो धनंजया । त्या मार्गाने नको जावया ।
असुरी संपत्ती वाढवाया । नरकवास भोगावा लागतो ।।४२३।।

आणि दंभादि दोष साही । हे संपूर्ण जयांच्या ठायीं ।
ते त्यजावे हें काई । म्हणों कीर? ।।४२४।।
काम, क्रोध आदि दोष सहा । असुरांच्या मनी असता पाहा ।
त्याचा त्याग करून राहा । हे सांगावे काय? ।।४२४।।
परी काम क्रोध लोभ । या तिहींचेंही थोंब ।
थांवे तेथें अशुभ । पिकलें जाण ।।४२५।।
काम, क्रोध, लोभ तो । जिथे तिघांचा अंकुर फोफावतो ।
तिथे पापाचे पीक आले म्हणतो । असे जाण ।।४२५।।
सर्व दुःखां आपुलिया । दर्शना धनंजया ।
पाढाऊ हे भलतया । दिधलें आहाती ।।४२६।।
सर्व दुःखांनी ठरवून । त्यांना वाटाडे नेमून ।
मार्ग दाखवावा म्हणून । कामक्रोधास नेमले ।।४२६।।
कां पापियां नरकभोगीं । सुवावयालागीं जगीं ।
पातकांची दाटुगी । सभाचि हे ।।४२७।।
पापी लोकांच्या करिता । त्यांना नरकभोग देण्याकरिता ।
ही पातकांची भरली आता । सामर्थ्यशाली सभा ।।४२७।।
ते रौरव गा तंवचिवरी । आइकिजती पटांतरीं ।
जंव हे तिन्ही अंतरीं । उठती ना ।।४२८।।
रौरव नावाचा आहे नरक । असे पुराणातून येते ऐकिवात ।
जोवर न येती अंतःकरणात । काम, क्रोध, लोभ ।।४२८।।
अपाय तिहीं आसलग । यातना इहीं सवंग ।
हाणी हाणी नोहे हे तिघ । हेचि हाणी ।।४२९।।
यामुळे अपायांची होई प्राप्ती । यातना सुलभ होती ।
हानीच नव्हे तर हे तिघे असती । मूर्तीमंत हानी ।।४२९।।
काय बहु बोलों सुभटा । सांगितलिया निकृष्टा ।
नरकाचा दारवंटा । त्रिशंकु हा ।।४३०।।
काय बोलावे सुस्पष्ट। यांची अवस्था अति निकृष्ट।
त्रिशंकू दाराचा उंबरा होत । हे तिघे ।।४३०।।
या कामक्रोधलोभां- । माजीं जीवें जो होय उभा ।
तो निरयपुरीची सभा । सन्मानु पावे ।।४३१।।
येऊन या काम-क्रोध-लोभा । यातीत जो मनापासून राही उभा ।
त्याचा ही नरकाची सभा । सन्मान करते ।।४३१।।
म्हणौनि पुढत पुढतीं किरीटी । हे कामादि दोष त्रिपुटी ।
त्यजावींचि गा वोखटी । आघवा विषयीं ।।४३२।।
म्हणून हे वीर पार्था । तुला पुन्हा पुन्हा सांगेन आता ।
काम क्रोधादि त्रिपुटी सर्वार्था । वाईट, ती त्यागावी ।।४३२।।

धर्मादिकां चौंही आंतु । पुरुषार्थांची तैंचि मातु ।
करावी जैं संघातु । सांडील हा ।।४३३।।
धर्म, अर्थ आदि चार पुरुषार्थ । तेव्हाच होतील प्राप्त ।
ही त्रिपुटी आहे वाईट । तिचा त्याग करावा ।।४३३।।
हे तिन्ही जीवीं जंव जागती । तंववरी निकियाची प्राप्ती ।
हे माझे कान नाइकती । देवोही म्हणे ।।४३४।।
हे तीन दोष असता मनात । कल्याण होतसे प्राप्त ।
असा न ऐकला कानांनी सिद्धान्त । असे देव म्हणाले ।।४३४।।
जया आपणपें पढिये । आत्मनाशा जो बिहे ।
तेणें न धरावी हे सोये । सावधु होईजे ।।४३५।।
ज्याला स्वकल्याणाची इच्छा होई । जो नाशाला भिऊन राही ।
त्याने न धरावा कधीही । या दोषांचा मार्ग ।।४३५।।
पोटीं बांधोनि पाषाण । समुद्रीं बाहीं आंगवण ।
कां जियावया जेवण । काळकूटाचें ।।४३६।।
पोटाशी दगड बांधणे । आणि समुद्रात पोहणे ।
कालकूटाचे जेवण करणे । जसे चूक आहे ।।४३६।।
इहीं कामक्रोधलोभेंसी । कार्यसिद्धि जाण तैसी ।
म्हणौनि ठावोचि पुसीं । ययांचा गा ।।४३७।।
तशी काम-क्रोध-लोभाते । विपरित कार्यसिद्धी होते ।
म्हणून पुसणे योग्य ते । यांची मनातली जागा ।।४३७।।
जैं कहीं अवचटें । हे तिकडी सांखळ तुटे ।
तैं सुखें आपुलिये वाटे । चालों लाभे ।।४३८।।
जेव्हा अचानक असे घडेल । या तीन कड्यांची साखळी तुटेल ।
तेव्हाच चालायला मिळेल । आत्मसुखाच्या मार्गे ।।४३८।।
त्रिदोषीं[४] सांडिलें शरीर । त्रिकुटीं[५] फिटलिया नगर ।
त्रिदाह[६] निमालिया अंतर । जैसें होय ।।४३९।।
त्रिदोष न येती शरीरात । त्रिकुटीपासून नगर अलिप्त ।
त्रिदाहापासून मन मुक्त । जसा तो आनंद ।।४३९।।
तैसा कामादिकीं तिघीं । सांडिला सुख पावोनि जगीं ।
संगु लाहे मोक्षमार्गीं । सज्जनांचा ।।४४०।।
तसे कामक्रोधादि जो सोडतो । जगी सुख पावतो ।
मोक्षमार्गावरून चालतो । सज्जनांच्या संगतीने ।।४४०।।

मग सत्संगें प्रबळें । सच्छास्त्राचेनि बळें ।
जन्ममृत्यूचीं निमाळें । निस्तरें रानें ।।४४१।।
मग सज्जनांच्या संगतीने । शास्त्रांच्या सामर्थ्याने ।
जन्ममृत्यूची माळराने । तो उल्लंघतो ।।४४१।।
ते वेळीं आत्मानंदें आघवें । जें सदा वसतें बरवें ।
तें तैसेंचि पाटण पावे । गुरुकृपेचें ।।४४२।।
आत्मानंदाचे तेज सर्वत्र । असे गुरुकृपेचे स्थान पवित्र ।
त्याला होतसे प्राप्त चरित्र । त्या वेळी ।।४४२।।
तेथ प्रियाची परमसीमा । तो भेटे माउली आत्मा ।
तयें खेवीं आटे डिंडिमा । सांसारिक हे ।।४४३।।
जी असे परमप्राप्तीची परमसीमा । तो भेटे त्या माउली आत्मा ।
मग नष्ट होई सर्व संभ्रमा । संसारातील ।।४४३।।
ऐसा जो कामक्रोधलोभां । झाडी करूनि ठाके उभा ।
तो येवढिया लाभा । गोसावी होय ।।४४४।।
नाश करून काम-क्रोध-लोभा । जो राहतसे उभा ।
तो पावतसे आत्मानंद लाभा । स्वामी होउन ।।४४४।।
ना हें नावडोनि कांहीं । कामादिकांच्याचि ठायीं ।
दाटिली जेणें डोई । आत्मचोरें ।।४४५।।
हा लाभ न आवडून ।
ठेवी डोळ्यांत कामक्रोधाचे विचार भरून ।
तो घेई आत्मघात करून । स्वतःचा ।।४४५।।
जो जगीं समान सकृपु । हिताहित दाविता दीपु ।
तो अमान्यु केला बापु । वेदु जेणें ।।४४६।।
सर्वांविषयी समान कृपा ठेवती ।
हित अहित दाखवणारे दिवे असती ।
वेद जे परमश्रेष्ठ गुरू म्हणती ।
त्यांची अवज्ञा करतो ।।४४६।।
न धरीचि विधीची भीड । न करीचि आपली चाड ।
वाढवीत गेला कोड । इंद्रियांचें ।।४४७।।
शास्त्रांची न धरी भीड । आत्मज्ञानाची न करी चाड ।
वाढवतो लाडकोड । इंद्रियांचे ।।४४७।।
कामक्रोधलोभांची कास । न सोडीच पाळिली भाष ।
स्वैराचाराचें असोस । वळघला रान ।।४४८।।
कामक्रोधांची कास न सोडी । त्यांचे वचन न मोडी ।
स्वैराचाराच्या रानात जोडी । आपला आश्रय ।।४४८।।

४ त्रिदोष – कफ, वात, पित्त.
५ त्रिकुटी – चहाडी, चोरी, शिंदळकी.
६ त्रिदाह–आध्यात्मिक, आधिदैविक, आधिभौतिक

तो सुटकेचिया वाहिणीं । मग पिवों न लाहे पाणी ।
स्वप्नींही ते कहाणी । दूरीचि तया ।।४४९।।
मोक्ष नदीचे पाणीही । तो पीत नाही ।
मोक्षाची कथा स्वप्नातही । दूर असे ।।४४९।।
आणि परत्र तंव जाये । हें कीर तया आहे ।
परी ऐहिकिही न लाहे । भोग भोगूं ।।४५०।।
पारलौकिकाचे सुखही । त्याला प्राप्त होत नाही ।
भोगण्यास मिळत नाही । ऐहिक भोग ।।४५०।।
तरी माशालागीं भुलला । ब्राह्मण पाणबुडां रिघाला ।
कीं तेथही पावला । नास्तिकवादु ।।४५१।।
नदीकाठी एखादा ब्राह्मण । माशावर जर गेले मन ।
लोक निंदती नास्तिक म्हणून । ब्राह्मणत्वही जाते ।।४५१।।
तैसें विषयांचेनि कोडें । जेणें परत्रा केलें उबडें ।
तंव तोचि आणिकीकडे । मरणें नेला ।।४५२।।
विषयांच्या नादी लागला । परलोकही डावलला ।
मृत्युचक्रात सापडला । इहलोकी ।।४५२।।
एवं परत्र ना स्वर्गु । ना ऐहिकही विषयभोगु ।
तेथ केउता प्रसंगु । मोक्षाचा तो? ।।४५३।।
पारलौकिक किंवा स्वर्ग नाही । ऐहिक भोगही नाही ।
मग प्रसंग येईल कसाही । मोक्षाचा? ।।४५३।।
म्हणौनि कामाचेनि बळें । जो विषय सेवूं पाहे सळें ।
तया विषयो ना स्वर्गु मिळे । ना उद्धरे तो ।।४५४।।
जो कामाच्या बळावरही । विषयभोग घेऊ पाही ।
त्यास ऐहिक सुख मिळत नाही । ना उद्धार होई ।।४५४।।
याकारणें पैं बापा । जया आथी आपुली कृपा ।
तेणें वेदांचिया निरोपा । आन न कीजे ।।४५५।।
याकरिता हे अर्जुन । जे इच्छिती आपले कल्याण ।
त्या वेदाज्ञांची अवज्ञा म्हणून । कधी करू नये ।।४५५।।
पतीचिया मता । अनुसरोनि पतिव्रता ।
अनायासें आत्महिता । भेटेचि ते ।।४५६।।
जाणुनि पतीच्या मता । जशी वागते पतिव्रता ।
ती साधते आत्महिता । अनायासे ।।४५६।।
नातरी श्रीगुरुवचना । दिठी देतु जतना ।
शिष्य आत्मभुवना- । माजीं पैसे ।।४५७।।
सद्गुरूची आज्ञा पाळून । जो ठेवी तसे आचरण ।
तो शिष्य घेई करून । आत्मप्राप्ती ।।४५७।।

हें असो आपुला ठेवा । हाता आथी जरी यावा ।
तरी आदरें जेवीं दिवा । पुढां कीजे ।।४५८।।
हा असा धनाचा ठेवा । वाटे आपुल्या हाती यावा ।
तर आदराने दिवा । पुढे धरला पाहिजे ।।४५८।।
तैसा अशेषांही पुरुषार्थां । जो गोसावी हो म्हणे पार्थां ।
तेणें श्रुतिस्मृति माथां । बैसणें घापे ।।४५९।।
तसेच या चार पुरुषार्थां । स्वामी होण्यासाठी पार्था ।
श्रुतीस्मृतींच्या चरणी ठेवून माथा । आज्ञा पाळावी ।।४५९।।
शास्त्र म्हणेल जें सांडावें । तें राज्यही तृण मानावें ।
जें घेववी तें न म्हणावें । विषही विरु ।।४६०।।
शास्त्राने सांगितलेले ऐकावे । मग राज्य ही तृणवत मानावे ।
जे शास्त्र संमत ते स्वीकारावे । जीविता विरुद्धचे वीषही ।।४६०।।
ऐसिया वेदैकनिष्ठा । जालिया जरी सुभटा ।
तरी कें आहे अनिष्टा । भेटणें गा? ।।४६१।।
वेदांची अशी निष्ठा । झाली तर किरीटा ।
मग सांग तरी अनिष्टा । कसे व्हावे? ।।४६१।।
पैं अहितापासूनि काढिती । हित देऊनि वाढविती ।
नाहीं गा श्रुतिपरौती । माउली जगा ।।४६२।।
अहितापासून वाचवणारी । हित वाढवणारी ।
श्रुतीवाचून अन्य तरी । माउली जगी नाही ।।४६२।।
म्हणौनि ब्रह्मेंशीं मेळवी । तंव हे कोणें न सांडावी ।
अगा तुवांही ऐसीचि भजावी । विशेषेंसीं ।।४६३।।
श्रुती ब्रह्माशी भेट घडवे । हिचे विचार कोणी न त्यागावे ।
अर्जुना तूही भजावे । एकनिष्ठपणे ।।४६३।।
जे आजि अर्जुना तूं येथें । करावया सत्य शास्त्रें सार्थें ।
जन्मलासि बळार्थें । धर्माचेनि ।।४६४।।
शास्त्रे सत्य व सार्थ । हे सिद्ध करण्याप्रीत्यर्थ ।
तू जन्मला आहेस पार्थ । धर्माचरण करून ।।४६४।।
आणि धर्मानुज[७] हें ऐसें । बोधेंचि आलें अपैसें ।
म्हणौनि आनारिसें । करूं नये ।।४६५।।
धर्मानुज हे नाव जसे । तुला सहज प्राप्त झाले तसे ।
म्हणून जे धर्मबाह्य वर्तन असे । तू करू नकोस ।।४६५।।

७ (धर्मानुज - धर्मराजाचा धाकटा भाऊ)

कार्याकार्यविवेकीं । शास्त्रेंचि करावीं पारखीं ।
अकृत्य तें कुडें लोकीं । वाळावें गा ।।४६६।।
योग्य-अयोग्याचा विवेक । शास्त्रास करू द्यावा पारख ।
निषिद्धकृत्य जे मानती लोक । ते टाळावे ।।४६६।।
मग कृत्यपणें खरें निगे । तें तुवां आपुलेनि आंगें ।
आचरोनि आदरें चांगें । सारावें गा ।।४६७।।
शास्त्रांतून उत्तम येईल बाहेर । त्याचा करावा आदर ।
श्रद्धेने आचरून पार । ते पाडावेस तू ।।४६७।।
जे विश्वप्रामाण्याची मुदी । आजि तुझ्या हातीं असें सुबुद्धी ।
लोकसंग्रहासि त्रिशुद्धी । योग्यु होसी ।।४६८।।
जगाने मानावे प्रमाण । असे तुझे असावे आचरण ।
तुझ्या हातीची मुद्रा वर्तमान । जगासमोर अर्जुना ।।४६८।।
एवं आसुरवर्गु आघवा । सांगोनि तेथिंचा निगावा ।
तोहि देवें पांडवा । निरूपिला ।।४६९।।
याप्रमाणे असुर संपत्तीची कारणे । कार्य व लक्षणे पूर्णपणे ।
सांगून बाहेर कसे निघणे । हेही देवाने सांगितले ।।४६९।।

इयावरी तो पंडूचा । कुमरु सद्भावो जीवींचा ।
पुसेल तो चैतन्याचा । कानीं ऐका ।।४७०।।
यानंतर पंडुपुत्र अर्जुन । मनातील एक प्रश्न ।
देवास विचारेल, ध्यान देऊन । तुम्ही ऐका ।।४७०।।
संजयें व्यासाचिया निरोपा । तो वेळु फेडिला तया नृपा ।
तैसा मीहि निवृत्तिकृपा । सांगेन तुम्हां ।।४७१।।
संजयाने व्यासांनी सांगितले म्हणून ।
राजाचा वेळ घालवला युद्ध वृत्त सांगून ।
तसे मी सुद्धा तुम्हाला सांगेन ।
निवृत्तीनाथांच्या कृपेने ।।४७१।।
तुम्ही संत माझिया कडा । दिठीचा कराल बहुडा ।
तरी तुम्हां माने येवढा । होईन मी ।।४७२।।
तुम्ही संत मजवरी सकल । कृपेचा वर्षाव कराल ।
तर तुम्हा मान्य होतील । असे विचार मी बोलेन ।।४७२।।
म्हणौनि निज अवधान । मज वोळगे पसायदान ।
दीजो जी सनाथु होईन । ज्ञानदेवो म्हणे ।।४७३।।
म्हणून तुम्ही तुमचे अवधान । द्यावे मज जणू पसायदान ।
मग मी सनाथ समर्थ होईन । असे ज्ञानदेव म्हणाले ।।४७३।।

ओवी संख्या ४७३

।। सोळावा अध्याय – दैवासुर संपद्विभाग योग – समाप्त ।।

अध्याय सतरावा

श्रद्धात्रय विभाग योग

विश्वविकासित मुद्रा । जया सोडी तुझी योगमुद्रा ।
तया नमोजी गणेंद्रा । श्रीगुरुराया ।।१।।
प्रगट करे तुझी योगमाया । विश्वविकसित मुद्रेला या ।
गुणांचा स्वामी तू गणराया । तुला वंदन असो ।।१।।
त्रिगुणत्रिपुरीं वेढिला । जीवत्वदुर्गीं आडिला ।
तो आत्मशंभूनें सोडविला । तुझिया स्मृती ।।२।।
त्रिगुण त्रिपुरात वेढलेला । जीव दशेत अडकलेला ।
आत्मा शंभूने मुक्त केला । तुझ्या स्मरणाने ।।२।।
म्हणौनि शिवेंसीं कंटाळा । गुरुत्वें तूंचि आगळा ।
तऱ्ही हळु मायाजळा- । माजीं तारूनि ।।३।।
शंभूसवे पाहता तुला । तू वाटसी वेगळा ।
तारिसी तू मायाजाळा । जीवा अलगद ।।३।।
जे तुझ्याविखीं मूढ । तयांलागीं तूं वक्रतुंड ।
ज्ञानियांसी तरी अखंड । उजूचि आहासी ।।४।।
जे तुजविषयी अज्ञानी । तुला वक्रतुंड मानी ।
परंतु जे असती ज्ञानी । त्यांना तू सन्मुख ।।४।।
दैविकी दिठी पाहतां सानी । तऱ्ही मीलनोन्मीलनीं ।
उत्पत्ति प्रळयो दोन्ही । लीलाचि करिसी ।।५।।
तुझे डोळे असती लहानसे । पण त्यांच्या उघडझापीने जसे ।
दोन्ही घडती सहज लीलेने कसे । उत्पत्ती विनाश।।५।।
प्रवृत्तिकर्णाच्या चाळीं । उठली मदगंधानिळीं ।
पूजीजसी नीलोत्पलीं । जीवभृंगांच्या ।।६।।
प्रवृत्ती कानाच्या हलण्याने । उठलेल्या मदगंधाने ।
पूजा करिती नीलकमलाने । जे जीवरूपी भ्रमर असती ।।६।।
पाठीं निवृत्तिकर्णताळें । आहाळली ते पूजा विधुळे ।
तेव्हां मिरविसी मोकळें । आंगाचें लेणें ।।७।।
निवृत्तीरूपी कान हलविसी । पूजा विसर्जित करिसी ।
तेव्हा तू स्वच्छंदे मिरविसी । आपले शुद्ध स्वरूप ।।७।।

वामांगीचा लास्यविलासु । जो हा जगद्रूप आभासु ।
तो तांडवमिसें कळासु । दाविसी तूं ।।८।।
डाव्या मांडीवरील सिद्धीचा नृत्यविलास ।
त्यातूनच जगत् उत्पत्तीचा भास ।
त्या तांडवातून नेता कळसास ।
आपणच सारा व्यवहार ।।८।।
हें असो विस्मो दातारा । तूं होसी जयाचा सोयरा ।
सोइरिकेचिया व्यवहारा । मुकेचि तो ।।९।।
हे केवढे नवल दातारा । तू भक्तांचा होसी सोयरा ।
पण मुकतोस व्यवहारा । गुरुशिष्याच्या ।।९।।
मेडितां बंधनाचा ठावो । तूं जगद्बंधु ऐसा भावो ।
धरूं वोळगे उवावो । तुझाचि आंगीं ।।१०।।
तू जगद्बंधू म्हणवतोस । बंधने तोडतोस ।
ही सार्थकता बाळगतोस । तुझ्या अंगी ।।१०।।
तंव दुजयाचेनि नांवें तया । देहही नुरेचि पैं देवराया ।
जेणें तूं आपणपयां । केलासि दुजा ।।११।।
स्वस्वरूप करिसी दुसऱ्यालाही । शिल्लक न राहे देहही ।
सर्वत्र अद्वैत तुम्ही करताही ।
दुजाभाव कुठून राहणार? ।।११।।
तूंतें करूनि पुढें । जे उपायें घेती दवडे ।
तयां ठासी बहुवें पाडें । मागांचि तूं ।।१२।।
तुम्हास पुढे करती । तुमच्या प्राप्तीसाठी धाव घेती ।
पण ते खूपच मागे राहती । तुमची प्राप्ती न होता ।।१२।।
जो ध्यानें सूये मानसीं । तयालागीं नाहीं तूं त्याचे देशीं ।
ध्यानही विसरे तेणेंसीं । वालभ तुज ।।१३।।
जे ध्यानासाठी मनी आणती मूर्तीही ।
त्यांना न सापडशी विश्वातही ।
जे द्वैतभाव सोडती ध्यानापायी । ते तुम्हाला प्रिय ।।१३।।

तूतें सिद्धचि जो नेणे । तो नांदे सर्वज्ञपणें ।
वेदांही येवढें बोलणें । नेघसी कानीं ।।१४।।
तुला जे सिद्धरूपात न जाणती । ते जगी जरी सर्वज्ञ म्हणून नांदती ।
आणि वेदांप्रमाणे बोलती । तरी तू ऐकत नाहीस ।।१४।।
मौन गा तुझें राशिनांव । आतां स्तोत्रीं कें बांधों हाव ।
दिसती तेतुली माव । भजों काई ।।१५।।
मौन हे तुझे राशी नाव मानी ।
स्तुतीची इच्छा कशी धरू मनी? ।
हे दिसते जगत तुझी माया असुनी ।
मी भजन तरी कसे करू? ।।१५।।
दैविकें सेवकु हों पाहों । तरी भेदितां द्रोहोचि लाहों ।
म्हणौनि आतां कांहीं नोहों । तुजलागीं जी ।।१६।।
मी तुमचा सेवक होईन म्हणतो ।
तर तो भेद होउन द्रोह घडतो ।
म्हणून मी काहीच न होतो । भक्त किंवा सेवक ।।१६।।
जैं सर्वथा सर्वही नोहिजे । तैं अद्वया तूतें लाहिजे ।
हें जाणें मी वर्म तुझें । आराध्य लिंगा ।।१७।।
जेव्हा मी कोणीच नसेल । तुमचे माझे तेव्हा अद्वैत असेल ।
हे वर्म मी मनी जाणेल । गुरुराया ।।१७।।
तरी नुरोनि वेगळेंपण । रसीं भजिन्नलें लवण ।
तैसें नमन माझें जाण । बहु काय बोलों ।।१८।।
माझे तुझ्याशी वेगळेपण नसते ।
जसे पाण्यात मीठ विरघळते ।
तसे माझे मन तुला वंदिते । अधिक काय बोलू ।।१८।।
आतां रिता कुंभ समुद्रीं रिगे । तो उचंबळत भरोनि निगे ।
कां दशीं दीपसंगें । दीपुचि होय ।।१९।।
रिकामी घागर सागरात बुडते । उचंबळत भरून निघते ।
वात स्वत:च दिवा होते । दिव्याच्या संगतीने ।।१९।।
तैसा तुझिया प्रणितीं । मी पूर्णु जाहलों श्रीनिवृत्ती ।
आतां आणीन व्यक्तीं । गीतार्थु तो ।।२०।।
निवृत्तिनाथ तुम्हा केले नमन । मी ब्रह्मरूप झालो पूर्ण ।
आता मी प्रकट करीन । गीतेचा भावार्थ ।।२०।।
तरी षोडशाध्यायशेखीं । तिये समाप्तीच्या श्लोकीं ।
जो ऐसा निर्णयो निष्टंकीं । ठेविला देवें ।।२१।।
तरी सोळाव्या अध्यायात । समाप्तीच्या श्लोकांत ।
देवांनी केला आहे निश्चित । निर्णय असा ।।२१।।

जे कृत्याकृत्यव्यवस्था । अनुष्ठावया पार्था ।
शास्त्रचि एक सर्वथा । प्रमाण तुज ।।२२।।
चांगल्या वाईटाचे परिणाम पहावा । त्याचे अवलंबन कराया ।
शास्त्र हेच प्रमाण आहे धनंजया । तू जाण ।।२२।।
तेथ अर्जुन मानसें । म्हणे हें ऐसें कैसें ।
जे शास्त्रेंवीण नसे । सुटिका कर्मा ।।२३।।
तेव्हा अर्जुन मनात म्हणे । हे कसे देवाचे बोलणे ।
कोणतेही कर्म जर करणे । तर शास्त्राविना सुटका नसे? ।।२३।।
तरी तक्षकाची फडे । ठाकोनि कैं तो मणि काढे ।
कैं नाकींचा केशु जोडे । सिंहाचिये? ।।२४।।
तक्षकाच्या फण्यावरून । मणी घ्यावा कसा काढून? ।
कसा घ्यावा उपटून । सिंहाच्या नाकातील केस? ।।२४।।
मग तेणें तो वोंविजे । तरीच लेणें पाविजे ।
एऱ्हवीं काय असिजे । रिक्तकंठीं? ।।२५।।
त्या केसात तो मणी ओवावा । तरच तो अलंकार व्हावा? ।
मग काय मोकळा ठेवावा । तसाच गळा? ।।२५।।
तैसी शास्त्रांची मोकळी । यां कैं कोण पां वेंटाळी ।
एकवाक्यतेच्या मळीं । पैसिजे कैं? ।।२६।।
शास्त्र निर्णयांचे ज्ञान । कोण करेल आकलन? ।
त्यांची एकवाक्यता करून । उपयोग करून घेईल? ।।२६।।
जालयाही एकवाक्यता । कां लाभे वेळु अनुष्ठितां ।
कैंचा पैसारु जीविता । येतुलालिया ।।२७।।
जरी झाला एक मेळ । आचरणास कसा मिळेल वेळ? ।
कोणाला आयुष्य लाभेल । सर्व कर्मे करण्या? ।।२७।।
आणि शास्त्रें अर्थें देशें काळें । या चहूंही जें एक मळे ।
तो उपावो कें मिळे । आघवयांसी? ।।२८।।
शास्त्र, देश, काल, अर्थ । चारही जरी झाली प्राप्त ।
तरी कसे होईल प्राप्त । सर्वांना त्याचे फळ? ।।२८।।
म्हणौनि शास्त्राचें घडतें । नोहें प्रकारें बहुतें ।
तरी मुर्खा मुमुक्षां येथें । काय गति पां? ।।२९।।
शास्त्रातील सर्व कर्मे ही । विधीने घडणे शक्य नाही ।
मग अज्ञानी पावतील कशी ही । येथे गती? ।।२९।।
हा पुसावया अभिप्रावो । जो अर्जुन करी प्रस्तावो ।
तो सतराविया ठावो । अध्याया येथ ।।३०।।
या अभिप्रायार्थ । जो प्रस्ताव मांडेल पार्थ ।
तो विषय आहे येथ । सतराव्या अध्यायात ।।३०।।

तरी सर्वविषयीं वितृष्णु । जो सकळकळीं प्रवीणु ।
कृष्णाही नवल कृष्णु । अर्जुनत्वें जो ।।३१।।
सर्व विषयांपासून मुक्त । सकल विद्यांमध्ये आयुक्त ।
कृष्णाही वाटे नवल युक्त । असा तो अर्जुन कृष्णच भासला ।।३१।।
शौर्या जोडला आधारु । जो सोम वंशाचा शृंगारु ।
सुखादि उपकारु । जयाची लीला ।।३२।।
जो शौर्याचा आधार । सोमवंशाचा शृंगार ।
प्राणिमात्रांचे सुख हा उपकार । अशी ज्याची लीला ।।३२।।
जो प्रज्ञेचा प्रियोत्तमु । ब्रह्मविद्येचा विश्रामु ।
सहचरु मनोधर्मु । देवाचा जो ।।३३।।
जो बुद्धीचा पती । ब्रह्मविद्येची विश्रांती ।
मनोधर्मी सहसोबती । जो देवाचा ।।३३।।
तो अर्जुन म्हणे गा तमालश्यामा । इंद्रियां मांवलिया ब्रह्मा ।
तुझां बोलु आम्हा । साकांक्षु पैं जी ।।३४।।
हे तमालवृक्षी शामवर्णा । इंद्रियांना लाभलेल्या श्रीकृष्णा ।
मागील अध्यायातील तुझ्या संभाषणा । मला शंका वाटते ।।३४।।
जें शास्त्रेंवांचूनि आणिकें । प्राणिया स्वमोक्षु न देखे ।
ऐसें कां कैपखें । बोलिलासी ।।३५।।
शास्त्रावाचून कोणत्याही साधने । मानवा मोक्ष प्राप्त न होणे ।
हे तुमचे असे बोलणे । कोणत्या पक्षी आहे? ।।३५।।
तरी न मिळेचि तो देशु । नव्हेचि काळा अवकाशु ।
जो करवी शास्त्राभ्यासु । तोही दुरी ।।३६।।
त्या अभ्यासा न मिळे देश । न लाभे तसा अवकाश ।
आणि जो घेईल अभ्यास । तो गुरूही दूर ।।३६।।
आणि अभ्यासीं विरजिया । होती जिया सामुग्रिया ।
त्याही नाहीं आपैतिया । तिये वेळीं ।।३७।।
अभ्यासा साहाय्य ठरती । अशी साधने नसती ।
काहीच जवळ न राहती । अशावेळी ।।३७।।
उजू नोहेचि प्राचीन । नेदीचि प्रज्ञा संवाहन ।
ऐसें ठेलें आपादन । शास्त्राचें जया ।।३८।।
पूर्वकर्म नसे अनुकूल । बुद्धीला अभ्यास न पेलवेल ।
त्यांना शास्त्राचे संपादन ठरेल । अशक्य असे ।।३८।।
किंबहुना शास्त्रविखीं । एकही न लाहातीचि नखी ।
म्हणौनि उखिविखी । सांडिली जिहीं ।।३९।।
शास्त्रातील मुख्य सूत्रात । एकवाक्यता नाही होत ।
म्हणून ते सोडून देत । विचारविमर्श ।।३९।।

परी निर्धारूनि शास्त्रें । अर्थानुष्ठानें पवित्रें ।
नांदताति परत्रें । साचारें जे ।।४०।।
पण शास्त्र निर्धारून । विधियुक्त अनुष्ठान करून ।
परलोकात राहून । जे आनंदे नांदतात ।।४०।।
तयांऐसें आम्हीं होआवें । ऐसी चाड बांधोनि जीवें ।
घेती तयांचें मागावे । आचरावया ।।४१।।
त्यांच्याप्रमाणे व्हावे । ही इच्छा धरून जीवे ।
त्या मार्गाने स्वभावे । जे आचरण करती ।।४१।।
धड्याचिया आखरां । तळीं बाळ लिहे दातारा ।
कां पुढांसूनि पडिकरा । अक्षमु चाले ।।४२।।
धड्यामध्ये जसे असते । लहान मूल तसे लिहिते ।
आंधळ्याची वाटचाल होते । डोळसा पुढे करून ।।४२।।
तैसें सर्वशास्त्रनिपुण । तयाचें जें आचरण ।
तेंचि करिती प्रमाण । आपलिये श्रद्धे ।।४३।।
तसे जे सर्वशास्त्र निपुण । बघून त्यांचे आचरण ।
तेच मानिती प्रमाण । आपल्या श्रद्धेने ।।४३।।
मग शिवादिकें पूजनें । भूम्यादिकें महादानें ।
अग्निहोत्रादि यजनें । करिती जे श्रद्धा ।।४४।।
शिव, विष्णू इत्यादींचे पूजन । भूमी, वस्त्र आदि महादान ।
अग्निहोत्रादि यज्ञ । जे श्रद्धेने करती ।।४४।।
तयां सत्त्वरजतमां- । माजीं कोण पुरुषोत्तमा ।
गति होय ते आम्हां । सांगिजो जी ।।४५।।
त्यांना हे पुरुषश्रेष्ठ । सत्त्व, रज, तम यांत ।
कोणती गती होते प्राप्त । ते आंम्हा सांगावे ।।४५।।
तंव वैकुंठपीठींचें लिंग । जो निगमपद्माचा पराग ।
जिये जयाचेनि हें जग । अंगच्छाया ।।४६।।
जो वैकुंठस्थानाचे लिंग । वेदपद्मातील पराग ।
ज्याच्या सावलीत हे जग । जगत आहे ।।४६।।
काळ सावियाचि वाढु । लोकोत्तर प्रौढु ।
आद्वितीय गूढु । आनंदघनु ।।४७।।
जो स्वाभाविक वाढतो । लोकोत्तर घडतो ।
अद्वितीय गूढ राहतो । तो आनंदघन ।।४७।।
इयें श्लाघिजती जेणें बिकें । तें जयाचें आंगीं असिकें ।
तो श्रीकृष्ण स्वमुखें । बोलत असे ।।४८।।
हे सर्व गुण ज्या शक्तीत । ही शक्ती ज्याच्या अंगात ।
तो भगवान श्रीकृष्ण बोलत । स्वमुखाने ।।४८।।

म्हणे पार्था तुझा अतिसो । हेंही आम्ही जाणतसों ।
जे शास्त्राभ्यासाचा आडसो । मानितोसि कीं ।।४९।।
पार्था तुझा कल तर । आम्ही जाणतो सकल जर ।
शास्त्राभ्यासाचा अडसर । तू मानतोस की ।।४९।।
नुसधियाची श्रद्धा । झोंबों पाहसी परमपदा ।
तरी तैसें हें प्रबुद्धा । सोहोपें नोहे ।।५०।।
तुझे केवळ श्रद्धेच्या आधाराने । मोक्ष मिळवू पाहणे ।
पण सुबुद्धी अर्जुन जाणे । हे सोपे नाही ।।५०।।
श्रद्धा म्हणितलियासाठीं । पातेजों नये किरीटी ।
काय द्विजु अंत्यजघृष्टीं । अंत्यजु नोहे? ।।५१।।
श्रद्धा जिला म्हणतोस । तिचा विश्वास धरू नकोस ।
ब्राह्मण ही अंत्यज होतोच । त्याच्या संसर्गाने ।।५१।।
गंगोदक जरी जालें । तरी मद्यभांडां आलें ।
तें घेऊं नये कांहीं केलें । विचारीं पां ।।५२।।
गंगोदक जरी असले । मद्याच्या भांड्यात ठेवले ।
काय ते पवित्र राहिले । पिता येईल काय? ।।५२।।
चंदनु होय शीतळू । परी अग्नीसी पावे मेळू ।
तैं हातीं धरितां जाळू । न शके काई? ।।५३।।
चंदन शीतल असते । पण जेव्हा अग्नीशी मिळते ।
तेव्हा हातात धरले तर ते । भाजत नाही का? ।।५३।।
कां किडाचिये आटतिये पुटीं । पडिलें सोळें किरीटी ।
घेतलें चोखासाठीं । नागवीना? ।।५४।।
हिणकस सोने आटवले । आणि त्यात चोख सोने घातले ।
मग ते चोख म्हणून घेतले । ही फसवणूक नव्हे काय? ।।५४।।
तैसें श्रद्धेचें दळवाडें । अंगें कीर चोखडें ।
परी प्राणियांच्या पडे । विभागीं जैं ।।५५।।
तसे श्रद्धा शुद्ध असते । प्राण्याच्या वाटणीला येते ।
तेव्हा ती विभागली जाते । वेगवेगळी ।।५५।।
ते प्राणिये तंव स्वभावें । आनादि मायाप्रभावें ।
त्रिगुणाचेचि आघवे । वळिले आहाती ।।५६।।
प्राणी त्यांच्या स्वभावाने । अनादि मायेच्या शक्तीने ।
सत्त्व, रज, तम तीन गुणांने । बनलेले आहेत ।।५६।।
तेथही दोन गुण खांचती । मग एक धरी उन्नती ।
तैं तैसियाचि होती वृत्ती । जीवांचिया ।।५७।।
तीनपैकी दोन होता क्षीण । एक धरी उन्नत लक्षण ।
त्याप्रमाणे होती निर्माण । जीवांच्या वृत्ती ।।५७।।

वृत्तीऐसें मन धरिती । मनाऐसी क्रिया करिती ।
केलिया ऐसी वरीती । मरोनि देहें ।।५८।।
वृत्तीप्रमाणे वागे मन । शुभ-अशुभाची इच्छा प्रमाण ।
मृत्यूनंतर देह धारण । कर्माप्रमाणे ।।५८।।
बीज मोडे झाड होये । झाड मोडे बीजीं सामाये ।
ऐसेनि कल्पकोडी जाये । परी जाति न नशे ।।५९।।
बीज मोडून झाड होते । झाड जाता बीज राहते ।
झाडाची जात ना नष्ट होते । कोट्यवधी कल्पे क्रम चालतो ।।५९।।
तियापरीं यियें अपारें । होत जात जन्मांतरें ।
परी त्रिगुणत्व न व्यभिचरें । प्राणियांचें ।।६०।।
त्याप्रमाणे अनेक जन्म । येती जाती तरी हे गुण ।
जात नाहीत सोडून । प्राणिमात्रांना ।।६०।।
म्हणूनि प्राणियांच्या पैकीं । पडिली श्रद्धा अवलोकीं ।
ते होय गुणासारिखी । तिहीं ययां ।।६१।।
म्हणून प्राण्यांच्या वाट्याला जी । श्रद्धा येते ती ।
त्रिगुणासारखी राहते अशी । तू समजून घे ।।६१।।
विपायें वाढे सत्त्व शुद्ध । तेव्हां ज्ञानासी करी साद ।
परी एका दोघे वोखद । येर आहाती ।।६२।।
जेव्हा सत्त्व गुण वाढतो । तो ज्ञानाला साद घालतो ।
पण त्याच्या विरोधी असतो । बाकी दोन गुणांचा कस ।।६२।।
सत्त्वाचेनि आंगलगें । ते श्रद्धा मोक्षमळा रिगे ।
तंव रज तम उगे । कां पां राहाती? ।।६३।।
सत्त्वगुणाच्या संगतीते । श्रद्धा मोक्षापर्यंत पोहोचते ।
तेव्हा रज, तम गुण नुसते । काय पाहत राहती? ।।६३।।
मोडोनि सत्त्वाची त्राये । रजोगुण आकाशें जाये ।
तेव्हां तेचि श्रद्धा होये । कर्मकेरसुणी ।।६४।।
सत्त्वाचे बळ नष्ट करून । आकाशापर्यंत वाढतो रजोगुण ।
तेव्हा श्रद्धा जीवाकडून । कर्म करायला लावते ।।६४।।
मग तमाची उठी आगी । तेव्हां तेचि श्रद्धा भंगी ।
हों लागे भोगालागीं । भलतेया ।।६५।।
तमोगुणाची आग लागते । तेव्हा ज्वाळा भडकते ।
श्रद्धा निषिद्ध कर्म करायला लावते । भोग भोगण्यासाठी ।।६५।।
एवं सत्त्वरजतमा-/ । वेगळी श्रद्धा सुवर्मा ।
नाहीं गा जीवग्रामा-/ । माजीं यया ।।६६।।
हे अर्जुना या जीवसमुदायात । सत्त्व, रज, तम गुणाव्यतिरिक्त ।
वेगळी श्रद्धा नाही असत । तू जाणून घे ।।६६।।

म्हणौनि श्रद्धा स्वाभाविक । असे पैं त्रिगुणात्मक ।
रजतमसात्त्विक । भेदीं इहीं ।।६७।।
म्हणून श्रद्धा ही स्वाभाविक । आहे अशी त्रिगुणात्मक ।
राजस, तामस, सात्त्विक । अशी विभागली आहे ।।६७।।
जैसें जीवनचि उदक । परी विषीं होय मारक ।
कां मिरयामाजीं तीख । उंसीं गोड ।।६८।।
जल स्वभावत: सात्त्विक । ते विषात मिसळता मारक ।
ते मिरीत मिसळता तिखट । आणि ऊसात गोड ।।६८।।
तैसा बहुवसें तमें । जो सदाचि होय निमे ।
तेथ श्रद्धा परीणमे । तेंचि होऊनि ।।६९।।
तमोगुणात जो जन्मतो । तमोगुणातच वाढतो ।
तो तामस परिणाम पावतो । तामस श्रद्धेमुळे ।।६९।।
मग काजळा आणि मसी । न दिसे विवंचना जैसी ।
तेवीं श्रद्धा तामसी । सिनी नाहीं ।।७०।।
जशी काजळ आणि शाई । यांच्या रंगात भेद नाही ।
तशी तामसी श्रद्धा ही । वेगळी नसे तमोगुणापासून ।।७०।।
तैसीच राजसीं जीवीं । रजोमय जाणावी ।
सात्त्विकीं आघवीं । सत्त्वाचीच ।।७१।।
रजोगुणी अंत:करणी । श्रद्धा असे रजोगुणी ।
सत्त्वगुणांच्या मनी । ती सात्त्विक असते ।।७१।।
ऐसेनि हा सकळु । जगडंबरु निखिळु ।
श्रद्धेचाचि केवळु । वोतला असे ।।७२।।
असा हा सकळ । जीवांचा आकार केवळ ।
श्रद्धेनेच निखळ । भरला आहे ।।७२।।
परी गुणत्रयवशें । त्रिविधपणाचें लासें ।
श्रद्धे जें उठिलें असे । तें वोळख तूं ।।७३।।
हे विश्व जे तीन । गुणांच्या आहे अधीन ।
तसे श्रद्धेत तीन प्रकारचे चिन्ह । उत्पन्न होते हे ओळख ।।७३।।
तरी जाणिजे झाडमुलें । कां मानस जाणिजे बोलें ।
भोगें जाणिजे केलें । पूर्वजन्मींचें ।।७४।।
झाड फुलावरून ओळखते । मन बोलण्यावरून कळते ।
भोगावरून समजते । पूर्वजन्माचे कर्म ।।७४।।
तैसीं जिहीं चिन्हीं । श्रद्धेचीं रूपें तीन्हीं ।
देखिजती ते वानी । अवधारीं पां ।।७५।।
तसेही ज्या लक्षणांनी । श्रद्धारूपे दिसती तिन्ही ।
ते प्रकार सांगतो कानी । लक्ष देऊन ऐक ।।७५।।

तरी सात्त्विक श्रद्धा । जयांचा होय बांधा ।
तयां बहुतकरूनि मेधा । स्वर्गीं आथी ।।७६।।
सात्त्विक श्रद्धेने ज्यांचा तो । पिंड बनलेला असतो ।
स्वर्गाकडेच कल असतो । त्यांच्या बुद्धीचा ।।७६।।
ते विद्याजात पढती । यज्ञक्रिये निवडती ।
किंबहुना पडती । देवलोकीं ।।७७।।
ते विद्याध्ययन करती । यज्ञयाग निवडती ।
आणि बहुधा जाती । स्वर्गलोकात ।।७७।।
आणि श्रद्धा राजसा । घडले जे वीरेशा ।
ते भजती राक्षसां । खेचरां हन ।।७८।।
ज्यांची श्रद्धा राजस । ते भजती राक्षस ।
उपासती आकाशीचे यक्ष । हे जाण वीरश्रेष्ठा ।।७८।।
श्रद्धां जे कां तामसी । ते मी सांगेन तुजपाशीं ।
जे कां केवळ पापराशी । आतिकर्कशी निर्दयत्वें ।।७९।।
ज्यांची श्रद्धा तामसी । ते सांगतो तुजपाशी ।
जे असती केवळ पापराशी । अतिकर्कश, निष्ठुर ।।७९।।
जीववधें साधूनि बळी । भूतप्रेतकुळें मैळीं ।
स्मशानीं संध्याकाळीं । पूजिती जे ।।८०।।
ते जीवांचे देती बळी । स्मशानात संध्याकाळी ।
भूत-प्रेत कुळी । पूजीती जे ।।८०।।
ते तमोगुणाचें सार । काढूनि निर्मिले नर ।
जाण तामसियेचें घर । श्रद्धेचें तें ।।८१।।
तमोगुणाचे जे सार जाण । काढून जे पुरुष होती निर्माण ।
ते असते सदन । तामस श्रद्धेचे ।।८१।।
ऐसी इहीं तिहीं लिंगीं । त्रिविध श्रद्धा जगीं ।
पैं हें ययालागीं । सांगतु असें ।।८२।।
असे श्रद्धेचे तीन प्रकार । जगात असती साकार ।
पण मी हा विचार । तुला सांगतो की ।।८२।।
जे हे सात्त्विक श्रद्धा । जतन करावी प्रबुद्धा ।
येरी दोनी विरुद्धा । सांडाविया ।।८३।।
जी श्रद्धा सात्त्विक असत । तिचे जतन करावे मनात ।
बाकी दोन ज्या विरोधात । त्यांचा त्याग करावा ।।८३।।
हे सात्त्विकमति जया । निर्वाहती होय धनंजया ।
बागुल नोहे तया । कैवल्य तें ।।८४।।
हे सात्त्विक बुद्धी लक्षण । जे करती याचे आचरण ।
त्यांना न वाटे कारण । मोक्षाचा बाऊ ।।८४।।

तो न पढो कां ब्रह्मसूत्र । नालोढो सर्व शास्त्र ।
सिद्धांत न होत स्वतंत्र । तयाच्या हातीं ।।८५।।
त्यांनी न वाचले ब्रह्मसूत्र । न अभ्यासले शास्त्र ।
नसे सिद्धान्त होती स्वतंत्र । त्यांच्या हाती ।।८५।।
परी श्रुतिस्मृतींचे अर्थ । जे आपण होऊनि मूर्त ।
अनुष्ठानें जगा देत । वडील जे हे ।।८६।।
जे श्रुतिस्मृतींचे करती अध्ययन । वेद बनती आपण ।
जगास पूज्य ज्यांचे आचरण । असे जे श्रेष्ठ ।।८६।।
तयांचीं आचरती पाउलें । पाऊनि सात्त्विकी श्रद्धा चाले ।
तो तेंचि फळ ठेविलें । ऐसें लाहे ।।८७।।
त्यांची जाणून पाउले । सात्त्विक श्रद्धेने त्यामागे चाले ।
त्यालाच हे फळ मिळे । जे ठेविले असते ।।८७।।
पैं एक दीपु लावी सायासें । आणिक तेथें लाऊं बैसें ।
तरी तो काय प्रकाशें । वंचिजे गा? ।।८८।।
प्रयत्नाने एक दिवा लावी मनुष्य ।
त्यावरून दुसरा लावी ज्योत दृश्य ।
मग काय त्याला प्रकाश ।
मिळणार नाही का? ।।८८।।
कां येकें मोल अपार । वेंचोनि केलें धवळार ।
तो सुरवाडु वस्तीकर । न भोगी काई? ।।८९।।
एखाद्याने द्रव्य खर्चले । मोठे घर बांधले ।
तेथे वाटसरू राहिले । त्यांना सुख न लाभे? ।।८९।।
हें असो जो तळें करी । तें तयाचीच तृषा हरी ।
कीं सुआरासीचि अन्न घरीं । येरां नोहे? ।।९०।।
जो तळे घेई बांधून । काय त्याचीच भागते तहान? ।
स्वयंपाकीच तृप्त होतो जेवून? । इतर कोणी नाही? ।।९०।।
बहुत काय बोलों पैं गा । येका गौतमासीचि गंगा ।
येरां समस्तां काय जगां । वोहोळ जाली? ।।९१।।
गौतम ऋषींनी गंगा आणली । त्यांचीच कुडी काय पवित्र झाली? ।
इतरांसाठी काय ती ओहोळ ठरली? । आणखी काय सांगू ।।९१।।
म्हणौनि आपुलियापरी । शास्त्र अनुष्ठीती कुसरी ।
जाणे तयांते श्रद्धाळु जो वरी । तो मूर्खुही तरे ।।९२।।
म्हणून आपल्या कुवतीसमान ।
जे करती शास्त्राचे अनुष्ठान ।
तसे आचरण करती जे श्रद्धावान ।
ते तरती अज्ञानी असताही ।।९२।।

ना शास्त्राचेनि कीर नांवें । खाकरोंही नेणती जीवें ।
परी शास्त्रज्ञांही शिवें । टेंकों नेदिती ।।९३।।
शास्त्राचे न करती अध्ययन । मनी इच्छाही न ठेवती जाण ।
गावच्या हद्दीत न देती येऊन । जे शास्त्र जाणती ।।९३।।
वडिलांचिया क्रिया । देखोनि वाती वांकुलिया ।
पंडितां डाकुलिया । वाजविती ।।९४।।
वडिलांचे आचरण पाहून । दाखवती वेडावून ।
पंडितांना पाहून । जे चुटक्या वाजवती ।।९४।।
आपलेनीचि आटोपें । धनित्वाचेनि दर्पें ।
साचचि पाखंडाचीं तपें । आदरिती ।।९५।।
आपल्याच अभिमानाने । श्रीमंतीच्या गर्वाने ।
अंगीकारती आचरणे । पाखंड्यांची तपे ।।९५।।
आपुलिया पुढिलांचिया । आंगीं घालूनि कातिया ।
रक्तमांसा प्रणीतया । भर भरु ।।९६।।
आपल्या व दुसऱ्याच्या अंगात । शस्त्रे खुपसून ठेवतात ।
रक्त-मांसाने भरतात । यज्ञपात्रे ।।९६।।
रिचविती जळतकुंडीं । लाविती चेड्याच्या तोंडीं ।
नवसियां देती उंडी । बाळकांची ।।९७।।
आहुती देती अग्निकुंडी । रक्त लावून बालकाचे तोंडी ।
त्याचा बळी देती उंडी । नवस केल्या देवाला(उंडी-घास) ।।९७।।
आग्रहाचिया उजरिया । क्षुद्र देवतां वरीया ।
अन्नत्यागें सातरीया । ठाकती एक ।।९८।।
आग्रहाच्या बळाते येती । क्षुद्र देवांना श्रेष्ठ मानती ।
सात दिवस उपास करती । त्यांना प्रसन्न करण्या ।।९८।।
अगा आत्मपरपीडा । बीज तमक्षेत्रीं सुहाडा ।
पेरिती मग पुढां । तेंचि पिके ।।९९।।
परपीडेचे बीज पेरतात । तामसी शरीराच्या शेतात ।
त्यातून पुढे उगवतात । तीच पिके ।।९९।।
बाहु नाहीं आपुलिया । आणि नावेतेंही धनंजया ।
न धरी होय तया । समुद्रीं जैसें ।।१००।।
पोहताही येत नाही । नावेत बसता येत नाही ।
तो जर समुद्रात जाई । दुर्दशा होते धनंजया ।।१००।।
कां वैद्यातें करी सळा । रसु सांडी पाय खोळां ।
तो रोगिया जेवीं जिव्हाळा । सवता होय ।।१०१।।
जो वैद्याचा द्वेष करतो । लाथेने औषध उधळतो ।
तो रोगी भोगत राहतो । स्वत:च यातना ।।१०१।।

नाना पडिकराचेनि सळें । काढी आपुलेचि डोळे ।
तें वानवसां आंधळें । जैसें ठाके ॥१०२॥
डोळस माणसाच्या रागावर । जो डोळे काढी बाहेर ।
तो सोडत नाही माजघर । आंधळा बनून ॥१०२॥
तैसें तयां आसुरां होये । निंदूनि शास्त्रांची सोये ।
सैंघ धांवताती मोहें । आडवीं जे कां ॥१०३॥
तशी असुरांची होते स्थिती । जे धर्मशास्त्राची निंदा करती ।
ते सैरावैरा धावत राहती । अज्ञानामुळे ॥१०३॥
कामु करवी तें करिती । क्रोधु मारवी ते मारिती ।
किंबहुना मातें पुरिती । दुःखाचा गुंडां ॥१०४॥
कामाच्या आधीन राहती । क्रोधाने समोरचा मारती ।
मलाही पुरून टाकती । दुःखाच्या दगडात ॥१०४॥
आपुलां परावां देहीं । दुःख देती जें जें कांहीं ।
मज आत्मया तेतुलाही । होय शीणु ॥१०५॥
आपल्या वा परक्या देहाप्रति । (असुर) जे जे दुःख देती ।
मजला त्याची होतसे प्राप्ती । देहात जीवरूपाने ॥१०५॥
पैं वाचेचेनिही पालवें । पापियां तयां नातळावें ।
परी पडिलें सांगावें । त्यजावया ॥१०६॥
पापी लोकांचा विचार ।
वाणीने न करावा उच्चार ।
पण त्याचा करावा लागे स्वीकार ।
त्याग करण्यासाठी ॥१०६॥
प्रेत बाहिरें घालिजे । कां अंत्यजु संभाषणीं त्यजिजे ।
हें असो हातें क्षाळिजे । कश्मलातें? ॥१०७॥
प्रेताला उचलूनच बाहेर लागे न्यावे ।
अंत्यजाला संभाषणीच टाळावे ।
विष्ठेला लागते धुवावे । हातानेच ॥१०७॥
तेथ शुद्धीचिया आशा । तो लेपु न मनवे जैसा ।
तयांतें सांडावया तैसा । अनुवादु हा ॥१०८॥
त्यांना टाळण्याकरता ।
मी करतो आहे अनुवाद आता ।
शुद्धीची आशा मनी ठेविता । दोष न लागे लेपाचा ॥१०८॥
परी अर्जुना तूं तयांतें । देखसी तैं स्मर हो मातें ।
जे आन प्रायश्चित्त येथें । मानेल ना ॥१०९॥
तेव्हा तू पाहशील त्यांना । माझे स्मरण कर मना ।
याविना दुसरे अर्जुना । प्रायश्चित्त नाही ॥१०९॥

म्हणौनि जे श्रद्धा सात्त्विकी । पुढती तेचि पैं येकी ।
जतन करावी निकी । सर्वांपरी ॥११०॥
म्हणून श्रद्धा जी सात्त्विक असते । तीच पुढे उत्तम प्रकाराते ।
जतन करून ठेवायची असते । पुन्हापुन्हा ॥११०॥
तरी धरावा तैसा संगु । जेणें पोखे सात्त्विक लागु ।
सत्त्ववृद्धीचा भागु । आहारु घेपें ॥१११॥
त्याचीच संगत करावी । ज्याने सात्त्विकता वाढावी ।
सात्त्विक बुद्धी लाभावी । असाच आहार घ्यावा ॥१११॥
एऱ्हवीं तरी पाहीं । स्वभाववृद्धीच्या ठाईं ।
आहारावांचूनि नाहीं । बळी हेतु ॥११२॥
सात्त्विक स्वभाव वाढणे- । साठी सात्त्विक आहार घेणे ।
याविना काही नसणे । दुसरे सामर्थ्यशील ॥११२॥
प्रत्यक्ष पाहें पां वीरा । जो सावध घे मदिरा ।
तो होऊनि ठाके माजिरा । तियेचि क्षणीं ॥११३॥
तू प्रत्यक्ष पाहा वीरा । सावध माणसाने घेतली मदिरा ।
तो उन्मत्त होतसे सारा । त्याच क्षणी ॥११३॥
कां जो साविया अन्नरसु सेवी । तो व्यापिजे वातश्लेष्मस्वभावीं ।
काय ज्वरु जालिया निववी । पयादिक? ॥११४॥
जो सर्व अन्नरस घेतो । तो वात-पित्ताने व्यापतो ।
ताप आला तर काय घेतो । आपण दही, ताक? ॥११४॥
नातरी अमृत जयापरी । घेतलिया मरण वारी ।
कां आपुलियाऐसें करी । जैसें विष ॥११५॥
अमृत करता सेवन । मृत्यू जातसे टळून ।
पण विष केले प्राशन । तर मृत्यू येतो ॥११५॥
तेवीं जैसा घेपे आहारु । धातु तैसाचि होय आकारु ।
आणि धातु ऐसा अंतरु । भावो पोखे ॥११६॥
जसा आहार तसा विचार । भांडे जसे तसा द्रवाचा आकार ।
अंतःकरणात तसा आचार । बनत जातो ॥११६॥
जैसें भांडियाचेनि तापें । आंतुलें उदकही तापे ।
तैसी धातुवशें आटोपे । चित्तवृत्ती ॥११७॥
भांडे तापवत ठेवले । पाणी तापते आतले ।
अन्न धातूप्रमाणे बनले । आपली चित्तवृत्ती ॥११७॥
म्हणौनि सात्त्विकु रसु सेविजे । तैं सत्त्वाची वाढी पाविजे ।
राजसा तामसा होईजे । येरी रसीं ॥११८॥
म्हणून सात्त्विक अन्नाचे करावे सेवन । मग सात्त्विकता होते निर्माण ।
राजस, तामस अन्नाचे प्राशन । ते दोन गुण वाढवती ॥११८॥

तरी सात्त्विक कोण आहारु । राजसा तामसा कायी आकारु ।
हें सांगों करीं आदरु । आकर्णनीं ।।११९।।
सात्त्विक आहाराचे कोणते रूप । राजस, तामसाचे काय स्वरूप ।
ते तुला सांगतो अरूप । एकाग्रतेने ऐक ।।११९।।
आणि एकसरें आहारा । कैसेनि तिनी मोहरा ।
जालिया तेही वीरा । रोकडें दाऊं ।।१२०।।
सामान्यत: एकच आहार । त्याचे झाले तीन प्रकार ।
या मागचा कारण विचार । स्पष्ट करतो ।।१२०।।
तरी जेवणाराचिया रुची । निष्पत्ति कीं बोनियांची ।
आणि जेवितां तंव गुणांची । दासी येथ ।।१२१।।
जेवणाऱ्याची आवड । तशी अन्नाची निवड ।
दास त्रिगुणांचा उघड । जेवणारा तो ।।१२१।।
जे जीव कर्ता भोक्ता । तो गुणास्तव स्वभावता ।
पावोनियां त्रिविधता । चेष्टे त्रिधा ।।१२२।।
तो जीव कर्ता भोक्ता । आपल्या गुणाप्रमाणे स्वभावतः ।
तीन गुणांची त्रिविधता । तशी कर्मे करतो ।।१२२।।
म्हणौनि त्रिविधु आहारु । यज्ञुही त्रिप्रकारु ।
तप दान हन व्यापारु । त्रिविधचि ते ।।१२३।।
म्हणून तीन प्रकारचा आहार । यज्ञाचेही तीन प्रकार ।
तप, दान, व्यवहार । तीन प्रकारचा ।।१२३।।
पैं आहार लक्षण पहिले ? । सांगों जें म्हणितलें ।
तें आईक गा भलें । रूप करूं ।।१२४।।
प्रारंभी आहाराचे लक्षण । म्हटले तुला सांगेन ।
ते ऐक लक्ष देऊन । मी सांगतो आहे ।।१२४।।
तरी सत्त्वगुणाकडे । जें दैवें भोक्ता पडे ।
तैं मधुरीं रसीं वाढे । मेचु तया ।।१२५।।
जेव्हा सत्त्वगुणामुळे । दैवी भोक्ता तिथे वळे ।
मधुर रसाची उफळे । आवड तयांत ।।१२५।।
आंगेंचि द्रव्यें सुरसें । जे आंगेंचि पदार्थ गोडसे ।
आंगेंचि स्नेहें बहुवसें । सुपक्कें जियें ।।१२६।।
जे पदार्थ रसयुक्त । स्वभावत: मधुर स्निग्ध ।
जे जाहले असती पक्व । ते मधुर पदार्थ ।।१२६।।
आकारें नव्हती डगळें । स्पर्शें अति मवाळें ।
जिभेलागीं स्नेहाळें । स्वादें जियें ।।१२७।।
जे आकाराने सुबक सकल । स्पर्शाने मृदु मवाळ ।
जे स्वादिष्ट लागती कोमल । जिभेवर ठेवता ।।१२७।।

रसें गाढीं वरी ढिलीं । द्रवभावीं आथिलीं ।
ठायें ठावो सांडिलीं । अग्नितापें ।।१२८।।
जे रसाने असती भरून । द्रवभावाने संपन्न ।
मुक्त उष्णतेपासून । अग्नीच्या ।।१२८।।
आंगें सानें परीणामें थोरु । जैसें गुरुमुखींचें अक्षरु ।
तैशी अल्पीं जिहीं अपारु । तृप्ति राहे ।।१२९।।
सद्गुरूंची वाक्ये लहान । परंतु परिणाम महान ।
पदार्थ थोडे जरी केले सेवन । अपार तृप्ती राहते ।।१२९।।
आणि मुखीं जैसीं गोडें । तैसीचिहि ते आंतुलेकडे ।
तिये अन्नीं प्रीति वाढे । सात्त्विकांसी ।।१३०।।
मुखी लागते जे गोड । ते अन्न परिणामीही गोड ।
त्याविषयी वाटे ओढ । सात्त्विकास ।।१३०।।
एवं गुणलक्षण । सात्त्विक भोज्य जाण ।
आयुष्याचें त्राण । नीच नवें हें ।।१३१।।
हे असे गुण लक्षण । असे सात्त्विक अन्नाचे जाण ।
करता याचे नित्य सेवन । सात्त्विक बल वाढे ।।१३१।।
येणें सात्त्विक रसें । जंव देहीं मेहो वरीषे ।
तंव आयुष्यनदी उससे । दिहाचि दिहा ।।१३२।।
हा सात्त्विक आहाराचा मेघ । देहात करी वर्षाव बघ ।
आयुष्यनदीचा प्रवाह मग । दिवसेंदिवस वाढतो ।।१३२।।
सत्त्वाचिये कीर पाळती । कारण हाचि सुमती ।
दिवसाचिये उन्नती । भानु जैसा ।।१३३।।
सत्त्वाचे करी हे अन्न पोषण । हे जाण तू अर्जुन ।
जसा दिवसाच्या प्रगतीस कारण । हा सूर्य जसा ।।१३३।।
आणि शरीरा हन मानसा । बळाचा पैं कुवासा ।
हा आहारु तरी दशा । कैंची रोगां ।।१३४।।
वृद्धिंगत होई शरीर, मन । सात्त्विक आहारापासून ।
मग का रोगाचे कारण । शिरकाव करण्या ।।१३४।।
हा सात्त्विकु होय भोग्यु । तैं भोगावया आरोग्यु ।
शरीरासी भाग्यु । उदयलें जाणो ।।१३५।।
सात्त्विक आहार सेवन । आरोग्य भोगाचे हे कारण ।
शरीराच्या भाग्योदयाचे लक्षण । असे समजावे ।।१३५।।
आणि सुखाचें घेणें देणें । निकें उवाया ये येणें ।
हें असो वाढे साजणें । आनंदेंसीं ।।१३६।।
सुखाचे हे देणे-घेणे । मैत्रीची वाढ होणे ।
बुद्धीचे सत्‌चिंतन सुरू राहणे । पण हे वर्णन पुरे ।।१३६।।

ऐसा सात्त्विकु आहारु । परीणमला थोरु ।
करी हा उपकारु । सबाह्यासी ।।१३७।।
असा सात्त्विक आहाराचा परिणाम । श्रेष्ठ त्याचे प्रमाण ।
सुखी करण्याचे लक्षण । शरीरा अंतर्बाह्य ।।१३७।।
आतां राजसासि प्रीती । जिहीं रसीं आथी ।
करूं तयाही व्यक्ती । प्रसंगें गा ।।१३८।।
आता राजसा वाटती । राजस रसाची प्रीती ।
स्पष्ट करून सांगतो ती । जाणून घे ।।१३८।।
तरी मारें उणें काळकुट । तेणें मानें जें कडुवट ।
कां चुनियाहूनि दासट । आम्ल हन ।।१३९।।
जे कमी थोडे कालकूट । विषासमान कडवट ।
चुन्याहून दाहक दहापट । आम्ल असते ।।१३९।।
कणिकीतें जैसें पाणी । तैसेंचि मीठ बांधया आणी ।
तेतुलीच मेळवणी । रसांतरांची ।।१४०।।
कणकेत जसे पाणी । मीठ त्या प्रमाणी ।
इतर रसांची मिळवणी । तशीच करतो ।।१४०।।
ऐसें खारट अपाडें । राजसा तया आवडे ।
ऊन्हाचेनि मिषें तोंडें । आगीचि गिळी ।।१४१।।
असे खारट पदार्थ । रजोगुणीस आवडे अत्यंत ।
गरम पदार्थ खाणे निमित्त । तो आग गिळे ।।१४१।।
वाफेचिया सिगे । वातीही लाविल्या लागे ।
तैसें उन्ह मागे । राजसु तो ।।१४२।।
त्या वाफेवर धरता वात । आग होई प्रज्वलित ।
इतके गरम पदार्थ । तो भोजनात मागे ।।१४२।।
वावदळ पाडूनि ठाये । साबळु डाहारला आहे ।
तैसें तीख तो खाये । जें घायेविण रुपे ।।१४३।।
वादळ मागे सारून । पहारीच्या टोकासमान ।
तो तिखट खाई म्हणून । शस्त्राविना जखमी होई ।।१४३।।
आणि राखेहूनि कोरडें । आंत बाहेरी येके पाडें ।
तो जिव्हादंशु आवडे । बहु तया ।।१४४।।
जे राखेहून कोरडे । आतबाहेर तिखट पडे ।
असे त्या आवडे । जिभेला दंश करणारे ।।१४४।।
परस्परें दांतां । आदळु होय खातां ।
तो गा तोंडीं घेतां । तोषों लागे ।।१४५।।
जे पदार्थ खाताना । दात अडकती एकमेकांना ।
ते मुखी घालताना । त्यास आनंद वाटे ।।१४५।।

आधींच द्रव्यें चुरमुरीं । वरी परवडिजती मोहरी ।
जियें घेतां होती धुवारी । नाकेंतोंडें ।।१४६।।
आधी पदार्थ झणझणीत । त्यास मोहरी लावत ।
खाता वाफा निघत । नाकातोंडातून ।।१४६।।
हें असो उगें आगीतें । म्हणे तैसें राइतें ।
पढियें प्राणापरौतें । राजसासि गा ।।१४७।।
हेही असो पण अग्नीस । म्हणेल जे गप्प बैस ।
असे तिखट रायते त्या राजसास । अति आवडते ।।१४७।।
ऐसा न पुरोनि तोंडा । जिभा केला वेडा ।
अन्नमिषें अग्नि भडभडां । पोटीं भरी ।।१४८।।
तोंडी पुरेसे न झालेला । ज्याला जिभेने वेडा केलेला ।
पोटात भरे अग्नी पेटलेला । तो राजस ।।१४८।।
तैसाचि लवंगा सुंठे । मग भुईं गा सेजे खाटे ।
पाणियाचें न सुटे । तोंडोनि पात्र ।।१४९।।
मग खाई लवंगा, सुंठ । धरून राही रोज खाट ।
पाण्याचे भांडे न सुटत । त्याच्या तोंडाचे ।।१४९।।
ते आहार नव्हती घेतले । व्याधिव्याळ जे सुतले ।
ते चेववावया घातलें । माजवण पोटीं ।।१५०।।
ते अन्न नव्हे खाल्लेले । व्याधी सर्प जे निजलेले ।
ते जागृत जणू केले । या पदार्थामुळे ।।१५०।।
तैसें एकमेकां सळें । रोग उठती एके वेळे ।
ऐसा राजसु आहारु फळे । केवळ दुःखें ।।१५१।।
एकमेकांच्या ईर्ष्येमुळे । रोग उठती एकदम सगळे ।
हीच राजस आहाराची फळे । दुःख देती केवळ ।।१५१।।
एवं राजसा आहारा । रूप केलें धनुर्धरा ।
परीणामाचाहि विसुरा । सांगितला ।।१५२।।
याप्रमाणे हे अर्जुन । राजस आहाराचे वर्णन ।
त्याचे परिणाम जाणून । तुला सांगितले ।।१५२।।
आतां तया तामसा । आवडे आहारु जैसा ।
तेंही सांगों चिळसा । झणें तुम्ही ।।१५३।।
आता तमोगुणी माणसा । आहार आवडे कसा ।
ते ऐकून तुझ्या मनसा । किळस येईल ।।१५३।।
तरी कुहिलें उष्टें खातां । न मनिजे तेणें अनहिता ।
जैसें कां उपहिता । म्हैसी खाय ।।१५४।।
तो उष्टे, कुजलेले अन्न खात । न म्हणे होईल अनहित ।
आवडीने आंबोण खात । म्हैस जसे ।।१५४।।

निपजलें अन्न तैसें । दुपाहरीं कां येरें दिवसें ।
अतिकरें तैं तामसें । घेईजे तें ॥१५५॥
सकाळी शिजवलेले अन्न । दुपारी वा दुसरे दिवशी खाणं ।
हे सगळे आवडीनं । तामसी करतो ॥१५५॥
नातरी अर्ध उकडिलें । कां निपट करपोनि गेलें ।
तैसेंही खाय चुकलें । रसा जें येवों ॥१५६॥
अर्धवट शिजलेले । किंवा पूर्ण करपलेले ।
तमोगुणी आवडीने खाई सगळे । रस असो वा नसो ॥१५६॥
जया कां आथि पूर्ण निष्पत्ती । जेथ रसु धरी व्यक्ती ।
तें अन्न ऐसी प्रतीती । तामसा नाहीं ॥१५७॥
जे अन्न पूर्ण पक्व आहे । रसांनी परिपूर्ण राहे ।
ते अन्न असे न पाहे । तामसी ॥१५७॥
ऐसेनि कहीं विपायें । सदन्ना वरपडा होये ।
तरी घाणी सुटे तंव राहे । व्याघ्रु जैसा ॥१५८॥
जरी प्राप्त झाले ताजे अन्न । थांबतसे होईपर्यंत कदान्न ।
दुर्गंध सुटेपर्यंत राही थांबून । वाघ जसा ॥१५८॥
कां बहुवें दिवशीं वोलांडिलें । स्वादपणें सांडिलें ।
शुष्क अथवा सडलें । गाभिणेंही हो ॥१५९॥
खूप दिवस झालेले । रस स्वाद संपलेले ।
शुष्क अथवा सडलेले । किडे पडलेले ॥१५९॥
तेंही बाळाचे हातवरी । चिवडिलें जैसी राडी करी ।
का सवें बैसोनि नारी । गोतांबील करी ॥१६०॥
असे अन्न चिखल दिसते । मुलांनी चिवडलेले पुरते ।
सरमिसळ केलेली असते । पत्नीसोबत बसून ॥१६०॥
ऐसेनि कश्मळें जैं खाय । तैं तया सुखभोजन ऐसें होय ।
परी येणेंही न धाय । पापिया तो ॥१६१॥
खाणे असे घाणेरडे अन्न । तेच सुखाचे भोजन ।
तरी तृप्ती न होणे । या पापी माणसाची ॥१६१॥
मग चमत्कारु देखा । निषेधाचा आंबुखा ।
जया का सदोखा । कुद्रव्यासी ॥१६२॥
मग पाहा विशेष । शास्त्रांनी ज्याचा केला निषेध ।
जे आहेत सदोष । वाईट पदार्थ ॥१६२॥
तया अपेयांच्या पानीं । अखाद्यांच्या भोजनीं ।
वाढविजे उतान्ही । तामसें तेणें ॥१६३॥
त्या अमली पदार्थाचे सेवन । अभक्ष्याचे भक्षण ।
याची हाव राहते वाढून । तामसी माणसाची ॥१६३॥

एवं तामस जेवणारा । ऐसैसी मेचु हे वीरा ।
तयाचें फल दुसरां । क्षणीं नाहीं ॥१६४॥
असा तामस जेवणारा ।
अशी आवड ठेवणारा ।
अशा अन्नाची इच्छा धरतो वीरा ।
त्यास ते तत्काळ मिळते ॥१६४॥
जे जेव्हांचि हें अपवित्र । शिवे तयाचें वक्त्र ।
तेव्हांचि पापा पात्र । जाला तो कीं ॥१६५॥
ज्या क्षणी हे अन्न अपवित्र । तो तोंडात घालतो मात्र ।
त्या क्षणी तो ठरे पात्र । पापासाठी ॥१६५॥
यावरतें जें जेवीं । ते जेविती वोज न म्हणावी ।
पोटभरती जाणावी । यातना ते ॥१६६॥
पापी झाल्यावर करे भोजन । ती रीत चांगली नसे जाण ।
ते असते केवळ पोटभरण । यातनादायी ॥१६६॥
शिरच्छेदें काय होये । का आगीं रिघतां कैसें आहे ।
हें जाणावें काई पाहें । परी साहातुचि असे ॥१६७॥
शिरच्छेद केल्याने काय होते ।
आगीत उडी घेता काय वाटते ।
हे काय प्रत्यक्ष जाणावे लागते? ।
पण तो सहन करी ॥१६७॥
म्हणौनि तामसा अन्ना । परीणामु गा सिनाना ।
न सांगोंचि गा अर्जुना । देवो म्हणे ॥१६८॥
म्हणून खाता तामसी अन्न । परिणाम होती भिन्न ।
सांगण्याची गरज नसे अर्जुन । देव म्हणाले ॥१६८॥
आतां ययावरी । आहाराचिया परी ।
यज्ञुही अवधारीं । त्रिधा असे ॥१६९॥
आता हे सांगणे । की आहाराप्रमाणे ।
यज्ञाचे प्रकारही जाणे । ते तीन असती ॥१६९॥
परी तिहींमाजीं प्रथम । सात्त्विक यज्ञाचें वर्म ।
आईक पां सुमहिम – । शिरोमणी ॥१७०॥
या तिन्हीत सांगतो प्रथम । सात्त्विक यज्ञाचे वर्म ।
जाणून घे हे महामहिम । शिरोमणी ॥१७०॥
तरी एकु प्रियोत्तमु–/ । वांचोनि वाढों नेदी कामु ।
जैसा का मनोधर्मु । पतिव्रतेचा ॥१७१॥
एका प्रियतमावाचून । न व्हावा कामभाव निर्माण ।
हा असे जसा मनोधर्म । पतिव्रतेचा ॥१७१॥

नाना सिंधूतें ठाकोनि गंगा । पुढारां न करीचि रिगा ।
का आत्मा देखोनि उगा । वेदु ठेला ।।१७२।।
गंगा समुद्रात होता अर्पण । पुढे जाण्याचा न करी प्रयत्न ।
वेदांचा उपदेश जाई थांबून । आत्मसाक्षात्कार होता ।।१७२।।
तैसें जे आपुल्या स्वहितीं । वेंचूनियां चित्तवृत्ती ।
नुरवितीचि अहंकृती । फळालागीं ।।१७३।।
जे स्वहितार्थ करती । व्यय आपली चित्तवृत्ती ।
ते अहंकार न ठेवती । फळाच्या आशेने ।।१७३।।
पातलेया झाडाचें मूळ । मागुतें सरों नेणेंचि जळ ।
जिरालें गां केवळ । तयाच्याचि आंगीं ।।१७४।।
ज्याप्रमाणे घातलेले जल । झाडांच्या मुळापर्यंत पोहोचेल ।
त्याचे पोषण करेल । ते मागे फिरत नाही ।।१७४।।
तैसें मनें देहीं । यजननिश्चयाच्या ठायीं ।
हारपोनि जें कांहीं । वांछितीना ।।१७५।।
तसे मना-देहाचा निश्चय करून । यज्ञ करण्यात होती मग्न ।
आणि न धरती यज्ञापासून । फळाची इच्छा ।।१७५।।
तिहीं फळवांच्छात्यागीं । स्वधर्मावांचूनि विरागीं ।
कीजे तो यज्ञु सर्वांगीं । अळंकृतु ।।१७६।।
फळाच्या इच्छेचा त्याग करीत । स्वधर्मावाचून विरक्त ।
अशा साधकांकडून सालंकृत । तो यज्ञ केला जातो ।।१७६।।
परी आरिसा आपणपें । डोळां जैसें घेपें ।
कां तळहातींचें दीपें । रत्न पाहिजे ।।१७७।।
आरशात आपले रूप असते । ते डोळ्यांनी दिसते ।
अंधारातही चमकते । तळहातावरील रत्न ।।१७७।।
नाना उदितें दिवाकरें । गमावा मार्गु दिठी भरे ।
तैसा वेदु निर्धारें । देखोनियां ।।१७८।।
जेव्हा सूर्योदय होतो । मार्ग डोळ्यांनी स्पष्ट दिसतो ।
तसा वेद जेव्हा करतो । यज्ञविधीचे वर्णन ।।१७८।।
तियें कुंडें मंडप वेदी । आणीकही संभारसमृद्धी ।
ते मेळवणी जैसी विधी । आपणपां केली ।।१७९।।
त्या यज्ञात कुंडे, मंडप, वेदी । सामग्रीची समृद्धी ।
जशी रचते स्वत: विधी । तशी केलेली असते ।।१७९।।
सकळावयव उचितें । लेणीं पातलीं जैसीं आंगातें ।
तैसे पदार्थ जेथिंचे तेथें । विनियोगुनी ।।१८०।।
धारण करता योग्य अलंकार । शोभती जसे शरीरावर ।
तसे पदार्थ मांडणी आकार । जिथल्या तिथे असते ।।१८०।।

काय वानूं बहुतीं बोलीं । जैसी सर्वाभरणीं भरली ।
ते यज्ञविद्याचि रूपा आली । यजनमिषें ।।१८१।।
त्या यज्ञाचे काय वर्णन । जणू अलंकार धारण करून ।
यज्ञविद्याच यज्ञाच्या निमित्तानं । प्रकट होते ।।१८१।।
तैसा सांगोपांगु । निफजे जो यागु ।
नुठऊनियां लागु । महत्त्वाचा ।।१८२।।
अशा तऱ्हेने तो यज्ञयाग । यथोचित सांगोपांग ।
संपन्न होता नसे भाग । येथे फळाचा ।।१८२।।
प्रतिपाळु तरी पाटाचा । झाडीं कीजे तुळसीचा ।
परी फळा फुला छायेचा । आश्रयो नाहीं ।।१८३।।
तुळशीच्या झाडाचे पालन । यथास्थित करतो पोषण ।
फळे, फुले, सावली जाण । अपेक्षित नसते ।।१८३।।
किंबहुना फळाशेवीण । ऐसेया निगुती निर्माण ।
होय तो यागु जाण । सात्त्विकु गा ।।१८४।।
फलाची इच्छा न धरून । केवळ कर्तव्यबुद्धी ठेवून ।
केला जाई शास्त्रविधी प्रमाण । तो यज्ञ सात्त्विक जाण ।।१८४।।
आतां यज्ञु कीर वीरेशा । करी पैं याचिऐसा ।
परी श्राद्धालागीं जैसा । अवंतिला रावो ।।१८५।।
राजस यज्ञाचे स्वरूप अर्जुन । सात्त्विक यज्ञासम होई संपन्न ।
पण राजाला द्यावे निमंत्रण । जसे श्रद्धाला ।।१८५।।
जरी राजा घरासि ये । तरी बहुत उपेगा जाये ।
आणि कीर्तीही होये । श्राद्ध न ठके ।।१८६।।
राजा जर घरी येई । अनेक कार्या उपयोग होई ।
कीर्तीही वाढत जाई । श्राद्धही न राही ।।१८६।।
तैसा धरूनि आवांका । म्हणे स्वर्गु जोडेल असिका ।
दीक्षितु होईन मान्यु लोकां । घडेल यागु ।।१८७।।
अशी इच्छा धरून मनी । स्वर्गप्राप्ती होईल यज्ञी ।
दीक्षित म्हणून लोक मानी । यज्ञही संपन्न होई ।।१८७।।
ऐसी केवळ फळालागीं । महत्त्व फोकारावया जगीं ।
पार्था निष्पत्ति जे यागीं । राजस पैं ते ।।१८८।।
फळाची व्हावी प्राप्ती । जगी लाभावी कीर्ती ।
यासाठी ज्याची होते उत्पत्ती । तो राजस यज्ञ होय ।।१८८।।
आणि पशुपक्षिविवाहीं । जोशी कामापरौता नाहीं ।
तैसा तामसा यज्ञा पाहीं । आग्रहोचि मूळ ।।१८९।।
पशुपक्ष्यांच्या विवाहासही । कामेच्छेशिवाय जोशी लागत नाही ।
तसा तामस यज्ञाकरताही । आग्रह हे मूळ ।।१८९।।

वारया वाट न वाहे । कीं मरण मुहूर्त पाहे ।
निषिद्धांसीं बिहे । आगी जरी ॥१९०॥
वारा वाहण्यासाठी मार्ग शोधेल? । मृत्यू काय मुहूर्त बघेल? ।
अग्नी काय जाळण्यास घाबरेल? । निषिद्ध पदार्थ ॥१९०॥
तरी तामसाचिया आचारा । विधीचा आथी वोढावारा ।
म्हणूनि तो धनुर्धरा । उत्सृंखळु ॥१९१॥
तामसीचे जे आचरण । त्या नसे विधीचे बंधन ।
त्याचे वागणे अर्जुन । स्वैरपणाचे असते ॥१९१॥
नाहीं विधीची तेथ चाड । नये मंत्रादिक तयाकड ।
अन्नजातां न सुये तोंड । मासिये जेवीं ॥१९२॥
त्याला नसे शास्त्राची चाड । मंत्रादिक येत नाही आड ।
माशीचे भरेल तोंड । एवढेही अन्न दान करत नाही ॥१९२॥
वैराचा बोधु ब्राह्मणा । तेथ कें रिगेल दक्षिणा ।
अग्नि जाला वाउधाणा । वरपडा जैसा ॥१९३॥
ब्राह्मणाशी वैरभाव । दक्षिणेचा विचार कसा ठाव? ।
अग्नी वाऱ्यासम भडकण्या वाव । जिथे असतो ॥१९३॥
तैसें वायांचि सर्वस्व वेंचे । मुख न देखती श्रद्धेचें ।
नागविलें निपुत्रिकाचें । जैसें घर ॥१९४॥
खर्च होई द्रव्य व्यर्थ । श्रद्धा नसे तिथे यथार्थ ।
निपुत्रिका लुबाडती सोयरे स्वार्थ । तसे आहे ॥१९४॥
ऐसा जो यज्ञाभासु । तया नाम यागु तामसु ।
आइकें म्हणे निवासु । श्रियेचा तो ॥१९५॥
असा यज्ञाचा जो भास । तो यज्ञ असे तामस ।
असे सांगती श्रीनिवास । लक्ष्मीपती ॥१९५॥
आता गंगेचें एक पाणी । परी नेलें आनानीं वाहणीं ।
एक मळीं एक आणी । शुद्धत्व जैसें ॥१९६॥
गंगेचे असते निर्मळ पाणी । वाहता ते भिन्न मार्गांनी ।
एका मार्गे अमंगल वाहणी । दुसरीकडे पवित्र ॥१९६॥
तैसें तिहीं गुणीं तप । येथ जाहलें आहे त्रिरूप ।
तें एक केलें दे पाप । उद्धरी एक ॥१९७॥
तपाचे हे तीन प्रकार । सांगितले भिन्न विचार ।
सात्त्विक तप करी उद्धार । इतर दोन्ही पाप ॥१९७॥
तरी तेंचि तिहीं भेदीं । कैसेनि पां म्हणौनि सुबुद्धी ।
जाणों पाहासी तरी आधीं । तपचि जाण ॥१९८॥
तपाचे तीन भेद जसे । हे तुला जाणायचे असे ।
तर तप म्हणजे काय कसे । ते जाणून घे ॥१९८॥

येथ तप म्हणजे काई । तें स्वरूप दाऊं पाहीं ।
मग भेदिलें गुणीं तिहीं । तें पाठीं बोलों ॥१९९॥
आधी काय असते हे तप । सांगतो तुला मी स्वरूप ।
भिन्न गुण त्याचे भिन्न तप । नंतर सांगेन ॥१९९॥
तरी तप जें कां सम्यक् । तेंही त्रिविध आइक ।
शारीर मानसिक । शाब्द गा ॥२००॥
तप जे यथार्थ एक । त्याचे तीन प्रकार ऐक ।
शारीरिक, मानसिक, वाचिक । ते जाणून घे ॥२००॥
आतां गा तिहीं माझारीं । शारीर तंव अवधारीं ।
तरी शंभु कां श्रीहरी । पढियंता होय ॥२०१॥
तरी या तीन प्रकारांत । शारीरिक तप कोणते असत ।
ज्यास कोणताही देव आवडत । श्रीविष्णू वा शंकर ॥२०१॥
तया प्रिया देवतालया । यात्रादिकें करावया ।
आठही पाहार जैसें पायां । उळिग घापे ॥२०२॥
त्याच्या मंदिरा जावया । किंवा यात्रा करावया ।
बांधले असती पाया । भोवरे जसे ॥२०२॥
देवांगणमिरवणियां । अंगोपचार पुरवणियां ।
करावया म्हणियां । शोभती हात ॥२०३॥
देवाचे अंगण लोटण्या । पूजेचे उपचार करण्या ।
पूजासाहित्य पुरवण्या । ज्याचे हात तयार ॥२०३॥
लिंग कां प्रतिमा दिठी । देखतखेंवों अंगेष्टी ।
लोटिजे कां काठी । पडली जैसी ॥२०४॥
शिवलिंग वा मूर्ती । पाहताच अंग टाकती ।
जमिनीवर दंडवत घालती । जणू काठी पडावी ॥२०४॥
आणि विधिविनयादिकीं । गुणीं वडील जे लोकीं ।
तया ब्राह्मणाची निकी । पाइकी कीजे ॥२०५॥
शास्त्रशुद्ध आचरण । विद्या, विनय आदिगुण ।
यांनी युक्त ते ब्राह्मण । त्यांची सेवा करी ॥२०५॥
अथवा प्रवासें कां पीडा । का शिणले जे सांकडां ।
ते जीव सुरवाडा । आणिजती ॥२०६॥
प्रवासाने जे शिणले । जे रोगाने पछाडले ।
जे संकटाने त्रासलेले । त्यांची सुखसोय पाहतो ॥२०६॥
सकल तीर्थांचिये धुरे । जियें कां मातापितरें ।
तयां सेवेसी कीर शरीरें । लोण कीजे ॥२०७॥
श्रेष्ठ जे तीर्थात सकल । ते आई-वडील ।
त्यांच्यावर लिंबलोण ओवाळील । शरीराचे ॥२०७॥

आणि संसारा ऐसा दारुणु । जो भेटलाचि हरी शीणु ।
तो ज्ञानदानीं सकरुणु । भजिजे गुरु ।।२०८।।
संसाराचे दुःख हे दुर्धर । ज्यामुळे होतसे दूर ।
तो गुरू ज्ञानदानी करुणाकर । भेटता त्याची सेवा करतो ।।२०८।।
आणि स्वधर्माचा आगिठां । देह जाड्याचिया किटा ।
आवृत्तिपुटीं सुभटा । झाडी कीजे ।।२०९।।
नष्ट करण्या देहाभिमानाची माती । स्वधर्मरूपी अग्नीत स्वहाती ।
होम करून देतसे आहुती । वेदाध्ययनाची ।।२०९।।
वस्तु भूतमात्रीं नमिजे । परोपकारीं भजिजे ।
स्त्रीविषयीं नियमिजे । नांवें नांवें ।।२१०।।
सर्व भूतमात्रांना वंदितो । परोपकाराने सेवा करितो ।
गोष्टी ना ऐकतो । स्त्रियांविषयीच्या ।।२१०।।
जन्मतेनि प्रसंगे । स्त्रीदेह शिवणें आंगें ।
तेथूनि जन्म आघवें । सोंवळें कीजे ।।२११।।
जन्माचे वेळी नाइलाजे तो । स्त्रीदेहाला स्पर्श करतो ।
मग आजन्म सोवळे ठेवतो । स्त्रीस्पर्शाचे ।।२११।।
भुतमात्राचेनि नांवें । तृणही नासुडावें ।
किंबहुना सांडावे । छेद भेद ।।२१२।।
परोपकाराच्या भावनेनेही । गवतही तुडवत नाही ।
कोणा दुखवत नाही । भेदभाव करून ।।२१२।।
ऐसैसी जैं शरीरीं । रहाटीची पडे उजरी ।
तैं शारीर तप घुमरी । आलें जाण ।।२१३।।
जेव्हा असा शरीरात । आचरणाचा पडे प्रकाश ।
तू जाण आले भरास । शारीरिक तप ।।२१३।।
पार्था समस्तही हें करणें । देहाचेनि प्रधानपणें ।
म्हणौनि ययातें मी म्हणें । शारीर तप ।।२१४।।
या सर्व क्रिया घडती । प्रामुख्याने देहाप्रति ।
म्हणून यास म्हणती । शारीरिक तप ।।२१४।।
एवं शारीर जें तप । तयाचें दाविलें रूप ।
आतां आइक निष्पाप । वाड्मय तें ।।२१५।।
याप्रमाणे शारीरिक तप । सांगितले त्याचे स्वरूप ।
आता वाङ्मय जे निष्पाप । ते तुला सांगतो ।।२१५।।
तरी लोहाचें आंग तुक । न तोडितांचि कनक ।
केलें जैसें देख । परीसें तेणें ।।२१६।।
लोखंडाचा आकार वजन जे असे । थोडेही कमी न करता जसे ।
परीस त्याचे सोने बनवी कसे । त्याप्रमाणे होय ।।२१६।।

तैसें न दुखवितां सेजे । जावळिया सुख निपजे ।
ऐसें साधुत्व कां देखिजे । बोलणां जिये ।।२१७।।
तसे सहज न दुखविता । जवळच्यांना दुःखी न करता ।
ज्याच्या बोलण्यात दिसता । चांगुलपणा ।।२१७।।
पाणी मुदल झाडा जाये । तृण ते प्रसंगेंचि जियें ।
तैसें एका बोलिलें होये । सर्वांहि हित ।।२१८।।
पाणी झाडाच्या मुळा जाते । गवतही त्यावर जगते ।
तसे सर्वांचे हित होते । एकास बोलता ।।२१८।।
जोडे अमृताची सुरसरी । तैं प्राणांतें अमर करी ।
स्नानें पाप ताप वारी । गोडीही दे ।।२१९।।
अमृतगंगेचे पाणी पिता ही । प्राणी अमर होई ।
स्नान करता पाप जाई । ते पिता गोडी वाटे ।।२१९।।
तैसा अविवेकुही फिटे । आपुलें अनादित्व भेटे ।
आइकतां रुचि न विटे । पीयुषीं जैसी ।।२२०।।
तसे अज्ञानही जाते । आत्मस्वरूप भेटते ।
किती ऐकले तरी रुची न विटते । अमृताप्रमाणे ।।२२०।।
जरी कोणी करी पुसणें । तरी होआवें ऐसें बोलणें ।
नातरी अवर्तणें । निगमु का नाम ।।२२१।।
कोणी जर केला प्रश्न । असावं असं बोलणं ।
किंवा करावे स्मरण । वेदांचे वा हरीचे ।।२२१।।
ऋग्वेदादि तिन्ही । प्रतिष्ठीजती वाग्भुवनीं ।
केली जैसी वदनीं । ब्रह्मशाळा ।।२२२।।
वाणी मंदिरात ऋग्वेदादींची । स्थापना करावी तीन वेदांची ।
वेदशाळा बनवावी वदनाची । शिष्यांसाठी ।।२२२।।
नातरी एकाधें नांव । तेंचि शैव का वैष्णव ।
वाचे वसे तें वाग्भव । तप जाणावें ।।२२३।।
शिव की वैष्णव । कोणा एकाचे नाव ।
वाढवी वाचा वैभव । हे तप जाणावे ।।२२३।।
आतां तप जें मानसिक । तेंही सांगों आइक ।
म्हणे लोकनाथनायक । नायकु तो ।।२२४।।
आता काय असते तप मानसिक । ध्यान देउनी ऐक ।
असे म्हणे तो लोकनाथनायक । परमात्मा जो ।।२२४।।
तरी सरोवर तरंगीं । सांडिलें आकाश मेघीं ।
का चंदनाचें उरगीं । उद्यान जैसें ।।२२५।।
तरंगांनी सरोवर सोडले । मेघांनी आकाश त्यागले ।
सर्पांनी जर टाकले । चंदनाचे उद्यान ।।२२५।।

नाना कळावैषम्यें चंद्रु । कां सांडिला आधीं नरेंद्रु ।
नातरी क्षीरसमुद्रु । मंदराचळें ॥२२६॥
नाना कलांनी चंद्र ग्रासला । राजा चिंतेने त्रस्त झाला ।
मंदार पर्वताने समुद्र घुसळला । तरी शांत राही जसा ॥२२६॥
तैसीं नाना विकल्पजाळें । सांडुनि गेलिया सकळें ।
मन राहे का केवळें । स्वरूपें जें ॥२२७॥
तसे अनेक विकल्पांचे जाळे । त्यागूनिया ते सगळे ।
केवळ आत्मस्वरूपामुळे । मन शांत रहाते ॥२२७॥
तपनेंवीण प्रकाशु । जाड्येंवीण रसीं रसु ।
पोकळीवीण अवकाशु । होय जैसा ॥२२८॥
उष्णतेविना प्रकाश । जडत्वाशिवाय रस ।
पोकळीविना अवकाश । जसे असावे ॥२२८॥
तैसी आपली सोय देखे ।
आणि आपलिया स्वभावा मुके ।
हिंवली जैसी आंगिकें ।
हिवों नेदी निजांग ॥२२९॥
जाणून मूळ स्वरूप । जो त्यागतो स्वभाव रूप ।
जसे काकडूनही खूप । त्या थंडी न बाधे ॥२२९॥
तैसें न चलतें कळंकेंवीण । शशिबिंब जैसें परीपूर्ण ।
तैसें चोखी शृंगारपण । मनाचें जें ॥२३०॥
अचल कलंकरहित । चंद्रबिंब परिपूर्ण दिसत ।
तसे मन स्थिरावत । आत्मस्वरूपी ॥२३०॥
बुजाली वैराग्याची वोरप । जिराली मनाची धांप कांप ।
तेथ केवळ जाली वाफ । निजबोधाची ॥२३१॥
वैराग्याची इच्छा निमते । दाह, धाप कमी होते ।
मन जेव्हा स्थिर होते । आत्मस्वरूपी ॥२३१॥
म्हणौनि विचारावया शास्त्र । राहाटवावें जें वक्त्र ।
तें वाचेचेंही सूत्र । हातीं न धरी ॥२३२॥
मग ज्या मुखाने अभ्यासावे शास्त्र । ते मौन राही सर्वत्र ।
मग वाणीचेही सूत्र । आत्मस्वरूप होते ॥२३२॥
तें स्वलाभ लाभलेपणें । मन मनपणाही धरूं नेणें ।
शिवतलें जैसें लवणें । आपुलें निज ॥२३३॥
आत्मस्वरूपाची होता प्राप्ती ।
मन मनपणा न धारती ।
जसे पाण्यास खारटपणा न येती ।
मीठाने केवळ स्पर्श करता ॥२३३॥
तेथ कें उठिती ते भाव । जिहीं इंद्रियमार्गीं धांव ।
घेऊनि ठाकावे गांव । विषयांचे ते ॥२३४॥
मग कुठे उठती भाव । इंद्रियामागे कैशी धाव ।
आणि कुठले विषयांचे गाव । लाभेल मग? ॥२३४॥
म्हणौनि तिये मानसीं । भावशुद्धिचि असे अपैसी ।
रोमशुचि जैसी । तळहातासी ॥२३५॥
मग अशा मनास येते ऐक । अविकल्प भावशुद्धी आपसूक ।
जशी रोमावली न येते असुक (कोरड्या) । तळहातावर ॥२३५॥
काय बहु बोलों अर्जुना । जैं हे दशा ये मना ।
तैं मनोतपाभिधाना । पात्र होय ती ॥२३६॥
काय सांगू अर्जुना । अशी अवस्था येते मना ।
ती मानसतप या निधाना । प्राप्त होते ॥२३६॥
परी ते असो हें जाण । मानस तपाचें लक्षण ।
देवो म्हणे संपूर्ण । सांगितलें ॥२३७॥
तरी हे तू जाण । मानस तपाचे लक्षण ।
सांगितले तुला संपूर्ण । देव म्हणाले ॥२३७॥
एवं देहवाचाचित्तें । जें पातलें त्रिविधत्वातें ।
तें सामान्य तप तूतें । परीसविलें गा ॥२३८॥
शरीर वाणी मन यांच्या भेदाने । जे प्राप्त झाले तीन प्रकाराने ।
ते सामान्य तप या प्रमाणे । तुला सांगितले ॥२३८॥
आतां गुणत्रयसंगें । हेंचि विशेषीं त्रिविधीं रिगे ।
तेंही आइक चांगें । प्रज्ञाबळें ॥२३९॥
तीन गुणांच्या सोबतीने । याचे तीन प्रकार होणे ।
ते उत्तम बुद्धीने । तू श्रवण कर ॥२३९॥
तरी हेंचि तप त्रिविधा । जें दाविलें तुज प्रबुद्धा ।
तेंचि करीं पूर्णश्रद्धा । सांडूनि फळ ॥२४०॥
हे तपाचे तीन प्रकार । श्रद्धेने आचरण कर ।
मनात तू न धर । फळाची इच्छा ॥२४०॥
जैं पुरतिया सत्त्वशुद्धी । आचरिजे आस्तिक्यबुद्धी ।
तैं तयातेंचि गा प्रबुद्धी । सात्त्विक म्हणिपे ॥२४१॥
हे पूर्ण शुद्ध अन् श्रद्धेने । आचरतात आस्तिक बुद्धीने ।
त्याला ज्ञानी लोक आदराने । सात्त्विक तप म्हणती ॥२४१॥
नातरी तपस्थापनेलागीं । दुजेपण मांडूनि जगीं ।
महत्त्वाच्या शृंगीं । बैसावया ॥२४२॥
नाही तर तपाचा करून विचार । द्वैताचा करून प्रसार ।
बसण्याची मोठेपणाच्या शिखरावर । इच्छा धरती ॥२४२॥

त्रिभुवनींचिया सन्माना । न वचावें ठाया आना ।
धुरेचिया आसना । भोजनालागीं ।।२४३।।
त्रिभुवनाचा सन्मान । इतर कोणा न मिळावा मान ।
अग्रभागी आसन । पंगतीतही मिळावे ।।२४३।।
विश्वाचिया स्तोत्रा । आपण होआवया पात्रा ।
विश्वें आपलिया यात्रा । कराविया यावें ।।२४४।।
जगाच्या स्तुतीला स्वभावे । आपणच पात्र व्हावे ।
आपल्याच दर्शना यावे । सगळ्या लोकांनी ।।२४४।।
लोकांचिया विविधा पूजा । आश्रयो न धरावया दुजा ।
भोग भोगावे वोजा । महत्त्वाचिया ।।२४५।।
अनेक विविध प्रकारांनी । आपली पूजा करावी लोकांनी ।
आपणासच मिळावे सर्वार्थांनी । भोगाया महत्त्वाचे भोग ।।२४५।।
अंग बोल माखूनि तपें । विकावया आपणपें ।
अंगहीन पडपे । जियापरी ।।२४६।।
अंगभर तपाचे बोल माखती । ढोंग करून स्वरूप विकण्या ठेवती ।
जसे वारांगना शृंगारून शरीर विकती । तिच्याप्रमाणे ।।२४६।।
हें असो धनमानीं आस । वाढौनी तप कीजे सायास ।
तैं तेंचि तप राजस । बोलिजे गा ।।२४७।।
मानधनाची ठेवून आस । तप जे करती सायास ।
तेच म्हणती तप राजस । जाणून घे ।।२४७।।
परी पहुरणी जें दुहिलें । तैं तें गुरूं न दुभेचि व्यालें ।
का उभें शेत चारिलें । पिकावया नुरे ।।२४८।।
पहुरणी किड्याने चोखता स्तन । गुरांचे दूध जाते आटून ।
किंवा गुरांनी शेत टाकले खाऊन । विकण्यास उरत नाही ।।२४८।।
तैसें फोकारितां तप । कीजे जें साक्षेप ।
तें फळीं तंव सोप । निःशेष जाय ।।२४९।।
तसे सर्वत्र प्रसिद्ध व्हावे । या हेतूने जर तप करावे ।
तर ते सर्व व्यर्थ जावे । फळ पाहू आता ।।२४९।।
ऐसें निर्फळ देखोनि करितां । माझारीं सांडी पंडुसुता ।
म्हणौनि नाहीं स्थिरता । तपा तया ।।२५०।।
असे तप निष्फळ होते । मग मध्येच बंद केले जाते ।
म्हणून अर्जुना स्थिरता नसते । अशा तपाला ।।२५०।।
एऱ्हवीं तरी आकाश मांडी । जो गर्जोनि ब्रह्मांड फोडी ।
तो अवकाळु मेघु काय घडी । राहात आहे? ।।२५१।।
अवकाळी मेघ आकाश भरतो । गर्जनेने ब्रह्मांड फोडतो ।
तरी काय तो आकाशात राहतो । घटकाभर तरी ।।२५१।।

तैसें राजस तप जें होये । तें फळीं कीर वांझ जाये ।
परी आचरणींही नोहे । निर्वाहतें गा ।।२५२।।
असे राजस तप राहते । फलाच्या दृष्टीने व्यर्थ होते ।
आचरणाने स्थिर नसते । ते टिकत नाही ।।२५२।।
आतां तेंचि तप पुढती । तामसाचिये रीती ।
पैं परत्रा आणि कीर्ती । मुकोनि कीजे ।।२५३।।
आता या पुढते । तामस तप येते ।
त्यात प्राप्ती न होते । कीर्ती स्वर्ग यांची ।।२५३।।
केवळ मूर्खपणाचा वारा । जीवीं घेऊनि धनुर्धरा ।
नाम ठेविजे शरीरा । वैरियाचें ।।२५४।।
केवळ मूर्खपणाचा वारा । मनी ठेवून धनुर्धरा ।
समजती आपल्या शरीरा । वैरी ।।२५४।।
पंचाग्नीची दडगी । खोलवीजती शरीरालागीं ।
का इंधन कीजे हें आगी । आंतु लावी ।।२५५।।
पंचाग्नीच्या ज्वाला । लावती शरीराला ।
अथवा सरपण करून देहाला । पंचाग्नीत लावती ।।२५५।।
माथां जाळिजती गुगुळु । पाठीं घालिजती गळु ।
आंग जाळिती इंगळु । जळतभीतां ।।२५६।।
माथ्यावर गुगुळ जाळतात । पाठीत गळ खुपसतात ।
अग्नी सभोवती पेटवतात । शरीर जाळती ।।२५६।।
दवडोनि श्वासोच्छ्वास । कीजती वायांचि उपवास ।
कां घेपती धूमाचें घांस । अधोमुखें ।।२५७।।
थांबवून श्वास । करताती उपवास ।
घेती धुराचे घास । खाली तोंड करून ।।२५७।।
हिमोदकें आकंठें । खडकें सेविजती तटें ।
जितया मांसाचे चिमुटे । तोडिती जेथ ।।२५८।।
थंड पाण्यात आकंठ उभे राहती । खडकावर उघडे बसती ।
आपल्या मांसाचे लचके तोडती । जिवंतपणी ।।२५८।।
ऐसी नानापरी हे काया । घाय सूतां पैं धनंजया ।
तप कीजे नाशावया । पुढिलातें ।।२५९।।
नाना प्रकारे तामसी ती । शरीराला दुःख देती ।
दुसऱ्यांच्या नाशासाठी करती । अघोर तप ।।२५९।।
आंगभारें सुटला धोंडा । आपण फुटोनि होय खंडखंडा ।
कां आड जालियातें रगडा । करी जैसा ।।२६०।।
वजनाने पर्वतावरून दगड सुटती । खाली पडता तुकडे होती ।
जे त्याच्या आड येती । त्याच्या करती चुराडा ।।२६०।।

तेवीं आपलिया आटणिया । सुखें असतया प्राणिया ।
जिणावया शिराणिया । कीजती गा ।।२६१।।

आपल्या शरीरा दुःख देती । जे सुखी प्राणी असती ।
त्यांना जिंकण्यासाठी करती । असे आचरण ।।२६१।।

किंबहुना हे वोखटी । घेऊनि क्लेशाची हातवटी ।
तप निफजे तें किरीटी । तामस होय ।।२६२।।

काय सांगावे तुज अर्जुन । दुसऱ्याला, स्वतःला दुःख देऊन ।
तप करती अघोरी पद्धत वापरून । ते तामस तप ।।२६२।।

एवं सत्त्वादिकांच्या आंगीं । पाडिलें तप तिहीं भागीं ।
जालें तेंही तुज चांगी । दाविलें व्यक्ती ।।२६३।।

हे तप तीन गुणांच्या स्वरूपात । विभागले तीन भागात ।
ते तुला उत्तम प्रकारात । सांगितले आहे ।।२६३।।

आतां बोलतां प्रसंगा । आलें म्हणौनि पैं गा ।
करूं रूप दानलिंगा । त्रिविधा तया ।।२६४।।

आता बोलण्यात आले म्हणून । तीन प्रकारची दाने अर्जुन ।
तुला ठेवतो सांगून । दानांची लक्षणे ।।२६४।।

येथ गुणाचेनि बोलें । दानही त्रिविध असे जालें ।
तेंचि आइक पहिलें । सात्त्विक ऐसें ।।२६५।।

गुण लक्षणासमान । तीन प्रकारचे होई दान ।
त्यातले पहिले कर श्रवण । सात्त्विक दान ।।२६५।।

तरी स्वधर्मा आंतौतें । जें जें मिळे आपणयातें ।
तें तें दीजे बहुतें । सन्मानयोगें ।।२६६।।

स्वकष्टांनी स्वमार्गानी आपण ।
मिळवलेले आहे जे धन ।
आदर भावनेने दुसऱ्यास देऊन ।
ते सन्मानपूर्वक दान करावे ।।२६६।।

जालया सुबीजप्रसंगु । पडे क्षेत्रवाफेचा पांगु ।
तैसाचि दानाचा हा लागु । देखतसें ।।२६७।।

जरी बीज उच्चकोटीचे लाभते।
सुपीक जमिनीची, वाफ्याची उणीव भासते।
तसे हेच दानालाही लागू पडते ।
सत्पात्र, देश, काल यासाठी ।।२६७।।

अनर्घ्य रत्न हातां चढे । तैं भांगाराची वोढी पडे ।
दोनी जालीं तरी न जोडे । लेतें आंग ।।२६८।।

हाती येते अमोल रत्न । पण न लाभे सोन्याचे कोंदण ।
दोन्ही लाभले तरी जाण । असे अवयवाची उणीव ।।२६८।।

परी सण सुहृद संपत्ती । हे तिन्ही येकीं मिळती ।
जे भाग्य धरी उन्नती । आपुल्याविषयीं ।।२६९।।

सक्षण, सहृद आणि संपत्ती । तेंव्हा तिन्ही एका जागी येती ।
जेव्हा भाग्य घेई उन्नती । आपल्या घरी ।।२६९।।

तैसें निफजावया दान । जैं सत्त्वासि ये संवाहन ।
तैं देश काळ भाजन । द्रव्यही मिळे ।।२७०।।

घडावयाचे असेल दान । तर उत्कर्षती सत्त्वगुण ।
देश, काल, पात्र लाभून । धनही लाभते ।।२७०।।

तरी आधीं तंव प्रयत्नेंसीं । होआवें कुरुक्षेत्र का काशी ।
नातरी तुके जो इहींसीं । तो देशुही हो ।।२७१।।

मग आधी प्रयत्न करून । कुरुक्षेत्र वा काशी निवडून ।
जरी ही न येता मिळून । इतर क्षेत्रे पाहावी ।।२७१।।

तेथ रविचंद्राहुमेळु । होतां पाहे पुण्यकाळु ।
का तयासारिखा निर्मळु । आनुही जाला ।।२७२।।

सूर्य-चंद्र-राहूंचा मेळ । अथवा पाहावा पुण्य काळ ।
त्या समान निर्मळ । अन्य क्षेत्रेही ।।२७२।।

तैशा काळीं तिये देशीं । होआवी पात्र संपत्ती ऐसी ।
मूर्ति आहे धरिली जैसी । शुचित्वेंचि कां ।।२७३।।

त्या काळी, त्या देशाला । दान करावी संपत्ती त्याला ।
ज्याने जणू आकार धारण केला । पावित्र्याचा ।।२७३।।

आचाराचें मूळपीळ । वेदांची उतारपेठ ।
तैसें द्विजरत्न चोखट । पावोनियां ।।२७४।।

सदाचाराचे मूळ स्थान । वेदशास्त्रसंपन्न सदाचारसंपन्न ।
असा शुद्ध रत्नासम ब्राह्मण । प्राप्त करावा ।।२७४।।

मग तयाच्या ठाईं वित्ता । निवर्तवावी स्वसत्ता ।
परी प्रियापुढें कांता । रिगे जैसी ।।२७५।।

त्याच्या चरणी द्रव्य अर्पून । आपला हक्क घ्यावा काढून ।
जशी पत्नी आनंदानं । पतीस समर्पिते ।।२७५।।

का जयाचें ठेविलें तया । देऊनि होईजे उतराइया ।
नाना हडपें विडा राया । दिधला जैसा ।।२७६।।

ठेव ठेवली आपल्या ठायी । परत देऊन व्हावे उतराई ।
सेवक जसा बाजूस जाई । राजास विडा देउनी ।।२७६।।

तैसेनि निष्कामें जीवें । भूम्यादिक अर्पावें ।
किंबहुना हांवे । नेदावें उठों ।।२७७।।

निष्काम मन ठेवावे । भूमी, वस्त्र, धन अर्पावे ।
अपेक्षा न करता राहावे । फलाची ।।२७७।।

आणि दान जया द्यावें । तयातें ऐसेया पाहावें ।
जया घेतलें नुमचवे । कायसेंनही ।।२७८।।
ज्याला दान द्यायचे आहे । त्याच्यात असे पाहावे ।
की उपकार न वाटावे । त्यास याचे ।।२७८।।
साद घातलिया आकाशा । नेदी प्रतिशब्दु जैसा ।
का पाहिला आरसा । येरीकडे ।।२७९।।
आकाशाला घालता साद ।
येत नाही प्रतिसाद ।
आरसा न दाखवी आपाद (संपूर्ण) ।
उलट बाजूने पाहता ॥२७९॥
नातरी उदकाचिये भूमिके । आफळिलेनि कंदुकें ।
उधळौनि कवतिकें । न येईजे हाता ।।२८०।।
पाण्याच्या पृष्ठभागावर । चेंडू आपटला तर ।
सहज उसळून न येई वर । हाताशी ।।२८०।।
नाना वसो घातला चारू । माथां तुरंबिला बुरू ।
न करी प्रत्युपकारू । जियापरी ।।२८१।।
वळूला चारा घातला तर । तो न माने उपकार ।
फेडत नाही उपकार । कृतघ्न मनुष्य ।।२८१।।
तैसें दिधलें दातयाचें । जो कोणेही आंगें नुमचे ।
अर्पिलया साम्य तयाचें । कीजे पैं गा ।।२८२।।
दान अशा माणसा द्यावे । त्याने उपकार न फेडावे ।
स्वतःच्या मनी न राहू द्यावे । दानाचे स्मरण ।।२८२।।
ऐसिया जें सामग्रिया । दान निफजे वीरराया ।
तें सात्त्विक दानवर्या । सर्वांही जाण ।।२८३।।
असा विचार करून सर्वां ते । जे दान दिले जाते ।
ते सात्त्विक दान असते । हे तू जाण ।।२८३।।
आणि तोचि देशु काळु । घडे तैसाचि पात्रमेळु ।
दानभागुही निर्मळु । न्यायगतु ।।२८४।।
तोच देश-कालाचा । योग येता सत्पात्राचा ।
तो दानभागही निर्मळ साचा । असा न्याय योग ।।२८४।।
परी मनीं धरूनि दुभतें । चारिजे जेवीं गाईतें ।
का पेंव करूनि आइतें । पेरूं जाइजे ।।२८५।।
दुधाची इच्छा मनी धरा ।
गाईस द्यावा उत्तम चारा ।
किंवा पेव आधी तयार करा ।
मग धान्य पेरावे ।।२८५।।

नाना दिठी घालुनि आहेरा । अवंतु जाइजे सोयिरा ।
का वाण धाडिजे घरा । वोवसीयाचे ।।२८६।।
आहेरावर दृष्टी ठेवावी । सग्यासोयऱ्या आमंत्रणे द्यावी ।
किंवा जिथून वाणे परतावी । असे दान द्यावे ।।२८६।।
पैं कळांतर गांठीं बांधिजे । मग पुढिलांचें काज कीजे ।
पूजा घेऊनि रसु दीजे । पीडितांसी ।।२८७।।
सुरुवातीलाच पैसे घ्यावे । मग त्याचे काम करावे ।
किंवा रोग्यास औषध द्यावे । आधी पैसे घेऊन ।।२८७।।
तैसें जया जें दान देणें । तो तेणेंचि गा जीवनें ।
पुढती भुंजावा भावें येणें । दीजे जें का ।।२८८।।
समोरच्यास असे दान द्यावे । की त्यावर त्याने जीवन जगावे ।
त्याने भविष्यात आपल्या उपयोगी पडावे । अशी इच्छा ॥२८८॥
अथवा कोणी वाटे जातां । घेतलें उमचों न शकता ।
मिळे जैं पंडुसुता । द्विजोत्तमु ।।२८९।।
अथवा जाता जाता रस्त्याला । कोणी ज्ञानी ब्राह्मण भेटला ।
तो परत फेडू नसे शकला । दिलेले दान तर ।।२८९।।
तरी कवड्या एकासाठीं । अशेषां गोत्रांचींच किरीटी ।
सर्व प्रायश्चित्तें सुयें मुठीं । तयाचिये ।।२९०।।
त्याला एक कवडी देतो । परतफेडीची अपेक्षा ठेवतो ।
सर्वांचे पाप मुक्त व्हावे म्हणतो । गोत्रातील ।।२९०।।
तेवींचि पारलौकिकें । फळें वांछिजती अनेकें ।
आणि दीजे तरी भुके । येकाही नोहे ।।२९१।।
अत्यंत कमी दान देतो । पारलौकिक फळाची अपेक्षा ठेवतो ।
एक वेळाही न जेवू शकतो । गरीब त्या दानाने ।।२९१।।
तेंही ब्राह्मणु नेवो सरे । कीं हाणिचेनि शिणें झांसुरें ।
सर्वस्व जैसें चोरें । नागऊनि नेलें ।।२९२।।
ब्राह्मण कवडी घेऊन जाई । हा मनी झुरत राही ।
जणू लुटून नेले सर्व काही । चोरांनी ।।२९२।।
बहु काय सांगों सुमती । जें दीजे या मनोवृत्ती ।
तें दान गा त्रिजगतीं । राजस पैं ।।२९३।।
अर्जुना अधिक काय सांगावे । या वृत्तीने जे दान द्यावे ।
ते त्रिजगतात प्रसिद्ध व्हावे । राजस दान म्हणून ।।२९३।।
मग म्लेंच्छांचे वसौटें । दांगाणे हन कैकटे ।
का शिबिरें चोहटे । नगरींचे ते ।।२९४।।
मग म्लेंच्छांच्या मुक्कामावर । अरण्यात अपवित्र स्थानावर ।
छावणीत वा चव्हाट्यावर । अशा अयोग्य जागी ।।२९४।।

तेही ठाईं मिळणी । समयो सांजवेळु कां रजनी ।
तेव्हां उदार होणें धनीं । चोरियेच्या ।।२९५।।
अशा अयोग्य जागी एकत्र येऊन ।
संध्याकाळी वा रात्री चोरी करून ।
आणलेल्या धनाचे उदार होऊन ।
जे दान करती ।।२९५।।
पात्रें भाट नागारी । सामान्य स्त्रिया का जुवारी ।
जिये मूर्तिमंते भुररीं । भुले तया ।।२९६।।
भाट, कोल्हाटी, गारुडी, नागारी । वारांगना किंवा जुगारी ।
भूल घालणारे भुलारी । ही पात्रे असती ।।२९६।।
रूपानृत्याची पुरवणी । ते पुढां डोळेभारणी ।
गीत भाटीव तो श्रवणीं । कर्णजपु ।।२९७।।
त्यांच्यासमोर नृत्य-गायन केले । स्तुतीचे शब्द ऐकले ।
त्यांच्या कानी राहती सगळे । ते गुणगुणत ।।२९७।।
तयाहीवरी अळुमाळु । जैं घे फुलागंधाचा गुगुळु ।
तंव भ्रमाचा तो वेताळु । अवतरे तैसा ।।२९८।।
त्या मग बैठकीतही । फुलांचा गंध पसरून राही ।
उन्मादकता निर्माण होई । भ्रम वेताळ अवतरे ।।२९८।।
तेथ विभांडूनियां जग । आणिले पदार्थ अनेग ।
तेणें घालूं लागे मातंग । गवादी जैसी ।।२९९।।
जगाकडून आणलेले लुटून । पदार्थ आणि अन्न ।
मातंगास देती दान । जेवणावळी घालती ।।२९९।।
एवं ऐसेनि जें देणें । तें तामस दान मी म्हणें ।
आणि घडे दैवगुणें । आणिकही ऐक ।।३००।।
असे जे दान देणे । त्या तामस दान मी म्हणे ।
आता कर श्रवणे । दैववशात जे घडते ।।३००।।
विपायें घुणाक्षर पडे । टाळिये काउळा सांपडे ।
तैसे तामसां पर्व जोडे । पुण्यदेशीं ।।३०१।।
घुणा किड्याकडून अक्षर उमटावे ।
टाळीत कावळ्याने सापडावे ।
तसे तामसास पुण्य लाभावे ।
पर्वणीत ।।३०१।।
तेथ देखोनि तो आथिला । योग्यु मागोंही आला ।
तोही दर्पा चढला । भांबावें जरी ।।३०२।।
पाहून त्याच्या ऐश्वर्याला । योग्य अतिथी जरी आला ।
तर हा जाई भांबावला । क्रोधाने ।।३०२।।
तरी श्रद्धा न धरी जिवीं । तया माथाही न खालवी ।
स्वयें न करी ना करवी । अर्घ्यादिक ।।३०३।।
श्रद्धाही न ठेवी । मस्तकही न झुकवी ।
अर्घ्य देऊन पूजा न करवी । स्वत: न करी ।।३०३।।
आलिया न घली बैसों । तेथ गंधाक्षतांचा काय अतिसो ।
हा अप्रसंगु कीर असो । तामसीं नरीं ।।३०४।।
बसावया न देई आसन । मग गंधाक्षतांचा विधी कुठून? ।
हा अप्रसंग घेई वाटून । तामसी मनुष्य ।।३०४।।
पैं बोळविजे रिणाइतु । तैसा झकवी तयाचा हातु ।
तूं करणें याचा बहुतु । प्रयोगु तेथ ।।३०५।।
ऋणाइताची बोळवण करती । हातोहात फसविती ।
आणि अतिथीचा अपमान करिती । अपशब्दाने ।।३०५।।
आणि जया जें दे किरीटी । तयातें उमाणी तयासाठीं ।
मग कुबोलें कां लोटी । अवज्ञेच्या ।।३०६।।
त्याला जे काही देतो । त्या पायी त्याचा अपमान करतो ।
त्याची योग्यता मोजतो । हाकलून देतो ।।३०६।।
हें बहु असो यापरी । मोल वेंचणें जें अवधारीं ।
तया नांव चराचरीं । तामस दान ।।३०७।।
हे पुरे आता वर्णन । याप्रमाणे जे द्रव्य दान ।
त्याला म्हणती तामस दान । या जगात ।।३०७।।
ऐशीं आपुलाला चिन्हीं । अळंकृतें तिन्हीं ।
दानें दाविलीं अभिधानीं । रजतमाचिया ।।३०८।।
अशी आपापल्या लक्षणांनी । अलंकृत जी तिन्ही ।
सांगितली स्पष्टपणांनी । तीन दाने रज, तमासह ।।३०८।।
तेथ मी जाणत असें । विपायें तूं गा ऐसें ।
कल्पिसील मानसें । विचक्षणा ।।३०९।।
हे बुद्धिमान अर्जुना । असे वाटे माझ्या मना ।
तू करशील काही कल्पना । दोन दानांविषयी ।।३०९।।
जें भवबंधमोचक । येकलें कर्म सात्त्विक ।
तरी कां वेखासी सदोख । येर बोलावीं? ।।३१०।।
की सात्त्विक कर्मामुळे । भवबंधनातून मुक्ती मिळे ।
तर का करावीत न कळे । विरुद्ध दोषांची कर्मे ।।३१०।।
परी नोसंतितां विवसी । भेटी नाहीं निधीसी ।
का धूं न साहतां जैसी । वाती न लगे ।।३११।।
पिशाच्च घालविल्याविना । हाती न लागे धना ।
धूर सहन केल्याविना । वात लागत नाही ।।३११।।

तैसें शुद्धसत्त्वाआड । आहे रजतमाचें कवाड ।
तें भेदणे यातें कीड । म्हणावें कां? ॥३१२॥
तसे शुद्ध सत्त्वाआड । रजोतमाचे कवाड ।
जे ते करी तोडफोड । त्या वाईट म्हणावे का? ॥३१२॥
आम्ही श्रद्धादि दानांत । जें समस्तही क्रियाजात ।
सांगितलें कां व्याप्त । तिहीं गुणीं ॥३१३॥
आम्ही श्रद्धेपासून दानापर्यंत जाणे । सर्वच कर्मसाधने ।
व्याप्त असती तीन गुणे । ते सांगितले ॥३१३॥
तेथ भरंवसेनि तिन्ही । न सांगोंचि ऐसें मानीं ।
परी सत्त्व दावावया दोन्ही । बोलिलों येरें ॥३१४॥
तिन्ही प्रकारचे गुण । मी सांगणार नव्हतो जाण ।
पण दाखवावा सात्त्विक गुण ।
इतरांबद्दल बोलावे लागे ॥३१४॥
जें दोहींमाजीं तिजें असे । तें दोन्ही सांडितांचि दिसे ।
अहोरात्रत्यागें जैसें । संध्यारूप ॥३१५॥
दोघांमध्ये तिसरे असते । दोन त्यागता ते दिसते ।
जसे संध्येचे रूप समजते । दिवसरात्र त्यागता ॥३१५॥
तैसें रजतमविनाशें । तिजें जें उत्तम दिसे ।
तें सत्त्व हें आपैसें । फावासि ये ॥३१६॥
तसा रजतम विनाशे । जे उत्तम दिसे ।
तो सात्त्विक गुण असे । आपोआप अनुभवे ॥३१६॥
एवं दाखवावया सत्त्व तुज । निरूपिलें तम रज ।
तें सांडूनि सत्त्वें काज । साधीं आपुलें ॥३१७॥
सात्त्विक दाखवाया तुज । विस्ताराने सांगितले तम रज ।
आता साधुनी घे कामकाज । त्यांचा त्याग करून ॥३१७॥
सत्त्वेंचि येणें चोखाळें । करीं यज्ञादिकें सकळें ।
पावसी तैं करतळें । आपुलें निज ॥३१८॥
त्या शुद्ध सात्त्विक गुणाने ।
यज्ञादि सर्व क्रिया करणे ।
शुद्ध स्वरूप दिसेल त्या योगाने ।
तुला तळहातावरील वस्तुप्रमाणे ॥३१८॥
सूर्यें दाविलें सांतें । काय एक न दिसे तेथें ।
तेवीं सत्त्वें केलें फळातें । काय नेदी? ॥३१९॥
सूर्याने कोणती वस्तू दाखविता । ती न दिसे काय सर्वथा ।
तसे सत्त्वगुणाने कार्य करता ।
फळ मिळणार नाही का? ॥३१९॥

हे कीर आवडतांविखीं । शक्ति सत्त्वीं आथी निकी ।
परी मोक्षेंसी एकीं । मिसळणें जें ॥३२०॥
अशी सत्त्वाच्या अंगी खरी । महान शक्ती आहे सर्वतोपरी ।
परंतु मोक्षप्राप्ती होणे तरी । वेगळेच आहे ॥३२०॥
तें एक आनचि आहे । तयाचा सावावो जैं लाहे ।
तैं मोक्षाचाही होये । गांवीं सरतें ॥३२१॥
ते एक वेगळे आहे । जेव्हा सत्त्वाचे साहाय्य राहे ।
तेव्हा योग्यता लाभताहे । मोक्षप्राप्तीची ॥३२१॥
पैं भांगार जऱ्हीं पंधरें । तऱ्ही राजावळींचीं अक्षरें ।
लाहे तैंचि सरे । जियापरी ॥३२२॥
सोने चोख असते खरे । पण राजमुद्रेची अक्षरे ।
लाभता ते चालते बरे । जगी सर्वत्र ॥३२२॥
स्वच्छें शीतळें सुगंधें । जळें होती सुखप्रदें ।
परी पवित्रत्व संबंधें । तीर्थाचेनि ॥३२३॥
स्वच्छ, सुगंधी, शीतल एक । असे जलप्रकार सुखकारक ।
त्याला पवित्रता येई चोख । तीर्थाच्या संबंधाने ॥३२३॥
नयी हो कां भलतैसी थोरी । परी गंगा जैं अंगीकारी ।
तैंचि तिये सागरीं । प्रवेशु गा ॥३२४॥
नदी कितीही मोठी असते । पण गंगा तिला स्वीकारते ।
तेव्हाच ती जाऊन मिळते । सागराला ॥३२४॥
तैसें सात्त्विका कर्मा किरीटी । येतां मोक्षाचिये भेटी ।
न पडे आडकाठी । तें वेगळें आहे ॥३२५॥
तसे सात्त्विक अशा कर्मांना । मोक्ष भेटीस येताना ।
आडकाठी येई ना । ते वेगळे कारण आहे ॥३२५॥
हा बोलु आइकतखेवीं । अर्जुना आधि न माये जीवीं ।
म्हणे देवें कृपा करावी । सांगावें तें ॥३२६॥
हे बोलणे ऐकताना । अर्जुना मनी उत्कंठा मावेना ।
म्हणे देवा कृपा करा ना । मला ते सांगावे ॥३२६॥
तेथ कृपाळुचक्रवर्ती । म्हणे आईक तयाची व्यक्ती ।
जेणें सात्त्विक तें मुक्ती- । रत्न देखे ॥३२७॥
मग ते कृपाळू चक्रवर्ती । स्पष्ट सांगतो ऐक म्हणती ।
ज्यामुळे सात्त्विकता ती । मुक्तीरत्न पाहू शके ॥३२७॥
तरी अनादि परब्रह्म । जें जगदादि विश्रामधाम ।
तयाचें एक नाम । त्रिधा पैं असे ॥३२८॥
जे अनादि परब्रह्म । जगाचे विश्रांतीधाम ।
त्याचे एकच नाम । पण प्रकार तीन ॥३२८॥

तें कीर अनाम अजाती । परी अविद्यावर्गाचिये राती ।
माजी वोळखावया श्रुती । खूण केली ॥३२९॥
ते, नामजातिविरहित । अज्ञानी समूहाच्या रात्रीत ।
ओळखण्यासाठी श्रुतीत । त्याला खूण दिली ॥३२९॥
उपजलिया बाळकासी । नांव नाहीं तयापासीं ।
ठेविलेनि नांवेंसी । ओ देत उठी ॥३३०॥
जन्मलेल्या बालकाचे ते । कोणतेही नाव नसते ।
तरी ओ देत ते उठते । ठेवल्या नावाने हाक मारता ॥३३०॥
कष्टले संसारशीणें । जे देवों येती गाऱ्हाणें ।
तयां ओ दे नांवें जेणें । तो संकेतु हा ॥३३१॥
जीव त्रासती संसारदुःखाने । सांगण्यास येती गाऱ्हाणे ।
त्यांना वेदांचे ओ देणे । तोच हा संकेत ॐ तत् सत् ॥३३१॥
ब्रह्माचा अबोला फिटावा । अद्वैततत्त्वें तो भेटावा ।
ऐसा मंत्रु देखिला कणवा । वेदें बापें ॥३३२॥
ब्रह्माचा अबोला फिटावा । अद्वैत तत्त्वाने तो भेटावा ।
असा मंत्र वाटे शोधावा । वेदांच्या पित्याला ॥३३२॥
मग दाविलेनि जेणें एकें । ब्रह्म आळविलें कवतिकें ।
मागां असत ठाके । पुढां उभें ॥३३३॥
तो मंत्र जेव्हा दाखवतो । तो जर कौतुके आळवतो ।
तर ईश्वर पुढे येऊन ठाकतो । जो मागे होता ॥३३३॥
परी निगमाचळशिखरीं । उपनिषदार्थनगरीं ।
आहाति जे ब्रह्माच्या येकाहारीं । तयांसीच कळे ॥३३४॥
जे बैसले वेदपर्वतशिखरी । उपनिषदांच्या नगरी ।
ब्रह्माच्या सोबतीत विहारी । त्यांना याचा कळे अर्थ ॥३३४॥
हेंही असो प्रजापती । शक्ति जे सृष्टि करिती ।
ते जया एका आवृत्ती । नामाचिये ॥३३५॥
ब्रह्मदेवाच्या अंगी शक्ती । जी उत्पन्न करते सृष्टी ।
करता या त्रिमंत्राची आवृत्ती । ती शक्ती येते ॥३३५॥
पैं सृष्टीचिया उपक्रमा-/ । पूर्वीं गा वीरोत्तमा ।
वेडा ऐसा ब्रह्मा । एकला होता ॥३३६॥
पृथ्वीच्या आरंभात । हे अर्जुन पंडुसुत ।
ब्रह्मदेव एकटा शांत । अनभिज्ञ होता ॥३३६॥
मज ईश्वरातें नोळखे । ना सृष्टिही करूं न शके ।
तो थोरु केला एकें । नामें जेणें ॥३३७॥
तो मला ओळखत नव्हता । सृष्टीची निर्मिती करू शकत नव्हता ।
पण ज्या नामाने त्याची महानता । तेच हे नाम ॥३३७॥

जयाचा अर्थु जीवीं ध्यातां । जें वर्णत्रयचि जपतां ।
विश्वसृजनयोग्यता । आली तया ॥३३८॥
हा त्रिवर्णी मंत्र जपता । त्याचा अर्थ ध्यानी येता ।
विश्वरचनेची योग्यता । आली त्याच्यात ॥३३८॥
तेधवां रचिलें ब्रह्मजन । तयां वेद दिधलें शासन ।
यज्ञा ऐसें वर्तन । जीविकें केलें ॥३३९॥
त्याने केले ब्राह्मण निर्माण । वेदांच्या आज्ञा करून मान्य ।
करण्या सांगितले यज्ञाचे आचरण । उदरनिर्वाहाकरिता ॥३३९॥
पाठीं नेणों किती येर । स्रजिले लोक अपार ।
जाले ब्रह्मदत्त अग्रहार । तिन्हीं भुवनें ॥३४०॥
नंतर निर्मिले अपार । लोकांचे अनेक प्रकार ।
जणू इनामी गाव झाले तयार । त्रैलोक्य हे ॥३४०॥
ऐसें नाममंत्रें जेणें । धातया अढळचि करणें ।
तयाचें स्वरूप आइक म्हणे । श्रीकांतु तो ॥३४१॥
हे महामंत्र उच्चारले । ज्याने ब्रह्माला अढळपद दिले ।
त्याचे श्रवण कर तू भले । असे लक्ष्मीकांत म्हणती ॥३४१॥
तरी सर्व मंत्रांचा राजा । तो प्रणवो आदिवर्णु बुझा ।
आणि तत्कारु जो दुजा । तिजा सत्कारु ॥३४२॥
हा सर्व मंत्राचा राजा जाण । ॐकार हा पहिला वर्ण ।
तत् हा दुसरा वर्ण । सत् हा तिसरा ॥३४२॥
एवं ॐतत्सदाकारु । ब्रह्मनाम हें त्रिप्रकारु ।
हें फूल तुरंबी सुंदरु । उपनिषदाचें ॥३४३॥
ॐतत् सत् आकार । ब्रह्माचे नाव हे तीन प्रकार ।
उपनिषदांचे हे फूल सुंदर साकार । तू आस्वाद घे ॥३४३॥
येणेंसीं गा होऊनि एक । जैं कर्म चाले सात्त्विक ।
तैं कैवल्यातें पाइक । घरींचें करी ॥३४४॥
या नामाशी एकरूप होऊन । करता सात्त्विक कर्माचे आचरण ।
मोक्ष चाकर म्हणून । घरी राहतो ॥३४४॥
परी कापुराचें थळींव । आणून देईल दैव ।
लेवों जाणणेंचि आडव । तेथ असे बापा ॥३४५॥
कापुराचे दागिने । मिळाले दैवयोगाने ।
कसे वापरावे कोण जाणे । अडचण येते ॥३४५॥
तैसें आदरिजेल सत्कर्म । उच्चरिजेल ब्रह्मनाम ।
परी नेणिजेल जरी वर्म । विनियोगाचें ॥३४६॥
सात्त्विक कर्माचा प्रारंभ होईल । ब्रह्मनामाचा उच्चार येईल ।
पण जर न जाणले जाईल । विनियोगाचे वर्म? ॥३४६॥

तरी महंताचिया कोडी । घरा आलियाही वोढी ।
मानूं नेणतां परवडी । मुद्दल तुटे ।।३४७।।
साधुसंतांचा मान सन्मान । कसा करावा प्रेमानं ।
न कळता केले अयोग्य वर्तन । पुण्य कमी होते ।।३४७।।
कां ल्यावया चोखट । टीक भांगार एकवट ।
घालूनि बांधिली मोट । गळा जेवीं ।।३४८।।
करण्या उत्तम शृंगार । वस्त्रे व सोन्याचे अलंकार ।
बांधून गाठोड्यात एकपार । गळ्यात बांधले तर? ।।३४८।।
तैसें तोंडीं ब्रह्मनाम । हातीं तें सात्त्विक कर्म ।
विनियोगेंवीण काम । विफळ होय ।।३४९।।
तसे मुखात ब्रह्मनाम । हाताने करता सात्त्विक कर्म ।
तरी न कळे विनियोगाचे वर्म । मग सारे निष्फळ ।।३४९।।
अगा अन्न आणि भूक । पासीं असे परी देख ।
जेऊं नेणतां बालक । लंघनचि कीं ।।३५०।।
भूकही लागली आहे । अन्नही जवळ आहे ।
बालकास कसे जेवावे न ठावे । तर उपवास घडेल ।।३५०।।
का स्नेहसूत्र वैश्वानरा । जालियाही संसारा ।
हातवटी नेणतां वीरा । प्रकाशु नोहे ।।३५१।।
तेल, वात, अग्नी । जरी असले एका ठिकाणी ।
ठाऊक नसेल दिवा लावणी । प्रकाश कसा पडेल? ।।३५१।।
तैसे वेळे कृत्य पावे । तेथिंचा मंत्रुही आठवे ।
परी व्यर्थ तें आघवें । विनियोगेंवीण ।।३५२।।
तसे देशकालात कर्म करावे । मंत्रही तसे आठवावे ।
पण विनियोग नसे ठावे । तर सारे व्यर्थ ।।३५२।।
म्हणौनि वर्णत्रयात्मक । जे हें परब्रह्मनाम एक ।
विनियोगु तूं आइक । आतां याचा ।।३५३।।
जे तीन वर्णनात्मक । पण वस्तुतः आहे एक ।
त्याचा विनियोग तू ऐक । कसा करावा ।।३५३।।
तरी या नामींचीं अक्षरें तिन्हीं । कर्मा आदिमध्यनिदानीं ।
प्रयोजावीं पैं स्थानीं । इहीं तिन्हीं ।।३५४।।
या नामाची तीन अक्षरे ती । कर्माच्या आरंभी मध्ये व अंती ।
जशी योजावी संगती । योग्य स्थानी ।।३५४।।
हेंचि एकी हातवटी । घेउनि हन किरीटी ।
आले ब्रह्मविद भेटी । ब्रह्माचिये ।।३५५।।
हाच ऐक्यभाव धरून । हीच पद्धत स्वीकारून ।
वेदवेत्ते ते ब्राह्मण । ब्रह्मरूप झाले ।।३५५।।

ब्रह्मेंसीं होआवया एकी । ते न वंचती यज्ञादिकीं ।
जे चावळलें वोळखीं । शास्त्रांचिया ।।३५६।।
ब्रह्मरूप होण्याप्रति । ते यज्ञयाग न त्यागिती ।
तात्पर्य जाणून घेती । शास्त्रांचे ।।३५६।।
तो आदि तंव ओंकारु । ध्यानें करिती गोचरु ।
पाठीं आणिती उच्चारु । वाचेही तो ।।३५७।।
आधी हा ॐकार । ध्यानाने करिती साकार ।
मग करती त्याचा उच्चार । वाणीनेही ।।३५७।।
तेणें ध्यानें प्रकटें । प्रणवोच्चारें स्पष्टें ।
लागती मग वाटे । क्रियांचिये ।।३५८।।
तो ध्यानात होई प्रकट । उच्चारातून होई स्पष्ट ।
मग ते धरती वाट । क्रियाकर्माची ।।३५८।।
आंधारीं अभंगु दिवा । आडवीं समर्थु बोळावा ।
तैसा प्रणवो जाणावा । कर्मारंभीं ।।३५९।।
अंधारात सतत तेवणारी ज्योती । अरण्यात समर्थ सोबती ।
तशी कर्माच्या आरंभी प्रचिती । ॐकाराची असे जाण ॥३५९॥
उचितदेवोद्देशे । द्रव्यें धर्म्यें आणि बहुवसें ।
द्विजद्वारां हन हुताशें । यजिती पैं ते ।।३६०।।
धर्माने मिळवलेले पुष्कळ धन । वेदांत जसे केले वर्णन ।
करण्या त्या देवतेस अर्पण । ब्राह्मण यज्ञ करतात ।।३६०।।
आहवनीयादि वन्ही । निक्षेपरूपीं हवनीं ।
यजिती पैं विधानीं । फुडे हौनी ।।३६१।।
आहवनी, गार्हपत्य व दक्षिण । या तीन अग्नींत हवन ।
करती वेदोक्त शास्त्रविधान । निष्णात होऊन ।।३६१।।
किंबहुना नाना याग । निष्पत्तीचे घेउनि अंग ।
करिती नावडतेया त्याग । उपाधीचा ।।३६२।।
अनेक प्रकारच्या यज्ञांत । संसार उपाधींचा त्याग करत ।
निष्पत्ती स्वीकारून देहात । त्याग करतात ।।३६२।।
कां न्यायें जोडला पवित्रीं । भूम्यादिकीं स्वतंत्रीं ।
देशकाळशुद्ध पात्रीं । देती दानें ।।३६३।।
न्यायाने मिळवलेले धन । पवित्र भूमी, वस्त्र यांचे दान ।
योग्य देशकाळ पाहून । शुद्ध पात्री दान देती ।।३६३।।
अथवा एकांतरां कृच्छ्रीं । चांद्रायणें मासोपवासीं ।
शोषोनि गा धातुराशी । करिती तपें ।।३६४।।
एक दिवसाआड कृच्छायन । महिन्याआड चंद्रायण ।
या व्रतांचे करून आचरण । शरीर शुद्ध करतात ।।३६४।।

एवं यज्ञदानतपें । जियें गाजती बंधरूपें ।
तिहींच होय सोपें । मोक्षाचें तयां ।।३६५।।
यज्ञ, दान, तपे । जी कर्मबंधाची रूपे ।
तेच होऊन जाते सोपे । मोक्ष फळासाठी ।।३६५।।
स्थळीं नावा जिया दाटिजे । जळीं तियांचि जेवीं तरीजे ।
तेवीं बंधकीं कर्मीं सुटिजे । नामें येणें ।।३६६।।
काठावरच्या नावेचे ओझे वाटते । पण पाण्यावर ती तरंगते ।
तसेच मनुष्यास मुक्ती मिळते । या नाम योगाने ।।३६६।।
परी हें असो ऐसिया । या यज्ञदानादि क्रिया ।
ओंकारें सावायिलिया । प्रवर्तती ।।३६७।।
हे असो, देव बोलती । यज्ञ, दान ज्या क्रिया असती ।
त्या मोक्षाप्रत घेऊन जाती । ॐकारामुळे ।।३६७।।
तिया मोटकिया जेथ फळीं । रिगों पाहाती निहाळीं ।
प्रयोजिती तिये काळीं । तच्छब्दु तो ।।३६८।।
त्या क्रिया लौकिक फळे देती । त्यातून न व्हावी भोग प्राप्ती ।
न व्हावी बंधाची निर्मिती । यासाठी तत् शब्द उच्चार ।।३६८।।
जें सर्वांही जगापरौतें । जें एक सर्वही देखतें ।
तें तच्छब्दें बोलिजे तें । पैल वस्तु ।।३६९।।
जे विश्वाच्या पार राहे । जे सर्व साक्षी आहे ।
ते सांगितली जाते आहे । तत् शब्दाने ।।३६९।।
तें सर्वादिकत्वें चित्तीं । तद्रूप ध्यावूनियां सुमती ।
उच्चारेंही व्यक्ती । आणिती पुढती ।।३७०।।
ती सर्वांच्या चित्तात असून । तद्रूप तिचे ध्यान करून ।
तिला व्यक्त रूपात आणून । पुढे ज्ञान मिळवतात ।।३७०।।
म्हणती तद्रूपा ब्रह्मा तया । फळेंसीं क्रिया इयां ।
तेंचि होतु आम्हां भोगावया । कांहींचि नुरो ।।३७१।।
म्हणती त्या ब्रह्मास जाण । फळांसह करावी सर्व क्रिया अर्पण ।
भोगण्यासाठी न राहावे कारण । काहीच मागे ।।३७१।।
ऐसेनि तदात्मकें ब्रह्में । तेथ उगाणूनि कर्में ।
आंग झाडिती न ममें । येणें बोलें ।।३७२।।
तत् स्वरूपी ब्रह्माला अर्पून । सर्व कर्मफलाचा हिशोब देऊन ।
ही कर्मफले माझी नाहीत म्हणून । त्याग करतात ।।३७२।।
आतां ओंकारें आदरिलें । तत्कारें समर्पिलें ।
इया रिती जया आलें । ब्रह्मत्व कर्मा ।।३७३।।
आता ॐकाराने जे आरंभले । तत्काराने समर्पिले ।
अशा प्रकारे ज्या कर्मा लाभले । ब्रह्मरूपत्व ।।३७३।।
तें कर्म कीर ब्रह्माकारें । जालें तेणेंही न सरे ।
जे करी तेणेंसी दुसरें । आहे म्हणौनि ।।३७४।।
ते कर्म जरी ब्रह्मरूप झाले । तरी तेवढ्याने नाही संपले ।
कारण कर्ता मानतो वेगळे । स्वत:ला ।।३७४।।
मीठ आंगें जळीं विरे । परी क्षारता वेगळी उरे ।
तैसें कर्म ब्रह्माकारें । गमे तें द्वैत ।।३७५।।
मीठ पाण्यात विरघळते । पण क्षारता वेगळी उरते ।
तसे कर्त्याहून ब्रह्म वेगळे भासते । ते द्वैत वाटते ।।३७५।।
आणि दुजे जंव जंव घडे । तंव तंव संसारभय जोडे ।
हें देवो आपुलेनि तोंडें । बोलती वेद ।।३७६।।
जोवर द्वैतभाव आहे । संसारभय तसेच राहे ।
देव मुखाने सांगू पाहे । वेदही तेच सांगती ।।३७६।।
म्हणौनि परत्वें ब्रह्म असे । तें आत्मत्वें परीयवसे ।
सच्छब्द या रिणादोषें । ठेविला देवें ।।३७७।।
ब्रह्माच्या ठिकाणाचे द्वैत । उच्चारता तत् ।
नाहीसे होण्या सत् । देवाने हा शब्द ठेवला ।।३७७।।
तरी ओंकार तत्कारीं । कर्म केलें जें ब्रह्मशरीरीं ।
जें प्रशस्तादि बोलवरी । वाखाणिलें ।।३७८।।
ॐकाराने जे आरंभले । तत् उच्चाराने ब्रह्मस्वरूप केले ।
सत् उच्चाराने वर्णिले । ते कर्म ।।३७८।।
प्रशस्तकर्मीं तिये । सच्छब्दा विनियोगु आहे ।
तोचि आइका होये । तैसा सांगों ।।३७९।।
ते ठिकाण जिथे कर्म प्रशस्त । सत् शब्दाचा विनियोग होत ।
जसा आहे तसा तुज सांगत । श्रवण कर ।।३७९।।
तरी सच्छब्दें येणें । आटूनि असताचें नाणें ।
दाविजे अव्यंगवाणें । सत्तेचें रूप ।।३८०।।
सत् शब्द उच्चारून । असत् पदार्थाचा निरास करून ।
ब्रह्म सत्याचे परिपूर्ण । रूप दाखवले आहे ।।३८०।।
जें सत् तेंचि काळें देशें । होऊं नेणेचि अनारिसे ।
आपणपां आपण असे । अखंडित ।।३८१।।
जे सत् ते देशकालात । बदलणे नाही जाणत ।
ते आपल्या ठिकाणी अखंडित । आपणच राहते ।।३८१।।
हें दिसतें जेतुलें आहे । तें असतपणें जें नोहे ।
देखतां रूपीं सोये । लाभे जयाची ।।३८२।।
जेवढे साकार विश्व दिसते । असत् ते ब्रह्म वस्तू नसते ।
पाहून ते आश्रया लाभते । ब्रह्मवस्तूच्या ।।३८२।।

तेणेंसीं प्रशस्त तें कर्म । जें जालें सर्वात्मक ब्रह्म ।
देखिजे करूनि सम । ऐक्यबोधें ॥३८३॥
असे जे प्रशस्त कर्म । ते असे सर्वात्मक ब्रह्म ।
करुन 'सत्' अशी ऐक्य सम । आपण ब्रह्मरूप व्हावे ॥३८३॥
तरी ओंकार तत्कारें । जें कर्म दाविलें ब्रह्माकारें ।
तें गिळूनि होईजे एकसरें । सन्मात्रचि ॥३८४॥
ॐकार तत्कार एकरूप । दावले कर्म ब्रह्मस्वरूप ।
जे मिळून होईल समरूप । ऐक्याने ॥३८४॥
ऐसा हा अंतरंगु । सच्छब्दाचा विनियोगु ।
जाणा म्हणे श्रीरंगु । मी ना म्हणें हो ॥३८५॥
असे याचे अंतरंग । सत् शब्दाचा विनियोग ।
हे सांगती श्रीरंग । मी नव्हे, ज्ञानदेव म्हणती ॥३८५॥
ना मीचि जरी हो म्हणें । तरी श्रीरंगीं दुजें हेंचि उणें ।
म्हणौनि हें बोलणें । देवाचेंचि ॥३८६॥
'मीच म्हणे' असे म्हणालो । तर देवापेक्षा वेगळा झालो ।
म्हणून मी म्हणालो । हे देवाचे बोलणे ॥३८६॥
आतां आणिकीही परी । सच्छब्दु हा अवधारीं ।
सात्त्विक कर्मा करी । उपकारु जो ॥३८७॥
आणखी एका परी । सात्त्विक कर्मावरी ।
सत् हा उपकार करी । ते जाणून घे ॥३८७॥
तरी सत्कर्मे चांगें । चालिलीं अधिकारबगें ।
परी एकाधें कां आंगें । हिणावती जैं ॥३८८॥
उत्तम प्रकारे सत्कर्मे ती । यथाविधी सुरू असती ।
तरी जेव्हा ती उणावती । एका बाजूने ॥३८८॥
तैं उणें एकें अवयवें । शरीर ठाके आघवें ।
कां अंगहीन भांडावें । रथाची गती ॥३८९॥
शरीराचा एखादा नसेल अवयव । तर एखाद्या कर्माचा होतो लय ।
किंवा गतीचा होतो व्यय । रथाला एखादा भाग नसता ॥३८९॥
तैसें एकेंचि गुणेंवीण । सतचि परी असतपण ।
कर्म धरी गा जाण । जिये वेळे ॥३९०॥
तरी एखाद्या गुणावीण । सत्‌ला येई असत्पण ।
कर्म येते हे जाण । त्यावेळी ॥३९०॥
तेव्हां ओंकार तत्कारीं । सावायिला हा चांगी परी ।
सच्छब्दु कर्मा करी । जीर्णोद्धारु ॥३९१॥
तेव्हा ॐकार तत्काराने । उत्तम साहाय्य केल्याने ।
सत् शब्द जीर्णोद्धाराने । कर्मा साहाय्य करतो ॥३९१॥

तें असतपण फेडी । आणी सद्भावाचिये रूढी ।
निजसत्त्वाचिये प्रौढी । सच्छब्दु हा ॥३९२॥
स्वसामर्थ्याने तो । कर्माचे असत्पण नष्ट करतो ।
आणि सद्भाव प्राप्त करून देतो । सत् शब्द ॥३९२॥
दिव्यौषध जैसें रोगिया । कां सावावो ये भंगलिया ।
सच्छब्दु कर्मा व्यंगलिया । तैसा जाण ॥३९३॥
रोग्यास दिव्य औषध लाभते । खचलेल्यास धैर्य मिळते ।
तसे कर्माला अव्यंगता येते । सत् शब्दाने हे जाण ॥३९३॥
अथवा कांहीं प्रमादें । कर्म आपुलिये मर्यादे ।
चुकोनि पडे निषिद्धे । वाटे हन ॥३९४॥
अथवा काही प्रमादा । कर्म सोडी मर्यादा ।
चुकून जाई निषिद्धा । त्या मार्गाने ॥३९४॥
चालतयाही मार्गु सांडे । पारखियाचि अखरें पडे ।
राहाटीमाजीं न घडे । काइ काइ? ॥३९५॥
चालणारा वाट चुकतो । पारख्यास भ्रम होतो ।
चुकीने घडत जातो । व्यवहार नव्हे काय? ॥३९५॥
म्हणौनि तैसी कर्मा । राभस्यें सांडे सीमा ।
असाधुत्वाचिया दुर्नामा । येवों पाहे जें ॥३९६॥
चुकून अविचारानेसुद्धा । कर्माची सुटली मर्यादा ।
तरी त्यास मानून निषिद्धा । वाईट नाव पडते ॥३९६॥
तेथ गा हा सच्छब्दु । येरां दोहींपरीस प्रबुद्धु ।
प्रयोजिला करी साधु । कर्मातें यया ॥३९७॥
तिथे तत् हा शब्द । जो दोघा परिस सावध ।
तो योजता जे वाईट कर्म बद्ध । ते चांगले करतो ॥३९७॥
लोहा परीसाची घृष्टी । वोहळा गंगेची भेटी ।
कां मृता जैसी वृष्टी । पीयूषाची ॥३९८॥
लोखंडा परिसाचे घर्षण । ओहोळा गंगेचे मीलन ।
मृताला अमृत संजीवन । हे तसे होते ॥३९८॥
पैं असाधुकर्मा तैसा । सच्छब्दुप्रयोगु वीरेशा ।
हें असो गौरवुचि ऐसा । नामाचा यया ॥३९९॥
तसे जे असत् कर्म । लाभता होते सत् मर्म ।
असा सत् नामाचा धर्म । आहे वीर श्रेष्ठा ॥३९९॥
घेऊनि येथिंचें वर्म । जैं विचारिसी हें नाम ।
तैं केवळ हेंचि ब्रह्म । जाणसी तूं ॥४००॥
जाणून यांचे वर्म । विचार करशील नाम ।
ते हेच केवळ ब्रह्म । असे तू जाणशील ॥४००॥

पाहें पां ॐतत्सत् ऐसें । हें बोलणें तेथ नेतसे ।
जेथूनि कां हें प्रकाशे । दृश्यजात ॥४०१॥
ॐ तत् सत् ही अक्षरे । तेथे नेती उच्चारे ।
जेथून हे विश्व सारे । प्रकाशमान होते ॥४०१॥
तें तंव निर्विशिष्ट । परब्रह्म चोखट ।
तयाचें हें आंतुवट । व्यंजक नाम ॥४०२॥
सर्व वैशिष्ट्यांनी रहित । हे जे शुद्ध परब्रह्म असत ।
त्याचेच असे नाम अंतर्गत । ॐ तत् सत् ॥४०२॥
परी आश्रयो आकाशा । आकाशचि का जैसा ।
या नामानामी आश्रयो तैसा । अभेदु असे ॥४०३॥
आकाशाला जसा होय । त्या आकाशाचाच आश्रय ।
तसा ॐ या अक्षराला आश्रय । अभेद्य ब्रह्माचा आहे ॥४०३॥
उदयिला आकाशीं । रवीचि रवीतें प्रकाशी ।
हे नामव्यक्ती तैसी । ब्रह्मचि करी ॥४०४॥
जेव्हा सूर्योदय होतो । सूर्यच सूर्याला प्रकाशतो ।
तसा या नावाचा उच्चार तो । ब्रह्माला प्रकाशतो ॥४०४॥
म्हणौनि त्र्यक्षर हें नाम । नव्हे जाण केवळ ब्रह्म ।
ययालागीं कर्म । जें जें कीजे ॥४०५॥
म्हणून तीन अक्षरांचे हे नाम । नाम नव्हे हे ब्रह्म ।
करावे जे लागे ते कर्म । याच्या प्राप्तीसाठी ॥४०५॥
तें याग अथवा दानें । तपादिकेंही गहनें ।
तियें निफजतु कां न्यूनें । होऊनि ठातु ॥४०६॥
यज्ञ, याग, दान । अनेक तपे गहन ।
राहती मध्येच अपूर्ण । बंद पडती ॥४०६॥
परी परीसाचा वरकली । नाहीं चोखाकिडाची बोली ।
तैसी ब्रह्मीं अर्पितां केलीं । ब्रह्मचि होती ॥४०७॥
परिसाच्या कसोटीवरही । शुद्ध अशुद्ध सोने संभवत नाही ।
तसे ब्रह्माला अर्पण करताही । कर्म ब्रह्म होते ॥४०७॥
उणिया पुरियाची परी । नुरेचि तेथ अवधारीं ।
निवडूं न येती सागरीं । जैसिया नदी ॥४०८॥
नद्या समुद्रात मिसळती । वेगवेगळ्या करता न येती ।
तसे ब्रह्म स्वरूपात न उरती । न्यून, पूर्ण कर्मभेद ॥४०८॥
एवं पार्था तुजप्रती । ब्रह्मनामाची हे शक्ती ।
सांगितली उपपत्ती । डोळसा गा ॥४०९॥
अशा रितीने पार्था तुजप्रती । ब्रह्मनामाची ही शक्ती ।
अन् याची सांगितली उपरती । तू डोळस आहेस म्हणून ॥४०९॥

आणि येकेकाही अक्षरा । वेगळवेगळा वीरा ।
विनियोगु नागरा । बोलिलों रीती ॥४१०॥
आणि एकेक अक्षराचा । वेगवेगळ्या प्रकारचा ।
विनियोग कसा करायचा । हेही सांगितले ॥४१०॥
एवं ऐसें सुमहिम । म्हणौनि हें ब्रह्मनाम ।
आतां जाणितलें कीं सुवर्म । राया तुवां ? ॥४११॥
हे असे ब्रह्म नाम । ज्याची थोरवी महीम (महान) ।
याचे तू जाणलेस का वर्म । हे मर्मज्ञानी अर्जुना ॥४११॥
तरी येथूनि याचि श्रद्धा । उपलविली हो सर्वदा ।
जयाचें जालें बंधा । उरों नेदी ॥४१२॥
इथून पुढे याच नामावर । तू श्रद्धा ठेवलीस जर ।
बंधन नाही उरणार । जन्म मृत्यूचे ॥४१२॥
जिये कर्मीं हा प्रयोगु । अनुष्ठिजे सद्विनियोगु ।
तेथ अनुष्ठिला सांगु । वेदुचि तो ॥४१३॥
ज्या कर्मी हा प्रयोग केला । तो सत् विनियोगाने अनुष्ठला ।
जाण तेथे उच्चारला गेला । संपूर्ण वेदच ॥४१३॥
ना सांडूनि हे सोये । मोडूनि श्रद्धेची बाहे ।
दुराग्रहाची त्राये । वाढऊनियां ॥४१४॥
हा मार्ग सोडून । श्रद्धेचा आधार मोडून ।
जर दिले बळ वाढवून । दुराग्रहाचे ॥४१४॥
मग अश्वमेध कोडी कीजे । रत्नें भरोनि पृथ्वी दीजे ।
एकांगुष्ठींही तपिजे । तपसाहस्रीं ॥४१५॥
तर कोटीने अश्वमेध यज्ञ केले । पृथ्वीभरून रत्नांचे दान दिले ।
हजारो वर्षे तप केले । एका अंगठ्यावर उभे राहून ॥४१५॥
जळाशयाचेनि नांवें । समुद्रही कीजती नवे ।
परी किंबहुना आघवें । वृथाचि तें ॥४१६॥
जलाशयाच्या नावावरती । नवे समुद्र निर्माण करती ।
पण ती व्यर्थ ठरती । सगळी कामे ॥४१६॥
खडकावरी वर्षले । जैसें भस्मीं हवन केलें ।
कां खेंव दिधलें । साउलिये ॥४१७॥
खडकावर धारा पडल्या । भस्मात आहुती दिल्या ।
किंवा जशा सावल्या । आलिंगल्या ॥४१७॥
नातरी जैसें चडकणा । गगना हाणितलें अर्जुना ।
तैसा समारंभु सुना । गेलाचि तो ॥४१८॥
किंवा जसा आकाशाला । हाताने गुद्दा हाणला ।
तसा व्यर्थ गेला । समारंभ ॥४१८॥

घाणां गाळिले गुंडे । तेथ तेल ना पेंडी जोडे ।
तैसें दरिद्र तेवढें । ठेलेंचि आंगीं ।।४१९।।
घाण्यात गोटे गाळले । तेल वा पेंड ना मिळे ।
दरिद्र तेवढे प्राप्त झाले । अशा गोष्टीपासून ।।४१९।।
गांठीं बांधली खापरी । येथ अथवा पैलतीरीं ।
न सरोनि जैसी मारी । उपवासीं गा ।।४२०।।
गाठीशी बांधली खापरी । इथे अथवा पैलतीरी ।
निरूपयोगी ती मारी । उपाशी ।।४२०।।
तैसें कर्मजातें तेणें । नाहीं ऐहिकीचें भोगणें ।
तेथ परत्र तें कवणें । अपेक्षावें ।।४२१।।
अशा प्रकारच्या कर्माने । इहलोकीचे सुख न लाभणे ।
अपेक्षा कशी करावी कोणे । परलोक सुखाची ।।४२१।।
म्हणौनि ब्रह्मनामश्रद्धा । सांडूनि कीजे जो धांदा ।
हें असो सिणु नुसधा । दृष्टादृष्टीं तो ।।४२२।।
ब्रह्मनाम व श्रद्धा त्यागता । कर्माचा व्यवहार करता ।
इहपरलोकी तो नुसता । शीणच असतो ।।४२२।।
ऐसें कलुषकरिकेसरी । त्रिताप–तिमिर–तमारी ।
श्रीवर वीर नरहरी । बोलिलें तेणें ।।४२३।।
असे पापरूपी हत्तीचा नाश करणारे । त्रिविध तापाचा अंधार हरणारे ।
लक्ष्मीपती वीर नरहरे । श्रीकृष्ण बोलले ।।४२३।।
तेथ निजानंदा बहुवसा । माजीं अर्जुनू तो सहसा ।
हरपला चंद्रु जैसा । चांदिणेनि ।।४२४।।
चांदण्यात जसा चंद्र हरवला । तसा देवाच्या बोलण्याने भुलला ।
अर्जुन तल्लीन झाला । आत्मानंदामध्ये ।।४२४।।
अहो संग्रामु हा वाणिया । मापें नाराचांचिया आणिया ।
सूनि माप घे मवणिया । जीवितेंसी ।।४२५।।
संग्राम हा आहे वाणी । त्याची मापे जणू बाणाची अणी ।
माप घेतले त्यांनी । जीविताचे ।।४२५।।
ऐसिया समयीं कर्कशें । भोगीजत स्वानंदराज्य कैसें ।
आजि भाग्योदयो हा नसे । आनी ठाईं ।।४२६।।
रणभूमीवर कर्कश आवाजात । न कळे अर्जुन कसे स्वराज्य भोगत ।
आणि कोणाच्याही दैवात । हा उत्कर्ष नसे ।।४२६।।

संजयो म्हणे कौरवराया । गुणा रिझों ये रिपूचिया ।
आणि गुरुही हा आमुचिया । सुखाचा येथ ।।४२७।।
संजय म्हणे कौरवराया । शत्रूच्या गुणाचा आनंद घेऊ या ।
अर्जुनाला गुरू मानू या । आत्मसुख सांगणारा ।।४२७।।
हा न पुसता हे गोठी । तरी देवो कां सोडिते गांठी ।
तरी कैसेंनि आम्हां भेटी । परमार्थेंसीं ।।४२८।।
अर्जुनाने नसते विचारले । तर देवाने नसते सांगितले ।
कसे असते आम्हा मिळाले । परमार्थाचे विचार ऐकण्या ।।४२८।।
होतों अज्ञानाच्या आंधारां । वोसंतीत जन्मवाहरा ।
तों आत्मप्रकाशमंदिरा– । आंतु आणिलें ।।४२९।।
अज्ञानाच्या अंधारात होतो । जन्ममृत्यूच्या चक्रात फिरत होतो ।
प्रकाशरूपी मंदिरात घेऊन येतो । अर्जुन आम्हाला ।।४२९।।
एवढा आम्हां तुम्हां थोरु । केला येणें उपकारु ।
म्हणौनि हा व्याससहोदरु । गुरुत्वें होय ।।४३०।।
एवढा महान थोर । आपल्यावर केला उपकार ।
म्हणून व्यासाप्रमाणे सहोदर । अर्जुन गुरू झाला ।।४३०।।
तेवींचि संजयो म्हणे चित्तीं । हा अतिशयो या नृपती ।
खुपेल म्हणौनि किती । बोलत असों ।।४३१।।
संजय म्हणे मनात । मी अर्जुनाची स्तुती करत ।
ती धृतराष्ट्रा असेल खुपत । म्हणेल किती बोललो ।।४३१।।
ऐसी हे बोली सांडिली । मग येरीचि गोठी आदरिली ।
जे पार्थें कां पुसिली । श्रीकृष्णातें ।।४३२।।
संजयाने सोडले हे बोलणे । मग श्रीकृष्णाला अर्जुनाने ।
दुसरे जे विचारले ते सांगणे । प्रारंभ केले ।।४३२।।
याचें जैसें कां करणें । तैसें मीही करीन बोलणें ।
ऐकिजो ज्ञानदेवो म्हणे । निवृत्तीचा ।।४३३।।
आणखी प्रश्न अर्जुन विचारे जरी । जे मी सांगतो सत्वरी ।
लक्ष देऊनी तुम्ही ऐकावे तरी । निवृत्तिदास ज्ञानदेव म्हणे ।।४३३।।

ओवी संख्या ४३३

।। सतरावा अध्याय – श्रद्धात्रय विभाग योग – समाप्त ।।

अध्याय अठरावा

मोक्ष संन्यास विभाग योग

जयजय देव निर्मल । निजजनाखिलमंगल
जन्मजरा-जलदजाल । प्रभंजन ॥१॥
हे सद्‌गुरू देव निर्मल । भक्तांसाठी तू अखंड मंगल
जन्म, वार्धक्य, मृत्युहर्ता वादळ । विघ्ननाशक तू ॥१॥
जयजय देव प्रबळ । विदळितामंगळकुळ ।
निगमागमद्रुमफळ । फलप्रद ॥२॥
हे देवा तुम्ही बलवान समर्थ । दुःख विनाशक यथार्थ
वेदशास्त्राचे फल सार्थ । लाभदायक तुम्ही ॥२॥
जयजय देव सकल । विगतविषट - वत्सल ।
कलितकालकौतूहल । कलातीत ॥३॥
हे देवा तुम्ही सर्वरूप सकल । विषय त्यागिती त्या वत्सल ।
काळाच्या क्रीडेस कारण सफल । कलातीत तुम्ही ॥३॥
जयजय देव निश्चळ । चलितचित्तपान-तुंदिल ।
जगदुन्मीलनाविरल । केलिप्रिय ॥४॥
देवा तुम्ही अचल धष्ट। चित्तपान करून पुष्ट।
जगनिर्मितीची आवड स्पष्ट। लीलाप्रिय तुम्ही ॥४॥
जयजय देव निखळ । स्फुरदमंदानंदबहळ ।
नित्यनिरस्ताखिल-मळ । मूळभूत ॥५॥
निखळ तुमचे स्वरूप । आनंदा तुम्ही स्फूर्तिरूप ।
करता क्षालन सारे पाप । जगद्‌कारणे ॥५॥
जयजय देव स्वप्रभ । जगदंबुद-गर्भनभ ।
भुवनोद्भवारंभस्तंभ । भवध्वंस ॥६॥
तुम्ही स्वप्रकाशित तेजाकार । जगद्‌मेघाचे गर्भागार ।
जग उत्पत्तीचा स्तंभ आधार । संसार दुःख विनाशक ॥६॥
जयजय देव विशुद्ध । विदुद्योद्यान-द्विरद ।
शमदम-मदनमदभेद । दयार्णव ॥७॥
तुम्ही निरपेक्ष शुद्धगती । अविद्या बागेचे विध्वंसक हत्ती ।
शमदमाने मदन गर्व हारती । दयेचे सागर ॥७॥
जयजय देवैकरुप । अतिकृतकंदर्पसर्पदर्प ।
भक्तभाव-भुवनदीप । तापापह ॥८॥
तुम्ही एकरस एकाकार । कामसर्पाच्या गर्वाचा तिरस्कार ।
भक्ताच्या चित्तमंदिरात दीपाकार । तुम्ही तापनाशक ॥८॥
जयजय देव अद्वितीय । परिणतोपरमैकप्रिय ।
निजजनजित भजनीय । मायागम्य ॥९॥
हे देवा तुमचे रूप अद्वितीय । नम्र भक्त तुम्हाला प्रिय ।
भक्ताधीन तुम्ही भजनीय । मायेला अगम्य ॥९॥
जयजय देव श्रीगुरो । अकल्पनाख्यकल्पतरो ।
स्वसंविद्रुमबीजप्ररो । हणावनी ॥१०॥
जय हे सद्‌गुरू। कल्पनातीत कल्पतरू।
ज्ञान, बीज अंकुरू। तुम्ही उत्पत्तिस्थान ॥१०॥
हें काय एकैक ऐसेसें । नानपरिभाषावशें ।
स्तोत्र करूं तुजोद्देशें । निर्विशेषा ॥११॥
हे काय एकेक असे । अनेक भाषांच्या परिवेशे ।
तुझी स्तुती करावी उद्देशे । पण तुम्ही शब्दातीत ॥११॥
जिहीं विशेषणीं विशेषिजे । ते दृश्य नव्हे रूप तुझें ।
हें जाणें मी म्हणोनि लाजें । वानणा इहीं ॥१२॥
ज्या विशेषणे करावे वर्णन । ते तुझे रूप नाही जाण ।
हे मी जाणतो आहे म्हणून । वर्णन करण्या लाजतो ॥१२॥
परी मर्यादेचा सागरु । हा तंवचि तया डगरु ।
जंव न देखे सुधाकरु । उदया आला ॥१३॥
सागर मर्यादित राहतो । असा त्याच्यावर आरोप होतो ।
जोवर चंद्र ना उगवतो । तोवरच राहे ॥१३॥
सोमकांतु निजनिर्झरी । चंद्रा अर्घ्यादिक न करी ।
तें तोचि अवधारी । करवी कीं जी ॥१४॥
सोमकांत मणी निजजलेही । चंद्रास अर्घ्य न देई ।
ते त्याकडून करवून घेई । चंद्रच तो ॥१४॥

नेणों कैसी वसंतसंगे । अवचितिया वृक्षाचीं अंगें ।
फुटती, तैं तयांही जोगें । धरणें नोहे ॥१५॥
वसंत ऋतू येतो । वृक्ष पालवीने अवचित बहरतो ।
तसा जीव माझा होतो । असे का म्हणू नये ॥१५॥
पद्मिनी रविकिरण । लाहे मग लाजे कवण? ।
कां जळें शिवतलें लवण । आंग भुले ॥१६॥
कमलिनीवर किरण पडते । संकोच सोडून ती उमलते ।
मीठ पाण्यात विरघळते । टाकल्याबरोबर ॥१६॥
तैसा तूतें जेथ मी स्मरें । तेथ मीपण मी विसरें ।
मग जाकळिला ढेंकरें । तृप्तु जैसा ॥१७॥
तसे जेव्हा मी तुमचे स्मरण करतो । मीपण विसरतो ।
जसा ढेकर होतो । अन्नाने तृप्त होऊन ॥१७॥
मज तुवां जी केलें तैसें । माझे मीपण दवडूनि देशें ।
स्तुतिमिषेंच पां पिसे । बांधले वाचे ॥१८॥
तुमच्यामुळे असे झाले । माझे मीपण विसरले ।
माझ्या वाणीला छंद लागले । तुमची स्तुती करण्याचे ॥१८॥
ना येऱ्हवीं तरी आठवी । राहोनि स्तुति जैं करावी ।
तैं गुणागुणिया धरावी । सरोभरी कीं ॥१९॥
एरवी मी असता शुद्धीवर । तुमची स्तुती केली जर ।
गुण-गुणातीत तुलना तर । केल्यासारखे होईल ॥१९॥
तरी तूं जी एकसराचें लिंग । केविं करूं गुणागुणीं विभाग ।
मोतीं फोडोनि सांधितां चांग । कीं तैसेंचि भलें? ॥२०॥
तुम्ही एकरसी मूर्ती अभेद । गुण-गुणातीत कसा भेद ।
मोती फोडून जोडावा हे योग्य । की तसाच ठेवावा? ॥२०॥
आणि बाप तूं माय । इहीं बोलीं ना स्तुति होय ।
डिंभोपाधिक आहे । विटाळु तेथें ॥२१॥
तू, बाप आणि आई । याने स्तुती होत नाही ।
कारण त्यात मी लेकरू ही । द्वैतभावना येते ॥२१॥
जी जालेनि पाइकें आलें । तें गोसावीपण केविं बोलें।
ऐसें उपाधी उशिटलें । काय वर्णूं ॥२२॥
तुम्ही स्वामी मी दास म्हणावे । त्यात तुमचे स्वामित्व यावे ।
दास्यत्वाने ते उष्टे व्हावे । असे का मी वर्णन करू? ॥२२॥
जरी आत्मा तूं एकसारा । हेंही म्हणतां दातारा ।
आतुल तूं बाहेरा । घापतासी ॥२३॥
तू आत्मा एकच आत बाहेर । असे जरी म्हटले तर ।
मी तुम्हाला काढले बाहेर । अंतर्यामी असता, असे होईल ॥२३॥

म्हणूनी सत्यचि तुजलागी । स्तुति न देखों जी जगीं ।
मौनावांचूनि लेणें आंगी । सुसीना मा ॥२४॥
करण्या तुमची यथार्थ स्तुती । विशेषणे मज जगी न दिसती ।
मौनावाचून इतर कोणती । लडा मी घालत नाही ॥२४॥
स्तुति कांही न बोलणें । पूजा कांही न करणें ।
सन्निधी कांही न होणें । तुझ्या ठायी ॥२५॥
स्तुती हीच की काही न बोलणे । पूजा हीच की काही न करणे ।
भिन्नत्वही न उरणे । तुझ्या ठायी ॥२५॥
तरी जितलें जैंसे भुली । पिसें आलापु घाली ।
तैसें वानूंल तें माऊली । उपसाहावें तुवां ॥२६॥
कोणी वेडा भ्रमात भुलतो । वाट्टेल तशी बडबड करतो ।
तसे तुमचे मी वर्णन करतो । गुरूमाऊली तुम्ही सहन करा ॥२६॥
आतां गीतार्थाची मुक्तमुदी । लावी माझिये वाग्वृद्धि ।
जे माने हे सभासदीं । सज्जनाच्या ॥२७॥
आता माझ्या गीतार्थावर । पसंतीची उठवा मोहोर ।
की मान्य होईल हा विस्तार । सज्जनांच्या सभेत ॥२७॥
तेथ म्हणितले श्रीनिवृत्ती । नको हें पुढत-पुढती ।
परिसीं लोहा घृष्टी किती । वेळवेळां कीजे गा?॥२८॥
हे ऐकून निवृत्तिनाथ म्हणती । नको करू पुन्हापुन्हा विनंती ।
घासावे लागे सतत किती । परिसावर लोखंड? ॥२८॥
तंव विनवी ज्ञानदेवो । म्हणे हो कां जी पसावो ।
तरी अवधान देतु देवो । ग्रंथा आतां ॥२९॥
ज्ञानदेव म्हणती पाहे । आपली आज्ञा हा प्रसाद आहे ।
आता लक्ष देउनी राहे । ग्रंथ विस्ताराकडे ॥२९॥
जी गीतारत्नप्रासादाचा । कळसु अर्थचिंतामणीचा ।
सर्व गीतादर्शनाचा । पाढाऊ जो ॥३०॥
गीतारत्नमहालाचा । हा कळस त्याच्या अर्थाचा ।
सर्व गीता दर्शनाचा । हा मार्गदर्शक आहे ॥३०॥
लोकीं तरी आथी ऐसें । जे दुरूनि कळसु दिसे ।
आणी भेटीचि हातवसे । देवतेची तिये ॥३१॥
लोक असे म्हणती । की दुरून कळसाचे दर्शन घेती ।
तरी त्यांना प्राप्त होती । देवदर्शनाचे फळ ॥३१॥
तैसेंचि एथही आहे । जे एकेंचि येणे अध्यायें ।
आघवाचि दृष्ट होये । गीतागमु हा ॥३२॥
तसाच येथे आहे प्रकार । या अध्यायाचा वाचता विस्तार ।
संपूर्ण गीता वाचनाचा विचार । फलद्रूप होतो ॥३२॥

मी कळसु याचि कारणें । अठरावा अध्यायो म्हणें ।
उवाइला बादरायणें । गीताप्रसादा ।।३३।।
मी कळस म्हणतो याच कारणे । अठरावा अध्याय म्हणे ।
व्यासांनी चढविला जाणे । गीतामंदिराचा कळस ।।३३।।
नोहे कळसापरतें कांहीं । प्रासादीं काम नाहीं।
ते सांगतसे गीता ही । संपलेपणें ।।३४।।
कळसाचे काम झाले । की मंदिराचे बांधकाम संपले ।
तसेच गीताग्रंथाचे काम झाले । असे सांगेल ।।३४।।
व्यासु सहजें सूत्रीं बळी । तेणें निगमरत्नाचळीं ।
उपनिषदार्थाची माळी । माजी खंडिली ।।३५।।
व्यासांनी कुशलतेने रचले सूत्र । वेदरत्नांच्या पर्वतावर ।
उपनिषदांच्या पठारावर । गीतेचा पाया खणला ।।३५।।
तेथ त्रिवर्गाचा अणुआरु । आढऊं निघाला जो अपारु ।
तो महाभारत-प्राकारु । भोंवता केला ।।३६।।
तेथे धर्म,अर्थ,काम या त्रिवर्गाचे ।
गोटे भिन्न आकारांचे ।
तट बांधले त्याचे । महाभारताभोवती ।।३६।।
माजी आत्मज्ञानाचें एकवट । दळवाडें झाडूनि चोखट ।
घडिले पार्थ वैकुंठ - । संवाद कुसरी ।।३७।।
त्यातून आत्मज्ञानाचा दगड निघाला ।
स्वच्छ करून अखंड चिरा केला ।
जो कृष्ण-अर्जुन हा घडवला । संवाद चातुर्याने ।।३७।।
निवृत्ति सूत्र सोडवणिया । सर्व शास्त्रार्थ पुरवणिया ।
आवो साधिला मांडणिया । मोक्षरेखेचा ।।३८।।
निवृत्ती सूत्राचा ओळंबा करून ।
धर्मशास्त्राचा अर्थ सांगून ।
मोक्षमंदिराचा आकार साधून । रचना केली ।।३८।।
ऐसेनि करितां उभारा । पंधरा अध्यायांत पंधरा ।
भूमि निर्वाळलिया पुरा । प्रासादु जाहला ।।३९।।
असे बांधकाम करून । पंधरा अध्याय रचून ।
भूमी पूर्ण पवित्र करून । गीताप्रासाद बांधला ।।३९।।
उपरि सोळावा अध्यावो । तो ग्रीवे घंटेचा आवो ।
सप्तदशु तोचि ठावो । पडघाणिये ।।४०।।
सोळाव्या अध्यायाचा विचार ।
शिखरावरील घंटेचा आकार ।
सतरावा अध्याय विचार । कळसाची बैठक ।।४०।।

तयाहीवरी अष्टादशु । तो आपैसा मांडला कळसु ।
उपरि गीतादिकीं व्यासु । ध्वजें लागला ।।४१।।
अठरावा अध्याय विचार । कळस त्या बैठकीवर ।
गीतेचा ध्वज त्यावर । व्यासांनी लावला ।।४१।।
म्हणौनि मागील जे अध्याय । ते चढते भूमीचे आय ।
तयाचें पुरें दावितहे । आपुल्या आंगी ।।४२।।
मागील अध्यायांचे विचार । ते चढत्या भूमीचे आकार ।
त्याच्या पूर्णत्वाचे सार । या अध्यायात ।।४२।।
जालया कामा नाहीं चोरी । ते कळसें होय उजरी ।
तेविं अष्टादशु विवरी । साद्यंत गीता ।।४३।।
मंदिराच्या कामाची पूर्णता । कळस दावी पूर्तता ।
याची साद्यंत स्पष्टता । अठरावा अध्याय दाखवी ।।४३।।
ऐसा व्यासें विंदाणियें । गीता-प्रासादु सोडवणिये ।
आणूनि राखिले प्राणिये । नानापरी ।।४४।।
महर्षी व्यास मुनी महान । गीता मंदिरातील ज्ञान ।
मोक्षाप्रत आणुनी केले रक्षण । प्राणिमात्रांचे ।।४४।।
एक प्रदक्षिणा जपाचिया । बाहेरोनि करिती यया ।
एक ते श्रवणमिषें छाया । सेविती ययाची ।।४५।।
गीतापठणाची प्रदक्षिणा ती । कोणी मंदिरा बाहेरून करती ।
कित्येक गीताछायेत बसती । श्रवण निमित्ताने ।।४५।।
एक ते अवधानाचा पुरा । विडापाउड भीतरा ।
घेऊनि रिघती, गाभारां । अर्थज्ञानाच्या ।।४६।।
कित्येक एकाग्रतेने करती श्रवण । विडा, पैसा घेऊन ।
जाणून घेती अर्थज्ञान । गाभाऱ्यातून ।।४६।।
ते निजबोधें उराउरी । भेटती आत्मया श्रीहरी ।
परी मोक्षप्रसादीं सरी । सर्वांही आधी ।।४७।।
जे आत्मबोधे उराउरी । भेटती परमात्म्या श्रीहरी ।
तरी सर्वांची मोक्ष मंदिरी । समान योग्यता आहे ।।४७।।
समर्थाचिये पंक्तिभोजने । तळिल्या वरिल्या एकचि पक्वान्नें ।
तेविं श्रवणें अर्थे पठणें । मोक्षुचि लाभे ।।४८।।
समर्थ लोकांच्या पंगतीत । जशी पक्वान्ने सर्वा समान असत ।
तसे गीता श्रवण पठण अर्थ करत । त्या सर्वा मोक्ष मिळे ।।४८।।
ऐसा गीता-वैष्णवप्रासादु । अठरावा अध्याय कळसु विशदु ।
म्यां म्हणितला हा भेदु । जाणोनियां ।।४९।।
हा जाणून विचार । हे गीता वैष्णव मंदिर ।
अठरावा अध्याय कळसाकार । असे मी म्हटले ।।४९।।

आता सप्तदशपाठीं । अध्याय कैसेनि उठी ।
तो संबंधु सांगों दिठी । दिसे तैसा ।।५०।।
सतराव्या अध्यायाची समाप्ती । अठराव्या अध्यायाची निर्मिती ।
कशी झाली ते पडेल दृष्टी । तुम्हा आता सांगतो ।।५०।।
का गंगायमुना उदक । वोघबगे वेगळिक ।
दावी होऊनि एक । पाणीपणें ।।५१।।
गंगा जमुनेचे जळ जसे । पाहिले तर वेगळे दिसे ।
पाणी म्हणून पाहता तसे । एकच दिसते ।।५१।।
न मोडतां दोन्ही आकार । घडिलें एक शरीर ।
हें अर्धनारीनटेश्वरें – । रूपीं दिसे ।।५२।।
मोडले नाही दोन्ही आकार । तरी घडले एक शरीर ।
ते अर्धनारीनटेश्वर । रूप दिसते ।।५२।।
ना ना वाढिली दिवसें । कळा बिंबीं पैसे ।
परि सिनाने लेवे जैसे । चंद्रीं नाही ।।५३।।
चंद्राच्या कला कमीजास्त वाटती । तरी ते पूर्ण बिंबच असती ।
त्यावर भासती तरी नसती । वेगवेगळे थर ।।५३।।
तैसीं सिनानीं चारी पदें । श्लोक श्लोकावच्छेदें ।
अध्यावो अध्यायभेदें । गमे कीर ।।५४।।
गीतेचे चार भाग असून । श्लोक श्लोकांचा छेद करून ।
अध्यायांचा भेद पाहून । अनेक अध्याय वाटतात ।।५४।।
परी प्रमेयाची उजरी । आनान रूप न धरी ।
नाना रत्नमणीं दोरी । एकचि जैसी ।।५५।।
पण सिद्धान्तांची रीत तरी । भिन्न रूपे धारण न करी ।
जशी एकच असते दोरी । अनेक मणी ओवता ।।५५।।
मोतियें मिळोनि बहुवें । एकावळींचा पाडु आहे ।
परी शोभे रूप होये । एकचि तेथ ।।५६।।
अनेक मोत्ये ओविली । एकसर माळ केली ।
तरी रूपाची शोभा सगळी । एकच असते ।।५६।।
फुलां फुलसरां लेख चढे । द्रुती दुजी अंगुळी न पडे ।
श्लोक अध्याय तेणें पाडें । जाणावे हे ।।५७।।
फुलाफळांची गणना होई । पण सुगंधाची गणना करता न येई ।
श्लोक अध्याय यांचे ठायी । सिद्धान्त एकच आहे ।।५७।।
सात शतें श्लोक । अध्याया अठरांचे लेख ।
परी देव बोलिले एक । जें दुजें नाहीं ।।५८।।
सातशे श्लोक असती । अध्याय अठरा गणती ।
दोन्हीत देव एकच बोलती । दुसरे नाही ।।५८।।
आणि म्यांही न सांडोनी ते सोये । ग्रंथव्यक्ति केली आहे ।
प्रस्तुत तेणें निर्वाहे । निरूपण आइका ।।५९।।
माझेदेखील त्याच मार्गाने । आहे ग्रंथाविषयी सांगणे ।
तुम्हीही त्याच धोरणाने । निरूपण ऐका ।।५९।।
तरी सतरावा अध्यावो । पावतां पुरता ठावो ।
जें संपता श्लोकीं देवो । बोलिले ऐसें ।।६०।।
सतराव्या अध्यायाच्या शेवटी । देव असे बोलती ।
ते सांगितले श्लोकी । ऐकावे ।।६०।।
अर्जुना ब्रम्हनामाच्या विखीं । बुद्धि सांडूनि आस्तिकीं ।
कर्मे कीजती, तितुकीं । असंते होती ।।६१।।
अर्जुन ब्रह्मनामाच्या विषयी । आस्तिक बुद्धी सोडून काही ।
कर्मे केली असताही । ती व्यर्थ जाती ।।६१।।
हा ऐकोनि देवाचा बोलु । अर्जुना आला डोलु ।
म्हणे कर्मनिष्ठां मळु । ठेविला देखों ।।६२।।
देवाचे ऐकून हे बोलणे । अर्जुन डोले आनंदाने ।
कर्मनिष्ठ कर्मठावर देवाने । दोष ठेविला ।।६२।।
तो अज्ञानांधु तंव बापुडा, ईश्वरुचि न देखे एवढा ।
तेथ नावेक पुढां । कां सुझे तया ।।६३।।
तो अज्ञानी अंध बापडा । ईश्वर न पाही एवढा ।
त्याला ब्रह्मनाम महिमा केवढा । कसा सुचणार? ।।६३।।
आणि रजतमें दोन्ही । गेलियावीण श्रद्धा सानी ।
ते कां लागे अभिधानीं । ब्रह्माचिये? ।।६४।।
रज, तम दोन्ही जाते । सामान्य श्रद्धा उरते ।
ती कशी बरे वळते । ब्रह्मनामाकडे? ।।६४।।
मग कोता खेंव देणें । वार्तेवरील धांवणें ।
सांडी पडे खेळणें । नागिणीचें तें ।।६५।।
मग शस्त्राला मिठी मारणे । दोरीवरून धावणे ।
घातक होते खेळणे । नागिणीशी ।।६५।।
तैसीं कर्मे दुवाडें । तयां जन्मांतरात्ती कडे ।
दुर्मेळावे येवढे । कर्मामाजी ।।६६।।
तशी ती कर्मे कठीण । जन्मांतरा उरती कारण ।
असे भयंकर कुयोग येती दिसून । या कर्मामध्ये ।।६६।।
ना विपायें हें उजू होये । तरी ज्ञानाची योग्यता लाहे ।
येऱ्हावीं येणेंचि जाये । निरयालया ।।६७।।
ते कर्म यथासांग होते । तर त्या ज्ञानाची योग्यता लाभते ।
एरवी ते घेऊन जाते । नरकद्वारी ।।६७।।

कर्मी हा ठायवरी । आहाती बहुवा अवसरी ।
आतां कर्मठां कैवारी । मोक्षाची हे ।।६८।।
कर्म करणाऱ्या परती । अनेक अडचणी येती ।
मोक्षाकडे कशी नेती । सकाम कर्मे?।।६८।।
तरी फिटो कर्माचा पांगु । कीजो अवघाचि त्यागु ।
आदरी जो अव्यंगु । संन्यासु हा ।।६९।।
कर्माचा पराधीनपणा नष्ट व्हावा । कर्मफलाचा त्याग करावा ।
आणि स्वीकार करावा । दोषरहित संन्यास ।।६९।।
कर्मबाधेची कहीं । जेथ भयाची गोठी नाहीं ।
ते आत्मज्ञान जिहीं । स्वाधीन होय ।।७०।।
जिथे कर्मबाधा नाही । भीतीची गोष्ट नाही ।
आत्मज्ञान स्वाधीन होई । ज्या योगाने ।।७०।।
ज्ञानाचे आवाहनमंत्र । जें ज्ञानपिक तें सुक्षेत्र ।
ज्ञान आकर्षितें सूत्र । तंतु जे कां ।।७१।।
जे ज्ञान आवाहनमंत्र । ज्ञानपिकाचे सुपीक क्षेत्र ।
ज्ञानाकर्षणाचे सूत्र । त्याचे तंतू आहेत ।।७१।।
ते दोन्ही संन्यास त्याग । अनुष्ठूनि सुटो जग ।
तरी हेंचि आतां चांग । व्यक्त पुसों ।।७२।।
दोन्ही संन्यास त्यागून । जग सुटावे अनुष्ठान करून ।
याविषयी घ्यावे विचारून । देवाला, अर्जुन म्हणे ।।७२।।
ऐसें म्हणोनि पार्थे । त्यागसंन्यास व्यवस्थे ।
रूप होआवया जेथें । प्रश्नु केला ।।७३।।
असा विचार करून । त्याग संन्यास याचे स्पष्टीकरण ।
घ्यावे करून म्हणून प्रश्न । अर्जुनाने देवाला केला ।।७३।।
तेथ प्रत्युत्तरें बोली । श्रीकृष्णें जा चावळिली ।
तया व्यक्ती जाली । अष्टदशा ।।७४।।
तेव्हा श्रीकृष्णाने सत्वर । अर्जुनाला दिले उत्तर ।
तोच हा विचार विस्तार । अठरावा अध्याय ।।७४।।
एवं जन्यजनकभावें । अध्यावो अध्यायातें प्रसवे ।
आतां ऐका बरवें । पुसिलें जें ।।७५।।
याप्रकारे कार्यकारणभावातून । अध्याय येई अध्यायातून ।
तो एकाग्रतेने मनापासून । श्रवण करा ।।७५।।
तरि पंडुकुमरें तेणें । देवाचें सरतें बोलणें ।
जाणोनि अंत:करणें । कोणी घेतली ।।७६।।
पंडुकुमाराने याप्रमाणे । ऐकले देवाचे समारोपाचे बोलणे ।
खिन्न झाला अंत:करणे । ते जाणून ।।७६।।
येऱ्हवीं तत्त्वविषयीं भला । तो निश्चितु असे कीर जाहला ।
परि देवो राहे उगला । तें साहवेना ।।७७।।
आत्मज्ञानाविषयी त्याला । बोध जरी होता झाला ।
तरी देव गप्प बसला । हे सहन होईना ।।७७।।
वत्स धालयाही वरी । धेनु न वचावीदुरी ।
अनन्य प्रीतीची परी । ऐसी आहे ।।७८।।
दूध पिऊन पोट भरल्यावरी । वासरा वाटे गाईने जाऊ नये दुरी ।
अनन्य प्रेमाची रीत खरी । अशीच असते ।।७८।।
तेणें काजेंवीणही बोलावें । तें देखिलें तरी पाहावें ।
भोगितां चाड दुणावे । पढियंताठायी ।।७९।।
कारणाविना बोलावे । पाहूनही पुन्हा पाहावे ।
भेटण्याची इच्छा दुणावे । प्रिय व्यक्तीस ।।७९।।
ऐसी प्रेमाची हे जाति । आणि पार्थ तंव तेचि मूर्ति ।
म्हणूनि करूं लाहे खंती । उगेपणाची ।।८०।।
असा हा प्रेमाचा प्रकार । अर्जुन मूर्तिमंत प्रेम साकार ।
म्हणून त्या आवडेना विचार । देवाने शांत राहण्याचा ।।८०।।
आणि संवादाचेनि मिषे । जे अव्यवहारी वस्तु असे ।
ते भोगिजे कीं, जैसे । आरिसां रूप ।।८१।।
संवादाच्या मिषाने । परमार्थ ज्ञान जाणणे ।
जसे आपणच आरशात पाहणे । आपलेच रूप ।।८१।।
मग संवादु तोही परुखे । तरी भोगितां भोगणें थोके ।
हें का सहावेल सुखे । लांचावलेया? ।।८२।।
संवाद जर बंद पडेल । ब्रह्मप्राप्तीचा आनंद थांबेल ।
ते कसे सहन होईल । लालचावलेल्या अर्जुनाला ।।८२।।
यालागीं त्याग संन्यास । पुसावयाचें घेऊनि मिस ।
मग उपलविलें दुस । गीतेचें तें ।।८३।।
यासाठी त्याग व संन्यास येथ । विचारण्याचे घेऊन निमित्त ।
उलगडले त्याने वस्त्र । गीतार्थाचे ।।८३।।
अठरावा अध्यावो नोहे । हे एकाध्यायी गीताचि आहे ।
जैं वांसरुचि गाय दुहे । तैं वेळु कायसा ।।८४।।
हा अठरावा अध्याय नसे । एकाध्यायी गीताच असे ।
वासरू लागता गायीच्या कासे । दूध येण्या वेळ कुठे? ।।८४।।
तैंसी संपतां अवसरीं । गीता आदरविली माघारीं ।
स्वामी भृत्याचा न करी । संवादु काई ।।८५।।
गीतार्थ संपत आला । अर्जुनाने पुन्हा आरंभ करविला ।
गुरुशिष्याच्या या प्रेमाला । कोणता संवाद वर्ज्य आहे?।।८५।।

परि हें असो ऐसें । अर्जुनें पुसिजत असे ।
म्हणे विनंती विश्वेशें । अवधारिजो ॥८६॥
ही गोष्ट राहू दे पण । या अध्यायी अर्जुन विचारी प्रश्न ।
देवा तुम्ही लक्ष द्यावे पूर्ण । माझ्या विनंतीकडे ॥८६॥
हां जी संन्यासु आणि त्यागु । इयां दोहीं एक अर्थीं लागु ।
जैसा संघातु आणि संघु । संघातेंचि बोलिजे ॥८७॥
संन्यास आणि त्याग हे पार्थ । दोन्हीचा असे एक अर्थ ।
जसा संघात, संघ याचा मथितार्थ । समूह या अर्थाने येतो ॥८७॥
तैसेंचि त्यागें आणि संन्यासें । त्यागुचि बोलिजतुअसे ।
आमचेनि तंव मानसें । जाणिजे हेंचि ॥८८॥
असा त्याग व संन्यास दोन्हींचा पाहे । त्याग हा एकच अर्थ
आहे । असे आम्हा वाटून राहे । आमच्या मनाशी ॥८८॥
ना कांहीं आथी अर्थभेद । तो देव करोत विशद ।
तेथ म्हणती श्रीमुकुंद । भिन्नचि पै ॥८९॥
जर असेल काही अर्थभेद । देवांनी करावा विशद ।
तेव्हा सांगती देव मुकुंद । भिन्न अर्थ आहे ॥८९॥
तरी अर्जुना तुझ्या मनीं । त्यागचि संन्यास दोनी ।
एकार्थ गमले हें मानीं । मीही साच ॥९०॥
अर्जुना तुझ्या मना वाटते । त्याग व संन्यास हे एकाच अर्थाते ।
माझे मनही तेच मानते । तुझ्याप्रमाणे ॥९०॥
इहीं दोहीं कीर शब्दीं । त्यागुचि बोलिजे त्रिशुद्धि ।
परी कारण एथ भेदीं । येतुलेंचि ॥९१॥
दोन शब्दांचा सामान्यपणे । त्याग हाच अर्थ मानणे ।
तरी त्यांचे भिन्न होणे । याचे कारण असे की ॥९१॥
निपटूनि कर्म सांडिजे । तें सांडणें संन्यासु म्हणिजे ।
आणि फल मात्र कां त्यजिजे । तो त्यागु गा ॥९२॥
कर्म काही न करावे । याला संन्यास म्हणती स्वभावे ।
कर्म करून फल त्यागावे । याला त्याग म्हणती ॥९२॥
तरी कोणा कर्माचें फळ । सांडिजे कोण कर्म केवळ
हेंही सांगे विवळ । चित्त देईं ॥९३॥
कोणते कर्म सोडावे । कोणत्या फळाचे कर्म टाकावे ।
याचेच विवेचन सांगतो ऐकावे । लक्ष देऊन ॥९३॥
तरी आपैसीं दांगें डोंगर । झाडें लागती अपार ।
तैसे लांबे राजागर । नुठिती ते ॥९४॥
रानावनांत डोंगरात ती । अनेक झाडे उगवती ।
पण धान्य, फळ, फुलझाडे ती । आपोआप न येती ॥९४॥

न पेरितां सैंध तृणें । उठती, तैसें साळीचें होणें ।
नाहीं गा, राबविणें । जियापरी ॥९५॥
बी पेरलेले नसते । तरी गवत आपोआप उगवते ।
पण पेरणी राबणी करावी लागते । साळीची ॥९५॥
कां अंग जाहलें सहजें । परी लेणें उद्यमें कीजे ।
नदी आपैसी आपादिजे । विहिरी जेविं ॥९६॥
अवयव आपोआप वाढतात । पण अलंकार घडवावे लागतात ।
विहिरी खणाव्या लागतात । नदी आपोआप तयार होते ॥९६॥
तैसें नित्य नैमित्यिक । कर्म होय स्वाभाविक ।
परी न कामितां कामिक । न निफजे जें ॥९७॥
नित्य नैमित्तिक कर्मे ती । स्वभावत:च जशी होती ।
काम्य कर्मे न होती । फलेच्छा न धरता ॥९७॥
कां कामनेचेचि दळवाडें । जें उभारावया घडे ।
अश्वमेधादिक फुडे । याग जेथ ॥९८॥
कर्माची होण्या उभारणी । फलेच्छा होतसे कारणी ।
जेथे अश्वमेधादिक यज्ञाची जुळणी । समाविष्ट आहे ॥९८॥
वापी कूप आराम । अग्रहारें हन महाग्राम ।
आणीकही नानासंभ्रम । व्रतांचे ते ॥९९॥
विहिरी, बगीचे निर्माण करणे । गावे इनाम देणे ।
अशी व्रतवैकल्ये असणे । अनेक प्रकारची ॥९९॥
ऐसें इष्टापूर्त सकळ । जया कामना एक मूळ ।
जें केलें भोगवी फळ । बांधोनियां ॥१००॥
असे इष्ट कर्मकरण । त्याला कामना मूळ कारण ।
करता त्याचे आचरण । फळ भोगाया लावते ॥१००॥
देहाचिया गांवा आलिया । जन्ममृत्युचिया सोहळियां ।
ना म्हणों नये धनंजया । जियापरी ॥१०१॥
देह धारण करताना । जन्म-मृत्यूंच्या सोहळ्यांना ।
नाकारता येत नाही अर्जुना । ते भोगावे लागतात ॥१०१॥
का ललाटींचें लिहिलें । न मोडे गा कांहीं केलें ।
काळेगोरेपण धुतलें । फिटों नेणे ॥१०२॥
ललाटी जे लिहिलेले असते । ते न पुसता येते ।
काळेगोरेपण जाते । किती धुतले तरी ॥१०२॥
केलें काम्य कर्म तैसे । फळ भोगावया धरणें बैसें ।
न फेडितां ऋण जैसे । वोसंडीना ॥१०३॥
कर्ज फेडल्यावाचूनही । कर्जदाराची सुटका नाही ।
तसे कर्म जीवापुढे बसून राही । फळ भोगण्या ॥१०३॥

कां कामनाही न करिता । अवसांत घडे पंडुसुता ।
तरी वायकांढे न झुंजता । लागे जैसें ।।१०४।।
फलाची इच्छा नसताही । अवचित भोग प्राप्त होई ।
जसे युद्ध न करताही । सुटलेला बाण जखम करी ।।१०४।।
गूळ नेणता तोंडी । घातला देचि गोडी ।
आगी मानूनि राखोंडी । चेपिला पोळी ।।१०५।।
नकळत गूळ तोंडात घातला । तो गोडच लागे चवीला ।
राख समजून आगीवर पाय दिला । पाय पोळतोच ।।१०५।।
काम्यकर्मी हें एक । सामर्थ्य आथी स्वाभाविक ।
म्हणोनी नको कौतुक । मुमुक्षू एथ ।।१०६।।
काम्य कर्माचे असे हे एक । सामर्थ्य असे स्वाभाविक।
म्हणून न वाटे कौतुक । याचे मुमुक्षूंना (साधकांना) ।।१०६।।
किंबहुना पार्था ऐसें । जें काम्य कर्म गा असे ।
तें त्यजिजे विष जैसें । वोकुनिया ।।१०७।।
म्हणून हे अर्जुन । काम्य कर्म असे असून ।
हे टाकावे ओकून । विषासारखे ।।१०७।।
मग तया त्यागातें जगीं । संन्यासु ऐसया भंगीं ।
बोलिजे अंतरंगी । सर्वद्रष्टा ।।१०८।।
याच त्यागाला जगात । संन्यास असे म्हणत ।
असे सर्वांच्या अंतरंगी जे वसत । ते श्रीकृष्ण बोलले ।।१०८।।
हें काम्यकर्म सांडणें । तें कामनेतेंचि उपडणें ।
द्रव्यत्यागें दवडणें । भय जैसें ।।१०९।।
धन त्यागले जाते । तेव्हा भय नाहीसे होते ।
काम्य कर्म त्यागता होते । संपूर्ण इच्छा नाहीशी ।।१०९।।
आणि सोमसूर्यग्रहणें । येऊनि करविती पार्वणें ।
कां मातापितरमरणें । अंकित जे दिवस ।।११०।।
चंद्रसूर्याचे येता ग्रहण । पर्वकाळात करती पर्वण ।
आईवडिलांचा मृत्युदिन । धरून श्राद्ध करती ।।११०।।
अथवा अतिथी हन पावे । हे ऐसैसें पडे जें करावें ।
तें तें कर्म जाणावें । नैमित्तिक गा ।।१११।।
अतिथी घरी येती । त्यांच्या भोजनाची व्यवस्था करती ।
जे जे या निमित्ते करती । ते नैमित्तिक कर्म ।।१११।।
वार्षिया क्षोभे गगन । वसंते दुणावे वन ।
देह शृंगारी यौवन । दशा जैसी ।।११२।।
वर्षाकाळी मेघ गर्जती । वसंतात वने फुलती ।
शरीरा सुशोभित करती । तारुण्याच्या अवस्था ।।११२।।
कां सोमकांतु सोमें पघळे । सूर्यें फांकती कमळें ।
एथ असे तेंचि पाल्हाळे । आन नये ।।११३।।
चंद्रकिरणांनी सोमकांत पाझरे । सूर्यकिरणांनी कमलिनी पसरे ।
जे असते तेच इथे विस्तारे । वेगळे काही नाही ।।११३।।
तैसें नित्य जें कां कर्म । तेंचि निमित्ताचे लाहे नियम ।
एथ उंचावे तेणें नाम । नैमित्तिक होय ।।११४।।
जे असते नित्य कर्म । त्याला लाभती काही नियम ।
त्यास लाभते नवे नाम । नैमित्तिक कर्म ।।११४।।
आणि सायंप्रातर्मध्यान्हीं । जें कां करणीय प्रतिदिनीं ।
परी दृष्टी जैसी लोचनीं । अधिक नोहे ।।११५।।
सकाळ, संध्याकाळ, मध्यान्ही । जे करावे प्रतिदिनी ।
पण दृष्टी जशी लोचनी । कमी जास्त न होई ।।११५।।
कां नापादितां गति । चरणीं जैसी आथी ।
नातरी ते दीप्ति । दीपबिंबी ।।११६।।
गती स्वीकारली नसते । तरी पायात ती असते ।
दिव्यात सहज दिसते । त्याचे तेज ।।११६।।
वासु नेदितां जैसें । चंदनीं सौरभ्य असे ।
अधिकाराचें तैसें । रूपचि जें ।।११७।।
न लावावा लागे वास । चंदनाचा स्वभावच सुवास ।
तसे कर्माचे स्वरूप खास । जे स्वाभाविक आहे ।।११७।।
नित्य कर्म ऐसें जनीं । पार्था बोलिजे तें मानीं ।
एवं नित्य नैमित्तिक दोन्ही । दाविलीं तुज ।।११८।।
लोक जी जगी मानिती । त्याला नित्य कर्मे म्हणती ।
नित्य व नैमित्तिक जी असती । ती कर्मे तुला दाविली ।।११८।।
हेंचि नित्य नैमित्तिक । अनुष्ठेय आवश्यक ।
म्हणोनि म्हणों पाहती एक । वांझ ययातें ।।११९।।
हीच नित्य नैमित्तिक । कर्मे करणे आवश्यक ।
फलप्राप्ती न होते ऐक । या निष्फळ कर्मे म्हणती ।।११९।।
परी भोजनीं जैसें होये । तृप्ति लाहे भूक जाये ।
तैसें नित्यनैमित्तिकीं आहे । सर्वांगी फळ ।।१२०।।
भोजनानंतर तृप्ती येते । लागलेली भूक जाते ।
तसे सर्वांगी फळ मिळते । नित्य नैमित्तिक कर्माचे ।।१२०।।
कीड आगिटा पडे । तरी मळु तुटे वानी चढे ।
यया कर्मा तया सांगडें । फळ जाणावे ।।१२१।।
अग्नीत सोने घालता, हिणकस । ते जाऊन लागतो कस ।
नित्य नैमित्तिक कर्मामुळे सायास । फलप्राप्ती होते ।।१२१।।

जे प्रत्यवाय तंव गळे । स्वाधिकार बहुवें उजळे ।
तेथ हातोफळिया मिळे । सद्‌गतीसी ।।१२२।।

दोष गळून पडती । अधिकार वाढत जाती ।
प्राप्त होते सद्‌गती । हातोहात ।।१२२।।

येवढेवरी ढिसाळ । नित्यनैमित्तिकीं आहे फळ ।
परि तें त्याजिजे मूळ । नक्षत्रीं जैसें ।।१२३।।

एवढे मोठे आहे सकल । नित्य नैमित्तिक कर्माचे फळ ।
पण जसे त्यागतो मूळ नक्षत्रावरचे बाळ । तसे ते त्यागावे ॥१२३॥

लता पिके आघवी । तंव च्यूत बांधे पालवी ।
मग हात न लावित माधवी । सोडूनि घाली ।।१२४।।

वेली, फळ, फुलांनी भरून जाई । आम्रवृक्षांना पालवी येई ।
यास न स्पर्शता निघून जाई । जसा वसंत ऋतू ।।१२४।।

तैसी नोलांडितां कर्मरेखा । चित्त दीजे नित्यनैमित्तिका ।
पाठी फळां कीजे अशेखा । वांताचे वानी ।।१२५।।

कर्माच्या मर्यादा न सोडवे । कर्माकडे चित्त द्यावे ।
निष्पन्न फळांना त्यागावे । उलटीप्रमाणे ।।१२५।।

यया कर्मफळत्यागातें । त्यागु म्हणती पैं जाणते ।
एवं त्याग संन्यास तूतें । परिसविले ।।१२६।।

या कर्मफलत्यागाते । त्याग म्हणती जाणते ।
आता सांगितले तुजप्रते । त्याग व संन्यास ।।१२६।।

हा संन्यासु जैं संभवे । तैं काम्य बाधूं न पवे ।
निषिद्ध तव स्वभावें । निषेधें गेलें ।।१२७।।

असा संन्यास घडताही । कर्माची बाधा होत नाही ।
निषिद्ध ते दूर जाई । शास्त्राच्या निषेधामुळे ।।१२७।।

आणि नित्यादिक जें असे । तें येणें फलत्यागें नासे ।
शिर लोटलिया जैसें । येर आंग ।।१२८।।

नित्य नैमित्तिक जे असते । ते फलत्यागाने न बाधित होते ।
धड जसे खाली पडते । शिर कापल्यावर ।।१२८।।

मग सस्य फळपाकांत । तैसें निमालिया कर्मजात ।
आत्मज्ञान गिंवसीत । आपैसें ये ।।१२९।।

वाढ थांबते धान्य पिकल्यावर । तशी कर्मे नाहीशी झाल्यावर ।
आत्मज्ञान शोधित येते मार्गावर । मग साधकाला ।।१२९।।

ऐसिया निगुती दोनी । त्याग संन्यास अनुष्ठानीं ।
पडले गा आत्मज्ञानीं । बांधती पाटु ।।१३०।।

अशा प्रकारे हे दोन्ही । त्याग, संन्यास आणता आचरणी ।
होऊन साधक आत्मज्ञानी । अधिकारी होती ।।१३०।।

नातरी हे निगुती चुके । मग त्यागु कीजे हाततुकें ।
तें कांहीं न त्यजे, अधिकें । गोंवींचि पडे ।।१३१।।

चुकून कोणीतरी मग । स्वबुद्धीने करिती त्याग ।
काहीच न होतसे त्याग । अधिक गुंतून पडती ।।१३१।।

जें औषध व्याधी अनोळख । तें घेतलिया परतें विख ।
कां अन्न न मानितां भूक । मारीना काय? ।।१३२।।

रोग न पाहता औषध घेतले । ते विषारी होऊन गेले ।
अन्नाचे सेवन नाही केले ।
तर मृत्यू येणार नाही का? ।।१३२।।

म्हणोनि त्याज्य जें नोहे । तेथ त्यागातें न सुवावें ।
त्याज्यालागीं नोहावें । लोभपर ।।१३३।।

म्हणून जे त्याज्य नाही । न करावा त्याचा त्याग ही ।
न ठेवावा लोभ ही । जे त्याज्य आहे त्याचा ।।१३३।।

चुकलिया त्यागाचें वेझेंवें । केला सर्वत्यागही होय वोझें ।
न देखती सर्वत्र दुजें । वीतराग ते ।।१३४।।

त्यागाचे वर्म जर चुकती । सर्व त्याग ओझे वाटती ।
फल त्यागाविना न पाहती । संन्यासी दुसरे काही ।।१३४।।

एकां फलाभिलाष न ठाके । ते कर्मांते म्हणती बंधकें ।
जैसें आपण नग्न, भांडकें । जगांतें म्हणे ।।१३५।।

ज्यांना फलेच्छा न सोडविती ।
ते कर्म बंधनकारक म्हणती ।
जसे स्वत: नग्न राहती ।
हसणाऱ्या जगा भांडखोर म्हणती ॥१३५॥

कां जिव्हालंपट रोगिया । अन्नें दूषी धनंजया ।
आंगा न रुसे कोढिया । मासियां कोपे ।।१३६।।

जिभेचे चोचले पुरवण्या वाटेल ते खातो ।
आणि रोगी अन्नाला दोष देतो।
अंगावरच्या माशांवर चिडतो । कुष्ठरोगी ।।१३६।।

तैसे फळकाम दुर्बल । म्हणती कर्मचि किडाळ ।
मग निर्णयो देती केवळ । त्यजावें ऐसा ।।१३७।।

जे फलेच्छा न आवरती । ते कर्माला दोष देती ।
स्वबुद्धीने निर्णय घेती । सर्व कर्म त्यागाचा ।।१३७।।

एक म्हणती यागादिक । करावेचि आवश्यक ।
जे यावांचूनि शोधक । आन नसे ।।१३८।।

म्हणती यज्ञ याग आदि । अवश्य करावीत आधी ।
त्यावाचून चित्तशुद्धी । होण्या साधन नाही ।।१३८।।

मनशुद्धीच्या मार्गीं । जैं विजयी व्हावें वेगीं ।
तैं कर्म सबळालागी । अळसु न कीजे ।।१३९।।
चित्तशुद्धीच्या मार्गाने जावे । वाटे लवकर विजयी व्हावे ।
सर्व कर्मे करीत राहावे । आळस करू नये ।।१३९।।
भांगार आथी शोधावें । तरी आगी जेविं नुबगावें ।
कां दर्पणालागीं सांचावें । अधिक रज ।।१४०।।
जर सोन्यातील हिणकस शोधावे । आगीत तापवण्या न कंटाळावे ।
आरशाला स्वच्छ पुसावे । चुना लावून ।।१४०।।
नाना वस्त्रें चोख होआवीं । ऐसें आथी जरी जीवीं ।
तरी संवदणी न मानावी । मलिन जैसी ।।१४१।।
कपडे स्वच्छ दिसावे । असे मनाला वाटावे ।
तर कुंड अस्वच्छ न मानावे । धोब्याघरचे ।।१४१।।
तैसी कर्मे क्लेशकारें । म्हणोनि न न्यावीं अव्हेरें ।
कां अन्नलाभें अरुवारें । रांधितिये उणें ।।१४२।।
कर्मे ही त्रास असती देणारी । पण म्हणून त्याग न करी ।
अन्न लाभेल का तरी । स्वयंपाक केल्याशिवाय ।।१४२।।
इहीं इहीं गा शब्दीं । एक कर्मीं बांधितीं बुद्धि ।
ऐसा त्यागु विसंवादीं । पडोनि ठेला ।।१४३।।
अशा प्रकारे शब्द सिद्धी । करून कर्म करते बुद्धी ।
कोणी कर्मच त्यागती आधी । निश्चित काही नसे ।।१४३।।
तरी विसंवादु तो फिटे । त्यागाचा निश्चयो भेटे ।
तैसें बोलों गोमटें । अवधान देईं ।।१४४।।
हा विसंवाद मिटेल आता । त्यागाचा स्पष्ट निर्णय दिसता ।
तसेच तुजला सांगेन पार्था । लक्ष देऊन ऐक ।।१४४।।
तरी त्यागु एथें पांडवा । त्रिविधु पैं जाणावा ।
तया त्रिविधाही बरवा । विभाग करूं ।।१४५।।
तेव्हा हे अर्जुन । त्यागाचे तीन प्रकार असून ।
ते उत्तम प्रकारे म्हणून । तुला सांगतो ।।१४५।।
त्यागाचे तिन्ही प्रकार । कीजती जरी गोचर ।
तरी तू इत्यर्थांचें सार । इतुलें जाण ।।१४६।।
त्यागाचे तिन्ही प्रकार । मी तुला सांगितले जर ।
तरी तू त्यातील सार । जाणून घे ।।१४६।।
मज सर्वत्राचियेही बुद्धी । जें आलोट माने त्रिशुद्धि ।
निश्चयतत्त्व तें आधीं । अवधारीं पां ।।१४७।।
माझी सर्वज्ञाची बुद्धी । जे खरे मानते त्रिशुद्धी ।
ते तत्त्व तू आधी । श्रवण कर ।।१४७।।

तरी आपुलिये सोडवणे । जो मुमुक्षु जागों म्हणे ।
तया सर्वस्वें करणें । हेंचि एक ।।१४८।।
संसारातून व्हावे मुक्त। म्हणून जे साधक दक्ष ।
त्याने सर्वस्वाने करावे प्राप्त । जाणून घेऊन ।।१४८।।
जियें यज्ञदानतपादिकें । इयें कर्मे आवश्यकें ।
तियें न सांडावी, पांथिकें । पाउलें जैसीं ।।१४९।।
यज्ञ, दान, तपे ही । कर्मे अवश्य करावी ।
जसे न सोडावे चालणेही । वाटसरूने ।।१४९।।
हरपलें न देखिजे । तंव तयाचा मागु न सांडिजे ।
कां तृप्त न होतां न लोटिजे । भाणें जेविं ।।१५०।।
हरवलेले सापडत नाही जोवर । शोध थांबवू नये तोवर ।
वाढले पान लोटू नये दूर । भोजनाने तृप्त होण्याआधी ।।१५०।।
नाव थडी न पवतां । न सांडिजे केळी न फळतां ।
कां ठेविलें न दिसतां । दीपु जैसा ।।१५१।।
नाव मध्येच ना सोडावी । केळी आधीच न तोडावी ।
वात न विझवावी । वस्तू दिसल्याशिवाय ।।१५१।।
तैसी आत्मज्ञानविखीं । जंव निश्चिती नाहीं निकी ।
तंव नोहावें यागादिकीं । उदासीन ।।१५२।।
जोवर आत्मज्ञानाविषयीही । निश्चिती होत नाही ।
तोवर यज्ञ-दान-तपविषयीही । उदासीन होऊ नये ।।१५२।।
तरी स्वाधिकारानुरूपें । तियें यज्ञदानें तपें ।
अनुष्ठावींचि साक्षेपें । अधिकेंवर ।।१५३।।
आपापल्या अधिकारानुसार । यज्ञ, दान, तप संस्कार ।
पुन्हापुन्हा करावा साकार । यथाविधी ।।१५३।।
जें चालणें वेगावत जाये । तो वेगु बैसावयाचि होये ।
तैसा कर्मातिशयो आहे । नैष्कर्म्यालागीं ।।१५४।।
चालण्याची वाढलेली गती । पुढे विसावण्या कामी येती ।
तसे कर्म जे अधिक आचरती । कर्मत्यागा उपयुक्त ठरते ।।१५४।।
अधिकें जंव जंव औषधी । सेवायाची मांडी बांधी ।
तंव तंव मुकिजे व्याधी । तयाचिये ।।१५५।।
औषध अधिक नेमाने । घेतले एखाद्या रोग्याने ।
तर त्या औषधाच्या सेवनाने । तो रोगमुक्त होईल ।।१५५।।
तैसीं कर्मे हातोपातीं । जैं कीजती यथानिगुती ।
तैं रजतमें झडती । झाडा देउनी ।।१५६।।
तशी कर्मे हातोहाती । पुन्हापुन्हा यथाविधी केली जाती ।
रज, तम, गुण नाहीसे होती । समूळ ।।१५६।।

कां पाटोवाटीं पुटें । भांगारा खारु देणें घटे ।
तैं कीड झडकरी तुटे । निर्व्याज होय ।।१५७।।
हिणकस सोन्याला जर । क्षारांची पुटे दिली वारंवार ।
नाहीसे होते किडाळ लवकर । सोने शुद्ध होते ।।१५७।।
तैसें निष्ठा केलें कर्म । तें झाडी करूनि रजतम ।
सत्वशुद्धीचें धाम । डोळां दावी ।।१५८।।
तसे निष्ठेने केलेले कर्म । नष्ट करते रज तम ।
सत्त्वशुद्धीचे पुण्यधाम । डोळ्यांना दावते ।।१५८।।
म्हणोनियां धनंजया । सत्त्वशुद्धी गिंवसितया ।
तीर्थांचिया सावाया । आलीं कर्में ।।१५९।।
म्हणून ही कर्मे हे अर्जुन । तीर्थासम करती पावन ।
जो चित्तशुद्धीची इच्छा धरून । कर्म करतो ।।१५९।।
तीर्थें बाह्यमळु क्षाळे । कर्में अभ्यंतर उजळे ।
एवं तीर्थें जाण निर्मळें । सत्कर्मेंचि ।।१६०।।
तीर्थस्नानाने बाह्य मळ जाई । सत्कर्माने चित्तशुद्धी होई ।
अशी पवित्र तीर्थे ही । असती सत्कर्मे ।।१६०।।
तृषार्ता मरुदेशीं । झळे अमृतें वोळलीं जैसीं ।
कीं अंधालागीं डोळ्यांसी । सूर्यु आला ।।१६१।।
तहानलेल्यास वाळवंटात । झरा सापडावा जसे अमृत ।
किंवा आंधळ्याच्या डोळ्यांत । सूर्यतेज यावे ।।१६१।।
बुडतया नदीच धाविन्नली । पडतया पृथ्वीच कळवळिली ।
निमतया मृत्यूनें दिधली । आयुष्यवृद्धि ।।१६२।।
बुडणाऱ्यासाठी नदीने धावावे । पडणाऱ्याला पृथ्वीने झेलावे ।
मरणाऱ्याचे आयुष्य वाढवावे । मृत्यूनेच ।।१६२।।
कर्में कर्मबद्धता । मुमुक्षु सोडविले पंडुसुता ।
जैसा रसरीति मारतां । राखिला विषें ।।१६३।।
जसे साधकाला कर्मबंधनापासून । कर्मच सोडवते अर्जुन ।
जसे विष शुद्ध करून । जीव जगवतात ।।१६३।।
तैंसी एके हातवटिया । कर्में कीजती धनंजया ।
बंधकेंचि सोडवावया । मुख्यें होती ।।१६४।।
कर्मे विशिष्टपद्धतीनं। केली असता हे अर्जुन ।
ती होती कारण । जीवाला मुक्त कराया ।।१६४।।
आतां तेचि हातवटी । तुज सांगों गोमटी ।
जया कर्मांतें किरीटी । कर्मचि रुसे ।।१६५।।
आता तीच विशिष्ट पद्धत । तुला सांगतो पार्थ ।
ज्याने कर्मच करेल मुक्त। कर्माला ।।१६५।।

तरी महायागप्रमुखें । कर्में निफजतांही अचुकें ।
कर्तेपणाचें न ठाके । फुंजणें आंगीं ।।१६६।।
महायज्ञादि कर्मे करता । यथाविधी पार पाडता ।
जो न बाळगे कर्तृत्वाचा । थोडाही अभिमान ।।१६६।।
जो मोलें तीर्था जाये । तया मी यात्रा करितु आहें ।
ऐसिये श्लाघ्यतेचा नोहे । तोषु जीवीं ।।१६७।।
जो उधार घेऊन यात्रेला जाई । त्याला त्या यात्रेच्या ठायी ।
आत्मप्रशंसेचा संतोष न राही । मनात ।।१६७।।
कां मुद्रा समर्थाचिया । जो एकवटु झोंबे राया ।
तो मी जिणता, ऐसिया । न येचि गर्वा ।।१६८।।
जो सैनिक राजाच्या समर्थनाने । युद्ध करतो एकवटून शक्तीने ।
तो मी जिंकतो असे गर्वाने । कदापि न म्हणे ।।१६८।।
जो कांसे लागोनि तरे । तया पोहती ऊर्मि नुरे ।
पुरोहितु नाविष्कारे । दातेपणें ।।१६९।।
जो दुसऱ्याच्या मदतीने तरतो । तो पोहण्याचा अभिमान न ठेवतो ।
पुरोहित गर्व न करतो । राजाचे धन देऊन ।।१६९।।
तैसें कर्तृत्व अहंकारें । नेघोनि यथाअवसरें ।
कृत्यजातांचे मोहरें । सारीजती ।।१७०।।
कर्तृत्वाचा अभिमान तो । कदापि न बाळगतो ।
यथाविधी कर्मे करतो । त्या त्या वेळेस ।।१७०।।
केल्या कर्मा पांडवा । जो आथी फळाचा यावा ।
तया मोहरा हों नेदावा । मनोरथु ।।१७१।।
आपण केलेल्या कर्माची । फळप्राप्ती व्हावयाची ।
अशी थोडीही इच्छा मनाची । अर्जुना तो धरत नाही ।।१७१।।
आधींचि फळीं आस तुटिया । कर्में आरंभावी धनंजया ।
परावें बाळ धाया । पाहिजे जैसे ।।१७२।।
फळाची आशा सोडावी । कर्मे आरंभ करावी ।
दुसऱ्याच्या बाळाकडे दाई । जशी अनासक्ततेने पाहते ।।१७२।।
पिंपरुवचिया आशा । न शिंपिजे पिंपळु जैसा ।
तैसिया फळनिराशा । कीजती कर्में ।।१७३।।
पिंपळाला येतील फळे । म्हणून पाणी न जाई घातले ।
तशी फळाची आशा सोडून भले । कर्मे आचरावीत ।।१७३।।
सांडूनि दुधाची टकळी । गोंवारी गांवधेनु वेंटाळी ।
किंबहुना कर्मफळीं । तैसे कीजे ।।१७४।।
दुधाची आशा सोडून । गुराखी सांभाळी गोधन ।
तेथे कर्मफलासाठी मन । निरिच्छ असावे ।।१७४।।

ऐसी हे हातवटी । घेऊनि जे क्रिया उठी ।
आपण आपुलिया गांठी । लाहेचि तो ।।१७५।।
अशा निरिच्छ युक्तीने जो । कर्म करत असतो ।
त्याला अनुभव प्राप्त होतो । आत्मस्वरूपाचा ।।१७५।।
म्हणोनि फळीं लागु । सांडोनी देहसंगु ।
कर्मे करावीं हा चांगु । निरोपु माझा ।।१७६।।
म्हणून फळाची आसक्ती सोडून । कर्तृत्वाचा अभिमान मोडून ।
कर्मे करावीत हे घ्या जाणून । हा माझा संदेश आहे ।।१७६।।
जो जीवबंधें शिणला । सुटके जाचे आपला ।
तेणें पुढतपुढती या बोला । आन न कीजे ।।१७७।।
संसारबंधने जो शीणला असेल । तो मुक्तीसाठी प्रयत्नशील ।
तो ही आज्ञा न उल्लंघेल । हे माझे सांगणे आहे ।।१७७।।
नातरी आंधाराचेनि रोखें । जैसीं डोळां रोंविजती नखें ।
तैसा कर्मद्वेषें अशेखें । कर्मेचि सांडी ।।१७८।।
दिसत नाही अंधारात । म्हणून नखे खुपसतो डोळ्यांत ।
तसा कर्मद्वेषाने तो करत । कर्माचाच त्याग ।।१७८।।
तयाचें कर्म सांडणें । तें तामस पैं मी म्हणें ।
शिसाराचे रागें लोटणें । शिसचि जैसें ।।१७९।।
त्याचा कर्म त्याग तो । मी तामसी मानतो ।
अर्धशिशीमुळे डोके फोडतो । जसा तो रागाने ।।१७९।।
हां गा मार्गु दुवाडु होये । तरी निस्तरितील पाये ।
कीं तेचि खांडणें आहे । मार्गापराधें ।।१८०।।
रस्ता अवघड जर वाटावा । पायांनी चालून संपवावा ।
की पायच तोडून टाकावा । त्यासाठी? ।।१८०।।
भुकेलियापुढें अन्न । हो कां भलतैसें ऊन्ह ।
तरी बुद्धि न घेतां लंघन । भाणें पापरां हाल्या ।।१८१।।
भुकेल्यापुढे चांगले । गरम अन्न ठेवले ।
त्याने ते लाथाडले । तर उपाशी राहावे लागेल ।।१८१।।
तैसा कर्माचा बाधु कर्में । निस्तरिजे करितेनि वर्में ।
हे तामसु नेणें भ्रमें । माजविला ।।१८२।।
निष्काम कर्म आचरेल । तर कर्मदोष नाहीसा होईल ।
पण तामसीता हे न कळेल । भ्रष्ट बुद्धीमुळे ।।१८२।।
कीं स्वभावें आलें विभागा । तें कर्मचि वोसंडी पैं गा ।
तरी झणें आतळा त्यागा । तामसा तया ।।१८३।।
स्वाभाविक जे वाट्याला येई । ते कर्म तो टाकून देई ।
त्याचा विटाळ न होऊ देई । हे जाण तू पार्था ।।१८३।।

अथवा स्वाधिकारु बुझे । आपुले विहितही सुझे ।
परी करितया उभजे । निबरपणा ।।१८४।।
स्व अधिकार जाणतो । विहित कर्मही मानतो ।
पण कष्टाच्या त्रासाला भितो । कर्म करत नाही ।।१८४।।
जे कर्माची ऐलीकड । नावेक दिसे दुवाड ।
वाहतिये वेळे जड । शिदोरी जैसी ।।१८५।।
कारण कर्माची सुरुवात । कष्टकारक असे वाटत ।
जशी नेताना असे लागत । शिदोरी जड।।१८५।।
जैसा निंब जिभे कडवटु । हिरडा पहिले तुरटु ।
तैसा कर्मा ऐल सेवटु । खणुवाळा होय ।।१८६।।
जसा निंब लागे कडवट । हिरडा लागे तुरट ।
तशी कर्मांची सुरुवात । कठीण वाटते ।।१८६।।
का धेनु दुवाड शिंग । शेवंतीये अडव आंग ।
भोजनसुख महाग । पाकु करिता ।।१८७।।
गरीब गाय शिंगे मारते । सुगंधी शेवंती काटेरी असते ।
भोजनसुख महाग होते । स्वयंपाक करू जाता ।।१८७।।
तैसें पुढतपुढती कर्म । आरंभींच अति विषम ।
म्हणोनि तो तें श्रम । करितां मानी ।।१८८।।
तसे कर्माचे राहे । आरंभीच कठीण आहे ।
पुन्हापुन्हा तो करू पाहे । कष्ट मानून ।।१८८।।
येऱ्हवीं विहिततत्वें मांडी । परी घालितां असुरवाडी ।
तेथ पोळला ऐसा सांडी । आदरिलेंही ।।१८९।।
शास्त्रार्थे कर्म करतो । कठीण वाटता सोडतो ।
जसे हात पोळता टाकून देतो । गरम वस्तू ।।१८९।।
म्हणे वस्तु देहासारिखी । आली बहुतीं भाग्यविशेखीं ।
मा जाचु का कर्मादिकीं । पापिया जैसा ।।१९०।।
देहासारखी उत्तम गती । भाग्याने झाली असे प्राप्ती ।
पापी माणसाप्रमाणे ती । कर्माने त्रासू कशाला ।।१९०।।
केले कर्मी जें द्यावें । तें झणें भज होआवें ।
आजि भोगूं ना कां बरवे । हातींचे भोग ।।१९१।।
केलेल्या कर्माचे फल । देईल भविष्य काल ।।
आज का न भोगावे सकल । जे ऐश्वर्य लाभले ।।१९१।।
ऐसा शरीराचिया क्लेशा । भेणें कर्मे वीरेशा ।
सांडी, तो परियेसा । राजसु त्यागु ।।१९२।।
त्रासाच्या भीतीने जो । कर्माचा त्याग करतो ।
अर्जुना तोच असतो । राजस त्याग ।।१९२।।

येऱ्हवीं तेथही कर्म सांडे । परी तया त्यागफळ न जोडे ।
जैसें उतले आगीं पडे । तें नलगेचि होमा ॥१९३॥
एरवी कर्म त्यागले जाते । पण मोक्ष फळ न मिळते ।
जसे ऊतू गेलेले आगीत पडते । पण तो होम नाही ॥१९३॥
कां बुडोनि प्राण गेले । ते अर्धोदकीं निमाले ।
हें म्हणों नये जाहलें । दुर्मरणचि ॥१९४॥
एखादा बुडून मेला । जलसमाधी न म्हणती त्याला ।
मृत्यू अपघाताने आला । असे म्हंटले पाहिजे ॥१९४॥
तैसें देहाजेनि लोभें । जेणें कर्मा पाणी सुभे ।
तेणें साच न लभे । त्यागाचें फळ ॥१९५॥
जो देहावर प्रेम ठेवतो । अन् कर्मावर पाणी सोडतो ।
त्यास त्यागाचे फळ म्हणून मोक्ष तो । मिळत नाही ॥१९५॥
किंबहुना आपुलें । जैं ज्ञान होय उदया आलें ।
तैं नक्षत्राचें पाहले । गिळी जैसें ॥१९६॥
किंबहुना अर्जुना आपले । ज्ञान जेव्हा उदयाला आले ।
जसे सूर्याने उदयावेळी गिळले । नक्षत्रांना ॥१९६॥
तैशा सकारण क्रिया । हरपती धनंजया ।
तो कर्मत्यागु ये जया । मोक्षफळासी ॥१९७॥
तशा सगळ्या क्रिया । आत्मज्ञानी जाती लया ।
कर्म त्यागाने मग धनंजया । मोक्षप्राप्ती होते ॥१९७॥
तें मोक्षफळ अज्ञाना । त्यागिया नाहीं अर्जुना ।
म्हणोनि तो त्यागु न माना । राजसु जो ॥१९८॥
तशी मोक्ष प्राप्ती काही । अज्ञानाने त्याग करता न होई ।
म्हणून तो खरा त्याग नाही । तो राजस त्याग होय ॥१९८॥
तरी कोणे पां एथ त्यागें । तें मोक्षफळ घर रिगे ।
हेंही आईक प्रसंगें । बोलिजेल ॥१९९॥
कोणत्या त्यागामुळे तो । मोक्ष घरी चालत येतो ।
हे तुला प्रसंगाने सांगतो । नीट ऐक ॥१९९॥
तरी स्वाधिकारचेनि नांवें । जें वांटिया आलें स्वाभावें ।
तें आचरें विधिगौरवें । शृंगारोनि ॥२००॥
अधिकाराप्रमाणे आपले । जे सहज वाट्याला आले ।
ते वेदविधींनी गौरविले । धारण करून ॥२००॥
परी हें मी करितु असें । ऐसा आठवु त्यजी मानसें ।
तैसेंचि पाणी दे आशे । फळाचिये ॥२०१॥
मी हे करतो आहे ही । आठवण मनात ठेवत नाही ।
तो फलाच्या आशेवरही । पाणी सोडतो ॥२०१॥

पैं अवज्ञा आणि कामना । मातेच्या ठायी अर्जुना ।
केलिया दोनी पतना । कारण होती ॥२०२॥
मातेविषयी कामेच्छा व अपमान । ठेवियले जर अर्जुन ।
तर होती दोन्ही कारण । अध:पतना ॥२०२॥
तरी दोनी यें त्यजावीं । मग माताचि ते भजावी ।
वाचांनि मुखालागी वाळावी । गायचि सगळीं? ॥२०३॥
या दोन्हींचा त्याग करावा । माता म्हणून करावी सेवा ।
काय गायीचा त्याग करावा ।
मुख अपवित्र असते म्हणून ॥२०३॥
आवडतियेहि फळीं । असारें साली आंठोळी ।
त्यासाठी अवगळी । फळातें कोणही? ॥२०४॥
आंबा आवडते फळ होय । निरस त्याची साल व कोय ।
त्यासाठी टाकून देईल काय । आंबा कोणी? ॥२०४॥
तैसा कर्तृत्वाचा मदु । आणि कर्मफळाचा आस्वादु ।
या दोन्हींचें नांव बंधु । कर्माचा कीं ॥२०५॥
कर्तृत्वाच्या अभिमाना । व कर्मफलाची भावना ।
या दोन्ही गोष्टींना । कर्मबंध हे नाव आहे ॥२०५॥
तरी या दोहींच्या विखीं । जैसा बापु नातळे लेंकी ।
तैसा हों न शके दु:खी । विहिता क्रिया ॥२०६॥
हे दोन्ही सोडून जो कर्म करतो ।
जसा कामेच्छा सोडून बाप लेकीस सांभाळतो ।
तो त्या पायी दु:ख ना ठेवतो । मनामध्ये ॥२०६॥
हा तो त्याग तरुवरु । जो गा मोक्षफळें ये थोरु ।
सात्विक ऐसा डगरु । यासीच जगीं ॥२०७॥
ज्याला मोक्षाचे येते फळ । तो हा त्यागवृक्ष विशाल ।
या जग म्हणते सकल । सात्त्विक त्याग ॥२०७॥
आतां जाळूनि बीज जैसें । झाडा कीजे निर्वंशें ।
फळ त्यागूनि कर्म तैसें । त्यजिलें जेणें ॥२०८॥
वृक्षाचे बीज जाळावे । झाड निर्वंश करावे ।
तसे फलत्याग करून स्वभावे ।
कर्म त्यागले आहे ॥२०८॥
तया लागतखेंवो परिसीं ।
धातूची गंधिकाळिमा जैसी ।
जाती, रजतमें तैसी । तुटलीं दोन्ही ॥२०९॥
धातूला परिसाचा स्पर्श होतो । गंज काळेपणा दोन्ही जातो ।
तसे राजस, तामस गुण लोपतो । यामुळे ॥२०९॥

मग सत्त्वें चोखाळें । उघडती आत्मबोधाचें डोळे ।
तेथ मृगांबु सांजवेळे । होय जैसें ॥२१०॥
शुद्ध सत्त्व गुणामुळे । उघडती आत्मबोधाचे डोळे ।
जसे नाहीसे होई सांजवेळे । मृगजळ ते ॥२१०॥
तैसा बुद्ध्यादिकां पुढां । असतु विश्वाभासु हा येवढा ।
तो न देखे कवणीकडां । आकाश जैसें ॥२११॥
तसा आत्मज्ञानासमोर ।
विश्वभासाचा असे एवढा विस्तार ।
की न दिसे आकाश साकार । कोठेही ॥२११॥
म्हणोनी प्राचीनाचेनि बळें । अलंकृतें कुशलाकुशलें ।
तियें व्योमाआंगीं आभाळें । जिरलीं जैसीं ॥२१२॥
प्रारब्ध कर्म बळावरती । जी बरी वाईट कर्मे प्राप्त होती ।
ती ढग जसे मावळून जाती । तशी मावळतात ॥२१२॥
तैसी तयाचिये दिठी । कर्में चोखाळलीं किरीटी ।
म्हणोनि सुखदुःखी उठीं । पडेना तो ॥२१३॥
त्याच्या दृष्टिकोनातून ती । कर्मे शुद्ध होऊन जाती ।
म्हणून सुख-दुःख त्याची वृत्ती ।
ठरत नाही पार्था ॥२१३॥
तेणें शुभकर्म जाणावें । मग तें हर्षें करावें ।
कां अशुभालागीं व्हावें । द्वेषिया ना ॥२१४॥
हे शुभ कार्य आहे म्हणून । तो आनंदे न घेई करून ।
अथवा हे अशुभ मानून । द्वेष करत नाही ॥२१४॥
तरी इयाविषयींचा कांहीं । तया एकही संदेहो नाहीं ।
जैसा स्वप्नाच्या ठायीं । जागिन्नलिया ॥२१५॥
असा या विषयी काही । तो संदेह बाळगत नाही ।
जसा स्वप्नातल्या ठायी । विकल्प नसे ॥२१५॥
म्हणऊनि कर्म आणि कर्ता । या द्वैतभावाची वार्ता ।
नेणें , तो पंडुसुता । सात्विक त्यागू ॥२१६॥
म्हणून जो कर्म आणि कर्ता । जशी द्वैतभावाची वार्ता ।
जाणत नाही पंडुसुता । तो सात्त्विक त्याग ॥२१६॥
ऐसेनि कर्में पार्था । त्यजिलीं त्याजिती सर्वथा ।
अधिकें बांधती अन्यथा । सांडिलीं तरी ॥२१७॥
कर्मे जर अशी त्यागती पार्था ।
तर ती आपल्याला सोडतील सर्वथा ।
वेगळ्या प्रकारे त्यागली तर अन्यथा ।
ती जास्तच बांधतील ॥२१७॥

आणि हां गा सव्यसाची । मूर्ति लाहोनि देहाची ।
खंती करिती कर्माची । ते गावंढे गा ॥२१८॥
देहाकाराची होता प्राप्ती । जे कर्माचा कंटाळा करती ।
ते मूर्ख अज्ञानी असती । हे तू जाण सव्यसाची ॥२१८॥
मृत्तिकेचा वीटु । घेऊनि काय करील घटु।
केउता ताथु पटु । सांडील तो ॥२१९॥
मातीचा कंटाळा येईल । तर मडके काय करेल? ।
वस्त्र काय करू शकेल । तंतूंचा त्याग करून? ॥२१९॥
तेवींचि वन्हित्व आंगीं । आणि उबे उबगणें आगी ।
कीं तो दीपु प्रभेलागीं । द्वेषु करील काई? ॥२२०॥
ज्यात अग्निस्वभाव सिद्ध असेल । तो उष्णतेला कंटाळेल?।
किंवा दिवा काय द्वेष करेल । प्रकाशाचा? ॥२२०॥
हिंगु त्रासला घाणी । तरी कैचें सुगंधत्व आणी? ।
द्रवपण सांडूनि पाणी । कें राहे तें? ॥२२१॥
हिंग उष्णतेने त्रासेल । तर सुगंधत्व कसे आणेल ।
काय पाणी राहू शकेल । द्रवपणा सोडून? ॥२२१॥
तैसा शरीराचेनि आभासें । नांदतु जंव असे ।
तंव कर्मत्यागाचें पिसें । काइसें तरी ॥२२२॥
प्रत्येक प्राणी या विश्वात । नांदतो आहे शरीररूपात ।
तोवर कर्मत्यागाचे वेड यात । काय कामाचे? ॥२२२॥
आपण लाविजे टिळा । म्हणोनि पुसों ये वेळोवेळा ।
मा घाली फेडी निडळा । कां करूं ये गा? ॥२२३॥
गंध वाकडे लागले असता । पुन्हापुन्हा येई पुसता ।
कपाळच वाकडे असता । करावे तरी काय? ॥२२३॥
तैसें विहित स्वयें आदरिलें । म्हणोनि त्यजूं ये त्यजिलें ।
परी कर्मचि देह आतलें । तें कां सांडील गा? ॥२२४॥
जे कर्म आपण स्वीकारले असते । ते त्यागता येते ।
पण कर्मच देहरूप होते । ते कसे त्यागावे? ॥२२४॥
जे श्वासाश्वासावरी । होत निजेलियाही वरी ।
कांहीं न करणेंचि परी । होती जयाची ॥२२५॥
श्वास-उच्छ्वासाची क्रिया होते । झोपल्यावरही चालू राहते ।
विशेष काही न करावे लागते । या क्रियांसाठी ॥२२५॥
या शरीराचेनि मिसके । कर्मही लागलें असिकें ।
जिता मेलया न ठाके । इया रीती ॥२२६॥
शरीराच्या निमित्त मात्रे । जे कर्म देहा चिकटून राहते ।
ते बंद न पडते । मृत्यू पावल्यावरही ॥२२६॥

यया कर्मातें सांडिती परी । एकीचि ते अवधारीं ।
जे करितां न जाइजे हारीं । फळाशेचिये ।।२२७।।
हे कर्म त्यागण्या अर्जुन । एकच उपाय आहे घे जाणून ।
जाऊ नये कधी अधीन । फलाच्या इच्छेच्या ।।२२७।।
कर्मफळ ईश्वरीं अर्पे । तत्प्रसादें बोधु उद्दीपे ।
तेथ रज्जुज्ञानें लोपे । व्याळशंका ।।२२८।।
कर्मफल ईश्वरा अर्पिले असते । आत्मज्ञान प्रकाशित होते ।
सर्पाची शंका निघून जाते । दोरीचे ज्ञान आले असता ।।२२८।।
तेणें आत्मबोधें तैसें । अविद्येशीं कर्म नासे ।
पार्था त्यजिजे जैं ऐसे । तैं त्यजिलें होय ।।२२९।।
जेंव्हा आत्मबोध होई । कर्माचा नाश होई ।
तेंव्हाच कर्म त्यागले जाई । जेंव्हा ते त्यागावे ।।२२९।।
म्हणोनि इयापरी जगीं । कर्में त्यजी तों महात्यागी ।
येर मूर्च्छने नांव रोगीं । विसांवा जैसा ।।२३०।।
म्हणून या जगात धनंजय ।
कर्म त्यागतो तो महात्यागी होय ।
जेंव्हा रोग्याची शुद्ध जाय ।
लोक म्हणती विश्रांती घेतो ।।२३०।।
तैसा कर्मीं शिणे एकीं । तो विसवो पाहे आणिकीं ।
दांडेयाचे घाय बुकी । धाडणें जैसें ।।२३१।।
एका कर्माचा कंटाळा येतो । तो दुसरे कर्म करू जातो ।
बुक्क्यांचा मार खातो । दांडुक्याऐवजी ।।२३१।।
परी हें असो पुढती । तोचि त्यागी त्रिजगतीं ।
जेणें फळत्यागें निष्कृति । नेले कर्म ।।२३२।।
ज्याने कर्मफल त्यागले ।
त्रैलोक्याने त्याला खरा त्यागी म्हंटले ।
त्याने निष्कर्ष स्थितीला नेले । ते कर्म ।।२३२।।
एऱ्हवीं तरी धनंजया । त्रिविधा कर्मफळा गा यया ।
समर्थ ते कीं भोगावया । जे न सांडितीचि आशा ।।२३३।
एरवी तरी अर्जुन । कर्मफल तीन प्रकारांचे जाण ।
जे ते देत नाहीत सोडून । त्यांना ते भोगावेच लागते ।।२३३।।
आपणचि विऊनि दुहिता । कीं न मम म्हणे पिता ।
तो सुटे, कीं प्रतिग्रहीता । जांवई शिरके ।।२३४।।
कन्येला जन्म देऊनही । पिता म्हणे माझी नाही ।
तेव्हा पाणिग्रहण करणारा जावई ।
तिच्या मोहात अडकतो ॥२३४॥

विषाचे आगरही वाहती । ते विकितां सुखे लाभे जिती ।
येर निमाले जे घेती । वेंचोनि मोलें ।।२३५।।
विषाची लागवड करती । ते विकून सुख भोगती ।
ते खाऊन मृत्यू पावती । जे विकत घेती ।।२३५।।
तैसें कर्ता कर्म करु । अकर्ता फळाशा न धरुं ।
एथ न शके आवरूं । देहींतें कर्म ।।२३६।।
कर्तृत्वाने कर्म करावे । किंवा फलेच्छा न धरता करावे ।
दोन्हीला न आवरू जावे । कर्म हे ।।२३६।।
वाटे पिकलिया वृक्षाचें । फळ अपेक्षी तयाचें ।
तेविं साधारण कर्माचें । फळ घेतया ।।२३७।।
फळ झाडावर पिकते । इच्छा करता मिळू शकते ।
सामान्य कर्माचे फळ मिळते । इच्छा धरता ।।२३७।।
परी करूनि फळ नेघे । तो जगाच्या कामीं न रिघे ।
जे त्रिविध जग आवघें । कर्मफळ हें ।।२३८।।
जो कर्म करून फलेच्छा न करी । जगरहाटीस तो न अवधारी ।
हे विश्व आहे तरी । तीन प्रकारच्या कर्मांचे फल ।।२३८।।
देव मनुष्य स्थावर । यया नांव जगडंबर ।
आणि हे तंव तिन्ही प्रकार । कर्मफळाचे ।।२३९।।
देव, मनुष्य, स्थावर । यांना म्हणती जगडंबर ।
हे असती तीन प्रकार । कर्मफलाचे ।।२३९।।
तेंचि एक गा अनिष्ट । एक तें केवळ इष्ट ।
आणि एक इष्टानिष्ट । त्रिविध ऐसें ।।२४०।।
त्यात एक अनिष्ट । एक असे इष्ट ।
व एक इष्टानिष्ट । हे तीन प्रकार ।।२४०।।
परि विषयमंती बुद्धि । आंगी सूनि अविधि ।
प्रवर्तती जे निषिद्धी । कुव्यापारीं ।।२४१।।
ज्यांची विषयासक्त बुद्धी । ते स्वीकारती शास्त्र विरोधी ।
आचरती जे निषिद्धी । कुकर्म करती ।।२४१।।
तेथ कृमि कीट लोष्ठ । हे देह लाहती निकृष्ट ।
तया नाम तें अनिष्ट । कर्मफळ ।।२४२।।
कृमी, कीटक, माती । असे कुदेह प्राप्त होती ।
त्यालाच म्हणती । अनिष्ट फल ।।२४२।।
कां स्वधर्मा मानु देतां । स्वाधिकारु पुढां सूतां ।
सुकृत कीजे पुसतां । आम्नायातें ।।२४३।।
स्वधर्माला देऊन मान । आपल्या अधिकारासमान ।
वेदांना विचारून । आचरण करती ।।२४३।।

तैं इंद्रादिक देवांची । देहें लाहिजती सव्यसाची ।
तया कर्मफळा इष्टाचि । प्रसिद्धि गा ।।२४४।।
तेव्हा त्यांना अर्जुन । इंद्रादि देवतांचे देह मिळून ।
ते इष्टफल म्हणून । प्रसिद्धी पावती ।।२४४।।
आणि गोड आंबट मिळे । तेथ रसांतर फरसाळे ।
ऊठी दोंहींवेगळें । दोहीं जिणतें ।।२४५।।
गोड व आंबट एकत्रित । रस करता मिश्रित ।
मधुर रस निर्मित । जो दोहोंहून श्रेष्ठ ।।२४५।।
रेचकुनि योगवशें । होय स्तंभावया दोषें ।
तेविं सत्यासत्य समरसें । सत्यासत्यचि जिणिजे ।।२४६।।
योगाने जर रेचक रोखतो । तो कुंभक होतो ।
सत्यासत्य मिश्रणाने तो । सत्यासत्य जिंकतो ।।२४६।।
म्हणोनि समभागें शुभाशुभें । मिळोनि अनुष्ठानाचें उभें ।
तेणें मनुष्यत्व लाभे । तें मिश्र फळ ।।२४७।।
शुभाशुभ समप्रमाणाते । मिसळून जे आचरण होते ।
तेव्हा मनुष्यत्व लाभते । ते मिश्रफल होय ।।२४७।।
ऐसें त्रिविध यया भार्गी । कर्मफळ मांडलेसे जगीं ।
हें न सांडी तयां भोगी । जें सूदले आशा ।।२४८।।
असे तीन भागांत । कर्मफल आहे या जगात ।
न त्यागता भोगावी लागत । ती आशेत गुरफटूनी ।।२४८।।
जेथें जिव्हेचा हातु फांटे । तंव जेवितां वाटे गोमटें ।
मग परिणामीं शेवटें । अवश्य मरण ।।२४९।।
जिभेची रुची वाढते । जेवण गोड लागते ।
पण शेवटी मरण येते । अति जेवल्यास ।।२४९।।
संवचोर मैत्री चांग । जंव न पविजे तें दांग ।
सामान्या भली आंग । न शिवे तंव ।।२५०।।
मैत्री बरी चोराशीही । जोवर अरण्य लागत नाही ।
जोवर स्पर्शरत होत नाही । तोवर वारांगना बरी ।।२५०।।
तैसीं कर्मे करितां शरीरीं । लाहती महत्त्वाची फरारी ।
पाठीं निधनीं एकसरी । पावती फळें ।।२५१।।
जोवरी देह असतो । कर्माचा अहंकार राहतो ।
पण तो फळे भोगतो । मृत्यूनंतर ।।२५१।।
तैसा समर्थु आणि ऋणिया । मागों आला बाइणिया ।
न लोटे तैसा प्राणिया । पडे तो भोगु ।।२५२।।
सावकार ऋणकोस सोडत नाही । मृत्यूपर्यंत मागे राही ।
कर्माचे भोग प्राणिमात्रांसही । निश्चित प्राप्त होती ।।२५२।।
मग कणिसौनि कणु झडे । तो बिरुढला कणिसा चढे ।
पुढती भूमी पडे । पुढती उठी ।।२५३।।
कणसातून बी पडते । अंकुरून पुन्हा कणीस येते ।
हे सातत्याने चालू राहते । भूमीवरी ।।२५३।।
तैसें भोगीं जें फळ होय । तें फळांतरे वीत जाय ।
चालतां पावो पाय । जिणिजे जैसा ।।२५४।।
तशी कर्मफल भोगता फुले होती । ती अन्य कर्मफले उत्पन्न करती ।
चालता पाय मागे टाकती । दुसऱ्या पायाला ।।२५४।।
उताराचिये सांगडी । ठाके ते ऐलीच थडी ।
तेवीं न मुकिजती वोढी । भोग्याचिये ।।२५५।।
होडी पलीकडे जाई । तो तीर अलीकडचा होई ।
त्याप्रमाणे शेवट नाही । फलोपभोगाला ।।२५५।।
पै साध्य साधन प्रकारें । फळभोगु तो पसरे ।
एवं गोंविले संसारें । अत्यागी ते ।।२५६।।
साध्य-साधन होत जाई । फलभोगाचा विस्तार होई ।
जसे संसारात गुरफटले जाई । कर्मफल न त्यागणारे ।।२५६।।
ए्हवीं जाईचियां फुलां फांकणे । त्याचि नाम जैसें सुकणें ।
तैसें कर्ममिषें न करणें । केलें जिहीं ।।२५७।।
जसे जाईचे फूल उमलणे । उमलताच सुकणे ।
तसे कर्मफलेच्छा न धरणे । कर्मे करून ।।२५७।।
बीजचि वरोसि वेंचे । तेथ वाढती कुळवाडी खांचे ।
तेवीं फळत्यागें कर्माचें । सारिलें काम ।।२५८।।
बीजाचे दाणे खाल्ले असते । तर पेरणी बंद पडते ।
कर्मफलाच्या त्यागाने होते । जन्म मृत्यू दूर ।।२५८।।
ते सत्त्वशुद्ध साहाकारे । गुरुकृपामृततुषारे ।
सासिन्नलेनि बोधें वोसरे । द्वैतदैन्य ।।२५९।।
अशा सत्त्वशुद्धीच्या साहाय्याने । गुरुकृपेच्या अमृत तुषाराने ।
लाभलेल्या आत्मबोधाने । द्वैत दारिद्र्य नष्ट होते ।।२५९।।
तेव्हा जगदाभासमिषें । स्फुरे तें त्रिविध फल नाशे ।
एथ भोक्ताभोग्य आपैसें । निमालें हें ।।२६०।।
जगदाकाराच्या भासाते । त्रिविध फल नासते ।
भोक्ता, भोग्य व भोग ते । नाहीसे होती ।।२६०।।
घडे ज्ञानप्रधानु हा ऐसा । संन्यासु जयां वीरेशा ।
तेचि फलभोगसोसा । मुकले गा ।।२६१।।
ज्यांना घडतो ज्ञानप्रधान । संन्यास, हे अर्जुन ।
ते फलभोगाच्या कष्टापासून । मुक्त होती ।।२६१।।

आणि येणें कीर संन्यासें । जैं आत्मरूपीं दिठी पैसे ।
तैं कर्म एक ऐसें । देखणे आहे ।।२६२।।
या ज्ञानसंन्यासाच्या आधाराने । सर्व आत्मस्वरूप जाणणे ।
हे कर्म निराळे दिसणे । शक्य आहे का? ।।२६२।।
पडोनि गेलिया भिंती । चित्रांची केवळ होय माती ।
कां पाहालेया राती । आंधारें उरे? ।।२६३।।
भिंत पडून जाती । त्यावरची चित्रे मातीत मिसळती ।
रात्र व अंधार न उरती । सूर्योदयानंतर ।।२६३।।
जैं रूपचि नाहीं उभें । तैं छाया काह्याची शोभे ।
दर्पणेंवीण बिंबें । वदन कें पां? ।।२६४।।
आकृतीच जर नसेल । सावली कशाची पडेल? ।
आरशाशिवाय कसे दिसेल । मुखाचे प्रतिबिंब ।।२६४।।
फिटलिया निद्रेचा ठावो । कैचा स्वप्नासि प्रस्तावो ।
मग सत्य कीं तें वावो । कोण म्हणे? ।।२६५।।
जर झोप नाहीशी होईल । स्वप्ने कशी दिसतील? ।
मग असे कोण म्हणेल । स्वप्न सत्य की मिथ्या? ।।२६५।।
तैसें गा संन्यासें येणें । मूळ अविद्येसीचि नाहीं जिणें ।
मा तियेचें कार्य कोणें । वेपे दीजे? ।।२६६।।
या ज्ञानयुक्त संन्यासाने । अज्ञान न उरणे ।
मग अज्ञानाचे कर्म करणे । कोण करेल वा त्यागेल? ।।२६६।।
म्हणोनि संन्यासियें पाहीं । कर्माची गोठी कीजेल कायीं? ।
परी अविद्या आपुल्या देहीं । आहे जैं कां ।।२६७।।
ज्ञानयुक्त संन्यास असेल । तर कर्माच्या गोष्टी होतील? ।
आणि अज्ञान वास करेल । जर आपल्या देही ।।२६७।।
कर्तेपणाचेनि थांवें । आत्मा शुभाशुभीं धांवे ।
दृष्टि भेदाचिये राणिवे । रचलीसे जैं ।।२६८।।
कर्तेपणाच्या अहंकार ठावे । जीव शुभ-अशुभाकडे धावे ।
तेव्हा दृष्टी द्वैत भावे । राज्यावर आरूढ होते ।।२६८।।
तैं तरी गा सुवर्मा । विजावळी आत्मया कर्मा ।
अपाडें जैसी पश्चिमा । पूर्वेसि कां ।।२६९।।
पूर्व आणि पश्चिम दिशांत । खूप भिन्नत्व असत ।
तसा आत्मा आणि कर्म यांत । भिन्नत्व असते अर्जुना ।।२६९।।
नातरी आकाश कां आभाळा । सूर्या आणि मृगजळा ।
विजावळी भूतळा । वायूसि जैसी ।।२७०।।
आकाश आणि आभाळ । सूर्य आणि मृगजळ ।
वायू आणि भूतल । जवळचे असले तरी दूर आहेत ।।२७०।।

पांघरोनि नईचें उदक । असे नयीमाजि खडक ।
परी जाणिजे कां वेगळिक । कोडीची ते ।।२७१।।
नदीचे पाणी अंगावर घेतो । खडक नदीमध्ये राहतो ।
पण दोहोंमध्ये भेद असतो । कळून येतो ।।२७१।।
हो कां उदकाजवळी । परी सिनानीचि ते बाबुळी ।
काय संगास्तव काजळी । दीपु म्हणों ये? ।।२७२।।
शेवाळ पाण्यावर पसरते । पाण्याहून वेगळे असते ।
काजळी दिव्याची लागते । तिला दिवा म्हणावे कां? ।।२७२।।
जरी चंद्रीं जाला कलंकु । तरी चंद्रेंसीं नव्हे एकु ।
आहे दृष्टी डोळ्यां विवेकु । अपाडु जेतुला ।।२७३।।
चंद्राला कलंक दिसतो । तरी तो चंद्र नसतो ।
जेवढा भेद असतो । दृष्टी व डोळे यांत ।।२७३।।
नाना वाटा वाटे जातया । वोघा वोघीं वाहतया ।
आरसा आरसां पाहतया । आपाडु जेतुला ।।२७४।।
वाट आणि चालणारा । पाणी व ओघ वाहणारा ।
आरसा व तो पाहणारा । यांत जसा खूप भेद आहे ।।२७४।।
पार्था गा तेतुलेनि मानें । आत्मेनिसीं कर्म सिनें ।
परी घेववि‍जे अज्ञानें । तें कीर ऐसें ।।२७५।।
तसेच आत्म्यापासून । कर्म आहे भिन्न ।
दोन्ही एक वाटते अर्जुन । अज्ञानामुळे ।।२७५।।
विकासें रवीतें उपजवी । द्रुति अलीकरवी भोगवी ।
ते सरोवरी कां बरवी । अब्जिनी जैसी ।।२७६।।
सरोवरात कमळे उमलती । सूर्योदय झाल्याचे सांगती ।
मकरंद आपला लुटविती । भ्रमरांकडून ।।२७६।।
पुढतपुढती आत्मक्रिया । अन्यकारणकाचि तैशिया ।
करूं पांचांही तयां । कारणां रूप ।।२७७।।
या आत्मक्रिया असती । भिन्न कारणे घडती ।
ती पाच असती । मी तुला विशद करतो ।।२७७।।
आणि पांचही कारणें तियें । तूंही जाणसील विपायें ।
जे शास्त्रें उभऊनि बाहे । बोलती जयांतें ।।२७८।।
जी पाच कारणे असत । तू असशील जाणत ।
कारण शास्त्रे ती सांगत । बाहू उंचावून ।।२७८।।
वेदरायाचिया राजधानीं । सांख्यवेदांताच्या भुवनीं ।
निरूपणाच्या निशाणध्वनीं । गर्जती जियें ।।२७९।।
वेदांच्या राजधानीत । सांख्यवेदान्त भुवनांत ।
ती कारणे असती गर्जत । निरूपणाच्या नौबतीने ।।२७९।।

जें सर्वकर्मसिद्धीलागीं । इयेंचि मुदले हो जगीं ।
तेथ न सुवावा अभंगीं । आत्मराजु ॥२८०॥
सर्व कर्माच्या उत्पत्तीत । ही पाच कारणे असत ।
तिथे आत्म्यास कारणीभूत । मानू नये ॥२८०॥
इया बोलाचे डांगुरटी । तियें प्रसिद्धी आलीं किरीटी ।
म्हणोनि तुझ्या हन कर्णपुटीं । वसो काज ॥२८१॥
अशी दवंडी झाली । ती पाच कारणे प्रसिद्धीस आली ।
तुझ्याही कानी पडली । तर उपयोग होईल ॥२८१॥
आणि मुखांतरीं आइकिजे । तैसे कायसें हें ओझें ।
मी चिद्रत्न तुझें असतां हातीं ॥२८२॥
दुसऱ्या मुखाने ऐकावे । हे ओझे का वाहावे? ।
मी जे ज्ञानरत्न असावे । तुझ्या हाती ॥२८२॥
दर्पणु पुढां मांडलेया । कां लोकांचियां डोळ्यां ।
मानु द्यावा, पहावया । आपुलें निके ॥२८३॥
समोर आरसा असताना । माझे रूप कसे सांग ना ।
असे का विचारावे लोकांना । आपण? ॥२८३॥
भक्त जैसेनि जेथ पाहे । तेथ तें तेंचि होत जायें ।
तो मी तुझें जाहालों आहें । खेळणें आजी ॥२८४॥
भक्त जसा जिथे पाहतो । तसा मी त्यांना दिसतो ।
आताही मी तुझ्या स्वाधीन राहतो । खेळणे बनून ॥२८४॥
ऐसें हें प्रीतीचेनि वेगें । देवो बोलतां से नेघे ।
तंव आनंदामाजीं आंगें । वितरसे येरु ॥२८५॥
प्रेमाने असे जेंव्हा बोलले । देवांचे भान हरपले ।
आणि लय पावू लागले । अर्जुनाचेही देहभान ॥२८५॥
चांदिणियाचा पडिभरु । होतां सोमकांताचा डोंगरु ।
विघरोनि सरोवरु । हों पाहे जैसा ॥२८६॥
चांदण्यांचा पडता भार । सोमकांत मण्यांचा डोंगर ।
विरघळून होई सरोवर । तसे झाले ॥२८६॥
तैसें सुख आणि अनुभूति । या भावांची मोडूनि भिंती ।
आतलें अर्जुनाकृति । सुखाचि जेथ ॥२८७॥
तसे सुख आणि अनुभव । या भिंतीचा मोडून द्वैतभाव ।
सुखच दिसू लागले ठाव । अर्जुना कृतीचे ॥२८७॥
तेथ समर्थु म्हणोनि देवा । अवकाशु जाहला आठवा ।
मग बुडतयाचा धांवा । जीवें केला ॥२८८॥
देव समर्थ होते जाण । त्यांना होऊन आठवण ।
सुखसागरात बुडणारा अर्जुन । वर काढला ॥२८८॥
अर्जुना येसणें धेंडें । प्रज्ञापसरेंसी बुडे ।
आलें भरतें एवढें । तें काढूनि पुढती ॥२८९॥
अर्जुन जरी श्रेष्ठ असला । बुद्धिविस्तारासह बुडाला ।
देवांनी त्याला वर काढला । सात्त्विक प्रेमातून ॥२८९॥
देवो म्हणे हां गा पार्था । तूं आपणपें देख सर्वथा ।
तव श्वासूनि येरें माथा । तुकियेला ॥२९०॥
देव म्हणे हे पार्था । तू भानावर ये सर्वथा ।
उसासून हलवून माथा । अर्जुन हो म्हणे ॥२९०॥
म्हणे जाणसी दातारा । मी तुजशीं व्यक्तिशेजारा ।
उबगला आजीं एकाहारा । येवों पाहें ॥२९१॥
अर्जुन म्हणे हे ईश्वरा । तुजपासून वेगळा देहाकारा ।
कंटाळून मी ऐक्यधारा । येऊ पाहत होतो ॥२९१॥
तयाही हा ऐसा । लोभें देतसां जरी लालसा ।
तरी कां जी घालीतसां । आड आड जीवा ॥२९२॥
माझ्या इच्छेने ब्रह्मज्ञान देता । मग लालसेने का आड येता ।
पुन्हापुन्हा द्वैत घालता । तुमच्या माझ्यात ॥२९२॥
तेथ श्रीकृष्ण म्हणती निकें । अद्यापि नाहीं मा ठाऊकें ।
वेड्या, चंद्रा आणि चंद्रिके । न मिळणें आहे? ॥२९३॥
तुझे बोलणे खरे असले । तरी तुला ऐक्य नाही समजले ।
चंद्र चांदणे कधी वेगळे । होते का? कृष्ण म्हणे ॥२९३॥
आणि हाही बोलोनि भावो : तुज दाऊं आम्ही भिवो ।
जे रुसतां बांधे थावो । तें प्रेम गा हें ॥२९४॥
बोलण्या ऐक्य भाव तो । आम्ही आहोत घाबरतो ।
जेव्हा कोणी रुसतो, रागावतो । तेव्हा प्रेम अधिक असते ॥२९४॥
एथ एकमेकांचिये खुणे । विसंवादु तंवचि जिणे ।
म्हणोनि असो हें बोलणें । इयेविषयींचें ॥२९५॥
तुझ्या-माझ्यात पूर्ण ऐक्य आहे । पण द्वैताने भेदही राहे ।
याविषयीचे बोलणे हे । आता राहू दे ॥२९५॥
मग कसकसें तें आतां । बोलत होतों पंडुसुता ।
सर्वकर्मभिन्नता । आत्मेनिसीं ॥२९६॥
सर्व कर्मे आत्म्यापासून । कशी आहेत भिन्न ।
तो विषय हे अर्जुन । मी बोलत होतो ॥२९६॥
तंव अर्जुन म्हणे देवें । माझिये मनींचेंचि स्वभावें ।
प्रस्ताविलें बरवें । प्रमेय तें जी ॥२९७॥
अर्जुन म्हणे आता । माझ्या मनात विषय जो होता ।
तोच देवे बोलता । आरंभ केला ॥२९७॥

जें सकळकर्माचें बीज । कारणपंचक तुज ।
सांगेन, ऐसी पैज । घेतली कां ॥२९८॥
याच कारणे सहज । जे सर्व कर्मांचे बीज ।
ते मी सांगेन तुज । अशी तुम्ही प्रतिज्ञा केली ॥२९८॥
आणि आत्मया एथ कांहीं । सर्वथा लागु नाही ।
हें पुढारलासि तें देई । लाहाणें माझें? ॥२९९॥
आत्म्याचा इथे काही । संबंध येत नाही ।
हा आवडीचा विषय मजलाही । कृपा करून सांगा ॥२९९॥
यया बोला विश्वेशें । म्हणितलें तोषें बहुवसें ।
इयेविषयीं धरणें बैसें । ऐकें कें जोडे? ॥३००॥
आनंदाने श्रीकृष्ण म्हणती । मनापासून जे श्रवण करती ।
अशी जिज्ञासू व्यक्ती । आता कुठे मिळती? ॥३००॥
तरी अर्जुना निरूपिजेल । तें कीर भाषेआंतुल ।
परी मेचु ये होईजेल । ऋणिया तुज ॥३०१॥
अर्जुना तुला खरोखर । सुलभ भाषेत सांगेन विस्तार ।
तुझे प्रेम माझ्यावर । म्हणून मी ऋणी ॥३०१॥
तंव अर्जुन म्हणे देवो । काई विसरले मागील भावो? ।
इये गोंठीस कीं राखत आहों । मीतूंपण जी? ॥३०२॥
अर्जुन म्हणे देवा काय । तुम्ही विसरलात का अभिप्राय ।
मी तू हे द्वैतपण प्राय: । बोलण्यात का आणता? ॥३०२॥
एथ श्रीकृष्ण म्हणती हो कां।आतां अवधानाचा पसरु निका ।
करूनियां आइका । पुढारलों तें ॥३०३॥
कृष्ण म्हणे राहो ते एक । जे सांगतो आहे कौतुक ।
ते तू नीट ऐक । एकाग्र चित्ताने ॥३०३॥
तरी सत्यचि गा धनुर्धरा । सर्वकर्मांचा उभारा ।
होतसे बहिरबाहिरा । करणीं पांचें ॥३०४॥
अर्जुना हे सत्य जाणी । सर्व कर्माची उभारणी ।
होते पाच कारणांनी । आत्मतत्त्वाच्या बाहेरील ॥३०४॥
आणि पांच कारण दळवाडें । जिहीं कर्माकारु मांडे ।
ते हेतुस्तव घडे । पांच आथी ॥३०५ ॥
पाच कारणांच्या योगाने तो । कर्माचा पसारा निर्माण होतो ।
कर्माला तोच हेतू असतो । ती पाच कारणे ॥३०५॥
येर आत्मतत्त्व उदासीन । तें ना हेतु ना उपादान ।
ना ते अंगें करी संवाहन । कर्मसिद्धीचें ॥३०६॥
आत्मतत्त्व जे उदासीन । ना हेतू ना कारण ।
करण्या कर्मसिद्धीचे योगदान । ते साहाय्यभूत होत नाही ॥३०६॥

तेथ शुभाशुभीं अंशीं । निफजती कर्में ऐसीं ।
राती दिवो आकाशीं । जियापरी ॥३०७॥
शुभ, अशुभ कर्मे जशी । निर्माण होती अशी ।
रात्र दिवस निपजती आकाशी । पण ते वेगळे असती ॥३०७॥
तोय तेज धूमु । ययां वायूसीं संगमु ।
जालिया होय अभ्रागमु । व्योम तें नेणें ॥३०८॥
जल, तेज, अग्नी धुराचा । वायुशी संगम झाला असता ।
ढग निर्माण होती आकाशा । आकाश न जाणे ॥३०८॥
नाना काष्ठीं नाव मिळे । ते नावाडेनि चळे ।
चालविजे अनिळें । उदक तें साक्षी ॥३०९॥
अनेक लाकडांनी नाव बनते । नावाड्याकडून वल्हवली जाते ।
वाऱ्याने ती चालवली जाते । नदी साक्ष राहते ॥३०९॥
कां कवणे एकें पिंडे । वेंचितां अवतरे भांडें ।
मग भवंडीजे दंडें । भ्रमे चक्र ॥३१०॥
मातीचा गोळा घेतला । चक्रावर ठेवून फिरवला ।
घट तयार झाला । मातीपण जाऊन ॥३१०॥
आणि कर्तृत्व कुलालाचें । तेथ काय तें पृथ्वीयेचें ।
आधारावांचूनि वेंचे । विचारीं पां । ॥३११॥
आणि हे कुंभाराचे कर्तृत्व । यात पृथ्वीचे काय महत्त्व ।
आधाराशिवाय तिचे काय तत्त्व । विचार कर ॥३११॥
हेंही असो लोकांचिया । राहाटी होतां आघविया ।
कोण काम सवितया । आंगा आलें? ॥३१२॥
हा ही दृष्टान्त असू देत । लोकांचे कर्म होई सूर्यप्रकाशात ।
तरी त्यापासून अलिप्त । सूर्य राहतो ॥३१२॥
तैसें पांचहेतुमिळणीं । पांचेंचि इहीं कारणीं ।
कीजे कर्मलतांची लावणी । आत्मा सिना ॥३१३॥
पाच हेतू एक मिळून । त्या पाच कारणांकडून ।
होते कर्मवेलींची लावणी त्याहून । आत्मा वेगळा असतो ॥३१३॥
आतां तेंचि वेगळालीं । पांचही विवंचूं गा भलीं ।
तुकोनि घेतलीं । मोतियें जैसीं ॥३१४॥
ही वेगळी पाच कारणे । सांगतो उत्तम करून वर्णने ।
तोलून घ्यावे ज्या प्रमाणे । मोती ॥३१४॥
तैसीं यथा लक्षणें । आइकें कर्म-कारणें ।
तरी देह हें मी म्हणें । पहिलें एथ ॥३१५ ॥
सर्व कर्मांची कारणे । सांगतो तुज यथार्थ लक्षणे ।
देह पहिले कारण मी म्हणे । नीट श्रवण कर ॥३१५॥

ययातें अधिष्ठान ऐसें । म्हणिजे तें याचि उद्देशें ।
जे स्वभोग्येंसीं वसे । भोक्ता येथ ॥३१६॥
देहाला अधिष्ठान असे । म्हणती याच उद्देशें ।
कारण स्वभोगांसह देहात वसे । तो जीव ॥३१६॥
इंद्रियांच्या दाहें हातीं । जाचोनियां दिवोराती ।
सुखदुःखें प्रकृती । जोडीजती जियें ॥३१७॥
इंद्रियांच्या दहा हातांनी । दिवस-रात्र त्रास काढुनी ।
सुखदुःख देते मिळवुनी । प्रकृती ही पुरुषाला ॥३१७॥
तियें भोगावया पुरुखा । आन ठावोचि नाहीं देखा ।
म्हणौनि अधिष्ठानभाखा । बोलिजे देह ॥३१८॥
ते भोग भोगण्यासही । जीवा दुसरे ठिकाण नाही ।
म्हणून म्हणती देहाला ही । अधिष्ठान ॥३१८॥
हें चोविसांही तत्वांचें । कुटुंबघर वस्तीचें ।
तुटे बंधमोक्षाचें । गुंथाडे एथ ॥३१९॥
हा देह हा चोवीस तत्त्वांचे[1] । कुटुंब स्थान आहे वस्तीचे ।
बंध अन् मोक्षाचे । तत्त्व येथे उलगडते ॥३१९॥
किंबहुना अवस्थात्रया । हें अधिष्ठान धनंजया ।
म्हणौनि देहा यया । हेंचि नाम ॥३२०॥
धनंजया तीन अवस्थांनाही[2] । देह आधार राही ।
म्हणून अधिष्ठान हे नाव ही । या देहा आहे ॥३२०॥
आणि कर्ता हें दुजें । कर्माचें कारण जाणिजे ।
प्रतिबिंब म्हणिजे । चैतन्याचें जें ॥३२१॥
कर्ता हे कर्माचे जाण । आहे दुसरे कारण ।
त्याला आहे संबोधन । चैतन्याचे प्रतिबिंब ॥३२१॥
आकाशचि वर्षे नीर । तें तळवटीं बांधे नाडर ।
मग बिंबोनि तदाकार । होय जेवीं ॥३२२॥
आकाशातून जल पडते । पृथ्वीवर सरोवरात आकारते ।
तसे ब्रह्मचैतन्यही साकारते । अंतःकरणात ॥३२२॥
कां निद्राभरें बहुवें । राया आपणपें ठाउवें नव्हे ।
मग स्वप्नींचिये सामावे । रंकपणीं ॥३२३॥
राजा गाढ झोपेतून । आपले राजेपण विसरून ।
स्वप्नात पाहे दरिद्रीपण । त्या एकरूप होतो ॥३२३॥

तैसें आपुलेनि विसरें । चैतन्यचि देहाकारें ।
आभासोनि आविष्करें । देहपणें जें ॥३२४॥
ब्रह्म स्वतःला विसरून । देहाकारात चैतन्य होऊन ।
स्थूल देहरूपात येऊन । प्रगट होते ॥३२४॥
जया विसराच्या देशीं । प्रसिद्धि गा जीवु ऐसी ।
जेणें भाष केली देहेंसी । आघवाविषयीं ॥३२५ ॥
जेव्हा विसर पडे देहात । जीव नावे प्रसिद्ध होई त्यात ।
सर्व व्यवहाराचा करार करत । चैतन्य ते ॥३२५॥
प्रकृति करी कर्मे । तीं म्यां केलीं म्हणे भ्रमें ।
येथ कर्ता येणें नामें । बोलिजे जीवु ॥३२६॥
प्रकृती करते सारे कर्म । आपण केली हा जीवा भ्रम ।
त्यास कर्ता हे नाम । दिले जाते ॥३२६॥
मग पातेयांच्या केशीं । एकीच उठी दिठी जैसी ।
मोकळी चवरी ऐसी । चिरीव गमे ॥३२७॥
पापणीतून जी दृष्टी बाहेर पडते । ती खरे तर अखंड असते ।
पण ती चिरलेली दिसते । तसा भ्रम होय ॥३२७॥
कां घराआंतुल एकु । दीपाचा तो अवलोकु ।
गवाक्षभेदें अनेकु । आवडे जेवीं ॥३२८॥
एकाच दिव्याचा प्रकाश तो । घरात पसरतो ।
पण वेगवेगळा दिसतो । अनेक खिडक्यांमधून ॥३२८॥
कां एकुचि पुरुषु जैसा । अनुसरत नवां रसां ।
नवविधु ऐसा । आवडों लागे ॥३२९॥
जसा एकच कलाकार । नवरस करतो साकार ।
तो भासतो नऊ प्रकार । तसे काही ॥३२९॥
तेवीं बुद्धीचें एक जाणणें । श्रोत्रादिभेदें येणें ।
बाहेरी इंद्रियपणें । फांके जें कां ॥३३०॥
तसे बुद्धीचे सारे ज्ञान । एकच असते जाण ।
पंचेंद्रियांच्या रूपातून । ते बाहेर पडते ॥३३०॥
तें पृथग्विध करण । कर्माचें इया कारण ।
तिसरें गा जाण । नृपनंदना ॥३३१॥
ती वेगवेगळी इंद्रिये जाण । या कर्माचे तिसरे कारण ।
हे राजपुत्र अर्जुन । जाणून घे ॥३३१॥
आणि पूर्वपश्चिमवाहणीं । निघालिया वोघाचिया मिळणी ।
होय नदी नद पाणी । एकचि जेवीं ॥३३२॥
नद्या पूर्व-पश्चिम वाहती । सागरास मिळती ।
एकरूप होती । पाण्याच्या रूपात ॥३३२॥

१ (चोवीस तत्त्वे- पंचतत्त्व, पंचमहाभूते, पंचज्ञानेंद्रिये, पंचकर्मेंद्रिये, प्रकृती, महत्त्व, अहंकार मन)
२ (तीन अवस्था - जागृती, स्वप्न, सुषुप्ती)

तैसी क्रियाशक्ति पवनीं । असे जे अनपायिनी ।
ते पडिली नानास्थानीं । नाना होय ।।३३३।।
प्राणवायूच्या ठिकाणी । क्रियाशक्ती असुनी ।
पडता अनेक इंद्रियांच्या स्थानी । ती अनेक प्रकारची होते ।।३३३।।
जैं वाचे करी येणें । तैं तेंचि होय बोलणें ।
हाता आली तरी घेणें । देणें होय ।।३३४।।
ती वाचेतून बाहेर पडते । ते बोलणे होते ।
हाताद्वारे पडते । तेव्हा व्यवहार होतो ।।३३४।।
अगा चरणाच्या ठायीं । तरी गति तेचि पाहीं ।
अधोद्वारीं दोहीं । क्षरणें तेचि ।।३३५ ।।
पायात जेव्हा येते । गती म्हटली जाते ।
अधद्वारातून मलमूत्र सरकते । ही प्राणवायूची शक्ती होय ।।३३५।।
कंदौनि हृदयवरी । प्रणवाची उजरी ।
करितां तेचि शरीरीं । प्राणु म्हणिजे ।।३३६।।
तो नाभीपासून हृदयापर्यंतची । स्पष्टता करतो ओंकाराची ।
म्हणती शरीरातला तोचि । प्राण असे ।।३३६।।
मग उर्ध्वींचिया रिगानिगा । पुढती तेचि शक्ति पैं गा ।
उदानु ऐसिया लिंगा । पात्र जाहली ।।३३७।।
कंठातून श्वासोच्छ्वासाने । तिचे आत बाहेर करणे ।
तिलाच नाम असणे । उदान असे ।।३३७।।
अधोरंध्राचेनि वाहें । अपानु हें नाम लाहे ।
व्यापकपणें होये । व्यानु तेचि ।।३३८।।
अधोद्वारातून जी वाहे । तिला अपान हे नाम राहे ।
शरीरात जी व्यापक आहे । ती व्यान (शरीरस्थ) होय ।।३३८।।
आरोगिलेनि रसें । शरीर भरी सरिसें ।
आणि न सांडितां असे । सर्वसंधीं ।।३३९।।
खाल्लेल्या अन्नरसाने हे । शरीर समान भरुनी राहे ।
सर्व सांध्यांत ती वाहे । एकही न सोडता ।।३३९।।
ऐसिया इया राहटीं । मग तेचि क्रिया पाठीं ।
समान ऐसी किरीटी । बोलिजे गा ।।३४०।।
याप्रमाणे हे अर्जुन । सर्व क्रिया होत असून ।
समान असे संबोधून । या क्रियाशक्तीला ।।३४०।।
आणि जांभई शिंक ढेंकर । ऐसैसा होतसे व्यापार ।
नाग कूर्म कृकर । इत्यादि होय ।।३४१।।
शिंक, ढेकर, जांभई । अशा क्रिया होत राही ।
नाग, कूर्म, कृकरही । हे उपप्राण होत ।।३४१।।

एवं वायूची हे चेष्टा । एकीचि परी सुभटा ।
वर्तनास्तव पालटा । येतसे जे ।।३४२।।
वायूची ही क्रियाशक्ती । मुळात एकच असती ।
विविध कारणाने ती । भिन्न, भिन्न स्वरूपी येते ।।३४२।।
तें भेदली वृत्तिपंथें । वायुशक्ति गा एथें ।
कर्मकारण चौथें । ऐसें जाण ।।३४३।।
ही वेगवेगळी वृत्ती । भिन्न करते क्रियाशक्ती ।
हेच चौथे ठरती । कर्माचे कारण ।।३४३।।
आणि ऋतु बरवा शारदु । शारदीं पुढती चांदु ।
चंद्रीं जैसा संबंधु । पूर्णिमेचा ।।३४४।।
सुंदर शरद ऋतू असावा । त्यात चंद्रोदय व्हावा ।
तो पूर्ण चंद्र दिसावा । पौर्णिमेचा ।।३४४।।
कां वसंतीं बरवा आरामु । आरामींही प्रियसंगमु ।
संगमीं आगमु । उपचारांचा ।।३४५ ।।
वसंतात बाग सुंदर खास । तिथे प्रिय व्यक्तीचा सहवास ।
इतर उपचारांचा वास । त्यात घडे ।।३४५।।
नाना कमळीं पांडवा । विकासु जैसा बरवा ।
विकासींही यावा । परागाचा ।।३४६।।
हे अर्जुना पाहावे । जसे कमळाने उमलावे ।
आणि त्यात घडावे । परागांचे येणे ।।३४६।।
वाचे बरवें कवित्व । कवित्वीं बरवें रसिकत्व ।
रसिकत्वीं परतत्व । स्पर्शु जैसा ।।३४७।।
वाणीचे कवित्व खास । कवित्वाला रसिकत्वाची रास ।
रसिकत्वाला परतत्त्वाचा स्पर्श । हे जसे उत्तम ।।३४७।।
तैसी सर्ववृत्तिवैभवीं । बुद्धिचि एकली बरवी ।
बुद्धिही बरव नवी । इंद्रियप्रौढी ।।३४८।।
तसे वृत्तीचे ऐश्वर्य । बुद्धीचे उत्तम कार्य ।
सामर्थ्य इंद्रियांचे सर्व । अनुकूल असावे ।।३४८।।
इंद्रियप्रौढीमंडळा । शृंगारु एकुचि निर्मळा ।
जैं अधिष्ठात्रियां कां मेळा । देवतांचा जो ।।३४९।।
सर्व इंद्रियांनाही । अनुकूल बनून राही ।
देवतांचा समूह अधिष्ठायी । अनुकूल असावा ।।३४९।।
म्हणौनि चक्षुरादिकीं दाहें । इंद्रियां पाठीं स्वानुग्रहें ।
सूर्यादिकां कां आहे । सुरांचें वृंद ।।३५०।।
सूर्यादिक देवतांचा समुदायही । चक्षुरादि दहा इंद्रियांठायी ।
अनुग्रहाने उभा राही । स्वत:च्या ।।३५०।।

तें देववृंद बरवें । कर्मकारण पांचवें ।
अर्जुना एथ जाणावें । देवो म्हणे ॥३५१॥
देवतांचा सर्व समुदाय अर्जुन ।
इंद्रियांचे पाचवे उत्तम कारण ।
हे तू घे जाणून । देव म्हणाले ॥३५१॥
एवं माने तुझिये आयणी । तैसी कर्मजातांची हे खाणी ।
पंचविध आकर्णीं । निरूपिली ॥३५२॥
कर्मे उत्पन्नाची असते खाण ।
ती ही पाच कारणे जाण ।
राहावे तुला याचे स्मरण ।
म्हणून तुला पटतील अशी सांगितली ॥३५२॥
आतां हेचि खाणी वाढे । मग कर्माची सृष्टि घडे ।
जिहीं ते हेतुही उघडे । दा पांचै ॥३५३॥
याच निमित्ताने कारणाप्रते । कर्माची उत्पत्ती होते ।
ही खाण ज्याने वाढत जाते । ते पाच हेतू ऐक ॥३५३॥
तरी अवसांत आली माधवी । ते हेतु होय नवपल्लवीं ।
पल्लव पुष्पपुंज दावी । पुष्प फळातें ॥३५४॥
अकस्मात येता वसंत । वृक्षाला पालवी फुटत ।
फुलांचे घोस लटकत । फुलांतून फळे ॥३५४॥
कां वार्षिये आणिजे मेघु । मेघें वृष्टिप्रसंगु ।
वृष्टीस्तव भोगु । सस्यसुखाचा ॥३५५ ॥
वर्षा ऋतू मेघ आणते । मेघांमुळे पर्जन्य होते ।
त्यामुळे धान्य पिकते । सुख भोग प्राप्त होई ॥३५५॥
नातरी प्राची अरुणातें विये । अरुणें सूर्योदयो होये ।
सूर्यें सगळा पाहे । दिवो जैसा ॥३५६॥
पूर्वेस अरुणोदय होई । अरुणातून सूर्य येई ।
सूर्य सर्व पाही । दिवस उजाडतो ॥३५६॥
तैसें मन हेतु पांडवा । होय कर्मसंकल्पभावा ।
तो संकल्पु लावी दिवा । वाचेचा गा ॥३५७॥
त्याप्रमाणे हे मन । कर्म संकल्पाचे कारण ।
वाचेचा दिवा लावून । वाचा घडवतो ॥३५७॥
मग वाचेचा तो दिवटा । दावी कृत्यजातांचिया वाटा ।
तेव्हां कर्ता रिगे कामठां । कर्तृत्वाच्या ॥३५८॥
वाणीची मशाल प्रकाशते ।
कर्तृत्वाच्या वाटा दावते ।
कर्त्याकडे कर्तेपण येते । कर्म करू जाता ॥३५८॥

तेथ शरीरादिक दळवाडें । शरीरादिकां हेतुचि घडे ।
लोहकाम लोखंडें । निर्वाळिजे जैसें ॥३५९॥
शरीर, वाणी, मन हे । तिन्ही कर्मांचे[३] कारण आहे ।
लोखंडी वस्तू तयार करू पाहे । लोखंडी हत्यारानेच ॥३५९॥
कां तांथुवाचा ताणा । तांथु घालितां वैरणा ।
तो तंतुचि विचक्षणा । होय पटु ॥३६०॥
उभ्या धाग्याच्या ताणाला । आडवा धागा घातला ।
की पट तयार झाला । वस्त्राचा ॥३६०॥
तैसें मनवाचादेहाचें । कर्म मनादि हेतुचि रचे ।
रत्नीं घडे रत्नाचें । दळवाडें जेवीं ॥३६१॥
देह, काया, मन । याच्या कर्माचे मनच कारण ।
जैसे हिऱ्याला हिऱ्यानं । पैलू पाडावा लागे ॥३६१॥
एथ शरीरादिकें कारणें । तेंचि हेतु केवीं हें कोणें ।
अपेक्षिजे तरी तेणें । अवधारिजो ॥३६२॥
शरीरादी कारणेच हेतू होतील । अशी कोणा शंका येईल ।
जर ते श्रवण इच्छा करतील । लक्ष देऊन ऐकावे ॥३६२॥
आइका सूर्याचिया प्रकाशा । हेतु कारण सूर्युचि जैसा ।
कां उंसाचें कांडे उंसा । वाढी हेतु ॥३६३॥
सूर्य प्रकाशाचा हेतू व कारण । जसा सूर्यच आहे जाण ।
उसाच्या वाढीचे कारण । उसाचे कांडेच होय ॥३६३॥
नाना वाग्देवता वानावी । तैं वाचाचि लागे कामवावी ।
कां वेदां वेदेंचि बोलावी । प्रतिष्ठा जेवीं ॥३६४॥
वाणीची देवता सरस्वती ।
वाणीनेच तिची करावी लागे स्तुती ।
किंवा वेदांची ही प्रशस्ती ।
वेदवचनांनीच करावी लागते ॥३६४॥
तैसें कर्मा शरीरादिकें । कारण हें कीर ठाउकें ।
परी हेंचि हेतु न चुके । हेंही एथ ॥३६५ ॥
शरीर, वाचा, मन । हे सर्व कर्माचे कारण ।
पण हेच निमित्त जाण । हे इथे न चुके ॥३६५॥
आणि देहादिकीं कारणीं । देहादि हेतु मिळणीं ।
होय जया उभारणी । कर्मजातां ॥३६६॥
देहादिकाच्या निमित्तानी । जिवात्मा इंद्रिये आदि कारणानी ।
नियमपूर्वक होते उभारणी ।
तेव्हा कर्माची उत्पत्ती होत ॥३६६॥

---
३ (तीन कर्मे – शारीरिक, वाचिक, मानसिक)

तें शास्त्रार्थें मानिलेया । मार्गा अनुसरे धनंजया ।
तरी न्याय तो न्याया । हेतु होय ।।३६७।।
कर्मशास्त्रात सांगितल्याप्रमाणे । केले तर ते पुण्यकारक होणे ।
त्यालाच न्याय्य कर्म म्हणणे । कारण हेतूसुद्धा न्याय्य ।।३६७।।
जैसा पर्जन्योदकाचा लोटु । विपायें धरी साळीचा पाटु ।
तो जिरे परी अचाटु । उपयोगु आथी ।।३६८।।
जसे पावसाचे पाणी । तांदळाच्या वाफ्यात जाई जिरुनी ।
त्याची होण्यासाठी वाढणी । त्याचा उपयोग होतो ।।३६८।।
कां रोषें निघालें अवचटें । पडिलें द्वारकेचिया वाटे ।
तें शिणे परी सुनाटें । न वचिती पदें ।।३६९।।
रागवून घर सोडून निघाला । द्वारकेच्या वाटेला लागला ।
व्यर्थ न जाई जरी शिणला । कारण द्वारकाधीश भेटे ।।३६९।।
तैसें हेतुकारण मेळें । उठी कर्म जें आंधळें ।
तें शास्त्राचें लाहे डोळे । तैं न्याय म्हणिपे ।।३७०।।
हेतू कर्म दोन्ही मिळून । आंधळे कर्म होई उत्पन्न ।
त्याला शास्त्राचे लाभता नयन । ते न्याय्य कर्म होते ।।३७०।।
ना दूध वाढिता ठावो पावे । तंव उतोनि जाय स्वभावें ।
तोही वेंचु परी नव्हे । वेंचिलें तें ।।३७१।।
एक दूध वाढून संपले । एकातले जे उतू गेले ।
ते खर्च झाले । असे म्हणता न येई ।।३७१।।
तैसें शास्त्रसाह्येंवीण । केलें नोहे जरी अकारण ।
तरी लागो कां नागवण । दानलेखीं ।।३७२।।
अशास्त्रीय कर्म सकल । होत नसेल तर निष्फळ ।
तर चोरी केलेले धनदेखील । दान धर्म म्हणावे लागेल ।।३७२।।
अगा बावन्ना वर्णांपरता । कोण मंत्रु आहे पंडुसुता ।
कां बावन्नही नुच्चारितां । जीवु आथी? ।।३७३।।
अरे बावन्न वर्णांहून । कोणता मंत्र आहे अर्जुन ।
बावन्न वर्ण उच्चारल्यावीण । कोणी व्यवहार करू शकेल? ।।३७३।।
परी मंत्राची कडसणी । जंव नेणिजे कोदंडपाणी ।
तंव उच्चारफळ वाणी । न पवे जेवीं ।।३७४।।
तरी वेदोच्चाराची पद्धत । जोपर्यंत नाही कळत ।
तोवर फळ न होई प्राप्त । त्या बावन्न वर्ण उच्चारास ।।३७४।।
तेवीं कारणहेतुयोगें । जें बिसाट कर्म निगे ।
तें शास्त्राचिये न लगे । कांसे जंव ।।३७५ ।।
कारण हेतू यांच्यामुळे । सामान्य कर्म जेव्हा कळे ।
ते शास्त्रकर्म न कळे । सफल होण्या ।।३७५।।

कर्म होतचि असे तेव्हांही । परी तें होणें नव्हे पाहीं ।
तो अन्यायो गा अन्यायीं । हेतु होय ।।३७६।।
कर्म जे घडत असते । पण धर्मशास्त्रानुसार नसते ।
ते अन्याय कर्म ठरते । पाप कर्म निर्माण करी ।।३७६।।
एवं पंचकारणा कर्मा । पांचही हेतु हे सुमहिमा ।
आतां एथें पाहें पां आत्मा । सांपडला असे? ।।३७७।।
हे पाच हेतू असती । कारणे असलेल्या कर्माप्रति ।
या ठिकाणी यास कारण ठरती । आत्मा का? ।।३७७।।
भानु न होनि रूपें जैसीं । चक्षुरूपातें प्रकाशी ।
आत्मा न होनि कर्में तैसीं । प्रकटित असे गा ।।३७८।।
सूर्य स्वत: दृश्य नसतो । डोळे व दृश्य वस्तू प्रकाशतो ।
तसे आत्मा कर्मा प्रकाशतो । कर्म व कारण न होता ।।३७८।।
पैं प्रतिबिंब आरिसा । दोन्ही न होनि वीरेशा ।
दोहींतें प्रकाशी जैसा । न्याहाळिता तो ।।३७९।।
आरसा व प्रतिबिंब दोन्ही । स्वत: आरसा होत नाही ।
जो त्यात स्वत:स पाही । तो प्रकाशित होई ।।३७९।।
कां अहोरात्र सविता । न होनि करी पंडुसुता ।
तैसा आत्मा कर्मकर्ता । न होनि दावी ।।३८०।।
सूर्य स्वत: दिवस रात्र नसतो । पण तो दिवस रात्र घडवतो ।
तसा आत्मा कर्ता कर्म नसतो । तरी दोघांना प्रकाशतो ।।३८०।।
परी देहाहंमान भुली । जयाची बुद्धि देहींचि आतली ।
तया आत्मविषयीं जाली । मध्यरात्री गा ।।३८१।।
देहाच्या अहंकारापोटी । ज्यांची बुद्धी देह म्हणजे मी म्हणती ।
त्यांची होते आत्म्याप्रति । मध्यरात्रच ।।३८१।।
जेणें चैतन्या ईश्वरा ब्रह्मा । देहचि केलें परमसीमा ।
तया आत्मा कर्ता हे प्रमा । अलोट उपजे ।।३८२।।
चैतन्य ईश्वर ब्रह्म सारे । देहालाच मानले रे ।
दृढ समजूत ही विचारे । देहच कर्ता ।।३८२।।
आत्माचि कर्मकर्ता । हाही निश्चयो नाहीं तत्वतां ।
देहोचि मी कर्मकर्ता । मानितो साचे ।।३८३।।
आत्मा हा कर्म कर्ता । हा निश्चय न मानता ।
देहच आहे कर्म कर्ता । असे मानतो ।।३८३।।
जे आत्मा मी कर्मातीतु । सर्वकर्मसाक्षिभूतु ।
हे आपुली कहीं मातु । नायकेचि कानीं ।।३८४।।
मी आत्मा कर्मातीत । सर्व कर्मा साक्षीभूत ।
हा विचार न ऐकत । तो कानाने ।।३८४।।

म्हणौनि उमपा आत्मयातें । देहचिवरी मविजे एथें ।
विचित्र काई रात्रि दिवसातें । डुडुळ न करी? ॥३८५ ॥
सर्व व्यापक आत्मा म्हणजे तो । हा देहच मानतो ।
दिवसाला जसे रात्र म्हणतो । घुबड डोळे झाकून ॥३८५॥
पैं जेणें आकाशींचा कहीं । सत्य सूर्यु देखिला नाहीं ।
तो थिल्लरींचें बिंब काई । मानू न लाहे? ॥३८६॥
ज्याने आकाशीचा सूर्यही । कधी पाहिला नाही ।
तो डबक्यातील प्रतिबिंबासही । सूर्य समजे ॥३८६॥
थिल्लराचेनि जालेपणें । सूर्यासि आणी होणें ।
त्याच्या नाशीं नाशणें । कंपें कंपू ॥३८७॥
तो अज्ञानी डबक्याची उत्पत्ती । ती माने सूर्याची उत्पत्ती ।
डबक्याचा नाश माने सर्व नाशाप्रति । कंपाने कंप मानी ॥३८७॥
आणि निद्रिस्ता चेवो नये । तंव स्वप्न साच हों लाहे ।
रज्जु नेणतां सापा बिहे । विस्मो कवण? ॥३८८॥
झोपलेला मनुष्य जाग येई तो ।
स्वप्नालाच खरे मानतो ।
दोषी न ओळखता साप म्हणून भितो ।
यात नवल ते काय? ॥३८८॥
जंव कवळ आथि डोळां । तंव चंद्रु देखावा कीं पिंवळा ।
काय मृगींहीं मृगजळा । भाळावें नाहीं? ॥३८९॥
जोवरी डोळा कावीळ असे । चंद्र पिवळा दिसे ।
हरिणांनी न भाळावे कसे । मृगजळाला ॥३८९॥
तैसा शास्त्रगुरूचेनि नांवे । जो वाराही टेंकों नेदी सिवें ।
केवळ मौढ्याचेनिचि जीवें । जियाला जो ॥३९०॥
शास्त्रगुरू नावे उच्चारताही ।
गावाच्या शिवेला न लागू देई वाराही ।
आणि तसाच जगत राही ।
अज्ञानीपणात ॥३९०॥
तेणें देहात्मदृष्टीमुळें । आत्मया घापे देहाचें जाळें ।
जैसा अभ्राचा वेगु कोल्हें । चंद्रीं मानीं ॥३९१॥
देहालाच आत्मा मानतो । त्याला देहाच्या जाळ्यात घालतो ।
जसे कोल्हा मानतो की चंद्र पळतो । ढग पळताना ॥३९१॥
मग तया मानणयासाठीं । देहबंदीशाळे किरीटी ।
कर्माच्या वज्रगांठी । कळासे तो ॥३९२॥
अशा मानण्याने अर्जुना जीव तो । देहाच्या बंदिशाळेत राहतो ।
आणि जखडला जातो । कर्माच्या पक्क्या गाठींनी ॥३९२॥

पाहे पां बद्ध भावना दृढा । नळियेवरी तो बापुडा ।
काय मोकळेयाही पायाचा चवडा । न ठकेचि पुंसा ॥३९३॥
बांधला असे मानून । पायाचा चवडा मोकळा असून ।
पोपट नळीवर राहे बसून । बिचारा ॥३९३॥
म्हणौनि निर्मळा आत्मस्वरूपीं । तो प्रकृतीचें केलें आरोपी ।
तो कल्पकोडीच्या मापीं । मवीचि कर्में ॥३९४॥
निर्मळ आत्मस्वरूपी जो । प्रकृतीच्या कर्माचा आरोप करतो ।
तो कर्मातच गुंतून राहतो । कल्पांतापर्यंत ॥३९४॥
आता कर्मामाजीं असे । परी तयातें कर्म न स्पर्शे ।
वडवानळातें जैसें । समुद्रोदक ॥३९५ ॥
तो कर्मामध्ये असूनही । कर्म स्पर्श करू शकत नाही ।
जसा वणवा सागरात राहूनही । पाणी स्पर्शू न सके ॥३९५॥
तैसेंनि वेगळेपणें । जयाचें कर्मीं असणें ।
तो कीर वोळखावा कवणें । तरी सांगो ॥३९६॥
अशा अलिप्तपणे जो । कर्म करीत असतो ।
तो तुला मी सांगतो । कसा ओळखावा ॥३९६॥
जे मुक्तातें निर्धारितां । लाभे आपलीच मुक्तता ।
जैसी दीपें दिसें पाहतां । आपली वस्तु ॥३९७॥
जसा सूक्ष्म विचार केला असता । प्राप्त होते आपलीच मुक्तता ।
जसा दीप घेऊन अंधारी पाहता । आपलीच वस्तू दिसते ॥३९७॥
नातरी दर्पणु जंव उटिजे । तंव आपणपयां आपण भेटिजे ।
कां तोय पावतां तोय होईजे । लवणें जेंवीं ॥३९८॥
आरसा जेव्हा स्वच्छ पुसे । प्रतिबिंब स्पष्ट दिसे ।
मीठ पाण्यात विरघळते जसे । त्याचे पाणी होते ॥३९८॥
हें असो परतोनि मागुतें । प्रतिबिंब पाहे बिंबातें ।
तंव पाहणें जाउनी आयितें । बिंबचि होय ॥३९९॥
पुन्हा पाहू गेले तर ते । बिंबाचेच प्रतिबिंब दिसते ।
प्रतिबिंब स्वतंत्र नसते । ते बिंबच होय ॥३९९॥
तैसें हारपलें आपणपें पावे । तैं संतांतें पाहतां गिंवसावें ।
म्हणौनि वानावे ऐकावे । तेचि सदा ॥४००॥
आत्मवस्तू परत मिळवाया । संतांचा उपदेश समजून घ्या ।
सर्वकाळ संतांना वर्णाया । गुण श्रवण करावे ॥४००॥
परी कर्मीं असोनि कर्में । जो नावरे समेंविषमें ।
चर्मचक्षूंचेनि चामें । दृष्टि जैसी ॥४०१॥
तसे तो कर्मात असूनही । परिणामाने लिप्त होत नाही ।
दृष्टीस प्रतिबंध करत नाही । कातड्याचे डोळे ॥४०१॥

तैसा सोडवला जो आहे । तयाचें रूप आतां पाहें ।
उपपत्तीची बाहे । उभऊनी सांगों ।।४०२।।
जो कर्मबंधनातून मुक्त पाहे होऊ । त्याचे रूप आता पाहू ।
मी विचारांचे उभारून बाहू । तुला सांगतो ।।४०२।।
तरी अविद्येचिया निदा । विश्वस्वप्नाचा हा धांदा ।
भोगीत होता प्रबुद्धा । अनादि जो ।।४०३।।
हे बुद्धिमान अर्जुन । जो अविद्येच्या निद्रेत राहून ।
विश्वस्वप्नाचा व्यवहार करून । भोग भोगतो ।।४०३।।
तो महावाक्याचेनि नांवें । गुरुकृपेचेनि थांवें ।
माथां हातु ठेविला नव्हे । थापटिला जैसा ।।४०४।।
त्याला महावाक्य (तू ब्रह्म आहेस) हे सांगून । गुरुकृपेने सावरून ।
मस्तकी हात थापटून । जागा केला ।।४०४।।
तैसा विश्वस्वप्नेंसीं माया । नीद सांडूनि धनंजया ।
सहसा चेइला अद्वया- । नंदपणें जो ।।४०५ ।।
तसा तो मायेचे विश्वस्वप्न त्यागून । अविद्येची झोप तोडून ।
प्रसन्नतेने जागृत होऊन । उठला ।।४०५।।
तेव्हां मृगजळाचे पूर । दिसते एक निरंतर ।
हारपती कां चंद्रकर । फांकतां जैसे ।।४०६।।
जेंव्हा मृगजळाचे दिसती पूर । माध्यान्हीला निरंतर ।
होता चंद्रकिरणांचा प्रसार । ते नाहीसे होती ।।४०६।।
कां बाळत्व निघोनि जाय । तैं बागुला नाहीं त्राय ।
पैं जळालिया इंधन न होय । इंधन जेवीं ।।४०७।।
बालपण संपता कोणीही । बागुलबुवास भीत नाही ।
किंवा स्वयंपाक होत नाही । लाकडे जळून गेल्यावर ।।४०७।।
नाना चेवो आलिया पाठीं । तैं स्वप्न न दिसे दिठी ।
तैसी अहं ममता किरीटी । नुरेचि तया ।।४०८।।
जाग आल्यावर काही । स्वप्न दिसत नाही ।
तशी अहंता ममता न राही । मुक्त पुरुषा ।।४०८।।
मग सूर्यु आंधारालागीं । रिघो कां भलते सुरंगीं ।
परी तो तयाच्या भागीं । नाहींचि जैसा ।।४०९।।
अंधार पाहण्याकरता । सूर्य भुयारी शिरता ।
न राही तिथे सर्वथा । अंधार ।।४०९।।
तैसा आत्मत्वें वेष्टिला होये । तो जया जया दृश्यातें पाहें ।
तें दृष्य द्रष्टेपणेंसीं होत जाये । तयाचेंचि रूप ।।४१०।।
आत्म्याची होता जाणीवही । ज्या वस्तूकडे तो पाही ।
ती दृष्टी ती वस्तूही । आत्मरूपीच दिसेल ।।४१०।।

जैसा वन्हि जया लागे । तें वन्हिचि जालिया आंगें ।
दाह्यदाहकविभागें । सांडिजे तें ।।४११।।
जसा अग्नी ज्या स्पर्शितो । तो पदार्थ अग्निरूप होतो ।
भेदभाव न राहतो । जळणारा व जाळणारा यांत ।।४११।।
तैसा कर्माकारा दुजेया । तो कर्तेपणाचा आत्मया ।
आलु आला तो गेलिया । कांहीं बाहीं जें उरे ।।४१२।।
कर्मे भिन्न भासती । आत्म्यावर आरोप करती ।
ते आत्मज्ञाने नाहीसे होती । जे काही बाही उरे ।।४१२।।
तिये आत्मस्थितीचा जो रावो । मग तो देहीं इये जाणेल ठावो?
काय प्रलयांबूचा उन्नाहो । वोघु मानी? ।।४१३।।
त्या आत्मस्थितीचा राजा असेल । तो स्वत:ला देह मानेल?।
प्रलयात काय शिल्लक राहतील । लहान-मोठे ओघ? ।।४१३।।
तैसी ते पूर्ण अहंता । काई देहपणें पंडुसुता ।
आवरे काई सविता । बिंबें धरिला? ।।४१४।।
ज्याची होईल व्यापक स्थिती । तो राहील काय देहाप्रति? ।
डबक्यातील प्रतिबिंबाच्या अवस्थी । सूर्य धरता येईल? ।।४१४।।
पैं मथूनि लोणी घेपे । तें मागुती ताकीं घापे ।
तरी तें अलिप्तपणें सिंपे । तेणेंसी काई? ।।४१५ ।।
ताक घुसळून लोणी काढले । पुन्हा ते ताकात घातले ।
ते ताकाशी एकरूप झाले । असे होईल का? ।।४१५।।
नाना काष्ठौनि वीरेशा । वेगळा केलिया हुताशा ।
राहे काष्ठाचिया मांदुसा । कोंडलेपणें? ।।४१६।।
अनेक लाकडातून पंडुसुता । अग्नी तयार करू जाता ।
लाकडी पेटीत कोंडला असता । तो राहील काय? ।।४१६।।
कां रात्रीचिया उदराआंतु । निघाला जो हा भास्वतु ।
तो रात्री ऐसी मातु । ऐके कायी? ।।४१७।।
रात्रीच्या उदरातून जो । सूर्य बाहेर येतो ।
ऐकेल काय तो । रात्र अशी गोष्ट? ।।४१७।।
तैसें वेद्य वेदकपणेंसी । पडिलें कां जयाचे ग्रासीं ।
तया देह मी ऐसी । अहंता कैंची? ।।४१८।।
वस्तू आणि ती जाणणारा भोक्ता । एकरूप होऊन जाता ।
मी देह आहे अशी अहंता । कशी करेल? ।।४१८।।
आणि आकाशें जेथें जेथुनी । जाइजे तेथ असे भरोनी ।
म्हणौनि ठेलें कोंदोनी । आपेंआप ।।४१९।।
आकाश राहते जिथे । ते भरूनी राहे तिथे ।
म्हणजेच ते कोंडलेले असते । सर्व जागी ।।४१९।।

तैसें जें तेणें करावें । तो तेंचि आहे स्वभावें ।
मा कोणें कर्मीं वेष्टावें । कर्तेपणें? ॥४२०॥
तसे जे त्याने करावे । तो तोच असतो स्वभावे ।
मग कोणत्या कर्मी गुंतावे । कर्ता म्हणून? ॥४२०॥
नुरेचि गगनावीण ठावो । नोहेचि समुद्रा प्रवाहो ।
नुठीचि ध्रुवा जावों । तैसें जाहालें ॥४२१॥
गगनाला रिकामी जागा नाही । समुद्राला प्रवाह नाही ।
ध्रुवाला जागा सोडणे शक्य नाही । तसे कर्माचे होते ॥४२१॥
ऐसेनि अहंकृतिभावो । जयाचा बोधीं जाहला वावो ।
तऱ्ही देहा जंव निर्वाहो । तंव आथी कर्में ॥४२२॥
ज्याच्या अनुभवात । देहाहंकार विरुनी जात ।
तरी देह आहे तोपर्यंत । कर्मे घडत राहती ॥४२२॥
वारा जरी वाजोनि वोसरे । तरी तो डोल रुखीं उरे ।
कां सेंदें द्रुति राहे कापुरें । वेंचलेनी ॥४२३॥
वारा जरी ओसरतो । हलत्या झाडात राहतो ।
कापूर संपून जातो । सुगंध राही मागे ॥४२३॥
कां सरलेया गीताचा समारंभु । न वचे राहवलेपणाचा क्षोभु ।
भूमी लोळोनि गेलिया अंबु । वोल थारे ॥४२४॥
गाण्याचा कार्यक्रम संपतो । मनात स्वर राहतो ।
मागे चिखल दिसतो । ओढा वाहून गेल्यावर ॥४२४॥
अगा मावळलेनि अर्कें । संध्येचिये भूमिके ।
ज्योतिदीप्ति कौतुकें । दिसे जैसी ॥४२५ ॥
सूर्य मावळतो जरी । पश्चिम क्षितिजावरी ।
संधिप्रकाशाच्या लहरी । दिसत राहतात ॥४२५॥
पैं लक्ष भेदिलियाहीवरी । बाण धांवेचि तंववरी ।
जंव भरली आथी उरी । बळाची ते ॥४२६॥
जरी लक्ष्यभेद करतो । बाण पुढेच जातो ।
जोवर वेगाचा जोर राहतो । त्याच्यामध्ये ॥४२६॥
नाना चक्रीं भांडें जालें । तें कुलालें परतें नेलें ।
परी भ्रमेंचि तें मागिले । भोवंडिलेपणें ॥४२७॥
मातीचे भांडे तयार झाले । कुंभाराने चाकावरून काढले ।
तरीही चाक फिरत राहिले । आधी दिलेल्या गतीमुळे ॥४२७॥
तैसा देहाभिमानु गेलिया । देह जेणें स्वभावें धनंजया ।
जालें तें अपैसया । चेष्टवीच तें ॥४२८॥
जरी देहाभिमान जातो । देह शिल्लक राहतो ।
कर्मे करायला लावतो । प्रारब्धाप्रमाणे ॥४२८॥

संकल्पेंवीण स्वप्न । न लावितां दांगीचें बन ।
न रचितां गंधर्वभुवन । उठी जैसें ॥४२९॥
संकल्पाविना स्वप्न पडते । अरण्यात वन आपोआप उगवते ।
गंधर्वभुवन निर्माण होते । जसे आकाशात ॥४२९॥
आत्मयाचेनि उद्यमेंवीण । तैसें देहादिपंचकारण ।
होय आपणयां आपण । क्रियाजात ॥४३०॥
आत्म्याच्या प्रयत्नांवाचून । क्रिया आपोआप घडती अर्जुन ।
देहादि पाच कारणे म्हणून । कारणीभूत असती ॥४३०॥
पैं प्राचीनसंस्कारवशें । पांचही कारणें सहेतुकें ।
कामवीजती गा अनेकें । कर्माकारें ॥४३१॥
पूर्वजन्मीच्या संस्कारांत । पाच कारणे सहेतू असत ।
ती राहती घडवीत । विविध क्रिया ॥४३१॥
तया कर्मामाजीं मग । संहरो आघवें जग ।
अथवा नवें चांग । अनुकरो ॥४३२॥
ते कर्म घडत असता । संहार होई सर्व जगता ।
किंवा उत्तम काही निर्माण होता । पूर्वीपेक्षा ॥४३२॥
परी कुमुद कैसेनि सुके । कैसें तें कमळ फांके ।
हीं दोन्ही रवी न देखे । जयापरी ॥४३३॥
कमळ कसे उमलते । अथवा ते कसे कोमेजते ।
हे सूर्या न पाहता येते । जसे काही ॥४३३॥
कां वीजु वर्षोनि आभाळ । ठिकरिया आतो भूतळ ।
अथवा करूं शाड्वळ । प्रसन्नावृष्टी ॥४३४॥
आभाळातून वीज पडते । पृथ्वीच्या ठिकऱ्या करते ।
किंवा नंदनवन निर्माण होते । मेघवृष्टीने ॥४३४॥
तरी तया दोहींतें जैसें । नेणिजेचि कां आकाशें ।
तैसा देहींच जो असे । विदेहदृष्टी ॥४३५ ॥
जसे या दोन्हींनाही । आकाश जाणत नाही ।
तसे तो असे मुक्त देही । विदेही दृष्टीने राहतो ॥४३५॥
तो देहादिकीं चेष्टीं । घडतां मोडतां हे सृष्टी ।
न देखे स्वप्न दृष्टी । चेइला जैसा ॥४३६॥
देहकर्मे निर्माण होता सृष्टी । तो बघत नाही दृष्टी ।
जसा जागा माणूस स्वप्नसृष्टी । बघत नाही ॥४३६॥
येऱ्हवीं चामाचे डोळेवरी । जे देखती देहचिवरी ।
ते कीर तो व्यापारी । ऐसेंचि मानिती ॥४३७॥
चामड्याचे डोळे लावत । जे देहाकडे पाहत ।
त्याला ते मानत । तोच कर्म करणारा ॥४३७॥

कां तृणाचा बाहुला । जो आगरामेरें ठेविला ।
तो साचचि राखता कोल्हा । मानिजे ना? ।।४३८।।
गवताचा बाहुला केला । शेताच्या बांधावर ठेवला ।
त्यालाच मानतो ना कोल्हा । रखवालदार ।।४३८।।
पिसें नेसलें कां नागवें । हें लोकीं येऊनि जाणावें ।
ठाणोरियांचें मवावें । आणिकीं घाय ।।४३९।।
वेड्याने वस्त्र नेसले की नाही ठावे । ते इतरांनी पाहावे ।
योद्ध्यांच्या जखमांना मोजावे । दुसऱ्याने ।।४३९।।
कां महासतीचे भोग । देखे कीर सकळ जग ।
परी ते आगी ना आंग । ना लोकु देखे ।।४४०।।
पतिव्रता स्त्री सती जाते । तिचे अलंकार वस्त्र लोकां दिसते ।
स्वत:चे तिला भान नसते । ना लोकांचे ।।४४०।।
तैसा स्वस्वरूपें उठिला । जो दृश्येंसी द्रष्टा आटला ।
तो नेणें काय राहटला । इंद्रियग्रामु ।।४४१।।
आत्मस्वरूपाने तो जागा झाला । दृश्यासह द्रष्टेपणा आटला ।
तो न जाणून दूर राहिला । इंद्रियसमूहांचे कर्म ।।४४१।।
अगा थोरीं कल्लोळीं कल्लोळ साने । लोपतां तिरींचेनि जनें ।
एकीं एक गिळिलें हें मनें । मानिजे जऱ्ही ।।४४२।।
सागरतीरी जे लोक येती । ते असा विचार करती ।
की मोठ्या लाटा गिळून टाकती । लहान लाटांना ।।४४२।।
तऱ्ही उदकाप्रति पाहीं । कोण ग्रसितसे काई ।
तैसें पूर्णा दुजें नाहीं । जें तो मारी ।।४४३।।
पाण्याच्या दृष्टीने विचार केला । तर कोण गिळते कोणाला ।
कोणी वेगळा नाही पूर्ण पुरुषाला । ज्याला तो मारेल ।।४४३।।
सुवर्णाचिया चंडिका । सुवर्णशूळेंचि देखा ।
सुवर्णाचिया महिखा । नाशु केला ।।४४४।।
सुवर्णाच्या देवीने । सुवर्ण त्रिशुळाने ।
नाश केला म्हणे । सुवर्णाच्या महिषासुराचा ।।४४४।।
तो देवलवसिया कडा । व्यवहारु गमला फुडा ।
वांचूनि शूळ महिष चामुंडा । सुवर्णचि तें ।।४४५ ।।
हे दृश्य जे बरे । भक्तांना वाटते खरे ।
पण महिषासुर, देवी, त्रिशुल सारे । सोनेच आहे ।।४४५।।
पैं चित्रींचें जळ हुतांशु । तो दृष्टीचाचि आभासु ।
पटीं आगी वोलांशु । दोन्ही नाहीं ।।४४६।।
वस्त्रावरच्या चित्रातील अग्नी व जल । हे डोळ्यांचे भास सकल ।
मात्र उष्णता आणि ओल । वस्त्रांवर नाही ।।४४६।।

मुक्ताचें देह तैसें । हालत संस्कारवशें ।
तें देखोनि लोक पिसे । कर्ता म्हणती ।।४४७।।
तसा मुक्त पुरुष देहे । संस्काराने कर्म करीत राहे ।
अविचारी म्हणती तो आहे । कर्म कर्ता ।।४४७।।
आणि तयां करणेया आंतु । घडो तिहीं लोकां घातु ।
परी तेणें केला हे मातु । बोलों नये ।।४४८।।
तो कर्म करत राहिला । त्रैलोक्याचा नाश झाला ।
किंवा काही व्यवहार घडला । त्याने केले म्हणू नये ।।४४८।।
अगा अंधारुचि देखावा तेजें । मग तो फेडी हें बोलिजे ।
तैसें ज्ञानिया नाहीं दुजें । जें तो मारी । ।।४४९।।
सूर्यापुढे कधी अंधार येतो । मग का म्हणावे तो नाश करतो? ।
आत्मज्ञानी द्वैत न पाहतो । दुसऱ्या कसे मारेल? ।।४४९।।
म्हणौनि तयाचि बुद्धी । नेणे पापपुण्याची गंधी ।
गंगा मीनलिया नदी । विटाळु जैसा ।।४५०।।
त्याची बुद्धी जाणत नाही । पाप-पुण्याचा गंधही ।
नदी गंगेला मिळताही । तिची अपवित्रता जाते ।।४५०।।
आगीसी आगी झगटलिया । काय पोळे धनंजया ।
कीं शस्त्र रुपे आपणया । आपणचि ।।४५१।।
अग्नीला अग्नी मिळतो । काय तो त्याला पोळतो ।
काय कधी घाव घालतो । शस्त्र शस्त्रावर ।।४५१।।
तैसें आपणपयापरतें । जो नेणें क्रियाजातातें ।
तेथ काय लिंपवी बुद्धीतें । तयाचिये ।।४५२।।
तो आपल्या स्वरुपाहूनही । कर्म भिन्न समजत नाही ।
मग त्याच्या बुद्धीलाही । कोणते कर्म लिप्त होईल? ।।४५२।।
म्हणौनि कार्य कर्ता क्रिया । हें स्वरूपचि जाहलें जया ।
नाहीं शरीरादिकीं तया । कर्मी बंधु ।।४५३।।
जो कर्ता कर्म क्रिया । या त्रिपुटीने बद्ध धनंजया ।
देहाकडून कर्म घडता तया । बद्ध होत नाही ।।४५३।।
जे कर्ता जीव विंदाणीं । काढूनि पांचही खाणी ।
घडित आहे करणीं । आउतीं दाहें ।।४५४।।
कारण जीव मोठेपणानी । कर्माचा कर्ता समजूनी ।
दहा इंद्रिय साधनांनी । पाच हेतू धारण करतो ।।४५४।।
तेथ न्यावो आणि अन्यावो । हा द्विविधु साधूनि आवो ।
उभविता न लवी खेंवो । कर्मभुवनें ।।४५५ ।।
मग त्या ठिकाणापाशी । न्याय अन्याय अशी ।
दोन कर्मभुवने जशी । निर्माण करतो ।।४५५।।

या थोराडा कीर कामा । विरजा नोहे आत्मा ।
परी म्हणसी हन उपक्रमा । हातु लावी ।।४५६।।
एवढ्या मोठ्या कर्मा । साह्यभूत न होई आत्मा ।
तरी तो या उपक्रमा । आरंभ करतो म्हणू नये ।।४५६।।
तो साक्षी चिद्रूपु । कर्मप्रवृत्तीचा संकल्पु ।
उठी तो कां निरोपु । आपणचि दे? ।।४५७।।
तसा कर्मप्रवृत्तीस तो । जीव साक्षी असतो ।
जेव्हा संकल्प उत्पन्न होतो ।
तो आज्ञा देईल काय? ।।४५७।।
तरी कर्मप्रवृत्तीहीलागीं । तया आयासु नाहीं आंगीं ।
जे प्रवृत्तीचेही उळिगीं । लोकुचि आथी ।।४५८।।
जीवाची कर्मप्रवृत्ती होई । आत्म्याला कष्ट पडत नाही ।
देहादी पाच लोकही । कर्माचे ओझे वाहती ।।४५८।।
म्हणौनि आत्मयाचें केवळ ।
जो रूपचि जाहला निखिळ ।
तया नाहीं बंदिशाळ । कर्माचि हे ।।४५९।।
म्हणून झाला जो केवळ । आत्मस्वरूपी निखळ ।
त्याला नाही सकल । कर्माची बंदिशाळा ।।४५९।।
परी अज्ञानाच्या पटीं । अन्यथा ज्ञानाचें चित्र उठी ।
तेथ चितारणी हे त्रिपुटी । प्रसिद्ध जे कां ।।४६०।।
अज्ञानाच्या पटांवर ते । प्रपंचभ्रमाचे चित्र उमटते ।
चित्रपट, चित्रकार व चित्र ते ।
ही त्रिपुटी तुला सांगतो ।।४६०।।
जें ज्ञान ज्ञाता ज्ञेय । हें जगाचें बीज त्रय ।
ते कर्माची निःसंदेह । प्रवृत्ति जाण ।।४६१।।
जे ज्ञान, ज्ञाता ज्ञेय । हे जगाचे बीज त्रय ।
यापासूनच धनंजय । कर्मप्रवृत्ती होते ।।४६१।।
आतांययाचि गा त्रया । व्यक्ति वेगळालिया ।
आइकें धनंजया । करूं रूप ।।४६२।।
या त्रिपुटीची वेगळाली । स्वरूपे सांगतो आगळी ।
तू चित्त देऊन सगळी । नीट ऐक ।।४६२।।
तरी जीवसूर्यबिंबाचे । रश्मी श्रोत्रादिकें पांचें ।
धांवोनि विषयपद्माचे । फोडिती मढ ।।४६३।।
सूर्यबिंबाची श्रोत्रादिक पाच किरणे ।
देहाबाहेर धावती वृत्तीच्या रूपाने ।
विषयकमलाला पाकळीपाकळीने । विकसित करती ।।४६३।।

कीं जीवनृपाचे वारु उपलाणें । घेऊनि इंद्रियांचीं केकाणें ।
विषयदेशींचें नागवणें । आणीत जे ।।४६४।।
जीव राजाचे इंद्रिय लुटारू । खोगीर, लगाम नसलेले घेऊन वारू ।
सुखदुःखाची लूट भरू । घेऊन जाती ।।४६४।।
हें असो इहीं इंद्रियीं राहाटे । जें सुखदुःखेंसीं जीवा भेटे ।
तें सुषुप्तिकालीं वोहटे । जेथ ज्ञान ।।४६५ ।।
ते इंद्रिया वाटे व्यवहार चालवते । सुखदुःख अनुभवास लावते ।
ते विलीन होऊन राहते । सुषुप्तीत ।।४६५।।
तया जीवा नांव ज्ञाता । आणि जें हें सांगितलें आतां ।
तेंचि एथ पंडुसुता । ज्ञान जाण ।।४६६।।
त्या जीवाला पंडुसुता । नाव आहे ज्ञाता ।
आणि जे सांगितले आता । ते ज्ञान होय ।।४६६।।
जें अविद्येचिये पोटीं । उपजतखेंवो किरीटी ।
आपणयातें वांटी । तिहीं ठायीं ।।४६७।।
अविद्येच्या पोटी जन्मून । जे ज्ञान स्वतःला अर्जुन ।
घेते विभागून । मन, वृत्ती, विषय यांत ।।४६७।।
आपुलिये धांवे पुढां । घालूनि ज्ञेयाचा गुंडा ।
उभारी मागिलीकडां । ज्ञातृत्वातें ।।४६८।।
धावण्याच्या पुढे जाऊन । शब्दादि ज्ञेयाचा बांध घालून ।
मागच्या बाजूस भिंत उभारून । ज्ञातृत्वाची ।।४६८।।
मग ज्ञातया ज्ञेया दोघां । तो नांदणुकेचा बगा ।
माजीं जालेनि पैं गा । वाहे जेणें ।।४६९।।
जे ज्ञान मग येत । ज्ञाता, ज्ञेय यांच्यात ।
व्यवहाराचा प्रकार करीत । दोघांमध्ये ।।४६९।।
ठाकूनि ज्ञेयाची शिंव । पुरे जयाची धांव ।
सकळ पदार्थां नांव । सूतसे जें ।।४७०।।
ज्ञेयाची सीमा प्राप्त करून । पुढे जाण्याचे थांबून ।
सर्व पदार्थांना नावे देऊन । जे ज्ञान थांबते ।।४७०।।
तें गा सामान्य ज्ञान । या बोअला नाहीं आन ।
ज्ञेयाचेंही चिन्ह । आइक आतां ।।४७१।।
ते सामान्य वृत्ती ज्ञान होय । यात नाही संशय ।
ऐक सांगतो धनंजय । ज्ञेयाची लक्षणे ।।४७१।।
तरी शब्दु स्पर्शु । रूप गंध रसु ।
हा पंचविध आभासु । ज्ञेयाचा तो ।।४७२।।
शब्द, स्पर्श, रूप । गंध, रस हे अरूप ।
हे पाच आभासी रूप । ज्ञेयाचे ।।४७२।।

जैसें एकेचि चूतफळें । इंद्रियां वेगवेगळे ।
रसें वर्णें परीमळें । भेटिजे स्पर्शें ।।४७३।।
आंबा एकच असतो । पंचेंद्रियास वेगवेगळा भासतो ।
शब्द, रस, रंग, गंध तो । तर स्पर्शाने भेटतो ।।४७३।।[४]
तैसें ज्ञेय तरी एकसरें । परी ज्ञान इंद्रियद्वारें ।
घे म्हणौनि प्रकारें । पांचें जालें ।।४७४।।
तसे ज्ञेय एकच असते । इंद्रियाद्वारे भिन्न ज्ञान घेते ।
म्हणून ते होते । पाच प्रकारांचे ।।४७४।।
आणि समुद्रीं वोघाचें जाणें । सरे लाणीपासीं धावणें ।
कां फळीं सरे वाढणें । सस्याचें जेवीं ।।४७५ ।।
समुद्र भेटला की नदी संपते ।
मुक्काम आला की चालणे थांबते ।
कणीस आले की वाढ खुंटते । पिकाची ।।४७५।।
तैसें इंद्रियांच्या वाहवटीं । धांवतया ज्ञाना जेथ ठी ।
होय तें गा किरीटी । विषय ज्ञेय ।।४७६।।
इंद्रिय प्रवाहात जे धावते । ते वृत्ती, ज्ञान जेथे संपते ।
तो जो विषय त्या प्रते । ज्ञेय म्हणती ।।४७६।।
एवं ज्ञातया ज्ञाना ज्ञेया । तिहीं रूप केलें धनंजया ।
हे त्रिविध सर्व क्रिया- । प्रवृत्ति जाण ।।४७७।।
ज्ञाता, ज्ञेय व ज्ञान यांची । सर्व लक्षणे जाणून घ्यायची ।
ही कारणे असती प्रेरणेची । हे तू जाण पार्था ।।४७७।।
जे शब्दादि विषय । हें पंचविध जें ज्ञेय ।
तेंचि प्रिय कां अप्रिय । एकेपरीचें ।।४७८।।
कारण शब्दादि पाच विषय । हेच पंचविध ज्ञेय ।
ते प्रिय किंवा अप्रिय । एक प्रकारचे असते ।।४७८।।
ज्ञान मोटकें ज्ञातया । दावी ना जंव धनंजया ।
तंव स्वीकारा कीं त्यजावया । प्रवर्तेचि तो ।।४७९।।
ज्ञान ज्ञात्याला दावी जो विषय । तो असेल त्याचा प्रिय ।
स्वीकारावे की त्यागावे धनंजय ।
यासाठी तो प्रवृत्त होई ॥४७९॥
परी मीनातें देखोनि बकु । जैसा निधानातें रंकु ।
कां स्त्री देखोनि कामुकु । प्रवृत्ति धरी ।।४८०।।
बगळा जो पाहता मासा । धन पाहून दरिद्री जसा ।
सुंदर स्त्री पाहून कामुक जसा । धाव घेतो ।।४८०।।

जैसें खालारां धांवे पाणी । भ्रमर पुष्पाचिये घाणीं ।
नाना सुटला सांजवणीं । वत्सुचि पां ।।४८१।।
पाणी उताराकडे वाहत राही । भ्रमर सुगंधाकडे धावत येई ।
वासरू गाईकडे पळत जाई । धार काढते वेळी ।।४८१।।
अगा स्वर्गींची उर्वशी । ऐकोनि जेंवी माणुसीं ।
वराता लावीजती आकाशीं । यागांचिया ।।४८२।।
ऐकता ऊर्वशीचे वर्णन । कामुक करिती यज्ञ ।
जाऊ पाहती वर चढून । गगनाला शिड्या लावती ।।४८२।।
पैं पारिवा जैसा किरीटी । चढला नभाचिये पोटीं ।
पारवी देखोनि लोटी । आंगचि सगळें ।।४८३।।
पारवा उंच उडतो । वर आकाशी जातो ।
परतून जमिनीवर येतो । पारवीला पाहून ।।४८३।।
हें ना घनगर्जनासरिसा । मयूर वोवांडे आकाशा ।
ज्ञाता ज्ञेय देखोनि तैसा । धांवचि घे ।।४८४।।
मेघांची ऐकता गर्जना । मोर उडू पाहे गगना ।
ज्ञाता धाव घेई क्षणा । ज्ञेयाला पाहून ।।४८४।।
म्हणौनि ज्ञान ज्ञेय ज्ञाता । हे त्रिविध गा पंडुसुता ।
होयचि कर्मा समस्तां । प्रवृत्ति येथ ।।४८५ ।।
म्हणून ज्ञान, ज्ञेय व ज्ञाता । हे तिन्ही पंडुसुता ।
कारणीभूत होती सर्वथा । सर्व कर्म प्रवृत्तींना ।।४८५।।
परी तेंचि ज्ञेय विपायें । जरी ज्ञातयातें प्रिय होये ।
तरी भोगावया न साहे । क्षणही विलंबु ।।४८६।।
आणि कदाचित तेच ज्ञेय । ज्ञात्याला वाटता प्रिय ।
ते भोगण्या त्यास न होय । क्षणाचा विलंब ।।४८६।।
नातरी अवचटें । तेंचि विरुद्ध होऊनि भेटे ।
तरी युगांत वाटे । सांडावया ।।४८७।।
किंवा कदाचित । तो विषय नसे आवडत ।
तरी एक क्षण युग वाटत । त्याला त्याग करण्या ।।४८७।।
व्याळा कां हारा । वरपडा जालेया नरा ।
हरिखु आणि दरारा । सरिसाचि उठी ।।४८८।।
तो साप की रत्नहार । पाहता मनात येई विचार ।
लांबून आनंद अपार । जवळ जाता भय ।।४८८।।
तैसें ज्ञेय प्रियाप्रियें । देखिलेनि ज्ञातया होये ।
मग त्याग स्वीकारीं वाहे । व्यापारातें ।।४८९।।
ज्ञेय हे प्रिय की अप्रिय । ज्ञात्याला हा विषय ।
स्वीकार की त्याग संशय । याकडे प्रवृत्त होई ।।४८९।।

४ (शब्दाने कानाला, रसाने जीभेला, रंगाने डोळ्याला, गंधाने नाकाला, स्पर्शाने त्वचेला)

तेथ रागी प्रतिमल्लाचा । गोसांवी सर्वदळाचा ।
रथु सांडूनि पायांचा । होय जैसा ॥४९०॥
प्रतिस्पर्धी मल्ल पाहिला जरी । रथ सोडून उतरून जमिनीवरी ।
तो असेल सैन्याचा अधिकारी । तरी कुस्तीस उभा ठाकतो ॥४९०॥
तैसें ज्ञातेपणें जें असे । तें ये कर्ता ऐसिये दशे ।
जेवितें बैसलें जैसें । रंधन करूं ॥४९१॥
ज्ञाता होता आसक्त । स्वतःला कर्ता असे म्हणवित ।
जणू स्वयंपाक करण्या कष्टत । आयते भोजन घेणारा ॥४९१॥
कां भंवरेंचि केला मळा । वरकलुचि जाला अंकसाळा ।
नाना देवो रिगाला देऊळा- । चिया कामा ॥४९२॥
भ्रमरांनीच बगिचा बनवावा । सराफाने कसोटीचा दगड व्हावा ।
देवांनीच ठराव करावा । देऊळ बांधण्याचा ॥४९२॥
तैसा ज्ञेयाचिया हांवा । ज्ञाता इंद्रियांचा मेळावा ।
राहाटवी तेथ पांडवा । कर्ता होय ॥४९३॥
विषयांची अभिलाषा ठेवी । ज्ञाता इंद्रियांचे लाड पुरवी ।
त्याला उपाधी लाभावी । कर्ता अशी ॥४९३॥
आणि आपण हौनी कर्ता । ज्ञाना आणी करणता ।
तेथें ज्ञेयचि स्वभावतां । कार्य होय ॥४९४॥
ज्ञाता जेव्हा कर्ता होतो । ज्ञानाला साधन करतो ।
तेव्हा क्रियाफळ बनतो । ज्ञेयाचा व्यवहार (कार्य) ॥४९४॥
ऐसा ज्ञानाचिये निजगति । पालटु पडे गा सुमति ।
डोळ्याची शोभा रातीं । पालटे जैसी ॥४९५ ॥
ज्ञानाची निजगती जशी । पलटून जाते अशी ।
डोळ्यांची दृष्टी जशी । रात्री बदलते ॥४९५॥
कां अदृष्ट जालिया उदासु । पालटे श्रीमंताचा विलासु ।
पुनिवेपाठीं शीतांशु । पालटे जैसा ॥४९६॥
जसे नशीब पालटून । श्रीमंती जाते बदलून ।
जसा पौर्णिमेपासून । चंद्र कलेकलेने कमी होतो ॥४९६॥
तैसा चाळितां करणें । ज्ञाता वेष्टिजे कर्तेपणें ।
तेथींचीं तियें लक्षणें । ऐक आतां ॥४९७॥
इंद्रियांचे लाड पुरवता । अभिमानी होतसे कर्ता ।
त्यांची लक्षणे ऐक आता । तुला सांगतो ॥४९७॥
तरी बुद्धि आणि मन । चित्त अहंकार हन ।
हें चतुर्विध चिन्ह । अंतःकरणाचें ॥४९८॥
बुद्धी, मन, चित्त, अहंकार । ही अंतःकरणाची चिन्हे चार ।
म्हणजे या आहेत चार । अंतःकरणाच्या वृत्ती ॥४९८॥

बाह्य त्वचा श्रवण । चक्षु रसना घ्राण ।
हें पंचविध जाण । इंद्रियें गा ॥४९९॥
त्याबाहेर त्वचा, कान । डोळे, जीभ, घ्राण (नाक) ।
ही पाच इंद्रिये असती जाण । ज्ञान जनक ॥४९९॥
तेथ आंतुले तंव करणें । कर्ता कर्तव्या घे उमाणें ।
मग तैं जरी जाणें । सुखा येतें ॥५००॥
होता अंतःकरणाची वृत्ती । कर्म करण्याची लाभे स्फूर्ती ।
त्याकारणे होई सुखप्राप्ती । असे जर वाटले ॥५००॥
तरी बाहेरीलें दहाही । चक्षुरादिकें दाहाही ।
उठौनि लवलाहीं । व्यापारा सूये ॥५०१॥
तर बाहेरील दहाही । ज्ञानेंद्रिये व कर्मेंद्रियेही ।
उठून लवलाही । तो क्रिया प्रवृत्त करतो ॥५०१॥
मग तो इंद्रियकदंबु । करविजे तंव राबु ।
जंव कर्तव्याचा लाभु । हातासि ये ॥५०२॥
मग कर्माचे फळ जोवर । येत नाही हाती तोवर ।
इंद्रिय समुदायाकडून अपार । कष्ट करून घेतो ॥५०२॥
ना तें कर्तव्य जरी दुःखें । फळेल ऐसें देखे ।
तो लावी त्यागमुखें । तियें दाहाही ॥५०३॥
जर असे वाटून राहील । की कर्मापासून दुःख होईल ।
तर ते त्यागण्या तो उपयोग करेल । दहाही इंद्रियांचा ॥५०३॥
मग फिटे दुःखाचा ठावो । तंव राहाटवी रात्रिदिवो ।
विकणवातें कां रावो । जयापरी ॥५०४॥
दुःख नाहीसे होई तो । तो इंद्रियांना राबवतो ।
जसा राजा राबवून घेतो । सारा न भरल्या शेतकऱ्याला ॥५०४॥
तैसेनि त्याग स्वीकारीं । वाहातां इंद्रियांची धुरी ।
ज्ञातयातें अवधारीं । कर्ता म्हणिपे ॥५०५ ॥
त्याग व स्वीकार करी । घेई इंद्रियांची जबाबदारी ।
तो ज्ञाताच नामधारी । कर्ताच तो ॥५०५॥
आणि कर्तयाच्या सर्व कर्मीं । आउतांचिया परी क्षमी ।
म्हणौनि इंद्रियांतें आम्ही । करणें म्हणों ॥५०६॥
कर्त्याची कामे करण्या सगळी । इंद्रिये औतासम शक्तिशाली ।
म्हणून इंद्रियांची नामावली । करणे अशी आहे ॥५०६॥
आणि हेचि करणेंवरी । कर्ता क्रिया ज्या उभारी ।
तिया व्यापे तें अवधारीं । कर्म एथ ॥५०७॥
आणि हे करण्यास जाण । कर्ता जे करी उत्पन्न ।
त्याने जे व्यापले जाऊन । त्या जगी कर्म म्हणती ॥५०७॥

सोनाराचिया बुद्धि लेणें । व्यापे चंद्रकरीं चांदणें ।
कां व्यापे वेल्हाळपणें । वेली जैसी ।।५०८।।
अलंकार व्यापतो सोनाराच्या बुद्धीने ।
चंद्रकिरणांनी व्यापते चांदणे ।
वेली व्यापती विस्ताराने । सौंदर्यशक्तींच्या ।।५०८।।
नाना प्रभा व्यापे प्रकाशु । गोडिया इक्षुरसु ।
हें असो अवकाशु । आकाशीं जैसा ।।५०९।।
सूर्य तेज व्यापते प्रकाश । गोडी व्यापते उसाचा रस ।
पोकळी व्यापते अवकाश । तसे आहे ।।५०९।।
तैसें कर्तयाचिया क्रिया । व्यापलें जें धनंजया ।
तें कर्म गा बोलावया । आन नाहीं ।।५१०।।
तसे कर्त्यांच्या क्रियांनी । अर्जुना ते जाते व्यापुनी ।
ते कर्म होय म्हणुनी । यात शंका नाही ।।५१०।।
एवं कर्म कर्ता करण । या तिहींचेंही लक्षण ।
सांगितलें तुज विचक्षण- । शिरोमणी ।।५११।।
असे कर्ता, कर्म, करण । या तिन्हींचे लक्षण ।
सांगितले तुज अर्जुन । चतुर तू ।।५११।।
एथ ज्ञाता ज्ञान ज्ञेय । हें कर्माचें प्रवृत्तित्रय ।
तैसेंचि कर्ता करण कार्य । हा कर्मसंचयो ।।५१२।।
जसे ज्ञाता, ज्ञान, ज्ञेय । हे कर्माचे प्रवृत्तित्रय ।
तसे कर्ता, करण, कार्य । हे कर्मसंचय असती ।।५१२।।
वन्हीं ठेविला असे धूमु । आथी बीजीं जेवीं द्रुमु ।
कां मनीं जोडे कामु । सदा जैसा ।।५१३।।
अग्नीत धूर असतोच असतो ।
बीजात वृक्ष लपलेला असतो ।
तसा मनांत सदैव जागृत रहातो ।
इच्छेचा भाव ।।५१३।।
तैसा कर्ता क्रिया करणीं । कर्माचें आहे जिंतवणीं ।
सोनें जैसें खाणी । सुवर्णाचिये ।।५१४।।
कर्ता क्रिया कारण असती । कर्माची स्थाने उत्पत्तीची ।
खाणीतून होते निर्मिती । जशी सुवर्णाची ।।५१४।।
म्हणौनि हें कार्य मी कर्ता । ऐसें आथि जेथ पंडुसुता ।
तेथ आत्मा दूरी समस्ता । क्रियांपासीं ।।५१५ ।।
म्हणून हे कर्म मी कर्ता ।
असे जेथे आहे पंडुसुता ।
तिथे क्रियांपासून समस्ता । आत्मा दूर राही ।।५१५।।

यालागीं पुढतपुढती । आत्मा वेगळाचि सुमती ।
आतां असो हे किती । जाणतासि तूं ।।५१६।।
यासाठी आत्मा वेगळा राहे । हे पुन्हा तुला काय सांगावे ।
हे तू जाणून आहे । हे सुबुद्धी अर्जुन ।।५१६।।
परी सांगितलें जें ज्ञान । कर्म कर्ता हन ।
ते तिन्ही तिहीं ठायीं भिन्न । गुणीं आहाती ।।५१७।।
पण जे सांगितले ज्ञान । कर्ता, कर्म म्हणून ।
हे तिन्ही तीन गुणांनी । भिन्न असती ।।५१७।।
म्हणौनि ज्ञाना कर्मा कर्तया । पातेजों नये धनंजया ।
जे दोनी बांधती सोडावया । एकचि प्रौढ ।।५१८।।
केवळ ज्ञान, कर्म, कर्ता । यावर विश्वासू नको पार्था ।
दोन गुण बांधून ठेवता । एक (सात्त्विक) गुण सोडवतो ।।५१८।।
तें सात्विक ठाऊवें होये । तो गुणभेदु सांगों पाहे ।
जो सांख्यशास्त्रीं आहे । उवाइला ।।५१९।।
सात्त्विक प्रकार व्हावा माहिती । सांख्यशास्त्रात जे प्रकार सांगती ।
ते आता मी तुजप्रति । सांगतो आहे ।।५१९।।
जें विचारक्षीरसमुद्र । स्वबोधकुमुदिनीचंद्र ।
ज्ञानडोळसां नरेंद्र । शास्त्रांचा जें ।।५२०।।
हे शास्त्र विचारांचा समुद्र । आत्मबोधे फुलविता चंद्र ।
न्यायादि शास्त्रांचा नरेंद्र (राजा) । ज्ञानवंतासाठी ।।५२०।।
कीं प्रकृतिपुरुष दोनी । मिसळलीं दिवोरजनीं ।
तियें निवडितां त्रिभुवनीं । मार्तंडु जें ।।५२१।।
प्रकृती, पुरुष दोन्ही खास । मिसळलेले रात्रंदिवस ।
यांने वेगळे करते संख्याशास्त्र रस । जणू त्रैलोक्यी सूर्यच ।।५२१।।
जेथ अपारा मोहराशी । तत्वाच्या मापीं चोविसीं ।
उगाणा घेऊनि परेशीं । सुरवाडिजे ।।५२२।।
याच्या ज्ञानरूप प्रकाशाने । चोवीस परतत्त्वांच्या[५] मापाने ।
अज्ञानाच्या निरसना कारणे । सुखी राहता येते ।।५२२।।
अर्जुना तें सांख्यशास्त्र । पढे जयाचें स्तोत्र ।
तें गुणभेदचरित्र । ऐसें आहे ।।५२३।।
अर्जुना असे ते सांख्यशास्त्र । ज्याचे गावे वर्णन स्तोत्र ।
त्याचे गुणभेद चरित्र । असे आहे ।।५२३।।

५ (प्रकृती, महत् तत्त्व, अहंकार, पंचतन्मात्रा, पंचभूते, पंचज्ञानेंद्रिये, पंचकर्मेंद्रिये आणि मन ही चोवीस परतत्त्वे आहेत.)

जे आपुलेनि आंगिकें । त्रिविधपणाचेनि अंकें ।
दृश्यजात तितुकें । अंकित केलें ।।५२४।।
आपल्या स्वाभाविक सामर्थ्याने । त्रिगुणांनी तीन गुणे ।
विश्वातील सर्व वस्तुमात्रपणे । त्याने अंकित केले ।।५२४।।
एवं सत्वरजतमा । तिहींची एवढी असे महिमा ।
जें त्रैविध्य आदी ब्रह्मा । अंतीं कृमी ।।५२५ ।।
सत्त्व, रज, तमा । त्रिगुणांचा एवढा महिमा ।
कृमी-कीटकांपासून ब्रह्मा । तीन प्रकारांत विभागले ।।५२५।।
परी विश्वींची आघवी मांदी । जेणें भेदलेनि गुणभेदीं ।
पडिली तें तंव आदी । ज्ञान सांगो ।।५२६।।
विश्वाचा सगळा समुदाय । त्रिगुणांच्या भेदात जाय ।
ते ज्ञान प्रारंभी धनंजय । तुला सांगतो ।।५२६।।
जे दिठी जरी चोख कीजे । तरी भलतेंही चोख सुजे ।
तैसें ज्ञानें शुद्धें लाहिजे । सर्वही शुद्ध ।।५२७।।
जेव्हा दृष्टी शुद्ध होते । शुद्ध स्वरूप समजते ।
पदार्थाचे शुद्ध स्वरूप कळते । शुद्ध ज्ञान प्राप्त होता ।।५२७।।
म्हणौनि तें सात्विक ज्ञान । आतां सांगों दे अवधान ।
कैवल्यगुणनिधान । श्रीकृष्ण म्हणे ।।५२८।।
म्हणून आता दे अवधान । तुला सांगतो सात्त्विक ज्ञान ।
असे कैवल्याचे गुणनिधान । श्रीकृष्ण म्हणाले ।।५२८।।
तरी अर्जुना गा तें फुडें । सात्विक ज्ञान चोखडें ।
जयाच्या उदयीं ज्ञेय बुडे । ज्ञातेनिसीं ।।५२९।।
पुढे ऐक अर्जुन । ते आहे शुद्ध सात्त्विक ज्ञान ।
ज्याच्या उदयी होते लीन । ज्ञेय ज्ञात्यासह ।।५२९।।
जैसा सूर्य न देखे अंधारें । सरिता नेणिजती सागरें ।
कां कवळिलिया न धरे । आत्मछाया ।।५३०।।
सूर्य अंधार न पाही । समुद्र नद्यांना जाणत नाही ।
धरू जाता न सापडे काही । आपली सावली आपल्याला ।।५३०।।
तयापरी जया ज्ञाना । शिवादि तृणावसाना ।
इया भूतव्यक्ति भिन्ना । नाडळती ।।५३१।।
ज्या ज्ञानाला अर्जुन । शिवापर्यंत तृणापासून ।
न दिसती भिन्न भिन्न । प्राणिमात्र ।।५३१।।
जैसें हातें चित्र पाहातां । होय पाणियें मीठ धुतां ।
कां चेवोनि स्वप्ना येतां । जैसें होय ।।५३२।।
चित्र हाताने पुसले जाई । मीठ धुता पाणी होई ।
जागेपणी स्वप्न दिसत नाही । तसे होय ।।५३२।।

तैसें ज्ञानें जेणें । करितां ज्ञातव्यातें पाहाणें ।
जाणता ना जाणणें । जाणावें उरे ।।५३३।।
त्या ज्ञानाने पाहू जाता । ज्ञान, ज्ञेय आणि ज्ञाता ।
ही त्रिपुटीच सर्वथा । नाहीशी होते ।।५३३।।
पैं सोनें आटूनि लेणीं । न काढिती आपुलिया आयणी ।
कां तरंग न घेपती पाणी । गाळूनि जैसें ।।५३४।।
बुद्धिवान लोक दागिने आटवून ।
काढत नाहीत चोख सुवर्ण ।
तसे लाटांचे पाणी गाळून । कुणी घेत नाही ।।५३४।।
तैसी जया ज्ञानाचिया हाता । न लगेचि दृश्यपथा ।
तें ज्ञान जाण सर्वथा । सात्विक गा ।।५३५ ।।
ज्या ज्ञानाचिया हाती । दृश्य गोष्टी न लागती ।
ते ज्ञान जाण सुमती । सात्त्विक होय ।।५३५।।
आरिसा पाहों जातां कोडें । जैसें पाहातेंचि कां रिगे पुढें ।
तैसें ज्ञेय लोटोनि पडे । ज्ञाताचि जें ।।५३६।।
आरसा पाहिला असता । प्रतिबिंब त्यात दिसता ।
तसे ज्ञेय सारून ज्ञाता । आपले स्वरूप पाहतो ।।५३६।।
पुढती तेंचि सात्विक ज्ञान । जें मोक्षलक्ष्मीचें भुवन ।
हें असो ऐक चिन्ह । राजसाचें ।।५३७।।
असे हे सात्त्विक ज्ञान । मोक्ष लक्ष्मीचे ते सदन ।
असो आता ऐक लक्षण । राजस ज्ञानाचे ।।५३७।।
तरी पार्था परीयेस । तें ज्ञान गा राजस ।
जें भेदाची कांस । धरूनि चाले ।।५३८।।
आता ऐक अर्जुन । जे चालते द्वैताचा आधार घेऊन ।
ते राजस ज्ञान । असे जाण ।।५३८।।
विचित्रता भूतांचिया । आपण आंतोनि ठिकरिया ।
बहु चकै ज्ञातया । आणिली जेणें ।।५३९।।
भूतमात्रांच्या विचित्रपणानी ।
भेद स्वरूप प्राप्त होऊनी ।
ज्ञाता जीवास घेई लावूनी । भ्रमिष्टपणा तो ।।५३९।।
जैसें साचा रूपाआड । घालूनि विसराचें कवाड ।
मग स्वप्नाचें काबाड । ओपी निद्रा ।।५४०।।
जसे आपल्या खऱ्या रूपाच्या आड ।
अज्ञानाचे लावून कवाड ।
स्वप्नांच्या कष्टमय ओझ्याचे बाड ।
झोप डोक्यावर ठेवते ।।५४०।।

तैसें स्वज्ञानाचिये पौळी । बाहेरि मिथ्या महीं खळीं ।

तिहीं अवस्थांचिया वह्याळी । दावी जें जीवा ।।५४१।।

तसे आत्मज्ञानाच्या आवाराबाहेर ।

मायेच्या पसाऱ्याचा घालून घेर ।

तीन अवस्थांचा खेळ क्रमवार ।

जीवास दाखवी ।।५४१।।

अलंकारपणें झांकलें । बाळा सोनें कां वायां गेलें ।

तैसें नामीं रूपीं दुरावलें । अद्वैत जया ।।५४२।।

अलंकार रूपात असे सोने । बालक ते न जाणे ।

तसे राजस ज्ञानाने । अद्वैत दुरावते (झांकले जाते) ।।५४२।।

अवतरली गाडग्यां घडां । पृथ्वी अनोळख जाली मूढां ।

वन्हि जाला कानडा । दीपत्वासाठीं ।।५४३।।

अज्ञानी गाडगे पहातो । मूळ मातीची ओळख विसरतो ।

अग्नी अनोळखी होतो । दिवा दिसल्यावर ।।५४३।।

कां वस्त्रपणाचेनि आरोपें । मूर्खाप्रति तंतु हारपे ।

नाना मुग्धा पटु लोपे । दाऊनि चित्र ।।५४४।।

वस्त्र पाहता ही । तो तंतू जाणत नाही ।

पडदा ओळखत नाही । त्यावरील चित्र पाहता ।।५४४।।

तैशी जया ज्ञाना । जाणोनि भूतव्यक्ती भिन्ना ।

ऐक्यबोधाची भावना । निमोनि गेली ।।५४५ ।।

या ज्ञानाने हे अर्जुन । भूतमात्रांचे विविध आकार पाहून ।

ही भावना जाई नष्ट होऊन । की ब्रह्म एक आहे ।।५४५।।

मग इंधनीं भेदला अनळु ।मुलांवरी परीमळु ।

कां जळभेदें शकलु । चंद्रु जैसा ।।५४६।।

लाकडाप्रमाणे अग्नीचा आकार ।

फुलाप्रमाणे सुगंधाचे प्रकार ।

पाण्यातल्या प्रतिबिंबी चंद्र गोलाकार ।

पण तुकडे झालेला दिसतो ।।५४६।।

तैसें पदार्थभेद बहुवस । जाणोनि लहानथोर वेष ।

आंतलें तें राजस । ज्ञान येथ ।।५४७।।

पदार्थाचे जे अनेक प्रकार । जाणून लहान-मोठे आकार ।

ते ज्ञान होतसे साकार । ते राजस होय ।।५४७।।

आतां तामसाचेंही लिंग । सांगेन तें वोळख चांग ।

डावलावया मातंग- । सदन जैसें ।।५४८।।

सांगतो तामसाचे लक्षण । त्याग करण्या कारण ।

मातंग वसाहत जाण । जशी टाळावया ।।५४८।।

तरी किरीटी जें ज्ञान । हिंडे विधीचेनि वस्त्रेंहीन ।

श्रुति पाठमोरी नग्न । म्हणौनि तया ।।५४९।।

अर्जुना जे ज्ञान । विधीची (शास्त्राची) वस्त्रे त्यागून ।

फिरते, त्या पाठमोरी होऊन । श्रुती त्यागते ।।५४९।।

येरींही शास्त्र बटिकरीं । जें निंदेचे विटाळवरी ।

बोळविलेंसे डोंगरीं । म्लेंच्छधर्माच्या ।।५५०।।

शस्त्रांनी ज्या बहिष्कृत केले । निंद्यत्वाचे दोष लावले ।

म्लेंच्छांच्या डोंगरावर पाठवले । जे ज्ञान ।।५५०।।

जें गा ज्ञान ऐसें । गुणग्रहें तामसें ।

घेतलें भवें पिसें । होऊनियां ।।५५१।।

जे ज्ञान असे । तामस गुणांनी जसे ।

पिशाच्च्याने झपाटले असे । सतत ।।५५१।।

जें सोयरिकें बाधु नेणें । पदार्थीं निषेधु न म्हणे ।

निरोविलें जैसें सुणें । शून्यग्रामीं ।।५५२।।

नात्यांचे बंध न जाणते । पदार्थ निषिद्ध न मानते ।

जसे कुत्रे सोडलेले असते । ओसाड गावात ।।५५२।।

तया तोंडीं जें नाडळे । कां खातां जेणें पोळे ।

तेंचि येक वाळे । येर घेणेंचि ।।५५३।।

त्याच्या तोंडी जे मावत नाही । जे खाता तोंड पोळून जाई।

त्याचाच त्याग करून खात राही । ते कुत्रे वाट्टेल ते ।।५५३।।

पैं सोनें चोरितां उंदिरु । न म्हणे थरुविथरु ।

नेणे मांसखाइरु । काळें गोरें ।।५५४।।

उंदीर चोरतो सोने । शुद्ध, अशुद्ध न म्हणे ।

मांस खाणारा न जाणे । काळे की गोरे ।।५५४।।

नाना वनामाजीं बोहरी । कडसणी जेवीं न करी ।

कां जीत मेलें न विचारी । बैसतां माशी ।।५५५ ।।

वणवा पेटता रानात । बरे-वाईट न पाहता सर्व जाळत ।

न पाही जिवंत की मृत । माशी शरीरावर बसते ।।५५५।।

अगा वांता कां वाढिलेया । साजुक कां सडलिया ।

विवेकु कावळिया । नाहीं जैसा ।।५५६।।

समोरचे ओकलेले की वाढलेले । ताजे की सडलेले ।

याचा विचार करता ना कळे । जसा कावळ्याला ।।५५६।।

तैसें निषिद्ध सांडूनि द्यावें । कां विहित आदरें घ्यावें ।

हें विषयांचेनि नांवें । नेणेंचि जें ।।५५७।।

तसे निषिद्ध ते सोडावे । शास्त्रसंमत स्वीकारावे ।

कोणत्याही विषयाचे नावे । ज्ञान न जाणे ।।५५७।।

जेतुलें आड पडे दिठी । तेतुलें घेचि विषयासाठीं ।
मग तें स्त्री–द्रव्य वाटी । शिश्नोदरां ॥५५८॥
जी वस्तू समोर दिसेल । त्याचा उपभोग घेईल ।
विषयाप्रमाणे वाटणी करेल । उदरासाठी की शिश्नासाठी ॥५५८॥
तीर्थातीर्थ हे भाख । उदकीं नाहीं सनोळख ।
तृषा वोळे तेंचि सुख । वांचूनियां ॥५५९॥
तीर्थ की अतीर्थ आहे । पाणी कोणते न पाहे ।
तहान भागता सुख राहे । एवढेच जाणे तो ॥५५९॥
तयाचिपरी खाद्याखाद्य । न म्हणे निंद्यानिंद्य ।
तोंडा आवडे तें मेध्य । ऐसाचि बोधु ॥५६०॥
ते खाद्य आहे की अखाद्य । निंद्य आहे की अनिंद्य ।
आपल्याला आवडेल तेच खाद्य । हेच तो जाणे ॥५६०॥
आणि स्त्रीजात तितुकें । त्वचेंद्रियेंचि वोळखे ।
तियेविषयीं सोयरिकें । एकचि बोधु ॥५६१॥
स्त्रियांना केवळ तो । त्वचा, इंद्रियाने पाहतो ।
सोयरीक करू जातो । एकाच इच्छेने ॥५६१॥
पैं स्वार्थीं जें उपकरे । तयाचि नाम सोयिरें ।
देहसंबंधु न सरे । जिये ज्ञानीं ॥५६२॥
स्वार्थासाठी म्हणे जे उपयुक्त। तेच माझे नातेवाईक ।
त्यांच्याशी न करे सोयरिक । जे देहसंबंधाने जोडले ॥५६२॥
मृत्यूचें आघवेंचि अन्न । आघवेंचि आगी इंधन ।
तैसें जगचि आपलें धन । तामसज्ञाना ॥५६३॥
मृत्यू मानी सर्व भक्ष्यस्थान । अग्नि माने सर्व इंधन ।
तसे सर्व जग आपले धन । हे तामस मानी ॥५६३॥
ऐसेनि विश्व सकळ । जेणें विषयोचि मानिलें केवळ ।
तया एक जाण फळ । देहभरण ॥५६४॥
जसे विश्व हे संपूर्ण । उपभोगासाठी होई निर्माण ।
करणे केवळ देह पोषण । हे एकच मानी ॥५६४॥
आकाशपतिता नीरा । जैसा सिंधुचि येक थारा ।
तैसें कृत्यजात उदरा– । लागिंचि बुझे ॥५६५ ॥
आकाशातून पडते पाणी । समुद्रालाच आश्रय मानी ।
तसे पोटाकरिता प्रयत्न जाणी । तामस ज्ञान ॥५६५॥
वांचूनि स्वर्गु नरकु आथी । तया हेतु प्रवृत्ति निवृत्ती ।
इये आघवियेचि राती । जाणिवेची जें ॥५६६॥
शिवाय स्वर्ग नरक ही असती । कारण निवृत्ती प्रवृत्ती ।
जे संपूर्ण अज्ञान जाणती । ज्ञान हे ॥५६६॥

जें देहखंडा नाम आत्मा । ईश्वर पाषाणप्रतिमा ।
ययापरौती प्रमा । ढळों नेणें ॥५६७॥
देहास आत्मा म्हणती । पाषाणास ईश्वर मानती ।
यापुढे नसते गती । त्यांच्या बुद्धीला ॥५६७॥
म्हणे पडिलेनि शरीरें । केलेनिसीं आत्मा सरे ।
मा भोगावया उरे । कोण वेषें ॥५६८॥
जेव्हा देह नष्ट होतो । आत्मा नाश पावतो ।
भोग घेण्या कोण उरतो । असे ते मानती ॥५६८॥
ना ईश्वरु पाहातां आहे । तो भोगवी हें जरी होये ।
तरी देवचि खाये । विकूनियां ॥५६९॥
ईश्वर पाहतो आहे । भोगाया तो लावतो आहे ।
असे म्हणती तरी विकुनी राहे । देवाच्या मूर्ती ॥५६९॥
गांवींचें देवळेश्वर । नियामकचि होती साचार ।
तरी देशींचे डोंगर । उगे कां असती? ॥५७०॥
गावातील देवाच्या पाषाणाच्या मूर्ती ।
कर्माबद्दल जर शिक्षा करती ।
तर डोंगर स्वस्थ का राहती ।
त्या पाषाणाचे ॥५७०॥
ऐसा विपायें देवो मानिजे ।
तरी पाषाणमात्रचि जाणिजे ।
आणि आत्मा तंव म्हणिजे । देहातेंचि ॥५७१॥
कदाचित तो देव मानावा । पण पाषाणरूपच जाणावा ।
आणि आत्मा तो म्हणावा । देहालाच ॥५७१॥
येरें पापपुण्यादिकें । तें आघवेंचि करोनि लटिकें ।
हित मानी अग्निमुखे । चरणें जें कां ॥५७२॥
पाप–पुण्य सर्व गोष्टीसही । बुद्धीने खोट्या मानत नाही ।
अग्नी भक्षितो जसे सर्व ही । तसे भोगत राही ॥५७२॥
जें चामाचे डोळे दाविती । जें इंद्रियें गोडी लाविती ।
तेंचि साच हे प्रतीती । फुडी जया ॥५७३॥
कातड्याचे डोळे जे दावती ।
इंद्रिये ज्याची गोडी लावती ।
तेच सर्व खरे असती । असे निश्चित मानतो ॥५७३॥
किंबहुना ऐसी प्रथा । वाढती देखसी पार्था ।
धूमाची वेली वृथा । आकाशीं जैसी ॥५७४॥
किंबहुना ही अशी प्रथा । वाढत जाते पाहा पार्था ।
धुराची वेल जशी वृथा । आकाशी जाते ॥५७४॥

कोरडा ना वोला । उपेगा आथी गेला ।
तो वाढोनि मोडला । भेंडु जैसा ।।५७५ ।।
भेंडाचे झाड दिसते । कोरडे वा बहरलेले असते ।
तरी उपयोगा येत नसते । वाढून मोडून पडते ।।५७५।।
नाना उंसांचीं कणसें । कां नपुंसकें माणुसें ।
वन लागलें जैसें । साबरीचें ।।५७६।।
उसाला आलेली कणसे । नपुंसक माणसे ।
किंवा निवडुंगाचे रान जसे । निरुपयोगी असते ।।५७६।।
नातरी बाळकाचें मन । कां चोराघरींचें धन ।
अथवा गळास्तन । शेळियेचे ।।५७७।।
लहान बाळाचे चंचल मन । चोरून आणलेले धन ।
गळ्याजवळचे शेळीचे स्तन । जसे निरुपयोगी ।।५७७।।
तैसें जें वायाणें । वोसाळ दिसे जाणणें ।
तयातें मी म्हणें । तामस ज्ञान ।।५७८।।
जे ज्ञान निरर्थक असते । स्वैराचारी असून प्रमाणभूत नसते ।
त्याचे नाव तामस ज्ञान असते । असे मी म्हणेन ।।५७८।।
तेंही ज्ञान इया भाषा । बोलिजे तो भावो ऐसा ।
जात्यंधाचा कां जैसा । डोळा वाडु।।५७९।।
ते अज्ञानरूप असूनही । ज्ञान शब्दाने संबोधले जाई ।
कारण म्हणतो आंधळ्यासही । मोठा डोळा आहे ।।५७९।।
कां बधिराचे नीट कान । अपेया नाम पान ।
तैसें आडनांव ज्ञान । तामसा तया ।।५८०।।
म्हणतो बहिऱ्याचे कान । मदिरेस म्हणतो अपेयपान ।
तसे आडनाव होय ज्ञान । तामसाचे ।।५८०।।
हें असो किती बोलावें । तरी ऐसें जें देखावें ।
तें ज्ञान नोहे जाणावें । डोळस तम ।।५८१।।
आणखी किती बोलावे? । असे जे असते स्वभावे ।
तो तमोगुणच जाणावे । ज्ञान नव्हे ।।५८१।।
एवं तिहीं गुणीं । भेदलें यथालक्षणीं ।
ज्ञान श्रोतेशिरोमणी । दाविलें तुज ।।५८२।।
एकच आहे मूळ ज्ञान । ज्याचे भिन्न आहेत गुण ।
त्याची सर्व लक्षणे जाण । जी तुला सांगितली ।।५८२।।
आतां याचि त्रिप्रकारा । ज्ञानाचेनि धनुर्धरा ।
प्रकाशें होती गोचरा । कर्तयांच्या क्रिया ।।५८३।।
या तीन प्रकाराने । ज्ञानाच्या प्रकाशाने ।
कर्त्यांच्या क्रियांचे होणे । उघड होते ।।५८३।।

म्हणौनि कर्म पैं गा । अनुसरे तिहीं भागां ।
मोहरे जालिया वोघा । तोय जैसे ।।५८४।।
जसे पाणी पुढे जाते । ओघानुसार प्रवाहते ।
तसे कर्म तिन्हींत प्रकाशते । ज्ञानाला अनुसरून ।।५८४।।
तेंचि ज्ञानत्रयवशें । त्रिविध कर्म जें असे ।
तेथ सात्विक तंव ऐसें । परीसे आधीं ।।५८५ ।।
ज्ञानाच्या तीन प्रकारांनी ती । तीन प्रकारची कर्मे होती ।
पैकी सात्त्विक कर्माची माहिती । ऐकून घे आधी ।।५८५।।
तरी स्वाधिकाराचेनि मार्गें । आलें जें मानिलें आंगें ।
पतिव्रतेचेनि परीष्वंगें । प्रियातें जैसें ।।५८६।।
अधिकाराने आलेले कर्म जो । स्वाभाविक आनंदाने करतो ।
जसा पतीला संतोष होतो । पत्नीच्या आलिंगनाने ।।५८६।।
सांवळ्या आंगा चंदन । प्रमदालोचनीं अंजन ।
तैसें अधिकारासी मंडण । नित्यपणें जें ।।५८७।।
सावळ्या अंगा शोभे चंदन । स्त्रियांच्या नयनात अंजन ।
तसे राहते भूषण । अधिकारानुरूप आचरणाचे ।।५८७।।
तें नित्य कर्म भलें । होय नैमित्तिकीं सावाइलें ।
सोनयासि जोडलें । सौरभ्य जैसें ।।५८८।।
नित्य कर्म करता करता । नैमित्तिक कर्म केले असता ।
सोन्याला सुगंध जणू लाभता । तसे होते ।।५८८।।
आणि आंगा जीवाची संपत्ती । वेंचूनि बाळाची करी पाळती ।
परी जीवें उबगणें हें स्थिती । न पाहे माय ।।५८९।।
जीवाची वेचून संपत्ती । माता बाळाचे रक्षण करती ।
मात्र कधी न वाटून घेती । त्याचा कंटाळा ।।५८९।।
तैसें सर्वस्वें कर्म अनुष्ठी । परी फळ न सूये दिठी ।
उखिती क्रिया पैठी । ब्रह्मींचि करी ।।५९०।।
तसे सर्व कर्माचे अनुष्ठान । करी लावून काया, वाचा, मन ।
ब्रह्माला सर्व काही अर्पण । फलेच्छा धरत नाही ।।५९०।।
आणि प्रिय आलिया स्वभावें । सबळ उरे वेंचे ठाउवें ।
नव्हे तैसें सत्प्रसंगें करावें । पारुषे जरी ।।५९१।।
प्रिय व्यक्तीचा पाहुणचार करतो । उरले, सुरले, लागले न पाहतो ।
तसे नित्यकर्म विसरून जातो । सत्संगाचे वेळी ।।५९१।।
तरी अकरणाचेनि खेदें । द्वेषातें जीवीं न बांधे ।
जालियाचेनि आनंदें । फुंजों नेणें ।।५९२।।
तरी न करी खंत । अथवा नित्यकर्म होता पूर्णान्त ।
न मानि तसे अहंत (अभिमान) । आनंदाने ।।५९२।।

ऐसऐसिया हातवटिया । कर्म निफजे जें धनंजया ।
जाण सात्विक हें तया । गुणनाम गा ।।५९३।।
अर्जुना अशा पद्धतीने । जे कर्म केले जाते ।
त्याला सात्त्विक कर्म संबोधते । त्याच्या गुणावरून हे जग ।।५९३।।
ययावरी राजसाचें । लक्षण सांगिजेल साचें ।
न करीं अवधानाचें । वाणेंपण ।।५९४।।
यानंतर राजस कर्माचे । लक्षण तुला सांगतो साचे ।
तरी लक्ष देऊन ऐकण्याचे । कमी करू नकोस ।।५९४।।
तरी घरीं मातापितरां । धड बोली नाहीं संसारा ।
येर विश्व भरी आदरा । मूर्खु जैसा ।।५९५ ।।
घरी आई-वडिलांशीही । नीट न बोले जराही ।
अन् आदरातिथ्य करत नाही । जगाचे अडाणीपणे ।।५९५।।
का तुळशीचिया झाडा । दुरूनि न घापें सिंतोडा ।
द्राक्षीचिया तरी बुडा । दूधचि लाविजे ।।५९६।।
तुळशीच्या झाडाला दुरूनही । पाण्याचा शिंतोडा घालत नाही ।
न चुकता दूध घालत राही । द्राक्षाच्या मुळाशी ।।५९६।।
तैसी नित्यनैमित्तिकें । कर्में जियें आवश्यकें ।
तयांचेविषयीं न शके । बैसला उठूं ।।५९७।।
कर्मे जी नित्य नैमित्तिक । जीवना असती आवश्यक ।
ती करण्या विषयक। तो उठतही नाही ।।५९७।।
येरां काम्याचेनि तरी नांवें । देह सर्वस्व आघवें ।
वेचितांही न मनवे । बहु ऐसें ।।५९८।।
एरवी काम्य कर्माच्या नावे । देहाने झिजून जावे ।
अथवा कितीही धन खर्च व्हावे । त्याला शीण येत नाही ।।५९८।।
अगा देवढी वाढी लाहिजे । तेथ मोल देतां न धाइजे ।
पेरितां पुरें न म्हणिजे । बीज जेवीं ।।५९९।।
घेतली दीडपट व्याजप्राप्ती । तरी सावकारा न होई तृप्ती ।
शेतकरी पुरे न म्हणती । कितीही बी पेरता ।।५९९।।
कां परीसु आलिया हातीं । लोहालागीं सर्वसंपत्ती ।
वेचितां ये उन्नती । साधकु जैसा ।।६००।।
परीस हाती लागतो । लोखंड घेण्या सर्व संपत्ती विकतो ।
या विचारात उत्साही असतो । लोभी माणूस ।।६००।।
तैसीं फळें देखोनि पुढें । काम्यकर्में दुवाडें।
करी परी तें थोकडें। केलेंही मानी ।।६०१।।
पुढे मिळणारे फळ पाहतो । त्यापायी कठीण कर्मे करतो ।
तरीही असे मानतो । आपण थोडीच केली ।।६०१।।
तेणें फळकामुकें । यथाविधी नेटकें ।
काम्य कीजे तितुकें । क्रियाजात ।।६०२।।
काम्य कर्मे शास्त्रशुद्धतेने । यथाविधी अट्टाहासाने ।
फळाची इच्छा धरून मने । कर्मे करतो ।।६०२।।
आणि तयाही केलियाचें । तोंडीं लावी दौंडीचें ।
कर्मी या नांवपाटाचें । वाणें सारी ।।६०३।।
आणि केलेल्या कर्माची तो ।
आपणच प्रशंसा करतो ।
सतत उच्चारत राहतो । मी केले ।।६०३।।
तैसा भरे कर्माहंकारु । मग पिता अथवा गुरु ।
ते न मनी काळज्वरु । औषध जैसें ।।६०४।।
मनात अहंकार निर्माण होतो ।
पिता वा गुरू न मानतो ।
जसा औषधाचा उपयोग न होतो ।
काळ ज्वराच्या रुग्णाला ।।६०४।।
तैसेनि साहंकारें । फळाभिलाषियें नरें ।
कीजे गा आदरें । जें जें कांहीं ।।६०५ ।।
अहंकाराने युक्त होऊन । फलावर नजर ठेवून ।
सर्व काही त्याच्याकडून । आदराने केले जाते ।।६०५।।
परी तेंही करणें बहुवसा । वळघोनि करी सायासा ।
जीवनोपावो कां जैसा । कोल्हाटियांचा ।।६०६।।
अफाट श्रम करती । केवळ पोट भरती ।
दुसरे काहीं न मिळवती । जसे कोल्हाटी लोक ।।६०६।।
एका कणालागीं उंदिरु । आसका उपसे डोंगरु ।
कां शेवाळोद्देशें दर्दुरु । समुद्रु डहुळी ।।६०७।।
एका कणांसाठी उंदीर । पोखरतो सारा डोंगर ।
बेडूक ढवळतो सागर । शेवाळ्यासाठी ।।६०७।।
पैं भिकेपरतें न लाहे । तऱ्ही गारुडी सापु वाहे ।
काय कीजे शीणुचि होये । गोडु येकां ।।६०८।।
भिकेशिवाय न मिळे काही ।
तरी गारुडी साप ठेवून राही ।
कष्टच गोड वाटती पाही । एखाद्याला ।।६०८।।
हे असो परमाणूचेनि लाभें । पाताळ लंघिती वोळंबे ।
तैसें स्वर्गसुखलोभें । विचंबणें जें ।।६०९।।
परमाणूसाठी वाळवी । पाताळ लंघुनी जाई ।
तसा श्रम करत राही । स्वर्गसुखाच्या लोभे ।।६०९।।

तें काम्य कर्म सक्लेश । जाणावें येथ राजस ।
आतां चिन्ह परिस । तामसाचें ।।६१०।।
ते कष्टकारक काम्य । जाणावे राजस कर्म ।
आता तामस कर्म । श्रवण कर ।।६१०।।
तरी तें गा तामस कर्म । जें निंदेचें काळें धाम ।
निषेधाचें जन्म । साच जेणें ।।६११।।
जे आहे तामस कर्म । ते निंदेचे काळे धाम ।
येथे निषेधाचे जन्म । सार्थकी होतात ।।६११।।
जें निपजविल्यापाठीं । कांहींच न दिसे दिठी ।
रेघ काढलिया पोटीं । तोयाचे जेवीं ।।६१२।।
जे कर्म करता ठायी । फळ दृष्टीस पडत नाही ।
जशी पाण्यावर रेघ मारताही । निष्फळ होते ।।६१२।।
कां कांजी घुसळलिया । कां राखोंडी फुंकलिया ।
कांहीं न दिसे गाळिलिया । वाळुघाणा ।।६१३।।
ताकावरची निवळी घुसळली । राखुंडीवर फुंकर मारली ।
घाण्यावर वाळू गाळली । काहीही होत नाही ।।६१३।।
नाना उपणिलिया भूंस । कां विंधिलिया आकाश ।
नाना मांडिलिया पाश । वारयासी ।।६१४।।
भूसा वाऱ्यावर धरणे । आकाश बाणाने भेदणे ।
वाऱ्याला पाश टाकणे । धरण्यासाठी ।।६१४।।
हें आवघेंचि जैसें । वांझें होऊनि नासे ।
जें केलिया पाठीं तैसें । वायांचि जाय ।।६१५ ।।
हे सगळे केले असताही । व्यर्थ होउनी जाई ।
पुन्हापुन्हा करताही । वाया जाते ।।६१५।।
येऱ्हवीं नरदेहाही येवढें । धन आटणीये पडे।
जें कर्म निफजवितां मोडे। जगाचें सुख ।।६१६।।
नरदेहासम अर्जुन । अनमोल वस्तू मिळून ।
जगाचे सुख जाते नष्ट होऊन । जे कर्म करता ।।६१६।।
जैसा कमळवनीं फांसु । काढिलिया कांटसु ।
आपण झिजे नाशु । कमळां करी ।।६१७।।
सरोवरांतील कमळांवरून । काट्यांचा फास नेला ओढून ।
कमळांनाही टाकी फाडून । स्वत:ही झिजे ।।६१७।।
कां आपण आंगें जळे । आणि नागवी जगाचे डोळे ।
पतंगु जैसा सळें । दीपाचेनि ।।६१८।।
पतंग दिव्याचा हेवा करतो । त्यावर झेप घालतो ।
स्वत: जळून अंधारात टाकतो । जगाला ।।६१८।।
तैसें सर्वस्व वायां जावो । वरी देहाही होय घावो ।
परी पुढिलां अपावो । निफजविजे जेणें ।।६१९।।
सर्वस्व गेले जाऊ दे । देहाचा नाश होऊ दे ।
दुसऱ्याला अपाय घडू दे । असे कर्म तो करतो ।।६१९।।
माशी आपणयातें गिळवी । परी पुढीला वांती शिणवी ।
तें कश्मळ आठवी । आचरण जें ।।६२०।।
माशी स्वत:ला गिळवते । माणसाला उलटी करवते ।
तसे तामस स्मरण करून देते । वाईट कृत्याचे ।।६२०।।
तेंही करावयो दोषें । मज सामर्थ्य असे कीं नसे ।
हेंहीं पुढील तैसें । न पाहतां करी ।।६२१।।
कर्म करण्याचे सामर्थ्य । आपल्यात आहे का यथार्थ ।
याचा विचारही सार्थ । तो करत नाही ।।६२१।।
केवढा माझा उपावो । करितां कोण प्रस्तावो ।
केलियाही आवो । काय येथ ।।६२२।।
कर्माचा खटाटोप करता । प्रसंग येईल कोणता ।
त्यातून प्राप्त होता । फल कोणते? ।।६२२।।
इये जाणिवेची सोये । अविवेकाचेनि पायें ।
पुसोनियां होये । साटोप कर्मीं ।।६२३।।
अविवेकाच्या पायाखालती । या विचारा तुडवती ।
अभिमान असा बाळगती । मी कर्म करणारच ।।६२३।।
आपला वसौटा जाळुनी । बिसाटे जैसा वन्ही ।
कां स्वमर्यादा गिळोनि । सिंधु उठी ।।६२४।।
आश्रयाला आलेले काष्ठ जाळून । अग्नी जसा राहे पसरून ।
किंवा आपली मर्यादा सोडून । समुद्र खवळतो ।।६२४।।
मग नेणें बहु थोडें । न पाहे मागें पुढें ।
मार्गामार्ग येकवढें । करीत चाले ।।६२५ ।।
अग्नी लहान मोठे न पाही । सागर मागेपुढे न पाही ।
तसा तामस वाढत जाई । शास्त्र अशास्त्र एकत्र करून ।।६२५।।
तैसें कृत्याकृत्य सरकटित । आपपर नुरवित ।
कर्म होय तें निश्चित । तामस जाण ।।६२६।।
तसे योग्य अयोग्य न पाहता । आपले दुसऱ्याचे न जाणता ।
असे जे कर्म होई सर्वथा । ते तामस जाण ।।६२६।।
ऐसी गुणत्रयभिन्ना । कर्माची गा अर्जुना ।
हे केली विवंचना । उपपत्तींसीं ।।६२७।।
गुणांच्या भिन्नपणाने । कर्माचे तीन प्रकार होणे ।
दृष्टांतासहित विवेचन जाणे । केले आहे अर्जुना ।।६२७।।

आतां ययाचि कर्मा भजतां । कर्माभिमानिया कर्ता ।
तो जीवुही त्रिविधता । पातला असे ।।६२८।।
हे तीन गुण आचरता । कर्माभिमानी कर्ता ।
त्याच्यातही त्रिविधता । येते ।।६२८।।
चतुराश्रमवशें । एकु पुरुषु चतुर्धा दिसे ।
कर्तया त्रैविध्य तैसें । कर्मभेदें ।।६२९।।
एका पुरुषाचे ठायी । तो चार अवस्थांतून जाई ।
कर्ता तीन प्रकारचा होई । तीन प्रकारच्या कर्माने ।।६२९।।
तरी तयां तिहीं आंतु । सात्विक तंव प्रस्तुतु ।
सांगेन दत्तचित्तु । आकर्णीं तूं ।।६३०।।
या तिन्हींमध्ये पाहे । जो सात्त्विक कर्ता आहे ।
मी त्याचे वर्णन करुनी राहे । तू एकचित्ताने ऐक ।।६३०।
तरी फळोद्देशें सांडिलिया । वाढती जेवीं सरळिया ।
शाखा कां चंदनाचिया । बावन्नया ।।६३१।।
फलेच्छा सोडून सकल । चंदनाच्या फांद्या वाढती सरळ ।
गंधाचा सुटतो दरवळ । मलय पर्वतावर ।।६३१।।
कां न फळतांही सार्थका । जैसिया नागलतिका ।
तैसिया करी नित्यादिकां । क्रिया जो कां ।।६३२।।
फळ येत नाही एक । तरी नागवेलीचे होते सार्थक ।
तसे नित्य नैमित्तिक । कर्माचरण जो करी ।।६३२।।
परी फळशून्यता । नाहीं तया विफळता ।
पैं फळासीचि पंडुसुता । फळें कायिसी ।।।६३३।।
त्या जरी फलशून्यता । तरी न ये विफलता ।
फळालाच पंडुसुता । फळे कशी येतील? ।।६३३।।
आणि आदरें करी बहुवसें । परी कर्ता मी हें नुमसे ।
वर्षाकाळींचें जैसें । मेघवृंद ।।६३४।।
श्रद्धेने कर्म करती । कर्तेपणाचा गर्व न करती ।
जसे शांतपणे पाऊस पाडती । वर्षाऋतूचे मेघ ।।६३४।।
तेवींचि परमात्मलिंगा । समर्पावयाजोगा ।
कर्मकलापु पैं गा । निपजावया ।।६३५ ।।
परमात्म्याला करण्या अर्पण । तसे योग्य कर्म होण्या उत्पन्न ।
व्हावा लागतो निर्माण । कर्मांचा समुदाय ।।६३५।।
तया काळातें नुलंघणें । देशशुद्धिही साधणें ।
कां शास्त्रांच्या वातीं पाहणें । क्रियानिर्णयो ।।६३६।।
त्यात काळ न उल्लंघणे । कर्माची शुद्धता साधणे ।
शास्त्रांची दृष्टी पाहणे । कर्मनिर्णयात ।।६३६।।

वृत्ति करणें येकवळा । चित्त जावों न देणें फळा ।
नियमांचिया सांखळा । वाहणें सदा ।।६३७।।
वृत्ती राहावी एकवित्त । फळाकडे न द्यावे चित्त ।
शास्त्रांच्या नियमाने युक्त। बंध पाळणे ।।६३७।।
हा निरोधु साहावयालागीं । धैर्याचिया चांगचांगीं ।
चिंतवणी जिती आंगीं । वाहे जो कां ।।६३८।।
हे निर्बंध कराया पालन । अंगी धैर्य ठेवून ।
विचार करी रात्रंदिन । जो याचा ।।६३८।।
आणि आत्मयाचिये आवडी ।
कर्में करितां वरपडीं ।
देहसुखाचिये परवडीं । येवों न लाहे ।।६३९।।
आत्मज्ञानाची आवड ।
कर्मांची करतो पर्वा वरचढ ।
देहसुखाची चाड। तो ठेवत नाही ।।६३९।।
आळसा निद्रा दुऱ्हावे । क्षुधा न बाणवे ।
सुरवाडु न पावे । आंगाचा ठावो ।।६४०।।
त्याची आळस निद्रा जाते । भूक तहान हरपते ।
विषयसुख विसरते । कर्मे करत असता ।।६४०।।
तंव अधिकाधिक । उत्साहो धरी आगळीक ।
सोनें जैसें पुटीं तुक । तुटलिया कसीं ।।६४१।।
जो सात्त्विक कर्मे करतो ।
उत्साह दुणावत जातो ।
जसा अग्नीत सोन्याचा कस वाढतो ।
वजन कमी झाले तरी ।।६४१।।
जरी आवडी आथी साच । तरी जीवितही सलंच ।
आगीं घालितां रोमांच । देखिजती सतिये ।।।६४२।।
जिला पतीविषयी प्रेम असते । जगणे तुच्छ मानते ।
मग सती काय घाबरते । अग्नीला? ।।६४२।।
मा आत्मया येवढीया प्रिया । वालभेला जो धनंजया ।
देहही सिदतां तया । काय खेदु होईल? ।।६४३।।
आत्मतत्त्वावर शुद्ध प्रेम जडता । शरीरास कष्ट होता ।
खेद मानेल काय पंडुसुता । तो साधक ।।६४३।।
म्हणौनि विषयसुरवाडु तुटे । जंव जंव देहबुद्धि आटे ।
तंव तंव आनंददुणवटे । कर्मीं जया ।।६४४।।
विषयभोग संपतो । मी म्हणजे देह हा भाव जातो ।
आनंद तेव्हा दुणावतो । कर्मे करत असता ।।६४४।।

ऐसेनि जो कर्म करी । आणि कोणे एके अवसरीं ।
तें ठाके ऐसी परी । वाहे जरी ।।६४५ ।।
जसे कर्म करीत राहिले । जरी कधी ते बंद पडले ।
आणि काही कारण घडले । तरीही ।।६४५।।
तरी कडाडीं लोटला गाडा । तो आपणपें न मनी अवघडा ।
तैसा ठाकलेनिही थोडा । नोहे जो कां ।।६४६।।
कड्यावरून गाडा लोटला । तो स्वतः न माने त्या संकटाला ।
कर्म करता त्या साधकाला । न खंत न खेद ।।६४६।।
नातरी आदरिलें । अव्यंग सिद्धी गेलें ।
तरी तेंही जिंतिलें । मिरवूं नेणें ।।६४७।।
तसे जे कर्म आरंभले । ते निर्दोष सिद्ध झाले ।
तरी आपण जिंकले । असे तो मानत नाही ।।६४७।।
इया खुणा कर्म करितां । देखिजे जो पंडुसुता ।
तयातें म्हणिपे तत्त्वतां । सात्विकु कर्ता ।।६४८।।
कर्माचे करता आचरण । जाणवती हे लक्षण ।
मानावे त्या अंत:करण । सात्त्विक कर्ता ।।६४८।।
आतां राजसा कर्तेया । वोळखणें हें धनंजया ।
जे अभिलाषा जगाचिया । वसौटा तो ।।६४९।।
आता राजसाचे चिन्ह । घे ओळखून अर्जुन ।
सर्व अभिलाषांचे आश्रयस्थान । तो जगातील ।।६४९।।
जैसा गावींचिया कश्मळा । उकरडा होय येकवळा ।
कां स्मशानीं अमंगळा । आघवयांची ।।६५०।।
जसे गावातील कचरा-केर । टाकिती उकिरड्यावर ।
सारे अमंगल वस्तूंचे आगर । जसे स्मशान ।।६५०।।
तया परी जो अशेषा । विश्वाचिया अभिलाषा ।
पायपाखाळणिया दोषां । घरटा जाला ।।६५१।।
विश्वातील सर्व इच्छांचे पाय । जिथे धुतले जाय ।
असे (निर्मोहाचे) आलय । तो बनला ।।६५१।।
म्हणौनि फळाचा लागु । देखे जिये असलगु ।
तिये कर्मीं चांगु । रोहो मांडी ।।६५२।।
ज्या कर्मात सहजपणे । शक्य असते फळ मिळणे ।
त्यांचा तो आदराने । आरंभ करतो ।।६५२।।
आणि आपण जालिये जोडी । उपखों नेदी कवडी ।
क्षणक्षणा कुरोंडी । जीवाची करी ।।६५३।।
जी संपत्ती प्राप्त करतो । त्यातली कवडी ही न खर्चतो ।
जीव ओवाळून टाकतो । तीवरून क्षणाक्षणाला ।।६५३।।

कृपणु चित्तीं ठेवा आपुला । तैसा दक्षु पराविया माला ।
बकु जैसा खुतला । मासेयासी ।।६५४।।
कृपण पैशासाठी दक्ष । तसे राजसाचे परधनावर लक्ष ।
बगळा लक्ष ठेवी समक्ष । माशांवर ।।६५४।।
आणि गोंवी गेलिया जवळी । झगटलिया अंग फाळी ।
फळें तरी आंतु पोळी । बोरांटी जैसी ।।६५५ ।।
बोरीचे झाड वस्त्र गुंतवते । जवळ गेल्यास ओरबाडते ।
घसा पोळून काढते । फळे खाता ।।६५५।।
तैसें मनें वाचा कायें । भलतया दुःख देतु जाये ।
स्वार्थु साधितां न पाहे । पराचें हित ।।६५६।।
तैसे काया, वाचा, मने । दुसऱ्यास दुःख देत राहणे ।
स्वत:चा स्वार्थ साधणे । परहित न पाहता ।।६५६।।
तेवींचि आंगें कर्मीं । आचरणें नोहे क्षमी ।
न निघे मनोधर्मीं । अरोचकु ।।६५७।।
स्वत: आरंभलेले कर्म । निरंतर चालवितो नेम ।
त्याचा न करी मनोधर्म । कधी कंटाळा ।।६५७।।
कनकाचिया फळा । आंतु माज बाहेरी मौळा ।
तैसा सबाह्य दुबळा । शुचित्वें जो ।।६५८।।
धोतऱ्याच्या फळा ते । आत गुंगी बाहेर काटे ।
तसे पावित्र्य हे दारिद्र्य वाटे । ज्या आत बाहेर ।।६५८।।
आणि कर्मजात केलिया । फळ लाहे जरी धनंजया ।
तरी हरिखें जगा यया । वांकुलिया वाये ।।६५९।।
अनेक कर्मांनंतर । फळ प्राप्त झाले तर ।
हर्षाने आनंद झाल्यावर । जगा वेडावतो ।।६५९।।
अथवा जें आदरिलें । हीनफळ होय केलें ।
तरीं शोकें तेणें जिंतिलें । धिक्कारों लागे ।।६६०।।
अथवा जे कर्म केले काही । ते फलद्रूप झाले नाही ।
तर शोकाने त्या कर्मालाही । तो धिक्कारतो ।।६६०।।
कर्मीं राहाटी ऐसी । जयातें होती देखसी ।
तोचि जाण त्रिशुद्धीसी । राजस कर्ता ।।६६१।।
अशा प्रकारे असेल ज्याची । वागणूक कर्माविषयीची ।
तो जाण निश्चिती । राजस कर्ता ।।६६१।।
आतां यया पाठीं येरु । जो कुकर्माचा आगरु ।
तोही करूं गोचरु । तामस कर्ता ।।६६२।।
आता या नंतर । जे कर्माचे आगार ।
त्या तामस संबंधी विचार । स्पष्ट करून सांगतो ।।६६२।।

तरी मियां लागलिया कैसें । पुढील जळत असे ।
हें नेणिजे हुताशें । जियापरी ।।६६३।।
आपल्या समोर जे येती । ते पदार्थ कसे जळती ।
हे ना समजून येती । अग्नीस ।।६६३।।
पैं शस्त्रें मियां तिखटें । नेणिजे कैसेनि निवटे ।
कां नेणिजे काळकूटें । आपुलें केलें ।।६६४।।
तीक्ष्ण धारेने दुसऱ्या मृत्यू येई । हे शस्त्राला न समजे काही ।
तसे काळकूट जाणत नाही । दुसऱ्याचा नाश ।।६६४।।
तैसा पुढीलया आपुलया । घातु करीत धनंजया ।
आदरी वोखटिया । क्रिया जो कां ।।६६५ ।।
आपला अन् दुसऱ्याचा तो । आपल्यामुळे नाश होतो ।
तरी जो प्रवृत्त होतो । वाईट क्रिया करण्या ।।६६५।।
तिया करितांही वेळीं । काय जालें हें न सांभाळी ।
चळला वायु वाहटुळी । चेष्टे तैसा ।।६६६।।
ती क्रिया करते वेळी । काय झाले हे तो न सांभाळी ।
जसा वारा सुटतो वावटळी । भरकटून ।।६६६।।
पैं करणिया आणि जया । मेळु नाहीं धनंजया ।
तो पाहुनी पिसेया । कैंचीं त्राय? ।।६६७।।
ज्याच्या कृतीत व इच्छेतही । धनंजया मेळ बसत नाही ।
वेड्याची काय किंमत राही । त्याच्या पुढे ।।६६७।।
आणि इंद्रियांचें वोगरिलें । चरोनि राखे जो जियालें ।
बैलातळीं लागलें । गोचिड जैसें ।।६६८।।
इंद्रियांचे भोग भोगून । जीवाचे करतो रक्षण ।
बैलाचे रक्त भक्षण । जसे गोचीड करतो ।।६६८।।
हांसया रुदना वेळु । नेणतां आदरी बाळु ।
राहाटे उच्छृंखळु । तयापरी ।।६६९।।
जसे रडते लहान बाळ । न जाणता योग्य अयोग्य वेळ ।
तसे वागतो स्वैर उच्छृंखल । त्या बाळापरी ।।६६९।।
जो प्रकृती आंतलेपणें । कृत्याकृत्यस्वादु नेणे ।
फुगे केरें धालेपणें । उकरडा जैसा ।।६७०।।
प्रकृतीच्या अधीन होऊन । काय करावे न कळून ।
उकिरडा केराने जसा जातो भरून । तसा गर्वाने फुगतो ।।६७०।।
म्हणौनि मान्याचेनि नांवें । ईश्वराही परी न खालवे ।
स्तब्धपणें न मनवे । डोंगरासी ।।६७१।।
गर्वाने फुगून जाई । देवापुढे नम्र न होई ।
ताठरपणात डोंगरालाही । तो मागे टाकतो ।।६७१।।

आणि मन जयाचें विषकल्लोळीं । राहाटी फुडी चोरिली ।
दिठी कीर ते वोली । पण्यांगनेची ।।६७२।।
मनात दुष्ट विचार । चोरटा सारा व्यवहार ।
दृष्टीत जिव्हाळा खोटा फार । जसा वारांगनेचा ।।६७२।।
किंबहुना कपटाचें । देहचि वळिलें तयाचें ।
तें जिणें कीं जुंवाराचें । टिटेघर ।।६७३।।
देह ज्याचा सगळा । कपटाने असे भरलेला ।
आयुष्य म्हणजे ढीग भरलेला । जुगाराचा ।।६७३।।
नोहे तयाचा प्रादुर्भावो । तो साभिलाष भिल्लांचा गांवो ।
म्हणौनि नये येवों जावों । तया वाटा ।।६७४।।
त्याच्या सहवासाचा ठाव । लुटारूंनी भरलेला गाव ।
त्याच्या वाटेने न ठेवावा वाव । येण्याजाण्याचा ।।६७४।।
आणि आणिकांचें निकें केलें । विरु होय जया आलें ।
जैसें अपेय पया मिनलें । लवण करी ।।६७५ ।।
दुसऱ्याचे कधी झाले भले । असूयेने वाटे आपल्याविरुद्ध झाले ।
दुधात जर मीठ मिसळले । तर पिण्याअयोग्य ठरते ।।६७५।।
कां हींव ऐसा पदार्थु । घातलिया आगीआंतु ।
तेचि क्षणीं धडाडितु । अग्नि होय ।।६७६।।
किंवा कितीही थंड पदार्थ हा । अग्नीत घातला स्वाहा ।
अग्निरूप धारण करतो पाहा । धडधडून तो ।।६७६।।
नाना सुद्रव्यें गोमटीं । जालिया शरीरीं पैठीं ।
होऊनि ठाती किरीटी । मळुचि जेवीं ।।६७७।।
उत्तम पक्वान्ने खाल्ली । ती पोटात गेली ।
तरी ती होऊन राहिली । मळच ।।६७७।।
तैसें पुढिलाचें बरवें । जयाच्या भीतरीं पावे ।
आणि विरुद्धचि आघवें । होऊनि निगे ।।६७८।।
दुसऱ्याचा उत्कर्ष पाहून । त्याला होत नाही सहन ।
द्वेष, निंदा यांच्या रूपानं। तोंडाबाहेर पडतो ।।६७८।।
जो गुण घे दे दोख । अमृताचें करी विख ।
दूध पाजलिया देख । व्यालु जैसा ।।६७९।।
दुसऱ्याचे गुण जरी पाही । त्याला नावे ठेवत राही ।
सापाला दूध पाजताही । विषच होते ।।६७९।।
आणि ऐहिकीं जियावें । जेणें परत्रा साच यावें ।
तें उचित कृत्य पावे । अवसरीं जिये ।।६८०।।
इहपर लोकी ज्यामुळे । जे करता सुख मिळे ।
उत्तम कर्म केल्यामुळे । हे प्राप्त होई ।।६८०।।

तेव्हां जया आपैसी । निद्रा ये ठेविली ऐसी ।
दुर्व्यवहारीं जैसी । विटाळें लोटे ।।६८१।।
त्यावेळी, त्या ठायी । हटकून झोप येई ।
ती विटाळशीप्रमाणे दूर राही ।
वाईट कर्म करताना ।।६८१।।
पैं द्राक्षरसा आम्ररसा । वेळे तोंड सडे वायसा ।
कां डोळे फुटती दिवसा । डुडुळाचे ।।६८२।।
जेंव्हा द्राक्ष, आंबा रसाने भरती ।
तेंव्हा कावळ्याला मुखात फोड येती ।
आणि दिवसा मग डोळे फुटती । घुबडाचे ।।६८२।।
तैसा कल्याणकाळु पाहे । तैं तयातें आळसु खाये ।
ना प्रमादीं तरी होये । तो म्हणे तैसें ।।६८३।।
कल्याण काळात तो । आळस त्याला ग्रासतो ।
तो सांगेल तसे हा वागतो । कुकर्म करताना ।।६८३।।
जेवींचि सागराच्या पोटीं । जळे अखंड आगिठी ।
तैसा विषादु वाहे गांठीं । जिवाचिये जो ।।६८४।।
सागराच्या पोटात सदाही । वडवानल जळत राही ।
तसा दुसऱ्याचा उत्कर्ष न साही । विषाद करी ।।६८४।।
लेंडोराआगीं धूमावधि । कां अपाना आंगीं दुर्गंधि ।
तैसा जो जीविताविधि । विषादें केला ।।६८५ ।।
लेंड्यांच्या विस्तवात धूर भरे ।
अपानवायूतून दुर्गंधीच पसरे ।
तसा मृत्यूपर्यंत त्याच्या मनात उरे ।
निव्वळ विषाद ।।६८५।।
आणि कल्पांताचिया पारा । वेगळेंही जो वीरा ।
सूत्र धरी व्यापारा । साभिलाषा ।।६८६।।
कल्पाच्या अंतानंतरही । फळाची प्राप्ती व्हावी ।
या इच्छेने करत राही । व्यापाराचे धोरण ।।६८६।।
अगा जगाही परौती । शुचा वाहे पैं चित्तीं ।
करितां विषीं हातीं । तृणही न लगे ।।६८७।।
जे न करती इतर । इच्छितो तो करण्या व्यापार ।
न लागे हाती साकार । तृणही ।।६८७।।
ऐसा जो लोकाआंतु । पापपुंजु मूर्तु ।
देखसी तो अव्याहतु । तामसु कर्ता ।।६८८।।
अर्जुना अशा लोकांत । जो पापाची रास मूर्तिमंत ।
जाण तो असे निश्चित । तामस कर्ता ।।६८८।।
एवं कर्म कर्ता ज्ञान । या तिहींचें त्रिधा चिन्ह ।
दाविलें तुज सुजन । चक्रवर्ती ।।६८९।।
कर्म, कर्ता, ज्ञान । या तिन्हींचे लक्षण ।
तुला सांगितले अर्जुन । स्पष्टपणे ।।६८९।।
आतां अविद्येचिया गांवीं । मोहाची वेढूनि मदवी ।
संदेहाचीं आघवीं । लेऊनि लेणीं ।।६९०।।
अविद्येच्या गावी जाऊन । मोहाचे वस्त्र नेसून ।
अलंकार धारण करून । संशयाचे ।।६९०।।
आत्मनिश्चयाची बरव । जया आरिसां पाहे सावयव ।
तिये बुद्धीचीही धांव । त्रिधा असे ।।६९१।।
आत्मनिश्चयाची शोभा ज्यात । पाहू तो आरसा मूर्तिमंत ।
अशी जी बुद्धी आहे स्वरूपात । तीन प्रकारची ।।६९१।।
अगा सत्वादि गुणीं इहीं । कायी एक तिहीं ठायीं ।
न कीजेचि येथ पाहीं । जगामाजीं ।।६९२।।
असे घे जाणुनी । सत्त्वादि तिन्ही गुणांनी ।
सर्व वस्तूंचे प्रकार तिन्ही । केलेत जगात ।।६९२।।
आगी न वसतां पोटीं । कवण काष्ठ असे सृष्टीं ।
तैसें तें कैंचें दृश्यकोटीं । त्रिविध जें नोहे ।।६९३।।
अग्नी नाही असे लाकूड कुठले । दिसत नाहीत असे पदार्थ कुठले ।
काय असे आहे तीन गुणांमुळे । तीन प्रकार होत नाहीत? ।।६९३।।
म्हणौनि तिहीं गुणीं । बुद्धी केली त्रिगुणी ।
धृतीसिही वांटणी । तैसीचि असे ।।६९४।।
म्हणून तीन गुणांनी । बुद्धीची केली त्रिगुणांत वाटणी ।
धैर्यालादेखील त्रिगुणांनी । विभागले ।।६९४।।
तेंचि येक वेगळालें । यथा चिन्हीं अळंकारलें ।
सांगिजैल उपाइलें । भेदलेपणें ।।६९५ ।।
तीच बुद्धी व धैर्य सगळी । योग्य लक्षणांनी अलंकारिली ।
आणि गुणभेदानेविस्तारली । ते भिन्नत्वाने सांगतो ।।६९५।।
परी बुद्धि धृति इयां । दोहीं भागामाजीं धनंजया ।
आधीं रूप बुद्धीचिया । भेदासि करूं ।।६९६।।
पण बुद्धी व धैर्य यांत । पहिल्यांदा पंडुसुत ।
मी तुजला आहे सांगत । बुद्धिभेदाची लक्षणे ।।६९६।।
तरी उत्तमा मध्यमा निकृष्टा । संसारासि गा सुभटा ।
प्राणियां येतिया वाटा । तिनी आथी ।।६९७।।
जो प्रत्येक घेतो जन्म । त्या उत्तम, मध्यम, अधम ।
असे तीन मार्ग परम । आहेत अर्जुना ।।६९७।।

जे अकरणीय काम्य निषिद्ध । ते हे मार्ग तिन्ही प्रसिद्ध ।
संसारभयें सबाध । जीवां ययां ।।६९८।।
विहित कर्म न करणे । काम्य कर्म न करणे ।
निषिद्ध कर्म करत राहणे । या तिन्हींतून संसारभेद ।।६९८।।
म्हणौनि अधिकारें मानिलें । जें विधीचेनि वोघें आलें ।
तें एकचि येथ भलें । नित्य कर्म ।।६९९।।
अधिकाराने जे आले । विधिमार्गे जे केले ।
ते एकच आहे चांगले । नित्य कर्म ।।६९९।।
तेंचि आत्मप्राप्ति फळ । दिठी सूनि केवळ ।
कीजे जैसें कां जळ । सेविजे ताहनें ।।७००।।
मिळण्या आत्मप्राप्ती फळ । दृष्टी ठेवून कर्म करावे सकल ।
तसे तहान भागवण्या केवळ । पाणी प्यावे ।।७००।।
येतुलेनि तें कर्म । सांडी जन्मभय विषम ।
करूनि दे उगम । मोक्षसिद्धि ।।७०१।।
अशा प्रकारे कर्म करता । देता जन्मभयातून मुक्तता ।
देते मोक्षाची करून पूर्तता । सुलभपणे ।।७०१।।
ऐसें करी तो भला । संसारभयें सांडिला ।
करणीयत्वें आला । मुमुक्षुभागा ।।७०२।।
असे कर्म जो करतो । संसारभयातून मुक्त होतो ।
मोक्षमार्गास लागतो । या आचरणाने ।।७०२।।
तेथ जे बुद्धि ऐसा । बळिया बांधे भरंवसा ।
मोक्षु ठेविला ऐसा । जोडेल येथ ।।७०३।।
जी नित्यकर्मावर विश्वास ठेवते । आचरणाचा दृढ निश्चय करते ।
ती बुद्धी प्राप्त करून घेते । मोक्षप्राप्ती ।।७०३।।
म्हणौनि निवृत्तीची मांडिली । सूनि प्रवृत्तितळीं ।
इये कर्मीं बुडकुळी । द्यावीं कीं ना? ।।७०४।।
निष्काम प्रवृत्ती ठेवून खाली । त्यावर निवृत्ती मांडली ।
अशा कर्मात बुडकुली । साधकाने घेऊ नये काय? ।।७०४।।
तृषार्ता उदकें जिणें । कां पुरीं पडलिया पोहणें ।
अंधकूपीं गति किरणें । सूर्याचेनि ।।७०५ ।।
तहानलेल्यांना पाणी । बुडणाऱ्याला नाव त्या क्षणी ।
अंधाऱ्या कूपात किरणांचा मणी । सूर्याच्या ।।७०५।।
नाना पथ्येंसीं औषध लाहे । तरी रोगें दाटलाही जिये ।
का मीना जिव्हाळा होये । जळाचा जरी ।।७०६।।
पथ्य पाळून औषध घेतो । तीव्रता रोगाची कमी करतो ।
किंचित ओलावा पुरे होतो । लहान माशांना ।।७०६।।

तरी तयाच्या जीविता । नाहीं जेवीं अन्यथा ।
तैसें कर्मीं इये वर्तता । जोडेचि मोक्षु ।।७०७।।
तरी ठरते निश्चितपणे । त्यांचे जीवित रहाणे ।
नित्यकर्म करता निष्काम बुद्धीने । मोक्ष प्राप्त होतो ।।७०७।।
हें करणीयाचिया कडे। जें ज्ञान आथी चोखडें।
आणि अकरणीय हें फुडें। ऐसें जाण ।।७०८।।
ही नित्यकर्मे करणे । ही ज्ञानप्रवृत्ती असणे ।
पण जे योग्य न आचरणे । अशी बुद्धी ।।७०८।।
जीं तिथें काम्यादिकें । संसारभयदायकें ।
अकृत्यपणाचें आंबुखें । पडिलें जयां ।।७०९।।
जी निषिद्ध काम्यमय । निर्मिते संसारभय ।
ज्यांच्यावर शिक्का होय । निषिद्धपणाचा ।।७०९।।
तिये कर्मीं अकार्यीं । जन्ममरणसमयीं ।
प्रवृत्ति पळवी पायीं । मागिलींचि ।।७१०।।
अकार्य कर्मे करण्यापासून । जन्म-मृत्युभयापासून ।
प्रवृत्तीला मागे लावी पळवून । जी बुद्धी ।।७१०।।
पैं आगीमाजीं न रिघवे । अथावीं न घालवे ।
धगधगीत नागवे । शूळ जेवीं ।।७११।।
अग्नीत प्रवेश घेववत नाही । खोल पाण्यात बुडी न घेई ।
तापला शूळ हाती धरता न येई । असे जाण ।।७११।।
कां काळियानाग धुंधुवातु । देखोनि न घालवे हातु ।
न वचवे खोपेआंतु । वाघाचिये ।।७१२।।
काळ्या नागाच्या बिळात । न घालवे हात ।
आणि वाघाच्या गुहेत । जाववत नाही ।।७१२।।
तैसें कर्म अकरणीय । देखोनि महाभय ।
उपजे निःसंदेह । बुद्धी जिये ।।७१३।।
निषिद्ध कर्म केले जाईल । तर महाभय उत्पन्न होईल ।
असा निश्चय होऊन राहील । बुद्धीमध्ये जाण ।।७१३।।
वाढिलें रांधूनि विखें । तेथें जाणिजे मृत्यु न चुके ।
तेवीं निषेधीं कां देखे । बंधातें जे ।।७१४।।
विष घालून शिजवले अन्न । खाता न चुके मरण ।
करता निषिद्ध कर्माचे आचरण । जन्म-मृत्यू चुकत नाही ।।७१४।।
मग बंधभयभरितीं । तियें निषिद्धीं प्राप्ती ।
विनियोगु जाणे निवृत्ती । कर्मांचिये ।।७१५ ।।
तरी बंधभयात । निषिद्ध कर्म हो प्राप्त ।
मग बुद्धी जाणत । कर्म त्यागाचा विनियोग ।।७१५।।

ऐसेनि कार्याकार्यविवेकी । जे प्रवृत्ति निवृत्ति मापकी ।
खरा कुडा पारखी । जियापरी ।।७१६।।
कार्य-अकार्याचा विवेक । निवृत्ती-प्रवृत्तीचा आलेख ।
जी बुद्धी करते पारख । रत्नपारख्या सम ।।७१६।।
तैसी कृत्याकृत्यशुद्धी । बुझे जे निरवधी ।
सात्विक म्हणिपे बुद्धी । तेचि तूं जाण ।।७१७।।
तसेच कृत्य अकृत्य ते । जी बुद्धी स्पष्ट जाणते ।
ती सात्त्विक बुद्धी म्हणवते । तू जाणून घे ।।७१७।।
आणि बकाच्या गांवीं । घेपे क्षीरनीर सकलवी ।
कां अहोरात्रींची गोंवी । आंधळें नेणे ।।७१८।।
बगळ्यांच्या गावी सर्वत्र । दूध पाणी करती एकत्र ।
आंधळा न जाणे दिवस रात्र । गुंता त्यांचा ।।७१८।।
जया फुलाचा मकरंदु फावे । तो काष्ठें कोरूं धांवे ।
परी भ्रमरपणा नव्हे । अव्हांटा जेवीं ।।७१९।।
भुंगा फुलांतील मध खातो । लाकूडही कोरू पाहतो ।
विसंगती न करतो । स्वभावाशी ।।७१९।।
तैसीं इयें कार्याकार्यें । धर्माधर्मरूपें जियें ।
तियें न चोजवितां जाये । जाणती जे कां ।।७२०।।
धर्म अधर्म रूपांतली जी । कार्ये अकार्ये असती ।
योग्य निवड न करता बुद्धी । जी आचरण करते ।।७२०।।
अगा डोळांवीण मोतियें । घेतां पाडु मिळे विपायें ।
न मिळणें तें आहे । ठेविलें तेथें ।।७२१।।
डोळ्यांनी परीक्षा न करताही । जर मोती घेतला जाई ।
योग्य मिळेल अथवा मिळणार नाही । हे ठरलेले आहे ।।७२१।।
तैसें अकरणीय अवचटें । नोडवे तरीच लोटे ।
येऱ्हवीं जाणें एकवटें । दोन्ही जे कां ।।७२२।।
अकर्तव्य कर्मे असती । पुढे येता लांब राहती ।
एकसारखीच जाणली जाती । दोन्ही कर्मे ।।७२२।।
ते गा बुद्धि चोखविषीं । जाण येथ राजसी ।
अक्षत टाकिली जैसी । मांदियेवरी ।।७२३।।
जसे सर्वांना आमंत्रण द्यावे । चांगले वाईट न पाहावे ।
असे आंधळेपणाने निर्णय घ्यावे । ती राजस बुद्धी ।।७२३।।
आणि राजा जिया वाटा जाये । ते चोरांसि आडव होये ।
कां राक्षसां दिवो पाहे । राती होऊनि ।।७२४।।
राजाची जी वाट। चोरा वाटे आडवाट।
राक्षसाला दिवसाची पहाट। रात्र वाटते ।।७२४।।

नाना निधानचि निदैवा । होये कोळसयाचा उडवा ।
पैं असतें आपणपें जीवा । नाहीं जालें ।।७२५ ।।
माणूस जो भाग्यहीन । कोळसा होई पुरलेले धन ।
ते त्याच्या जवळ असून । नसल्याप्रमाणे होई ।।७२५।।
तैसें धर्मजात तितुकें । जिये बुद्धीसी पातकें ।
साच तें लटिकें । ऐसेंचि बुझे ।।७२६।।
तसे जितके धर्म असती । त्या बुद्धीस पापे वाटती ।
गोष्टी खोट्या भासती । खऱ्या आहेत ज्या ।।७२६।।
ते आघवेचि अर्थ । करूनि घाली अनर्थ ।
गुण ते ते व्यवस्थित । दोषचि मानी ।।७२७।।
तिला सर्व अर्थ । वाटती अनर्थ ।
नीतिशास्त्रे ही यथार्थ । तिला दोष वाटती ।।७२७।।
किंबहुना श्रुतिजातें । अधिष्ठूनि केलें सरतें ।
तेतुलेंही उपरतें । जाणे जे बुद्धी ।।७२८।।
किंबहुना जे वेदांनी सांगितले । स्वीकारून मान्य केले ।
ती बुद्धी ते सगळे । विपरीत मानी ।।७२८।।
ते कोणातेंही न पुसतां । तामसी जाणावी पंडुसुता ।
रात्री काय धर्मार्था । साच करावी ।।।७२९।।
कोणासही न विचारता । ती बुद्धी तामसी जाणावी पार्था ।
धर्म आणि व्यवहार अर्था । ती अज्ञानी आहे ।।७२९।।
एवं बुद्धीचे भेद । तिन्ही तुज विशद ।
सांगितले स्वबोध- । कुमुदचंद्रा ।।७३०।।
याप्रमाणे बुद्धीचे तीन भेद । करून नीट विशद ।
तुला सांगितले सुबोध । हे अर्जुना ।।७३०।।
आतां ययाचि बुद्धिवृत्ती । निष्टंकिला कर्मजातीं ।
खांदु मांडिजे धृती । त्रिविधा तया ।।७३१।।
या बुद्धीच्या वृत्तीत । कर्म करण्याचा निश्चय होत ।
तेव्हा धैर्य संज्ञा होते प्राप्त । तिचेही तीन प्रकार ।।७३१।।
तिये धृतीचेही विभाग । तिन्ही यथालिंग ।
सांगिजती चांग । अवधान देईं ।।७३२।।
या धैर्याचे प्रकार तीन । त्याचे चिन्ह व लक्षण ।
सांगतो कर श्रवण । एकाग्रतेने ।।७३२।।
तरी उदेलिया दिनकरु । चोरीसिं थोके अंधारु ।
कां राजाज्ञा अव्यवहारु । कुंठवी जेवीं ।।७३३।।
सूर्य उगवल्यानंतर । जाई चोरांना उपकारक अंधार ।
किंवा नीतिबाह्य व्यवहार । राजाज्ञेने थांबतो ।।७३३।।

नाना पवनाचा साटु। वाजीनलिया नीटु।
आंगेंसीं बोभाटु। सांडिती मेघ ।।७३४।।
वारा अति वेगात । वाहू लागला जोरात ।
तसा मेघ गर्जनेसह जात । नाहीसा होतो ।।७३४।।
कां अगस्तीचेनि दर्शनें । सिंधु घेऊनि ठाती मौनें ।
चंद्रोदयीं कमळवनें । मिठी देती ।।७३५ ।।
अगस्तींचे होता दर्शन । समुद्र धारण करी मौन ।
सूर्यविकासी कमळे जाती मिटून । होता चंद्रोदय ।।७३५।।
हें असो पावो उचलिला । मदमुख न ठेविती खालां ।
गर्जोनि पुढां जाला । सिंहु जरी ।।७३६।।
हत्तीने उचलले पाऊल । सिंहाची लागता चाहूल ।
तो मागे न घेई पाऊल । गजराज ।।७३६।।
तैसा जो धीरु । उठलिया अंतरु ।
मनादिकें व्यापारु । सांडिती उभीं ।।७३७।।
तसे उठता सात्त्विक धैर्य । मन, प्राण, इंद्रियांचे व्यवहार ।
जागचे जागी व्यापार । बंद पडती ।।७३७।।
इंद्रियां विषयांचिया गांठी । अपैसया सुटती किरीटी ।
मन मायेच्या पोटीं । रिगती दाही ।।७३८।।
इंद्रिय विषयांच्या गाठी । आपोआप सुटत जाती ।
मन मायेच्या कुशीत प्रवेशती । दाही इंद्रिये ।।७३८।।
अधोर्ध्व गूढें काढी । प्राण नवांची पेंडी ।
बांधोनि घाली उडी । मध्यमेमाजीं ।।७३९।।
अध-ऊर्ध्वाची गूढे काढतो । नऊ प्राणांची पेंडी बांधतो ।
आणि मध्यमात उडी घेतो । सात्त्विक धैर्य गुण ।।७३९।।
संकल्पविकल्पांचें लुगडे। सांडूनि मन उघडें।
बुद्धि मागिलेकडे। उगीचि बैसे ।।७४०।।
संकल्प-विकल्पांचे वस्त्र सोडे । धैर्य करी मन उघडे ।
बुद्धी स्वस्थ राही पडे । मनाच्या मागे ।।७४०।।
ऐसी धैर्यराजें जेणें । मन प्राण करणें ।
स्वचेष्टांचीं संभाषणें । सांडविजती ।।७४१।।
हा धैर्यराज ज्याप्रमाणे । मन, इंद्रियांचे क्रियारूप बोलणे ।
ती बंद करतो संभाषणे । मन, इंद्रिय, प्राणांची ।।७४१।।
मग आघवींचि सडीं । ध्यानाच्या आंतुल्या मढीं ।
कोंडिजती निरवडी । योगाचिये ।।७४२।।
मग योगाच्या आधारात । ध्यानाच्या समाधी घरात ।
सर्व इंद्रियांना ठेवतात । तसे कोंडून ।।७४२।।

परी परमात्मया चक्रवर्ती । उगाणिती जंव हातीं ।
तंव लांचु न घेतां धृती । धरिजती जिया ।।७४३।।
परमात्मा जो चक्रवर्ती । इंद्रिये त्याच्या स्वाधीन होती ।
काही न घेता निग्रह करती । ते धैर्य ।।७४३।।
ते गा धृती येथें । सात्विक हें निरुतें ।
आईक अर्जुनातें । श्रीकांतु म्हणे ।।७४४।।
ते धैर्य प्रमाण । सात्त्विक जाण ।
असे सांगती श्रीकृष्ण । अर्जुनास ।।७४४।।
आणि होऊनियां शरीरी । स्वर्गसंसाराच्या दोहीं घरीं ।
नांदे जो पोटभरी । त्रिवर्गोपायें ।।७४५ ।।
देह हे माझे रूप मानूनी । धर्म, अर्थ, काम या उपायांनी ।
स्वर्ग संसार दोन्हीकडे आनंदानी । वास्तव्य करतो ।।७४५।।
तो मनोरथांच्या सागरीं । धर्मार्थकामांच्या तारुवावरी ।
जेणें धैर्यबळें करी । क्रिया-वणिज ।।७४६।।
तो मनोरथांच्या सागरात । धर्म, अर्थ, काम या जहाजात ।
धैर्याने व्यापार करत । राहतो जो जीवात्मा ।।७४६।।
जें कर्म भांडवला सूये । तयाची चौगुणी येती पाहे ।
येवढें सायास साहे । जया धृती ।।७४७।।
त्यात कर्माचे भांडवल घालतो । चौपट होईल असे पाहतो ।
सारे कष्ट सहन करतो । ज्या धैर्याच्या योगे ।।७४७।।
ते गा धृती राजस । पार्था येथ परीयेस ।
आतां आइक तामस । तिसरी जे कां ।।७४८।।
ते धैर्य अर्जुन । राजस धैर्य जाण ।
आता ऐक सांगतो लक्षण । तामस धैर्याची ।।७४८।।
तरी सर्वाधमें गुणें । जयाचें कां रूपा येणें ।
कोळसा काळेपणें । घडला जैसा ।।७४९।।
सर्वांत वाईट अशा तमोगुणाने । तामस धैर्य नावारूपा येणे ।
जशी कोळशाची निर्मिती होणे । काळेपणातच ।।७४९।।
अहो प्राकृत आणि हीनु । तयाही कीं गुणत्वाचा मानु ।
तरी न म्हणिजे पुण्यजनु । राक्षसु काई? ।।७५०।।
हा प्राकृत आणि असे हीन । त्याही गुणपणाचा मान ।
जसे म्हणत नाहीत का पुण्यजन । राक्षसांना? ।।७५०।।
पैं ग्रहांमाजीं इंगळु । तयातें म्हणिजे मंगळु ।
तैसा तमीं धसाळु । गुणशब्दु हा ।।७५१।।
निखाऱ्यासम जो इंगळ । तो ग्रह म्हणती मंगळ ।
तसे तमोगुणा म्हणती केवळ । गुण शब्द रूढ हा ।।७५१।।

जे सर्वदोषांचा वसौटा । तमचि कामऊनि सुभटा ।
उभारिला आंगवठा । जया नराचा ॥७५२॥
सर्व दोषांचे वसतिस्थान । ते तमोगुण कमवून ।
उभी केली मूर्ती बनवून । ज्या नराची ॥७५२॥
तो आळसु सूनि असे कांखे । म्हणौनि निद्रे कहीं न मुके ।
पापें पोषितां दुःखें । न सांडिजे जेवीं ॥७५३॥
जो आळस बाळगून राही । त्या निद्रा न सोडे काही ।
दुःख सोडत नाही । पापांचे पोषण करता ॥७५३॥
आणि देहधनाचिया आवडी । सदा भय तयातें न सांडी ।
विसंबूं न सके धोंडीं । काठिण्य जैसें ॥७५४॥
देहरूपी धनावर प्रेम राही । मग भय सोडून न जाई ।
जसा कठीणपणा दूर होत नाही । दगडापासून ॥७५४॥
आणि पदार्थजातीं स्नेहो । बांधे म्हणौनि तो शोकें ठावो ।
केला न शके पाप जावों । कृतघ्नौनि जैसें ॥७५५ ॥
पदार्थांशी प्रेम ठेवले । दुःख तिथे मुक्कामास आले ।
पाप दूर न गेले । जसे कृतघ्नापासून ॥७५५॥
आणि असंतोष जीवेंसीं । धरूनि ठेला अहर्निशीं ।
म्हणौनि मैत्री तेणेंसीं । विषादें केली ॥७५६॥
तो तमोगुणी माणूस । मनी असंतोष ठेवी रात्रंदिवस ।
म्हणून दुःखाचा राही खास । स्नेह त्याच्याशी ॥७५६॥
लसणातें न सांडी गंधी । कां अपथ्यशीळातें व्याधी ।
तैसी केली मरणावधी । विषादें तया ॥७५७॥
लसणाचा दुर्गंध जात नाही । कुपथ्याने रोग सोडत नाही ।
मृत्यूपर्यंत खेद सोडत नाही । तामसी मनुष्यास ॥७५७॥
आणि वयसा वित्तकामु । ययांचा वाढवी संभ्रमु ।
म्हणौनि मदें आश्रमु । तोचि केला ॥७५८॥
कामेच्छा, तारुण्य, धन । यांचा अहंकार धरतो म्हणून ।
अंगी राहतो वास करून । उन्मत्तपणा ॥७५८॥
आगीतें न सांडी तापु । सळातें जातीचा सापु ।
कां जगाचा वैरी वासिपु । अखंडु जैसा ॥७५९॥
अग्नी न सोडे तप्तता । सर्प न सोडे वैरता ।
भय अखंड राही सर्वथा । तामसा अंगी ॥७५९॥
नातरी शरीरातें काळु । न विसंबे कवणे वेळु ।
तैसा आथी अढळु । तामसीं मदु ॥७६०॥
कधी देहा न विसरे काळ । असो कोणतीही वेळ ।
तसा गर्व राही अढळ । तमोगुणी माणसास ॥७६०॥

एवं पांचही हे निद्रादिक । तामसाच्या ठाईं दोख ।
जिया धृती देख । धरिलें आहाती ॥७६१॥
हे दोष पाचही[६] । तामसाचे ठायी ।
त्या धैर्य धरून राही । असे जाण ॥७६१॥
तिये गा धृती नांवें । तामसी येथ हें जाणावें ।
म्हणितलें तेणें देवें । जगाचेनी ॥७६२॥
त्या धैर्याचे नांव कसे । तामस धैर्य जाण जसे ।
देव तेंव्हा सांगती असे । धनुर्धर अर्जुनाला ॥७६२॥
एवं त्रिविध जे बुद्धि । कीजे कर्मनिश्चयो आधि ।
तो धृती या सिद्धि । नेइजो येथ ॥७६३॥
अशी तीन प्रकारांची बुद्धी । कर्मनिश्चय करी आधी ।
तो हे धैर्य नेती सिद्धी । तीन प्रकारचे ॥७६३॥
सूर्यें मार्गु गोचरु होये । आणि तो चालती कीर पाये ।
परी चालणें तें आहे । धैर्यें जेवीं ॥७६४॥
सूर्य उदय होतो । प्रकाशी मनुष्य चालतो ।
तो चालण्याचा प्रकार घडतो । धैर्यामुळे ॥७६४॥
तैसी बुद्धि कर्मातें दावी । ते करणसामग्री निफजवी ।
परी निफजावया होआवी । धीरता जे ॥७६५ ॥
बुद्धी कर्माला दावते । करण सामग्री उपजवते ।
ते घडवून आणण्या लागते । धैर्य ॥७६५॥
ते हे गा तुजप्रती । सांगीतली त्रिविध धृती ।
यया कर्मत्रया निष्पत्ती । जालिया मग ॥७६६॥
जे धैर्य तीन प्रकारांत । सांगितले तुज विस्तारात ।
तीन कर्मांची[७] उत्पत्ती होत । त्या धैर्यामुळे ॥७६६॥
येथ फळ जें एक निफजे । सुख जयातें म्हणिजे ।
तेंही त्रिविध जाणिजे । कर्मवशें ॥७६७॥
यापासून जे निर्माण होते । त्याला सुख म्हटले जाते ।
तेही तीन प्रकारांचे असते । कर्मानुसार ॥७६७॥
तरी फळरूप तें सुख । त्रिगुणीं भेदलें देख ।
विवंचूं आतां चोख । चोखीं बोलीं ॥७६८॥
फलस्वरूप जे सुख जाण ।
तीन गुणांनी होई भिन्न ।
आता करतो उत्तम वर्णन ।
शुद्ध सात्त्विक सुखाचे ॥७६८॥

६ (पाच दोष- निद्रा, भय, शोक, विषाद, मद)
७ (तीन कर्मे - सात्त्विक, राजस, तामस)

परी चोखी ते कैसी सांगे । पैं घेवों जातां बोलबगें ।
कानींचियेही लागे । हातींचा मळु ।।७६९।।
ही सुखाची चोख शुद्धता । मळेल शब्दांनी सांगता ।
मळ लागे श्रवण करता । कर्णरूपी हाताचा ।।७६९।।
म्हणौनि जयाचेनि अव्हेरें । अवधानही होय बाहिरें ।
तेणें आइक हो आंतरें । जीवाचेनि जीवें ।।७७०।।
हे सारे अव्हेरून । शब्द अवधानाचा त्याग करून ।
अंतर्मुख वृत्ती धरून । अंत:करणाने ऐक ।।७७०।।
ऐसें म्हणौनि देवो । त्रिविधा सुखाचा प्रस्तावो ।
मांडला तो निर्वाहो । निरूपित असें ।।७७१।।
असे अर्जुना सन्मुख । तीन प्रकारचे सुख ।
निरूपण आरंभले देख । देवांनी ।।७७१।।
म्हणे सुखत्रयसंज्ञा । सांगों म्हणौनि प्रतिज्ञा ।
बोलिलों तें प्राज्ञा । ऐक आतां ।।७७२।।
हे बुद्धिमान अर्जुन । तीन प्रकारांच्या सुखाचे लक्षण ।
ते तू कर श्रवण । निश्चयाने, तुला सांगतो ।।७७२।।
तरी सुख तें गा किरीटी । दाविजेल तुज दिठी ।
जें आत्मयाचिये भेटी । जीवासि होय ।।७७३।।
अर्जुना जे सुख लाभते । ते दाखवीन तुज अनुभवाते ।
जेंव्हा परमात्म्याशी ऐक्य होते । जीवाचे ।।७७३।।
परी मात्रेचेनि मापें । दिव्यौषध जैसें घेपें ।
कां कथिलाचें कीजे रुपें । रसभावनीं ।।७७४।।
जसे ठेवून योग्य प्रमाण । दिव्य औषध करावे सेवन ।
अथवा रसाचे लेप देऊन । कथिलाची चांदी करावी ।।७७४।।
नाना लवणाचें जळु । होआवया दोनि चार वेळु ।
देऊनि सांडिजती ढाळु । तोयाचें जेवीं ।।७७५ ।।
मिठाचे होण्या जळ । पाणी शिंपडावे दोन-चार वेळ ।
तेव्हाच त्याचे ढाळ । प्रवाहती ।।७७५।।
तेवीं जालेनि सुखलेशें । जीवु भाविलिया अभ्यासें ।
जीवपणाचें नासे । दुःख जेथें ।।७७६।।
सुख थोडे होतसे प्राप्त । चिंतनाची होते सुरुवात ।
होतो दु:खाचा अंत । जीवदशेच्या ।।७७६।।
तें येथ आत्मसुख । जालें असे त्रिगुणात्मक ।
तेंही सांगों एकैक । रूप आतां ।।७७७।।
तेच इथे आत्मसुख । झाले आहे त्रिगुणात्मक ।
त्याचेच रूप एकेक । तुला सांगतो ।।७७७।।

आतां चंदनाचें बूड। सर्पीं जैसें दुवाड।
कां निधानाचें तोंड। विवसिया जेवीं ।।७७८।।
चंदन वृक्षाच्या मुळी । सर्प घाली वेटोळी ।
पिशाच्याच्या येण्याचे वेळी । धनाचा ठेवा झाकती ।।७७८।।
अगा स्वर्गींचें गोमटें । आडव यागसंकटें ।
कां बाळपण दासटें । त्रासकाळें ।।७७९।।
स्वर्गाचे भोग लाभावे । म्हणून यज्ञाचे संकट घ्यावे ।
बालपणीही भोगावे । लागती अनेक त्रास ।।७७९।।
हें असो दीपाचिये सिद्धी । अवघड धू आधीं ।
नातरी तो औषधीं । जिभेचा ठावो ।।७८०।।
विस्तव पेटवायचा असल्यास । आधी सोसणे धुराचा त्रास ।
औषधापूर्वी कडवट वास । जिभेला लागे ।।७८०।।
तयापरी पांडवा । जया सुखाचा रिगावा ।
विषम तेथ मेळावा । यमदमांचा ।।७८१।।
त्याप्रमाणे हे सुभद्रापती । आत्मसुखाची होण्या प्राप्ती ।
यम-दम साधनांची कृती । सोसावी लागते ।।७८१।।
देत सर्वस्नेहा मिठी । आगीं ऐसें वैराग्य उठी ।
स्वर्ग संसारा कांटी । काढितचि ।।७८२।।
सर्व आसक्ती दूर करून । संसाराचे कुंपण तोडून ।
मनी वैराग्य होई उत्पन्न । तेव्हा आत्मसुख लाभते ।।७८२।।
विवेकश्रवणें खरपुसें । जेथ व्रताचरणें कर्कशें ।
करितां जाती भोकसे । बुद्ध्यादिकांचे ।।७८३।।
सूक्ष्म ज्ञानाचे कथन । कठोर व्रताचे आचरण ।
निघती वाभाडे जाण । तिथे बुद्धीचे ।।७८३।।
सुषुम्नेचेनि तोंडें । गिळिजे प्राणापानाचे लोंढे ।
बोहणियेसीचि येवढें । भारी जेथ ।।७८४।।
सुषुम्नेच्या तोंडाने घेती । प्राण-अपानाचे घोट गिळती ।
सुरुवातीलाच येथे असती । कष्ट भारी ।।७८४।।
जें सारसांही विघडतां । होय वोहाहूनि वस्त काढितां ।
ना भणंगु दवडितां । भाणयावरुनी ।।७८५ ।।
चक्रवाकांचा वियोग होणे । वासरास कासेहून ओढणे ।
ताटावरून भुकेल्यास हाकलणे । इतके ते कठीण आहे ।।७८५।।
पैं मायेपुढौनि बाळक । काळें नेतां एकुलतें एक ।
होय कां उदक । तुटतां मीना ।।७८६।।
आईपुढचे बाळ । ओढून नेता काळ ।
जसे त्याग करणे जळ । माशांनी ।।७८६।।

तैसें विषयांचें घर । इंद्रियां सांडितां थोर ।
युगांतु होय तें वीर । विराग साहाती ।।७८७।।
तसे विषयाचे घर । इंद्रियांकडून सोडवले तर ।
युगान्त भासे दुःख अपार । वैरागी सहन करती ।।७८७।।
ऐसा जया सुखाचा आरंभु । दावी काठिण्याचा क्षोभु ।
मग क्षीराब्धी लाभु । अमृताचा जैसा ।।७८८।।
जशी सुखाची सुरुवात । होते कठीण त्रासात ।
पण समुद्रमंथनाचे उपरान्त ।
देवा अमृत लाभले ।।७८८।।
पहिलया वैराग्यगरळा । धैर्यशंभु वोडवी गळा ।
तरी ज्ञानामृतें सोहळा । पाहे जेथें ।।७८९।।
जर वैराग्यविष करण्याप्राशन । गळा देती शंकर भगवान ।
तर ज्ञानरूपी अमृत प्राशन । सोहळा दिसे ।।७८९।।
पैं कोलिताही कोपे ऐसें । द्राक्षांचें हिरवेपण असे ।
तें परीपाकीं कां जैसें । माधुर्य आते ।।७९०।।
हिरव्या द्राक्षांचे आंबटपण असे ।
खाताच जिभेला चटका बसे ।
पिकल्यानंतर गोडी येतसे । अति मधुर ।।७९०।।
तें वैराग्यादिक तैसें । पिकलिया आत्मप्रकाशें ।
मग वैराग्येंसींही नाशे । अविद्याजात ।।७९१।।
वैराग्याचे तसेच असते । सिद्ध होता पक्वता येते ।
आत्मज्ञानाने नष्ट होते । वैराग्यासह अविद्या ।।७९१।।
तेव्हां सागरीं गंगा जैसी ।
आत्मीं मीनल्या बुद्धि तैसी ।
अद्वयानंदाची आपैसी । खाणी उघडे।।७९२।।
गंगा विलीन होते सागरा मिळता ।
तशी बुद्धी आत्मस्वरूप होता ।
उघडली जाते सर्वथा । अद्वैतानंदाची खाण ।।७९२।।
ऐसें स्वानुभवविश्रामें । वैराग्यमूळ जें परिणमे ।
तें सात्विक येणें नामें । बोलिजे सुख ।।७९३।।
ज्या आत्मसुखास जाण । वैराग्य हे मूळ कारण ।
आत्मानंद परिणाम मान । ते सात्त्विक सुख ।।७९३।।
आणि विषयेंद्रियां । मेळु होतां धनंजया ।
जें सुख जाय थडिया । सांडूनि दोन्ही ।।७९४।।
विषय आणि इंद्रिया । यांचा मेळ होता धनंजया ।
ते सुख दोन्ही काठा पार या । वाहू लागते ।।७९४।।

अधिकारिया रिगतां गांवो । होय जैसा उत्साहो ।
कां रिणावरी विवाहो । विस्तारिला ।।७९५ ।।
सरकारी अधिकारी येता गावात ।
सुरुवातीस स्वागत करती उत्साहात ।
कर्ज काढून मोठ्या प्रमाणात । विवाह करती ।।७९५।।
नाना रोगिया जिभेपासीं । केळें गोड साखरेसीं ।
कां बचनागाची जैसी । मधुरता पहिली ।।७९६।।
रोग्यास गोड केळे साखर । दुःख होते रोग वाढल्यावर ।
बचनाग आधी मधुर । परिणाम भयंकर ।।७९६।।
पहिलें संवचोराचें मैत्र । हाटभेटीचें कलत्र ।
कां लाघवियाचे विचित्र । विनोद ते ।।७९७।।
चोराशी मैत्री आधी भली ।
वारांगनेची भेट आरंभी चांगली ।
नवल वाटे गारुड्याची खेळी ।
ती मनोरंजन करी ।।७९७।।
तैसें विषयेंद्रियदोखीं । जें सुख जीवातें पोखी ।
मग उपडिला खडकीं । हंसु जैसा ।।७९८।।
विषयेंद्रिये देहा पोसवी । परिणाम दुःख दावी ।
हंसाचे प्राण घालवी । खडकावरील झेप ।।७९८।।
तैसी जोडी आघवी आटे । जीविताचा ठाय फिटे ।
सुकृताचियाही सुटे । धनाची गांठी ।।७९९।।
तशी संपत्ती संपते । आरोग्य नाहीसे होते ।
नष्ट होऊन जाते । धन व पुण्यही ।।७९९।।
आणिक भोगिलें जें कांहीं । तें स्वप्न तैसें होय नाहीं ।
मग हानीच्याचि घाईं । लोळावें उरे ।।८००।।
जे भोगलेले असते । स्वप्नासम नष्ट होते ।
आणि वाट्याला येते । दुःखात पडणे ।।८००।।
ऐसें आपत्ती जें सुख । ऐहिकी परिणमे देख ।
परत्रीं कीर विख । होऊनि परते ।।८०१।।
राजस सुख इहलोकी राही ।
आपत्तिजनक परिणाम देई ।
विष होऊनच उतरू पाही । परलोकात ।।८०१।।
जे इंद्रियजाता लळा । दिधलिया धर्माचा मळा ।
जाळूनि भोगिजे सोहळा । विषयांचा जेथ ।।८०२।।
इंद्रियांचे लाड वाढवतो । धर्माचा मळा जाळतो ।
अन् भोगला जातो । विषयांचा सोहळा ।।८०२।।

तेथ पातकें बांधिती थावो । तियें नरकीं देती ठावो ।
जेणें सुखें हा अपावो । परत्रीं ऐसा ।।८०३।।
पातके बलवान होती । करून देती नरकप्राप्ती ।
या सुखाने परलोकी । असा घात होतो ।।८०३।।
पैं नामें विष महुरें । परी मारूनि अंतीं खरें ।
तैसें आदि जें गोडिरें । अंतीं कडू ।।८०४।।
विष स्वादाला मधुर असते । पण प्राण हरण करते ।
तसेच सुख आरंभी गोड असते । परिणामी कडू।।८०४।।
पार्था तें सुख साचें । वळिलें आहे रजाचें ।
म्हणौनि न शिवें तयाचें । आंग कहीं ।।८०५।।
पार्था हे जे सुख असते । ते रजोगुणाचे बनते ।
स्पर्श करू नये त्याते । तू कधीही ।।८०५।।
आणि अपेयाचेनि पानें । अखाद्याचेनि भोजनें ।
स्वैरस्त्रीसंनिधानें । होय जें सुख ।।८०६।।
अपेयाच्या सेवनाने । अभक्ष भोजनाने ।
स्वैर स्त्री संगतीने । जे सुख लाभते ।।८०६।।
का पुढिलांचेनि मारें । नातरी परस्वापहारें ।
जें सुख अवतरे । भाटाच्या बोलीं ।।८०७।।
किंवा दुसऱ्याला मारल्याने । धन चोरल्याने ।
भाटांच्या स्तुतीने । जे सुख लाभते ।।८०७।।
जें आलस्यावरी पोखिजे । निद्रेमाजीं जें देखिजे ।
जयाच्या आद्यंतीं भुलिजे । आपुली वाट ।।८०८।।
जे आळसाने वाढते । झोपेमध्ये दिसते ।
आदि-अंती विसरते । आपला मार्ग ।।८०८।।
तें गा सुख पार्था । तामस जाण सर्वथा ।
हें बहु न सांगोंचि जें कथा । असंभाव्य हे ।।८०९।।
ते सुख पार्था । तामस जाण सर्वथा ।
तामस सुखाची कथा । सांगण्याजोगी नाही ।।८०९।।
ऐसें कर्मभेदें मुदलें । फळसुखही त्रिधा जालें ।
तें हें यथागमें केलें । गोचर तुज ।।८१०।।
तीन प्रकारच्या कर्मांमुळे । सुखही तीन प्रकारचे झाले ।
ते स्पष्टपणे तुला सांगितले । विस्तार करून ।।८१०।।
ते कर्ता कर्म कर्मफळ । ये त्रिपुटी येकी केवळ ।
वांचूनि कांहींचि नसे स्थूल । सूक्ष्मीं इये ।।८११।।
कर्ता, कर्म व कर्मफळ । या त्रिपुटीवाचून केवळ ।
जगात काहीच नसे मूळ । स्थूल वा सूक्ष्म ।।८११।।
आणि हे तंव त्रिपुटी । तिहीं गुणीं इहीं किरीटी ।
गुंफिली असे पटीं । तांतुवीं जैसी ।।८१२।।
ही त्रिपुटी पार्था । तीन गुणांनी सर्वथा ।
गुंफली जाते पार्था । जसा पट गुंफावा ।।८१२।।
म्हणौनि प्रकृतीच्या आवलोकीं । न बंधिजे इहीं सत्वादिकीं ।
तैसी स्वर्गीं ना मृत्युलोकीं । आथी वस्तु ।।८१३।।
म्हणून प्रकृती पाहू जाता । सत्त्वादि गुणांनी बद्ध न होता ।
इहपरलोकी सर्वथा । कोणतीही वस्तू नाही ।।८१३।।
कैंचा लोंवेवीण कांबळा । मातियेवीण मोदळा ।
का जळेंवीण कल्लोळा । होणें आहे? ।।८१४।।
लोकरीविना घोंगडी राही? । मातीविना गोळा होई? ।
जळाविना त्याचे ठायी । लाटा निर्माण होती का? ।।८१४।।
तैसें न होनि गुणाचें । सृष्टीची रचना रचे ।
ऐसें नाहींचि गा साचें । प्राणिजात ।।८१५।।
गुणांशी संबंध नसलेला । सृष्टी रचने सोबत बनला ।
असा निर्माणच नाही झाला । कोणी प्राणी ।।८१५।।
यालागीं हें सकळ । तिहीं गुणांचेंचि केवळ ।
घडलें आहे निखिळ । ऐसें जाण ।।८१६।।
म्हणून हे प्राणिमात्र सकळ । तीन गुणांचेच केवळ ।
बनले आहेत निखळ । हे जाणून घे ।।८१६।।
गुणीं देवां त्रयी लाविली । गुणीं लोकीं त्रिपुटी पाडिली ।
चतुर्वर्णा घातली । सिनानीं उळिगें ।।८१७।।
या गुणांनी देव तीन केले । लोक तीन बनवले ।
वेगवेगळे केले । चार वर्ण व कर्म ।।८१७।।
तेचि चारी वर्ण । पुससी जरी कोण कोण ।
तरी जयां मुख्य ब्राह्मण । धुरेचे कां ।।८१८।।
तू विचारशील तर जाण । कोणते चार वर्ण ।
त्यात मुख्य ब्राह्मण । जो अग्रभागी आहे ।।८१८।।
येर क्षत्रिय वैश्य दोन्ही । तेही ब्राह्मणाच्याचि मानिमानी ।
जे ते वैदिकविधानीं । योग्य म्हणौनि ।।८१९।।
क्षत्रिय, वैश्य दोन्ही । ब्राह्मणासमच मानी ।
वेदाज्ञेच्या विधानी । योग्य ते ।।८१९।।
चौथा शूद्रु जो धनंजया । वेदीं लागु नाहीं तया ।
तऱ्हीं वृत्ति वर्णत्रया । आधीन तयाची ।।८२०।।
चौथा वर्ण जो शुद्र । वेदांशी नसे बद्ध ।
त्यांचे आचार व्यवहार संबंध । तीन वर्णाधीन ।।८२०।।

तिये वृत्तिचिया जवळिका । वर्णा ब्राह्मणादिकां ।
शूद्रही कीं देखा । चौथा जाला ।।८२१।।
तीन वर्णांच्या सान्निध्यात । गणून चौथ्या वर्गात ।
शुद्रालाही सेवावृत्तीत । धरले आहे ।।८२१।।
जैसा फुलाचेनि सांगातें । तांतु तुरंबिजे श्रीमंतें ।
तैसें द्विजसंगें शूद्रातें । स्वीकारी श्रुती ।।८२२।।
जसे फुलांच्या हारा संगती । श्रीमंत दोऱ्याचाही वास घेती ।
तसे गुणांनी ब्राह्मणांच्या सोबती । शूद्रांचा समावेश केला ।।८२२।।
ऐसैसी गा पार्था । हे चतुर्वर्णव्यवस्था ।
करूं आतां कर्मपथा । यांचिया रूपा ।।८२३।।
अशा प्रकारे पार्था । होते चार वर्णांची व्यवस्था ।
तुला सांगतो आता । त्यांच्या कर्ममार्गाचे स्वरूप ।।८२३।।
जिहीं गुणीं ते वर्ण चारी । जन्ममृत्यूंचिये कातरी ।
चुकोनियां ईश्वरीं । पैठे होती ।।८२४।।
त्याच्या स्वरूपाचे जे गुण । त्या योगे हे चार वर्ण ।
जन्म मृत्यूच्या कात्रीतून सुटून । ईश्वराशी एकरूपती ।।८२४।।
जिये आत्मप्रकृतीचे इहीं । गुणीं सत्त्वादिकीं तिहीं ।
कर्में चौघां चहूं ठाईं । वांटिलीं वर्णा ।।८२५।।
आत्मप्रकृतीरूप स्वभावांनी । उत्पन्न सत्त्वादि गुणांनी ।
दिली आहेत वाटुनी । चौघांना चार कर्मे ।।८२५।।
जैसें बापें जोडिलें लेंका । वांटिलें सूर्यें मार्ग पांथिका ।
नाना व्यापार सेवकां । स्वामी जैसें ।।८२६।।
जसे वडिलांना मुलांना द्यावे । सूर्याने मार्ग दाखवावे ।
मालकाने काम नेमावे । जसे नोकरांना ।।८२६।।
तैसी प्रकृतीच्या गुणीं । जया कर्माची वेल्हावणी ।
केली आहे वर्णीं । चहूं इहीं ।।८२७।।
तसे प्रकृतीच्या गुणांनी । कर्माचा विस्तार करुनी ।
केली त्याची विभागणी । चार वर्णांत ।।८२७।।
तेथ सत्त्वें आपल्या आंगीं । समीन-निमीन भागीं ।
दोघे केले नियोगी । ब्राह्मण क्षत्रिय ।।८२८।।
तिथे मग सत्त्वगुणांनी । सम विषम भागांनी ।
ब्राह्मण, क्षत्रिय हे वर्ण त्यांनी । निर्माण केले ।।८२८।।
आणि रज परी सात्त्विक । तेथ ठेविलें वैश्य लोक ।
रजचि तमभेसक । तेथ शूद्र ते गा ।।८२९।।
रज-सत्त्व गुणांतून । वैश्य होई उत्पन्न ।
रज-तममिश्रणातून । शूद्र वर्ण ।।८२९।।

ऐसा येकाचि प्राणिवृंदा । भेदु चतुर्वर्णधा ।
गुणींचि प्रबुद्धा । केला जाण ।।८३०।।
एका मनुष्यप्राणीसमूहात । गुणांच्या दृष्टिकोनात ।
चार प्रकारचा भेद । केला आहे जाण ।।८३०।।
मग आपुलें ठेविलें जैसें । आइतेंचि दीपें दिसे ।
गुणभिन्न कर्म तैसें । शास्त्र दावी ।।८३१।।
जी वस्तू ठेवलेली दिसते । ती दिव्याच्या प्रकाशात दिसते ।
तसेच गुणांनी वेगळे कर्म ते । शास्त्र दाखवी ।।८३१।।
तेंचि आतां कोण कोण । वर्णविहिताचें लक्षण ।
हें सांगों ऐक श्रवण- । सौभाग्यनिधी ।।८३२।।
आता कसे कोण । वर्णविहिताचे लक्षण ।
सांगतो कर श्रवण । हे अर्जुना ।।८३२।।
तरी सर्वेंद्रियांचिया वृत्ती । घेऊनि आपुल्या हातीं ।
बुद्धि आत्मया मिळे येकांतीं । प्रिया जैसी ।।८३३।।
सर्व इंद्रियांच्या वृत्ती । घेऊन आपल्या हाती ।
बुद्धी, आत्मा एकरूप होती । जशी पतिव्रता पतीशी ।।८३३।।
ऐसा बुद्धीचा उपरमु । तया नाम म्हणिपे शमु ।
तो गुण गा उपक्रमु । जया कर्माचा ।।८३४।।
अशी जी बुद्धीची लीनता । तिचे नाव शम म्हणता ।
सर्व उपक्रमी ती प्रथमत: । तिच्यापासून कर्माचा प्रारंभ ।।८३४।।
आणि बाह्येंद्रियांचें धेंडें । पिटूनि विधीचेनि दंडें ।
नेदिजे अधर्माकडे । कहींचि जावों ।।८३५।।
बाह्य इंद्रियांचे प्रस्थ । धर्मविधीच्या दंडाने ठोकीत ।
त्यांना न जाऊ देत । अधर्माकडे ।।८३५।।
तो पैं गा शमा विरजा । दमु गुण जेथ दुजा ।
आणि स्वधर्माचिया वोजा । जिणें जें कां ।।८३६।।
शमासम दुसरा गुण । दम त्याचे नाव जाण ।
तो इंद्रियांना जाई घेऊन । स्वधर्माकडे ।।८३६।।
सटवीचिये रातीं । न विसंबिजे जेवीं वाती ।
तैसा ईश्वरनिर्णयो चित्तीं । वाहणें सदा ।।८३७।।
सटवाई येण्याचे रात्री । दिवा लावणे न विसरती ।
तसा ईश्वराचा विचार चित्ती । सदैव ठेवणे ।।८३७।।
तया नाम तप । ते तिजया गुणाचें रूप ।
आणि शौचही निष्पाप । द्विविध जेथ ।।८३८।।
याचे नाव आहे तप । ते तिसऱ्या गुणाचे रूप ।
तसेच शुद्धताही निष्पाप । दोन प्रकारची ।।८३८।।

मन भावशुद्धी भरलें । आंग क्रिया अळंकारिलें ।
ऐसें सबाह्य जियालें । साजिरें जें कां ॥८३९॥
मन शुद्ध भावाने भरले । देह स्वधर्म क्रियेने शृंगारले ।
असे शुद्ध जगणे झाले । अंतर्बाह्य ॥८३९॥
तया नाम शौच पार्था । तो कर्मीं गुण जये चौथा ।
आणि पृथ्वीचिया परी सर्वथा । सर्व जें साहाणें ॥८४०॥
त्याचे नाव शुद्धता आहे पार्था । तो गुण आहे चौथा ।
पृथ्वीप्रमाणे जो सर्वथा । सर्व सहन करतो ॥८४०॥
ते गा क्षमा पांडवा । गुण जेथ पांचवा ।
स्वरांमाजीं सुहावा । पंचमु जैसा ॥८४१॥
त्यांना क्षमा म्हणावे पांडवा । हा गुण आहे पाचवा ।
स्वरामध्ये ज्या अति गोडवा । पंचम स्वर असा ॥८४१॥
आणि वांकडेनी वोघेंसीं । गंगा वाहे उजूचि जैसी ।
कां पुटीं वळला ऊसीं । गोडी जैसी ॥८४२॥
गंगा वाकडी वाहते । पण पावित्र्य सरळच राहते ।
रसाची गोडी तशीच राहते । ऊस वाकडा वाढला तरी ॥८४२॥
तैसा विषमांही जीवां- । लागीं उजुकारु बरवा ।
तें आर्जव गा साहावा । जेथींचा गुण ॥८४३॥
आपणास जो त्रास देई । सरळ वागणे त्याच्या ठायी ।
यास आर्जव म्हणतात ही । हा सहावा गुण ॥८४३॥
आणि पाणियें प्रयत्नें माळी । अखंड जचे झाडामुळीं ।
परी तें आघवेंचि फळीं । जाणे जेवीं ॥८४४॥
कष्ट करून माळी । पाणी घाली झाडाच्या मुळी ।
जेव्हा झाडे फळती सगळी । सार्थक होई ॥८४४॥
तैसें शास्त्राचारें तेणें । ईश्वरुचि येकु पावणें ।
हें फुडें जें कां जाणणें । तें येथ ज्ञान ॥८४५॥
शास्त्रशुद्ध कर्माने, शुद्ध मनाने । ईश्वराला प्राप्त करणे ।
याची जाणीव होणे । हे ज्ञान होय ॥८४५॥
तें गा कर्मीं जिये । सातवा गुण होये ।
आणि विज्ञान हें पाहें । एवंरूप ॥८४६॥
हे ज्ञान तू जाण । ब्रह्मकर्माचा सातवा गुण ।
हेच आहे विज्ञान । तू समज ॥८४६॥
तरी सत्वशुद्धीचिये वेळे । शास्त्रें कां ध्यानबळें ।
ईश्वरतत्त्वींचि मिळे । निष्टंकबुद्धी ॥८४७॥
शास्त्राच्या सूक्ष्म विचाराने । ध्यानाच्या साधनेने ।
सत्त्वशुद्धीचे वेळी निश्चयाने । जी बुद्धी मिळते ॥८४७॥

हें विज्ञान बरवें । गुणरत्न जेथ आठवें ।
आणि आस्तिक्य जाणावें । नववा गुण ॥८४८॥
तिला म्हणती विज्ञान । तो असे आठवा गुणरत्न ।
जाणावा नववा गुण । आस्तिक्य हा ॥८४८॥
पैं राजमुद्रा आथिलिया । प्रजा भजे भलतया ।
तेवीं शास्त्रें स्वीकारिलिया । मार्गमात्रातें ॥८४९॥
राजमुद्रांकित माणसाची । लोक आज्ञा मानती ।
अशीच शास्त्रे स्वीकारती । वेद ते ॥८४९॥
आदरें जें कां मानणें । तें आस्तिक्य मी म्हणें ।
तो नववा गुण जेणें । कर्म तें साच ॥८५०॥
तो मार्ग आदरे मानणे । त्याला मी आस्तिक्य म्हणे ।
तो नववा गुण, या गुणाने । ब्रह्म कर्म पूर्ण होते ॥८५०॥
एवं नवही शमादिक । गुण जेथ निर्दोख ।
तें कर्म जाण स्वाभाविक । ब्राह्मणाचें ॥८५१॥
असे समादिक निर्दोष नऊ गुण । ज्याच्या ठायी येती दिसून ।
ती स्वाभाविक कर्मे जाण । ब्राह्मणाची ॥८५१॥
तो नवगुणरत्नाकरु । यया नवरत्नांचा हारु ।
न फेडीत ले दिनकरु । प्रकाशु जैसा ॥८५२॥
तो नवगुण रत्नांचा सागर । या नवरत्नांचा हार ।
जसा सदैव धारण करी दिनकर । प्रकाश ॥८५२॥
नाना चांपा चांपौळी पूजिला । चंद्रु चंद्रिका धवळला ।
कां चंदनु निजें चर्चिला । सौरभ्यें जेवीं ॥८५३॥
चाफ्याचे झाड फुलावे । चंद्राने चांदण्यानी शुभ्र व्हावे ।
चंदनाने सदैव चर्चेत राहावे । सुगंधाने ॥८५३॥
तेवीं नवगुणटिकलग । लेणें ब्राह्मणाचें अव्यंग ।
कहींचि न संडी आंग । ब्राह्मणाचें ॥८५४॥
हे नवगुण अलंकार । ब्राह्मणांचे अव्यंग लेणे साकार ।
हे कधी न सोडती शरीर । ब्राह्मणाचे ॥८५४॥
आतां उचित जें क्षत्रिया । तेंहीं कर्म धनंजया ।
सांगों ऐक प्रज्ञेचिया । भरोवरी ॥८५५॥
क्षत्रियांचे जे कर्म उचित । आता सांगतो तुला पंडुसुत ।
करून एकाग्र चित्त । तू ऐक ॥८५५॥
तरी भानु हा तेजें । नापेक्षी जेवीं विरजे ।
कां सिंहें न पाहिजे । जावळिया ॥८५६॥
सूर्य तेजस्वी तो । प्रकाशण्या कोणाची अपेक्षा न धरितो ।
शिकारीचे वेळी सिंह न पाहतो । सोबत कोणाची ॥८५६॥

ऐसा स्वयंभ जो जीवें लाठु। सावायेंवीण उद्भटु।
ते शौर्य गा जेथ श्रेष्ठु। पहिला गुण ।।८५७।।
स्वयंभू जो साहाय्यते शिवाय । बलवान तो धनंजय ।
तोच श्रेष्ठगुण शौर्य । हा पहिला गुण ।।८५७।।
आणि सूर्याचेनि प्रतापें । कोडिही नक्षत्र हारपे ।
ना तो तरी न लोपे । सचंद्रीं तिहीं ।।८५८।।
सूर्याचे सामर्थ्य अति । कोट्यवधी नक्षत्रे लोपती ।
त्यांच्यासमवेत न लोपती । सूर्य स्वत: व चंद्र ।।८५८।।
तैसेनि आपुले प्रौढीगुणें । जगा या विस्मयो देणें ।
आपण तरी न क्षोभणें । कायसेनही ।।८५९।।
आपल्या अचाट पराक्रमाने । जगास आश्चर्यात पाडणे ।
आपण न घाबरणे । कोणत्याही प्रसंगाला ।।८५९।।
तें प्रागल्भ्यरूप तेजा । जिये कर्मीं गुण दुजा ।
आणि धीरु तो तिजा । जेथींचा गुण ।।८६०।।
असा प्रशंसनीय गुण । तेज हा दुसरा असून ।
धैर्य हा तिसरा जाण । गुण क्षत्रियांचा ।।८६०।।
वरिपडलिया आकाश । बुद्धीचे डोळे मानस ।
झांकी ना ते परीयेस । धैर्य जेथें ।।८६१।।
वरून आकाश कोसळले । तरी मन बुद्धीचे डोळे ।
न झाकले न विचलित झाले । ते धैर्य होय ।।८६१।।
आणि पाणी हो कां भलतेतुकें । परी तें जिणौनि पद्मफांके ।
कां आकाश उंचिया जिंके । आवडे तयातें ।।८६२।।
पाणी जरी किती असते । कमळ वर येऊन उमलते ।
आकाश सर्वांना जिंकते । उंची या विषयांत ।।८६२।।
तेवीं विविध अवस्था । पातलिया जिणौनि पार्था ।
प्रज्ञाफळ तया अर्था । वेझ देणें जें ।।८६३।।
विविध प्रसंग होता प्राप्त । त्याला बुद्धी जिंकत ।
हा फलरूप अर्थ । असे तू जाण ।।८६३।।
तें दक्षत्व गा चोख । जेथ चौथा गुण देख ।
आणि झुंज अलौकिक । तो पांचवा गुण ।।८६४।।
अखंड राहावे सावध । दक्षता चौथा गुण संबोध ।
पराक्रमाने जिंके युद्ध । हा पाचवा गुण ।।८६४।।
आदित्याचीं झाडें । सदा सन्मुख सूर्याकडे ।
तेवीं समोर शत्रूपुढें । होणें जें कां ।।८६५।।
सूर्यकमळे नेहमी जशी ती । सूर्याकडे तोंड करती ।
तसे शत्रूला सामोरे जाती । पाठ न दाखवता ।।८६५।।

माहेवणी प्रयत्नेंसी । चुकविजे सेजे जैसी ।
रिपू पाठी नेदिजे तैसी । समरांगणीं ।।८६६।।
गर्भवती स्त्री प्रयत्नाने । चुकवते शय्येवर जाणे ।
तसे शत्रूला पाठ दाखवणे । तो टाळतो ।।८६६।।
हा क्षत्रियाचेया आचारीं । पांचवा गुणेंद्रु अवधारीं ।
चहूं पुरुषार्थां शिरीं । भक्ति जैसी ।।८६७।।
चार पुरुषार्थांचे वरती । पाचवा पुरुषार्थ भक्ती ।
तसा आचरणांत श्रेष्ठ ठरती । क्षत्रियांचा हा पाचवा गुण ।।८६७।।
आणि जालेनि फुलें फळें । शाखिया जैसीं मोकळे ।
कां उदार परीमळें । पद्माकरु ।।८६८।।
वृक्ष लागलेली फुले फळे । लोकांना देऊन होती मोकळे ।
जसे आपल्या परिमळे । कमळ उदार असते ।।८६८।।
नाना आवडीचेनि मापें । चांदिणें भलतेणें घेपे ।
पुढिलांचेनि संकल्पें । तैसें जें देणें ।।८६९।।
आपल्या इच्छेप्रमाणे । घेता येते चांदणे ।
त्याला तसे देणे । जसा संकल्प आहे ।।८६९।।
तें उमप गा दान । जेथ सहावें गुणरत्न ।
आणि आज्ञे एकायतन । होणें जें कां ।।८७०।।
त्याला म्हणती अमर्याद दान । हे सहावे गुणरत्न ।
हे आज्ञेचे वसतिस्थान । क्षत्रिय होय ।।८७०।।
पोषूनि अवयव आपुले । करविजतीं मानविले ।
तेवीं पालणें लोभविलें । जग जें भोगणें ।।८७१।।
देहाचे उत्तम पोषण करता । सर्व काम येते करून घेता ।
प्रजेचे पालन पोषण करता । ती आज्ञा आनंदे पाळते ।।८७१।।
तया नाम ईश्वरभावो । जो सर्वसामर्थ्याचा ठावो ।
तो गुणांमाजीं रावो । सातवा जेथ ।।८७२।।
ईश्वरभाव त्याचे नाम । ते सर्व सामर्थ्यांचे स्थान ।
तो असे सातवा गुण । क्षत्रियांचा ।।८७२।।
ऐसें जें शौर्यादिकीं । इहीं सात गुणविशेखीं ।
अळंकृत सप्तऋखीं । आकाश जैसें ।।८७३।।
ज्याप्रमाणे आकाश । सप्तर्षींनी शोभते खास ।
या सात गुणांनी विशेष । क्षात्रकर्म सुशोभते ।।८७३।।
तैसें सप्तगुणीं विचित्र । कर्म जें जगीं पवित्र ।
तें सहज जाण क्षात्र । क्षत्रियाचें ।।८७४।।
अशा सप्तगुणांचे विचित्र । जे कर्म जगी पवित्र ।
ते जाण सहज कर्म क्षात्र । क्षत्रियाचे ।।८७४।।

नाना क्षत्रिय नव्हे नरु । तो सत्त्वसोनयाचा मेरु ।
म्हणौनि गुणस्वर्गां आधारु । सातां इयां ।।८७५।।
असा तो पुरुष असत । सप्तगुणांचा सुवर्ण मेरु पर्वत ।
म्हणून तो धारण करत । स्वर्गाला ।।८७५।।
नातरी सप्तगुणार्णवीं । परीवारली बरवी ।
हे क्रिया नव्हे पृथ्वी । भोगीतसे तो ।।८७६।।
सप्तगुण सागराने वेढलेली । क्षात्र-प्रकृतीने भारलेली ।
तेजरूपी धन-धान्याने समृद्ध झालेली । जणू ही पृथ्वीच ।।८७६।।
कां गुणांचे सातांही ओघीं । हे क्रिया ते गंगा जगीं ।
तया महोदधीचिया आंगीं । विलसे जैसी ।।८७७।।
सप्तगुणांनी वाहणारी गंगा । क्षत्रिय सागराचे अंगा ।
सप्तमुखांनी पावून संगा (संयम) । शोभते आहे ।।८७७।।
परी हें बहु असो देख । शौर्यादि गुणात्मक ।
कर्म गा नैसर्गिक । क्षात्रजातीसी ।।८७८।।
अर्जुना असो हे वर्णन । हे शौर्यादि गुण ।
नैसर्गिक होती धारण । क्षत्रिय प्रकृतीशी ।।८७८।।
आतां वैश्याचिये जाती । उचित जे महामती ।
ते ऐकें गा निरुती । क्रिया सांगों ।।८७९।।
आता वैश्य वर्णा । जे उचित अर्जुना ।
त्या शुद्ध लक्षणा । सांगतो श्रवण कर ।।८७९।।
तरी भूमि बीज नांगरु । यया भांडवलाचा आधारु ।
घेऊनि लाभु अपारु । मेळवणें जें ।।८८०।।
भूमी-बीज-नांगर । यांचा घेऊन आधार ।
लाभाचा करावा व्यापार । हे वैश्यकर्म ।।८८०।।
किंबहुना कृषी जिणें । गोधनें राखोनि वर्तणें ।
कां समर्घाची विकणें । महर्घावस्तु ।।८८१।।
शेती उद्योगावर जगणे । गाईची रक्षा करणे ।
स्वस्त वस्तू आणून विकणे । जास्त दरात ।।८८१।।
येतुलाचि पांडवा । वैश्यातें कर्माचा मेळावा ।
हा वैश्यजातीस्वभावा । आंतुला जाण ।।८८२।।
वैश्यांनी ही तीन । प्रकारे कर्मे करून ।
निर्वाह करावा जाण । स्वाभाविकपणे ।।८८२।।
आणि वैश्य क्षत्रिय ब्राह्मण । हे द्विजन्में तिन्ही वर्ण ।
ययांचें जें शुश्रूषण । तें शूद्रकर्म ।।८८३।।
वैश्य, क्षत्रिय, ब्राह्मण । दोन वेळा जन्मती हे तीन वर्ण ।
यांची सेवा, शुश्रुषा करणं । हे शूद्रांचे कर्म होय ।।८८३।।

पैं द्विजसेवेपरौतें । धांवणें नाहीं शूद्रातें ।
एवं चतुर्वर्णोचितें । दाविलीं कर्में ।।८८४।।
पण द्विजसेवेशिवाय । शूद्र दुसऱ्या कर्माकडे न जाय ।
ही चार वर्णांची धनंजय । कर्मे तुला सांगितली ।।८८४।।
आतां इयेचि विचक्षणा । वेगळालिया वर्णा ।
उचित जैसें करणां । शब्दादिक ।।८८५।।
जसे शब्दादि विषयांत । इंद्रियांना योग्य होत ।
तशी योग्य चार वर्णांत । कर्मे तुला सांगितली ।।८८५।।
नातरी जळदच्युता । पाणिया उचित सरिता ।
सरितेसी पंडुसुता । सिंधु उचितु ।।८८६।।
पाणी जे पडते मेघापासून । त्या नदी उचित स्थान ।
नदीला उचित ठिकाण । समुद्र ।।८८६।।
तैसें वर्णाश्रमवशें । जें करणीय आलें असे ।
गोरेया आंगा जैसें । गोरेपण ।।८८७।।
पाळून वर्णाश्रम धर्म । केले जर उचित कर्म ।
गोऱ्या अंगास शोभे अनुपम । गोरा वर्ण जसा ।।८८७।।
तया स्वभावविहिता कर्मा । शास्त्राचेनि मुखें वीरोत्तमा ।
प्रवर्तावयालागीं प्रमा । अढळ कीजे ।।८८८।।
कर्माचे जे शास्त्रात वर्णन । तसे करावे आचरण ।
निश्चित करावे बुद्धिमान । त्याप्रमाणे ।।८८८।।
पैं आपुलेंचि रत्न थितें । घेपे पारखियाचेनि हातें ।
तैसें स्वकर्म आपैतें । शास्त्रें करावीं ।।८८९।।
आपल्याजवळील रत्न । पारख्याकडून घ्यावे पारखून ।
तसे स्वकर्म घ्यावे जाणून । शास्त्राच्या आधारे ।।८८९।।
जैसी दिठी असे आपुलिया ठायीं । परी दीपेंवीण भोग नाहीं ।
मार्गु न लाहतां काई । पाय असतां होय? ।।८९०।।
दृष्टी असता जरी आपल्या ठायी । तरी दिव्यावाचून उपयोग नाही ।
मार्ग जर सापडला नाही । तर पायाचा उपयोग काय? ।।८९०।।
म्हणौनि ज्ञातिवशें साचारु । सहज असे जो अधिकारु ।
तो आपुलिया शास्त्रें गोचरु । आपण कीजे ।।८९१।।
वर्णानुसार जो उचित । अधिकार झाला असे प्राप्त ।
तो शास्त्रानुसार संमत । करुनी घ्यावा ।।८९१।।
मग घरींचाचि ठेवा । जेवीं डोळ्यां दावी दिवा ।
तरी घेतां काय पांडवा । आडळु असे? ।।८९२।।
घरातला आपला ठेवा । आपल्याला दावितो दिवा ।
मग तो घेण्या पांडवा । कोण प्रतिबंध करी? ।।८९२।।

तैसें स्वभावें भागा आलें । वरी शास्त्रें खरें केलें ।
तें विहित जो आपुलें । आचरे गा ।।८९३।।
जे स्वाभाविकपणे आले । शास्त्राने संमत केले ।
तेच विहित कर्म आपले । असे जो आचरण करतो ।।८९३।।
परी आळसु सांडुनी । फळकाम दवडुनी ।
आंगें जीवें मांडुनी । तेथेंचि भरु ।।८९४।।
आळस टाकून देऊन । फलेच्छा सोडून ।
शरीर मन एक करून । जो कर्म करतो ।।८९४।।
वोघीं पडिलें पाणी । नेणें आनानी वाहणी ।
तैसा जाय आचरणीं । व्यवस्थौनी ।।८९५।।
ओहोळातून पाणी वाही । इकडे तिकडे न जाई ।
कर्म जे शास्त्र सांगून राही । तसे तो आचरण करतो ।।८९५।।
अर्जुना जो यापरी । तें विहित कर्म स्वयें करी ।
तो मोक्षाच्या ऐलद्वारीं । पैठा होय ।।८९६।।
अर्जुना याप्रमाणे जो । विहित कर्म करतो ।
मोक्षाच्या अलीकडे तो । तीरावर पोहोचतो ।।८९६।।
जे अकरणा आणि निषिद्धा । न वचेचि कांहीं संबंधा ।
म्हणौनि भवा विरुद्धा । मुकला तो ।।८९७।।
अकर्म आणि निषिद्ध कर्म । यांचेशी न जोडी मर्म ।
त्याचे मुक्त होणे सहज धर्म । भव संसारातून ।।८९७।।
आणि काम्यकर्मांकडे । न परतेचि जेथ कोडें ।
तेथ चंदनाचेही खोडे । न लेचि तो ।।८९८।।
काम्य कर्माकडेही । तो कौतुकाने वळत नाही ।
तो चंदनाच्या खोडातही । न सापडे ।।८९८।।
येर नित्य कर्म तंव । फळत्यागें वेंचिलें सर्व ।
म्हणौनि मोक्षाची शींव । ठाकूं लाहे ।।८९९।।
नित्य कर्माचे तत्त्वता । फल त्यागले असता ।
मोक्षाच्या मार्गा परता । तो येऊन थांबतो ।।८९९।।
ऐसेनि शुभाशुभीं संसारीं । सांडिला तो अवधारीं ।
वौराग्यमोक्षद्वारीं । उभा ठाके ।।९००।।
असा शुभाशुभ संसार । सोडून त्याचा विचार ।
वैराग्य मोक्षाचे दार । तो गाठतो ।।९००।।
जें सकळ भाग्याची सीमा । मोक्षलाभाची जें प्रमा ।
नाना कर्ममार्गश्रमा । शेवटु जेथ ।।९०१।।
जे वैराग्य भाग्याची सीमा होय । अन् मोक्ष लाभाचा निश्चय ।
आणि सोबत होतो लय । कर्मश्रमाचा ।।९०१।।

मोक्षफळें दिधली वोल । जें सुकृततरूचें फूल ।
तयें वैराग्यीं ठेवी पाऊल । भंवरु जैसा ।।९०२।।
ते मोक्षफळाने दिलेले मोल । सत्कर्म पुण्यवृक्षाचे फूल ।
जसा त्यावर हळुवार ठेवी पाऊल । साधक भ्रमर ।।९०२।।
पाहीं आत्मज्ञानसुदिनाचा । वाधावा सांगतया अरुणाचा ।
उदयो त्या वैराग्याचा । ठावो पावे ।।९०३।।
वैराग्यामुळे उगवेल आत्मज्ञानाचा सुदिन।
ही मंगलवार्ता सांगण्या येईल अरुण।
प्राप्त करेल ते वैराग्याचे स्थान ।
निष्काम कर्म करणारा ।।९०३।।
किंबहुना आत्मज्ञान । जेणें हाता ये निधान ।
तें वैराग्य दिव्यांजन । जीवें ले तो ।।९०४।।
किंवा ज्या योगाने हाती येतो । आत्मज्ञानाचा ठेवा तो ।
तेंव्हा जीवेभावे तो धारण करतो ।
वैराग्याचे दिव्य अंजन ।।९०४।।
ऐसी मोक्षाची योग्यता । सिद्धी जाय तया पंडुसुता ।
अनुसरोनि विहिता । कर्मा यया ।।९०५।।
अशी मोक्षाची योग्यता । सिद्धीस जाते पंडुसुता ।
अनुसरून सर्वथा । विहित कर्म ।।९०५।।
हें विहित कर्म पांडवा । आपुला अनन्य वोलावा ।
आणि हेचि परम सेवा । मज सर्वात्मकाची ।।९०६।।
हे विहित कर्म पांडवा । आपल्या कल्याणाचा ओलावा ।
हीच माझी परम सेवा । सर्वात्मक ईश्वराची ।।९०६।।
पैं आघवाचि भोगेंसीं । पतिव्रता क्रीडे प्रियेंसीं ।
कीं तयाचीं नामें जैसीं । तपें तियां केलीं ।।९०७।।
आपल्या क्रियेने पतिव्रता । पतीशी रममाण होई सर्वथा ।
तेच तिने आचरता । तप केलेले असते ।।९०७।।
कां बाळका एकी माये । वांचोनि जिणें काय आहे ।
म्हणौनि सेविजे कीं तो होये । पाटाचा धर्मु ।।९०८।।
आईवाचूनी बाळाला जसे । जगण्याचे दुसरे साधन नसे ।
म्हणून पुत्राचा धर्म होतसे । आईची सेवा करणे ।।९०८।।
नाना पाणी म्हणौनि मासा । गंगा न सांडितां जैसा ।
सर्व तीर्थ सहवासा । वरपडा जाला ।।९०९।।
पाणी म्हणून मासा । गंगा न सोडी सहसा ।
तीर्थस्वरूप तिच्या सहवासा ।
तो अखंड प्राप्त करतो ।।९०९।।

तैसें आपुलिया विहिता । उपावो असे न विसंबितां ।
ऐसा कीजे कीं जगन्नाथा । आभारु पडे ।।९१०।।
विहित कर्म आचरणाशिवाय । नसे दुसरा कोणताही उपाय ।
मग ओझे राही ईश्वरावर धनंजय । आपल्या उद्धाराचे ।।९१०।।
अगा जया जें विहित । तें ईश्वराचें मनोगत ।
म्हणौनि केलिया निभ्रांत । सांपडेचि तो ।।९११।।
करावे सर्वांनी कर्म जे विहित । ते ईश्वराचे असे मनोगत ।
ते करता होई निश्चित प्राप्त । त्याचा अनुभव ।।९११।।
पैं जीवाचे कसीं उतरली । ते दासी कीं गोसावीण जाली ।
सिसे वेंचि तया मविली । वही जेवीं ।।९१२।।
मालकाच्या परीक्षेत उतरली । दासी मालकीण झाली ।
स्वामींसाठी जीवाची बाजी केली । तर स्वामी दखल घेती ॥९१२॥
तैसें स्वामीचिया मनोभावा । न चुकिजे हेचि परमसेवा ।
येर तें गा पांडवा । वाणिज्य करणें ।।९१३।।
स्वामींच्या मनाप्रमाणे । सेवा करण्या न चुकणे ।
मग दुसरे काही करणे । निव्वळ व्यापार होय ।।९१३।।
म्हणौनि विहित क्रिया केली । नव्हे तयाची खूण पाळिली ।
जयापसूनि कां आलीं । आकारा भूतें ।।९१४।।
म्हणून विहित कर्म केले । म्हणजे त्याचे आदेश पाळले ।
ज्याच्यापासून निर्माण झाले । सर्व प्राणिमात्र ।।९१४।।
जो अविद्येचिया चिंधिया । गुंडूनि जीव बाहुलिया ।
खेळवीतसे तिगुणिया । अहंकाररज्जू ।।९१५।।
अज्ञानाच्या चिंध्या करून तो । जीवरूपी बाहुल्या बनवतो ।
आणि त्यांना नाचवतो । तीन गुणांच्या सूत्राने ।।९१५।।
जेणें जग हें समस्त । आंत बाहेरी पूर्ण भरित ।
जालें आहे दीपजात । तेजें जैसें ।।९१६।।
हे सर्व विश्व जाण । ईश्वराने भरले पूर्ण ।
तेजाने असतो परिपूर्ण । दिवा जसा ।।९१६।।
तया सर्वात्मका ईश्वरा । स्वकर्मकुसुमांची वीरा ।
पूजा केली होय अपारा । तोषालागीं ।।९१७।।
त्या सर्वात्मक ईश्वराची । स्वकर्माच्या फुलांची ।
पूजा करता ती प्रचिती । त्याला सुखावते अर्जुना ।।९१७।।
म्हणौनि तिये पूजे । रिझलेनि आत्मराजें ।
वैराग्यसिद्धि देईजे । पसाय तया ।।९१८।।
त्या पूजेने संतोष पावून । त्या आत्मराजाकडून ।
साधकाला प्रसाद म्हणून । वैराग्य सिद्धी मिळते ।।९१८।।
जिये वैराग्यदशें । ईश्वराचेनि वेधवशें ।
हें सर्वही नावडे जैसें । वांत होय ।।९१९।।
त्या वैराग्य अवस्थेत । ईश्वरप्राप्तीचे लागता वेध ।
त्याला प्रपंच नाही आवडत । उलटीसारखा वाटे ।।९१९।।
प्राणनाथाचिया आधी । विरहिणीतें जिणेंही बाधी ।
तैसें सुखजात त्रिशुद्धी । दुःखचि लागे ।।९२०।।
पतिव्रतेला पतीच्या वियोगाते । जगणे त्रासदायक वाटते ।
संसारातील सुखेही जिथे । दुःखासम वाटती ।।९२०।।
सम्यक्ज्ञान नुदैजतां । वेधेंचि तन्मयता ।
उपजे ऐसी योग्यता । बोधाची लाहे ।।९२१।।
आत्मस्वरूपाचे यथार्थ ज्ञान । मनामध्ये होता उत्पन्न ।
तन्मयता होतसे निर्माण ।
ज्ञानाची योग्यता होई प्राप्त ।।९२१।।
म्हणौनि मोक्षलाभालागीं । जो व्रतें वाहातसें आंगीं ।
तेणें स्वधर्मु आस्था चांगी । अनुष्ठावा ।।९२२।।
मोक्ष मिळविण्यासाठी जो । निश्चयाची व्रते अंगी बाळगतो ।
स्वधर्माचे आचरण करतो । परमआस्थेने ।।९२२।।
अगा आपुला हा स्वधर्मु । आचरणीं जरी विषमु ।
तरी पाहावा तो परिणामु । फळेल जेणें ।।९२३।।
स्वधर्माचे आचरण । करण्यास जरी कठीण ।
त्याचा परिणाम जाण । फळेल ते पाहावे ।।९२३।।
जैं सुखालागीं आपणपयां । निंबचि आथी धनंजया ।
तैं कडुवटपणा तयाचिया । उबगिजेना ।।९२४।।
आरोग्य सुधारायचे असेल । त्यासाठी कडुलिंब घ्यावा लागेल ।
तर कंटाळून कसे चालेल । त्याच्या कडूपणाला ।।९२४।।
फळणया ऐलीकडे । केळीतें पाहातां आस मोडे ।
ऐसी त्यजिली तरी जोडे । तैसें कें गोमटें ।।९२५।।
फळण्याआधी केळीकडे पाहिले ।
इच्छा केली कारण सोपट दिसले ।
म्हणून जर झाडच कापले ।
तर मधुर फळे कशी मिळतील? ॥९२५॥
तेवीं स्वधर्मु सांकडु । देखोनि केला जरी कडु ।
तरी मोक्षसुरवाडु । अंतरला कीं ।।९२६।।
स्वधर्म आचरण्या कठीण वाटला ।
म्हणून त्याचा त्याग केला ।
तर मोक्ष की अंतरला । लाभ न होई ।।९२६।।

आणि आपुली माये । कुब्ज जरी आहे ।
तरी जीये तें नोहे । स्नेह कुऱ्हें कीं ।।९२७।।
आणि आपली आई । जरी कुरूप दिसत राही ।
तरी तिचे प्रेम कुरूप नाही । त्यावर आपण जगतो ।।९२७।।
येरी जिया पराविया । रंभेहुनि बरविया ।
तिया काय कराविया । बाळकें तेणें? ।।९२८।।
मातेशिवाय स्त्रिया सगळ्या । रंभेहून सुंदर असल्या ।
तरी बाळाला इवल्या । उपयोग काय ।।९२८।।
अगा पाणियाहूनि बहुवें । तुपीं गुण कीर आहे ।
परी मीना काय होये । असणें तेथ ।।९२९।।
तुपामध्ये अधिक असती । पाण्यापेक्षा गुण जास्ती ।
तरीही मासे जगू शकती । काय सांग त्यात? ।।९२९।।
पैं आघविया जगा जें विख । तें विख किडियाचें पीयूख ।
आणि जगा गूळ तें देख । मरण तया ।।९३०।।
जे साऱ्या जगा विष जाण । त्या किड्यास ते अमृतासमान ।
गूळ होई त्याचे मरण । जगाला जो गोड ।।९३०।।
म्हणौनि जे विहित जया जेणें । फिटे संसाराचें धरणें ।
क्रिया कडोर तऱ्ही तेणें । तेचि करावी ।।९३१।।
म्हणून विहित कर्माचे सांगणे । फिटते संसाराचे देणे ।
कितीही कठीण तरी आचरणे । विहित कर्म ।।९३१।।
येरा पराचारा बरविया । ऐसें होईल टेंकलया ।
पायांचें चालणें डोइया । केलें जैसें ।।९३२।।
इतरांचा आहे उत्तम आचार । म्हणून करावा त्याचा स्वीकार ।
म्हणजे पायाचा चालण्याचा व्यवहार । डोक्याने करावा ।।९३२।।
यालागीं कर्म आपुले । जें जातिस्वभावें असे आलें ।
तें करी तेणें जिंतिलें । कर्मबंधातें ।।९३३।।
यासाठी जे कर्म आपले । स्वाभाविकपणे आले ।
ते ज्याचे त्याने केले । तो मोक्ष जिंकतो ।।९३३।।
आणि स्वधर्मुचि पाळावा । परधर्मु तो गाळावा ।
हा नेमुही पांडवा । न कीजेचि पै गा? ।।९३४।।
स्वधर्म पाळावा । परधर्म त्यागावा ।
हा नियम पांडवा । कुणी केला असे? ।।९३४।।
तरी आत्मा दृष्ट नोहे । तंव कर्म करणें कां ठाये? ।
आणि करणें तेथ आहे । आयासु आधीं ।।९३५।।
जोवर आत्मज्ञान न लाभे । कर्म करणे न थांबे ।
जिथे कर्म करणे शोभे । तिथे आधी कष्ट आहेतच ।।९३५।।

म्हणौनि भलतिये कर्मीं । आयासु जऱ्ही उपक्रमीं ।
तरी काय स्वधर्मीं । दोषु सांगें? ।।९३६।।
कोणत्याही कर्मा स्पष्ट । आरंभी असती कष्ट ।
स्वधर्म आचरता विशिष्ट । दोष का लागती? ।।९३६।।
आगा उजू वाटा चालावें । तऱ्ही पायचि शिणवावे ।
ना आडरानें धांवावें । तऱ्ही तेंचि ।।९३७।।
सरळ वाटेवरून जाता । कष्ट हे होतातच सर्वथा ।
आडरानी फिरलो असता । तरी कष्ट आहेतच ।।९३७।।
पैं शिळा कां सिदोरिया । दाटणें एक धनंजया ।
परी जें वाहतां विसांवया । मिळिजे तें घेपे ।।९३८।।
शिळा बांधली वा शिदोरी । ओझे होतेच पदरी ।
मुक्कामाचे जागी स्वीकारी । जे सोईस्कर आहे ।।९३८।।
येऱ्हवीं कणा आणि भूसा । कांडितांही सोसु सरिसा ।
जेंचि रंधन श्वान मांसा । तेंचि हवी ।।९३९।।
धान्य अन् भूस कांडता । कष्टही समान पडता ।
जे कष्ट श्वान मांस शिजवता । तेच यज्ञ पाकासही ।।९३९।।
दधी जळाचिया घुसळणा । व्यापार सारिखेचि विचक्षणा ।
वाळुवे तिळा घाणा । गाळणें एक ।।९४०।।
दही-पाणी घुसळती । कष्ट सारखेच येती ।
वाळू - तीळ घाण्यात गाळती । समान श्रम ।।९४०।।
पैं नित्य होम देयावया । कां सैरा आगी सुवावया ।
फुंकितां धू धनंजया । साहणें तेंचि ।।९४१।।
नित्य होम करता । वा अग्नी प्रज्वलित करता ।
धूर फुंकणे पंडुसुता । समानच असते ।।९४१।।
परी धर्मपत्नी धांगडी । पोसितां जरी एकी वोढी ।
तरी कां अपरवडी । आणावी आंगा? ।।९४२।।
पत्नी वा वारांगना । खर्च समान पोषणा ।
मग दोष का गैरवर्तना । लावून घ्यावा ।।९४२।।
हां गा पाठीं लागला घाई । मरण न चुकेचि पाहीं ।
तरी समोरला काई । आगळें न कीजे? ।।९४३।।
रणांगणातून घेता धाव । पाठीवर बसतो घाव ।
का न सामोरी जावं । मग मरणाला? ।।९४३।।
कुलस्त्री दांड्याचे घाये । परघर रिगालीहि जरी साहे ।
तरी स्वपतीतें वायें । सांडिलें कीं ।।९४४।।
कुलस्त्री गाठता जाराचे घर । पडतो दंडुक्याचा मार ।
मग सोडणे पतीचे घर । व्यर्थ नव्हे काय? ।।९४४।।

तैसें आवडतेंही करणें । न निपजे शिणल्याविणें ।
तरी विहित बा रे कोणें । बोलें भारी? ।।९४५।।
आवडीचे कर्म करता । दुःखच जर लागे सोसता ।
तर येईल का बोलता । की विहित कर्म कठीण ।।९४५।।
वरी थोडेंचि अमृत घेतां । सर्वस्व वेंचो कां पंडुसुता ।
जेणें जोडे जीविता । अक्षयत्व ।।९४६।।
थोडे अमृत घेण्या विकत । सर्व धन जरी खर्च करीत ।
होई अमरत्व जर प्राप्त । का खर्चू नये ।।९४६।।
येर काह्यां मोलें वेंचूनि । विष पियावे घेऊनि ।
आत्महत्येसि निमोनि । जाइजे जेणें ।।९४७।।
खूप धन दिले । विष घेऊन प्यायले ।
आत्महत्येचे पातक लागले । मग का विकत घ्यावे? ।।९४७।।
तैसें जाचूनियां इंद्रियें । वेंचूनि आयुष्याचेनि दिये ।
सांचलें पापीं आन आहे । दुःखावाचूनि? ।।९४८।।
इंद्रियांना कष्ट देऊन । आयुष्य खर्च करून ।
पाप राहिले वाढून । दुःखाशिवाय काय मिळणार? ।।९४८।।
म्हणौनि करावा स्वधर्मु । जो करितां हिरोनि घे श्रमु ।
उचित देईल परमु । पुरुषार्थराजु ।।९४९।।
म्हणून स्वधर्माचे करावे आचरण । जो श्रमांचा परिहार करून ।
देतसे प्राप्ती करून । परम पुरुषार्थाची (मोक्षाची) ।।९४९।।
याकारणें किरीटी । स्वधर्माचिये राहाटी ।
न विसंबिजे संकटीं । सिद्धमंत्र जैसा ।।९५०।।
याप्रमाणे अर्जुन । स्वधर्माचे करावे आचरण ।
सिद्धमंत्राचे राहते स्मरण । संकटातही जसे ।।९५०।।
कां नाव जैसी उदधीं । महारोगी दिव्यौषधी ।
न विसंबिजे तया बुद्धी । स्वकर्म येथ ।।९५१।।
समुद्रात आधार जशी नाव । महारोग्यास दिव्य औषधीचा ठाव ।
तसा बुद्धीने न विसरावा भाव । स्वकर्माचा ।।९५१।।
मग ययाचि गा कपिध्वजा । स्वकर्माचिया महापूजा ।
तोषला ईशु तमरजा । झाडा करुनी ।।९५२।।
कपिध्वजा अर्जुन । स्वधर्म चरणाच्या पूजेनं।
ईश्वर संतोष पावून । रजतमाचा नाश करून ।।९५२।।
शुद्धसत्त्वाचिया वाटा । आणी आपुली उत्कंठा ।
भवस्वर्ग काळकूटा । ऐसें दावी ।।९५३।।
स्वधर्माचरणाची उत्कंठा तो । सत्त्वगुणाच्या मार्गी आणतो ।
आणि हे जाणवून देतो । भोग कालकूट विषासम ।।९५३।।

जियें वैराग्य येणें बोलें । मागां संसिद्धी रूप केलें ।
किंबहुना तें आपुलें । मेळवी खागें ।।९५४।।
वैराग्य या शब्दाचे जाण । संसिद्धी शब्दाने केले वर्णन ।
तिथे सोडतो आणून । साधकाला ।।९५४।।
मग जिंतिलिया हे भोये । पुरुष सर्वत्र जैसा होये ।
कां जालाही जें लाहे । तें आतां सांगों ।।९५५।।
वैराग्य भूमिका जिंकल्यावरही । पुरुष पूर्णत्वास जाई ।
त्या कशाचा लाभ होई । ते आता सांगतो ।।९५५।।
तरी देहादिक हें संसारें । सर्वही मांडलेंसे जें गुंफिरें ।
तेथ नातुडे तो वागुरें । वारा जैसा ।।९५६।।
देहादिक संसार पाशात । तो नाही अडकत ।
जसा वारा नाही सापडत । पारध्याच्या जाळ्यात ।।९५६।।
पैं परिपाकाचिये वेळे । फळ देठें ना देठु फळें ।
न धरे तैसें स्नेह खुळें । सर्वत्र होय ।।९५७।।
पिकले फळ न देठास धरते । देठ ना फळास पकडते ।
तशी मनातून नाहीशी होते । मी-माझा ही भावना ।।९५७।।
पुत्र वित्त कलत्र । हे जालियाही स्वतंत्र ।
माझें न म्हणे पात्र । विषाचें जैसें ।।९५८।।
तो, पत्नी, पुत्र, धन । आसक्त नसे असून स्वाधीन ।
जणू ताटात वाढलेले अन्न । विष आहे ।।९५८।।
हें असो विषयजाती । बुद्धि पोळली ऐसी माघौती ।
पाउलें घेऊनि एकांतीं । हृदयाच्या रिगे ।।९५९।।
विषयाकडे जी बुद्धी धावते । ती हृदयातील ईश्वराकडे वळते ।
जसे बोट मागे घेतले जाते । चटका बसता ।।९५९।।
ऐसया अंतःकरण । बाह्य येतां तयाची आण ।
न मोडी समर्था भेण । दासी जैसी ।।९६०।।
देहाबाहेर न यावे मन । साधक घाली त्यास आण ।
दासी न मोडे राजाची आण । तसे मन न मोडी ।।९६०।।
तैसें ऐक्याचिये मुठी । माजिवडें चित्त किरीटी ।
करूनि वेधी नेहटीं । आत्मयाच्या ।।९६१।।
हे अर्जुना, ऐक्याच्या मुठीत । घट्ट धरून चित्त ।
गतीने करते प्रवृत्त । आत्मप्राप्तीकडे ।।९६१।।
तेव्हां दृष्टादृष्ट स्पृहे । निमणें जालेंचि आहे ।
आगीं दडपलिया धुयें । राहिजे जैसें ।।९६२।।
विषयभोगांच्या इच्छांचाही । पूर्ण नाश होऊन जाई ।
अग्नी जसा राखेत दडपताही । धूर थांबतो ।।९६२।।

म्हणौनि नियमिलिया मानसीं । स्पृहा नासौनि जायआपैसीं ।
किंबहुना तो ऐसी । भूमिका पावे ।।९६३।।
अशा जिंकलेल्या मनातून । इच्छा आपोआप जाती निघून ।
तो पुरुष प्राप्त होई म्हणून । या भूमिकेला ।।९६३।।
पैं अन्यथा बोधु आघवा । मावळोनि तया पांडवा ।
बोधमात्रींचि जीवा । ठावो होय ।।९६४।।
विपरीत बोध हे अर्जुन । जातो नाहीसा होऊन ।
त्याच्या जीवाला वेढून । आत्मबोध होतो ।।९६४।।
धरवणी वेंचें सरे । तैसें भोगें प्राचीन पुरे ।
नवें तंव नुपकरे । कांहीचि करूं ।।९६५।।
साचले पाणी असे संपते । तसे प्रारब्ध भोगून सरते ।
नवीन कर्म न होते । उत्पन्न ।।९६५।।
ऐसीं कर्में साम्यदशा । होय तेथ वीरेशा ।
मग श्रीगुरु आपैसा । भेटेचि गा ।।९६६।।
या कर्माची साम्यस्थिती । ज्या ज्ञानात होती ।
आपोआप भेटी घडती । सद्‌गुरूशी ।।९६६।।
रात्रीची चौपाहरी । वेंचलिया अवधारीं ।
डोळ्यां तमारी । मिळे जैसा ।।९६७।।
रात्रीचे चार प्रहर । जसे संपल्यावर ।
डोळ्या होई दृग्गोचर । जसा सूर्य ।।९६७।।
का येऊनि फळाचा घडु । पारुषवी केळीची वाढु ।
श्रीगुरु भेटोनि करी पाडु । बुभुत्सु तैसा ।।९६८।।
केळीतून घड येतो । केळीची वाढ थांबवतो ।
तशी कर्माची वाढ रोखतो । गुरूंच्या भेटीचा क्षण ।।९६८।।
मग आलिंगिला पूर्णिमा । जैसा उणीव सांडी चंद्रमा ।
तैसें होय वीरोत्तमा । गुरुकृपा तया ।।९६९।।
जेव्हा पौर्णिमा येई । चंद्राला उणीव न राही ।
गुरुकृपा होता तसेच होई । साधका पूर्णत्व येते ।।९६९।।
तेव्हां अबोधुमात्र असे । तो तंव तया कृपा नासे ।
तेथ निशीसवें जैसें । आंधारें जाय ।।९७०।।
गुरुकृपा जेव्हा होय । अज्ञान निघून जाय ।
जसा रात्री सोबत जाय । अंधकार हा ।।९७०।।
तैसी अबोधाचिये कुशी । कर्म कर्ता कार्य ऐशी ।
त्रिपुटी असे ते जैसी । गाभिणी मारिली ।।९७१।।
अज्ञान निघूनी जाई । कर्म, कर्ता, कार्य जाई ।
ही त्रिपुटी अशी जाई । जसा गर्भिणी सोबत गर्भ ।।९७१।।

तैसेंचि अबोधनाशासवें । नाशे क्रियाजात आघवें ।
ऐसा समूळ संभवे । संन्यासु हा ।।९७२।।
अज्ञान नाहीसे होते । तेव्हा कर्माची त्रिपुटी जाते ।
संन्यासत्व प्राप्त होते । कर्माच्या समूळ नाशासह ।।९७२।।
येणें मुळाज्ञानसंन्यासें । दृश्याचा जेथ ठावो पुसे ।
तेथ बुझावें तें आपैसें । तोचि आहे ।।९७३।।
अज्ञानाचा त्याग करता । विश्वाचा हरवतो पत्ता ।
तो जाणून घेतो स्वत: । जे जाणायचे आहे ।।९७३।।
चेइलियावरी पाहीं । स्वप्नींचिया तिये डोहीं ।
आपणयातें काई । काढूं जाइजे? ।।९७४।।
स्वप्नामध्ये डोहात पडतो । आणि जेव्हा जागे होतो ।
तेव्हा काय प्रयत्न करतो । बाहेर पडण्याचा? ।।९७४।।
तैं मी नेणें आतां जाणेन । हें सरलें तया दु:स्वप्न ।
जाला ज्ञातृज्ञेयाविहीन । चिदाकाश ।।९७५।।
मी मला जाणेन । हे नाहीसे होई दु:स्वप्न ।
विषय व जाणणारा यांवाचून । तो ज्ञानरूप होतो ।।९७५।।
मुखाभासेंसी आरिसा । परौता नेलिया वीरेशा ।
पाहातेपणेंवीण जैसा । पाहाता ठाके ।।९७६।।
प्रतिबिंबासह आरसा । दूर केला असता जसा ।
पाहणारा राहतो तसा । पाहिल्याशिवाय ।।९७६।।
तैसें नेणणें जें गेलें । तेणें जाणणेंही नेलें ।
मग निष्क्रिय उरलें । चिन्मात्रचि ।।९७७।।
तसे ज्ञानही गेले । ते जाणणेही गेले ।
मग निष्कर्म ज्ञान उरले । चिन्मय ।।९७७।।
तेथ स्वभावें धनंजया । नाहीं कोणीचि क्रिया ।
म्हणौनि प्रवादु तया । नैष्कर्म्यु ऐसा ।।९७८।।
जसे स्वाभाविक पंडुसुत । कर्म नसे ब्रह्म स्वरूपात ।
म्हणून त्यास म्हणतात । नैष्कर्म्य ।।९७८।।
तें आपुलें आपणपें । असे तेंचि होऊनि हारपे ।
तरंगु कां वायुलोपें । समुद्रु जैसा ।।९७९।।
जसे ज्ञान विलीन होत । त्याच्या स्वरूपात ।
वारा होतसे शांत । लाट येते मूळ स्वरूपात ।।९७९।।
तैसें न होणें निफजे । ते नैष्कर्म्यसिद्धि जाणिजे ।
सर्वसिद्धींत सहजें । परम हेचि ।।९८०।।
असे जेव्हा घडते । ती नैष्कर्म्य सिद्धी होते ।
ती श्रेष्ठ असते । सर्व सिद्धीत ।।९८०।।

देउळाचिया कामा कळसु । उपरम गंगेसी सिंधु प्रवेशु ।
कां सुवर्णशुद्धी कसु । सोळावा जैसा ॥९८१॥
कळस बांधता बांधकाम थांबते ।
समुद्रास गंगा मिळता वाहणे थांबते ।
सोन्याची शुद्धता होते । सोळा आणे कसाने ॥९८१॥
तैसें आपुलें नेणणें । फेडिजे का जाणणें ।
तेंहि गिळूनि असणें । ऐसी जे दशा ॥९८२॥
तसे आपले अज्ञान । संपवते ते ज्ञान ।
ते जाई नाहीसे होऊन ।
अशी जी अवस्था ॥९८२॥
तियेपरतें कांहीं । निपजणें आन नाहीं ।
म्हणौनि म्हणिपे पाहीं । परमसिद्धि ते ॥९८३॥
त्यापेक्षा परमार्थात । न होणे काही प्राप्त ।
म्हणून तिला म्हणतात । परमसिद्धी ॥९८३॥
परी हेचि आत्मसिद्धि । जो कोणी भाग्यनिधि ।
श्रीगुरुकृपालब्धि- । काळीं पावे ॥९८४॥
सद्गुरूच्या कृपेमुळे जो । पुरुष भाग्यवान ठरतो ।
तो मग प्राप्त करतो । आत्मसिद्धीला ॥९८४॥
उदयतांचि दिनकरु । प्रकाशुचि आते आंधारु ।
कां दीपसंगें कापुरु । दीपुचि होय ॥९८५ ॥
सूर्याचा उदय होतो । अंधारच प्रकाश बनतो ।
कापूरच दिवा होतो । दीपाच्या संगतीने ॥९८५॥
तया लवणाची कणिका । मिळतखेंवो उदका ।
उदकचि होऊनि देखा । ठाके जेवीं ॥९८६॥
मिठाचा खडा लहान । पाण्यात जाता मिसळून ।
तो जाई होऊन । जलरूपच ॥९८६॥
कां निद्रितु चेवविलिया । स्वप्नेंसि नीद वायां ।
जाऊनि आपणपयां । मिळे जैसा ॥९८७॥
निजलेल्यास करता जागे । स्वप्नांसह झोपही जाते ।
त्या पुरुषा प्राप्त होते । जागृतीचे रूप ॥९८७॥
तैसें जया कोण्हासि दैवें । गुरुवाक्यश्रवणाचि सवें ।
द्वैत गिळोनि विसंवे । आपणया वृत्ती ॥९८८॥
तसे कोणाच्या दैवयोगाने ।
गुरु उपदेशाचे श्रवण केल्याने ।
द्वैत नाहीसे होऊन स्थिर रहाणे ।
आत्मस्वरूपात ॥९८८॥

तयासी मग कर्म करणें । हें बोलिजैलचि कवणें ।
आकाशा येणें जाणें । आहे काई? ॥९८९॥
त्याला काही असती कर्मे । असे कोण बरे म्हणे? ।
आकाशाला जाणे येणे । करावे लागते काय? ॥९८९॥
म्हणौनि तयासि कांहीं । त्रिशुद्धि करणें नाहीं ।
परी ऐसें जरी हें कांहीं । नव्हे जया ॥९९०॥
ज्यास प्राप्त आत्मसिद्धी । त्याला न करणे त्रिशुद्धी ।
अधिकाराची न होते बुद्धी । त्या साधकाला ॥९९०॥
कानावचनाचिये भेटी- । सरिसाचि पैं किरीटी ।
वस्तु होऊनि उठी । कवणि एकु जो ॥९९१॥
गुरुपदेश मिळताच जो । असेल कोणी साधक तो ।
ब्रह्मस्वरूप होतो । वचने ऐकताच ॥९९१॥
येऱ्हवीं स्वकर्माचेनि वन्ही । काम्यनिषिद्धाचिया इंधनीं ।
रजतमें कीर दोन्ही । जाळिलीं आधीं ॥९९२॥
स्वधर्म कर्माच्या अग्नीत । काम्य व निषिद्धाची समीक्षा जाळत ।
रज, तम, दोष नाहीसे करत । राही तो साधक ॥९९२॥
पुत्र वित्त परलोकु । यया तिहींचा अभिलाखु ।
घरीं होय पाइकु । हेंही जालें ॥९९३॥
पुत्र, परलोक, धन । यांची इच्छा जाण ।
होऊन सारे अधीन । सेवकाप्रमाणे ॥९९३॥
इंद्रियें सैरा पदार्थीं । रिगतां विटाळलीं होतीं ।
तिये प्रत्याहार तीर्थीं । न्हाणिलीं कीर ॥९९४॥
पूर्वी निषिद्ध विषयात गेलेली । ही इंद्रिये होती विटाळली ।
शुद्ध होण्या न्हाऊ घातली । प्रत्याहार तीर्थात ॥९९४॥
आणि स्वधर्माचें फळ । ईश्वरीं अर्पूनि सकळ ।
घेऊनि केलें अढळ । वैराग्यपद ॥९९५॥
आणि स्वधर्माचे फळ । ईश्वराला अर्पून सकळ ।
मिळवले ते अढळ । वैराग्यपद ॥९९५॥
ऐसी आत्मसाक्षात्कारीं । लाभे ज्ञानाची उजरी ।
ते सामुग्री कीर पुरी । मेळविली ॥९९६॥
असे आत्मसाक्षात्काराचे रूप । जे ज्ञान होते अप्रूप ।
ते प्राप्त होण्या लागली खूप । ती सामग्री मिळवली ॥९९६॥
आणि तेचि समयीं । सद्गुरु भेटले पाहीं ।
तेवींचि तिहीं कांहीं । वंचिजेना ॥९९७॥
तशात त्या वेळी । सद्गुरूंची भेट झाली ।
त्यांनी वंचना ना केली । उपदेश करण्यात ॥९९७॥

परी वोखद घेतखेंवो । काय लाभे आपला ठावो? ।
कां उदयजतांचि दिवो । मध्यान्ह होय? ।।९९८।।
औषध घेता त्वरित । आरोग्य होते का प्राप्त? ।
अथवा सूर्योदयासोबत । मध्यान्ह येते का? ।।९९८।।
सुक्षेत्रीं आणि वोलटें । बीजही पेरिलें गोमटें ।
तरी आलोट फळ भेटे । परी वेळे कीं गा ।।९९९।।
उत्तम आणि जमीन ओली । उत्कृष्ट बीजांची पेरणी केली ।
विपुल धन, धान्ये आली । पण वेळ द्यावा लागतो ।।९९९।।
जोडला मार्गु प्रांजळु । मिनला सुसंगाचाही मेळु ।
तरी पाविजे वांचूनि वेळु । लागेचि कीं ।।१०००।।
मार्ग सोपा निवडता । सज्जन सोबती लाभता ।
सुखाने येई पोहोचता । पण वेळ जावा लागे ।।१०००।।
तैसा वैराग्यलाभु जाला । वरी सद्गुरुही भेटला ।
जीवीं अंकुरु फुटला । विवेकाचा ।।१००१।।
वैराग्याचा लाभ झाला । वर सद्गुरूही भेटला ।
दीप प्रज्वलित झाला । विवेकाचा ।।१००१।।
तेणें ब्रह्म एक आथी । येर आघवीचि भ्रांती ।
हेही कीर प्रतीती । गाढ केली ।।१००२।।
ब्रह्म हे सत्य असून । बाकी मिथ्या त्या वाचून ।
हे श्रवण करून । साधकाचा दृढ निश्चय झाला ।।१००२।।
परी तेंचि जें परब्रह्म । सर्वात्मक सर्वोत्तम ।
मोक्षाचेंही काम । सरे जेथ ।।१००३।।
आणि ते जे परब्रह्म । जे आहे सर्वोत्तम ।
मग तिथे सरते काम । मोक्षाचे ।।१००३।।
यया तिन्ही अवस्था पोटीं । जिरवी जें गा किरीटी ।
तया ज्ञानासिही मिठी । दे जे वस्तु ।।१००४।।
स्वप्न, सुषुप्ती, जागृती या अवस्था तीन । पोटात टाकते जिरवून ।
असे आहे जे ज्ञान । ते ब्रह्ममय होते ।।१००४।।
ऐक्याचें एकपण सरे । जेथ आनंदकणुही विरे ।
कांहींचि नुरोनि उरे । जें कांहीं गा ।।१००५ ।।
ऐक्याचा ऐक्यपणा सरतो । आनंद कणही विरघळतो ।
काहीच न उरता जो उरतो । तो काही ।।१००५।।
तियें ब्रह्मीं ऐक्यपणें । ब्रह्मचि होऊनि असणें ।
तें क्रमेंचि करूनि तेणें । पाविजे पैं ।।१००६।।
तो जीव ब्रह्माच्या ठिकाणी । राहतो ब्रह्म होउनी ।
ते साधकाला क्रमाक्रमानी । प्राप्त करून घ्यावे लागते ।।१००६।।

भुकेलियापासीं । वोगरिलें षड्रसीं ।
तो तृप्ति प्रतिग्रासीं । लाहे जेवीं ।।१००७।।
भुकेजल्या माणसा जर । षड्रस वाढले तर ।
घासागणिक तृप्तीचा भर । त्याला मिळत जातो ।।१००७।।
तैसा वैराग्याचा वोलावा । विवेकाचा तो दिवा ।
आंबुथितां आत्मठेवा । काढीचि तो ।।१००८।।
ज्याच्या मनी वैराग्याचा ओलावा । आणि विवेकाचा दिवा ।
त्याला आत्मरूपी ठेवा । प्राप्त होतो ।।१००८।।
तरी भोगिजे आत्मऋद्धी । येवढी योग्यतेची सिद्धी ।
जयाच्या आंगीं निरवधी । लेणें जाली ।।१००९।।
आत्मस्वरूपाचा साक्षात्कार । भोगण्या चिदानंद ऐश्वर्य साकार ।
त्याच्या अंगावर जणू अलंकार । अशी सिद्धी मिरवते ।।१००९।।
तो जेणें क्रमें ब्रह्म । होणें करी गा सुगम ।
तया क्रमाचें आतां वर्म । आईक सांगों ।।१०१०।।
ज्या सुगम क्रमाने तो । ब्रह्मप्राप्ती करून घेतो ।
आता तुला सांगतो । त्या क्रमाचे वर्म ।।१०१०।।
तरी गुरु दाविलिया वाटा । येऊन विवेकतीर्थतटा ।
धुऊनियां मळकटा । बुद्धीचा तेणें ।।१०११।।
गुरुंनी दाविलेला मार्ग स्वीकारून । विवेकतीर्थाच्या तीरी येऊन ।
त्या तीर्थाने मळ धुवून । बुद्धीचा ।।१०११।।
मग राहूनें उगळिली । प्रभा चंद्रें आलिंगिली ।
तैसी शुद्धत्वें जडली । आपणयां बुद्धि ।।१०१२।।
राहूच्या तोंडातून बाहेर येते । चंद्राला प्रभा आलिंगते ।
तशी शुद्ध स्थितीस पोहोचते । ती बुद्धी ।।१०१२।।
सांडूनि कुळें दोन्ही । प्रियासी अनुसरे कामिनी ।
द्वंद्वत्यागें स्वचिंतनीं । पडली तैसी ।।१०१३।।
वधू दोन्ही कुळे सोडते । पतीची इच्छा अनुसरते ।
तशी बुद्धी रममाण होते । आत्मचिंतनी ।।१०१३।।
आणि ज्ञान ऐसें जिव्हार । नेवों नेवों निरंतर ।
इंद्रियीं केले थोर । शब्दादिक जे ।।१०१४।।
मनातील गुप्त वस्तू हे ज्ञान । देहाबाहेर विषयांकडे नेऊन ।
इंद्रियांनी महत्त्व दिले वाढवून । शब्दादिक विषयांना ।।१०१४।।
ते रश्मिजाळ काढलेया । मृगजळ जाय लया ।
तैसें वृत्तिरोधें तयां । पांचांही केलें ।।१०१५ ।।
जसे सूर्यबिंबाचे मावळणे । तसे मृगजळ नाहीसे होणे ।
धैर्याने इंद्रिय निग्रह करणे । पाचांचा निरास करून ।।१०१५।।

नेणतां अधमाचिया अन्ना । खादलिया कीजे वमना ।
तैसीं वोकविली सवासना । इंद्रियें विषयीं ।।१०१६।।
अधमांचे खाता अन्न । टाकावे ते ओकून ।
तसे इंद्रियाकडून जे केले सेवन ।
वासनेसह साधक ओकतो ।।१०१६।।
मग प्रत्यगावृत्ती चोखटें । लाविलीं गंगेचेनि तटें ।
ऐसीं प्रायश्चित्तें धुवटें । केलीं येणें ।।१०१७।।
जी इंद्रिये परत फिरवली ।
ती आत्मस्वरूपी गंगातीरी आणली ।
शुद्धिकारक प्रायश्चित्ते केली । साधकाने ।।१०१७।।
पाठीं सात्त्विकें धीरें तेणें । शोधारलीं तियें करणें ।
मग मनेंसीं योगधारणें । मेळविलीं ।।१०१८।।
सात्त्विक धैर्याच्या आधारानी । इंद्रिये घेतली शुद्ध करूनी ।
मनाला दिले शिकवूनी । अध्ययन योगाभ्यासाचे ।।१०१८।।
तेवींचि प्राचीनें इष्टानिष्टें । भोगेंसीं येउनी भेटे ।
तेथ देखिलियाही वोखटें । द्वेषु न करी ।।१०१९।।
पूर्वकर्माच्या योगाने ती ।
चांगल्या वाईट भोगांची होता प्राप्ती ।
तो वाईट भोगांच्या प्रति । खेद करत नाही ।।१०१९।।
ना गोमटेंचि विपायें । तें आणूनि पुढां सूये ।
तयालागीं न होये । साभिलाषु ।।१०२०।।
अथवा प्रारब्धाने समोर आणले ।
अनुकूल विषय चांगले ।
तरी त्याच्या मनी न उमले । त्यांची अभिलाषा ।।१०२०।।
यापरी इष्टानिष्टीं । रागद्वेष किरीटी ।
त्यजूनि गिरिकपाटीं । निकुंजीं वसे ।।१०२१।।
असा इष्ट-अनिष्टाविषयी । अर्जुना तो राग द्वेष न वाटून घेई ।
पर्वत-गुहेत जाऊन राही । अथवा वनात ।।१०२१।।
गजबजा सांडिलिया । वसवी वनस्थळिया ।
अंगाचियाचि मांदिया । एकलेया ।।१०२२।।
जिथे लोकांचा गलबला नाही । तिथे तो जाऊन राही ।
शरीर अवयवच पाही । सोबती म्हणून ।।१०२२।।
शमदमादिकीं खेळे । न बोलणेंचि चावळे ।
गुरुवाक्याचेनि मेळें । नेणे वेळु ।।१०२३।।
शमदमासवे खेळतो । न बोलणे हेच बोलतो ।
गुरुउपदेश आठवत राहतो । वेळेचे भान न ठेवी ।।१०२३।।
आणि आंगा बळ यावें । नातरी क्षुधा जावें ।
कां जिभीचे पुरवावे । मनोरथ ।।१०२४।।
अंगा शक्ती यावी । वा भूक नाहीशी व्हावी ।
किंवा जिभेची पुरवावी । सर्व इच्छा ।।१०२४।।
भोजन करितांविखीं । ययां तिहींतें न लेखी ।
आहारीं मिती संतोषीं । माप न सूये ।।१०२५ ।।
जेव्हा तो भोजन करी । या तिन्हींचा विचार न करी ।
त्याचा आहार थोडा, तरी । संतोष अधिक होतो ।।१०२५।।
अशनाचेनि पावकें । हारपतां प्राणु पोखे ।
इतुकियाचि भागु मोटकें । अशन करी ।।१०२६।।
उपवास अधिक केले । तर जातील प्राण हरपले ।
त्यासाठी जेवढे लागले । तेवढे मोजके अन्न घेतो ।।१०२६।।
आणि परपुरुषें कामिली । कुळवधू आंग न घाली ।
निद्रालस्या न मोकली । आसन तैसें ।।१०२७।।
परपुरुष इच्छा दावी । तरी पतिव्रता वश न होई ।
तसे निद्रा, आळसापायी । आसन ढळू देत नाही ।१०२७।।
दंडवताचेनि प्रसंगें । भुयीं हन अंग लागे ।
वांचूनि येर नेघे । राभस्य तेथ ।।१०२८।।
जेव्हा दंडवत घालतो । तेव्हाच जमिनीला स्पर्श करतो ।
एरवी कधीही न लोळतो । जमिनीवरी ।।१०२८।।
देहनिर्वाहापुरतें । राहाटवी हातांपायांतें ।
किंबहुना आपैतें । सबाह्य केलें ।।१०२९।।
देहव्यवहारापुरता तो । हातपाय हलवतो ।
स्वाधीन करूनठेवतो । अंतर्बाह्य इंद्रिये ।।१०२९।।
आणि मनाचा उंबरा । वृत्तीसी देखों नेदी वीरा ।
तेथ कें वाग्व्यापारा । अवकाशु असे? ।।१०३०।।
वृत्तीला न पाहू देई । जिथे मनाचा उंबराही ।
तिथे बोलण्यालाही । संधी कशी मिळावी ।।१०३०।।
ऐसेनि देह वाचा मानस । हें जिणौनि बाह्यप्रदेश ।
आकळिलें आकाश । ध्यानाचें तेणें ।।१०३१।।
असे देह, वाचा, मन । हे बाह्य प्रदेश जिंकून ।
केलेले असते स्वाधीन । ध्यानाचे आकाश ।।१०३१।।
गुरुवाक्यें उठविला । बोधीं निश्चयो आपुला ।
न्याहाळीं हातीं घेतला । आरिसा जैसा ।।१०३२।।
गुरुपदेशाच्या बोधात । निश्चय आपला पाहत ।
जसा आरसा धरता हातात । आपले रूप दिसते ।।१०३२।।

पैं ध्याता आपणचि परी । ध्यानरूप वृत्तिमाझारीं ।
ध्येयत्वें घे हे अवधारीं । ध्यानरूढी गा ॥१०३३॥
तो आपणच ध्याता होतो । ध्यानरूप वृत्ती ठेवतो ।
तेच ध्येय बाळगतो । ध्यान रूढीने, ध्यान करण्याचे ॥१०३३॥
तेथ ध्येय ध्यान ध्याता । ययां तिहीं एकरूपता ।
होय तंव पंडुसुता । कीजे तें गा ॥१०३४॥
ध्येय, ध्यान, ध्याता । या तिन्हींची एकरूपता ।
होईपर्यंत पंडुसुता । ध्यान करावे ॥१०३४॥
म्हणौनि तो मुमुक्षु । आत्मज्ञानीं जाला दक्षु ।
परी पुढां सूनि पक्षु । योगाभ्यासाचा ॥१०३५ ॥
म्हणून तो इच्छितो मोक्ष । आत्मज्ञानाविषयी दक्ष ।
घेऊनी योगाभ्यासाचा पक्ष । ज्ञान प्राप्ती करून घेतो ॥१०३५॥
अपानरंध्रद्वया । माझारीं धनंजया ।
पार्ष्णीं पिडूनियां । कांवरुमूळ ॥१०३६॥
अपान रंध्रे दोन्हींत । जी शिवण असत ।
त्यावर दाब देत । मूळबंध योग करतो ॥१०३६॥
आकुंचूनि अध । देऊनि तिन्ही बंध ।
करूनि एकवद । वायुभेदी ॥१०३७॥
तिन्ही बंध देउनी । अधोभाग आकंचुनी ।
वायू एकरूप करी भेदुनी । प्राणायामाधारे ॥१०३७॥
कुंडलिनी जागवूनि । मध्यमा विकाशूनि ।
आधारादि भेदूनि । आज्ञावरी ॥१०३८॥
कुंडलिनी जागवुनी । मध्यमा विकसुनी ।
सर्व चक्रांचा भेद टाकी करुनी । आज्ञाचक्रावरी ॥१०३८॥
सहस्त्रदळाचा मेघु । पीयुषें वर्षोनि चांगु ।
तो मूळवरी वोघु । आणूनियां ॥१०३९॥
मग ब्रह्मरंध्रामधून । सहस्रदलकमल मेघातून ।
अमृतवृष्टीचा ओघ आणून । मूलाधारापर्यंत ॥१०३९॥
नाचतया पुण्यगिरी । चिद्भैरवाच्या खापरीं ।
मनपवनाची खीच पुरी । वाढूनियां ॥१०४०॥
अशा पुण्यपर्वती असे नाचत । त्या चैतन्यभैरवाच्या भिक्षापात्रात ।
मनप्राणांची खिचडी वाढत । पुरी सवे ॥१०४०॥
जालिया योगाचा गाढा । मेळावा सूनि हा पुढां ।
ध्यान मागिलीकडां । स्वयंभ केलें ॥१०४१॥
असा हा योगांचा मेळा । पुढे घालून झाला ।
पाठीमागच्या बाजूला । ध्यान सिद्ध असते ॥१०४१॥

आणि ध्यान योग दोन्ही । इयें आत्मतत्वज्ञानीं ।
पैठा होआवया निर्विघ्नीं । आधींचि तेणें ॥१०४२॥
ध्यान योग हे दोन्ही । प्राप्त होण्या निर्विघ्नपणी ।
आत्मज्ञानाच्या ठिकाणी । त्या साधकाने ॥१०४२॥
वीतरागतेसारिखा । जोडूनि ठेविला सखा ।
तो आघवियाचि भूमिका- । सवें चाले ॥१०४३॥
वैराग्यासारखा बलवान । मित्र ठेवला जोडून ।
तो सर्व भूमिकांमधून । त्याच्या सवे चालतो ॥१०४३॥
पहावें दिसे तंववरी । दिठीतें न संडी दीप जरी ।
तरी कें आहे अवसरी । देखावया ॥१०४४॥
वस्तू दिसत नाही तोवर । दिवा डोळ्यांना न सोडी जर ।
तर लागेल कसा उशीर । वस्तू दिसण्या ॥१०४४॥
तैसें मोक्षीं प्रवर्तलया । वृत्ती ब्रह्मीं जाय लया ।
तंव वैराग्य आथी तया । भंगु कैचा ।॥१०४५ ॥
मोक्षमार्गी प्रवृत्त होता । ब्रह्मज्ञानी वृत्ती लीन होऊ पाहता ।
वैराग्य जर टिकून राहता । भंग कसा होईल?॥१०४५॥
म्हणौनि सवैराग्यु । ज्ञानाभ्यासु तो सभाग्यु ।
करूनि जाला योग्यु । आत्मलाभा ॥१०४६॥
म्हणून वैराग्यासह ज्ञान संपादन । करील तो असे भाग्यवान ।
तो योग्य जाईल ठरून । आत्मलाभा ॥१०४६॥
ऐसी वैराग्याची आंगीं । बाणूनियां वज्रांगीं ।
राजयोगतुरंगीं । आरूढला ॥१०४७॥
वैराग्याचे कवच अंगावर । घालून राजयोगाच्या घोड्यावर ।
जो होतसे स्वार । तो साधक ॥१०४७॥
वरी आड पडिलें दिठी । सानें थोर निवटी ।
तें बळीं विवेकमुष्टीं । ध्यानाचें खांडें ॥१०४८॥
जे दृश्य दिसते समोरून । लहान मोठा भेद निवारून ।
विवेकाच्या मुठीत तो करी धारण । ध्यानाची तलवार ॥१०४८॥
ऐसेनि संसाररणाआंतु । आंधारीं सूर्य तैसा असे जातु ।
मोक्षविजयश्रीये वरैतु । होआवयालागीं ॥१०४९॥
सूर्य निर्भयपणे जातो अंधारात । तसा संसाररूपी रणात ।
तो निर्भयपणे प्रवेश करीत । मोक्ष लक्ष्मीला वरण्या ॥१०४९॥
तेथ आडवावया आले । दोषवैरी जे धोपटिले ।
तयांमाजीं पहिलें । देहाहंकारु ॥१०५०॥
मध्येच जे अडवाया येती । त्यांना ठोकून दूर करती ।
त्यामध्ये पहिले असती । देह अहंकार ॥१०५०॥

जो न मोकली मारुनी । जीवों नेदी उपजवोनि ।
विचंबवी खोडां घालुनी । हाडांचिया ।।१०५१।।
तो न सोडे मारुनी । न देई सुखाने जगुनी ।
हाडांच्या खोड्यात अडकवूनी ।
जीवाला कष्ट देई ।।१०५१।।
तयाचा देहदुर्ग हा थारा । मोडूनि घेतला तो वीरा ।
आणि बळ हा दुसरा । मारिला वैरी ।।१०५२।।
देहाचा किल्ला हे त्याचे राहण्याचे स्थान ।
पाडाव करून घेतला जिंकून ।
त्याने टाकलासे मारून । बळ हा दुसरा वैरी ।।१०५२।।
जो विषयाचेनि नांवें । चौगुणेंही वरी थांवे ।
जेणें मृतावस्था धांवे । सर्वत्र जगा ।।१०५३।।
विषयाचे नाव घेता तो । चौपटीने बळावतो ।
मृत करून सोडतो । सर्व जगाला ।।१०५३।।
तो विषय विषाचा अथावो । आघविया दोषांचा रावो ।
परी ध्यानखड्गाचा घावो । साहेल कैंचा? ।।१०५४।।
विषय विषाचा डोह तो । सर्व दोषांचा राजा असतो ।
तरी कसा सहन करू शकेल तो? । ध्यान शस्त्राचा घाव ।।१०५४।।
आणि प्रिय विषयप्राप्ती । करी जया सुखाची व्यक्ती ।
तेचि घालूनि बुंथी । आंगीं जो वाजे ।।१०५५ ।।
प्रिय विषयाची होता प्राप्ती ।
सुखाची होतसे अभिव्यक्ती ।
अंगात घालून खोळ (सदरा) ती ।
गर्जना करत राहतो ।।१०५५।।
जो सन्मार्गा भुलवी । मग अधर्माच्या आडवीं ।
सूनि वाघां सांपडवी । नरकादिकां ।।१०५६।।
तो सन्मार्ग चुकवतो । अधर्माच्या अरण्यात नेतो ।
वाघांच्या तावडीत देतो । नरकरूपी ।।१०५६।।
तो विश्वासें मारितां रिपु । निवटूनि घातला दर्पु ।
आणि जयाचा अहा कंपु । तापसांसी ।।१०५७।।
तो (काम) गर्वरूपी शत्रू मारतो । जो विश्वास देऊन घात करतो ।
तपस्व्यांचा थरकाप उडतो । त्याचे नाव ऐकता ।।१०५७।।
क्रोधा ऐसा महादोखु । जयाचा देखा परिपाकु ।
भरिजे तंव अधिकु । रिता होय जो ।।१०५८।।
क्रोधासारखा दोष महान । आहे ज्याचा परिणाम ।
वाढत जाई त्याचे प्रमाण । अधिक लाड करता ।।१०५८।।

तो कामु कोणेच ठायीं । नसे ऐसें केलें पाहीं ।
कीं तेंचि क्रोधाही । सहजें आलें ।।१०५९।।
असा जो काम विशेष । तो ठेवला नाही शेष ।
तर होईल संपूर्ण नाश । क्रोधाचाही ।।१०५९।।
मुळाचें तोडणें जैसें । होय कां शाखोद्देशें ।
कामु नाशलेनि नाशे । तैसा क्रोधु ।।१०६०।।
झाडाचे मूळ तोडता विशेष । फांद्यांचा होतसे नाश ।
तसा कामाचा करता विनाश । क्रोधाचा सहज नाश होई ।।१०६०।।
म्हणौनि काम वैरी । जाला जेथ ठाणोरी ।
तेथ सरली वारी । क्रोधाचीही ।।१०६१।।
म्हणून काम हा वैरी । जेव्हा समूळ मारी ।
तेव्हा संपते वारी । क्रोधाचीही ।।१०६१।।
आणि समर्थु आपुला खोडा । शिसें वाहवी जैसा होडा ।
तैसा भुंजौनि जो गाढा । परीग्रहो ।।१०६२।।
राजा ज्यास शिक्षा देई । त्यासच खोडा वाहायला लावी ।
तसा विषयांच्या संचयी । जो बलवान होतो ।।१०६२।।
जो माथांचि पालाणवी । अंगा अवगुण घालवी ।
जीवें दांडी घेववी । ममत्वाची ।।१०६३।।
जो बुद्धीला खोगीर घालतो । अवगुण उत्पन्न करतो ।
वैराग्याला गुंतवतो । मायेत ।।१०६३।।
शिष्यशास्त्रादिविलासें । मठादिमुद्रेचेनि मिसें ।
घातले आहाती फांसे । निःसंगा जेणें ।।१०६४।।
अनेक शिष्य या लोभात । अनेक मठ या मोहात ।
अनेक ग्रंथ या आमिषात । विरक्तास गुंतवतो ।।१०६४।।
घरीं कुटुंबपणें सरे । तरी वनीं वन्य होऊनि अवतरे ।
नागवीयाही शरीरें । लागला आहे ।।१०६५ ।।
संसार त्यागून वनात जाई । वनचर होऊन राही ।
तरी मनी ममत्व राही । देहासवे तिथे ।।१०६५।।
ऐसा दुर्जयो जो परीग्रहो । तयाचा फेडूनि ठावो ।
भवविजयाचा उत्साहो । भोगीतसे जो ।।१०६६।।
विषय जो जिंकण्यास कठीण । त्याचे नष्ट करून ठिकाण ।
संसारातील विजयाचे क्षण । जो भोगतो ।।१०६६।।
तेथ अमानित्वादि आघवे । ज्ञानगुणाचे जे मेळावे ।
ते कैवल्यदेशींचे आघवे । रावो जैसे आले ।।१०६७।।
त्यांच्या भेटीला येती ज्ञान गुणांचे । समुदाय निर्हंकारांचे ।
तसे मोक्षरूपी देशाचे । राजेच आले ।।१०६७।।

तेव्हां सम्यक्ज्ञानाचिया । राणिवा उगाणूनि तया ।
परिवारु होऊनियां । राहत आंगें ॥१०६८॥
त्या यथार्थ ज्ञानाचे राज्य म्हणून । त्या साधकाला अर्पण करून ।
राहती ते सारे गुण । त्याचा परिवार बनून ॥१०६८॥
प्रवृत्तीचिये राजबिदीं । अवस्थाभेदप्रमदीं ।
कीजत आहे प्रतिपदीं । सुखाचें लोण ॥१०६९॥
प्रवृत्ती राजमार्गे तो जाता । तीन निरनिराळ्या स्त्रीरूपी अवस्था ।
पदोपदी करून राहता । त्यांच्या सुखाचे लिंबलोण ॥१०६९॥
पुढां बोधाचिये कांबीवरी । विवेकु दृश्याची मांदी सारी ।
योगभूमिका आरती करी । येती जैसिया ॥१०७०॥
बोधदंडाने विवेक तो । प्रेक्षकांची गर्दी सारतो ।
ओवाळण्यास पुढे येतो । योगभूमिकांचा ताफा ॥१०७०॥
तेथ ऋद्धिसिद्धींचीं अनेगें । वृंदें मिळती प्रसंगें ।
तिये पुष्पवर्षीं आंगें । नाहातसे तो ॥१०७१॥
त्यावेळी ऋद्धी-सिद्धींचे समूह येती । पुष्पवर्षाव करिती ।
स्वाभाविकपणे सर्वांगी नाहती । मग तो ॥१०७१॥
ऐसेनि ब्रह्मैक्यासारिखें । स्वराज्य येतां जवळिकें ।
खिंबित आहे हरिखें । तिन्ही लोक ॥१०७२॥
याप्रमाणे ब्रह्मैक्यासारखे सकळ । स्वराज्य येता जवळ ।
त्रैलोक्य भरून जाते केवळ । आनंदाने ॥१०७२॥
तेव्हां वैरियां कां मैत्रियां । तयासि माझें म्हणावया ।
समानता धनंजया । उरेचिही ना ॥१०७३॥
मग हा शत्रू की मित्र असत । हे म्हणावया पंडुसुत ।
अशा प्रकारचे द्वैत । शिल्लक राहत नाही ॥१०७३॥
हें ना भलतेणें व्याजें । तो जयातें म्हणे माझें ।
तें नोडवेचि कां दुजें । अद्विितीय जाला ॥१०७४॥
किंबहुना कोणत्याही कारणाने । तो ज्याला माझे म्हणे ।
ते उरतच नाही कारणे । तो स्वत: अद्वितीय ब्रह्म होई ॥१०७४॥
पैं आपुलिया एकी सत्ता । सर्वही कवळूनिया पंडुसुता ।
कहीं न लगती ममता । धाडिली तेणें ॥१०७५ ॥
अर्जुना त्या एका सत्तेने । संपूर्ण विश्व व्यापल्याने ।
मायेला अवकाश नसल्याने । तिचा त्याग होतो ॥१०७५॥
ऐसा जिंतिलिया रिपुवर्गु । अपमानिलिया हें जगु ।
अपैसा योगतुरंगु । स्थिर जाला ॥१०७६॥
शत्रूंचा समूह जिंकून । विश्व आपणच हे जाणून ।
मग राहते बंद होऊन । योग अश्वाची धाव ॥१०७६॥

वैराग्याचें गाढलें । अंगी त्राण होतें भलें ।
तेंही नावेक ढिलें । तेव्हां करी ॥१०७७॥
मग वैराग्याचे कवच भले । जे अंगावर असते घातले ।
तेही तेव्हा होते दिले । काही वेळ ॥१०७७॥
आणि निवटी ध्यानाचें खांडें। तें दुजें नाहींचि पुढें ।
म्हणौनि हातु आसुडें। वृत्तीचाही ॥१०७८॥
जे ध्यानाच्या खड्गाने नष्ट होते । ते द्वैत शिल्लकच नसते ।
म्हणून हात मागे खेचते । वृत्ती ही ॥१०७८॥
जैसें रसौषध खरें । आपुलें काज करोनि पुरें ।
आपणही नुरे । तैसें होतसे ॥१०७९॥
जसे रसौषध असते । आपले काम पूर्ण करते ।
मग स्वत:ही नाहीसे होते । तशी स्थिती ॥१०७९॥
देखोनि ठाकिता ठावो । धांवता थिरावे पावो ।
तैसा ब्रह्मसामीप्यें थावो । अभ्यासु सांडी ॥१०८०॥
मुक्कामाचे ठिकाण येती । पाय आपोआप थांबती ।
ब्रह्मसमीप येता, गती । अभ्यास संपतो ॥१०८०॥
घडतां महोदधीसी । गंगा वेगु सांडी जैसी ।
कां कामिनी कांतापासीं । स्थिर होय ॥१०८१॥
गंगा सागराला मिळते । प्रवाहाचा वेग सोडते ।
पतिव्रता पतीला भेटते । स्थिरावते ॥१०८१॥
नाना फळतिये वेळे । केळीची वाढी मांटुळे ।
कां गांवापुढें वळे । मार्गु जैसा ॥१०८२॥
केळीला घड येतो । केळीची वाढ थांबवतो ।
किंवा रस्ता जसा संपतो । गावाजवळ येता ॥१०८२॥
तैसा आत्मसाक्षात्कारु । होईल देखोनि गोचरु ।
ऐसा साधनहतियेरु । हळुचि ठेवी ॥१०८३॥
जेव्हा आत्मसाक्षात्कार । होतसे साकार ।
साधना होते निराकार । थांबते ॥१०८३॥
म्हणौनि ब्रह्मेंसी तया । ऐक्याचा समो धनंजया ।
होतसे तैं उपाया । वोहटु पडे ॥१०८४॥
म्हणून हे धनंजया । ब्रह्मैक्याचे समया ।
सर्व साधने सर्व उपाया । मागे पडती ॥१०८४॥
मग वैराग्याची गोंधळुक । जे ज्ञानाभ्यासाचें वार्धक्य ।
योगफळाचाही परिपाक । दशा जे कां ॥१०८५ ॥
वैराग्याची मावळती देख । ज्ञानाचे हे वार्धक्य ।
जी अवस्था परिपक्व । योगरूप फळाची ॥१०८५॥

ते शांति पैं गा सुभगा । संपूर्ण ये तयाचिया आंगा ।
तैं ब्रह्म होआवया जोगा । होय तो पुरुषु ॥१०८६॥
अर्जुना ही शांती त्याच्या देही । जेव्हा भिनून राही ।
तेव्हा तो पुरुष योग्य होई । ब्रह्म होण्या ॥१०८६॥
पुनवेहुनी चतुर्दशी । जेतुलें उणेपण शशी ।
कां सोळे पाऊनि जैसी । पंधरावी वानी ॥१०८७॥
पौर्णिमेपेक्षा चर्तुदशी । कमी महत्त्वाची जशी ।
सोळाहून कमी कसी । पंधरा दराचे सोने ॥१०८७॥
सागरींही पाणी वेगें । संचरे तें रूप गंगे ।
येर निश्चळ जें उगें । तें समुद्रु जैसा ॥१०८८॥
सागरात गंगेचा ओघ प्रवेशतो । गंगा दिसते तिथपर्यंत वेग दिसतो ।
जिथे तो वेग थांबतो । तिथे असतो समुद्र ॥१०८८॥
ब्रह्मा आणि ब्रह्महोतिये । योग्यते तैसा पाडु आहे ।
तेंचि शांतीचेनि लवलाहें । होय तो गा ॥१०८९॥
ब्रह्म आणि ब्रह्मयोग्यता । यात थोडे अंतर राहता ।
ते शांती योगे त्वरित नष्ट होता । ते ब्रह्मरूप होते ॥१०८९॥
पैं तेंचि होणेंनवीण । प्रतीती आलें जें ब्रह्मपण ।
ते ब्रह्म होती जाण । योग्यता येथ ॥१०९०॥
प्रत्यक्ष ब्रह्मपण येण्यापूर्वी । ब्रम्हपण अनुभवा येई ।
तीच योग्यता असते ठायी । ब्रह्मपणाची ॥१०९०॥
ते ब्रह्मभावयोग्यता । पुरुषु तो मग पंडुसुता ।
आत्मबोधप्रसन्नता- । पदीं बैसे ॥१०९१॥
ब्रह्मभावाशी एकरूप । होण्यायोग्य तो पुरुष ।
विराजमान पदी तद्रूप । आत्मबोध प्रसन्नतेच्या ॥१०९१॥
जेणें निपजे रससोय । तो तापुही जैं जाय ।
तैं ते कां होय । प्रसन्न जैसी ॥१०९२॥
जेव्हा शिजते अन्न । उष्णतेच्या आधारानं।
तेव्हाच ते प्रसन्नतेनं। खाता येते ॥१०९२॥
नाना भरतिया लगबगा । शरत्काळीं सांडिजे गंगा ।
कां गीत रहातां उपांगा । वोहटु पडे॥१०९३॥
शरद ऋतू येता नदी ती । थांबवते ओहोटी-भरती ।
गायन संपता वाद्ये बंद होती । श्रवण सुख राहते ॥१०९३॥
तैसा आत्मबोधीं उद्यमु । करितां होय जो श्रमु ।
तोही जेथें समु । होऊनि जाय ॥१०९४॥
आत्मबोधाची होण्या प्राप्ती । अनेक साधने वापरती ।
मग तेही संपून जाती । त्यासाठीचे श्रम सारे ॥१०९४॥
आत्मबोधप्रशस्ती । हे तिये दशेची ख्याती ।
ते भोगितसे महामती । योग्यु तो गा ॥१०९५ ॥
आत्मबोध प्रशस्ती । अशी जिची आहे ख्याती ।
ती भोगतसे स्थिती । तो पुरुष ॥१०९५॥
तेव्हां आत्मत्वें शोचावें । कांहीं पावावया कामावें ।
हें सरलें समभावें । भरितें तया ॥१०९६॥
लौकिकाचा संपतो खेद । मिळविण्याच्या इच्छेचा भेद ।
साऱ्याला जातो छेद । ऐक्यभाव निर्माण होता ॥१०९६॥
उदया येतां गभस्ती । नाना नक्षत्रव्यक्ती ।
हारवीजती दीप्ती । आंगिका जेवीं ॥१०९७॥
सूर्याचा होता उदय । नक्षत्रांचा होतो लय ।
आकारांचा होतो विलय । वेगवेगळ्या ॥१०९७॥
तेवीं उठतिया आत्मप्रथा । हे भूतभेदव्यवस्था ।
मोडीत मोडीत पार्था । वास पाहे तो ॥१०९८॥
आत्मानुभवाचा उदय होता । मोडते प्राणिभेदाची व्यवस्था ।
तो सर्वत्र पाही पार्था । आपले चैतन्यरूप ॥१०९८॥
पाटियेवरील अक्षरें । जैसीं पुसतां येती करें ।
तैसीं हारपती भेदांतरें । तयाचिये दृष्टी ॥१०९९॥
पाटीवर अक्षरे लिहिती । सहज हाताने पुसता येती ।
तसे भेदाभेद हरपून जाती । दिव्य शक्तीने ॥१०९९॥
तैसेनि अन्यथा ज्ञानें । जियें घेपती जागरस्वप्नें ।
तियें दोन्ही केलीं लीनें । अव्यक्तामाजीं ॥११००॥
जागृती आणि स्वप्नावस्थेत । विपरीत ज्ञाने असतात ।
ती लीन होऊन जातात । घन अज्ञानात ॥११००॥
मग तेंही अव्यक्त । बोध वाढतां झिजत ।
पुरलां बोधीं समस्त । बुडोनि जाय ॥११०१॥
मग ते ज्ञान अव्यक्त। बोध जाई असा वाढत ।
त्या पूर्ण बोधात समस्त । बुडुनी जाते ॥११०१॥
जैसी भोजनाच्या व्यापारीं । क्षुधा जिरत जाय अवधारीं ।
मग तृप्तीच्या अवसरीं । नाहींच होय ॥११०२॥
जेवताना प्रत्येक घासात । भूक जाते कमी होत ।
शेवटच्या घासाने वाटे तृप्त । भूक नाहीशी होते ॥११०२॥
नाना चालीचिया वाढी । वाट होत जाय थोडी ।
मग पातला ठायीं बुडी । देऊनि निमे ॥११०३॥
चालण्याची गती वाढते । वाट कमी होत जाते ।
मग पूर्ण थांबते । मुक्कामाचे ठिकाणी ॥११०३॥

कां जागृति जंव जंव उद्दीपे । तंव तंव निद्रा हारपे ।
मग जागीनलिया स्वरूपें । नाहींच होय ।।११०४।।
मनुष्य हळूहळू जागा होई । झोप कमी होत जाई ।
निद्रादेखील पूर्ण जाई । पुरती जाग येता ।।११०४।।
हें ना आपुलें पूर्णत्व भेटें । जेथ चंद्रासीं वाढी खुंटे ।
तेथ शुक्लपक्षु आटे । निःशेषु जैसा ।।११०५ ।।
जेंव्हा चंद्रबिंब पूर्ण होते । तेंव्हा चंद्राची वाढ थांबते ।
शुक्लपक्षाचेही संपते । अस्तित्व पौर्णिमेला ।।११०५।।
तैसा बोध्यजात गिळितु । बोधु बोधें ये मज आंतु ।
मिसळला तेथ साद्यंतु । अबोधु गेला ।।११०६।।
ज्ञेयाला जे बाध्य ठरते । ते माझ्या समीप येते ।
अज्ञान नष्ट होऊन जाते । अज्ञातात ।।११०६।।
तेव्हां कल्पांताचिये वेळे । नदी सिंधूचें पेंडवळें ।
मोडूनि भरलें जळें । आब्रह्म जैसें ।।११०७।।
कल्पांती जलमय होई । नदी समुद्राची मर्यादा मोडून जाई ।
पाण्याने सर्व भरून जाई । त्रैलोक्य सारे ।।११०७।।
नाना गेलिया घट मठ। आकाश ठाके एकवट।
कां जळोनि काष्ठें काष्ठ। वन्हीचि होय ।।११०८।।
घट मठ फुटती । आकाशी एकरूप होती ।
अथवा लाकडे अग्निरूप होती । प्रज्वलित होऊन ।।११०८।।
नातरी लेणियांचे ठसे । आटोनि गेलिया मुसे ।
नामरूप भेदें जैसें । सांडिजे सोनें ।।११०९।।
किंवा विविध अलंकार । मुशीत आटवता जाई आकार ।
नाव जाऊन होती निराकार । केवळ सोने शिल्लक राही ॥११०९॥
हेंही असो चेइलया । तें स्वप्न नाहीं जालया ।
मग आपणचि आपणयां । उरिजे जैसें ।।१११०।।
मनुष्याला जाग येती । स्वप्ने नाहीशी होती ।
मागे उरून राहती । आपणच एकटे ।।१११०।।
तैसी मी एकवांचूनि कांहीं । तया तयाहीसकट नाहीं ।
हे चौथी भक्ति पाहीं । माझी तो लाहे ।।११११।।
तसे माझ्यावाचून काही । त्याला उरत नाही ।
तो चौथी भक्ती पाही । जी त्याला प्राप्त होते ।।११११।।
येर आर्तु जिज्ञासु अर्थार्थी । हे भजती जिये पंथीं ।
ते तिन्ही पावोनी चौथी । म्हणिपत आहे ।।१११२।।
आर्त, जिज्ञासू अर्थार्थी । हे ज्या मार्गे मला भजती ।
ते पाहून त्या चौथी भक्ती । असे मी म्हणतो ।।१११२।।

येऱ्हवीं तिजी ना चौथी । हे पहिली ना सरती ।
पैं माझिये सहजस्थिती । भक्ति नाम ।।१११३।।
पहिली, दुसरी, तिसरी, चौथी । अशी काहीच नसती ।
जी माझी सहजस्थिती । तिला भक्ती म्हणतात ।।१११३।।
जें नेणणें माझें प्रकाशूनि । अन्यथात्वें मातें दाऊनि ।
सर्वही सर्वीं भजौनि । बुझावीतसे जे ।।१११४।।
जे दिव्य रूप प्रकाशून । विपरीत मज दावून ।
सहजभक्ती घडवून । सर्वा शांतवते ।।१११४।।
जो जेथ जैसें पाहों बैसे । तया तेथ तैसेंचि असे ।
हें उजियेडें कां दिसे । अखंडें जेणें ।।१११५ ।।
जो भक्त जसे पाही । तसेच त्याला दिसून राही ।
हे सर्व घडत जाई । त्या प्रकाशामुळे ।।१११५।।
स्वप्नाचें दिसणें न दिसणें । जैसें आपलेनि असलेपणें ।
विश्वाचें आहे नाहीं जेणें । प्रकाशें तैसें ।।१११६।।
स्वप्नांचे दिसणे न दिसणे । ते आपणच असल्याने ।
तसे विश्वाचे असणे नसणे । ज्या प्रकाशामुळे ।।१११६।।
ऐसा हा सहज माझा । प्रकाशु जो कपिध्वजा ।□तो भक्ति या वोजा । बोलिजे गा ।।१११७।।
असा माझा सदैव असा जो । दिव्य प्रकाश आहे तो ।
वर्णिला जातो । भक्ती या शब्दाने ।।१११७।।
म्हणौनि आर्ताच्या ठायीं । हे आर्ति होऊनि पाहीं ।
अपेक्षणीय जें कांहीं । तें मीचि केला ।।१११८।।
म्हणूनी इच्छेच्या ठायी । उत्कट इच्छा बनून राही ।
त्या इच्छेचा विषय ही । भक्तीच बनते ।।१११८।।
जिज्ञासुपुढां वीरेशा । हेचि होऊनि जिज्ञासा ।
मी कां जिज्ञास्यु ऐसा । दाखविला ।।१११९।।
हे अर्जुना जिज्ञासू भक्ताची । इच्छा पुढे जाण्याची ।
किंवा पुढे जाणे हेचि । आपणच बनते ।।१११९।।
हेंचि होऊनि अर्थना । मीचि माझ्या अर्थीं अर्जुना ।
करूनि अर्थाभिधाना । आणी मातें ।।११२०।।
मीच होतो प्रार्थना । माझ्याच अर्थी अर्जुना ।
अर्थ या नामोनिधाना । मीच बनतो ।।११२०।।
एवं घेऊनि अज्ञानातें । माझी भक्ति जे हे वर्ते ।
ते दावी मज द्रष्टयातें । दृश्य करूनि ।।११२१।।
अज्ञानाचा करून स्वीकार । भक्ती करते व्यवहार ।
मज दाखवते आकार । दृश्य करुनी ।।११२१।।

येथें मुखचि दिसे मुखें । या बोला कांहीं न चुके ।
तरी दुजेपण हें लटिकें । आरिसा करी ।।११२२।।
ज्याचे आरशात बिंब । त्याचेच दिसते प्रतिबिंब ।
मुख एक दुसरेच प्रतिबिंब । असे आरसा करत नाही ।।११२२।।

दिठी चंद्रचि घे साचें । परी येतुलें हें तिमिराचें ।
जे एकचि असे तयाचे । दोनी दावी ।।११२३।।
दृष्टीने खरा चंद्र पाहतो । पण अंधार असे करतो ।
जो एकच चंद्र असतो । ते दोन दाखवी ।।११२३।।

तैसा सर्वत्र मीचि मियां । घेपतसें भक्ति इया ।
परी दृश्यत्व हें वायां । अज्ञानवशें ।।११२४।।
भक्तीच्या आधारे सर्वत्र । मीच होतो प्रतीत ।
परंतु दृश्य हे असे व्यर्थ । अज्ञानामुळे ।।११२४।।

तें अज्ञान आतां फिटलें । माझें दृष्टत्व मज भेटलें ।
निजबिंबीं एकवटलें । प्रतिबिंब जैसें ।।११२५ ।।
हे अज्ञान फिटले । माझे भक्तीरूप मला भेटले ।
जसे निजरूपात एकवटले । प्रतिबिंब ।।११२५।।

पैं जेव्हांही असे किडाळ । तेव्हांही सोनेंचि अढळ ।
परी तें कीड गेलिया केवळ । उरे जैसें ।।११२६।।
सोन्यात हिणकस मिसळते । तरी त्यात सोने असते ।
हिणकस काढले जाते । तेव्हा शुद्ध सोने मिळते ।।११२६।।

हां गा पूर्णिमे आधीं कायी । चंद्रु सावयवु नाहीं? ।
परी तिये दिवशीं भेटे पाहीं । पूर्णता तया ।।११२७।।
पौर्णिमेच्या आधीही । काय चंद्र पूर्ण नाही?।
पण पौर्णिमेला त्यालाही । पूर्णत्व येते ।।११२७।।

तैसा मीचि ज्ञानद्वारें । दिसें परी हस्तांतरें ।
मग दृष्टत्व तें सरे । मियांचि मी लाभें ।।११२८।।
तसा मीही ज्ञान दृष्टीने । दिसतो दृश्य रूपाने ।
मग त्यात दृष्टेपणाने । मीच प्राप्त होतो ।।११२८।।

म्हणौनि दृश्यपथा- । अतीतु माझा पार्था ।
भक्तियोगु चवथा । म्हणितला गा ।।११२९।।
म्हणून हे पार्था । माझा भक्तियोग चौथा ।
भिन्न आहे दृश्यपथा (दृश्यमार्ग) । असे मी म्हणतो ।।११२९।।

या ज्ञान भक्ति सहज । भक्तु एकवटला मज ।
मीचि केवळ हें तुज । श्रुतही आहे ।।११३०।।
या ज्ञानभक्तीने सहज । ऐक्य पावला तो भक्त मज ।
तो मीच आहे हे तुज । माहीत आहे ।।११३०।।

जे उभऊनियां भुजा । ज्ञानिया आत्मा माझा ।
हे बोलिलों कपिध्वजा । सप्तमाध्यायीं ।।११३१।।
जे मी सातव्या अध्यायी । बाहू उभारून प्रतिज्ञेसहही ।
ज्ञानी हा माझा आत्मा आहे ही । गोष्ट सांगितली आहे ।।११३१।।

ते कल्पादीं भक्ति मियां । श्रीभागवतमिषें ब्रह्मया ।
उत्तम म्हणौनि धनंजया । उपदेशिली ।।११३२।।
मी कल्पाच्या प्रारंभात । भागवताच्या रूपात ।
ही भक्ती ज्ञानयुक्त । ब्रह्माला सांगितली आहे ।।११३२।।

ज्ञानी इयेतें स्वसंवित्ती । शैव म्हणती शक्ती ।
आम्ही परम भक्ती । आपुली म्हणो ।।११३३।।
ज्ञानी हिला म्हणती स्वयंवेती । शैव म्हणतात शक्ती ।
आणि परमश्रेष्ठ भक्ती । असे आम्ही म्हणतो ।।११३३।।

हे मज मिळतिये वेळे । तया क्रमयोगियां फळे ।
मग समस्तही निखिळें । मियांचि भरे ।।११३४।।
क्रमयोग्याला माझ्या ठायी । ऐक्य पावण्याच्या समयी ।
फलद्रूप होऊन जाई । हे विश्व माझ्या स्वरूपाने भरते ।।११३४।।

तेथ वैराग्य विवेकेंसी । आटे बंध मोक्षेंसीं ।
वृत्ती तिये आवृत्तीसीं । बुडोनि जाय ।।११३५ ।।
विवेक वैराग्यासह जातो । बंध मोक्षासह आटतो ।
वृत्तीचा लय होतो । निवृत्तीसह ।।११३५।।

घेऊनि ऐलपणातें । परत्व हारपें जेथें ।
गिळूनि चाऱ्ही भूतें । आकाश जैसें ।।११३६।।
ज्ञान भक्तीने ऐल पैल । भेद नाहीसे होतील ।
जसे चारी भूते गिळील । आकाश ।।११३६।।

तया परी थडथाद । साध्यसाधनातीत शुद्ध ।
तें मी होऊनि एकवद । भोगितो मातें ।।११३७।।
तसे ऐल पैलात । साध्य साधनेपार शुद्ध ।
त्या माझ्या रूपाशी भक्त । ऐक्य पावतो ।।११३७।।

घडोनि सिंधूचिया आंगा । सिंधूवरी तळपे गंगा ।
तैसा पाडु तया भोगा । अवधारी जो ।।११३८।।
गंगा सागराशी एकरूपते । अन् सागरावर तळपते ।
तसे ज्ञान भक्तीत घडते । भक्ताच्या ।।११३८।।

कां आरिसयासि आरिसा । उटूनि दाविलिया जैसा ।
देखणा अतिशयो तैसा । भोगणा तिये ।।११३९।।
आरशासमोर आरसा ठेवती । ते एकमेकां पाहती ।
तसा ऐक्य पावता माझी भक्ती । तो उपभोगी ।।११३९।।

हे असो दर्पणु नेलिया । तो मुख बोधुही गेलिया ।
देखलेंपण एकलेया । आस्वादिजे जेवीं ॥११४०॥
दूर केले जर आरसे । प्रतिबिंब झाले नाहीसे ।
तरी पाहणारा आपणच जसे । स्वत:ला पाहतो ॥११४०॥
चेइलिया स्वप्न नाशे । आपलें ऐक्यचि दिसे ।
ते दुजेनवीण जैसें । भोगिजे का ॥११४१॥
जाग येताच स्वप्न जाते । आपलेच ऐक्य दिसते ।
तसे द्वैतावाचून भक्त ते । माझा आनंद घेती ॥११४१॥
तोचि जालिया भोगु तयाचा । न घडे हा भावो जयांचा ।
तिहीं बोलें केवीं बोलाचा । उच्चारु कीजे ॥११४२॥
ऐक्य पावल्यावर त्या भक्ता ।
ब्रह्मानंद कसा येई अनुभवता? ।
तर शब्दानेच शब्दाचा ।
उच्चार करता येतो ॥११४२॥
तयांच्या नेणों गांवीं । रवी प्रकाशी हन दिवी ।
कीं व्योमालागीं मांडवी । उभिली तिहीं ॥११४३॥
शंका घेणाऱ्यांच्या गावात ।
दिवा सूर्याला आणतो काय प्रकाशात? ।
की आकाशासाठी उभा केलात ।
तुम्ही मांडव? ॥११४३॥
हां गा राजन्यत्व नव्हतां आंगीं । रावो रायपण कायभोगी? ।
कां आंधारु हन आलिंगी । दिनकरातें? ॥११४४॥
ज्याच्या अंगी राजेपण नसेल । त्याला राजसुख कसे कळेल? ।
काय सूर्याला मिठी मारेल । तो अंधार? ॥११४४॥
आणि आकाश जें नव्हे । तया आकाश काय जाणवे?।
रत्नाच्या रूपीं मिरवे । गुंजांचें लेणें? ॥११४५ ॥
तो स्वत: आकाश नसेल । त्याला पोकळीची व्याप्ती कळेल?।
रत्नाच्या अंगावर शोभेल । गुंजांचे अलंकार? ॥११४५॥
म्हणौनि मी होणें नाहीं । तया मीचि आहें केहीं ।
मग भजेल हें कायी । बोलों कीर ॥११४६॥
जो मी झालो नाही । त्याला मी कळेल काही ।
जो झाला तो खरा भक्तही । हे मी कसे बोलू? ॥११४६॥
यालागीं तो क्रमयोगी । मी जालाचि मातें भोगी ।
तारुण्य कां तरुणांगीं । जियापरी ॥११४७॥
यासाठी तो क्रमयोगी । अंतर्बाह्य मलाच भोगी ।
तसे तारुण्य उपभोगी । तरुण स्त्री ॥११४७॥

तरंग सर्वांगीं तोय चुंबी । प्रभा सर्वत्र विलसे बिंबीं ।
नाना अवकाश नभीं । लुंठतु जैसा ॥११४८॥
पाण्यावर लाटा खेळतात । प्रकाशरेषा बिंबावर विलसतात ।
अवकाशावर लोळत राहतात । ढग जसे ॥११४८॥
तैसा रूप होऊनि माझें । मातें क्रियावीण तो भजे ।
अलंकारु का सहजें । सोनयातें जेवीं ॥११४९॥
तसा माझ्याशी ऐक्य पावतो । क्रमयोगी माझी भक्ती करतो ।
अलंकार जसा अभिन्न असतो । सोन्याबरोबर ॥११४९॥
का चंदनाची द्रुती जैसी । चंदनीं भजे अपैसी ।
का अकृत्रिम शशीं । चंद्रिका ते ॥११५०॥
चंदनाचा जो गंध असतो । तो चंदनाला भजतो ।
स्वभावत: चंद्रासवे दिसतो । चंद्राचा प्रकाश ॥११५०॥
तैसी क्रिया कीर न साहे । तऱ्ही अद्वैतीं भक्ति आहे ।
हें अनुभवाचिजोगें नव्हे । बोलाऐसें ॥११५१॥
अशीच अद्वैत भक्ती असते । ऐक्याची क्रिया सहज होते ।
हे अनुभवण्याजोगे असते । बोलण्याजोगे नाही ॥११५१॥
तेव्हां पूर्वसंस्कार छंदें । जें कांहीं तो अनुवादे ।
तेणें आळविलेनि वो दें । बोलतां मीचि ॥११५२॥
पूर्वसंस्कारांमुळे । तो माझ्याशी न बोले ।
मी त्या ओ देऊन बोले । त्याने हाक मारता ॥११५२॥
बोलतया बोलताचि भेटे । तेथें बोलिलें हें न घटे ।
तें मौन तंव गोमटें । स्तवन माझें ॥११५३॥
बोलणारा स्वत:शी बोले काही । असे म्हणता येणार नाही ।
ते सुंदर असते मौनही । जे मला स्तविते ॥११५३॥
म्हणौनि तया बोलतां । बोली बोलतां मी भेटतां ।
मौन होय तेणें तत्वतां । स्तवितो मातें ॥११५४॥
म्हणून तो जेव्हा बोलतो । त्यास मी अभयत्वाने भेटतो ।
तो माझी स्तुती करत असतो । मौन राहूनसुद्धा ॥११५४॥
तैसेंचि बुद्धी का दिठी । जें तो देखों जाय किरीटी ।
तें देखणें दृश्य लोटी । देखतेंचि दावी ॥११५५ ॥
बुद्धीने वा दृष्टीने । जे जाणले पाहिले त्याने ।
दूर करून ते दृश्य देखणे । तो आत्मरूप पाही ॥११५५॥
आरिसया आधीं जैसें । देखतेंचि मुख दिसे ।
तयाचें देखणें तैसें । मेळवी द्रष्टें ॥११५६॥
आरसा समोर धरतो । तो दुसरा चेहरा दावतो ।
त्या प्रतिबिंबाशी एकरूपतो । त्यात पाहणारा ॥११५६॥

दृश्य जाउनियां द्रष्टें । द्रष्टयासीचि जैं भेटे ।
तैं एकलेपणें न घटे । द्रष्टेपणही ।।११५७।।
दृश्य जाऊन द्रष्टा तो । ब्रह्मरूप द्रष्ट्याला भेटतो ।
तेव्हा एकटेपणाही न घटतो । द्रष्ट्याचा ।।११५७।।
तेथ स्वप्नींचिया प्रिया । चेवोनि झोंबो गेलिया ।
ठायिजे दोन्ही न होनियां । आपणचि जैसें ।।११५८।।
कोणी प्रियेला स्वप्नात ।
जागृत होऊन आलिंगन देत ।
स्वप्न व प्रिया दोन्ही जात । तो एकटा राहतो ।।११५८।।
का दोहीं काष्ठाचिये घृष्टी- । माजीं वन्हि एक उठी ।
तो दोन्ही हे भाष आटी । आपणचि होय ।।११५९।।
दोन लाकडांच्या घर्षणेही । अग्नीउत्पन्न होई ।
दोन लाकडे ही भाषा जाई । अग्नी एकटा राही ।।११५९।।
नाना प्रतिबिंब हातीं । घेऊं गेलिया गभस्ती ।
बिंबताही असती । जाय जैसी ।।११६०।।
आपले प्रतिबिंब पाण्यात पाहताही ।
जर सूर्य ते हातात घेऊ पाही ।
तर ते बिंबही निघून जाई । ते प्रतिबिंबही ।।११६०।।
तैसा मी होऊनि देखतें । तो घेऊं जाय दृश्यातें ।
तेथ दृश्य ने थितें । द्रष्टृत्वेंसीं ।।११६१।।
माझ्याशी ऐक्य होता ही । तो दृश्य वस्तू पाहू जाई ।
तर वस्तू वेगळी दिसत नाही । दृष्टत्वही जाते ।।११६१।।
रवि आंधारु प्रकाशिता । नुरेचि जेवीं प्रकाश्यता ।
तेंवीं दृश्यीं नाही द्रष्टता । मी जालिया ।।११६२।।
सूर्य अंधारा पाहू जाई । अंधार शिल्लक राहत नाही ।
माझ्याशी एकरूप होताही ।
दृष्टेपणा दिसत नाही ।।११६२।।
मग देखिजे ना न देखिजे । ऐसी जे दशा निपजे ।
ते तें दर्शन माझें । साचोकारें ।।११६३।।
मग पाहिले किंवा न पाहिले ते ।
अशी अवस्था निर्माण होते ।
ते खरे स्वस्वरूप असते । दर्शन माझे ।।११६३।।
तें भलतयाही किरीटी । पदार्थाचिया भेटी ।
द्रष्टृदृश्यातीता दृष्टी । भोगितो सदा ।।११६४।।
कोणत्याही भेटीत अर्जुन । ते होई त्याला दर्शन ।
दृष्टा व दृश्य या स्वरूपातून । तो ते अनुभवतो ।।११६४।।

आणि आकाश हें आकाशें । दाटलें न ढळें जैसें ।
मियां आत्मेन आपणपें तैसें । जालें तया ।।११६५ ।।
आकाशात आकाश दाट भरते । ते इकडेतिकडे न हलतो ।
माझ्या अनंत स्वरूपे मन दाटते । तसे त्या होई ।।११६५।।
कल्पांतीं उदक उदकें । रुंधिलिया वाहों ठाके ।
तैसा आत्मेनि मियां येकें । कोंदला तो ।।११६६।।
कल्पांताचे वेळी पाणी भरते । तेच पाण्याचे वाहणे थांबवते ।
तसे आत्मस्वरूप त्याच्यात भरते । तो कोंदटतो ।।११६६।।
पावो आपणपयां वोळघे? । केवीं वन्हि आपणपयां लागे? ।
आपणपां पाणी रिघे । स्नाना कैसें? ।।११६७।।
पायावर पाय चढेल काय? । अग्नी अग्नीला जाळेल काय? ।
पाणीच स्नान करेल काय । पाण्यातच? ।।११६७।।
म्हणौनि सर्व मी जालेपणें । ठेलें तया येणें जाणें ।
तेंचि गा यात्रा करणें । अद्वया मज ।।११६८।।
सर्वत्र तसा मी असतो । म्हणून तो कुठे जात नसतो ।
माझ्याशी अद्वैत राखतो । हीच त्याची यात्रा ।।११६८।।
पैं जळावरील तरंगु । जरी धाविन्नला सवेगु ।
तरी नाहीं भूमिभागु । क्रमिला तेणें ।।११६९।।
जळावरचा तरंग जरी । पुढे धावला तरी ।
जमिनीच्या भागावरी । तो जात नाही ।।११६९।।
जें सांडावें कां मांडावें । जें चालणें जेणें चालावें ।
तें तोयचि एक आघवें । म्हणौनियां ।।११७०।।
तो तरंग जे त्यागतो । अथवा तो जिथे जातो ।
तो सर्व पाण्याचा भाग असतो । म्हणून ।।११७०।।
गेलियाही भलतेउता । उदकपणें पंडुसुता ।
तरंगाची एकात्मता । न मोडेचि जेवीं ।।११७१।।
तो तरंग जर कुठेही धावतो । पण तो जलस्वरूप असतो ।
कधीही तो न बिघडवतो । त्याची एकात्मता ।।११७१।।
तैसा मीपणें हा लोटला । तो आघवेंयाचि मजआंतु आला ।
या यात्रा होय भला । कापडी माझा ।।११७२।।
माझ्याशी ऐक्य साधून तो दूर जातो । पण माझ्या जवळच येतो ।
त्या यात्रेमुळे तो होऊन राहतो । माझा यात्रेकरू।।११७२।।
आणि शरीर स्वभाववशें । कांहीं येक करूं जरी बैसे ।
तरी मीचि तो तेणें मिषें । भेटे तया ।।११७३।।
आणि शरीरधर्माप्रमाणे । तो काही करू जाणे ।
तर मीच त्याला त्या मिषाने । भेटत राहतो ।।११७३।।

तेथ कर्म आणि कर्ता । हें जाऊनि पंडुसुता ।
मियां आत्मेनि मज पाहतां । मीचि होय ।।११७४।।
तेव्हा कर्म आणि कर्ता । हा भेद जाऊन पंडुसुता ।
आत्मतत्त्वाने मज पाहता । तो मीच असतो ।।११७४।।
पैं दर्पणातें दर्पणें । पाहिलिया होय न पाहणें ।
सोनें झांकिलिया सुवर्णें । ना झांकें जेवीं ।।११७५ ।।
आरशाने आरसा पाहणे । हे खरे तर न पाहणे ।
सोन्याने सोने झाकणे । हे न झाकणे होय ।।११७५।।
दीपातें दीपें प्रकाशिजे । तें न प्रकाशणेंचि निपजे ।
तैसें कर्म मियां कीजे । तें करणें कैंचें? ।।११७६।।
दिव्याने दिवा प्रकाशला जाई । ते न प्रकाशणेच होई ।
कर्ता, कर्म मीच असताही । ते करणे कसे? ।।११७६।।
कर्मही करितचि आहे । जैं करावें हें भाष जाये ।
तैं न करणेंचि होये । तयाचें केलें ।।११७७।।
तो कर्म करत राहतो । केल्याची भाषा न बोलतो ।
तेव्हा तो जे काही करतो । ते न करणेच होय ।।११७७।।
क्रियाजात मी जालेपणें । घडे कांहींचि न करणें ।
तयाचि नांव पूजणें । खुणेचें माझें ।।११७८।।
तो माझ्याशी एकरूप होतो । तो काहीच करत नसतो ।
तो काहीच न करतो । तीच पूजा होय ।।११७८।।
म्हणौनि करीतयाही वोजा । तें न करणें हेंचि कपिध्वजा ।
निफजे तिया महापूजा । पूजी तो मातें ।।११७९।।
आत्मदृष्टीने तो काही करत नाही ।
यातूनच महापूजा निर्माण होई ।
माझ्याशी अद्वैत पावून तोही ।
माझी पूजा करतो ।।११७९।।
एवं तो बोले तें स्तवन । तो देखे तें दर्शन ।
अद्वया मज गमन । तो चाले तेंचि ।।११८०।।
तो बोलेल ते स्तवन होय । तो बघेल ते दर्शन होय ।
तेच माझे चालणे होय । तो जे चालेल ।।११८०।।
तो करी तेतुली पूजा । तो कल्पी तो जपु माझा ।
तो असे तेचि कपिध्वजा । समाधी माझी ।।११८१।।
तो करेल ती माझी पूजा ।
त्याचा संकल्प हा जप माझा ।
तो ज्या स्थितीत असेल कपिध्वजा ।
ती माझी समाधी होय ।।११८१।।

जैसें कनकेंसी कांकणें । असिजे अनन्यपणें ।
तो भक्तियोगें येणें । मजसीं तैसा ।।११८२।।
सोन्याशी अभिन्न जशी कंकणे । तसा ज्ञानभक्तीच्या योगाने ।
तो क्रमयोगी अनन्य भावाने । माझ्यासमीप राहतो ।।११८२।।
उदकीं कल्लोळु । कापुरीं परीमळु ।
रत्नीं उजाळु । अनन्यु जैसा ।।११८३।।
पाण्याला लाटांचा छंद । कापुराला जसा सुगंध ।
रत्नाला तेजाचा सबंध । जसा अनन्य असतो ।।११८३।।
किंबहुना तंतूंसीं पटु । कां मृत्तिकेसीं घटु ।
तैसा तो एकवटु । मजसीं माझा ।।११८४।।
किंवा तंतूसोबत वस्त्रपट । मातीशी जसा घट ।
तसा माझ्याशी राहे एकवट । भक्त माझा ।।११८४।।
इया अनन्यसिद्धा भक्ती । या आघवाचि दृश्यजातीं ।
मज आपणपेंया सुमती । द्रष्टयातें जाण ।।११८५ ।।
या अनन्यसिद्ध भक्तीने । दृश्यमात्राच्या स्थाने ।
मला तो जाणे । मीच द्रष्टा आत्मा ।।११८५।।
तिन्ही अवस्थांचेनि द्वारें । उपाध्युपहिताकारें ।
भावाभावरूप स्फुरे । दृश्य जें हें ।।११८६।।
तीन अवस्थांचा द्वाराने । तीन उपाधींच्या आकाराने ।
स्फुरते जे भाव अभाव रूपाने । ते हे ज्ञान होय ।।११८६।।
तें हें आघवेंचि मी द्रष्टा । ऐसिया बोधाचा माजिवटा ।
अनुभवाचा सुभटा । धेंडा तो नाचे ।।११८७।।
हा द्रष्टा मीच हे जाणून । ज्ञानाच्या भरात येऊन ।
अनुभवाने जाण घेऊन । तो झेंडा नाचवतो ।।११८७।।
रज्जु जालिया गोचरु । आभासतां तो व्याळाकारु ।
रज्जुचि ऐसा निर्धारु । होय जेवीं ।।११८८।।
दोरीला साप समजून । भासाने जाई घाबरून ।
पण ती दोरी आहे हे जाणून । तो जेव्हा निश्चिंत होतो ।।११८८।।
भांगारापरतें कांहीं । लेणें गुंजहीभरी नाहीं ।
हें आटुनियां ठायीं । कीजे जैसे ।।११८९।।
सुवर्णापेक्षा कोणताही । अलंकार गुंजभर कमी नाही ।
हे तो अलंकार आटवताही । लक्षात येते ।।११८९।।
उदका येकापरतें । तरंग नाहींचि हें निरुतें ।
जाणोनि तया आकारातें । न घेपे जेवीं ।।११९०।।
पाण्यापासून तरंग वेगळा नाही । तरंगात पाण्याविना काही नाही ।
हे निश्चितपणे समजताही । तरंगाचे अस्तित्व न मानती ।।११९०।।

नातरी स्वप्नविकारां समस्तां । चेऊनियां उमाणें घेतां ।
तो आपणयापरौता । न दिसे जैसा ।।११९१।।
स्वप्नामध्ये सर्व पदार्थ । जागेपणी मापे घेत ।
तेव्हा अनुभवास नाही येत । हे पदार्थ वेगळे ।।११९१।।
तैसें जें कांहीं आथी नाथी । येणें होय ज्ञेयस्फुर्ती ।
तें ज्ञाताचि मी हें प्रतीती । होऊनि भोगी ।।११९२।।
जे काही असते नसते । जाणण्याची स्फूर्ती होते ।
अनुभवाचे सुख ज्या मिळते । की तो मीच आहे ।।११९२।।
जाणे अजु मी अजरु । अक्षयो मी अक्षरु ।
अपूर्वु मी अपारु । आनंदु मी ।।११९३।।
मी जन्म-जरारहित । अक्षय मी अक्षर असत ।
अपूर्व मी अपार होत । मी चिदानंद ।।११९३।।
अचळु मी अच्युतु । अनंतु मी अद्वैतु ।
आद्यु मी अव्यक्तु । व्यक्तुही मी ।।११९४।।
अचल मी अच्युत । अनंत मी अद्वैत ।
आद्य मी अव्यक्त । व्यक्तही मीच ।।११९४।।
ईश्य मी ईश्वरु । अनादि मी अमरु ।
अभय मी आधारु । आधेय मी ।।११९५ ।।
ईश मीच ईश्वर । अनादि मी अमर ।
मी अभय मी आधार । मी आश्रय आश्रित ।।११९५।।
स्वामी मी सदोदितु । सहजु मी सततु ।
सर्व मी सर्वगतु । सर्वातीतु मी ।।११९६।।
स्वामी मी सदोदित । स्वाभाविक मी सतत ।
सर्वत्र मी सर्वागत । मीच सर्वातित ।।११९६।।
नवा मी पुराणु । शून्यु मी संपूर्णु ।
स्थुलु मी अणु । जें कांहीं तें मी ।।११९७।।
मी जुना मी नूतन । मी शून्य मी संपूर्ण ।
स्थूल मी मीच अणूहून लहान । सर्व काही मीच ।।११९७।।
अक्रियु मी येकु । असंगु मी अशोकु ।
व्यापु मी व्यापकु । पुरुषोत्तमु मी ।।११९८।।
मी एक क्रियारहित । असंग मी शोकरहित ।
व्यापक मीच व्याप्त । मीच पुरुषोत्तम ।।११९८।।
अशब्दु मी अश्रोत्रु । अरूपु मी अगोत्रु ।
समु मी स्वतंत्रु । ब्रह्म मी परु ।।११९९।।
अशब्द मी अश्रोत्र । अरूप मी अगोत्र ।
समान मी स्वतंत्र । मी साक्षात परब्रह्म ।।११९९।।

ऐसें आत्मत्वें मज एकातें । इया अद्वयभक्ती जाणोनिनिरुतें।
आणि याही बोधा जाणतें । तेंही मीचि जाणें।।१२००।।
तो अशा आत्मतत्त्वाने । मला जाणतो अद्वैत भक्तीने ।
मानतो या बोधाने । मीच परमात्मा ।।१२००।।
पैं चेइलेयानंतरें । आपुलें एकपण उरे ।
तेंही तोंवरी स्फुरे । तयाशींचि जैसें ।।१२०१।।
स्वप्नातून जाग येते । मग एकलेपण उरते ।
कालांतरे तेही जाते । उरते जागृती ।।१२०१।।
कां प्रकाशतां अर्कु । तोचि होय प्रकाशकु ।
तयाही अभेदा द्योतकु । तोचि जैसा ।।१२०२।।
सूर्य जेव्हा प्रकाश देतो । प्रकाशक तोच असतो ।
अभेद्य प्रकाशही तो । सूर्यच असतो ।।१२०२।।
तैसा वेद्यांच्या विलयीं । केवळ वीदकु उरे पाहीं ।
तेणें जाणवें तया तेंही । हेंही जो जाणे ।।१२०३।।
पदार्थाचा नाश होतो । केवळ तो जाणणारा उरतो ।
हेसुद्धा जो जाणतो । तोही मीच ।।१२०३।।
तया अद्वयपणा आपुलिया । जाणती ज्ञप्ती जे धनंजया ।
ते ईश्वरचि मी हे तया । बोधासि ये ।।१२०४।।
हे अद्वैतपण आपले । ज्याने जाणून घेतले ।
तो मीच ज्याने जाणले । तो अनुभवतो ।।१२०४।।
मग द्वैताद्वैतातीत । मीचि आत्मा एकु निभ्रांत ।
हें जाणोनि जाणणें जेथ । अनुभवीं रिघे ।।१२०५ ।।
मग द्वैत अद्वैतात । मीच एक आत्मा असत ।
हे जो जाणुनी घेत । वृत्तीच्या द्वारे ।।१२०५।।
तेथ चेइलियां येकपण । दिसे जे आपुलया आपण ।
तेंही जातां नेणों कोण । होईजे जेवीं ।।१२०६।।
हे जागृत अद्वैतपण । जे दिसते आपले आपण ।
ते अनुभवे जाणी कोण । न सांगू शके ।।१२०६।।
कां डोळां देखतिये क्षणीं । सुवर्णपण सुवर्णीं ।
नाटितां होय आटणी । अळंकाराचीही ।।१२०७।।
सोन्याचे सोनेपण जे ते । पाहता क्षणी डोळ्यांना दिसते ।
अलंकार न आटवताही ते । आटल्याप्रमाणे होते ।।१२०७।।
नाना लवण तोय होये । मग क्षारता तोयत्वें राहे ।
तेही जिरतां जेवीं जाये । जालेपण तें ।।१२०८।।
पाण्यात मीठ घालताही । खारटपणा पाण्यात राही ।
तोही जिरून जाता ही । तो संपून जातो ।।१२०८।।

तैसा मी तो हें जें असे । तें स्वानंदानुभवसमरसें ।
कालवूनिया प्रवेशे । मजचिमाजीं ।।१२०९।।
मी देव तो भक्त । तेही संपते द्वैत ।
आनंदाच्या भरात । ते माझ्यात लय पावते ।।१२०९।।
आणि तो हे भाष जेथ जाये । तेथे मी हें कोण्हासी आहे ।
ऐसा मी ना तो तिये सामाये । माझ्याचि रूपीं ।।१२१०।।
तो ही भाषा संपते । मीपण शब्द न उरते ।
मी तो काहीही नसते । माझ्याशी ऐक्य पावतो ।।१२१०।।
जेव्हां कापुर जळों सरे । तयाचि नाम अग्नि पुरे ।
मग उभयतातीत उरे । आकाश जेवीं ।।१२११।।
कापूर जळून जातो । अग्नीही नाहीसा होतो ।
दोन्ही नंतर वेगळा राहतो । आकाशाचा भाग ।।१२११।।
का धाडलिया एका एकु । वाढे तो शून्य विशेखु ।
तैसा आहे नाहींचा शेखु । मीचि मग आथी ।।१२१२।।
एकातून एक वजा करता । शेष शून्यच उरता ।
तसे आहे-नाही मिटता । मीच उरतो ।।१२१२।।
तेथ ब्रह्मा आत्मा ईशु । यया बोला मोडे सौरसु ।
न बोलणें याही पैसु । नाहीं तेथ ।।१२१३।।
तिथे ब्रह्म आत्मा ईश । हे बोलणे विशेष ।
राहत नाही शेष । याला अर्थ ।।१२१३।।
न बोलणेंही न बोलोनी । तें बोलिजे तोंड भरुनी ।
जाणिव नेणिव नेणोनी । जाणिजे तें ।।१२१४।।
न बोलणे हे बोलणे होते । तोंड भरून बोलले जाते ।
आणि ते जाणले जाते । ज्ञान, अज्ञान टाकून ।।१२१४।।
तेथ बुझिजे बोधु बोधें । आनंदु घेपे आनंदें ।
सुखावरी नुसधें । सुखचि भोगिजे ।।१२१५ ।।
बोधानेच बोध जाणून । आनंदाने आनंद भोगून ।
सुखानेच सुख घेऊन । अनुभवता येते ।।१२१५।।
तेथ लाभु जोडला लाभा । प्रभा आलिंगिली प्रभा ।
विस्मयो बुडाला उभा । विस्मयामाजीं ।।१२१६।।
तेथे लाभालाच लाभ होतो । प्रकाश प्रकाशाला आलिंगतो ।
विस्मय उभा बुडून जातो । विस्मयातच ।।१२१६।।
शमु तेथ सामावला । विश्रामु विश्रांति आला ।
अनुभवु वेडावला । अनुभूतिपणें ।।१२१७।।
समता साम्याला मिळते । विश्रामाला विश्रांती घेता येते ।
अनुभवाला वेडावल्यासम होते । अनुभव नसल्याने ।।१२१७।।

किंबहुना ऐसें निखळ । मीपण जोडे तया फळ ।
सेवूनि वेली वेल्हाळ । क्रमयोगाची ते ।।१२१८।।
त्या क्रमयोग्याला निखळ । प्राप्त होते शुद्ध फळ ।
ते धारण करून ती वेल । विस्तारते अधिक ।।१२१८।।
पैं क्रमयोगिया किरीटी । चक्रवर्तीच्या मुकुटीं ।
मी चिद्रत्न तें साटोवाटीं । होय तो माझा ।।१२१९।।
तो क्रमयोगी राजा होतो । किरीटातील मी रत्न होतो ।
तो माझा भक्त होतो । ज्ञान भक्तीने ।।१२१९।।
कीं क्रमयोगप्रासादाचा । कळसु जो हा मोक्षाचा ।
तयावरील अवकाशाचा । उवावो जाला तो ।।१२२०।।
क्रमयोगी मंदिरावरचा । उंच कळस जो मोक्षाचा ।
त्याच्याही वर पोकळीचा । विस्तार होतो ।।१२२०।।
नाना संसार आडवीं । क्रमयोग वाट बरवी ।
जोडिली ते मदैक्यगांवीं । पैठी जालीसे ।।१२२१।।
संसाररूपी अरण्यात । क्रमयोगाची चांगली वाट ।
जी झाली आहे प्रगट । माझ्या ऐक्यरूपी गावात ।।१२२१।।
हें असो क्रमयोगबोधें । तेणें भक्तिचिद्गंगें ।
मी स्वानंदोदधी वेगें । ठाकिला कीं गा ।।१२२२।।
क्रमयोगाच्या ज्या ओघा । भक्ती ज्ञानाची गंगा ।
आनंदरूपी सागराच्या अंगा । मिळत असते ।।१२२२।।
हा ठायवरी सुवर्मा । क्रमयोगीं आहे महिमा ।
म्हणौनि वेळोवेळां तुम्हां । सांगतों आम्ही ।।१२२३।।
असा हे अर्जुन । क्रमयोगाचा महिमा महान ।
म्हणून त्याचे वर्णन । पुन्हापुन्हा तुला सांगतो ।।१२२३।।
पैं देशें काळें पदार्थें । साधूनि घेइजे मातें ।
तैसा नव्हे मी आयतें । सर्वांचें सर्वही ।।१२२४।।
देश, काल पदार्थ यांच्या साहाय्यानं। मला घ्यावे प्राप्त करून ।
असा हा मार्ग नसून । मी सर्वांचा सर्व सिद्ध आहे ।।१२२४।।
म्हणौनि माझ्या ठायीं । जाचावें न लगे कांहीं ।
मी लाभें इयें उपायीं । साचचि गा ।।१२२५ ।।
मला करून घेण्या प्राप्त । न करावे लागती कष्ट।
क्रमयोगाच्या उपायाने निश्चित । मी प्राप्त होतो ।।१२२५।।
एक शिष्य एक गुरु । हा रूढला साच व्यवहारु ।
तो मत्प्राप्तिप्रकारु । जाणावया ।।१२२६।।
एक शिष्य एक गुरू लागतो । हा सांप्रदायिक उपचार असतो ।
तो उपयोगी ठरतो । माझ्या प्राप्तीचा उपाय जाणण्या ।।१२२६।।

अगा वसुधेच्या पोटीं । निधान सिद्ध किरीटी ।
वन्हि सिद्ध काष्ठीं । वोहां दूध ॥१२२७॥
जसा वसुधेच्या पोटात । रत्नांचा ठेवा असत ।
लाकडात अग्नी सुप्त । धेनूपोटी दूध ॥१२२७॥
परी लाभे तें असतें । तया कीजे उपायातें ।
येर सिद्धचि तैसा तेथें । उपायीं मी ॥१२२८॥
हे सिद्ध असते धनंजय । मिळण्याकरावे लागती उपाय ।
तसे देहामध्ये माझे वास्तव्य । क्रमयोगाने प्राप्त होते ॥१२२८॥
हा फळहीवरी उपावो । कां पां प्रस्तावीतसे देवो ।
हे पुसतां परी अभिप्रावो । येथिंचा ऐसा ॥१२२९॥
एकदा फलप्राप्ती सांगितल्यावर । पुन्हा हा साधना प्रकार ।
देव पुन्हा का सांगती विचार । असे कोणी विचारले तर ॥१२२९॥
जे गीतार्थाचें चांगावें । मोक्षोपायपर आघवें ।
आन शास्त्रोपाय कीं नव्हे । प्रमाणसिद्ध ॥१२३०॥
गीतार्थ आहे एवढा महान । मोक्ष मिळे त्यातील उपायानं ।
इतर शास्त्रांचे उपाय प्रमाण । सिद्ध होत नाहीत ॥१२३०॥
वारा आभाळचि फेडी । वांचूनि सूर्यातें न घडी ।
कां हातु बाबुळी धाडी । तोय न करी ॥१२३१॥
वारा ढग दूर करी । पण सूर्य निर्माण न करी ।
हात शेवाळा दूर सारी । पाणी निर्माण न करू शके ॥१२३१॥
तैसा आत्मदर्शनीं आडळु । असे अविद्येचा जो मळु ।
तो शास्त्र नाशी येरु निर्मळु । मी प्रकाशें स्वयें ॥१२३२॥
आत्मदर्शनाचा अडथळा । करी अविद्येचा मळ ।
हे शास्त्र मला न प्रकाशे सकल । मी स्वयंप्रकाशी ॥१२३२॥
म्हणौनि आघवींचि शास्त्रें । अविद्याविनाशाचीं पात्रें ।
वांचोनि न होतीं स्वतंत्रें । आत्मबोधीं ॥१२३३॥
ही अध्यात्माची शास्त्रे । जी अविद्येच्या विनाशाची पात्रे ।
ती होत नाहीत स्वतंत्रे । आत्म्याचा बोध करण्या ॥१२३३॥
तया अध्यात्मशास्त्रांसीं । जैं साचपणाची ये पुसी ।
तैं येइजे जया ठायासी । ते हे गीता ॥१२३४॥
या शास्त्रांना प्रसंग येती । अध्यात्म्याचा निर्णय करण्यासाठी ।
ते ज्यांना विचारती । तो गीतार्थ होय ॥१२३४॥
भानुभूषिता प्राचिया । सतेजा दिशा आघविया ।
तैसी शास्त्रेश्वरा गीता या । सनाथें शास्त्रें ॥१२३५ ॥
सूर्य पूर्व दिशा उजळतो । सर्व दिशा प्रकाशित करतो ।
तसा गीतार्थ सनाथ करतो । सर्व शास्त्रांना ॥१२३५॥

हें असो येणें शास्त्रेश्वरें । मागां उपाय बहुवे विस्तारें ।
सांगितला जैसा करें । घेवों ये आत्मा ॥१२३६॥
फार काय धनंजय या शास्त्राने ।
मागील अध्यायात विस्ताराने ।
सांगितले जे उपाय ते केल्याने ।
आत्मतत्त्वाशी एकरूपता येते ॥१२३६॥
परी प्रथमश्रवणासवें । अर्जुना विपायें हें फावे ।
हा भावो सकणवे । धरूनि श्रीहरी ॥१२३७॥
प्रथमच ऐकल्यावरही । अर्जुनास कळेल की नाही ।
हा भाव धारण करताही । श्रीहरी ॥१२३७॥
तेंचि प्रमेय एक वेळ । शिष्यीं होआवया अढळ ।
सांगतसे मुकुल । मुद्रा आतां ॥१२३८॥
हा सिद्धान्त अर्जुनाप्रति । मनांत उतरण्यासाठी ।
हाताची मुद्रा करून जगजेठी । स्पष्ट करती ॥१२३८॥
आणि प्रसंगें गीता । ठावोही हा संपता ।
म्हणौनि दावी आद्यंता । एकार्थत्व ॥१२३९॥
हा अध्याय म्हणजे गीतेचा ।
मुक्काम आहे शेवटचा ।
एकच अर्थ सांगितला याचा ।
आरंभ तो अंतापर्यंत ॥१२३९॥
जे ग्रंथाच्या मध्यभागीं । नाना अधिकारप्रसंगीं ।
निरूपण अनेगीं । सिद्धांतीं केलें ॥१२४०॥
या ग्रंथाच्या मध्यभागी । विविध विषय प्रसंगी ।
अनेक सिद्धान्त बहुअंगी । सांगितले आहेत ॥१२४०॥
तरी तेतुलेही सिद्धांत । इयें शास्त्रीं प्रस्तुत ।
हे पूर्वापर नेणत । कोण्ही जैं मानी ॥१२४१॥
पूर्वग्रह न आणता मनात । या गीता ग्रंथात ।
सांगितले अनेक सिद्धांत । असे कोणी म्हणेल ॥१२४१॥
तैं महासिद्धांताचा आवांका । सिद्धांतकक्षा अनेका ।
भिडऊनि आरंभु देखा । संपवीतु असे ॥१२४२॥
तर महासिद्धान्ताच्या एकत्वात । उपसिद्धान्त बद्ध करत ।
आरंभाने ते सांगत । ग्रंथ संपवत असे ॥१२४२॥
एथ अविद्यानाशु हें स्थळ । तेणें मोक्षोपादान फळ ।
या दोहीं केवळ । साधन ज्ञान ॥१२४३॥
यात अविद्येचा नाश हे स्थळ । मोक्षप्राप्ती हे फळ ।
दोघांचे साधन केवळ । ज्ञान होय ॥१२४३॥

हें इतुलेंचि नानापरी । निरूपिलें ग्रंथविस्तारीं ।

तें आतां दोहीं अक्षरीं । अनुवादावें ।।१२४४।।

सांगून इतका विचार । केला ग्रंथविस्तार ।

त्याचा आता अल्प अक्षर । अनुवाद करावा ।।१२४४।।

म्हणौनि उपेयही हातीं । जालया उपायस्थिती ।

देव प्रवर्तले तें पुढती । येणेंचि भावें ।।१२४५ ।।

म्हणून साध्य प्राप्त होता । साधनांचे स्वरूप सांगण्याकरिता ।

याच भावनेने सर्वथा । देव पुन्हा प्रवृत्त झाले ।।१२४५।।

मग म्हणे गा सुभटा । तो क्रमयोगिया निष्ठा ।

मी हौनी होय पैठा । माझ्या रूपीं ।।१२४६।।

देव म्हणती हे अर्जुन । तो क्रमयोगी निष्ठा ठेवून ।

माझ्याशी एकरूप होऊन । स्थिर होतो ।।१२४६।।

स्वकर्माच्या चोखौळीं । मज पूजा करूनि भलीं ।

तेणें प्रसादें आकळी । ज्ञाननिष्ठेतें ।।१२४७।।

स्वधर्माच्या पवित्र फुलांनी । उत्तम प्रकारे पूजा करुनी ।

माझ्या कृपाप्रसादानी । ज्ञाननिष्ठा मिळवतो ।।१२४७।।

ते ज्ञाननिष्ठा जेथ हातवसे । तेथ भक्ति माझी उल्लासे ।

तिया भजन समरसें । सुखिया होय ।।१२४८।।

ही ज्ञान निष्ठा होई प्राप्त । तेव्हा होते भक्ती प्रकट।

समरस होऊन त्या भक्तीत । तो आनंदी होतो ।।१२४८।।

आणि विश्वप्रकाशितया । आत्मया मज आपुलिया ।

अनुसरे जो करूनियां । सर्वत्रता हे ।।१२४९।।

आणि मी विश्व प्रकाशतो । त्याला तो जाणतो ।

अनुकरण करतो । सर्वत्र ।।१२४९।।

सांडूनि आपुला आडळ । लवण आश्रयी जळ ।

कां हिंडोनि राहे निश्चळ । वायु व्योमीं ।।१२५०।।

आपला लोभ आवरून । मीठ पाण्याशी जाते मिळून ।

वारा सर्वत्र हिंडून । आकाशी स्थिर होतो ।।१२५०।।

तैसा बुद्धी वाचा कायें । जो मातें आश्रऊनि ठाये ।

तो निषिद्धेंही विपायें । कर्में करूं ।।१२५१।।

तसा काया, वाचा, मने । जो राही मम आश्रयाने ।

त्याच्या हातून अभावाने । निषिद्ध कर्म घडेलही ।।१२५१।।

परी गंगेच्या संबंधीं । बिदी आणि महानदी ।

येक तेवीं माझ्या बोधीं । शुभाशुभांसी ।।१२५२।।

पण महानदी किंवा ओहोळ । गंगेला मिळता शुद्ध होईल ।

तसे पाप पुण्य कळेल । माझ्याशी एकरूप होता ।।१२५२।।

कां बावनें आणि धुरें । हा निवाडु तंवचि सरे ।

जंव न घेपती वैश्वानरें । कवळूनि दोन्ही ।।१२५३।।

चंदन आणि लाकूड पोकळ । यांच्यातील भेद तोपर्यंतच कळेल ।

जोवर न कवटाळेल । अग्नी त्यांना ।।१२५३।।

ना पांचिकें आणि सोळें । हें सोनया तंवचि आलें ।

जंव परिसु आंगमेळें । एकवटीना ।।१२५४।।

हिणकस आणि चोख सोने ।

हा भेद तोवरच दिसणे ।

जोवर परीस आपल्या स्पर्शाने ।

लोखंडा बदलणार नाही ।।१२५४।।

तैसें शुभाशुभ ऐसें । हें तंवचिवरी आभासे ।

जंव येकु न प्रकाशे । सर्वत्र मी ।।१२५५ ।।

शुभाशुभभेद अर्जुन । तोवरच येतो दिसून ।

जोवर माझे प्रकाशन । सर्वत्र झाले नाही ।।१२५५।।

अगा रात्री आणि दिवो । हा तंवचि द्वैतभावो ।

जंव न रिगिजे गांवो । गभस्तीचा ।।१२५६।।

रात्र आणि दिवस । भेद राही दिसत ।

जोवर गावात प्रवेश । सूर्याचा न होई ।।१२५६।।

म्हणौनि माझिया भेटी । तयाचीं सर्व कर्में किरीटी ।

जाऊनि बैसे तो पाटीं । सायुज्याच्या ।।१२५७।।

जेंव्हा माझ्याशी भेटी होती । त्यांची कर्मे निघून जाती ।

तो मोक्ष सिंहासनावरती । विराजमान होई ।।१२५७।।

देशें काळें स्वभावें । वेंचु जया न संभवे ।

तें पद माझें पावे । अविनाश तो ।।१२५८।।

देश-काल-स्वभावाप्रमाणे । त्याचा नाश न होणे ।

असे अविनाशी मोक्ष पद माझ्या योगाने ।

तो क्रमयोगी मिळवतो ॥१२५८॥

किंबहुना पंडुसुता । मज आत्मयाची प्रसन्नता ।

लाहे तेणें न पविजतां । लाभु कवणु असे ।।१२५९।।

आत्मतत्त्व प्राप्त होते । सच्चिदानंद प्रसन्नता लाभते ।

अशी कोणती प्रसन्नता असते ।

जी आत्मतत्त्वी मिळत नाही ।।१२५९।।

याकारणें गा तुवां इया । सर्व कर्मा आपुलिया ।

माझ्या स्वरूपीं धनंजया । संन्यासु कीजे ।।१२६०।।

अर्जुना या कारणी । तू सर्व कर्मे माझ्या ठिकाणी ।

टाक समर्पित करुनी । देव म्हणती ।।१२६०।।

परी तोचि संन्यासु वीरा । करणीयेचा झणें करा ।
आत्मविवेकीं धरा । चित्तवृत्ति हे ।।१२६१।।
पण तो कर्मत्याग कसा असावा ।
तो वरवरचा नसावा ।
चित्तवृत्तींचा ओघ वळवावा । आत्मविचारांकडे ।।१२६१।।
मग तेणें विवेकबळें । आपणपें कर्मावेगळें ।
माझ्या स्वरूपीं निर्मळें । देखिजेल ।।१२६२।।
विचारांच्या सामर्थ्यातून । ते आत्मतत्त्व भिन्न कर्माहून ।
ते माझ्या स्वरूपाशी अभिन्न । असे तू पाहशील ।।१२६२।।
आणि कर्माचि जन्मभोये । प्रकृति जे का आहे ।
ते आपणयाहूनि बहुवे । देखसी दूरी ।।१२६३।।
कर्माची जन्मभूमी ती । जी आहे प्रकृती ।
स्वरूपाहून भिन्न अशी ती । तू पाहशील ।।१२६३।।
तेथ प्रकृति आपणयां । वेगळी नुरे धनंजया ।
रूपेंवीण का छाया । जियापरी ।।१२६४।।
रूपावाचून छाया । न दिसे धनंजया ।
तशी प्रकृती भिन्न न राहाया ।
आत्मस्वरूपापासून ।।१२६४।।
ऐसेनि प्रकृतिनाशु । जालया कर्मसंन्यासु ।
निफजेल अनायासु । सकारणु ।।१२६५ ।।
असा प्रकृतीचा होता नाश । संपूर्ण कर्मांचा संन्यास ।
प्राप्त झाला अनायास । असे होईल ।।१२६५।।
मग कर्मजात गेलया । मी आत्मा उरें आपणपयां ।
तेथ बुद्धि घापे करूनियां । पतिव्रता ।।१२६६।।
कर्मसंन्यास प्राप्त होई ।
आत्मा आपल्या ठिकाणी राही ।
त्याच्या ठिकाणी तू बुद्धी ठेवी ।
एकनिष्ठतेने (पतिव्रतेसम) ।।१२६६।।
बुद्धि अनन्य येणें योगें । मजमाजीं जैं रिगे ।
तैं चित्त चैत्यत्यागें । मातेंचि भजे ।।१२६७।।
बुद्धी अनन्य योगाते । माझ्यामध्ये प्रवेश करते ।
तेव्हा ती मलाच भजते । चिंतनाचे विषय टाकून ।।१२६७।।
ऐसें चैत्यजातें सांडिलें । चित्त माझ्या ठायीं जडलें ।
ठाके तैसें वहिलें । सर्वदा करी ।।१२६८।।
तसे चिंतनाचे विषय सोडून । चित्त माझे ठिकाणी राही जडून ।
असे काहीतरी घेई करून । सदैव ।।१२६८।।

मग अभिन्ना इया सेवा । चित्त मियांचि भरेल जेधवां ।
माझा प्रसादु जाण तेधवां । संपूर्ण जाहला ।।१२६९।।
जेव्हा करून अनन्यभक्ती । मी भरून जाईन चित्ती ।
तेव्हा माझ्या प्रसादाची प्राप्ती । संपूर्ण झाली असे समज ।।१२६९।।
तेथ सकळ दुःखधामें । भुंजीजती जियें मृत्युजन्में ।
तियें दुर्गमेंचि सुगमें । होती तुज ।।१२७०।।
मग सर्व दुःखांची वसतिस्थाने । भोगली जाती ती जन्म-मरणे ।
तुला सोपी होतील ती जाणे । कठीण असली तरी ।।१२७०।।
सूर्याचेनि सावायें । डोळा सावाइला होये ।
तैं अंधाराचा आहे । पाडु तया? ।।१२७१।।
सूर्य साहाय्य करतो । अन् डोळ्यांना आश्रय मिळतो ।
तेव्हा अंधाराची पर्वा करतो । काय तो डोळा? ।।१२७१।।
तैसा माझेनि प्रसादें । जीवकणु जयाचा उपमर्दे ।
तो संसराचेनि बाधे । बागुलें केवीं? ।।१२७२।।
तसे माझ्या प्रकारामुळे ही । ज्याचे जीवपण नष्ट होई ।
त्याला का बरे वाटावी । बागुलबुवाची भीती? ।।१२७२।।
म्हणौनि धनंजया । तूं संसारदुर्गती यया ।
तरसील माझिया । प्रसादास्तव ।।१२७३।।
म्हणून हे वीर अर्जुन । माझ्या कृपाप्रसादातून ।
तू जाशील तरून । संसाराच्या दुर्गतीतून ।।१२७३।।
अथवा हन अहंभावें । माझें बोलणें हें आघवें ।
कानामनाचिये शिंवे । नेदिसी टेंकों ।।१२७४।।
पण तू अहंकाराने । माझे सगळे बोलणे ।
जर काना-मनाने । ऐकले नाहीस ।।१२७४।।
तरी नित्य मुक्त अव्ययो । तूं आहासि तें होऊनि वावो ।
देहसंबंधाचा घावो । वाजेल आंगीं ।।१२७५ ।।
तर तू आहेस नित्य मुक्त। हे न कळल्याने जाईल व्यर्थ ।
देहसंबंधाने दुःखाचे घाव पार्थ । तुला सोसावे लागतील ।।१२७५।।
जया देहसंबंधा आंतु । प्रतिपदीं आत्मघातु ।
भुंजतां उसंतु । कहींचि नाहीं ।।१२७६।।
त्या देहसंबंधात । पदोपदी होई घात ।
तो असता भोगत । विश्रांती मिळत नाही ।।१२७६।।
येवढेनि दारुणें । निमणेनवीण निमणें ।
पडेल जरी बोलणें । नेघसी माझें ।।१२७७।।
पार्था हे माझे बोलणे । तू न जाणसी नीटपणाने ।
तर तुला भोगावा लागेल अशाने । दारूण भयानक मृत्यू ।।१२७७।।

पथ्यद्वेषिया पोषी ज्वरु । कां दीपद्वेषिया अंधकारु ।
विवेकद्वेषें अहंकारु । पोषूनि तैसा ।।१२७८।।
पथ्यद्वेषाने ज्वर बळावतो । दीपद्वेषाने अंधकार वाढतो ।
तसा अहंकारही वाढतो । विवेकद्वेषाने ।।१२७८।।
स्वदेहा नाम अर्जुनु । परदेहा नाम स्वजनु ।
संग्रामा नाम मलिनु । पापाचारु ।।१२७९।।
आपले नाव अर्जुन । इतरांच्या देहा स्वजन ।
युद्धाला पापकर्म म्हणून । तू म्हणशील ।।१२७९।।
इया मती आपुलिया । तिघां तीन नामें ययां ।
ठेऊनियां धनंजया । न झुंजें ऐसा ।।१२८०।।
अशा बुद्धीने अर्जुन । तिघांना तीन नावे ठेवून ।
तू असे सांगशी की म्हणून । मी युद्ध न करी ।।१२८०।।
जीवामाजीं निष्टंकु । करिसी जो आत्यंतिकु ।
तो वायां धाडील नैसर्गिकु । स्वभावोचि तुझा ।।१२८१।।
असा अंत:करणाठायी । तू पूर्ण निश्चय करून राही ।
तरी तो टिकू न देई । तुझा जन्मजात स्वभाव ।।१२८१।।
आणि मी अर्जुन हे आत्मिक ।
ययां वधु करणें हें पातक ।
हे मायावांचूनि तात्त्विक । कांहीं आहे? ।।१२८२।।
विचार करता वास्तवात । मी अर्जुन हे माझे आप्त ।
त्यांचा वध करणे पापच, यात ।
भ्रमावाचून काही आहे? ॥१२८२॥
आधीं जुंझार तुवां होआवें ।
मग झुंजावया शस्त्र घेयावें ।
कां न जुंझावया करावें । देवांगण ।।१२८३।।
आधी युद्धास तयार होसी । मग शस्त्र हाती धरसी ।
आता युद्ध न करण्याची शपथ घेसी ।
हे योग्य आहे का?।।१२८३।।
म्हणौनि न झुंजणें । म्हणसी तें वायाणें ।
ना मानूं लोकपणें । लोकदृष्टीही ।।१२८४।।
युद्ध करणार नाही । हे बोलणे व्यर्थ ही ।
ते मान्य होणार नाही । लोकदृष्टीनेही ।।१२८४।।
तऱ्ही न झुंजें ऐसें । निष्टंकीसी जें मानसें ।
तें प्रकृति अनारिसें । करवीलचि ।।१२८५ ।।
मी युद्ध न करी म्हणून । मनासी निश्चय करसी अर्जुन ।
तुझी प्रकृती उलट जाऊन । युद्ध करवेल ।।१२८५।।
पैं पूर्वे वाहतां पाणी । पव्हिजे पश्चिमेचे वाहणीं ।
तरी आग्रहोचि उरे तें आणी । आपुलिया लेखा ।।१२८६।।
पाण्याचा ओघ पूर्वेला जाई । पोहणारा म्हणे मी पश्चिमेला जाई ।
तर ओघ त्यांना ओढून नेई । पूर्वेकडे ।।१२८६।।
कां साळीचा कणु म्हणे । मी नुगवें साळीपणें ।
तरी आहे आन करणें । स्वभावासी? ।।१२८७।।
साळीचा कण म्हणेल जर । मी साळीपणाने नाही उगवणार ।
तर त्याला शक्य नाही होणार । स्वभावा विरुद्ध जाणे ॥१२८७॥
तैसा क्षात्रंस्कारसिद्धा । प्रकृती घडिलासी प्रबुद्धा ।
आता नुठी म्हणसी हा धांदा । परी उठवीजसीचि तूं ।।१२८८।।
क्षात्र गुणांनीच सिद्ध । तुझी प्रकृती घडली आहे प्रबुद्ध ।
आता म्हणसी न करी युद्ध । तर तुझा धर्मच तुला उठवील ।।१२८८।।
पैं शौर्य तेज दक्षता । एवमादिक पंडुसुता ।
गुण दिधले जन्मतां । प्रकृती तुज ।।१२८९।।
शौर्य, तेज, दक्षता । हे तीन गुण जन्मत: ।
तुला दिले पंडुसुता । प्रकृतीने ।।१२८९।।
तरी तयाचिया समवाया- । अनुरूप धनंजया ।
न करितां उगलियां । नयेल असों ।।१२९०।।
त्या प्रकृतीप्रमाणे । युद्ध सोडून बसणे ।
हे शक्य न होणे । तुला धनंजया ।।१२९०।।
म्हणौनियां तिहीं गुणीं । बांधिलासि तूं कोदंडपाणी ।
त्रिशुद्धी निघसी वाहणीं । क्षात्राचिया ।।१२९१।।
या तिन्ही गुणांशी । तू बांधला गेला असशी ।
तेव्हा तू विरुद्ध न जाशी । स्वभावाच्या ।।१२९१।।
ना हें आपुलें जन्ममूळ । न विचारीतचि केवळ ।
न झुंजें ऐसें अढळ । व्रत जरी घेसी ।।१२९२।।
हे आपले जन्ममूळ । विचार न करता केवळ ।
न लढण्याचे व्रत अढळ । जरी तू घेसी ।।१२९२।।
तरी बांधोनि हात पाये । जो रथीं घातला होये ।
तो न चाले तरी जाये । दिगंता जेवीं ।।१२९३।।
तरी हात पाय बांधून ज्याला । रथामध्ये ठेवला ।
तो स्वत: नाही चालला । तरी रथासवे दूर जाई ।।१२९३।।
तैसा तूं आपुलियाकडुनी । मीं कांहींच न करीं म्हणौनि ।
ठासी परी भरंवसेनि । तूंचि करिसी ।।१२९४।।
त्याप्रमाणे मी काही करणार नाही । म्हणत स्वस्थ बसून राही ।
तरी खात्रीने शंका नाही । तू युद्ध करणार ।।१२९४।।

उत्तरु वैराटींचा राजा । पळतां तूं कां निघालासी झुंजा? ।
हा क्षात्रस्वभावो तुझा । झुंजवील तुज ।।१२९५ ।।
उत्तर विराटदेशाचा राया । पळत असताना धनंजया ।
तू गेलास ना झुंजाया ।
हा क्षात्र स्वभाव तुला झुंजवील ।।१२९५।।
महावीर अकरा अक्षौहिणी । तुवां येकें नागविले रणांगणीं ।
तो स्वभावो कोदंडपाणी । झुंजवील तूंतें ।।१२९६।।
महायोद्ध्यांचे सैन्य अकरा अक्षौहिणी ।
एकट्याने हलवलेस रणांगणी ।
हा तुझा स्वभाव कोदंडपाणी ।
तुला झुंजवेल ।।१२९६।।
हां गा रोगु कायी रोगिया । आवडे दरिद्र दरिद्रिया? ।
परी भोगविजे बळिया । अदृष्टें जेणें ।।१२९७।।
रोग्याला व्याधी आवडते? । गरिबाला दारिद्र्य आवडते? ।
तरी प्रारब्ध भोगवते । बलवानने ।।१२९७।।
तें अदृष्ट अनारिसें । न करील ईश्वरवशें ।
तो ईश्वरुही असे । हृदयीं तुझ्या ।।१२९८।।
ते अदृश्य प्रारब्ध । ईश्वराअधीन सिद्ध ।
तो ईश्वरही असे बद्ध । तुझ्या हृदयी ।।१२९८।।
सर्व भूतांच्या अंतरीं । हृदय महाअंबरीं ।
चिद्वृत्तीच्या सहस्त्रकरीं । उदयला असे जो ।।१२९९।।
सर्व प्राणिमात्रांच्या अंतरात । हृदयाच्या महाअंबरात ।
जो उदयाला असे येत ।
ज्ञानवृत्तीच्या सहस्र किरणांनी ।।१२९९।।
अवस्थात्रय तिन्हीं लोक । प्रकाशूनि अशेख ।
अन्यथादृष्टि पांथिक । चेवविले ।।१३००।।
तीन अवस्था, लोक तिन्ही । यांना प्रकाशित करुनी ।
जे वाटसरू भुलले विपरीत ज्ञानानी । ते जागृत केले ।।१३००।।
वेद्योदकाच्या सरोवरीं । फांकतां विषयकल्हारीं ।
इंद्रियषट्पदा चारी । जीवभ्रमरातें ।।१३०१।।
वेद उदकाच्या सरोवरात । विषयकमले होता प्रफुल्लित ।
सहा इंद्रिय भ्रमराला त्यात । जो सुगंध चारतो ।।१३०१।।
असो रूपक हें तो ईश्वरु । सकल भूतांचा अहंकारु ।
पांघरोनि निरंतरु । उल्हासत असे ।।१३०२।।
हे रूपक राहो, तो ईश्वर । सकल भूतांचा अहंकार ।
पांघरून निरंतर । प्रकट होतो ।।१३०२।।
स्वमायेचें आडवस्त्र । लावूनि एकला खेळवी सूत्र ।
बाहेरी नटी छायाचित्र । चौर्यांशीं लक्ष ।।१३०३।।
तो मायेचे लवून वस्त्र । एकटाच हालवी सूत्र ।
बाहेर नाचवतो छायाचित्र । चौऱ्याऐंशी लक्ष योनींची ।।१३०३।।
तया ब्रह्मादिकीटांता । अशेषांही भूतजातां ।
देहाकार योग्यता । पाहोनि दावी ।।१३०४।।
ब्रह्मा ते कीटकापर्यंत । सर्व प्राणिमात्र भूत ।
विविध देहाकारांत । तो जाणतो ।।१३०४।।
तेथ जें देह जयापुढें । अनुरूपपणें मांडे ।
तें भूत तया आरूढे । हें मी म्हणौनि ।।१३०५ ।।
तो देह त्याच्या ठायी । अनुरूपपणे मांडला जाई ।
तो त्यावर स्वार होई । हा मीच आहे म्हणत ।।१३०५।।
सूत सूतें गुंतलें । तृण तृणचि बांधलें ।
कां आत्मबिंबा घेतलें । बाळकें जळीं ।।१३०६।।
सूताने सूत गुंडाळते । गवताने गवत बांधले जाते ।
ते आपणच असे मानते । बालक प्रतिबिंब पाहून ।।१३०६।।
तयापरी देहाकारें । आपणपेंचि दुसरें ।
देखोनि जीव आविष्करें । आत्मबुद्धि ।।१३०७।।
तसे देहाच्या आकारे अर्जुन । आपण दुसरे मानून ।
आत्मबुद्धी ठेवून । जीव देही प्रगट होतो ।।१३०७।।
ऐसेनि शरीराकारीं । यंत्रीं भूतें अवधारीं ।
वाहूनि हालवी दोरी । प्राचीनाची ।।१३०८।।
शरीर आकार यंत्रे । चढवतो भूतमात्रे ।
प्रारब्धाची सूत्रे । आपण हलवत बसतो ।।१३०८।।
तेथ जया जें कर्मसूत्र । मांडूनि ठेविलें स्वतंत्र ।
तें तिये गती पात्र । होंचि लागे ।।१३०९।।
ज्याच्यासाठी जे कर्मसूत्र । मांडलेले असते स्वतंत्र ।
त्या योनीस पात्र । तो प्राणी होतो ।।१३०९।।
किंबहुना धनुर्धरा । भूतांतें स्वर्गसंसारा ।
–माजीं भोवंडी तृणें वारा । आकाशीं जैसा ।।१३१०।।
किंबहुना हे पंडुसुत । जीवास फिरवी स्वर्ग संसारात ।
जसे गवताला आकाशात । वारा फिरवतो ।।१३१०।।
भ्रामकाचेनि संगें । जैसें लोहो वेढा रिगे ।
तैसीं ईश्वरसत्तायोगें । चेष्टती भूतें ।।१३११।।
चुंबकाच्या सोबतीने । जसे लोखंडाचे फिरणे ।
तसे ईश्वरी सत्तेप्रमाणे । सर्व प्राणी क्रिया करती ।।१३११।।

जैसे चेष्टा आपुलिया । समुद्रादिक धनंजया ।

चेष्टती चंद्राचिया । सन्निधी येकीं ॥१३१२॥

चंद्राचा होता उदय । समुद्र आदिंच्या धनंजय ।

हालचालींना येते लय । चंद्रासवे ॥१३१२॥

तया सिंधू भरितें दाटें । सोमकांता पाझरु फुटे ।

कुमुदांचकोरांचा फिटे । संकोचु तो ॥१३१३॥

समुद्राला भरती येता । सोमकांत मणी पाझरता ।

कमळे आणि चकोरांचा फिटता । संकोच तो ॥१३१३॥

तैसीं बीजप्रकृतिवशें । अनेकें भूतें येकें ईशें ।

चेष्टवीजती तो असे । तुझ्या हृदयीं ॥१३१४॥

जी मूळ प्रकृतीच्या अधीन । ती भूते ज्या ईश्वराकडून ।

हालविली जाती तो विराजमान । तुझ्या हृदयी ॥१३१४॥

अर्जुनपण न घेतां । मी ऐसें जें पंडुसुता ।

उठतसे तें तत्वता । तयाचें रूप ॥१३१५ ॥

देहाचा न ठेवता अभिमान । 'मी' ही स्फूर्ती होतसे निर्माण ।

तत्त्वतः तेच अर्जुन । ईश्वराचे रूप होय ॥१३१५॥

यालागीं तो प्रकृतीतें । प्रवर्तवील हें निरुतें ।

आणि तें झुंजवील तूंतें । न झुंजशी जऱ्ही ॥१३१६॥

या स्फूर्तिदायी प्रकृतीसही । प्रवृत्त करून तू युद्ध केले नाही ।

तरी ती युद्ध करवून घेई । तुझ्याकडून ॥१३१६॥

म्हणौनि ईश्वर गोसावी । तेणें प्रकृती हे नेमावी ।

तिया सुखें राबवावीं । इंद्रियें आपुलीं ॥१३१७॥

तो ईश्वर स्वामी खरोखरी । तो प्रकृतीचे नियमन करी ।

त्याकडून राबवली जाती परी । सहज आपली इंद्रिये ॥१३१७॥

तूं करणें न करणें दोन्हीं । लाऊनि प्रकृतीच्या मानीं ।

प्रकृतीही कां अधीनी । हृदयस्था जया ॥१३१८॥

तू करणे वा न करणे । हे ज्या प्रकृतीकडे सोपवणे ।

त्या प्रकृतीचेही असणे । हृदयातील ईश्वराधीन ॥१३१८॥

तया अहं वाचा चित्त आंग । देऊनिया शरण रिग ।

महोदधी कां गांग । रिगालें जैसें ॥१३१९॥

अहंकार वाचा देह मन । ईश्वराला करी अर्पण ।

जशी गंगा जाई शरण । सागराला ॥१३१९॥

मग तयाचेनि प्रसादें । सर्वोपशांतिप्रमदे ।

कांतु होऊनिया स्वानंदें । स्वरूपींचि रमसी ॥१३२०॥

त्याच्या प्रसादाने अर्जुन । स्वरूप शांती तरुणीचा पती म्हणून ।

रममाण जाशील होऊन । आत्मानंद स्वरूपात ॥१३२०॥

संभूति जेणें संभवे । विश्रांति जेथें विसंवे ।

अनुभूतिही अनुभवे । अनुभवा जया ॥१३२१॥

उत्पत्ती जेथे होते । विश्रांती जेथे विश्रांती घेते ।

अनुभूतीही घेते । अनुभव ज्याचा ॥१३२१॥

तिये निजात्मपदींचा रावो । होऊनि ठाकसी अव्यवो ।

म्हणे लक्ष्मीनाहो । पार्था तूं गा ॥१३२२॥

त्या आत्मपदाचा अर्जुन । तू राजा राहशील होऊन ।

असे लक्ष्मिपती भगवान । श्रीकृष्ण बोलले ॥१३२२॥

हें गीता नाम विख्यात । सर्ववाङ्मयाचें मथित ।

आत्मा जेणें हस्तगत । रत्न होय ॥१३२३॥

ते गीता नावाने विख्यात । सर्व वाङ्मयाचे फलित ।

आत्मा ज्या करतो हस्तगत । ते रत्न ॥१३२३॥

ज्ञान ऐसिया रूढी । वेदांतीं जयाची प्रौढी ।

वानितां कीर्ति चोखडी । पातली जगीं ॥१३२४॥

वेदान्ताचे ज्ञान । असे आहे गीतेचे वर्णन ।

वेदांत होई अमर्याद कीर्तिमान । या जगी ॥१३२४॥

बुद्‌ध्यादिकें डोळसें । हें जयाचें कां कडवसें ।

मी सर्वद्रष्टाही दिसें । पाहला जया ॥१३२५ ॥

बुद्धी इंद्रिये डोळस दिसती । ज्या ज्ञानाचे कवडसे असती ।

तेही अनुभवास येती । सर्व द्रष्टेपणाने ॥१३२५॥

तें हें गा आत्मज्ञान । मज गोप्याचेंही गुप्त धन ।

परी तूं म्हणौनि आन । केवीं करूं? ॥१३२६॥

हे गीतारूप आत्मज्ञान । गूढाचेही गुप्त धन ।

कसे लपवू तुझ्यापासून । तू माझा प्रिय भक्त ॥१३२६॥

याकारणें गा पांडवा । आम्हीं आपुला हा गुह्य ठेवा ।

तुज दिधला कणवा । जाकळिलेपणें ॥१३२७॥

या कारणाने पांडवा । हा माझा गुप्त ठेवा ।

करुणेने मी व्यापल्याने तुवा । दिला आहे ॥१३२७॥

जैसी भुलली वोरसें । माय बोले बाळा दोषें ।

प्रीति ही परी तैसें । न करूंचि हो ॥१३२८॥

आईच्या हृदयी प्रेम राही । तरी ती बाळाला रागवू जाई ।

माझी प्रीती तुझ्यावरही । पण मी अयोग्य न बोले ॥१३२८॥

येथ आकाश आणि गाळिजे । अमृताही साली फेडिजे ।

कां दिव्याकरवीं करविजे । दिव्य जैसे ॥१३२९॥

आकाशाला गाळून घ्यावे । अमृताचे साल काढावे ।

दिव्याकडून दिव्य करवावे । तसे मी सूक्ष्म बोलतो ॥१३२९॥

जयाचेनि अंगप्रकाशें । पाताळींचा परमाणु दिसे ।
तया सूर्याहि का जैसे । अंजन सूदलें ।।१३३०।।
सूर्याच्या मूळ प्रकाशात । पाताळातील परमाणू दिसत ।
सूर्यालाही घालावे डोळ्यांत । अंजन ।।१३३०।।
तैसें सर्वज्ञेंही मियां । सर्वही निर्धारूनियां ।
निकें होय तें धनंजया । सांगितलें तुज ।।१३३१।।
अर्जुना मी सर्वज्ञानी असून । अनेक गोष्टींचा विचार करून ।
जे योग्य तेच ज्ञान । तुला सांगितले आहे ।।१३३१।।
आतां तूं ययावरी । निकें हें निर्धारीं ।
निर्धारूनि करीं । आवडे तैसें ।।१३३२।।
आता तू यावर । पूर्णपणे विचार कर ।
तसेच आचरण कर । जे तुला योग्य वाटे ।।१३३२।।
यया देवाचिया बोला । अर्जुनु उगाचि ठेला ।
तेथ देवो म्हणती भला । अवंचकु होसी ।।१३३३।।
देवाचे ऐकून बोलणे । अर्जुन राही मूकपणे ।
तेव्हा त्याला देव म्हणे । तू नि:संकोची आहेस ।।१३३३।।
वाढतयापुढें भुकेला । उपरोधें म्हणे मी धाला ।
तैं तोचि पीडे आपुला । आणि दोषुही तया ।।१३३४।।
वाढणारा अन्न वाढेल । पण जेवणारा संकोच करेल ।
तर भूकेची पीडा सोसेल । खोटे बोलण्याचा दोष लागेल ।।१३३४।।
तैसा सर्वज्ञु श्रीगुरु । भेटलिया आत्मनिर्धारु ।
न पुसिजे जैं आभारु । धरूनियां ।।१३३५ ।।
सर्वज्ञ सद्गुरू भेटेल । तेंव्हा हा मनाशी भीड बाळगेल ।
प्रश्न न विचारेल । आत्मस्वरूपाचा ।।१३३५।।
तैं आपणपेंचि वंचे । आणि पापही वंचनाचें ।
आपणयाचि साचें । चुकविलें तेणें ।।१३३६।।
तर आपण लाभ गमावतो । वंचनेचा दोष लागतो ।
आत्मस्वरूपाला आपणच अंतरतो । असे होईल ।।१३३६।।
पैं उगेपणा तुझिया । हा अभिप्रावो कीं धनंजया ।
जें एकवेळ आवांकुनियां । सांगावें ज्ञान ।।१३३७।।
तुझा मूकपणा धनंजय । दाखवतो असा अभिप्राय ।
की पुन्हा एकवेळ सारांशाने होय । आत्मज्ञान सांगावे ।।१३३७।।
तेथ पार्थु म्हणे दातारा । भलें जाणसी माझिया अंतरा ।
हें म्हणों तरी दुसरा । जाणता असे काई? ।।१३३८।।
पार्थ म्हणे हे दातारा । तू जाणतोस माझ्या अंतरा ।
तुझ्याविना कोणी दुसरा । मन जाणणारा आहे का? ।।१३३८।।
येर ज्ञेय हें जी आघवें । तूं ज्ञाता एकचि स्वभावें ।
मा सूर्यु म्हणौनि वानावें । सूर्यातें काई? ।।१३३९।।
ज्ञानाचे हे विषय पावे । ज्ञाता तू एकच स्वभावे ।
सूर्य म्हणून सूर्या काय वर्णावे? । तो एकच ।।१३३९।।
या बोला श्रीकृष्णें । म्हणितलें काय येणें ।
हेंचि थोडें गा वानणें । जें बुझतासि तूं ।।१३४०।।
अर्जुनाचे बोलणे ऐकून । म्हणती भगवान श्रीकृष्ण ।
आम्ही सांगितले तू घेतले समजून । हे काय थोडे आहे? ।।१३४०।।
तरी अवधान पघळ । करूनियाम् आणिक येक वेळ ।
वाक्य माझें निर्मळ । अवधारीं पां ।।१३४१।।
अवधान देऊन केवळ । आणखी एक वेळ ।
माझा उपदेश निर्मळ । श्रवण कर ।।१३४१।।
हें वाच्य म्हणौनि बोलिजे । कां श्राव्य मग आयिकिजे ।
तैसें नव्हें परी तुझें । भाग्य बरवें ।।१३४२।।
शब्द म्हणून मी बोलतो । श्राव्य म्हणून तू ऐकतो ।
असे नव्हे, तू भाग्यवान ठरतो । म्हणून असे घडते ।।१३४२।।
कूर्मीचिया पिलियां । दिठी पान्हा ये धनंजया ।
कां आकाश वाहे बापिया । घरींचें पाणी ।।१३४३।।
पिलासाठी पुन्हापुन्हा । कासवीच्या दृष्टीला फुटे पान्हा ।
चातकासाठी आकाश साठवते ना । पोकळीत पाणी? ।।१३४३।।
जो व्यवहारु जेथ न घडे । तयाचें फळचि तेथ जोडे ।
काय दैवें न सांपडे । सानुकूळें? ।।१३४४।।
जो व्यवहार जिथे घडत नाही । तिथे भाग्याने फळ प्राप्त होई ।
दैव जेव्हा अनुकूल राही । कोणता लाभ होणार नाही? ।।१३४४।।
येऱ्हवीं द्वैताची वारी । सारूनि ऐक्याच्या परीवरीं ।
भोगिजे तें अवधारीं । रहस्य हें ।।१३४५ ।।
एरवी द्वैताची सारून वारी । अद्वैताच्या परिवारी ।
जे भोगणे आहे ध्यान करी । ते हे रहस्य आहे ।।१३४५।।
आणि निरुपचारा प्रेमा । विषय होय जें प्रियोत्तमा ।
तें दुजें नव्हे कीं आत्मा । ऐसेंचि जाणावें ।।१३४६।।
हे प्रिय धनंजय । नि:स्वार्थ प्रेमाचा जो विषय ।
तो दुसरे काही नसून आत्मा होय । हे तू जाण ।।१३४६।।
आरिसाचिया देखिलया । गोमटें कीजे धनंजया ।
तें तया नोहे आपणयां । लागीं जैसें ।।१३४७।।
आरशाला आपण घासतो । त्या स्वच्छ करतो ।
ते त्याच्यासाठी न करतो । पाहणाऱ्यासाठी असते ।।१३४७।।

तैसें पार्था तुझेनि मिषें । मी बोलें आपणयाचि उद्देशें ।
माझ्या तुझ्या ठाईं असे । मीतूंपण गा ।।१३४८।।
मी बोलतो हे अर्जुन । तुझे निमित्त करून ।
काय द्वैत येते दिसून । तुझ्या माझ्यात? ।।१३४८।।
म्हणौनि जिव्हारींचें गुज । सांगतसे जीवासी तुज ।
हें अनन्यगतीचें मज । आथी व्यसन ।।१३४९।।
म्हणून अंत:करणातील गुज । मी सांगतो तुज ।
अनन्य शरणागत भक्ताची मज । आवड आहे ।।१३४९।।
पै जळा आपणपें देतां । लवण भुललें पंडुसुता ।
कीं आघवें तयाचें होतां । न लजेचि तें ।।१३५०।।
मीठ जसे पाण्यात । भुलून एकरूप होत ।
आपलेपणाने सर्वस्व देत । लाजत नाही ।।१३५०।।
तैसा तूं माझ्या ठाईं । राखों नेणसीचि कांहीं ।
तरी आतां तुज काई । गोप्य मी करूं? ।।१३५१।।
तसे तू माझ्यापासून । काही गुप्त न ठेवी अर्जुन ।
मग मी तरी तुझ्यापासून । काय गुप्त ठेवू? ।।१३५१।।
म्हणौनि आघवींचि गूढें । जें पाऊनि अति उघडें ।
तें गोप्य माझें चोखडें । वाक्य आइक ।।१३५२।।
जगातील जेवढी गुह्ये असती । ज्याच्यासमोर उघडी पडती ।
ती माझी वचने गूढ शुद्ध राहती । तू श्रवण कर ।।१३५२।।
तरी बाह्य आणि अंतरा । आपुलिया सर्व व्यापारा ।
मज व्यापकातें वीरा । विषयो करीं ।।१३५३।।
तू अंतर्बाह्य इंद्रिय क्रियेकरिता । मन बुद्धीच्या व्यापाराकरिता ।
माझ्यासारख्या व्यापकाला आता । विषय कर ।।१३५३।।
आघवा आंगीं जैसा । वायु मिळोनि आहे आकाशा ।
तूं सर्व कर्मीं तैसा । मजसींचि आस ।।१३५४।।
वारा जसा राही सर्व दिशांनी । आकाशासी एकरूप होउनी ।
तसा तू हो सर्व कर्मांनी । माझ्याशी एकरूप ।।१३५४।।
किंबहुना आपुलें मन । करीं माझें एकायतन ।
माझेनि श्रवणें कान । भरूनि घालीं ।।१३५५ ।।
तू तुझे अंत:करण । कर माझ्या राहण्याचे ठिकाण ।
तू प्रेमाने कर श्रवण । माझे गुण ।।१३५५।।
आत्मज्ञानें चोखडीं । संत जे माझीं रूपडीं ।
तेथ दृष्टि पडो आवडी । कामिनी जैसी ।।१३५६।।
ज्ञानाने परिपूर्ण संत । माझीच रूपे असत ।
तिथे दृष्टी करी स्थिरचित्त । जसे पुरुष कामिनीवर ।।१३५६।।

मीं सर्व वस्तीचें वसौटें । माझीं नामें जियें चोखटें ।
तियें जियावया वाटे । वाचेचिये लावीं ।।१३५७।।
सर्वविश्वात माझी वस्ती । माझी जी नावे श्रेष्ठ असती ।
ती वाणीतून प्रगट होती । ती मनात स्थिर कर ।।१३५७।।
हातांचें करणें । कां पायांचें चालणें ।
तें होय मजकारणें । तैसें करीं ।।१३५८।।
हाताने काम करणे । किंवा पायांनी चालणे ।
ते व्हावे मजकारणे । असे करी ।।१३५८।।
आपुला अथवा परावा । ठायीं उपकरसी पांडवा ।
तेणें यज्ञें होईं बरवा । याज्ञिकु माझा ।।१३५९।।
आपल्याला वा इतरांना । उपयोगी क्रिया करताना ।
मलाच अर्पण करून अर्जुना ।
माझा याज्ञिक हो ।।१३५९।।
हें एकैक शिकऊं काई । पैं सेवकें आपुल्या ठाईं ।
उरूनि येर सर्वही । मी सेव्यचि करीं ।।१३६०।।
हे एकेक काय शिकवावे । सेवाभावनेने मन भरावे ।
तू सर्व जाणुनी घ्यावे । हे विश्व माझी लीला ।।१३६०।।
तेथ जाऊनिया भूतद्वेषु । सर्वत्र नमवैन मीचि एकु ।
ऐसेनि आश्रयो आत्यंतिकु । लाहसी तूं माझा ।।१३६१।।
मग भूत द्वेष जाऊन । सर्वत्र मीच या भावनेनं ।
राही नतमस्तक होऊन ।
माझा आश्रय प्राप्त होईल ।।१३६१।।
मग भरलेया जगाआंतु । जाऊनि तिजयाची मातु ।
होऊनि ठायील एकांतु । आम्हां तुम्हां ।।१३६२।।
मग भरलेल्या जगात । तुझा माझा राहील एकांत ।
तिसरी वार्ता न दिसत । शिल्लक राहिलेली ।।१३६२।।
तेव्हां भलतिये आवस्थे । मी तूतें तूं मातें ।
भोगिसी ऐसें आइतें । वाढेल सुख ।।१३६३।।
कोणत्याही अवस्थेत । तू मला, मी तुला अनुभवत ।
मग जाईल वाढत । सुख सारे ।।१३६३।।
आणि तिजें आडळ करितें । निमालें अर्जुना जेथें ।
तें मीचि म्हणौनि तूं मातें । पावसी शेखीं ।।१३६४।।
तुला मला अडथळा करणारे विश्वही ।
नाहीसे होऊन जाई।
तू म्हणजे मीचही होऊन अनुभूतीही ।
तू मलाच मिळशील ।।१३६४।।

जैसी जळींची प्रतिभा । जळनाशीं बिंबा ।
येतां गाभागोभा । कांहीं आहे? ।।१३६५ ।।

जलात प्रतिबिंब पडते । पण जेव्हा जल संपून जाते ।
बिंब एकरूप होते । याला प्रतिबंध आहे का? ।।१३६५।।

पैं पवनु अंबरा । कां कल्लोळु सागरा ।
मिळतां आडवारा । कोणाचा गा? ।।१३६६।।

वारा आकाशा मिळत असताना ।
लाट सागराला भिडत असताना ।
तेथे असतो का ठिकाणा । अडथळ्यांचा? ।।१३६६।।

म्हणौनि तूं आणि आम्हीं । हें दिसताहे देहधर्मीं ।
मग ययाच्या विरामीं । मीचि होसी ।।१३६७।।

तसेच तू आणि मी । वेगळे दिसतो देहधर्मी ।
पण देहाच्या विरामी । तू माझ्यात एकरूप हो ।।१३६७।।

यया बोलामाझारीं । होय नव्हे झणें करीं ।
येथ आन आथी तरी । तुझीचि आण ।।१३६८।।

हे माझे सांगणे असे काही । तू शंका न घेई ।
मी अन्य न बोले काही । तुझी शपथ घेतो ।।१३६८।।

पैं तुझी आण वाहणें । हें आत्मलिंगातें शिवणें ।
प्रीतीची जाति लाजणें । आठवों नेदी ।।१३६९।।

तुझी शपथ घेणे । म्हणजे माझीच शपथ घेणे ।
हे लज्जास्पद असे शपथ घेणे ।
पण लाज आठवत नाही ।।१३६९।।

येऱ्हवीं वेद्यु निष्प्रपंचु । जेणें विश्वाभासु हा साचु ।
आज्ञेचा नटनाचु । काळातें जिणें ।।१३७०।।

मी अद्वैताने विश्व व्यापतो ।
विश्वाचा भास खरा वाटतो (अज्ञानी लोकांना)।
आज्ञेच्या शक्तीचा महिमा तो ।
काळालाही जिंकतो ।।१३७०।।

तो देवो मी सत्यसंकल्पु । आणि जगाच्या हितीं बापु ।
मा आणेचा आक्षेपु । कां करावा? ।।१३७१।।

मी सत्यसंकल्पी ईश्वर । विश्वकल्याण करणारा पिता खरे तर ।
मग शपथेचा आग्रह का बरं। मी करावा? ।।१३७१।।

परी अर्जुना तुझेनि वेधें । मियां देवपणाचीं बिरुदें ।
सांडिलीं गा मी हे आधें । सगळेनि तुवां ।।१३७२।।

पण हे अर्जुना, तुझ्या छंदे । मी देवपणाची मोडली बिरुदे ।
तू मद्रूप म्हणून मी आधीन आनंदे । तू परिपूर्ण आहेस ।।१३७२।।

पैं काजा आपुलिया । रावो आपुली आपणया ।
आण वाहे धनंजया । तैसें हें कीं ।।१३७३।।

आपले काम होण्याकरता । राजा आपली आपण स्वत: ।
शपथ घेतो तसे पंडुसुता । हे झाले आहे ।।१३७३।।

तेथ अर्जुनु म्हणे देवें । अचाट हें न बोलावें ।
जे आमचें काज नांवें । तुझेनि एके ।।१३७४।।

देवाला अर्जुन म्हणे । असे अचाट न बोलणे ।
तुझ्या नामस्मरणाने । आमची कामे होतात ।।१३७४।।

यावरी सांगों बैससी । कां सांगतां भाषही देसी ।
या तुझिया विनोदासी । पारु आहे जी? ।।१३७५ ।।

तरीही तू उपदेश करतोस । शपथ घेऊन प्रतिज्ञा करतोस ।
अशा प्रकारे विनोद करतोस । काही मर्यादा आहे का?।।१३७५।।

कमळवना विकाशु । करी रवीचा एक अंशु ।
तेथ आघवाचि प्रकाशु । नित्य दे तो ।।१३७६।।

सूर्याचा एक किरण । फुलवी सारे कमलवन ।
या ठिकाणी तो सूर्य संपूर्ण । प्रकाश देतो आहे ।।१३७६।।

पृथ्वी निवऊनि सागर । भरीजती येवढें थोर ।
वर्षे तेथ मिषांतर । चातकु कीं ।।१३७७।।

चातकाच्या मिषे मेघ तो । साऱ्या पृथ्वीवर वर्षाव करतो ।
सागराला भरती आणतो । एवढे थोर औदार्य ।।१३७७।।

म्हणौनि औदार्या तुझेया । मज निमित्त ना म्हणावया ।
प्राप्ति असे दानीराया । कृपानिधी ।।१३७८।।

तसे तुझे औदार्य महान । माझे निमित्त करून ।
विश्वा दिले ज्ञानदान । कृपानिधी तू दानशूर ।।१३७८।।

तंव देवो म्हणती राहें । या बोलाचा प्रस्तावो नोहे ।
पैं मातें पावसी उपायें । साचचि येणें ।।१३७९।।

तेव्हा देव म्हणती । पुरे कर माझी स्तुती ।
मी उपाय सांगितला तुजप्रति । माझ्याशी एकरूप होसी ।।१३७९।।

सैंधव सिंधू पडलिया । जो क्षणु धनंजया ।
तेणें विरेचि कीं उरावया । कारण कायी? ।।१३८०।।

समुद्रात मिठाचा खडा पडतो । त्याक्षणी तो विरघळू लागतो ।
काय त्याचा खडेपणा उरतो । तेव्हा तसाच? ।।१३८०।।

तैसें सर्वत्र मातें भजतां । सर्व मी होतां अहंता ।
नि:शेष जाऊनि तत्वता । मीचि होसी ।।१३८१।।

सर्वत्र मी आहे मानून । सदैव माझे भजन करून ।
अहंकार पूर्णपणे जाऊन । मद्रूप होशील ।।१३८१।।

एवं माझिये प्राप्तीवरी । कर्मालागोनि अवधारीं ।
दाविली तुज उजरी । उपायांची ।।१३८२।।

माझी होण्या प्राप्ती । कर्म व ज्ञानाचे अनेक उपाय असती ।
ते स्पष्ट करून तुजप्रती । आता मी सांगतो ।।१३८२।।

जे आधीं तंव पंडुसुता । सर्व कर्मे मज अर्पितां ।
सर्वत्र प्रसन्नता । लाहिजे माझी ।।१३८३।।

सर्व कर्मे माझ्या चरणी । हे अर्जुना अर्पण करुनी ।
तुला प्रसन्नता मनी । माझी लाभेल ।।१३८३।।

पाठीं माझ्या इये प्रसादीं । माझें ज्ञान जाय सिद्धी ।
तेणें मिसळिजे त्रिशुद्धी । स्वरूपीं माझ्या ।।१३८४।।

माझा कृपाप्रसाद प्राप्त होईल । माझे ज्ञान सिद्धीस जाईल ।
त्रिशुद्धी होऊन मिसळला जाशील । माझ्या स्वरूपी ।।१३८४।।

मग पार्था तिये ठायीं । साध्य साधन होय नाहीं ।
किंबहुना तुज कांहीं । उरेचि ना ।।१३८५ ।।

माझ्याशी ऐक्य झाले । साध्य साधन लय पावले ।
मग तुज काही न उरले । करण्यासाठी ।।१३८५।।

तरी सर्व कर्में आपलीं । तुवां सर्वदा मज अर्पिलीं ।
तेणें प्रसन्नता लाधली । आजि हे माझी ।।१३८६।।

तू सर्व कर्मे आपली । सदैव मला अर्पिली ।
म्हणून तुला प्रसन्नता लाभली । एकरूपतेची ।।१३८६।।

म्हणौनि येणें प्रसादबळें । नव्हे झुंजाचेनि आडळें ।
न ठाकेचि येकवेळे । भाळलों तुज ।।१३८७।।

प्रसादाने बळ वाढताही । युद्धात प्रतिबंध आला नाही ।
मीही मध्ये थांबलो नाही । कारण तुला भाळलो ।।१३८७।।

जेणें सप्रपंच अज्ञान जाये । एकु मी गोचरु होये ।
तें उपपत्तीचेनि उपायें । गीतारूप हें ।।१३८८।।

प्रपंचासह अज्ञान जाणे । माझे असणे साक्षात होणे ।
या विविध उपायाने । गीतेचे रूप धारण केले ।।१३८८।।

मियां ज्ञान तुज आपुलें । नानापरी उपदेशिलें ।
येणें अज्ञानजात सांडी वियालें । धर्माधर्म जें ।।१३८९।।

हे गीतारूपी ज्ञान आपले । अनेक उपायांनी तुला उपदेशिले ।
आता अज्ञानाचा त्याग कर भले । जे धर्म-अधर्मा प्रसवते ।।१३८९।।

आशा जैसी दुःखातें । व्यालीं निंदा दुरितें ।
हे असो जैसें दैन्यातें । दुर्भगत्व ।।१३९०।।

आशेपासून दुःखाची प्राप्ती । निंदेपासून पातकांची उत्पत्ती ।
दुर्भाग्याने दारिद्र्यनिर्मिती । अशी होते ।।१३९०।।

तैसें स्वर्गनरकसूचक । अज्ञान व्यालें धर्मादिक ।
तें सांडूनि घालीं अशेख । ज्ञानें येणें ।।१३९१।।

स्वर्ग-नरकांचे सूचक । जे अज्ञान निर्मिते धर्मादिक ।
त्याचा नाश तू करून टाक । आत्मज्ञानाने ।।१३९१।।

हातीं घेऊन तो दोरु । सांडिजे जैसा सर्पाकारु ।
कां निद्रात्यागें घराचारु । स्वप्नींचा जैसा ।।१३९२।।

जेव्हा दोर हातात धरतो । सर्पाचा भास नाहीसा होतो ।
झोप संपता भास जातो । स्वप्नातील घराचा ।।१३९२।।

नाना सांडिलेनि कवळें । चंद्रींचें धुये पिंवळें ।
व्याधित्यागें कडुवाळें- । पण मुखाचें ।।१३९३।।

कावीळ आजार बरा होतो । चंद्राचा पिवळा प्रकाश जातो ।
तोंडाचा कडूपणा नाहीसा होतो । व्याधी बरी होता ।।१३९३।।

अगा दिवसा पाठीं देउनी । मृगजळ घापे त्यजुनी ।
कां काष्ठत्यागें वन्ही । त्यजिजे जैसा ।।१३९४।।

दिवस मावळून जाई । मृगजळ नाहीसे होई ।
अग्नी विझून राही । लाकडाचा त्याग करता ।।१३९४।।

तैसें धर्माधर्माचें टवाळ । दावी अज्ञान जें कां मूळ ।
तें त्यजूनि त्यजीं सकळ । धर्मजात ।।१३९५ ।।

धर्म-अधर्माचे किटाळ । दाखवते अज्ञान ते मूळ ।
ते नाहीसे करता समूळ । धर्म लयाला जातील ।।१३९५।।

मग अज्ञान निमालिया । मीचि येकु असे अपैसया ।
सनिद्र स्वप्न गेलया । आपणपें जैसें ।।१३९६।।

जसे निद्रेसह स्वप्न जाते । आपण राहातो एकटे ।
तसे अज्ञान नष्ट होते । मीच एकटा राहतो ।।१३९६।।

तैसा मी एकवांचूनि कांहीं । मग भिन्नाभिन्न आन नाहीं ।
सोऽहंबोधें तयाच्या ठायीं । अनन्यु होय ।।१३९७।।

माझ्या एकट्याविना अर्जुनाही । भिन्न अभिन्न दुसरे नाही ।
अखंड स्वरूपात मी असताही । तू माझ्याशी एकरूप हो ।।१३९७।।

पैं आपुलेनि भेदेंविण । माझें जाणिजे जें एकपण ।
तयाचि नांव शरण । मज यीणें गा ।।१३९८।।

स्वतःला भिन्न न मानून । आत्मत्वाने येता एकपण जाणून ।
त्याचेच नाव आहे जाण । मला शरण येणे ।।१३९८।।

जैसें घटाचेनि नाशें । गगनीं गगन प्रवेशे ।
मज शरण येणें तैसें । ऐक्य करी ।।१३९९।।

घटाचा होता नाश । घट प्रवेशी महाकाश ।
मला शरण येता विशेष । मद्रूप होशील ।।१३९९।।

सुवर्णमणि सोनया । ये कल्लोळु जैसा पाणिया ।
तैसा मज धनंजया । शरण ये तूं ।।१४००।।
सुवर्ण मणी सोन्याशी । लाट जशी पाण्याशी ।
तसे तू माझ्याशी । ऐक्याने शरण ये ।।१४००।।
वांचूनि सागराच्या पोटीं । वडवानळु शरण आला किरीटी ।
जाळूनि ठाके तया गोठी । वाळूनि दे पां ।।१४०१।।
शरणागती विना वडवानल तो । सागरी वास्तव्यास येतो ।
पाणी जाळून तेथ रहातो । पण तू ते सोडून दे ।।१४०१।।
मजही शरण रिघिजे । आणि जीवत्वेंचि असिजे ।
धिग् बोली यिया न लजे । प्रज्ञा केवीं ।।१४०२।।
शरण येऊन वेगळा राही । म्हणणाऱ्याला बुद्धी का साथ देई? ।
धिक्कार असो जिला लाज नाही । अशा बुद्धीचा ।।१४०२।।
अगा प्राकृताही राया । आंगीं पडे जें धनंजया ।
तें दासिरूंहि कीं तया । समान होय ।।१४०३।।
राजाच्या मर्जीत जी राहते । ती दासी जरी सामान्य असते ।
तरी ती बरोबरीला येते । राजाच्या ।।१४०३।।
मा मी विश्वेश्वरु भेटे । आणि जीवग्रंथी न सुटे ।
हे बोल नको वोखटें । कानीं लाऊं ।।१४०४।।
मी विश्वेश्वर भेटतो ज्याचे ठायी । त्याचे बंधन तुटत नाही ।
हे बोलणेदेखील जराही । कानावर पडू देऊ नको ।।१४०४।।
म्हणौनि मी होऊनि मातें । सेवणें आहे आयितें ।
तें करीं हातां येतें । ज्ञानें येणें ।।१४०५ ।।
माझ्याशी एकरूप होणे । म्हणजे मला अनायसे मिळवणे ।
ते प्राप्त होणे त्या ज्ञानाने । जे मी सांगितले ।।१४०५।।
मग ताकौनियां काढिलें । लोणी मागौतें ताकीं घातलें ।
परी न घेपेचि कांहीं केलें । तेणें जेवीं ।।१४०६।।
ताकातून लोणी काढले । पुन्हा ताकात घातले ।
नंतर काहीही केले । ते ताकात मिसळत नाही ।।१४०६।।
तैसें अद्वयत्वें मज । शरण रिघालिया तुज ।
धर्माधर्म हे सहज । लागतील ना ।।१४०७।।
अद्वैताने शरण येता मला । धर्म-अधर्म मिथ्या सकला ।
स्पर्श न करू शकती तुला । हे जाणून घे ।।१४०७।।
लोह उभें खाय माती । तें परीसाचिये संगतीं ।
सोनें जालया पुढती । न शिविजे मळें ।।१४०८।।
लोखंड उभे टांगताही । त्याला गंज चढत राही ।
परिसामुळे सोने होता ही । गंज न चढे ।।१४०८।।
हें असो काष्ठापासोनि । मथूनि घेतलिया वन्ही ।
मग काष्ठेंही कोंडोनी । न ठके जैसा ।।१४०९।।
जरी लाकडापासुनी । घासून घेतला अग्नी ।
तरी तो लाकडात कोंडुनी । ठेवता येत नाही ।।१४०९।।
अर्जुना काय दिनकरु । देखत आहे अंधारु ।
कीं प्रबोधीं होय गोचरु । स्वप्नभ्रमु ।।।१४१०।।
अर्जुना जसा सूर्यालाही । अंधार भेटत नाही ।
स्वप्न दृष्टीस पडत नाही । जागे झाले तयाला ।।१४१०।।
तैसें मजसी येकवटलेया । मी सर्वरूप वांचूनियां ।
आन कांहीं उरावया । कारण असे? ।।१४११।।
माझ्याशी ऐक्य पावल्यावर । मी सर्वत्र भरलेला असल्यावर ।
इतर काहीं या पृथ्वीवर । उरण्या कारण असे? ।।१४११।।
म्हणौनि तयाचें कांहीं । चिंतीं न आपुल्या ठायीं ।
तुझें पापपुण्य पाहीं । मीचि होईन ।।१४१२।।
एकरूप होता माझ्याशी । तू चिंता करू नको जराशी ।
मीच होतो पाप-पुण्य राशी । जाणून घे ।।१४१२।।
तेथ सर्वबंधलक्षणें । पापें उरावें दुजेपणें ।
तें माझ्या बोधीं वायाणें । होऊनि जाईल ।।१४१३।।
पापाची सर्वबंध लक्षणे । माझ्याहून भिन्न मानून उरणे ।
ते माझ्या स्वरूपज्ञानाने । नाहीसे होईल ।।१४१३।।
जळीं पडिलिया लवणा । सर्वही जळ होईल विचक्षणा ।
तुज मी अनन्यशरणा । होईन तैसा ।।१४१४।।
पाण्यात जेव्हा मीठ पडते । सर्व जलरूप होऊन जाते ।
तुझेही एकरूप होणे होते । मला शरण आल्यावर ।।१४१४।।
येतुलेनि आपैसया । सुटलाचि आहसी धनंजया ।
घेईं मज प्रकाशोनियां । सोडवीन तूंतें ।।१४१५ ।।
हे तू जाणून घेसी । समज तू मुक्त झालासी ।
माझे ज्ञान प्राप्त करून घेसी । मी तुला सोडवीन ।।१४१५।।
याकारणें पुढती । हे आधी न वाहे चित्तीं ।
मज एकासि ये सुमती । जाणोनि शरण ।।१४१६।।
यासाठी हे अर्जुन । मनात चिंता न ठेवी अजून ।
मला अभेदाने घे जाणून । आणि शरण ये ।।१४१६।।
ऐसें सर्वरूपरूपसें । सर्वदृष्टिडोळसें ।
सर्वदेशनिवासें । बोलिलें श्रीकृष्णें ।।१४१७।।
असे सर्व रूपे जो रूपवान । सर्व डोळसे जो दृष्टिवान ।
सर्व देशी राही जो निवास करून । तो श्रीकृष्ण बोलला ।।१४१७।।

मग सांवळा सकंकणु । बाहु पसरोनि दक्षिणु ।
आलिंगिला स्वशरणु । भक्तराजु तो ।।१४१८।।

ज्यात कंकण आभूषण । असा सावळा उजवा बाहू पसरून ।
अर्जुना दिले आलिंगन । भक्तराज जो ।।१४१८।।

न पवतां जयातें । काखे सूनि बुद्धीतें ।
बोंलणें मागौतें । वोसरलें ।।१४१९।।

ज्याला प्राप्त न होता ही । बुद्धीला धरुन वाचा ही ।
माघारी परतून राही । ओसरून ।।१४१९।।

ऐसें जें कांहीं येक । बोला बुद्धीसिही अटक ।
तें द्यावया मिष । खेवाचें केलें ।।१४२०।।

बुद्धी वाचेला जे अप्रूप । ते करण्यास एकरूप ।
असे होते जे स्वरूप । ते अर्जुना आलिंगन दिले ।।१४२०।।

हृदया हृदय येक जाले । ये हृदयींचें ते हृदयीं घातलें ।
द्वैत न मोडितां केलें । आपणाऐसें अर्जुना ।।१४२१।।

हृदय हृदय एक झाले । या हृदयीचे त्या हृदयी घातले ।
देहाचे द्वैत न मोडता केले । अर्जुनाला आपणासारखे ।।१४२१।।

दीपें दीप लाविला । तैसा परीष्वंगु तो जाला ।
द्वैत न मोडितां केला । आपणपें पार्थु ।।१४२२।।

दिव्याने दिवा लावला । तसा आलिंगनाचा प्रकार झाला ।
श्रीकृष्णाने अर्जुनाला आपल्यासम केला । द्वैत न मोडता ।।१४२२।।

तेव्हां सुखाचा मग तया । पूरु आला जो धनंजया ।
तेथ वाडु तऱ्हीं बुडोनियां । ठेला देवो ।।१४२३।।

मग आनंदाचा अर्जुनाला । एवढा मोठा पूर आला ।
की देव विराट असला । तरी असता वाहून गेला ।।१४२३।।

सिंधु सिंधूतें पावों जाये । तें पावणें ठाके दुणा होये ।
वरी रिगे पुरवणिये । आकाशही ।।१४२४।।

समुद्रा समुद्राची होता भेट । पाणी होते दुप्पट ।
भरती पोहोचते थेट । आकाशापर्यंत ।।१४२४।।

तैसें तयां दोघांचें मिळणें । दोघां नावरे जाणावें कवणें ।
किंबहुना श्रीनारायणें । विश्व कोंदलें ।।१४२५ ।।

दोघांचे आलिंगनात भेटणे । दोघां आवरेना कसे कोण जाणे? ।
जणू सर्व विश्व नारायणाने । कोंदटून टाकले ।।१४२५।।

एवं वेदाचें मूळसूत्र । सर्वाधिकारैकपवित्र ।
श्रीकृष्णें गीताशास्त्र । प्रकट केलें ।।१४२६।।

अशा तऱ्हेने वेदाचे मूळ सूत्र । सर्वाधिकार आहे जे पवित्र ।
ते पवित्र गीताशास्त्र । श्रीकृष्णाने प्रगट केले ।।१४२६।।

येथ गीता मूळ वेदां । ऐसें केवीं पां आलें बोधा ।
हें म्हणाल तरी प्रसिद्धा । उपपत्ति सांगों ।।१४२७।।

श्रोते विचारती हे वेदांचे मूळ । कसे कळले तुम्हा केवळ? ।
माउली म्हणते याची सकल । प्रसिद्ध कारणे सांगतो ।।१४२७।।

तरी जयाच्या निःश्वासीं । जन्म झाले वेदराशी ।
तो सत्यप्रतिज्ञ पैजेसीं । बोलला स्वमुखें ।।१४२८।।

ज्याच्या निःश्वासापासून ।
वेदराशींचा झाला जन्म ।
तो भगवान श्रीकृष्ण प्रतिज्ञेनं ।
स्वमुखे गीताशास्त्र बोलला ।।१४२८।।

म्हणौनि वेदां मूळभूत । गीता म्हणों हें होय उचित ।
आणिकही येकी येथ । उपपत्ति असे ।।१४२९।।

म्हणून वेदांचे मूळ गीता । हे म्हणणे योग्य सर्वथा ।
आणखीही इथे यथा । कारण असे ।।१४२९।।

जें न नशतु स्वरूपें । जयाचा विस्तारु जेथ लपे ।
तें तयांचें म्हणिपे । बीज जगीं ।।१४३०।।

जो स्वरूपाने न विस्तारतो । जिथे विस्तार लीन राहतो ।
तिथे त्याचा बीजकण असतो । असे जगात म्हणती ।।१४३०।।

तरी कांडत्रयात्मकु । शब्दराशी अशेखु ।
गीतेमाजीं असे रुखु । बीजीं जैसा ।।१४३१।।

कर्म, उपासना, ज्ञान तिन्ही । हे त्रिकांड वेद सूक्ष्म रूपानी ।
गीतेत राहती गुप्तपणानी । जसा वृक्ष बीजात राही ।।१४३१।।

म्हणौनि वेदांचें बीज । श्रीगीता होय हें मज ।
गमे आणि सहज । दिसतही आहे ।।१४३२।।

म्हणून वेदांचे मूळ गीता । असे माझ्या मनी येता ।
आणि ते दिसून येता । सहजही ।।१४३२।।

जे वेदांचे तिन्ही भाग । गीते उमटले असती चांग ।
भूषणरत्नीं सर्वांग । शोभलें जैसें ।।१४३३।।

रत्नालंकारांनी शोभे शरीर ।
तसे कर्म, उपासना, ज्ञान हे तीन विचार ।
प्रगट होती सुंदर । गीतेत ।।१४३३।।

तियेचि कर्मादिकें तिन्ही । कांडें कोणकोणे स्थानीं ।
गीते आहाति तें नयनीं । दाखऊं आईक ।।१४३४।।

उपासना, कर्म, ज्ञान हे तिन्ही ।
गीतेत आहेत कोणत्या ठिकाणी ।
ते पपरपाहा स्पष्ट तुमच्या डोळ्यांनी । पाहा व ऐका ।।१४३४।।

तरी पहिला जो अध्यावो । तो शास्त्रप्रवृत्तिप्रस्तावो ।
द्वितीयीं साङ्ख्यसद्भावो । प्रकाशिला ।।१४३५ ।।
पहिल्या अध्यायात अर्जुना । शास्त्रप्रवृत्तीची प्रस्तावना ।
दुसऱ्या अध्यायात जाणा । संख्याशास्त्राचा अभिप्राय ।।१४३५।।
मोक्षदानीं स्वतंत्र । ज्ञानप्रधान हें शास्त्र ।
येतुलालें दुजीं सूत्र । उभारिलें ।।१४३६।।
गीता हे ज्ञानप्रधान शास्त्र । मोक्ष देण्यासाठी स्वतंत्र ।
या अर्थाचे सूत्र । दुसऱ्या अध्यायात ।।१४३६।।
मग अज्ञानें बांधलेयां । मोक्षपदीं बैसावया ।
साधनारंभु तो तृतीया- । ध्यायीं बोलिला ।।१४३७।।
अज्ञानाने बांधलेल्या जीवाप्रति । होण्या मोक्षाची प्राप्ती ।
साधनांचा आरंभ सांगती । तिसऱ्या अध्यायी ।।१४३७।।
जे देहाभिमान बंधें । सांडूनि काम्यनिषिद्धें ।
विहित परी अप्रमादें । अनुष्ठावें ।।१४३८।।
जे देह अभिमानाने बद्ध । त्यांनी त्यागावे, काम्य जे निषिद्ध ।
निरभिमाने बुद्धी ठेवून सिद्ध ।
विहित कर्मे करावीत ।।१४३८।।
ऐसेनि सद्भावें कर्म करावें । हा तिजा अध्यावो जो देवें ।
निर्णय केला तें जाणावें । कर्मकांड येथ ।।१४३९।।
सद्भावनेने करावे कर्माचे आचरण ।
असे तिसऱ्या अध्यायी सांगती श्रीकृष्ण ।
तो निर्णय केला ते जाण । कर्मकांडाने इथे ।।१४३९।।
आणि तेंचि नित्यादिक । अज्ञानाचें आवश्यक ।
आचरतां मोंचक । केवीं होय पां ।।१४४०।।
तेच नित्यकर्म नैमित्तिक । अज्ञानाला आवश्यक ।
आचरण करता नाशक । कसे होईल? ।।१४४०।।
ऐसी अपेक्षा जालिया । बद्ध मुमुक्षुते आलिया ।
देवें ब्रह्मार्पणत्वें क्रिया । सांगितली ।।१४४१।।
अशी आस लागली असता ।
बद्ध पुरुषाला मोक्षाची इच्छा होता ।
ब्रह्मार्पण बुद्धीने कर्म करण्याकरता ।
देवाने सांगितले ।।१४४१।।
जे देहवाचामानसें । विहित निपजे जें जैसें ।
तें एक ईश्वरोद्देशें । कीजे म्हणितलें ।।१४४२।।
जे विहित कर्म निर्माण होणे । ते काया-वाचा-मनाने ।
करावे ईश्वरार्पण बुद्धीने । असे सांगितले आहे ।।१४४२।।

हेंचि ईश्वरीं कर्मयोगें । भजनकथनाचें खागें ।
आदरिलें शेषभागें । चतुर्थाचेनी ।।१४४३।।
कर्मयोग्याने ईश्वर उपासना । कशी करावी भजन कीर्तना ।
हे सांगितले आहे अर्जुना । चौथ्या अध्यायाशेवटी ।।१४४३।।
तें विश्वरूप अकरावा । अध्यावो संपे जंव आघवा ।
तंव कर्मे ईशु भजावा । हें जें बोलिलें ।।१४४४।।
अकरावा अध्याय विश्वरूपदर्शन ।
त्याआधी कर्मे ईश्वराला अर्पून ।
कसे करावे त्याचे भजन । हे सांगितले आहे ।।१४४४।।
तें अष्टाध्यायीं उघड । जाण येथें देवताकांड ।
शास्त्र सांगतसे आड । मोडूनि बोलें ।।१४४५ ।।
या आठ अध्यायी उघडपणे । उपासना वर्णन करणे ।
गीतेचे पडद्याआडून सांगणे । मी उघड केले ।।१४४५।।
आणि तेणेंचि ईशप्रसादें । श्रीगुरुसंप्रदायलब्धें ।
साच ज्ञान उद्बोधे । कोंवळें जें ।।१४४६।।
आणि तेच ईश्वरप्रसादाने । जे प्राप्त झाले गुरुपरंपरेने ।
ज्याचे खरे ज्ञान उत्पन्न होणे । प्रेमरूपात ।।१४४६।।
तें 'अद्वेष्टादिप्रभृतिकीं' । अथवा अमानित्वादिकीं ।
वाढविजे म्हणौनि लेखी । बारावा गणूं ।।१४४७।।
ते अद्वेष्टादि प्रभृतिकी श्लोक ।
किंवा अमानित्वादि श्लोक ।
यातून सांगितले विस्तारपूर्वक ।
तर बारावा गणू ज्ञानअध्यायी ।।१४४७।।
तो बारावा अध्याय आदी । आणि पंधरावा अवधी ।
ज्ञानफळपाकसिद्धी । निरूपणासीं ।।१४४८।।
बाराव्या अध्यायाची सुरुवात । पंधराव्याच्या शेवटापर्यंत ।
ज्ञान फल आणि सिद्धी यांचे साद्यंत । वर्णन केले आहे ।।१४४८।।
म्हणौनि चहूंही इहीं । ऊर्ध्वमूळांतीं अध्यायीं ।
ज्ञानकांड ये ठायीं । निरूपिजे ।।१४४९।।
या चार अध्यायांत । संसारवृक्षाचे ऊर्ध्वमूळ व अंत ।
तसेच ज्ञानकांडाचे निरूपण यात । केले आहे ।।१४४९।।
एवं कांडत्रयनिरूपणी । श्रुतीचि हे कोडिसवाणी ।
गीतापद्यरत्नांचीं लेणीं । लेयिली आहे ।।१४५०।।
त्रिकांडांची[८] ही निरूपणी । गीता श्रुतीही गोजिरवाणी ।
तिने रत्नालंकारांची लेणी । घातली आहेत ।।१४५०।।

८ (कर्म,ज्ञान, उपासनाही तीन कांडे)

हें असो कांडत्रयात्मक । श्रुति मोक्षरूप फळ येक ।
बोभावे जें आवश्यक । ठाकावें म्हणौनि ॥१४५१॥

हे त्रिकांडांचे वर्णन । श्रुती सांगे गर्जना करून ।
घ्यावे मोक्ष फळ प्राप्त करून । असे सांगते ॥१४५१॥

तयाचेनि साधन ज्ञानेंसीं । वैर करी जो प्रतिदिवशीं ।
तो अज्ञानवर्ग षोडशीं । प्रतिपादिजे ॥१४५२॥

या मोक्षाच्या साधनांशी ।
वैर करी जो प्रतिदिवशी ।
जो अज्ञानी षड्रिपूंचा दोषी ।
सोळाव्या अध्यायी सांगितला ॥१४५२॥

तोचि शास्त्राचा बोळावा । घेवोनि वैरी जिणावा ।
हा निरोपु तो सतरावा । अध्याय येथ ॥१४५३॥

शास्त्रांचे साहाय्य घ्यावे । त्या शत्रूंना जिंकावे ।
हे निरोप सांगती बरवे । सतराव्या अध्यायी ॥१४५३॥

ऐसा प्रथमालागोनि । सतरावा लाणी करूनी ।
आत्मनिश्वास विवरूनी । दाविला देवें ॥१४५४॥

पहिल्यापासून सतराव्यापर्यंत । आपला विश्वास जो वेद ।
तो स्वमुखाने देवांनी गीतेत । सांगितला आहे ॥१४५४॥

तया अर्थजातां अशेषां । केला तात्पर्याचा आवांका ।
तो हा अठरावा देखा । कलशाध्यायो ॥१४५५ ॥

या सर्व अर्थाचा विचार । तात्पर्यांचा विस्तार ।
अठराव्या अध्यायी साचार । तो कळसाध्याय ॥१४५५॥

एवं सकळसंख्यासिद्धु । श्रीभागवद्गीता प्रबंधु ।
हा औदार्यें आगळा वेदु । मूर्तु जाण ॥१४५६॥

भगवद्‌गीता ग्रंथ साकार । आत्मज्ञानाचा महासागर ।
औदार्याने पूर्ण वेद विचार ।
मूर्तिमंत तो असे जाण ॥१४५६॥

वेदु संपन्नु होय ठाईं । परी कृपणु ऐसा आनु नाहीं ।
जे कानीं लागला तिहीं । वर्णांच्याचि ॥१४५७॥

वेद आत्मज्ञानाने संपन्न । त्या सम कोणीच न कृपण ।
केवळ तीनच वर्ण । अध्ययन करू शकती ॥१४५७॥

येरां भवव्याथा ठेलियां । स्त्रीशूद्रादिकां प्राणियां ।
अनवसरू मांडूनियां । राहिला आहे ॥१४५८॥

स्त्री, शूद्र प्राण्यांनाही । भवदुःख असूनही ।
अध्ययन, श्रवण अधिकार नाही ।
असे निर्बंध मांडून बसलाय ॥१४५८॥

तरी मज पाहतां तें मागील उणें । फेडावया गीतापणें ।
वेदु वेठला भलतेणें । सेव्य होआवया ॥१४५९॥

विचार करता वाटते हे मागील उणे । फेडावया गीतारूपाने ।
वेद प्रगटला, ज्याला वाटेल त्याने । त्याचे सेवन करावे ॥१४५९॥

ना हे अर्थु रिगोनि मनीं । श्रवणें लागोनि कानीं ।
जपमिषें वदनीं । वसोनियां ॥१४६०॥

वेद सोपा होउनी अर्थाने मनात । श्रवणाच्या मिषे कानांत ।
जपाच्या निमित्ताने मुखात । तो बसतो आहे ॥१४६०॥

ये गीतेचा पाठु जो जाणे । तयाचेनि सांगातीपणें ।
गीता लिहोनि वाहाणें । पुस्तकमिषें ॥१४६१॥

जो गीतेचा पाठ जाणतो । गीतेच्या संगतीत राहतो ।
गीता लिहून लोकांना देतो । पुस्तकरूपात ॥१४६१॥

ऐसैसा मिसकटां । संसाराचा चोहटा ।
गवादी घालीत चोखटा । मोक्षसुखाची ॥१४६२॥

तो सर्व प्राणिमात्रांत । संसाराच्या बाजारात ।
अन्नछत्र असे घालत । मोक्षसुखाचे ॥१४६२॥

परी आकाशीं वसावया । पृथ्वीवरी बैसावया ।
रविदीप्ति राहाटावया । आवारु नभ ॥१४६३॥

ताऱ्यांना राहण्यासाठी । सर्वांना पृथ्वीवर बसण्यासाठी ।
सूर्याला संचार करण्यासाठी । जसे आकाश आहे ॥१४६३॥

तेवीं उत्तम अधम ऐसें । सेवितां कवणातेंही न पुसे ।
कैवल्यदानें सरिसें । निववीत जगा ॥१४६४॥

तो उत्तम वा अधम असे । कोणास न विचारता तसे ।
मोक्षाचे दान करून जगता जसे । गीता आनंद देते ॥१४६४॥

यालागीं मागिली कुटी । भ्याला वेदु गीतेच्या पोटीं ।
रिगाला आतां गोमटी । कीर्ति पातला ॥१४६५ ॥

यासाठी निंदेला भ्याला । वेद गीतेच्या पोटी शिरला ।
आणि कीर्ती लाभता झाला । चांगली ॥१४६५॥

म्हणौनि वेदाची सुसेव्यता । ते हे मूर्त जाण श्रीगीता ।
श्रीकृष्णें पंडुसुता । उपदेशिली ॥१४६६॥

वेदांचे जणू उत्तम सेवन । अशी ही गीता जाण ।
ही गीता श्रीकृष्णाने म्हणून । अर्जुनाला उपदेशिली ॥१४६६॥

परी वत्साचेनि वोरसें । दुभतें होय घरोद्देशें ।
जालें पांडवाचेनि मिषें । जगदुद्धरण ॥१४६७॥

गाईचे वासराप्रती वात्सल्य ते । साऱ्या घराला दूध देते ।
तसे अर्जुनाच्या निमित्ते । गीतेने जग उद्धारले ॥१४६७॥

चातकाचियें कणवें । मेघु पाणियेसिं धांवे ।
तेथ चराचर आघवें । निवालें जेवीं ।।१४६८।।
चातकाच्या दयेने । मेघाचे पाणी घेऊन धावणे ।
आणि चराचराला शांतवणे । जलवर्षावाने ।।१४६८।।
कां अनन्यगतिकमळा- । लागीं सूर्य ये वेळोवेळां ।
कीं सुखिया होईजे डोळां । त्रिभुवनींचा ।।१४६९।।
कमळ, ज्यास सूर्याविना गती नसे ।
त्यासाठी सूर्य रोज येत असे ।
त्रिभुवनाच्या नयना सुख लाभतसे । त्यामुळे ।।१४६९।।
तैसें अर्जुनाचेनि व्याजें । गीता प्रकाशूनि श्रीराजें ।
संसारायेवढें थोर ओझें । फेडिलें जगाचें ।।१४७०।।
तसे अर्जुनाच्या निमित्ताने । प्रगट करून आत्मज्ञाने ।
जन्ममृत्यूचे ओझे भगवंताने । नाहीसे केले ।।१४७०।।
सर्वशास्त्ररत्नदीप्ती । उजळिता हा त्रिजगतीं ।
सूर्यु नव्हें लक्ष्मीपती । वक्त्राकाशींचा ।।१४७१।।
सर्व शास्त्ररत्नांचे तेज प्रकटतो । हा त्रैलोक्य उजळतो ।
लक्ष्मीपती भगवंताच्या मुखाकाशातील तो ।
सूर्यच नव्हे काय? ॥१४७१॥
बाप कुळ तें पवित्र । जेथिंचा पार्थु या ज्ञाना पात्र ।
जेणें गीता केलें शास्त्र । आवारु जगा ।।१४७२।।
अर्जुनाचे कूळ ते पवित्र । गीताज्ञानास तो झाला पात्र ।
सर्व जगा दिले गीताशास्त्र । भव्य प्रमाणात ।।१४७२।।
हें असो मग तेणें । सद्गुरु श्रीकृष्णें ।
पार्थाचें मिसळणें । आणिलें द्वैता ।।१४७३।।
आता राहो हे वर्णन । तो सद्गुरू भगवान श्रीकृष्ण ।
आपल्यात सामावलेला अर्जुन ।
भानावर घेऊन आला ॥१४७३॥
पाठीं म्हणतसे पांडवा । शास्त्र हें मानलें कीं जीवा ।
तेथ येरु म्हणे देवा । आपुलिया कृपा ।।१४७४।।
श्रीकृष्ण विचारती अर्जुना ।
अंतर्ज्ञान स्थिर झाले का अंतःकरणा ।
अर्जुन म्हणे श्रीकृष्णा । तुझ्या कृपेने ।।१४७४।।
तरी निधान जोडावया । भाग्य घडे गा धनंजया ।
परी जोडिलें भोगावया । विपायें होय ।।१४७५ ।।
ऐश्वर्याची प्राप्ती व्हावया । भाग्य लागते धनंजया ।
पण त्याचा उपभोग घ्यावया । कळले पाहिजे ।।१४७५।।

पैं क्षीरसागरायेवढें । अविरजी दुधाचें भांडें ।
सुरां असुरां केवढें । मथितां जालें ।।१४७६।।
अर्जुना क्षीरसागराएवढे । न विरजणारे दुधाचे भांडे ।
मंथन करण्या देव-दैत्यांना केवढे । कष्ट पडले? ।।१४७६।।
तें सायासही फळा आलें । जें अमृतही डोळां देखिलें ।
परी वरिचिली चुकलें । जतनेतें ।।१४७७।।
त्यांचे कष्टही फळले । अमृत डोळ्यांना दिसले ।
पण नंतर ते चुकले । संरक्षण करण्यास ।।१४७७।।
तेथ अमरत्वा वोगरिलें । तें मरणाचिलागीं जालें ।
भोगों नेणतां जोडलें । ऐसें आहे ।।१४७८।।
अमर होण्यासाठी ते वाढले । (राहूच्या) मृत्यूस कारणीभूत झाले ।
कसे भोगावे जे प्राप्त झाले । माहीत नसल्याने असे होते ॥१४७८॥
नहुषु स्वर्गाधिपति जाहला । परी राहाटीं भांबावला ।
तो भुजंगत्व पावला । नेणसी कायी? ।।१४७९।।
नहुष स्वर्गाधिपती झाला । पण वागण्यात चुकला ।
पुढे तो सर्पयोनीत गेला । हे तुला माहीत नाही काय? ॥१४७९॥
म्हणौनि बहुत पुण्य तुवां । केलें तेणें धनंजया ।
आजि शास्त्रराजा इया । जालासि विषयो ।।१४८०।।
तू खूप पुण्य केलेस । म्हणून हे शास्त्र ऐकण्यास ।
तू झाला आहेस । पात्र अर्जुना ।।१४८०।।
तरी ययाचि शास्त्राचेनि । संप्रदायें पांघुरौनि ।
शास्त्रार्थ हा निकेनि । अनुष्ठीं हो ।।१४८१।।
या शास्त्र संप्रदायाचे वर्तन । तू समजावून घेऊन ।
उत्तम रीतीने त्याचे आचरण । करण्या सिद्ध हो ।।१४८१।।
येऱ्हवीं अमृतमंथना- । सारिखें होईल अर्जुना ।
जरी रिघसी अनुष्ठाना । संप्रदायेंवीण ।।१४८२।।
नाही तर एरवी अर्जुन । आचरण करशील संप्रदाय सोडून ।
तर अमृतमंथनाप्रमाणं । परिणाम निष्फळ होईल ।।१४८२।।
गाय धड जोडे गोमटी । ते तैंचि पिवों ये किरीटी ।
जैं जाणिजे हातवटी । सांजवणीची ।।१४८३।।
गाय जरी धष्टपुष्ट असते । तरी दूध तेव्हाच मिळते ।
जेव्हा पद्धत माहीत असते । धार काढण्याची ।।१४८३।।
तैसा श्रीगुरु प्रसन्न होये । शिष्य विद्याही कीर लाहे ।
परी ते फळे संप्रदायें । उपासिलिया ।।१४८४।।
सद्गुरू प्रसन्न असेल । तर शिष्यालाही विद्या लाभेल ।
पण संप्रदायाप्रमाणे आचरण करेल । तरच फलदायी ठरेल ॥१४८४॥

म्हणौनि शास्त्रीं जो इये । उचितु संप्रदायो आहे ।
तो ऐक आतां बहुवें । आदरेंसीं ।।१४८५ ।।
या शास्त्रासाठी राहे । एक उचित संप्रदाय आहे ।
तो अत्यंत आदरे पाहे । श्रवण कर ।।१४८५।।
तरी तुवां हें जें पार्था । गीताशास्त्र लाधलें आस्था ।
तें तपोहीना सर्वथा । सांगावें ना हो ।।१४८६।।
अर्जुना हे गीताशास्त्र । तू श्रद्धेने केलेस प्राप्त ।
ते न सांगावे हे उचित । तपोहीनास ।।१४८६।।
अथवा तापसुही जाला । परी गुरूभक्तीं जो ढिला ।
तो वेदीं अंत्यजु वाळिला । तैसा वाळीं ।।१४८७।।
किंवा तपोनिधी असेल । पण गुरुभक्ती नसेल ।
त्याला दूर करशील । वेदांनी अधर्मीला केला तसा ।।१४८७।।
नातरी पुरोडाशु जैसा । न घापे वृद्ध तरी वायसा ।
गीता नेदी तैसी तापसा । गुरुभक्तिहीना ।।१४८८।।
कावळा वृद्ध असेल झाला । यज्ञाचा प्रसाद न देती त्याला ।
तसा गुरुभक्तिहीनाला । गीताशास्त्र सांगू नको ।।१४८८।।
कां तपही जोडे देहीं । भजे गुरुदेवांच्या ठायीं ।
परी आकर्णनीं नाहीं । चाड जरी ।।१४८९।।
एखादा तपोनिधी असेल । गुरुभक्तीही करेल ।
पण त्याला इच्छा नसेल । शास्त्रश्रवणाची ।।१४८९।।
तरी मागील दोन्हीं आंगीं । उत्तम होय कीर जगीं ।
परी या श्रवणालागीं । योग्यु नोहे ।।१४९०।।
जरी या दोन्ही अंगांत । तो श्रेष्ठ ठरी जगात ।
तरी श्रवणाची इच्छा न होत । तर तो योग्य नाही ।।१४९०।।
मुक्ताफळ भलतैसें । हो परी मुख नसे ।
तंव गुण प्रवेशे । तेथ कायी? ।।१४९१।।
उत्तम प्रकारचा मोती असेल । त्याला छिद्र नसेल ।
तर काय प्रवेश करू शकेल । धागा त्यात ।।१४९१।।
सागरु गंभीरु होये । हें कोण ना म्हणत आहे ।
परी वृष्टि वायां जाये । जाली तेथ ।।१४९२।।
सागर खोल आहे । कोण नाही म्हणू पाहे? ।
पण पाऊस वाया जात राहे । तेथे पडून ।।१४९२।।
धालिया दिव्यान्न सुवावें । मग जें वायां धाडावें ।
तें आर्तीं कां न करावें । उदारपण ।।१४९३।।
तृप्त माणसास पक्वान्न वाढता । ते वाया जाईल सर्वथा ।
मग भुकेल्याला वाढून उदारता । का प्रकट करू नये ।।१४९३।।

म्हणौनि योग्य भलतैसें । होतु परी चाड नसे ।
तरी झणें वानिवसें । देसी हें तयां ।।१४९४।।
कितीही योग्य मनुष्य असेल । पण श्रवणाची इच्छा नसेल ।
तर त्याला चुकूनदेखील । गीताशास्त्र सांगू नये ।।१४९४।।
रूपाचा सुजाणु डोळा । वोढवूं ये कायि परिमळा? ।
जेथ जें माने ते फळा । तेथचि ते गा ।।१४९५ ।।
डोळ्यांनी रूप येते पाहता । पण सुगंध येईल का घेता? ।
ज्याला जे कळते, पटते सर्वथा । तेथेच ते फळते ।।१४९५।।
म्हणौनि तपी भक्ति । पाहावे ते सुभद्रापती ।
परी शास्त्रश्रवणीं अनासक्ती । वाळावेचि ते ।।१४९६।।
तप करतो, करतो भक्ती । तरीही हे सुभद्रापती ।
शास्त्रश्रवणाची असेल अनासक्ती ।
तर त्याचा त्याग करावा ।।१४९६।।
नातरी तपभक्ति । होऊनि श्रवणीं आर्ति ।
आथी ऐसीही आयती । देखसी जरी ।।१४९७।।
तप आणि भक्ती करतो । शास्त्रश्रवणाची इच्छा धरतो ।
असा सर्वार्थाने योग्य वाटतो ।
असा कोणी दिसला ।।१४९७।।
तरी गीताशास्त्रनिर्मिता । जो मी सकळलोकशास्ता ।
तया मातें सामान्यता । बोलेल जो ।।१४९८।।
तरी मी गीताशास्त्रनिर्माता । प्राणिमात्रांचा नियमनकर्ता ।
माझ्याविषयी सामान्यता । बुद्धीने जो बोलेल ।।१४९८।।
माझ्या सज्जनेंसिं मातें । पैशुन्याचेनि हातें ।
येक आहाती तयांतें । योग्य न म्हण ।।१४९९।।
माझी व माझ्या भक्तांची दुष्ट वचनांनी ।
निंदा करणारे असेल कोणी ।
त्यांना योग्य न मानी । या गीतार्थासाठी ।।१४९९।।
तयांची येर आघवी । सामग्री ऐसी जाणावी ।
दीपेंवीण ठाणदिवी । रात्रीची जैसी ।।१५००।।
सामान्यता त्यांचे ठायी । सामग्री जाण कशी राही ।
जशी रात्रीच्या वेळी रिकामी ठाणवई ।
तेल–वातीविना ।।१५००।।
अंग गोरें आणि तरुणें । वरी लेईलें आहे लेणें ।
परी येकलेनि प्राणें । सांडिलें जेवीं ।।१५०१।।
रंगाने गोरा सुंदर तरुण । ल्यायला आहे आभूषण ।
परंतु नाही आहे प्राण । त्याच्या देहात ।।१५०१।।

सोनयाचें सुंदर । निर्वाळिलें होय घर ।
परी सर्पांगना द्वार । रुंधलें आहे ।।१५०२।।
सजवलेले आहे सुंदर । सुवर्णाचे घर ।
पण त्याच्या दारी जर । नागीण बसली आहे ।।१५०२।।
निपजे दिव्यान्न चोखट । परी माजीं काळकूट ।
असो मैत्री कपट- । गर्भिणी जैसी ।।१५०३।।
पक्वान्ने बनवली मधुर । त्यात घातले विष भयंकर ।
असे मैत्री कपट असेल तर । पोटात? ।।१५०३।।
तैसी तपभक्तिमेधा । तयाची जाण प्रबुद्धा ।
जो माझयांची कां निंदा । माझीचि करी ।।१५०४।।
तसे त्याचे तप, भक्ती, बुद्धी जाणे । ही कपटाचीच लक्षणे ।
तो माझ्या भक्तांची निंदा करी त्याप्रमाणे । माझी ही करी ॥१५०४॥
याकारणें धनंजया । तो भक्तु मेधावीं तपिया ।
तरी नको बापा इया । शास्त्रा आतळों देवों ।।१५०५ ।।
या कारणाने अर्जुन । भक्त असता तपस्वी बुद्धिमान ।
त्याला या शास्त्राचा तरीपण । स्पर्श होऊ देऊ नकोस ।।१५०५।।
काय बहु बोलों निंदका । योग्य स्त्रष्टयाहीसारिखा ।
गीता हे कवतिका- । लागींही नेदीं ।।१५०६।।
अधिक काय सांगावे तुला । तो ब्रह्मदेवासम योग्य असला ।
तरी कौतुकानेसुद्धा त्याला । गीताज्ञान सांगू नये ।।१५०६।।
म्हणौनि तपाचा धनुर्धरा । तळीं दाटोनि गाडोरा ।
वरी गुरुभक्तीचा पुरा । प्रासादु जो जाला ।।१५०७।।
म्हणून तपाचे पंडुसुत । घातले पायात दगड मजबूत ।
वर बांधला आहे प्रासाद । गुरुभक्तीचा ।।१५०७।।
आणि श्रवणेच्छेचा पुढां । दारवंटा सदा उघडा ।
वरी कलशु चोखडा । अनिंदारत्नांचा ।।१५०८।।
आणि श्रवणेच्छेचे दार । उघडे ठेविले पार ।
अनिंदेच्या रत्नांचा त्यावर । कळस चढवला ।।१५०८।।
ऐशा भक्तालयीं चोखटीं । गीतारत्नेश्वरु हा प्रतिष्ठीं ।
मग माझिया संवसाटी । तुकसी जगीं ।।१५०९।।
अशा भक्तिरूपी मंदिरात । गीता रत्नेश्वर करता प्रतिष्ठित ।
करता येईल तुला प्राप्त । माझी योग्यता ।।१५०९।।
कां जे एकाक्षरपणेंसीं । त्रिमात्रकेचिये कुशीं ।
प्रणवु होतां गर्भवासीं । सांकडला ।।१५१०।।
ॐ हा एकाक्षरीपणात । तीन मात्रांच्या गर्भात ।
राहण्याच्या संकटात । सापडला होता ।।१५१०।।

तो गीतेचिया बाहाळीं । वेदबीज गेलें पाहाळी ।
कीं गायत्री फुलींफळीं । श्लोकांच्या आली ।।१५११।।
वेदांचे बीज तो ॐकार ।
गीतेच्या विस्तारे त्याचा झाला विस्तार ।
गीता म्हणजे गायत्रीस आला बहर ।
श्लोकफुलांचा ।।१५११।।
ते हे मंत्ररहस्य गीता । मेळवी जो माझिया भक्ता ।
अनन्यजीवना माता । बाळका जैसी ।।१५१२।।
ती ही मंत्ररहस्य असलेली गीता । भेटवितो माझ्या भक्ता ।
जसे बालकास एक माता ।
तिच्याविना दुसरे जग नाही ॥१५१२॥
तैसी भक्तां गीतेसीं । भेटी करी जो आदरेंसीं ।
तो देहापाठीं मजसीं । येकचि होय ।।१५१३।।
त्याप्रमाणे भक्तासवे गीतेशी । भेट करून देतो अशी ।
तो एकरूप होतो माझ्याशी । देह ठेवल्यावर ।।१५१३।।
आणि देहाचेंही लेणें । लेऊनि वेगळेपणें ।
असे तंव जीवेंप्राणें । तोचि पढिये ।।१५१४।।
जो देह धारण करून । जीव आणि प्राण असून ।
अलिप्त राही देहभावापासून । तो मला प्रिय आहे ।।१५१४।।
ज्ञानियां कर्मठां तापसां । यया खुणेचिया माणुसां- ।
माजीं तो येकु गा जैसा । पढिये मज ।।१५१५ ।।
कर्मठ, तपस्वी, ज्ञानी । अशा माणसांमधुनी ।
जो गीता सांगे निरूपणी । तो मला प्रिय आहे ।।१५१५।।
तैसा भूतळीं आघवा । आन न देखे पांडवा ।
जो गीता सांगें मेळावा । भक्तजनांचा ।।१५१६।।
भक्तजनांच्या मेळाव्यात जो । गीतेचे निरूपण करतो ।
भूतळी त्याच्यासम मला न दिसतो ।
कोणी आवडता ।।१५१६।।
मज ईश्वराचेनि लोभें । हे गीता पढतां अक्षोभें ।
जो मंडन होय सभे । संतांचिये ।।१५१७।।
ईश्वराच्या भक्तिप्रेमाने । जो गीतापठण करी स्थिरवृत्तीने ।
तो संतांच्या सभेत सन्मानाने । मान्य होतो ।।१५१७।।
नेत्रपल्लवीं रोमांचितु । मंदानिळें कांपवितु ।
आमोदजळें वोलवितु । फुलांचे डोळें ।।१५१८।।
वसंतऋतू नवपल्लवाने रोमांचित करतो । मंद वायूने डोलवतो ।
आनंदाने भरून टाकतो । फुलांचे डोळे ।।१५१८।।

कोकिळा कलरवाचेनि मिषें । सद्गद बोलवीत जैसें ।
वसंत का प्रवेशे । मद्भक्त आरामीं ।।१५१९।।
जणू कोकिळा मधुर ध्वनीने । सद्‌गदित वाणीने ।
सांगे वसंत ऋतूचे येणे ।
भक्ताच्या जीवनी तशी गीता प्रवेशते ।।१५१९।।
कां जन्माचें फळ चकोरां । होत जैं चंद्र ये अंबरा ।
नाना नवघन मयूरां । वो देत पावे ।।१५२०।।
जसा आकाशात चंद्रोदय होतो ।
चकोराचा जन्म सार्थकी लागतो ।
किंवा नवा मेघ आकाशात येतो ।
मोराला ओ देत ।।१५२०।।
तैसा सज्जनांच्या मेळापीं । गीतापद्यरत्नीं उमपीं ।
वर्षे जो माझ्या रूपीं । हेतु ठेऊनि ।।१५२१।।
तसा सज्जनांच्या मेळाव्यात ।
माझ्या स्वरूपी ठेवून चित्त ।
जो अमाप वर्षवत । गीताश्लोकरूपी रत्ने ।।१५२१।।
मग तयाचेनि पाडें। पढियंतें मज फुडें।
नाहींचि गा मागेंपुढें । न्याहाळितां ।।१५२२।।
त्याप्रमाणे भूतकाळात । अथवा भविष्य काळात ।
मागे-पुढे असता पाहत । कोणी मिळत नाही ।।१५२२।।
अर्जुना हा ठायवरी । मी तयातें सूयें जिव्हारीं ।
जो गीतार्थाचें करी । परगुणें संतां ।।१५२३।।
गीतेच्या भावार्थाची जो । संतांना मेजवानी करतो ।
अर्जुना त्याला मी ठेवतो । माझ्या हृदयात ।।१५२३।।
पैं माझिया तुझिया मिळणीं । वाढिनली जे हे कहाणी ।
मोक्षधर्म का जिणीं । आलासे जेथें ।।१५२४।।
तुझ्या माझ्या बोलण्यात । जे उपाय झाले पर्याप्त ।
करून देण्या मोक्ष प्राप्त । जगण्यासाठी ।।१५२४।।
तो हा सकळार्थप्रबोधु । आम्हां दोघांचा संवादु ।
न करितां पदभेदु । पाठेंचि जो पढे ।।१५२५ ।।
तो हा सगळा अर्थ भेद । जो दोघांचा संवाद ।
न पाहता पदभेद । जो पाठ करतो ।।१५२५।।
तेणें ज्ञानानळीं प्रदीप्तीं । मूळ अविद्येचिया आहुती ।
तोषविला होय सुमती । परमात्मा मी ।।१५२६।।
तो प्रदीप्त ज्ञानाग्नीत । अविद्येची आहुती देत ।
मला करी संतुष्ट। मी जो परमात्मा ।।१५२६।।

घेऊनि गीतार्थ उगाणा । ज्ञानिये जें विचक्षणा ।
ठाकती तें गाणावाणा । गीतेचा तो लाहे ।।१५२७।।
गीतेचा अनुभव घेऊन । जशी योग्यता घेती पावून ।
तशीच योग्यता हे अर्जुन । गीता गाणाऱ्यांना लाभते ।।१५२७।।
गीता पाठकासि असे । फळ अर्थज्ञाचि सरिसें ।
गीता माउलियेसि नसे । जाणें तान्हें ।।१५२८।।
गीता जो पठण करतो । तो अर्थ समजण्याचे फळ पावतो ।
गीता माउली जवळ नसतो । जाणते नेणते बाळ हा भेद ।।१५२८।।
आणि सर्वमार्गीं निंदा । सांडूनि आस्था पैं शुद्धा ।
गीताश्रवणीं श्रद्धा । उभारी जो ।।१५२९।।
जो सर्व मार्गांची निंदा सोडून । परिशुद्ध आस्था ठेवून ।
श्रद्धापूर्वक गीतावचन । श्रवण करतो ।।१५२९।।
तयाच्या श्रवणपुटीं । गीतेचीं अक्षरें जंव पैठीं ।
होतीना तंव उठाउठीं । पळेचि पाप ।।१५३०।।
ज्यांच्या कानावर पडती । गीतेची अक्षरे ती ।
त्यांची पापे जलद गती । पळून जातात ।।१५३०।।
अटवियेमाजीं जैसा । वन्हि रिघतां सहसा ।
लंघिती का दिशा । वनौकें तियें ।।१५३१।।
अरण्यात जसा ही । अचानक अग्नी प्रज्वलित होई ।
वनचरे सैरावैरा धावती ही । वाट दिसेल तिकडे ।।१५३१।।
कां उदयाचळकुळीं । खिकतां अंशुमाळी ।
तिमिरें अंतराळीं । हारपती ।।१५३२।।
किंवा पूर्व क्षितिजावर । उगवता रविकर ।
सर्व अंधकार । आकाशात नाहीसा होतो ।।१५३२।।
तैसा कानाच्या महाद्वारीं । गीता गजर जेथ करी ।
तेथ सृष्टीचिये आदिवरी । जायचि पाप ।।१५३३।।
गीतेतील विचारांचा गजर तो । कानाद्वारे मनापर्यंत पोहोचतो ।
पापाला नाहीसे करतो । आरंभकालापासून ।।१५३३।।
ऐसी जन्मवेली धुवट । होय पुण्यरूप चोखट ।
याहीवरी अचाट । लाहे फळ ।।१५३४।।
असे ज्याचे जन्मकूळ । पवित्र होते सकल ।
त्यावरही त्या लाभते फळ । तो पुण्यरूप होतो ।।१५३४।।
जें इये गीतेचीं अक्षरें । जेतुलीं कां कर्णद्वारें ।
रिघती तेतुले होती पुरे । अश्वमेध कीं ।।१५३५ ।।
गीतेतील वचने जितकी । कानातून आत शिरती ।
तितकी ती पुण्य देती । अश्वमेध यज्ञाचे ।।१५३५।।

म्हणौनि श्रवणें पापें जाती । आणि धर्म धरी उन्नती ।
तेणें स्वर्गराज संपत्ती । लाहेचि शेखीं ।।१५३६।।
श्रवणाने पापे जाती । धर्माची होते प्रगती ।
स्वर्गाच्या राज्याची संपत्ती । प्राप्त होते ।।१५३६।।
तो पैं मज यावयालागीं । पहिलें पेणें करी स्वर्गीं ।
मग आवडे तंव भोगी । पाठीं मजचि मिळे ।।१५३७।।
स्वर्गात विश्रांती घेई । स्वर्गसुखाचा उपभोग घेई ।
नंतर माझ्याशी होई । तो एकरूप ।।१५३७।।
ऐसी गीता धनंजया । ऐकतया आणि पढतया ।
फळे महानंदें मियां । बहु काय बोलों ।।१५३८।।
अशी ही गीता सुभद्रापती ।
जे ऐकती आणि वाचती ।
त्यांना होते माझी, चिदानंदाची प्राप्ती ।
अधिक काय बोलू? ॥१५३८॥
याकारणें हें असो । परी जयालागीं शास्त्रातिसो ।
केला तें तंव तुज पुसों । काज तुझें ।।१५३९।।
आता राहो हे बोलणे । गीतारंभ केला ज्या कारणे ।
ते तुझे कार्य काय जाणे । ते मी विचारतो ।।१५३९।।
तरी सांग पां पांडवा । हा शास्त्रसिद्धांतु आघवा ।
तुज एकचित्तें फावा । गेला आहे? ।।१५४०।।
तेव्हा हे पांडवा सांग । हा शास्त्र सिद्धान्त ।
तुला एकचित्ते साद्यंत । समजला आहे का? ।।१५४०।।
आम्हीं जैसें जया रीतीं । उगाणिलें कानांच्या हातीं ।
येरीं तैसेंचि तुझ्या चित्तीं । पेठें केलें कीं? ।।१५४१।।
त्याप्रमाणे आम्ही सुभद्रापती ।
सिद्धांत दिले कानाच्या हाती ।
ते त्यांनी तुझ्या चित्ती ।
स्वाधीन केले काय? ।।१५४१।।
अथवा माझारीं । गेलें सांडीविखुरी ।
किंवा उपेक्षेवरी । वाळूनि सांडिलें ।।।१५४२।।
अथवा माघारी गेले । की सांडून विखुरले ।
की त्यांनी झुगारून दिले । उपेक्षेने? ।।१५४२।।
जैसें आम्हीं सांगितलें । तैसेंचि हृदयीं फावलें ।
तरी सांग पां वहिलें । पुसेन तें मी ।।१५४३।।
जे आम्ही सांगितले । तसेच ते हृदयी पोहोचले? ।
मग सत्वर बोले । जे मी विचारेन ।।१५४३।।

तरी स्वाज्ञानजनितें । मागिलें मोहें तूतें ।
भुलविलें तो येथें । असे कीं नाहीं? ।।१५४४।।
हे अर्जुना अज्ञानाने । मागच्या जुन्या मोहाने ।
तुला भुलविले तो या ज्ञानाने ।
गेला की नाही? ।।१५४४।।
हें बहु पुसों काई । सांगें तूं आपल्या ठायीं ।
कर्माकर्म कांहीं । देखतासी? ।।१५४५ ।।
मी जास्त विचारत नाही । तुला असे वाटत राही ।
कर्म अकर्म यातील काही ।
आपल्या हातात आहे? ।।१५४५।।
पार्थु स्वानंदैकरसें । विरेल ऐसा भेददशे ।
आणिला येणें मिषें । प्रश्नाचेनि ।।१५४६।।
आत्मानंद ऐक्यात अर्जुन । जर गेला पूर्ण विरघळून ।
तर युद्ध करणार नाही म्हणून ।
प्रश्नाच्या निमित्ताने सावध केले ॥१५४६॥
पूर्णब्रह्म जाला पार्थु । तरी पुढील साधावया कार्यार्थु ।
मर्यादा श्रीकृष्णनाथु । उल्लंघों नेदी ।।१५४७।।
तो ब्रह्माशी ऐक्य पावताही । कार्य साधले न जाई ।
म्हणून देवाने ओलांडू दिली नाही ।
त्याला भेदाची सीमा ॥१५४७॥
येऱ्हवीं आपुलें करणें । सर्वज्ञ काय तो नेणें? ।
परी केलें पुसणें । याचि लागीं ।।१५४८।।
आपला उद्देश सकल । झाला की नाही सफल ।
हे देव जाणती तरी विचारलं। अर्जुनाला ।।१५४८।।
एवं करोनियां प्रश्न । नसतेंचि अर्जुनपण ।
आणूनियां जालें पूर्णपण । तें बोलवी स्वयें ।।१५४९।।
त्याला प्रश्न विचारून । हरवलेले अर्जुनपण जाणून ।
ते त्यांच्याकडून वदवून । देवांनी घेतले ।।१५४९।।
मग क्षीराब्धीतें सांडितु । गगनीं पुंजु मंडितु ।
निवडे जैसा न निवडितु । पूर्णचंद्रु ।।१५५०।।
चंद्र सोडून क्षीरसागराला । सुशोभित करी गगनाला ।
तरी तो नसे वेगळा । क्षीरसागरापासून ।।१५५०।।
तैसा ब्रह्म मी हें विसरे । तेथ जगचि ब्रह्मत्वें भरे ।
हेंही सांडी तरी विरे । ब्रह्मपणही ।।१५५१।।
मीच ब्रह्मरूप हे विसरून । विश्व ब्रह्मरूप हेही विसरून ।
ब्रह्मपण जाईल विरघळून । तो अर्जुन ।।१५५१।।

ऐसा मोडतु मांडतु ब्रह्में । तो दुःखें देहाचिये सीमे ।
मी अर्जुन येणें नामें । उभा ठेला ।।१५५२।।
ब्रह्माचे स्मरण ठेवी । जो स्वतः ब्रह्मरूप राही ।
तो पूर्वस्थितीवर येई । अर्जुन बनून ।।१५५२।।
मग कांपतां करतळीं । दडपूनि रोमावळी ।
पुलिका स्वेदजळीं । जिरऊनियां ।।१५५३।।
थरथरणाऱ्या तळहातांनी । रोमांच दडपूनी ।
घामाचे बिंदू जिरवुनी । तो अर्जुन ।।१५५३।।
प्राणक्षोभें डोलतया । आंगा आंगचि टेंकया ।
सूनि स्तंभु चाळया । भुलौनियां ।।१५५४।।
वेगवान श्वासाने डोलते शरीर । त्याला देऊन शरीराचा आधार ।
कंठ सद्‌गदित हे सगळे विकार । त्याने दाबून टाकले ।।१५५४।।
नेत्रयुगुळाचेनि वोतें । आनंदामृताचें भरितें ।
वोसंडत तें मागुतें । काढूनियां ।।१५५५ ।।
दोन्ही नेत्र भरून आनंदाश्रूंचे । लोट ओघळती अमृताचे ।
ते आवरून प्रयत्नांते । त्याने पुसून टाकले ।।१५५५।।
विविधा औत्सुक्यांची दाटी । चीप दाटत होती कंठीं ।
ते करूनियां पैठी । हृदयामाजीं ।।१५५६।।
विविध प्रकारच्या उत्कंठांनी । कंठ आला दाटुनी ।
हृदयात दाबून ठेवुनी । त्या उत्कंठा ।।१५५६।।
वाचेचें वितुळणें । सांवरूनि प्राणें ।
अक्रमाचें श्वसणें । ठेऊनि ठायीं ।।१५५७।।
वाणी गेली अडखळून । तिला प्रयत्नांनी सावरून ।
विस्कळीत झालेले श्वसन । पूर्ववत केले ।।१५५७।।
मग अर्जुन म्हणे काय देवो । पुसताति आवडे मोहो ।
तरी तो सकुटुंब गेला जी ठावो । घेऊनि आपला ।।१५५८।।
अर्जुन म्हणाला हे देवा हे । तू विचारले मोहाची आवड आहे? ।
तो मोह परिवारासह निघून जाये । अज्ञान घेऊन ।।१५५८।।
पासीं येऊनि दिनकरें । डोळ्यातें अंधारें ।
पुसिजे हें कायि सरे । कोणे गांवीं? ।।१५५९।।
सूर्य जेव्हा जवळ येतो । डोळ्यांना काय अंधार दिसतो ।
हा विचार काय शोभतो । कोणत्या गावात ।।१५५९।।
तैसा तूं श्रीकृष्णराया । आमुचिया डोळयां ।
गोचर हेंचि कायिसया । न पुरे तंव ।।१५६०।।
तसा हे श्रीकृष्ण । तू आम्हाला दिले दर्शन ।
ते पुरेसे नाही काय अजून । मोहाचा नाश होण्या ।।१५६०।।

वरी लोभें मायेपासूनी । तें सांगसी तोंड भरूनी ।
जें कायिसेनिही करूनी । जाणूं नये ।।१५६१।।
आईपेक्षाही अधिक प्रेमाने । तू सांगितलेस विस्ताराने ।
कोणत्याही उपायाने । जे जाणता न ये ।।१५६१।।
आतां मोह असे कीं नाहीं । हें ऐसें जी पुससी काई ।
कृतकृत्य जाहलों पाहीं । तुझेपणें ।।१५६२।।
मोह आहे की नाही । असे विचारता जे काही ।
मी कृतार्थ झालो आहे पाही । तुमच्या कृपाप्रसादे ।।१५६२।।
गुंतलों होतों अर्जुनगुणें । तो मुक्त जालों तुझेपणें ।
आतां पुसणें सांगणें । दोन्ही नाहीं ।।१५६३।।
मी अर्जुनपणात होतो गुंतलो । तुझ्यामुळे मुक्त झालो ।
आता सांगणे, पुसणे विसरलो । दोन्हीही ।।१५६३।।
मी तुझेनि प्रसादें । लाधलेनि आत्मबोधें ।
मोहाचे तया कांदे । नेदीच उरों ।।१५६४।।
तुझ्या कृपाप्रसादाने । मिळालेल्या आत्मबोधाने ।
मोहाचे मूळ अज्ञान जे जाणे । शिल्लक राहिले नाही ।।१५६४।।
आतां करणें कां न करणें । हें जेणें उठी दुजेपणें ।
तें तूं वांचूनि नेणें । सर्वत्र गा ।।१५६५ ।।
आता कर्म करणे न करणे । जे उठते द्वैतभावाने ।
ते आता मी न जाणणे । तुझ्यावाचून सर्वत्र ।।१५६५।।
ये विषयीं माझ्या ठायीं । संदेहाचे नुरेचि कांहीं ।
त्रिशुद्धि कर्म जेथ नाहीं । तें मी जालों ।।१५६६।।
या विषयी माझ्या ठायी । संदेह शिल्लक राहिला नाही ।
जेथे त्रिशुद्धी कर्म न राही । तेथे मी ऐक्य पावलो ।।१५६६।।
तुझेनि मज मी पावोनी । कर्तव्य गेलें निपटूनी ।
परी आज्ञा तुझी वांचोनि । आन नाहीं प्रभो ।।१५६७।।
तुझ्या दिव्य उपदेशांनी । कर्तव्य गेले निपटुनी ।
आता तुझ्या आज्ञेवाचुनी । मला दुसरे काही नाही ।।१५६७।।
कां जें दृश्य दृश्यातें नाशी । जें दुजें द्वैतातें ग्रासी ।
जें एक परी सर्वदेशीं । वसवी सदा ।।१५६८।।
जे दृश्य दृश्या नासते । जे द्वैत द्वैताला ग्रासते ।
ते सर्व देहा व्यापते । एक असूनही ।।१५६८।।
जयाचेनि संबंधें बंधु फिटे । जयाचिया आशा आस तुटे ।
जें भेटलया सर्व भेटे । आपणपांचि ।।१५६९।।
ज्याच्या संबंधाने बंधन फिटते । ज्याच्यामुळे इतर आशा तुटते ।
तो भेटता सर्वत्र भेटते । आत्मचैतन्य आपोआप ।।१५६९।।

तें तूं गुरुलिंग जी माझें । जें येकलेपणींचें विरजें ।
जयालागीं वोलांडिजे । अद्वैतबोधु ।।१५७०।।
तो तू माझा सद्‌गुरू होय । जो एकटेपणात करी साहाय्य ।
ज्याच्यासाठी उल्लंघावे धनंजय । अद्वैताचे ज्ञान ।।१५७०।।
आपणचि होऊनि ब्रह्म । सारिजे कृत्याकृत्यांचें काम ।
मग कीजे का निःसीम । सेवा जयाची ।।१५७१।।
आपण स्वतः ब्रह्म होऊन । कृत्य, अकृत्य बाजूला सारून ।
पुढील आयुष्यात करून । निस्सीम सेवा ।।१५७१।।
गंगा सिंधू सेवूं गेली । पावतांचि समुद्र जाली ।
तेवीं भक्तां सेल दिधली । निजपदाची ।।१५७२।।
गंगा सागर सेवेला गेली । पोहोचताच एकरूप झाली ।
तसे भक्त सेवका जागा दिली । निजपदाची ।।१५७२।।
तो तूं माझा जी निरुपचारु । श्रीकृष्णा सेव्य सद्‌गुरू ।
मा ब्रह्मतेचा उपकारु । हाचि मानीं ।।१५७३।।
श्रीकृष्णा तू उपचारातीत । सेवा करण्या योग्य अत्यंत ।
मी ब्रह्मरूप होण्याचा असत । माझ्यावर उपकार ।।१५७३।।
जें मज तुम्हां आड । होतें भेदाचें कवाड ।
तें फेडोनि केलें गोड । सेवासुख ।।१५७४।।
तुमच्या आणि माझ्या आड । जे होते भेदाचे कवाड ।
ते दूर करून केले गोड । सेवेचे सुख ।।१५७४।।
तरी आतां तुझी आज्ञा । सकळ देवाधिदेवराज्ञा ।
करीन देईं अनुज्ञा । भलतियेविषयीं ।।१५७५ ।।
तू सकल देवांचा ईश । तरी आता तुझा आदेश ।
पाळीन मी त्या जरी विशेष । असतील कोणत्याही ।।१५७५।।
यया अर्जुनाचिया बोला । देवो नाचे सुखें भुलला ।
म्हणे विश्वफळा जाला । फळ हा मज ।।१५७६।।
अर्जुनाच्या या बोलाने । देव नाचू लागे सुखाने ।
हा फलरूप झाला म्हणे । मला विश्वफळ असलेल्या ।।१५७६।।
उणेनि उमचला सुधाकरु । देखुनी आपला कुमरु ।
मर्यादा क्षीरसागरु । विसरेचिना? ।।१५७७।।
पूर्ण कलेने युक्त आपला । मुलगा चंद्र, पाहून त्याला ।
काय क्षीरसागर न विसरला । आपली मर्यादा? ।।१५७७।।
ऐसे संवादाचिया बहुलां । लग्न दोघांचियां आंतुला ।
लागलें देखोनि जाला । निर्भरु संजयो ।।१५७८।।
अशा संवादाच्या बोहल्यावरती । दोघांचे जणू लग्न झाल्यावरती ।
आनंदलाटा निर्माण होती । संजयाच्या मनी ।।१५७८।।

तेणें उचंबळलेपणें । संजय धृतराष्ट्रातें म्हणे ।
जी कैसे बादरायणें । रक्षिलों दोघे? ।।१५७९।।
त्या आनंदाच्या भरात । संजय धृतराष्ट्रा म्हणत ।
व्यास आपले रक्षण करीत । आपले भाग्य थोर ।।१५७९।।
आजि तुमतें अवधारा । नाहीं चर्मचक्षूही संसारा ।
कीं ज्ञानदृष्टिव्यवहारा आणिलेती ।।१५८०।।
तुम्हा जग पाहण्यासाठी । इतरांसारखे चर्मचक्षु नसती ।
पण तुला आणते ती ज्ञानदृष्टी । व्यवहारापर्यंत ।।१५८०।।
आणि रथींचिये राहाटी । घेई जो घोडेयासाठीं ।
तया आम्हां या गोष्टी । गोचरा होती ।।१५८१।।
आम्ही असतो रथ चालवण्यासाठी । व घोड्यांसाठी ।
तरी या ज्ञानगोष्टी । आम्हाला मिळती ।।१५८१।।
वरी जुंझाचें निर्वाण । मांडलें असे दारुण ।
दोहीं हारीं आपण । हारपिजे जैसें ।।१५८२।।
हे युद्ध निर्वाणीचे असले । अनर्थकरी प्रसंग मांडले ।
कोणीही यात पराजित झाले ।
तरी हार आपली आहे ।।१५८२।।
येवढा जिये सांकडां । कैसा अनुग्रहो पैं गाढा ।
जे ब्रह्मानंदु उघडा । भोगवीतसे ।।१५८३।।
अशा संकटी भयाण । व्यासांचा अनुग्रह महान ।
की घेता येतो उघड छान ।
ब्रह्मानंदाचा अनुभव ।।१५८३।।
ऐसें संजय बोलिला । परी न द्रवे येरु उगला ।
चंद्रकिरणीं शिवतला । पाषाणु जैसा ।।१५८४।।
असे संजय बोलला । पण धृतराष्ट्र न द्रवला ।
जसा पाषाणाला स्पर्श केला । चंद्रकिरणांनी ।।१५८४।।
हे देखोनि तयाची दशा । मग करीचिना सरिसा ।
परी सुखें जाला पिसा । बोलतसे ।।१५८५।।
त्याची अवस्था बघून ।
संजय न सांगे समजावून ।
पण तो अमृतमधुर संवाद ऐकून ।
तो आनंदाने बोलत राहिला ।।१५८५।।
भुलविला हर्षवेगें । म्हणौनि धृतराष्ट्रा सांगे ।
येऱ्हवीं नव्हे तयाजोगें । हें कीर जाणें ।।१५८६।।
तो आनंदाने भारला होता । म्हणून धृतराष्ट्राला सांगत होता ।
एरवी तो जाणत होता । की त्याची योग्यता नाही ।।१५८६।।

मग म्हणे पैं कुरुराजा । ऐसा बंधुपुत्र तो तुझा ।
बोलिला तें अधोक्षजा । गोड जालें ।।१५८७।।
हे कुरु राजा संजय म्हणाला । तुझा बंधुपुत्र जे बोलला ।
ते श्रीकृष्णाच्या मनाला । गोड वाटले ।।१५८७।।
अगा पूर्वापर सागर । ययां नामसीचि सिनार ।
येर आघवें तें नीर । एक जैसें ।।१५८८।।
पूर्व-पश्चिमेकडील सागर । यांत नावाचेच अंतर ।
एरवी सगळे नीर । एकच आहे ।।१५८८।।
तैसा श्रीकृष्ण पार्थ ऐसें । हें आंगाचिपासीं दिसे ।
मग संवादीं जी नसे । कांहींचि भेदु ।।१५८९।।
तसे अर्जुन व श्रीकृष्ण । देहरूपे असती भिन्न ।
पण जिथे संवादाचे स्थान । तिथे कोणताच भेद नाही ।।१५८९।।
पैं दर्पणाहूनि चोखें । दोन्ही होती सन्मुखें ।
तेथ येरी येर देखे । आपणपें जैसें ।।१५९०।।
दर्पणाहून स्वच्छ अपार । दोन्ही समोरासमोर ।
एकमेकांचे रूप साकार । सुंदर दिसते ।।१५९०।।
तैसा देवेसीं पंडुसुतु । आपणपें देवीं देखतु ।
पांडवेंसीं देखे अनंतु । आपणपें पार्थीं ।।१५९१।।
तसा श्रीकृष्णा अर्जुनही । आपल्यात पाहत राही ।
तर अर्जुनात पाही । श्रीकृष्ण स्वत:ला ।।१५९१।।
देव देवो भक्तालागीं । जिये विवरूनि देखे आंगीं ।
येरु तियेचेही भागीं । दोन्ही देखे ।।१५९२।।
श्रीकृष्ण विचार करत । देवा पाहती भक्तात ।
अर्जुनदेखील ब्रह्मस्वरूपात । दोघांना पाहतो ।।१५९२।।
आणिक कांहींच नाहीं । म्हणौनि करिती काई ।
दोघे येकपणें पाहीं । नांदताती ।।१५९३।।
दोघांमध्ये काहीही । भेद राहिला नाही ।
दोघे एकत्रपणे पाही । नांदताना ।।१५९३।।
आतां भेदु जरी मोडे । तरी प्रश्नोत्तर कां घडे? ।
ना भेदुचि तरी जोडे । संवादसुख कां? ।।१५९४।।
आता भेद जर मोडती । प्रश्नोत्तरे का घडती ।
भेद शिल्लक न राहती । तर संवाद सुख कुठले? ।।१५९४।।
ऐसें बोलतां दुजेपणें । संवादीं द्वैत गिळणें ।
तें ऐकिलें बोलणें । दोघांचें मियां ।।१५९५।।
असे बोलता द्वैतपणे । संवादातून द्वैत सारणे ।
ते दोघांचे बोलणे । मी ऐकले ।।१५९५।।

उटूनि दोन्ही आरिसे । वोडविलीया सरिसे ।
कोण कोणा पाहातसे । कल्पावें पां? ।।१५९६।।
दोन स्वच्छ आरसे । एकापुढे एक ठेवले जसे ।
कोण कोणा पाहतसे । हे कसे ठरवावे ।।१५९६।।
कां दीपासन्मुखु । ठेविलया दीपकु ।
कोण कोणा अर्थिकु । कोण जाणें ।।१५९७।।
एका दिव्यासमोर । दुसरा दिवा ठेवला जर ।
कोण कोणा प्रकाशे तर । हे कसे जाणावे ।।१५९७।।
नाना अर्कापुढें अर्कु । उदयलिया आणिकु ।
कोण म्हणे प्रकाशकु । प्रकाश्य कवण? ।।१५९८।।
एका सूर्यासमोर । दुसरा सूर्य उगवला जर ।
कोण प्रकाश देणारा तर । कोण प्रकाश घेतो ।।१५९८।।
हें निर्धारूं जातां फुडें। निर्धारासि ठक पडे।
ते दोघे जाले एवढे । संवादें सरिसे ।।१५९९।।
ते दोघे संवादाच्या भरात । इतके मिसळून येत ।
की द्वैताचा विचार तिथल्या तेथ । थांबला गेला ।।१५९९।।
जी मिळतां दोन्ही उदकें । माजी लवण वारूं ठाके ।
कीं तयासींही निमिखें । तेंचि होय ।।१६००।।
दोन नद्यांचे पाणी मिसळते । मध्ये मीठ ठेवले असते ।
क्षणात तेही पाणी झाले असते । तसे झाले ।।१६००।।
तैसे श्रीकृष्ण अर्जुन दोन्ही । संवादले तें मनीं ।
धरितां मजही वानी । तेंचि होतसे ।।१६०१।।
तसा श्रीकृष्ण-अर्जुन । यांच्यातील संवाद ऐकून ।
दोघांच्या मध्ये राहून । माझे तेच झाले ।।१६०१।।
ऐसें म्हणे ना मोटकें । तंव हिरोनि सात्विकें ।
आठव नेला नेणों कें । संजयपणाचा ।।१६०२।।
असे संजय बोलतो । सात्त्विक भाव निर्माण होतो ।
आणि तो विसरून जातो । आपले संजयपण ।।१६०२।।
रोमांच जंव फरके । तंव तंव आंग सुरके ।
स्तंभ स्वेदांतें जिंके । एकला कंपु ।।१६०३।।
शरीरावर रोमांच येती । देहा संकुचित करती ।
एका कंपाने जिंकले जाती । घर्मबिंदू व स्तब्धता ।।१६०३।।
अद्वयानंदस्पर्शें । दिठी रसमय जाली असे ।
ते अश्रु नव्हती जैसें । द्रवत्वचि ।।१६०४।।
अद्वयानंदाच्या स्पर्शाने । दृष्टीचे रसमय होणे ।
ते जणू अश्रू नसणे । तो भक्तीचा पाझरच ।।१६०४।।

नेणों काय न माय पोटीं । नेणों काय गुंफे कंठीं ।
वागर्था पडत मिठी । उससांचिया ॥१६०५॥
न मावेना पोटात । आला दाटून कंठ।
तोंडातून न शब्द फुटत । उसासू लागला ॥१६०५॥
किंबहुना सात्विकां आठां । चाचरु मांडतां उमेठा ।
संजयो जालासे चोहटां । संवादसुखाचा ॥१६०६॥
अष्ट सात्त्विकता दाटली । संजयाची बोबडी वळली ।
संजय हा त्या संवादाची झाली । चावडीच जणू ॥१६०६॥
तया सुखाची ऐसी जाती । जे आपणचि धरी शांती ।
मग पुढती देहस्मृती । लाधली तेणें ॥१६०७॥
त्या सुखाची अशी जाती । हृदयात स्वाभाविक होते शांती ।
नंतर देहभान प्राप्ती । संजयाला झाली ॥१६०७॥
तेव्हां बैसतेनि आनंदें । म्हणे जी जें उपनिषदें ।
नेणती तें व्यासप्रसादें । ऐकिलें मियां ॥१६०८॥
आनंद आवेग कमी होता ही । संजय म्हणे उपनिषदांनाही ।
जे गूढ माहीत नाही । ते व्यासांच्या प्रसादे मी ऐकले ॥१६०८॥
ऐकतांचि ते गोठी । ब्रह्मत्वाची पडिली मिठी ।
मीतूंपणेंसीं दृष्टी । विरोनि गेली ॥१६०९॥
ते परमगुह्य ऐकता । ब्रह्मभावाशी झाली एकरूपता ।
मी-तू पणाची दृष्टी आता । विरूनी गेली ॥१६०९॥
हे आघवेचि का योग । जया ठाया येती मार्ग ।
तयाचें वाक्य सवंग । केलें मज व्यासें ॥१६१०॥
हे सर्व योग । ज्या ठिकाणी येती हे मार्ग ।
व्यासांनी ऐकण्यास केले सुजग । दिव्य ज्ञान देऊन ॥१६१०॥
अहो अर्जुनाचेनि मिषें । आपणपेंचि दुजें ऐसें ।
नटोनि आपणया उद्देशें । बोलिलें जें देव ॥१६११॥
असे अर्जुनाच्या निमित्तानी । दुसरा अर्जुन बनूनी ।
आपणा स्वतःला उद्देशुनी । देव बोलले ॥१६११॥
तेथ कीं माझें श्रोत्र । पाटाचें जालें जी पात्र ।
काय वानूं स्वतंत्र । सामर्थ्य श्रीगुरुचें ॥१६१२॥
ते ऐकण्यास माझे कान । अधिकाराच्या योग्यतेचे गेले होऊन ।
मी काय करू वर्णन । सद्‌गुरूंच्या सामर्थ्याचे ॥१६१२॥
राया हें बोलतां विस्मित होये । तेणेंचि मोडावला ठाये ।
रत्नीं कीं रत्नकिळा ये । झांकोळित जैसी ॥१६१३॥
राजाला हे बोलून चकित होऊन । संजयाचे गेले देहभान हरपून ।
जशी रत्नप्रभा क्षणात उठते चमकून । क्षणात मावळते ॥१६१३॥

हिमवंतींचीं सरोवरें । चंद्रोदयीं होती काश्मीरें ।
मग सूर्यागमीं माघारें । द्रवत्व ये ॥१६१४॥
हिमालयातील सरोवरे ती ।
चंद्रोदयी गोठून स्फटिकासमान होती ।
पुन्हा पाणीरूप होती । सूर्योदय होता ॥१६१४॥
तैसा शरीराचिया स्मृती । तो संवादु संजय चित्तीं ।
धरी आणि पुढती । तेंचि होय ॥१६१५॥
देहस्मृतीच्या योगानं जरी । संजय हा संवाद चित्ती धरी ।
विसरूनी जाई त्यानंतर परी । विस्मृतीमुळे सारे ॥१६१५॥
मग उठोनि म्हणे नृपा । श्रीहरीचिया विश्वरूपा ।
देखिलया उगा कां पां । असों लाहसी? ॥१६१६॥
तो राजास म्हणे उठून । श्रीहरीचे स्वरूप बघून ।
तू का राहिलास स्वस्थ बसून । हर्ष न होता ॥१६१६॥
न देखणेनि जें दिसे । नाहींपणेंचि जें असे ।
विसरें आठवे तें कैसें । चुकऊं आतां ॥१६१७॥
जे डोळ्यांनी न पाहताही दिसे । नाही तरी वाटते असे ।
विसरले तरी आठवते तसे । ते मी कसे चुकवू?॥१६१७॥
देखोनि चमत्कारु । कीजे तो नाहीं पैसारु ।
मजहीसकट महापूरु । नेत आहे ॥१६१८॥
पाहतो हा चमत्कार । अवकाश नसे करण्या हा विचार ।
माझ्यासकट हा महापूर । विचार वाहून नेई ॥१६१८॥
ऐसा श्रीकृष्णार्जुन- । संवाद संगमीं स्नान ।
करूनि देतसे तिळदान । अहंतेचें ॥१६१९॥
हा संवाद श्रीकृष्ण-अर्जुन । या संगमी स्नान करून ।
त्याने तिलांजली टाकली देऊन । अहंकाराची ॥१६१९॥
तेथ असंवरें आनंदें । अलौकिकही कांहीं स्फुंदे ।
श्रीकृष्ण म्हणे सद्गदें । वेळोवेळां ॥१६२०॥
त्याला अनिवार आनंद होऊन ।
अलौकिक काही आठवून ।
श्रीकृष्ण, श्रीकृष्ण म्हणे स्फुंदून ।
तो पुन्हापुन्हा ॥१६२०॥
या अवस्थांची कांहीं । कौरवांतें परी नाहीं ।
म्हणौनि रायें तें कांहीं । कल्पावें जंव ॥१६२१॥
या अवस्थेचा काही । धृतराष्ट्रावर परिणाम नाही ।
तो म्हणून विचार करत राही ।
संजयाच्या ओघळणाऱ्या अश्रूंचा ॥१६२१॥

तंव जाला सुखलाभु । आपणया करूनि स्वयंभु ।
बुझाविला अवष्टंभु । संजयें तेणें ।।१६२२।।
संजयाला जो सुखलाभ झाला । तो चित्तात स्थिर केला ।
आणि तो देह भानावर आला ।
अष्ट सात्त्विक भाव शांतवून ।।१६२२।।
तेथ कोणी येकी अवसरी । होआवी ते करूनि दुरी ।
रावो म्हणे संजया परी । कैसी तुझी गा? ।।१६२३।।
येथे काय प्रसंग घडती ।
दूर न करता माझी चिंता ती ।
सांगतोस वेगळी गोष्ट कोणती ।
राजा संजयाला म्हणाला ।।१६२३।।
तेणें तूंतें येथें व्यासें । बैसविलें कासया उद्देशें ।
अप्रसंगामाजीं ऐसें । बोलसी काई? ।।१६२४।।
महर्षी व्यासांनी तुला येथे । कोणत्या उद्देशे बसवले होते ।
आणि तू बोलतोस काय भलते । असे अप्रसंगी ।।१६२४।।
रानींचें राउळा नेलिया । दाही दिशा मानी सुनिया ।
कां रात्री होय पाहलया । निशाचरां ।।१६२५।।
रानटी माणसास मंदिरी नेती । त्यास दाही दिशा ओस वाटती ।
निशाचराला रात्र वाटती । दिवस उजाडला ।।१६२५।।
जो जेथिंचें गौरव नेणें । तयासि तें भिंगुळवाणें ।
म्हणौनि अप्रसंगु तेणें । म्हणावा कीं तो ।।१६२६।।
ज्याला गोष्टीचे महत्त्व नाही । ती गोष्ट विपरीत वाटत राही ।
म्हणून त्याचे म्हणणे स्वाभाविक होई ।
की तो अप्रसंग आहे ।।१६२६।।
मग म्हणे सांगें प्रस्तुत । उदयलेंसे जें उत्कळित ।
तें कोणासि बा रे जैत । देईल शेखीं? ।।१६२७।।
धृतराष्ट्र म्हणे संजय सांग प्रस्तुत । युद्ध जे सुरू आहे सांप्रत ।
त्यात कोणाची होईल जीत । शेवटी ।।१६२७।।
येऱ्हवीं विशेषें बहुतेक । आमुचें ऐसें मानसिक ।
जे दुर्योधनाचे अधिक । प्रताप सदा ।।१६२८।।
एरवी विशेष करून । कल्पना करते माझे मन ।
की दुर्योधनाचा पराक्रम । सर्वांत वरचढ आहे ।।१६२८।।
आणि येरांचेनि पाडें । दळही याचें देव्हडें ।
म्हणौनि जैत फुडें । आणील ना तें? ।।१६२९।।
इतरांच्या मानाने पाहे । याचे सैन्यही प्रचंड आहे ।
म्हणून विजय आणून राहे । खेचून तो ।।१६२९।।

आम्हां तंव गमे ऐसें । मा तुझें ज्योतिष कैसें ।
तें नेणों संजया असे । तैसें सांग पां ।।१६३०।।
आम्हाला आहे असे वाटत । पण काय आहे तुझे भाकित ।
ते आम्हाला नाही कळत । तू निर्भयपणे सांग ।।१६३०।।
यया बोला संजयो म्हणे । जी येरयेरांचें मी नेणें ।
परी आयुष्य तेथें जिणें । हें फुडें कीं गा ।।१६३१।।
हे ऐकून संजय म्हणे । इतरांचे मी न जाणे ।
पण आयुष्य तेथे जगणे । हे निश्चित आहे ।।१६३१।।
चंद्रु तेथें चंद्रिका । शंभु तेथें अंबिका ।
संत तेथें विवेका । असणें कीं जी ।।१६३२।।
चंद्र तेथे चांदणे । शंकर तेथे पार्वती असणे ।
संत तिथे विवेकाने । राहणे आहे ।।१६३२।।
रावो तेथें कटक । सौजन्य तेथें सोयरीक ।
वन्हि तेथें दाहक । सामर्थ्य कीं ।।१६३३।।
राजा तेथे सैन्य । सोयरिकीला सौजन्य ।
अग्नी तेथे ज्वलन । सामर्थ्य असणार ।।१६३३।।
दया तेथें धर्मु । धर्मु तेथें सुखागमु ।
सुखीं पुरुषोत्तमु । असे जैसा ।।१६३४।।
दया तेथे धर्म । धर्म तेथे सुखजन्म ।
सुखजन्म तेथे पुरुषोत्तम । जसा असतो ।।१६३४।।
वसंत तेथें वनें । वन तेथें सुमनें ।
सुमनीं पालिंगनें । सारंगांचीं ।।१६३५।।
वसंत तेथे वने । वने तेथे सुमने ।
सुमने तेथे समूहाने । भ्रमर असती ।।१६३५।।
गुरु तेथ ज्ञान । ज्ञानीं आत्मदर्शन ।
दर्शनीं समाधान । आथी जैसें ।।१६३६।।
गुरू तेथे ज्ञान । ज्ञान तेथे आत्मदर्शन ।
आत्मदर्शनी समाधान । असणारच ।।१६३६।।
भाग्य तेथ विलासु । सुख तेथ उल्लासु ।
हें असो तेथ प्रकाशु । सूर्य जेथें ।।१६३७।।
भाग्य तेथे सुख । सुख तेथे उल्हास ।
प्रकाश तेथेच असे । जिथे सूर्य ।।१६३७।।
तैसे सकल पुरुषार्थ । जेणें स्वामी कां सनाथ ।
तो श्रीकृष्ण रावो जेथ । तेथ लक्ष्मी ।।१६३८।।
तसे चारी पुरुषार्थ । ज्याच्यामुळे सनाथ ।
जिथे श्रीकृष्ण लक्ष्मीचा नाथ । तिथे लक्ष्मी ।।१६३८।।

आणि आपुलेनि कांतेंसीं । ते जगदंबा जयापासीं ।
अणिमादिकीं काय दासी । नव्हती तयातें? ॥१६३९॥
आपल्या पतीसोबत । जगदंबा जिथे राहत ।
मग अष्टसिद्धी दासीरूपात । काय तिथे न राहती? ॥१६३९॥
कृष्ण विजयस्वरूप निजांगें । तो राहिला असे जेणें भागें।
तैं जयो लागवेगें । तेथेंचि आहे ॥१६४०॥
तो विजयस्वरूप श्रीकृष्णही । स्वतः जिथे उभा राही ।
तिकडेच निश्चितही । जय असणार ॥१६४०॥
विजयो नामें अर्जुन विख्यातु । विजयस्वरूप श्रीकृष्णनाथु ।
श्रियेसीं विजय निश्चितु । तेथेंचि असे ॥१६४१॥
अर्जुन विजय नामे विख्यात । विजयस्वरूप श्रीकृष्णनाथ ।
लक्ष्मीसह तिथेच निश्चित । विजय आहे ॥१६४१॥
तयाचिये देशींच्या झाडीं । कल्पतरूतें होडी ।
न जिणावें कां येवढीं । मायबापें असतां? ॥१६४२॥
त्याच्या देशीच्या झाडांनी । कल्पतरूंना पैज लावूनी ।
का न घ्यावे जिंकूनी । असे मातापिता असता ॥१६४२॥
ते पाषाणही आघवें । चिंतारत्नें कां नोहावे? ।
तिये भूमिके कां न यावें । सुवर्णत्व? ॥१६४३॥
तेथील सर्व पाषाण । का न व्हावे चिंतामणी रत्न ।
का न यावे सुवर्णपण । त्या धरणीला? ॥१६४३॥
तयाचिया गांवींचिया । नदी अमृतें वाहाविया ।
नवल कायि राया । विचारीं पां ॥१६४४॥
त्या गावातील नद्या तेथ । अमृताने भरून का वाहू नयेत? ।
नवल काय असे यात । राजा तू विचार कर ॥१६४४॥
तयाचे बिसाट शब्द । सुखें म्हणों येती वेद ।
सदेह सच्चिदानंद । कां न व्हावे ते? ॥१६४५॥
ज्याच्या मुखातील स्वैर शब्द । जे सुखाने ठरती वेद ।
तो सदेह सच्चिदानंद । का होऊ नये? ॥१६४५॥
पैं स्वर्गापवर्ग दोन्ही । इयें पदें जया अधीनीं ।
तो श्रीकृष्ण बाप जननी । कमळा जया ॥१६४६॥
स्वर्ग, मोक्ष दोन्ही जाण । असती त्याच्या अधीन ।
पिता ज्याचा श्रीकृष्ण । माता लक्ष्मी ॥१६४६॥
म्हणौनि जिया बाहीं उभा । तो लक्ष्मीयेचा वल्लभा ।
तेथें सर्वसिद्धी स्वयंभा । येर मी नेणें ॥१६४७॥
ज्याच्या बाजूला उभे राहती । श्रीकृष्ण जे लक्ष्मीपती ।
तेथे सर्व सिद्धी स्वयं येती । या पलीकडे मी जाणत नाही ॥१६४७॥

आणि समुद्राचा मेघु । उपयोगें तयाहूनि चांगु ।
तैसा पार्थी आजि लागु । आहे तये ॥१६४८॥
मेघ बनतो समुद्राच्या पाण्याने ।
पण तोच चांगला उपयोगाच्या दृष्टीने ।
तसेच अर्जुनाचे आज भाग्य खुलणे । श्रीकृष्णापेक्षा ॥१६४८॥
कनकत्वदीक्षागुरू । लोहा परिसु होय कीरू ।
परी जगा पोसिता व्यवहारु । तेंचि जाणें ॥१६४९॥
परीस लोखंडाचा गुरू बनतो । त्याला सुवर्णदीक्षा देतो ।
पण व्यवहारी सोन्याचा उपयोग होतो ।
तेच श्रेष्ठ ठरते ॥१६४९॥
येथ गुरुत्वा येतसे उणें । ऐसें झणें कोण्ही म्हणे ।
वन्हि प्रकाश दीपपणें । प्रकाशी आपुला ॥१६५०॥
येथे गुरूला येई उणेपण । असे म्हणेल कोणी पटकन ।
अग्नी प्रकट करतो प्रकाशन ।
स्वतःचे दिव्याच्या रूपाने ॥१६५०॥
तैसा देवाचिया शक्ती । पार्थु देवासीचि बहुती ।
परी माने इये स्तुती । गौरव असे ॥१६५१॥
देवाची ही शक्ती । तिची अर्जुनाला झाली प्राप्ती ।
देवालाही आवडते स्तुती ।
अर्जुनाची, तिला महत्त्व आहे ॥१६५१॥
आणि पुत्रें मी सर्व गुणीं । जिणावा हे बापा शिराणी ।
तरी ते शारङ्गपाणी । फळा आली ॥१६५२॥
मुलांनी जिंकावे सर्व गुणांत । अशी इच्छा बापाच्या मनात ।
जणू आज ती आली पूर्णत्वात । कृष्णाच्या मनीची ॥१६५२॥
किंबहुना ऐसा नृपा । पार्थु जालासे कृष्णकृपा ।
तो जयाकडे साक्षेपा । रीति आहे ॥१६५३॥
काय राजा तुला घ्यावे सांगून । कृष्णकृपेने युक्त अर्जुन ।
आहे ज्या बाजूकडून । निश्चयाने ॥१६५३॥
तोचि गा विजयासि ठावो । येथ तुज कोण संदेहो? ।
तेथ न ये तरी वावो । विजयोचि होय ॥१६५४॥
त्याच बाजूला विजय राहे । तुला संशय का आहे? ।
त्याच्याकडे जर विजय न राहे । तर विजयही व्यर्थ ॥१६५४॥
म्हणौनि जेथ श्री तेथें श्रीमंतु । जेथ तो पंडूचा सुतु ।
तेथ विजय समस्तु । अभ्युदयो तेथ ॥१६५५॥
जिथे लक्ष्मी आणि श्रीकृष्ण । जिथे पंडुसुत अर्जुन ।
तेथेच विजय असून । भाग्योदय तिथेच ॥१६५५॥

जरी व्यासाचेनि साचें । धिरे मन तुमचें ।
तरी या बोलाचें । ध्रुवचि माना ।।१६५६।।
व्यासांच्या वचनावर । तुमचा विश्वास असेल जर ।
माझे बोलणे तर । ध्रुवासम अढळ माना ।।१६५६।।
जेथ तो श्रीवल्लभु । जेथ भक्तकदंबु ।
तेथ सुख आणि लाभु । मंगळाचा ।।१६५७।।
जेथे तो श्रीवल्लभ श्रीकृष्ण । जेथे भक्त कदंब अर्जुन ।
तेथे सुख आणि लाभ जाण । असे मांगल्याचे ।।१६५७।।
या बोला आन होये । तरी व्यासाचा अंकु न वाहे ।
ऐसें गाजोनि बाहें । उभिली तेणें ।।१६५८।।
हे बोलणे असत्य होई । तर व्यासशिष्य म्हणवून घेणार नाही ।
बाहू उंचावून दोन्हीही । संजय गर्जना करी ।।१६५८।।
एवं भारताचा आवांका । आणूनि श्लोका येका ।
संजयें कुरुनायका । दिधला हातीं ।।१६५९।।
महाभारताचे सार घेउनी । ते एका श्लोकात आणुनी ।
संजयाने दिले ठेवुनी । धृतराष्ट्राचे हाती ।।१६५९।।
जैसा नेणों केवढा वन्ही । परी गुणाग्रीं ठेऊनी ।
आणिजे सूर्याची हानी । निस्तरावया ।।१६६०।।
कळत नाही किती अग्नी । पण वातीच्या टोकावर ठेवुनी ।
जसा घरात येतो घेउनी ।
सूर्याची उणीव कमी करण्या ॥१६६०॥
तैसें शब्दब्रह्म अनंत । जालें सवालक्ष भारत ।
भारताचें शतें सात । सर्वस्व गीता ।।१६६१।।
जसे शब्द ब्रह्म (वेद) अनंत ।
त्याचे सव्वा लक्ष श्लोकी महाभारत ।
त्याचे सार सातशे श्लोकांत । म्हणजे गीता ।।१६६१।।
तयांही सातां शतांचा । इत्यर्थु हा श्लोक शेषींचा ।
व्यासशिष्य संजयाचा । पूर्णोद्गारु जो ।।१६६२।।
त्या सातशे श्लोकांचा मथितार्थ ।
तो शेवटचा श्लोक सार्थ ।
हा व्यासशिष्य संजयाचा यथार्थ ।
पूर्ण उद्गार आहे ।।१६६२।।
येणें येकेंचि श्लोकें । राहे तेणें असकें ।
अविद्याजाताचें निकें । जिंतलें होय ।।१६६३।।
या एकाच श्लोकाचे जो । जाणून चिंतन करेल तो ।
विद्येचे शुद्ध सार जिंकतो । असे होईल ।।१६६३।।
ऐसें श्लोक शतें सात । गीतेचीं पदें आंगें वाहत ।
पदें म्हणों कीं परमामृत । गीताकाशींचें ।।१६६४।।
हे सातशे श्लोक स्वत: आपण । गीता पदे करती धारण ।
ही पदे आहेत की अमृत जाण । गीता आकाशीचे ।।१६६४।।
कीं आत्मराजाचिये सभे । गीते वोडवले हे खांबे ।
मज श्लोक प्रतिभे । ऐसे येत ।।१६६५।।
की आत्मराजाच्या सभेत । उभारलेले सातशे खांब असत ।
अशी माझ्या मनात । कल्पना येते ।।१६६५।।
कीं गीता हे सप्तशती । मंत्रप्रतिपाद्य भगवती ।
मोहमहिषा मुक्ति । आनंदली असे ।।१६६६।।
गीता ही सप्तशती । मंत्रांनी वर्णिलेली भगवती ।
मोह आदि राक्षसा देऊन मुक्ती । आनंदली आहे ।।१६६६।।
म्हणौनि मनें कायें वाचा । जो सेवकु होईल इयेचा ।
तो स्वानंदसाम्राज्याचा । चक्रवर्ती करी ।।१६६७।।
जो काया-मने-वाचा । सेवक होई हिचा ।
तो स्वानंद साम्राज्याचा । सम्राट होईल ।।१६६७।।
कीं अविद्यातिमिररोंखें । श्लोक सूर्यातें पैजा जिंकें ।
ऐसे प्रकाशिले गीतामिषें । रायें श्रीकृष्णें ।।१६६८।।
अंधारावर करतो मात । श्लोक सूर्याशी पैजा जिंकत ।
करून गीतेचे निमित्त । श्रीकृष्णाने प्रकाश दाखवला ।।१६६८।।
कीं श्लोकाक्षरद्राक्षलता । मांडव जाली आहे गीता ।
संसारपथश्रांता । विसंवावया ।।१६६९।।
हे श्लोक म्हणजे द्राक्षाच्या वेली । मांडवावर अशी पसरली ।
की संसारी श्रमलेल्यांना सावली । विश्रांतीसाठी ।।१६६९।।
कीं सभाग्यसंतीं भ्रमरीं । केले ते श्लोककल्हारीं ।
श्रीकृष्णाख्यसरोवरीं । सासिन्नली हे ।।१६७०।।
भाग्यवंत संत भ्रमरांनी । सेविल्या आहेत कमलिनी ।
श्रीकृष्णरुपी सरोवरातुनी । तसे हे श्लोक ।।१६७०।।
कीं श्लोक नव्हती आन । गमे गीतेचें महिमान ।
वाखाणिते बंदीजन । उदंड जैसे ।।१६७१।।
हे फक्तश्लोक नसती । ते गीतेचा महिमा गाती ।
जणू भाट जमले असती । उदंड इथे ।।१६७१।।
कीं श्लोकांचिया आवारा । सात शतें करूनि सुंदरा ।
सर्वागम गीतापुरा । वसों आले ।।१६७२।।
किंवा श्लोकांच्या आवारात । सातशे मंगल स्तोत्र गात ।
राहण्या या गीतापुरीत । सर्व शास्त्रे आली आहेत ।।१६७२।।

कीं निजकांता आत्मया । आवडी गीता मिळावया ।
श्लोक नव्हती बाह्या । पसरु का जो ।।१६७३।।
किंवा गीतारूपी लक्ष्मीने । प्रिय पतीला आवडीने ।
आलिंगन देण्याच्या मिषाने । हे श्लोकरूपी बाहू पसरलेत ।।१६७३।।
कीं गीताकमळींचे भृंग । कीं हे गीतासागरतरंग ।
कीं हरीचे हे तुरंग । गीतारथींचे ।।१६७४।।
हे गीताकमळातील भृंग । गीतासागरावरील तरंग ।
किंवा गीतारथाचे तुरंग (घोडे) । श्रीहरीच्या ।।१६७४।।
कीं श्लोक सर्वतीर्थ संघातु । आला श्रीगीतेगंगे आंतु ।
जे अर्जुन नर सिंहस्थु । जाला म्हणौनि ।।१६७५।।
किंवा गीता ही गंगारूप । श्लोक हे तीर्थाचे स्वरूप ।
सिंहस्थ पर्वणी अर्जुनरूप । त्रिसंगमा आले ।।१६७५।।
कीं नोहे हे श्लोकश्रेणी । अचिंत्यचित्तचिंतामणी ।
कीं निर्विकल्पां लावणी । कल्पतरूंची ।।१६७६।।
या नव्हे श्लोकांच्या पंक्ती । चिंतामणी जे अचिंत्य चित्ती ।
निर्विकल्प ब्रह्माची प्राप्ती । जणू हे कल्पतरू ।।१६७६।।
ऐसिया शतें सात श्लोकां । परी आगळा येकयेका ।
आतां कोण वेगळिका । वानावां पां ।।१६७७।।
असे हे सातशे श्लोक । श्रेष्ठ एकापेक्षा एक ।
यातील कोणाचे कौतुक । वेगळे करावे? ।।१६७७।।
तान्ही आणि पारठी । इया कामधेनूतें दिठी ।
सूनि जैसिया गोठी । कीजती ना ।।१६७८।।
कामधेनू जर पाहिली । ती भाकड आहे की व्यायलेली ।
या दोन्हींची कसली । शक्यता राहत नाही ।।१६७८।।
दीपा आगिलु मागिलु । सूर्यु धाकुटा वडीलु ।
अमृतसिंधु खोलु । उथळु कायसा ।।।१६७९।।
दिवा मागचा की पुढचा । सूर्य मोठा की धाकटा ।
अमृतसागर खोल की वरवरचा । असे कसे असेल? ।।१६७९।।
तैसे पहिले सरते । श्लोक न म्हणावे गीते ।
जुनीं नवीं पारिजातें । आहाती काई? ।।१६८०।।
श्लोक पहिला की शेवटचा । असे येत नाही म्हणता ।
जुनी नवी येईल का सांगता । पारिजातकाची फुले ।।१६८०।।
आणि श्लोका पाडु नाहीं । हें कीर समर्थु काई ।
येथ वाच्य वाचकही । भागु न धरी ।।१६८१।।
या श्लोकांना उपमा नाही । याचे समर्थन करावे काही? ।
वाच्य आणि वाचकही । एकरूप होती ।।१६८१।।

जे इये शास्त्रीं येकु । श्रीकृष्णचि वाच्य वाचकु ।
हें प्रसिद्ध जाणे लोकु । भलताही ।।१६८२।।
हे जे शास्त्र आहे जाण । ते सांगणारा व ऐकणारा श्रीकृष्ण ।
हे याचे सर्व ज्ञान । शहाण्या लोकांना आहे ।।१६८२।।
येथें अर्थे तेंचि पाठें । जोडे येवढेनि धटें ।
वाच्यवाचक येकवटें । साधितें शास्त्र ।।१६८३।।
याचा अर्थ आणि पठण । फळप्राप्तीचे समान साधन ।
वाच्य वाचक यांचे एकत्रीकरण । हे शास्त्र साधते ।।१६८३।।
म्हणौनि मज कांहीं । समर्थनीं आतां विषय नाहीं ।
गीता जाणा हे वाङ्मयी । श्रीमूर्ति प्रभूचि ।।१६८४।।
म्हणून आता मजला । समर्थनार्थ विषय न उरला ।
त्यात मूर्तीरूप प्रभूच भरला । वाङ्मयरूपात ।।१६८४।।
शास्त्र वाच्यें अर्थे फळे । मग आपण मावळे ।
तैसें नव्हें हें सगळें । परब्रह्मचि ।।१६८५।।
शास्त्रे वाचता अर्थ समजतो । फलप्राप्तीनंतर मावळतो ।
हा गीतार्थ ब्रह्मरूप असतो । हे शास्त्र नव्हे ।।१६८५।।
कैसा विश्वाचिया कृपा । करूनि महानंद सोपा ।
अर्जुनव्याजें रूपा । आणिला देवें ।।१६८६।।
विश्वाचा उद्धार योजून । ब्रह्मानंद सोपा करून ।
अर्जुनाचे निमित्त करून । देवांनी तो गीतारूपात आणला ।।१६८६।।
चकोराचेनि निमित्तें । तिन्ही भुवनें संतप्तें ।
निववविलीं कळांवतें । चंद्रें जेवीं ।।१६८७।।
चकोराच्या निमित्ताने । संतप्त तिन्ही भुवने ।
पूर्ण चंद्राच्या साहाय्याने । शांतवली जातात ।।१६८७।।
कां गौतमाचेनि मिषें । कलिकाळज्वरीतोद्देशें ।
पाणिढाळु गिरीशें । गंगेंचा केला ।।१६८८।।
गौतम ऋषींचे करून निमित्त । काळज्वराने जे पीडित ।
गंगौघ वाहवला निर्मित । श्रीशंकराने ।।१६८८।।
तैसें गीतेचें हें दुभतें । वत्स करूनि पार्थातें ।
दुभिन्नली जगापुरतें । श्रीकृष्ण गाय ।।१६८९।।
श्रीकृष्ण गायीचे दुभते । अर्जुना वासरू निमित्ते ।
दिले संपूर्ण जगाते । पुरेल इतके दिले ।।१६८९।।
येथे जीवें जरी नाहाल । तरी हेंचि कीर होआल ।
नातरी पाठमिषें तिंबाल । जीभचि जरी ।।१६९०।।
या गंगेत तुम्ही न्हाल । तर तुम्ही गीतारूप ब्रह्म व्हाल ।
किंवा गीतारूप बनाल । जीभेने पठण करता ।।१६९०।।

तरी लोह एकें अंशें । झगटलिया परीसें ।
येरीकडे अपैसें । सुवर्ण होय ।।१६९१।।
लोखंडाच्या एका भागाला । जरी परिसाने स्पर्श केला ।
तरी उरलेला भाग सगळा । सुवर्णाचा होतो ।।१६९१।।
तैसी पाठाची ते वाटी । श्लोकपाद लावा ना जंव वोठीं ।
तंव ब्रह्मतेची पुष्टी । येईल आंगा ।।१६९२।।
तशी गीता पाठाची वाटी । लावताच ओठी ।
अंगी ब्रह्मपदाची पुष्टी । होतसे ।।१६९२।।
ना येणेसीं मुख वांकडें । करूनि ठाकाल कानवडें ।
तरी कानींही घेतां पडे । तेचि लेख ।।१६९३।।
गीतेकडे पाठ फिरवून । कानाने घेतली ऐकून ।
तरी तेच जाते मिळून । फळ तिचे ।।१६९३।।
जे हे श्रवणें पाठें अर्थें । गीता नेदी मोक्षाआरौतें ।
जैसा समर्थु दाता कोण्हातें । नास्ति न म्हणे ।।१६९४।।
जे करिती श्रवण पठण । त्यास गीता करते मोक्षदान ।
समर्थ उदार दाता जाण । तो विन्मुख पाठवत नाही ।।१६९४।।
म्हणौनि जाणतया सवा । गीताचि येकी सेवा ।
काय कराल आघवां । शास्त्रीं येरीं ।।१६९५।।
म्हणून जाणकारांसोबत बसून । गीतेचे करावे श्रवण ।
इतर शास्त्रे शिकून । काय परिणाम साधणार? ।।१६९५।।
आणि कृष्णार्जुनीं मोकळी । गोठी चावळिली जे निराळी ।
ते श्रीव्यासें केली करतळीं । घेवों ये ऐसी ।।१६९६।।
कृष्ण अर्जुनाचा मनमोकळा । सुखसंवाद जो निराळा ।
तो घेता येईल करतळा । असा व्यासांनी सोपा केला ।।१६९६।।
बाळकातें वोरसें । माय जैं जेवऊं बैसे ।
तैं तया ठाकती तैसे । घांस करी ।।१६९७।।
आई बाळाला भरवील । तेव्हा त्याला गिळता येईल ।
असे लहान घास करेल । भरवताना ।।१६९७।।
कां अफाटा समीरणा । आपैतेंपण शाहाणा ।
केलें जैसें विंजणा । निर्मूनियां ।।१६९८।।
अफाट वारे वाहती । ते यावे आपल्या हाती ।
म्हणून पंख्याची निर्मिती । माणसाने केली ।।१६९८।।
तैसें शब्दें जें न लभे । तें घडूनिया अनुष्टुभें ।
स्त्रीशूद्रादि प्रतिभे । सामाविलें ।।१६९९।।
शब्दांनी जे न कळले । ते अनुष्टुभ छंदात गुंफले ।
व्यासांनी सुगम करून ठेवले । स्त्री शुद्रादिंच्या बुद्धीला ।।१६९९।।

स्वातीचेनि पाणियें । न होती जरी मोतियें ।
तरी अंगीं सुंदरांचिये । कां शोभिती तियें? ।।१७००।।
पाण्याचे थेंब स्वातीचे । जर मोती बनले नसते ।
तर काय शोभले असते । स्त्रियांच्या अंगावर? ।।१७००।।
नादु वाद्या न येतां । तरी कां गोचरु होता ।
फुलें न होतां घेपता । आमोदु केवीं? ।।१७०१।।
नाद वाद्यात उतरला नसता ।
तर आपल्याला कसा कळला असता?।
सुगंध कसा मिळाला असता ।
फुले नसती तर? ।।१७०१।।
गोडीं न होती पक्वान्नें । तरी कां फावती रसनें? ।
दर्पणावीण नयनें । नयनु कां दिसे? ।।१७०२।।
पक्वान्नात गोडी नसती । तर जिभेला कशी कळती?।
डोळे रूप कसे पाहती । आरसा नसता तर? ।।१७०२।।
द्रष्टा श्रीगुरुमूर्ती । न रिगता दृश्यपंथीं ।
तरी कां ह्या उपास्ती । आकळता तो? ।।१७०३।।
सद्गुरू जे निर्गुण निराकार । त्या आला नसता आकार ।
तर उपासनेचा उपचार । साधक कसे करतील? ।।१७०३।।
तैसें वस्तु जें असंख्यात । तया संख्या शतें सात ।
न होती तरी कोणा येथ । फावों शकतें?।।१७०४।।
ब्रह्मरूप जे अफाट ।
जर सातशे श्लोकांत नसते झाले प्रगट ।
तर कोणाला ते स्पष्ट ।
जाणता आले असते का? ।।१७०४।।
मेघ सिंधूचें पाणी वाहे । तरी जग तयातेंचि पाहे ।
कां जे उमप ते नोहें । ठाकतें कोण्हा ।।१७०५।।
मेघ समुद्राचे पाणी वाही । पण जग मेघांकडे पाही ।
कारण प्राप्त न होई । जे अमर्याद आहे ।।१७०५।।
आणि वाचा जें न पवे । तें हे श्लोक न होते बरवे ।
तरी कानें मुखें फावे । ऐसें कां होतें? ।।१७०६।।
वाचेला जे प्राप्त न होते । त्याचे जर श्लोक केले नसते ।
तर वर्णनास कसे आले असते । ऐकता, उच्चारता?।।१७०६।।
म्हणौनि श्रीव्यासाचा हा थोरु । विश्वा जाला उपकारु ।
जे श्रीकृष्ण उक्ती आकारु । ग्रंथाचा केला ।।१७०७।।
म्हणून महर्षी व्यासांचे जगावर । आहेत अनंत उपकार ।
त्यांनी ग्रंथांचा दिला आकार । श्रीकृष्णाच्या वचनांना ।।१७०७।।

आणि तोचि हा मी आतां । श्रीव्यासाचीं पदें पाहतां पाहतां ।
आणिला श्रवणपथा । मऱ्हाठिया ।।१७०८।।
तोच ग्रंथ मी आता । व्यासांची पदे पाहता पाहता ।
आणला मी श्रवणाच्या पथा । मराठीत ।।१७०८।।
व्यासादिकांचे उन्मेख । राहाटती जेथ साशंक ।
तेथ मीही रंक येक । चावळी करीं ।।१७०९।।
व्यासादिकांची महान बुद्धिमत्ता । ठेवते जिथे साशंकता ।
तेथे मी सामान्य ज्ञाता । वर्णन करू पाहतो ।।१७०९।।
परी गीता ईश्वरु भोळा । ले व्यासोक्तिकुसुममाळा ।
तरी माझिया दुर्वादळा । ना न म्हणे कीं ।।१७१०।।
गीता ईश्वर आहे भोळा । धारण करी व्यास कुसुम माळा ।
तरी माझ्याही दुर्वांच्या दळा । नाही म्हणत नसे ।।१७१०।।
आणि क्षीरसिंधूचिया तटा । पाणिया येती गजघटा ।
तेथ काय मुरकुटा । वारिजत असे? ।।१७११।।
क्षीरसागराच्या काठी । हत्ती कळप येई पाण्यासाठी ।
मग नाही म्हणतो का चिलटांसाठी । तो समुद्र? ।।१७११।।
पांख फुटे पांखिरूं । नुडे तरी नभींच स्थिरू ।
गगन आक्रमी सत्वरू । तो गरुडही तेथ ।।१७१२।।
पंख फुटलेले पाखरू ते । आकाशी उंच उडू पाहते ।
गरुडाचेही विहरणे असते । उंच आकाशात ।।१७१२।।
राजहंसाचें चालणें । भूतळीं जालिया शाहाणें ।
आणिकें काय कोणें । चालावेचिना? ।।१७१३।।
राजहंस चालतो ते । पृथ्वीवर शोभून दिसते ।
म्हणून काय इतर कोणी येथे । चालूच नये काय? ।।१७१३।।
जी आपुलेनि अवकाशें । अगाध जळ घेपे कलशें ।
चुळीं चूळपण ऐसें । भरूनि न निघे? ।।१७१४।।
आपल्या आकारा सम ते । कलशात पाणी मावते ।
पण चूळही पाणी देते । तिच्या कुवतीप्रमाणे ।।१७१४।।
दिवटीच्या आंगीं थोरी । तरी ते बहु तेज धरी ।
वाती आपुलिया परी । आणीच कीं ना? ।।१७१५।।
मशाल मोठी असते । तिचे तेज मोठे पडते ।
वातीचे तिच्या परी ते । तेज पडतेच ना?।।१७१५।।
जी समुद्राचेनि पैसें । समुद्रीं आकाश आभासे ।
थिल्लरीं थिल्लराऐसें । बिंबेचि पैं ।।१७१६।।
समुद्राच्या विस्ताराप्रमाणे त्यात । आकाश होते प्रतिबिंबित ।
पण त्या मानाने डबक्यात । बिंब दिसतेच ना? ।।१७१६।।

तेवीं व्यासादिक महामती । वावरों येती इये ग्रंथीं ।
मा आम्ही ठाकों हे युक्ति । न मिळे कीर? ।।१७१७।।
व्यासासह महान बुद्धिमंत । विवरण करती हा ग्रंथ ।
आम्ही अल्प बुद्धिमंत । आम्ही करू नये काय? ।।१७१७।।
जिये सागरीं जळचरें । संचरती मंदराकारें ।
तेथ देखोनि शफरें येरें । पोहों न लाहती? ।।१७१८।।
महान सागरात । मंदाराएवढे जलचर संचारित ।
मग तेथे छोटे मासे पोहत । नाहीत काय? ।।१७१८।।
अरुण आंगाजवळिके । म्हणौनि सूर्यातें देखे ।
मा भूतळींची न देखे । मुंगी काई? ।।१७१९।।
अरुण सूर्याजवळ राही । तो सूर्याला सहज पाही ।
मग पृथ्वीवरची मुंगीही । सूर्याला बघत नाही काय? ।।१७१९।।
यालागीं आम्हां प्राकृतां । देशिकारें बंधें गीता ।
म्हणणें हें अनुचिता । कारण नोहे ।।१७२०।।
म्हणून आमच्यासम सामान्य मती । गीतेवर भाष्य करती ।
ही गोष्ट अयोग्य ठरती । असे म्हणण्याचे कारण नाही ।।१७२०।।
आणि बापु पुढां जाये । ते घेत पाउलाची सोये ।
बाळ ये तरी न लाहे । पावों कायी? ।।१७२१।।
पिता पुढे जात असेल । त्याच मार्गे बाळ जाईल ।
त्याला ही का न मिळेल । इष्ट स्थान? ।।१७२१।।
तैसा व्यासाचा मागोवा घेतु । भाष्यकारातें वाट पुसतु ।
अयोग्यही मी न पवतु । कें जाईन? ।।१७२२।।
तसा व्यासांचा मागोवा घेत । भाष्यकारांना वाट पुसत ।
मी जाईन तर विपरीत- । स्थानी कसा जाईन? ।।१७२२।।
आणि पृथ्वी जयाचिया क्षमा । नुबगे स्थावर जंगमा ।
जयाचेनि अमृतें चंद्रमा । निववी जग ।।१७२३।।
क्षमा भावनेने पृथ्वी साहते । स्थावर-जंगमाचे त्रासिक विश्व ते ।
त्याच्याच कृपेने तेज शांततेचे । चंद्रमा जगाला देतो ।।१७२३।।
जयाचें आंगिक असिकें । तेज लाहोनि अर्कें ।
आंधाराचें सावाइकें । लोटिजत आहे ।।१७२४।।
त्याच्याच कृपेने तो । सूर्यही प्रकाशतो ।
आणि दूर लोटतो । अंधाराचे संकट।।१७२४।।
समुद्रा जयाचें तोय । तोया जयाचें माधुर्य ।
माधुर्या सौंदर्य । जयाचेनि ।।१७२५।।
समुद्राला पाणी मिळते । पाण्याला मधुरता येते ।
मधुरतेला सौंदर्य लाभते । ईश्वरकृपेनेच ।।१७२५।।

पवना जयाचें बळ । आकाश जेणें पघळ ।
ज्ञान जेणें उज्वल । चक्रवर्ती ।।१७२६।।
ज्यामुळे मिळाली वाऱ्याला शक्ती ।
आकाशाला व्यापक विस्तृती ।
ज्ञानाला उज्वल प्राप्ती । सार्वभौमत्वाची ।।१७२६।।
वेद जेणें सुभाष । सुख जेणें सोल्लास ।
हें असो रूपस । विश्व जेणें ।।१७२७।।
त्याच्यामुळे वेदांना बोलता आले । सुख समृद्ध झाले ।
विश्व सुंदर बनले । पण आता हे वर्णन पुरे ।।१७२७।।
तो सर्वोपकारी समर्थु । सद्गुरु श्रीनिवृत्तिनाथु ।
राहाटत असे मजही आंतु । रिघोनियां ।।१७२८।।
ते परोपकारी समर्थ । सद्‌गुरू निवृत्तिनाथ ।
माझ्या अंत:करणात । राहत आहेत ।।१७२८।।
आतां आयती गीता जगीं । मी सांगें मऱ्हाठिया भंगीं ।
येथ कें विस्मयालागीं । ठावो आहे ।।१७२९।।
ही आयती मिळालेली गीता ।
मी जगास मराठीत सांगता ।
त्यांच्या प्रेरणेने हे होता । आश्चर्य ते काय? ।।१७२९।।
श्रीगुरुचेनि नांवें माती । डोंगरीं जयापासीं होती ।
तेणें कोळियें त्रिजगतीं । येकवद केली ।।१७३०।।
गुरुच्या नावाने आणून माती । डोंगरावरून करून मूर्ती ।
कोळ्याने (एकलव्याने) ती जगती ।
सर्वमान्य केली ।।१७३०।।
चंदनें वेधलीं झाडें । जालीं चंदनाचेनि पाडें ।
वसिष्ठें मांनिली कीं भांडे । भानूसीं शाटी ।।१७३१।।
चंदनाच्या स्पर्शाने ती । झाडे सुगंधित होती ।
वसिष्ठांनी ठेवलेली छाटी ।
सूर्यासम प्रकाशली ।।१७३१।।
मा मी तव चित्ताथिला । आणि श्रीगुरु ऐसा दादुला ।
जो दिठीवेनि आपुला । बैसवी पदीं ।।१७३२।।
सचेतन मनुष्य माझ्यासारखा । सद्‌गुरूसम पाठीराखा ।
दृष्टीनेच शिष्याला एका । पदावर बसवतो?।।१७३२।।
आधींचि देखणी दिठी । वरी सूर्य पुरवी पाठी ।
तैं न दिसे ऐसी गोठी । केंही आहे? ।।१७३३।।
आधीच आहे सूक्ष्म दृष्टी । सूर्य करी प्रकाश वृष्टी ।
मग अशा कोणत्या गोष्टी । ज्या दिसणार नाहीत? ।।१७३३।।

म्हणौनि माझें नित्य नवे । श्वासोश्वासही प्रबंध होआवे ।
श्रीगुरुकृपा काय नोहे । ज्ञानदेवो म्हणे ।।१७३४।।
म्हणून माझे नित्य नवे श्वास । काव्यग्रंथ बनती खास ।
कारण गुरुकृपेचा वास । असे ज्ञानेश्वर म्हणती ।।१७३४।।
याकारणें मियां । श्रीगीतार्थु मऱ्हाठिया ।
केला लोकां यया । दिठीचा विषो ।।१७३५।।
मी याच कारणापाई ।
लोकांच्या दृष्टीला जो विषय होई ।
असा गीतेचा मी अर्थही ।
मराठी भाषेत प्रकट केला ।।१७३५।।
परी मऱ्हाठे बोलरंगें । कवळितां पैं गीतांगें ।
तैं गातयाचेनि पांगें । येकाढतां नोहे ।।१७३६।।
हा मराठीतील अर्थ नुसता । जर असेल कोणी वक्ता ।
त्याने केवळ वाचला असता । समजतो ।।१७३६।।
म्हणौनि गीता गावों म्हणे । तें गाणिवें होती लेणें ।
ना मोकळे तरी उणें । गीताही आणित ।।१७३७।।
गीता जे गातील । ते भूषणे होतील ।
नुसती कोणी वाचील । तरी उणेपणा नाही ।।१७३७।।
सुंदर आंगीं लेणें न सूये । तैं तो मोकळा शृंगारु होये ।
ना लेइलें तरी आहे । तैसें कें उचित? ।।१७३८।।
दागिना घातला नाही देहावर । तरी तो दिसतो सुंदर ।
आणि देहावर घातला तर । वेगळे औचित्य काय? ।।१७३८।।
कां मोतियांची जैसी जाती । सोनयाही मान देती ।
नातरी मानविती । अंगेंचि सडीं ।।१७३९।।
मोत्याचा असा गुण असतो । तो सोन्यालाही शोभा देतो ।
नुसता धारण केला तरी तो । अंगावर शोभतो ।।१७३९।।
नाना गुंफिलीं कां मोकळीं । उणीं न होती परीमळीं ।
वसंतागमींचीं वाटोळीं । मोगरीं जैसीं ।।१७४०।।
वसंत ऋतूत मोगरा फुलला ।
मोकळा ठेवला वा हारात गुंफला ।
तरी कमीपणा नाही आला ।
त्याच्या सुगंधात ।।१७४०।।
तैसा गाणिवेतें मिरवी । गीतेवीणही रंगु दावीं ।
तो लाभाचा प्रबंधु ओंवी । केला मियां ।।१७४१।।
गाण्यात गुंफला जरी । स्वतंत्रपणे वाचला तरी ।
लाभ देतो दोन्ही परी । असा मी ग्रंथ लिहिला ।।१७४१।।

तेणें आबालसुबोधें । ओवीयेचेनि प्रबंधें ।
ब्रह्मरससुस्वादें । अक्षरें गुंथिलीं ॥१७४२॥
आबालवृद्ध ज्ञानवंतांना । सहज समजतील सर्वांना ।
अशा ब्रह्मरसाच्या मधुर अक्षरांना ।
मी ओवी छंदात गुंफले ॥१७४२॥
आतां चंदनाच्या तरुवरीं । परीमळालागीं फुलवरीं ।
पारुखणें जियापरी । लागेना कीं ॥१७४३॥
चंदन वृक्षाजवळ जाताही । सुगंधासाठी फुले नाही ।
म्हणून कारण नाही । थांबून राहण्याचे ॥१७४३॥
तैसा प्रबंधु हा श्रवणीं । लागतखेंवो समाधि आणी ।
ऐकिलियाही वाखाणी । काय व्यसन न लवी? ॥१७४४॥
हा ओवीग्रंथ करता श्रवण । भावसमाधी राहते लागून ।
मग पुन्हापुन्हा करावा श्रवण ।
असा नाद लागणार नाही का? ॥१७४४॥
पाठ करितां व्याजें । पांडित्यें येती वेषजे ।
तैं अमृतातें नेणिजे । फावलिया ॥१७४५॥
हा प्रबंध करता पठण । पांडित्याचा प्रकाश पडे जाण ।
मग राहत नाही आठवण । अमृताचीसुद्धा ॥१७४५॥
तैसेंनि आइतेपणें । कवित्व जालें हें उपेणें ।
मनन निदिध्यास श्रवणें । जिंतिलें आतां ॥१७४६॥
तसे सद्‌गुरूंच्या कृपेमुळे । मधुर कवित्व उत्पन्न झाले ।
मग किंचितही न राहिले ।
मनन चिंतन निदिध्यास ॥१७४६॥
हे स्वानंदभोगाची सेल । भलतयसीचि देईल ।
सर्वेंद्रियां पोषवील । श्रवणाकरवीं ॥१७४७॥
हा स्वानंदभोगाचा वाटा । सर्वांना देईल आता ।
इंद्रियांची करेल तृप्तता । श्रवणाद्वारे ॥१७४७॥
चंद्रातें आंगवणें । भोगूनि चकोर शाहाणे ।
परी फावे जैसें चांदिणें । भलतयाही ॥१७४८॥
भोगुनी चंद्राचे चांदणे । चकोर पक्षी ठरती शहाणे ।
तरी ते चांदणे । कोणीही उपभोगू शकतो ॥१७४८॥
तैसें अध्यात्मशास्त्रीं यिये । अंतरंगचि अधिकारिये ।
परी लोकु वाक्चातुर्यें । होईल सुखिया ॥१७४९॥
हे अध्यात्मशास्त्र वाचतील । सात्त्विक पुरुष सुखी होतील ।
पण सामान्य लोकदेखील ।
शब्द चातुर्ये होतील सुखी ॥१७४९॥

ऐसें श्रीनिवृत्तिनाथाचें । गौरव आहे जी साचें ।
ग्रंथु नोहे हें कृपेचें । वैभव तिये ॥१७५०॥
हे खरे निवृत्तिनाथांचे । गौरव असती साचे ।
हे त्यांच्याच कृपेचे । वैभव आहे ॥१७५०॥
क्षीरसिंधु परिसरीं । शक्तीच्या कर्णकुहरीं ।
नेणों कैं श्रीत्रिपुरारीं । सांगितलें जें ॥१७५१॥
क्षीरसागराच्या परिसरात । शंकराने पार्वतीच्या कानात ।
जे सांगितले गुपित । ते कोणीच जाणत नाही ॥१७५१॥
तें क्षीरकल्लोळाआंतु । मकरोदरीं गुप्तु ।
होता तयाचा हातु । पैठें जालें ॥१७५२॥
त्या क्षीरसमुद्राच्या लाटेत । मकराच्या पोटी गुप्त रूपात ।
विष्णूना ते ज्ञान प्राप्त । असे झाले ॥१७५२॥
तो मत्स्येंद्र सप्तशृंगीं । भग्नावयवा चौरंगी ।
भेटला कीं तो सर्वांगीं । संपूर्ण जाला ॥१७५३॥
मच्छिंद्रनाथ सप्तशृंगी आले । चौरंगीनाथांना भेटले ।
ते सर्वांगी पूर्ण झाले । त्यांच्या कृपेने ॥१७५३॥
मग समाधि अव्युत्थया । भोगावी वासना यया ।
ते मुद्रा श्रीगोरक्षराया । दिधली मीनीं ॥१७५४॥
ती अखंड समाधी अवस्था । शिष्याला यावी अनुभवता ।
यासाठी समाधी मुद्रा गोरक्षनाथा । त्यांनी दिली ॥१७५४॥
तेणें योगाब्जिनीसरोवरु । विषयविध्वंसैकवीरु ।
तिये पदीं कां सर्वेश्वरु । अभिषेकिला ॥१७५५॥
त्यांनी योगकमळांचे सरोवर । विषयनाश करणारे वीर ।
असे समाधीपदी सर्वाधिकार । गोरक्षनाथा दिले ॥१७५५॥
मग तिहीं तें शांभव । अद्वयानंदवैभव ।
संपादिलें सप्रभव । श्रीगहिनीनाथा ॥१७५६॥
शंकरापासून जे उत्पन्न । अद्वयानंद जे वैभव संपन्न ।
ते गहिनीनाथांना संपूर्ण । प्राप्त करून दिले ॥१७५६॥
तेणें कळिकळितु भूतां । आला देखोनि निरुता ।
ते आज्ञा श्रीनिवृत्तिनाथा । दिधली ऐसी ॥१७५७॥
कलीने ग्रासली सर्व भूते । ते बघून गहिनीनाथे ।
आज्ञा दिली निवृत्तिनाथे । ती अशी ॥१७५७॥
ना आदिगुरु शंकरा– । लागोनि शिष्यपरंपरा ।
बोधाचा हा संसरा । जाला जो आमुतें ॥१७५८॥
आद्यगुरू शंकराचार्यांपासून । शिष्य संप्रदाय सुरू होऊन ।
ज्ञानाचा हा संप्रदाय येऊन । आमच्यापर्यंत पोहोचला ॥१७५८॥

तो हा तूं घेऊनि आघवा । कळीं गिळितयां जीवां ।
सर्व प्रकारीं धांवा । करीं पां वेगीं ।।१७५९।।
हा ज्ञानाचा बोध घेऊन । कलीने ग्रासलेल्यांना दुःखापासून ।
तू वेगाने जाऊन । मुक्त कर ।।१७५९।।
आधींच तंव तो कृपाळु । वरी गुरुआज्ञेचा बोलू ।
जाला जैसा वर्षाकाळू । खवळणें मेघां ।।१७६०।।
आधीच कृपाळू निवृत्तिनाथा ।
आनंद झाला ही गुरुआज्ञा मिळता ।
जसे मेघांना वर्षाऋतूची जोड लाभता ।
भरपूर वृष्टी करती ।।१७६०।।
मग आर्ताचेनि वोरसें । गीतार्थग्रंथनमिसें ।
वर्षला शांतरसें । तो हा ग्रंथु ।।१७६१।।
लोकांच्या कळकळीने । गीतार्थ सांगण्याच्या निमित्ताने ।
भिजवले ज्या शांत रसाने । त्याचाच परिपाक हा ग्रंथ ।।१७६१।।
तेथ पुढां मी बापिया । मांडला आर्ती आपुलिया ।
कीं यासाठीं येवढिया । आणिलों यशा ।।१७६२।।
अध्यात्मरसाचा वर्षाव होत असता ।
मी पुढे राहिलो चातकासारखा ।
यास्तव यासारखा । यशाचा भाग आणला ।।१७६२।।
एवं गुरुक्रमें लाधलें । समाधिधन जें आपुलें ।
तें ग्रंथें बोधौनि दिधलें । गोसावी मज ।।१७६३।।
गुरुपरंपरेने लाभले । जे समाधी धन आपले ।
ते ग्रंथामृतरूपात दिले । निवृत्तिनाथांनी ।।१७६३।।
वांचूनि पढे ना वाची । ना सेवाही जाणें स्वामीची ।
ऐशिया मज ग्रंथाची । योग्यता कें असे? ।।१७६४।।
ना पठण केले ना वाचले । गुरुसेवा मर्म नाही जाणले ।
मग ज्यामुळे ग्रंथ निर्मिले ।
ती माझी योग्यता असे? ।।१७६४।।
परी साचचि गुरुनाथें । निमित्त करूनि मातें ।
प्रबंधव्याजें जगातें । रक्षिलें जाणा ।।१७६५।।
पण माझ्या श्री सद्गुरूंनी । मला निमित्तमात्र करूनी ।
सर्व जगाचे दुःखापासूनी । रक्षण केले ।।१७६५।।
तऱ्ही पुरोहितगुणें । मी बोलिलों पुरें उणें ।
तें तुम्हीं माउलीपणें । उपसाहिजो जी ।।१७६६।।
याकरिता पुरोहिताप्रमाणे । मी काही बोललो उणे ।
तर मातेच्या प्रेमाने । तुम्ही सहन करा ।।१७६६।।

शब्द कैसा घडिजे । प्रमेयीं कैसें पां चढिजें ।
अळंकारु म्हणिजे । काय तें नेणें ।।१७६७।।
शब्दांची रचना कशी होते । शास्त्र कसे सांगितले जाते ।
अलंकार म्हणजे काय असते । मी जाणत नाही ।।१७६७।।
सायिखडेयाचें बाहुलें । चालवित्या सूत्राचेनि चाले ।
तैसा मातें दावीत बोले । स्वामी तो माझा ।।१७६८।।
कळसूत्राचे बाहुले । सूत्रधारामुळे चाले ।
तसा माझा स्वामी बोले । मला निमित्त करून ।।१७६८।।
यालागीं मी गुणदोष- । विषीं क्षमाविना विशेष ।
जे मी संजात ग्रंथलों देख । आचार्यें कीं ।।१७६९।।
यासाठी जे गुण-दोष । त्याची मी क्षमा न मागे विशेष ।
गुरूंनी सांगितलेलाच उपदेश । मी या ग्रंथात लिहिला ।।१७६९।।
आणि तुम्हां संतांचिये सभे । जें उणीवेंसी ठाके उभें ।
तें पूर्ण नोहे तरी तैं लोभें । तुम्हांसीचि कोपें ।।१७७०।।
तुमच्या या संतांच्या सभेत । जर झाले कमी-जास्त ।
तर लडिवाळपणाचा दोष येत । तो तुमच्यावर ।।१७७०।।
सिवतलियाही परीसें । लोहत्वाचिये अवदसे ।
न मुकिजे आयसें । तैं कवणा बोलु ।।।१७७१।।
परिसाने स्पर्श केला । लोखंडाचा कमीपणा न गेला ।
तर त्याचा दोष येईल कोणाला । हे सांगा ।।१७७१।।
वोहळें हेंचि करावें । जे गंगेचें आंग ठाकावें ।
मगही गंगा जरी नोहावें । तैं तो काय करी? ।।१७७२।।
ओहोळाने एवढेच करावे । गंगेला जाऊन मिळावे ।
गंगेने त्या न स्वीकारावे । तर दोष कोणाचा?।।१७७२।।
म्हणौनि भाग्ययोगें बहुवें । तुम्हां संतांचें मी पाये ।
पातलों आतां कें लाहे । उणें जगीं ।।१७७३।।
मी महान भाग्यवंत झालो । म्हणून संतचरणांशी आलो ।
या जगात भरून पावलो । काय मला उणे? ।।१७७३।।
अहो जी माझेनि स्वामी । मज संत जोडुनि तुम्हीं ।
दिधलेति तेणें सर्वकामीं । परीपूर्ण जालों ।।१७७४।।
अहो माझे स्वामी । संतभेट करून दिली तुम्ही ।
त्यामुळे माझ्या सर्व कामी । परिपूर्णता आली ।।१७७४।।
पाहा पां मातें तुम्हां सांगडें । माहेर तेणें सुरवाडें ।
ग्रंथाचें आलियाडें । सिद्धी गेलें ।।१७७५।।
असे पाहा तुमच्यासम थोर । मला लाभले माहेर ।
म्हणून ग्रंथनिर्मितीचे कार्य । सिद्धीस गेले ।।१७७५।।

जी कनकाचें निखळ । वोतूं येईल भूमंडळ ।

चिंतारत्नीं कुळाचळ । निर्मूं येती ।।१७७६।।

मुशीत सुवर्णरस ओतता । पृथ्वी सुवर्णाची येईल करता ।

किंवा पर्वत येईल निर्माण करता ।

चिंतामणी रत्नांचा ।।१७७६।।

सातांही हो सागरांतें । सोपें भरितां अमृतें ।

दुवाड नोहे तारांतें । चंद्र करितां ।।१७७७।।

सातही समुद्रांना अमृताने । सोपे होईल भरून टाकणे ।

किंवा तारकांना चंद्र बनवणे ।

अवघड जाणार नाही ।।१७७७।।

कल्पतरूचे आराम । लावितां नाहीं विषम ।

परी गीतार्थाचें वर्म । निवडूं न ये ।।१७७८।।

कल्पतरूंची बाग करणे । नाही कठीण होणे ।

पण गीतार्थाचे वर्म जाणणे । सोपे नाही ।।१७७८।।

तो मी येकु सर्व मुका । बोलोनि मऱ्हाठिया भाखा ।

करी डोळेवरी लोकां । घेवों ये ऐसें जें ।।१७७९।।

मी सर्व दृष्टीने मुका असूनी । सद्गुरूंच्या कृपाप्रसादानी ।

अर्थ लिहिला मराठीत बोलूनी।

लोकांना प्रत्यक्ष दिसावा॥१७७९॥

हा ग्रंथसागरु येव्हढा । उतरोनि पैलीकडा ।

कीर्तिविजयाचा धेंडा । नाचे जो कां ।।१७८०।।

हा ग्रंथसागर तरून । पलीकडे उतरून ।

नाचवला धरून । कीर्तिविजयाचा ध्वज ।।१७८०।।

गीतार्थाचा आवारु । कलशेंसीं महामेरु ।

रचूनि माजीं श्रीगुरु- । लिंग जें पूजीं ।।१७८१।।

गीतार्थरूपी मंदिरात । महामेरू रचले अध्यायात ।

सद्गुरूरूपी शिवलिंग स्थापत ।

त्याची पूजा केली ।।१७८१।।

गीता निष्कपट माय । चुकोनि तान्हें हिंडे जें वाय ।

तें मायपूता भेटी होय । हा धर्म तुमचा ।।१७८२।।

गीता निष्कपट आई । मी तान्हे वाट चुकून सैरावैरा जाई ।

मायलेकरांची भेट होऊन राही ।

ही तुमची पुण्याई ।।१७८२।।

तुम्हां सज्जनांचें केलें । आकळुनी जी मी बोलें ।

ज्ञानदेव म्हणे थेंकुलें । तैसें नोहें ।।१७८३।।

संतांची कृपा राहे । म्हणून मी बोलू पाहे ।

ज्ञानदेव म्हणती बोलणे लहान आहे ।

पण तुम्ही महान ।।१७८३।।

काय बहु बोलों सकळां । मेळविलों जन्मफळा ।

ग्रंथसिद्धीचा सोहळा । दाविला जो हा ।।१७८४।।

काय बोलू मी सकळा । हा ग्रंथसिद्धीचा सोहळा ।

तो लाभे जन्म फळा । जो तुम्ही दाविला ।।१७८४।।

मियां जैसजैसिया आशा । केला तुमचा भरंवसा ।

ते पुरवूनि जी बहुवसा । आणिलों सुखा ।।१७८५।।

मी ज्याची केली आशा । तुमच्यावर केला भरवसा ।

ते पूर्ण करून मला खासा । तुम्ही आनंदी केले ।।१७८५।।

मजलागीं ग्रंथाची स्वामी । दुजीं सृष्टी जे हे केली तुम्ही ।

तें पाहोनि हांसों आम्हीं । विश्वामित्रातेंही ।।१७८६।।

हे सद्गुरू स्वामी । ही ग्रंथसृष्टी निर्मिली तुम्ही ।

ते पाहून हसतो आम्ही । विश्वामित्रालाही ।।१७८६।।

जे असोनि त्रिशंकुदोषें । धातयाही आणावें वोसें ।

तें नासतें कीजे कीं ऐसें । निर्मावें नाहीं ।।१७८७।।

त्रिशंकू राजाच्या निमित्तानं ।

ब्रह्मदेवाला कमीपणा यावा म्हणून ।

विश्वामित्राने सृष्टी केली निर्माण ।

पण या ग्रंथाचे तसे नाही ।।१७८७।।

शंभू उपमन्युचेनि मोहें । क्षीरसागरूही केला आहे ।

येथ तोही उपमे सरी नोहे । जे विषगर्भ कीं ।।१७८८।।

शंकराने उपमन्यूच्या प्रेमाप्रती । केली क्षीरसागराची निर्मिती ।

ती योग्य उपमा नसे या ग्रंथासाठी।

कारण तो विषगर्भ आहे ॥१७८८॥

अंधकारु निशाचरां । गिळितां सूर्यें चराचरां ।

धांवा केला तरी खरा । ताउनी कीं तो ।।१७८९।।

अंधाराच्या राक्षसाने संपूर्ण । चराचराला टाकले गिळून ।

मला सूर्याने टाकले उजळून ।

त्याचा धावा केला असता ।।१७८९।।

तातलियाही जगाकारणें । चंद्रें वेंचिलें चांदणें ।
तया सदोषा केवीं म्हणे । सारिखें हें ।।१७९०।।
जग जाहले तप्त । चंद्राने चांदण्यांची केली बरसात ।
पण त्यालाही दोष असत । कलंकाचा ।।१७९०।।
म्हणौनि तुम्हीं मज संतीं । ग्रंथरूप जो हा त्रिजगतीं ।
उपयोग केला तो पुढती । निरुपम जी ।।१७९१।।
तुम्ही संतांनी माझ्याकडून । ग्रंथ घेतला निर्माण करून ।
जो त्रैलोक्याला उपयुक्त असून । अनुपम आहे ।।१७९१।।
किंबहुना तुमचें केलें । धर्मकीर्तन हें सिद्धी नेलें ।
येथ माझें जी उरलें । पाईकपण ।।१७९२।।
किंबहुना तुमच्यामुळे । धर्मकीर्तन सिद्धीस गेले ।
माझे नाममात्र उरले । सेवकपण ।।१७९२।।
आतां विश्वात्मकें देवें । येणें वाग्यज्ञें तोषावें ।
तोषोनि मज द्यावें । पसायदान हें ।।१७९३।।
आता विश्वाच्या देवाने । संतुष्ट व्हावे या वाग्यज्ञाने ।
संतोषून मला द्यावे त्याने । प्रसादाचे दान ।।१७९३।।
जे खळांची व्यंकटी सांडो । तयां सत्कर्मीं रती वाढो ।
भूतां परस्परें पडो । मैत्र जीवाचें ।।१७९४।।
दुष्टांचा दुष्टपणा जावो । सत्कर्माची प्रीती वाढत राहो ।
एकमेकांशी मैत्री वृद्धिंगत होवो । जीवमात्रांची ।।१७९४।।
दुरिताचें तिमिर जावो । विश्व स्वधर्मसूर्यें पाहो ।
जो जें वांछील तो तें लाहो । प्राणिजात ।।१७९५।।
पापांचा अंधकार जाऊ दे ।
विश्वात स्वधर्मसूर्याचा उदय होऊ दे ।
जे इच्छितील ते, ते लाभू दे । प्राणिमात्रांना ।।१७९५।।
वर्षत सकळमंगळीं । ईश्वरनिष्ठांची मांदियाळी ।
अनवरत भूमंडळीं । भेटतु भूतां ।।१७९६।।
जे सदैव मांगल्य वर्षत । असा संतांचा समूह सतत ।
अखंडपणे भूतळी राहो भेटत । सर्व प्राणिमात्रांस ।।१७९६।।
चलां कल्पतरूंचे अरव । चेतना चिंतामणीचें गांव ।
बोलते जे अर्णव । पीयूषाचे ।।१७९७।।
जे सचेतन कल्पतरूंचे उद्यान । सजीव चिंतामणींचे ग्राम ।
जे चालते बोलते प्रमाण । अमृताचे सागर ।।१७९७।।

चंद्रमे जे अलांछन । मार्तंड जे तापहीन ।
ते सर्वांही सदा सज्जन । सोयरे होतु ।।१७९८।।
जे कलंकरहित चंद्र आहेत । उष्णतारहित सूर्य आहेत ।
ते सर्वांना सदा प्रिय आहेत । सोयरे संत सज्जन ।।१७९८।।
किंबहुना सर्वसुखीं । पूर्ण होऊनि तिहीं लोकीं ।
भजिजो आदिपुरुखीं । अखंडित ।।१७९९।।
किंबहुना सुखाने सर्वांनी । त्रैलोक्य परिपूर्ण होऊनी ।
अखंड भक्ती करूनी । आदिपुरूषास भजावे ।।१७९९।।
आणि ग्रंथोपजीविये । विशेषीं लोकीं इयें ।
दृष्टादृष्ट विजयें । होआवें जी ।।१८००।।
या ग्रंथावर पाहे । ज्याची उपजीविका आहे ।
ज्यास दृष्टीस पडून राहे । इहपर लोकाचा आनंद ।।१८००।।
तेथ म्हणे श्रीविश्वेशरावो । हा होईल दानपसावो ।
येणें वरें ज्ञानदेवो । सुखिया झाला ।।१८०१।।
विश्वेश्वर नाथ निवृत्ती । हे प्रसादाचे दान होईल म्हणती ।
हे ऐकून ज्ञानदेव मनप्रति । सुखी झाले ।।१८०१।।
ऐसें युगीं परी कळीं । आणि महाराष्ट्रमंडळीं ।
श्रीगोदावरीच्या कूलीं । दक्षिणलिंगीं ।।१८०२।।
या कलियुगात । महाराष्ट्र भूप्रदेशात ।
दक्षिण तीराच्या भागात । गोदावरीच्या ।।१८०२।।
त्रिभुवनैकपवित्र । अनादि पंचक्रोश क्षेत्र ।
जेथ जगाचें जीवनसूत्र । श्रीमहालया असे ।।१८०३।।
त्रिभुवनात जे पवित्र । आद्य पंचक्रोशीतील क्षेत्र । (नेवासे)
तेथे जगाचे कर्तासूत्र । मोहिनीराज आहेत ।।१८०३।।
तेथ यदुवंशविलासु । जो सकळकळानिवासु ।
न्यायातें पोषी क्षितीशु । श्रीरामचंद्रु ।।१८०४।।
इथे यदुवंशभूषण । सकल कलांनी परिपूर्ण ।
प्रजेचे न्यायाने करी पोषण । तो रामराजा होता ।।१८०४।।
तेथ महेशान्वयसंभूतें । श्रीनिवृत्तिनाथसुतें ।
केलें ज्ञानदेवें गीते । देशीकार लेणें ।।१८०५।।
आदिनाथ शंकराच्या परंपरेतूनी । निवृत्तिनाथांच्या या शिष्यानी ।
गीतार्थ लिहून ज्ञानेश्वरांनी ।
मराठी भाषेचे लेणे घडवले ॥१८०५॥

एवं भारताच्या गांवीं । भीष्मनाम प्रसिद्ध पर्वीं ।
श्रीकृष्णार्जुनीं बरवी । गोठी जे केली ।।१८०६।।
महाभारताच्या ग्रंथात । प्रसिद्ध भीष्मपर्वात ।
श्रीकृष्ण-अर्जुनाचा जो संवाद । ती गीता होय ।।१८०६।।
जें उपनिषदांचें सार । सर्व शास्त्रांचें माहेर ।
परमहंसीं सरोवर । सेविजे जें ।।१८०७।।
ती उपनिषदांचे सार । सर्व शास्त्रांचे माहेर ।
परमहंसाचे सरोवर । जे प्राशन करती ।।१८०७।।
तियें गीतेचा कलशु । संपूर्ण हा अष्टादशु ।
म्हणे निवृत्तिदासु । ज्ञानदेवो ।।१८०८।।
हा गीतेचा अर्थअन्वय । संपूर्ण अठरावा अध्याय ।
निवृत्तिशिष्य ज्ञानदेव । म्हणती पूर्ण झाला ।।१८०८।।
पुढती पुढती पुढती । इया ग्रंथपुण्यसंपत्ती ।
सर्वसुखीं सर्वभूतीं । संपूर्ण होईजे ।।१८०९।।
पुढे भविष्यातही । ही पुण्यग्रंथाची संपत्ती ही ।
आनंदाचा लाभ देई । सर्वांना सुखी करून ।।१८०९।।
शके बाराशतें बारोत्तरें । तैं टीका केली ज्ञानेश्वरें ।
सच्चिदानंदबाबा आदरें । लेखकु जाहला ।।१८१०।।
हे बाराशे बारोत्तर शके । ज्ञानेश्वर सांगती टीका कौतुके
सच्चिदानंद बाबा भक्तीने ऐके । आदरे लेखनिक झाला ।।१८१०।।

ओवी संख्या १८१०

।। अठरावा अध्याय - मोक्ष संन्यास विभाग योग- समाप्त ।।

लेखिका परिचय

मंजुश्री नंदकुमार गोखले

एम.ए. (मराठी), बी.एड. (मराठी, हिंदी)
'मंजुश्री', प्लॉट नं. ५५, राजेंद्रनगर, कोल्हापूर - ४१६००४.
दूरभाष - ९८५००६०८३८, ८८०५३५५२००

अनुभव व छंद

- महाविद्यालयात अध्यापनाचा अनुभव
- पुणे, सांगली, कोल्हापूर आकाशवाणीवरून कविता व भाषणांचे प्रसारण

सूत्रसंचालन

- अरुण दाते (शुक्रतारा), शांताराम नांदगांवगर, श्रीधर फडके यांच्यासमवेत अनेक कार्यक्रमांचे सूत्रसंचालन

व्याख्याने

- पुणे विद्यापीठात संत साहित्यावर व्याख्याने, तसेच महाराष्ट्र, गुजरात, कर्नाटक, मध्यप्रदेश या राज्यातील अनेक शहरात संत साहित्यासह विविध विषयांवर व्याख्याने
- अनेक दर्जेदार वृत्तपत्रातून ज्वलंत विषयावर अभ्यासपूर्ण लेख व लेख मालिका
- एकांकिका व नाटकांचे लेखन, दिग्दर्शन. त्यात पुरस्कार
- राज्यस्तरीय नाट्यस्पर्धा व वक्तृत्व स्पर्धांचे परीक्षक म्हणून काम
- अखिल भारतीय मराठी साहित्य परिषद व अखिल भारतीय मराठी नाट्य परिषद आजीव सभासद
- शालेय व महाविद्यालयीन काळात राज्य पातळीवर खो-खो खेळासाठी निवड

एकूण ५० पुस्तके प्रकाशित

- कादंबरी - एकूण २३ : संत चरित्रात्मक - १२ (आगामी २), रहस्यमय - ५ (आगामी २), सामाजिक - ५ (आगामी २), बालकादंबरी - १ (आगामी १)
- कथासंग्रह - एकूण ४ : (सामाजिक २, विनोदी २)
- कविता संग्रह - एकूण ५
- बालसाहित्य - एकूण ९
- प्रवास वर्णन - १
- लेखसंग्रह - १
- अध्यात्मिक पारायणी पोथी - ५ (आगामी २)
- नाटक - (आगामी १)
- अनुवाद १ - (आगामी १)
- संपादन - १
- रेसिपी बुक - १
- इंग्रजी अनुवाद - १

पुरस्कार

- माजी राष्ट्रपती प्रतिभाताई पाटील पुरस्कारासह एकूण २५ पुरस्कार

सकाळ प्रकाशनाची इतर पुस्तके

मंजुश्री गोखले लिखित इतर पुस्तके

- कहत कबीर...
- कृष्णमयी मीरा
- स्त्री अहिल्या : पुण्यश्लोक अहिल्याबाई होळकर यांचा भावपूर्ण जीवनपट

- योगियांचा राणा (शेगावचे संत गजानन महाराज यांचे चरित्र)
- ब्रह्मचैतन्य (गोंदवलेकर महाराज चरित्र)
- शिर्डी साई बाबा : प्रेरणादायी संतजीवन
- तुकाराम दर्शन (जन आवृत्ती)
- हरिपाठ मंथन
- दिव्य प्रवचनामृत
- समर्थांनी स्थापन केलेले अकरा मारुती
- संपूर्ण 'योग' संग्रह
- द फ्रेंड
- द होमकमिंग अँड अदर स्टोरीज
- मनशुद्धीची पेरणी
- गीताक्रियापदानि
- योगा ऑल्सो फॉर द गॉडलेस
- द लिटिल गाइड टू ग्रेटर ग्लोरी अँड अ हॅपिअर लाईफ`
- उपनिषद कथा : वेदांचे सार कथांमधून

www.ingramcontent.com/pod-product-compliance
Lightning Source LLC
Chambersburg PA
CBHW080939240926
51849CB00004BA/501
* 9 7 8 9 3 8 9 8 3 4 9 8 7 *